TRANQUEBAR
TAMIL - ENGLISH DICTIONARY

தமிழ் - ஆங்கில அகராதி

TRANQUEBAR
TAMIL - ENGLISH DICTIONARY

தமிழ் - ஆங்கில அகராதி

BASED ON
JOHANN PHILIP FABRICIUS'S
MALABAR - ENGLISH DICTIONARY

JOHANN PHILIP FABRICIUS

SECOND EDITION, REVISED AND ENLARGED

THE ASIAN PUBLICATIONS ★ MADRAS

© Publisher (Format and Design)

Printed in India

தமிழ் - ஆங்கில
கோசம்

First Published : 1910
Asian Reprint : Madras, 2019

ISBN: 9789386701466

Published by

THE ASIAN PUBLICATIONS
New No.40, Old No.19, First Street, Balaji Nagar
Royapettah, Madras 600 014. South India
Phone : +91 44 28133020, 9840445567
E-mail: asianmadras@gmail.com

PREFACE TO THE FIRST EDITION.

The First Tamil and English Lexicon was published in 1779 and reprinted in 1809 under the title, "A MALABAR and ENGLISH DICTIONARY" by the old German Lutheran Missionaries Johann Philip Fabricius and Christian Breithaupt. This Dictionary, which contained about 9000 Tamil words with a large collection of idiomatic phrases, formed the basis of subsequent works by Drs. Rottler and Winslow, who, while adopting almost all those phrases, refer to this Lexicon as "*The Old Dictionary.*"

The present volume is an enlarged and much improved edition of the work on which it is based. While care has been taken to add to it all those words and phrases in the said larger Dictionaries which are thought to be of practical utility to students, several new terms, meanings and phrases have also found a place in this edition, which contains a collection of **11,590** Tamil primitives and **21,305** derivatives and phrases.

Among the chief traits of the present publication the following may be mentioned:

(a.) The imperative being the root of Tamil verbs, they are presented in that form.

(b.) The different classes of conjugation are indicated by figures I to VII which refer to the annexed classification of Tamil verbs by the learned oriental scholar and philologist Dr. Graul, whose table of the flexional system is not only scientific and practical, but also comprehensive, as only very few irregular verbs are not included therein. Any such variety or irregularity of form is fully explained. This classification will, it is believed, prove very convenient especially to foreigners who study the Tamil language.

(c.) The obsolete and rare words and meanings are generally omitted in order to avoid unnecessary increase in the bulk of the volume.

* * * * * *

The revision of the present edition was commenced by the late Rev. E. Schaeffer, Principal of the Evangelical Lutheran Central High School, Tranquebar, with the help of Mr. A. Pakyam Pillay, Headmaster of the same Institution. Upon the death of that Missionary while the 25th sheet was passing through the Press, the editorship was committed to the undersigned. This change of hands in the editorship will account for some small differences between the first and last portions in the arrangement, addition of synonyms etc.

It is hoped that the volume here offered to the public will supply the long-felt want of a good and handy Tamil-English Dictionary.

TRANQUEBAR, 13th Aug. 1897.   H. B.

PREFACE TO THE SECOND EDITION.

This Second Edition is a thoroughly revised one. Several portions, especially in the first part, have been entirely re-written. (Compare for instance அல் — அலெ, ஆ — ஆகு, உம், ஓ etc. with the First Edition and also with Winslow.) As far as suitable synonyms were available, they have been added to all the different meanings of primitives; but synonyms of a merely descriptive character as ஒர்வித மரம், மரப்பொது etc. have been dispensed with. Words of Sanskrit origin are marked with an asterisk (*). In ascertaining the Sanskrit origin of words Rev. A. Jaeger has rendered valuable help; in instances which remained doubtful, Winslow has been mostly followed.

In bringing the volume through the Press, Rev. N. Samuel and Munshi Muthu Thandavaraya Pillay have assisted the undersigned; and on their suggestion, a good number of idiomatic and colloquial expressions have been inserted.

Though a great deal of additional information is embodied in this Second Edition, a corresponding increase in the number of pages has been avoided by more economical print, by removing some repetitions, by using in derivatives the infinitive instead of the longer verbal form ending in கிறது and other similar arrangements.

As the First Edition was received by the public very favourably, it is hoped that this Revised Edition will prove even more useful.

TRANQUEBAR,   H. Beisenherz,
18th Febr. 1910.   Leipzig Ev. Luth. Mission.

Dr. Graul's

Classification of Tamil Verbs

according to their conjugation.

---

1. Dr. Graul arranges the Tamil Verbs under 3 forms, (the weak, middle and strong) which he again subdivides into 7 classes or conjugations.

2. The 3 forms are distinguished by the characteristic of the future tense, which in the weak form is வ், in the middle one ப் and in the strong one ப்ப், whereas the characteristic of the present tense in the weak and in the middle form is the same கிற் or கின்ற் (properly கிறு or கின்று) and differs only in the strong form which has க்கிற் or க்கின்ற்.

3. The subdivision into 7 conjugations - of which 4 belong to the weak form, 2 to the strong one and only 1 to the middle form - is decided by the several characteristics of the past tense.

4. The characteristics of the 3 tenses in the 7 conjugations are as follows:

A. Weak form.

	Present	Past	Future
I.	கிற் or கின்ற்	த் (ட், ற்)	வ்
II.	„ „	ந்த்	„
III.	„ „	இன்	„
IV.	„ „	doubling the last consonant (க், ட், ற்)	„

B. Middle form.

V.	„ „	த் (ட், ற்)	ப்

C. Strong form.

VI.	க்கிற், க்கின்ற்	த்த்	ப்ப
VII.	„ „	ந்த்	„

5. The following paradigms will illustrate this:

A. Weak

	Root (*Imperative*)		Present
I.	செய்	do	செய்கிறேன்
	ஆள், ஆளு[a]	rule	ஆளுகிறேன்
	கொல், கொல்லு[a]	kill	கொல்லுகிறேன்
II.	அறி[c]	know	அறிகிறேன்
III.	ஆக்கு	make	ஆக்குகிறேன்
IV.	நகு[d]	laugh	நகுகிறேன்

B. Middle

		Root (*Imperative*)		Present
V.[e]	*a*	உண், உண்ணு[a]	eat	உண்கிறேன்
		தின்	eat	தின்கிறேன்
	b	கேள், கேளு[a]	hear	கேட்கிறேன்
		கல்	learn	கற்கிறேன்

C. Strong

	Root (*Imperative*)		Present
VI.	தீர்	finish	தீர்க்கிறேன்
VII.	நட	walk	நடக்கிறேன்

---

a. The உ in those verbs is only a euphonic addition, which does not appear in the past.

b. Here the ள் and ல் of the root are changed into ண் and ன் respectively, and the characteristic த் into ட் and ற் respectively. ள் + த் = ண்ட் and ல் + த் = ன்ற்.—A few verbs ending in ண் (ணு) and ன் (னு) which follow the I. conjugation change also த் into ட் and ற் respectively. ண் + த் = ண்ட் and ன் + த் = ன்ற், as ஈன், ஈனுகிறது, ஈன்றது, ஈனும். These verbs ending in ண் and ன் are only to be distinguished from those following V*a* by the characteristic of the future tense.

c. Verbs of the II. conjugation ending in ர் or ழ் may take a euphonical உ except in the past as உணர், உணரு, உணர்கிறேன், உணருகிறேன், உணர்ந்தேன், உணர்வேன், உணருவேன், மகிழ், மகிழு etc.

d. Only verbs of two letters, mostly short, ending in கு, டு or று (விடு-விட்டேன், பெறு-பெற்றேன்) and their compounds (கூட்டிடு, கைவிடு etc.) follow the IV conjugation.

e. Only monosyllabic verbs ending in ண், ன் (V*a*), ள் and ல் (V*b*) follow this conjugation.

f. Here on account of the preceding ண் and ன் the characteristic த் is changed into ட் and ற் respectively. ண் + த் = ண்ட் and ன் + த் = ன்ற்.

form.

Past	Future	Infinitive
செய்தேன்	செய்வேன்	செய்ய
ஆண்டேன்[h]	ஆளுவேன், ஆள்வேன்	ஆள
கொன்றேன்[h]	கொல்லுவேன், கொல்வேன்	கொல்ல
அறிந்தேன்	அறிவேன்	அறிய
ஆக்கினேன்	ஆக்குவேன்	ஆக்க
நக்கேன்	நகுவேன்	நக

form.

உண்டேன்[f]	உண்பேன்	உண்ண
தின்றேன்[f]	தின்பேன்	தின்ன
கேட்டேன்[g]	கேட்பேன்	கேட்க
கற்றேன்[g]	கற்பேன்	கற்க

form.

தீர்த்தேன்	தீர்ப்பேன்	தீர்க்க
நடந்தேன்	நடப்பேன்	நடக்க

g. **Here on account of the ள் and ல் of the root, the characteristic த் is changed into ட் and ற் respectively, and at the same time the ள் and ல் are hardened into ட் and ற் respectively.** ள் + த் = ட்ட and ல் + த் = ற்ற. The only exception is நில் which has நின்றேன் in the past tense. In V*b* the change of ள் and ல் into ட் and ற் respectively takes place also in the present and the future tense, and in the infinitive which in V*b* is formed by adding க to the root thus changed, whereas in V*a* the infinitive is correctly formed by adding அ to the root as in the weak form.—Note that the verbs ending in ள் and ல் following the I. conjugation and those following V*a* differ not only in the characteristic of the future tense, but also in the formation of all tenses and of the infinitive.

N.B.—The distinction between V*a* and V*b* being dependent only on the last consonant of the root (V*a* ண் and ன் and V*b* ள் and ல்), *a* and *b* were dispensed with in the Dictionary.—As the words following the V. conjugation are not many, they may be given here:

V*a*. —உண் (உண்ணு), என், தின், பூண், மாண், காண். (In காண் the past is shortened into கண்டேன்).

V*b*. —எல் (எலு), கல், கேள், தோல், நள், நூல், நோல், பிள், பெள், மீள், வில், வேள், நில். (நில் is conjugated நிற்கிறேன், நின்றேன், நிற்பேன், நிற்க).

ERRATA.

அல்ல, *for* in both number *read* in both numbers.

அவயங்காக்க, *for* to sit on egg *read* to sit on eggs.

அள்ளு, 2. *for* carry if *read* carry off.

For ஆவணி *read* *ஆவணி.

For உத்தாரப்படி செய் *read* உத்தாரப்படி செய்ய.

உபகரி, *for* to bestow a favour, to assist *read* bestow a favour, assist.

உபதேசி, *for* to teach *read* teach.

For	தழை, III.	*read*	தழை, II.
,,	சுட்கு, VI.	,,	சுட்கு, III.
,,	சுண்டு, IV.	,,	சுண்டு, III.
,,	சுருங்கு, II.	,,	சுருங்கு, III.
,,	திருந்து, IV.	,,	திருந்து, III.
,,	தும்மு, IV.	,,	தும்மு, III.
,,	துலங்கு, IV.	,,	துலங்கு, III.
,,	தேதுள், IV.	,,	தேதுள், I.
,,	தேண்டு, VI.	,,	தேண்டு, III.

பருவரு, II. *v. i. aad* (*past* பருவந்தேன்).

(Continuation of ERRATA in Tamil - English Dictionary)

Under *அவம் *for* அவமாணம், அவமாணம் *read* அவமானம், அபமானம்.

Preface page VII note g line 10 *for* Va *read* V*b*.

Before *ஆதரிசம் (page 42) insert:

ஆதரி, VI. *v. t.* support, protect, shelter, *உதவி செய்*; 2. **comfort, console,** *ஆற்றித்தேற்று*; 3. wish, long for, **ஆசி.**

Under **போது**, *s.* before *அப்போது* **insert:**

போதிலும், *used adv.* though.

அவன் வந்த போதிலும், **though he came.**

A
DICTIONARY
TAMIL AND ENGLISH.

தமிழ் இங்கிலிஷ் அகராதி.

அ

அ, *demonstrative prefix* (சுட்டெழுத்து), that, அந்த. *Note:* In combination any following consonant except ய is doubled as அக்கரை, ய takes வ் as அவ்யானை and before a vowel வ்வ் is inserted as அவ்வூர்.

***அ**, *privative prefix*, as அசத்தியம், untruth. Before a vowel ந் or ன் is inserted as அநாதி. Compounds with அ priv. see in their places.

அஃகடி, see அக்கடி.

அஃகம், *s.* grain, தானியம்.

அஃகஞ் சுருக்கேல், make not grain dear.

அஃகு, III. *v. i.* shrink, diminish, குறை.

அஃகேனம், the letter ஃ.

அஃது, அது, *demonst. pron.*, that thing.

அஃறிணை, *s.* neuter gender in Tamil.

***அகங்கரி** (com. ஆங்காரி), VI. *v. i.* (அகம்), be self-conceited, proud, haughty, இறுமா; 2. be arrogant, act with hatred, மூர்க்கங்காட்டு.

***அகங்காரம்**, com. ஆங்காரம், *s.* (அகம், self + காரம், acting) wilfulness, self-will, caprice, செருக்கு; 2. fierceness, haughtiness, arrogance, இறுமாப்பு; 3. pride, self-conceit, கர்வம்.

அகங்காரங்காட்ட, to act proudly.

அகங்காரி, ஆங்காரி, *masc. & fem.* a proud, capricious, unruly person.

அகங்கை, அங்கை, *s.* (அகம்) the palm of the hand, உள்ளங்கை.

அங்கையின் நெல்லிக்கனிபோல், self-evident, as clear as the nelli fruit in the hand.

***அகசியம்**, ஆசியம், *s.* ridicule, mimicry, சரசம்.

***அகஸ்மாத்**, *adv.* suddenly, திடீரென.

***அகடம்**, *s.* (அ priv.) injustice, அநீதி; 2. a trick, விகடம்.

அகடவிகடம், zigzag, chicanery, trickery, mockery.

அகடு, *s.* wickedness, பொல்லாங்கு; 2. the middle part, நடு; 3. belly, வயிறு.

அகணி, *s.* fibrous part of the palm leaf.

அகண்டம், *s.* earthen lamp, அகல்விளக்கு.

***அகண்டம்**, *s.* (அ priv.) that which is without parts, expanse. அபின்னம்.

அகண்டன், the undivided, unlimited one, the Deity.

***அகதி**, *s.* (அ priv.) a poor man, destitute person, வறியவன்.

அகதியைப் பிடித்துப் பகுதிக்கடிக்க, to press a poor man for money or tribute.

***அகத்தி**, *s.* a tree whose leaves serve for pot herbs, *coronilla grandiflora.*

அகத்திக்கீரை, its edible leaves.

***அகத்தியம்**, *s.* a grammatical work by Agastya; 2. necessity, அவசியம்.

***அகத்தியன்**, அகஸ்தியன், *s.* Agastya, a famous poet and sage, who is said to have organised the Tamil language having learned it from Skanda, and who is the author of several Tamil works.

அகத்திடு, *v.* and அகத்திடு, *s.* see under அகம்.

* அகந்தை, *s.* egotism, pride, insolence, arrogance, இறுமாப்பு.

அகப்படு, IV. *v. i.* (அகம்+படு) be had, obtained, found, கிடை; 2. come in one's reach, power, possession, வசப்படு; 3. be caught or ensnared, உட்படு.

அது எனக்கு அகப்பட்டது, I have got it.

அகப்படாத வஸ்து, a thing not to be had, a rare and valuable thing.

மோசத்தில் அகப்பட்டான், he fell into danger.

அகப்படுத்து, III. *v. t.* ensnare, involve, உட்படுத்து.

அகப்பை, *s.* ladle, spoon of cocoanut shell, சட்டுவம்.

அகம், *s.* the inner part, உள்; 2. a house, வீடு; 3. the earth, பூமி; 4. grain, தானியம்.

அகதேசி (*vulg.* அரதேசி), a religious mendicant, a pilgrim in his own country opp. to பரதேசி.

அகத்தடிமை, slave of the house.

அகத்தடியாள், அகவாட்டி, a wife, the mistress of the house.

அகத்திட, to insert.

அகத்தீடு, a thing inserted for support.

அகமுடையான் (*vulg.* ஆம்படையான்), a house-holder, husband.

அகம்படியர், the name of a caste, formerly servants in palaces and temples.

அகவிலை, price of grain.

*அகம், *s.* I, self, நான்; 2. mind, will, மனம்; 3. sin, பாவம்.

அகங்களிக்க, to rejoice, to be exhilerated.

அகப்பற்று, self-attachment.

அகமலர்ச்சி, joy.

அகமலர்ந்த முகம், a friendly countenance, a pleasing look.

அகம்பாவம், pride.

*அகரம், *s.* the letter அ; 2. a village of Brahmins, அக்கிராரம்.

*அகராதி, *s.* (அகரம்+ஆதி) Dictionary.

அகலம், *s.* breadth, width, விசாலம்.

அகலக்கட்டை, -குறைச்சல், narrowness.

அகல், *s.* a small earthen lamp, தகழி; 2. width, அகலம்.

அகல், அகலு, I. *v. i.* leave, retire from, நீங்கு; 2. widen, extend, பரவு.

அகல நில், stand aloof.

அகலப்போ, அகன்று போ, go away.

அகலர், அகல்வோர், outcastes.

அகலிடம், the terrestrial globe, the earth, பூமி.

அகலுகை, *v. n.* a departure from the way.

அகல்வு (contr. ஆல்வு), *v. n.* wideness, diffusion, spreading abroad.

ஆல்வாய்ப் போகிற நதி, a river that takes a wide course.

அகவல், *s.* the cry of peacock; 2. a kind of verse, ஆசிரியப்பா; 3. *v. n.* calling.

அகவு, III. *v. t.* call, அழை; 2. dance, play, ஆடு.

அகழி, அகழ், *s.* ditch round a fortification.

அகழ், அகழு, II. *v. t.* dig out, excavate, தோண்டு.

அகற்று, III. *v. t.* (அகல்) put away, remove, நீக்கு; 2. expand, increase, extend, spread, விரி.

அறிவகற்றும், it will increase knowledge.

அகற்றுதல், அகற்றுகை, *v. n.* putting away.

அகாடி, *s.* (Hind.) a rope to tie the horse by the head or forefeet; 2. *adv.* before, in advance, முன்.

*அகாதம், *s.* (அ priv.) bottomless depth, ஆழம்; 2. abyss, பள்ளம்; 3. cunning, artifice, வஞ்சகம்.

அகாதன், a cunning, shrewd, crafty man.

*அகாத்தியம், அகிருத்தியம், *s.* (அ priv.) deceit, wickedness, பொல்லாங்கு.

*அகாரியம், *s.* (அ priv.) an unimportant affair.

காரியா காரியம், circumstances.

*அகாலம், அவகாலம், *s.* (அ priv.) unseasonable time; 2. time of distress, famine season, பஞ்சகாலம்.

அகாலமழை, unseasonable rain.

அகாலமரணம், untimely death.

*அகிதம், *s.* (அ+ஹிதம்) an unpleasant thing, இதமின்மை.

*அகிருத்தியம் (*vulg.* அக்கிருத்தியம்), *s.* (அ priv.) improper conduct, அக்கிரமம்.

அகிர், *s.* scurf, scab, தலைச்சுண்டு.

*அகிலம், *s.* (அ priv. + கிலம், separated) all, எல்லாம்; 2. the earth, பூமி.

அகிலாண்டம், the universe.

அகில், *s.* a kind of fragrant wood, *aquila.*

அகிற்கட்டை, a block of Aquila.

*அகோசரம், *s.* (அ priv.) the state of being incomprehensible, அறியொணாமை.

வாசாமகோசரம் see வாசா.

*அகோரம், *s.* (கோரம்) vehemence, உக்கிரம்; 2. severity, fierceness, கொடுமை.

அகோரமாய் எரிய, to burn furiously.

அகோரமாய்ப் பேச, to speak passionately.

அகோரமான (அகோரச்) காய்ச்சல், a violent attack of fever.

அகோரமான சண்டை, a hot conflict.

*அகோராத்திரம், *s.* (அஹம் day and இராத்திரி, night) day and night, இரவும் பகலும்.

அக்கச்சி, *vulg.* for அக்காள், *s.* elder sister.

அக்கடா, *s.* (*indecl.*) perfect ease, சுகம்.

அக்கடாவென்று கிடக்கிறேன், I am perfectly at ease.

அக்கடி (prop. அஃகடி), a hard task, straitness, difficulty, distress, இடைஞ்சல்.

அக்கணம், அச்சணம், *s.* (அ dem.) that moment.

அக்கப்போர், *s.* (*colloq.*) gossip, அலப்புதல்; 2. trouble, molestation, வருத்தம்.

அக்கம், *s.* side, பக்கம்; 2. grain அகம்.

அக்கம்பக்கம் பார்த்துப்பேசு, speak cautiously.

*அக்கம், *s.* terrestrial latitude, பூகோளாட்சம்; 2. metal, gold, money, பொன்; 3. see அட்சம்.

அக்கசாலை, a mint.

அக்கசாலையன், a coiner.

*அக்கரம், அச்சரம், அட்சரம், *s.* a letter of the alphabet எழுத்து; 2. a disease of the stomach, thrush.

அக்களி, எக்களி, VI. *v. i.* rejoice, exult, உகக்களி.

அக்கறை, *s.* (Tel.) necessity, concern, அவசியம்.

அது எனக்கு அக்கறையில்லை, I don't mind it.

அக்கறைப்பட, to take interest.

அக்காரம், *s.* sugar, சர்க்கரை.

அக்காள் (*vulg.* அக்கச்சி), *s.* elder sister, தமக்கை (voc. அக்கா).

*அக்கி, *s.* eye, கண்; 2. a kind of itch especially in children, erysipelas, அக்கினிக்கரப்பான்.

*அக்கியாதம், அஞ்ஞாதம், *s.* (அ priv.) obscurity, மறைவு.

அக்கியாதவாசம், அஞ்ஞாதவாசம், living incognito or in privacy.

*அக்கியானம், *s.* (அ priv.), same as அஞ்ஞானம்.

*அக்கிரகாரம் (*vulg.* அக்கிராரம்), *s.* a street of Brahmin houses, அகரம்.

*அக்கிரமம், *s.* (அ priv.), want of order, ஒழுங்கின்மை; 2. iniquity, injustice, அநீதம்.

அக்கிரமக்காரன் (*fem.* அக்கிரமக்காரி), an iniquitous or wicked person.

*அக்கினி, *s.* fire, தீ; 2. the god of fire, அக்கினி பகவான்.

அக்கினிக்கட்டு, -தம்பனம், stopping the power of fire by magic.

அக்கினிக்கணை, a fiery arrow.

அக்கினிக்காற்று, a fierce hot wind.

அக்கினிக்கொழுந்து, a little flame of fire.

அக்கினிச் சுவாலை, a large flame or the heat near a fire.

அக்கினி ஸ்தம்பம், a pillar of fire; 2. same as அக்கினிக்கட்டு.

அக்கினி நாள், -நட்சத்திரம், the hot days under the Dog-star.

அக்கினிப் பிரவேசம், passing through fire, immolation by fire.

அக்கினி மலை, a volcano.

அக்கினி மிதிக்க, to tread on fire, a kind of self-torture.

அக்கினிவளர்க்க, to keep a large fire.

அக்கு, *s.* little shells, cowries, பலகறை; 2. beads of conch shells, சங்குமணி; 3. beads of seeds of the *elæocarpus* worn by religious mendicants, உருத்திராட்சம்.

அக்குத்தொக்கில்லாதவன், one destitute of food and clothing, one who has no friends and relatives.

அக்குமாலை, a necklace of sacred beads.

*அக்குரோணி, அக்ரௌகிணி, *s.* an immense army.

அக்குள், அஃகுள், *s.* armpit, கக்கம்.

அக்குள் பாய்ச்ச, to tickle under the arm.

அக்கேனம், அஃகேனம், the letter ஃ.

அக்கை, *s.* elder sister, அக்காள்.

அங்கசாலை, *s.* a place in the field where the reaped corn is kept, a granary, பண்டகசாலை.

அங்கசாலைக்காரன், a watchman of the cornfields, a village servant.

*அங்கணம், *s.* inner courtyard of a house, முற்றம்; 2. an apartment in a building, அறை; 3. drain, gutter, சலதாரை.

அங்கணமாய்க் கட்ட, to build with proper partition.

அங்கணை, VI. *v. t.* (அங்கம்+அணை) embrace.

அங்கண், that place, there.

*அங்கம், *s.* a limb, member of the body, அவயவம்; 2. body, உடல்; 3. mark, sign, அடையாளம்.

அங்ககணிதம், Arithmetic.

அங்கபடி, அங்கவடி, a stirrup.

அங்கபிரதட்சணம், rolling round a temple, a mode of worship.

அங்கவீனம், maimedness, bodily defect.

அங்கி, one who has a body, a person.

சர்வாங்கம், the whole body.

அங்கரங்கம், *s.* all kinds, excellence, perfection, high style.

அங்கரங்க வைபோகம், all manner of enjoyments, gratifications.

அங்கலாய், VI. *v.i.* lament, be grieved, shew sorrow or compassion, துக்கி.

அங்கலாய்ப்பு, *v. n.* sorrow, lamentation.

அங்கா, VI. *v. i.* open the mouth freely; 2. gape, yawn, கொட்டாவி விடு.

அங்காத்தல், *v. n.* act of opening the mouth in pronunciation.

அங்காடி, *s.* provisions carried about for sale; 2. bazaar, கடை வீதி.

அங்காடிக்கூடை, a peddler's basket.

*அங்காரகன், *s.* fire, the god of fire, அக்கினி; 2. the planet Mars, செவ்வாய்.

அங்காளி, அங்காளம்மை, *s.* the goddess Kali.

அங்காமி, *adj.* (Pers.) temporary, extra.

*அங்கி, *s.* a long garment covering the whole body and reaching to the ankles, a cloak, நெடுஞ்சட்டை; 2. fire, அக்கினி; 3. see under அங்கம்.

*அங்கீகரி, அங்கீகரி, VI. *v. t.* accept, receive, approve, welcome, ஏற்றுக்கொள்.

*அங்கீகாரம், *s.* approval, approbation, acceptance, அங்கிகரிப்பு.

அங்கிகாரஞ் செய்ய, same as அங்கிகரிக்க.

*அங்கிஷம், வங்கிஷம், *s.* a lineage, pedigree. ancestry, வமிசம்; 2. caste, சாதி.

அங்கிடுதத்தி, அங்கிடுதுடுப்பன், *s.* one that carries tales, vagabond, நாடோடி.

*அங்கிதம், *s.* a scar. mark on the body, உடற்றழும்பு; 2. a theme or subject for a poem.

அங்கு, அங்கே, அங்கணே, *adv.* there, thither, அங்ஙனே.

அங்கங்கே, here and there.

*அங்குசம், *s.* an elephant's goad, யானைத்தோட்டி.

தன்னைக் குத்தத் தானே அங்குசத்தை எடுத்துக்கொடுக்கிற யானைபோல், like an elephant that gives the goad to his keeper.

*அங்குட்டம், அங்குஷ்டம், *s.* the thumb of the hand or big toe of the foot, பெருவிரல்.

அங்குஷ்டான், *s.* (Urdu) a thimble, விரலுறை.

*அங்குலம், *s.* a finger, விரல்; 2. finger's breadth, விரற்கடை.

அங்கே, *adv.* there, see அங்கு.

அங்கை, *s.* see அகங்கை.

அங்ஙனம், அங்ஙன், அங்ஙனே, *adv.* so, அவ்விதமாய்; 2. there, in that place, அவ்விடத்தில்.

அசகம், *s.* a wild sheep, மலையாடு.

*அசகியம். அசங்கியம், *s.* (அ priv.), disgust, dislike; 2. nuisance, அருவருப்பு.

*அசங்கதம், *s.* (அ priv.) disdain, disrespect, வெறுப்பு; 2. falsehood, பொய்; 3. irregularity, ஒழுங்கின்மை.

*அசங்கி, VI. *v. t.* disdain, neglect, வெறு.

அசங்கு, III. *v. i.* move, rock, shake, totter, அசை.

அசங்காமை, *neg. v. n.* immovability, firmness.

*அசடம், *s.* (அ priv.) that which is not matter.

அசடு, *s.* meanness, கீழ்மை; 2. flaw, குற்றம்.

அசடன் (*fem.* அசடி), a lazy stupid person, low caste man.

அசட்டை, *s.* (அ priv.) contempt, disrespect, மதியாமை; 2. neglect, inattention, பராமுகம்.

அசட்டைபண்ண, to despise, neglect.

அசதி, *s.* drowsiness, carelessness, அயர்தி; 2. suddenness, சடுதி.

அசதி நித்திரை, deep sleep.

அசதிமறதியாய், inadvertently.

*அசத்தி, அசக்தி, *s.* (அ priv.) want of strength, weakness, பலவீனம்.

அசத்தன், அசக்தன், a weak person.

*அசத்தியம், *s.* (அ priv.) untruth, பொய்.

அசத்தியக்காரன், a liar.

அசந்து, com. for அசர்ந்து, see அசர்.

*அசப்பியம், com. அதப்பியம், *s.* (அ priv.) obscenity, filthy talk.

*அசமதாகம், *s.* omum, Ethiopian cumin, ஓமம்.

*அசமந்தம், அசமந்த குணம், *s.* (அ priv.) drowsiness, laziness, dullness, மந்த குணம்.

அசமந்தன், *s.* a lazy stupid person.

*அசமயம், *s.* (அ priv.) an unsuitable time.

*அசமானம், *s.* (அ priv.) dissimilarity, inequality, உவமையின்மை.

*அசம், *s.* a goat, sheep, ஆடு.

அசகசாந்தரம் அறியேனோ (அசம் + கசம் + அந்தரம்), do I not know a sheep from an elephant.

*அசம்பவம். *s.* (அ priv.) improbability, extraordinary event, அதிசயம்.

*அசம்பாவிதம். *s.* (அ priv.) improbability, சம்பவிக்கக் கூடாதது.

அசம்பி, அசம்பை, *s.* a bag, a traveller's mallet, தோட்பை.

*அசரீரி, *s.* (அ priv.) a being without body, a spirit, அரூபி.

அசரீரிவாக்கியம், speech of an invisible being, oracle.

அசரை, அயிரைமீன், *s.* small lamprey.

அசர், அசறு, *s.* scab, flaw. தலைச்சுண்டு.

அசர், அசரு (prop. அயர்), II. *v. i.* grow weak, fall into a slumber or drowsiness.

கண் அசர்ந்தான் (அசந்தான்), he is fallen asleep.

அவனுக்குக் காலுங் கையும் அசந்தது, his hands and feet are heavy.

*அசலம், அசலை, *s.* (அ priv.) immovability, fixedness, அசையா நிலை; 2. mountain, மலை; 3. earth, பூமி.

அசல், அயல், *s.* neighbourhood. அருகு.

அசலான், அசலகத்தான், a neighbour.

அசல்வீடு, the next house, the next door.

அசல், *s.* (Hind.) an excellent thing, உயர்ந்தது; 2. the original document, முதற்பிரதி.

அசலும் நகலும், the original and the copy.

அசல் பிரதி, fair copy.

அசல்பேரீஜ், the original assessment.

அசறு, *s.* a small insect that sticks on trees and leaves; 2. scab, spots on one's body, சொறி.

அசறுக்கம், *s.* dark red colour to paint with, தாம்பிரம்.

*அசனம். *s.* food, meal, போசனம்.

அசனம் பண்ண, to eat, take food.

அசனம் இட, -படைக்க, to serve food or lay it before one.

*அசாக்கிரதை, *s.* (அ priv.) inattentiveness, not being watchful, விழிப்பின்மை.

*அசாதாரணம், *s.* (அ priv.) uncommon thing, anything not general, அபூர்வம்.

*அசாதுரியம், *s.* (அ priv.) want of eloquence.

*அசாத்தியம், *s.* (அ priv.) what is impossible, impracticable, இயலாமை; 2. incurableness, குணமாகாமை.

வியாதி அசாத்தியத்திலே விழுந்தது, the disease has become incurable.

அசாத்திய ரோகம், an incurable disease.
அசாத்தியன், unconquerable, indomitable, unmanageable person.

அசாரு, *s.* lingering, slowness, slackness.
அசாராயிருக்க, to be slow, backward, dull.

*அசீரணம், *s.* (அ priv.) indigestion, சமியாமை.
அசீரணபேதி, *s.* diarrhœa from indigestion.

அசுதுணி, *s.* an insect found in flowers; 2. a kind of eruption about the ear.

அசுகை, அசுவை, *s.* a suspicious circumstance, ஐயம்.
அசுவைக்காரன், a suspicious man.

*அசுசி, *s.* (அ priv.) dirt, impurity, pollution, அசுத்தம்.
அசுசிப்படுத்த, to defile.

*அசுத்தம், *s.* (அ priv.) uncleanness, filth, அழுக்கு.
அசுத்தப்பட, to be defiled.

அசுப்பு, *s.* suddenness, unexpectedness, சடுதி.
அசுப்பிலே, on a sudden, suddenly.

*அசுரன், *s.* (அ priv.) a demon, a giant.

*அசுவம், *s.* a horse, குதிரை.
அசுவமேதம், the sacrifice of a horse.

*அசூசம், அசூசி, *s.* (அ priv.) uncleanness, defilement, அசுசி.

அசூர்-உசூர், *s.* (Ar.) head-quarters of a District officer.
அசூர்க் கச்சேரி, an office where the collector transacts business.

*அசூயை, அசூசை, *s.* envy, பொறாமை.

*அசேதனம், *s.* (அ priv.) ignorance, அறிவின்மை.
அசேதனன், an ignorant man.

அசை, *s.* a syllable; 2. the cud, இரை மீட்பு; 3. an expletive, அசைநிலை.
அசைச்சொல், words as particles.
அசைபோட, -இட, -வெட்ட, to ruminate, to chew the cud.
நிரையசை, a compound metrical syllable.
நேரசை, a single metrical syllable.

அசை, II. *v. i.* move, stir, shake, ஆடு; 2. be active, walk, உலாவு; 3. be slow, சோம்பு; 4. be agitated, disturbed, கலங்கு.
அசையாமை, neg. *v. n.* immovability, firmness.
அசைவாட, to be moving.
அசைவு, அசைகை, *v. n.* moving, motion.
அசைவுபார்க்க, to spy out a thing.

அசை, VI. *v. t.* move, shake, agitate, ஆட்டு.
அசைப்பு, *v. n.* shaking, agitation, commotion.

*அசோகம், *s.* (அ priv.) freedom from sorrow, சோகமின்மை; 2. Asoka tree.

*அசோகு, *s.* the Asoka tree, நெட்டிலிங்கு.

அச்சக்கரை, see அச்சி.

அச்சம், *s.* (அஞ்சு) fear, awe, பயம்; 2. thinness, இலேசு.
அச்சக்குறிப்பு, a sign of fear.
அச்சப்பலகை, thin board.

அச்சாரம், அச்சகாரம், *s.* (Tel.) money given in advance to make a bargain binding, or to ratify a sale, earnest money. முன்பணம்.
மச்சானுக்கும் அச்சாரமா, no guarantee is wanted for a well known person.

அச்சி, அச்சக்கரை, Acheen, a town and kingdom on the coast of Sumatra; 2. (Malay.) a whore, வேசி.
அச்சிப்பாக்கு, areca-nuts imported to India from Acheen.

அச்சிக்கை, அஞ்சிக்கை (improp. for அஞ்சுகை), *s.* fear, பயம்.

அச்சிநறுவிளி, *s.* see நறுவிளி.

*அச்சு, *s.* Sanskrit-vowel, வடமொழியுயிர்; 2. axle; 3. a form or type, mould, stamp, die, கட்டளை; 4. a weaver's reed, அச்சுப்பலகை.
அச்சடிக்க, அச்சுப்பதிக்க, to print.
அச்சடியன், a printed cloth.
அச்சாணி, linch pin.
அச்சாணியன்னோர், the most important persons, councillors and prime ministers.
அச்சுவார்க்க, to cast types.
அச்சுவெட்ட, to cut figures, to carve.

அச்சுக்கட்டு, *s.* land prepared for rice cultivation.

*அஷ்டம், see அட்டம்.

*அஞ்சலி, *s.* veneration, worship, கும்பிடல்.

அஞ்சலிபண்ண, to venerate, to worship raising both hands over the head.

அஞ்சல், *s.* post, தபால்; 2. mail-stage, தங்கல்.

அஞ்சல்காரன், post man, courier.

அஞ்சல் குதிரை, a post horse.

அஞ்சல் வண்டில், a post coach.

அஞ்சல் வைக்க, to post horses or bullocks at the stages.

*அஞ்சனம், *s.* black paint for the eyelids, மை; 2. blackness, கறுப்பு; 3. magic ointment.

அஞ்சனக்கலிக்கம், a magic salve to discover any thing lost.

அஞ்சனக்கல், sulphuret of antimony.

அஞ்சனக்காரன், a soothsayer.

அஞ்சனம்பார்க்க, to discover stolen or concealed property by magic.

அஞ்சு, *s.* five, see ஐந்து.

அஞ்சுருவாணி, அச்சாணி, an iron bolt passing through and connecting the several parts of an idol chariot.

அஞ்சு, III. *v. i. & t.* fear, be afraid, பயப்படு.

ஒருவனுக்கு (rarely ஒருவனை) அஞ்ச, to be afraid of one, to fear one.

அஞ்சாமை, neg. *v. n.* fearlessness, courage.

அஞ்சுகை, *v. n.* fear, awe.

*அஞ்ஞாயம், அநியாயம், *s.* (அ priv.) wrong, injustice, அநீதி.

*அஞ்ஞானம், அக்கியானம், *s.* (அ priv.) ignorance, lack of wisdom, அறிவின்மை; 2. spiritual ignorance; 3. (Chr. us.) heathenism, paganism.

அஞ்ஞானி, அக்கியானி, ignorant person, அறிவீனன்; 2. (Chr. us.) a heathen.

அடகு, *s.* pawn, pledge, அடைமானம்; 2. leaves used as food, இலைக்கறி.

அடகுமீட்க, -எடுக்க, to take back a pledge.

அடகு வைக்க to pawn, pledge.

அடக்கம், அடக்கு, *s.* (அடங்கு) restraint, repression, அடங்குகை; 2. subordination, submission, கீழ்ப்படிவு; 3. continency, command over the appetites, இச்சையடக்கம்; 4. modesty, forbearance, ஒடுக்கம்; 5. concealment, மறைப்பு; 6. burial, interment, சவச்சேமம்; 7. contents, அடங்கியது; 8. contents of a book, epitome, பொழிப்பு.

அடக்கமுள்ளவன், a modest person.

அடக்கம்பண்ண, to hide, to bury.

அடக்கு, III. *v. t.* control, subdue, கீழ்ப்படுத்து; 2. enclose, உள்ளிடு; 3. conceal, inter, புதை.

அடக்கி, a reserved person.

அடங்கு, III. *v. i.* obey, yield, be submissive, கீழ்ப்படி; 2. be contained, incorporated, திரளு; 3. grow less, shrink. சுருங்கு; 4. sink to the bottom, settle as goods do when packed, அமை; 5. be restrained, ஒதுங்கு.

அடங்கலும், the whole, எல்லாம்.

அடங்கவைக்க, to pack or compress.

அடங்காதவன், a stubborn person.

எண்ணிக்கைக்கு அடங்காத, innumerable.

அடங்காமை, neg. *v n.* disobedience.

அடசு, அடாசு, III. *v. i.* see அடைசு.

அடப்பம், அடைப்பை, *s.* } see under
அடப்பன், அடைப்பான், *s.* } அடை.

*அடம், *s.* obstinacy, பிடிவாதம்.

அடம்சாதிக்க, —பண்ண, to prove obstinate, to do mischief.

அடம்பு, அடப்பங்கொடி, *s.* a running flower plant, a creeper.

அடர், அடரு, II. *v. i.* be close, or grow thick together, நெருங்கு; 2. fight with, பொரு; 3. follow in close succession.

அடர், அடர்த்தி, அடர்ப்பு, அடர்வு, *v. n.* closeness, thickness.

அடர், VI. *v. t.* press, urge, நெருக்கு.

அடலை, *s.* ashes, சாம்பல்; 2. battlefield, போர்க்களம்.

அடல், *s.* kind of fish; 2. power, வலி; 3. war, போர்; 4. murder, கொலை; 5. cooking, சமைத்தல்.

அடலார், enemies; 2. warriors.

அடவி, *s.* jungle, dense forest, காடு.

அடவு, *s.* see அடைவு.

அத்தடவாக, so, in that manner.

அடா, அடே (*fem.* அடி), *s.* a term of calling used to inferiors only; 2. an exclamation expressing contempt. When affixed to verbs it is shortened into டா (டி) as வாடா (வாடி), come thou, போடா (போடி), go thou.

அடாசு, III. *v. i.* give place, recede, விலகு; 2. *v. t.* stuff in, cram, திணி.

அடாத்தியம், *s.* injustice, impropriety, அடாதது.

அடாரவெளி, *s.* an open and bare field.

அடி, *s.* source, beginning, ஆதி; 2. bottom of a thing, lower part of a tree etc; 3. root of a word, முதனிலை; 4. a line in poetry; 5. man's foot, பாதம்; 6. foot-print, foot-step, காற்சுவடு; 7. pace, stride, தப்படி; 8. a measure 12 inches in length; 9. see அடா.

என் அடியின் பிறகே வந்தான், he came soon after me, he was at my heels.

சுவரடியிலே, at the bottom of the wall.

அடி ஒட்டிக்கொள்ளுகிறது, the feet suffer by walking in hot sand.

அடி எடுத்துவைக்க, to begin to walk as a child; 2. to make an attempt.

அடிக்கடி, frequently.

அடிக்கொரு நினைவாயிருக்க, to change one's thoughts often, to be inconstant.

அடிச்சால், the first furrows in ploughing.

அடிச்சுவடு, foot-print.

அடிச்சேரி, அடிக்குடி, a suburb.

அடித்தட்டு, the lower most deck of a ship.

அடித்தலம், foundation, head-quarters.

அடிநா, root of the tongue.

அடிப்பணிய, -வீத்த, -வணங்க, to fall at one's feet.

அடிபெயர, to start, to move from the spot.

அடிப்படை, the lower most layer of a mud wall.

அடிப்பந்தி, தலைப்பந்தி, the first in the line of guests.

அடிப்பாடு, beaten path, adherence.

அடிபாய, to leap as a child over a mark, to play at leap-frog.

அடிமடையன், an ignorant fellow, a dolt, மின்மூடன்.

அடிமரம், the trunk of a tree.

அடிமாண்டு போக, to be utterly ruined.

அடியளபெடை, prolonging the sound of long vowels at the beginning.

அடியான் (*fem.* அடியாள் *pl.* அடியார்), servant, slave.

உமதடியான், your submissive servant.

அடியேன், I, your humble servant, your slave.

அடியோடு கெட, to be destroyed utterly.

அடிவயிறு, abdomen, or the lower part of the belly.

அடிவாரம், மலையடிவாரம், the foot of a hill.

அடிவானம், horizon.

சிற்றடி, சிறடி, a small or delicate foot.

அடி, *s.* blow, stroke, stripe.

அடித்தழும்பு, mark of a stripe.

அடிபட, -உண்ண, to be beaten; 2. to become a public talk; 3. to be consumed.

அடிபிடி சண்டை, a quarrel in which blows are exchanged, a scuffle.

அடியுண்ணி, one that often gets blows.

அடியோதண்டமாய் அடிக்க, to beat cruelly.

அடி, VI. *v. t.* beat, flap, strike, அறை; 2. (with கொள்) obtain by contention or force; 3. *v. i.* blow as wind, வீசு; 4. fall as rain; 5. emit as a scent. Added to the infi. of intr. verbs it makes them transitive, as சிதறடி, (for சிதற அடி), disperse; பறக்கடி, put to flight.

ஒருவனோடு அடித்துக்கொள்ள, to quarrel with one.

வீட்டை அடித்துக்கொண்டு வந்தான், he obtained the house by contention.

ஒரு பேச்சு காதில் அடிபடுகிறது, there is a rumour.

காற்றடிக்கிறது, the wind blows.

நாற்றம் அடிக்கிறது, it stinks.

வாசனை படிக்கிறது, it smells.

அடிபட்டசொல், a usual word.

ஆட்டடிக்க, to kill sheep.
பணம் அடிக்க, to coin money.
போரடிக்க, to thrash.

அடிகள், s. (sing. & pl.) deity, கடவுள்; 2. Gurus, குருக்கள்; 3. holy sages, முனிவர்.

அடிசில், s. (அடு) boiled rice, victuals, சாதம்.

அடிமை, s. slavery, தொண்டு; 2. a slave, devotee, தொண்டன்.
அடிமைச் சீட்டு, -முறி, a bill of sale for a slave.
அடிமைத்தனம், bondage, slavery.
அடிமைப்பட, to become a slave.
அடிமைப்படுத்த, to enslave.
அடிமையை மீட்க, to redeem a slave, to set at liberty.

அடு, IV. v. t. cook, சமை; 2. destroy, அழி.
அட்டாலும் பால் சுவையில் குன்றாது, though milk be boiled, its flavour does not diminish.
அடுக்களை, the kitchen, cook-room.
அடுபடை, an offensive weapon, oppos. to தடுபடை.
அட்டுப்பு, boiled salt, காய்ச்சுப்பு.

அடு, VI. v. t. approach, கிட்டு; 2. be near, close, adjacent, சேர்ந்திரு; 3. adhere, apply for protection, சார்; 4. v. i. (with dat.) belong to, be suitable to, be becoming, உரியதாகு; 5. happen, சம்பவி.
ஒருவனை அடுத்தான், he joined one.
எனக்கடுத்தவன், my relation, adherent, neighbour.
எனக்கடுத்த வேலை, business of mine.
அடாதகாரியம், an unbecoming or improper thing.
அடாது, அடுக்காது, it is improper, unfit, unbecoming.
உனக்கடுக்காது, உனக்கடாது, it does not become you.
அடாவந்தம், a false imputation.
அடாவரி, an unjust tax.
அடாவழி, improper conduct.
அடுக்க, adv. (inf.) near.
அடுத்த வீடு, the next house.

அடுக்களை, see under அடு IV.

அடுக்கு, s. a pile, row, rank, வரிசை.
அடுக்கடுக்காய், in rows, in heaps.
அடுக்குப்பண்ண, to put in order, arrange.
அடுக்குப்பார்க்க, to rehearse a play, ஒத்திக்கைப்பார்க்க.
அடுக்குப்பானை, pots arranged one upon another.
அடுக்கு மெத்தை, a building with several stories.

அடுக்கு, III. v. t. pile up in order or layers, அடுக்காய் வை.
அடுக்குகை, v. n. piling up.

அடுத்தி, s. usury, வட்டி.

அடுப்பு, s. fire-place, சுல்லி.
அடுப்பங்கடை, -கரை, cooking-room.

அடை, s. a kind of thin cake, பணிகாரம்; 2. incubation, அவயம்; 3. leaf, இலை.
அடைகாக்க, -கிடக்க, to sit on eggs, incubate.
அடைகாய், betel and areca-nuts; 2. see under அடை II.
அடைகோழி, a sitting hen.
அடைப்பை (அடப்பம்). s. a betel pouch; 2. a barber's bag.
அடைப்பைக்காரன், an attendant on a great personage; 2. barber.
அடைவைக்க, to let a hen sit on eggs.

அடை, II. v. t. obtain, get, பெறு; 2. reach, approach, arrive at, சேரு; 3. v. i. apply for refuge, take shelter, resort, ஒதுங்கு; 4. sink to the bottom, subside, settle as dust or sediment, படி; 5. be choked, filled up, ஊறு; 6. be preserved as pickles.
சொத்து அவனை அடைந்தது, the property is come into his possession (by luck.)
குருவிகள் தங்கள் இடங்களில் வந்தடைகின்றன, the birds resort to their nests.
பொத்தல் அடைந்துபோகிறது, அடைபடுகிறது, the hole is choked up.
கடன் அடைந்து போயிற்று, the debt is paid, cleared.
அப்பம் அடைந்துபோயிற்று, the cake has not risen.
அடைகல், an anvil of stone.
அடைகாய், pickles; 2. see அடை, s.
அடைமொழி, an adjunct, adjective or adverb.
நோவடைய, to catch a disease.
மோட்சம் அடைய, to get to heaven.

அடை, VI. v. t. shut, close, சாத்து; 2. lock, lock up, பூட்டு; 3. enclose, shut up, உள்ளிடு ; 4. secure, conceal, கா; 5. stop up, close, தூர்; 6. block up, obstruct, தடு; 7. stop, arrest, மறியல்செய்.

கடனை அடைக்க, to pay off one's debt.

வேலி அடைக்க, to hedge in.

அடை கோட்டை, dungeon in a fortress.

அடைபட, be obstructed, shut up.

அடைப்பன், அடைப்பான், obstruction of the throat, quinsy in cattle.

அடைப்பு, *v. n.* obstruction; 2. hedge; 3. screen.

காதடைப்பு, temporary deafness caused by fatigue, hunger, cold etc.

மாரடைப்பு, obstruction of the chest.

அடைக்கலம், *s.* a place of refuge, புகலிடம்.

அடைக்கலம் புக, to take refuge.

அடைக்கலான் குருவி, a sparrow.

அடைசு, அடசு, அடாசு, III. *v.i.* be crowded, get close, or stuffed in, be compressed together, நெருங்கு; 2. move to give room, ஒதுங்கு.

அடைசல், *v. n.* rubbish, accumulation of dust.

அடைப்பி, *v caus.* get imprisoned or locked up.

அடைமானம், அடமானம், *s.* a pawn, pledge, ஈடு.

அடைமானம் வைக்க, to pledge.

அடையாளம், *s.* a sign, mark, குறிப்பு.

அவனை அடையாளந் தெரியும், I can recognize him.

அடையாளம்போட, to put a mark, to mark.

முன்னடையாளம், a prognosticating sign, a typical prefiguration, a symbol (Christ. us.).

அடைவு, அடவு, *s.* manners, form, விதம்; 2. *v. n.* of அடை II.

*அட்சதை, *s.* whole rice mixed with saffron.

*அட்சம், அக்கம், *s.* eye, கண்; 2. a seed worn as beads by religious mendicants, உருத்திராட்சம்.

அட்ச சூலை, a venereal disease, affecting the eye.

அட்சமாலை, a string of such beads.

*அட்சயம், *s.* (அ priv.), permanence, inexhaustible state, not dying, கேடின்மை.

ஒண்ணட்சயமாயிரு, be thou blessed (of God) for ever.

அட்சய தூணி, a quiver always full of arrows.

அட்சய பாத்திரம், a cup always full, a beggar's chatty.

அட்சய வஸ்திரம், cloth never wearing out.

*அட்சரம், அக்ஷரம், *s.* a letter of the alphabet.

அட்சரசுத்தி, correct and elegant formation of letters.

*அட்சி, *s.* eye, கண்.

மீனாட்சி, Parvati, the fish eyed goddess.

*அட்டகாசம், *s.* boisterous laugh as in defiance of an enemy.

*அட்டம், அஷ்டம், *s.* eight.

அஷ்ட திக்கு, eight cardinal points.

அஷ்ட தரித்திரம், utter privation, poverty, indigence,

அஷ்டமி, the eighth day of the waxing or waning moon.

அஷ்ட மூர்த்தம், the eight manifestations of Siva.

அஷ்டாங்கம், the eight members of the body, viz: the feet, hands, shoulders, the breast, and forehead.

*அட்டம், அட்டணை, *adv.* across, குறுக்கு.

அட்டணைக்கால்போட்டுக்கொண்டிருக்க, to sit cross-legged.

அட்டவணை, *s.* a register, an index, a list, an account book, ஜாப்தா.

பொருளட்டவணை, contents of a book.

அட்டி, *s.* (Tel.) delay, hindrance.

அட்டிபண்ண, to delay.

அட்டி சொல்ல, to put off, to object to, to gainsay.

அட்டிகை, *s.* a neck ornament of women.

அட்டில், *s.* (அடு IV.) a kitchen, அடுக்களை.

அட்டை, *s.* a leech. blood-sucker; 2. the sole of a shoe; 3. the cover of a book.

அணங்கு, *s.* an inferior deity, தெய்வம்; 2. a woman, பெண்; 3 pain, வருத்தம்.

அணங்கு, III. *v. t* vex, kill, கொல்லு; 2. fear, அஞ்சு; 3. desire, விரும்பு; 4 *v. i.* suffer, வருந்து.

அணம், *s.* see அண்ணம்.

அணவு, III. *v. t.* unite, cleave to, இணை.

அணா, *s.* an anna, வீசருபாய்.

அணாப்பு, III. *v. t.* deceive. cheat, எய்.

அணாப்பு, *v. n.* cheating, எய்க்கை.

அணி, *s.* ornament, அலங்காரம்; 2 order, regularity, ஒழுங்கு; 3. a file of soldiers. a row, a division of an army, படைவகுப்பு; 4. rhetoric, அணியிலக்கணம்.

அணி அணியாய்ப் போக, to march in ranks and files.

அணிபார்க்க, to adjust the thread for weaving.

அணிவகுக்க, to rank the soldiers.

அணிவகுப்பு, an array, a battle array, range of ordnance.

அணிவிரல், the ring finger.

காதணி, an ornament of the ear.

பின்னணி, rear, rear-guard.

பேரணி, main body of an army.

முன்னணி, vanguard.

விரலணி, a finger-ring.

அணி, II. *v. t.* put on clothes or jewels, பூண்; 2. adorn, அலங்கரி.

அணிகலம், ornament.

அணிந்துரை, preface.

அணிநுணா, *s.* a bullock's heart-tree.

அணிமை, அண்மை, *s.* nearness.

அணிசு, அணிது, that which is near

அணியம், *s.* the head of a ship, prow.

அணில், அணிற்பிள்ளை, *s.* a squirrel.

*அணு, *s.* an atom, a small particle, நுண்மை.

அணுப்பிரமாணம், a little, as small as an atom.

அணுரூபம், form of an atom.

அணுகு, III. *v. t.* approach, come near, draw near, கிட்டு.

அணை, *s.* a dam, dike, செய்கரை; 2. bed, couch, மெத்தை.

அணைபோட, -கட்ட, to cast up a dike or dam.

வெள்ளம் வருமுன்னே அணைபோடு, cast up the dam before the flood comes.

அணையை வெட்டி விட, to cut a dike.

தலையணை, பஞ்சணை, a pillow.

முன்னணை, a crib, manger.

அணை, II. *v.i.* be joined closely together, சேரு; 2. be quenched, extinguished, தணி; 3. *v. t.* copulate, tread (used of birds).

சாவல் கோழியை அணைகிறது, the cock treads the hen.

விளக்கணைந்துபோகிறது, the lamp goes out.

அணையாத நெருப்பு, an inextinguishable fire.

அணை, VI. *v. t.* join, சேர்; 2. clasp, embrace, தழுவு; 3. quench or extinguish, அவி.

சுவருக்கு மண்ணணைக்க, to throw earth at the foot of a wall.

கன்றை அணைக்க, to tie the calf to the cow's leg.

விளக்கை அணைத்துப் போடு, put out the candle.

அணைகயிறு, the string by which the calf is tied to the cow's fore-foot when she is to be milked.

அணைப்பு, அணைத்தல், அணைக்கை, *v. n.* embracing, love.

அரவணைக்க, to embrace, fondle.

கட்டி அணைக்க, to embrace.

அண்ணா, *s.* a running or sliding knot.

அண்ணா, III. *v. i.* see அண்ணு.

அண்டங்காக்கை, *s.* a raven, crow entirely black.

*அண்டம், *s.* egg, முட்டை; 2. testicles, பீசம்; 3. earth, உலகம்; 4. firmament, heaven, வானம்.

அண்ட கடாகம், the universe.

அண்டபகிரண்டம், this and other worlds.

அண்டர், the celestials, gods.

அண்டரண்டம், the worlds of the gods.

அண்டவாதம், -வாயு, a disease of the testicles, rupture.

பிரமாண்டம், that which is gigantic, huge, colossal.

அண்டா, *s* a large copper or brass vessel, brass boiler.

அண்டு, III. *v. t.* approach, கிட்டு; 2. resort, seek protection, அடை.
அண்டலர், enemies, foes.
அண்டுகை, அண்டுதல், *v. n.* approaching, resorting to.
அண்டுகொடாதவன், a man who gives nobody any access, an inaccessible person.

அண்டை, *s.* nearness, side, சமீபம்; 2. a support, முட்டு.
அண்டை அயல், neighbourhood.
அண்டை வீடு, the next house.
அண்டைவைக்க, to place a prop.
அந்தண்டை, that side.
இந்தண்டை, this side.
என்னண்டை, என்னண்டையில், with me, near me.
என்னண்டை வா, என்னண்டைக்கு வா, come to me.

அண்ணகன், *s.* eunuch, கோசா.

அண்ணந்தாள், அண்ணாந்தாள், *s.* a kind of torture. tying with a cord the neck to the foot.

அண்ணம், *s.* palate, மேல்வாய்; 2. uvula, உண்ணாக்கு.

அண்ணல், *s.* greatness, பெருமை; 2. king, great man, இராசா; 3. elder brother, அண்ணன்.

அண்ணன், *s.* elder brother, தமையன்.

அண்ணா, VII. (and அண்ணாரு, II.) *v. i.* look upward.
வானத்தை அண்ணாந்து (அண்ணார்ந்து) பார்க்க, to look up to heaven.

அண்ணா, அண்ணாக்கு, *s.* uvula, உண்ணா.
அண்ணாக்கு வளர்ந்தது, the uvula is elongated. the uvula hangs loose.
அண்ணாக்குத் தொண்டையால் விழுங்கு, swallow (a medicine) without tasting.

அண்ணாக்கயிறு, *s.* (corrupt. of அரைஞாட் கயிறு) a string round the waist.

அண்ணாடகம், properly அன்றாடகம், every day.

அண்ணார், அண்ணாரு, II. *v. i.* see அண்ணா.

அண்ணாமலை, *s.* the name of a mountain, அருணாசலம்.

அண்ணாவி, அண்ணாவியார், *s.* an elderly person, teacher, master, உவாத்தியார்.

அண்ணி, *s.* the wife of an elder brother.

அண்ணு, properly அன்று, *s.* that day.
அண்ணெரிஞ்சான் பூண்டு, the name of a plant that can be used as fuel as soon as cut down.

அண்ணு, அண், III. *v. i.* approach, சேர்.

அண்மு, III. *v. i.* approach, draw near, கிட்டு.

அண்மை, *s.* nearness, see அணிமை.

அதக்கு, III. *v.t.* grind, rub in the hands, கசக்கு; 2. press softly, mollify, இளக்கு; 3. turn in the mouth as betel, குதப்பு.

அதட்டு, III. *v. t.* reprimand, rebuke, கண்டி.
அதட்டிப்பார்க்க, to intimidate, to threaten, to browbeat.
அதட்டிக்கேட்க, to ask with anger, with authority.
அதட்டித்துரத்த, to scare, frighten or chase away.
அதட்டுதல், *v. n.* rebuking.

அதண்டை, *s.* insulting language, pride, haughtiness.
அதண்டையாய்ப்பேச, to use insulting language.

*அதப்பியம்: prop. அசப்பியம், *s.* obscene talk.
அதப்பியக்காரன், one that makes use of foul language.

*அதமம், *s.* (அ priv.) inferiority, கடைத்தரம்; 2. vileness, கேடு.
அதம பட்சம், at least.
அதமன், a vile person.

*அதம், *s.* lowness, தாழ்வு; 2. destruction, சங்காரம்.
அதமாக, to perish.
அதம்பண்ண, -ஆக்க, to destroy.

அதம்பு, III. *v. t.* speak haughtily, rebuke, அதட்டு.

*அதரம், *s.* lip, உதடு.

*அதரிசனம், *s.* (அ priv.) invisibility, காணப்படாமை.
அதரிசனன், அதரிசி, the invisible God.

அதர், *s* the wattle or excrescence under the neck of goats and sheep, a dewlap; 2. way, passage, வழி.

*அதர்மம், *s.* (அ priv.) impiety, injustice.

அதர்மன், a wicked person.
*அதர்வணம், அதர்வம், s. the fourth Veda.
அதலகுதலம் (vul. அதலெகுதலெ), s. confusion, bustle, noise, clamour, கலகம்.
*அதலம், s. the first of the seven nether worlds.
அதழ், s. petal of a flower, இதழ்.
அதளி, s. tumult, noise, அமளி.
அதளை, s. a plant, நிலெப்பீர்க்கு; 2. lumps of fruits, balls of soft substances, generally eatables.
அதளைவற்றல், preserves made of the அதளை fruit.
புளியதளை, ball made of the pulp of tamarind fruit.
அதள், s. skin, தோல்.
அதறு, III. v.i. be put out of order, பதறு.
அதனம் (prop. அதனு), s. more, excess, மீதி.
அதனப்பிரசங்கி, one who talks in a forward and impudent manner.
அதாலத்து, s. (Ar.) a court of justice, Adawlat.
அதாவது, adv. (அது + ஆவது) namely.
*அதி, prefix denoting excess, as அதிசீக்கிரம், அதிவேகம், great velocity.
*அதிகம், s. much, மிகுதி.
அதிகப்பட, to increase, to multiply.
அதிகப்பற்று, anything received over and above what is due.
அதிகப்பிரசங்கி, a forward and impudent fellow, அதனப்பிரசங்கி.
அதிகமதிகமாக, more and more.
*அதிகரி, VI. v.i. increase, grow heavier, exceed, அதிகப்படு; 2. excel, be superior, விசேஷி.
அதிகரிப்பு, அதிகரிக்கை, v.n. augmentation, increase, improvement.
*அதிகாரம், s. power, authority, ஆளுகை; 2. chapter, அத்தியாயம்; 3. excess, அதிகரிப்பு.
அதிகாரப்பத்திரம், a power of attorney.
அதிகாரி, அதிகாரன், one in authority; 2. master, superior.
*அதிகாலம், அதிகாலெ, s. (அதி) early morning.
அதிகாலமே, early in the morning.
*அதிக்கிரமம், s. (அதி) transgression, impiety, insubordination, அக்கிரமம்.
அதிக்கிரமக்காரன், an unruly person, a libertine.
*அதிக்கிரமி, VI. v.t. exceed the bounds, transgress, மீறு.
*அதிசயம், s. wonder, admiration, ஆச்சரியம்; 2. miraculous event, அற்புதம்.
*அதிசயி, VI. v.i. wonder, be surprised, அதிசயப்படு.
*அதிசாரம், s. diarrhœa, dysentery, சீதபேதி.
*அதிசீக்கிரம், s. (அதி) great speed.
அதிசீக்கிரமாக, with all haste, with full speed.
*அதிசூட்சுமம், s. (அதி) minuteness, subtility, rareness, rarity.
*அதிஷ்டம், அதிட்டம், அதிருஷ்டம், s. (அ priv.) luck, யோகம்.
அதிஷ்டக்காரன், அதிஷ்டசாலி, a lucky man.
அதிஷ்டவீனன், an unlucky man.
*அதிஷ்டானம், s. situation, நிலெ; 2. supreme principle, காரணம்.
*அதிஷ்டி, VI. v. i. exist, be present, inhabit, வசி.
*அதிதி, s. a guest, விருந்தாடி.
*அதிதீவிரம், s. (அதி) great haste, quick speed.
அதிதீவிரமாக, with all haste.
*அதிபதி, s. (அதி) sovereign, lord, king, இராசா.
இராதிபதி, sovereign king.
சுயாதிபதி, absolute monarch, autocrat.
நியாயாதிபதி, judge.
*அதிபன், s. lord, king, இராசா.
*அதிபயம், s. (அதி) great fear.
*அதிபாரம், s. great weight, unbearable work.
*அதிமதுரம், s. (அதி) excessive sweetness; 2. licorice.
அதிமதுரப்பட்டை, bark of licorice.
*அதிமூர்க்கம், s. (அதி) great wrath, fury.
அதி மூர்க்கன், a wrathful or furious man.
*அதியுஷ்ணம், s. (அதி) excessive heat in the body.
*அதிரசம், s. a kind of sweet cake.
*அதிரசம், அதிரிசியம், s. see அதரிசனம்.

அதிர், அதிரு, II. *v. i.* quake, shake, vibrate, சம்பி.

அதிர், அதிர்த்தி, அதிர்ச்சி, அதிரல், *v.n.* shaking, trembling.

அதிர்வெடி, அதிர்வேட்டு, report of a gun; 2. a cannon.

பூமி அதிர்ச்சி, earth-quake.

அதிர், VI. *v. t.* cause to shake, அதிரச் செய்; 2. rebuke, அதட்டு; 3. *v. i.* roar, thunder, குமுறு; 4. shout, ஆரவாரி.

அதிர்ப்பு, *v. n.* shock, shouting.

*அதிவிநயம், *s.* (அதி) submission, humility, deference.

*அதிவேகம், *s.* (அதி) swiftness, velocity.

*அதீதம், *s.* exaltedness, pre-eminence, what is incomprehensible, அகோசரம்.

அதீபனம், *s.* want of appetite, indigestion.

*அதீனம், com. ஆதீனம் which see.

அது, *pron.* (*pl.* அவை, அவைகள், அவற்று) that, it, that thing; 2. termination of the sixth or possessive case as அவனது கை.

அததது, each.

அதற்கப்புறம், beyond that, further.

அதுக்குள், அதற்குள், within that thing, within that time, in the mean time.

அதுக்கென்ன, what of that, what does it signify.

அதுவே, that very thing, the same.

அதேதென்றால், அதேதெனில், அதேனென்றால், அதேனெனில், literally if you ask what (why); because, for.

அதுக்கு, III. *v. t.* press or mollify with the fingers, compress, அமுக்கு.

அதுங்கு, III. *v. i.* give way to touch, grow soft, be so soft as to be pressed by fingers like a downy pillow etc., அமுங்கு.

அதை, VI. *v. i.* rebound like a ball, unbend itself, be elastic, தாக்கிமீளு; 2. swell, வீங்கு.

அவனுக்கு அதைத்துப்போயிற்று, he is puffed up with pride.

அதைத்த முகம், swollen face.

அதைத்த வில்லு, a bow that unbent itself.

அதைப்பு, *v. n.* swelling, rebounding.

*அதைரியம், *s.* (அ priv.) want of courage.

அதோ, *interj.* behold there, lo.

*அதோகதி, *s.* downward course, great fall, இறங்குகை.

அதோகதியாய்ப் போனான், he was utterly ruined.

*அதோமுகம், *s.* downcast head or look.

*அத்தமயம், அஸ்தமயம், அஸ்தம், *s.* disappearance.

*அஸ்தமனம், *s.* sun-set.

*அஸ்தமி, VI. *v. i.* set, go down like the sun, moon, etc. மறை; 2. perish, கெடு.

அஸ்தமிக்கை, அஸ்தமிப்பு, *v. n.* setting of the sun, etc.

*அத்தம், அஸ்தம், *s.* hand, கை.

அத்தகடகம், hand ornament.

அத்தங்கொடுக்க, to give the hand as in a solemn promise.

*அத்தம், *s.* see அர்த்தம், half.

அத்தர், *s.* (Hind.) attar of roses; 2. *plural* of அத்தன்.

அத்தனை, *adj.* so much, so many, see தனை.

அத்தனைக்கத்தனை, so much for so much, proportionately.

அத்தனைக்கெத்தனை, how much for so much.

அத்தன், *s.* father, தகப்பன்; 2. priest, sage, முனிவன்; 3. elder, மூத்தவன்; 4. God, கடவுள்.

அத்தாச்சி, *s.* elder brother's wife.

*அத்தாட்சி, *s.* proof, evidence, திருஷ்டாந்தம்.

அத்தாட்சி கொடுக்க, to prove, verify, demonstrate.

அத்தாயம், *s.* the treadle of a turner's lathe.

அத்தான், *s.* brother-in-law, husband of elder sister; 2. cousin, மைத்துனன்.

அத்தி, அத்திமரம், *s.* fig tree.

சீமையத்தி, European fig tree.

*அத்தி, அஸ்தி, *s.* bone, எலும்பு; 2. elephant, யானை.

அஸ்தியாய் உலர்ந்துபோனான், he grew lean.

அஸ்திசுரம், -காய்ச்சல், internal fever, fever affecting the bones.

*அத்தி, கத்தி (ஹத்தி), s. killing, murder, கொலை.
பிரமகத்தி, slaying a Brahmin.
பிரமகத்தி பிடிக்க, to be possessed with madness.

அத்திபாரம், அஸ்திவாரம், s. foundation, ground work, அடிப்படை.
அஸ்திவாரம்போட, to lay the foundation.

*அத்தியந்தம், s. (அதி beyond + அந்தம் boundary) much, excessiveness, மட்டற்றது.
அத்தியந்த தரித்திரம், extreme poverty, indigence.
அத்தியந்தபணிவு, profound humility.

*அத்தியட்சன், s. overseer, bishop, கண்காணி.

*அத்தியயனம், s. the reading or chanting of the Vedas; 2. studying, learning by rote.
அத்தியயனம் பண்ண, to study the Veda.

*அத்தியாயம், s. section, chapter, division of a book, அதிகாரம்.

*அத்திரம், அஸ்திரம், s. an arrow, அம்பு.
அஸ்திரசஸ்திரம், missiles and projectiles.
அஸ்திரவித்தை, archery.

அத்திவாரம், s. see அத்திபாரம்.

அத்து, s. (Tel.) boundary, limit, எல்லை.

அத்து, III. v.t. join, unite, make agree, இசை VI; 2. apply as medicine; 3. come to one's hand or ear as letters or news, சேரு.
எனக்கு அந்தச்செய்திவந்து அத்திற்று, that report is come to my ear.
காயத்தின்மேலே மருந்தை அத்து, apply the medicine to the wound gently with the palm of the hand.

அத்துணை, *adj.* so much, so many, அத்தனை; see துணை.

அத்துவானம், s. a wayless, trackless wilderness, பாழ்ங்காடு.
அத்துவானக்காடு, a fearful desert.

*அத்துவிதம், அத்துவைதம், s. (அ priv.) unity, deity as inseparable from the creation, ஒன்றிப்பு; 2. Adwaita philosophy.

அத்தை, s. father's sister, mother-in-law, மாமி.

*அநகம், அனகம், s. (அந்) sinlessness, பாவமின்மை.

*அநந்தம், அனந்தம், s (அந்) endlessness, infiniteness, நித்தியம்.
அனந்தன், God.

*அநர்த்தம், s. (அந்) no meaning, nonsense, பயனின்மை. 2. destruction.

*அநாதரம், அநாதரவு, s. (அந் priv.) disrespect, மதியாமை.

*அநாதன், s. (அ priv.) a helpless, forlorn man; an orphan.
அநாதரட்சகர், a patron of the helpless, God.

*அநாதி, s. (அந் + ஆதி) what has no beginning, eternal God; 2. (அ + நாதி) a poor destitute person, a widow.
அநாதியாய், eternally; 2. in a helpless condition.

*அநிச்சை, s. see அனிச்சை.

*அநித்தியம், s. (அ priv.) that which is not everlasting, temporal.
அநித்தியகாலம், transitory time, uncertain life.

*அநியாயம் (அஞ்ஞாயம்), s. (அ priv.) injustice.

*அநீதம், அநீதி, s. (அ priv.) injustice, cruelty, அநியாயம்.

*அநு, அனு, *prefix signifying:* after, like, with, together with, each by each etc.

*அநுகமனம், s. (அநு) following, going together, accompanying.

*அநுகரணம், s. (அநு) imitation, doing a thing like another.
அநுகரண ஓசை, imitative sound, *onomatopœia.*

*அநுகூலம், s. (அநு) favor, auspices, kindness, success, சித்தி.
அநுகூல சத்துராதி, a false friend.
அநுகூலப்பட, to prove successful, to become favorable.
அநுகூலம்பண்ண, -செய்ய, to bring a thing to a successful end.
அநுகூலன், அநுகூலி, a patron.

*அநுக்கிரகம், s. (அநு) favor, benignity, grace, அருள்.
அநுக்கிரகம்பண்ண, -செய்ய, to favor, grant.

*அநுக்கிரகி, VI. v. i. & t. be gracious, bestow graciously, grant, அருளு.

*அநுசரணம், அநுசரணை, அநுசாரம், s. (அநு) cleaving to, joining, following a certain opinion, custom, habit.
அநுசாரி, a companion, assistant, follower

*அநுசரி, VI. v. t. (அநுசாரம்) follow or embrace a certain opinion, rite etc ; 2. adhere to a person, join one for protection, அண்டு; 3. celebrate, observe, கொண்டாடு.
அநுசரிக்கை, v.n following a certain opinion.

*அநுசிதம், அநுச்சிதம், s. (அந்) impropriety, inferiority, தகுதியின்மை.

*அநுஷ்டானம், observance of religious rites or principles.

*அநுஷ்டி, VI. v. t. perform rites, observe a principle.

*அநுதாபம், s. (அநு) sympathy, repentance, மனஸ்தாபம்.
அநுதாபப்பட, to sympathise.

*அநுதினம், s. (அநு) day by day, daily, தினந்தோறும்.
அநுதினமும், every day.

*அநுபந்தம் s. (அநு) appendix, சேர்ப்பு.

*அநுபவம், அநுபோகம், s. experience of pleasure or pain, enjoying or suffering the effects of actions in former births.

*அநுபவி, VI. v. t. experience good or evil.

*அநுபானம், s. (அநு) drink or sugar taken with or after medicine.

*அநுபோகம், s. (அநு) enjoyment, அநுபவம்; 2. mutual delectation, cohabitation; 3. experience, அப்பியாசம்.

*அநுபோகி, VI. v. t. enjoy, அநுபோகம் பண்ணு.

*அநுமதி, s. (அநு) consent சம்மதி; 2. order, கட்டளை.
அவருடைய அநுமதியிலே, in his name, by his order.

*அநுமானம், s. inference, நிதானிப்பு; 2. doubt, சந்தேகம்.

*அநுமானி, VI. v. t. infer, நிதானி; 2. v.i. doubt, hesitate, சந்தேகி.

*அநுமேயம், s. (அநு) a thing inferred as fire from smoke.

*அநுரூபம், s. (அநு) conformity, likeness, resemblance, ஒப்பு.

*அநுவாதம், s. (அநு) repetition of statement.

*அநேகம், அனேகம், s. (அந்) many, much.
அநேகநாள், many days.
அநேகந்தரம், often.
அநேகர், அநேகம்பெயர், many persons.

*அந், அன், *privative prefix*, see அ priv. For compounds see also அன்.

அந்த, *dem. pro.* that, those.
அந்தந்த, some, several, such and such, each, every.

*அந்தகம், s. darkness, blindness.
அந்தகன், (*fem.* அந்தகி) a blind person, குருடன்; 2. god of death, எமன்.

*அந்தகாரம், s. darkness, இருள்.

*அந்தக்கரணம் (அந்தர் + கரணம்), அந்த ரிந்திரியம், s. the four intellectual faculties, viz: மனம், புத்தி, அகங்காரம், சித்தம்; 2. the mind itself, மனம்; 3. the conscience, மனச்சாட்சி.
அந்தக்கரண சாட்சியாய், conscientiously.

அந்தஸ்து, s. (Hind.) rank, condition, state, நிலைமை.

அந்தணன், s. Brahmin, பார்ப்பான்; 2. God as absolutely good and kind.

*அந்தப்புரம், s. see அந்தர்ப்புரம்.

*அந்தம், s. the end, முடிவு; 2. beauty, அழகு.
அந்தக்கேடு, deformity, ugliness.
அந்தர், low caste persons.
அந்தாதி, s. a treatise of a species of verse the last word of the foregoing stanza being the first word of the following.
ஆதியந்தம், the beginning and the end.

*அந்தரங்கம், s. (அந்தர்) the interior, mind, உள்ளம்; 2. secret, privacy, இரகசியம்.
அந்தரங்கமாய், அந்தரங்கத்திலே, secretly.

*அந்தரம், s. an open space, a large extent of barren ground, அந்தரவெளி; 2. air, sky, ஆகாயம்; 3. difference, பேதம். In combinations it has different meanings as தேசாந்தரம், தீ

அந்தரிந்திரியம் 17 அபாத்திரம்

வாக்தரம், மாதாந்தரம், முகாந்தரம் etc. which see.

அந்தரத்திலே நிற்க, to stand unsupported; to float in the sky.

*அந்தரிந்திரியம், s. same as அந்தக்கரணம்.

*அந்தர், s. (in combin.) the interior, உள் as in அந்தரங்கம் etc. which see separately; 2. see under அந்தம்.

அந்தர்ப்புரம், an apartment for women.

அந்தி, அந்திநேரம், அந்திப்பொழுது, அந்திவேளை, s. the afternoon, evening, dusky time, மாலைக்காலம்.

அந்திக்கு வருகிறேன், this evening I shall come.

அந்திசந்தி, morning and evening.

*அந்தியம், s. end, அந்தம்.

அந்தியகாலம், time of death.

அந்து, அந்துப் பூச்சி, s. a little black insect that infests stored grain, நெற்பூச்சி.

அந்தோ, *interj.* alas! an exclamation of distress.

*அந்நியம், s. a foreign thing, see அன்னியம்.

*அப, *pref. implying* inferiority, privation, separation, contrariety etc.

*அபகரி, VI. *v. t.* seize by fraud, defraud, steal, வஞ்சனையாய்க்கவர்.

*அபகாரம், s. (அப) ingratitude, ungrateful acts, நன்றிகேடு; 2. insult, injury, தீமை (opp. உபகாரம்).

அபகாரி, an ingrate, a malefactor, an evil doer, a defrauder, a cheat.

*அபகீர்த்தி, அவகீர்த்தி, s. (அப) infamy, disrepute, துர்க்கீர்த்தி.

*அபக்கியாதி, s. (அப) infamy, reproach (opp. பிரக்கியாதி).

*அபசத்தம், அபசப்தம், s. (அப) ungrammatical language, discordant tune; 2. a wrong note in music.

*அபசாரம், s. (அப) affront, disrespect, discourtesy; 2. fault, misdemeanor (opp. உபசாரம்).

அபசாரி, an unpolite man.

*அபசெயம், s. (அப) defeat, loss in battle, தோல்வி.

அபசெயப்பட, to be defeated

அபதூறு, s. see அவதூறு.

*அபத்தம், s. அவத்தம், falsehood, untruth, பொய்; 2. vanity, uselessness, வீண்.

*அபத்தியம், அவபத்தியம், s. (அ priv.) neglect of observance of the prescribed diet.

*அபயம், s. (அ priv.) fearlessness, அச்சமின்மை; 2. refuge, அடைக்கலம்; 3. appeal.

அபயமிட, to appeal, to seek protection.

அபயம் அபயம் என்று கூப்பிட, to call anxiously for protection.

அபயம் கொடுக்க, to protect, to give quarter, refuge.

அபயாஸ்தம், அபயஸ்தம் கொடுக்க, to promise with a handstroke, to shake hand as a token of solemn promise.

அபரஞ்சி, s. (Tel.) fine gold, the purest gold, தங்கம்.

*அபரம், s. back side, பின்பக்கம்.

அபர பக்கம், அபரபட்சம், the waning moon, தேய்பிறை.

அபர வயசு, a very high age, declining age.

*அபராதம் (vulg. அவதாரம்), s. crime, guilt, fault, sin, குற்றம்; 2. a fine, punishment, தண்டம்.

அபராதங்கொடுக்க, to pay a fine.

அபராதஞ்செய்ய, to transgress.

அபராதம் போட, to fine.

அபராதம் வாங்க, to exact a fine.

*அபரிமிதம், s. (அ priv.) unlimitedness, அளவின்மை.

*அபலம், s. (அ priv.) lack of strength, பலவீனம்; 2. fruitlessness.

*அபரூபம், s. (அப) deformity, ugliness, அவலட்சணம்.

*அபவாதம், s. censure, reproach, பழிச்சொல்; 2. opposition, contradiction, ஒவ்வாப்பேச்சு.

*அபாக்கியம், s. (அ priv.) unhappiness, adversity, நிர்ப்பாக்கியம்.

அபாக்கியன், an unhappy man.

*அபாண்டம், s. false charge, இடுவந்தி.

அபாண்டமாய், utterly false.

அபாண்டம்போட, to lay groundless charges, false complaints.

*அபாத்திரம், s. (அ priv.) unworthiness;

அபாத்திரன், an unworthy person.

*அபாயம், (அப+அயம்) misfortune, danger, மோசம்.

*அபாவம், s. (அ priv) non-existence, இல்லாமை; 2. annihilation, நிர்மூலம்.

*அபானம், s. anus, the fundament, குதம்.

*அபிசாரி, s. a whore, வியபிசாரி.

*அபிஷேகம், s. unction, anointing, ordination, coronation.

அபிஷேகம்பண்ண, to anoint, ordain.

பட்டாபிஷேகம், coronation.

குருப்பட்டாபிஷேகம், ordination.

*அபிநயம், s. gesticulation, movements of the body, கைமெய்காட்டுகை.

*அபிநயி, VI. v. i. express anger, sorrow etc. by gesture.

*அபிப்பிராயம், s. the inmost thoughts, the secrets of the heart, உட்கருத்து; 2. intention, நோக்கம்; 3. an opinion, meaning, எண்ணம்.

ஒருவன்பேரிலே அபிப்பிராயமாயிருக்க, to remember one (mostly with affection), suspect.

இந்த வார்த்தைக்கு அபிப்பிராயம் என்ன, to what does this word allude? what does this word denote?

*அபிமந்திரணம், s. conjuration, enchantment, மந்திரவித்தை.

*அபிமந்திரி, VI. v. i. conjure with incantations, enchant.

*அபிமானம், s. high esteem, great honor, கனம்; 2. love, favor, கரிசனம்; 3. inclination of mind to one side, partiality, பட்சபாதம்.

அபிமானக்குறைச்சல் பண்ண, to dishonor, to disgrace.

அபிமான சிநேகிதன், a familiar friend, a bosom friend.

அபிமான ஸ்திரி, a concubine.

அபிமானி, a respectable man.

*அபிமானி, VI. v. t. honor, கனம்பண்ணு; 2. protect, side with.

*அபிலாசை, s. ambition, desire, விருப்பம்.

*அபிவிருத்தி, s. progress, gradual growth, பெருக்கம்.

அபினி, அபின், s. opium.

*அபீஷ்டம், s. eager desire, wish, மிக விருப்பம்.

*அபூர்வம், s. (அ priv.) what is not old, நூதனம்; 2. rareness, அருமை.

*அபேட்சி, VI. v. t. long for, covet, வாஞ்சி.

*அபேட்சை, s. anxious desire, coveting, ஆசை.

அப்படா, *interj.* ah, alas!

*அப்தம், s. year, ஆண்டு.

அப்தசதம், century.

அப்படி, *adv.* so, see படி.

அப்பம், s. bread, cake, everything made with flour.

அப்பளம், s. a kind of thin cake.

அப்பறாத்தூணி, s. (அம்பு+அறு+தூணி) quiver for arrows, அம்புக்கூடு.

அப்பன், அப்பனார், s. father, தகப்பன்.

அப்பா, a father, papa, also used to call inferiors; 2. an exclamation.

அப்பாத்தாள், அப்பாயி, grandmother on father's side.

சிற்றப்பன், father's younger brother.

பெரியப்பன், father's elder brother.

அப்பால், அப்பாலே, s. & *adv.* (அ dem.) that place, further, beyond, moreover, மேலும்.

ஆற்றுக்கப்பாலே beyond the river.

பத்தடி அப்பாலே போனோம், we went ten steps further.

அப்பாலே போ, go away.

அப்பாலும், furthermore.

*அப்பியங்கனம், அப்பியங்கம், s. oil-bath.

*அப்பியந்தம், s. delay, postponement, தாமதம்.

*அப்பியாசம், s. exercise, habit, practice, custom, பயிற்சி.

*அப்பியாசி, VI. v.t. practise, exercise, அப்பியாசம்பண்ணு.

*அப்பிரகம், s. mica or talc, *glacies Mariæ*, a pellucid mineral of several sorts and colours.

*அப்பிரகாசம், s. (அ priv.) darkness, இருள்.

*அப்பிரசித்தம், s. (அ priv.) not being published.

*அப்பிரதானம், s. (அ priv.) insignificance, unimportant matter, அற்பம்.

*அப்பிரயோசனம், s. (அ priv.) uselessness, பயனின்மை.

*அப்பிராணி s. (அ priv.) a poor, pitiable person, ஏழை.

அப்பு, s. arrow, அம்பு.

*அப்பு, s. water, நீர்; 2. sea, கடல்.

அப்பு, III. v.t. stick, clap on with the hand, சாத்து; 2. apply as a lotion, ஒற்று; 3. snatch at a thing as a dog, கௌவு; 4. cleave to and burn as nettles.

அப்புறம், s. & adv. (அ dem.) that side, further, moreover, henceforth, yonder, beyond, அப்பாலே.

அப்புறத்திலே, on that side.

அப்புறப்பட, to go further on to another side, to become more distant.

அப்புறப்படுத்த, to remove further; 2. to excommunicate.

அப்பொழுது, அப்போது, அப்போ, s. & adv. (அ dem.) that time, then.

அப்போதே, already.

அப்போதைக்கு, for that time.

அப்போதைக்கப்போது, on proper occasions, at intervals, from time to time.

அமக்களம், s. riot, see அமர்க்களம்.

*அமங்கலம், s. (அ priv.) inauspiciousness.

அமங்கலி, அமங்கலை, a widow (opp. சுமங்கலி).

அமசடக்கம், s. concealment, மறைப்பு.

அமசடக்கமாய்ச் செய்ய, to act with secrecy.

அமசடக்கம்பண்ண, to hide, conceal,

அமச்சு, அமைச்சு, s. minister's office; 2. minister, மந்திரி.

அமச்சன், minister, statesman.

அமஞ்சி, அமிஞ்சி, s. compelled service, கூலியிலாவேலை.

அமஞ்சி ஆள், a pressed workman, a workman without wages.

அமடு, s. entrapping, distress, மடிப்பு.

அமட்டு, III. v. t. entrap, inveigle, சிக்குப்படுத்து; 2. threaten, reprimand, அதட்டு; 3. overpower, மேற்கொள்.

அமட்டு, அமட்டுகை, v. n. threatening.

அமணம், s. 20,000 areca-nuts.

அமரம், s. eye disease, கண்ணோய்; 2. stern, or hinder part of a ship.

*அமரம், s. the name of a Sanskrit dictionary (அமரகோசம்).

*அமரர், அமரர்கள், s. (அ priv.) the deathless, celestials, வானோர்; 2. holy men; 3. see அமர், s.

அமரிக்கை, s. (அமரு) tranquillity, quietness, calmness, அமைவு.

அமர், s. war, battle, fighting, போர்.

அமரர், foes, enemies.

அமர்க்களம் (com. அமக்களம்), s. a field of battle; 2. confused noise, agitation, convivial bustle in a marriage.

அமர், அமரு, II. v. i. become settled or quiet, become composed or pacified, அமை; 2. sink to the bottom, அடங்கு; 3. be pleased, களி; 4. agree, பொருந்து; 5. be obtained, கிடை.

அவனுக்கு உத்தியோகம் அமர்ந்தது, he has got an employment.

அந்தவேலைக்குக்கூலிக்காரர் அமர்ந்தார்கள், workmen have been got for that work.

காற்றமர்ந்துவிட்டது, the wind has subsided.

அகமமர்ந்தான், he rejoiced.

அமர்ந்திருக்க, to be sedate.

அமர்த்து, III. v. t. settle, silence, put an end to, அடக்கு; 2. employ, engage, ஏற்படுத்து; 3. prepare, ஆயத்தம்பண்ணு.

பந்தியமர்த்த, to seat the guests in rows at a feast.

*அமலம், s. (அ priv.) spotlessness, purity, தூய்மை.

*அமலன், s. The Holy One, God, கடவுள்.

*அமலை, s. the goddess Lakshmi or Parvati.

அமளி, s. a tumult, uproar, bustle, ஆரவாரம்; 2. bed, மெத்தை.

அமளிபண்ணினான், he caused disturbance.

*அமாத்தியர், s. king's ministers, councillors, மந்திரிகள்.

அமார், அமார்கயிறு, s. (Port.) a cable.

*அமார்க்கம், s. (அ priv.) a vicious life, துன்மார்க்கம்; 2. heresy, வேதப்புரட்டு.

*அமாவாசி, s. the new moon.

*அமானம், s. (அ priv.) immensity, countlessness, அளவின்மை.

அமானி, s. government land not rented.

*அமிசம், அம்சம், s. swan, அன்னம்; 2. part, particle, fraction, பின்னம்.

அமிஞ்சி, s. see அமஞ்சி.

*அமிருதம், அமிர்தம், அமுதம், அமுர்தம், s. ambrosia, nectar, தேவருணவு; 2. delicious thing, as milk, honey etc. 3. sweetness, இனிமை.
அமிர்தமொழி, a sweet speech.
பஞ்சாமிர்தம், the five nectars, viz. milk, sugar, honey, plantain and cocoanut.

அமிழ், II. v. i. sink, go to the bottom, be immersed, drowned, ஆழு.

அமிழ்தம், அமிழ்து, s. same as அமிர்தம்.

அமிழ்த்து, III. v. t. sink a thing, drown into water, immerse, ஆழ்த்து.

அமிழ்ந்து, III. v.i. same as அமிழ்.

அமுக்கு, III. v. t. press down, அழுத்து.
அமுக்கு, v. n. compression.
அமுக்கன், a very close person, a very reserved character, a cunning fellow.

அமுங்கு, III. v. i. sink, lower, go down into water, அமிழ்; 2. be crushed, pressed, அழுந்து.

அமுதம், s. see அமுர்தம்.

அமுது, s. food, rice boiled or unboiled, ஆகாரம்.
அமுதுசெய்ய, to eat.
அமுதுபடி, raw rice.
அமுதுபடைக்க, to serve food.
கட்டமுது, boiled rice tied up for journey.

*அமுர்தம், s. see அமிர்தம்.

அமுல், s. (Hind.) theft.

*அமேத்தியம், s. (அ priv.) uncleanness, excrement, அசுத்தம்.

அமை, s. bamboo, மூங்கில்.

அமை, II. v. i. become settled, quiet, naturally constituted, படி; 2, fit, இசை; 3. occur, சம்பவி; 4. obey, consent, சம்மதி; 5. enter, join, சேரு.
அந்த வீடு எனக்கு அமையும், that house will come into my possession, or is commodious enough for me.
அமைவு, v.n. subjection, composure, calmness.
மார்க்கத்தமைந்தவன், a proselyte.

அமை, VI. v. t. to settle, adjust, subject, சரிப்படுத்து; 2. fix, appoint, விதி; 3. join, make enter, சேர்; 4. ordain, ordinate.
ஒருவனை மார்க்கத்தில் அமைக்க, to receive one into a religion or communion.
அமைத்தகாலம், the time fixed (for death.)
அமைப்பு, destination, destiny, fate.

அமைச்சு, s. see அமச்சு.

அமைதி, s. calmness, peace, அமரிக்கை.

*அமோகம், s. abundance, vehemence, ferocity, மிகுதி.

அம், s. beauty, gracefulness, அழகு; 2. water, நீர்.

*அம்சம், s. see அமிசம்.

*அம்பகம், s. eye, கண்.

*அம்பட்டன், s. (fem. அம்பட்டத்தி, அம்பட்டச்சி,) a barber, நாவிதன்.
அம்பட்டன் கத்தி, s. a razor.
அம்பட்டன் கல்லு, whet-stone for razors.

*அம்பரம், s. the air, heaven, firmament, infinite space, ஆகாயம்; 2. cloth, clothes, apparel (as இரத்தாம்பரம்).

அம்பர், s. (Engl.) amber, திமிலை.
மீனம்பர், பொன்னம்பர், different kinds of amber.

அம்பர், s. that place, there, அவ்விடம்.

அம்பலம், s. an open public place, வெளி; 2. a court, சபை.
அம்பலமாக, to become public, to become forlorn.

அம்பலங்காய், s. the name of a fruit.

அம்பாயம், s pain; 2. the pangs of childbirth, பிரசவவேதனை.
அம்பாயப்பட, to suffer heavy pains.

அம்பாரம், s. a heap of corn, grain etc. குவியல்.

அம்பாரி, s. (Hind.) a seat on an elephant, a howdah.

அம்பி, s.a float, தெப்பம்; 2. water pot, மிடா.

அம்பிலி, s the contents of an egg.

*அம்பிகை, s. Parvati, wife of Siva.
அம்பிகை பாகன், Siva who possesses Parvati as one half of himself.

அம்பு, s. arrow, அத்திரம்.
அம்பறாத்தூணி, அப்பறாத்தூணி, அம்புக்கூடு, a quiver.
அம்பால் எய்ய, to shoot an arrow.
அம்பிற்குதை, the feathers of an arrow.

அம்புமாரி, a shower of arrows.

அம்பு விடு (-இடு, -ஓடு, -எறி) தூரம், a bow-shot distance.

*அம்பு, s. water, நீர்.

அம்புயம், அம்புசம், lotus, தாமரை.

அம்புலி, s. the moon, சந்திரன்.

அம்புவி, s. the earth, globe, சகம்.

அம்ம, *interj.* listen! hear!

அம்மட்டும், *adv.* so far, see மட்டு.

அம்மணம், s. nakedness, நிருவாணம்.

அம்மணன், one that is bare of clothes.

அம்மணி, s. dear mother, mamma.

அம்மனை, s. see அம்மானை.

அம்மன், s. mother, தாய்; 2. a goddess.

அம்மா, s. mother; 2. vocative of அம்மாள்.

அம்மாத்திரம், s. & *adv.* that quantity, (அ dem.) so much.

அம்மாய், colloq. அம்மாச்சி, s. the mother's mother; 2. a caressing expression, dear mother!

அம்மாள், s. a mother, தாய்; 2. a woman, a matron, a lady, மூத்தாள்.

அம்மானை, அம்மனை, s. a kind of verse; 2. a kind of legerdemain or play.

அம்மான், நல்லம்மான், s. the mother's brother, maternal uncle, தாய்மாமன்; 2. father's sister's husband, அத்தை கணவன்; 3. பெரிய அம்மான், the mother's elder brother.

ஒன்றுவிட்ட அம்மான், the mother's cousin.

சின்ன அம்மான், her younger brother.

அம்மான்பச்சரிசி, s. a certain plant.

அம்மி, அம்மிக்கல், s. a stone to grind or bruise things upon, அரைகல்.

அம்மிக்குழவி, the roller stone wherewith the grinding is done.

அம்மு, III. *v. i.* dissemble, keep the design secret, be reserved, பாசாங்கு பண்ணு.

அம்முக்கள்ளன், s. a cheat, a fraudulent fellow.

அம்மை, s. a woman, the good woman of the house, the mother, தாய்; 2. small-pox, வைசூரி.

அம்மைப்பால், lymph of small-pox pustules.

அம்மையார், (hon.) the mother.

அம்மைவடு, small-pox pits.

அம்மைவார்க்க, to have the small-pox.

*அயம், s. iron, இரும்பு; 2. sheep, ஆடு; 3. good luck, favorable fortune caused by deeds in former births, நல்வினை.

அயக்காந்தம், s loadstone, magnet.

அயச்செந்தூரம் red oxide of iron.

அயபஸ்பம், oxide of iron.

அயர், s. languor, அயர்வு.

அயர், அயரு, II. *v. i.* fail in strength, feel very weak, sleep, சோரு; 2. faint, swoon, தளரு.

என் கை கால் அயர்ந்தது, my hands and feet failed me.

கண்ணயர்ந்தான், he fell asleep.

அயர்ச்சி, அயர்வு, *v. n.* fainting, weariness.

அயர்ந்தநித்திரை, deep sleep.

அயர், VI. *v. t.* forget, மற.

அயர்ப்பு, *v. n.* forgetfulness, மறதி.

அயல், s. neighbourhood, nearness, அருகு.

அயலான், அயலகத்தான், neighbour.

*அயனம், s. way, motion, course, வழி; 2. the course of the sun in six months, half a year, வருஷப்பாதி.

உத்தராயனம், the sun's course in the northern constellations of the Zodiac.

தக்ஷிணயனம், the sun's course in the South.

*அயன், s. Brahma, பிரமன்.

அயிராணி, s. wife of Indra, இந்திராணி.

*அயிராவதம், s. Indra's elephant.

அயிரை, s. a certain small fish; 2. fine sand, நுண்மணல்.

அயிர், VI. *v. i.* suspect, சமுசயப்படு; 2. suppose, conjecture, infer, அநுமானி.

அயிர்ப்பு, *v. n.* suspicion, conjecture.

அயில், s. sharpness, கூர்மை; 2. javelin, கைவேல்.

அயில், அயிலு, I. *v. t.* eat, take food, உண்.

*அயுக்தம், அயுத்தம், s. (அ priv.) inexpediency, unfitness.

*அயோக்கியம், s. அயோக்கியதை, அயோக்

அய்யங்கார் 22 அரா

கியத்தனம், s. (அ. priv.) unfitness, ஒவ்வாமை; 2. dishonesty, நெறிகேடு.

அயோக்கியன், an unfit person, a dishonest man.

அய்யங்கார், s. see ஐயங்கார்.

அய்யர், s. see ஐயர்.

அய்யனர், ஐயனர், s. the god Eyenar

அய்யா, ஐயா, voc. of ஐயன், sir.

அய்யோ, ஐயோ, *interj.* alas!

*அரக்கன், s. (*fem.* அரக்கி) a giant, இராட்சதன்.

அரக்கு, s lac, sealing wax; pitch mixed with wax; 2. (for.) arrack, சாராயம்.

அரக்குக் காந்தம், a kind of load-stone.

அரக்குச் சாராயம், arrack.

அரக்கு மஞ்சள், good saffron of deep yellow.

அரக்கு, III. v. t. mash with the palm of the hand or sole of the foot, தேய்; 2. rub some stuff upon the head.

*அரங்கு, அரங்கம், s. a place, site as சீரங்கம், இடம்; 2. a public place, a theatre, நாடகசாலை; 3. a learned assembly, சபை.

அரங்கேறின வழக்கு, a suit laid before a public assembly.

அரங்கேற்ற, to exhibit a book or bring it before an assembly.

அரசன், s. a king, இராசா.

அரசி, s. a queen, lady, இராசாத்தி.

அரசு, s. royalty, இராசாங்கம்; 2. a king, இராசா; 3. kingdom, இராச்சியம்.

அரசாட்சி, reign, government, hereditary succession to the throne, இராசரீகம்.

அரசாள, அரசுசெய்ய, to reign.

அரசியல், science of government, politics, royalty.

அரசிறை, king's tribute.

தன்னரசு, absolute monarch.

தன்னரசாய்ப் பேசுகிறாய், you talk arrogantly.

அரசு, அரசமரம், s. a tree, *ficus religiosa.*

கொடியரசு, ஆற்றரசு, different species of the same kind.

பூவரசு, portia tree.

அரட்டு, III. v. t. (அரள்) frighten.

அரட்டி, s. (அரள்) terror, அச்சம்.

அரணம், அரணி, s. a fort, கோட்டை; 2. a wall, மதில்.

அரணி, VI. v. t. fortify, அரணுக்கு; 2. adorn, சிறப்பி; 3. grow hard (as a boil), உர.

அரணித்த பரு, a hard boil.

அரணிப்பு, v. n. fortification.

அரணிப்பாக்கு, to fortify.

*அரணியம், ஆரணியம், s. jungle, forest, காடு.

அரணை, s. a kind of streaked lizard.

அரண், s. stronghold, கோட்டை; 2. fortification, wall, மதில்.

அரணில்லாத கோட்டை, a castle that is not strong.

அரதேசி, prop. அகதேசி, s. pilgrim.

அரதேசி பரதேசி, a pilgrim, a poor man who has nothing in the world.

அரத்தை, s. galanga, a medicinal root.

சிற்றரத்தை, galanga minor.

பேரரத்தை, galanga major.

அரந்தை, s. affliction, pain, suffering, துன்பம்.

அரப்பு, prop. அரைப்பு, s. groundstuff used like soap.

அரமனை, prop. அரசமனை, s. king's palace.

அரமனையார், officers of the palace.

*அரமியம், s. palace, அரமனை; 2. a terrace on the top of a house.

அரம், s. file.

அரபொடி, filings.

*அரம்பை, s. a dancing girl in the world of Indra.

அரயன், அரசன், s. King, இராஜா.

அரலை, s. wen, கழலை; 2. sea, கடல்; 3. fort, கோட்டை; 4. a plant.

அரவணை, VI. v. t. receive with compassion, embrace, fondle, தழுவு.

தாய்தகப்பனில்லாதபிள்ளையை அரவணைக்க, to support, take kindly up an orphan.

அரவம், அரவு, s. a serpent, சர்ப்பம்.

*அரவம், s. a noise, ஒலி.

*அரவிந்தம், s. lotus, தாமரை.

அரள், அரளு, I. v. i. grow terrified, become alarmed, be amazed, பிரமி.

அரற்று, III. v. i. weep aloud, sound, make a noise, cry, அழு.

*அரன், s. Siva.
அரா, s. snake, அரவம்.
அராவைரி, enemy of the snake, viz. the kite, the peacock and the mungoose.
*அராகம், s. a tune, a melody, இராகம்.
*அராகம், s. (அ. priv.) absence of desire, இச்சையின்மை.
அராவு, III. v. t. (அரம்) file, polish.
அரி, s. reaped handful of paddy; 2. gold, பொன்; 3. fault (see அரில்); 4. lines in the white of the eye, கண்வரி; 5. pebbles in ankle-rings of dancers, சிலம்பின் பருக்கைக்கல்.
அரிக்கட்டு, sheaf or bundle of reaped grain.
நெல்லரி, as much paddy as you cut at one stroke.
புல்லரி, a handful of grass.
அரிபிரியம் (*vulg.* அரிபிரி), scarcity of grain and other commodities.
*அரி, s. enemy, சத்துரு; 2. horse, குதிரை; 3. lion, சிங்கம்; 4. Vishnu.
அரிச்சுவடி (அரி Vishnu + சுவடி), the alphabet.
அரிமா, lion, male lion.
அரியணை, throne.
அரி, II. v. t. slice, cut, reap, அறு.
அரிதாள் (அரிந்ததாள்), stubble.
அரிநெல்லி, a tree with sour fruits.
அரிவாள், a sickle.
அரிவாள்மணை, a kitchen instrument to cut vegetables, fish etc.
கருக்கரிவாள், a jagged sickle.
வெட்டரிவாள், a crooked knife.
அரி, VI. v. t. sift with the hand or sieve, கொழி; 2. gnaw, nibble, கொந்து; 3. rinse, wash rice, கழுவு; 4. v. i. itch, தினவெடு.
அரித்துப் பிடுங்குகிறான், he teases and vexes by incessant entreaties.
உலைக்கு அரிசி அரிக்கிறாள், she cleanses rice for boiling.
அரிப்பு, v. n. sifting, itching.
அரிப்புக்காரன், sifter.
அரிபூச்சி, a gnawing insect.
அரிமணல், fine sand.
*அரிகண்டம், s. (அரி enemy + கண்டம் neck) an iron grate worn round the neck of devotees (called so because it hurts the neck); 2. teasing, vexing, தொந்தரை.
அரிசனம், s. turmeric, மஞ்சள்.
அரிசி, s. raw rice; 2. any kind of grain freed from the husk.
கோதுமையரிசி, grain of wheat.
பச்சரிசி, s. raw rice of paddy not boiled before it was beaten.
புழுங்கலரிசி, s. rice got from boiled paddy.
*அரிதம், அரிதவர்னம், s. yellowish color, gold color, பசுமை.
*அரிதாரம், அரிதாரம், s. mineral arsenic
பொன்னரிதாரம், s. orpiment.
அரிது, அரியது, s. (அருமை) what is difficult, difficulty, rareness.
செயற்கரிது, it is difficult to do.
அரிபிரி s. see under அரி, s.
அரிய, *adj.* difficult, dear; see அருமை.
அரிய காட்சி, a rare sight.
அரியதரம், s. a kind of cake, corrupt form of அதிரசம்.
அரில், s. fault, blemish, குற்றம்.
அரிவை, s. a woman, பெண்.
அரு (opp. உரு), s. no shape, உருவமற்றது; 2. God, கடவுள்.
*அருகம், s. worthiness, fitness, தகுதி; 2. Jainism, சமணமதம்.
அருகன், s. (*fem.* அருகி) a responsible worthy person, யோக்கியன்; 2. Jaina god.
நீ எனக்கு அருகனா? are you my master?
அருகு, s. neighbourhood, nearness, சமீபம்; 2. the border of a cloth, ஓரம்.
அருகே, near.
மலையருகே, near the mount.
அருகாமை, s. nearness (this word is used much but seems to be a corruption.)
அருகு, III. v. i. become scarce, become much reduced or diminished, drip, குறை; 2. smart as a little blain in the eye-lid or throat does; 3. embrace, அணை; 4. approach, கிட்டு.
தண்ணீர் அருகிவருகிறது, the water drips little by little.
அருக, *adv.* (*inf.*) near.
அருகவா, come near.
அருகணைக்க, (அருக + அணைக்க) to embrace closely.

அருகிய வழக்கம், a limited usage of words, manners, customs.

அருக்களி, VI. *v. i.* grow scared, be frightened, shudder, பயப்படு; 2. loathe, அருவரு.

அருக்களிப்பு, horror, loathing.

***அருக்கன்**, *s.* the sun, சூரியன்.

அருக்காணி, *s.* rareness, அருமை; 2. dear, pet, darling as அருக்காணி தங்கச்சி.

அருக்காணிபண்ண, to grudge, haggle in a bargain.

அருக்கு, *s.* scarceness, அருமை.

அருக்கு, III. *v. t.* make scarce, சுருக்கு; 2. vex, அலட்டு; 3. ask too high a price for a thing, அருக்காணிபண்ணு.

நீரருக்கல், strangury.

***அருசி**, *s.* (அ priv.) want of taste, aversion, dislike, சுவையின்மை.

***அருச்சகன்**, அர்ச்சகன், *s.* an officiating priest, பூசாரி.

***அருச்சனை**, அருச்சி etc. see அர்ச்சனை etc.

***அருணன்**, *s.* the sun, சூரியன்.

அருணோதயம், (அருணன் + உதயம்) day break, sun rise.

***அருத்தம்**, *s.* see அர்த்தம்.

அருத்து, III. *v. t.* feed, ஊட்டு; 2. cause to enjoy, அனுபவிக்கச்செய்.

அருநெல்லி, properly அரிநெல்லிக்காய், *s.* striped gooseberry.

அருந்தல், *s.* scarceness, rarity, அருமை; 2. *v. n.* eating.

அருந்து, III. *v. t.* eat or drink, உண்ணு; 2. enjoy, அனுபவி.

அருப்பம், *s.* killing, கொலை; 2. grief, துக்கம்.

அருப்பம், *s.* (from அரும்பு) bud; 2. soft, hair.

அருப்பம் இறங்குதல், the first appearance of the moustaches.

அருமந்த, contr. of அருமருந்தன்ன, see under அருமை.

அருமை, *s.* rareness, அபூர்வம்; 2. dearness, பிரீதி; 3. costliness, preciousness, மேன்மை; 4. difficulty, வருத்தம்.

Note: From this and in like manner from other abstract nouns ending in மை the following *adjectives* are formed: அருமையான, அருமையுள்ள, அரு (with euphonical ங், ம், ஞ், ந்), அரிய and அர். (In the last the short consonant is lengthened).

The following *appellative nouns* are formed in similar manner: அருமையானவன், அரியவன், he who is dear; அருமையானவள், அரியவள், she who is dear; அருமையானது, அரியது, a dear thing; அருமையானவர்கள், அரியவர்கள், அரியோர், dear persons; அருமையானவை, அரியவை, dear things.

அருங்கோடை, extreme heat.

அருஞ்சிறை, rigorous servitude.

அருநிழல், light, scanty shade.

அருந்தமிழ், elegant Tamil.

அருந்தவம், severe penance.

அருமருந்து, nectar.

அருமருந்தன்ன பிள்ளை, contracted into அருமந்தபிள்ளை, darling child.

அருமைப் பிள்ளை, dearly beloved child.

அருமையான வேலை, a difficult work.

அரும்பொருள், precious thing.

அரும்பு, *s.* bud, மொட்டு; 2. the first appearance of the beard or moustaches, soft hair, மெல்லிய மயிர்.

அரும்பு, III. *v. i.* spring out as a flower bud, blossom, முகை; 2. shoot up, முளை.

அரும்பாத பூ, a flower in the bud.

அரும்புவேலை, little flower buds made of gold, round a ring or on the ridge of a cup or vase.

அருவம், *s.* (அ priv.) shapelessness, உருவின்மை; 2. scarceness, அருந்தல்.

அருவரு, VI. *v. t.* abhor, loathe, abominate, வெறு.

அருவருப்பு, *v. n.* disgust, abomination.

அருவாணம், *s.* a large copper-dish, தாலம்.

அருவி, *s.* a mountain stream, water fall; 2. sheaf of grain, அரிவி.

அருவு, III. *v. i.* flow gently as water from a spring; 2. be scarce, குறை; 3. smart as the eye from dust.

அருவுரு, *s.* a shapeless spiritual being, form and no form, spirit and body, mind and matter.

அருள், *s.* grace, mercy, kindness, கிருபை.

அருள் சோதி, the light of grace of God.

அருள்புரிய, to be gracious.
அருளு, III. *v. t.* grant graciously, கிருபை செய்.
என்னைக் கேட்டருளும், hear me graciously.
அருளிச்செய்ய, to give graciously.
*அருபம், *s.* (அ *priv.*), shapelessness, formlessness, அருவம்.
அருபி, an invisible being, a spirit.
அரை, *s.* half, பாதி; 2. the waist, இடை.
அரைகட்டிக்கொள், gird yourself.
அரைக்கச்சை, girdle.
அரைக்கால், an eighth, half a quarter.
அரைச்சட்டை, waist coat, jacket.
அரைஞாண், அரைநாண், cord round the loins.
அரைநாழிகை, half of an Indian hour or 12 minutes.
அரைப்பணம், half a fanam.
அரைப்பை, a purse tied round the waist.
அரைமனசாயிருக்க, to be reluctant, to be half willing.
அரையாப்பு, அரையாப்புக்கட்டி, a venereal ulcer, bubo.
அரைவாசி, half.
அரைவாசி ஆயிற்று, it is half done.
அரைவாசி வார்க்க, to fill half full.
அரை, II. *v. i.* become pulverized, ground, நசுங்கு.
அரை, VI. *v. t.* grind, rub, தேய்.
அரைப்பு, *v. n.* grinding; 2. refuse of இலுப்பை seeds.
பஞ்சரைக்க, to seperate the seed from the cotton, to pick cotton.
மாவரைக்க, to grind grain in a mill.
அரைக்கீரை, *s.* a kind of kitchen herb, which when pruned thrives again.
*அரோசம், அரோசிகம், *s.* (அ *priv.*), disgust, aversion, வெறுப்பு.
*அரோசி, VI. *v. t.* & *i.* take disgust, loathe, அருவரு.
அதை அரோசித்தேன், அது எனக்கு அரோசித்துப்போயிற்று, I have taken a disgust at it.
அரோசிப்பு, *v. n.* loathing, aversion.
*அர்ச்சனை, அர்ச்சிப்பு, *s.* worship, consecration, dedication, adoration, வணக்கம்.
*அர்ச்சி, அருச்சி, VI. *v. t.* worship, consecrate with offerings, பூசி; 2. venerate, வணங்கு; 3. hallow, பரிசுத்தமாக்கு.
தெய்வநாமத்தை அர்ச்சி, praise God's name.
*அர்ச்சியம், *s.* sanctity.
அர்ச்சியசிஷ்ட, அகூியசிட்ட, holy, venerable, saintly, பரிசுத்த.
அர்ச்சியசிஷ்டர் (*R. C. us.*), saints.
*அர்த்தம், அருத்தம், அத்தம், *s.* signification, sense, meaning, கருத்து; 2. wealth, பொருள்; 3. half, பாதி.
அர்த்தகோளம், hemisphere.
அர்த்தங்கொள்ள, to convey a meaning, to signify.
அர்த்தசகாயம், pecuniary aid.
அர்த்தசாமம், அர்த்தராத்திரி, அத்தராத்திரி, half a watch, midnight.
அர்த்தசாரம் சொல்ல, to expound, explain.
அர்த்தநாசம், utter destruction, loss of wealth.
அர்த்தம் பண்ண, to interpret.
அர்த்தராத்திரி, midnight.
ஞான அர்த்தம், mystical sense.
*அர்த்தி, *s.* a person pursuing an object, a beggar, யாசகன்.
வித்தியார்த்தி, student.
*அர்ப்பணம், *s.* making an oblation, நிவேதனம்.
*அர்ப்பி, VI. *v. t.* make an offering, நிவேதி.
*அர்ப்பிதம், அர்ப்பணம், *s.* an acceptable gift, offering, dedication, காணிக்கை.
அல, same as அல்ல, see under அல்.
அல, VII. *v. i.* be distressed or troubled, கிலேசி.
அலகு, *s.* blade of a knife, sword etc.; 2. the jaw bone, கொடிறு; 3. broom, துடைப்பம்; 4. birds' beak, பறவை மூக்கு; 5. poetic numbers of feet or syllables; 6. a small staff used by weavers to adjust a warp.
அலகிட, to scan verses, to sweep with a broom.
அலகுகிட்ட, to have a lock jaw.
அலகுகட்ட, to charm (bind) the mouth of a serpent, dog etc.

அலகுபாக்கு, betel-nut boiled, cut in pieces and dried.

சோற்றலகு, rice-strainer.

திருவலகு, broom used in pagodas.

அலகை, s. evil spirit, devil, பிசாசு.

அலக்கழி, VI. v. t. vex, see அலைக்கழி.

அலங்கம், s. fortress-wall, rampart, கொத்தளம்.

*அலங்கரி, VI. v. t. decorate, adorn, சிங்காரி.

அலங்கரிப்பு, v. n. decoration.

*அலங்காரம், s. ornament; rhetorical figure, சிறப்பு.

அலங்காரமாய்ப் பேச, to speak elegantly.

அலங்கோலம், அலங்கோலை, s. disorder, confusion, deformity, கிரமமில்லாமை.

அலசல், s. cloth thinly woven; 2. laziness, சோம்பல்.

அலசு, III. v. t. wash, see அலைசு.

அலச்சல், s. vexation, see அலைச்சல்.

*அலட்சியம், அலக்ஷியம், s. (அ priv.), contempt, கனவீனம்.

அலட்சியம் பண்ண, – செய்ய, to despise.

அலட்டு, III. v. t. tease, tire, bother, annoy, அலைக்கழி.

அலட்டு, அலட்டுகை, v. n. impertinence, annoyance.

அலப்பு, III. v. i. chatter, babble, பிதற்று.

அலம்பு, III. v. t. wash, rinse, கழுவு; 2. v. i. sound like little bells or murmur as a brook, ஒலி.

அலம்பல், v. n. a rumour, vexation.

அலம்பல் படுத்த, to divulge.

அலரி, s. oleander, Indian willow.

செவ்வலரி, red oleander.

வெள்ளலரி, white oleander.

ஆற்றலரி, நீரலரி, other kinds of it.

அலர், s. a flower, பூ.

அலர், அலரு, II. v. i. blossom, open, மலர்; 2. spread, விரி.

அலர்ந்த பூ, a full-blown flower.

அலவாங்கு, s. crow-bar, கட்டப்பாரை.

அலவாட்டு, s. (Tel.), usage, inveterate habit, வழக்கம்.

அலவாட்டு பண்ணிக்கொள்ள, to grow used to a thing.

அலறு, III. v. i. roar, weep loud, கதறு; 2. scream, வீரிடு.

அலாக்கு, லாக்கு, s. (Hind.), wrong, injury, vexation, தீங்கு; 2. adj. separate, தனி.

அலாக்காய், all in a lump, one out of many, separately as அலாக்காய்த்தூக்கு, take it up separately.

அலாக்குபண்ண, – ப்படுத்த, to wrong.

அலாதி, s. (Ar. அலாயிதா), one not of the number, extra-thing, வேறு.

அலாதியாய் வை, keep separate.

அவன் அலாதி, he is alone for himself.

அலி, s. hermaphrodite, பேடி.

அலு, VI. v. i. be fatigued or tired, be slackened, discouraged in mind, சலி.

எனக்கு அலுத்துப்போயிற்று, அலுத்தேன், I am tired of it.

அலுப்பு, v. n. fatigue, vexation.

அலுவல், s. business, வேலை.

அலுவலாயிருக்க, to be busy.

அலுவலு எனல், v. n. chatting without ceasing.

*அலேகம், s. cadjan-leaves tied together for writing, ஓலை.

அலை, s. a wave, billow, திரை.

அலை அடிக்கிறது, the wave rises.

அலைவாய்க்கரை, shore, coast line.

அலை, II. v. i. be unsteady, shake, wave, ஆடு; 2. be agitated, vexed, distressed, வருந்து; 3. stray about, wander, திரி.

அலைதாடி, dewlap.

அலைவு, அலைகை, v. n. agitation.

அலைச்சல், v. n. vexation, wandering.

அலைச்சல்பட, to be vexed and troubled.

அலைச்சல்படுத்த, to vex.

அலை, VI. v. t. shake, move, அலையச்செய்; 2. ruin, drive one from house and home, கெடு; 3. vex, வருத்து.

அலைப்பு, v. n. moving, teasing, trouble.

அலைக்கழி, II. v. i. be greatly vexed and disquieted, உலை.

அலைக்கழி, VI. v. t. vex, weary or tease, உலை; 2. ruin, கெடு.

அலைசடி, அலைசடை, s. (vulg.), confusion, misery, calamity, தொந்தரவு.

அலேசடிபட, to be distressed, afflicted.

அலேசு, அலசு, III. *v. t.* rinse a vessel, wash, கழுவு.

அலேசிக்குடிக்க, to drink liquid food with its sediment after shaking the vessel.

அல், அல்லு, *s.* night, இரா; 2. darkness. இருள்.

அல்லும் பகலும், day and night.

அல், the root of a neg. symb. verb (அல்லேன், அல்லே, அல்லன், அன்று etc.) denying not the existence (as இல்) but any attribute (quality, nature, name, occupation etc.) of a person or thing mentioned.

அல்ல, அல, *neuter plur.* of the *sing.* அன்று (அல்லது, அலது)—in common language it is used for all persons and genders and in both number—no, not (possessing this attribute), not so (not of that quality), not that (but something else). Sometimes it supplies the *neg. adv. partic.* of the following affirmative verb.

ஆம், அல்ல, இரண்டில் ஒன்று சொல்லு, say, yes or no.

அவன் திருடன் அல்ல (அல்லன்), he (the existing man) is not a thief.

இது மரம் அல்ல, this (existing thing) is not a tree (but something else).

இது பொன்னோ? அல்ல, is this gold? no.

அவன் அல்ல, not he (but some one else).

அவன் காத்தான் அல்ல, he is not Kattan.

அவன் பணத்தை அல்ல (தேடாமல்) கனத்தைத் தேடுகிறான், he does not seek money but honor.

தீமையைத் தீமையினால் அல்ல (வெல்லாமல்) நன்மையினால் வெல்லு, overcome evil not with evil but with good.

அல்லது, *conjunction*, if not, or.

அல்லதட்ட, to refuse.

அல்லவென, to say no. to deny.

அல்லவோ, அல்லோ (அன்றோ), is it not so?

அல்லாத, அல்லா, *adj. part.* being not so. unfit.

உண்மையல்லாத சொல், an untrue word.

அல்லாத வழியால், by evil means.

அல்லாது. அல்லாமல், அன்றி, *adv. part.* used as *prepositions*, without, besides, except, but.

அவனையல்லாமல் (அன்றி), without him.

இதல்லாமல், இதுவுமல்லாமல் (அன்றி), besides this. moreover.

நன்மையையே அன்றித் தீமையை விரும்பான், he does not desire evil but good.

அன்பினால் அன்றி மனத்தாழ்மையினாலும் நற்குணத்தைக் காண்பிக்கவேண்டும், we must show good disposition not only by love, but also by humility.

அல்லாமலும், அன்றியும், moreover.

அல்லாமை, அன்மை, *v. n.* negation or absence of quality.

அப்படி அல்லாமையால், as it is not so.

அன்றி, அன்றியும், see அல்லாமல், அல்லாமலும்.

அன்மை. see அல்லாமை.

*அல்பம், அற்பம், *s.* a trifle.

அல்லல், *s.* care, sorrow, distress, துன்பம்.

அல்லி, *s.* water-lily, ஆம்பல்.

கருவல்லி, the black kind of it.

செவ்வல்லி the red kind of it.

வெள்ளல்லி the white kind of it.

அல்லியன், *s.* hermaphrodite, அலி.

அல்லியாமரம், *s* a long oar used to steer the boat.

அல்லு, III. *v. t.* knit nets, etc., முடை.

குருவி கூண்டை அல்லுகிறது, the bird builds a nest.

மரங்கள் அல்லிக்கொண்டு போயிற்று, the trees are entangled together with their branches.

அல்வா, *s.* (Hind.) a kind of cake, a confection.

*அவ and compounds see அவம்.

*அவகாசம், *s.* convenience, opportunity, leisure, occasion, சமயம்.

அவகாசமில்லை, it is not convenient.

*அவசரம், *s.* occasion, emergency, சமயம்; 2. haste, விரைவு; 3. *(vulg.)* necessity, அவசியம்.

அவசரமான வேலை, a work of necessity, which cannot be deferred.

*அவசியம், s. necessity, urgency, அவசரம்; 2. certainty, நிச்சயம்.

அவசியமாய்த் தருகிறேன், I will certainly give it.

அவசியமாய் வேண்டியது, it is absolutely necessary.

அவணம், அமணம், s 20,000 areca-nuts.

*அவதரி, VI. v.i. descend from heaven, be born, become incarnate, பிற.

*அவதாரம், s. a metamorphosis, incarnation.

மனுஷ அவதாரம் பண்ண, to be born man.

*அவதாரம், corruptly for அபராதம், s. fine.

*அவதானம், s. attention, கிரகிக்கை; 2. memory, ஞாபகம்; 3. subtle wit, skill, சாதுரியம்.

அவதானமாய்ப் பிழைக்க, to live circumspectly.

அவதானமாய்ப் போக, to disappear, vanish.

அவதானமாய் வர, to come slyly, to appear suddenly.

அவதானம் பண்ண, to commit to memory, to direct the attention to a variety of subjects.

அஷ்டாவதானம், recollection of several (eight) things at the same time, versatility of talents.

அஷ்டாவதானி, one who can remember many things simultaneously; 2. a gifted man, a man with talents.

*அவதானி, VI. v. t. be attentive, think, study, நினை; 2. commit to memory, பாடம்பண்ணு.

பாடம் அவதானித்துக்கொண்டிருக்க, to learn a lesson by heart.

*அவதி, s. limit, term, எல்லை; 2. season, சமயம்; 3. the fixed time of life, extremity, முடிவு; 4. distress, ஆபத்து.

அந்த அவதியாய் அதைச்செய், make it within that term.

அவதிப்பட, to be in great straits.

அவதியிட, to tell one his fatal day as astrologers do.

அவதிக்காரகம், s. the 5th case in grammar denoting separation.

*அவதூதம், renunciation of the world.

அவதூதன், s. a naked sannyasi.

அவதூறு, அபதூறு, s. calumny, defamation, பழிச்சொல்.

*அவத்தம், s. see அபத்தம்.

*அவத்தை, அவஸ்தை, s. state, situation, position, state of the soul in the body, நிலை; 2. great straits, agony, வேதனை.

அவஸ்தைப்பட, to suffer greatly.

மரண அவஸ்தை, the death-agony.

அவந்தரை, அபந்தரை, s. void, vain, வீண்; 2. waste, ruin, சேதம்; 3. confusion, குழப்பம்.

*அவம், s. what is vain, futile, good for nothing, பயனின்மை. அவ as *prefix* signifies negation, privation, contrariety, and inferiority. In words with adverse meaning it intensifies, as அவ கேடு, அவ மரணம்.

அவகடம், deception.

அவகடம் பண்ண, to deceive.

அவகாலம், improper unlucky time.

அவகீர்த்தி, ill-fame, infamy, disgrace.

அவகுணம், a bad symptom or augury, a bad disposition.

அவகேடு, ill-luck, misfortune, calamity.

அவகுறி, அவசகுனம், a bad sign, ill-omen.

அவசெயம், அபசெயம், defeat.

அவதவம், false penitence.

அவநம்பிக்கை, distrust, unbelief.

அவநியாயம், அவஞாயம், injustice.

அவபத்தி, impiety, superstition.

அவப்பொழுது, time misspent, as அவப்பொழுதிலும் தவப்பொழுது, better pray than being idle.

அவமதி, disrespect, insult, folly.

அவமதிக்க, to treat with disrespect, to insult, நிந்திக்க.

அவமரணம், அவசாவு, an unhappy, untimely death, self-murder.

அவமரியாதை, incivility.

அவமழை, an unseasonable, excessive rain.

அவமாக்க, to make useless.

அவமாய்ப்போக, to be in vain, to be good for nothing.

அவமார்க்கம், துன்மார்க்கம், immorality, heresy.

அவமானம், அவமானம், ignominy, affront.

அவமானம்பண்ண, to disgrace, vilify.

அவலட்சணம், ugliness, uncomeliness.

அவயம், s. a grass; 2. brood, அடை.

அவயக்கோழி, a brooding hen.

அவயங்காக்க, to brood, sit on egg.

*அவயவம், அவையவம், s. a member, limb, உறுப்பு

அவயவி, a whole or system having members; the body.

அவரை, s. a kind of pulse; country beans. Its different kinds are, சிவப்பவரை, கொத்தவரை, கோழி அவரை, துலுக்க அவரை, பேயவரை etc.

*அவலம், s. (அ + பலம்) weakness, பலவீனம்; 2. calamity, துன்பம்.

*அவலி, VI. v. i. suffer, வருந்து; 2. lament, புலம்பு.

அவல், அவையல், s. rice quashed and dried.

அவலரக்கு, a coarse kind of lac in the form of a wafer.

*அவனி, s. the earth, பூமி.

அவன், *pron.* he (*hon.* அவர், *pl.* அவர்கள்).

அவள், she.

அவனவன், அவரவர், every one.

அவனது, அவனுடையது, what is his.

அவா, s. desire, greediness, ஆசை.

*அவாசி, s. South, தெற்கு.

*அவாசியர், s. the learned, the wise, the pious, ஞானிகள்.

*அவாந்தரம், அவாந்தரை, s. a wide and void space, vacuum, வெறுவெளி; 2. intermediate time or place, மத்தி; 3. ruin, waste, அழிவு.

அவாந்தரமான வெளி, desert plain, wilderness.

அவாந்தரையாய்க்கிடக்க, to be in ruin, lie waste.

அவாலுதார், s. (Hind.) a bailiff, Havildar.

அவாவு, III. v. t. desire, burn with lust, இச்சி.

*அவி, s. food offered to the gods.

அவி, II. v. i. go out, be extinguished, அணை; 2. heat and become rotten by moisture or lying too long, வெதும்பு; 3. be boiled in water, வே; 4. perish, அழி.

அவிதல், அவிசல், v. n. mouldiness, hoariness.

அவிசல்நாற்றம், mustiness, fustiness, offensive smell from mouldy substances.

அவியல், boiled rice.

அவியாத அக்கினி, unquenchable fire.

அவி, VI. v. t. quench, put out, extinguish, அணை; 2. boil in water, வேவி; 3. ruin, destroy, அழி.

*அவிசாரி, s. harlot, see அபிசாரி.

*அவிசுவாசம், s. (அ priv.) unbelief, infidelity, diffidence, அவபத்தி.

அவிசுவாசி, an unbeliever, an infidel.

அவிட்டம், s. the twenty-third lunar mansion.

*அவிநயம், அபிநயம், s. gestures, theatrical action, நாட்டியம்.

அவிநயசாலை, theatre.

அவிநயர், actors

*அவிநாபாவம், s. inherent property; a *sine quâ non.*

அவிர், s. brightness, ஒளி.

அவிர், அவிரு, II. v. i. shine, பிரகாசி.

*அவிவேகம், s. (அ priv.) imprudence, stupidity, ignorance, want of discretion, superstition, பேதைமை.

அவிவேகி, a foolish person, a superstitious person.

அவிழ், s. a single grain of boiled rice.

அவிழ்ப்பிரமாணம், as much as a grain of rice.

அவிழ், அவிழு, II. v. i. grow loose, become loose (as the tie of a rope etc.), become untied.

அவிழ், VI. v. t. untie, unbind, கட்டவிழ்.

அவிழ்தம், s. medicine, see ஔஷதம்.

அவுக்கவுக்கெனல், s. great eagerness.

அவுக்கவுக்கென்று கொட்டிக்கொள்ளுகிறான், he eats most greedily.

அவுசு, s. smugness, neatness, சுத்தம்.

அவுசுக்காரன், one that loves to be always spruce and well dressed.
அவுணன், s. a giant, an Asura, அசுரன்.
அவுதா, s. (Hind.) howdah, seat on an elephant or camel.
அவுரி, அவரி, அவிரி, s. indigo plant, நீலம்.
நில அவுரி, a kind of அவிரி used as medicine.
*அவேகம், s. (அ priv.) slowness, தாமதம்.
அவை, pron. (pl. of அது) they, those things.
அவை, s. assembly, சபை.
அவையடக்கம், s. modesty of an author, humility; 2. a secret; 3. contents of a book.
அவையடக்கக்காரன், one that conceals his riches &c.
அவையல் see அவல்.
அவ்வாறு, s. that manner; 2. by sixes.
*அவ்வியத்தம், s. (அ priv.) deity as incomprehensible.
அவ்வியம், ஔவியம், s. jealousy, scandal, reproach, பொறாமை.
அவ்வை, s. mother, see ஔவை.
அழகு, s. beauty, elegance, அந்தம்.
அழகன், s. (fem. அழகி) a fair person.
அழகிய, fair.
அழகுத்தேமல், a beauty spot.
அழல், s. fire, நெருப்பு; 2. heat, உஷ்ணம்.
அழற்கண்ணன், Siva with fiery eyes.
அழல், அழலு, I. v.i. burn, glow as coals on fire, அனல்; 2. be hot, smart (as a wound), எரி.
அழலிக்கை, அழற்சி, அழலே, v.n. burning, smarting, a pang.
அழற்று, III v.t. burn as the sun, a sore etc. does, inflame, cauterize, சுடு.
அழி, II. v. i. perish, fall to dust, decay, கெடு.
அழிசரு, அழிகுட்டி, an abortion.
அழிம்பன், a spendthrift, a prodigal, a profligate.
அழிம்பாய்ப்போக, அழிம்பாக, to be spoiled, wasted.
அழிம்பு, waste, damage, ruin, injury, act of injustice.
அழிம்புபண்ண, -செய்ய, to damage, or spoil a thing.
அழியாதது, incorruptible thing.
அழியாமை, neg. v.n. incorruption.
அழிவழக்கு, a very unjust law-suit.
அழிவு, v.n. ruin, decay, down fall.
கற்பழியாத பெண், a virgin.
அழி, VI. v.t. destroy, சங்கரி; 2. squander, blight, damage, கெடு; 3. blot out, குலை.
அழிப்பு, v.n. destroying.
அழிப்பாளி, a spend thrift, அழிம்பன்.
அழிஞ்சில், s. a tree.
அழிப்பு, s. see under அழி, II.
அழு, I v. i. weep, cry, கண்ணீர் விடு; 2. lament, புலம்பு; 3. cry as animals in distress or anxiety, கத்து.
ஒருவனை நினைத்து அழ, to bemoan one.
அழுகள்ளி, a hypocritical weeper.
அழுகுணி, a crying person.
அழுகை, v. n. weeping.
அழுகு, III. v. i. putrefy, grow rotten, decay, அழிந்துபோ.
அழுகல், rotten thing.
அழுகு புண், a putrefying sore.
அழுக்காறு, s. envy, jealousy, பொறாமை.
அழுக்கு, s. dirt, filth, அசுத்தம்; 2. excrement, மலம்; 3. stain, moral defilement, மாசு; 4. envy, பொறாமை.
அவன் மனசில் அழுக்கிருக்கிறது, he has a bad conscience.
அழுக்கான மனம், an envious mind.
அழுக்குப்பட, -அடைய, to grow dirty.
அழுக்குப்படுத்த, -ஆக்க, to make unclean.
அழுங்கு, அளுங்கு, s. a large lizard covered with hard scales; 2. the armadillo; 3. tortoise, ஆமை.
அழுங்காமை, the armadillo.
அழுங்கு பிடி, obstinacy.
அழுங்குப்பிடியன், a pertinacious man.
அழுத்தம், s. compactness, hardness, கடினம்; 2. obstinacy, பிடிவாதம். 3. reservedness of mind, அடக்கம்.
சட்டை அழுத்தமாயிருக்கிறது, the coat fits close, is tight.
அழுத்தக்காரன், an obstinate man, a reserved man, a stingy fellow.
அழுத்தமாய்ப் பேச, to speak emphatically, to speak reservedly.
அழுத்தம் பாராட்ட, to be stiff necked.
அழுத்து, III. v. t. press, அமுக்கு; 2. make firm, strong, compact. உரமாக்கு;

3. set gems in gold, இழை; 4. be heavy handed in writing; 5. reiterate. insist upon, maintain tenaciously, சாதி.

எழுத்தாணி அழுத்தாமல் எழுத, to use the iron style lightly in writing.

அழுத்திப்பேச, to speak impressively.

அழுத்தும் சுமை, a heavy burden.

அழுந்து, III. *v. i.* become pressed, அமுங்கு; 2. to become fast, firm, உறுதியாகு; 3. sink, அமிழ்; 4. be set, பதி.

காற் கீழ் அழுந்தினார்கள், they were trodden under feet.

அழுந்தக்கட்ட, to tie fast.

அழுந்தத்தைக்க, to nail fast.

அழுவை, *s.* a swelling at the orifice of the stomach.

அழை, VI. *v. t.* call, வரவழை; 2. to lead, conduct, கூட்டிப்போ.

அவனை அழைத்தனுப்பு, send for him.

அழைத்து வா, அழைத்துக்கொண்டு வா, bring along with you.

விருந்துக்கழைக்க, to invite to a dinner.

அழைப்பு, calling.

அழைப்பி, VI. *v. caus.* order one to be called, send for.

அள, VII. *v. t.* measure, அளவிடு; 2. mete out, distribute, பங்கிடு.

தலைவெட்டி அளக்க, to strike, to make the corn measure even with the striker.

ஐயன் அளந்தபடி, as God has destined.

அளக்கல், அளத்தல், அளக்கை, *v. n.* measuring.

அளந்தளந்து பேச, to expatiate, to dwell lengthily upon a subject.

அளந்து கொடுக்க, to measure something to one.

அளந்து கொள்ள, to get something measured.

அளபெடை, the lengthening of a letter in verse.

உயிரளபெடை, and ஒற்றளபெடை, vowel and consonant prolongation.

அளபு, அளப்பு, *v. n.* measurement.

அளப்பளக்க, சல்லி அளக்க, to prattle, chatter, to prate vain and false things, to backbite, to defame.

அளப்புப்பார்க்க, to pump or sift one.

நிறைய இட்டளக்க, to give heaped measure.

படி அளக்க, see under படி.

*அளகம், *s.* woman's hair, பெண்மயிர்.

அளம், *s.* salt pans, உப்பளம்; 2. marshy land; 3. maritime district, நெய்தல்.

அளத்து நிலம், a brackish and barren ground, களர் நிலம்.

அளவர், (*fem.* அளத்தியர்) salt manufacturers (the caste).

அளர், *s.* efflorescence, formation of powder or crust on the surface.

அளர் நிலம், brackish barren ground.

அளர் பிடிக்க, to effloresce.

அளவு, *s.* (அள) measure, limit, மட்டு. With உம் it expresses a limited measure, see below அளவும் and அவ்வளவும்.

அளவறுக்க, to find out, investigate, decide.

அளவாக, moderately, according to.

அளவாகச்சாப்பிடு, eat moderately.

அவன் ஆசை அளவாக, according to his desire, as much as he longs for.

அவன் செய்த அளவாக (அளவுக்குப்) பலன வரும், the reward will be proportionate to his work.

அளவாயிருக்க, to be long.

அளவிட, to limit, measure, explore, examine

அளவிடப்படாத, அளவறுக்கப்படாத, uninvestigable, incomprehensible.

அளவில், (with foregoing part) when, as soon as.

அவன் வரும் அளவில், as soon as he will come.

அளவில்லாத, அளவற்ற, immeasurable, immense.

அளவுகாரன், a measurer.

அளவுபிரமாணமாய், according to the standard or fixed measure.

அளவும், just so much so far, up to, until.

அவன் வரும் அளவும், until he comes.

இன்றளவும், up to this day.

அவ்வளவு, இவ்வளவு, so much.

அவ்வளவிலே, meanwhile, within that price.

அவ்வளவும், so much, and no more, only so far.

எவ்வளவு, how much.

எவ்வளவாகிலும், some thing ever so little.

அளவை, s. measure, அளவு.

அளறு, s. mud, mire, சேறு.

அளாவு, III. v. t. reach up to, சேர்ந்து பற்று; 2. wave a thing to make it cool or dry, ஆழாவியாற்று; 3. mix, கல.

வானத்தை அளாவின பருவதம், a lofty mountain that reaches up to heaven.

அளாவிப்பார்க்க, to spy a thing.

*அளி, s. beetle, வண்டு.

அளி, s. gift, கொடை; 2. favor, அருள்.

அளி, II. v. i. grow mellow, grow over ripe, கனி; 2. be overboiled, become as pap, குழை.

சோறு அளிந்துபோயிற்று, the rice is overboiled.

அளிந்தபழம், an overripe fruit.

அளிதல், v. n. mellowness.

அளி, VI. v. t. preserve, protect, கா; 2. give, bestow, ஈ.

அளித்தல், v. n. preservation, providence, the second of the three works of God; 2. act of bestowing.

கையளிக்க, to entrust, to deliver.

அளுக்கு, III. v. i. shake or move, grow afraid, அஞ்சு.

அளுக்கப்பண்ண, to make afraid, Fabr.)

அளுக்கல், அளுக்கை, அளுக்கம், v. n. shuddering.

அளுங்கு, அளுங்காமை, see அழுங்கு.

அளை, s. a cavern, குகை; 2. hole, வளை; 3. white ant hills, புற்று.

அளை, II. v. t. mix. macerate, கல.

அளைந்த சேறு, clay worked up with water, mire.

அளைந்த சோறு, boiled rice handled by persons eating it.

அளைவு, அளைதல், v. n. mixture.

வயிற்றளைவு. same as வயிற்றுளைவு.

அள்ளு, s. the clasp for a bolt to fasten with iron plates.

அள்ளு, III v. t. take up with the hollow of the hand. கையால் மொள்ளு; 2. sweep away, carry if in great numbers, வாரிக்கொண்டுபோ.

அள்ளு, v. n. a handful of grain.

அள்ளிருள், utter darkness.

அற, see அறு.

அறத்துறை, s. see அறைதுறை.

அறங்கை, s. *prop.* அகங்கை, palm of the hand.

அறங்கையும் புறங்கையும் நக்க, to live from hand to mouth.

அறணை, s. a species of lizard, அரணை.

அறமன், s. a cruel or barbarous man.

அறமுறை, see அறைமுறை.

அறம், s. virtue, ஒழுக்கம்; 2. charity, benefaction, தருமம்.

அறச்சாலை, an alm house.

அறஞ்செய்ய, to give alms.

அறநெறி, அறத்தாறு, path of virtue.

அறவர், அறவோர், virtuous or charitable men.

இல்லறம், domestic life.

துறவறம், ascetic life.

அறம்புறம், (*prop.* அகம்புறம்), s. inwardly and outwardly, all, whole; entirely as அறம் புறம் எல்லாம் அறி examine it thoroughly well.

அறல், s. black sand. கருமணல்.

அறி, II. v.t. know, understand, comprehend, தெரி.

தன்னை (or புத்தி) அறிந்த பெண், a young marriageable woman.

அறிகுறி, sign.

அறிந்துகொள்ள, to know, to perceive.

அறிமுகம், s. acquaintance, recognized person.

எனக்கு அறிமுகமானவன், an acquaintance of mine.

அறிமுகமில்லாத ஊர், a town where you know nobody.

அறிமுகம் பண்ண, to contract friendship.

அறியப்படுத்த, -க்கொடுக்க, make known, inform.

அறியாமை, v. n. ignorance.

அறிவாளி, அறிவாகரன், அறிஞன், a learned man.

அறிவில்லாமை, அறிவின்மை, அறிவீனம், v.n. ignorance.

அறிவில்லான், அறிவீனன், அறிவிலி, an ignorant man.

அறிவு, *v. n.* knowledge.
அறிவு புகட்ட, to teach.
அறிவு மயங்க, to lose consciousness, to be bewildered.
சிற்றறிவு, imperfect knowledge.
நுண்ணறிவு, minute, exact knowledge.
பேரறிவு, great, perfect knowledge.

அறிக்கை (prop. அறிவிக்கை), *v.n.* notice, information, விளம்பரம்; 2. confession, avowal, ஒத்துக்கொள்ளுகை.
அறிக்கைபண்ண, -இட, to confess, declare, report.

அறிவி, VI. *v.t.* inform, announce, notify, தெரிவி.
அறிவிப்பு, *v. n* notice, அறிக்கை.

அறு, *num. adj.* (in *combination*) contraction of ஆறு, six.
அறு இணைமாடு, six yoke of oxen.
அறு கால், a bee or beetle.
அறு குணம், the six attributes of God.
அறு சுவை, the six flavors.
அறு நூறு, six hundred.
அறுபது, sixty.
அறு பருவம், the six seasons of the year.
அறுவர், six persons.

அறு, II. *v. i.* break as a rope does, be cut asunder, அறுக்கப்படு; 2. be decided, be ended, தீர்க்கப்படு.
கயிறறுந்து போயிற்று, the rope is broken.
வழக்கறுந்தது, the case is decided, the dispute is ended
அறு நூல், a cord that does not break.
அறுதலி, a widow.
அறுதல், *v. n.* breaking (as of a cord).
அறுவாய், the mouth of a cut or wound.
அறுதி, decision, final settlement.
அறுதியாய், அறுவதியாய், decisively.
அறுவு, *v. n.* separation, a cut, a section.

அறு, IV. *v.i.* cease, end, தீரு; 2. vanish, become extinct, cease to be, இல்லாமல் போ.

அற, *adv. (inf.)* wholly, entirely, intensely, தீர; 2. *affix,* without, இல்லாமல்.
ஆடி அற வெட்டையில், in the great heat of July.
சந்தேகமற, without doubt.
தடையற, without impediment.
அறக்காய, to be much heated.
அறக்கூர்மை, excessive sharpness.
அறச்சிவப்பு, deep red.
அறப்படித்தவன், a finished scholar.
அறப்பேச, to speak positively, definitely.
அறவிளக்க, to make quite clear, to polish thoroughly.
அறவூத, to refine metals by fire.
அருவிலே, an exorbitant price.
அறுதி, *v. n.* end முடிவு; 2 death, சாவு.
அற்றறுதி, total complete end, ruin.
அற்றறுதியாய், totally.
இந்தமாதம் அறுதியாக, till the end of this month.
அறுதிசெய்ய, to finish.
அறுதிச்சொல், a decisive word, a decisive answer.
அறுதியாய்க் கொடுக்க, to give and make over.
அறுதியாய்ப்போக, to come to a perfect end.
அறுதியாய் விட்டு விட, to renounce totally a thing.
அறுவு. *v. n.* cessation, extinction, end; 2. see அறு II.
அறுவாக, to become perfectly ended or cleared.
அறவாக்க. to bring to an end.
அற்ற, *adj. part.* not existing, இல்லாத.
அற்றகுளம், empty tank.
சந்தேகமற்றகாரியம், a thing whereof there is no doubt.
மதியற்றவன், one who has no understanding.
மாசற்ற, spotless.
அற்றுப்போக, to cease to be, to end, இல்லாமல்போக.

அறு, VI. *v. t.* cut off, part asunder, வெட்டு; 2. kill by cutting the throat; 3. reap, அரி.

வாளால் அறுக்க, to saw.
அறுத்துப்போட, to cut off, to cut asunder.
அறுப்பு, *v. n.* cutting, reaping, harvest.
அறுப்புக்காலம், the time of harvest.
அறுப்புண்ண, to be cut off and thus separated from the rest.
காதறுப்புண்டவன், one whose ears are cut off.
அறுமணை, a kitchen instrument for cutting vegetables, fish etc.
அறுவடை, *v. n.* the act of reaping the corn, turn-out.
ஆடறுக்க, to slay sheep.
கணக்கறுக்க, to settle accounts.
செங்கல் அறுக்க, to make bricks.
வகையறுக்க, to discriminate, discern, decide.
வழக்கறுக்க, to decide a case.

அறுகு, அறுகம்புல், *s.* a kind of grass. Its different kinds are: உப்பறுகு, வெள்ளறுகு, கூந்தலறுகு, பேரறுகு, புல்லறுகு etc.

அறுமணை, அறுவடை, see under அறு VI.

அறும்பு, *s.* wickedness, துஷ்டத்தனம்.
அறும்பன், அறும்புக்காரன், a wicked fellow.

அறுவாய், அறுவிதி, see under அறு II.

அறை, *s.* a separate room, a chamber of a house, அறைவீடு; 2. a drawer; 3. *v. n.* a word or sentence as uttered (not written), சொல்; 4. a slap on the cheek, அடி.
அறைகுறை (com. அரகுறை), trouble of mind, sorrow, want.
அறைகுறையாய்ச் செய்யாதே, dont do it imperfectly.
அறைகுறை பார்க்க, to repair damages.
அறைவீடு, a room in a house.
அறைமுறை, complaint.
அறைமுறையிட, to complain.
கல்லறை, grave.
கூடத்தறை, a room adjacent to the hall in a house.
நிலவறை, cellar.

அறை, II. *v. t.* smite, slap, strike with the hand; 2. hammer, drive in, கடாவு; 3. say, speak, tell, சொல்.
ஆணியைச் சுவரிலே அறை, drive the nail into the wall.
கன்னத்திலே அறைய, to give one a slap on the cheek.
சிலுவையில் அறைய, to crucify.
அறையப்பட, அறையுண்ண, to be struck, to be slapped.

*அற்பம், *s.* (அல்பம்) smallness, சிறுமை; 2. a trifle, inferiority, இழிவு.
அற்பகாரியம், a small insignificant matter, a trifle.
அற்பத்தனம், meanness.
அற்பப்புத்தி, little sense, folly, mean disposition.
அற்பமாய் எண்ண, to despise, contemn, slight.
அற்பழுக்கில்லாத மனசு, a heart void of guile.
அற்பன், a mean worthless man.

*அற்புதம், a wonder, miracle, anything beyond comprehension, அதிசயம்; 2. wisdom, ஞானம்.
அற்புதமூர்த்தி, the wonder working God.

அற்றை, *s.* & *adj.* (அன்று) that day.
அற்றைக்கற்றை, daily.
அற்றைக்கூலி, daily wages.
அற்றைவரைக்கும், till then, till that day.

*அனங்கன், *s.* (அன்) one without a body; 2. Kama.

*அனந்தம், *s.* see அநந்தம்.

அனந்தர், *s.* drowsiness, giddiness, unconciousness, மயக்கம்.

அனந்தல், அனந்தை, *s.* a soft sleep, morning sleep, தூக்கம்.

அனல், *s.* fire, தீ; 2. heat of fire, fever etc., உட்டணம்.
அனல்வீச, to flame, be heated.
அனற்பொறி, a spark of fire.

அனல், அனலு, I. *v. i.* glow, be hot, flame, எரி II.

*அனர்த்தம், *s.* see அநர்த்தம.

*அனவரதம், *s.* & *adv.* (அன் + அவரதம், ceased) always, eternally, எப்பொழுதும்.
அனவரதமாய், அனவரதகாலமாய், perpetually, for ever and ever.

அனற்று, III. *v. t.* (அனல்) heat, make hot, சுடு; 2. burn, எரி VI.
அனற்றல், heat.
*அநுசாரம், *s.* see அநாசாரம்.
*அநுதன், *s.* see அநாதன்.
அநுதாவு, *s.* (அன்) disrespect, அலட்சியம்; 2. being without support or aid, உதவியின்மை.
*அநுதி, *s.* see அநாதி.
*அநுவசியம், *s.* (அன் + ஆவசியகம்) what is not necessary.
*அநுவிருஷ்டி, *s.* drought, see விருஷ்டி.
அனிச்சம், அனிச்சை, *s.* a plant, *noli me tangere.*
*அனிச்சை, *s.* (அன்) absence of desire.
* அனிஷ்டம், *s.* (அன்) unacceptableness, unpleasantness, disagreeableness.
*அனிலம், *s.* air, wind, காற்று.
*அநு, அநு, *a prefix signifying*: following, with, together with. For the compounds see அநு.
*அநுகதம், *s.* fellowship, participation.
* அநுகமனம், அனுசரம், அனுதினம் etc. see அநுகமனம் etc.
அனுக்கம், *s.* (அனுங்கு) shaking, groan, புலம்புகை.
அனுக்கு, III. *v. i.* prelude, sing with grave notes; 2. *v. t.* distress, வருத்து.
அனுங்கு, III. *v. i.* suffer pain, வருந்து; 2. groan, mourn, புலம்பு; 3. decrease, be weak as fever, வாடு.
*அனுசன், *s.* younger brother, தம்பி.
அனுப்பு, III. *v. t.* send, send away, dismiss, போகச்செய்; 2. accompany one a little distance, வழியனுப்பிவிடு.
ஒருவனை அழைத்தனுப்ப, to send for one.
அனுப்பிவிட, to send away, dismiss.
ஆள் அனுப்ப, to send a messenger.
செய்தி அனுப்ப, to send a message.
வழிவிட்டனுப்ப, வழியனுப்பிவிட, to accompany one a little distance.
அனுப்புவி, VI. *v. t.* cause to be sent.
ஒருவனிடத்தில் அனுப்புவித்துக்கொள்ள, to take leave of one, to bid farewell.

*அனுமன், அனுமார், *s.* Hanuman, the monkey God, monkey.
*அனேகம், அநேகம், *s.* many, much.
அனைவர், அனைவரும், *s.* all persons, எல்லாரும்.
அவர்கள் அனைவருமாக, they all together.
அனைத்தும், *s.* all, entireness, எல்லாம்.
அனைய, அன்ன, *adj. part. of a symbolic verb* (*from* அ *dem.*) similar, like, as, identical, such, அத்தன்மையான.
அனையமன்னன், such a prince.
*அன், same as அந் see அ priv.
அன்பு, *s.* love, affection, நேசம்.
அன்பர், devotees.
அன்பன், a dearly beloved person, friend.
அன்புகூர, -உற, -காட்ட, -வைக்க, to love, to show affection.
அன்மை, *s.* (அல்) negation of a quality, அல்லாமை.
அன்றி, *adv. part.* see under அல்.
அன்றில், *s.* the name of a bird, Hindu nightingale.
அன்று, அண்ணு, *s.* that day, அந்நாள்.
அன்றுதொட்டு, from that day.
அன்று (அன்றைக்கு) வந்தான், that day he came.
அன்றைக்கு அப்படிச்சொன்னாய், you did say so lately.
அன்றன்று, அன்றாடம், அன்றாடகம், daily, every day.
அன்றே, அன்றைத்தினம், அன்றையதினம், that very day.
நாளையின் அன்றைச்கு, the day after to-morrow.
அன்று, அன்றே, *third pers. sing.* of அல்ல it is not that (but something else).
அன்ன, see அனைய, such.
அன்னான், (*pl.* அன்னோர், *fem.* அன்னாள், *neut.* அன்னது), such a man.
அன்னதாழை, *s.* the pine apple plant.
*அன்னபேதி, *s.* green vitriol, sulphate of iron used in ink.
*அன்னம், *s.* food, boiled rice, சோறு.
அன்னசாரம், -ரசம், essence of food, chyle.
அன்னசுத்தி, ghee, clarified butter.

5*

அன்னதானம், gift of rice to the poor as alms.

அன்னபானம், meat and drink.

அன்னப்பால், rice water, conjee.

அன்னவஸ்திரம், food and raiment.

அன்னம், *s.* a swan.

அன்ன நடை, graceful gait.

அன்ன ஊஞ்சல், a swing for children to play or sleep.

அன்னுசி, *s.* pine-apple.

***அன்னியம்**, *s.* what does not belong to us, foreign, different, வேறு.

அன்னியன், a stranger.

அன்னியோன்னியம், a connexion with one another, mutuality, reciprocality, intimacy.

அன்னியோன்னியக் கட்டு, communion.

அன்னியோன்னிய சிநேகம், mutual love.

அன்னை, *s.* mother, தாய்.

ஆ

ஆ, *interrog. affix* as போகிறானா; 2. *the termination of the neg. neut. pl.* as குதிரைகள் நடவா?

ஆ, *interj.* ah, oh.

ஆ, கெட்டேனே, ah, I am undone.

ஆவென்று வாயைத்திறக்கிறான், he opens the mouth wide.

ஆ, *s.* an ox, a cow, பசு.

ஆவின் பால், cow's milk.

காட்டா, a wild cow.

காரா, black cow, buffalo.

நாட்டா, a tame cow.

ஆ (*irreg.*) & **ஆகு**, III. (*regul.*) *v. i.* (ஆகிறேன், ஆகுகிறேன், ஆனேன், ஆயினேன், ஆகினேன், ஆவேன், ஆகுவேன். *fut. part.* and *third pers. neut.* ஆம், ஆகும், *inf.* ஆக, *adv. part.* ஆய், ஆகி,) become, grow, be, உண்டாகு; 2. become ready, be completed, முடி; 3. succeed, சித்தி; 4. be proper, fit, agree, தகுதியாகு. Several forms of this verb are used in peculiar ways which see below.

ஆக, *inf.* to be; 2. *adv.* altogether; 3. *affix* (joined with dat.), for; 4. affixed to the nominative it either signifies *as*, or changes the subst. into an adverb.

அதாகவில்லை, it has not succeeded.

ஆக (ஆகத் தொகை) நாற்பது ரூபாய், altogether or total Rs. 40.

எனக்காக, for me, for my sake.

இதக்காக, therefore.

கூலியாகக் கொடுத்தான், he gave it as wages.

தயவாக, தயவாய், kindly.

தானாக (தானாய்) வந்தான், he came of his own accord, voluntarily.

நானாக, நானாய், I myself, I alone.

நானும் அவனுமாக (ஆய்) he and I together.

ஆகக்கடவது, ஆவதாக, may it be, let it be.

ஆகவே, ஆகக்கொள்ள, therefore.

ஆகா, ஆகாத, *neg. adj. part.* impossible, bad, vicious.

ஆகாத காரியம், a bad or impossible thing.

ஆகாதது, what is unbecoming.

ஆகாதவன், a bad man.

ஆகாது, it does not become, it is bad.

அது ஒன்றுக்கும் ஆகாது, it is good for nothing.

அவனுக்கும் எனக்கும் ஆகாது, we are not upon good terms.

அவனாலே ஆகாது, he cannot do it.

இப்படி (இது) செய்யலாகாது, you ought not to do so.

ஆகாதே போம், it will not succeed.

ஆகிப்போக, ஆயிப்போக, to come to an end.

அவன் காரியம் ஆகிப்போயிற்று, அவனுக்கு ஆகிப்போயிற்று, his work is over he is dead.

ஆகிலும், ஆயினும், ஆனாலும், ஆகிலுமோ, ஆனாலுமோ, yet, however, nevertheless, but; 2. (affixed) though, although, at least etc. See the following phrases.

தந்தானானாலும் although he has given.

அவனாகிலும் (ஆனாலும்), he at least.

ஒருவனுகிலும் இல்லை, there is not even one person.

ஆராகிலும், somebody, anybody.

எவனுகிலும், whosoever, anybody.

எங்கேயாகிலும் (ஆனாலும்), anywhere.

எதுவாகிலும், ஏதாகிலும், anything, whatsoever.

எப்படியாகிலும், howsoever, anyhow, at any rate.

இவனுகிலும், அவனுகிலும் (ஆனாலும், என்கிலும், ஆவது), either this or that man.

ஆகில், ஆகின், ஆயின், ஆனால், if it be so, if.

அவன் வந்தானுகில் (ஆனால்), if he is come.

ஆகுபெயர், see under ஆகு.

ஆகை, ஆகுதல், ஆதல், *v. n.* becoming, being.

ஆகையால், ஆகையினாலே, ஆதலால், therefore; 2. (affixed) because.

அவன் வந்தானாகையால், because he came.

ஆம், ஆகும், *fut. adj. part.* being proper, possible; 2. *third pers. neut.* it will be; 3. yes.

ஆங்காரியம், ஆகுங்காரியம், a proper thing.

ஆங்காலம், a proper time for bringing a thing to pass.

ஆந்தனையும், ஆமளவும், as much as possible.

ஆமோ, அல்லவோ, yes or no, is it so or not.

ஆம், as *affix* expresses possibility, probability or permission,

அரிசியாம், it is said that is rice.

அவன் வந்தானாம், he is said to be arrived.

வருவானாம், perhaps he will come, they say that he will come.

நீ இப்படிச்செய்யலாம், you may do so.

ஆயிற்று (com. ஆச்சுது), it is done or finished.

ஆயினும், ஆயின், see ஆகில், ஆகிலும்.

ஆய், *adv. part.* having become; 2. affixed to nouns it is used as ஆக which see.

ஆவது, what is, or will be, it is used also before quotations, in certain questions etc.

அதாவது, to wit, namely, *videlicet*

அவன் சொன்னதாவது, அவன் சொன்ன விவரமாவது, he said as follows.

பாவமாவதென்ன, what is sin.

இரண்டாவது, secondly.

இவனாவது, அவனாவது (ஆகிலும்), either this man or that.

ஆன, *adj. part.* having been done, being, being fit; 2. affixed to substantives it changes them into adjectives.

ஆனபெண்சாதி, an agreeble, or pleasing wife.

ஆன பிரத்தியுத்தரம், a suitable answer.

என்னால் ஆனமட்டும், as much as lies in my power.

சந்தோஷமான முகம், a cheerful countenance.

ஆனது, *v.n.* what is; 2. ஆனது & ஆனவன் (who is) are often affixed to nouns to put stress upon them.

எனக்கானது, what I like, what is profitable to me.

மரமானது, the tree.

கர்த்தரானவர், the Lord.

ஆனதுகொண்டு, ஆனபடியினால், therefore.

ஆனால் same as ஆகில் (improp. used also for ஆகிலும், but).

ஆனாலும் see ஆகிலும்.

ஆகடியம், *s.* sport, mockery, ridicule, பரிகாசம்.

ஆகடியக்காரன், mocker, scoffer, sycophant.

ஆகடியம்பண்ண, to mock, deride.

*ஆகண்டலன், *s.* Indra, the king of the celestials, இந்திரன்.

*ஆகமம், *s.* sacred writings, a law book, a book of morals, தருமநூல்.

ஆகமப்பிரமாணம், sacred writings as a standard of evidence.

ஆகமி, ஆகமசாஸ்திரி, a lawyer, a theologian.

*ஆகமனம், *s.* arrival, reaching, வந்து சேருகை.

ஆகம், *s.* breast, மார்பு; 2. body, உடல்.

ஆகவம், *s.* cloth, clothing, சீலை.

*ஆகவம், *s.* war, battle, போர்.

ஆகா, *interj.* aha! 2. see under ஆ-ஆகு, *v.*

*ஆகாசம், ஆகாபம், *s.* air, the aerial region, sky, heaven, வானம்.
ஆகாச கருடன், a creeper.
ஆகாசத் தாமரை, the name of a water plant whose roots float on the water.
ஆகாச மண்டலம், the aerial regions, the atmosphere.
ஆகாச மயம், what is void of substance, emptiness.
ஆகாசவாணி, a voice from heaven, an oracle.

ஆகாதது, see under ஆ-ஆகு.

ஆகாத்தியம், *s.* a crime, misdemeanour, பொல்லாங்கு; 2. opposition, எதிரிடை.
ஆகாத்தியக்காரன், an evil doer.

*ஆகாமியம், *s.* impiety, wickedness, wrong, அக்கிரமம்.
ஆகாமியக்காரன், a wicked man.

*ஆகாயம், *s.* firmament, see ஆகாசம்.

*ஆகாரம், *s.* the name of the letter ஆ; 2. meat, food and drink, உணவு; 3. shape, form, figure, outward appearance, வடிவம்.
நீராகாரம், liquid food, cold rice-water.

ஆகு, III. *v. i.* become, see ஆ, *irr. verb.*
ஆகுபெயர், metonymy, the figurative use of a word.

*ஆகுதி, *s.* offerings, oblations as ghee and fire, பலி.

*ஆகுலம், *s.* grief, anxiety, வருத்தம்; 2. confusion, கலக்கம்.
ஆகுலப்பட, to be anxious.

ஆக்கம், *s.* gain, profit, acquisition, இலாபம்; 2. gold, பொன்; 3. wealth, செல்வம்.
ஆக்கப்பெயர், noun or names given at pleasure, arbitrary signs.

*ஆக்கினேயம், *s.* the south-east quarter of the earth, தென்கீழ்த்திசை.

*ஆக்கியாபி, VI. *v. t.* command, order, கற்பி.

ஆக்கியோன், *s.* (ஆக்கு) author of a book, ஆசிரியன்; 2. maker, செய்தோன்.

*ஆக்கிரகம், *s.* being bent on a thing; 2. display of bravery, power, வலிமை; 3. anger, wrath, உக்கிரம்.

*ஆக்கிரகி, VI. *v. i.* be bent on a thing; 2. display power, வலிமைகாட்டு; 3. be angry, become furious, கோபி.

*ஆக்கிரமம், *s.* pulling by force, drawing; 2 violence, wrong, கொடுமை; 3. hautiness, ஆங்காரம்.

*ஆக்கிரமி, VI. *v. i.* grow haughty and imperious, display power, ஆங்காரம் பண்ணு.

*ஆக்கிராணம், *s.* smelling, மணத்தல்.
ஆக்கிராணப் பொடி, snuff.

*ஆக்கிராணி, VI. *v. t.* to smell, மண.

*ஆக்கினை, *s.* the order of the superiors, the exercise of sovereign power, கட்டளை; 2. sentence, judgment, தீர்ப்பு; 3. punishment, death, mutilation, தண்டனை.
நாலாக்கினையும் பண்ணினான், he cut off the nose, ears, hands and feet.
அவர் ஆக்கினைக்குள்ளே எல்லாம் நடக்கிறது, everything goes according to his orders.
ஆக்கினைசக்கரம், the discus-weapon as a token of sovereignty.
ஆக்கினைக்குட்பட, to undergo punishment.
ஆக்கினைக்குள்ளாகத் தீர்க்க, to condemn, to sentence, to declare punishment.
ஆக்கினைப்பட, to be punished.
ஆக்கினையிட, to punish.

ஆக்கு, III. *v. t.* (caus. of ஆகு) make, effect, cause to be, உண்டாக்கு; 2. cook, சமை. Compound verbs as உண்டாக்கு, குணமாக்கு etc. see in their places.
ஆக்குகிற வீடு, a kitchen.
ஆக்கும், is used as a *suffix* to verbs to express probability, perhaps.
அவன் வந்தானாக்கும், he has perhaps arrived.
அது இப்படியிருக்கிறதாக்கும், the thing is perhaps so.
ஆக்குவிக்க, to cause to make or boil.
சோறாக்க, to boil rice.

*ஆக்குரோசம், *s.* wrath, vehemence, anger, உக்கிரம்; 2. angry clamorous sound, ஆரவாரம்.

ஆக்கை, *s.* tie, body, see யாக்கை.

*ஆங்காரம், *s.* *com.* for அகங்காரம், which see.

*ஆங்காரி, VI. *v. i.* see அகங்காரி.

ஆங்காலம், *s.* see under ஆ, *v.*
ஆங்கு, *adv.* there, in that place, அங்கே.
ஆங்ஙனம், *adv.* so, in like manner, அப்படி.
*ஆசங்கை, *s.* doubt, uncertainty, ஐயம்; 2. fear, அச்சம்.
*ஆசத்தி, *s.* desire, wish, விருப்பம்.
*ஆசந்தி, *s.* a hearse, bier, பாடை.
*ஆசம், *s.* laughing, சிரிப்பு.
*ஆசயம், *s.* a receptacle or containing vessel of the body (as சலாசயம், இரத்தாசயம் etc.).
*ஆசரணம், ஆசரணே, *s.* observance, usage, practice, அனுஷ்டானம்.
*ஆசரி, VI. *v. t.* celebrate, solemnize, அனுஷ்டி; 2. venerate, வணங்கு; 3. practice, follow habitually, observe, கைக்கொள்.
ஆசரிப்பு, *v. n.* celebration, observance.
ஆசர், *s.* (*Hind.*), readiness, ஆயத்தம்.
ஆசறுதி, *s.* end, termination, முடிவு.
*ஆசனம், *s.* a seat, chair, throne, பீடம்; 2. posteriors, buttock, பிட்டம்.
ஆசனவழியாய், by way of the posteriors.
நியாயாசனம், a judgment seat.
ராசாசனம், பத்திராசனம், சிங்காசனம், a royal throne.
*ஆசாடம், *s.* July, ஆடிமாதம்.
*ஆசாட்டம், *s.* dim sight, indistinct vision.
*ஆசாபாசம், *s.* (ஆசை), allurement, entanglement, snares from excessive worldly pleasures, ஆசைமயக்கம்.
ஆசாபாசத்தில் உழல, to be entangled in sinful lusts.
ஆசாமி, *s.* (*Hind.*), a person, individual.
*ஆசாரம், *s.* observance of prescribed rites, அனுஷ்டானம்; 2. custom, conduct, fashion, ஆசாரமுறைமை; 3. manners, modesty, politeness, உபசாரம்.
ஆசாரக்கள்ளன் (*fem.* ஆசாரக்கள்ளி), flatterer.
ஆசாரத்துவம், politeness, courtesy.
ஆசாரபோசன், a fashionable gentleman.
ஆசாரம்பண்ண, to salute one reverently, to bow to one.
ஆசாரவாசல், ஆசாரச்சாவடி, the place of public admittance in a king's court.
குலாசாரம், சாதியாசாரம், தேசாசாரம், மதாசாரம், see under குலம் etc.
ஆசாரி, *s.* a title of carpenters, ironsmiths etc., கம்மாளன்.
*ஆசாரி, *s.* a priest, a Brahmin guru; 2. a schoolmaster, உபாத்தியார்.
*ஆசாரியன், *s.* a priest, a spiritual teacher, குரு.
ஆசாரியப்பட்டம், priestly title, priesthood.
ஆசான், *s.* a priest, குரு; 2. a tutor, superior, போதகன்.
*ஆசி, *s.* blessing, congratulation, வாழ்த்து.
ஆசிகூற, to congratulate, to bless.
*ஆசி, VI. *v. t.* desire earnestly, covet, விரும்பு.
ஆசிப்பு, *v. n.* desire, lust, covetousness.
*ஆசியம், *s.* see அகசியம்.
*ஆசிரமம், *s.* hermitage, see ஆச்சிரமம்.
ஆசிரியம், ஆசிரியப்பா, *s.* one of the five metres in Tamil.
ஆசிரியன், a priest, teacher, ஆசாரியன்; 2. the author of a book, ஆக்கியோன்.
ஆசிரிய வசனம், a quotation.
ஆசினிமரம், *s.* the name of a tree.
ஆசினிப்பலகை, a plank of it.
*ஆசீர், *s.* blessing, மங்களம்; 2. optative mood in Sanscrit, வியங்கோள்.
*ஆசீர்வதி, VI. *v. t.* bless, வாழ்த்து.
*ஆசீர்வாதம், ஆசீர்வசனம், *s.* (ஆசீர்), blessing, congratulation, மங்களம்.
ஆசு, *s.* fault, defect, blemish, stain, குற்றம்; 2. a reel, yarn spindle, a flat oblong board with ten pins on which the yarn is made into skeins, ஆசுமணே.
*ஆசு, *s.* rapidity, quickness, swiftness, விரைவு.
*ஆசுகம், *s.* wind, காற்று.
*ஆசூசம், *s.* uncleanness, ceremonial contamination, தீட்டு.
*ஆசை, *s.* desire, விருப்பம்; 2. lust, இச்சை.
ஆசைபதம், allurement.
ஆசைபதங் காண்பிக்க, – காட்ட, to allure.

ஆசைப்பாடு, lust.
ஆசைப்பேச்சு, flattery, persuasive speech, enticement.
ஆசைமருந்திட, to give a love potion or philter.
ஆசைவைக்க, -ப்பட, -கொள்ள, to desire, to long for.
அவன் சொத்துக்கு நான் ஆசைப்படவில்லை, I do not covet his possessions.
பொருளாசை, avarice.

ஆசோதை, *s.* (*Tel.*), rest, quietness, freedom from anxiety, ஓய்வு.

*ஆச்சந்திரகாலம், *s.* as long as the moon exists.

*ஆச்சந்திரார்க்கம், ஆச்சந்திராதித்திய காலம், *s.* as long as the sun and the moon exist.

*ஆச்சரியம், *s.* wonder, marvel, surprise, அதிசயம்.
ஆச்சரியப்பட, to marvel, to be surprised, to wonder.

ஆச்சாதனே, *s.* an obstacle in the way.
காரியாச்சாதனை வந்தது, the business has met with obstacles.

ஆச்சாமரம், *s.* a kind of hard timber tree, ebony.

ஆச்சி, ஆய்ச்சி, *s.* mother, an elder sister.

ஆச்சி பூச்சி, *s.* a kind of play among children.

*ஆச்சிரமம், *s.* hermitage, the lodging of an ascetic; 2. the four degrees or orders of religious condition prescribed for Brahmins: பிரமசாரி, கிரகஸ்தன், வானப்பிரஸ்தன், சந்நியாசி.

ஆச்சு, ஆச்சுது, *com. for* ஆயிற்று, see under ஆ, *v.*

*ஆஸ்தானம், *s.* a court, a palace, நீதிஸ்தலம்; 2. royal audience, the senate sitting and deciding cases, தருமசபை.
ஆஸ்தான மண்டபம், room at the gate of a tower.

*ஆஸ்தி, *s.* estate, patrimony, riches, சம்பத்து.
ஆஸ்திக்காரன், a rich man.
ஆஸ்திபாஸ்தி, goods, possessions, wealth.

*ஆஸ்திகன், ஆத்திகன், *s.* a deist (*opp. to* நாஸ்திகன்).

*ஆஸ்பதம், *s.* a place of refuge, asylum, புகலிடம்; 2. solidity, strength, சத்து.
இந்த நெல்லிலே ஆஸ்பதம் இல்லை, there is no substance in this paddy.

ஆளுன், ஆஞி, *s.* a father, தகப்பன்.
சின்னுஞி, father's younger brother.
பெரியாஞி, father's elder brother.

*ஆஞ்சநேயன், *s.* Hanuman, the monkey god.

ஆச்சான், *s.* (in sailor's language), a rope for lifting up burdens.

*ஆடகம், *s.* gold, பொன்.

ஆடம், *s.* a measure of oil containing 20 measures (படி).

*ஆடம்பரம், *s.* pomp, train, parade, வேடிக்கை.
ஆடம்பரம் பண்ண, to make great show.
ஆடம்பர பூச்சியம், a very poor show.

ஆடவர், *s.* young men, இளையோர்; 2. male persons, ஆண்மக்கள்.

ஆடாதோடை, *s.* the name of a plant.

ஆடி, *s.* (ஆடு, *v.*), a dancer as கூத்தாடி, வாயாடி etc., 2. a mirror, looking glass, கண்ணுடி.

*ஆடி, *s.* the month of July.
ஆடிக்காற்று, *s.* west wind blowing in July.
ஆடிப்பெருக்கு, a festival in July when the Cavery overflows.

ஆடு, *s.* a sheep or goat.
ஆடுதின்னுப்பாளை, the name of a plant.
ஆட்டிறைச்சி, ஆட்டுக்கறி, mutton.
ஆட்டுக்கடா, a ram.
ஆட்டுக்கிடை, a sheep fold, a flock sheep.
ஆட்டுக்குட்டி, a lamb.
ஆட்டுக்கோரோசனை, ஆட்டுக்கல், bezoar of the sheep.
ஆட்டுப்பிழுக்கை, ஆட்டாம்பிழுக்கை, sheep's dung.
ஆட்டுமயிர், wool.
ஆடுமாடு, cattle.
காட்டாடு, குறும்பாடு, கொடியாடு, செம்மறியாடு, பள்ளையாடு, வரையாடு, வெள்ளாடு, see under காடு etc.

ஆடு, III. *v. i.* move, shake, wag, waddle, totter, அசை; 2. dance, gesticulate, கூத்தாடு; 3. play, விளையாடு; 4. bathe, நீராடு.

நாற்காலி ஆடுகிறது, the chair shakes.
ஆடல், *v. n.* playing, dancing, shaking.
ஆடல்பாடல், dancing and singing.
ஆடுகால், the supporters of a lever for a picotta or other water lifts.
நீராடு, கூத்தாடு, and other compounds see in their places.

ஆடூஉ, *s.* man, masculine as opposed to மகடூஉ woman, feminine.

ஆடை, *s.* the cream of milk, fatness, எடு; 2. a garment, சீலை.
ஆடையாபரணம், clothes and jewels.
சிற்றாடை, பட்டாடை, பாவாடை, see under சிறு etc.

ஆட்சி, *v. n.* of ஆள்.

*அக்ஷேபம், ஆட்சேபம், *s.* refutation, நிராகரணம்; 2. objection, தடை.
ஆட்சேப சமாதானம், a rejoinder to an objection.

*ஆக்ஷேபி, VI. *v. t.* confute, refute, object, மறு.

ஆட்டம், *s.* (ஆடு, *v.*), shaking, dancing, அசைவு; 2. a play, game, விளையாட்டு; 3. likeness, like, சாயல்.
இரண்டாட்டம் கெலித்தான், he won two games.
உன்னுட்டம் இம்மட்டோ? canst thou do no more than that.
வெறியனுட்டமாய், like one that is drunk or mad.
இவன் தகப்பனுட்டம் இருக்கிறுன், he is like his father.

ஆட்டி, *s.* a lady, a woman of rank, தலைவி; 2. a woman, பெண்; 3. *an affix* after occupational titles of women, as சீமாட்டி, மனையாட்டி, பெண்டாட்டி, வைப்பாட்டி; 4. see under ஆட்டு.

ஆட்டு, III. *v. t.* shake, agitate, அசை; 2. molest, அலை; 3. teach, dance, கூத்தாட்டு; 4. bathe, நீராட்டு; 5. spin a top, பம்பரமாட்டு.
ஆட்டி, one who causes to dance, as பாம்பாட்டி, குரங்காட்டி etc.
ஆட்டு, *v. n.* dancing, as கூத்தாட்டு.
ஆட்டுப்பாட்டு, dancing and singing.
ஆட்டுவிக்க, to train persons, snakes etc. for dancing.

ஆணம், *s.* broth, soup, குழம்பு.
மிளகாணம், pepper broth.
கோழியாணம், chicken broth.

*ஆணவம், *s.* pride, arrogance, கருவம்; 2. self-importance, egotism, ஆங்காரம்; 3. see under மலம்.

ஆணி, *s.* a nail; 2. excellence, sterling worth, மேன்மை; 3. a kind of corn in the feet, காலாணி.
ஆணிகடாவ, -அறைய, to drive a nail.
ஆணிக்கையாய், with a strong hand.
ஆணிக்கோவை, a string of gold pins (உரையாணி) of different degrees for testing the quality of gold.
ஆணிதைக்க, to fasten with a nail.
ஆணித்தரம், first or superior quality.
ஆணித்தரமாய், firmly, strongly.
ஆணிப்பூ, a kind of cataract in the eye.
ஆணிப்பொன், the best kind of gold.
ஆணிமுத்து, good hard pearls.
ஆணியூணச்செய்ய, to do a thing with great application.
ஆணிவேர், the principal root of a tree, the tap-root.
எழுத்தாணி, உரவாணி, உரையாணி, கடையாணி, குடையாணி, குதியாணி, கூராணி, கையாணி, கோவையாணி, சுள்ளாணி, திருகாணி, மரவாணி, மார்பாணி, வரிச்சாணி, see under எழுத்து etc.

ஆணை, *s.* oath, சத்தியம்; 2. conjuration, obstructing by oath, கட்டு.
ஆணை சத்தியம் பண்ண, to confirm with an oath.
ஆணையிட, to take an oath, to swear, to adjure one.
சுவாமியின்பேரிலே ஆணையிட, to swear by God.
சீவனைக்கொண்டு ஆணையிட, to swear by one's life.
ஆணைவிட, to release from an oath.
அப்பாணை, by (my) father.
உன் அப்பாணை போகாதே, I conjure you by your father not to go.
கண்ணுணை, by my eyes.

*ஆணை, kingly power, royal authority. ஆக்கினை; 2. the sign or insignia of authority.
ஆணைசெலுத்த, to sway the sceptre, to reign.

ஆணைச்சக்கரம், sceptre.
ஆணைவழி நிற்க, to be loyal.

ஆண், s. a male; 2. manliness, ஆண்மை.
ஆணாய்ப்பிறந்தவன், a male, a man.
ஆண்குறி, sign of a male.
ஆண்பனை, the male palmyra.
ஆண்பாடு, man's work.
ஆண்பால், the masculine gender.
ஆண்பிள்ளை, a male child, a boy, a person of the male sex in general.
ஆண்பிள்ளை சிங்கம், a bold, heroic person.
ஆண் மகன், a son, an eminent man, a husband.
ஆண்மாரி, a masculine woman.
ஆண்மான், a male deer, stag
ஆண்மை, ஆண்மைத்தனம், manliness.
ஆண்வழி, family descent in the male line, any peculiarity in the male line.

ஆண்டவன், ஆண்டி, ஆண்டை, see under ஆளு.

ஆண்டு, s. year, வருஷம்; 2. that place, அவ்விடம்.
நூற்றாண்டு, a century.

*__ஆதங்கம்__, ஆடங்கம், s. mishap, impediment, distress, ஆபத்து.

ஆதண்டை, s. the name of a shrub.

*__ஆதபம்__, s. sunshine. வெயில்.

*__ஆதபன்__, ஆதவன், s. the sun.

ஆதம், s. protection, guardianship, ஆதரவு.
ஆதம்பாதமில்லாதவன், a very poor person, one totally destitute.

ஆதரம், s. desire, ஆசை; 2. love, அன்பு.

ஆதரவு, s. support, protection, patronage, உதவி; 2. desire, love, kindness, அன்பு; 3. consolation, தேற்றரவு; 4. a prop, buttress, ஆதாரம்; 5. title deed, instrument, பத்திரம்.
ஒருவனுக்கு ஆதரவாயிருக்க, to protect or defend one, to be a comfort to one.
இது அதற்கு ஆதரவாயிருக்கிறது, this props or supports that.
ஆதரவற்றவன், a destitute person.
ஆதரவு சொல்ல, to console.
வீட்டாதரவு, the title deed of the house.

*__ஆதரிசம்__, ஆதரிசனம், s. a mirror, a looking glass, கண்ணாடி.

ஆதலால், ஆகையால், *adv.* see ஆ, *v.*

ஆதளை, s. a species of the ஆமணக்கு tree.

*__ஆதனம்__, ஆசனம், s. seat or throne.

ஆதன், s. life, உயிர்; 2. a guru.

*__ஆதாயம்__, s. income, proceeds, gain, profit, இலாபம்.
ஆதாயம்பெற, to get a profit.
ஆதாயப்படுத்திக்கொள்ள, to gain a thing.

*__ஆதாரம்__, s. support, தாபரம்; 2. basis, foundation, அஸ்திவாரம்; 3. pedestal, அடி.

ஆதாளி, s. ostentation, வீம்பு; 2. a stir or bustle, noise, இரைச்சல்; 3. agitation, கலக்கடி.
ஆதாளிக்காரன், a boaster.

ஆதாளி, VI. *v. i.* talk big, boast, ஆதாளிபண்ணு.

*__ஆதி__, s. beginning, துவக்கம்; 2. source, cause, மூலம்; 3. the Supreme Being, கடவுள்; 4. antiquity, பழமை; 5. (*as affix*) this and the rest, and so on, as ஆபரணாதிகள், jewels and other ornaments.
ஆதிகாரணம், primary cause.
ஆதிசேஷன், a fabulous serpent supporting the earth on its head.
ஆதித் தாய்தகப்பன், our first parents.
ஆதிநூல், the Vedas, the scriptures.
ஆதிமுதல், from the beginning.
ஆதிமூலம், rudiments; 2. Supreme Being.
ஆதியந்தம், the beginning and the end.

*__ஆதிக்கம்__, ஆதிக்கியம், s. priority, eminence, dignity of office, power or trust, முதன்மை; 2. right to possession, உரிமை.
ஆதிக்கன், ஆதிக்கக்காரன், a person of dignity in high office or government, a superior; 2. heir.
தேசாதிக்கியம், the government of a country.

*__ஆதித்தன்__, the sun, சூரியன்.
ஆதித்தர், gods, celestials.

ஆதித்தமண்டலம், the solar system.

*ஆதித்தியம், s. providing for guests; hospitality, உபசாரணை.

*ஆதிபத்தியம், s. royalty, majesty, அதிகாரம்; 2. right to possession, சுதந்திரம்.

*ஆதிபன், s. an emperor, sovereign, இராசா.

*ஆதீனம், *prop.* அதீனம், s. proprietorship, authority, power, property, வசம்; 2. a religious establishment, a convent, மடம் as திருவாவடுதுறை ஆதீனம், தருமபுர ஆதீனம்.

அது எனக்கு ஆதீனம், that is my own, in my power.

ஆதீனக்காரன், ஆதீனக்கர்த்தன், an owner, proprietor.

சுயாதீனன், சுவாதீனன், one that is his own master, freeman.

தெய்வாதீனம், God's disposal and direction, providence.

பராதீனமாக்க, to alienate.

பராதீனன், one that serves under another.

ஆது, a termination of the genitive singular as தனதுகை, his hand.

*ஆதுலன், s. a poor person, ஏழை.

ஆதோண்டை, s. a creeper.

ஆத்தா, s. the custard-apple tree, சீத்தா.

ஆத்தாள், s. a mother, தாய்.

ஆத்தி, s. the name of a tree.

ஆத்திசூடி, Siva as wearing a garland of ஆத்தி flowers; 2. a book composed by ஔவை, so called from its beginning with ஆத்திசூடி.

*ஆத்திகன், s. see ஆஸ்திகன்.

ஆத்திரம், s. (*Tel.*) necessity, அவசரம்; 2. distress, straits, ஆபத்து; 3. haste, eagerness in anger, கோபவிரைவு.

ஆத்திரப்பட, to be in distress, to be pressed with great necessity, to be in great hurry, to be passionate.

ஆத்துக்காரி, *prop.* அகத்துக்காரி, s. a housewife.

*ஆத்துமா, ஆத்துமம், s. the soul.

ஆத்தும சுத்தி, purity of the heart.

ஆத்துமஞானம், self knowledge; 2. spiritual, godly wisdom.

ஆத்துமத் தோழன், an intimate friend.

ஆத்துமாக்கள், ஆன்மாக்கள், living beings, all animals.

ஆத்துமார்த்தம், anything done for the benefit of the souls or one's-self.

ஆத்துமார்த்தமாய் இருக்கிறார்கள், they are intimate friends.

சீவாத்துமா, the spirit of life.

பரமாத்துமா, the Supreme Being; 2. holy personage.

மகாத்துமாக்கள், illustrious persons, holy patriarchs.

ஆத்தை, s. a mother, தாய்.

*ஆநந்தம், s. see ஆனந்தம், joy.

ஆநின்று, an இடைநிலை of the present tense.

ஆந்தனையும், see under ஆ, *v*.

*ஆந்திரம், s. the Telugu language.

ஆந்தை, s. an owl, கூகை.

ஆந்தைவிழி, an owl's look, eyes like an owl.

ஆந்தை விழி விழிக்கிறான், he looks like an owl.

*ஆபதம், s. straits, danger, ஆபத்து.

*ஆபத்து, s. straits, calamity, distress, உபத்திரவம்; 2. agony, வியாகுலம்.

ஆபத்துப்பட, to be in straits.

ஆபத்துசம்பத்து, adversity and prosperity.

*ஆபரணம், s. ornament, jewels, அணிகலம்.

ஆபரணதிகள், costly ornaments, jewels etc.

*ஆபாசம், s. disorder, damage, ruin, கெடுதி; 2. semblance of reason, a fallacy, போலிநியாயம்.

இரசாபாசம், great disorder.

ஆப்பு, ஆய்ப்பு, s. a wedge.

ஆப்புக்கடாவ, -த்தைக்க, to drive in a wedge.

ஆப்பை, *prop.* அகப்பை, s. ladle.

ஆமக்கன், *prop.* ஆண்மகன், s. husband.

ஆமணக்கு, s. the castor plant, ricinus. Its different sorts are: பேராமணக்கு, சிற்றாமணக்கு, படுகை ஆமணக்கு, மலையாமணக்கு, காட்டாமணக்கு, புல்லாமணக்கு, எலியாமணக்கு, செவ்வாமணக்கு, பரங்கியாமணக்கு.

ஆமணக்குக் கொட்டை, -முத்து, the seed of the castor plant, கொட்டைமுத்து.

ஆமணக்கு (சிற்றாமணக்கு) எண்ணெய், castor oil.

*ஆமயம், s. sickness, disease, நோய்.

*ஆமலகம், s. a species of tree, நெல்லி.

*ஆமாத்தியர், prop. அம்மாத்தியர், s. ministers, councillors, மந்திரிகள்; 2. physicians, வைத்தியர்.

*ஆமூலாக்கிரம், s. the whole, from root to stem.

ஆமை, s. a tortoise, கூர்மம்.

ஆமைச்சுரம், a certain fever.

ஆமைப்பூட்டு, a padlock.

ஆமை மடி, a small close udder.

ஆமை ஓடு, a tortoise shell.

*ஆமோதம், s. pleasure, fragrance.

*ஆமோதி, VI. v. t. second a proposal, ஆதரித்துப் பேசு.

ஆம், see ஆ, v.

ஆம்பல், s. the water lily, அல்லி.

ஆம்பல் சக்களத்தி, another kind of it.

ஆம்பி, s. a mushroom, காளான்.

ஆம்புடையான், ஆமுடையான், s. (fem. ஆமபுடையாள்), corruption of அகமுடையான், a husband.

ஆயக்கால், s. a prop to a wall, குத்துக்கால்; 2. staff or pole, தாங்குகால்.

ஆயக்கோல், s. the forked sticks on which the bamboos of a palankeen rest.

*ஆயதம், s. length, extension, நீளம்.

*ஆயத்தம், s. preparation, readiness, ஆசர்.

ஆயத்தப்பட, to get ready.

ஆயத்தம்பண்ண, ஆயத்தப்படுத்த, to prepare, make ready.

ஆயமானம், ஆயத்தலம், s. any place in the body, where life may be easily endangered, vital parts, உயிர்நிலை; 2. a secret, இரகசியம்.

ஆயத்தலத்திலே அடிக்க, to beat one in a vital part of the body.

*ஆயம், s. toll, customs, tax, சுங்கம்; 2. profit, gain, ஆதாயம்; 3. length, extension, நீளம்.

ஆயக்கட்டு, total extent of land in a village, fabrication.

ஆயக்கட்டாய்ப் பேச, to utter falsehood.

ஆயக்காரன், a toll-gatherer, publican.

ஆயத்துறை, -தலம், a toll office, a custom house.

ஆயந்தீர, to pay toll.

ஆயமவாங்க, to take toll.

*ஆயனம் (அயனம்), s. a year, வருஷம்.

ஆயன், s. a shepherd, a cowherd, இடையன்; 2. a name of Krishna.

ஆயர்குழல், ஆய்ச்குழல், a shepherd's reed or pipe.

ஆயர்பாடி, ஆய்ப்பாடி, a village of shepherds.

*ஆயாசம், s. fatigue, weariness, faintness, இளைப்பு; 2. dissatisfaction, displeasure, மனவருத்தம்.

ஆயாசந்தீர, to be relieved of fatigue, to be refreshed, to be reconciled.

ஆயாசமாயிருக்க, to be displeased, to be fatigued.

ஆயாள், s. mother, nurse, செவிலித்தாய்.

ஆயி, s. a mother, an elderly woman, தாய்.

சின்னயி, mother's younger sister.

பெரியாயி, mother's elder sister.

*ஆயிசு, s. see ஆயுசு.

ஆயிரம், s. a thousand.

ஆயிரக்காலி, a milleped, a woodlouse.

ஆயில், s. the name of a tree.

ஆயிழை, s. choice ornaments, ஆபரணம்; 2. a damsel, பெண்.

*ஆயுசு, ஆயு, ஆயிசு, ஆயுள், s. life, life time, age, வயது.

அற்ப ஆயுசு, a short life.

ஆயுசுவிர்த்தி, long life, prolongation of life.

நீடிய ஆயுசு, தீர்க்காயுசு, a long life.

பூரண ஆயுசு, full age.

*ஆயுதம், s. a weapon, arms, படை 2. a tool, instrument, கருவி.

ஆயுதசாலை, an armory, arsenal.

ஆயுதந்தரிக்க, to bear arms.

ஆயுதபரிட்சை, the art of fencing, military exercise.

ஆயுதபாணி, an armed man, one under arms.

ஆயுதபூசை, an annual festival in September when tools, books etc. are worshipped in honour of Sarasvati, the goddess of learning, arts and sciences.

ஆயுதம் வாங்கிப்போட, to disarm.

ஆயுதவர்க்கம், armour in general.

*ஆயுள்வேதம், s. the science of medicine, the medical art, pharmacy, வைத்தியம்.

ஆயுள் வேதியர், physicians, doctors.

*ஆயோதம், ஆயோதனம், s. war, battle, யுத்தம்.

ஆய், s. mother ; 2. *adv. part.* of ஆ.

ஆய், II. *v.t.* pick by removing what is unclean, pick out the weeds or refuse, pluck, select, choose, cull, தெரிந்தெடு; 2. examine, investigate, ஆராய்.

கீரையில் புல்லாய்கிறாள், she plucks grass out of pot herbs.

ஆய்ந்து (ஆய்ந்தோய்ந்து) பார்க்க, to search deep into a matter.

ஆய்ந்தோர், persons of knowledge and research.

ஆய்க்குழல், see ஆயன்.

ஆய்ச்சி, ஆச்சி, s. mother. elderly woman, தாய்.

ஆய்தம், ஆய்தப்புள்ளி, s. the letter ஃ used in poetry both as a vowel and a consonant.

ஆய்ப்பாடி, s. see under ஆயன்.

ஆய்ப்பு, s. see ஆப்பு, wedge.

ஆரணம், s. a part of the Vedas, also the Vedas in general, வேதம்.

ஆரணர், Brahmins.

*ஆரணியம், ஆரண்ணியம், s. forest, காடு.

*ஆரம், s. a necklace, a string or garland of gold beads, pearls or flowers, மாலை ; 2. a ring as some birds have round the neck.

ஆரம்பூண, to put a neck-lace on.

ஆரம்விழுந்த கிளி, a parrot that has a ring round the neck.

*ஆரம்பம், s. beginning, துவக்கம்; 2. preparation, எத்தனம்; 3. prelude, preface, பாயிரம்; 4. a noise, ஒலி.

ஆரம்ப சூரன், a boaster, a forward person.

*ஆரம்பி, VI. *v. t.* begin, commence, தொடங்கு, 2. undertake, attempt, எத்தனி.

ஆரல், s. mudwall covered at top, ஆரல் சுவர்; 2. a plant whose leaves are made into a curry, ஆரைக்கீரை ; 3. a fish, see ஆரால்.

சுற்றாரல், a wall round a garden.

*ஆரவம், s. sound, ஒலி.

ஆரவாரம், s. loud noise, mirth, பேரொலி ; 2. ostentation, ஆடம்பரம்; 3. retinue, train of attendants, பரிவாரம்.

ஆரவாரி, VI. *v. i.* jubilate, shout, triumph, ஆர்ப்பரி.

ஆராட்டு, III. *v. t. (prop.* தாராட்டு*)*, lull a child to sleep.

*ஆராதனை, தெய்வாராதனை, s. divine service and worship.

ஆராதனைபண்ண, to worship.

*ஆராதி, VI. *v. t.* worship, adore, reverence, தொழு.

ஆராதூரி, s. prodigality, ஊதாரித்தனம் ; 2. a spend-thrift, அழிப்பாளி.

ஆராதூரித்தனம், prodigality.

ஆராதூரிபண்ண, to squander.

ஆராதூரியாய்ப் போனது, prodigally spent.

*ஆராத்தியர், s. a sect of Sivites who worship the Lingam, the Lingaites.

ஆராப்பத்தியம், s. a very rigid diet, salt-less food.

ஆராய், II. *v. t.* investigate, examine, inquire into, make a search, சோதி.

ஆராய்ச்சி, investigation, an inferior officer, a watch-man, sheriff.

ஆராய்ச்சிமணி, s. a bell in the king's palace rung by persons seeking for justice.

ஆராய்ந்துபார்க்க, to examine well, search into.

ஆரால், ஆரல், s. a kind of fish, the lamprey ; 2. a covered wall.

ஆரி, s. solar line of kings, சோழன் ; 2. excellence, மேன்மை.

*ஆரிடம், ஆரிஷம், s. the Vedas.

*ஆரியம், s. the country between the

Himalayas and the Vindyas; 2. the Sanscrit language, சமஸ்கிருதம்.

*ஆரியன், *s.* an Aryan; 2. a learned man, professor, பண்டிதன்; 3. guru, priest, குரு; 4. juggler, தொம்பன்.

ஆரியக்கூத்து, a juggler's dance.

*ஆருடம், *s.* rising, எழுகை; 2. astrology, சோதிடம்.

ஆருடம்பார்க்க, to foretell by astrology.

ஆருடன், a rider.

கருடாருடன், Vishnu riding on a kite.

மேகாருடன், one riding on the clouds, Indra.

ரிஷபாருடன், Siva riding on a bull.

ஆரை, *s.* a kitchen herb growing in the water, ஆரைக்கீரை; 2. wall, ஆரல்.

வல்லாரை, புளியாரை, other kinds of the herb used in medicine.

*ஆரோகணம், *s.* ascension, rising, எறுகை; 2. steps, a staircase, படிக்கட்டு.

*ஆரோக்கியம், *s.* health, சௌக்கியம்.

ஆரோக்கிய ஸ்நானம், bathing after recovery.

ஆரோக்கியமாயிருக்க, to be in sound health, to be well.

*ஆரோபணம், *s.* raising, elevating, ஏற்றுகை.

*ஆரோபம், *s.* mistaking one thing for another.

*ஆரோபி, VI. *v. t.* lay or place upon another, சார்த்து; 2. ascribe to one thing the qualities of another; 3. bring a false charge against one.

ஆர், *s.* fullness, completion, density, நிறைவு; 2. sharpness, pointedness, கூர்மை; 3. the name of a tree sacred to Siva, கொன்றைமரம்; 4. the spokes of a wheel, ஆரக்கால்.

ஆர், *inter. pro. (contracted from* யாவர் *or* யார்*)*, who.

நீ ஆர், who are you?

ஆரது, who is that, what is it?

ஆராருக்குக் கொடுத்தான்? to whom did he give.

அவன் ஆரோ? I know not who he is.

ஆரோ ஒரு மனுஷன் வந்தான், some person is come, I know not who.

ஆரும், all; 2. *(with neg. verb)*, none.

ஆரும் இல்லை, there is no one.

ஆர், *adj.* (அருமை), dear, difficult, அரிய.

ஆருயிர், precious life.

ஆர், ஆரு, II. *v.i.* be full, become complete, abound, நிறை; 2. join, belong to, பொருந்து; 3. *v. t.* eat, drink; take food, சாப்பிடு.

ஆரிருள், utter darkness, hell.

ஆர்ந்து அமர்ந்து செய்ய, to act cautiously.

ஆர்வு, *v. n.* fullness, eating, drinking, investigation.

கண்ணாரக்காண, to see clearly.

காதாரக்கேட்க, to hear well or distinctly.

நெஞ்சார, மனசார, with the whole heart, willingly.

ஆர், VI. *v.t.* fill, நிரப்பு; 2. tie, bind, கட்டு; 3. put on clothes etc., அணி; 4. fight, பொரு; 5. *v. i.* sound, roar like the sea, ஒலி.

ஆர்ப்பு, *v. n.* roaring, laughing, bustle of a battle.

ஆர்கலி, *s.* sea, ocean, கடல்.

ஆர்க்கை, ஆக்கை, *s.* a rope, the shred of a palm leaf, வாரடை; 2. bandage, கட்டு.

ஆக்கைபோட்டுக்கட்ட, to tie with such a rope.

*ஆர்ச்சனம், ஆர்ச்சனை, ஆர்ச்சிதம், *s.* acquisition, earnings, savings, சம்பாத்தியம்.

பிதிரார்ச்சிதம், patrimony.

*ஆர்ச்சி, VI. *v. t.* acquire, சம்பாதி.

*ஆர்த்தி, *s.* pain, துன்பம்; 2. desire, tendency, விருப்பம்; 2. exercise of mental or bodily faculties, அனுபவம்.

வித்தியார்த்தி, scholar, student, candidate.

ஆர்ப்பரி, VI. *v. i.* shout, cry huzza.

ஆர்ப்பரிப்பு, ஆர்ப்பவம், *v. n.* a shouting, a huzza.

ஆர்வம், *s.* pleasure, gratification, desire, விருப்பம்; 2. love, அன்பு; 3. sound, ஒலி.

ஆர்வலன், friend, lover, husband.

ஆலக்கரண்டி, *prop.* அகலக்கரண்டி, *s.* a big spoon.

*ஆலசம், ஆலசியம், *s.* laziness, சோம்பல்; 2. delay, தாமதம்.

ஆலசியம்பண்ண, to linger, to hesitate, to delay.

ஆலச்சுவர், *prop.* அகலச்சுவர், *s.* a mud wall covered with tiles, ஆரல்.

ஆலத்தி, ஆலாத்தி, *prop.* ஆரதி, *s.* the waving of lighted camphor etc. before the idol or a newly married couple to dispel the supposed effects of the blight of the eye.

ஆலம், *s.* water, நீர்; 2. rain, மழை; 3. banyan tree, ஆலமரம்; 4. poison, venom, விஷம்.
ஆலகண்டன், Siva.
ஆலகாலம், poison of the cobra.
ஆலங்கட்டி, ஆலாங்கட்டி, hail stone, hail.
ஆலங்கட்டி மழைபெய்கிறது, it hails.
ஆலமுண்டோன், Siva who swallowed the poison of the serpent Vasuki.

***ஆலம்பம்**, *s.* support, prop, பற்றுக் கோள்; 2. asylum, refuge, புகலிடம்.

***ஆலயம்**, *s.* abode, residence, தங்கிடம்; 2. temple, place of worship, கோயில்.
ஆலயங்கட்ட, to build a temple.
தெய்வாலயம், temple, church.

ஆலவட்டம், *s.* a fan carried before persons of rank as a mark of respect and also as a parasol, see ஆலாவர்த்தம்.
ஆலவட்டக்காரன், one that carries a parasol.
ஆலவட்டம் வீச, to fan with a parasol.

***ஆலவாலம்**, *s.* a trench for water round the bottom of a tree, பாத்தி.

ஆலா, *s.* a large sea-bird, sea eagle.

ஆலாங்கட்டி, *s.* see under ஆலம்.

ஆலாத்தி, *s.* see ஆலத்தி.

ஆலாத்து, *s.* a cable, அமார்.

***ஆலாபம்**, ஆலாபனை, *s.* a musical prelude before the tune, ஆரம்பம்; 2. conversation, சம்பாஷணை.

***ஆலாலம்**, *s.* poison, விஷம்.

***ஆலாவர்த்தம்**, *s.* a fan made of cloth, ஆலவட்டம்.

ஆலி, *s.* rain-drops, rain, 2. hail, ஆலாங்கட்டி; 3. wind, காற்று; 4. nectar, அமுதம்.

ஆலி, VI. *v. i.* rejoice, களி.
ஆலித்தல், *v. n.* joy.

***ஆலிங்கனம்**, *s.* embrace, தழுவுகை.
ஆலிங்கனம் பண்ண, to embrace.

ஆலு, I. *v. i.* (ஆன்றேன்), dance, play, ஆடு; 2. sound, ஒலி.
ஆலுதல், ஆலல், *s.* dancing, sounding, shrieking.

ஆலை, *s.* a press for pressing sugar-cane etc.; 2. affliction, உபத்திரவம்.
ஆலை மாலை, trouble, vexation.
ஆலைமாலைகொள்ள, to be vexed, troubled, distressed.
ஆலையாட, to work a mill, to bruise sugar-cane in a mill.

***ஆலோசனை**, *s.* deliberation, consultation, யோசனை; 2. a counsel, advice, புத்தி.
ஆலோசனை கேட்க, to ask advice, to take advice.
ஆலோசனைக்காரன், a councillor.
ஆலோசனை சொல்ல, —கொடுக்க, to counsel, to give advice.
ஆலோசனைச்சங்கம், council.
ஆலோசனைபண்ண, to take counsel.

***ஆலோசி**, VI. *v. t.* deliberate, consider, சிந்தி; 2. consult, take counsel, யோசி.

***ஆலோலம்**, *s.* trembling, agitation, சலனம்; 2. the sound of water running, நீரொலி.

ஆலோன், *s.* the moon, சந்திரன்.

ஆல், *s.* the banian tree, ஆலமரம். Its different kinds are: இச்சிலால், கல்லால், குறுவால், சிற்றால் etc.
ஆலம்பால், the milk or white juice of the banyan.
ஆலம் விழுது, the roots growing down from its branches.

ஆல், the chief termination of the 3rd case or instrumental ablative, as கத்தியால், with the knife. For some peculiar uses see the following examples.
ஊரால் ஒரு கோயில், a temple in every town.
வகையால் (வகைக்கு) ஒன்று, one of every kind.
பணத்தால் உழைத்தான், he worked for money.
வறுமையால் உழைத்தான், he worked driven by poverty.
காலத்தாலே வா, come early in the morning or come in the right time.

முன்னால், பின்னால், பிறகால், etc. see in their respective places.

ஆல்வாட்டு, ஆவாட்டு, III. *v.t.* cool in the shade what has been exposed to the heat of the sun.

ஆல்வாட்டின நெல்லு, ஆல்வாட்டுப்பத மான நெல்லு, paddy dried in the sun and properly cooled again.

ஆல்வு, *v.n.* see அகல்வு.

*ஆவசியம், ஆவசியகம், ஆவசிகம், *s.* a necessary thing, necessity, அவசரம்.

ஆவணம், *s.* bazaar, bazaar street, கடை வீதி; 2. bond, பத்திரம்.

ஆவணி, *s.* the month of August.

*ஆவத்து, *prop.* ஆபத்து, *s.* distress, affliction, துன்பம்.

*ஆவரணம், *s.* screen, covering, மறைப்பு.

ஆவலாதி, *s.* a base slander, an ill name, 2. see ஆவல்.

ஆவலாதி சொல்ல, –பண்ண, to defame, calumniate.

*ஆவலி, *s.* see ஆவளி.

ஆவலி, VI. *v. i.* wish, long for, desire eagerly, ஆசி.

ஆவல், *s.* desire, longing, yearning, ஆசை.

ஆவலாதி (ஆவல் + ஆதி), avarice, intense desire, ambition.

ஆவலாயிருக்க, to be desirous of, to long after a thing.

ஆவல்காரன், a covetous man.

ஆவல்பட, to conceive a desire.

*ஆவளி, ஆவலி, *s.* a row, range, series, வரிசை; 2. lineage, வமிசம்.

ஆவளிப்பேச்சு, ungrounded or unfounded talk.

*ஆவாகனம், *s.* consecration of an image in a temple, ஸ்தாபனம்.

ஆவாகனம் பண்ணல், deifying of an image or establishing god in an image.

*ஆவாசம், *s.* a dwelling, a house, வீடு.

ஆவாட்டு, III. *v. t.* see ஆல்வாட்டு.

ஆவாரை, *s.* see ஆவிரை.

ஆவி, *s.* spirit, ஆத்துமா; 2. breath, சுவாசம்; 3. vapor, steam, exhalation, நீராவி; 4. a vowel in grammar, உயிரெழுத்து.

ஆவி கிளம்புகிறது, vapor rises.

ஆவி சீவாளம், body and soul, one's goods.

அவனுடைய ஆவி சீவாளம் அறிந்திருக்கிறேன், I know all his circumstances and concerns.

ஆவிவாங்க, to inhale, breathe; 2. to take away life.

ஆவிவிட, to breathe, expire.

ஆவி, VI. *v. i.* yawn, கொட்டாவி விடு.

ஆவிதல், *v. n.* yawning.

ஆவியர், *s.* hunters, வேடர்.

*ஆவிருத்தி, *s.* term, turn, times (when added to a number), முறை.

இரண்டு ஆவிருத்தி வந்தேன், I came twice.

ஆவிரை, ஆவாரை, *s.* the name of a medicinal shrub, also used in tanning, cassia.

நிலாவிரை, cassia senna.

பேயாவிரை, பொன்னாவிரை, வெள்ளைப் பொன்னாவிரை, other kinds of cassia.

ஆவுடையார், *s.* the Lingam representing both sexes.

*ஆவேசம், *s.* spectre, ghost, ஆவி; 2. the entrance of a demon into a person for the purpose of uttering oracles, சன்னதம்; 3. the fury or madness of a possessed person; 4. the grimaces of a person in ecstasy, religious frenzy, மருள்.

ஆவேசம் ஏறுகிறது, –வருகிறது, the paroxysm of religious frenzy comes upon a person.

ஆழம், *s.* depth, profundity, தாழ்வு.

ஆழமான (ஆழ்ந்த) கருத்து, deep sense, mature thought, abstruse idea.

ஆழம்பார்க்க, to sound the depth of any place, to sound or sift one.

ஆழியன், deep minded person, reserved character, impostor.

ஆழாக்கு, *s.* a dry or liquid measure, the eighth part of a படி.

ஆழி, *s.* the sea, கடல்; 2. a circle, வட்டம்; 3. ring, மோதிரம்; 4. wheel, சக்கரம்; 5. a plant.

ஆழிவிரல், the ring-finger.

கணையாழி, seal-ring.

காலாழி, a ring for the toe.

திருவாழி, a royal seal-signet.

ஆழ், ஆழு, II. *v. i.* be deep, profound, ஆழமாயிரு; 2. sink down, be drowned, அமிழ்.
ஆழ்ந்த கருத்து, deep sense.
ஆழ்ந்த சமுத்திரம், the deep sea.

ஆழ்த்து, III. *v. t.* plunge into water, sink into the earth, தாழ் VI.

ஆழ்வார், *s.* the twelve devotees of Vishnu; 2. kite, கருடன்.

ஆளி, *s.* lion, சிங்கம்; 2. governor, ruler, ஆண்டவன்; 3. embankment, கரை; 4. oyster, மட்டி; 5. a kind of seed; 6. *appell. aff. mas. & fem. signifying* owner, possessor, manager etc. as பகையாளி, foe, உழைப்பாளி, படிப்பாளி, பாட்டாளி etc.

ஆள், *s.* a person, a grown man, ஆண் மகன்; 2. one that is able to act for himself, a man of power, consequence, சுயாதீனன்; 3. a messenger, laborer, servant, slave, அடிமை.
அவன் அதுக்கு ஆளல்ல, he is not capable of doing it.
ஆட்காட்டி, a bird that screeches on seeing anybody at night, a lapwing; 2. the forefinger, ஆட்காட்டிவிரல்.
ஆட்கூலி, the wages of a workman.
ஆட்கொல்லி, murderer; 2. gold, money.
ஆட்கொள்ள, to employ as a servant, to admit as a devotee.
ஆட்பிடியன், an alligator.
ஆளாக, to arrive at manhood.
ஆளாக்க, to bring one up, to teach one to act for himself.
ஆளோட்டி, slave-driver, overseer of workmen.
ஆள் மாருட்டம், false personation.
ஆள்மாருட்டம் செய்ய, to personate, to assume a disguise.
ஆள்வள்ளி, the tapioca plant.
ஆள்வீதம், the portion belonging to each person.
கூலியாள், சிற்றாள், வீட்டாள், வேலையாள், see under கூலி etc.

ஆள், ஆளு, I. *v. t.* govern, reign, அரசுசெய்; 2. use, handle, practice, கையாளு.
இராச்சியம் ஆள, to govern a kingdom.
ஆட்சி, *v. n.* authority to govern or to possess, reign, possession, heritage; 2. an old ancestral custom, usage, rule, வழக்கம்.
ஆண்டவன், a ruler, lord, master.
ஆண்டவர், the Lord.
ஆண்டி (*fem.* ஆண்டிச்சி), a religious mendicant of the Siva sect, a devotee, பண்டாரம்.
ஆண்டிமுண்டன், an unfortunate beggar of that order.
ஆண்டுகொள்ள, to rule, keep under.
ஆண்டை (*fem.* ஆண்டைச்சி), landlord, the master of slaves.
ஆளன் *appel. aff.* (*pl.* ஆளர்), as பகையாளன், பகையாளர், foes.
ஆளி, *s. & aff.* see separately.
ஆளுகை, *v. n.* rule, government.
அரசாட்சி, காணியாட்சி, கையாள etc. see அரசு etc.

ஆறலே, VI. *v.i.* (ஆறு way + அலே), rob in the highway.
ஆறலேத்தல், ஆறலேப்பு, *v. n.* highway robbery.

ஆருட்டம், ஆருட்டியம், *s* jarring, squabbling, contention; 2. the anxiety of a sick man, கலக்கம்.
அவனுக்கு மெத்த ஆருட்டமாயிருக்கிறது, he is in great trouble and pain.
ஆருட்டக்காரன், a quarrellor.
ஆருட்டம் போராட்டமாயிருக்க, to quarrel with one another.

ஆறுதூறு, *s.* backbiting, slandering, பழிதூற்றல்.
ஆறுதூறுபண்ண, to defame, backbite.

ஆறு, *s. & adj.* six. *In combination before consonants* அறு which see.
அவ்வாறு, six by six, six to each, six of each.
ஆரும், ஆருவது, the sixth.
ஆருயிரம், six thousand.

ஆறு, *s.* a river, நதி; 2. a way, road, வழி; 3. the manner of doing a thing, விதம்.
ஆறுகடக்க, to cross a river.
ஆறுகாட்டி, guide, pilot.
ஆற்றங்கரை, the bank of a river.
ஆற்றுக்கால், a streamlet, a small channel for conveying water to the fields.

ஆற்றுணு, rice tied up for the journey.
ஆற்றுப்பாய்ச்சல், river irrigation.
ஆற்றுப்பெருக்கு, the swelling of a river.
ஆற்றை மடக்க, – த்திருப்ப, to give the river another course.
ஆற்று மல்லிகை, – ப்பாசி, – அடைப்பு, – அலரி, names of water plants.
ஆற்றுமுகத்துவாரம், the mouth of a river.
அவ்வாறு, இவ்வாறு, எவ்வாறு, see separately.
அறத்தாறு, கழிவாறு, சிற்றாறு, see under அறம் etc.

ஆறு, III. *v. i.* be appeased, calmed or mollified, தணி; 2. grow cool, be refreshed, குளிரு; 3. heal up, சொஸ்தமாகு; 4. rest, repose, இளேப்பாறு.
சாப்பாடு ஆறிப்போகிறது, the meat grows cold.
கோபம் ஆறிப்போயிற்று, the anger is allayed or calmed.
துக்கம் ஆறவில்லே, the grief has not abated.
புண் ஆறி வருகிறது, the sore begins to heal.
ஆற அமர, *adv.* (*inf.*) deliberately, with due consideration.
ஆற அமர யோசிக்க, to consider deliberately.
ஆறாப்பசி, insatiable hunger.
ஆறாப்புண், an incurable ulcer.
ஆறின புண், a healed sore.
ஆறுதல், *v. n.* comfort, consolation, cooling.
ஆறுதல் சொல்ல, to comfort.
ஆற்றி (இளேப்பாற்றி), *v. n.* rest.
ஆற்றிபண்ண, to relieve, give rest.

ஆற்றல், *s.* strength, energy, வலிமை; 2. wisdom, ஞானம்; 3. stability, ஸ்திரம்; 4. *v. n.* of ஆற்று.

ஆற்று, III. *v. t.* cool, refresh, குளிரச்செய்; 2. appease, comfort, தணி; 3. slacken, loosen what is too tight, தளர்த்து; 4. act, செய்; 5. carry, bear, தாங்கு.
ஆற்றப்படாத உபத்திரவம், an inconsolable distress.
இங்கேயிருக்க எனக்கு ஆற்ருது, staying here will give me no satisfaction.
ஆற்ற, *adv.* (*inf.*) greatly, exceedingly, wholly.
ஆற்றல், *v. n.* cooling, consoling, enduring.
ஆற்ருமை, ஆற்ருத்தனம், inability to bear pain etc. insatiableness, impatience, envy.
ஆற்றித்தேற்ற, to comfort, console.
பசியாற்ற, to appease hunger.
மயிராற்ற, to dry the hair after bathing.
முறுக்கையாற்ற, to slacken or loosen a twist.

ஆற்றுவி, VI. *v.t.* (*caus.*) console, enable to bear.

*ஆனந்தம், *s.* great joy, bliss, happiness, பேரின்பம்.
ஆனந்த சந்தோஷம், –க்களிப்பு, exceeding great joy.
ஆனந்த பரவசம், ecstasy of joy especially in divine things.
ஆனந்த பாஷ்பம், tears of joy.
ஆனந்தன், God, the supremely Happy One.
மோட்சானந்தம், joy celestial.

*ஆனந்தி, VI. *v.i.* rejoice, be glad, மகிழ்.

ஆனமானவன். (ஆன + மானம்) *s.* a worthy, respectable person.

*ஆனனம், *s.* face, முகம்.

ஆனுமை, *s.* that which is indestructible, not decaying, not decreasing.

ஆனுல், *conj.* see ஆ, *v.*

ஆனி, *s.* the month of June.

*ஆனி, *s.* destruction, loss, ruin obstruction, கேடு.

ஆனு, *s.* sweetness, இனிமை; 2. goodness, happiness, நன்மை.
ஆனுலகு, the celestial region, the world.

ஆனே, யானே, *s.* an elephant.
ஆனே கட்டுந்தறி, ஆனேயணேதறி, a post to tie an elephant.
ஆனேக்கன்று, –க்குட்டி, a young elephant.
ஆனேக்கால், elephantiasis, big leg; 2. a big tube for rain water.
ஆனேக்கொம்பு, ivory, elephant's tusks; 2. black grain of rice, cock-spur.

ஆனே 51 இங்கிதம்

ஆனேச்சாலே, —க்கூடம், an elephant's stall.

ஆனேத்தந்தம், ivory, ஆனேக்கொம்பு.

ஆனேத்திப்பிலி, a large kind of long pepper.

ஆனேத் தும்பிக்கை, an elephant's trunk.

ஆனேத்தோட்டி, —அங்குசம், an elephant's hook or goad.

ஆனேநெருஞ்சில், a prickly plant.

ஆனேப்பட்டம், a plate tied to the elephant's forehead for covering his eyes.

ஆனேப்பாகன், —மாவுத்தன், —க்காரன், a man that tames or guides the elephant, the owner or driver of an elephant.

ஆனே மஞ்சள், a large kind of Indian saffron.

ஆனேமதம், rut of an elephant.

ஆனேமத்தகம், an elephant's skull.

ஆனே மலே, a mountain near Madura.

ஆனேமீன், a very large fish.

ஆனேமுகன், Ganesa, the first son of Siva.

ஆனேயடி, the foot step of an elephant.

ஆனேயிலத்தி, elephant's dung.

ஆனேயேற்றம், riding on an elephant.

பட்டத்தானே, the king's elephant.

ஆன், s. cow.

ஆன் வல்லோர், cow-herds.

ஆன்திரள், a herd of cows.

ஆன்மா, s. the soul, life, ஆத்துமா.

ஆன்றல், v. n. (அகல் *contr. into* ஆல் + தல்), extension, width, அகலம்; 2. greatness, dignity, மாட்சிமை.

ஆன்றவர், ஆன்ருர், ஆன்ருேர், the sages, the pious, highly moral people, very learned men, சான்ருேர்.

இ

இ, *demonstrative pref.* this, இந்த. As to *combin.* see அ *dem. Note.*

இஃது, *pron.* this, this thing.

இக, VII. *v. t.* leave behind, pass over, go beyond, கட; 2. transgress, deviate, மீற.

*இகம், இக லோகம், *s.* the world, the earth, இம்மை.

இகபரம், earth and heaven, this world and the next.

இகபர சுகம், temporal and heavenly welfare or prosperity.

இகரம், *s.* the letter இ.

இகல், *s* hatred, பகை; 2. battle, போர்; 3. valor, வலி.

இகலார், இகலோர், enemies.

இகல், இகலு, I. *v.t.* hate, oppose, பகை; 2. fight, compete with, எதிர்.

இகழ், *s.* dispraise, contempt, reviling, நிந்தை.

இகழ், இகழு, II. *v.t.* scorn, despise, reproach, நிந்தி.

இகழா இகழ்ச்சி, irony, satire.

இகழ்ச்சி, *v.n.* scorn, despising, defamation, 2. meanness, inferiority.

இகழ்ச்சிபண்ண, to scorn, despise.

இகழ்வு, *v. n.* scorn, contempt, defamation.

இகளி, *s.* see இகுள்.

இகு, VI. *v. t.* disperse, repel, துரத்து; 2. give, ஈ; 3. throw, எறி; 4. destroy, அழி; 5. efface, துடை.

இகுளே, *s.* a female companion, தோழி.

இகுள், இகளி, *s.* a thunderbolt, இடி.

இகை, VI. *v. t.* grant, confer, கொடு; 2. *v. i.* walk, pass, நட.

இக்கட்டு, *s.* straits, calamity, misery, distress, poverty, இடுக்கண்.

எனக்கு மெத்த இக்கட்டாயிருக்கிறது, I am in great straits and want.

இக்கட்டுப்பட, —அனுபவிக்க, to suffer calamity.

இக்கணம், *s.* (இ *dem.*) this moment.

இக்கரை, *s.* (இ *dem.*) this side of the river.

*இக்கு, *s.* sugar-cane, கரும்பு; 2. toddy, கள்.

*இங்கிதம், *s.* hint, indication of feeling by gesture, குறிப்பு; 2. sweetness, agreeableness, இனிமை.

இங்கிதக்காரன், a flatterer.
இங்கிதமான பேச்சு, flattery, sweet speech.
இங்கிதம் பேச, to flatter.
இங்கிரி, s. musk, கஸ்தூரி.
*இங்கு, இங்குமெம், இங்குளி, s. assafœtida, பெருங்காயம்.
இங்கு, இங்கே, adv. here, in this place.
இங்கும் அங்கும், here and there.
*இங்குலிகம், s. vermilion or red sulphuret of mercury, சாதிலிங்கம்.
இங்ஙனம், adv. in this place, here, இங்கே; 2. in this manner, thus, இப்படி.
இசகுபிசகு, இசக்குப்பிசக்கு, s. disturbance, irregularity, disorder.
இசங்கு, s. same as சங்கு, a thorny shrub, சங்கஞ்செடி.
இசலு, III. v. i. strive pertinaciously, வாதாடு; 2. emulate, மேலிடு.
இரண்டு குருவிகள் இன்பமாய் இசலிக்கொண்டு பாடும், two birds sing sweetly emulating one another.
இசி, II. v.i. be stripped off, இணுங்கப்படு; 2. be contracted, இழுக்கப்படு.
இசிவு, v.n. spasm, convulsion, இசிவு சன்னி.
வயிற்றிசிவு, colic, gripes, belly-ache.
இசி, VI. v.t. strip, pull off as leaves etc., இணுங்கு; 2. break off, ஒடி; 3. v.i. contract as the muscle by spasm, நரம் பிழு; 4. laugh, சிரி.
இசிப்பு, v.n. pulling off; 2. laughing, 3. spasm, இசிவு.
இசை, s. a sound, noise, ஒலி; 2. praise, புகழ்; 3. a word, சொல்; 4. melody, tune, இராகம்; 5. harmony in vocal or instrumental music, இசைப்பாட்டு; 6. agreement, இணக்கம்.
இசைகேடு, want of harmony, disunion, disgrace, inconvenience.
இசைகொள்ள, to be renowned.
இசைத்தமிழ், Lyrical Tamil adapted to music as distinguished from இயற்றமிழ், plain Tamil (prose & poetry) and நாடகத்தமிழ், dramatic Tamil.
இசைமடந்தை, lady of music, Sarasvathi.
இசையாய், இசைவாய், இசைய, harmoniously, aptly.
ஏழு இசை, the seven tunes, the keynotes in music.
இசை, II. v. i. be apt or meet, agree well together, be to the purpose, join well, be united, பொருந்து; 2. consent to, உடன்படு; 3. to be like, சரிப்படு; 4. harmonize.
இசைந்தவேளை, due time.
இசைய, adv. (inf.) harmoniously, aptly.
இசைவு, v. n. agreement, fitness, harmony, correspondence.
அதற்கிசைவாய் (இசைய), corresponding to it.
இசை, VI. v. t. join together, combine, சேர் VI; 2. bind, tie, கட்டு; 3. say, tell, பேசு; 4. chant, பாடு.
இசைப்பு, v. n. joining, junction, utterance.
இச்சகம், s. flattery, adulation, முகஸ்துதி.
இச்சகமாய், flatteringly.
இச்சகம்பேச, -சொல்ல, to flatter.
*இச்சி, VI. v.t. covet, desire intensely, lust after, ஆசி.
இச்சில், இச்சி, இத்தி, s. the name of a tree.
கல்லிச்சில், another kind of it.
*இச்சை, s. lust, desire, விருப்பம்; 2. free-will, inclination, இஷ்டம்.
இச்சாபத்தியம், mild diet.
இச்சாரோகம், lasciviousness.
இச்சைப்பட, to desire intensely, to covet, to become libidinous.
இச்சையடக்கம், temperance, restraint of the sensual appetites.
தன்னிச்சை, free will.
தன்னிச்சைக்காரன், one that is free or in no bondage.
துரிச்சை, evil propensities.
இஞ்சி, s. green ginger.
இஞ்சி தின்ற குரங்குபோல், as a monkey irritated by eating green ginger, used about a man suffering the consequences of his own folly.
இஞ்சிக்கொத்து, a root of green ginger with all its branches and bulbs.
இஞ்சிச்சாறு, the juice of green ginger.

இஞ்சித்தேறு, a piece of green ginger.

இஞ்சிடி, இஞ்சடை, *prop.* இம்சடி, *s.* mocking, joking.

இஞ்சிடிபண்ண, to mock, deride, make conundric gestures.

இஞ்சிடிக்காரன், a mocker, a comical person.

இஞ்சு, III. *v. i.* dry up as the humidity of the ground or clay does, be absorbed as water in the ground, சுவறு; 2. be curdled, இறுகு.

இட, VII. *v. t.* dig out, தோண்டு; 2. split, open a way by force, பிள; 3. *v. i.* stride, stand straddling, விரிந்து நில்.

இடப்பு, *v. n.* clearing, distension.

இடப்படி, a stride, a pace, a step.

இடக்கர், *s.* vulgar, indecent language, எக்கர்.

இடக்கர் அடக்கல், avoiding indecent terms.

இடக்கியம், *s.* a flag, double tailed banner, கொடி.

இடக்கு, *s.* incivility, rudeness, mischief, சேஷ்டை.

இடக்கன், a mischievous fellow, a rude, disrespectful person.

இடக்காய்ப்பேச, to use rude, indecent language.

இடக்குப்பண்ண, to do wrong or mischief, to deal knavishly.

இடக்குமடக்கு, trouble, difficulty.

இடக்கை, *s.* a large drum, பறை.

***இடபம்**, ரிஷபம், *s.* a bull, an ox, எருது.

இடபாரூடன், Siva, the bull rider.

இடம், *s.* left side, இடதுபக்கம்.

இட, இடது, *adj.* left.

இடக்கால், the left leg.

இடக்கை, இடங்கை, இடதுகை, the left hand.

இடங்கைக்காரன், இடதுகை வாட்டானவன், one that is left-handed.

இடங்கையர், the left hand castes as opposed to வலங்கையர், right-hand castes.

இடஞ்சாரி, the way to the left.

இடஞ்சுழி, a curl on the body to the left.

இடம்புரி, இடம்புரிச்சங்கு, a shell or cornet whose spiral or winding proceeds from left to right.

இடம்புரி வலம்புரி, turning from left to the right, right and left.

இடவன், இடத்துமாடு, the left hand ox in yoke.

இடம், *s.* a place, room, ground, ஸ்தலம்; 2. width, extension, அகலம்; 3. ground, reason in argument, ஆதாரம்; 4. the three persons in grammar, மூவிடம்; 5. the sign of the seventh case, as என்னிடம், என்னிடத்திலே, in or with me.

இடம்பட வீடெடேல், do not build too spacious a house.

இடங்கண்டு விடாதே, don't let slip an opportunity.

அப்படி நினைக்கிறதற்கு இடம் உண்டு, there is room to think so.

வீட்டிலே இடம் விட, to give one a place in the house.

அவன் வந்த இடத்திலே (உடனே), when he was come.

அவ்விடம், அவ்விடத்தில், there.

இடக்கட்டை, -குறைச்சல், narrowness.

இடங்கெட்டபேச்சு, words spoken without regard to the place and persons.

இடங்கெட்டவன், one that can no where abide, a wanderer.

இடங்கெட்டுத்திரிய, to be a vagabond.

இடங்கொடுக்க, to give room, to allow.

இடமாயிருக்க, to be large or broad.

இடமானம், a spacious place, an honourable place.

முதல்துரை இடமானம், a president's place.

இடமானமானவீடு, a spacious house.

இடம்பாடு, width, extensiveness, large extent.

இருப்பிடம், place of residence, head-quarter, seat.

இவ்விடம், இவ்விடத்திலே, here.

எவ்விடமும், எவ்விடத்திலும், every where.

இடம்பம், டம்பம், *s.* (*Tel.*) ostentation, show, pomp, ஆடம்பரம்.

இடம்பன், டம்பன், டம்பாச்சாரி, a gaudy man, prodigal, gallant, cox-comb.

இடப்பு, III. *v. i.* shun, keep aloof, விலகு.

இடர், *s.* affliction, pain, calamity, distress, ஆபத்து.

இடலம், *s.* width, spaciousness, விசாலம்.

இடவன், *s.* a clod of earth; 2. see under இடம்.

இடறு, *s.* obstacle, impediment, தடை; 2. misfortune, calamity, ஆபத்து.

இடறு, III. *v. t.* kick off or away, எற்று; 2. *v. i.* stumble, strike the foot against, தடுக்கு.

கால் இடறி விழுந்தான், he stumbled and fell.

இடறடிக்க, to rout, to put to the rout.

இடறலாகநடக்க, to live a scandalous life.

இடறல், *v. n.* an offence, scandal.

இடறல் உண்டாக்க, to be a scandal, to cause offence.

இடறல்பட, to take offence, to be offended, to be hindered.

இடறுகட்டை, a stumbling block, an obstruction.

இடறுதல், *v. n.* stumbling, tripping.

இடன், *s.* place, இடம்.

இடாசு, III. *v. t.* press, strike, நெருக்கு; 2. beat out, மேற்கொள்; 3. disregard, அவமதி.

இடாப்பு, டாப்பு, *s.* a list, register, அட்டவணை.

இடாப்பு, III, *v. i.* walk straddling, இட.

இடார், *s.* a basket for irrigation, இறைகூடை; 2. a trap for squirrels, rats etc., பொறி.

இடி, *s.* a stroke, blow, shock, a beating or hitting, தாக்குகை; 2. a roar, ஒலி; 3. a clap of thunder, a thunder bolt; 4. ground grain, rice flour, இடித்தமா.

இடி இடிக்கிறது, it thunders.

இடிவிழுந்தது, the lightning has struck a place.

இடிகொம்பு, a machine, with pistolets, பொட்டில்.

இடிபட, -உண்ண, to be pushed about, elbowed, to be pounded, to be vexed, afflicted.

இடிமுழக்கம், a thunder-clap.

இடியப்பம், a kind of cake made of rice meal.

இடி, II. *v. i.* fall to pieces, crumble, உடை; 2. be broken or bruised, நொறுங்கு; 3. be washed down as the bank of a river.

இடிகரை, a broken bank, margin of a river, tank etc.

இடிசல், இடிதல், *v. n.* decay, ruin.

இடிசலாயிருக்க, to be ruinous.

இடிசாமம், time of ruin, reproach, a sudden danger at the dead of night.

இடிசுவர், a dead wall, broken wall.

இடிந்துபோக, -விழ, to crumble in ruins.

இடிவு, *v. n.* demolition, ruin, crumbling away of a bank.

இடி, VI. *v. t.* pull down, demolish, தகர்; 2. beat or bruise in a mortar, தூளாக்கு; 3. beat against, தாக்கு; 4. push, butt, முட்டு; 5. thunder.

இடித்துக்கொள்ள, to strike by accident against some thing.

இடிமரம், a pestle, a pounder, உலக்கை.

இடியுரல், mortar.

இடிகடை, *s.* calamity. straits, affliction, ஆபத்து.

இடிகடைப்பட, to suffer oppression or affliction.

இடுக்கு, டுக்கு, *s.* pomp, parade, show, இடம்பம்.

இடு, IV. *v. t.* put, deposit, வை; 2. give, ஈ; 3. put on as ornaments, தரி; 4. designate, விதி; 5. throw, எறி. As an *expletive* it is joined to the *adv. part.* of other verbs as செய்திட்டான், he has done it entirely. In the 3. conjugation it is joined to the root, as பேசிட்டேன், I spoke. *Compound verbs* as பின்னிடு, பங்கிடு, கூப்பிடு, சத்தமிடு, சாப்பிடு etc. see in their places.

இடுகாடு, a place where dead bodies are burnt or buried.

இடுகுறி, இடுகுறிப்பெயர், an arbitrary name, primitive term.
இடுகை, *v. n.* gift.
இடுதண்டம், penalty, fine.
இடுமருந்து, a philter.
இட்டறுதி, a fixed time or term, critical time.
இட்டு, *used as adv.* through, on account of.
அவனையிட்டு இந்தப்பழி வந்தது, this disgrace happened through him.
இட்டுக்கட்டிக்கொள்ள, to cast aspersion upon.
இட்டுகொள்ள, to take along.
இடுகு, III. *v. i.* become narrow, slender, close, சுருங்கு.
இடுகுமிடையவர் (இடுகிடைமடவார்), women having slender waist.
இடுகு, *v. n.* narrowness.
இடுக்கண், *s.* distress, affliction, straits, adversity, துன்பம்.
இடுக்கண்படுத்த, to afflict, persecute.
இடுக்கம், *s.* closeness, ஒடுக்கம்; 2. narrowness, straitness, நெருக்கம்; 3. poverty, வறுமை.
இடுக்கப்படுத்த, இடுக்கஞ்செய்ய, to oppress.
இடுக்கமாயிருக்க, to be straitened or distressed, to be narrow or close, be poor.
மன இடுக்கம், anxiety, tribulation, anguish.
இடுக்கு, *s.* the claws of a lobster etc., கொடுக்கு; 2. narrowness, நெருக்கம்; 3. a narrow space or passage, a small hole, nook or corner, சந்து.
இடுக்குமரம், narrow passage through posts to fields.
இடுக்குமுடுக்கு, straitness, narrow lane.
இடுக்கு முடுக்கிலே, in a narrow corner, in difficult, embarassed circumstances.
இடுக்கு வழி, a narrow way or lane.
இடுக்குவாசல், a strait gate.
பல்லிடுக்கிலே, betwixt the teeth.
இடுக்கு, III. *v.t.* press, நெருக்கு; 2. pinch, இடுக்கிப்பிடி; 3. bear (a child) on the hip.
விரற்சந்திலே இடுக்கிக்கொள்ள, to steal something by clasping it between the fingers.
இடுக்கி, a pair of small pincers, forceps.
இடுக்குப்பிள்ளை, a child in arms carried on the hip.
இடுப்பு, *s.* the loins, the hip.
இடுப்புவலி, lumbago, pain in the loins.
இடும்பு, *s.* haughtiness, அகந்தை; 2. impudence, சேட்டை; 3. contempt, அவமதி; 4 mischief, தீங்கு.
இடும்பன், இடும்புக்காரன், (*fem.* இடும்பி) a haughty, violent, mischievous person, giant.
இடும்புசெய்ய, to provoke a person to anger, to cause or do mischief, to act presumptuously.
ஏழை இடும்பு, beggar's pride.
இடும்பை, *s.* distress, affliction, துன்பம்.
இடுவந்தி, *s* defamation, false charge, அபாண்டம்; 2. oppression, நெருக்கிடை
இடுவந்திக்காரன், a calumniator.
இடுவந்திபோட, to calumniate.
இடை, *s.* the middle, நடு; 2. the middle of the body, the waist, மருங்குல்; 3 interval of time; 4. (*prop.* எடை), a weight of 6¼ seers.
இடைகட்டிக்கொள்ள, to gird one's self.
இடைக் கட்டு, a girdle, the allowance made for the weight of a vessel before weighing anything in it.
இடைக்கிடை, equi ,oise, equivalence of weight in exchanging goods; 2. here and there.
இடைக்கிடை விற்க, to give even weight of an article in exchange for another.
இடைக்கொள்ளை, plunder, freebooty.
இடைச்சன், the second child, corresponding with தலைச்சன், the first-born, the eldest child.
இடைச்சாதி, the tribe of shepherds and cowherds.
இடைச்சேரி, a shepherd's village.
இடை சூலை, pain in the loins.
இடைச்சொல், a particle.
இடை நடுவிலே, in the meantime, in the middle.

இடை நிலை, medial particle in grammar.
இடையன் (*fem.* இடைச்சி), shepherd as occupying a middle position.
இடையிட, to have intermediate space, to intermit.
இடையிட்டு வந்த செல்வம், acquired wealth and prosperity, not ancestral.
இடையூறு, frustration, obstruction, misfortune, a great impediment.
இடை வழி, midway.
இடைவிட, to leave intermission, to intermit.
இடைவிடாமல், incessantly, without intermission.
இடை விட்டொரு நாள், every other day.
இடைவெட்டுப் பணம், coin of less weight, clipped coin; 2. profit made indirectly.
இடை வெட்டுப் பேச்சுபேச, to speak in derision, to ridicule.
இடைவெளி, an intermediate space.
தலையிடைகடை, beginning, middle, and end
நான்கு விரற்கிடை, four fingers' breadth.
பணவிடை, a fanam's weight.

இடை, II, *v.i.* make way, recede, retire from the middle, அதுங்கு; 2. retreat, பின்னிடு; 3. be reduced in circumstances, become poor, தாழு.

இடைஞ்சல், *s.* adversity, உபத்திரவம்; 2. obstruction, தடை; 3. narrow way, நெருக்கம்.

அதுக்கு இடைஞ்சலாய் நின்றேன், I was a hindrance to it, I stood in the way.
இடைஞ்சல் வழி, a strait narrow way.
இடைஞ்சற்பட, to suffer oppression, to be in difficulties or trouble.
இடைஞ்சற்பண்ண, obstruct, oppose.

இடோலி, டோலி, *s.* a dhooly, litter, சிவிகை.

இடோல், டோல், *s.* (*Tel.*) a kind of drum, பறை.

இட்டடை, இட்டிடை, *s.* misery, calamity, poverty, துன்பம்.

இட்டடைப்பட, to suffer calamity.

*இட்டம், இஷ்டம், *s.* option, pleasure, freedom of choice, பிரியம்; 2. desire, விருப்பம்; 3. kindness, friendship, அன்பு.

இஷ்டகாமியம், what delights the mind.
இஷ்டகாரன், இஷ்டாள், இஷ்டன், a friend.
இஷ்டதேவதை, the family or guardian deity.
இஷ்டப்பிரசாதம், free gift, free grace.
இஷ்டம் பண்ண, to befriend, to make friendship with one.

இட்டலி, இட்டளி, *s.* a kind of pie, a cake.

*இட்டி, இஷ்டி, *s.* sacrifice, யாகம்.

*இட்டிகை, *s* bricks, செங்கல்; 2. a narrow way, இடுக்கு வழி; 3. a mixture of wax, resin etc. (*used by goldsmiths*).

இட்டிடைஞ்சல், *s.* injustice, persecution, adversity, straits, துன்பம்.

இட்டு, *adv. part.* of இடு which see.

இட்டுறுதி, *s.* firmness, severity, rigor, சண்டிதம்.

இட்டோடு, *s.* disunion, discord, பிரிவு.

இட்டோட்டு, *s.* vexation, trouble, தொந்தரை.

இணக்கம், *s.* (இணங்கு), agreeableness, agreement, conjunction, friendship, union, உடன்பாடு; 2. fitness, பொருத்தம்.

இணக்கமுள்ளவன், a pliable, agreeable person.
இணக்கப்படுத்த, to reconcile.

இணக்கு, III. *v.t.* cause to agree, join together, persuade, draw one in, reconcile, bring about friendship, உடன்படுத்து.

இணங்கு, III. *v. i.* agree, consent, submit, yield, comply with, be brought over or drawn in, உடன்படு.

அதற்கவர் இணங்கவில்லை, he has not acquiesced in, or been satisfied with it.
இணங்கலர், enemies.

இணர், *s.* a cluster of flowers, பூங்கொத்து, 2. a blossom, பூமலர்.

இணரெரி, a large fire, conflagration.

இணைப்பு, III. *v. t.* deceive, cheat, disappoint, entice, எய்.

இணைப்பு, *v. n.* deceit, fraud,

இணி, *prop.* அணி, *s.* a ladder, ஏணி; 2. a row of squares in a rice field, தளை.

இணுக்கு, *s.* a particle, bit; 2. a twig, வளார்; 3. a handful of cocoanut leaves etc. plucked off.

இணுக்கு, III. *v. t.* pull or pluck off leaves etc.

இணுங்கு, III. *v. t.* pull off, split off as a twig from a branch, இசி.

இணை, *s.* union, conjunction, இசைவு; 2. comparison, similitude, ஒப்பு; 3. a pair, couple, துணை.

ஓர் இணை மாடு, a yoke of oxen.

இணை பிரியாமல் இருக்க, to be inseparably united.

இணையசை, a compound metrical syllable, நிரையசை.

இணையடி, both the feet.

இணையாய், in conjunction, jointly.

இணையிட்டுப்பார்க்க, to compare one thing with another.

இணை, II. *v. i.* join, become united, சேரு; 2. agree, be suitable to, இசை; 3. be like or similar, ஒத்திரு; 4. copulate, புணரு.

இணையாதவன், one who is unsociable.

இணைவு, *v. n.* union, connection.

இணை, VI. *v. t.* combine, join together, சேர் VI.; 2. couple, கூட்டு; 3. compose sentences etc.

இண்டர், *s.* shepherds, இடையர்.

இண்டு, இண்டை, இண்டஞ்செடி, *s.* the name of a thorny shrub.

இண்டமுள்ளு, its thorns.

ஆதிண்டு, வெள்ளிண்டு, செவ்விண்டு, different species of the same.

இதணம், இதண், *s.* a raised platform, பரண்.

*இதாியம், *s.* pleasure, agreeableness, இனிமை; 2. satisfaction, திருத்தி.

*இதமி, VI. *v. t.* consent, like, பிரியப்படு.

இதமித்திருக்க, to be content, satisfied.

இதமிப்பு, *v. n.* satisfaction, contentment.

*இதம், *s.* what is acceptable, இன்பமானது; 2. pleasantness, delightfulness, இனிமை.

இதமாயிருக்க, to be acceptable, pleasant.

இதம்பண்ண, to please, gratify.

இதம்பேச, to speak what is good or acceptable.

இதாகிதம், good and evil, right or wrong.

வாய்க்கிதம், being pleasant to the taste.

*இதயம், *contr. of* இருதயம், *s.* the heart.

*இதரம், *s.* another one, that which is different or foreign, அன்னியம்; 2. vileness, ஈனம்; 3. quicksilver, பாதரசம்.

இதரத்திலே கூடின மருந்து, a mercurial preparation.

இதர பதார்த்தம், other things, other objects.

இதரர், others, strangers, foreigners, inferiors.

இதலை, இதல், *s.* the navel, கொப்பூழ்.

இதல், *s.* a partridge, கவுதாாி; 2. a quail, காடை.

இதழ், *s.* a flower leaf, petals of a flower, பூவிதழ்; 2. the lips, உதடு; 3. a leaf, இலை; 4. the eyelids, கண்ணிமை; 5. the strips in venetian windows, இலை.

இதழ் அவிழ, to open as a flower.

இதழ்குவிக்க, to close as flowers, to shut the eyes, to close the lips.

இதள், *s.* quicksilver, இரசம்.

*இதிகாசம், *s.* ancient heroic history both moral and religious, பழங்கதை; 2. an example, an authority.

இது, *dem. pro.* (*pl.* இவை, இவைகள்), this, this thing, it.

இது வேளை, இது சமயம், this is the proper time.

இது காாியமாக வந்தேன், on this account I came.

இதற்குள், within this, ere this, by this time.

இதுக்காக, therefore.

இதுநிமித்தமாக, for this reason.

இதோ, *interj.* this! behold! lo!

இதோ வந்தான், see, he is come.

இத்தனை, *adj.* so much, so many, see தனை.

இத்தி, *s.* a certain tree, கல்லாலமரம்.

இத்துரு, *s.* sand containing tin, ஈயமணல்.

Tam. Eng. Dictionary. 8

இத்துணை 58 இம்மி

இத்துணை, s. (இ), so much, இத்தனை; 2. this aid, இந்தத் துணை.

இந்த, *dem. adj*. this, இ.

இந்தக்காரியம், this thing, the matter.

இந்தம், s. the tamarind tree, புளியமரம்.

*இந்தனம், s. fuel, firewood, விறகு.

இந்தா (*hon. & pl.* இந்தாரும், இந்தாருங்கள்), here it is, take it, come here.

இந்தா என்று கொடுக்க, to exhibit, to hand one a thing.

***இந்திரம்**, s. organ of sense, இந்திரியம்; 2. (*in comp.*) excellency.

இந்திரகோபம், an insect of purple colour.

இந்திரசாலம், conjuring, juggling.

இந்திர நீலம், saphire.

***இந்திரன்**, s. Indra the king of the gods, a king, இறைவன்.

இந்திர தனுசு, –வில்லு, s. the rainbow, the bow of Indra.

இந்திரதிசை, the east.

இந்திரபதம், the world of Indra.

தேவேந்திரன், king of the gods.

***இந்திரியம்**, s. an organ of sense or an organ of the body, the sense, பொறி; 2. the sperm, human seed, விந்து.

இந்திரிய நிக்கிரகம், the subjugation of the passions.

அந்தரிந்திரியம், the intellectual faculties, see அந்தக்கரணம்.

உள்ளிந்திரியம், the internal sense and affection.

ஞானேந்திரியம், பஞ்சேந்திரியம், the five external organs of sense, viz: மெய், வாய், கண், மூக்கு, செவி.

***இந்து**, s. the moon, சந்திரன்; 2. crude camphor, பச்சைக்கர்ப்பூரம்; 3. charcoal, கரி; 4. the river Indus.

இந்து காந்தம், the lunar gem, the moonstone.

இந்துஸ்தானி, the Hindustani language.

இந்துதேசம், India.

இந்துப்பு, rock-salt, an artificial salt used in medicines.

இபம், s. a branch of a tree, கிளை.

***இபம்**, s. an elephant, யானை.

இப்படி, *adv*. thus, see under படி.

இப்பந்தி, s. a feeble person, பலவீனன்; 2. dunce, பேதை; 3. miser, உலோபி.

இப்பால், s. & *adv*. (இ), hither, on this side, hereafter, further, henceforth.

இப்பி, s. shell-fish, oysters, சிப்பி; 2. the conch shell, சங்கு.

இப்புறம், s. & *adv*. (இ), hither, on this side.

இப்புறப்பட, to come over this side.

இப்பொழுது, இப்போது, இப்போ, s. & *adv*. (இ), now, at this time.

இப்போது தானே, immediately.

இப்போதும், now, as it is so.

***இமம்**, s. frigidity, coldness, சீதளம்; 2. frost, snow, உறைந்த மழை; 3. gold, பொன்.

இமகிரி, இமாசலம், இமாலயம், the Himalaya range.

***இமயம்**, இமையம், இமயகிரி, s. the Himalayas, இமாலயம்.

***இமிசை**, இம்சை s. affliction, வருத்தம்; 2. tormenting, வாதை; 3. killing, கொலை.

இமிர், II. *v. i.* sound, hum, buzz, ஒலி; 2. swarm, மொய்.

இமில், s. the hump or bunch on a bullock's back, திமில்.

இமிழ், s. sound, hum, roar, ஒலி; 2. sweetness, இனிமை.

இமிழ், II. *v. i.* roar, sound, ஒலி; 2. be sweet, இனி.

இமிழ்கடல், the roaring sea.

இமை, s. the eyelids, கண்ணிமை; 2. the twinkling of the eye, a moment, கணம்.

இமை கொட்ட, –போட, to wink or twinkle with the eyes.

இமைப்பொழுது, a moment.

இமையோர், இமையவர், gods, celestials who never sleep or wink.

இமை, VI. *v. i.* twinkle with the eyes, wink, இமை கொட்டு.

இம்பர், s. here, this place, this world (*opp. to* அம்பர்).

இம்பூறல், s. a root for dyeing scarlet, சாயவேர்.

இம்மட்டு, s. so much, see மட்டு.

இம்மி, s. the smallest fraction, 1,075,200th part of a unit, ஒரெண். (3,360 இம்மி is one முந்திரி, which is the 320th part of a unit); 2. atom, minute, particle, நுண்மை.

இம்மை, *s.* the life in this world, this life, the present birth (*opp. to* மறுமை).

*இயக்கம், *s.* greatness, பெருமை; 2. ability, power, பலம்; 3. *v.n.* see இயங்கு.

இயக்கர், a class of demigods in the retinue of Kubera.

இயக்கன், an individual of the above class; 2. Kubera.

இயக்கி, a female of the above class; 2. goddess of benevolence.

இயக்கு, III. *v. t.* move, அசை; 2. cause to go, நடத்து; 3. train, பழக்கு.

இயங்கு, III. *v. i.* move, அசை; 2. walk, நட; 3. respire, breathe, மூச்சு விடு; 4. shine, பிரகாசி.

இயக்கம், *v. n.* motion, respiration; 2. light, brightness, பிரகாசம்.

*இயத்தினம், இயத்தனம், *s.* effort, exertion, முயற்சி; 2. means, see எத்தனம்.

*இயந்திரம், *s.* a machine, see எந்திரம்.

*இயமன், *s.* Yama the god of death.

இயமதூதர், the messengers of Yama.

இயம லோகம், the place of departed souls, the Kingdom of Yama.

இயம், *s.* a sound, ஒலி; 2. a word, சொல்.

இயம்பு, III. *v. t.* speak, say, utter, சொல்லு; 2. *v. i.* sound, ஒலி.

இயம்பல், *v. n.* saying, proverb.

இயல், *s.* nature, quality, குணம்; 2. good conduct, order, ஒழுக்கம்; 3. chapter, section, ஒத்து.

இயற்றமிழ், natural and plain Tamil as distinguished from இசைத்தமிழ் and நாடகத்தமிழ்.

இயற்சொல், words well known and in common use, colloquial common words as opposed to திரிசொல்.

இயல், இயலு, எலு, I. *v. i.* be possible, be able, கூடியதாயிரு; 2. be done, made or performed, ஆகு; 3. be adopted, suited, பொருந்து (see எல் I. & எல் V.).

தச்சனுலியன்ற வீடு, a house made by the carpenter.

அது என்னால் இயலாது, I cannot do that.

இயலாதவன், an unfit or incompetent person.

இயலாமை, incompetency, impossibility.

இயல்பு, இயல்வு, *v. n.* ability.

இயன்ற காரியம், a thing that is possible.

இயன்ற மாத்திரம், as much as possible.

இயல்பு, *s. & v. n.* nature, quality, குணம்; 2. condition, state, தன்மை; 3. proper course of conduct, good character, modesty, ஒழுக்கம்; 4. honesty, frankness, நேர்மை; 5. ability, competence, பெலன்.

இயல்பாயிருக்கிறான், he is a man of substance and influence.

இயல்பு தப்பின காரியம், an unbecoming act, a dishonest deed.

இயல்புப் புணர்ச்சி (*in gram.*), combination of words without any change.

இயல்புள்ளவன், a wealthy person, a man of fair competence.

இயற்கை, *s.* (இயல், *v.*), nature, disposition, inherent quality, சுபாவம்; 2. state, condition, தன்மை; 3. ability, influence, திராணி; 4. custom, habit, வழக்கம்; 5. that which is natural, *opp. to* செயற்கை, artificial productions.

இயற்கை அறிவு, natural instinct as opposed to செயற்கை அறிவு, acquired knowledge.

இயற்கைப்பொருள், natural object as distinguished from செயற்கைப் பொருள், artificial things.

இயற்கையான குடி, a respectable, wealthy family.

இயற்றி, *s.* endeavour, exertion, முயற்சி.

இயற்று, III. *v. t.* do, make, bring about, effect, செய்; 2. transact, manage, நடத்து.

இயற்றும் வினை (*in gram.*), verbs expressing action performed by one's self as கொற்றன் கோயில் கட்டினன், *opp. to* ஏவும் வினை, active verbs, used in a causative signification, as அரசன் கோயில் கட்டினான்.

இயை, *s.* junction, union, இசைப்பு.

இயை, II. *v. i.* (*poet.* for இசை), join, agree.

இயைவு, இயைபு, *v.n.* union, agreement, fitness.

இயை, VI. *v. t.* join, connect, இசை; 2. arrange, முறைப்படுத்து.

இர, VII. *v. t.* beg, beg alms, பிச்சை கேள்; 2. pray, beseech, வேண்டிக் கொள்.

இரந்து குடிக்க, to get one's livelihood by begging.

இரப்பு, இரவு, *v. n.* begging, poverty.

இரப்போன், இரந்துண்ணி, a beggar.

இரவலர், இரவோர், beggars.

*இரகசியம், ரகசியம், *s.* a secret, mystery, மறைபொருள்.

இரகசியத்தானம், a private or secret place.

இரகசியமாய்ப் பேச, to whisper.

இரகசியம்பேச, to talk secrets.

*இரகு, *s.* a king of Oudh and great grand-father of Rama.

இரகுநாதன், Rama.

இரக்கம், *s.* (இரங்கு), mercy, compassion, கிருபை; 2. pity, sympathy, உருக்கம்.

இரக்கமில்லாதவன், an unmerciful man, a pitiless man.

இரக்கமுள்ளவன், இரக்கசாலி, இரக்கவாளி, இரக்கவான், a tender hearted person.

இரக்கம் கொள்ள, to pity, commiserate, sympathize with.

இரக்கம் செய்ய, to show mercy.

இரங்கு, III. *v. i.* pity, compassionate, commiserate, பரிதவி.

என் மேல் இரங்கும், எனக்கு இரங்கும், have mercy on me, pity me.

இரங்கிக்கொடுக்க, to give out of pity.

*இரசதம், இரசிதம், *s.* silver, வெள்ளி.

*இரசம், ரசம், *s.* juice in general, சாறு; 2. the sweet juice of fruits etc.; 3. sweetness, இனிமை; 4. flavor, relish, சுவை; 5. quicksilver, mercury, பாதரசம்; 6. wine, திராட்சப் பழரசம்.

ஷட் இரசங்களுடனே போசனஞ்சேவிக்க, to prepare and serve a savoury meal.

இரசகந்தாயம், the season for fruits, the fatness of the earth; 2. a tax.

இரசகர்ப்பூரம், sublimate of mercury.

இரசகுண்டு, a globe of fancy glass coated inside with mercury.

இரசக்கட்டு, condensed mercury.

இரசக்குடுக்கை, a little bottle of quicksilver.

இரசதாளிக்கரும்பு. ரஸ்தாளிக்கரும்பு, a large kind of sugar-cane.

இரசதாளிப்பழம், ரஸ்தாளி, plantain fruits of a sweet flavour.

இரசதாளிவாழை, ரஸ்தாளி, a plantain tree of that kind.

இரசபஸ்பம். calcinated mercury.

இரசம் முறிக்க, to carry mercury off from the body; 2. to prepare mercury for medicine.

இரசவாதம், இரசவாத வித்தை, alchemy.

இரசவாதி, an alchemist, gold maker.

இரசாபாசம், loss of flavour or juice, confusion, disorder.

இரசவைப்பு, any preparation from mercury.

இரசல், *s* (இறைசல்), lightness, slenderness, மெல்லிது.

கொத்தமல்லி இரசலானது, coriander is light.

*இரசனம், *s.* flavour, taste, சுவை; 2. organ of taste, ஓர் பொறி; 3. sound, ஒலி.

*இரசனி, *s.* night, இரவு; 2. indigo, நீலம்.

*இரசனை, ரசனை, *s.* tongu,e நா; 2. flavour, taste, சுவை; 3. sweet juice, sap, essence, சாறு.

இரசனையானபழங்கள், delicious fruits.

*இரசாயனம், ரசாயனம், *s.* a kind of medicine fancied to prevent old age; 2. chemistry, ரசாயன சாஸ்திரம்.

கெந்தக இரசாயனம், a medicine of brimstone.

*இரசி, VI. *v. i.* be pleasant to the taste, ear or mind; gratify, உருசி.

இரசிப்பு, *v. n.* sweetness, flavour.

*இரசிதம், *s.* see இரசதம்.

இரஸ்து, ரஸ்து, *s.* (*Hind.*), military stores and provisions.

*இரஞ்சகம், s. love, affection, அன்பு.
பிராணரஞ்சகன், a dearly beloved friend.

*இரஞ்சிதம், s. pleasantness, sweetness, affection, பிரியம்.
மனோரஞ்சிதமானது, that which is delightful to the mind.

*இரட்சகம், இரட்சணியம், இரட்சணை, இரட்சை, protection, preservation, salvation, மீட்பு.
இரட்சகன், இரட்சணியன், a protector, saviour.
இரட்சகர், the Saviour.

*இரட்சி, ரட்சி, VI. *v. t.* protect, preserve, save, காப்பாற்று.
இரட்சித்துவிட, to deliver or rid.
இரட்சிப்பு, *v. n.* salvation, preservation.

இரட்டி, ரட்டி, *s.* (இரண்டு), double, இருபங்கு.

இரட்டி, VI. *v. t.* double, repeat, reiterate, இரட்டு; 2. return as a disease, மக்களி.
நோவு இரட்டிக்கிறது, the pain is double what it was; 2. the disease has returned or relapsed.
இரட்டித்த செலவு, double expense.
இரட்டித்துச் சொல்ல, to say again and again, repeat.
இரட்டிப்பு, *v.n.* doubling, two-fold, a double quantity.

இரட்டியர், ரட்டியர், *s.* a division of the Vaisya caste, tradesmen.

இரட்டு, *s.* (இரண்டு), double threaded cloth, coarse cloth.
இரட்டுப்பை, a bag made of coarse cloth.

இரட்டு, III. *v. i.* (இரண்டு), double, repeat, இரட்டி; 2. sound, ஒலி.

இரட்டை, *s.* (இரண்டு), two things naturally conjoined as a double fruit etc.; 2. a couple, சோடு; 3. even numbers (*opp. to* ஒற்றை).
இரட்டைக்கிளவி, double words imitating certain sounds, as மடமடவென.
இரட்டைச் சுழி, இரு சுழி, two curls in horses etc.
இரட்டைப் பிள்ளை, twins.
ஒற்றை இரட்டை, odd or even, the name of a game.

இரணம், *s.* food, ஊண்.

*இரணம், *prop.* இருணம், *s.* debt, கடன்.
இரணபாதகம், unfaithfulness to creditors.

*இரணம், ரணம், *s.* war, battle, போர்; 2. a sore, wound, ulcer, புண்.
இரணகளம். இரணரங்கம், the field of battle.
இரண கெம்பீரம், a shout of battle.
இரண சூரன், a hero, a general.
இரண பேரிகை, –பேரி, a battle drum.
இரண வைத்தியம், surgery.
இரணவைத்தியன். a surgeon.

*இரணியம், *s.* gold, பொன்.
இரணியவேளை, evening twilight, the time when இரணியன் was slain.
இரணியன். an Asura.

இரண்டகம், *s.* (இரண்டு), duplicity, double dealing, துரோகம்.
இரண்டகம் நினைக்க, to frame a treacherous design.
இரண்டகம்பண்ண, to deal perfidiously.

இரண்டு, ரண்டு, *s. & adj.* two. As an *adj. pref.* it often becomes இரு (before consonants), or ஈர் (before vowels), which see separately.
இரண்டில் ஒன்று எடு, take either of the two.
இரண்டாந்தரம், secondary kind or class; 2. the second time.
இரண்டாம் பட்சமாயிருக்க, to be not the chief thing or aim, to be of a doubtful nature.
இரண்டாம் பாட்டன், a great-grandfather.
இரண்டாவது, secondly, that which is the second.
இரண்டுக்குப்போக, –இருக்க, to go to stool.
இரண்டுக்கும் உண்டு, the issue is doubtful, the thing is critical.
இரண்டுங்கெட்டவன், an indifferent man neither good nor bad; 2. a destitute, outcaste fellow.

இரண்டு செய்ய, to disobey, to act against orders; 2. to act perfidiously.

இரண்டுசொல்ல, to refuse, to give an evasive answer.

இரண்டு நினைக்க, to be hypocritical, to meditate treachery under a shadow of honesty.

இரண்டுபட, to disagree, to become disunited, to become divided in two.

இரண்டுபடுத்த, to disunite, to sow dissension.

இரவ்வெண்டு, two by two.

இரதம், s. waist string, அரைஞாண்.

*இரதம், ரதம், s. a chariot, coach, தேர்; 2. same as இரசம், flavour, taste (cf. மனோரதம், desire); 3. quicksilver, பாதரசம்.

இரதகஜதுரகபதாதிகள், a whole army consisting of chariots, elephants, cavalry and infantry.

இரதசாரதி, a coachman, charioteer.

இரதோற்சவம், a car festival.

இரதன், s. eye, கண்; 2. parrot, கிளி.

*இரதி, s. great desire, sexual love, காமம்; 2. wife of Kama.

இரதிகாதலன், ரதிபதி, Kama, god of love, Cupid.

*இரத்தம், ரத்தம், s. blood, உதிரம்; 2. red, crimson, சிவப்பு.

இரத்தக்கலப்பு, -உறவு, relation by blood, consanguinity.

இரத்தக்கவிச்சு, offensive smell of blood.

இரத்தக்கழிச்சல், dysentery.

இரத்தக் குழந்தை, a new born child.

இரத்தக்கொழுப்பு, -புஷ்டி, lustiness, stoutness, plethora, pride.

இரத்தங்கக்க, இரத்தமாய் வாயில் எடுக்க, to vomit blood.

இரத்தம் குத்தி வாங்க, to bleed.

இரத்தசாட்சி, martyrdom, martyr (Chr. us.).

இரத்தஞ் சிந்த, to shed blood.

இரத்தம் சுண்டிப்போயிற்று, the blood is dried up by hunger, fasting etc.

இரத்த நரம்பு, vein, blood vessel.

இரத்தபாத்தியம், consanguinity, kin.

இரத்தப்பழி, revenge for bloodshed.

இரத்தப்பிரமியம், bloody urine.

இரத்தப்பிரவாகம், a flood of blood.

இரத்தப்பிரியன், a blood thirsty man.

இரத்தமூலம், hemorrhoids.

இரத்தம் பீறிடுகிறது, blood gushes out.

இரத்தம் வடிகிறது, -பாய்கிறது, blood runs down.

இரத்தவலிப்பு, convulsion by too much blood.

இரத்தாசயம், the heart.

இரத்தாம்பரம், s. red or purple cloth.

*இரத்தினம், ரத்தினம், இரத்தினக்கல், s. a precious stone, a jewel, a gem, மாமணி.

இரத்தினக்கம்பளி, a double-woven carpet of different colours.

இரத்தின பரிக்ஷை, the art of examining and choosing gems.

இரத்தின மயம், the appearance of precious stones, made of or adorned with precious stones.

இரத்தினமாலை, a garland or string of precious stones.

இரத்தினாகரம், the ocean, கடல்.

இரத்தினாதிகள், gems, various precious stones.

நவ இரத்தினம், the nine kinds of gems, all sorts of gems.

*இரந்திரம், ரந்திரம், s. a hole, chasm, துவாரம்.

இரந்திரமிட, to perforate.

*இரமணியம், இரமணம், s. pleasing, charming, இரம்மியம்.

இரம்பம், ரம்பம், s. (*Tel.*), a saw, வாள்.

*இரம்பை, ரம்பை, s. *same as* அரம்பை, a fair damsel, woman.

*இரம்மியம், ரம்மியம், இரமியம், s. pleasantness, agreeableness, contentment, joy, திருப்தி.

மன இரம்மியம், gladness, satisfaction, contentment, delight.

*இரவணம், s. the cuckoo; 2. jesting, பரிகாசம்.

இரவல், s. (இர, *v.*), anything borrowed or lent (money excepted), a loan, lending.

இரவல் குடி, -வீடு, a lodging, hired habitation.

இரவல் கேட்க, to ask the loan of a thing for use.

இரவல் (இரவலாய்க்)கொடுக்க, to lend.
இரவல் சோறு, support gained by sponging on others.
இரவல் நகை, borrowed jewels.
இரவல் புடவை, a cloth lent.
இரவல் வாங்க, to borrow for use.

*இரவி, s. the sun, சூரியன்.
இரவிகுலம், the solar dynasty.

இரவிக்கை, இரவுக்கை, ரவுக்கை, s. (*Tel.*), a short jacket worn by Indian women, a tucker, bodice.

இரவு, இரா, ரா, ராவு, இராத்திரி, s. the night; 2. v. n. of இர.
இராத்திரி வந்தான், he came last night.
பாதி இராத்திரியிலே, at midnight.
இரவறிவான், the cock, so called from his marking night-watches by his crowing.
இரவோன், இராக்கதிர், the moon.
இராக்காய்ச்சல், night-fever.
இராக்காலம், இராத்திரிகாலம், night-time.
இராத்தங்க, to tarry or lodge all night, to pass the night.
இராப்பகல், இராவும் பகலும், இராப்பகலாய், day and night.
இராப்பிச்சை, begging by night.
இராப்போசனம், the Lord's Supper (Chr. us.).
இராமாறு, night time, by night.
இராமுகூர்த்தம், an auspicious hour occurring in the night.
இராவுக்கு, to-night.

*இரவுத்திரம், s. see இரௌத்திரம், wrath.

இரவை, ரவை, s. (*Tel.*), shot; 2. a trifle, a particle of anything, சொற்பம்.

இரா, s. see இரவு.

*இராகம், ராகம், s. colour, நிறம்; 2. the tune of a hymn, melody; 3. lust, sexual desire, மோகம்.
இராகப்பரீட்சைக்காரன், professor of music.
இராகம் எடுக்க, to begin a tune.
இராகம் தப்ப, to fall out of tune.
இராகம்பாட, to sing a song.

*இராகவன், s. the family name of Rama.

இராகி, ராகி, s. (*Can.*), raggi, a kind of grain, கேழ்வரகு.

***இராகு**, ராகு, s. the eighth planet in the Indian astronomy; *caput draconis*, which with கேது the red serpent is said to swallow the sun and the moon and thus to cause the eclipses.
இராகுகாலம், the inauspicious part of the day about an hour and a half under the influence of இராகு.

*இராக்கதன், இராக்ஷதன், ராக்ஷதன், s. a giant, அரக்கன்
இராக்கதி, இராக்கிஷி, a giantess.
இராக்கிஷத்தனம், a gigantic feat, a great exploit, ferociousness.
இராட்சதகணம், a set of giants.
இராட்சதப் பிறப்பு, progeny or race of giants.

*இராக்கினி, s. a queen, இராணி.

*இராஜசம், இராசதம், s. pride, arrogance, ஆங்காரம்.

*இராசன், இராஜன், இராசா, ராசா, s. a king, monarch, prince.
இராசகுமாரன் (*fem.* -குமாரத்தி), a prince, king's son.
இராசசபை, -சங்கம், royal assembly.
இராஜஸ்ரீ, இராயஸ்ரீ, *adj*. respectable, honourable.
இராசதரிசனம், royal audience, sight of or visit to the king.
இராசதருமம், -நீதி, public justice, jurisprudence.
இராசதானம், -தானி, -நகரம், seat of government, metropolis, capital.
இராச துரோகம், treason, disloyalty, sedition.
இராசபத்தினி, -ஸ்திரீ, the queen.
இராசபரி, a royal horse.
இராசபாட்டை, -பாதை, public road, high way.
இராசபிளவை, a virulent cancer on the back.
இராஜமானிய இராஜஸ்ரீ, இராயஸ்ரீ, a title of excellence, used in addressing; *abbrev*. M. R. RY.
இராசரிகம், இராசரிக்கம், இராசரீகம், இராசத்துவம், royalty, government.
இராசரீகம்பண்ண, to reign.
இராசவட்டம் (*vulg.*), political matters.
இராசவட்டம்பேச, to speak on political matters, negotiate.
இராசவர்க்கம், members of the royal family, king's relations.

இராசவீதி, the main street, the high way, the royal road.
இராசாக்கினை, the command, government, justice of a king.
இராசாங்கம், dominion, the government.
இராசாசனம், a throne.
இராசாதிகாரம், royal authority.
இராசாதிராசா, king of kings.
இராசாத்தி, இராசஸ்திரீ, a queen.
இராசீகம், kingly authority.
இராசீகம் தெய்வீகம், unforeseen circumstances that may happen by royal authority or providence.

இராசாளி, ராசாளி, *s.* a hawk, falcon.
இராசாளி வேட்டை, hawking, catching birds with a tame hawk.

*இராசி, *s.* collection, heap, குவியல்; 2. assortment, row, file, regular conduct, ஒழுங்கு; 3. a sign of the zodiac; 4. a house, வீடு.
இராசிப்பணம், current coin, coin in quantity.
இராசிமண்டலம், the zodiac.
இராசியளக்க, to measure a heap of grain.
இராசியான நடை, regular conduct.
இராசியிராசியாய், in heaps, by files or rows.

இராசி, ராஜி, *s.* (*Hind.*), compromise, agreement, இணக்கம்.
எனக்கு இராசியாயிருக்கிறது, it is agreeable to me, I consent to it.
இராசிப்படு, to consent, agree.
இராசிபண்ணு, to compromise, appease, reconcile.

*இராசியம், *s.* see இரகசியம், a secret.

*இராச்சியம், ராச்சியம், a kingdom.
இராச்சியபாரம், –பரிபாலனம், reign, government.
இராச்சியபாரம்பண்ண, –தாங்க, to reign.
பரலோக இராச்சியம், வான இராச்சியம், the kingdom of heaven.

*இராட்சதன், see இராக்கதன்.

இராட்டினம், ராட்டினம், a wheel, a spinning wheel.
இராட்டின ஊஞ்சல், a swinging machine turning like a windmill.
இராட்டினம் சுற்ற, to spin.

இராட்டு, ராட்டு, *s.* shrimps, இறால்; 2. a supreme sovereign, அரசன்.

இராணி, ராணி, *s prop.* இராயணி a queen, இராசாத்தி.
இராணிவாசம், a seraglio.

இராணுவம், இராணு, ராணு, *s.* (*Hind.*), army, troops, camp, சேனை.
இராணுக்கள், troops, soldiers.
இராணுவங்கூட்ட, to enlist or enroll soldiers.

*இராத்திரி, ராத்திரி, *s.* see இரவு, night.

இராந்து, ராந்து, *s.* the hip, இடுப்பு.
அவளுக்கு இராந்து கடுக்கிறது, she is in labour, she has pains in the hip.

இராமக்கம், ராமக்கம், *s.* a dangerous kind of small-pox coming out and striking in again.

*இராமடம், *s.* assafœtida, பெருங்காயம்.

*இராமம், *s.* beauty, அழகு.

*இராமன், ராமன், *s.* Rama.
இராம சீத்தா, the bull's heart tree.
இராமதூதன், Hanuman.
இராமநாதபுரம், Ramnad.
இராமபாணம், a very small insect that gnaws and eats books; the arrow of Rama.
இராமாநுசன், the younger brother of Rama.
இராமாயணம், the epic poem describing the adventures of Rama, Ramayana.
இராமேசுரம், a sacred island between Ceylon and the continent of India.

இராயசம், *s.* (*Tel.*), the business of secretary, secretaryship, சம்பிரதித் தொழில்.
இராயசக்காரன், a public secretary.

*இராயஸ்ரீ, *adj.* see இராஜஸ்ரீ.

இராயணி, a queen, இராசாத்தி.

*இராயன், ராயன், *s.* an emperor, a king, அரசன்.
இராயசோளன், a most wicked blasphemer, one that blasphemes a king.
இராயதத்துவம், imperial dignity.

இராய், ராய், *s.* (*Tel.*), a stone, கல்.

இராவடம், இராவட வேலை, *s.* the art of filing, இராவுத்தொழில்.

இராவணம், *s.* a lamp, விளக்கு.

*இராவணன், ராவணன், *s.* the king of Lanka conquered by Rama.

இராவணன் மீசை, a thorny grass near the sea-shores.

இராவணாஸ்தம், a musical instrument like a bow with two strings.

இராவிரேக்கு, *s.* (*Tel.*), an ornament in the form of the crescent.

இராவு, III. *v. t.* file, polish, *prop.* அராவு.

இராவுகை, இராவுதல், *v. n.* filing.

இராவுத்தன், ராவுத்தன், *s.* (*Hind.*), a horseman, trooper, rider.

இரி, II. *v. i.* be destroyed, கெடு; 2. be defeated, routed, தோல்.

*இரிஷபம், இரிடபம், ரிஷபம், *s.* a bull, காளை; 2. the second of the 12 zodiacal signs, இடபம்.

*இரிஷி, ரிஷி, *s. prop.* இருஷி, which see.

*இரீதி, ரீதி, *s.* manner, way, state, முறைமை.

இரு, *adj.* (from இரண்டு used before a consonant), two, double, both, இரட்டிப்பான.

இருகாலும், both the feet; 2. twice.

இருதலைக்கொள்ளி, a brand burning on both ends.

இருதலைக்கொள்ளி எறும்பு போலானேன், I am like an ant betwixt two fires.

இருதாரைக்கத்தி, a two edged sword or knife.

இருதிணை (*in gram.*), the two classes of nouns.

இருநிறம், two colours, a double colour.

இரு வினைவாயிருக்க, to be double-minded, to fluctuate, waver.

இருநூறு, two hundred.

இருபது, twenty.

இருபுறமும், on both sides.

இருமடங்கு, two-fold.

இருமனம், hesitancy, irresolution, double-dealing.

இருமை, duality, the two births, the present and future life.

இருவர், two persons.

அவர்கள் இருவரும், both of them.

இரு, VII. *v. i.* be, exist, be present, உண்டாயிரு; 2. live, be alive, சீவி; 3. be in reserve or in store, மீந்திரு; 4. wait, remain, தரி; 5. stay, sojourn, lodge, reside, தங்கு; 6. sit down, sit, உட்காரு; 7. (*with preceding inf.*) be about, intend; 8. (*with preceding* என்று) think, consider; 9. (*with preceding* வேண்டும் என்று) will; 10. if preceded by ஆய், it expresses quality. For its use as auxiliary verb see the grammar. Sometimes it is a mere expletive as எழுந்திரு, get up.

மீன் பிடிக்க (பிடிக்கலாம் என்று) இருக்கிறான், he is about (intends) to go afishing.

அது மெய்யென்றிருந்தேன், I thought it was true.

அவர்கள் என்னோடிருக்கவேண்டுமென்றிருக்கிறேன், I will that they be with me.

சுகமாயிருக்கிறான், he is well.

இரும், sit down, remain.

உன் தகப்பனார் இன்னம் இருக்கிறாரா, is your father still alive?

எனக்கு இருக்கிறது, I have it, I have got money.

காரியம் இருக்கிறவகை, the state of affairs.

இருக்கிறது இருக்கட்டும், let it alone, you go on.

அவள் இருந்தாவதென்ன, அவள் இருந்தும் பயன் என்ன, of what use is she?

இருக்கை, *v. n.* sitting, dwelling, village.

இருந்தாப்போலே இருந்து, suddenly.

இருப்பு, *v. n.* sitting, state, condition; 2. residence, abode, seat; 3. money, goods, estate; 4. the remainder, stores.

இருந்த இருப்பிலே தேட, to seek gain immediately upon the spot, to acquire wealth without exertion.

இருப்பிடம், place of residence; 2. the seat, the posteriors.

கையிருப்பு, the money in hand, the amount in a treasury.

*இருக்கு, *s.* the Rig Veda.

இருசி, *s.* a demoness, பெண்பிசாசு; 2. a woman unfit for marriage.

இருசு, *s.* the axle of a carriage, அச்சு.

*இருஷி, இருடி, ரிஷி, s. Rishi, prophet, hermit, sage, முனிவன்.

இருட்சி, v. n. of இருள், which see.

இருட்டு, s. darkness, இருள்; 2. obscurity of mind, அறியாமை.

இருட்டுப்பட, to get dark.

பின்னிருட்டுக்காலம், the time after the new moon, when it is dark in the latter part of the night.

முன்னிருட்டுக்காலம், the time after the full moon, when it is dark in the first part of the night.

இருட்டு, III. v. i. become dark, be clouded, இருளு.

இருட்டிப்போக, to grow dark.

*இருணம், ருணம், (vul. இரணம்), s. debt கடன்.

ருணபாதகம், unfaithfulness to creditors.

ருணப்பட, ருணத்துக்காளாக, to run into debts.

*இருதயம், s. the heart as the seat of sensitive faculty, உள்ளம்; 2. the heart as the chief seat of life, breast, உயிர்நிலை; 3. the mind as the seat of thought and other faculties, மனம்.

இருதய கமலம், the heart, as the consecrated abode of God.

*இருது, ருது, s. season of two months, பருவம்; 2. catamenia, சூதகம்; 3. the puberty of a girl, பக்குவம்.

ருதுசாந்தி, a ceremony at the puberty of a girl.

ருதுவான பெண், a young woman grown marriageable.

*இருத்து, III. v. t. (இரு), detain, நிறுத்து; 2. cause to sit, seat, set, place upon, உட்காரச்செய்; 3. beat down, press down, அழுத்து; 4. v. i. sink down, இருத்திக்கொள்.

வீடிருத்திக்கொண்டது, the house is sunk down.

இருத்திப்பேச, to speak forcibly, and impressively, to dwell strongly on any subject.

இருத்தி வைக்க, -க்கொள்ள, to stop, detain.

மனதிலிருத்த, to impress on the mind.

*இருத்தை, s. a nut for marking cloth, சேங்கொட்டை.

இருந்தை, s. charcoal, கரி.

இருப்பை, s. comm. இலுப்பை, which see.

இருமு, III. v. i. cough.

இருமல், v. n. cough, coughing (that of beasts is called செருமல்).

இருமை, s. greatness, hugeness, பெருமை; 2. importance, eminence, மகிமை; 3. see under இரு adj.

இருங்கடல், the great ocean.

இருந்தமிழ், the elegant and copious Tamil.

இரும்பு, s. (in comp. இருப்பு), iron.

இருப்பாணி, இரும்பாணி, an iron nail.

இருப்புக்கட்டை, the shank of a key.

இருப்புக்கிட்டம், scoria of iron; iron dross.

இருப்புச் சலாகை, a bar of iron, surgeon's probe, spit, ramrod of a gun.

இருப்புச்சீரா, iron coat of mail.

இருப்புத்தகடு, a plate of iron.

இருப்புத் தாழ்ப்பாள், iron bolt.

இருப்பு நெஞ்சு, a cruel, merciless heart.

இருப்புப்பாரை, an iron spade fastened to a wooden handle; a crowbar, கடப்பாரை, அலவாங்கு.

இருப்புப்பாளம், a pig of iron.

இருப்புலக்கை, iron pestle, pounder.

இருப்புவளையம், an iron ring.

இருப்பூறல், a stain or taint of iron in gold or silver, iron taint in cloth.

இருப்பூறல் பணம், a bad silver fanam.

இரும்பிலி, s. the name of a shrub, said to be used in turning iron into gold.

இரும்பு துப்பு, rust, துரு.

இரும்புப்பொடி, iron filings.

இரும்பை, s. pot, குடம்; 2. snake, பாம்பு.

இருவாச்சி, இருவாட்சி, s. a kind of fragrant jasmine.

இருவேலி, s. a fragrant plant whose root is medicinal and used also for fans etc., வெட்டி வேர்.

இருள், s. darkness, obscurity, அந்தகாரம்; 2. a dark colour, black, blackness, கறுப்பு; 3. confusion of mind, ignorance, stupor, உன்மத்தம்.

இந்த வீடு இருளடைந்து கிடக்கிறது, this house is become dark.

இருளர், *pl.* a tribe living in the woods.

இருள்வலி, the sun.

ஆரிருள், complete darkness, hell.

காரிருள், utter darkness.

இருள், இருளு, I. *v. i.* grow dark, இருட்டு.

மனம் இருண்டிருக்கிறது, the mind is obscured.

இருட்சி, *v.n.* darkness, obscurity.

இருண்டகாடு, dense forest.

இருண்ட சிவப்பு, dark red.

இருண்டிருக்க, to be dark.

இரெட்டி, ரெட்டி, *s.* (*Tel.*), a tribe of Telugu farmers and traders.

இரெப்பை, ரெப்பை, *s.* (*Tel.*), the eye-lid, கண்மடல்.

*இரேகி, ரேகி, VI. *v. i.* unite, mix, ஒன்றுபடு; 2. be intimate, ஐக்கியமாயிரு.

*இரேகை, ரேகை, *s.* a line, a stroke in writing, வரி; 2. the lines in the palm of the hand (கைரேகை), sole of the foot, forehead etc.; 3. assessment tax, இறை.

இரேகைகட்ட, to pay tax or assessment.

இரேக்கு, ரேக்கு, *s.* the petal of a flower, பூவிதழ்; 2. tinsel, a kind of gold leaf, பொற்றகடு.

*இரேசகம், *s.* purgative medicine.

*இரேசனம், *s.* purging, பேதி.

*இரேணு, ரேணு, *s.* atoms, fine dust, அணு.

இரேயம், *s.* toddy, கள்.

இரேவு, இரேவுதுறை, *s.* (*Tel.*), a landing place, ford, இறங்குதுறை; 2. a custom house, ஆயத்துறை.

இரை, *s.* food, prey, a bait for fish etc., உணவு.

அக்கினிக்கு இரையாக்க, to destroy by fire.

இரைகொடுக்க, -போட, to feed cattle, fowls etc.

இரைகொள்ளி, the craw or crop of birds; 2. a glutton.

இரைக்குடல், இரைப்பை, stomach, ventricle.

இரை மீட்க, to chew the cud, அசை போட.

இரையாக, to become a prey to, to be devoured.

இரையெடுக்க, to pick up food; to chew the cud.

இரை, II. *v. i.* breathe with difficulty, pant, இரைப்புண்டாகு; 2. sound, ஒலி.

இரை, VI. *v.i.* make noise, roar as the sea or wind, buzz, grumble as the bowels.

அவனுக்கு இரைக்கிறது, he breathes short.

இரைச்சல், a noise, buzz.

இரைப்பு, *v. n.* shortness of breath, asthma.

*இரௌத்திரம், *s.* wrath, fury, கோபம்.

இரௌத்திராகாரமாய், most furiously.

*இரௌரவம், *s.* the hell, நரகம்.

இலகான், இலகாம், *s.* (*Hind.*), bridle bit, கடிவாளம்.

இலகிரி, லகிரி, லாகிரி, *s.* frenzy, inebriation, வெறி; 2. intoxicating liquor, மது.

*இலகு, லகு, *s.* lightness, இலேசு; 2. fineness, நுண்மை; 3. ease, alleviation, தணிவு.

இலகு கொண்டேற, to rise up in the air by being light.

இலகுவாக, இலகுவாய்ப்போக, to grow easy, to grow better, to recover.

இலகுவாக்க, to make easy, to facilitate.

இலகுவாய்ச் செய்ய, -முடிக்க, to do with facility.

இலகுவானவன், one of low rank, or ordinary means.

இலகு, III. *v.i.* shine, glisten, ஒளிசெய்.

*இலக்கணம், இலட்சணம், *s.* a mark, spot, sign, குறி; 2. property, quality, attribute, இயல்பு; 3. elegance, beauty, personal gracefulness, comeliness, சிறப்பு; 4. propriety, decency, முறைமை; 5. grammar, philology, இலக்கண நூல்.

இலக்கணச்சொல், a good elegant word.

இலக்கணவிலக்கியம், grammatical works and classical writings.

இலக்கணன், a modest and polite man.

இலக்கணி, a grammarian.

இலட்சணப்பிழை, deformity, want of proper qualities, want of symmetry.

இலட்சணமான முகம், a goodly looking face.

*இலக்கணை, s. poetic licence, a figurative word or phrase.

*இலக்கம், லக்கம், s. a number, எண்; 2. arithmetic, கணிதம்; 3. mark, butt, குறி.

இராணுவத்தை இலக்கம்பார்க்க, to muster the troops.

இலக்கமிட, to write numbers, to count, reckon.

நெல்லிலக்கம், grain account, table of measurement.

பொன்னிலக்கம், money table.

*இலக்கியம், s. classical or standard works, சான்றோர் செய்யுள்; 2. classical usage, example from classical writings, உதாரணம்.

இலக்கியம்காட்ட, to quote examples from standard works.

*இலக்கினம், லக்கினம், s. the rising of the zodiacal sign above the horizon, which is calculated for the horoscope, இராசிகளின் உதயம்.

*இலக்கு, லக்கு, s. aim, scope, நோக்கம்; 2. a mark to shoot at, குறி.

இலக்கறிந்து நடக்க, to go prudently.

இலக்கிலேபட்டது, it has hit the mark.

இலக்குக்குக் கிட்டாது, it does not answer the purpose.

இலக்குத்தப்பிநடக்க, to live unwisely, to consider not what you are about.

இலக்குத்தப்பிப்போயிற்று, the mark is missed.

இலக்குப்பார்க்க, to aim at, to take aim.

இலக்கு வைக்க, to prefix an aim.

*இலக்குமி, s. see இலட்சுமி.

இலங்கர், லங்கர், s. (*Hind.*), anchor, நங்கூரம்.

இலங்கர் பாய்கிறது, the anchor holds fast.

இலங்கர் போட, to cast anchor.

இலங்கர் தூக்க, to weigh anchor.

*இலங்கனம், லங்கனம், லெங்கனம், s. leaping, தாண்டுகை; 2. transgression, மீறுதல்; 3. fasting, abstinence from food, voluntary or prescribed, பட்டினி.

இலங்கனம் கிடக்க, to keep fast.

இலங்கனம்போட, to prescribe a fast.

இலங்கு, III. v. i. shine, glitter, be bright, ஒளிசெய்.

*இலங்கை, s. an island, inlet in a river; 2. the island of Lanka or Ceylon.

இலங்காபுரி, Kandy, the capital of Ceylon.

இலங்கோடு, லங்கோடு, s. a girdle of ascetics.

இலச்சினை, லச்சினை, s. a ring worn by women, a ring with a seal or with a stone, இலச்சினை மோதிரம்.

*இலச்சை, லச்சை, s. shame, ignominy, வெட்கம்; 2. bashfulness, modesty, கூச்சம்; 3. trouble, teasing, தொந்தரை.

இலச்சைகொடுக்க, to defame, to dishonour, to put to shame.

இலச்சைகேடு, இலச்சையான காரியம், a shameful act, a disgrace.

இலச்சைபண்ண, to trouble, to vex shamelessly.

இலச்சைப்பட, to suffer infamy, to be disgraced.

இலஞ்சம், லஞ்சம், s. (*Tel.*), bribe, பரிதானம்.

இலஞ்சங்கொடுக்க, –கட்ட, to give bribes, to bribe.

இலஞ்சம்வாங்கி, one who takes bribes.

கைலஞ்சம், a petty bribe.

இலஞ்சி, இலஞ்சியம், s. tank, குளம்; 2. lake, ஏரி; 3. a flower tree, மகிழமரம்.

*இலட்சணம், s. see இலக்கணம்.

*இலட்சம், லட்சம், s. a lac, one hundred thousand, நூறாயிரம்; 2. see இலக்கம்.

இலட்சப்பிரபு, இலட்சாதிபதி, lord of a lac, a very rich man.

இலட்சாதி லட்சம், lacs upon lacs.

*இலட்சியம், s. mark, குறி; 2. match, rival, எதிர்; 3. respect, esteem, மதிப்பு.

அவன் எனக்கு லட்சியமில்லை, I have no regard for him.

இலட்சியம் செய்ய, to esteem, to pay respect.

*இலட்சுமி, இலக்குமி, s. Lakshmi, the goddess of fortune, திருமகள்.

*இலட்டு, லட்டு, இலட்டுகம், s. a kind of sweetmeat.

இலண்டு, லண்டு, s. stubbornness, முரட்டுத்தனம்.

இலண்டன் (*fem.* இலண்டி), a stubborn person.

இலண்டிக் குதிரை, untractable horse.

இலத்தி, லத்தி, s. dung of elephants, horses, asses and camels.

இலந்தை, s. a thorny tree yielding a small fruit, the jujuba.

இலந்தைப்பழம், an Indian apple.

*இலபி, லபி, VI. *v.i.* be gained, obtained, succeed, வாய்; 2. happen, befall, நேரிடு.

எனக்கு இப்படி லபித்தது, this has been my lot.

இலபிதம், gain, profit, the thing obtained.

இலபிப்பு, *v. n.* profit, happening, destiny.

*இலம்பகம், s. a chapter or section in an epic poem, அத்தியாயம்.

இலம்பாடு, s. poverty, distress, வறுமை.

இலம்பாட்டார் கல்வி, the learning of the poor.

இலம்பை, லம்பை, s. poverty, தரித்திரம்; 2. vexation, affliction, இடுக்கண்.

இலம்பைப்பட, to be distressed.

*இலயம், லயம், s. death, destruction, சாவு; 2. dissolution, கரைவு; 3. amalgamation, absorption, அடங்குகை; 4. a kind of dance, கூத்து.

சீவலயமான காரியம், a thing whereby one's life is at stake.

இலயம் தப்பிப்போயிற்று, the loss or destruction is averted.

இலயகாலம், end of the world, time of destruction.

இலயக்கியானம், knowledge of the art of music.

இலயமாக, to perish, to become destroyed.

*இலயி, VI. *v.i.* be destroyed, அழி; 2. be absorbed as one element in another, or the soul in the deity, சேர்ந்தொன்று.

*இலவங்கம், லவங்கம், s. clove, கிராம்பு; 2. wild cinnamon, cassia.

இலவங்கப்பட்டை, cinnamon, cassia bark.

இலவங்கப்பத்திரி, leaf of the cassia.

இலவங்கப்பூ, cloves, a spice.

இலவசம், s. a free gift, gratuity, விலையின்றிப்பெறுவது.

இலவசமாய்க் கொடுக்க, to give gratis.

இலவசமாய்வேலைசெய்ய, to labour for nothing or gratuitously.

*இலவணம், லவணம், s. salt, உப்பு.

இலவண சமுத்திரம், the salt sea.

இலவம், இலவு, s. the silk cotton tree,

இலவம்பஞ்சு, the cotton of it.

முள்ளிலவு, another kind of that tree which is thorny.

*இலவலேசம், லவலேசம், s. littleness, smallness, minute division of time, மிகச்சிறியது.

இலவலேசமும் இல்லை, there is nothing at all.

இலாகரி, இலாகிரி, லாகிரி, s. drunkenness, intoxication, வெறி,

இலாகிரி எடுக்க, to be intoxicated.

இலாகிரி வஸ்து, intoxicating drug.

*இலாகவம், இலாகு, s. (இலகு), facility, dexterity, சாமர்த்தியம்.

இலாகை, லாகை, s. (*Tel.*), way, manner, விதம்.

ஒரு இலாகையாயிருக்க, to be out of humour, out of order.

ஒரு இலாகையாய்ப் பேச, to speak in a curious way.

இலாக்கா, லாக்கா, s. (*Hind.*), limit, boundary, dominion, jurisdiction, எல்லை; 2. department.

இங்கிலீஷ் இலாக்கா, பிராஞ்சிலாக்கா, English territory, French territory.

காட்டிலாக்கா, forest department.

இலாசடி, லாசடி, இலாசடை, s. (*For.*), fatigue, trouble, difficulty, வருத்தம்.

இலாசடிப்பட, to be fatigued or vexed.

*இலாஞ்சனம், லாஞ்சனம், இலாஞ்சினை, s. mark, sign, அடையாளம்; 2. name, பெயர்; 3. fame, கீர்த்தி; 4. modesty, அடக்கம்.

இலாஞ்சினைக்குலைச்சல், disrepute.

இலாஞ்சினைபண்ண. to honour.

*இலாடம், லாடம், s. the Upper Deccan.

இலாடசன்னியாசி, monk or beggar of that country.

இலாடபாஷை, dialect of the Upper Deccan.

இலாடம், லாடம், s. (*Tel.*), a horse shoe.

இலாடம் தைக்க, -கட்ட, to shoe a horse.

*இலாபம், லாபம், s. (இலபி), advantage, profit, ஆதாயம்.

இலாபலோபம், இலாபநஷ்டம், profit and loss.

இலாபம் காண, to perceive or obtain profit.

*இலாமிச்சை, விலாமிச்சை, s. the cuscus, a kind of grass with fragrant root, விழல்.

இலாமிச்ச வேர், its fragrant root.

இலாயம், லாயம், s. a stable.

குதிரை லாயம், a horse stable.

*இலாலனம், லாலனம், இலாவினை, s. fondling, caressing, தாலாட்டு; 2. amity, embracing, நயந்செய்கை.

இலாவணம், லாவணம், s. (*Tel.*), a list of soldiers, recruits, பெயர்டாப்பு.

இலாவணம் எழுத, to enlist soldiers, to enrol recruits.

இலாவதேவி, s. see இலேவாதேவி.

*இலிகிதம், லிகிதம், s. written books, manuscripts, எழுதிய புஸ்தகம்; 2. art of writing, penmanship.

இலிகிதர், writer, secretary.

இலிங்கம், s. vermilion, சாதிலிங்கம்.

*இலிங்கம், லிங்கம், s. sign, symbol, அடையாளம்; 2. the penis, ஆண்குறி; 3. the phallus or linga, a figure representing both sexes, worn and venerated by the Siva sect.

இலிங்கசூலை, லிங்கப்புற்று, venereal diseases.

இலிங்கதாரி, இலிங்கங்கட்டி, one that wears a linga in a casket.

ஸ்திரிலிங்கம், the female linga.

நபுஞ்சகலிங்கம், நபும்சகலிங்கம், the neuter or hermaphrodite linga.

புருஷலிங்கம், the male linga.

இலிர், VI. *v. i.* rise as the hairs of the body caused by joy, love, hatred etc., சிலிர்.

இலீலை, லீலை, s. play, விளையாட்டு; 2. amorous sport, சரசம்; 3. jesting, பரிகாசம்.

லீலா விநோதம், diversions, pastime.

பாலலீலைகள், chidren's play.

மோக லீலை, சரச லீலை, lascivious sports.

இலுப்பை, இருப்பை, s. the wild olive tree, *Bassia longifolia.*

இலுப்பெண்ணெய், the oil of the இலுப்பை seeds.

இலுப்பைக் கட்டி, -ப்பிண்ணாக்கு, cakes formed of the compressed seeds of Iluppa, அரைப்பு.

இலுப்பைக் கொட்டை, its seeds with the skin.

இலுப்பைப்பருப்பு, its kernel.

இலேப்பை, லப்பை, s. (*Ar.*), a certain class of Mohamedans.

*இலேகியம், s. electuary.

இலேகியம் பண்ண, -கூட்ட, to make an electuary.

*இலேசம், இலேசு, லேசு, s. smallness, நொய்மை; 2. lightness, கனமின்மை; 3. easiness, எளிது; 4. weakness, feebleness, பலவீனம்.

சொல்வது லேசு, it is easy to say.

இலேஞ்சு, லேஞ்சு, s. (*Port.*), a handkerchief, கைக்குட்லை.

இலேவாதேவி, s. (*Hind.*), change, barter, money dealings, கொடுக்கல் வாங்கல்.

இலை, s. a leaf of a tree, or plant, foliage, தழை; 2. stripes in venetian windows, இதழ்.

இலைகிள்ள, to nip leaves, an amusement of women.

இலைக்கதவு, a venetian door or window.

இலைக்கறி, a dish of green or pot herbs, கீரை.

இலைக்குறடு, a fine and long pair of pincers used by goldsmiths.

இலைக்கொடி, a betel-plant.

இலைதைக்க, to stitch leaves together.

இலையுதிர்வு, the fall of leaves.

இலைவாணியன், one who sells betel-leaves, vegetables etc.

வெற்றிலை, betel-leaf.

இலே, VI. *v. i.* be tasteless, சுவையற்றிரு; 2. lose taste for a thing, வாயரோசி.

இலேத்த கறி, a tasteless curry.

இலேத்த பேச்சு, a useless talk.

இலேத்தல், *v. n.* being insipid or tasteless.

இலேயான், *s.* a fly, ஈ.

**இலௌகிகம்*, லௌகிகம், *s.* (லோகம்), what belongs to this world, worldly affairs, உலகசம்பந்தம்; 2. worldliness, secularity (*opp. to* ஞானம்).

இலௌகிக தருமம், the customs or fashions of the world.

இலௌகிகப் பெருமை, worldly pomp.

இலௌகிகர், worldly-minded people, people wise in worldly things, as opposed to வைதிகர், priestly or religious class.

இல், *s.* place, இடம்; 2. house, வீடு; 3. domestic life, இல்லறம்; 4. a wife, மனைவி; 5. Zodiacal sign, இராசி; 6. a sign of the 7th case, as வீட்டிலிருந்தாள், she was at home; 7. a sign of the 5th case, as அரசரிற் பெரியர் அந்தணர், the Brahman caste is superior to the royal.

இல்லடைக்கலம், the act of depositing or taking refuge in a house.

இல்லவன், இல்லான் (*fem.* இல்லவள், இல்லாள்), the husband, the head of the family.

இல்லறம், domestic life, duties of a household, domestic virtues.

இல்லிடம், dwelling.

இல்லொழுக்கம், the practice of the household duties.

இல்வாழ்க்கை, - வாழ்வு, domestic life.

இல்வாழ்வான், a family man.

இல், the root of a negative symbolic verb, denying the existence of a thing (cf. அல் & உள்).

இல்லாதவன் (*pl.* இல்லார், இல்லோர், இல்லாதவர்), one utterly destitute.

இல்லாது, இல்லாதது, what is not existing, falsehood.

இல்லாதும் பொல்லாதும் சொல்லுகிறான், he tells lies and speaks evil of others.

இல்லாமல், இல்லாது, இன்றி, *adv. part. used as prep.* without.

விசுவாசமில்லாமல், - இன்றி, without faith.

தாமதமின்றி, without delay.

இல்லாமை, இல்லாத்தனம், absence, want, indigence, poverty.

இல்லாவிட்டால், இல்லாதே போனால், இல்லாதிருந்தால், இல்லாக்கால், இல்லாக்காட்டில், if not.

இன்றி, see இல்லாமல்.

இன்றியமையாத காரியம், an indispensable thing, a *sine qua non.*

இல்லம், *s.* a house, home, domestic state, வீடு.

இல்லி, *s.* a little hole, a crack, சிலி; 2. cubeb, வால்மிளகு.

இல்லிக்குடம், a leaking pitcher.

இல்லை, *defect. verb* from the root, இல், no, not, there is not; 2. *neg. auxiliary verb.*

எனக்குப் பணமில்லை, I have no money.

அவன் வந்ததில்லை, அவன் வரவில்லை, he is not come.

வருகிறாயோ இல்லையோ, will you come or not?

இல்லை என்ன, to say no, to deny.

இல்லையாகில், - யெனில், - யென்றால், if not, else, otherwise.

இன்னதென்றில்லை, no matter what.

ஒருக்காலுமில்லை, never.

ஒன்றுமில்லை, nothing.

பரிச்சேதமில்லை, துப்புரவில்லை, not at all.

இவண், *s. & adv.* this place, here, the present life.

இவர், II. *v. t. & i.* mount, climb, ஏறு; 2. rise, ascend, எழும்பு; 3. desire, long for, விரும்பு; 4. go, pass, செல்லு.

இவறு, III. *v. t. & i.* desire, lust for, covet, ஆசி.

இவறல், இவறன்மை, *v. n.* covetousness, avarice, forgetfulness.

இவன், (*hon.* இவர், *pl.* இவர்கள்), *pron.* he, this man.

இவள், she, this woman.

இவை, இவைகள், *pron.* (*pl.* of இது), these, these things; 2. this letter, a word preceding the superscription of a letter.

இவ்விரண்டு, *s.* these two; 2. two by two as இரண்டிரண்டு.

இழ, VII. *v.t.* loose, suffer loss, இழந்து போ.

இழப்பாளி, a prodigal, a waster.

இழப்பு, *v. n.* loss, privation.

இழப்புணி, a poor destitute man, one that has lost all he had.

இழவு, *s.* loss, இழத்தல்; 2. death, சாவு; 3. mourning for the dead, துக்கம்.

அவன் வீட்டில் இழவு விழ, - எடுக்க, - புறப்பட, may death befall his house! (used as an imprecation).

இழவுகாண, to pay a visit of condolence.

இழவுகாரன், இழவுக்குரியவன், the chief mourner at the funeral.

இழவுகொடுக்க, to mourn at a funeral, to bewail the dead.

இழவுகொண்டாட, to mourn for the dead, to condole with.

இழவுக்குப்போக, to go to a funeral, to condole with.

இழவு செலவு, funeral expenses.

இழவு சொல்ல, to notify concerning a funeral.

இழவு வீடு, the house where a death has taken place.

இழவோலை, a funeral notice, obituary letter.

இழி, II. *v. i.* descend, இறங்கு; 2. get down, be humbled, தாழு.

இழிகுலத்தோர், people of the lower orders.

இழிந்தோர், இழிசனர், இழிஞர், vulgar, illiterate people.

இழிவு, இழிபு, *v. n.* contempt, meanness, dishonour, fault; 2. a hole.

இழிவானகாரியம், a base or ignominious thing.

இழிவுசொல்ல, to speak with contempt.

இழிவுபட, to grow mean, to be in disgrace.

இழிவுபடுத்த, to degrade, disgrace.

நீரிழிவு, diabetes.

இழி, VI. *v. t.* lower, unload, இறக்கு; 2. degrade, இழிவுபடுத்து.

இழிப்பு, *v. n* contempt, disgrace, degradation.

இழு, VI. *v. t.* draw, pull, seize or take violently; attract as a magnet, ஈர்; 2. attract as a snare, entice, allure, வசமாக்கு; 3. absorb, உறிஞ்சு; 4. protract, delay, தாமதப்படுத்து.

மூக்காலே வாசனை இழுக்க, to draw in a scent by the nose.

காலிழுத்து நடக்க, to trail the leg in walking.

இது வெகுபணம் இழுத்தது, this has drawn much money out of my purse.

இழுத்துக்கொண்டுபோக, to pull away.

இழுத்துக்கொண்டு வர, to put off from day to day.

இழுத்துப்பறிக்க, to take by force, rob; 2. drag, pull along the ground; protract, delay.

இழுத்து இழுத்துப் பேச, to speak drawlingly.

இழுத்துவிட, to put off; 2. to expose to the public.

இழுபறி, a scuffle, struggle; 2. procrastination.

இழுப்பு, *v.n.* drawing, pulling, protraction, delay, attraction, force of a current.

ஆற்றிழுப்பு, the rapidity of the river.

பின்னிழுப்பு வையாதே, let there be no further delay, avoid future troubles.

இழுப்பறை, drawer.

இழுப்பாட்டம், இழுப்பாட்டியம், the act of delaying, tardiness.

இழுப்பாணி, a delayer.

இழுப்புண்டுபோக, to be drawn away.

இழுப்பும் பறிப்புமாய்க்கிடக்க, to seize and pull each other by quarrelling, to be in a state of confusion.

இழுவல், *v.n.* puttting off, delaying; 2. one who neglects his own affairs or puts them off.

இழுகு, III. *v. i.* be slow, procrastinate, தாமதி.

இழுக்கு, *s.* a fault, defect, flaw, ஈனம்; 2. deviation, mistake, தவறு; 3. disgrace, நிந்தை; 4. delay, தாமதம்.

இழுக்கு, III. *v.i.* deviate from rule, err, தவறு; 2. fail, பின்வாங்கு; 3. be reduced in strength, கெடு.

இழுது, *s.* ghee, நெய்; 2. fat, நிணம்.

இழுதை, *s.* a simpleton, அறிவீனன்; 2. falsehood, பொய்.

இழை, *s.* thread, yarn, நூல்; 2. jewel, ஆபரணம்; 3. (*in comp.*) a lady bedecked with jewels as சேரிழை, முற்றிழை.

இழைக்குளிர்த்தி, firmness of texture.

இழை நெருக்கம், being thickly woven, close-threaded.

இழைவாங்கி, -ஊசி, a darning needle.

இழையிட, -போட, -யோட்ட, to darn, to fine-draw.

இழையோட, to measure with a line, to wind thread.

நாலிழை நெசவு, a cloth of four twisted threads.

மூன்றிழைத்தையல், stitching of three twisted threads.

இழை, II. *v.i.* rub one against another, உராய்; 2. copulate as snakes, பிணை.

மூங்கில் ஒன்றோடொன்று இழைந்து பற்றிக்கொள்ளும், the bamboos rub one against another and become ignited.

இழைதல், *v.n.* mixture.

இழை, VI. *v. t.* enchase or set precious stones, பதி; 2. plane, shave, சீவு; 3. mix, compound a medicine, கல; 4. rub or grind to a very fine powder, உரை; 5. plait, braid, weave, முடை; 6. do, perform, செய்.

இழைகூடு, a joiner's plane.

இழைத்தல், இழைக்கை, *v. n.* mixing, trituration; doing.

இழைப்புளி, a plane.

கல்லிழைக்க, to set precious stones; to cut and polish rubies, diamonds etc.

தங்கம் இழைக்க, -வைத்திழைக்க, to set precious stones with fine gold.

நூலிழைக்க, to wind or reel thread.

இள, *adj.* see under இளமை.

இளகு, III. *v. i.* become soft or pliable, தணி; 2. grow, moist, ஈரி; 3. grow tender, mild, மிருதுவாகு; 4. be compassionate, நெகிழு.

இளகாதவன், inexorable, hard-hearted, unfeeling man.

இளகின நெஞ்சு, -மனசு, a feeling, kind heart.

இளக்கம், *s.* softness, pliableness, laxity, tenderness of mind, compassion, நெகிழ்ச்சி.

கையிளக்கமில்லாதவன், a closefisted person, a niggard.

இளக்காரம், *s.* indulgence, lenience, yielding, இளக்கம்.

இளக்காரங்கொடுக்க, to be indulgent, to treat with lenity.

இளக்கி, VI. *v. i.* relax, grow weary or tired with labour, slacken, தளரு; 2. get discouraged, become disspirited, மனந்தளரு.

இளக்கு, III. *v. t.* relax, slacken, mollify, soften, இளகப்பண்ணு.

வயிற்றை இளக்க, to relax the bowels by cathartics, to relieve the bowels by discharges.

இளந்தை, *s.* youth, tender age, இளவயசு; 2. a young person or thing.

இளந்தைகள், young people, boys, children.

இளப்பம், *s.* see இளேப்பம்.

இளமை, இளைமை, *s.* youth, tenderness, immaturity, juvenility, infancy, tender years, பாலியம், *opp. to* முதுமை.

இள *adj.* (*with euphonic* ங், ஞ், ந், ம்), young, tender, இளைய.

இளங்கதிர், a young ear of corn, the early rays of the sun.

இளங்கன்று, a sapling, a young calf.

இளங்காய், green, unripe fruit, fruit just formed.

இளங்காற்று, a gentle breeze.

இளசு, இளைசு, tenderness, that which is tender, young.

இளஞ்சிவப்பு, light-red.

இளஞ்சூடு, gentle heat.

இளஞ்சூல், young ears of corn, embryo.

இளநீர், the water of an unripe cocoanut; 2. a tender or unripe cocoanut.

இளநீலம், light blue.

இளநெஞ்சன், a pliable, tender-hearted man, a coward.
இளந்தயிர், half-curdled milk.
இளந்தலை, youth, juvenility.
இளந்தலைக் கைம்பெண்சாதி, a young widow.
இளந்தென்றல், gentle south wind.
இளந்தோப்பு, a grove of young trees.
இளந்தோயல், – தோய்ச்சல், milk in a curdling state; 2. gentle heating of steel for tempering.
இளமத்தியானம், toward mid-day.
இளமழை, a light shower of rain.
இளம்பசி, slight hunger.
இளம்பச்சை, light green.
இளம்பதம், immaturity; moderateness in state or quality; the state of being slightly boiled, dried.
இளம்பயிர், young crops in the field not yet earing.
இளம்பாடு, sufferings of nonage; 2. imperfection, immaturity.
இளம்பிராயம், – பருவம், tender age, juvenility, youth.
இளம்பிள்ளை, a young child.
இளம்பிள்ளைவாதம், a kind of paralysis, a kind of rheumatism.
இளம்பிறை, the moon until the eighth day.
இளம்புல், tender grass.
இளவரசு, the prince regent, the heir apparent.
இளவல், a younger brother, a lad.
இளவழிப்பாடு, fickleness, rudiments.
இளவாடை, gentle north wind.
இள வெந்நீர், lukewarm water.
இளவெயில், morning and evening sunshine.
இளவேனிற்காலம், the milder part of the hot season.

இளி, VI. *v. i.* grin, shew the teeth, laugh in a silly manner, giggle, சிரி; 2. *v. t.* ridicule, பரிகாசஞ்செய்; 3. disgrace, அவமதி.

இளி, இளிப்பு, *v. n.* grinning, ridicule, disgrace.
இளிச்சற்கண், blear eyes.
இளித்தவாயன், one who grins like a monkey, a fool.

இளை, *s.* tenderness, இளமை: 2. jungle, காடு; 3. cloud, மேகம்; 4. fence, hedge, வேலி.

இளை, VI. *v. i.* grow weary, be fatigued, தொய்ந்துபோ; 2. grow emaciated, lean, weak, மெலி; 3. lessen, decrease as strength, fruitfulness, colour etc. குறைந்துபோ; 4. fail before a rival or foe, தோற்றுப்போ.

அவனுக்கு இளைக்கான், he will not yield to the other, he is not inferior to the other.

இளைப்பு, இளைத்தல், *v. n.* weariness, fatigue, exhaustion, leanness.
இளைப்பாயிருக்க, இளைப்புற, to be wearied, fatigued.
இளைப்பாற, to rest, to take rest.
இளைப்பாற்ற, cause to rest, refresh.
இளைப்பாற்றி, இளைப்பாறுதல், *v.n.* rest, resting, repose.

இளைப்பம், இளப்பம், *s.* inferiority, கீழ்த்தரம்; 2. baseness, நீசம்; 3. slightness, சொற்பம்.

நலம் இளப்பம், good and evil, inferiority and superiority.
இளப்பமான சரக்கு, goods of inferior sort.
சாதியிளப்பம், inferiority or lowness of caste.

இளைமை (*prop.* இளமை), *s.* youth, tenderness, immaturity, infancy, பாலியம்.

இளைசு, இளைது, இளையது, tenderness, any thing young or tender.
இளைஞர், இளையார், lads, youngsters, younger brothers.
இளைய, *adj.* young, இள.
இளையகுடியாள், the second wife.
இளையவள், இளையாள், younger sister, Lakshmi.
இளையவன், இளையோன், younger person, junior, younger brother.

இற, VII. *v. i.* die, expire, perish, சா; 2. become obsolete, பழமையாகு; 3. pass (as time), செல்லு; 4. exceed the measure or limit, கட.

இறக்கை, *v. n.* death.
இறந்தகாலம், past time, past tense.

இறந்தோர், the dead.
இறப்பு, இறவு, *v.n.* see separately.
அளவிறந்த, immense, beyond measure.
எண்ணிறந்த, innumerable.

இறகு, *s.* feather, quill, plumage, சிறை; 2. wing, சிறகு.
இறகு முளைக்கும், feathers grow.

இறக்கம், *v. n.* see இறங்கு.

இறக்கு, III. *v. t.* lower, lay a burden down, let down, தாழ்த்து; 2. land a person or thing, கரைக்கிறக்கு.
கப்பலில் வந்த மனுஷரை இறக்க, to disembark or land people.
இறக்கு, *v. n.* letting down.
இறக்குமதி, imports.
உள்ளே இறக்க, to swallow in small quantities.
சரக்கு இறக்க, to unload.
சாராயம் இறக்க, to distil arrack.
சுமை இறக்க, to unburden.
விஷம் இறக்க, to counteract the effect of poison.

இறக்கை, *s.* a wing, சிறகு; 2. *v.n.* of இற.

இறங்கு, III. *v. i.* descend, come down, flow down, drop down, தாழச்செல்லு; 2. disembark, கரையிறங்கு; 3. alight from a horse; 4. take up a lodging, halt, தங்கு; 5. abate, become reduced, தாழ்வடை.
இறக்கம், *v. n.* descending, a declivity, a descent, a ford.
மழை இறக்கம், a shower of rain.
நோயாளிக்குச் சோற்றிறக்கமில்லை, the patient has no appetite, he is unable to swallow food.
இறங்காத்துறை, a place not convenient for landing; an improper marriage etc.
இறங்குதுறை, a ford, a place of landing.
இறங்குபொழுது, time of sun-set.

இறண்டி, *s.* pack-cloth.

இறப்பு, *v.n.* & *s.* (இற), death, மரணம்; 2. excess, too much in quantity, மிகுதி; 3. transgression, wrong, மீறுதல்; 4. the eaves of a house, இறவானம்; 5. past tense, இறந்தகாலம்.

இறவானம், *s.* the eaves of a roof, தாழ்வாரம்.

இறவு, *s.* & *v.n.* (இற), shrimp, இறால்; 2. lapse, கழிவு; 3. passage, place of descent, இறக்கம்; 4. death, இறக்கை; 5. decay, அழிவு; 6. excess, மிகுதி.

இறா, *s.* see இறால்.

இறாஞ்சு, III. *v.t.* (*vulg.* உறாஞ்சு), snatch up as a bird its prey, pounce upon, அறை.

இறாட்டணம், இராட்டினம், *s.* a spinning wheel, distaff.

இறாத்தல், *s.* a pound.

இறால் (*vulg.* இறா, இறாட்டு), *s.* a shrimp, prawn. Its different species are: சிங்கிறால், மோட்டிறால், கூனியிறால், கல்லிறால், வெள்ளிறால், ஆற்றிறால் etc.

இறு, IV. *v. i.* break off, drop off, ஒடி; 2. perish, die, decay, moulder, கெடு.
இறல், *v. n.* destruction.
இறுமுறி, a discharged bond.
இறுவரை, இறுவாய், இறுதி, end, death.
இற்றுப்போக, to be broken or disjoined, to cease, to decay.
பால் இற்றுப்போகிறது, the milk curdles.
இற்றுப்போனவன், a bankrupt, one who has lost all he had.
இற்றுவிழ, to break off and fall, to drip.

இறு, VI. *v. t.* pay off, செலுத்து; 2. decant, strain, pour off gently, வடி.
இறுத்துத்தொலைக்க, to discharge, pay off.
கடன் இறுக்க, to pay a debt.
தண்டம் இறுக்க, to pay a fine.
பகுதி இறுக்க, to pay a tax or assessment.

இறுகு, III. *v. i.* be strained close as a knot, become tight, அழுந்து; 2. grow tough or hard, கட்டியாகு; 3. become thickened, congealed, உறை; 4. become niggardly, கையிறுக்கமாகு.
இறுகக் கட்டிக்கொள்ள, — த்தழுவ, to embrace closely.
இறுகப்பிசைய, to knead hard.
இறுகப்பிடிக்க, to catch, to hold fast, to be miserly, to vex hard.
இறுகினகை, கையிறுகல், கையிறுக்கம், tenaciousness, parsimony, close-fistedness.

இறுக்கம், *v. n.* tightness, closeness, sultriness, parsimoniousness, strictness.

இறுக்கமாய் இருக்க, to be close and sultry; to be tight.

இறுக்கம்புழுங்க, to be sultry, to perspire, to sweat.

இறுக்கு, III. *v. t.* tie, or strain hard or close, tighten, அழுந்தக்கட்டு; 2. urge, force, ஒடுக்கு; 3. reprimand, உறுக்கு.

இறுக்கு, *v. n.* a hard tie, rigid exaction, reproof.

இறுக்குப்பட்டை, girdle.

இறுக்குவார், a saddle girth.

இறுங்கு, *s.* a kind of grain, இறுங்கு சோளம்.

இறுதி, *s.* (இறு IV.), end, death, மரணம்; 2. the ending or termination of a word, case or tense, விகுதி.

இன்றிறுதியாகச்செய்யேன், henceforth I will do it no more.

இறுதிகாலம், death.

இறுமா, VII. *v. i.* be proud, haughty, self conceited or vain, அகங்கரி; 2. be overjoyed, மிகமகிழு; 3. be erect, நிமிர்ந்திரு.

இறுமாந்து நடக்க, to walk or behave proudly.

இறுமாப்பு, stiffness, pride, haughtiness, self-conceit, great joy.

இறுமாப்புக்காரன், a proud conceited fellow, one that disdains others.

இறை, *s.* tribute, tax, contribution, குடியிறை; 2. dignity, greatness, பெருமை; 3. God, கடவுள்; 4. king, அரசன்; 5. answer, விடை; 6. lines in the finger joint, கையிறை; 7. the eaves, வீட்டிறப்பு.

இறைகுத்த, to dip the finger into a fluid, to ascertain the depth.

இறைகொள்ள, to levy tax, to exact tribute.

இறைபுரிய, to reign, to administer justice.

இறைப்பிளவை, — க்கள்ளன், a scurfy sore between the forefingers.

இறைமகன், a prince.

இறைமாட்சி, royal dignity.

இறைமை, *v. n.* divinity, royalty, superiority.

இறையவன், **இறையோன்**, the deity.

இறையிலி, a field or a person exempt from taxation.

இறையில் எண்ண, **இறையெண்ண**, to count by the joints or lines of the fingers.

இறையிறுக்க, to pay tax.

இறை, II. *v. i.* lie scattered, sprinkled, சிதறு.

பயறு இறைந்துகிடக்கிறது, the gram lies scattered or dispersed.

இறை, VI. *v. t.* draw, lift water out of a pool or pit, நீரிறை; 2. cast forth, strew, scatter abroad, சிதறடி; 3. give abundantly, lavish, squander, செலவழி.

கையால் இறைத்துப்போட, to lave or disperse with the hands.

இறைகூடை, a large basket for drawing water out of a tank, pool etc.

இறைப்பு, *v. n.* the act of watering, irrigation.

இறைச்சி, *s.* flesh fit for food, meat, மாமிசம்.

இறைச்சிகுத்தி, a spit.

ஆட்டிறைச்சி, mutton.

பன்றி இறைச்சி, pork.

மாட்டிறைச்சி, beef.

இறைஞ்சு, III. *v. i.* bow down, குனி; 2. *v. t.* venerate, worship by bending or prostration, வணங்கு.

இறைவன், *s.* (*fem.* இறைவி), a king, அரசன்; 2. the Supreme Being, Lord, கடவுள்; 3. a chief, master, தலைவன்; 4. priest, குரு.

இற்றை, see under இன்று.

இனம், *s.* kindred, relationship, சுற்றம்; 2. class, sort, குலம்; 3. company, flock, herd, திரள்.

அதற்கு இனம்பண்ணினான் (பண்ணிவைத்தான்), he adopted proper measures to effect it.

இனக்கட்டு, alliance, union between relations.

இனசனம், **இனத்தார்**, **சனத்தார்**, kinsfolk, relations.

இனத்தான், a kinsman.

இனமாய்ச்செய்ய, to do a thing properly.

இனமாய்ச் சொல்ல, to speak with propriety.

இனமும் சனமுமாயிருக்க, to have many relatives and dependents.

இனம் பார்த்துக்கொண்டிருக்க, to look for proper means, to wait for an opportunity.

இனம் பிரிக்க, to divide into classes.

இனம் பிரிய, to be separated from the kinsfolk.

இனவழி, descent from the same line or ancestry.

இடையினம், the six middle-sounding consonants.

மெல்லினம், the six soft-sounding consonants.

வல்லினம், the six hard-sounding consonants.

இனும், *s. (Hind.)*, present, gift, reward, வெகுமதி; 2. land free from assessment, Inam-land.

இனும்தார், a person enjoying Inam-lands.

இனி, *adv.* henceforth, hereafter, இது முதல்.

இனி என்ன செய்வாய், what can you do further?

இனி வேண்டியதில்லே, it is no longer required.

இனிச்சொல்லு, speak further.

இனிமேல், இனிமேலைக்கு, in future.

இனி, VI. *v. i.* be sweet, தித்தி; 2. be pleasant to the taste or ear, இனிதாகு.

இனித்த (இனிச்ச) பண்டம், sweet meats.

இனிப்பு, *v. n.* sweetness, pleasantness.

இனிமை, *s.* sweetness, delicacy, delight, இனிப்பு.

இனியசொல், a pleasant courteous word.

இனியது, இனிது, that which is sweet, pleasing.

இன், *adj.* (from இனிமை), sweet, agreeable, இனிய.

இன்சொல், இனிய சொல், a sweet word.

இன்னிசை, harmony, melody, tune.

இன்புளிப்பு, a mixture of sweet and sour.

இன்னோசை, euphony.

இன்பம், இன்பு, *s.* delight, happiness, அகமகிழ்ச்சி; 2. deliciousness, இனிமை.

இன்பதுன்பம், joys and sorrows.

இன்புற, to experience delight.

காதுக்கு இன்பம், pleasant to the ear.

சிற்றின்பம், evanescent pleasure, sensuality, lewdness.

சிற்றின்பப் பாட்டு, a bawdy song.

பேரின்பம், heavenly bliss.

இன்பூறல், *s.* a dye root, இன்புறுவேர்.

இன்மை, *s.* (இல்), nothingness, destitution, இல்லாமை; 2. poverty, வறுமை.

இன்றி, *adv. part.* of இல் which see.

இன்று, *s.* to-day, at present, now, இந்நாள்.

இன்று காலமே வந்தான், he came this morning.

இன்றைக்கு வருவான், he will come today.

இற்றைக்குப் பத்தாம் நாள், ten days hence.

இன்றைக்குப் பின்னேக்கு என்று போக்குச் சொல்ல, to put a thing off from day to-day.

இற்றை, to-day, belonging to this day, இற்றை நாள்.

இற்றைத்தினம், இற்றைநாள், இன்றையத்தினம், இன்றைத்தினம், this day.

இற்றையில் வரைக்கும், hitherto, until this day.

இன்றுமுதல், from this day.

இன்ன, *adj.* this, such.

அவன் இன்ன மனுஷனென்று அறியேன், I know not what sort of a man he is.

இன்னது, such a thing.

இன்னது மெய் இன்னது பொய் என்று ஆர் சொல்லலாம், who can tell which is true and which is false?

இன்னுன் (இன்னுள்), such a man (woman).

இன்னுன் இனையான் என்கிற வித்தியாசம் கவையில்லே, it does not signify who it is.

இன்னுர் (இன்னின்னுர்) வந்தார்களென்று கேள்விப்பட்டேன், I have heard that such and such people are come.

இன்னின்ன, such and such.

உன் கடையிலிருக்கிற சாக்குகள் இன்னின்னதென்று காண்பி, show what different wares are in your shop.

இன்னின்னான், such and such person.

இன்னம், இன்னும், *adv.* still, yet, more, besides, இனிமேலும்.

அவர் இன்னம் வரவில்லை, he is not yet come.

இன்னமும், still more, further-more, moreover.

இன்னமும் இடமுண்டு, there is still more room.

இன்னல், *s.* evil, misfortune, injury. தீமை.

இன்னா, இன்னாது, *s.* unpleasantness, வெறுப்பு; 2. evil, affliction, துன்பம்.

இன்னாச்சொல், a discourteous, harsh word.

இன்னார், இன்னாதார், enemies, the malevolent.

இன்னினி, *adv.* at present, immediately.

இன்னே, *adv.* now, at present, இப்பொழுது; 2. such, thus, இத்தன்மையாய்.

ஈ

ஈ, *s.* a fly.

ஈப்புலி, a spider.

ஈப்பொறி, a spider's web.

ஈயோட்டி, a fan for flies, fly flapper; a man who drives away flies; an idler.

குருட்டீ, the gad-fly.

தேனீ, a bee.

நாயீ, a tick.

ஈ, II. *v.t.* give, bestow, as superiors on inferiors, கொடு; 2. distribute, divide, பகிர்ந்து கொடு.

நூற்றைப் பத்துக்கீ, divide a hundred by ten.

ஈகை, *v.n.* giving, a gift, donation.

ஈகையாளன், a charitable gentleman.

ஈதல், ஈயல், *v.n.* act of giving.

ஈப்பிணி, ஈப்பிசினி, a miser, உலோபி.

ஈவிரக்கம், charitableness, mercy.

ஈவு, *v. n.* a gift, the quotient in a division.

ஈவுக்கணக்கு, division in Arithmetic.

*ஈங்கிசை, ஈங்கிஷை, *prop.* இமிசை, *s.* vexation, injury, trouble, வருத்தம்; 2. disgrace, stigma, நிந்தை.

ஈங்கிஷைப்பட, to be vexed, injured.

ஈங்கிஷைபண்ண, -ப்படுத்த, to vex, injure; to despise, disgrace.

ஈங்கு, *s.* this place, இவ்விடம்.

ஈசல், ஈச்சு, *s.* whistle, சீழ்க்கை; 2. see ஈசெல், ஈஞ்சு.

ஈசல்போட, ஈச்சுக்கொட்ட, to whistle.

*ஈசன், *s.* God, the Lord of the universe, கடவுள்; 2. a king, master, அரசன்; 3. priest, குரு; 4. Siva.

ஈசன் மைந்தன், Ganesa, son of Siva.

*ஈசானம், ஈசானியம், *s.* the north-east corner, வடகீழ்த்திசை.

ஈசானன், ஈசானியன், the regent of the north-east; Siva.

*ஈசுரன், ஈசுவரன், ஈச்சுரன், *s.* God, deity; 2. Siva. (*fem.* ஈசுவரி, Parvati).

ஈசுரவேர், -மூலி, a medicinal shrub.

சருவேசுரன், பரமேசுரன், மகேசுரன், Siva, the lord of the universe.

கோடீசுவரன், a man of crores, millionnaire.

ஈசெல் (*vulg.* ஈசல், ஈயல்), *s.* the white ant when winged, செட்டைக் கறையான்.

ஈஞ்சு, ஈந்து, ஈச்சு, ஈச்சஞ்செடி, *s.* a species of palm very low in its growth.

ஈச்சம்பழம், its fruit.

ஈச்சம்பாய், a mat made of its leaves.

பேரீச்சு, பேரீச்சமரம், the date-tree.

பேரீச்சம் பழம், date-fruit.

ஈடு, *s.* substitution, what is equal in value பதில்; 2. a pawn, pledge, அடகு; 3. reward, compensation, கைம்மாறு; 4. comparison, match, equality, ஒப்பு; 5. means, தகுதி.

அதற்கு ஈடாக இதைக் கொடுக்கிறேன், I give this for or instead of that.

நீ அவனுக்கு ஈடாவாயா, are you equal with him?

அம்மாத்திரத்துக் கெனக்கீடில்லை, I have not the means to give or do so much.

அவளுக்கு இவன் ஈடல்ல, he is not a suitable match for her.

ஈடில்லாத கடன், money lent without pawn.

ஈடு கட்ட, - பண்ண, to compensate, to give security.

ஈட்டுக்கீடுசெய்ய, to render like for like, to requite, retaliate.

ஈடுசெலுத்த, -கொடுக்க, to reward, to give equivalent.

ஈடுபாடு, loss and gain; pledge.

ஈடேற, to obtain heaven, to be saved.

ஈடேற்ற, to save, redeem.

ஈடேற்றம், salvation, deliverance from misery and suffering.

ஈட்டம், *s.* collection, கூட்டம்; 2. acquisition, சம்பாத்தியம்.

ஈட்டி, *s.* a lance, pike, spear, குந்தம்.

ஈட்டிப்பிடங்கு, the part of a lance to which the steel is fixed.

ஈட்டி முனை, the point of a spear.

ஈட்டியின் அலகு, the head of a spear.

ஈட்டு, III. *v.t.* seek, acquire, சம்பாதி; 2. collect, store up, கூட்டு.

ஈண்டு, *adv.* here, in this place, in this world, இவ்விடம்.

ஈந்து, *s.* a species of palm, see ஈஞ்சு.

ஈமம், **ஈம்**, *s.* a place of cremation, சுடு காடு.

ஈமத்தாடி, Siva.

ஈமவிறகு, funeral pile, சிதை.

ஈயம், *s.* lead.

ஈயச்சட்டி, a leaden pan.

ஈயப்பற்று, solder of tin on brass etc.

ஈயமணல், lead ore.

ஈயம் பூச, to tin, to coat with tin, to loricate.

காரீயம், black lead.

வெள்ளீயம், lead, tin, pewter.

ஈயல், *s. vulg.* for ஈசெல்.

ஈரம், *s.* wetness, humidity, moisture, நனைவு; 2. coolness, agreeableness, குளிர்ச்சி, 3. kindness; affection, அன்பு; 4. grace, கிருபை.

ஈர நாவுக்கு எலும்பில்லை, a slanderous tongue has no bone in it.

ஈரநெஞ்சு, kind loving heart.

ஈரப்பசை, cohesion arising from humidity, moisture.

ஈரப்பசையுள்ளவன், a man in easy circumstances, a man in well-to-do circumstaces.

ஈரப்பலா, the bread-fruit tree, ஆசினி மரம்.

ஈரமில்லா நெஞ்சத்தார், persons whose hearts are void of kindness; men who have no loving heart.

ஈரவெங்காயம், ஈருள்ளி, onions.

ஈரவன், ஈர்ங்கதிர், the moon.

ஈர்ந்தமிழ், agreeable Tamil.

ஈரல், *s.* lungs, liver, spleen etc.

ஈரல்குலை, the pluck; the heart, liver and lungs of an animal.

ஈரல் குழி, the pit of the stomach.

ஈரல் பதைக்க – பதற, to be agitated.

கல்லீரல், the liver.

நீரீரல், the kidneys.

நுரையீரல், வெள்ளீரல், the lungs.

பித்தீரல், the gall bladder.

வாளீரல், மண்ணீரல், the spleen.

ஈரி (*vulg.* ஈர்), VI. *v. i.* grow moist, wet, நனை; 2. grow cold, be benumbed or deadened by cold, குளிரு.

ஈரிப்பு, *v.n.* dampness, coldness.

ஈரிப்புக்காண, to be morbidly cold.

ஈர், *adj. pref.* (from இரண்டு used before words beginning with vowels, as இரு is used before consonants), two.

ஈரடி, two lines, doubtfulness, ambiguity.

ஈராயிரம், two thousand.

ஈராறு, twice six.

ஈரிணை, two yoke of oxen.

ஈரிழை, double thread used in weaving cloth.

ஈரிழைச் சல்லா, a muslin whose warp consists of double thread.

ஈருயிராயிருக்கிறவள், pregnant woman, as having two lives.

ஈரொட்டு, uncertainty, doubt; conditional bargain.

ஈரொட்டாகச் சாமானை வாங்கு, take the articles conditionally.

ஈரொட்டாகச் சொல்லாதே, do not speak doubtfully.

ஈரொட்டாயிருக்க, to be doubtful or uncertain.

ஈர், ஈரு, *s.* a nit, the egg of a louse.
ஈர் கொல்லி (*vulg.* ஈருளி), a kind of comb, used to draw out and destroy nits.
ஈர்வழிக்க, ஈர்த்துவிட, to comb off the nits.

ஈர், II. *v. t.* cut, split, பிள.
ஈர்தல், *v.n.* splitting.

ஈர், VI. *v.t.* cut, split, பிள; 2. saw, அறு; 3. pull, இழு; 4. see ஈரி.
ஈரரிவாள், ஈர்வாள், a saw.
ஈர்த்தல், ஈர்ப்பு, *v. n.* splitting, sawing, pulling, tetanus.

ஈர்க்கு, ஈர்க்கில், *s.* rib of a palm leaf or olai; 2. a culm or straw for picking the teeth; 3. the feathers of an arrow, அம்பிறகு.
ஈர்க்குச் சம்பா, a variety of paddy very slender.
ஈர்க்கு மல்லிகை, a kind of jasmine whose petioles are very slender.
ஈர்க்கு விளக்குமாறு, a broom or besom made of the rib of palm leaves.

ஈழம், *s.* gold, wealth, பொன்; 2. Ceylon, Lanka; 3. toddy, arrak, கள்.
ஈழஞ்சுற்றியோட, to sail round the eastern coast of Ceylon.
ஈழத்துத்தேங்காய், cocoanut of Ceylon.
ஈழமண்டலம், the country of Lanka.

ஈளை, *s.* phthisis, consumption, asthma, கோழை.
ஈளைகொண்டவன், –பிடித்தவன், –க்காரன், a consumptive man.

ஈறல், *s.* grief, துக்கம்; 2. closeness, நெருக்கம்.

ஈறு, *s.* end, death, termination, முடிவு; 2. the gums, பல்லீறு.
பிள்ளைக்கு ஈறிட்டிருக்கிறது, the child is teething.
ஈறுந்தம், final end, utmost limit.
ஈறிலான், the deity who has no end.
ஈற்றசை, an expletive at the end of a word.
ஈற்றயல், penultimate.

ஈற்று, *s.* (from ஈனு) bringing forth, ஈனுகை; 2. the young of a cow, buffalo or sheep.
தலையீற்று, முதலீற்று, first calving; 2. the first calf, firstling.
மூன்றீற்று மாடு, a cow that has calved thrice.

***ஈனம்**, *s.* deficiency, want, குறைபாடு; 2, ignominy, meanness, disgrace, இழிவு; 3. injury, கேடு; 4. a privative affix.
ஈனசாதி, low caste.
ஈனபுத்தி, புத்தியீனம், dullness, foolishness.
ஈனன், a low, base fellow.
அங்கவீனம், mutilation.
கனவீனம், dishonour.
பலவீனம், weakness.
புத்தியீனன், a foolish, unwise, stupid man.

ஈனயம், *s.* ignominy, contumely, நிந்தை.

ஈன், ஈனு, I. *v. t.* bring forth (mostly used of animals), பெறு: 2. yield, produce, காய்.
ஈனல், ஈனுதல், ஈன்றல், *v. n.* bringing forth, yielding.
ஈனுக்கடாரி, a heifer that has not yet calved.
ஈனுமலடி, barren woman.
ஈன்றமாடு, a cow that has calved.
ஈன்றவன், ஈன்றோன், father.
ஈன்றவள், ஈன்றாள், mother.

ஈனை, *s.* the nerve of a leaf, இலைநரம்பு; 2. outline of a picture, சித்திரக் குறிப்பு.

உ

உ, *dem. pref.* that, this, intermediate, not distant as உவ்விடம், that place (see அ *dem. Note*); 2. a particle added to the final ல், ள், ழ், ர், ண் & ன் (as கல் கல்லு, மகிழ் மகிழு. உணர் உணரு, ஈன் ஈனு etc.).

உக, *prop.* உவ, VII. *v. i.* be glad, மகிழு; 2. accept with pleasure, களிப்பாய் ஏற்றுக்கொள்; 3. desire, wish for, விரும்பு.
உகந்த செய்தி, glad tidings, acceptable news.

உகந்தவன், one who is pleased or satisfied; 2. favorite.
உகப்பு, v. n. joy.

உகட்டு, உமட்டு, உவட்டு, s. nauseating.

உகம், s. the earth, பூமி; 2. snake, பாம்பு.

*உகம் (யுகம்), s. one of the four ages or yugas, an epoch, a period of time; 2. end, முடிவு.
உகம் முடிந்தாப்போலே பேசுகிறாய், you speak as if the world were coming to an end.
உகாந்தம், the end of an age, the final deluge.
கலியுகம் the present iron age of the world, Kaliyuga.

உகரம், s. the letter உ.

உகிர், s. the nail of a finger or toe, a talon, claw, நகம்.
உகிர்ச்சுற்று, whitlow.
உகிர்ச்சுற்றுப் புறப்படுகிறது, the whitlow suppurates or forms matter.

உகு, II. v.i. fall or drop off like fruits, feathers, nails etc., உதிர்; 2. fall down as rain or tears, சொரி.

உகு, VI. v.t. shed, cause to fall, உதிர்; 2. pour down, சிந்து.
கண்ணீருகுத்தாள், she shed tears.
உகுத்தல், v. n. shedding.

உக்கம், s. the middle of the body, the waist, இடை; 2. bull or cow, மாடு; 3. heat, வெப்பம்; 4. fowl, கோழி; 5. ball, பந்து; 6. (Tel.), rope for carrying anything in the hand, தூக்குக்கயிறு.

உக்கலை s. (vulg. உக்களை) the hips, மருங்கின்பக்கம்.

உக்கல், s. side, பக்கம்.

உக்களம், s. night-watch, சாமக்காவல்; 2. the advanced guard, தலைக்காவல்; 3. entrenchment about a camp.
உக்களம் காக்கிறவர், உக்களவர், warders, night guards of the palace.

உக்கா, s. (Hind.), a hookah, a pipe for smoking.

*உக்காரம், s. vomitting, வாந்தி.

*உக்கிரம், உக்கிரமம், s. vehemence, ardour, fervency, கொடுமை; 2. passion, anger, கோபம்; 3. ferocity, மூர்க்கம்.
உக்கிரக்காரன், a hasty, violent, impetuous man.
உக்கிரசெபம், fervent prayer.
உக்கிரமாய்ப் பேச, to speak vehemently or harshly.
உக்கிரமான கோபம், vehement passion, anger.
உக்கிரமான வெயில், intense heat of the sun.
உக்கிரன், Siva.
நாசி உக்கிரமம், a disease of the nose.

உக்கிராணம், s. (Tel.), store house, a granary, களஞ்சியம்; 2. pantry; 3. treasury, பொக்கிஷசாலை.
உக்கிராணக்காரன், உக்கிராணிகன், a steward.
உக்கிராணவிசாரிப்பு, -விசாரணை, stewardship.

உக்கு, III. v. i. become worm-eaten, rot, decay, moulder, இற்றுப்போ.
உக்கல், v.n. rottenness, putridity, a rotten thing.
உக்கிப்போக, to pine away.
உக்கினமரம், a worm-eaten, rotten tree.

உங்கள், உங்களை etc., see நீங்கள்.

*உங்காரம், s. roaring, reproof, அதட்டுகை; 2. humming of bees, வண்டினொலி.

*உங்காரி, VI. v. t. & i. menace, அதட்டு; 2. express disapprobation, ஆட்சேபி.

உசர், உசரு, II. v.i. (vulg. for உயர்), rise, become high.
உசர, உசக்க, vulg. for உயர.

உசரம், உசத்தி, உசப்பு, s. the height, vulg. for உயரம், உயர்த்தி, உயர்வு.

உசா, உசாவு, s. advice, counsel, ஆலோசனை; 2. enquiry, asking, ஆராய்வு; 3. spies, ஒற்றர்.
உசாவுகேட்க, to ask counsel.
உசாவுதுணை, a faithful companion, a counsellor.
உசாவுதுணையாயிருக்க, to give advice, to assist with good counsel.

உசாவு, III. v. t. consult, ponder, consider, ஆராய்; 2. deliberate with one's self or with others, யோசி; 3. spy, வேவுபார்.
ஒருவனை உசாவ, to consult some one.

உசாவிச்செய்ய, to act considerately, advisedly.
உசாவிச்சொல்ல, to speak considerately.
உசாவிப்பார்க்க, to inquire, to examine by inquiry of others.
உசிதம் (*vulg.* உச்சிதம்), *s.* propriety, convenience, fitness, தகுதி; 2. excellence, உத்தமம்.
உசிதசமயம், a favourable opportunity.
சமயோசிதம் (சமயம் + உசிதம்), the state of being opportune or seasonable.
சமயோசிதமாய் நடக்கிறான், he accommodates himself to circumstances.
உசிலம், உசிலே, *s.* a fine timber tree whose leaves are used as soap.
உசிலம்பொடி, *s.* powder of the Usila leaves.
உசு, *s.* a wood-worm, உளு.
உசுப்பு, III. *v. t.* rouse, incite, set on (as dogs), ஏவு; 2. scare or drive away birds etc., எழுப்பு.
உசுப்பிவிட, to incite dogs; to stir up.
உசும்பு, III. *v. i.* move, stir as from sleep, show signs of life by motion, இயங்கு.
*உசுவாசம், *s.* see உச்சுவாசம்.
உஸ், *s.* a hiss.
உஸ் என்றோட்ட, to scare away by hissing.
*உச்சம், *s.* elevation, perpendicular height, greatness, உயர்ச்சி; 2. the point over head, zenith; 3. treble in music, வல்லிசை; 4. top, extreme point, நுனி.
சூரியன் உச்சத்தில் இருக்கிறது, the sun is right over the head.
உச்சமாய்ப்பாடுகிறான், he sings treble.
உச்சந்தலை, the crown or top of the head.
*உச்சரி, VI. *v. t.* pronounce, உரை; 2. use spell, recite mantras or forms of prayer, சொல்லு.
உச்சரிப்பு, உச்சாரணம், *v. n.* pronunciation, utterance, repeating prayers.
உச்சாரணம்பண்ண, to recite prayers.

*உச்சவம், *s.* see உற்சவம், festival.
*உச்சாகம், உச்சாயம், *s.* see உற்சாகம்.
*உச்சாடனம், *s.* making away with an adversary, the charm used for that purpose; 2. expelling a demon, exorcism, அகற்றுகை.
உச்சாணி, உச்சாணிக் கிளை, -கொம்பு, *s.* the highest branch of a tree.
உச்சி, *s.* the top, the crown, நுனி; 2. the crown of the head, உச்சந்தலை; 3. midday, மத்தியானம்; 4. the zenith; 5. a knot of hair, மயிர்முடி.
உச்சியில் விடும், it will clear up at noon.
உச்சி உருமம், -நேரம், noon, midday.
உச்சிக் கரண்டி, a small spoon chiefly used for pouring oil on the head.
உச்சிக்கலயம், the uppermost earthen vessel in a column of pots.
உச்சிக் குடுமி, a tuft of hair on the crown of the head of males.
உச்சிக் குழி, the fontanel.
உச்சிக் கொம்பு, the highest branch of a tree.
உச்சிப் பிளவை, an ulcer breaking out on the top of the head.
உச்சிப்பொழுது, noon-day.
உச்சிமலை, a steep rock, a precipice.
உச்சிவேர், the main root of a tree, the tap root, ஆணிவேர்.
மலையுச்சி, the top of a hill.
*உச்சிட்டம், உச்சிஷ்டம், *s.* refuse of food, what is thrown away, எச்சில்.
*உச்சிதம், *prop.* உசிதம், *s.* excellence, rareness, a rare and valuable gift, உத்தமம்; 2. a present, கொடை.
உச்சிதமாய்க் கொடுக்க, to give as a present.
உச்சிதமான சொல், a choice and agreeable word.
உச்சிதமான பண்டம், a delicious thing; a rare, valuable article.
உச்சிதமாய்ப் பண்ண, to do a thing pleasingly, to make a thing on a new plan.
உச்சு, III. *v.t.* incite by promises, cast a game; 2. win by artifice, வெல்லு.
உச்சுச்சேனல், *v. n.* calling a dog; 2. indulgence, இளக்காரம்.
*உச்சுவாசம், உசுவாசம், *s.* breathing,

மூச்சுவிடுதல்; 2. inhaling, மூச்சிழுத்தல் (*opp.* நிசுவாசம்).

*உஷ்ணம், *s.* see உட்டணம்.

உஞற்று, III. *v.t.* exert oneself, act with energy, முயற்சிசெய்; 2. prosecute, வழக்காடு.

உஞற்று, *v.n.* energy, exertion.

உஞ்சட்டை (ஒஞ்சட்டை), *s.* leanness, மெலிவு.

உஞ்சல், *prop.* ஊஞ்சல், *s.* a swing.

உஞ்சலாட, to swing.

உஞ்சல் போட., to put up a swing.

உடந்தை, *s.* fellowship, கூட்டுறவு; 2. connexion, participation, சேர்மானம்.

அவளுக்கும் எனக்கும் உடந்தையில்லை, I have no connexion with her.

உடந்தைக்காரன், a consort, companion, partner.

உடந்தைக் குற்றம், abetment.

உடந்தைப்பட, to consent, to have a hand in.

உடந்தையாய், together, in company with.

உடப்புமரம், *s.* a thorny tree.

உடம் (உடன்) படுமெய், *s.* (*in gram.*), the consonants ய் and வ் inserted between two vowels in combination.

உடம்பு, *s.* the body, உடல்; 2. a consonant, மெய்யெழுத்து.

உடம்பறியாதேபோக, to be senseless.

உடம்பு தேற, to grow strong, to recruit health.

உடம்பு நன்றாயிருக்க, to be well; to look healthy and strong.

உடம்பெடுக்க, to be born.

உடல், *s.* body, சரீரம்; 2. a consonant, மெய்யெழுத்து.

உடலிரண்டு உயிரொன்று, two bodies but one life; intimate friendship; a shell fish.

உடலெடுக்க, to take a body; to become fat or fleshy.

உடலெழுத்துக்கள், the consonants.

உடல் தழும்பு, a scar, a cicatrice.

உடற்குறை, a headless body; any blemish in the body.

உடற் கூறு, the structure or constitution of the human body; anatomy.

உடற் கூற்றுத் தத்துவம், the principles of anatomy.

உடல், உடலு, I. *v. i.* fight with rage, be furious, சின.

உடற்று, III. *v. t.* attack furiously, பொரு; 2. disperse, சிதறடி.

உடன், *pref.* (like the *Latin pref.* co), with, together, கூட; 2. *affix*, a termination of the *social abl.* (implying co-existance, accompaniment, communion, sociality etc.), with, together with, ஒடு; 3. *adv.* (mostly, உடனே), immediately, instantly, at once; 4. (with preceeding *adj. part.*), as soon as.

அவன் அதைச் சொன்னவுடனே, as soon as he had said it.

என்னுடனே வா, come with me.

உடனாளி a companion.

உடனிகழ்ச்சி, உடனிகழ்தல், உடனிகழ்வு, *v. n.* concomitancy, co-existance, simultaneous occurence.

ஒடென்பதுடனிகழ்வைக் காட்டும், the particle ஒடு shows accompaniment.

உடனேக்குடனே, உடனுக்குடனே, then and there, immediately, at once.

உடனொத்தவன், a person on an equality with another.

உடன் கட்டை ஏறுகிற பெண்சாதி, a woman that burns herself with the dead body of her husband.

உடன் கூட்டு, co-partnership.

உடன் கூட்டாளி, a partner in business.

உடன் பங்காளி, a brother's son having a right to share in family property; a co-partner.

உடன்பட, to consent, agree, undertake; to yield, submit.

உடன்படிக்கை, உடம்படிக்கை (*prop.* உடன்படுகை), a covenant, agreement, compact.

உடன்படிக்கை பண்ண, to make a contract, to enter into an agreement.

உடன்பட்டவன், a partner.

உடன்பாடு, *v. n.* consent, covenant, agreement.

உடன்பாட்டு வினை, affirmative verb

as distinguished from எதிர்மறை வினை, negative verb.

உடன் பிறந்தார், உடன்பிறப்பு, own full brothers and sisters.

உடன் வேலையாள், a colleague, fellow labourer.

*உடு, s. a star, விண்மீன்; 2. an arrow, அம்பு; 3. a boatman's pole, ஓடக் கோல்; 4. a tree.

உடுபெதி, the moon, சந்திரன்.

உடு, VI. v. t. (*with dat. of person*), put on clothes, dress, அணி.

பிள்ளைக்குச் சீலை உடுத்தாள், she dressed the child.

உடுக்கை, v. n. dressing, raiment.

உடுத்த ஆடை, home-dress, under-clothes.

உடுத்துக்கொள்ள, to dress one's self.

உடுத்துவிட, to dress another.

உடுபாவனை, style of dress; a suit of clothes.

உடு புடவை, — கலை, a common cloth worn by women as home dress.

உடுப்பு, clothes.

உடுப்புடுக்க, to put on clothes, dress.

உடுமானம், உடைமானம், clothes, a dress befitting a person's state in life.

உடுவறை, a dressing room.

உடுக்கு, உடுக்கை, s. small drum, a tabor, tabret, பறை; 2. see under, உடு.

உடுத்து, III. v.t. dress another.

ஒருவனுக்கு வஸ்திரமுடுத்த, to dress one.

உடும்பு, s. a guana, *Lacerta iguana*.

உடும்பு நாக்கு, its tongue which ends in two points.

உடும்பு நாக்கன், a double-tongued, deceitful person.

உடை, உடையாடை, s. (உடு), clothes, garments, dress, வஸ்திரம்.

உடை நடை பாவனை, the mode of dress, the gait, the manner, external appearance.

உடை, s. a thorny tree, உடைமரம்.

உடை, s. possession, owning, உரிமை; 2. wealth, செல்வம். It is conjugated as a symbolic verb, and governs the accus. sometimes also the dative, see below. When உடை is used as *adj*. the following hard consonant is doubled.

உடைத்து, *3rd per. sing. neuter*, it possesses, belongs to.

உடைப்பெருஞ் செல்வர், those possessed of great wealth.

உடைமை, *abstr. noun*, possession, property, wealth, riches, opulence; 2. jewels.

உடைமை உற்பத்தி, effects, goods.

உடைமைக்காரன், the proprietor, possessor, owner.

உடைமை பண்ண, to get jewels made.

உடைய *adj. part.* possessing, belonging to; 2. a termination of the 6th case (genit.).

அரசனுடைய கட்டளை, the order of the king.

மணமுடைய பூ, a fragrant flower.

மரத்தை உடைய குடியானவன், the farmer who is the owner of the tree.

உடையது, what possesses or belongs to.

இது என்னுடையது, this is mine, this belongs to me.

உடையவன் (*fem.* உடையவள்) the proprietor, possessor.

உடையார், *pl.* the caste title of a certain tribe of landholders; the rich, wealthy.

ஆஸ்தி (ஆஸ்தியை) யுடையவன், a wealthy man.

ஆஸ்திக்குடையவன், heir to the estate or property.

நாடுடையான், a lord of a country.

மண்ணுடையான், a potter.

உடை, II. v.i. break, burst, go in pieces, தகர்; 2. become broken as the heart, மனம் நெகிழு; 3. become untwisted, முறுக்கவிழு; 4. become reduced, தளரு; 5. be ruined, கெடு.

உடை குளம், a tank which has burst its banks.

உடையல், உடைசல், v. n. broken things.

ஓட்டை உடைசல், cracked and broken things.

உடையாதது, whole, not cracked or broken.

உடைவு, breach, debility, reduced state.
முறுக்குடைய, to be untwisted as a thread.
மனமுடைந்தவன், மனமுடைவானவன், a broken-hearted person.

உடை, VI. *v. t.* break a thing, தகர்; 2. untwist, untwine, முறுக்கவிழ்; 3. ruin, கெடு.
உடைப்பு, *v.n.* bursting of a bank, a breach.
தலையுடைக்க, to take much pains mentally.

உடைமானம், உடுமானம், see under உடு.
உடைமை, உடைய etc., see under உடை.
உடைவாள், *s.* a sword, a scimitar.
உட்கட்டு, உட்படு etc., see under உள்.
உட்காரு, உளுக்காரு, II. *v. i.* sit, sit down.
உட்கு, *s.* fear, dread, அச்சம்; 2. bashfulness, நாணம்.
உட்கு, III. *v.i.* fear, அஞ்சு; 2. feel shy, நாணு; 3. rot, மடி.
உட்கை, *v. n.* fearing, dreading, bashfulness; mouldering.

*உட்டணம், உஷ்ணம், *s.* heat, warmth, வெப்பம்.
உஷ்ணகாலம், the hot season.
உஷ்ணங்கொண்டிருக்க, to be affected with excessive heat in the body.
உஷ்ணபூமி, a hot country.

*உட்டணி, உஷ்ணி, VI. *v.i.* be hot as the weather etc., வெப்புறு.
உணக்கு, III. *v. t.* (*vulg.* உணத்து), dry, cause to wither or fade, expose to the sun, உலர்த்து.
உணத்தல், உணக்கல், *v.n.* drying, exposing to the sun.
நிழலுணத்தலாய் உணத்த, to dry in the shade.

உணங்கு, III. *v. i.* (*vulg.* உணந்துபோ), grow dry, உலரு; 2. fade, pine away, வாடு.
பிள்ளை உணங்கி (உணந்து) போகிறது, the child grows thin and lean.
உணக்கம், *v. n.* paleness.

உணத்து, see உணக்கு.
உணர், உணரு, II. *v. t.* feel, perceive, understand, அறி.
அவன் உணரவில்லை, he does not understand, he has no feeling.
உணராமை, want of feeling, insensibility; want of understanding.
உணரும் அறிவு, instinct, cognizance, distinct understanding, sensibility, sense.
உணர்ச்சி, உணர்த்தி, *v. n.* consciousness, feeling, perception, sensibility, understanding.
உணர்க்கை, *v.n.* soothing, palliating.
உணர்வு, *v.n.* understanding, perception, consciousness.
உணர்வு கெட்டுப்போக, to be stunned, to become insensible; to grow foolish.

உணர்த்து, III. *v. t.* teach, communicate, cause to feel, கற்பி; 2. declare, treat of a subject, அறிவி.
உணி, *s.* see உண்ணி, a tick.
உண், V. & I. *v. t.* (*fut.* உண்பேன், உண்ணுவேன்), eat, suck, take food. Some times it serves to form a *passive verb*, as தள்ளுண்ண, to be rejected.
உண்ட சோற்றுக்கு இரண்டகம் பண்ணப்படாது, one should not prove false to his benefactor.
உணவு, உணா, உண்டி, ஊண், food.
உணி (*contr. of* உண்ணி, an eater), used as a termination denoting one who eats or suffers as இரப்புணி, அடியுணி, குத்துணி, உதையுணி etc.
உண்கலம், a plate, a dish.
உண்டாட்டு, *v. n.* play, festivity.
உண்ணீர், water to drink.
உண்பிக்க, to cause to eat, to feed.
உண்பனை தின்பனை, eating together.
குத்துண்ண, to be stabbed.
சிற்றுண்டி, sweet-meats, refreshment between meals.
பேருண்டி, principal meal, eating to exc s.
முலையுண்கிற குழந்தை, a sucking child.

உண்டாகு, *v. i.* (for conjugation see ஆ – ஆகு), be, begin to exist, come into existence, be made, grow, become.
உண்டாயிருக்க, to exist; 2. (*with dat.*) to belong to, to have.
பிள்ளை உண்டாயிருக்கிறாள், she is pregnant.

உண்டானது, what is really the fact.

உண்டானபோது கோடானுகோடி உற முறையார், in time of prosperity many will flock round.

உண்டானவன், a wealthy man.

உண்டாக்கு, III. *v. t.* make, create, cause to be, படை; 2. raise crops, விளைவி; 3. produce, form, உண்டு பண்ணு.

உண்டாட்டு, *v. n.* see under உண்.

உண்டி, உண்டியல், உண்டிகை, *s.* an alms box, a treasury box, a box, பெட்டி; 2. a bill of exchange; 3 see உண்.

உண்டிச் (உண்டியல்) சீட்டு, a bill of exchange, a cheque, a draft.

உண்டு, *third pers. neut. sing. of* உள், (used for all persons and numbers), there is; yes, it is true; 2. *adv. part.* of உண்.

எனக்குண்டு, I have.

உண்டோ இல்லையோ, is it true or not?

வீட்டில் எலியுண்டு, there are rats in the house.

உண்டாகு, see separately.

உண்டுபண்ண, to make, to bring into existence.

உண்டென் றுஒத்துக்கொள்ள, to grant it to be true.

உண்டை, *s.* a ball, globe, bullet, உருண்டை; 2. a pill, குளிகை; 3. a weaver's woof, weft, உண்டை நூல்.

உண்டையும் பாவும் ஒத்திருக்கிறது, the woof and warp are even, or of good texture.

உண்டையாய்ப்பிடிக்க, - திரட்ட, to make a ball.

நூல் உண்டை, a ball of thread.

உண்ணாக்கு, உண்ணு, *s.* (உள்), uvula.

உண்ணி, உணி, *s.* the tick of dogs, sheep, cattle etc.; 2. *appel. termination* (from உண்), an eater.

குடவுண்ணி, a larger kind of tick.

சருகுண்ணி, a tick frequenting woody places.

தவிட்டுண்ணி, the smallest kind of tick.

நாயுண்ணி, a dog louse.

உண்மை, *s.* (உள்), being, existence, entity, உள்ளது; 2. truth, certainty, reality, மெய்; 3. faithfulness, honesty, யதார்த்தம்.

உண்மைத்தாழ்ச்சி, -த்துரோகம், -ப்பேதகம், unfaithfulness.

உண்மைப்பட, to become evident.

உண்மைப்படுத்த, to prove a thing to be true.

உண்மைப்பிடி, adherence to truth.

*உதகம், *s.* water, humour, நீர்; 2. rain மழை.

உதகக்கிரியை, the ceremony of presenting water for the benefit of ancestors.

சுத்தோதகம், clean water.

உதடு, *s.* lip, அதரம்; 2. brim, விளிம்பு.

உதடன் (*fem.* உதடி), one that has a thick and projecting lip, a blubber-lipped person.

உதடு துடிக்க, to quiver as the lips in anger.

உதட்டுப்புண், a sore on the lip.

உதட்டுவெடிப்பு, a crack on the lip.

உதட்டைப்பிதுக்க, to pout, shoot out the lower lip by way of negation or contempt.

கீழுதடு, the under lip.

மூளியுதடு, a lip of which a part is wanting, a hare-lip.

மேலுதடு, the upper lip.

*உதபானம், *s.* a well, கிணறு.

உதப்பி, *s.* particles of saliva, ejected in speaking, எச்சில்; 2. ventricle of animals, ஈரல்; 3. undigested matter in the ventricles.

உதப்பிவாயன், one who emits saliva in speaking.

உதப்பு, III. *v. t.* chew, munch, குதப்பு; 2. menace, கடிந்துகொள்; 3. reject, இக.

உதம்பு, III. *v. t.* rebuke, chide, check, கடிந்துகொள்; 2. terrify, பயமுறுத்து; 3. refuse, மறு.

உதம்பிக்கேட்க, to ask angrily with a loud voice.

உதம்பிப்பேச, to speak harshly.

*உதயம், *s.* the rising of the sun, moon or stars, உதித்தல்; 2. the time of rising, உதிக்குங்காலம்; 3. origin, birth, பிறப்பு.

உதயகிரி, the eastern mountain where the sun is supposed to rise.

உதயத்திலே, உதயத்துக்கு, at sunrise.

உதயலக்கினம், the Zodiacal sign rising at the time of birth.

உதயவேளை, -காலம், the time of sunrise.

உதயன், the sun.

உதயாஸ்தமன பரியந்தம், from sunrise to sun-set.

சந்திரோதயம், நிலவுதயம், the rising of the moon.

வெள்ளி உதயம், the rising of Venus or of any star.

*உதரம், s. the belly, வயிறு.

உதரநாடி, an artery.

உதரவாய்வு, flatulency.

மகோதரம், dropsy, a big belly.

உதவி, s. help, assistance, சகாயம்; 2. gift, benefit, உபகாரம்.

காலத்தில் செய்த உதவி, timely help.

சமயத்திற்கேற்ற உதவி, seasonable aid.

உதவியாயிருக்க, - செய்ய, to help.

கைக்குதவி, help to the hand, something to lean upon as a staff, an assistant etc.

பொருளுதவி, pecuniary help.

வாக்குதவி, சொல்லுதவி, help by word, recommendation.

உதவு, III. v. t. help, assist, aid, கொடு; 2. v. i. be of use, serve for the purpose, தகுதியாயிரு; 3. be at hand, கைக்குதவு.

கைக்குதவாது, it is not at hand.

இது மருந்துக்குதவும், this will serve for medicine.

சமயத்துக்கு உதவும், it will help in an emergency.

இப்போது பணம் உதவாதே போயிற்று, at present I have no money at hand.

உதவாத எழுத்து, bad writing.

உதவாமல்போக, to be of no service.

உதறு, III. v. t. shake off, உதறிப்போடு; 2. wrest one's self from the grasp of another, திமிறு; 3. v. i. shake with ague நடுங்கு.

என் வார்த்தையை உதறினன், he rejected what I said.

உதறிக்கொண்டு போகிறுன், he is refractory.

படிந்ததூசியை உதற, to shake off the dust.

உதறுகாலி, a cow that kicks and will not be milked; a woman that shakes her feet in walking.

*உதாகரணம் (com. உதாரணம்), s. an example, an instance, திருஷ்டாந்தம்; 2. evidence, proof, அத்தாட்சி.

உதாரணம் சொல்ல, -எடுத்துக்காட்ட, to illustrate by examples, to prove by quoting examples.

*உதாசினம், உதாசனம், s. foul and abusive language, insult, நிந்தை; 2. abuse, தூஷணம்.

உதாசனன், a reviler, abuser.

*உதாசனி, VI. v. t. abuse, insult, scold by using foul language, தூஷி.

*உதாரணம், s. see உதாகரணம்.

*உதாரம், s. liberality, generosity, கொடை; 2. boldness in speaking, eloquence, தாராளம்.

உதாரகுணம், -த்தனம், -த்துவம், liberality, generosity.

உதாரமாய்ச் சொல்ல, to promise largely.

உதாரன், உதாரி, a liberal person.

*உதி, VI. v. i. rise as the sun, moon or stars, உதயமாகு; 2. be born, பிற; 3. come into existence, தோன்று; 4. increase in size, swell, பரு.

என் மனதில் அப்படி உதிக்கிறது, so it seems to me; such thoughts rise in my mind.

திடீரென வந்துதித்தான், he suddenly made his appearance.

அவள் ஊதி உதித்துப்போனுள், she has grown very stout.

உதிப்பு, v. n. the rising, swelling.

உதிவெள்ளி, the morning star.

*உதிட்டிரன், யுதிட்டிரன், s. the eldest of the five Pandavas, தருமராசன்.

*உதிரம், s. blood, இரத்தம்.

உதிரக்கட்டு, suppression of lochia.

உதிரக்கலப்பு, near relationship, consanguinity.

உதிரநரம்பு, -ஸ்தானம், veins, blood-vessels.

உதிரபாசம், the tie of blood attachment between relations.

உதிர், உதிரு, II. *v. i.* fall off, drop down, சொரி; 2. crumble, பிதிரு; 3. die, சா.

மரம் மாவாய் உதிர்கிறது, the wood crumbles into dust.

நீ சீக்கிரம் உதிர்ந்து போவாய், you shall die soon (a curse).

உதிரி, what falls down or is separated, உதிர்ந்தது.

உதிர்ந்தசருகு, withered leaves which have dropt down.

உதிர்வு, *v. n.* falling off.

இலையுதிர்காலம், the season of the fall of leaves.

உதிர், VI. *v. t.* shake off, drop, உகு; 2. shed tears, கண்ணீர் சிந்து; 3. cause to drop or fall, சொரிவி; 4. break to pieces, பொடியாக்கு.

உதிர்ப்பு, *v. n.* shedding, blasting.

உதை, II. *v. i.* rebound, rush, தாக்கி மீளு.

உதைந்து வலிக்க, – இழுக்க, to pull with the feet fixed against any thing, to pull with all force.

உதை, VI. *v. t.* kick, காலால் எறி; 2. discharge as arrows, பிரயோகி; 3. *v. i.* rebound, recoil, தாக்கு.

உதை, *v. n.* a kick, the rebounding of a gun etc.

உதைகால், a prop, buttress, support.

உதைகால் (முட்டுக்கால்) கொடுக்க, to put a buttress, to prop.

உதைகால் பசு, a cow that kicks when milked.

உதை சுவர், a buttress.

உதைத்துத் தள்ளிவிட, to kick one out of the house, to spurn one away.

உதைப்பு, *v. n.* kicking, trepidation.

அவனுக்கு உதைப்பாயிருக்கிறது, he is trembling.

உதைமானம், support, prop.

உதையுண்ண, to be kicked.

உதையுண்ணி, one that is kicked or punished often.

உதையோத்தண்டமாய் (உத்தண்டமாய்) உதைக்க, to kick severely.

*உத்தண்டம், *s.* violence, fierceness, impetuosity, உக்கிரம்; 2. insolence, arrogance, இராசதம்.

உத்தண்டக்காரன், an insolent man.

உத்தண்டமாய்ப் பேச, to speak haughtily, arrogantly.

உத்தண்டமாய் விளைய, to grow luxuriantly.

உத்தண்டமணி, உத்தண்டால், *s.* a necklace of golden beads.

*உத்தமம், *s.* excellence, goodness, நன்மை; 2. genuineness, uprightness, உண்மை; 3. perfection, the best of the kind, முதன்மை.

உத்தம பட்சம், first rate, first class.

உத்தமபாத்திரம், a worthy person, a noble object.

உத்தமம் மத்திமம் அதமம், good, middling and bad.

உத்தமன் (*fem.* உத்தமி), an excellent person.

உத்தமோத்தமம், the highest perfection.

*உத்தரணி, *s.* a small spoon used for ceremonies by brahmins.

*உத்தரம், *s.* north, வடக்கு; 2. what is subsequent, futurity, பின்னுனது; 3. word, மொழி; 4. answer, உத்தாரம்.

உத்தர கிரியை, funeral ceremony, கருமாந்தம்.

உத்தரபாகம், the latter part.

உத்தரவாதம், defence, responsibility, pledge, security, atonement.

உத்தரவாதம் பண்ண, – செய்ய, to atone for; indemnify, become responsible, guarantee, warrant.

உத்தரவாதி, a bail, trustee, a responsible person, a respondent.

உத்தராதி, *s.* (*Tel.*), north, வடக்கு.

உத்தராயனம், the half of the year when the sun is moving from south to north, the northern solstice.

பிரத்தியுத்தரம், மறு உத்தாரம், மாறுத்தரம், an answer.

உத்தரவு, *s.* permission, விடைவே; 2. an order, கட்டளை; 3. answer, உத்தாரம்.

உத்தரவு கேட்க, to beg leave.

உத்தரவு கொடுக்க, to give leave.
உத்தரவு செய்ய, to grant permission, to order.
உத்தரவுச்சீட்டு, a passport.
உத்தரவு பிறந்தது, – ஆயிற்று, an order has been passed.
உத்தரவு வாங்க, to get permission.

*உத்தரி, VI. *v. t.* make satisfaction, compensate, atone for, ஈடுசெய்; 2. bear, suffer, endure, சகி; 3. guarantee, உத்தரவாதஞ் செய்; 4. answer, மறுமொழி சொல்.
உத்தரிக்கப்படாதது, that which is intolerable, what cannot be expiated.
உத்தரிக்கும் ஸ்தலம், the Romish purgatory.
உத்தரிப்பு, *v. n.* sufferings.

*உத்தரியம், உத்தரீயம், *s.* an upper garment worn by either sex and thrown loosely over the shoulders, ஏகாசம்.

உத்தாமணி, *s.* a medicinal creeper.

*உத்தாரம், *s.* an answer, மறுமொழி; 2. permission, உத்தரவு; 3. order, கட்டளை.
உத்தாரப்படி செய், to abide by the orders.
மறு உத்தாரம், answer.

*உத்தானம், *s.* rising, resurrection, உயிர்த்தெழுகை.
உத்தான பூமி, the Christian burial ground.
மாமிசோத்தானம், (R. C. *us.*) the resurrection of the body.

*உத்தி, புத்தி, *s.* union, agreement, இசைவு; 2. an expedient, artifice, தந்திரவுத்தி; 3. keen intellect, புத்தி.

*உத்தியானம், உத்தியான வனம், *s.* a flower garden, பூந்தோட்டம்.

*உத்தியோகம், *s.* an office, an employment, தொழில்; 2. enterprise, endeavour, முயற்சி.
உத்தியோகக்காரன், உத்தியோகஸ்தன், an officer, a public functionary.
உத்தியோகச்செருக்கு, pride of office.
உத்தியோகச் செல்வாக்கு, power or influence of an office.
உத்தியோகத்திலே அமர்த்த, to get one employed.
உத்தியோகத்திலே வைத்துக்கொள்ள, to employ.
உத்தியோகம் பண்ண, to hold an office, to pursue a business.

உத்திரம், *s.* a cross beam in a building, a beam, விட்டம்.

*உத்திராடம், *s.* the twenty-first lunar asterism.

*உத்திராட்சம், *s. vulg.* for உருத்திராட்சம்.

*உத்துங்கம், *s.* eminence, உயர்ச்சி; 2. dignity, மேன்மை.

*உத்தூளனம், உத்தூளிதம், *s.* besmearing the whole body with sacred ashes, powdered sandal wood etc.

*உத்தேசம், *s.* motive, நோக்கம்; 2. conjecture, மதிப்பு.
உத்தேசமாகச் சொல்ல, to give a rough estimate.
உத்தேசம் பார்க்க, to make an estimate.
உத்தேசி, a conjecturer, guesser.

*உத்தேசி, VI. *v. i.* intend, purpose, guess, கருது.
அவனை உத்தேசித்து, for his sake.

உந்தி, *s.* navel, கொப்பூழ்; 2. a play among women, விளையாட்டு.
உந்திக் கமலம், the navel resembling the lotus.
உந்திச்சுழி, the navel, curve of the navel.
உந்தி பூத்தோன், Vishnu.

உந்து, III. *v. t.* push out, தள்ளு; 2. cast forth, செலுத்து; 3. *v. i.* jump up, leap, rise, எழும்பு.
பந்துந்த, to throw a ball.

*உப, *pref. implying* near, with, auxiliary, secondary etc. as உபக்கிரகம், a secondary planet; உப நதி, a tributary.

*உபகதை, *s.* (உப), anecdote, a moral tale of olden times, told in proof of a subject.

*உபகரணம், *s.* (உப), means, instrument, எத்தனம்; 2. insignia of royalty, அரசசின்னம்.

*உபகரி, VI. *v. t.* to bestow a favour, to assist, உபகாரஞ்செய்.

*உபகாரம், *s.* (உப), benefit, favour, assistance, சகாயம் (*opp.* அபகாரம்).

உபகாரம்பண்ண, – செய்ய, to bestow a benefit, to help.
உபகாரன், a benefactor.
உபகாரி, a benefactor or benefactress.
கையுபகாரம், a slight benefit or gift.
பரோபகாரம், philanthropy.
பிரதியுபகாரம், a recompense, reward.
வாயுபகாரம், a recommendatory word.

*உபசரணை, *s.* (உப), civility, compliment, kindness, உபசாரம்.
உபசரணை பண்ண, to shew respect or civility, to pay attention to a guest.

*உபசரி, VI. *v. t.* treat with civility, shew respect, compliment, உபசாரஞ்செய்; 2. make obeisance, reverence, வழிபடு.

*உபசாந்தம், உபசாந்தி, *s.* (உப), calmness, alleviation, mitigation, palliation, அமைவு.
உபசாந்தி பண்ண, to calm, pacify.
உபசாந்தியான மருந்து, a palliative, mild medicine.

*உபசாரம், உபசரணை *s.* (உப), civility, politeness, மரியாதை (*opp. to* அபசாரம்).
உபசார மறியாதவன், a rude, uncivil man.
உபசாரம் சொல்ல, to give thanks; to speak obligingly
உபசாரம் பண்ண, – செய்ய, to treat with civility.
உபசார வந்தனம், civilities, respects; obliging expressions.
உபசார வார்த்தை, complimentary words.
உபசாரன், உபசாரி, a civil person.

*உபதானம், *s.* (உப), a pillow, தலையணை; 2. alms, a handful of rice given as alms to mendicants.

*உபதேசம், *s.* (உப), teaching, spiritual instruction, doctrine, போதகம்; 2. advice, புத்தி.
உபதேசி, *hon.* உபதேசியார் (*Chr. us.*), an instructor, a catechist.
ஞானோபதேசம், instruction in religious subjects or practical piety.

*உபதேசி, VI. *v. t.* (with *dat. of pers.*), to teach, instruct, catechise, போதி; 2. give advice, புத்திசொல்லு.

*உபத்திரவம் (உபத்திரம்), *s.* affliction, distress, இக்கட்டு.
உபத்திரவ காலம், time of affliction.
உபத்திரவப்பட, to suffer.
உபத்திரவப்படுத்த, to afflict, persecute.
உபத்திரவமாயிருக்க, to be troublesome or distressing.
பசியுபத்திரவம், suffering of hunger.
மனோபத்திரவம், distress of mind.

*உபநயனம், *s.* (உப), investiture with the sacred cord, பூணூல் தரித்தல்; 2. spectacles, மூக்குக்கண்ணாடி.

*உபநிடதம், உபநிஷதம், *s.* (உப), the esoteric teachings of the Vedas, வேதநுட்பம்; 2. a class of sacred books supposed to teach the true meaning of the Vedas.

*உபநியாசம், *s.* (உப), a lecture.

*உபநியாயம், *s.* (உப), secondary arguments, உதவி நியாயம்.

*உபபலம், உபபெலன், *s.* (உப), reserve in an army, help, support, உதவி.

*உபமானம், *s.* likeness, a parable, see உவமானம்.

*உபமேயம், *s.* the subject of comparison, see உவமேயம்.

*உபமை, *s.* see உவமை.

*உபயம் (உபையம்), *s.* two, double, couple, இரண்டு; 2. a gift for religious purposes, காணிக்கை.
உபய உரை, an ambiguous word.
உபயத்தார், உபயஸ்தர், both together, both parties.
உபயவாதிகள், உபயகக்ஷி, both the plaintiff and the defendant.
உபயார்த்தம், an ambiguity, an expression of two meanings.

*உபயோகம், *s.* (உப), use, advantage, service, fitness, பிரயோசனம்; 2. help, assistance, உதவி.
உபயோகப்பட, உபயோகமாயிருக்க, to be serviceable, useful or fit for.

*உபயோகி, VI. *v. t.* use, கையாளு; 2. make serviceable, உபயோகப்படுத்து.

*உபராசன், s. (உப), the heir-apparent to the throne, இளவரசன்.
*உபரி, *particle*, above, on, மேல்; 2. more, அதிகம்.
*உபவாசம், s. fast, fasting.
உபவாசம்பண்ண, – ஆயிருக்க, to fast.
உபவாசவிரதம், entire abstinence from food and drink, fast.
*உபவாசி, VI. v. i. fast, உபவாசம்பண்ணு.
*உபாகமம், s. (உப), a class of books secondary to the Agamas, சார்பாகமம்.
*உபாதி, s. severe pain, torment, affliction, வாதை; 2. disease, வியாதி; 3. difficulty, வருத்தம்.
உபாதிப்பட, to be afflicted.
*உபாதி, VI. v.t. afflict, torment, வதை.
*உபாத்தி, உபாத்தியாயன், உவாத்தி, s. (*hon.* உபாத்தியார், உபாத்தியாயர்), teacher, school-master, ஆசிரியன்.
உபாத்திச்சி, a school-mistress.
உவாத்திமைத்தொழில் பண்ண, to keep a school.
*உபாயம், s. means, expedient, சூழ்ச்சி; 2. artifice, intrigue, trick, தந்திரம்; 3. smallness, சொற்பம்.
உபாயக்காரன், உபாயி, a cunning, artful man.
உபாயதந்திரம், devices, craftiness, subtility.
உபாயம் பண்ண, to use means, to adopt stratagems.
உபாயோபாயமாய், by right or wrong, by any means direct or indirect, by hook or by crook.
*உபேட்சை, உபேக்ஷை, s. (உப), neglect, indifference, indolence, அலட்சியம்.
உபேட்சை பண்ண, to connive at, to be indifferent.
உபேட்சையாயிருக்க, to side with one, to take the part of any one.
*உபேக்ஷி, VI. v. t. neglect, அலட்சியம் பண்ணு; 2. forsake, கைவிடு.
உப்பரவர், உப்பரவார், s. a tribe of tank or well diggers.
உப்பரிகை, s. an upper floor of a house, a terrace, மேல்மாடம்.
உப்பிசம், உப்பசம், see உப்பு, v.
உப்பு, s. salt, இலவணம்; 2. saltness, உவர்த்தல். Different kinds of it, are: இந்துப்பு, கந்தகவுப்பு, கல்லுப்பு, கறியுப்பு, சாய்ச்சிப்பு, காருப்பு, சவட்டுப்பு, பொட்டிலுப்பு, மரவுப்பு, வெடியுப்பு etc. which see under இந்து, கந்தகம் etc.
உப்பளம், saltpans.
உப்பளம் கட்ட, to construct saltpans.
உப்பளம் பாய்ச்ச, to convey water into the saltpans.
உப்பளவர், salt-makers.
உப்பளப்போர், salt-measurers.
உப்பிட, உப்புப்போட, to salt, to season with salt.
உப்பில்லாப் பேச்சு, insipid talk.
உப்புக்கரிக்க, – கூர்க்க, to have a saline taste.
உப்புக்கண்டம், salted mutton.
உப்புக்சண்டம் இட, – போட, to make salt meat or salt fish.
உப்புத்தண்ணீர், salt water, brackish water.
உப்புத்தரை, brackish soil.
உப்புப்பார்க்க, to try the seasoning of a curry etc. by the taste.
உப்புப்பூக்கிறது, the salt effloresces or forms.
உப்புமாற, to sell salt.
உப்பு, III. v. i. swell, be puffed up, வீங்கு.
உப்பல், உப்புதல், உப்புசம் (உப்பிசம், உப்பசம்), v.n. the swelling of the sea or of dough or of the belly; inflation; being puffed up with joy or pride.
உப்பிப்போக, to be high-minded, proud, puffed up.
உப்பின வயிறு, a swollen belly.
உமட்டு, III. v. i. see உவட்டு,
உமது, உமக்கு, உம்மை etc. see நீர்.
உமரி, உமிரி, s. the name of a herb; 2. a snail, நத்தை.
உமல், s. a basket made of palmyra leaves like a bag and used by fishermen, ஓலைப்பை.
*உமாபட்சி, s. the bird of paradise, ஆகாசப்பட்சி.
உமி, s. husk, chaff.

உமிக்கரப்பான், a kind of scurf over the whole body; a disease of children.
உமித்தவிடு, coarse bran.
குற்றுமி, broken husk.
உமி, II. *v. i.* same as உமிழ்.
உமி, VI. *v. i.* (*defective*), become chaff, பதராகு; 2. become insipid, சாரமற்றுப்போ; 3. become spoiled, decayed, அழி.
உமிழ், உமிழு, II. *v. i.* spit, துப்பு; 2. vomit, சத்தி எடு; 3. wash the mouth with water, bubble up, கொப்பளி.
உமிழ் நீர், உமி நீர், spittle, saliva.
*உமை, *s.* Parvati, wife of Siva.
உமாபதி, Siva, the husband of Parvati.
உமையாள், உமையவள், Parvati.
உம், *oblique* of நீர்.
உம், *connective particle,* (when affixed to two or more words in positive sentences) and; 2. (likewise in negative sentences) neither nor; 3. (affixed only to one word) likewise, even, also; 4. (after a number) all concerned (none or nothing more and none or nothing wanting); 5. it is always affixed to substantives signifying themselves all, or succeeding an adjective of that signification as எல்லாரும் & எல்லா மனிதரும், all men; 6. added to interrogatives it implies *universality* as ஆரும், whosoever; எங்கும், every where; 7. added to the *local abl.* (in இல்) it gives the force of the *comparative degree* as இது அதிலும் பெரியது, this is greater than that; 8. added to the *adv. part.* or the *subjunctive mood* it signifies though, although; 9. added to the *infinitive* it serves for the *optative* (not classical) or indicates immediate occurrence, in which sense it is added also to the *verbal noun* as துரை கட்டளையிடவும் (கட்டளையிட்டதும்) காரியம் செய்து முடிந்தது, as soon as the magistrate gave the order the thing was done; 10. an expression of assent as உம்மென்றான், he gave his assent by saying உம்; 11. its use in forming the *honorif. imp.* the *3rd pers. neuter fut. tense* and the *fut. adj. part.* see in the grammar.
உம்பர், *s.* above, on, மேல்; 2. sky, ஆகாயம்; 3. that (intermediate) place, உவ்விடம்; 4. celestials, வானோர்.
உம்பருலகு, the celestial regions.
உம்பிளிக்கை, *s.* a field given rent free in consideration of the performance of certain services, மானியம்.
உம்பிளிக்கைக் கிராமம், a village granted free of rent.
உம்பிளிக்கையாகக் கொடுக்க, – விட, to grant a field or village free from tax on certain conditions.
உம்மாண்டி, *s.* a bug bear, பூச்சாண்டி.
உம்மை, *s.* the last birth, கழிபிறப்பு; 2. the coming birth, வருபிறப்பு; 3. *accus.* of நீர்.
உம்முடைய, *gen.* of நீர், your, உமது.
உயரம் (*vulg.* உசரம்), *s.* height, elevation, increase, greatness, உயர்வு.
உயர், உயரு, II. *v. i*, rise, grow high, வளரு; 2. rise above, மேலேறு; 3. be great, eminent, exalted, மேன்மையுறு.
உயர, *adv.* (*inf.*) on high, above upward.
உயர ஏற, – க்கிளம்ப, to ascend, rise, mount up.
உயரப்பார்க்க, to look up, to look higher for promotion.
உயரப் போக, to go up.
உயர் குலம், உயர்ந்த குலம், noble descent
உயர்திணை, (*in gram.*) the superior class (*opp. to* அஃறிணை)
உயர் நிலம், a high place.
உயர்ந்த சரக்கு, commodities of superior quality.
உயர்த்து, III. *v. t.* exalt, raise high, lift up, elevate, உயரச் செய்; 2. promote, மேலாக்கு.
உயர்த்திக்கேட்க, to bid high in auction.
உயர்த்திப்பேச, to speak of a person with high respect.

உயிர், *s.* life, சீவன்; 2. vowel, உயிரெழுத்து; 3. a living being, சீவராசி.
உயிரும் உடலும்போலே இருக்கிறார்கள், they live intimately united as the soul with the body.
உயிரடங்க, to be in a swoon, to sink as in death.
உயிரடைய, to revive, to be restored to life.
உயிரளபு, உயிரளபெடை, the lengthening of a vowel.
உயிரெழுத்து, a vowel.
உயிரோடிருக்க, to be alive.
உயிர்த்தானம், the seat of life.
உயிர்த்துணை, a friend in extremity, a friend dear as life.
உயிர்த்தோழன், an intimate friend.
உயிர் நிலை, the body as the seat of life, the vital parts essential to life.
உயிர் போக, to expire, to die.
உயிர்ப்பழி, the guilt of murder, vengeance for murder, இரத்தப் பழி.
உயிர்ப்பிராணி, a living creature.
உயிர்மெய், உயிர்மெய் எழுத்து, vowel consonants.
உயிர்வாங்க, – எடுக்க, to take away life.
உயிர்வாழ்க்கை, life, enjoyment of life.
மன்னுயிர்க்கிரங்க, to have compassion upon others, to be compassionate.

உயிர், VI. *v. i.* come to life, revive, உயிரடை; 2. breathe, மூச்செறி; 3. sprout, தழை.
கர்த்தர் உயிர்த்தெழுந்த பண்டிகை, உயிர்த்தெழுந்த பெருநாள், Easter-day.
உயிர்த்தெழுந்திருக்க, to rise from the dead.
உயிர்த்தெழுதல், the resurrection.
உயிர்ப்பு, *v. n.* reanimation, revival, breath.

உயிர்ப்பி, VI. *v. t.* quicken, revive, பிழைப்பி; 2. refresh, இளைப்பாற்று.

உய், II. *v.i.* live, subsist, சீவி; 2. prosper, flourish, தழை; 3. escape from danger, தப்பு; 4. obtain heavenly bliss, ஈடேறு.

உய்வு, உய்தி, *v. n.* enjoyment of life, prosperity, felicity, salvation.

உய், VI. *v. t.* put in motion, let go, செலுத்து; 2. ride, drive, ஓட்டு; 3. carry on, conduct, நடத்து; 4. enjoy, experience, அனுபவி.
உய்த்துணர, to discern.

உர, VI. *v. i.* grow strong, firm, hard, be violent, boisterous, பெல.
உரக்க, உரத்து, *adv.* aloud.
உரக்கப்பேசு, speak loud.
உரத்த கடல், a boisterous sea.
உரத்தகாய்ச்சல், vehement fever.
உரத்த காற்று, a strong wind.
உரத்த (உரமான) சத்தம், a loud voice.
உரத்த நிலம், firm, hard soil.
உரத்த வெயில், hot sun.
உரப்பு, *v. n.* firmness, strength, coarseness, thickness.
உரப்பான புடவை, a coarse thick cloth.

உரசு, III. *v. t.* rub, உரஞ்சு.

உரபடி, உரபிடி (*vulg.*), *s.* coarseness, roughness, உரப்பு.
உரபடியானது, that which is durable, coarse.
உரபடியான துணி, a coarse, strong cloth.

உரப்பு, III. *v. t.* threaten, frighten, scare away (birds), urge on with the voice (as in driving cattle), அதட்டு.

உரம், *s.* strength, firmness, hardness, force of voice, வலி; 2. wisdom, ஞானம்; 3. energy, force, ஊக்கம்; 4. manure, எரு.
உரமாய்ப் பெய்கிறது, it rains hard.
கடல் உரமாயிருக்கிறது, the sea is rough.
காற்றுரமாய் அடிக்கிறது, the wind blows hard.
உரக் கடல், boisterous sea.
உரங்கொள்ள, to grow strong, to be strengthened or hardened.
உரஞ்சொல்ல, – உண்டாக்க, to embolden.
உரமண், hard ungenial soil.
உரமான சத்தம், a loud noise.
உரம்போட, to manure.

உரல், *s.* a large mortar to beat paddy, rice etc.
உரலாணி, a pestle; 2. a kind of block set into the mortar, when it is worn away.
உரலிடித்தல், pounding in a mortar.
உரற்கட்டை, a mortar formed of a block of wood; *metaph.* a stout short man.
உரற்குழி, a hole in which the mortar is steadied.
கல்லுரல், a stone mortar.

உரவு, *s.* strength, force, வலி.

உரன், *s.* power, knowledge, உரம்.

உராய், II. *v. i.* rub against a thing; உரை II.

உராய்ஞ்சு, III. *v. t.* rub, file, polish, உரை VI.

உரி, *s.* peel, skin, bark, தோல்; 2. the half of a measure, அரைப்படி; 3. (the root of the *abstr. noun* உரிமை), propriety, quality, peculiarity; 4. a class of words including *adjectives* and *adverbs*, உரிச்சொல்.
உரி ஆழாக்கு, five-eighths of a measure.
உரிநெல்லு, a half measure of paddy, அரைப்படி நெல்.
பெயருரிச்சொல், adjective.
மரவுரி, dress made of the bark of trees.
வினையுரிச்சொல், adverb.

உரி, II. *v.t.* strip off clothes, skin, bark etc., கழற்று; 2. *v. i.* be stript off, கழல்.
உரிந்துகொள்ள, to plunder or strip one.

உரி, VI. *v. t.* pull off skin, strip, flay, கழற்று.

உரிசை, *prop.* உருசி, *s.* savour, taste.
உரிசை கண்டவன், one who has tasted or experienced a thing.

உரிஞ்சு, III. *v. i. & t.* rub against one another, be rubbed, இழை; 2. grind away, அரை.

உரிமை, *s.* proprietary right, propriety, peculiarity, quality, இயல்பு; 2. relationship, இனம்; 3. heritage, சுதந்தரம்; 5. love, affection, friendship, சிநேகம்; 4. claim, right, உரித்து.

உரித்து, *symb. verb*, used as a noun, உரியது.
உரித்தாக்கிக்கொள்ள, to appropriate to one's self.
உரித்தானவன், உரித்தாளி, heir, claimant.
என் உடைமைக்கு உரித்தானவன், the heir of my goods.
உரிமைக்கட்டு, the duties and obligations of near relatives.
உரிமைசெய்ய, to perform the last duties to a deceased relation.
உரிமைப் பிள்ளை, adopted child.
உரிமைப் பெண், a girl of the relationship, suitable for marriage.
உரிமைவிட, to set a slave free.
உரிய, *adj.* belonging to, proper, fit.
எனக்குரிய பொருள், my property.
எனக்குரியவன், my familiar friend, my relation, partisan etc.
உரியது, that which is fit, proper, peculiar etc.
உரியார், relations, heirs, proprietors.
இழவுக்குரியவன், one who is bound in duty to perform funeral rites.
கொலைபாதகத்துக்குரியவன், one who is guilty of murder.

உரிவை, *s.* skin, hide, தோல்; 2. bark, peel, மரவுரி.

உரு, *s.* (cf. உருவு, உருபு, உருபம்), form, shape, appearance, வடிவு; 2. ship, கப்பல்; 3. an article, piece, உருப்படி; 4. prayers, incantations.
எத்தனை உரு, how many articles or ships are there?
உரு எடுக்க, to assume a form, to incarnate.
உருப்பட, to be formed, shaped, to prosper.
உருப்படி, pieces, articles, each individual, each particular.
ஆயிரம் உருப்படி, one thousand pieces.
உருப்போட, to repeat a mantram or a lesson by heart.
உருமாற, to be transformed.
உருவழிந்துபோக, -க்குலைய, to be emaciated, to be disfigured.
உருவாக, -த்தரிக்க, to be shaped, formed, conceived, generated.

உருவாக்க, -ப்படுத்த, to form or shape.
உருவேற்படுத்த, to form, to fashion.
உரு, VI. *v. i.* be angry, கோபி; 2. sprout, shoot, முளை.
உருத்தல், *v.n.* being angry, sprouting, uneasiness caused by the pressure of any rough surface.
உருகு, III. *v. i.* melt, become liquified, கரை; 2. be softened, sympathize, இரங்கு; 3. be reduced, or emaciated.
உருக்கம், மன உருக்கம், *v.n.* tender love, compassion, tenderness of mind.
உருக்கமாய் அழ, to weep compassionately.
உருக்கவாளி, a compassionate man.
மனதுருக, to have compassion, to pity.
உருக்கு, *s.* steel, எஃகு.
உருக்கு மண், iron ore, iron sand.
உருக்கு, III. *v. t.* melt, liquefy, கரை; 2. emaciate, வாட்டு; 3. afflict, distress, வருத்து.
வியாதி அவனை உருக்கிப்போட்டது, sickness has reduced him.
உருக்கி வார்க்க, to cast.
உருக்கு, *v. n.* fusion, melting.
உருக்குப் பிரமியம், gonorrhœa.
உருக்குமணி, solid globules of gold worn by women as ear-ring; one of the wives of Krishna.
எலும்புருக்கி, an emaciating disease.
புத்துருக்கு நெய், new made ghee.
*உருசி, ருசி, *s.* taste, relish, flavour, சுவை; 2. deliciousness, attraction, இன்பம்.
உருசிகரம், pleasantness; dainties.
உருசிகாட்ட, to allure, entice.
உருசிகாண, to be allured, attracted.
உருசிபார்க்க, to taste, to examine by taste.
உருசிப்பட (*with dat.*), to relish, 2. to like.
உருசியாய் (ருசிகரமாய்) இருக்க, to be relishing, to be well-seasoned.
உருசிவர்க்கங்கள், dainties, delicacies.
உருசியான பாடல், a sweet song.
நாக்கு ருசிக்காரன், one who is fond of delicious things.
*உருசி, VI. *v. i.* relish, be pleasant, சுவை தோன்று; 2. *v. t.* taste, சுவைபார்; 3. enjoy, experience, அனுபவி.
பாட்டு எனக்கு உருசிக்கிறது, I like the song, I am delighted with the song.
உருசிக்கப்பண்ண, to impart flavour, to season.
உருசிக்கச்சொல்ல, -பேச, to speak pleasingly, alluringly.
உருசு, ருசு, *s.* (*Hind.*), proof, ரூபகாரம்.
உருசுப்படுத்த, உருசுப்பிக்க, உருசுவாக்க, to prove, to verify, மெய்ப்பிக்க.
உருட்டு, III. *v. t.* (உருள்), roll a wheel etc., bowl, move anything by revolving it, உருளச்செய்.
உருட்டித்தைக்க, to sew with double stitches.
உருட்டிப்பார்க்க, to look angrily.
உருட்டுப் புரட்டுக்காரன், a trickish fraudulent person.
உருட்டிப்போட, to roll a ball, to defeat by clamorous arguments, to kill, ruin.
உருட்டு, *v. n.* rolling, revolving; 2. artifice,
கவறுருட்ட, to throw dice.
உருண்டை, *s.* a ball, globe, any thing round, உண்டை; 2. roundness, திரட்சி.
*உருத்திரம், ருத்திரம், *s.* fury violent anger, கோபம்.
உருத்திராகாரமாய் வந்தான், he came most furiously.
*உருத்திரன், *s.* Siva, the destroyer, one of the பஞ்ச கர்த்தாக்கள்.
உருத்திரர், a class of demigods.
உருத்திரவீணை, a kind of guitar.
உருத்திராக்கினை, fury.
*உருத்திராக்ஷம், உருத்திராட்சம், உருத்திராட்சமணி, *s.* (அட்சம் eye), *lit.* the eye of Siva, the nuts of the Elœocarpus used as beads in the rosaries of the worshippers of Siva.
உருபு, *s.* form, shape, வடிவம்; 2. (*in gram.*) a class of particles.
உருப்பம், *s.* heat of the sun, உருமம்.
உருமம், *s.* noon, midday, மத்தியானம்; 2. heat of the sun, உஷ்ணம்.
உருமகாலம், the hot season.
உருமத்திலே, at midday.
உருமத்துக்கு விட, to cease at noon.
உருமவேளை, noon, midday.

உருமாலை, *s.* see உறுமாலை.
உருமி, VI. *v. i.* be hot, sultry, உட்டணி.
உருமு, உருமேறு, *s.* a thunder-bolt, இடி.
*உருவகம், *s.* metaphor, comparison.
 உருவகப்படுத்த, உருவகிக்க, to speak metaphorically.
*உருவம், உருவு, *s.* shape, form, வடிவம்; 2. beauty, அழகு; 3. image, idol, சுரூபம்.
 உருவம் மாற, to be transformed.
 உருவ சாஸ்திரம், physiognomy.
உருவல், *s.* a woman's ear jewel, காதணி.
உருவாரம், *s.* a statue, பிரதிமை; 2. a kind of cucumber, வெள்ளரி.
உருவு, *s.* see உருவம்.
உருவு, III. *v.t.* penetrate, go through, ஊடுருவு; 2. strip off as leaves, பறி; 3. loosen as a noose, கழற்று; 4. unsheath, draw out of a case or sheath.
 ஆணி உருவத்தைத்தது, the nail is gone through.
 கத்தியை உருவ, to draw the sword.
 உருவக் குத்த, to transpierce, stitch, run through, stab.
 உருவுசூடு, great grief of heart.
 உருவுண்டுபோக, to slip off as beads from a string.
உருளி, *s.* diathrasis, socket and ball in a joint, பொருத்து.
 உருளிபெயர, to be dislocated as a joint.
 உருளியெடுக்க, to set a dislocated joint.
உருளை, *s.* a wheel, உருள்; 2. anything that rolls, உருண்டை.
 உருளைக்கிழங்கு, potato.
உருள், *s.* a carriage-wheel.
உருள், உருளு, I. *v.i.* roll, wheel, spin, revolve, புரளு; 2. become round, திரளு; 3. (*vulg.*), die, perish, அழி.
 உருட்சி, உருண்டை, roundness.
 உருட்சியான முகம், a fine round face.
 உருண்டுபோக, to roll like a ball; to die, perish.
 அவன் குடும்பமெல்லாம் உருண்டுபோயிற்று, the whole family is extinct.
*உருபகாரம், ரூபகாரம், *s.* proof, திருஷ்டாந்தம்.
 உரூபகாரப்படுத்த, to prove.

*உருபம், ரூபம், *s.* shape, உருவம்; 2. image, சொரூபம்; 3. features, சாயை; 4. beauty, அழகு.
 உரூபசௌந்தரியம், – லாவண்ணியம், great beauty, gracefulness.
 உரூபவதி, a fair woman.
 உரூபி, one that has shape (*opp. to* அரூபி); 2. a beautiful person.
*உருபி, ரூபி, VI. *v. t.* prove, demonstrate, மெய்ப்பி.
*உருபிகரி, VI. *v. t.* assume a shape, உருப்படு.
உரை, *s.* utterance, speech, பேச்சு; 2. word, sentence, மொழி; 3. commentary, வியாக்கியானம்; 4. rubbing, தேய்வு; 5. touch of gold or silver on the stone, மாற்று.
 உரைகல்; a touch-stone.
 உரைகாரன், உரையாசிரியன், a commentator.
 உரை நூல், a work on which a commentary has been written.
 உரையாணி, a gold pin for testing the quality of gold.
 உரையெழுத, to write a commentary.
 உரைவாசகம், prose, composition.
உரை, II. *v. i.* be rubbed into powder or paste, be effaced by rubbing, தேய்.
 உரைவு, *v. n.* rubbing.
உரை, VI. *v. t.* pronounce, speak, say, பேசு; 2. rub to powder, தேய்; 3. try or assay gold by rubbing it on a touch stone.
 சந்தனம் உரைக்க, to rub down sandal into paste.
 தாழவுரை, speak humbly.
 உரைத்த சொல், a spoken word.
 உரைப்பு, *v.n.* rubbing, telling.
 முன்னுரைக்க, to foretell.
 விரித்துரைக்க, to explain at large.
உரைஞ்சு, உரைசு, III. *v. t. & i.* rub, உரை.
உரோக்கம், ரொக்கம், *s.* (*for.*), ready money, cash in hand, கையிருப்பு.
 உரொக்கக்காரன், உரொக்கஸ்தன், a moneyed man, capitalist.
 உரொக்கத்துக்கு, for ready money.
 உரொக்கப்பெட்டி, money box.
 உரொக்கமாய், in ready money.

உரொக்க வீடு, treasury.
உரோட்டி, ரொட்டி, s. (*Tel.*), bread, loaf.
உரொட்டிக்கிடங்கு, a bake-house.
*உரோகம், ரோகம், s. a disease, வியாதி.
உரோகஸ்தன், உரோகி, a sickly person.
*உரோசம், ரோசம், s. keen sensibility, quick perception of an indignity, மானம்.
உரோசக்காரன், உரோசமுள்ளவன், a man with high sense of honour, a sensitive person.
உரோசங்கெட்டவன், a man destitute of honour.
*உரோசி, VI. *v.i.* feel a sense of honour, உரோசப்படு.
உரோந்தை, ரோந்தை, s. (*Tel.*), vileness, filthiness, அசப்பியம்.
உரோந்தைப் பேச்சு, obscene talk, impudent words.
*உரோமம், ரோமம், s. the hair on the body, thick or close hair, மயிர்.
உரோமத்துவாரம், the pores of the skin.
உல, VII. *v. i.* pass away, ஒழி; 2. become wasted, கெடு.
*உலகம், உலகு, *s.* the world, the earth, உலோகம்; 2. country, territory, நாடு.
உலக இரட்சகன், the saviour of the world.
உலக நடை, – வழக்கு, உலகியல், the custom of the world.
உலக நாதன், the lord of the world.
உலக நீதி, morals, morality.
உலகப்பற்று, attachment to the world.
உலக வாஞ்சை, – ஆசை, love of the worldly enjoyments.
உலகவாழ்வு, temporal prosperity.
உலக்கை, *s.* a rice-stamper, a wooden pestle or pounder.
உலக்கைக்கொழுந்து, obtuseness, stupidity; a stupid fellow.
உலக்கைப் பூண், the iron ring of a pestle.
உலம்பு, III. *v. i.* sound, roar, முழங்கு; 2. blab, அலப்பு.
உலர், உலரு, II. *v. i.* grow dry, dry up, wither, காய்; 2. pine away, droop, வாடு.
உலரவைக்க, to dry, to make dry by exposing to the heat of the sun.
உலர்ந்த தரை, dry land.
உலர்த்து, III. *v. t.* dry, make dry, உலரவை.
நிழலிலே உலர்த்த, to dry in the shade.
உலா, *s.* (உலாவு *v.*), procession, walk.
உலாத்து, III. *v. t.* lead about a horse, child etc., உலாவப்பண்ணு; 2. *v. i.* walk, உலாவு.
உலாத்திக்கொண்டிருக்க, to be walking about.
உலாத்து, *v. n.* walking, excursion, procession, உலா.
உலாவு, III. *v. i.* take a walk, walk or ride about, சாரிபோ.
உலுக்கு, III. *v. t.* shake, குலுக்கு; 2. *v. i.* tremble, நடுங்கு.
உலுக்கு மரம், a lever, மிண்டி.
*உலுத்தம், உலுத்தத்தனம், *s.* niggardliness, avarice, உலோபம்.
உலுத்தன், a niggard, a miser, a close-fisted man.
உலுப்பை, *s.* (*for.*), supplies of rice etc., furnished gratis to a great personage on a journey, a present of fruits and other things, பாதகாணிக்கை; 2. supplies to a dependent.
உலுப்பை கட்ட, to send a present to a great person.
உலுப்பை கொடுக்க, to send a supply to an inferior.
*உலூகம், *s.* a large kind of owl, கோட்டான்.
உலை, *s.* smith's forge; 2. a hearth, அடுப்பு; 3. a pot filled with water for boiling rice.
உலைக்களம், a smith's forge.
உலைக்குறடு, a smith's tongs.
உலைத்துருத்தி, a pair of bellows for the forge.
உலைப்பானை, a rice pot.
உலைமுகம், the centre of the forge.
உலைமூக்கு, the hole in the furnace through which the wind is blown.
உலைமூட்ட, to make a fire for cooking etc.
உலையாணிக்கோல், a smith's pokers.
உலையிலே காயவைக்க, to lay an iron into the forge, to make it hot.

உலேவைக்க, –காயவைக்க, to place a pot on the fire for boiling rice.

உலே, II. *v. i.* become loose as a tooth etc., அலே; 2. be agitated, unsettled, afflicted, கலங்கு; 3. be ruined, அழி.

உலேயாமுயற்சி, untiring exertion.

உலேவு, *v. n.* tremor, trouble, fear, torment.

உலே, VI. *v. t.* vex, harass, அலே; 2. ruin, afflict, கெடு.

உலேச்சல், உலேத்தல், *v. n.* vexation, suffering.

உலோங்கு, லொங்கு, III. *v. i.* (*Tel.*), grow humble, கீழ்ப்படு.

உலொங்காதவன், a proud person of unyielding temper.

உலோடலோடவெனல், *v. n.* making a harsh and empty noise.

லொடலொட்டைப் பேச்சு, vain prattling.

லொடலொட்டையாயிருக்க, to be broken, to be useless.

உலோடுக்கு, லொடுக்கு, *s.* falling in either through weakness or emptiness; want of solidity, வெறுமை.

லொடுக்கு விழுந்துபோக, to fall in, to decay, to decline.

உலோட்டி, லொட்டி, *s.* (*Tel.*), intoxicating liquor.

லொட்டிக்காரன், a drunkard.

*உலோகம், லோகம், *s.* the world, the earth, உலகம்; 2. worldliness, secularity, உலோகத்தன்மை.

லோகத்தார், the inhabitants of the earth; worldly-minded people.

பூலோகம், the earth.

*உலோகம், லோகம், *s.* metal.

பஞ்சலோகம், the five metals: gold, silver, copper, iron and lead.

*உலோசனம், *s.* eye, கண்.

*உலோபம், லோபத்தனம், உலோபத்துவம், *s.* tenacity, avarice, niggardliness, பிசுனம்.

உலோபன், உலோபி, லோபி, an avaricious person, a close-fisted person.

லோபத்தனமாய்ச் செய்ய, to do a thing illiberally or meanly.

*உலோபி, VI. *v. i.* be sparing, parsimonious, close-fisted.

*உலோலம், லோலம், *s.* fondness, desire, ஆசை.

சங்கீதலோலன், one passionately fond of music.

ஸ்திரிலோலன், a lascivious man.

உல்லம், *s.* the sable fish, உல்லமீன்.

உள்ளதை விற்று உல்லத்தைக்கொள், sell what you have and by the sable fish.

*உல்லாசம், *s.* gaiety, diversion in general, joy, pleasure, களிப்பு.

உல்லாச நடை, a proud stately gait.

உல்லாசப்படுத்த, to entertain.

உல்லாசப் பேச்சு, pleasantry.

உல்லாசமாயிருக்க, to be enjoying pleasure.

உல்லாசம்பண்ண, to divert, to take recreation.

உல்லாசன், உல்லாசக்காரன், – ப்பிரியன், one that diverts himself.

உவ, உக, VII. *v. i.* be glad of, rejoice in, மகிழ்; 2. be agreeble to, இன்பமாயிரு; 3. *v. t.* like, desire, விரும்பு.

உவப்பு, உவகை, *v. n.* joy, delight.

உவட்டு, உமட்டு, III. *v.i.* loathe, disgust, வெறுப்பு; 2. nauseate, குமட்டு; 3. over-flow, பிரவாகி.

உவட்டல், உமட்டல், *v. n.* nausea, aversion.

உவண், *adv.* there, in that place, உவ்விடம்.

*உவமம், *s.* see உவமை.

*உவமானம், உபமானம், *s.* that with which a thing is compared, the object of comparison, உவமானிக்கும் பொருள் (*opp. to* உவமேயம்).

*உவமானி, VI. *v. t.* liken, compare, ஒப்பிடு.

*உவமி, VI. *v.t.* compare, liken, ஒப்பிடு.

உவமிப்பு, *v. n.* comparison.

*உவமேயம், *s.* the thing compared, the subject of comparison.

*உவமை, உவமம், *s.* comparison, simile; a parable, ஒப்பனே.

உவமைசொல்ல, to compare, to mention a simile.

உவமையாய்ப் பேச, to speak allegorically.

உவம உருபு, a particle of comparison.

உவரி, *s.* the sea, கடல்.

உவர், *s.* brackishness, saltness, உவர்ப்பு; 2. salt, உப்பு.
உவராயிருக்க, to be saltish, brackish.
உவர்க்காரம், soap, சவுக்காரம்.
உவர்த்தரை, –நிலம், brackish soil.
உவர்நீர், brackish water, salt-water, sea-water.
உவர் மண், earth impregnated with soda, fuller's earth; brackish soil.

உவர், VI. *v. i.* be brackish, உப்புகரி; 2. *v. t.* dislike, வெறு.
உவர்ப்பு, *v. n.* saltishness, brackishness.

உவன், *pron.* a person between the speaker and a remote person.

*__உவாதி__, உபாதி, *s.* severe pain.

*__உவாத்தி__, *s.* see உபாத்தி, teacher.

உழ, VII. *v. t.* practise, learn by practice, பழகு; 2. labour hard, exert, உழை; 3. suffer, undergo penance, வருந்து.
உழப்பு, *v.n.* practice, habit, exercise, energy.

உழக்கு, *s.* the fourth part of a measure, கால்படி, marked thus ஆ; 2. *v.n.* trampling, மிதிப்பு.
உழக்காழாக்கு, three-eighths of a measure marked thus ஆஉ.
மூவுழக்கு, three-fourths of a measure marked thus ஈஆ.

உழக்கு, III. *v. t.* tread under foot, மிதி.

உழத்தியர், உழச்சியர், *s.* women of the ploughman caste.

உழப்பு, III. *v. t.* stir up, mix altogether, confuse, கல.

உழமண், உழைமண், *prop.* உவர்மண், *s.* fuller's earth.

உழம்பு, III. *v. i.* make a noise, ஒலி; 2. be confused, disturbed, குழம்பு.

உழலை, *s.* a great heat, thirst, தாகம்; 2. a wooden cylinder in an oil or sugar mill which by being turned expresses the juice, உழலைமரம்.
ஆருழலைப்பட, to be tormented with heat, to thirst.

உழல், உழலு, I. *v. i.* whirl, revolve, சுழலு; 2. be unsteady, wander, சுற்றித்திரி; 3. grow tired, fatigued, faint, be vexed, worried, வருந்து.
உழற்சி, *v.n.* whirling, doubt, distress.
உழன்றறுக்க, to labour hard, to strive with might and main.

உழவு, உழவர் etc., see under உழு.

உழற்று, III. *v. t.* whirl, turn round rapidly, twist, சுழற்று.
உழற்றி, *v. n.* rolling; 2. great thirst, உழலை.

உழு, *s.* see உழுவான்.

உழு, I. *v. t.* plough, break up the ground, எருழு.
உழக்கோல், உழவுகோல், a goad used to drive oxen when ploughing.
உழவர், உழவோர், ploughmen, cultivators.
உழவடைக்க, to make over to another a piece of land to be cultivated.
உழவாரம், a tool for weeding or cutting grass.
உழவிடை, cessation from ploughing.
உழவு, *v. n.* ploughing; 2. agriculture, tillage.
உழவுசால், a furrow.
உழவுமாடு, –எருது, –குண்டை, oxen used in ploughing.
உழுதகாடு, –நிலம், a new tilled field, or high land.
உழுது புழுதியாக்க, to plough and harrow the ground, to waste.
உழுதுபோட, to plough the fields, to spoil a matter thoroughly.
உழுபடை, a plough.
உழுபடைச்சால், a furrow.

உழுவான், உழு, *s.* an insect which undermines the garden beds, பிள்ளைப்பூச்சி; 2. cultivator, பயிர்க்குடி.

உழுந்து, உளுந்து, *s.* a kind of grain, pulse, bean.

உழை, VI. *v. i.* labour much, work hard, கஷ்டப்படு; 2. *v. t.* gain by labour, acquire, வருந்தியீட்டு.
உழைத்துக் கொடுக்க, to labour for nothing, in vain.
உழைப்பாளி, a hard working person.
உழைப்பு, *v. n.* labour, toil, perseverance, exertion.
வயிற்றுக்கு உழைக்க, to labour for one's maintenance.

உழைப்பறி, VI. *v. i.* struggle hard,

labour, உழை; 2. roll in mire, சேற்றில்புரளு.

உளமாந்தை, s. see உளைமாந்தை.

உளம், s. see உள்ளம், mind, heart.

திருவுளம், God's will.

உளர், s. liability, எது.

உளராயிருக்க (*more corr.* உள்ளாயிருக்க), to be partaker of a thing, to be subject t[illegible] be involved.

ஆக்கினைக்குள்ளானவன், ஆக்கினைக்குளானவன், one who is condemned to suffer or to die.

உளவு, s. (உள்), realities, secrets, internal affairs, உட்காரியம்; 2. spying, வேவு; 3. a spy, ஒற்றன்.

உளவாய், secretly.

உளவுகாரன், உளவன், உளவாளி, a spy, a scout.

உளவு சொல்ல, to expose secrets.

உளவுபார்க்க, to fish one's secrets out, to spy, to scout about.

உளறு, III. *v. i.* clamour without sense, speak indistinctly (as a simpleton, a child or a person in fear), பிதற்று; 2. stammer out of fear, தடுமாறிப்பேசு.

உளறல், *v. n.* inarticulate utterance.

உளி, s. a chisel.

இழைப்புளி, கல்லுளி, கொட்டாப்புளி, சிற்றுளி, ஏனையுளி, see under இழை etc.

உளு, s. wood-worm, உசு; 2. rottenness; 3. dust of worm-eaten wood.

உளு, VI. *v. i.* be eaten up by worms, become rotten, உளுத்துப்போ.

உளுத்த பயறு, worm-eaten grain.

உளுத்த மரம், worm-eaten wood.

உளுக்காரு, உட்காரு, II. *v. i.* sit down, இரு; 2. sink as a wall, இருத்திக்கொள்.

உளுக்கார்ந்திருக்க, to sit.

உளுக்கு, s. a sprain, சுளுக்கு.

உளுக்கு, III. *v. i.* be sprained, சுளுக்கு.

உளுந்து, உழுந்து, உளுத்தம்பயறு, s. a kind of pulse.

உளுத்தமா, the flour of it.

உளுவை, s. a river fish, white caboose.

கடலுளுவை, a sea-fish.

உளை, s. mire, mud, சேறு; 2. the mane of horse, lion or other animal, பிடர்மயிர்.

உளை, II. *v. i.* ache, suffer pain, நோ.

வயிறுளைகிறது, there is a griping pain in the stomach.

உளைமாந்தை, internal abscess, consumption.

உளைவு, *v. n.* griping pain, hard pain in the limbs, shoulders, breasts.

வயிற்றுளைவு, dysentery.

மனமுளைய, to feel pain in mind.

உளை, VI. *v. t.* sound, ஒலி; 2. suffer, வருந்து.

உளைப்பு, *v. n.* sounding, pain.

உள், s. the interior, உட்புறம்; 2. mind, மனம்; 3. place, இடம்; 4. as an *affix* (with or without the சாரியை கு) it expresses: in, within, into, as வீட்டுள் or வீட்டுக்குள், in the house.

அதற்குள்ளே, within it, in the meanwhile, so soon.

உட்கட்டு, private apartments of a house.

உட்கருத்து, inward sentiment, intention, affection, the intrinsic meaning of a passage.

உட்காய்ச்சல், an internal fever, heat, hatred.

உட்கை, the palm of the hand, one who is a secret hand in aiding what is improper.

உட்கொள்ள, to take food, medicine; to imbibe as the earth does the rain; to receive into the mind.

உட்சட்டை, a waist-coat.

உட்சீலை, an under garment or inner-cloth, the lining of a coat.

உட்டுளை, உட்புரை, the hollow of a tube.

உட்டெளிவு, clearness of mind.

உட்பகை, internal enmity, grudge.

உட்பட, to meddle with a business; 2. to enter, go in, join; 3. to consent; 4. to partake; 5. *adv.* inclusive.

அது உட்பட, that inclusive, together with that.

மோசத்துக்குட்பட, to fall into danger.

உட்படுத்த, உள்ளாக்க, to cause to

enter, to involve. to include, to persuade.
உட்பற்று, internal attachment.
உட்பிரவேசம், the entrance.
உட்பிரவேசிக்க, to enter.
உட்புக, to slip in, enter, engage in.
உட்புறம், inside.
உட்பொருள், உள்ளர்த்தம், the real or secret meaning.
உண்ணாக்கு, உள்நாக்கு, the uvula.
உண்ணோட்டம், உண்ணோக்கம், உள் யோசனை, the real or secret intention.
உள்வட்டம், agio, the difference between the value of two coins.
உள்வலிப்பு, உள்ளிசிவு, inward pains or convulsions.
உள்வளைவு, concavity.
உள்வாரம், the share in the produce of a field belonging to the owner.
உள்ளங்கால், the sole of the foot.
உள்ளங்கை, the palm of the hand.
உள்ளடக்க, to conceal within the mind, to enclose.
உள்ளடக்கம், reservedness, reserve.
உள்ளடங்கிப்போக, to be shut in, to be contained in.
உள்ளறை, an inner room.
உள்ளாக, to enter in, to be subject to ; *adv*. inwardly.
உள்ளாந்தரங்கம், internal secrets.
உள்ளாயிருக்க, to be engaged or concerned.
உள்ளிட, to include, comprise.
உள்ளிடை, private affairs.
உள்ளிட்டார், the partners, all that are concerned in a bargain or business.
உள்ளிந்திரியம், the intellectual powers.
உள்ளீட்டுக்காரியம், secrets.
உள்ளுக்குக் கொடுக்க, to give medicine to be taken internally.
உள்ளுக்குள், internally.
உள்ளும் புறம்பும், within and without, inwardly and outwardly.
உள்ளுறை, inward thought ; 2. hidden meaning.
உள்ளே, *adv*. within, between.
உள்ளேயிருந்துவர, to come out.

உள், the root of a *symb. verb signifying* being, *opp. to* இல். *Note* : Only the *3rd pers. neut. sing*. உண்டு, the *abstr. noun* உண்மை (both see separately) and the *adj. part*. உள்ள with its appellatives are in common use.
உள்ள, *adj part*. existing, real, true, essential. As affix it converts substantives into adjectives like ஆன as ஞானமுள்ள, wise.
நான் உள்ள மட்டுக்கும், என் ஆயுசுள்ள நாள்மட்டும், as long as I live.
உள்ளகதை, a real story, a fact.
உள்ளது, that which exists, உண்டானது ; 2. the thing as it is the naked truth ; 3. God as one that remains after all analysis ; 4. property.
அவனுக்குள்ளதெல்லாம், all that he has.
உள்ளதுரியதெல்லாம், the whole of one's property.
உள்ளதோ இல்லதோ, is it true or not ?
உள்ள பசுமை, the plain truth.
உள்ளபடி, really, truly.
உள்ளவன், a man of substance, a proprietor.
உள்ளளவும் (உள்ளவளவும்), for ever.
உள்ளார், those who exist, or are present etc ; 2. those who are acquainted.
அன்புள்ளவன், one that has affection.
பணமுள்ளவன், a man of money.
மண்ணுள்ளார், terrestrial inhabitants.
விண்ணுள்ளார், the celestials.
உள்ளம், *s*. the inside, the inmost recess, the mind, the heart, மனம் ; 2. thought, intention, கருத்து.
உள்ளக்களிப்பு, heart-felt joy.
உள்ளக்குறிப்பு, intention.
உள்ளக்கொதிப்பு, mental excitement, anxiety.
உள்ளான், *s*. a small kind of snipe.
கோரையுள்ளான், தடிமூக்கு உள்ளான், கிரியுள்ளரன், சூத்தாட்டியுள்ளான், different kinds of snipes.

உள்ளி, வெள்ளுள்ளி, *s.* garlic, வெள்ளைப் பூண்டு.

உள்ளிப்பல், a clove of garlic.

ஈருள்ளி, onions, வெங்காயம்.

உள்ளு, III. *v. t.* think, remember, நினை; 2. intend, எண்ணு.

உள்ளல், *v. n.* thinking.

உற, VII. *v. t.* seize one by the throat, press hard, squeeze, பிதுக்கு.

கீரி கோழியை உறந்துபோட்டது, the mungoose seized the fowl by the throat and drew out the blood.

உறக்கு, III. *v. t.* put a child to bed, துயிற்று; 2. destroy, ruin, அழி.

அவன் குடியை உறக்கிப்போட்டான், he has ruined his family.

உறங்கு, III. *v. i.* sleep, நித்திரை செய்.

உறக்கம், *v. n.* sleep.

உறக்கத்தைத்தள்ள, to clear one's eyes from sleep.

உறக்கமாயிருக்க, to be sleepy; to be melancholy.

பொய்யுறக்கம், slight sleep, gentle slumber.

உறண்டை, *s.* disunion, quarrel, opposition, முரட்டுத்தனம்; 2. molestation, தொந்தரை; 3. an offensive smell, துர்க்கந்தம்.

உறண்டைக்கு நிற்க, to disagree, to annoy.

உறண்டைத்தனம், a rough, rugged disposition, முரண்டுத்தனம்.

உறண்டை நாற்றம், offensive smell.

உறண்டையடிக்க, to smell offensively.

உறண்டையாட, -பண்ண, to annoy, molest, vex.

உறமுறை, *s.* see under உறவு.

உறவு, *s.* consanguinity, affinity, relationship, சம்பந்தம்; 2. friendship, நட்பு; 3. union, ஐக்கியம்; 4. reconciliation, ஒற்றுமை.

உறவர், உறவினர், relations, friends.

உறவாட, to behave towards one or treat him as a relation.

உறவின்முறை (*contr.* உறமுறை), consanguinity, kindred.

உறவின் முறையார், உறமுறையார், relations.

உறவுபண்ண, - ஆக்க, to make people friends with each other; to reconcile parties.

உறவு முறிதல், a breach of friendship.

கிட்டின (நெருங்கின) உறவு, a near relation.

தூர உறவு, a distant relation.

உறுஞ்சு, III. *v. t. vulg. for* இருஞ்சு.

உறி, *s.* a hoop or a coarse net-work of rope for hanging pots on, தூக்கு.

உறி கட்ட, -போட, to construct such a net-work of rope.

உறிக்கலயம், உறியடுக்கு, a hanging repository of kitchen utensils.

உறி, II. *v. t.* same as உறிஞ்சு.

உறிஞ்சு, III. *v. t.* sip, suck up, வாய்க்குள்ளிழு; 2. snuff up by the nose, imbibe, inhale, absorb, உட்கொள்.

உறிஞ்சிக்குடிக்க, to suck up.

மூக்குறிஞ்ச, to snuff up.

உறு, *adj.* very much, intense, மிகுதியான.

உறுபசி, extreme hunger.

உறு, IV. *v.i.* join closely, come in contact, கிட்டு; 2. feel, experience, suffer, அநுபவி; 3. obtain, கிடை; 4. reach, arrive at, வா; 5. be, exist, உண்டாகு. *Note*: This verb is often joined to nouns to form new verbs as கண்ணுற்றேன், I saw; பயமுற்றேன், I was afraid; சூழுற்றது, it surrounded; and the infinitive and other parts are used adverbially to denote intensity, entireness as உறச்சிவந்தது, it is become very red.

சொல்லலுற்றேன், சொல்லுற்றேன், I said, I have treated on.

உறவற்ற, to dry up entirely.

உற்ற, *adj. part.* devoted, trusty, true.

உற்ற சிநேகிதன், a trustworthy friend.

உற்றது, the thing as it happened, the fact.

உற்றது, or உள்ளது சொல்ல, to say the truth.

உற்ற மனிதன், a trustworthy person.

உற்ற விசேஷம், உற்ற செய்தி, true report.

உற்றறிய, to know by experience.

உற்றார், உற்றோர், relations.
உற்றிடம், emergency, exigency.
உற்றுக்கேட்க, to listen attentively.
உற்றுத்தேட, to search diligently.
உற்றுப்பார்க்க, – ஆராய, to examine closely.
உற்று விசாரிக்க, to make a strict enquiry.
புலம்புற, to utter lamentation.
விசனமுற்றவன், கிலேசமுற்றவன், one that is sorrowful.

உறுக்கு, III. *v. t.* scold, reprimand, கடிந்துகொள்; 2. threaten, பயமுறுத்து.
என்னை உறுக்குகிறாயோ, do you threaten me?
உறுக்கிக்கேட்க, to ask in a threatening manner.
உறுக்கு, உறுக்காட்டம், *v. n.* threatening, severe reprimand.

உறுதி, *s.* firmness, strength, compactness, திரம்; 2. benefit, நன்மை; 3. certainty, assurance, நிச்சயம்.
உறுதி சொல்ல, to speak firmly, assure, console, admonish.
உறுதிச்சொல், assurance, advice, admonition.
உறுதிபூசுதல், confirmation (R. C. us.).
உறுதிப்பட, to be confirmed, assured.
உறுதிப்படுத்த, – பண்ண, to confirm, establish, corroborate.
உறுதிப்பத்திரம், a bond, title deed.
உறுதிப்பாடு, firmness, promise, assurance.
உறுதியாய்ப்பிடிக்க, to hold fast, to insist upon.

உறுத்து, III. *v. t.* cause to be, உண்டாக்கு; 2. produce, வருவி; 3. constitute, ஏற்படுத்து; 4. insert, சேர்; 5. cause smarting irritation as in the eyes, conscience etc.
அது மனதில் உறுத்துகிறது, it touches or pierces the heart.
காலிலே கல்லுறுத்துகிறது, the pebbles hurt my feet.
பயமுறுத்த, துன்புறுத்த etc. see under பயம் etc.

உறுப்பு, *s.* limb, member of the body, அவயவம்; 2. the body, உடல்; 3. the component part of any thing, பங்கு; 4. security, title deed, பத்திரம்.
உறுப்படக்கி, a tortoise, so called because the animal contracts its limbs under its shell.
உறுப்பற்றவன், a deformed person, an ill-bred person.
உறுப்புள்ளவன், a well-formed person; a well-bred, able man.

உறுமா, உறுமாலை, உறுமால், *s. (for.)*, a piece of cloth used as head-dress, தலைச்சீலை; 2. a handkerchief, கைக்குட்டை.
உறுமாலை கட்ட, to tie it round the head.

உறுமி, *s.* a tabour, a kind of drum.

உறுமு, III. *v. i.* grumble, growl, முறுமுறு; 2. snarl as a dog or cat, இரை; 3. show anger, சின; 4. thunder, முழங்கு.
வானம் உறுமுகிறது, the clouds make a rumbling noise.
உறுமிப்பார்க்க, to be angry, to look grimly at.

உறை, *s.* sheath, cover, படைக்கூடு; 2. place of residence, இருப்பிடம்; 3. pungency, காரம்; 4. marks or symbols in numbering; 5. a reserve of curds for curdling milk, பிரை; 6. an earthen ring used for the construction of a well, கிணற்றுறை; 7. rain, மழை.
உறைகுத்த, to curdle milk.
உறைக்கிணறு, a well formed of earthen rings.
உறைத்துளி, rain drops.
உறைமோர், sour milk whereby milk is curdled.
குதிர் உறை, earthen ring of a receptacle for paddy.
தலையணை உறை, a pillow case.

உறை, II. *v. i.* abide, live, தங்கு; 2. dwell or be in the natural element as fishes in water etc., இரு; 3. haunt, சஞ்சரி; 4. curdle, clot, thicken, coagulate, congeal, இறுகு.
உறைந்த (உறை) பனி, hoar-frost, ice.
உறைந்த (உறை) மழை, snow.
உறைவிடம், place, residence.
உறைவு, *v. n.* abiding, coagulation.

பேயுறைந்த காடு, a jungle haunted by demons.

வௌவாலுறைந்த வீடு, a house frequented by bats.

உறை, VI. *v. i.* be pungent, sharp or poignant as pepper etc., கார்; 2. smart, burn, எரி; 3. affect acutely, cut to the quick as a blow, rebuke, sarcasm etc., தாக்கு.

குழம்புறைக்கிறது, the broth is hot.

வெயிலுறைக்கிறது, the sun scorches intensely.

வாய் உறைக்கிறது the mouth burns (from eating hot spices).

என் மேலே சூடுறைக்கிறது, the heat burns or scorches me.

எனக்குறைக்கிறது, என் மனசில் உறைக்கிறது, it touches me to the quick.

உறைக்கச்சொல்ல, to speak effectively.

உறைப்பு, *v. n.* sharpness, acrimony, smarting of the mouth from eating chilli etc., severity.

உறைப்பாயிருக்க, to be sharp, pungent.

உறைப்பான மழை, an efficacious or fertilizing rain.

உப்புறைக்க, to be very saltish.

புளியுறைக்க, to be very sour.

*உற்சவம், உச்சவம், *s.* a religious festival, holiday, திருவிழா.

உற்சவ விக்கிரகம், the idol used in procession (*opp.* மூல விக்கிரகம்).

*உற்சாகம், *vulg.* உச்சாயம், *s.* perseverance, effort, முயற்சி; 2. cheerful exertion, promptitude, ஊக்கம்; 3. spontaneousness, willingness, மனப்பூரணம்; 4. extreme joy, சந்தோஷம்.

உற்சாகங்கொண்டு மச்சைத்தாவுகிறுன், he is transported with joy.

உற்சாகப்பங்கம், – ப்பிழை, unwillingness.

உற்சாகப்படுத்த, உற்சாகங்கொடுக்க, to encourage, excite.

உற்சாகமாய், மனோற்சாகமாய், *adv.* voluntarily, willingly, freely.

*உற்பத்தி, உற்பவம், *s.* birth, origin, பிறப்பு; 2. conception, கருப்படுகை; 3. development, evolution, தோற்றம்.

உற்பத்திக்கிரமம், genealogy.

உடைமை உற்பத்தி, acquired goods.

சீவ உற்பத்தி, சீவோற்பத்தி, the act of enlivening, animation, nativity.

*உற்பலம், *s.* water-lily, குவளை.

நீலோற்பலம், the blue water-lily.

*உற்பவம், *s.* birth, see உற்பத்தி.

உற்பவமாக, to arise, to be born, to originate.

*உற்பவி, VI. *v. i.* originate, be born, பிற; 2. be conceived, கர்ப்பமாக உற்பவி.

உற்பவிப்பு, *v. n.* conception, production, birth.

*உற்பன்னம், உற்பனம், *s.* birth, origin, பிறப்பு; 2. excellence, உத்தமம்.

உற்பனமாகக்கிரகிக்க, to comprehend well.

*உற்பாதம், *s.* a portent, an evil omen, a prodigy, துர்க்குறி; 2. a public calamity, கொடுமை.

உற்பாத பிண்டம், a great wit.

*உற்பாயம், *s.* same as உற்பனம்.

உற்றார், *s.* relations, see உறு.

உன், உனது, உன்னை, etc. see நீ.

*உன்மத்தம், *s.* frenzy, delirium, insanity, பைத்தியம்; 2. stupor, மயக்கம்; 3. the thorn apple plant.

உன்மத்தர், mad people, lunatics.

*உன்மத்தை, *s.* the thorn apple plant, the leaves of which will produce stupor; datura, ஊமத்தை.

*உன்னதம், *s.* highness, loftiness, உயர்ச்சி; 2. excellence, eminence, dignity, மேன்மை.

உன்னதமாயிருக்க, to be high, eminent, sublime.

உன்னதன், a very eminent personage, God.

உன்னம், *s.* (உன்னு), thought, consideration, நினைவு; 2. mind, மனம்.

உன்னியம், *s.* what is ours or on our side.

உன்னியர், relations.

உன்னு, III. *v. t.* think, consider, நினை; 2. take pains; 3. pull, இழு; 4. push, propel, உந்து.

உன்னிப்பார்க்க, to look attentively.

உன்னிப்பு, *v. n.* taking particular notice, loftiness.

உன்னிவலிக்க, to row hard.

ஊ

ஊ, s. flesh, meat, சதை.

*ஊகம், s. thought, deliberation, நினைவு; 2. meditation, தியானம்; 3. a monkey, குரங்கு; 4. division of an army, படை வகுப்பு.

*ஊகி, VI. v. t. consider, meditate, நினை; 2. guess, conjecture, உத்தேசி.

ஊகிப்பு, v. n. a guess, conjecture.

ஊக்கம், ஊக்கு, s. spirit, courage, முயற்சி; 2. cheerfulness, impulse, உள்ளத்தின்மிகுதி; 3. perseverance, உற்சாகம்; 4. strength, power, வலி.

ஊக்கமுடைமை, unceasing perseverance.

ஊக்கு, III. v. t. begin with spirit, energy; carry out, execute with energy, முயலு; 2. rouse to action, எழுப்பு.

ஊங்கு, s. abundance, மிகுதி; 2. there, that place, உவ்விடம்.

ஊசல், s. see ஊஞ்சல், a swing; 2. v.n. of ஊசு.

ஊசி, s. a needle, இழைவாங்கி.

ஊசிக்காது, —க்கண், —த்துளை, the eye of a needle.

ஊசிக்காந்தம், load-stone, magnet.

ஊசிக்கூடு, a needle-case, a pin-case.

ஊசிமல்லிகை, a species of jasmine.

ஊசிமுனை, the point of a needle.

ஊசியோட்ட, to sew.

குண்டூசி, a pin.

ஊசு, III. v. i. become stale, insipid, சுவைகெடு; 2. become putrid, offensive to smell, ஊழ் VI.

ஆசைப்பட்ட காரியம் ஊசிப்போயிற்று, he has not got the thing desired.

ஊசல், v.n. being rank, past eating.

ஊசிப்போனகறி, ஊசலானகறி, meat past eating, spoiled.

ஊஞ்சல், உஞ்சல, ஊசல், s. swing.

ஊஞ்சலாட, to be rocked in a swing, to swing.

ஊஞ்சல் நாட்ட, to fix posts for a swing.

ஊஞ்சல்போட, to put up a swing.

ஊடு, s. (உள்), the inside, what is between two things, நடு; 2. thread woven across the warp, ஊடை.

ஊடறுக்க, to cut through, to settle the dispute.

ஊடாட, to move about, to frequent, to be familiar with.

ஊடாடிப்பார்க்க, to investigate, examine, ஆராய்ந்துபார்க்க.

ஊடாட்டம், familiarity, intimate acquaintance.

ஊடு, ஊடே, ஊடாய் (*with dat.*), between, through.

அவர்களுக்கூடே வந்தான், he came between them.

ஊடுதாக்க, to oppose, to come in collision; to compare physical strength by pulling each other.

ஊடுருவ, to penetrate, pierce.

ஊடுருவத்தைக்க, to stitch through, transfix.

ஊடூடே, *adv.* here and there, every now and then.

ஊடு, III. v. i. feign to be in discord as a wife to her husband, பிணங்கு.

ஊடல், v. n. discord, பிரிவு; 2. feigned dislike as between husband and wife, பிணக்கு.

ஊடை, s. weaver's woof, உண்டை; 2. thread woven across the warp, ஊடு.

ஊடையம், s. the inclosure or intrenchment round a camp, நீரரண்.

ஊட்டம், s. meat, food, உண்டி.

ஊட்டி, s. food put into the mouth (as by birds), உணவு; 2. the throat, மிடறு.

ஊட்டியை அறுக்க, —நெரிக்க, —திருக, —முறிக்க, to cut the throat.

ஊட்டு, III. v. t. (உண்), put food into the child's mouth, nurse, உண்பி; 2. distribute food, உணவுகொடு; 3. entertain guests, விருந்திடு; 4. saturate, infuse, புகைமுதலியவூட்டு; 5. instil as knowledge, நினைப்பூட்டு; 6. suck.

கன்றூட்டுகிறது, the calf sucks.

குருவி குஞ்சுக்கு இரையூட்டும், the bird feeds its young ones.

ஊட்டக்கொடுக்க, -விட, to let a calf suck.
ஊட்டு, v. n. feeding, sucking.
ஊட்டுக்கன்று, a sucking calf.
ஊட்டுந்தாய், a foster mother, an ayah.
ஊட்டுமறந்த கன்று, a weaned calf.
நினைப்பூட்ட, to remind.
பிழைப்பூட்ட, to restore to life; 2. to nourish, to maintain, to sustain.

ஊணு, III. v. t. *vulg.* for ஊன்று.

ஊண், s. (உண்), food, உண்டி; 2. food of beasts and birds, இரை; 3. boiled rice, சோறு.
ஊணன் (*f.* ஊணி), a glutton.
ஊணுக்கிருக்க, to sit down to eat.
ஊணுக்கிருக்கச்சொல்ல, to invite to a meal.
ஊணுறக்கமில்லாதவன், a person that neither eats nor sleeps.
ஊண்பாக்கு, betel-nut taken after dinner or supper, *opp. to* வீண் பாக்கு, betel taken at any other time.

ஊதா, s. brown colour, snuff colour.

ஊதாரி, s. a squanderer, spendthrift, அழிம்பன்.
ஊதாரித்தனம், prodigality.

ஊதியம் (ஊதிபம்), s. gain, profit, income, இலாபம்.

ஊது, III. v. t. blow with the mouth or bellows (the fire); 2. blow a musical instrument; 3. gnaw, bore (as insects); 4. *v. i.* blow swiftly (as wind), வீசு; 5. swell, வீங்கு.
ஊதல், v. n. wind, swelling.
ஊதிப்பார்க்க, to try a cornet or trumpet.
ஊதிப்போட, to blow away.
ஊதியிருக்க, to be puffed up with wind, to be swollen.
ஊதினபொன், gold refined in the fire.
ஊதுகரப்பான், a kind of scab or scurf.
ஊதுகாமாலை, a disease in which the body swells.
ஊதுகுழல், a pipe, a tube to blow the fire with.
ஊதுமுகரன், a person with a plump face.
எக்காளம் ஊத, to sound a trumpet.

ஊதுவாரம், s. silver, வெள்ளி.

ஊத்து, v. n. (ஊது), blowing with the mouth or bellows.
அவன் ஊத்துக்கு நிற்கமாட்டான், he will not stand the test (as gold will).

ஊதை, s. a sharp or cold wind, குளிர் காற்று.

ஊத்தை, s. uncleanness, nastiness, filth, அழுக்கு.
ஊத்தைச்சீலை, an unclean cloth.
ஊத்தைதாங்க, to bear dirt without showing it (like cloth).
ஊத்தை நாறி, a nasty person.
ஊத்தைப்பல்லன், a person with dirty teeth.
ஊத்தைப்பாண்டம், a dirty vessel; *fig.* the body.

ஊமச்சி, s. a kind of shell-fish, a cockle; 2. a snail, நத்தை.

ஊமணை, s. a reserved person of taciturn temperament, or with an impediment in the tongue, மந்தன்; 2. what is defective, deformed, அந்தங்கெட்டது.
ஊமணைச்சட்டி, a bad formed pot.
ஊமணையன், ஊமணுமூஞ்சி, a person with an ugly, deformed face.
ஊமணையுரல், a bad formed mortar.

*ஊமத்தை, ஊமத்தம், ஊமத்தஞ்செடி, s. the name of a poisonous and medicinal shrub, *datura*. Its different species are: பேயூமத்தை, மருள் ஊமத்தை, வெள்ளூமத்தை, காரூமத்தை, அடுக்கூமத்தை, பொன்னூமத்தை.
ஊமத்தங்காய், its fruit.
ஊமத்தங்கூகை, a large owl.

ஊமாண்டி, s. a kind of play among children; a bug bear, பூச்சாண்டி.

ஊமை, s. dumbness, muteness, மூகம்; 2. a dumb person, மூகன்.
ஊமைகண்டகனுப்போல், like the dream of a dumb person (not revealable).
ஊமைக்கட்டி, a blind boil.
ஊமைத்தனம், dumbness.
ஊமைத்தேங்காய், a cocoanut whose water does not sound, when shaken.

ஊமையன், ஊமன் (*fem.* ஊமைச்சி), a dumb person,

ஊம், a *particle* indicative of attention or assent (as உம் 10).

ஊரல், *s.* shell-fish, கிளிஞ்சில்; 2. (*prop.* ஊறல்), rawness, greenness, moistness, பசுமை; 3. *v. n.* of ஊர்.

ஊரல் புண், a raw wound.

ஊரி, *s.* spiral shell-fish or its shell, சங்கு.

ஊர், *s.* a village, a town, புரம்; 2. a country, நாடு.

ஊரோடே போய்ச்சேர்ந்தான், he arrived at home.

ஊரோடிருக்கிறான், he is at home with his kinsfolk.

ஊரார், ஊர் மனுஷர், the towns-men, the people of the place; 2. others, strangers, not one's own people.

ஊரார் உடைமை, others' property.

ஊரார் கையிலே கொடுக்க, to deliver into another man's hand.

ஊருக்குப்போக, to go home or to one's own town; 2. to go on a journey.

ஊருணி, a well or tank out of which all in the town drink.

ஊர்கூட்டி அழைக்க, to call a meeting of the inhabitants of a town.

ஊர்கோலம் (ஊர்வலம்) வர, to go in procession through the town.

ஊர்க்காறுபாறு, public affair; 2. management of the municipal matters.

ஊர்க்குருவி, a sparrow.

ஊர்ப்புரளி, a public scandal.

ஊர்வலம், the procession which, when first formed, moves to the right.

சிற்றூர், a small town.

பேரூர், a large town.

ஊர், ஊரு, II. *v. i.* move slowly, creep, crawl, தவழ்; 2. *v. t.* ride, cause to go (as a horse), drive a vehicle, செலுத்து.

எறும்பூரக் கல்லும் குழியும், even a stone will become hollow by the continued passage of ants.

நத்தை ஊருகிறது, the snail creeps.

ஊரல், *v. n.* friction, உரிஞ்சல்; 2. creeping.

ஊருகால், a snail, a chank.

ஊர்வன, *pl.* reptiles.

***ஊர்ச்சிதம்**, *s.* power, ratification, confirmation, ஸ்திரம்.

ஊர்ச்சிதம்பண்ண, to ratify, confirm.

ஊழல், *s.* what is decayed, of bad quality or conduct, கெட்டது; 2. what is filthy, putrid, nasty, ஊத்தை; 3. hell, நரகம்.

ஊழல் குடிவாழ்க்கை, a nasty economy; dirty, disorderly management of a family.

ஊழல் நாற்றம், an intolerable smell.

ஊழி, *s.* a long period of time, eternity, நெடுங்காலம்; 2. the end of the world, யுகமுடிவு; 3. a demon, பிசாசம்.

நீடூழி வாழ்க, may you live long.

உனக்கூழ்வர, may you die of a pestilence.

ஊழிக்காய்ச்சல், ஊழிநோய், pestilence, an epidemic supposed to be produced by a malignant demon.

ஊழிக்காற்று, a destructive wind that prevails at the end of the world; 2. a demon that causes pestilence.

ஊழியூழிகாலம், from age to age, eternity.

ஊழியம், *s.* service, ministry, office, function, தொண்டு.

ஊழியக்காரன் (*fem.* ஊழியக்காரி), a servant.

ஊழியஞ்செய்ய, to serve, minister.

ஊழ், *s.* antiquity, oldness, past deed, good or bad, பழமை; 2. custom, முறை; 3. fate, destiny arising from the actions of previous births, விதி; 4. malice, hatred, பகை.

ஊழ்விதி, destiny arising from the actions of previous births.

ஊழ்வினை, acts committed in a previous existence.

ஊழ்வினைப்பயன், results of the actions of former births.

ஊழ், VI. *v. i.* grow old, decay, முதிரு.

ஊளன், *s.* (ஊளை), a jackal, நரி.

ஊளா, ஊளி, *s.* a kind of fish.

ஊளை, *s.* a howl (as of a dog or jackal etc.); 2. snot, mucus of the nose,

சளி; 3. filthiness, nastiness, ஊத்தை.

ஊளைமூக்கன் (*fem.* ஊளைமூக்கி), a snotty fellow.

ஊளையிட, to howl.

ஊறு, *s.* touch, தீண்டுகை; 2. evil, mischief, தீமை; 3. wound, காயம்.

ஊறுபாடு, hurt, injury, wounds.

இடையூறு, obstacle, misfortune.

ஊறு, III. *v. i.* spring forth, issue as water out of the ground; 2. be soaked, steeped, pickled; 3. spread (as ink in paper); 4. percolate, ooze through, கசி; 5. form (as milk in the breast), சுர; 6. form (as flesh in a sore), heal; 7. increase (as knowledge, or as flesh in the body after sickness).

வாய் ஊறுகிறது, the mouth waters.

ஊறல், *v. n.* oozing, discharge; 2. a small spring, spring water.

ஊறவைக்க, to soak, to steep, to pickle.

ஊறற்றாள், sinking paper.

ஊறுகாய், pickled fruits.

ஊறுபுண், a healing wound.

ஊற்றம், *s.* (ஊன்று), a walking staff.

ஊற்றாணி, *s.* a nail which fastens the beam of the plough.

ஊற்றல், *s.* a wicker basket for catching fish or for covering chickens.

ஊற்றல்போட, — கவிக்க, to set the wicker basket for catching fish.

ஊற்று, *s.* a spring, source of a well.

நாற்று ஊற்றிருந்துபோயிற்று, the plants are spoiled by too much rain or water.

ஊற்றடைக்க, to stop or choke a spring.

ஊற்றும்பெட்டி, ஊற்றும்பானை, the bladder.

ஊற்றுக்கண், the opening wherefrom the water springs forth, the orifice of a spring.

ஊற்றுக்குழி, a hole made in the ground for gathering water.

ஊற்று நீர், spring water.

ஊற்றுவெட்ட, to dig a pit for getting water.

ஊற்று, III. *v. t.* pour, let flow, சிந்து; 2. pour in large quantities, pour out, empty out, ஊற்றிப்போடு; 3. express (as oil).

கொட்டைமுத்து ஊற்ற, to extract oil from ricinus seeds by boiling them in water after they have been bruised.

ஊற்றுக்கோல், *s.* see ஊன்றுகோல்.

*ஊனம், *s.* defect, want, deficiency, குறைபாடு; 2. maimedness, lameness, அங்கவீனம்; 3. disgrace, meanness, ஈனம்.

ஊனமாயிருக்க, to be maimed.

ஊனமுள்ளவன், ஊனன், ஊனவாளி, a lame or maimed person.

கண்ணூனம், loss of an eye.

காலூனம், loss of a leg.

கையூனம், privation of a hand.

ஊனுங்கொடி, *s.* the name of a creeper.

ஊனயம் (நூனயம்), *s.* a fault, a trick, பிழை.

என் வார்த்தையில் எப்போதும் ஊனயம் பிடிக்கிறாய், you find always faults with what I say.

ஊன், *s.* flesh, தசை; 2. meat, மாமிசம்; 3. marrow, fat, நிணம்; 4. proud flesh over a sore; 5. the body, உடல்.

ஊன் தள்ள, to grow as proud flesh.

ஊன்று, III. *v. t.* set or fix a thing upon or in the ground, நிறுத்து; 2. grasp, hold firmly, இறுகப்பிடி; 3. put seeds into the ground making holes for them with the fingers, நடு; 4. *v. i.* take root, வேரூன்று; 5. lean upon, rest on, சாரு; 6. become established, be steadfast, firm, நிலைநில்.

மழை ஊன்றிப்பெய்கிறது, it rains hard.

நிலத்தில் சிக்கென ஊன்றியவேர், a root stuck firmly in the ground.

நாற்றை ஊன்ற, to set plants.

ஊன்றக்கட்ட, to edify, ratify.

ஊன்றிக்கொள்ள, to lean upon a cane etc., to stand firmly.

ஊன்றிப்பேச, to insist, to speak forcibly.

ஊன்றிவைக்க, to fix or establish.

ஊன்றுகால், a stay, prop, support.

ஊன்றுகோல், ஊற்றுக்கோல், a leaning-staff, a prop, walking stick.

எ

எ, *interrog. pref.* (வினவெழுத்து), which, what? எந்த. As to combination see அ *demonst. Note.*

எஃகு, எகு, *s.* steel, உருக்கு; 2. a weapon, ஆயுதம்.

எஃகு, எக்கு, III. *v. i.* be elastic, stretchable, நெகிழு; 2. become unfastened, அவிழு; 3. rebound, எதிர்தாக்கு; 4. stretch one's self in reaching a thing, எட்டு; 5. *v. t.* card, comb wool or cotton.

எஃகு சோல், a bow for carding cotton.

எகரம், *s.* the letter, எ.

எகினம், எகின், *s.* swan, அன்னம்; 2. dog, நாய்; 3. tamarind tree, புளியமரம்.

எகு, see எஃகு.

எக்கச்சக்கம், *s.* confusion, topsy-turvy, தாறுமாறு; 2. difference, disparity, வித்தியாசம்; 3. scorn, நிந்தை.

எக்கச்சக்கமாய்ப்பேசாதே, do not speak insolently.

எக்கச்சக்கமான இடத்தில் மாட்டிக்கொண்டேன், I am entangled in an uneven, dangerous place.

எக்கச்சக்கக்காரன், -க்கமான ஆள், one who deals wrongfully and deceitfully, an indecent person.

எக்கச்சக்கம் பண்ண, to derange things, to put in confusion.

*எக்கண்டம், *prop.* ஏககண்டம், *s.* a solid, massive thing; a whole not made up of parts, முழுவதும்.

எக்கண்டமும்பிழை, it is all over full of faults.

எக்கண்ட பீரங்கி, a cannon that is one solid piece.

எக்கண்டமான பலகை, a whole board.

எக்கண்டமான புடவை, a whole piece of cloth.

எக்கண்டமாய் வீங்க, to be swollen all over.

எக்கரணம், எக்காவம், *s.* a noise which a bull makes when about to attack another, முக்காரம்.

எக்கர், *s.* vulgar terms, இடக்கர்; 2. as எக்கல், *v. n.* of எக்கு.

எக்கழுத்தம், *s.* arrogance, pride, a haughty carriage, இறுமாப்பு.

எக்களி, VI. *v. i.* be overjoyed, rejoice greatly, மகிழு.

எக்களிப்பு, *v. n.* excessive joy.

எக்காலமும், எக்காலும், *adv.* (எ), always.

எக்காளம், *s.* trumpet, cornet, பூரிகை.

எக்காளம் ஊத, -தொனிக்க, to blow a trumpet.

*எக்கியம், *s.* a sacrifice, யாகம்.

எக்கியம்பண்ண, -வளர்க்க, to offer sacrifices.

எக்கு, III. *v. t.* draw in the stomach, contract the stomach; 2. *v. i.* stand on tip-toe to reach something, எட்டு; 3. climb up, ascend, ஏறு; 4. heap up (as sand by waves).

எக்கல், *v. n.* the act of contracting the stomach; 2. that which is cast ashore, silt, sand etc.

எக்கல் அடிக்க, to be heaped up by waves.

எங்கள், எங்களுடைய etc. see நாங்கள்.

எங்கண், *adv.* where? எவ்விடம்.

எங்கு, எங்கே, *adv.* where, whither? எவ்விடம்.

நீ எங்கே போனாயோ (போனாலும்), அங்கே நானும் வருகிறேன், I shall follow you wherever you go.

எங்கத்து (எங்கத்தை) மனுஷன், what country man?

எங்கும், everywhere.

ஊர் எங்கும், all the town over.

எங்கெங்கே, எங்கெங்கும், wherever.

எங்கேயாகிலும்,-யானாலும், anywhere.

எங்கேயிருந்து, whence?

எங்ஙனம், எங்ஙனே, *adv.* where, at what place? எங்கே; 2. in what manner? எப்படி.

*எசமான், எஜமானன், *s.* a master, lord, தலைவன்; 2. husband, கணவன்; 3. proprietor, உடையவன்.

எசமானி, எசமானிச்சி, mistress, a superintending lady.

எச்சம், *s.* (எஞ்சு), defect, குறைபாடு; 2. remains of food, எச்சில்; 3. posterity, offspring, சந்ததி; 4. dung of lizards, rats, birds etc., மலம்; 5. incomplete, elliptical form.

எச்சமிட, to discharge excrement, soil with dung.

எச்சவாய், anus.

அஷ்டவெச்சம், the eight defects of the human body, as blindness etc.

பெயர் எச்சம், an adjectival participle.

வினை எச்சம், an adverbial participle.

எச்சரி, VI. *v. t.* warn, caution, forewarn, give previous advice, புத்தி சொல்.

எச்சரிக்கை, *v. n.* caution, circumspection (a word used before kings and great men to excite awe); a certain song ending with the word எச்சரிக்கை.

எச்சரிக்கையாயிருக்க, to take heed, to be upon one's guard.

எச்சரித்துவைக்க, to admonish or warn before-hand.

எச்சரிப்பு, *v. n.* warning, cautioning, previous notice.

எச்சில், எச்சி, s. (எஞ்சு), remains of food, deemed defiled by contact with the mouth, spittle, saliva, மிச்சில்.

எச்சிலாக்க, — படுத்த, — பண்ண, to make unclean, to defile food by the hand or spoon in feeding.

எச்சிலிலை, the leaves whereof one has eaten his meal.

எச்சில் உமிழ, — துப்ப, to spit.

எச்சில் காறி உமிழ, to force up the phlegm and spit it out.

எச்சில் வாய், a mouth not washed after meal.

எச்சிற்கலப்பு, a ceremony in Hindu marriages, when the bride eats of the food left by the bridegroom.

எச்சிற்பட, to become unclean or defiled by saliva.

எச்சிற்பருக்கை, rice remaining after eating.

எச்சிற்பேய், diminutive demon exceedingly voracious.

எச்சிற்றழும்பு, itchy pustules spreading over the body.

கண்ணெச்சில், evil imagined to be caused by other people's eyes, திஷ்டி.

கண்ணெச்சில் கழித்தல், ceremonies for removing the effects of an evil eye.

எச்சு, s. (*Tel.*), excess, increase, உயர்வு; 2. the highest note in music.

அவன் பாடுகிறதிலே எச்சு மெத்த, he sings too high.

எஞ்சு, III. *v. i.* diminish, decrease, shorten, grow small, சுருங்கு; 2. be deficient, lack, குறை; 3. remain, be left, சேஷமாயிரு; 4. be elliptical as words or phrases.

எஞ்சணி, an ellipsis.

எஞ்ஞான்றும், *adv.* (எ), always.

எடு, VI. *v. t.* take, lift up, தூக்கு; 2. bear, carry, சும; 3. take away, carry off, எடுத்துக்கொண்டுபோ; 4. assume (as a shape etc.); 5. select, choose, தெரிந்துகொள்; 6. buy, வாங்கு; 7. adopt (as sentiment), அங்கிகரி; 8. undertake, enter upon, தொடங்கு; 9. *v. i.* (*in comb.*), rise, happen etc., as வாந்தி எடு, vomit, பசி எடு, be hungry etc.

அதை எடுத்துப் பேசினான், he took up the subject.

அவருக்குப்பசி எடுத்தது, he got hungry.

எடுகூலி, porterage, hire for carrying.

எடுத்தாப்போலே, எடுத்தபடி, suddenly, without previous notice.

எடுத்தார் கைப்பிள்ளை, எடுப்பார் கைப்பாலகன், one who is easily influenced by others; one who has no opinion of his own.

எடுத்துக்கொண்டுபோக, to take away, to carry away.

எடுத்துக்கொள்ள, to take for one's own use, to accept, admit.

எடுத்துப்போட, to separate from the rest, to cast away, to turn.

எடுத்துவிட, to lift a burden up and lay it upon a cart etc.; to lift up a fallen person, to set up a person.

எடுத்துரைக்க, to quote from a book.

எடுத்தெறிந்து பேச, to speak insolently.

எடுபட, எடுபட்டுப்போக, எடுப்புண்டுபோக, to be taken away, to be abolished.

எடுபடுகிற சரக்கு, saleable commodities.

எடுபட்டவள், எடுபட்டுப்போனவள், a lewd woman, excommunicated from society.

எடுபட்டுப் போனான், he is gone, he disappeared, he is displaced.

எடுப்பிக்க, to cause to raise, or to lift up.

எடுப்பு, *v.n.* taking, elevation; 2. insolence, abusive words.

எடுப்பானவன், an haughty person.

எடுப்புத்தேர், a portable shrine in which idols are borne about, *opp. to* இழுப்புத்தேர், a car moving on wheels and drawn by people.

கல்லெடுப்பு, a funeral rite.

தெய்வ பத்தியின் வேஷம் எடுக்க, to make a show of piety.

தொழில் எடுக்க, to enter upon an occupation; to suspend one from office.

பாரமெடுக்க, to carry a load.

பேரெடுக்க, to get a good name.

பேரெடுப்பு, celebrity, fame.

வயிறெடுக்க, வயிறு கடுப்பெடுக்க, to have a looseness.

வாயால் (வாயில்) எடுக்க, வாந்திஎடுக்க, to vomit.

வார்த்தை எடுக்க, to begin to speak.

வெறி எடுத்தவன், one who is become drunk.

எடை, *v.n.* (எடு), taking up, தூக்குகை; 2. weighing, weight, நிறை; 3. a weight of $6\frac{1}{4}$ seers or 50 polums.

எட்டி, *s.* the name of a poisonous tree every part whereof is bitter, *strychnos nux vomica*.

எட்டிக்கசப்பு, as bitter as strychnos.

எட்டிக்காய், the nut of strychnos.

எட்டிவேர், the root of strychnos.

எட்டு, *s.* eight; 2. the eighth day of a funeral ceremony. In combin. it is often contracted into எண்.

எட்டாம் வரி, the eighth line.

எட்டிலே பத்திலே, now and then.

எட்டில் ஒரு பங்கு, எட்டிலொன்று, an eighth part.

எண்சாணுடம்புக்குச் சிரசே பிரதானம், the head is the chief of the eight span body.

எட்டெட்டு, எவ்வெட்டு, eight by eight, eight to (of) each.

எண்கோணம், octangular, eight-cornered.

எண்ணாயிரம், eight thousand.

எண்ணான்கு, eight times four.

எண்ணூறு, eight hundred.

எண்ணெட்டு, eight times eight.

எண்பது, eighty.

எண மடங்கு, eight fold.

எட்டு, III. *v. t.* stretch forth, reach at, தாவு; 2. *v. i.* (*with dat.*) be within reach, be obtained, அகப்படு; 3. go further.

எனக்கெட்டாது, I cannot reach it; I cannot comprehend it.

எனக்கெட்டின மட்டும், as far as I could reach.

மனோவாக்குக்கு எட்டாதது, what is incomprehensible, and unspeakable.

கண்ணுக்கெட்டினமட்டும், as far as the eye can see.

அவனுக்கு இந்தச் சொல்லை எட்டவை, explain this word to him.

எட்ட, *adv.* (*inf.*), far, away, aloof.

எட்ட நட, எட்டி நட, walk fast, step on.

எட்டப்போ, எட்டிப்போ, go further.

எட்டாக்கை, a very remote place.

எட்டிப்பறிக்க, to reach and pluck.

எண், *s.* thought, estimation, எண்ணம்; 2. number, enumeration, இலக்கம்; 3. arithmetic, கணிதம்.

எண்ணும் எழுத்தும் கண்ணெனத்தகும், arithmetic and grammar may be regarded as eyes.

எண்ணுக்குள்ளடங்காதது, that which is innumerable, or incomprehensible.

எண் கூட்டல், addition.

எண் சுவடி, the multiplication table.

எண்பெருக்கல், multiplication.

எண்கு, *s.* bear, கரடி.

எண்ணம், *s.* thought, opinion, நினைவு; 2. purpose, intention, நோக்கம்; 3. conjecture, estimate, மதிப்பு; 4. pride, arrogance, இறுமாப்பு; 5. hope, நம்பிக்கை; 6. regard, respect, கனம்; 7. care, caution, anxiety, விசாரம்.

எண்ணக்காரன், a soothsayer.

எண்ணங்குலைந்தவன், one that is defeated in his expectation; one that lost his reputation.

எண்ணங்கொள்ள, to entertain hope, opinion or view.
எண்ணமிட, to think, consider.
எண்ணம்பார்க்க, to look for signs.
தான் (or நான்) என்கிற எண்ணம், presumption, self-conceit.

எண்ணர், *s.* king's ministers or counsellors, மந்திரிகள்.

எண்ணு, III. *v. t.* think, consider, suppose, நினை; 2. intend, resolve, கருது; 3. conjecture, guess, உத்தேசி; 4. esteem, honour, respect, மதி; 5. be elated, proud, இறுமா; 6. count, number, கணக்கிடு.
எண்ணல், *v.n.* counting, calculation.
எண்ணுதவன், a reckless person.
எண்ணுதே பேச, to speak without reverence or thought.
எண்ணிக்கை, *v. n.* number, estimation, honour.
எண்ணிக்கை கொடுக்க, to deliver an account.
எண்ணிப்பார்க்க, to number.
எண்ணி முடியாதது, எண்ணிறந்தது, எண்ணத்தொலையாதது, எண்ணிக்கைக்குள் அடங்காதது, what is innumerable.

எண்ணெய், *s.* (எள் + நெய்), oil.
எண்ணெயாட்ட, to express oil.
எண்ணெயூற்ற, to extract oil by boiling.
எண்ணெய் குத்த, to drop oil on any thing.
எண்ணெய்ச்சாயம், oil paint.
எண்ணெய் தேய்க்க, to rub oil.
எண்ணெய் பூச, to besmear with oil, to anoint.
எண்ணெய் வாணியன், oil monger.

எண்பி (என்பி), VI. *v. t.* prove, show, உருபி.
அதை அவன் வாயினாலே உமக்கு எண்பிக்கிறேன், I will prove it to you by his own confession.

*எதாப்பிரகாரம். *s.* in like manner, as it is, as it was, in *statu-quo*, இருந்தபடியே.

*எதார்த்தம், *s.* right, propriety, suitableness, உண்மை; 2. actuality, certainty, reality, truth, நிச்சயம்.

எதிர், எதிரானது, *s.* that which is opposite or in front, முன்; 2. similitude, comparison, ஒப்பு; 3. futurity, வரும்காலம்; 4. rivalry, எதிரிடை.
எதிரறை, an opposite room.
எதிராக, எதிர்முகமாக, opposite, face to face.
எதிராளி, adversary, opponent.
எதிரி, the defendant in a law suit; 2. same as எதிராளி.
எதிரிடை, opposition, what is against, what is equivalent.
எதிரிடையாய்ப் பேச, to dispute, contradict.
அதுக்கெதிரிடையாக, அதுக்கெதிரிடமாக, அதுக்கெதிராக, to the contrary.
எதிருத்தரம், எதிர்மொழி, an answer, a reply, a rejoinder.
எதிரே, before, in front.
எதிரொலி, echo.
எதிர்கொண்டுபோக, -கொண்டழைக்க, to go to meet and receive one.
எதிர்க்கட்சி, the opposite party.
எதிர்ச்சீட்டு, -முறி, a note of hand given for another that is lost, a counterbond.
எதிர் நிற்க, to stand before one, oppose, withstand.
எதிர்பார்க்க (*with dat.*), to wait for an expected person, to hope for a thing, to be in expectation of a thing.
எதிர்ப்பட, to meet by chance.
எதிர்மறை (*in gram.*), negative form of expression.
எதிர்மறை வினை, the negative verb.
எதிர் வர, to meet, to oppose.
எதிர் வாதி, a defendant in law.
எதிர் வீடு, opposite house.

எதிர், II. *v. i.* appear in front, meet, எதிர்ப்படு; 2. happen, தோன்று; 3. *v. t.* oppose, மாறுபடு.

எதிர், VI. *v. t.* oppose, resist, விரோதி; 2. counteract, தடு.
ஒருவனோடு எதிர்த்து நிற்க, to resist one.
எதிர்காலம், future time, future tense.
எதிர்காற்று, contrary wind.
எதிர்த்துப்பேச, to speak against, to contradict.

எது, *inter. pron.* what, which? யாது.
எதை விதைக்கிறாயோ அதை அறுப்பாய், what you sow, that you shall reap.
எதினாலே இப்படி நினைக்கிறாய், why do you think so?
எதுக்கெதை ஒப்பிடுகிறாய், what you compare is quite beside the point.
இரண்டிலெது, which of the two?
எதற்காக, why?
எதாகிலும், எதுவாகிலும், any thing whatever.

***எதேச்சை**, எதேஷ்டம், *s.* see யதேச்சை etc.

***எத்தனம்**, எத்தினம், யத்தனம், *s.* effort, attempt, பிரயத்தனம்; 2. means, expedient, tool, கருவி; 3. preparation, ஆயத்தம்.
எத்தனப்பட, to prepare, set about.
எத்தனம்பண்ண, to use means, to endeavour.
எத்தனம்பார்க்க, to seek an expedient.
தெய்வேத்தனமாய், by divine providence, providentially.

***எத்தனி**, VI. *v. t.* endeavour, attempt, prepare, எத்தனப்படு.

எத்தனை, எத்துணை, *inter. pron.* how much, how many? எவ்வளவு.
எத்தனைக்குப் பெரியவனாயிருக்கிறாயோ, அத்தனைக்குத்தாழ்மையாயிரு, the higher thou art, be the more humble.
எத்தனை தூரம், how far?
எத்தனை புருஷர், how many men?
எத்தனையானாலும், be it ever so much or little.

எத்து, *s.* deceit, cheating, trick, வஞ்சகம்.
எத்தன், a cheat, an impostor.
எத்துக்குட்பட, to be deceived.
எத்துப்பண்ண, to cheat.
எத்துவாதம், contradiction.
எத்துவாதம்பண்ண, to contradict.

எத்து, III. *v. t.* deceive, cheat, வஞ்சி; 2. coax, wheedle a child, இதஞ்சொல்.
எத்தப்பார்க்க, to attempt to deceive.
எத்தல், *v. n.* deceit, cheating, coaxing.
எத்திப்பறிக்க, to secure by deceit.

எத்தேசகாலமும், *adv.* (எ + தேசம் + காலம்), always, perpetually.

எந்த, *interrog. adj.* which, what?
நீ எந்த ஊர், from whence are you?
நீ எந்த வேலையைச் செய்தாலும், whatever you do.
எந்தெந்த வார்த்தையானாலும், whatever word it be.
எந்தச்சமயத்திலேயும், on every occasion.
எந்த மனுஷன், which man?
எந்தவகையாலே, by what means?
எந்தவிதத்திலேயும், by whatever means, at any rate.

***எந்திரம்**, இயந்திரம், யந்திரம், ஏந்திரம், *s.* machine, engine, சூத்திரம்; 2. handmill, திரிகை.
எந்திர அச்சு, the axis of an handmill.
எந்திரக் (ஏந்திரக்) கல், mill-stone.
எந்திரம் இயற்ற, to construct machines.

எந்தை, *s.* our father, my father, எமது தந்தை.

எப்படி, *adv.* (எ), how? எவ்விதம்.
எப்படிக்கூடுமோ அப்படிப்பார், do as you can.
எப்படிக்கொத்த காரியம், எப்படிப்பட்ட காரியம், what a thing is that, what kind of dealing is that?
எப்படிக்கொத்தவன், what kind of man is he?
எப்படியும், எப்படியாகிலும், however, at all events, by all means.

எப்பொழுது, எப்போது, எப்போ, *inter. adv.* when? எக்காலம்.
அவன் எப்போது வந்தாலும் வரட்டும், let him come whenever he likes.
எப்போதாகிலும், whenever.
எப்போதுமுள்ளது, that which is continual.
எப்போதும், always.
எப்போதைக்கும், always, forever.

***எமன்**, *s.* god of death or hell.
எமலோகம், kingdom of எமன், hell.
எமதூதன், a messenger of Yama.

எம், *poss. pron.* (யாம்), our, நம்முடைய.
எம்பி, our or my younger brother.

எம்மட்டு, எம்மட்டுக்கு, எம்மட்டும், *inter. adv.* how far, how much?
எம்மட்டும் போகிறீர், how far do you go?

எம்மாத்திரம், *adv.* how much? எவ்வளவு.

அது எம்மாத்திரம், how much is that? how far will that reach? that is not enough; what is its value?

அதற்கு நான் எம்மாத்திரம், who am I that I should do such a thing?

எயில், *s.* fort, fortress, a wall, a fortification, மதில்; 2. city, நகரம்.

எயிறு, *s.* tooth, பல்; 2. tusk of an elephant, யானைக்கொம்பு.

எயினர், *s.* a desert tribe.

எய், I. *v. t.* cast, throw, எறி; 2. discharge arrows, செலுத்து.

எய்தவனிருக்க அம்பைநோவானேன், with the archer before you, why do you blame the arrow?

எய், VI. *v. t.* grow weary, fail in strength, இளை.

எய்ப்பு, *v. n.* weariness.

எய்து, III. *v.t.* come near, கிட்டு; 2. acquire, obtain, பெறு; 3. experience, அனுபவி.

எரி, *s.* fire, நெருப்பு.

எரி, II. *v. i.* glow, shine, give light, பிரகாசி; 2. burn, smart, அழலு; 3. *fig.* be very much displeased, கோபங்கொள்; 4. be jealous, பொறாமை கொள்.

வயிறெரிகிறது, I am very hungry; it grieves me much.

அடுப்பெரிகிறது, the fire upon the hearth burns.

விளக்கெரிகிறது, the candle burns.

எரிகரும்பு, fuel.

எரிகொள்ளி, fire-brand.

எரிசினம், burning anger.

எரிச்சல், வயிற்றெரிச்சல், *v. n.* burning sensation in the stomach; heat of anger; envy, jealousy.

எரிநரகம், the fiery hell.

எரிந்துபோக, to burn away.

எரிபந்தம், எரிவந்தம், a great fire, burning, wrath.

எரிபொரி, fire spark, excessive rage.

எரிவு, *v.n.* burning, heat in the system.

குடலெரிவு, burning of the bowels.

பற்றி எரிய, to take fire.

எரி, VI. *v. t.* burn, destroy by fire, சுட்டெரி.

எரிப்பன், எரிப்பாங்கொள்ளி, எரிப்புக்காரன், a jealous, envious person.

எரிப்பு, *v.n.* burning, envy, jealousy.

எரு, *s.* manure, cow-dung, சாணி.

எருக்கட்ட, to fold sheep; to gather dung, to keep a dunghill.

எருக்கட்டு, –க்களம், –நிலம், a place where cattle are driven for manure; a dunghill.

எருப்போட, –விட, to manure land; 2. to pass excrement.

எருமுட்டை, –வறட்டி, dried cow-dung.

காட்டெருமுட்டை, dried cow-dung found in the fields.

எருக்கு, *s.* a coarse milky shrub the charcoal of which is used in making gunpowder.

எருக்கம்பூ, its flower.

வெள்ளெருக்கு, another kind of that shrub.

எருது, *s.* an ox, a bullock, இடபம். (*In combin.* எருத்து.)

எருத்துக்காரன், a bullock driver.

எருத்துப்பாரம், a bullock load.

உழவெருது, எருத்துமாடு, a bullock for ploughing.

காளை எருது, எருத்துக்காளை, a bullock, a young bull.

பொதி எருது, a bullock used for carrying burden.

பொலி எருது, a bull for covering.

எருத்தம், எருத்து, *s.* the nape, back of the neck, பிடரி.

எருமை, எருமைமாடு, *s.* a buffalo.

எருமைக்கடா, a he-buffalo.

எருமைப்பால் குடித்தவன், one who has drunk buffalo's milk, a dunce.

எருமையூர்தி, Yama riding on the buffalo.

எலி, *s.* a rat.

எலிக்காது, a sharp ear.

எலிக்குஞ்சு, a young rat.

எலிச்செவி, a herb, rat's ear.

எலிப்பாஷாணம், rat's bone.

எலிப் பொறி, எலிப்போன், a rat-trap.

எலியோட்டி, the name of a herb.

எலிவளை, a rat hole.

இரைப்பெலி, a kind of rat the bite of which causes shortness of breath.

கட்டெலி, a poisonous rat.

சரமண்டெலி, a small poisonous rat.
சுண்டெலி, a mouse.
முள்ளெலி, a hedge rat.
வெள்ளெலி, a field rat with a white belly.

எலுமிச்சை, *s.* a lemon tree, lime tree.
எலுமிச்சங்காய், the unripe fruit of it.
எலுமிச்சம்பழம், ripe lemon.
கஸ்தூரி எலுமிச்சை, a small species of lemon.
காட்டெலுமிச்சை, wild lime.
கொடி எலுமிச்சை, a kind of creeper whose fruit resembles a lime.

எலும்பு, *s.* a bone.
எலும்புக் கூடு, a skeleton.
எலும்புருக்கி, a disease which emaciates the system, consumption.
காலெலும்பு, the shin bone.
துடை எலும்பு, the shank bone.
நெஞ்செலும்பு, மார்பெலும்பு, the sternum.
பழு (விலா) எலும்பு, the rib-bones.
முதுகுத்தண்டெலும்பு, நடுவெலும்பு, the spine, the ridge bone of the back; the back bone.

எல்லாம், *s.* all, the whole, முழுவதும்.
எல்லா மனுஷரும், மனுஷர் எல்லாம், எல்லாரும், எல்லோரும், all men, all people.
எல்லாரிலும் மேலானவர், the greatest of all; the most high.
நாமெல்லாரும், all of us.
நீங்களெல்லாரும், all of you.
பூமியெல்லாம், the whole earth.

எல்லி, *s.* the sun, சூரியன்; 2. night, இரவு.

எல்லே (எல்லை), *s.* limit, frontier, border, boundary, அத்து; 2. measure, extent, அளவு.
எல்லை ஓட, to run the bounds of a village (a heathen custom).
எல்லை கடக்க, to pass the bounds, transgress.
எல்லை கட்ட, to set a boundary, to settle matters.
எல்லைக்கல், a boundary stone.
எல்லை குறிக்க, to mark the boundary of a field or country, to fix a term.
எல்லைப்படுத்த, to limit, to settle matters.

எல்லைப்பிடாரி, a demon at the outskirts of a village.

எல்லோ, *interjection* of surprise, pity, contempt.

*எவட்சாரம், *s.* saltpetre.

எவண், *adv.* where? எங்கே.

எவன், (*fem.* எவள், *pl.* எவர்), *inter. pron.* who, which man? யாவன்; 2. what, which thing? யாது; 3. *inter. part.* see என்.
அது எவனுடையது, எவனது, whose is that?
எவனும், எவரும், every one, whoever.
எவனொருவன், which ever person, any one.

எவு, III. *v. t.* comb or card cotton.
எவுகோல், the instrument for combing cotton.

எவை, எவைகள், *pl.* of எது.

எவ்வளவு, *adv.* (எ), how much?
எவ்வளவாகிலும், எவ்வளவும், anything whatever, be it ever so little.

*எவ்வனம், *s.* see யௌவனம்.

எவ்வாறு, *adv.* in what manner?

எவ்விடம், எவ்விடத்தில், *adv.* where?
எவ்விடத்துக்கு, whither?

எவ்வெட்டு, *s.* eight by eight, eight to (of) each.

எவ்வேழு, *s.* seven by seven.

எழிலி, *s.* a cloud, மேகம்.

எழில், *s.* beauty, அழகு.

எழு, *s.* pillar, post, கம்பம்; 2. see எழு.

எழு, II. *v. i.* get up, rise, எழும்பு.
அவனுக்குக் கை எழ இல்லை, his hand does not open to give anything, his hand fails him.
இதைச்சொல்ல எனக்கு நாவெழாது, my tongue will not stir to speak so.
அவனுக்குக்கைகால் எழவில்லை, his hands and feet are motionless.
எழு ஞாயிறு, the rising sun; 2. quinsy.
எழுந்தருள, to rise, to be present as a great personage.
எழுந்தருளுபடி, a heathen procession in which idols are carried about.
எழுந்திருக்க, to rise up, to get up.
எழுந்துபோக, to depart, to go to meet a person.
எழுந்தேற்றம், procession.
எழுச்சி, *v. n.* rising, excitement; 2. haughtiness, ambition; 3. sore-

ness of the ear; 4. inflammation of the eyes.
மனவெழுச்சி, excitement, energy.
மேலெழுச்சி, inattention, carelessness, superficiality.
மேலெழுச்சியாய்ப் (மேலெழுந்ததனமாய்ப், - வாரியாய்ப்) பேச, to speak carelessly.

எழுது, III. *v. t.* write, paint, draw, வரை; 2. engrave, சித்திரம் வெட்டு.
எழுத அறியான், he cannot write.
எள்ளிடை நெல்லிடை (எட்கடை நெற்கடை) விட்டு நன்றாய் எழுத, to leave in writing proper spaces between the letters and between the lines.
எழுதிக்கொடுக்க, to give in writing.
எழுதிக்கொள்ள, to write for one's own use; to get one's self enlisted.
எழுதிவைக்க, to write down.
எழுதுகோல், a writing reed.
குறிப்பெழுத, to note down.
கைபடிய எழுத, to practise writing, to exercise one's self in writing.
சிறுக்கஎழுத, to write in small letters.
திருத்தி எழுத, to correct a writing.
பதில் எழுத, to write an answer.
பருக்க (பெருக்க) எழுத, to write in large letters.
பெயர்த்தெழுத, to copy, transcribe.
மேற்பாடம் பார்த்தெழுத, to write according to the copy.

எழுத்து, *s.* a letter, அட்சரம்; 2. a written letter, a writing, a painting, a bond, சீட்டு; 3. destiny as written in the head, தலையெழுத்து.
அவனுக்கு எழுத்து இன்னம் படியவில்லை, he has no settled hand, his writing is not yet settled.
எழுத்ததிகாரம், - இலக்கணம், (*in gram.*) orthography.
எழுத்தறப்படிக்க, to read distinctly.
எழுத்தாணி, an iron pen for writing on cadjan leaves, a style. Different kinds of style are: அலகெழுத்தாணி, குண்டெழுத்தாணி, கணை எழுத்தாணி, மடிப்பெழுத்தாணி, மடக்கெழுத்தாணி, வாரெழுத்தாணி, தேரெழுத்தாணி etc.
எழுத்தாணிக் கூடு, a sheath for the iron pen.
எழுத்தாணிப் பூண்டு, - பச்சை, the name of a plant.
எழுத்துக்காரன், writer, clerk; 2. painter, cloth painter.
எழுத்துக்கூட்ட, to spell.
எழுத்துச் சந்தி - ப்புணர்ச்சி, union of letters in combination.
எழுத்துச்சாரியை, particles used in naming any letter as கரம், காரம் and கான்.
எழுத்துப்பிழை - ப்பிசகு, an error in writing or spelling.
எழுத்து வேலை, writing, cloth painting.
இடையெழுத்து, the 6 middle sounding letters (ய், ர், ல், வ், ழ், ள்).
இளவெழுத்து, a hand not yet formed.
கிறுக்கெழுத்து, a letter erased, cancelled; a letter badly written.
குற்றெழுத்து, a short vowel.
கூட்டெழுத்து, double letters written in a contracted form.
சிற்றெழுத்து, small letters.
சுட்டெழுத்து, a demonstrative letter.
நிலவெழுத்து, letters written with the finger on the sand.
நுணுக்கெழுத்து, a character ill written, too small and not legible.
நெட்டெழுத்து, a long vowel.
நெட்டெழுத்துக்காரன், the writer of a document.
பேரெழுத்து, large letters.
முதுவெழுத்து, a well settled hand.
மெல்லெழுத்து, the six soft sounding letters (ங், ஞ், ண், ந், ம், ன்.)
வல்லெழுத்து, the six hard sounding letters (க், ச், ட், த், ப், ற்).
வினாவெழுத்து, an interrogative letter.

எழுநூறு, *s.* seven hundred.

எழுபது, *s.* seventy.

எழுப்பு, III. *v. t.* awake, rouse, excite, எழும்பச்செய்.
உயிரோடெழுப்பினார், he raised from the dead, he restored to life.

எழுமை, *s.* the seven kinds of births.

எழும்பு, III. *v. i.* rise, arise, ascend, எழு.
புகை எழும்புகிறது, the smoke rises.

எழுவாய், *s.* (எழு, rise + வாய், place), beginning, ஆதி; 2. (*in gram.*), nominative case, subject, முதல் வேற்றுமை.

எழுவாயும் பயனிலையும் ஒத்திருக்கிறது, the subject and predicate agree with each other.

எளிமை, s. poverty, தரித்திரம்; 2. meanness, lowness, நீசம்; 3. facility, இலேசு. (Adjectives: எளிய, எளிமையான, see அருமை, *Note.*)

எளிது, being easy to be done.

எளிதானகாரியம், an easy matter.

சொல்வது எளிது, it is easy to say.

எளிமைத்தனம், poor circumstances.

எளிய, *adj.* poor, mean.

எளியகுடி, a poor family, poor inhabitants.

எளியது, that which is poor, mean.

எளியநடை, an easy style.

எளியவன், எளியன் (*pl.* எளியார், எளிஞர்), a poor man.

எளியவிலை, low price.

எள், எள்ளு, s. rape-seed, sesamum, திலம். Different kinds of it are: காட்டெள், காரெள், சிற்றெள், பேரெள், மயிலெள் etc.

எள்ளளவு, எள்ளுப்போல், எட்பிரமாணம், எட்கடை, எட்கிடை, as much as a rape-seed, very little.

எள்ளுண்டை, a sweetmeat made of sesamum.

எண்ணெய், see separately.

எள்ளு, III. *v. t.* mock, abuse, நிந்தி; 2. deride, laugh at, நகை.

எள்ளல், *v.n.* laughter, scorn.

எறி, *v. t.* throw, cast, fling, reject, throw away, தள்ளு.

கல்லெறி தூரம், a stone's throw from hence.

எறிசொல்லாய்ச் சொல்ல, to mention a thing transiently or by the way.

எறி, எறிவு, *v. n.* throw, throwing.

எறி சக்கரம், a circular weapon hurled at the enemy.

எறிந்து போட, - விட, to cast out.

எறிந்து போட்டாப்போலே பேச, to speak of a thing with contempt.

எறிந்தோட்டியாக, contemptibly.

எறிபடை, - யாயுதம், a missile weapon.

எறிமணி, a gong, தாசு.

எறி, VI. *v. i.* give light, shine as the sun, glitter, ஒளிவீசு.

வெயில் (நிலா) எறிக்கிறது, the sun (moon) shines.

எறிப்பு, *v. n.* shining, splendor, sunshine.

எறும்பு, s. an ant, pismire, emmet, பிபீலிகை. Different kinds of it are: கட்டெறும்பு, சிற்றெறும்பு, தேன் எறும்பு, பிண எறும்பு, பேய்க்கால் எறும்பு, முசிட்டெறும்பு etc.

எறும்பூருகிறது, the ant creeps.

எறும்பு வளை, - ப்புற்று, an ant's hole or nest.

எற்று, III. *v. t.* cast, throw off, jerk away, kick away, எறி.

எற்று நூல், a carpenter's line to mark a board.

எற்றை, *adj.* for என்று.

என, எனு, *conj.* that, என்று.

எனை, எனைத்து, *inter. pron.* how much, what kind?

என், எனது, என்னுடைய, etc., see நான்.

என், எவன், *inter. part.* why, wherefore?

என், V. *v. t.* say, name, call, express, pronounce, என்று சொல்லு; 2. indicate, imply, குறி. *Note:* The *Infin.* when used as *particle* (and also in other instances) and the *subjunctive* in இல் have only one ன் (என, எனில், எனினும்; *com.* என்கிலும்).

பைத்தியக்காரன் என்னப்பட, to be called a fool.

சாமுவேல் என்பவன் (என்கிறவன், என்றவன்), he who is called Samuel.

சாமுவேல் என்ற ஒருவன், one named Samuel.

நான் என்னும் எண்ணம், self-conceit.

என (*inf.*) and என்று (*adv. part.*) used as particles of *quotation* (அடைச்சொல்), that (in this meaning also என்கிறதாய், என்றதாய், என்பதாய் are used); 2. (*with dat.*) for, for the sake of; 3. like, as, போல்.

பணம் இல்லை என்று சொன்னான், பணம் இல்லை என்றான், he said he had no money.

சுவர் மடமடவென்று இடிந்தது, the wall fell with a rattling noise.

அது பொன் என்றும் செம்பென்றும் தெரியாது, it does not appear whether that is gold or copper.

எல்லாம் மாய்கை என்கிறதைக் கண்டேன், I have seen that all is vanity.

அவனுக்கென்று, for him.

புலி எனச் சினந்து வந்தான், he came as furious as a tiger.

பத்து நாள் என, in about ten days.

எனில், என்றால், *subjunct.*, if.

என்கிலும், எனினும், yet, nevertheless, என்றாலும்; 2. though, at least.

ஓர் அடி என்கிலும் நட, walk though it be but one step; walk at least one step.

என்கிலும் - என்கிலும், ஆகிலும் - என்கிலும், either - or.

இவனாகிலும் அவன் என்கிலும், either this or that man.

என்றாலும், yet, nevertheless.

என்றிருக்க, see இரு 8 & 9.

ஆவென்ன, to open the mouth wide.

ஈயென்ன, to show the teeth.

என்பி, VI. *v. t.* (என்), cause to say, prove, சொல்லுவி.

என்பு, *s.* a bone, எலும்பு.

என்று, *s.* what day? எந்நாள்; 2. (used *adv.*) when? என்றைக்கு, எப்பொழுது.

என்றும், என்றைக்கும், எற்றைக்கும், என்றென்றைக்கும், for ever, always.

என்றைத்தினம், which day?

என்ன, என்னை (என்னம்), *inter. pron.* what? யாது.

அது என்ன, what is that?

நான் என்ன சொன்னாலும், though I say ever so much.

அவன் அப்படிச் சொன்னதென்ன, why did he say so?

அது என்னமாயிருக்கிறது, how is that?

அது என்னமானாலும், however it be.

என்ன (த்தைக்) கொண்டீர், what have you bought?

அவளை என்னவென்றெண்ணினார்கள், what did they think she was?

ஆனால் என்ன, what then?

உனக்கு அவன் என்னவேண்டும், how is he related to you?

என்னத்திற்கு, for what, why?

என்னமோ (*prop.* என்னவோ), who knows how it is?

என்னவென்றால், namely.

என்னென்ன (*distributively*), what, whatsoever?

என்னே, *inter. pron.* what, why? என்ன.

ஏ

ஏ, *s.* an arrow, அம்பு; 2. a particle of emphasis; 3. an expletive particle; 4. a particle implying previous knowledge as நேற்று வந்தானே மனிதன் அவன் ஆர், you know a man came yesterday, who is he?

*ஏகம், *s.* one, unit, ஒன்று; 2. union, உடன்பாடு; 3. the whole, மொத்தம்.

ஏககாலத்திலே, at the same time, together, contemporary.

ஏகசக்கரம், sovereignty.

ஏகசக்கரமாய் ஆள, to rule over the whole with supreme power.

ஏகசக்கராதிபதி, -சக்கரவர்த்தி, a paramount sovereign.

ஏகசரட்டிலே, altogether, on an average.

ஏகசிந்தை, unanimity, singleness of purpose.

ஏகசிந்தையாயிருக்க, to be unanimous; 2. to be wholly engaged in a thing.

ஏகசுபாவம், one nature, uniformity of disposition in a person, similarity of disposition in different persons.

ஏகதந்தன், the one tusked, Ganesa.

ஏகதேசம், onesidedness, rough estimate, exception to a rule, anomaly, வேற்றுமை; 2. rareness, அருமை; 3. blunder, error, ஒவ்வாமை; 4. uncertainty, சந்தேகம்.

ஏகதேசமாய்ப் பேசாதே, do not use scurrilous language.

ஏகதேசப்பட, to be incorrect.

ஏகத்தொகை, the total amount.

ஏகஸ்தராய், jointly.

ஏகபுத்திரன், the only son.

ஏகபோகம், mutual love, mutual enjoyment.

ஏகபோககிராமம், a village belonging to one person alone.

ஏகமாய், altogether, jointly.

ஏகமாயிருக்க, to be one, to be united together.
ஏகமும், totally, entirely.
ஏகவசனம், the singular number.
ஏகவஸ்து, ஏகன், the only God, the one Being.
ஏகவிருட்டு, thick darkness.
ஏகவெளி, a large open space.
ஏகவெள்ளம், a great inundation.
ஏகாங்கம், solitude, retirement.
ஏகாங்கி, a single person who has no family, a monk.
ஏகாதசம், eleven.
ஏகாதசி, the eleventh day of the moon.
ஏகாதிபதி, an absolute sovereign.

ஏகாசம், *s.* an upper garment, a mantle, உத்தரீயம்.

*ஏகாந்தம், *s.* solitude, தனிமை; 2. concentration of the mental powers, யோகம்.
ஏகாந்தசேர்வை, an open palanquin for carrying the bride in procession.
ஏகாந்தசேவை, secret worship of the deity; private attendance on a Guru for religious instruction.
ஏகாந்தஸ்தலம், a solitary place, a retired spot.
ஏகாந்தமாயிருக்க, to be retired, to be given up to devotion.

ஏகாலி, *s.* (*pl.* ஏகாலியர்), a washerman, வண்ணான்; 2. soap, சவர்க்காரம்.

ஏகு, III. *v.i.* go, go on, pass, போ; 2. lapse, pass as time, கழி.

ஏகோபி, VI. *v.i.* be united, ஒன்றுபடு.

ஏக்கம், *v.n.* (ஏங்கு), fright, fear, stupor caused by pain, ஏங்குகை; 2. anxiety, கவலை; 3. longing desire, பேராசை.
ஏக்கம் எடுக்க, -பிடிக்க, to become vexed, to pine away, to languish.
பிள்ளை செத்ததினாலே அவளுக்கு ஏக்கம் பிடித்தது, she languishes at the death of her child.

ஏக்கன் போக்கன் (*fem.* ஏக்கி போக்கி), ஏக்கிரி போக்கிரி, *s.* a worthless fellow.

ஏக்கறு, IV. *v.i.* to bow before, to yield to superiors, தாழ்ந்துநில்.
ஏக்கறல், ஏக்கறுதல், ஏக்கறவு, *v.n.* humiliation, submission.

ஏங்கு, III. *v.i.* wail, weep, அழு; 2. pine, languish, வாடு; 3. long for, இச்சி.
பிள்ளை ஏங்கிப்போயிற்று, the child is grown lean by its painful longing for a thing.
ஏங்கல், *v. n.* weeping; 2. painful longing for a thing.

ஏசறு, IV. *v. i.* regret, be affected with mortified feelings, துக்கப்படு.
ஏசறவு, *v.n.* regret, compunction, disappointment, mortified feelings.

ஏசு, III. *v. t.* abuse, reproach, insult, இகழு.
ஏசல், *v. n.* railing, abusing; 2. a kind of ironical poem.
ஏசலிட, to reproach, to banter.
ஏசு, ஏச்சு, *v. n.* abusive language.

*ஏடணை, ஏஷணை (ஈஷணை), *s.* strong desire, ஆசை.

ஏடா (*fem.* ஏடி), the vocative of ஏடன் (not in use), a word used to call a male friend or attendant.

ஏடாதுடம், ஏடாகூடம், *s.* (*vulg.*), disrespect, insubordination, perverseness, ஒழுங்கின்மை.

ஏடு, *s.* petal of a flower, இதழ்; 2. a cadjan leaf for writing upon, ஓலை; 3. a sheet in a book; 4. cream of milk.
ஏடுகோக்க, to string the leaves of an ola-book.
ஏடுசேர்க்க, to make a book of cadjan leaves.
ஏடுபடர்ந்தபால், milk on which the cream has gathered.
ஏடுவார, to clip the leaves and make them equal.
ஏட்டுப்படிப்பு, learning by rote, booklearning.
கள்ளேடுவிட, to miss a leaf intentionally in copying or reading.
பூவேடு, a flower-leaf.
வெற்றேடு, வெள்ளேடு, a blank cadjan leaf; a blank leaf of a book.

ஏட்டிக்குப்போட்டி, *s.* (*Tel.*), cross answers, retort.
ஏட்டிக்குப் போட்டி சொல்ல, to give an answer not apt to the question.

ஏட்டிக்குப் போட்டி செய்ய, to oppose, rival, outdo.

ஏணல், *s.* crookedness, வளைவு.
ஏணல் கோணல், unevenness, irregularity.

ஏணி, *s.* a ladder ; 2. limit, எல்லை.
ஏணிக்கழிக்குக் கோணல் கழி வெட்ட, to give an answer not apt to the question.
ஏணிசார்த்த, to place a ladder against a wall.
ஏணிப்பழு, ladder steps.
ஏணிமேல் (ஏணிப்பழுவால்) ஏற, to climb up a ladder.
நூலேணி, a rope-ladder.

ஏணை, *s.* a hammock made of cloth for a child, புடவைத்தொட்டில்.

ஏண், *s.* stability, நிலைபேறு; 2. strength, வலி.

ஏண்டா, *voc.* a corruption of ஏன் அடா.

ஏதம், *s.* suffering, affliction, துன்பம்; 2. fault, flaw, குற்றம்; 3. destruction, கேடு.

ஏதல், ஏதலிடுதல், *s.* speaking of one with envy, பொறாமையாய்ப் பேசல்.

ஏதில், *s.* foreignness, அன்னியம்; 2. vicinity, அயல்.
ஏதிலார், strangers, foreigners, enemies, neighbours.

*ஏது, *s.* a cause, origin, காரணம்; 2. means, instrument, எத்தனம்; 3. pecuniary ability, திராணி.
ஏதிலார், the poor, the destitute.
ஏதுகாட்ட, to show reason.
ஏதுவாக, -வாயிருக்க, to be adapted to, to be liable to.
பாவத்துக்கேதுவான காரியம், a thing that leads to sin.
நஷ்டத்துக்கேதுவாயிருக்க, to be in danger of loss.
ஏதுவானவன், a man of property.
மரண ஏதுக்கள், causes or fore-bodings of death.

ஏது, *inter. prn.* what, why? யாது.
அதேது, how is it?
அப்படிச்செய்ததேது, why hast thou done so?
ஏதாகிலும், ஏதாவது, something, whatsoever.
ஏதும், any thing whatever.
ஏதுங்கெட்டவன், a person of no worth.

ஏதென்றால், for, because.
ஏதோ, something, somewhat.

*ஏதுகரம், *s.* cause, means, வழிவகை; 2. preparation, ஆயத்தம்.
எல்லாம் ஏதுகரமாயிருக்கின்றன, everything is ready.

ஏத்து, III. *v. t.* praise, speak highly of, துதி; 2. worship, வணங்கு.

*ஏந்திரம், *s.* machine see எந்திரம்.

ஏந்து, III. *v. t.* sustain, support, take up in the hand, தாங்கு; 2. extend the hands, spread the cloth to receive alms, கையேந்து.
கையேந்தி நிற்கிறான், he stands begging with extended hands.
ஏந்தி (*in combin.*), a bearer, supporter.
ஏந்திக்கொள்ள, to hold up anything, to give a helping hand.
ஏந்திழையார், women; the adorned.
கையேந்திக்கொள்ள, to carry or receive in the arms.

ஏப்பம், *s.* belch, eructation, தேக்கெறிதல்.
ஏப்பம் விட, -பறிய, to belch, to eruct.

ஏமம், *s.* a night, இரா; 2. delight, இன்பம்; 3. illusion, bewilderment, மயக்கம்; 4. safety, காவல்.
ஏமத்திலும் சாமத்திலும் வர, te come at inconvenient times, late at night.

ஏமா, VII. *v. i.* be proud, self-conceited, செருக்குறு; 2. exult, களி.
ஏமாந்து போக, to be duped.
ஏமாப்பு, *v. n.* pride, haughtiness.

ஏமாறு, III. *v.i.* be deceived, disappointed, மோசம்போ; 2. be puzzled, தடுமாறு.
ஏமாறிப்போக, to be balked in one's expectation.

ஏமாற்று, III. *v. t.* deceive, disappoint, வஞ்சி.

ஏம்பு, III. *v. i.* be perplexed, மயங்கு; 2. rejoice, களி.

ஏய், VI. *v. t.* deceive, cheat, வஞ்சி; 2. resemble, ஒப்பாயிரு.
ஏய்ப்பு, *v. n.* cheating.
ஏய்ப்பு காட்ட, to allure and disappoint.
ஏய்ப்புண்ண, to be deceived, imposed.

ஏரல், a muscle or other bivalve shell, கிளிஞ்சில்.

ஏரா, ஏராமரம், *s.* the keel of a vessel.
ஏராப்பலகை, the planks about the keel of a vessel.
ஏராப்பலகை ஒட, to lay the keel of a ship.
ஏராளம், *s.* a great many, a great multitude, abundance, மிகுதி.
ஏராளமாயிருக்க, to be in great abundance.
ஏரி, *s.* a lake, a large tank, குளம்.
ஏரிப்பாய்ச்சலான நிலம், a field conveniently situated for being watered from a lake.
ஏரிவெட்ட, to dig a large tank.
ஏர், *s.* plough, கலப்பை; 2. a yoke of oxen, உழவுமாடு; 3. beauty, அழகு.
எத்தனை ஏருழுகிறான், அவனுக்கு எத்தனை ஏருழுகிறது, how many yoke of oxen has he, how many acres of arable land has he?
ஏரடிக்க, ஏருழ, ஏரோட்ட, to plough.
ஏராண்மை, tillage.
ஏராளர், ploughmen, husbandmen.
ஏர்க்கால், the plough-beam, the shaft of a carriage.
ஏர்க்குண்டை, a yoke of oxen.
ஏர்த்தொழில், agriculture.
ஏர்ப்பூட்ட, to yoke the oxen to the plough.
ஏர்வாரம், a share of the produce allowed for the team.
ஓரிணையேர், a yoke of oxen.
ஓரிணையேர்ப்பயிர், crops of land ploughed by a yoke of oxen; one acre of arable land.
கயற்றேர், பின்னேர், the second or hindermost yoke of oxen.
பொன்னேர்கட்ட, to plough for the first time on a lucky day in the season.
முன்னேர்மாடு, -க்குண்டை, the first or best yoke of oxen.
***ஏலம்**, *s.* the cardamom plant; 2. its seed, ஏலரிசி.
ஏலக்காய், the berries of cardamom.
ஏலம், *s.* (*Port.*), auction, public sale.
ஏல், ஏலு, I. *v. i.* (*prop.* இயலு), be possible, practicable, competent for, கூடு.
அது உன்னால் ஏலாது (இயலாது), you cannot do that.
ஏலாத காரியம், an impossible thing.
ஏலாதார், unfit, incompetent persons.
ஏலாமை, *neg. v. n.* inability.
ஏல், V. *v. t.* receive, accept, admit, allow, ஒப்புக்கொள்; 2. stretch out hands in begging, receive alms, பிச்சை வாங்கு; 3. oppose in battle, எதிர்; 4. *v. i.* be suitable for, agreeable to, becoming, இசை.
ஏற்க, ஏற்கவே, ஏற்ப, *adv.* properly, suitably; 2. before.
ஒருவனுக்கேற்கச் செய்ய, to do to one's liking.
ஏற்கனவே (*prop.* ஏற்கவே), before.
ஏற்கை, ஏற்பு, *v. n.* agreement, acceptance; begging alms.
ஏற்போர், beggars, mendicants.
ஏற்றசமயம், convenient time.
ஏற்றபிரகாரமாக, -படி, -வாறு, agreeably to, as is fit or proper, as one likes.
ஏற்றல், *v. n.* receiving, compliance.
ஏற்றுக்கொள்ள, to receive, to admit, to accept, to take upon one's self.
கையேற்பு, *v. n.* extending hands in begging or in prayer.
ஏவல், *v. n.* command, direction, கட்டளை; 2. instigation, incitement, தூண்டுகை; 3. imperative mood; 4. services, பணிவிடை; 5. witchcraft, பில்லிசூனியம்.
அவர் ஏவல்படி, according to his order
ஏவலாள், ஏவற்காரன், a servant.
ஏவலிட, to order.
ஏவல்கொள்ள, to employ one in service,
ஏவல்செய்ய, -கேட்க, to obey orders, to serve.
ஏவல் வினை, the imperative of verbs.
ஏவல் வைக்க, to use witchcraft to injure an enemy.
ஏவாஞ்சாதி, *s.* people of low tribe.
ஏவு, III. *v.t.* move, incite, stir up, spur on தூண்டு; 2. order, direct, command, கட்டளையிடு.
ஏவும் வினை, *opp. to* இயற்றும் வினை which see.
ஏவும் வினைமுதல், the subject of an active verb used in a causative signification.

ஏவுவோன், a master.

ஏழு, *s. & adj.* seven. In *comb.* it occurs as எழ் or எழு.

எவ்வேழு, seven by seven, seven of or to each.

எழு நிலைமாடம், a mansion seven stories high.

எழுநூறு, seven hundred.

எழுபது, seventy.

எழுபிறப்பு, the seven births.

எழத்தனையாக, seven fold.

எழாந்தேதி, the seventh of the month.

எழாயிரம், seven thousand.

எழாவது, seventhly.

எழேழு, seven times seven.

பதினேழு, seventeen.

ஏழை, *s.* a poor person, வறிஞன்.

ஏழை எளியவர்கள், — ச்சனங்கள், poor, destitute people.

ஏழைத்தனம், a poor pitiable state.

ஏழைமை, எழமை, *s.* poverty, wretchedness, வறுமை; 2. ignorance, அறியாமை.

*ஏளனம், *s.* reproach, contempt, அவமதி; 2. mockery, பரிகாசம்.

ஏளனமாய்ப் பேசினான், he spoke with contempt.

ஏளனம் பண்ண, to mock at.

*ஏளிதம், *s.* dishonour, contempt, இகழ்ச்சி.

ஏறளர், *s.* warriors, படைவீரர்.

ஏறு, *s.* rising, உயர்ச்சி; 2. the male of beasts, as சிங்கவேறு or சிங்கேறு, the male lion.

ஏறு, III. *v. i.* ascend, mount up, climb up, இவர்; 2. increase, be more, அதிகரி; 3. enter (as a thorn etc.), தை; 4. embark, கப்பலேறு.

குதிரையின்மேல் ஏறிப்போக, to ride on horse back.

கப்பல் (கப்பலின்மேல்) ஏற, to go on board the ship, to embark.

நாளுக்கு நாள் வியாதி ஏறுகிறது, the sickness increases from day to day.

பயிரேறிப்போயிற்று, the corn is grown up.

ஏற, *adv.* (*inf.*), high, much more.

அதுக்கேற வாங்கலாம், you can get more for your money, you can buy it cheaper.

விலையேறப்பெற்ற வஸ்து, a valuable thing.

ஏறக்குறைய, ஏறத்தாழ, more or less about.

நூறு பேருக்கு ஏறக்குறைய, about one hundred people.

ஏறக்குறையப் பேச, to abuse or insult a person.

ஏறச்செலவழிக்க, to spend more.

ஏறப்பார்க்க, to try to become exalted.

ஏறப்பெறும், it is worth more.

ஏறவிற்க, to give a good quantity at a low rate, to sell cheap.

ஏறிட்டுப்பார்க்க, to look up, to aim at in shooting.

ஏறு (ஏறுங்) கடைசி, the very end, the extreme point.

ஏறு குதிரை, a riding horse.

ஏறு நெற்றி, a high forehead.

ஏறுமாறு, unbecoming conduct.

ஏறுவெயில், the morning sun.

ஏறெடுக்க, to heave up, to lift up the head, eyes etc.

கரை ஏற, to get ashore, to land, to obtain salvation.

நடந்தேற, to succeed, to go on, to be accomplished.

ஏற்கனவே, *adv* (*prop.* ஏற்கவே, see ஏல் v.), betimes, in good time, before.

ஏற்கை, *v. n.* of ஏல்.

ஏற்படு, IV. *v. i.* begin to exist, be established, be engaged, தலைப்படு; 2. be persuaded, agree, உடன்படு.

ஏற்பாடு, *v.n.* a covenant, institution, established custom or rules, readiness of materials for work, establishment of anything.

பழைய ஏற்பாடு, புதிய ஏற்பாடு (*Chr. us.*), the Old and New Testament.

ஏற்படுத்து, III. *v. t.* establish, set on foot, institute, நியமி.

ஏற்றம், *s.* rise, ascent, உயர்வு; 2. increase, பெருக்கம்; 3. excellence, fame, மேன்மை; 4. a lever to draw up water, a picotta, ஏற்றமரம்; 5. the flood, tide, நீரேற்றம்; 6. *v. n.* of ஏற்று.

ஏற்றக்கால், the post of a picotta.

ஏற்றக்கோல், the bamboo whereon the bucket hangs.

ஏற்றச்சால், the bucket used for irrigation.

ஏற்றத்தாழ்ச்சி, ஏற்றக்குறைச்சல், superiority and inferiority, inequality, difference.

ஏற்றமரம், a lever or shaft to draw water, picotta.

ஏற்றம்போட்டிறைக்க, to set up a picotta and water the field with it.

ஏற்றம் வற்றம், the flow and ebb of tides.

ஏற்று, III. *v. t.* raise, lift up, hoist up, set up, put up, எழுப்பு; 2. load, பாரமேற்று.

குற்றத்தை என்மேல் ஏற்றப் பார்த்தான், he endeavoured to put the fault upon me.

இதை அதின்பேரில் ஏற்றிச்சொல்லலாம், this is applicable to that.

ஏற்றுமதி, exportation, export, cargo.

ஏற்றுமதிச்செலவு, shipping charges.

ஏற்றுமதிபண்ண, – செய்ய, to export.

கணக்கை ஏற்ற, to sum up.

குடியேற்ற, to populate, to colonize.

தொடர்ந்தேற்றியாய், continuously without interruption.

விளக்கேற்ற, to light a candle, to set up a candle.

ஏன, *s.* (*neuter pl.*), same as ஏனைய.

ஏனம், *s.* an instrument, கருவி; 2. vessel, பாத்திரம்; 3. swine, wild hog, காட்டுப்பன்றி.

*ஏனம், *s.* sin, vice.

ஏனவாயன், *s.* simpleton, stupid fellow.

ஏனும், *affix*, although, even if, at least, எனினும்.

ஏனை, *adj.* other, the rest, மற்ற; 2. *s.* the other, the remaining one, ஏனையது.

ஏனைய, *neut. pl.* the other things, the rest, ஏன; 2. *adj.* as ஏனை.

ஏனையர், ஏனையவர், ஏனையோர், ஏனோர், *masc. pl.* the other, the rest.

ஏன், *interrog. part.* why, what, wherefore? 2. an *affix* of entreaty; 3. the common form of answering to a call.

ஏன் வந்தாய், நீ வருவானேன், why do you come?

ஏன் ஐயா, what, Sir?

ஏனென்பாரில்லை, there is none to question it, no one cares for him.

இப்படிச்செய்யுமேன், pray do so.

ஏனென்றால், ஏனெனில், for, because.

ஏனென்றுகேட்க, to ask reason, to answer a call.

ஏனோ, I know not why.

ஏனோ தானோ வென்றிருக்க, to be indifferent, careless.

ஐ

ஐ, *s.* god, கடவுள்; 2. king, lord, master, எசமானன்; 3. beauty, அழகு; 4. minuteness, நுண்மை; 5. phlegm, கோழை; 6. contraction of ஐந்து, five.

ஐது, *appel. n.* what is beautiful, fine, minute, subtle, permeable.

*ஐக்கம், ஐக்கியம், *s.* union, communion, conjunction, ஒன்றிப்பு.

ஒருவரோடே ஐக்கியமாக, ஐக்கியப்பட, to become united with one.

ஐக்கியமாயிருக்க, to be united.

*ஐசுவரியம் (ஐசூரியம்), *s.* riches, wealth, felicity, செல்வம்.

ஐசுவரியசம்பன்னன், an opulent man.

ஐசுவரியவான், ஐசுவரியமுள்ளவன், a rich man.

ஐஞ்ஞூறு, five hundred.

*ஐதிகம், *s.* knowledge and opinions derived from **tradition**, பாரம்பரியம்.

ஐது, *s.* see under ஐ.

ஐந்து (*com.* அஞ்சு), *s.* & *adj.* five.

ஐங்கரன், the five handed god, Ganesa.

ஐங்காதம், five leagues.

ஐஞ்ஞூறு, five hundred.

ஐந்நான்கு, five times four.

ஐம்பது, fifty.

ஐம்பால், see under பால்.

ஐம்புலன், the five senses.

ஐம்பூதம், the five elements.

ஐம்பொறி, the five organs of sense.

ஐயாயிரம், five thousand.

ஐயைந்து, five times five.

ஐவகை, five manners.

ஐவர், five persons; 2. the five Pandavas.

ஐவைந்து, *com.* அவ்வைந்து, five of or to each.

ஐந்தை, *s.* small mustard, சிறுகடுகு.

ஐப்பசி, *s.* October—November.
ஐயங்கார், *s.* the Vishnuvite Brahmins; 2. the title after their name as கோபால ஐயங்கார்.
ஐயம், *s.* doubt, hesitation, சந்தேகம்; 2. phlegm, கோழை; 3. alms, பிச்சை.
ஐயப்பட, to fear, doubt, hesitate.
ஐயமுற, ஐயுற, to doubt.
ஐயம் மேலிட, to be in great fear and doubt; 2. to be troubled with excessive phlegm as in the case of a dying person.
ஐயமிட, to give alms.
ஐயன், ஐயர், *s.* a priest, father, superior, master, a Saiva Brahmin; 2. *hon. affix* to proper names of Saiva Brahmins and others as முத்துசாமி ஐயர்.
ஐயனார், *s.* the god Eyenar.
ஐயா, *s. vocat. of* ஐயன், Sir.
ஐயை, *s.* a lady, a wife, a mistress, தலைவி; 2. a nun, தவப்பெண்.
ஐயோ, *interj.* alas!
உனக்கு ஐயோ, woe to thee.
ஐயையோ, alas! alas!
ஐயோ, சகோதரனே, O my poor brother.
ஐயோ என்ன, to lament.
ஐயோ பாவமே, ah! no, that would be a sin; what a pity.
***ஐராணி**, *s.* Indra's wife, இந்திராணி.
***ஐராவணம்**, *s.* the elephant of Siva.
***ஐராவதம்**, *s.* the state elephant of Indra.
ஐவணி, *s.* a bush whose flowers cast sweet scent.
ஐவேசு, *s.* (*Ar.*), equivalent, recompense, substitute, ஈடு; 2. means, சொத்து.
ஐவேலி, *s.* the name of a plant that runs over hedges.

ஒ

ஒ, VI. *v. t.* be alike, equal, agree, conform, resemble, நிகர்; 2. *v. i.* agree to, consent, பொருந்து; 3. be fit for, suitable to, தகுதியாயிரு.
அதை (அதனோடு, அதற்கு) ஒக்கும், it equals or is like that.
ஒக்க, *adv.* (*inf.*), together with, in company with; 2. plentifully.
ஒக்கக்கிடக்கிறது, there is abundance.
ஒக்கப்பிறந்தவர்கள், children of the same mother.
ஒக்கப்போக, to go together, in company with.
ஒத்த, *adj. part.* suitable, equal.
இப்படிக்கொத்த மனுஷன், such a kind of man.
ஒத்த நிலம், – தரை, an even or level ground.
ஒத்தபடி, agreeably, suitably.
ஒத்திருக்க, to live in harmony, to resemble, be equivalent.
ஒத்தவாக்கியம், parallel passages.
ஒத்துக்கொடுக்க, to make good the loss; 2. to make concessions; 3. to allow the sums due.
ஒத்துக்கொள்ள, to assent, admit, allow; 2. to agree, fit.
ஒத்துநடக்க, to live in harmony, to walk agreeably to the wishes of another.
ஒத்துப்பார்க்க, to compare, to collate.
ஒத்துப் பொருந்தியிருக்க, ஒத்துவாழ, to live in peace together.
ஒத்துவர, to agree, to be fit, suitable, to correspond.
ஒவ்வாதது, ஒத்திராதது, an inconsistent, disagreeable thing.
ஒக்கலை, *s.* the hip-bone, மருங்கின்பக்கம்.
ஒக்கல், *s.* (ஒ), equallity, ஒத்தல்; 2. relations, family, உறவு.
ஒக்கோலை, *s.* amber.
ஒசி, II. *v. i.* become broken, ஒடி; 2. vacillate, அசை; 3. twist, முறுக்கு.
ஒசிவு, *v. n.* breaking, shaking.
ஒசி, VI. *v. t.* break, ஒடி VI; 2. shake, அசை VI; 3. twist முறுக்கு.
ஒசிப்பு, *v. n.* breaking, shaking.
ஒச்சியம், ஒச்சம், *s.* bashfulness, shame, கூச்சம், 2. a wanton joke, பரிகாசம்; 3. contempt, blaming, நிந்தை.
ஒச்சியம் பேச, – சொல்ல, to blame, censure, speak wantonly.

ஒச்சை, *s.* a parched food, காந்தற்சோறு; 2. close attention to a distant sound, உற்றுக்கேட்டல்.

ஒஞ்சட்டை, *s.* thinness, tallness, ஒல்லி.
ஒஞ்சட்டையன், a tall lean person.

ஒஞ்சரி, VI. *v. t. & i.* leave the door ajar or half open; 2. go sideways.
ஒஞ்சரித்துப்படுக்க, to lie on one side.

ஒஞ்சி, *s.* the breasts, the teats of a woman.
ஒஞ்சிகொடுக்க, to give suck.

ஒஞ்சி, VI. & ஒஞ்சு, III. *v. i.* be abashed, be shy, வெட்கப்படு.

ஒடி, II. *v. i.* break as a branch or stick, முறி.
ஒடிகை, *v. n.* breaking.
ஒடியல், *v. n.* breaking; young palmyra roots split and dried for food, ஒடியற்கிழங்கு.

ஒடி, VI. *v.t.* break off, முறி VI.

ஒடிசில், *s.* a sling, கவண்.

ஒடுக்கம், *v. n.* (ஒடுங்கு), narrowness, contraction, நெருக்கம்; 2. self-restraint, modesty, அடக்கம்.
ஒடுக்கநாள், day of distress.
ஒடுக்கவணக்கம், modesty, veneration.

ஒடுக்கு, III. *v. t.* compress, reduce, condense, அடக்கு; 2. vex, oppress, வருத்து; 3. keep the body low, restrain; 4. pack in, put things close in a bag or box, செறி.
ஒடுக்கு, *v. n.* closeness, narrowness, contraction, compression.
ஒடுக்கிடம், a corner to creep in.
உடம்பையொடுக்க, to reduce the body by eating sparingly, to contract the body (as a tiger).
செலவை ஒடுக்க, to retrench expenses.
புலனை ஒடுக்க, to restrain the passions.
வயிற்றை ஒடுக்க, to take less food in order to save money.

ஒடுங்கு, III. *v. i.* be compressed, contracted, narrow, அடங்கு; 2. shrink, grow lean or low, be reduced, குறை; 3. be submissive, கீழ்ப்படி; 4. recede, go out of the way (in meeting a superior), ஒதுங்கு; 5. be concealed, பதுங்கு.
ஒடுங்கிவர, to grow poorer and poorer.
குளிரால் ஒடுங்க, to shrink with cold.

ஒடை, *s.* a tree.

ஒட்டகம், *s.* camel, dromedary, ஒட்டை.

ஒட்டடை, ஒட்டறை, *s.* soot, புகையுறை; 2. cobweb, dust.
ஒட்டடையடிக்க, to remove dust etc., to clean.

ஒட்டம், *s.* a conical heap left by excavators to measure the depth of earth work; 2. contract, agreement. உடன்படிக்கை; 3. wager, forfeit, பந்தயம்.

ஒட்டர், *s.* a caste of the Telugu country; 2. ditch diggers (*fem.* ஒட்டத்தி, ஒட்டச்சி).
கல்லொட்டர், men who build with stones.
மண்ணொட்டர், men who build mud-walls.

ஒட்டாரம், *s.* obstinacy, stiffneckedness, முரட்டுத்தனம்.
ஒட்டாரக்காரன், an obstinate fellow.
ஒட்டாரம் காட்ட, – செய்ய, – பிடிக்க, to grow or be obstinate.

ஒட்டி, *s.* a plant whose fruits cleave to one's clothes.

ஒட்டிக்கு இரட்டி, *s.* (*prop.* ஒற்றைக்கு இரட்டை), double profit, two for one in trade.

ஒட்டியம், *s.* a country north of Madras; 2. witchcraft, குசவம்.

ஒட்டியாணம், *s.* (*Tel.*), gold or silver girdle worn by women of distinction, மாதரிடையணி; 2. girdle of plaited hair worn by devotees or sages, யோகப்பட்டை.

ஒட்டு, *v. n.* adhesion, cement, friendship, attachment. ஒன்றிப்பு; 2. a joint to a plank etc., a seam, a patch, இணைக்கப்பட்டது.
ஒட்டுக்காய்ச்சல், a low lingering fever, contagious fever.
ஒட்டுக்குஞ்சு, a small white louse.
ஒட்டுக்குடி, a family or person dwelling with another in the same house.
ஒட்டுக் கேட்க (ஒற்றுக்கேட்க), to eavesdrop, to overhear.
ஒட்டுத்திண்ணை, a narrow pyal.

ஒட்டுத்தையல், mending, patching.
ஒட்டு நிற்க, to lurk, to overhear.
ஒட்டுப்பற்று, ஒட்டுரிமை, distant relationship.
ஒட்டுப்பற்றில்லாமல் போயிற்று, all friendship or relationship has ceased.
ஒட்டுப்பார்க்க, to observe slyly; to peep, overhear.
ஒட்டுப்புல், a grass full of little clots.
ஒட்டுப்போட, to patch up, to stick on.
ஒட்டுமா, grafted mango.
ஒட்டு விட்டுப்போக, to become disjoined or disjointed.
ஒரொட்டு, *adv.* altogether, by the lump, on an average.
ஒரொட்டுக்கு வாங்க, to buy commodities by whole sale.

ஒட்டு, III. *v. t.* stick on, glue up, cause to cleave, பொருத்து; 2. resort, apply for protection, சாரு; 3. permit, allow, let, இடங்கொடு; 4. *v. i.* cleave or cling together, பொருது; 5. grow lean, be shrunk, சுருங்கு; 6. lurk, overhear, waylay, ஒட்டி நில்.
அவன் வரட்டும், *prop.* அவனை வரவொட்டும், let him come.
என்னை வர ஒட்டான், he gives me no permission to come.
அதை விழ ஒட்டாதே, don't let it fall.
இது உனக்கு ஒட்டுமோ, will this (unjust gain) abide with you?
மரத்தோடொட்ட, to lurk behind a tree.
ஒருவனை ஒட்டிப்பிழைக்க, to subsist by means of another.
ஒட்டக்கட்ட, to tie short or close.
ஒட்டிக்கொள்ள, to cleave together; to adhere by infection, to infect.
ஒட்டிய புண், venereal disease, the pox.
ஒட்டிய மேளம், a kind of drum.
ஒட்டுவார் ஒட்டி, a contagious disease.
ஒட்டுவிக்க, ஒட்டிவைக்க, to join or link together.

ஒட்டை, *s.* camel, ஒட்டகம்; 2. a span from the thumb's end to the top of the forefinger, ஒட்டைச்சாண்.
ஒட்டைக்காரன், a camel driver.
ஒட்டைக்கல்லணை. camel's furniture.
ஒட்டைப் (ஓட்டாம்) பாரை, a sea fish.
ஒட்டை லத்தி, camel's dung.

ஒட்டோலகம், ஒட்டோலக்கம், *s.* great pomp, splendor, இடம்பம்; 2. a great assembly, சனத்திரள்.
ஒட்டோலகம்பண்ண, to collect an assembly, to make a triumphant entry.
ஒட்டோலகன், a triumphant man.

ஒட்பம், *s.* (ஒள்), prudence, discretion.

ஒண், ஒண்ணு, *def. verb*, be possible, able, தகு; 2. be proper, fit, பொருந்து.
நீ அப்படிச் செய்ய ஒண்ணாது, you must not do so.
ஒண்ணல், *v. n.* being possible.
ஒண்ணாத காரியம், an improper, unbecoming thing; an impossible thing.
ஒண்ணாமை, *neg. v.n.* inability, unfitness, impropriety.

ஒண்டி, *s.* that which is single, solitary.
ஒண்டிக்காரன், ஒண்டியொருத்தன், a single, unmarried person.
ஒண்டியாயிருக்க, to live a single life, to be alone.

ஒண்டு, III. *v. i.* (ஒன்று), join, unite, seek refuge or shelter, address oneself to somebody.
ஒண்டிப்பிழைக்க, –க்கொள்ள, to apply to the benevolence of some person and obtain a livelihood.

ஒண்ணு, *s.* corrupt form of ஒன்று, one; 2. *v. i.* see ஒண்.

ஒண்மை, *s.* (ஒள்), goodness, நன்மை; 2. beauty, அழகு.

ஒதி, ஒதியமரம், *s.* the name of a tree.
ஒதிபெருத்து உத்திரத்துக்காகுமா, though the odiya tree grow ever so large, will it answer for a beam?

ஒதுக்கம், ஒதுக்கு, ஒதுக்கிடம், *s.* (ஒதுங்கு), retreat, retirement, மறைவு; 2. a shelter, a hidden place, மறைவிடம்; 3. a narrow place, corner, இடுக்கு.
ஒதுக்காயிருக்க, to be out of the way, in a corner.
ஒதுக்குப்புறம் (ஒதுப்புறம்), the side of a building, tree etc. as affording shelter or privacy.
நிழலொதுக்கு, a shady place to resort to.

ஒதுக்கு, III. *v. t.* drive out of the way, push into a corner, ஒதுங்கச்செய்; 2. adjust, put in order, சீர்ப்படுத்து; 3. take under shelter, சேர் VI.

என் பயிருக்கும் தண்ணீர் ஒதுக்கு, lead the water to my field also.

கோழி குஞ்சுகளைச் செட்டைக்குள்ளொதுக்கும், the hen protects its chickens under its wings.

கரை ஒதுக்க, to cast on shore, to drive on shore.

புடவை ஒதுக்க, to tuck or gather up the clothes.

மயிரை ஒதுக்க, to adjust the hair with the hand or comb.

ஒதுங்கு, III. *v. i.* give way, enter into a place for shelter, பதுங்கு.

காரியம் ஒதுங்கியிருக்கிறது, the affair is settled.

ஒதுங்கிடம், place of retreat, shelter.

ஒதுங்கிப்போக, to get out of the way of a person in angry mood; to yield to any thing.

ஒத்தாசை, *s.* help, aid, support, உதவி.

ஒத்தாசைபண்ண, -செய்ய, to help, assist, aid.

ஒத்திக்கை (ஒத்திருக்கை), *s.* resemblance; 2. assistance, உதவி.

ஒத்து, *s.* a musical pipe, குழல்; 2. agreement in time in singing and dancing, தாளவொத்து.

ஒத்துப்பாட, to sing in concert.

ஒத்துப்பிடிக்க, -ஊத, to blow the pipe.

ஒத்து, ஒற்று, III. *v. i.* beat time on a cymbal or the hand தாளம்போடு; 2. give place, recede, விலகு.

தூர ஒத்திப்போ, go far off, recede further.

ஒப்பந்தம், *s.* conformity, இசைவு; 2. contract, உடன்படிக்கை; 3. smoothness, levelness, சமம்.

ஒப்பந்தம்பண்ண, to enter into a contract, to level, smooth.

ஒப்பம், *s.* evenness, smoothness, சமம்; 2. signature, கைச்சாத்து.

ஒப்பமிட, to polish; to make some thing even; 2. to subscribe one's name.

கையொப்பம், signature, subscription.

ஒப்பரவு (ஒப்புரவு), *s.* union, concord, reconciliation, ஒற்றுமை; 2. evenness, சமம்; 3. established customs, முறைமை.

ஒப்பரவாக, to be reconciled.

ஒப்பரவாக்க, to reconcile.

ஒப்பனை, *s.* a simile, comparison, parable, உவமை; 2. emblem, பாவனை; 3. example, திருஷ்டாந்தம்.

ஒப்பனைகாட்ட, to give an example.

ஒப்பனை சொல்ல, -இட, to compare.

ஒப்பாரி, *s.* comparison. ஒப்பு; 2. a funeral elegy, lamentation (abounding with comparisons), ஒப்புச்சொல்லியழுதல்.

ஒப்பாரிகொள்ள, -பிடிக்க, to esteem one as a near relation for his resemblance to a deceased member of the family.

ஒப்பாரிக்காரன் (*fem.* ஒப்பாரிக்காரி), the person so esteemed.

ஒப்பாரி சொல்ல, -இட்டழ, to bewail the death of a relation.

ஒப்பி, VI. *v. t.* (*caus.* of ஒ), cause to agree, ஒப்பச்செய்; 2. deliver up, surrender, ஒப்புவி; 3. prove, உரூபி.

கணக்கொப்பித்தேன், I delivered the account.

பையன் பாடம் ஒப்பித்தான், the boy repeated the lesson.

ஒப்பித்துக்கொள்ள, to take charge of an office or business.

ஒப்பு, *s.* (ஒ), comparison, likeness, resemblance, நிகர்; 2. consent, சம்மதம்; 3. evenness, eqality, சமம்.

ஒப்புத்தானே, do you agree to it, is it valid?

இது எதுக்கு ஒப்பாயிருக்கிறது, what does this resemble?

ஒப்படைக்க, to entrust, to deliver to the charge of another.

ஒப்பாசாரம், right conduct, compact, covenant; dissimulation, formality.

ஒப்பாக, ஒப்பாயிருக்க, to be like, to resemble.

ஒப்பிட, to compare.

ஒப்பில்லாதது, what is incomparable, precious.

ஒப்புக்கு, out of compliment, for conformity's sake.

ஒப்புக்கழ, to feign weeping, to bewail at funerals for ceremony's sake.

ஒப்புக்குச்சொல்ல, to say for form's sake, hypocritically.

ஒப்புக்கொடுக்க, to give over, deliver.

ஒப்புக்கொள்ள, to receive what is delivered; to assent, admit.

ஒப்பு, III. *v. i.* consent, assent to, சம்மதி.

ஒப்பச்செய்ய, to act so as to satisfy.

ஒப்பப்பண்ண, to persuade.

ஒப்புமை, *s.* exact resemblance, analogy, சமானம்.

ஒப்புரவு, *s.* see ஒப்பரவு.

ஒப்புவி, VI. *v. t.* (*caus. of* ஒப்பு), deliver, ஒப்பி; 2. surrender, consign, recommend, ஒப்புக்கொடு; 3. prove, மெய்ப்பி.

கணக்கொப்புவிக்க, to give account.

ஒப்புவித்துக் (ஒப்பித்துக்) கொள்ள, to receive what is delivered.

ஒயில், *s.* graceful gestures or walk, affected movements, ஒய்யாரம்.

ஒயில்மரம், *s.* pillory.

ஒயில்மரத்தில் மாட்ட, to put into the pillory.

ஒய், I. *v. i.* pass away, depart, ஒழி; 2. *v. t.* cause to go, செலுத்து.

ஒய்யாரம், *s.* graceful movements, a dignified air, affectation, vanity, ஒயில்.

ஒய்யார நடை நடக்கிறாள், she walks gracefully or affectedly.

ஒய்யாரக்காரன், a haughty person.

ஒய்யாரப்பேச்சு, boasting expression, big words.

ஒரு, ஓர், *adj.* (ஒன்று), a, an, one.

ஒருகண்டசீராயிருக்க, to be unchanged, to be always the same.

ஒருகால், *adv.* once, sometimes, perhaps.

ஒருகால் செய்தவன் இருகால் செய்வான், he that did so once will do the same again.

ஒருகாலும், ஒருபோதும் (*with neg. verb*), never.

ஒருகாலும் பொய்சொல்லான், he will never speak a falsehood.

ஒருகை, one hand; *fig.* party, union.

ஒருகையாயிருக்க, to be closely joined in business or friendship.

ஒருசந்தி, -பொழுது, a fast with one meal a day.

ஒருசந்தியிருக்க, -பொழுதிருக்க, to fast eating but one meal a day.

ஒருசாயல், of one form.

ஒருசேர, *adv.* (*inf.*), altogether, at once.

ஒருதரம், -விசை, once.

ஒருதலை, onesidedness, partiality; 2. absoluteness, positiveness.

ஒருதலைவலி, -நோவு, pain on one side of the head, the megrim.

ஒருதலைவழக்கு, an ex parte statement, partiality in giving judgment.

ஒருத்தன், ஒருத்தி, see ஒருவன்.

ஒருபொழுது, see ஒருசந்தி.

ஒருப்பட, ஒருவழிப்பட, to unite, join together, be reconciled; to have the mind fixed at, to be closely engaged in.

ஒருப்படுத்த, to cause to agree, reconcile; to concentrate the powers of the mind.

ஒருமனம், ஒருமனப்பாடு, unanimity, concord.

ஒருமனப்பட்டு, ஒருமனமாய், unanimously.

ஒருமாதிரி, one kind; singularity, peculiarity.

ஒருமாதிரியான மனுஷன், a peculiar man.

ஒருமுகம், one direction; union, harmony.

ஒருமுகமாய்ப்பேச, to speak partially or unanimously.

ஒருமுகமாய்ப்போக, to go in one direction.

ஒருவகையாயிருக்க, to be dispirited, dejected; to be somewhat indisposed.

ஒருவகையாய்ப்பேசுகிறான், he speaks in an unfriendly, strange manner.

ஒருவருமில்லை, there is nobody.

ஒருவரொருவராய், one after another.

ஒருவரோடொருவர், one with another.

ஒருவன், ஒருத்தன் (*fem.* ஒருத்தி), a man, one person.
ஒருவனாய்ப்போகிறான், he goes alone.
ஒருவனும் அப்படிச் செய்யான், nobody will do so.
ஒருவாய்ப்பட, with one voice.
ஒருவேளை, once, perhaps, sometimes.
ஒரே, ஒரே ஒரு, ஒன்றான, *adj.* only.
ஒரே குமாரன், an only son.
ஒரே (ஒரே ஒரு) மனுஷன், ஒரே ஒருவன், one single man.
ஒவ்வொரு, each.
ஒவ்வொருவராய் வருகிறார்கள், they come one by one.

ஒருக்கணி, ஒருக்களி, VI. *v. i.* lie on one side, ஒருக்கணித்துக்கிட; 2. *v. t.* shut partly, ஒஞ்சரி.
கதவைச் சற்று ஒருக்கணி, set the door ajar.

ஒருக்கு, III. *v. t.* bring to one point, unite, concentrate the powers of the mind, ஒருப்படுத்து; 2. destroy, kill, அழி VI.

ஒருங்கு, *s.* substance of a book, அடக்கம்; 2. *adv.* altogether, entirely, ஒருமிக்க.

ஒருங்கு, III. *v. t.* be collected, contained, அடங்கு; 2. be concentrated, ஒருப்படு; 3. perish, அழி II.

ஒருமி, VI. *v. i.* agree, be unanimous, ஒருமைப்படு.
ஒருமிக்க, at once, together.
ஒருமித்துப் போக, to go with one accord.
ஒருமிப்பு, *v. n.* union, harmony.

ஒருமை, *s.* oneness, union, concord, ஒற்றுமை; 2. singular number.
ஒருமைப்பட்டிருக்க, to live in union and peace.
ஒருமைப்படுத்த, to unite, reconcile.
ஒருமைப்பாடு, unanimity, concord.

ஒருவு, III. *v. t.* leave, avoid, விலக்கு; 2. *v. i.* be excepted, fail, தவிரு; 3. go aside, turn aside விலகு.

ஓர்தலாம், *s.* mint, a creeper.

ஒலி, *s.* a sound, noise, roar, shout, ஓசை; 2. articulate sound.
ஒலிமுகம், ஒலிமுகவாசல், the outer gate of a city, temple etc.
பேரொலி, great noise.

ஒலி, VI. *v. i.* sound, roar, clamour, சத்தி.
ஒலிகடல், the roaring sea.
ஒலிவளை, tinkling bracelets.

ஒலுங்கு, *s.* mosquito, gnat, கொசுகு.

ஒல், an imitative sound.
ஒல்லென ஒலிக்க, to make a roaring noise as the sea.

ஒல்லி, *s.* besom, broomstick, துடைப்பம்; 2 slender person, மெலிந்தவன்; 3. thinness, மென்மை; 4. an empty, blighted cocoanut, வெறுமையான தேங்காய்.
ஒல்லி மனுஷன், – யாள், – யாயிருக்கிறவன், a very thin, slender person.

ஒல்லு, III. *v. i.* join, combine, கூடு; 2. agree, suit, இணங்கு; 3. be possible, practicable, இயலு.

ஒல்லே, *s.* quickness, swiftness, சீக்கிரம்.

ஒவ்வு, III. *v. i.* consent, agree, be fit, பொருந்து.
ஒவ்வாக்காரியம், an unseemly or impracticable thing.
ஒவ்வாமை, ஒவ்வாத்தனம், unfitness, disharmony, unlikeness, discord.

ஒழி, II. *v. i.* cease, ஓய்; 2. be over, முடி; 3. go off, நீங்கு; 4. die, சா; 5. be excepted, தவிரு; 6. clear off, தீரு.
வேலை ஒழிந்தபோது, when the business is over, when I am at leisure.
நாலுவிட்டு, ஒழிந்த பழமெல்லாம் நன்றாயிருந்தது, four of the fruits excepted, the rest were good ones.
கூட்டம் ஒழிந்தது, the meeting is over.
ஒழிந்தஇடம், a retreat; a retired spot.
ஒழிந்த வேளை, leisure hour.
ஒழிபு, *v. n.* remainder.
ஒழிபியல், supplement.
ஒழிய, *adv.* (*inf.*), except, unless, without.
அவனேயொழிய வேறொருவனும் அதுக்கானவனல்ல, none besides him is fit for it.
நீர் அப்படிச் செய்தாலொழிய காரியம் ஆகாது, it will not succeed unless you do so.
ஒழியாமை, *neg. v. n.* being incessant, unceasing.
ஒழிவு, ஒழிகை, *v. n.* ceasing, forsaking, omission, defect.

ஒழி, VI. *v. t.* cause to cease, put a stop

to, முடி VI; 2. remove or put away, தள்ளு; 3. evacuate, காலியாக்கு; 4. ruin, அழி VI.

அவனை ஒழித்துப்போடு, remove him, get rid of him.

ஒழித்த இடம், a place that is cleared.

வீட்டை ஒழித்து வைக்க, -ப்போட, to vacate the house.

வேலையை ஒழிக்க, to finish the work.

ஒழுகு, III. *v. i.* leak, fall by drops, drop through; 2. run in a course, flow, பாய்; 3. walk morally, நெறிப்படி நட.

ஒழுகல், *v. n.* leaking, flowing, behaviour.

ஒழுக்கு, ஒழுகுகை, *v. n.* the dropping through, leaking.

ஒழுக்கு மாற்றிப்போட, to cover the places where it drops through, to stop a leak.

ஒழுக்கம், ஒழுக்கு, *s.* (ஒழுகு), conduct, manners, நடை; 2. good conduct, virtue, morality, நன்னடக்கை; 3. prescribed rules of conduct, முறைமை.

ஒழுக்கமாயிருக்க, to be well-behaved, modest.

நல்லொழுக்கம், ஒழுக்க வணக்கம், good manners, modesty, virtuous life.

தீயொழுக்கம், bad manners, wicked life.

ஒழுக்கு, III. *v. t.* cause to drop, distil, ஒழுகச்செய்; 2. direct, regulate, நடத்து.

ஒழுங்கு, *s.* row, line, order, regularity, வரிசை; 2. rule, discipline, முறை; 3. good conduct, decency, modesty, ஒழுக்கம்.

ஒழுங்காக வை, put in order.

ஒழுங்கான நடை, orderly behaviour.

ஒழுங்கில்லாமல் கிடக்க, to be in disorder or confusion.

ஒழுங்கின்மை, disorder, confusion.

ஒழுங்குப்படுத்த, tc set in order, arrange, organize.

ஒழுங்கோடிருக்க, to be in good order.

ஒழுங்கு, III. *v. i.* go out of order, ஒழுங்கு தவறு; 2. be straight, orderly, நிரல்படு.

ஒளி, *s.* light, splendor, பிரகாசம்; 2. hiding place, மறைவிடம்; 3. screen for the fowler to catch birds.

ஒளிபடர, to spread as light.

ஒளிமங்க, -மழுங்க, to grow dim.

ஒளிவீச, -விட, to shine, to emit light, to cast rays.

ஒளிவைத்துப்பிடிக்க, to catch the game by setting a snare.

ஒளி, VI. *v. t.* conceal, hide, மறை VI; 2. *v. i.* abscond, மறை II.

ஒளித்திருக்க, to lurk unseen.

ஒளித்துக்கொள்ள, to conceal or to hide one-self.

ஒளித்துக்கொண்டு திரிய, to abscond, to stray, to wander in private, in a state of incognito.

ஒளித்துவிளையாட, to play at hide-and-seek.

ஒளிப்பிடம், a hiding place, an ambush, ஒளிவு.

ஒளிர், II. *v. i.* shine, give light, பிரகாசி.

ஒளிர்வு, *v. n.* shining light, splendor.

ஒளிவு, *s.* light, splendor, ஒளிர்வு; 2. (ஒளி), hiding place, ஒளிப்பிடம்.

ஒளிறு, *s.* splendor, light, ஒளிர்வு.

ஒள், *adj.* bright, பிரகாசமான; 2. good, excellent, நல்ல; 3. beautiful, அழகுள்ள; 4. knowing, அறிவுள்ள. *In combin.* the ள் may change into ட் or ண் see ஒட்பம், ஒண்மை etc.

ஒள்ளொளி, a brilliant light.

ஒறு, VI. *v. t.* mortify the body, suppress the passions, அடக்கு; 2. punish, chastise, தண்டி; 3. rebuke, கண்டி; 4. *v. i.* fail, become scarce.

ஒறுத்துக்கொண்டிருக்க, to be afflicted.

ஒறுப்பு, *v. n.* self-restraint, punishment, reproof.

மழையொறுத்தகாலம், a drought.

ஒறுவாய் (*prop.* அறுவாய்), *s.* breaking, breach.

ஒறுவாயன், a hare-lipped man.

ஒறுவாய்ப்பானை, a pot chipped in the edge.

ஒற்கம், *s.* poverty, indigence, வறுமை; 2. restraint, அடக்கம்.

ஒற்றி, *s.* lease, a leasehold, a thing pawned, அடைமானம்.

ஒற்றிக்காணி, mortgaged land.

ஒற்றிச்சீட்டு, a mortgage bond, lease.

ஒற்றிவைக்க, to pawn, to mortgage lands, trees etc.

ஒற்றி, VI. *v. i.* be odd as numbers, ஒற்றைப்படு.
ஒற்றித்தமனம், a single mind, sincerity.
ஒற்றித்தவெண், odd numbers.

ஒற்று, *s.* consonant, மெய்யெழுத்து; 2. spying, searching, வேவு; 3. spy, வேவுகாரன்; 4. messenger, தூதன்.
ஒற்றர், spies, emissaries.
ஒற்றுக்கேட்டல், eavesdropping.
ஒற்றெழுத்து, a consonant.

ஒற்று, III. *v. t.* bring into contact, join, அணை; 2. touch, apply foment, ஒற்றுப்பிடி; 3. *v. i.* give place to another, recede, move aside, விலகு.
ஒற்றி நடக்க, -ப்போக, to walk aside.
ஒற்றிக்கொள்ள, to give way, recede, foment one's self, encroach on another's land.
ஒற்று, ஒற்றிடம், *v. n.* fomentation.
ஒற்று (ஒற்றிடம்) போட, -கொடுக்க, -இட, -பிடிக்க, to foment.

ஒற்றுமை, *s.* union, agreement, ஒருமை.
எல்லாரும் ஒற்றுமையாயிருக்கிறார்கள், they live in peace and harmony, they are unanimous.

ஒற்றை, *s.* one of a pair or couple ஒன்று; 2. that which is single, singleness, தனிமை; 3. odd numbers, ஒற்றையெண்; 4. a leaf in a book, தனியேடு.
இது ஒற்றையோ, இரட்டையோ, is it odd or even?
ஒற்றை இரட்டை பிடித்தல், playing at odd and even.
ஒற்றையாள், a single person.
ஒற்றைவாய்க்கணக்கு, an easy calculation made up by a single operation.

ஒன்பது, *s. & adj.* nine.
ஒன்பதாவது, *adj. & adv.* ninth, ninthly.
ஒன்பதினாயிரம், nine thousand.
ஒன்பதுக்கொன்பது, nine times nine.
ஒன்பத்துமூன்று, nine times three.

ஒன்றி (ஒண்டி), *s.* (ஒன்று), a single or lonely person, தனியன்.
ஒன்றிக்காரன், -யாள், a lonely person, a bachelor, a widower.
ஒன்றிப்பு, *v. n.* union, concord, harmony.

ஒன்றி, VI. *v. i.* unite, combine, பொருந்து.
ஒன்றித்துவாழ, to live in union, harmony.

ஒன்று, *s.* one, one thing.
நான் சொன்னதொன்று, அவன் செய்ததொன்று, I told him one thing and he did another.
மனம் ஒன்று வாக்கொன்று, in him word and thought differ.
ஒன்று பாவத்தைவிடு, ஒன்று நரகத்தில் வேகு, either forsake sin or burn in hell.
ஒன்றில் இதைவாங்கு, ஒன்றில் அதை வாங்கு, take either this or that.
ஒன்றுதங்கிப் போகவேண்டும், you must halt one night on the road.
ஒன்றால் ஒன்றுக்குக்குறைவில்லை, I stand not in need of any thing whatsoever.
ஒன்றடி மன்றடி, *colloq.* ஒண்ணடி மண்ணடி, promiscuousness, confusion, disorder.
ஒன்றன்பால் (*in gram.*), neuter singular.
ஒன்றாய், altogether.
ஒன்றானகுமாரன், the only son.
ஒன்றுக்குப்போக, to go to make water.
ஒன்றுக்குள் ஒன்று, one among another; mutually; nearest relations.
ஒன்றுக்கொன்று, to or for each other.
ஒன்றுக்கொன்று வித்தியாசம், different one from another.
ஒன்றுபட, to be united, become reconciled.
ஒன்றுபடுத்த, to bring about a union, to reconcile.
ஒன்று பாதியாய் விற்க, to sell at half price or at a low price.
ஒன்றும் (with a *neg. verb*), nothing.
ஒன்றும் அறியாதவன், one who knows nothing.
ஒன்றுமற்றவன், a very poor person.
ஒன்றுமில்லை, there is nothing.
ஒன்றுவிட்ட தம்பி (அண்ணன்), a cousin.
ஒன்றுவிட்டொருநாள், every other day, alternate days.
ஒன்றேயொன்று, one only.

ஒவ்வொன்று, each.
ஒவ்வொன்றாய், one by one.

ஒன்று, III. *v. i.* unite, join, coalesce, இணை; 2. agree, suit, பொருந்து.
இப்படிச்செய்ய ஒன்றாது, it is not proper or convenient to do so.
ஒன்றார், ஒன்றாதார், ஒன்னார், foes.
ஒன்றிப்போக, to become united, to grow conformable.
ஒன்றுகுடி, a family or person living in another's house.
ஒன்றுகை, *v. n.* uniting, union.

ஒன்னப்பூ, *s.* a female ear-ornament.

ஒன்னார், *s.* see under ஒன்று, *v.*

ஓ

ஓ, *interj.* (implying admiration or pity), behold, alas! as ஓ, ஓ, பெரியவன், behold what an illustrious person he is! ஓ, ஓ, காரியங் கெட்டுப் போயிற்று, alas! the matter is utterly ruined; 2. *interrog. affix* (implying doubt or negation) as அவனோ வந்தான், is it he (doubtful) that came? படிக்கவோ வந்தாய், did you come to learn? (no, but to play); நானோ சொன்னேன், have I said so? நீ செய்தாயோ? did you do it? (no). (N. B. In addressing God or oneself the interrog. sign ஓ is considered elegant); 3. *conjunctive affix* (implying doubt), whether, as அவன் வருவானோ, தெரியாது, I do not know, whether he will come; 4. *connective affix* (with following emphatical ஏ, தான் or எல்லாம்), குரு எப்படியோ அப்படியே சீஷனும், the disciple will be just like his master; அவர் என்னென்ன சொல்லுகிறாரோ, அதை எல்லாம் செய், whatever he says that do; 5. *adversat. affix* (also ஓவென்றால்), but, as நான் அழைத்தேன் அவனோ (வென்றால்) வரவில்லை, I called him but he did not come; 6. *conditional affix* (implying warning), நீ அதைச் செய்தாயோ, செத்தாய், if you do that, you are dead; 7. affixed to an interrogative, it expresses ignorance or great doubt, as அவன் ஆரோ, I know not who he is.

ஓகோ, *interj.* implying surprise, pity, regret etc.

ஓக்காளம், *s.* retching, heaving, வாந்தி.
வெள்ளோக்காளம், nausea when water alone is emitted.
வெள்ளோக்காளம் எடுக்க, to be sick in the stomach.

ஓக்காளி, VI. *v. i.* be squeamish, vomit, heave or retch from nausea, வாந்திசெய்.
ஓக்காளிப்பு, *v. n.* loathing, squeamishness, nausea, retching, heaving.
ஓக்காளிப்பாயிருக்க, to be squeamish.

ஓங்கல், *s.* mountain, மலை; 2. king, அரசன்; 3. *v. n.* of ஓங்கு.

***ஓங்காரம்**, *s.* the mystic syllable ஓம்.

ஓங்கில், *s.* a sea-fish.

ஓங்கு, III. *v. i.* be high, rise high, உயரு; 2. shoot up, grow high, வளர்; 3. mount, soar, எழும்பு; 4. be exalted, dignified, பெருமையுறு; 5. increase in wealth etc., flourish, அதிகரி; 6. vomit, சத்திசெய்; 7. *v. t.* lift up, raise the arm, stick etc., உயர்த்து.
ஓங்கல், height, elevation, rising; vomitting.
ஓங்கலானது, ஓங்கினது, that which is high.
ஓங்கிப்பார்க்க, to stand on tiptoe and look.
ஓங்கியடிக்க, to raise the hand, stick etc. and strike.
ஓங்கியசெல்வம், abounding wealth.
ஓங்கியிருக்க, to be high.
ஓங்கிவளர, to grow high, to increase, in wealth, to prosper.

ஓசரம், (*corrupt form* of கோசரம்), *s.* (*Tel.*), for the sake of, on account of.
அதற்கோசரம், on account of that.
எனக்கோசரம், for my sake.

ஓசனி, VI. *v.t.* flap the wings.

ஓசீவனம், *s.* support, livelihood.

ஓசு, *s.* fame, renown, கீர்த்தி.

ஓசை, *s.* sound, vocal sound, ஒலி; 2. musical sound, இசை.
ஓசைப்பட, to clink.
ஓசையாயிருக்க, to yield a sound, to be melodious.
உள்ளோசை, a sound from within.
பேரோசை, a great sound.
ஓச்சம், *s.* celebrity, கீர்த்தி.
ஓச்சன், *s.* a sacrificer to the goddess, பிடாரி.
ஓச்சு, III. *v. t.* cast away, throw, எறி; 2. cause to go, govern, செலுத்து; 3. drive away, ஓட்டு.
அரசன் செங்கோலோச்சினான், the king swayed the sceptre.
*__ஓடம்__, *s.* a boat, ferry boat, படகு.
ஓடக்காரன், a boat man, ferry man.
ஓடக்கூலி the fare paid at a ferry, ferriage.
ஓடக்கோல், a ferryman's pole.
ஓடம்விட, to propel a boat, to ferry over people or goods.
சிற்றோடம், a small boat.
ஓடியம், *s.* ribaldry, obscenity, பரிகாசம்.
ஓடு, *s.* a potsherd, கலவோடு; 2. tile, தட்டோடு; 3. skull; 4. a pod, the shell of a nut, an egg etc.; 5. mendicant's vessel, திருவோடு.
ஓடுபிரிக்க, to remove the tiles from a house.
ஓடுபோட, -பரப்ப, -வேய, to cover with tiles.
ஓடுமாற்ற, -திருப்ப, to turn the tiles of a house.
ஓட்டடை, ஓட்டப்பம், a pancake.
ஓட்டாங்கிளிஞ்சில், broken oyster shells.
ஓட்டாண்டி, a mendicant; 2. a destitute man.
ஓட்டாம்பாரை, a fish.
ஓட்டுத்தடுக்கு, a tiled roof.
ஆமையோடு, a tortoise shell.
தட்டோடு, சிற்றோடு, a flat tile.
தலையோடு, மண்டையோடு, the skull, brain pan.
நாழியோடு, a spout to convey water from the house.
வறையோடு, a frying pan.
ஓடு, a sign of the 3rd case, the social ablative, with, together with.
புருஷனோடு வாழுகிறாள், she lives with her husband.
மரத்தை வேரோடு வெட்டினான், he cut the tree with the root.
கட்டோடு, entirely.
ஓடு, III. *v. i.* run, sail, pass quickly, flee, விரைந்து செல்; 2. extend, grow long, நீளு.
வேரோடுகிறது, the roots run into the ground.
கப்பல் ஓடுகிறது, the ship sails or is under sail.
ஓடாணி, a pin or bolt for fastening the parts of a jewel.
ஓடிப்பிடிக்க, to overtake in running.
ஓடிப்போக, to run away, to fly off.
ஓடியாடிப்பார்க்க, to go about, to endeavour.
ஓடிவர, to come running.
ஓடுகாலன், நாடோடி, a vagabond, an unsteady character.
ஓடுவிப்புருதி, a running cancer.
ஓடை, *s.* a large water course, a brook, நீரோடை; 2. a tank or reservoir, குளம்.
ஓட்டம், *v. n.* running, flight, course, a run; 2. current, நீரோட்டம்; 3. defeat, rout, தோல்வி.
அவன் அங்கே எடுத்த ஓட்டம் இங்கே வந்தோய்ந்தது, he ran all the way hither.
ஒரே ஓட்டமாய்வா, come at once without halting on the way.
ஓட்டத்தில்விட, to gallop, to put off.
ஓட்டங்காட்ட, to run on inducing others to follow.
ஓட்டமாய் ஓட, to run with great speed.
ஓட்டம்பிடிக்க, to run off with speed, to flee; 2. to overtake in running.
நீரோட்டம், a current.
*__ஓட்டம்__, ஓஷ்டம், *s.* the upper lip, மேல் உதடு.
ஓட்டு, III *v. t.* cause to run, drive, steer a ship, drive a carriage, செலுத்து; 2 drive away, chase, ஓடச்செய்; 3. pass in, insert, உட்செலுத்து.
பேயோட்டிப்போட்டான், he has expelled the demon.
ஓட்டல், *v. n.* driving away.
ஓட்டி (*in combin.*), a driver, as ஆ

ளோட்டி, a superintendent of the workmen, பேயோட்டி, an exorcist.

ஒட்டிவிட, to drive away.

ஒட்டு, *v. n.* sailing, a line of conduct.

கொழும்பு எத்தனை நாள் ஓட்டு or ஓட்டம், how many days sail is Colombo?

அந்தவோட்டிங்கே செல்லாது, that course of conduct will not be tolerated here.

ஒட்டை, *s.* a crack, flaw, a cracked vessel, bell etc., உடையல்.

ஒட்டைப்பானை, a cracked pot.

ஒட்டையாயிருக்க, to be cracked.

ஒட்டையுடைசல், cracked and broken things.

ஒட்டைவாயன், a babbler; one who keeps no secrets.

ஓணான், *s.* lizard, blood-sucker. Its different kinds are: கரட்டோணான், சீத்தியோணான், சிவப்போணான், பச்சோணான் etc.

ஓணான்கொத்தி, a kind of hawk that kills and eats lizards and blood-suckers.

ஓதம், *s.* moistness, dampness, ஈரம்; 2. hydrocele, hernia, rupture, அண்டவாதம்; 3. flood, வெள்ளம்; 4. wave, திரை; 5. the sea, கடல்.

ஓதக்காரன், a person with rupture.

ஓதக்கால், elephantiasis, large leg.

ஓதம் ஏற, to become damp.

*__ஓதனம்__, *s.* boiled rice, சோறு; 2. food, உண்டி; 3. greatness, பெருமை; 4. battle, war, போர்.

ஓதி, *s.* a lizard, blood-sucker ஓந்தி; 2. woman's hair, பெண்மயிர்; 3. learning, wisdom, ஞானம்; 4. a learned person, வித்துவான்.

ஓதிமம், *s.* a swan, அன்னம்; 2, hill, மலை; 3. tamarind tree, புளியமரம்.

ஓது, III, *v. t.* read, recite the Vedas, வேதமோது; 2. chant prayers, pray, ஜெபமோது; 3. utter incantations, மந்திரமுரை; 4. read, learn, படி; 5. say, speak, சொல்லு; 6. teach, advice, புத்திசொல்லு.

காதிலேயோதிவிட்டாள், she has given secret advice.

ஓதுவதொழியேல், cease not to learn.

ஓதல், *v. n.* reciting the Vedas, reading, learning.

ஓதியிறைக்க, to sprinkle holy water.

ஓதுவான் (*pl.* ஓதுவார்), teacher or chanter of religious hymns; a learner, student.

ஓதை, *s.* sound, noise, ஒலி.

ஓத்து, *s.* Vedas, வேதம்; 2. a chapter or section, இயல்.

ஓநாய், ஓனாய், கோநாய், *s.* wolf, தோண்டான்.

ஓந்தி, *s.* a chameleon, பச்சோந்தி; 2. a blood-sucker, ஓணான்.

ஓப்பிடியாள், *s.* see ஒய்ப்பிடியாள்.

ஓமம், *s.* omum, sison or bishop's weed.

ஓமத்தண்ணீர், omum water.

*__ஓமம்__, *s.* burnt offering, casting of ghee, grain etc. into the sacred fire.

ஓமகுண்டம், a hole made in the ground for sacrificial fire.

ஓமஞ்செய்ய, to perform a burnt sacrifice.

ஓமம்வளர்க்க, to kindle and feed the sacrificial fire.

ஓமாக்கினி, sacrificial fire.

ஓமல், *s.* a rumour, report, ஊர்ப்பேச்சு.

ஓமலாயிருக்கிறது, ஊர் ஓமலாயிருக்கிறது, it is the common talk of the town.

உன்னால் இந்த இரகசியம் ஊர் ஓமலாகும்படி வந்தது, this secret has been published through you in the whole town.

ஓமல்பட, to spread as a rumour.

ஓம், the termination of the *1st. pers. pl.* of verbs as வந்தோம், we came.

*__ஓம்__, *interj.* an expression of solemn assertion or assent, yes; 2. *s.* the mystic name of the Deity (from அ the name of Vishnu, உ of Siva, and ம் of Brahma), used especially in the beginning and end of incantations, books etc.

ஓமென்ன, ஓம்பட, to consent, to say yes.

ஓம்பு, III. *v. t.* protect, save, கா; 2. preserve, பாதுகா; 3. support, பேணு.

ஓம்பல், *v. n.* taking care of any thing, பாதுகாத்தல்.

விருந்தோம்பல், entertaining guests and devotees, hospitality.

ஓய், *interj.* used in calling any one loud.

ஓய், II. *v. i.* desist, cease, ஒழி; 2. rest, இளைப்பாறு; 3. become tired or weak, தளரு.

ஆய்ந்தோய்ந்து பார்க்க, to consider maturely, to deliberate.

அவனுக்குக் கையும் காலும் ஓய்ந்துபோயிற்று, his hands and legs have become weary and weak, or paralysed through over-exertion or illness.

அடித்தோய, to desist from beating.

ஓயாக்கவலை, incessant cares and anxieties.

ஓயாமல், incessantly, without intermission.

ஓயாமாரி, incessant rain.

ஓய்ந்திருக்க, to cease from work, to rest.

ஓய்வு, ஓயல், *v. n.* cessation, ceasing, rest, weakness.

ஓய்வு நாள், the day of rest, the sabbath day (*Chr. us.*).

ஓய்ப்பிடியாள், ஓரகத்தி (*com.* ஒப்பிடியாள்), *s.* the wife of the husband's brother.

ஓரம், *s.* extremity, margin, edge, side, the border of anything, விளிம்பு; 2. shore, strand, கரை; 3. partiality in speaking etc., பட்சவாதம்.

வழக்கோரஞ்சொல்ல, to pass partial judgment.

ஓரக்கண், squint-eye.

ஓரக்கண்ணன், a squint-eyed person; a partial man.

ஓரம்பேச, to speak partially.

ஓரவஞ்சனைபண்ண, to act with partiality.

ஆற்றோரம், the river-side, the bank of a river.

கடலோரம், the sea-side, sea-shore; sea-coast.

ஓராமீன், *s.* a kind of fish.

ஓராயம், *s.* the close imperceptible joining of two boards, இணைப்பு.

ஓராயம்பார்க்க, to join boards very closely together.

ஓரி, *s.* jackal, நரி; 2. the male of animals in general, விலங்கேறு; 3. a queer fellow, a unique person.

ஓரிபோலழ, to howl like a jackal.

ஓர், *adj.* (mostly before vowels), one, ஒரு.

ஓரிலை, one leaf.

ஓருப்பு, ஓருப்புக்கல், one grain of salt.

ஓரொரு, ஓரோர், each one, one of each, one at a time.

ஓர், ஓரு, II. *v. t.* inquire, consider attentively, ponder, ஆராய்; 2. feel, understand, perceive, தெளி.

ஓர்ச்சி, ஓர்வு, ஓர்பு, ஓர்தல், *v. n.* consideration, investigation.

ஓர்ந்துபார்க்க, to consider attentively.

ஓர்சல் (ஒழிதல்), *s.* settlement of a business.

ஓர்சலாக்க, —பண்ண, to settle or decide a quarrel or other matters, to bring to conclusion.

ஓர்ப்பு, *s.* perseverance, fortitude, ஓர்மம்; 2 patience, endurance, பொறுமை.

ஓர்மம், *s.* fortitude, courage, மனத்திடன்.

ஓர்மி, VI. *v. i.* be courageous, daring, valiant.

ஓர்மிப்பு, *v. n.* courageousness, boldness.

ஓர்மை, *s.* fortitude, துணிவு.

ஓலக்கம், *s.* assembly of the king etc. for public purposes, சபை; 2. a hall of audience, சங்கதானம்.

ஓலக்கமண்டபம், a place for an assembly in a temple.

ஓலக்கம்பண்ண, to assemble publicly.

திருவோலக்கம், the assembly at a public festival.

ஓலம், *s.* sound, noise, சத்தம்; 2. lamentation, invocation of the deity, அபயக்குரல்.

ஓலமிட, to call on God for help, to weep aloud.

ஓலமிட்டழுகிறாள், she is crying or weeping loud.

ஓலாட்டு, ஓலாட்டுதல், *v. n.* lulling a child to sleep.

ஓலை, *s.* a palm leaf of any species, an ola; 2. a letter written upon such a leaf, சீட்டு; 3. the summons or notice of death, இயமனோலை; 4. a femal ear-ornament.

ஓலைகொண்டுவந்தான், he brought a message, an ola.
ஓலைகூற (*Chr. us.*), to publish marriage bans.
ஓலைக்குடை, an umbrella made of palm leaves.
ஓலைச்சிறகு, the half of an ola.
ஓலைச்சுருள், an ola letter inclosed in a செந்திரிக்கம்.
ஓலைப்பாம்பு, a kind of snake.
ஓலையெழுதியனுப்ப, to write and send a letter on a palm leaf.
ஓலைவாங்க, to receive the summons of death, to die.
ஓலைவாளை, a kind of fish.
ஓலைவீடு, a house thatched with palmyra leaves.
காதோலை, an ear-hoop of palm leaf or of gold.
குருத்தோலை, a young shoot of palm.
சாவோலை, a death notice.
தாழையோலை, leaves of the wild pine apple tree.
தென்னோலை, a leaf of a cocoanut tree.
பட்டோலை, a written order, royal edicts; 2. the original invoice of goods etc.
பனை ஓலை, a palmyra leaf or cadjan.
மணவோலை, a marriage notice.
முகவோலை, a letter.

ஓல், *s.* a sound, ஓலம்.

ஓவியம், *s.* a picture. சித்திரம்; 2. puppet, பிரதிமை.
ஓவியமானபிள்ளை, a darling child, a pet.
ஓவியர், painters, artists, sculptors, mechanics.

ஓவு, III. *v. i.* cease, terminate, ஒழி; 2. suffer, வருந்து.
ஓவாப்பிணி, an incurable disease.

ஓனுய், ஓநாய், *s.* a wolf.

ஔ

***ஔஷதம்**, ஔடதம், *s.* medicine, physic, a remedy, அவிழ்தம்.
இலங்கனம் பரம ஔஷதம், fasting is the best medicine.

***ஔதாரியம்**, *s.* munificence, மிகுகொடை.
ஔதாரியன், a very generous person.

ஔவியம், *s.* envy, பொறாமை.
ஔவியம் பேசேல், do not speak enviously.

ஔவு, III. *v. t.* grasp, seize கௌவு; 2. rub off the skin, excoriate.

ஔவை, *s.* mother, matron, தாய்; 2. the eldest of the four sisters of திருவள்ளுவர் and authoress of several popular moral poems, ஔவையார்.

க

க, a termination of the optative mood, as வாழ்க, let me, (him, her or it) prosper, may we, you or they prosper; 2. sign of the figure one.

ககரம், ககாரம், *s.* the letter க.

கஃசு *s.* a weight, the fourth of a பலம்.

***ககம்**, *s.* a bird, பறவை; 2. an arrow, அம்பு.
ககபதி, the Brahmany kite, the king of birds, கருடன்.

***ககனம்**, *s.* a jungle, காடு; 2. the sky, ஆகாயம்; 3. an army, படை.

***ககோளம்**, *s.* celestial sphere.
ககோளசாஸ்திரம், astronomy.

***கக்கசம்**, கக்கிசம், கக்கிஷம், *s.* difficulty, harshness, violence, பிரயாசம்.
கக்கிஷமாயிருக்க, to be difficult.
கக்கிஷமானவேலை, difficult task.

***கக்கம்**, கக்ஷம், *s.* the armpit, அக்குள்; 2. the side under the arm down to the hip; 3. the sediment of oil etc., கடுகு.
கக்கத்திலே இடுக்கிக்கொண்டுபோக, to carry under the arm.
கக்கத்திலே வைக்க, to put under the arm.

கக்கபாளம், a vessel or bag carried under the arm.

கக்கரி, *s.* a cucumber creeper.

கக்கலாத்து, *s. (for.)*, the cockroach, கரப்பான் பூச்சி.

கக்கலாத்துப்பிள்ளை, an albino child.

***கக்கிசம்**, *s.* see கக்கசம்.

கக்கு, III. *v. t.* vomit, சத்திசெய்; 2. eject poison as a snake; 3. *v.i.* shoot out ears of corn, கதிரீனு; 4. cough spasmodically as in whooping cough, இருமு.

குருவி தன் குஞ்சுக்குக் கக்கிக்கொடுக்கிறது, the bird feeds its young from its own mouth.

பாம்பு விஷத்தைக்கக்கிற்று, the snake has ejected its poison.

எண்ணெய் கக்கிப்போட்டது, the oil has oozed out or come off.

கக்கல், *v. n.* act of vomitting; that which is vomitted.

கக்குவான், whooping cough.

கக்குவிக்க, கக்கவைக்க, to be importunate for anything due.

கக்குசு, *s.* (*Port.*), privy.

கக்குரீதி, *s.* hardship, hard-dealing, கக்கிசம்.

***கங்கணம்**, *s.* bangle, bracelet, கடகம்; 2. an arm ring, வளை; 3. a yellow cord tied round the right arm of the bride-groom and to the left arm of the bride in marriage ceremonies and round the arm of those who have made a religious vow, மஞ்சட்காப்பு; 4. a water bird.

கங்கணம் கட்டிக்கொள்ள, to tie such a cord, to undertake a thing with a vow.

இது காரியத்துக்காகக் கங்கணம் கட்டிக் கொண்டேன், I have bound myself with a vow to undertake the business.

கங்கம், *s.* a hawk, பருந்து; 2. an eagle, கழுகு; 3. a comb, சீப்பு; 4. spark of fire, தீப்பொறி; 5. arsenic, பாஷாணம்.

கங்காணம், *s.* see கண்காணம்.

***கங்காளம்**, *s.* skeleton, முழு எலும்பு; 2. a large brass-dish to eat from, உண்கலம்

கங்காளன், Siva as wearing bones.

கங்காளி, Kali.

கங்கு, *s.* a limit, border, எல்லை; 2. a bank, ridge, வரம்பு; 3. a kite, பருந்து; 4. the bottom of a palmyra leaf stem attached to the tree.

துணி கங்கு கங்காய்க் கிழிந்தது, the cloth is torn in shreds.

கங்கு கரையில்லாத சனம், an immense crowd, countless host.

கங்கு கரையில்லாத பேச்சு, unrestrained, unlimited talk.

கங்குமட்டை, the bottom of a palmyra leaf stalk embracing the tree.

கங்குல், *s.* night, இரவு; 2. darkness, இருள்.

***கங்கை**, *s.* the river Ganges, பாகீரதி.

கங்காசலக்குப்பி, a vessel in which the Hindu ascetics bring water from the Ganges.

கங்கா சலமாட, கங்காஸ்நானம்பண்ண, to bathe in the Ganges.

கங்காதரன், Siva.

கங்காதீரம், the banks of the Ganges.

கங்காதேவி, the river Ganges as goddess, a wife of Siva.

ஆகாச கங்கை, water up in the sky.

கச, VII. *v. i.* be bitter, or harsh, கை; 2. be embittered or disgusted with, வெறு.

ஒருவன் மேலே கசந்திருக்க, to be bitter against one.

கசந்தது, கசப்பானது, that which is bitter.

கசப்பு, *v. n.* bitterness, disgust.

கசகசத்தல், *s.* bustling, rustling, rattling as silk, paper etc.

கசகசென்று நடக்கிறான், he walks fast making noise with his garments, sandals etc.

கிணற்றில் கசகசென்று தண்ணீர் சுரக்கிறது, the water springs up in the well with a gurgling noise.

கசகசா, *s.* the poppy plant or its seed.

கசகு, III. *v.i.* be unwilling, backward, நழுவு.

கசக்கு, III. *v. t.* rub with the hands, தேய்; 2. squash, squeeze, பிசை; 3. wash softly, scour, கழுவு.

மனதைக் கசக்கிப்போட்டான், he has wounded my feelings.

கண்ணைக்கசக்க, to rub the eyes as one who has just awoke.

கசக்கிப்பிழிய, to wash and squeeze out (as cloth); 2. to squash and squeeze out (as leaves).

கசக்கு, *v. n.* squeezing, languor.

கசங்கு, *s.* a palm tree, ஈந்து; 2. its leaf stalk.

கசங்கு, III. *v. i.* be crumpled, squeezed, bruised, பிதுங்கு; 2. fade away, wither, குழை: 3. be wearied or exhausted, இளை; 4. be hurt in mind, மனநோ.

வேலையினாலே கசங்கிப்போனான், he is worn down by labour.

கசங்கல், *v. n.* the state of being crumpled, fading.

கசடு, *s.* blemish, wickedness, fault, குற்றம்; 2. stain, blot, filth, மாசு; 3. doubt, ஐயம்; 4. scar, wrinkle, தழும்பு; 5. dregs, settlings, lees, மண்டி.

கற்க கசடற, learn thoroughly.

கசடன் (*fem.* -கசடி), a base, lowbred, wicked person; an inconsiderate or careless man.

கசட்டுத்தனம், imperfection, improper course.

***கசம்**, கஜம், *s.* an elephant, யானை; 2. a length measure of two cubits, a yard.

கசபுடம், a fire made with one thousand cow-dung cakes for calcinating medicine.

கசப்புளுகன், a notorious liar, a great boaster.

கசவிருள், great darkness.

கசேந்திரம், a large elephant.

***கசம்**, கயம், *s.* consumption, க்ஷயரோகம்; 2. a spring, நீரூற்று; 3. hair, மயிர்.

கசவியாதி, கயரோகம், consumption.

கசரத்து, *s.* (*for.*), palestral gymnastic.

கசர், *prop.* கயர், *s.* astringent matter; 2. astringency, துவர்ப்பு.

கசர்பிடிக்க, -ஊற, to become tinged with astringent vegetable matter.

கசர்ப்பாக்கு, very astringent areca nuts.

கசர், *s.* (*Ar.*), surplus, profit in the exchange of coins.

கசர்பாபத்து, an undisbursed balance.

கசவஞ்சி, கயவஞ்சி, *s.* a niggard, உலுத்தன்.

கசானு, கஜானு, *s.* (*Ar.*), treasury.

கசான்ஜி, treasurer.

கசனை, *s.* dampness. moistness.

வீடு கசனைகொண்டுவிட்டது, the house is become damp.

கசாகூளம், rubbish, குப்பை; 2. confusion, topsy-turvy, தாறுமாறு; 3. mixed blood, the dregs of the community, பலசாதிக்கலப்பு.

***கசாயம்**, கஷாயம் (*vulg.* கியாழம்), *s.* decoction.

கஷாயம்போட, -காய்ச்ச, -வைக்க, to prepare a decoction.

பஞ்சமூல கஷாயம், decoction of five different medicinal roots.

கசாயிக்காரன், *s.* (*Pers.*), a butcher.

கசாய்க்கடை, a butcher's shop.

கசி, II. *v. i.* be moist, ooze out, yield moisture, ஊறு; 2. grow tenderhearted, இரங்கு.

மனங்கசிய, to become tender in mind, to be kind.

மனங்கசிந்தழ, to weep bitterly.

கசிகசிப்பு, *v. n.* being wet or cold.

கசிவு, *v. n.* humidity, dampness, tenderness, sweat.

கசிவு (கசிவான) நிலம், damp ground.

கசிவாயிருக்க, to be damp.

***கசிதம்**, *s.* setting with precious stones, பதிப்பு; 2. plating, gilding, பூச்சு.

இரத்தின கசிதமான முடி, a crown set with gems.

கசுகுசெனல், *v. n.* whispering, மெதுவாய்ப் பேசுதல்.

கசுகுசெனப் பேச, to whisper, to speak in the ear.

கசுபா, கஸ்பா, *s.* (*Ar.*), a principal village, the head station in a Taluq or district.

கசுமாலம், *s.* nastiness, filthiness, அழுக்கு.

கசுமாலன் (*fem.* கசுமாலி), a very nasty person.

கசுமாலத்துணி, a dirty cloth.

கசை, *s.* cement, பசை.

கசைவைத்தொட்ட, to cement.

*கசை, s. a whip, a horse-whip, சவுக்கு; 2. ornamental work upon jewels, சித்திரவேலை; 3. broad and strong tape, கச்சு.
கசையடி, whipping.
கசைவேலை, braiding with gold wire.
கச்சகம், s. monkey, குரங்கு.
கச்சட்டம், *vulg.* கச்சணம், s. the fore-flap covering men's privities, கோவணம்; 2. folds in garments, உடைமடிப்பு.
*கச்சபம், s. a turtle, tortoise, ஆமை.
கச்சபாலயம், a shrine in Conjeveram.
கச்சம், s. an elephant neck rope; 2. stays for the breast, முலைக்கச்சு; 3. a stirrup, அங்கவடி; 4. daring, துணிவு; 5. a fish; 6. debt, கடன்; 7. thong, வார்.
*கச்சம், s. the front border of a cloth, முன்றானை.
கச்சங்கட்ட, to tuck the cloth behind.
கச்சல், s. tenderness, smallness, சிறுமை; 2. very tender fruit, பிஞ்சு; 3. a lean person, ஒல்லியாள்; 4. a fish.
கச்சல்கருவாடு, a small kind of dried fish.
கச்சல்புல்லு, -கோரை, grass growing in brackish ground.
வாழைக்கச்சல், tender plantain.
கச்சவடம், s. trade, trading, traffic, வியாபாரம்.
கச்சவடக்காரன், a cloth merchant.
கச்சவடம்பண்ண, to carry on a trade, to trade in cloth.
கச்சன், s. a tortoise, ஆமை.
கச்சாச்சேர், s. a weight of 8 palams.
கச்சாயம், s. cakes, eatables, சிற்றுண்டி.
கச்சாயவகைகள், divers sorts of cakes.
கச்சால், s. a wicker basket for catching fish.
கச்சான், s. the south-west wind, மேல்காற்று.
கச்சான்கோடை, the hot south-west wind.
கச்சி, s. the town of Conjevaram, காஞ்சி; 2. a cocoanut shell, கொட்டாங்கச்சி; 3. a creeper, சீந்தில்.
கச்சு, s. broad tape, bandage, girdle, கச்சை.
கச்சுக்கட்டில், a bedstead with tape bottom.
கச்சுப்பட்டை, கச்சைப்பட்டை, broad and strong band for the bottom of chairs, bed-steads, palankeens etc., a sort of bodice worn by women.
கச்சுப்பிச்சேனல், v. n. muttering, speaking indistinctly.
கச்சேரி, s. (*Ar.*), public office, a court of justice, நியாயஸ்தலம்; 2. an assembly for a musical concert.
*கச்சை, s. a belt, a girdle, அரைக்கச்சு; 2. a rope, cord, கயிறு; 3. a piece of longcloth; 4. a scar, தழும்பு.
கச்சை கட்ட, to gird one's self for a fight, to tuck up the cloth.
கச்சை நெய்ய, to weave a girdle or cloth.
கச்சைப்பட்டை, see under கச்சு.
கச்சோலம், s. the husk of cardamom.
*கஞ்சம், s. a goblet, drinking vessel, பாத்திரம்; 2. white copper, bell-metal, வெண்கலம்; 3. nectar, அமுதம்; 4. see கஞ்சா.
கஞ்சக்காரர், braziers, கன்னார்.
கஞ்சத்தகடு, tinsel, brass-leaf.
கஞ்சல், s. rubbish, sweepings, குப்பை.
கஞ்சா, கஞ்சம், s. a narcotic and intoxicating plant much used by smokers, *cannabis Indica.*
கஞ்சா குடிக்க, to smoke it.
கஞ்சாக்குடுக்கை, the hookah, the கஞ்சா smoking pipe.
கஞ்சா லேகியம், an electuary made of கஞ்சா.
சடைக்கஞ்சா, the female கஞ்சா.
பூக்கஞ்சா, the male plant.
கஞ்சாங்கோரை, s. a medicinal shrub.
கஞ்சி, s. rice gruel, conjee, starch; 2. Conjevaram, காஞ்சி.
அவன் பசியாமல் கஞ்சி குடிக்கிறான், he is pretty well off.
கஞ்சி காய்ச்ச, to boil or prepare conjee.
கஞ்சித்தண்ணீர், conjee-water, water poured off from boiled rice.
கஞ்சிதோய்க்க, -போட, -இட, to starch clothes.
கஞ்சிப்பசை, starch.

கஞ்சிபோட்ட புடவை, starched cloth.
கஞ்சி வார்க்க, to feed one with conjee, to support.
கஞ்சிகை, s. a royal palankeen, இரத்தினச்சிவிகை; 2. cloth, சீலை; 3. curtain, திரை.
*கஞ்சுகம், s, a jacket, bodice, சட்டை; 2. a snake's skin, பாம்பின்சட்டை; 3. cloth, புடவை.
கஞ்சுளி, s. a beggar's bag, பொக்கணம்; 2. a jacket, சட்டை.
கட, VII. v. t. pass, cross, கடந்து போ; 2. jump over, தாண்டு; 3. exceed, surpass, அளவிற; 4. transgress, மீறு; 5. pass by, proceed, செல்லு.
அவனை ஊர்கடக்கத்துரத்தினான், he drove him out of the town.
கடந்தஞானம், transcendent wisdom.
கடந்தேற, to rise to a higher degree in religion, to over-come difficulties, to be saved.
கடப்பு, v. n. passing; a style or other contrivance in a fence permitting only men to pass.
அணைகடந்த வெள்ளம், a flood overflowing an embankment.
ஆணை கடத்தல், violating an oath, disobeying orders.
ஆற்றைக்கடக்க, to go over the river.
கடகடெனல், கடகடத்தல், கடகடப்பு, v.n. rattling sound, shaking, tottering.
கடகடென்று பாடஞ்சொன்னான், he repeated his lesson without hesitation.
பல்லு கடகடவென்றாடுகிறது, the tooth is very loose.
கடகம், s. a large ola basket, கூடை; 2. a fortification-wall, மதில்; 3. a shield, பரிசை; 4. weapon, ஆயுதம்; 5. a troop of elephants (commonly 12 in number), யானைக்கூட்டம்; 6. Cancer of the Zodiac, கர்க்கடகம்.
*கடகம், s. bracelet, வளையல்; 2. a circle, a wheel, வட்டம்; 3. an army, சேனை.
கடகால், s. a small iron bucket.
கடத்து, III. v. t. remove, transfer, transplace, பெயர்; 2. drive, செலுத்து, 3. do work carelessly, கழப்பு; 4. delay, put off, நாட்போக்கு.
நாளைக்கடத்த, to put off from day to day.
வேலையைக்கடத்த, to evade the duty under some pretence.
கடத்தேற, – தேற்ற, – தேற்றம், com. for கடைத்தேற etc., see under கடை.
கடப்பாடு, s. duty, obligation, கடமை; 2. established order, custom, முறைமை.
கடப்பாரை, s. a crow-bar, இருப்புப்பாரை.
கடப்பு, s. a kind of rice that ripens in January, கடப்புநெல்லு; 2. v. n. of கட.
கடமா, கடமான், s. wild cow, காட்டுப்பசு.
கடமுடெனல், v. n. rumbling as the bowels, rattling sound.
கடமை, s. duty, முறைமை; 2. tribute, toll, tax, குடியிறை; 3. debt, கடன்; 4. an elk, கடம்பை.
கடமை செலுத்த, to perform duties, to pay tax.
கடமையின் குட்டி, the fawn of an elk.
*கடம், s. the secretion of an elephant in rut, யானைமதம், 2. a water pot, குடம்; 3. a troop of elephants, யானைக் கூட்டம்; 4, a musical instrument, கடவாத்தியம்; 5. justice, நீதி.
கடமுனி, Agastya.
கடவாத்தியம், a water pot as a musical instrument.
*கடம்பம், s. a tree, கடம்பு.
*கடம்பு, s. biestings, the first milk of cattle after calving, சீம்பால்; 2. a flower tree sacred to Skanda. Its different kinds are: நிலக்கடம்பு, நீர்க்கடம்பு, வெண்கடம்பு etc.
கடம்பன், Skanda; 2. an unruly petulant fellow.
கடம்பை, s. an elk, கடமை.
கடலடைத்தான், s. opium, அபினி; 2. the *cannabis Indica*, கஞ்சா.
கடலை, s. a kind of peas; Bengal gram.
கடலைப்பருப்பு, the kernel of the கடலை pulse.
வேர்க்கடலை, நிலக்கடலை, ground nut.
கடல், s. the sea, ocean, சமுத்திரம்.
கடலுராமாயிருக்கிறது. the sea is rough.
கடலாமை, a sea tortoise.
கடலிரைச்சல், the roaring of the sea.
கடலுராய்ஞ்சி, a sea bird.
கடலோடி, a seaman.
கடலோடுதல், navigating.

கடல் நுரை, the froth of the sea, sea-shell eaten with age, the cuttle bone; a kind of pastry.
கடல் முனை, a cape.
கடல்யாத்திரை, sea voyage.
கடற்கரை, கடலோரம், the sea-shore, coast.
கடற்காளான், a sponge.
கடற்குதிரை, a sea-horse.
கடற்கொள்ளைக்காரன், a pirate.
கடற்சார்பு, land bordering on the sea, sea-coast.
கடற்பன்றி, the porpoise, sea-hog.
கடற்பாசி, sea-weeds.
கடற்பெருக்கு, the tide.
கடற்றிரை, a wave of the sea.
கடற்றுறை, a sea port.

கடவது (கடவேன், கடவாய் etc.), *def. v.* added to the *inf.* of other verbs. It expresses: 1. the duty (கடமை) of doing some thing as செய்யக்கடவேன், I am bound to do so; 2. desire or the optative as செய்யக்கடவார், may had so. *Note*: ஆக (ஆகவும்) may be added as செய்யக் கடவாராக, may he do, செய்யக்கடவேனாக, I bind myself to do it.

கடவுள், *s.* (கட, surpassing + உள்), God, the Supreme Being.
கடவுள்வணக்கம், -வாழ்த்து, an invocation to God added at the commencement of a treatise.

கடறு, *s.* a forest, காடு; 2. difficult way, அருநெறி.

கடன், *s.* a debt, loan of money or goods, இருணம்; 2. duty, கடமை.
கடனுக்குப் பாதகனாய்ப் போனான், he is involved in debt or deeply indebted.
அது என்மேல் விழுந்த கடன், that is my duty.
கடனாக, as a loan.
கடனாளி, one who is obliged to do a thing.
கடன்கட்டு, doing a thing for form's sake only.
கடன்கட்டாய்ப்பேச, to speak roughly.
கடன் கழிக்க, to perform a duty.
கடன்காரன், a debtor or a creditor.
கடன் கேட்க, to solicit a loan, to demand the payment of a loan.
கடன்கொடுக்க, to lend.
கடன்கொடுத்தவன், a creditor.
கடன் சீட்டு, a bond.
கடன் தீர்க்க, -அடைக்க, -இறுக்க, to pay a debt, to discharge a debt.
கடன்பட, to run into debt.
கடன்பட்டவன், a debtor.
கடன் வாங்க, to borrow.
செய்கடன், duty.

கடா, *vulg.* கடாய், *s.* the male of sheep, goats or buffaloes, ஆண்.
கடாக்கன்று, a young male buffalo.
கடாவடி, the second threshing of corn performed by buffaloes.
கடாவெட்டி, butcher's knife, cleaver.
ஆட்டுக்கடா, a ram.
வெள்ளாட்டுக்கடா, a he-goat.

*கடாகம், *s.* a large boiler, கடாரம்.

கடாசு, III. *v. t.* (*prop.* கடாவு), drive a wedge or nail, throw a stone, அறை.

*கடாக்ஷம், கடாட்சம், *s.* glance, side-look, a favourable look, கடைக்கண்; 2. grace, mercy, கிருபை.
கடாட்சம்பண்ண, to give graciously.
கிருபாகடாட்சம், gracious look.
கிருபாகடாட்சமாய்ப் பார்க்க, to look on with clemency.

*கடாட்சி, VI. *v. i.* be benignant, show favour, kindness, கிருபைசெய்.
குருவானவர் சிஷனுக்குக் கடாட்சித்துப் போதித்தார், the guru kindly taught the disciple.

கடாரம், *s.* a copper boiler, கடாகம்.

கடாரி, *vulg.* கிடாரி, *s.* a heifer, a young cow which has not calved.
கடாரிக்கன்று, a cow calf.

கடாரை, *s.* the citron tree, கடாரைநாரத்தை.
கடாரங்காய், the citron fruit.

கடாவு, III. *v. t.* drive a nail, a peg, screw or a wedge, nail up, fasten with nails, அறை; 2. discharge weapons, பிரயோகி.

கடி, *s.* scent, fragrance, வாசனை; 2. wedding, கலியாணம்; 3. protection, defence, safe-guard, காவல்; 4. sharpness, கூர்மை; 5. swiftness, விரைவு; 6. pleasure, merriment, களிப்பு; 7. *v. n.* of கடி II. & கடி VI. which see.
கடி நகர், a fortified city.

கடிமணம், a new marriage.
கடிமாலை, fragrant flower garland.

கடி, II. v.t. reproof, scold, கடிந்துகொள்; 2. grow angry with, கோபி; 3. reject, நீக்கு.
கடி, v. n. rejection, prohibition.
கடிந்துகொள்ள, to reprove, reprimand.
கடிந்துபேச, to sp with anger.
குற்றங்கடிய, to corr fault.

கடி, VI. v. t. bite, chew, கறி; 2. hurt, தழும்பு படுத்து.
கடி, v.n. a bite, biting.
கடிப்பான், condiment, pickles.
கடிவாய், the wound of a bite.
கடிவாய்வடு, the scar remaining after a wound, cicatrice.
காணுக்கடி, a bite of an unknown insect.
பொய்க்கடி, a bite which does not hurt, as that of a dog in play.

கடிகாரம், see under கடிகை.

கடிகை, s. opportunity, சமயம்; 2. a piece cut off, துண்டம்; 3. a drinking vessel with a spout, கரகம்.

*கடிகை, s. an Indian hour of 24 minutes, நாழிகை.
கடிகாரம், கடியாரம், a watch, clock, dial.
கடிகாரக்காரன், a watch-maker.
கடிகாரம் சொல்ல, to tell the hour.

கடிச்சை, s. the name of a plant; 2. the name of a small fish ; 3. tenacity, niggardliness.
கடிச்சைக்காரன், a niggard, a penurious man.
கடிச்சைபண்ண, to be tenacious.

கடிஞை, s. a beggar's bowl, இரப்போர் கலம்.

*கடிதடம், s. the loins, the hip, அரை.

கடிதம், s. (Tel.), letter, காகிதம்.

கடிதாசி, s. see கடுதாசி.

கடிது, கடிசு, s. (கடுமை), what is severe, hard, difficult,
கடிதுபண்ண, to treat severely.

கடிப்பு, s. drumstick, குணில்.

கடியன், s. (கடுமை), a severe man, rigorous person.

கடிவாளம், s. (கடி), a bridle, bit.
கடிவாளம்போட, -மாட்ட, to bridle.
கடிவாளம்வாங்க, -கழற்ற, to unbridle.
கடிவாளவார், the reins of a bridle.
கடிவாளம்விட, to slacken the reins.
கடிவாளம் வெட்ட, to pull in the reins.

*கடினம், s. hardness, compactness, வன்மை; 2. difficulty, வருத்தம்; 3. severity, cruelty, கடுமை.
அவன் பிழைக்கிறது கடினம், he will hardly recover.
கடினக்காரன், a severe hard man.
கடினப்பட, கடினமாக, grow hard, obdurate.
கடினப்படுத்த, to harden the heart.
கடினமாக்க, to harden.
கடினமாய்ப் பேச, to speak harshly, roughly.
கடினமான நிலம், a hard soil.
கடினமானவெயில், a very hot sun.
மனக்கடினம், hard-heartedness.

கடு, s. poison, venom, நஞ்சு; 2. a serpent, பாம்பு; 3. the Indian gall-nut tree; 4. adj. of கடுமை which see.
கடுக்காய், the Indian gall-nut or ink nut.
சிறு கடுக்காய், வரிக்கடுக்காய், different sorts of it.
கடுக்காய்த் தலையன், a kind of speckled snake; 2. a man with a small round head.

*கடு, s. bitterness, கசப்பு; 2. sharpness, pungency, காரிப்பு.

கடு, VI. v. i. be of a sharp or acrid state, be pungent, கார்; 2. throb (as from a sting), விருவிரு; 3. ache, have pain, நோ; 4. be angry, be harsh, கோபி; 5. pass swiftly, விரை; 6. be like, ஒ.
கடுத்துப்பேச, to speak harshly.
கடுப்ப, inf. used as a particle of analogy, as பிள்ளைக்குக் கடுப்ப நடந்தான், he walked like a child.
கடுப்பு, v. n. pains, throbbing; 2. anger.
கடுப்பெடுக்க, to ache, to be in pain.
நீர்க்கடுப்பு, strangury, dysury.
மனக்கடுப்பு, anger, indignation.
முகக்கடுப்பு, frowning of the face, stern countenance.
மூலக்கடுப்பு, piles.

வயிற்றுக்கடுப்பு, dysentery.

வாதக்கடுப்பு, rheumatic pains in the limbs.

கடுகடு, VI. *v. i.* appear angry by one's look or words, speak harshly, வெடுவெடு; 2. murmur, முறுமுறு; 3. have severe pain (as from a sting of a scorpion), விருவிரு.

கடுகடுத்த முகம், angry face.

கடுகடுத்துப்பேச, to speak harshly.

கடுகடுப்பு, கடுகடுத்தல், *v. n.* sullenness, displeasure of countenance; 2. severe, acute pain.

கடுகு, *s.* mustard; 2. lees, dregs, sediments, வண்டல்.

சிறுகடுகு, காயக்கடுகு, மலைக்கடுகு etc., different kinds of mustard.

எண்ணெய்க்கடுகு, the sediment of oil.

கடுகு, III. *v. i.* hasten, pass swiftly, விரை.

கடுக, கடுகென, hastily, fast,

*கடுகுரோகணி, கடுகுரோணி, *s.* a kind of purgative drug.

கடுக்கன், *s.* ear-ring.

கட்டுக்கடுக்கன், an ear-ring with gems inlaid.

வயிரக்கடுக்கன், an ear-ring with diamond inlaid,

கடுதாசி, கடிதாசி, *s.* (*for.*), paper, காகிதம்; 2. letter, நிருபம்.

கடுத்தம், *s.* closeness, firmness, அழுத்தம்; 2. density, thickness, அடர்த்தி.

கடுத்தமான துணி, close woven, fine linen.

கடுமுடுக்கல், கடுமுடுக்கு, *v. n.* hastening, விரைவு; 2. oppression, கொடுமை.

கடுமுடெனல், *v. n.* sounding as some hard and dry thing.

வயிறு கடுமுடென்கிறது, my bowels wamble.

கடுமை, *s.* severity, cruelty, அகோரம்; 2. rigor, rigidness, strictness, கண்டிப்பு; 3. excessiveness, intensity, மிகுதி; 4. vehemence, furiousness, மூர்க்கம்; 5. haste, velocity, விரைவு. (See அருமை *Note.*)

கடிய, கடு (before vowels கட்டு), *adj.* vehement, severe, strong, great.

கடியது, கடிது, that which is severe.

கடியவன், கடியன், a cruel man.

கடியவார்த்தை, கடுஞ்சொல், an angry expression, harsh word.

கடுங்கண், cruelty.

கடுங்காய்ச்சல், violent fever.

கடுங்காரம், powerful caustic.

கடுங்காற்று, a furious wind.

கடுங்கோடை, intense heat, severe drought.

கடுங்கோபம், vehement anger, wrath.

கடுஞ்சிநேகம், excessive intimacy.

கடுநடை, a hard walk.

கடுந்தரை, hard soil.

கடும் பத்தியம், strict diet.

கடுமூர்க்கம், vehement anger, fury.

கடுமூர்க்கன், a furious man.

கடுவிலை, exorbitant price.

கடுவெயில், burning sun.

கடுவெளி, a barren plain.

கட்டழகி, a woman of great beauty.

கட்டழகு, great beauty.

கட்டழல், a vehement fire.

கட்டாண்மை, great bravery.

கட்டிளமை, very tender age.

கடுவன், *s.* the male of dogs, cats, foxes, monkeys etc.; 2. an ulcer in the leg.

கடுவாய், *s.* hyena.

கடுவான், *s.* a cutaneous eruption in the legs of children, herpes, கரப்பன்.

*கடூரம், கடோரம், *s.* severity, vehemence, cruelty, கடுமை.

கடை, *s.* a shop, market, bazaar, அங்காடி; 2. place, இடம்; 3. way, வழி; 4. gate, வாயில்.

கடைகட்ட, to close a shop; 2. to suspend a work.

கடைகாவலன், -காப்பாளன், door-keeper.

கடைக்காரன், a shop-keeper.

கடைத்தெரு, a market street.

கடைபோட, -வைக்க, to set up a shop.

அடிக்கடை, the first shop in the market street.

பலசரக்குக்கடை, a shop for various commodities.

கடை, கடைசி, *s.* end, termination, முடிவு; 2. inferiority, meanness, கீழ்மை.

தலை இடை, கடை, the beginning, middle and end.

கடைகெட்டவன், a wretch.

கடைக்கண், the corner of the eye; 2. a benign look.
கடைக்கண்ணாலே பார்க்க, to look sideways, to look friendly upon, to favour.
கடைக்குட்டி, the last born, the youngest child.
கடைக்கோடி, the very extremity.
கடைத்தேற (*com.* கடத்தேற), to be delivered, to be saved.
கடைத்தேற்ற, to deliver, to save.
கடைத்தேற்றம், *v. n.* salvation, deliverance, final emancipation.
கடைப்பட, to be inferior, to be the last in quality, order etc.
கடைப்பந்தி, the last row of guests.
கடைப்பிடி, remembrance, constancy, resolution, firmness.
கடைப்பிடிக்க, to remember, to know for certain; 2. to put trust in, to persevere.
கடையன், the meanest or lowest person.
கடையாந்தரம், the utmost part, end; the very last.
கடையாணி, a linch pin, an axle pin.
கடைவாய்ப்பல், the double teeth, the grinders.
விரற்கடை, space of a finger's breadth.

கடை, II. *v.t.* churn, தயிர்க்கடை; 2. turn, work with the wheel or lathe, குடை; 3. mash vegetables with a ladle, குழை.
கடைகோல், தீக்கடைகோல், two sticks for kindling fire by rubbing.
கடைச்சல், கடைசல், கடைதல், கடைவு, churning curds; 2. turning on the lathe.
இதைக் கடைச்சல்பிடி, turn this in a lathe.
கடைச்சல் உளி, a turner's chisel.
கடைச்சல்காரன், a turner.
கடைச்சல் (கடை) மரம், a turner's lathe.

கடைசி, *s.* (a prolongation of கடை), end, termination.
கடைசிமுறை, the last time.
கடைசியாய், lastly, for the last time.
கடைசியிலே, at last, lastly, finally.
வருஷக்கடைசி, the end of the year.
ஏறுங்கடைசி, ஏறுகடைசி, last of all, the remotest point.

*கடையம், *s.* bracelet, கடகம்.

*கடோரம், கரோம், *s.* cruelty, கொடுமை.
கடோரம் பண்ண, to be cruel.
கடோரன், கடோரக்காரன் (*fem.* கடோரி), a cruel person.

*கட்கம், *s.* sword, வாள்.

கட்சி, *s.* faction, party, பக்கம்.
கட்சியார், கட்சிக்காரர், people of a party or faction.

கட்டடம் (கட்டிடம்), *s.* (கட்டு) building, edifice, வீடு; 2. the binding of a book.

கட்டப்பாரை, *s.* (*Tel.*), a crow-bar.

*கட்டம், கஷ்டம், *s.* hardship, hard work, பாடு; 2. human excrement, dung of dogs etc., மலம்.
கஷ்டகாலம், hard times.
கஷ்டப்பட, to work hard.

கட்டளை, *s.* command, order, கற்பனை; 2. rule, ஒழுங்கு; 3. frame for making bricks, a mould, செங்கல் அச்சு.
கட்டளைகொடுக்க, to give permission. grant privileges.
கட்டளைகேட்க, to obey an order.
கட்டளைக்கல், a touchstone.
கட்டளைச்சட்டம், enactments, edicts and statutes.
கட்டளைபண்ண, to order, command.
கட்டளைமீற, to violate an order.
கட்டளையிட, to order, command; 2. to grant, bestow.

கட்டாணி, *s.* a close fisted person, உலோபி; 2. an expert person, சமர்த்தாளி; 3. a pin or nail for jewels.

கட்டாந்தரை, *s.* a dry land, வெட்டாந்தரை.

கட்டாப்பு, an enclosure, fenced ground.

கட்டாயம், *s.* compulsion, constraint, force, பலாத்காரம்; 2. (from கட்டை) the short side or breadth of bricks *opp.* to நெட்டாயம், the long side.
கட்டாயம்போட, to fix a tax.
கட்டாயத்தில் வைக்க, to place bricks breadthways in building a wall as opposed to நெட்டாயத்தில்வைக்க, to place the bricks lengthways.
கட்டாயம்பண்ண, -செய்ய, to constrain, force.

கட்டாரி, *s.* (*Tel.*), dagger, sword, வாள்.

கட்டி, *s.* concretion, clod, lump; 2. hard boil, பரு.

கட்டிப்பட, to become clotty.

கட்டிமுட்டி, clot and loose pieces of earth.

கருப்புக்கட்டி, jaggery.

மண்ணுங்கட்டி, a clod of earth.

கட்டியம், *s.* panegyric to be sung before a king etc.; 2. a declaration or order issued by a king.

கட்டியக்காரன், a herald, forerunner.

கட்டியம் கூற, -சொல்ல, to cry out with applause in praise of a person, to proclaim or recite a panegyric.

கட்டில், *s.* a bedstead, a couch, மஞ்சம்.

கட்டு, *s.* a tie, a bandage, knot, தளை; 2. bundle, faggot, pack, bale, மூட்டை; 3. fabrication, invention, கட்டுக்கதை; 4. divination, magic, குறி; 5. an impediment, obstruction, restraint, தடை; 6. building, கட்டடம்; 7. *adj.* of கடுமை which see.

எல்லாரும் ஒரு கட்டாயிருக்கிறார்கள், they are all together in one plot, they are all of one mind.

கட்டுக்கடக்க, to exceed the limit, to violate the established rules.

கட்டுக்கடங்காதது, what is unrestrainable, ungovernable.

கட்டுக்கட்ட, to tie a bundle, bale etc.; to fabricate.

கட்டுக்கதை, -ச்சொல், -வார்த்தை, -விசேஷம், a fable, fiction, fabricated story.

கட்டுக்கழுத்தி, a married woman who wears the தாலி, சுமங்கிலி, as opposed to தாலி அறுத்தவள், அறுதலி, a widow, அமங்கிலி.

கட்டுக்காவல் (கட்டுங்காவலும்), -பண்ண, -ஆயிருக்க, to be in close confinement (as marriageable girls).

கட்டுக்கிடைச்சரக்கு, goods lying long unsold, old damaged goods.

கட்டுக்கிடைத் தண்ணீர், standing water.

கட்டுக்குத்தகை, a contract for many years.

கட்டுக்கேட்க, to consult a magician.

கட்டுக்கோப்பு, a building complete on all sides, an exaggeration.

கட்டுச்சொல், falsehood, untruth.

கட்டுச்சோறு, -ச்சாதம், boiled rice tied up for journey.

கட்டுத்தறி, a stake or post to which a beast is tied.

கட்டுத்தாலி கட்டிக்கொள்ள, to remarry (said of a widow).

கட்டுப்பட, to submit, to be bound by a spell, to be obstructed.

கட்டுப்படுத்த, to restrain, restrict.

கட்டுப்பண்ண, to stop, prevent.

கட்டுப்பல்லக்கு, a dooly, palanquin.

கட்டுப்பாடு, a mutual agreement, league, conspiracy, compact, bond, social or religious union forbidding the use of anything, fabrication.

கட்டுப்பாடுபண்ண, to restrain, to keep under restraint or in order.

கட்டுப்பெட்டி, a journey box containing cooking utensils and materials.

கட்டுமரம், a raft, a float.

கட்டுமாமரம், grafted mango-tree.

கட்டுவடம், a necklace.

கட்டுவிட, to be loosened, to be broken.

கட்டோடே, *adv.* wholly, entirely.

கட்டோடே அழிய, to be utterly ruined.

கட்டோடே தள்ள, to cast off or reject entirely.

உள்கட்டு, the inner apartment for females.

சரீரக்கட்டு, firm constitution.

சனக்கட்டாயிருக்க, to have a large family circle.

சாதிக்கட்டு, social bond or union, the customs and rules of caste.

நடுக்கட்டு, girdle; 2. the middle of a house.

நீர்க்கட்டு, stoppage of urine, strangury.

பந்துக்கட்டு, plot, conspiracy, கட்டுப்பாடு; 2. relation by marriage, உறமுறை.

பின்கட்டு, the back part of the house;

2. tackling the arms behind the back.

மலக்கட்டு, constipation.

முன்கட்டு, the front part of the house.

முன்கட்டு பின்கட்டாய், with arms tackled in front and behind the back.

கட்டு, III. *v. t.* bind, fasten, pack, பிணி; 2. build, construct; 3. embrace, தழுவு; 4. marry, விவாகஞ்செய்; 5. bind by magic art, தடைகட்டு; 6. fabricate, invent, கதைகட்டு; 7. subdue, அடக்கு; 8. *v. i.* (*impers.*), harden, congeal, இறுகு; 9. be sufficient.

இரத்தங்கட்டுகிறது, the blood clots, coagulates.

இந்தக் கூலி எனக்குக் கட்டாது, the wages are insufficient for me.

கட்டிக்காக்க, to preserve, guard, protect.

கட்டிக்கொடுக்க, to give a girl in marriage, to build and give over.

கட்டிக்கொள்ள, by adding கொள்ள the primitive gets a reflexive sense (for one's own use, benefit etc.), see phrases below.

அரைகட்டிக்கொள்ள, to gird oneself.

ஒருவரைக்கட்டிக்கொள்ள, to embrace a person, to marry.

தேசத்தைக் கட்டிக்கொள்ள, to conquer a country.

பலனைக்கட்டிக்கொள்ள, to gain profit.

பாவத்தைக் கட்டிக்கொள்ள, to contract guilt, to commit a sin.

புண்ணியத்தைக்கட்டிக்கொள்ள, to accumulate merit by good deeds.

புடவையைக்கட்டிக்கொள்ள, to tie up the cloth.

பெண்ணைக்கட்டிக்கொள்ள, to marry.

கட்டிப்போட, to tie up, lay up.

கட்டிப்புகுந்தவள், –பூந்தவள், a widow that married again.

கட்டியடிக்க, to tie up and flog.

கட்டிவிட, to fabricate false news.

கட்டிவைக்க, to lay in store, to retain, detain.

கட்டின (தாலிகட்டின) பெண்சாதி, a lawful wife.

கட்டு, *v. n.* binding.

கட்டுண்டிருக்க, to be bound or tied.

கவிகட்ட, to compose a verse.

வீடுகட்ட, to build a house.

கட்டுவம், கட்டுவன், *s.* a ring for the toe.

கட்டெறும்பு, *s.* (கடுமை), a kind of black ant whose bite causes swelling.

கட்டை, *s.* a block, stump, trunk of a tree, குற்றி; 2. a log of. wood, fuel, விறகு; 3. defect, inferiority, deficiency in length or breadth, குறைவு; 4. a dead body, பிரேதம்.

துணி முழக்கட்டையாயிருக்கிறது, the cloth is deficient in length and breadth.

கட்டை நெருப்பு, coal fire.

கட்டைப்புத்தி, shallow mind, stupidity.

கட்டையன் (*fem.* கட்டைச்சி), a short, stout person; a dwarf.

கட்டையாய்ப்போக, to grow blunt or short.

கட்டை விரல், thumb or great toe.

அகலக்கட்டையான சீலை, narrow cloth.

முகவாய்க்கட்டை, மோவாய்க்கட்டை, முகக்கட்டை, மோக்கட்டை, the chin.

கணகணெனல், கணகணவெனல், *v. n.* feeling feverish, burning fiercely.

நெருப்பு கணகணவென்றெரிகிறது, the fire burns fiercely.

கணகணவென்று காந்துகிறது, it is very hot.

கணகணப்பு, *v. n.* heat of the body as in slight fever, after walking, drinking liquor etc.

*கணகம், *s.* a body of troops of 27 chariots, 27 elephants, 81 horses and 135 foot soldiers.

கணக்கு, *s.* number, calculation, account, computation, எண்; 2. written accounts, writing, எழுத்து.

கணக்கதிகாரம், the science of arithmetic, mathematics.

கணக்கறுதிபண்ண, to finish or settle an account.

கணக்கன், கணக்கப்பிள்ளை, an accountant, a writer.

கணக்காசாரம், methods of calculation, of keeping accounts.

கணக்காய், like, as.

மாப்பிள்ளை கணக்காய் நடக்க, to walk like a bridegroom.

கணக்கிட, to reckon, calculate.

கணக்குக் கூட்ட, – ஏற்ற, – தொகை பார்க்க, to add or sum up.
கணக்குக்கேட்க, to call to account.
கணக்குச்சுமத்த, – ஏற்ற, to charge to one's account.
கணக்குச்சொல்ல, to give the items of disbursement in detail.
கணக்குத்தீர்க்க, – அறுக்க, to settle account.
கணக்குப்பார்க்க, to reckon, to take account, to examine accounts.
கணக்கு எழுத, to write accounts.
கணக்கொப்புவிக்க, to deliver an account.
கழிப்புக் (கழித்தற்) கணக்கு, subtraction.
கூட்டுக் (கூட்டற்) கணக்கு, addition.
பெருக்குக் (பெருக்கற்) கணக்கு, multiplication.
பேர்க்கணக்கு, division.

கணப்பு, s. a vessel with coals, கணப்புச்சட்டி.

கணம், s. circle, வட்டம்; 2. a disease in children; 3. the name of a herb, கணப்பூண்டு.
கணக்காய்ச்சல் (கணைக்காய்ச்சல்), a low lingering fever in children.

*கணம், s. smallness, minuteness, a trifle, சிறுமை; 2. a measure of time equal to 4 minutes; 3. a moment, க்ஷணம்; 4. flock, multitude, class, group, கூட்டம்.
கணந்தோறும், every moment.
கணபதி, கணேசன், Ganesa, the son of Siva and Parvaty, the god of wisdom.
கணப் (க்ஷணப்) பொழுது, a moment.
இக்கணம், this moment, instantly.

கணவன், s. the husband, புருஷன்.

கணவாய், s. a narrow pass between hills; 2. the cuttle fish.
கணவாயோடு, the shell of the cuttle fish.

*கணி, VI. v. t. compute, calculate, count, எண்ணு; 2. estimate, esteem, மதி; 3. conjecture, உத்தேசி; 4. foretell by astronomy or astrology.
அவன் என்னைக் கணிக்கிறானோ, does he esteem me?
கணித்துச்சொல்ல, to foretell an eclipse etc.
கணிப்பு, v. n. calculation, esteem, conjecture.

*கணிகை, s. a harlot, a public woman, வேசி.

*கணிசம், s. (கணிதம்), weight, bulk, measure, அளவு; 2. estimate, மதிப்பு; 3. honour, dignity, கனம்.
கணிசக்காரன் (fem. கணிசக்காரி), a respectable person.
கணிசமாய்க் கொண்டுபோக, – நடத்த, to treat a person respectfully.
கணிசம்பார்க்க, to weigh a thing in the hand, to estimate.

*கணிதம், s. numbering, reckoning, எண்ணுகை; 2. arithmetic, mathematics, இலக்கம்; 3. astrological calculation, சோதிட நூல்.
கணிதசாஸ்திரம், astrology & astronomy, arithmetic, mathematics.
கணிதசாஸ்திரி, an astrologer, mathematician.
கணிதம்பார்க்க, – இட, – இட்டுக்கொள்ள, to fix a day astrologically calculated.

கணீர்கணீரெனல், v. n. ringing as a bell, pealing, clanging, resounding.

கணு, s. (pl. கணுக்கள்), a joint, a knuckle of the fingers etc., மூட்டு; 2. a knot or joint of a cane or of a stalk of a plant.
கணுக்கால், the ankle of the foot.

*கணேசன், s. see under கணம்.

கணை, s. an arrow, அம்பு; 2. a palanquin-bamboo, a curved club, வளைதடி; 3. a kind of hectic fever.
கணைக்கால், the leg from the foot to the knee, shank, shin.
கணைதொடுக்க, to shoot an arrow.
கணையாழி, a seal ring.
கணையெழுத்தாணி, a blunt iron style.

கணையம், s. a club, வளைதடி; 2. a piece of timber between elephants to prevent their fighting, யானைக்கம்பம்; 3. gold, பொன்; 4. war, போர்.

கண், s. the eye, விழி; 2. aperture, as the mash of a net, the nipple of the breast, the spans of a bridge, the hole of a sieve, துவாரம்; 3. the star in a pea-cock's tail; 4. a knot in a tree, கணு; 5. place, spot, இடம்; 6. a termination of the 7th case.

அவன் கண்ணவிந்துபோயிற்று, he has lost his sight.

அவன் கண்ணிலே விடிந்தேன், - பட்டேன், he envies me, I suffer from his eye.

கண்ணுக்குள் நிற்கிறது, it ever stands in my eyes; it never goes out of my sight (as a departed friend, a thing lost etc.).

என் கண்ணே, Oh, my darling.

கண்கட்டி, a sty on the eye.

கண்கட்டு, blindfolding, blind-man's buff.

கண்கட்டுவித்தை, art of legerdemain, magic art, tricks played by conjurers.

கண்கலங்க, to weep as the eyes from dust.

கண்காட்சி, a show, exhibition, a pleasant or mournful sight.

கண்காணம், inspection, superintendence.

கண்காணக்காரன், a man supervising the harvest.

கண்காணம் காக்க, - பண்ண, - பார்க்க, to watch.

கண்காணம் வைக்க, - போட, to set a watch.

கண்காணி, an overseer, inspector, a bishop.

கண்காணிக்க, to oversee, superintend.

கண்காணிப்பு, *v. n.* supervision.

கண்காரர், experts in estimating precious stones etc.

கண்குத்திப்பாம்பு, a whip-snake.

கண்குவளை, - குழி, the socket of the eye.

கண்குளிர்ச்சி, refreshing, pleasing to the sight.

கண் கூச, to be weak-sighted, to be dazzled.

கண் கூச்சன், a short-sighted man, one who winks his eyes.

கண் கூடு, the eye socket.

கண் கூர்மை, sharpness of sight.

கண்சாடை, winking at.

கண்சாய்ப்பு, side-look, partiality.

கண்சிமிட்ட, to wink, to make a signal with the eye.

கண்ணடைய, to sleep; to become choked up as a hole.

கண்ணயர்ந்துபோக (- அசந்துபோக), to be heavy and drowsy.

கண்ணருள், favour.

கண்ணுடி, see separately.

கண்ணும்பூச்சி (கண்பொத்தி) விளையாட, to play at hide-and-seek or at blind-man's-buff.

கண்ணுரக்காண, to see clearly.

கண்ணிமை, (கண் + இமை or நிமை), eyelid, twinkling of the eye, a moment.

கண்ணிமைக்க, to wink.

கண்ணிலி, a blind person.

கண்ணிலே தைக்க, to attract the eyes, to arrest the attention.

கண்ணிலே பூப்பட, - விழ, to have specks in the eye.

கண்ணீர், tears.

கண்ணீர் உதிர, - ஓட, - வடிய, to run as tears.

கண்ணீர் உதிர்க்க, - வடிக்க, - சொரிய, - விட, - உகுக்க, - சிந்த, to shed tears.

கண்ணீர் ததும்ப, to have the eyes suffused with tears.

கண்ணுக்குக்கண்ணனவன், one as dear as the eye.

கண்ணுராவி, கண்ணராவி, கண்டிராவி, commiseration, a pitiable sight.

கண்ணுலைமூடி, a rice strainer.

கண்ணுற, to see.

கண்ணுறக்கம், the sleep.

கண்ணுறங்க, to sleep.

கண்ணூறு, same as கண்திஷ்டி.

கண்ணைக்காட்ட, to indicate the wishes by a glance, to wink.

கண்ணைப்பிடுங்க, to pluck out the eye.

கண்ணோக்க, to look on.

கண்ணோட, to look at with desire or lust; 2. to watch, inspect; 3. to be kind, indulgent.

கண்ணோட்டம் (கண் + ஓட்டம் or நோட்டம்), glance; 2. regard, kindness, favour; 3. guess by the eye.

கண்ணோவு, கண்ணோக்காடு, sore eyes.

கண்திஷ்டி, கண்திருஷ்டி, கண்தோஷம், கண்ணூறு, blight of eyes.
கண்திருஷ்டி கழிக்க, to remove the fascination of the eyes.
கண்திருஷ்டிப்பட, to be bewitched or fascinated with a look.
கண் தெரியாதவன், a blind man.
கண்பட, to sleep.
கண்பட்டை, – மடல், the eyelid.
கண்புருவம், eyebrow.
கண்பூக்க, to fail as the eyes by earnest looking.
கண்பொத்த, to blindfold.
கண்பொத்தி விளையாட, to play at blind-man's-buff
கண்போட, to look at with desire, fall in love.
கண்மணி, – விழி, – முழி, the apple of the eye.
என் கண்மணியானவன், my well-beloved.
கண்மதிப்பு, guess by the eye, opinion from sight.
கண்மயிர், the eye lashes.
கண்மாயம், delusion, ocular deception.
கண்மூட, to shut the eyes, to sleep.
கண்மூடிக்கொண்டிருக்க, to connive at, be careless.
கண்ரெப்பை, – மடல் the eye-lids.
கண்வரி, the iris of the eye.
கண்வலி, sore eyes, கண்ணோவு.
கண்வளர, to sleep.
கண்விழிப்பு, watchfulness, caution.
கண்விழிக்க, to open the eyes, to awake.
கண்வைக்க, to be benignant; 2. to glance, look at; 3. to desire.
ஊற்றுக்கண், orifice of the spring.
ஓரக்கண்ணன், one that is squint-eyed, a one-eyed man.
கலங்கினகண், a disordered eye, *lit.* a troubled eye.
சல்லடைக்கண், the holes of a sieve.
மாறுகண், a squint-eye.
வன்கண், கொடுங்கண், envy, jealousy, evil eye.

*கண்டகம், *s.* a thorn, முள்; 2. forest, wild jungle, காடு.
கண்டகன், a savage, a ferocious person; 2. a demon, அசுரன்.

*கண்டகி, *s.* the river Gandhahi near Benares.

கண்டங்கத்திரி, *s.* a plant.

கண்டதிப்பிலி, *s.* a medicinal root, *piper longum.*

*கண்டம், *s.* the neck, throat, கழுத்து; 2. a piece, part, fragment, portion, துண்டு; 3. division, பங்கு; 4. continent; 5. accident, calamity, critical periods in one's life, தத்து.
இந்தக் கண்டத்துக்குத் தப்பினான், he has outlived this danger or calamity.
கண்டம் வந்தது, the crisis has arrived.
கண்டக்கரப்பன், eruptions round the neck.
கண்டக்காறை, a golden collar.
கண்டகோடலி, a small axe carried about by some ascetics.
கண்டசரம், a necklace.
கண்டஸ்நானம், washing the body up to the neck without wetting the head.
கண்ட துண்டப்படுத்த, கண்டங் கண்டமாய் அரிய, to cut in pieces.
கண்டபூர்த்தி, much, abundance.
கண்டமாலை, inflammation or swelling round about the neck; scrofula.
கண்டாவிழ்தம், medicine for lock-jaw.
அமாவாசைக் கண்டம், the critical time at new moon supposed to affect diseases.
உப்புக்கண்டம், a dry salted piece of flesh.

கண்டல், *s.* a tree with astringent bark.
பேய்க்கண்டல், பூக்கண்டல், different kinds of it.

*கண்டனம், கண்டனை, *s.* criticism, refutation, reproof, chastisement, correction, கண்டிக்கை.
கண்டனை தண்டனை, reproof and punishment, discipline.

கண்டன், *s.* husband, புருஷன்; 2. lord, எசமான்; 3. hero, வீரன்; 4. a king of the Sola dynasty.

கண்டாங்கி, *s.* a checkered cloth worn by women.

கண்டாஞ்சி, *s.* a thorny shrub.

கண்டாயம், s. instrument, தண்டாயம்.

கண்டாளம், s. a pack saddle for bullocks.

கண்டி, s. Kandy, the ancient capital of Ceylon, இலங்காபுரி; 2. a species of necklace, கழுத்தணி; 3. a weight of 20 maunds or 500 pounds, கண்டில்; 4. an enclosure for catching fish.

*கண்டி, VI. v. t. speak with severity, reproof, rebuke, கடிந்துகொள்; 2. correct, chastice, தண்டி; 3. speak impartially; 4. cut in pieces, துண்டி; 5. divide, பகிர்.

கண்டிதம், v. n. strictness, rigor, chastisement; 2. accuracy; 3. fatal accident, a crisis.

கண்டிதக்காரன், கண்டிப்புக்காரன், கண்டிப்புள்ளவன், a rigorous person, a strict man.

கண்டிதம்பண்ண, to act rigorously, chastise.

கண்டித்தல், v. n. the act of reproving.

கண்டித்துக்கேட்க, to ask strictly insisting upon a positive answer.

கண்டித்துச் (கண்டிப்பாகச்) சொல்ல, to speak plainly and pointedly.

கண்டிப்பு, v. n. rigor, strictness; 2. materiality.

கண்டிப்புள்ள சரீரம், the visible material body.

கராரக்கண்டிதமாய், very strictly, imperatively, decisively.

*கண்டிகை, s. necklace of sacred beads, உருத்திராட்சமாலை; 2. breast plate of gold, பதக்கம்; 3. a plot of ground, நிலப்பிரிவு.

கண்டில், s. a weight of 500 pounds, a candy, கண்டி.

*கண்டீரவம், s. lion, சிங்கம்; 2. the prickly pear, சதுரக்கள்ளி.

கண்டு, s. sugar - candy, கற்கண்டு; 2. a ball of thread, நூற்பந்து.

கண்டிட,to wind thread on a spindle.

கண்டுமுதல் (கண்ட முதல்), produce in kind.

பத்து மாக்கால் விதைக்க நூறு மாக்கால் கண்டு முதல் கிடைக்கும், 10 marcals of seed will yield 100 marcals.

*கண்டை, s. gold or silver thread woven on the end of a cloth, சரிகைக் கரை; 2. a large bell, பெருமணி; 3. warrior's anklets, வீரக்கழல்.

கண்டாமணி, a large bell.

கண்ணழிவு, s. a hindrance, delay, excuse, தடை.

கண்ணன், s. Vishnu in his Krishna-incarnation, கிருஷ்ணன்.

கண்ணாடி, s. (கண்), glass in general; 2. a looking glass; 3. spectacles.

கண்ணாடிச்சுவர், a small wall with apertures.

கண்ணாடிபார்க்க, to look into a looking glass.

கண்ணாடிப் பலகை, a plank with a peeping hole.

கண்ணாடியாயிருக்க,to be transparent, to be very pleasing.

சூரியகாந்திக் கண்ணாடி, a burning glass.

தூரதிஷ்டிக் கண்ணாடி, a telescope, spy glass.

நிலைக் கண்ணாடி, a standing looking glass, a stationary mirror.

பூதக்கண்ணாடி, a microscope, a magnifying glass.

முகக்கண்ணாடி, a looking glass.

மூக்குக் கண்ணாடி, a pair of spectacles.

கண்ணாட்டி, s. a spouse, sweet heart, காதலி; 2. a greatly beloved woman, அன்பானவள்.

கண்ணி, s. gin, snare, trap, சுருக்கு; 2. the noose of a rope for bullock's neck, பூட்டாங்கயிறு; 3. a rope, கயிறு; 4. flower-bud, அரும்பு; 5. garland of flowers, பூமாலை.

கண்ணிகட்ட, to form a flower-bud.

கண்ணி குத்த — வைக்க, to lay snares or gins.

கண்ணிக்குள் ஓட, — பட, — கண்ணியில் அகப்பட, — சிக்க, to be caught ensnared, drawn in.

கண்ணிக்கொடி, s. a kind of weed, a creeper.

*கண்ணியம், s. respectability, dignity, கனம்.

கண்ணு, s. prop. கன்று, which see.

கண்ணு, III. v. t. think, purpose, கருது; 2. judge, form an opinion, குறி.

கண்ணுதல், *v. n.* thinking, purposing; 2. judging.
கண்ணுவம், *s.* artisanship, mechanism, கம்மியம்.
கண்ணுளர், கண்விணைஞர், *s.* artificers, கம்மாளர்.
*கண்ணுவன், *s.* the name of a Rishi.
கதகதெனல், *v. n.* sounding as liquids in boiling; 2. feeling slight warmth as in low fever.
உடம்பு கதகதென்றிருக்கிறது, the body is warm or heated.
கதண்டு, *s.* black beetle, கருவண்டு.
கதம், *s.* anger, wrath, கோபம்; 2. snake, பாம்பு.
*கதம் (கெதம்), *s.* going, passing, moving, செல்லுகை.
கதகாலம், the past tense.
கதமாய்ப் போன வமிசம், a family wholly extinct.
கதமாக்கிப் போட, to extirpate.
*கதம்பம், *s.* an odoriferous ointment.
கதம்பை, *s.* the fibres which cover a cocoanut, கதம்பை நார்.
கதம்பைக் கயிறு, ropes made of cocoanut fibres.
கதம்பைப் புல்லு, a kind of grass with twisted awns.
*கதலி, *s.* plantain tree, வாழை.
கதலிபாகம், sweet easy style in composition, see பாகம்.
காட்டுக்கதலி, wild plantain.
கதலு, III. *v. i.* move, shake, அசை.
கதவு, *s.* a door, கபாடம்; 2. guard, காவல்.
கதவு நிலே, a door-post.
கதவைச்சாத்த, – மூட, – அடைக்க, to shut the door.
கதவைத் திறக்க, to open the door.
கதவைப் பூட்ட, to lock the door.
கதவைப் பெயர்க்க, – பிடுங்க, to break open a door.
சன்னல் கதவு, the window shutter.
தெருக்கதவு, a street door.
கதழ், II. *v. i.* be angry, displeased, கோபி; 2. be swift, விரை.
கதறு, III. *v. i.* cry aloud from pain, fear or sorrow, scream, அழு; 2. bellow as a cow or deer, கத்து.
மான் கதறுகிறது, the deer bellows.
கதறி அழ, to weep aloud.
*கதனம், *s.* battle, fight, போர்; 2. confusion, disorder, கலக்கம்; 3. vehemence, சடுப்பு.
*கதாசித்து, *adv.* sometimes, perhaps, ஒரு வேளே.
*கதி, *s.* progression, நடை; 2. way, வழி; 3. gait, pace of a horse, போக்கு; 4. swiftness, விரைவு; 5. condition, state of existence in the present birth, பிறப்பு; 6. ability, wealth, திராணி; 6. happiness, bliss, heaven, salvation, மோட்சம்.
கொடுக்கக் கதியில்லே, he is not able.
கதியற்றவன், – கெட்டவன், an impoverished or disabled person.
கதிபெற, to obtain salvation.
கதியுள்ளவன், a powerful, rich man.
பரகதி, பரமகதி, salvation, heavenly bliss.
*கதி, VI. *v. i.* go, proceed, நட; 2. rise, grow high, எழு; 3. grow thick, outmatch, சட; 4. become excessive, increase, மிகு.
கதிப்பு, *v. n.* eminence, thickness, increase, excess, preponderance.
கதிமை (கதுமை), *v. n.* thickness, ability.
கதிர், *s.* ray of light, a beam, கிரணம்; 2. the sun, சூரியன்; 3. a spindle. a goldsmith's pin, இருப்புமுள்; 4. an ear of corn, பயிர்க்கதிர்; 5. the spokes of a wheel; 6. a cylindrical piece of wood for pressing sugar-cane and oil-seeds.
கதிரவன், கதிரோன், the sun.
கதிர் அடிக்க, to beat corn.
கதிர் அறுக்க, to reap the ears of corn.
கதிர்கொய்ய, to pluck the ears of corn.
கதிர்ப் பக்குவமான நெல்லு, paddy grown to the height of earing.
கதிர்ப்பயிர், corn in the ear.
கதிர்ப்புல்லு, grass that bears ears.
கதிர்ப்போர், a stack of corn.
கதிர் வால், the arista, the awn of a corn.
கதிர் விட, – வாங்க, – பயிராயிருக்க, – புறப்பட, – எற, to put forth or

shoot out ears of corn to ear.

கதிர் வீச, to dart rays as the sun; 2. as *கதிர் விட*.

இராக் கதிர், அமுதக் கதிரோன், the moon.

தொண்டைக் கதிர், ear of corn just shooting out.

நெற்கதிர், an ear of paddy.

பசுங்கதிர், young ears of corn.

கதிர்காமம், *s*. a town in Ceylon.

கதுக்கு, III. *v. t.* gorge, glut, swallow, *குதக்கு*.

கதுப்பு, *s*. the cheeks, *கவுள்*; 2. woman's locks of hair, *பெண்மயிர்*; 3. a herd of cattle, *பசுக்கூட்டம்*.

யானைக்கதுப்பு, the cheek of an elephant.

கதுப்புளி, *s*. a forked iron instrument with which children are burnt in their breast to cure atrophy, *கதுப்புளிக்கோல்*.

கதுமு, III. *v. i.* be obstinate, perverse, *முரண்டு*.

கதுமை, *prop.* *கதிமை*, *s*. see under *கதி*.

***கதை**, *s*. story, anecdote, fiction, *கட்டுக்கதை*; 2. a tale, fable, a talk, chit-chat, *சம்பாஷணை*; 3. club, stick, *தடி*.

கதாப்பிரசங்கம், telling stories in public with remarks and explanations, loquaciousness.

கதாமஞ்சரி, a series of stories and fables.

கதாயுதம், a club or mace.

கதை கட்ட, -கோக்க, to invent a story, tattle, babble.

கதை பேச, to chat, to talk away the time.

கதைவளர்க்க, to prolong a story or conversation, to cavil.

கிளைக்கதை, a digression in a fable; an episode.

புண்ணியக்கதை, a religious story or fable.

கத்தக்காம்பு, *s*. a dry extract prepared from the juice of a certain tree in Malacca; it is used with betel.

கத்தக்காம்பு வில்லை, a small round cake made of it.

***கத்தபம்**, *கர்த்தபம்*, *s*. an ass, *கழுதை*.

கத்தரி, *s*. the brinjal, the egg plant, *வழுதுணை*; 2. the intense heat from the 23rd *சித்திரை* to the 7th of *வைகாசி*, *அக்கினிநட்சத்திரம்*, this is called *முன்னேழு பின்னேழு கத்தரி*.

கண்டங்கத்தரி, காரல்கத்தரி, கொத்துக்கத்தரி, கித்தக்கத்தரி, நீலக்கத்தரி, முட்டைக் கத்தரி etc., different species of brinjal.

கத்தரிக்காய், the brinjal fruit.

***கத்தரி**, *s*. a pair of scissors, *கத்தரிக்கோல்*.

***கத்தரி**, VI. *v. t.* shear, cut with shears or scissors, *அறு*; 2. flash as priming powder, go out as a match, *பற்றுமல் போ*.

காரியம் கத்தரித்துப்போயிற்று, the affair has failed.

துணியை எலி கத்தரித்துப்போட்டது, the rat has gnawed the cloth.

வாணங்கத்தரித்துப்போயிற்று, the rocket has missed fire.

கத்தரித்துக்கொள்ள, to cut off, clip off.

கத்தளை, *கத்தலை*, *s*. a kind of sea-fish. Its different kinds are: *குறுங்கத்தளை, கருங்கத்தளை, யானைக்கத்தளை* etc.

***கத்தன்**, *s*. the same as *கர்த்தன்*, agent, lord.

கஸ்தி, *s*. (*Tel.*), trouble, sufferings, pain, *வருத்தம்*; 2. affliction, distress, *துன்பம்*.

கத்தி, *s*. a knife; 2. a sword, *வாள்*.

கத்திகட்டி, a military officer.

கத்தி தீட்ட, to sharpen a knife; 2. to quarrel.

கத்திமுனை, the point of a knife or sword.

கத்தியுறை, the sheath of a sword.

கத்தியை உருவ, to draw a sword.

கத்திவாள், a crooked sword.

கத்திவீச, to brandish a sword.

அம்பட்டன் கத்தி, a razor.

சூரிக்கத்தி, a little knife, a penknife.

மடக்குக் கத்தி, a folding knife, a clasp knife.

வெட்டுக்கத்தி, a hatchet; a straight thick knife.

கத்து, III. *v. i.* make noise, cry, scream, croack, caw as crows etc.; 2. chatter, talk in vain, *பிதற்று*; 3. roar, *முழங்கு*.

கத்து, *v. n.* crying, bawling; idle talk.

வீண்கத்து, vain words, pratting.

*கத்தூரி, கஸ்தூரி, s. the musk-deer, கத்தூரிப்பிள்ளை; 2. musk.

கத்தை, s. ass, கழுதை; 2. *vulg. for* கற்றை.

*கந்தகம், கெந்தகம், s. brimstone, sulphur.

கந்தகப் பூமி, hot climate caused by sulphur under the soil.

கந்தகவுப்பு, salt produced from sulphur.

*கந்தம், s. esculent roots in general, கிழங்கு; 2. the sense of smell, மோப்பம்; 3. odour, fragrance, வாசனை; 4. (ஸ்கந்தம்), the bottom of the neck below the nape, கந்து; 5. part, portion, section of a book, பங்கு.

கந்தபொடி, sweet-scented powder and perfumes.

கந்தமூலங்கள், several sorts of eatable roots in the woods.

கந்தமூலபலாதிகளைத் தின்ன, to feed on roots, fruits etc.

கந்தம் பூச, to besmear with any fragrant substance.

கந்தம் வீச, to diffuse odours.

கந்தவடி, any odoriferous powder or dust.

கந்தவர்க்கம், various kinds of perfumes and spices.

துர்க்கந்தம், a bad unpleasant smell.

நற்கந்தம், a sweet scent, fragrance.

கந்தருவம் s. harmony, music, singing, இசை; 2. horse, குதிரை; 3. one of the 8 kinds of marriages which takes place by the union of the parties without the usual ceremonies, கந்தருவமணம்.

கந்தருவர், celestial songsters.

கந்தல், s. rags, கந்தை; 2. shameful vicious life, கேடு; 3. a profligate fellow, கெட்டவன்.

கந்தலாய்த்திரிய, to live a profligate and debauched life.

*கந்தன், ஸ்கந்தன், s. Skanda, the younger son of Siva.

கந்தப்புராணம், one of the 18 Puranas.

*கந்தாயம், s. tax, rent, வரி; 2. a period for which tax is paid; 3. the season for receiving or gathering produce, அறுப்புக்காலம்.

மாசக்கந்தாயம், tax paid monthly.

கந்திரி, s. (*Hind.*), a Mohammedan feast.

கந்து, s. joint of the body, சந்து; 2. the bottom of the nape, the nape, கழுத்தடி; 3. carriage, cart, வண்டி; 4. post, pillar, தூண்; 5. a rope for tying oxen together, தும்பு; 6. a heap of straw or chaff in the threshing floor, பொலிக்கந்து.

கந்து, III. *v. i.* perish, அழி; 2. be ruined or reduced, கெடு.

*கந்தை, s. rag, an old piece of cloth, patched cloth or garment, பீற்றல்.

கந்தைகட்டி, a person in rags.

கந்தைத்துணி, a torn garment, rags.

கந்தை புரைய, to mend old cloth.

கந்தை போர்த்துக்கொண்டிருக்க, to be clothed in rags.

கபகபவெனல், *v. n.* gurgling as of water poured out of a narrow-necked vessel; 2. having a burning sensation in the stomach or throat.

*கபடு, கபடம், கவடம், s. deceit, cheating, trick, வஞ்சகம்.

கபட சூத்திரம், a trap, stratagem.

கபடற, without deceit.

கபடற்றவன், கபடறியாதவன், an upright man, a guileless man.

கபடன், கபடி, கபடஸ்தன், கபட்டுக்காரன், a deceitful, cunning person.

கபடாய், deceitfully.

கபடில்லாமை, கபடறியாமை, sincerity.

கபடு செய்ய, — பண்ண, to deceive, play tricks.

கபட்டுச்சரக்கு, deceitful commodities.

கபட்டுத்தனம், deceitfulness, fraudulence.

கபட்டு நாக்கு, a deceitful tongue.

*கபந்தம், கவந்தம், s. a headless trunk, உடற்குறை.

*கபம், s. phlegm, கோழை.

கபக்கட்டு, collection of phlegm.

கபவியாதி, கபரோகம், consumption, pulmonary affections.

கபர்தார், *interj.* (*Hind.*), take care!

*கபாடம், கவாடம், s. a door, கதவு; 2. guard, defence, காவல்.

கபாத்து, s. (*Hind.*), a capon; 2. pruning.
கபாத்து செய்ய, to prune, castrate.

கபாய், s. (*Hind.*), long gown reaching to the ankles and chiefly worn by Mussulmans, *அங்கி*.

***கபாலம்**, s. the skull, *மண்டை*; 2. a beggar's bowl, *இரப்போர் கலம்*.
கபாலக்குத்து, severe head-ache.
கபாலமேந்தி, கபாலபாணி, Siva, the skull bearer.

***கபி**, s. monkey, *குரங்கு*; 2. a pulley, *கப்பி*.

கபிசினம், *கவிசனம்*, s. see *கௌசனம்*.

***கபிலம்**, s. tawny colour.

***கபிலை**, s. tawny or brown colour; 2. a cow of dim colour; a cow in general, *பசு*.

கபுக்குக்கபுக்கெனல், v. n. sounding as gurgling of water.
கபுக்குக்கபுக்கென்று வாந்தி எடுக்கிறான், he vomits violently.
கபுக்குக்கபுக்கென்று தின்கிறான், he eats voraciously.

***கபோதம்**, s. a pigeon, dove, *புறா*.

கபோதி, s. (*Tel.*), a blind person, *குருடன்*.

கப்பம், s. tribute, *அரசிறை*.
கப்பங்கட்ட, to pay tribute.

***கப்பரை**, s. a chatty for begging alms, a beggar's bowl, *கபாலம்*.
கப்பரையிலே கல்லு விழுந்தது, the livelihood is lost.
கப்பரை ஏந்த, to go begging with a vessel in the hand.

கப்பல், s. a ship, *மரக்கலம்*.
கப்பல் கரையிலே பொறுத்துப்போயிற்று, the ship is run aground.
கப்பல் வைத்து வியாபாரம் செய்கிறான், he trades using his own ship.
கப்பலிலிருந்திறங்க, to disembark.
கப்பலுடைய, to be ship-wrecked.
கப்பலைத் தட்டவைக்க, to strand, to run aground.
கப்பல் (கப்பலின்மேல்) ஏற, to go on board a ship, to embark.
கப்பல் ஓட, to sail as a ship.
கப்பல் ஓட்ட, to sail a ship, to steer
கப்பற்சண்டை, naval fight.
கப்பற்சேதம், ship-wreck.
கப்பற்படை, the cordage of a ship; naval force.
கப்பற்பாய், the sail of a ship.

கப்பி, s. grain half-ground; 2. gravel; 3. a pulley, *கபி*.

கப்பு, s. a forked branch of a tree, *கவர்க்கொம்பு*; 2. a post, *தூண்*.
கப்படிமரம், a tree with branches growing from the root.
கப்புக்கால், bandy-legs.
கப்புக்காலன், கப்புக்காலி, a bandy-legged or crooked-legged man.
கப்பு நாமம், a forked mark on the forehead of the Vishnuvite.

கப்பு, III. v. t. eat voraciously, *உண்*; 2. overspread as the clouds, *மூடிக்கொள்*.

கமகமத்தல், *கமகமெனல்*, v. n. being fragrant.

***கமண்டலம்**, s. a water vessel of a religious mendicant, *கரகம்*.

கமம், s. fulness, *நிறைவு*; 2. field, farm, *வயல்*.
கமக்காரன், a farmer.
கமத்தொழில், cultivation, tillage.

கமர், s. a cleft in the ground caused by drought, *நிலப்பிளப்பு*.
கமர் வெடித்திருக்கிறது, the ground is full of chaps or crevices.

***கமலம்**, s. lotus, *தாமரை*; 2. a salver for presenting betel, *தாம்பூலத்தட்டு*.
கமலக்கண்ணன், Vishnu, the lotus eyed.
கமலயோனி, Brahma, the lotus born.
கமலாசனன், Brahma.

***கமலை**, s. Lukshmi as residing in the lotus; 2. a leather bag for watering, *கவலை*.

கமழ், II. v. i. yield a fragrant smell, *கந்தம்வீசு*.

கமறு, III. v. i. be heated too much, *வெப்பம் அதிகரி*; 2. bluster, be impetuous, *உக்கிரங்கொள்*; 3. be hot and dry, *காய்*; 4. weep bitterly, *அழு*.
சட்டி கமறுகிறது, the empty chatty over the fire is too much heated.

*கமனம், s. going, passing, procession, நடை.
கமனசித்தி, power of passing through the air.
கமனம்பண்ண, to pass swiftly through the sky.
பரஸ்திரி கமனம், sexual intercourse with another's wife.
கமாமிசு, s. (*Ar.*), affairs, business.
கமார், s. a fissure, a crack, வெடிப்பு.
கமாரிட, -என, to whisper, to utter a faint sound.
கமான், s. (*Pers.*), arch.
*கமி, க்ஷமி, VI. *v. i.* be patient, put up with, forgive, பொறு.
கமுகு, s. the betel-nut tree, areca tree, பாக்குமரம்.
கமுகம்பழம், its fruit, பாக்கு.
கமுகம்பிள்ளை, the young areca tree.
கமுகவலிச்சல், laths of the areca tree.
கூந்தல் கமுகு, a kind of areca tree.
கமுக்கட்டு, s. the arm-pit, அக்குள்.
கமுக்கம், s. the act of concealing, மறைத்தல்; 2. reserve, அடக்கம்.
கமுக்கக்காரன், a reserved person.
கமுக்கமாயிருக்க, to be reserved.
*கமை, க்ஷமை, s. patience, forbearance, பொறுமை.
கம், s. smith's work, smithery, கண்ணுவம்; 2. any act, operation, செயல்.
கம்மம், கம்மியம், smithery.
கம்மாலை, கம்மசாலை, smith's shop.
கம்மியர், கம்மாளர், smiths, mechanics.
பஞ்ச கம்மாளர், the five classes of artizans, viz. goldsmiths, braziers, masons, blacksmiths and carpenters.
*கம், s. water, நீர்; 2. cloud, மேகம்; 3. wind, காற்று; 4. ether, ஆகாயம்; 5. whiteness, வெண்மை.
கம்பட்டம், s. coining, coinage, காசு.
கம்பட்டக்காரன், a coiner.
கம்பட்டக் கூடம், a mint.
கம்பட்டம் அடிக்க, to coin money, mint.
கம்பட்டமுளை, a stamp for coining.
கம்பத்து, s. a leak in a ship, தோணியின் வெடிப்பு.
கம்பத்துக்கொள்ள, to grow leaky.
*கம்பம், s. a pole, pillar, post, தூண்; 2. shaking, motion, அசைவு; 3. trembling, tremor, நடுக்கம்.
கம்பக்கூத்தாடி, a rope-dancer, pole-dancer.
கம்பம் நட, to fix a pole.
கரக்கம்பம், a signal or motion of the hand.
சபாகம்பம், timidity in speaking in public.
சிரக்கம்பம்பண்ண, to nod as a sign of approbation.
கம்பலை, s. trembling, fear, நடுக்கம்; 2. uproar, tumult, சச்சரவு; 3. quarrelling, சண்டை.
*கம்பளம் (கம்பலம்), s. woollen cloth, blanket, carpet, கம்பளி.
ரத்தினக்கம்பளம், a carpet of divers colours.
கம்பளி, s. woollen or hair cloth, blanket, கம்பளம்.
கம்பளிக்கொண்டான், a shrub, the Indian mulberry tree.
கம்பளிப்பூச்சி, a caterpillar.
*கம்பனம், s, motion, shaking, கம்பம்.
கம்பன், s. a Tamil poet, the author of the Ramayana in Tamil.
கம்பசித்திரமான (சூத்திரமான) வேலை, an artistically or cleverly executed work.
கம்பாகம், கம்பான், s. a cable, அமார்.
கம்பி, s. wire, a bar of metal; 2. a stripe in the border of a cloth, கரை; 3. a jewel for the ears, காதணி; 4. money, காசு.
கம்பிக்காரன், a monied man.
கம்பிச் சீலை, a woman's cloth with a striped border.
கம்பி நீட்ட, to draw out wire; to take to one's heels.
கம்பிப்பிசின், a kind of wiry medicinal gum.
கம்பி இழுக்க, to draw wire.
கம்பி வேஷ்டி, a man's cloth with a striped border.
கம்பியச்சு, a wire-mould.
ஈர்க்குக்கம்பி, a narrow stripe.
பட்டைக்கம்பி, a broad stripe.
பொற்கம்பி, a gold wire.
*கம்பி, VI. *v. i.* shake, vibrate, அசை; 2. tremble, நடுங்கு.

கம்பிதம், *v. n.* trembling, quaking, motion.

*கம்பீரம், கெம்பீரம், காம்பீரம், *s.* depth, profundity, ஆழம்; 2. depth in knowledge or intellect, ஆழ்ந்த அறிவு; 3. exceedingly great joy, exultation, ஆர்ப்பரிப்பு; 4. martial bravery, செருக்கு.

கம்பீரமாயிருக்க, to leap or shout for joy, to be stately, majestic.

கம்பீரமான சத்தம், majestic voice, blast of a trumpet etc.

கம்பீரமான நடை, a dignified style, a stately walk, graceful movements.

கம்பீர வீரன், a bold hero; a spirited, manly hero.

*கம்பீரி, VI. *v. i.* exult, triumph, ஆர்ப்பரி.

கம்பு, *s.* stick, cudgel, தடி; 2. branch, மரக்கொம்பு.

கம்பு, *s.* a kind of grain, millet.

கம்பங்கதிர், the ear of கம்பு.

கம்பஞ்சோறு, boiled millet.

கம்பந்தட்டு, -தட்டை, the stalk of கம்பு.

கம்பரிசி, the husked grain of கம்பு.

கம்பை, *s.* a ledge, mauld, the frame of a window, door, picture etc. சட்டம்; 2. the wooden covers of a cadjan book; 3. a cornice, the highest projection of a wall or column; 4. a river near Conjeevaram; 5. charge, responsibility, பொறுப்பு.

கம்பைக்கல், Cambay pebble, semi-opal.

கம்பைக்குள்ளாக்க, to bring under subjection, to subdue.

கம்பை தைக்க, to nail on the edge or border of a box etc.

கம்மம், கம்மியம், *s.* see under கம்.

கம்மல், *s.* (*Tel.*), a kind of ear-ring worn by women; 2. *v. n.* of கம்மு.

கம்மாளர், *s.* see கம்.

கம்மாறர், *s.* sailors, seamen, mariners, கப்பற்காரர்.

கம்மி, *s.* (*Pers.*), deficiency, decrease, குறைவு.

கம்மியம், *s.* see under கம்.

கம்மு, III. *v. i.* grow hoarse, அடை; 2. be overcast, become cloudy, மந்தாரி.

தொண்டை கம்மியிருக்கிறது, my throat is hoarse.

கம்மல், கம்முதல், *v. n.* hoarseness, dimness, cloudiness.

கண் கம்மலாயிருக்கிறது, my eye is grown dim and hazy.

கம்மலாய் மூடியிருக்க, to be cloudy, gloomy, overcast.

கம்மிப் (கம்மலாய்ப்) பேச, to speak hoarsely.

கம்மெனல், *v. n.* being odoriferous; 2. being quiet or noiseless.

கம்மென்று மணக்கிறது, it smells very sweet.

கயக்கு, *s.* failure, deficiency, சோர்வு.

கயக்கு, கசக்கு, III. *v. t.* squeeze in the hand, bruise, mash, நசுக்கு.

கயங்கு, கசங்கு, III. *v. i.* be squeezed, நசுங்கு; 2. be wearied or exhausted, be hurt in mind, சோரு.

கயமை, *s.* baseness, lowness, filthiness, கீழ்மை.

கயம், *s.* baseness, inferiority, கீழ்மை; 2. water, நீர்; 3. spring, ஊற்று; 4. ditch, அகழ்; 5. tank, குளம்.

கயவன், கயவாளி, கசவாளி, a stingy, base minded person.

*கயம், கசம், *s.* decay, ruin, கேடு; 2. consumption, phthisis; 3. elephant, யானை.

கயமுகன், the elephant-faced god, Ganesa.

கயரோகம், consumption, pulmonary disease.

கயர், கசர் *s.* astringent matter, துவர்ப்பு; 2. the soft top of a cocoanut.

கயல், கயல்மீன், *s.* a kind of tank fish.

*கயிங்கரியம், கைங்கரியம், *s.* service, servitude, slavery, ceremonies, ஊழியம்.

கைங்கரியர், servants especially those in temple service.

பிதா மாதா கைங்கரியம், ceremonies performed on behalf of the deceased father or mother.

*கயிலாசம், கயிலாயம், கயிலை, கைலாசம், *s.* mount Kylasa, the abode of Siva.

கயிலி, *s.* a checkered cloth worn by Mussulmans.

கயில், *s.* the half of a cocoanut, தேங்காய்ப்பாதி; 2. clasp of a necklace.

அடிக்கயில், the bottom piece of a cocoanut shell.

கண்கயில், the top piece of a cocoanut shell.

கயிறு, *s.* a rope, cord, line, வடம்.

கயிறறுந்த ஆட்கள், vagabonds, unrestrained people.

கயிறு திரிக்க, -முறுக்க, to make a rope, to twist a rope.

கயிற்றுக்கோல், a kind of balance.

கயிற்றேணி, a rope-ladder.

தொடு கயிறு, a rope used in ploughing.

பூட்டாங்கயிறு, yoke strings.

வடக்கயிறு, a great rope used for drawing cars; 2. a leather rope used in ploughs and picottas.

கர, VII. *v. t.* conceal, hide, ஒளித்துவை; 2. refuse to give, withhold, அல்லத்தட்டு; 3. steal, pilfer, திருடு; 4. *v. i.* be hidden, மறை II.

கரப்பு, *v. n.* stealing, hiding, refusing.

கரவு, *v. n.* hiding, craftiness.

நெஞ்சிற் கரவுடையார் தம்மைக் கரப்பர், those that are crafty-minded and insincere will hide themselves.

***கரகம்**, *s.* a pitcher with a spout, கமண்டலம்; 2. an earthen or wooden vessel, வட்டில்.

கரகமூக்கு, the spout of a pitcher.

கரகர, VI. *v. i.* feel itching or irritation in the throat, be disposed to cough.

தொண்டை கரகரக்கிறது, I feel an itching or tickling sensation in the throat.

கரகரப்பு, கரகரெனல், *v. n.* sharpness to the taste, itching in the throat.

கரசை, கரிசு, கரிசை, *s.* a garce of 400 marcals.

***கரடகம்**, *s.* fraud, deceit, craftiness, slyness, வஞ்சனை.

கரடகன், a crafty fox; a subtle, artful person.

***கரடம்**, *s.* a crow, காக்கை; 2. an elephant's secretion, rut, மதம்.

கரடா, *s.* a rough paper, கரடாத்தாள்.

கரடி, *s.* a bear; 2. same as கருடி.

கரடியுருமுகிறது, the bear growls.

கரடு, *s.* the ankles, கணுக்கால்; 2. a knob, hard knot in wood, கணு; 3. any protuberance from the trunk of a tree, ruggedness; roughness of timber, முரடு; 4. rough temper, முரட்டுக்குணம்; 5. short stunted growth, தடிப்பு.

மரத்திலே கரடுகட்டியிருக்கிறது, there are knots or knars in the tree.

கரடுங்கட்டியுமானது, full of clods, knobby, knotty.

கரடுமுரடாய், roughly, unevenly.

கரட்டுக் கரட்டெனல், being hoarse, rough (as the throat before death).

கரட்டுக்கல், an unpolished stone.

கரட்டுத்தரை, rough uneven ground.

கரட்டுப்பயல், a short boy of stunted growth.

கரட்டோணன், a bloodsucker of small size.

***கரணம்**, *s.* instrument, means, உபகரணம்; 2. an organ of sense, இந்திரியம்; 3. the faculty of the mind, அந்தக்கரணம்; 4. gambol, tumbling, tricks of a rope-dancer, கூத்து.

கரணம்போட, to play at gambols; to tumble, to solicit earnestly, to use all possible means.

திரிகரணசுத்தி, purity in word, deed and thought.

கரணை, *s.* a small trowel, கொல்லறு; 2. a joint or knot in trees, கரடு; 3. a piece between two knots in sugar-cane and other reeds; 4. a piece of a long edible root etc. cut cross-wise; 5. a plant of different species as காட்டுக்கரணை, கறிக்கரணை, காராக்கரணை etc.

கரணைக்கிழங்கு, the bulbs of கரணை plant.

கரணை ஆட, to cut into pieces cross-wise.

***கரண்டகம்**, கரண்டம், *s.* a little box for betel chunam.

கரண்டி, *s.* a spoon, a small ladle, சிற்றகப்பை.

ஆலக் (அகலக்) கரண்டி, a large spoon.

உச்சிக்கரண்டி, a small spoon used for putting oil on a child's head.

பொட்டுக்கரண்டி, a spoon of the smallest kind.

வெள்ளிக்கரண்டி, a silver spoon.

கரந்தை, *s.* a plant, the basil; 2. garlands of basil worn by warriors.

வயல்கரந்தை, பசுங்-,பிரப்பங்காய்க்-,நறுங்-, சுணைக்-, different kinds of the basil.

கரப்பன், கரப்பான், *s.* scurf, cutaneous eruptions, அக்கி.

கரப்பான்பண்டம், eatables producing scurf or itch.

கரப்பான் பூச்சி, cockroach.

அக்கினிக் கரப்பன், the erysipelas, அக்கி.

ஊதுகரப்பன், a kind of scall that causes swelling of the body.

கடுவான்கரப்பன், eruption in the legs of children.

கருங்கரப்பன், a dark kind of eruption in infants.

செங்கரப்பன், a kind of reddish eruption in children.

***கரம்**, *s.* hand, arm, கை; 2. a particle used for naming short vowels and vowel-consonants as அகரம், ககரம்.

கரசரணுதிகள், hands, feet and other limbs.

கரதலம், the palm of the hand.

கரதலாமலகம்போல, as clear as the நெல்லி fruit in the palm of the hand.

கரலட்சணம், the 23 kinds of bending the hand and fingers in dancing.

கரவாளம், a sword.

கரம்பு, கரம்பை, *s.* hard and sterile ground, untilled ground, பாழ்நிலம்.

காடுவெட்டிக் கரம்புதிருத்திப் பயிரிட, to clear the jungle for cultivation.

காடுங்கரம்புமாயிருக்கிறது, it is sterile and full of jungle.

அனுதிக்கரம்பு, ground never cultivated.

கரவடம், *s.* fraud, deceit, வஞ்சனை; 2. theft, களவு.

கரவடக்காரன், a crafty person, hypocrite.

கரவடவேடம், hypocrisy.

கரவடவேலை, deceptive work, counterfeitness.

***கரவாகம்**, *s.* a crow, காகம்.

கரவை, *s.* goldsmith's tool.

கரளை, *s.* a dwarf, a beast short for its age, a fruit taking a long time to ripen, வளர்தலின்மை.

கரா, கராம், *s.* alligator, a male alligator, முதலை.

கராகண்டிதம், கரார்கண்டிதம், *s.* plain talk, தெளிவான பேச்சு; 2. decisive word, strictness, கண்டிப்பு.

கராகண்டிதமாய்ப்பேசுகிருன், he speaks most decisively.

கராகண்டிதன், கராகண்டிதக்காரன், a man of plain dealing, strict principles.

கராக்கி, *s.* (*Tel.*), dearness, scarcity, உயர்ந்த விலை.

கராம்பு, கிராம்பு *s.* cloves.

கரார், கரால், *s.* (*Hind.*), agreement, உடன்படிக்கை; 2. certainty, உறுதி.

கரார்பண்ண, to make certain.

கரார்நமா, a written agreement, engagement.

கரார்விலை, fixed price.

***கராளம்**, கராளி, *s.* wickedness, ferociousness, impudence, தீக்குணம்.

கராளகேசரி, a fierce lion.

கராளிக்காரப் பயல், an incorrigible, impudent knave.

கராளிக் குதிரை, an intractable horse.

கராளித்தனம், impudence, want of manners, impiety.

கரி, *s.* charcoal, நெருப்புக்கரி; 2. blackness, கருமை; 3. witness, சாட்சி.

கரிக்கட்டை, a quenched fire-brand.

கரிகறுக்க, – கறுத்துப்போக, to grow very black or dark.

கரிகறுத்தது, கரிகறுத்துப்போயிற்று, it is become as black as charcoal.

கரிகறுத்த முகம், a face as black as charcoal.

கரிக்காரன், a charcoal-dealer.

கரிக்குருவி, a small black bird.

கரிக்கோடிட, to form or grow as hair above the upper lip.

கரிச்சட்டி, - ப்பானை, smutty pots.

கரிநெருப்பு, fire made of charcoal.

***கரி**, *s.* elephant, யானை.

கரிமுகன், Ganesa, the elephant-faced.

கரிவாகனன், Iyenar, Indra.

கரி, II. *v. i.* be scorched, burnt or charred as food, காந்து; 2. turn black, become charcoal, கருகு; 3. be scorched by the sun, தீய்; 4. blacken with rage, கோபி.

கரி, VI. *v. i.* be saltish, உப்புக்கரி; 2. be pungent to the taste, உறை; 3. smart as the eye, உறுத்து.

கரிப்பு, *v. n.* saltishness, pungency, smarting, acute pain in the eye; scarcity, famine.

கரிசல், *s.* darkness, blackness, கருமை.

கரிசலாயிருக்க, to be dark, black.

கரிசல்காடு, a thick wood, 2. a black soil.

கரிசலாங்கண்ணி, கருசலாங்கண்ணி, *s.* a medicinal plant, கையாந்தகரை.

கரிசனம், கரிசனை, *s.* natural affection, love, அன்பு; 2. care, interest, solicitude, earnestness, பரிவு.

அவனுக்குப் பெண்சாதி என்கிற கரிசனம் இல்லை, he does not love and care for her as his wife.

கரிசனம் கொள்ள, to be interested.

தற்கரிசனமாய், voluntarily, of one's own accord.

கரிசு, கரிசை, *s.* see கரசை.

கரிச்சான், *s.* a small black bird.

கரிப்பு, *s.* fear, அச்சம்; 2. famine, scarcity, கருப்பு; 3. *v. n.* of கரி.

கரு, *s*, foetus, embryo, germ, கருப்பம்; 2. a mould for casting metal; 3. wit, judgment, genius, கருத்து; 4. discretion, prudence, புத்தி; 5. things used for ceremonies of enchantment such as plants, roots, skin, bones etc., அஷ்ட கருமக் கரு.

கருக்கட்ட, -ப்பிடிக்க, to mould.

கருக்காய், thin and immature grain in corn ears, chaff.

கருக்கூட, to impregnate.

கருத்தெரியாதவன், an unwise man, indiscreet person.

கருப்பற்ற,-க்கொள்ள,-த்தரிக்க,-த்தங்க, to conceive, to be impregnated.

கருப்பை, the matrix, womb.

கருவழிக்க, to destroy the foetus, to cause miscarriage.

கருவழிய, -க்கரைய, to miscarry, to have an abortion.

கருவறுத்துப்போட, to destroy a family utterly, to extirpate it.

கருவாளி, கருவுள்ளவன், a witty, prudent man.

மஞ்சள்கரு, the yolk of an egg.

வெள்ளைக்கரு, the white of an egg.

கரு, *adj.* see under கருமை.

கருகு, III. *v. i.* turn black by exposure to the sun, fire etc., கரி II; 2. be singed, scorched or burnt (as meat, fish etc.) காந்து.

பயிர் கருகுகிறது, the crop is become sickly.

கருகவறுக்க, to over-roast.

கருகல், *v. n.* obscurity, dimness; rice, curry etc. burnt in cooking.

கருகலான பேச்சு, an obscure dark speech.

கருகல் வெற்றிலை, betel leaves tanned by the sun.

கருகற்சோறு, burnt rice.

கருகற்புண், a healed sore.

கருகுமணி, *vulg.* கருவமணி, a small black bead.

கருகூலம், கருவூலம், *s.* concealed treasure, புதையல்.

கருக்கு, *s.* the edge of a knife, sword etc., the teeth of a saw, கூர்; 2. keenness, கூர்மை; 3. engraved, carved or embossed work, சித்திர வேலை; 4. a decoction, கஷாயம்.

கருக்கரிவாள், a sickle.

கருக்கழிய, -மழுங்க, to grow blunt.

கருக்கானபணம், newly coined money.

கருக்கிட, - ஆக்க, to sharpen.

கருக்குப்போட, to prepare a decoction of drugs.

கருக்குள்ளது, that which is sharp-edged.

கருக்குவேலை, work in stone or metal, bass-relief, raised-work, fret work; 2. fine workmanship, excellent work.

கருக்கு, III. *v. t.* roast, singe, burn to coal, darken by heat, கருகச்செய்.

சாராயம் ஈரலைக் கருக்கிப் போட்டது, arrack has consumed the liver.

மனதைக்கருக்க, to wound the feelings, to offend.

கருக்கல், v. n. the act of darkening by heat; 2. cloudy weather, day break, the twilight in the morning, duskiness.

அமாவாசைக்கருக்கல் great darkness as in the night of the new moon.

கருங்கும்மேன்றிருத்தல், v. n. being thick dark.

*கருச்சி, v. see கர்ச்சி.

*கருடன், கெருடன், கெருடபட்சி, s. the Brahminy kite, the vehicle of Vishnu, செம்பருந்து.

கருடகம்பம், a kind of lamp in the Vishnu temple.

கருடதரிசனம், the sight of the kite on special occasions.

கருடப் பச்சைக்கல், a yellowish medicinal stone.

கருடபார்வை, squint-eye, an expressive penetrating look.

கருடி, கெருடி (சரடி), s. (Tel.), fencing, சிலம்பம்.

கருடிக்கூடம், a fencing school, a place for military exercise.

கருடி வித்தை, the art of fencing.

கருடிவித்தைப் பழக, to practise fencing.

*கருணன், கர்ணன், கன்னன், s. Karna, the most liberal prince of antiquity; 2. one as liberal as Karna of old.

*கருணடகம், கருநாடகம், சர்ணடகம், s. the Carnatic country, language or usage.

கருணிக்கன், கருணீகன், s. see கர்ணன்.

*கருணே, s. clemency, grace, favour, compassion, tenderness, கிருபை; 2. an esculent root and its plant, கரணேக்கிழங்கு.

கருணுகடாட்சம், gracious look.

கருணுகரன், கருணுமூர்த்தி, God, the Most Gracious Being.

கருணுநிதி, a jewel of grace, one who is rich in grace.

கருணேபுரிய, to confer a favour or blessing, to show compassion.

நற்கருணே, (Christ. us.), the Sacrament of the Lord's Supper.

கருது, s. vulg. for கதிர் which see.

கருது, III. v. t. intend, purpose, design, எண்ணு; 2. think, consider, reflect, சிந்தி; 3. imagine, suppose, நினே.

சொல்லவும் கருதவுங்கூடாது, it cannot be expressed or conceived.

கருதலர், foes.

*கருத்தபம், s. see கர்த்தபம், ass.

*கருத்தன், s. see கர்த்தன்.

கருத்து, s. object. design, intention, எண்ணம்; 2. wish, desire, விருப்பம்; 3. thought, opinion, அபிப்பிராயம்; 4. will, mind, purpose, சித்தம்; 5. meaning, purport, sense, தாற்பரியம்; 6. attention, mental application, diligence, கவனம்; 7. penetration, genius, விவேகம்.

படிப்பிலே கருத்தில்லே, he has no taste for learning.

கருத்தாய், diligently, attentively.

கருத்தாளி, கருத்துக்காரன், a careful, prudent person.

கருத்துப்பிசகு, a wrong erroneous interpretation.

கருத்துரை, the purport or scope of a stanza.

வஞ்சகக் கருத்து, deceitful design, treachery.

*கருநாடகம், s. see கருணடகம்.

*கருப்பம், s, see கர்ப்பம்.

கருப்பட்டி, கருப்புக்கட்டி, s. see under கரும்பு.

கருப்பு, s. famine, dearth, பஞ்சம்.

*கருப்பூரம், s. camphor, see கர்ப்பூரம்.

கருப்பூர், s. the name of a village.

கருப்பூர் வழக்கு, a case decided by splitting the difference.

*கருமசம், s. (கருமம்), vice, atrocity, தீவினே.

*கருமம், s. act, action, கிரியை; 2. a work, occupation, business, தொழில்; 3. actions of previous birth, fate, முன்வினே; 4. religious ceremonies and actions; 5. magical enchantments (of 8 kinds), அஷ்ட கருமம்.

கருமநிவிர்த்தி, ceremonies performed to expiate the evil deeds of former birth.

கருமவியாதி, a malignant disease supposed to result from the sins of former birth.

கருமாதி, prescribed funeral rites for a deceased relative.

கருமாதிசெய்ய, to perform funeral rites.

கருமாந்தம், கருமாந்திரம், கருமாந்தியம், the end of a funeral ceremony.

கருமானுபவம், suffering evil from sins of previous births.

கருமி, one that performs the prescribed rites; an atrocious sinner, a miser.

துஷ் (துர்க்) கருமம், a bad action.

நற் (சற்) கருமம், a good action.

கருமாயம், s. that which is dear or high priced, அருமையானது.

கருமான், s. (*pl.* கருமார், கருமர்), a blacksmith, கொல்லன்.

கருமை, s. blackness, black colour, கறுப்பு: 2. greatness, excellence, பெருமை; 3. strength, வலி. (See அருமை, *Note*.)

கரிய, கரு, *adj.* black. (கார் see separately.)

கரியது, it is black; that which is black.

கரியபோளம், aloe.

கரியவன், கரியன், a black or dark man.

கருங்கடல், black sea.

கருங்கல், black stone, granite.

கருங்காலி, black wood, ebony.

கருங்கிரந்தி, black eruptions in infants.

கருங்குங்கிலியம், black resin for pitch.

கருங்குரங்கு, a black monkey.

கருங்குவளை, blue water-lily.

கருங்குறுவை, a dark kind of paddy.

கருங்கொல், iron.

கருங்கொல்லர், blacksmiths.

கருங்கோழி, a fowl with black flesh.

கருநாள், an inauspicious day.

கரு (கரி) நிலம், black soil.

கருமணல், black sand.

கருமணி, the pupil of the eye.

கருமருந்து, gun-powder.

கருமுகில், — மேகம், a dark cloud.

கருமுதல், a kind of sea-fish.

கருமுரடன், an obstinate person.

கரும்பாம்பு, a black serpent, the 8th planet, இராகு.

கரும்பித்தம், black bile, madness.

கரும்பொன், iron.

கருவாலி, the oak tree, a bird.

கருவாழை, dark red plantain.

கருவிழி, the iris of the eye.

கரு வேம்பு, — வேப்பிலை மரம், a tree whose fragrant leaves are used in curries.

கருவேல், a tree, *acacia Arabica*.

கருவேலம்பிசின், gum of the கருவேல்.

கரும்பு, s. sugar-cane, கன்னல்.

கருப்பஞ்சாறு, sugar-cane juice.

கருப்பஞ் செத்தை, dry sugar-cane stalks, rubbish.

கருப்பஞ் சோலை, a sugar cane plantation.

கருப்பம்பாகு, treacle.

கருப்புக்கட்டி, *colloq.* கருப்பட்டி, jaggery.

கருப்பட்டிப் பேச்சு, sweet speech, smooth words.

கருப்புக்கட்டிக் கூடு, jaggery made in small cases.

கருப்புவில், the sugar-cane bow of Kama.

கருப்புவில்லி, Hindu cupid.

கரும்பாலை, a sugar-cane press.

எரிகரும்பு, fuel.

பேய்க் கரும்பு, wild sugar-cane.

கரும்புளி, VI. *v. i.* taste like copperas, become spoiled by verdigris as food in a copper vessel, களிம்புபற்று.

கரும்புளிப்பு, *v. n.* the taste of copperas.

*கருவம், s. see கர்வம்.

கருவல், s. (*masc. & fem.*), one who is black, கறுவல்.

கருவா, s. the cinnamon tree, இலவங்கம்.

கருவாத்தைலம், cinnamon oil.

கருவாப்பட்டை, the cinnamon.

கருவாடு, s. dried salt fish.

கருவாட்டுவாலி, s. a black bird whose tail is like that of a fish and which sings before day-break, king-crow.

*கருவி, VI. *v. i.* see கர்வி.

கருவி, s. instrument, tool, weapon, ஆயுதம்; 2. faculties, organs, கரணம்; 3. means, materials, உபகரணம்.

கருவி கரணதிகள், the powers and faculties of the soul and body.

கருவிப்புட்டில், a case for instruments.

அராவு கருவி, a file.
உட்கருவி புறக்கருவி, faculties of the mind and body.
குதிரைவாய்க்கருவி, the bridle of a horse.
நரம்புக்கருவி, a musical string instrument.
நிறையறிகருவி, a balance.

கருவூலம், *s.* see கருகூலம்.

கரை, *s.* border, boundary, எல்லை; 2. bank, sea-shore, river-side, ஓரம்; 3. border of a field, வரப்பு; 4. border of a cloth, விளிம்பு; 5. end, முடிவு.
கரைகடக்க, to overflow.
கரைகாணாப் பேரொளி, the infinitely great light, God.
கரைக்கட்டுப் பட்டாடை, silk cloths for women with coloured borders.
கரைக்காற்று, land breeze; wind blowing from the land or along the sea-shore.
கரைதுறை, landing place, sea-coast; the end.
கரைபிடிக்க, to sight land, to come into a port.
கரைபுரள, to overflow as a river.
கரை போட, to make a bank to a pond etc.; to divide fields by borders.
கரைப்பட, to get to shore.
கரைப்பட்ட கப்பல், a ship that is come into the roads.
அக்கரைப்பட, to reach the opposite side of the river.
கரைப்படுத்த, to convey to the shore.
கரைப்போக்கு, the sea-coast; any thing base or inferior.
கரைப்போக்குக்கல், a bastard gem, a stone of a low kind.
கரைப்போக்கு மனுஷன், one of a low tribe.
கரையார், boat people, those that live on the coast, a caste of fishermen.
கரையிறங்க, to disembark, land (descending from a vessel.
கரையேற, to land or get ashore (ascending from the water); to obtain salvation, to be saved.
கரையேற்ற, to save.
கரையேற்றம், salvation.
கரையோரமாய், along the shore, river-side, border.
கரைவலை, a drag-net, a draw-net.
கரைவழி, the road along the shore.
கரைவழித் தீர்வை, land customs.
அடுப்பங்கரை, the front of a hearth; kitchen.
செய்கரை, a balk or small causeway in a cornfield.

கரை, II. *v. i.* dissolve, melt as sugar or salt in water, கரைந்து போ; 2. waste away, languish, இளை; 3. pine away with grief, சோரு; 4. weep, cry as a child, அழு; 5. pity, இரங்கு; 6. be over-ripe, பதனழி.
பணமெல்லாம் கரைந்து போயிற்று, all the money has been wasted.
தாய் மனம் கரைந்து நொந்தாள், the mother was overcome with distressing emotions.
சரீரம் கரைந்துபோகிறது, the body is reduced or emaciated.
காக்கை கரைகிறது, the crow croaks.
கரைகுட்டி, – கன்று, a slink production.
கரைந்தபழம், a mellow ripe fruit.

கரை, VI. *v. t.* dissolve, melt, liquefy, உருக்கு; 2. wash away, கரையச்செய்; 3. melt the heart, மனதையுருக்கு.
அணை கரைந்து போயிற்று, the bank has been washed away.
கரைத்தல், *v. n.* dissolving, melting.
புளி கரைக்க, to dissolve tamarind for curry.

*கர்க்கடகம், *s.* the sign of cancer in the Zodiac.

*கர்ச்சி, கருச்சி, கெர்ச்சி, VI. *v. i.* roar as a wild beast, முழங்கு.
மேகம் கர்ச்சிக்கிறது, it thunders.
கர்ச்சிப்பு, கர்ச்சிதம், கர்ச்சனை, *v. n.* the roaring of wild beasts etc., thunder.

கர்ணன், கர்ணிக்கன், *s.* the village accountant.
கர்ணம், கர்ணிக்கம், கர்ணீகம், the office of a Karnam; 2. same as கர்ணன்.

*கர்த்தபம், கத்தபம், *s.* the ass.

*கர்த்தன், கர்த்தா, கத்தன், *s.* doer, maker, an agent, செய்வோன்; 2. God,

our creator, Lord, கடவுள்; 3. possessor, owner, master, தலைவன்.
வெட்டவும் விடவும் (வெட்ட விடக்) கர்த்தன், one who has arbitrary power over one's life and property.
கர்த்தர், கர்த்தா, the Lord.
கர்த்தத்துரோகம், high treason.
கர்த்தத்துரோகி, one who is guilty of high treason.
கர்த்தத்துவம், கர்த்த தத்துவம், domination, lordship, right of superiority.
கர்த்தவியம், கருத்தவியம், that which ought to be done, duty.

*கர்ப்பம், கருப்பம், கெர்ப்பம், s. embryo, the foetus, கரு; 2. the womb, கருப்பாசயம்; 3. pregnancy, கருக்கொள்கை; 4. the inside of any thing, உள்.
கர்ப்பப்பை, கர்ப்பாசயம், the womb
கர்ப்பம் அழிய, -விழுந்துபோக, -கழன்றுபோக, -கரைந்துபோக, -கலங்கிப்போக, to be miscarried (as the foetus).
கர்ப்பம் தரிக்க, -கொள்ள, -உண்டாக, to conceive, to become pregnant.
கர்ப்பவதி, கர்ப்பிணி, கர்ப்பஸ்திரி, a pregnant woman.
கர்ப்பவேதனை, the pangs of childbirth.
கர்ப்பாதானம், a ceremony to promote conception.

*கர்ப்பூரம், கருப்பூரம், s. camphor, சூடன்.
கர்ப்பூர தைலம், camphor oil.
கர்ப்பூரப்புல்லு, a grass of camphor smell, lemon grass.
கர்ப்பூர மரம், camphor tree.
கர்ப்பூர வல்லி, சர்ப்பூர வல்லி, a camphor smelling plant.
கர்ப்பூர வாயன், a liberal man (*opp.* to நாறல் வாயன், a miser).
ஆரதி (தீப) கர்ப்பூரம், a kind of camphor used as incense in temples.
பச்சைக்கர்ப்பூரம், crude camphor.

*கர்மம், s. see கருமம்.

*கர்வம், சருவம், s. pride, arrogance, செருக்கு; 2. a billion, இலட்சங்கோடி.
கர்வக்காரன், கர்விதன், an arrogant fellow.
கர்வநடை, arrogant behaviour.
கர்வமாயிருக்க, to be proud, arrogant.

*கர்வி, VI. *v. i.* be insolent, இறுமா.

*கர்னம், கன்னம், கர்ணம், s. the ear காது; 2. cheeks, கன்னம்.
கர்னகடூரம், a sound harsh to the ear.
கர்ன பரம்பரை, tradition.
கர்னப்பூ, an ear ornament.
கர்ன வேதை, -வேதனம், the ear boring.
கர்னாமிர்தம், what is sweet to the ear.

*கர்நாடகம், s. see கருநாடகம்.

கல, VII. *v. t.* mix, join, unite, கூட்டு; 2. copulate புணரு.
கலத்தல், கலப்பு, *v. n.* mixture, adulteration.
கலந்தவர், relations, lovers.
கலந்துபோக, to be mixed up, to be reconciled.
கலந்துபோட, to mix.
கலப்பிடம், -ப்படம், *v. n.* mixture.
கலப்பில்லாத, unadulterated, pure.
கலவை, *v. n.* mixture compound, கலப்பு; 2. mortar, சாந்து.
கலவைச்சேறு, an odoriferous compound.
இரத்தக்கலப்பு, consanguinity.
உறவு கலக்க, to intermarry in new families.
கை கலக்க, to come to close engagement, to fight.
சாதிக்கலப்பு, intermarriage of different castes.
போர்கலக்க, to engage in battle.

*கலகம், s. an uproar, tumult, அமளி; 2. sedition, rebellion, disturbance, குழப்பம்; 3. fighting, war, போர்; 4. quarrel, dispute, சண்டை; 5. clamour, noise, பேரொலி.
கலகம் தெளிந்தது, the tumult has ceased.
கலகக்காரர், rebels; seditious, quarrelsome persons.
கலகப்பிரியன், a seditious, rebellious, turbulent person; a rebel.
கலகமாய்க் கிடக்கிற தேசம், a country in a state of rebellion and disturbance.
கலகம்பண்ண, -உண்டாக்க, -இட, to make an uproar, to rebel

கலகலவேனல், கலகலத்தல், *v. n.* making a rustling noise like the waving of dry leaves, tinkling as little bells, chinking as money; talking much and merrily.

கலகலத்த வாய், talkativeness.

கலக்கடி, *v.n.*(*கலங்க* + *அடி*), agitation.

கலக்கம், *s. v. n.* (*கலங்கு*), confusion, *குழப்பம்*; 2. distress, affliction, *துன்பம்*; 3. perplexity, *மலைப்பு*; 4. fear, *அச்சம்*; 5. grief, sadness, *சஞ்சலம்*.

தண்ணீர் கலக்கமாயிருக்கிறது, the water is troubled.

கலக்கங்கொள்ள, to be perplexed.

கலக்கம் தீர, – *தெளிய*, to be relieved from fear.

மனக்கலக்கம், perturbation of mind.

கலக்கு, III. *v. t.* stir, mix, agitate, *குழப்பு*; 2. perturb, disconcert, disquiet, trouble, tease, *கலங்கச்செய்*; 3. frighten, intimidate, *அஞ்சுவி*; 4. distract, bewilder, *திகைக்கச் செய்*.

கலக்கிக் குடிக்க, to drink after stirring up the sediment.

கலக்கிவிட, to stir up, to cause an uproar, to threaten.

வயிற்றைக் கலக்க, to be inclined to go to stool, to be extremely perplexed.

கலங்கு, III. *v. i.* be stirred up, agitated, disturbed, *குழம்பு*; 2. be perplexed, bewildered, *மயங்கு*; 3 be frightened, fear, *அஞ்சு*; 4. weep, *அழு*; 5. be sad, grieve, *துன்பமுறு*.

கலங்கடிக்க, *கலங்கப்பண்ண*, – *ச்செய்ய*, to perplex, to bewilder.

கலங்கல், *கலங்குதல்*, *v. n.* agitation, weeping; muddy water.

கலங்காத நெஞ்சன், a hero of undaunted heart.

கலங்கிப்போக, to be perplexed, frightened, troubled.

அவனுக்குக் கண்கலங்கிப்போயிற்று, his eyes swim through grief.

கலங்கின தண்ணீர், troubled waters.

*கலசம், *s.* an earthen water-pot, a pitcher, censer, *குடம்*.

கலசமுனி, Agastya (as born in a water-pot).

தூபகலசம், a censer for burning incense.

தண்ணீர்க் கலசம், water-pot.

கலணை, *s.* see *கல்லணை*.

கலப்பற்று, *s.* see *கலம்*.

கலப்பு, III. *v.t.* (*vulg. for கலக்கு*), mix, adulterate.

கலப்பை, *s.* a plough, *ஏர்*.

கலப்பைப் படை, a plough-share.

கலம், *கலன்*, *s.* a vessel, bowl, brazen dish, basin, *பாத்திரம்*; 2. a boat, *கப்பல்*; 3. ornaments, jewels, *ஆபரணம்*; 4. a dry or liquid measure of 12 marcals.

கலப்பற்று, calking for a vessel.

கலப்பற்றுக்காரன், a calker.

கலப்பற்றுப்பார்க்க, – *அடிக்க*, to calk.

கலவடை, the mouth of a broken pot; a mould formed to fit the mouth of a mortar.

அருங்கலம், valuable jewels.

இருகலனே குறுணி, two calams and one marcal.

முக்கலனே தூணி, three calams and four marcals.

கலம்பகம், *s.* mixture, compound, *கலப்பு*; 2. a poem composed of various metres; 3. miscellany, *கதம்பம்*; 4. confusion, tumult, clamour, *கலக்கம்*.

கலம்பகமாலை, a poem of different kinds of verse.

*கலயம், *கலையம்*, *கலசம்*, *s.* a small earthen pot, *குடம்*.

கலவரம், *s.* (*Tel.*), perturbation, confusion of mind, *கலக்கம்*.

கலவி, *s.* copulation, *புணர்ச்சி*.

கலவு, III. *v. t.* mix, *கலக்கு*.

கலவல், *கலாவல்*, *கலாவுதல்* *v. n.* a mixture.

கலவை, *s.* see under *கல*.

கலவோடு, *கலவாங்கட்டி*, *s.* (*கலம்*), a small potsherd, *ஓட்டாஞ்சல்லி*.

கலன், *s.* dispute, *வழக்கு*; 2. see *கலம்*.

இதற்கு யாதொரு கலனுமில்லை. there is no dispute about it.

கலனைத் தீர்த்துத் தர, to indemnify; to settle all disputes.

*கலாசாலை, *கலாநிதி* etc. see under *கலை*.

கலாசு, *s.* (*for.*), shipping.

கலாசுக்காரன், *களாசுக்காரன்*, a sailor.

கலாதி, *கலாவம்*, *கலாபனை*, *s.* uproar, clamour, disturbance, quarrel, *கலகம்*.

கலாதி பண்ணாதே, don't make an uproar.
ஊர்க்கலாபனை, insurrrection.
கலாயி, s. (*Hind.*), the silvering of a mirror; 2. the lining of copper vessels.
கலாயி பூச, to line copper vessels.
கலால், s. (*Ar.*), distilled or fermented liquor, சாராயம்.
கலால் தீர்வை, tax on spirits.
கலாவல், கலாவுதல், v. n. see கலவு.
கலி, s. noise, clamour, ஒலி.
*கலி, s. poverty, misery, misfortune, சிறுமை; 2. the god of misfortune; 3. the fourth or Iron age of the world, கலியுகம்; 4. a kind of verse.
கலிகாலம், time of misery, adversity.
கலி தீர்த்தான், one who put an end to misery, a redeemer.
கலித்துறை, –ப்பா, certain kinds of verse.
கலிபுருஷன், god of misfortune, சனி.
கலியர், soldiers, the poor.
கலியுகம், the present iron age, the last of the 4 yugas or ages of the world.
கலி, VI. v. i. sound, roar, ஒலி; 2. flourish, prosper, தழை; 3. rise, எழு.
கலிப்பு, v. n. abundance, plenty; 2. elevation, height.
கலிக்கம், s. a very pungent eye-salve.
கலிக்கம் இட, -போட, to apply eye-salve.
*கலிங்கம், s. the name of a country, கலிங்க தேசம்; 2. a horse, குதிரை; 3. sky-lark, வானம்பாடி; 4. cloth, சீலே.
கலிங்கல், கலிங்கு, கலுங்கு, s. a sluice, மதகு; 2. a dam or bank of stones, அணைக்கட்டு.
கலிபலி, கலிபிலி, s. (*for.*), disturbance, alarm, uproar, ஆரவாரம்.
கலிபிலியாக்க, –பண்ண, to embroil.
கலிபிலியாய் வெட்ட, to put all to the sword.
கலிப்பு, s. a mixture of copper and tin, தரா; 2. v. n. of கலி.
*கலியாணம், s. happiness, prosperity, சுபம்; 2. marriage, wedding, விவாகம்; 3. festivity, கொண்டாட்டம்.
கலியாணக்காரர், nuptial guests; married couple.
கலியாணக்கால், one of the posts put up in the wall of a newly-built house over against the கன்னிக்கால், the former is dressed as a male and the latter as a female.
கலியாணசம்பிரமம், nuptial pomp.
கலியாணச் சடங்கு, marriage ceremony.
கலியாணஞ் சொல்ல, to bid or invite to a marriage.
கலியாணப் பந்தல், a temporary shed for the marriage guests.
கலியாணம்பண்ண, –முடிக்க, to marry, to solemnize a marriage.
கலியாண வாழ்த்து, nuptial congratulation.
நித்திய கலியாணன், one that is ever happy and prosperous, God.
பஞ்சகலியாணி, a horse whose four feet and forehead are white.
கலிவிராயன், கலிவிராயன் நெல், s. a certain kind of paddy.
கலினம், s. bridle, reins, கடிவாளம்.
கலினமா, கலிமா, a horse.
கலீர் கலீர் எனல், v. n. making a tinkling sound as small bells.
கலீர் கலீர் என நடக்க, to walk with a tinkling noise.
கலுக்குப்பிலுக்கு, s. tinkling or clinking sound.
கலுங்கு, s. see கலிங்கு.
கலுமோலெனல், v. n. chattering indistinctly.
கலுவம், கல்வம், s. (*Tel.*), a hollow stone or mortar for grinding drugs.
கலுழ், II. v. i. become turbid like water, கலங்கு; 2. weep, shed tears, அழு.
கலேல், கலேர், a tinkling sound.
*கலே, s. minute portion of time equal to 8 seconds, காலநுட்பம்; 2. one-sixteenth of the moon's diameter, phase of the moon, சந்திரன் பங்கு; 3. splendour, light, பிரகாசம்; 4. philosophy, arts and sciences, கலேஞானம்; 5. stag, male deer, ஆண்மான்; 6. garment, cloth, சீலே.
கலாசாலே, academy, college.
சர்வகலாசாலே, university.

கலாநிதி, கலாபதி, the moon.
கலைக்கொம்பு, stag's horn.
கலைஞர், கலைவல்லோர், poets, philosophers, the learned.
கலைஞானம் (கலைக்கியானம்), philosophy, learning, universal knowledge, the 64 arts and sciences.
கலைநாதன், Argha, a divinity of the Jains.
கலைநாயகன், Buddha.
கலைமகள், கலைமடந்தை, Sarasvati, the goddess of the arts.
கலைமான், a stag.
சூரியகலை, the splendour of the sun.
தென்கலை, the Tamil language.
வடகலை, the Sanscrit language.

கலை, II. *v.i.* disperse as an assembly, a defeated army, a herd, clouds etc., குலை II; 2. be withdrawn or alienated by persuation.
மனவெண்ணங்கலைந்துபோக to be absent in mind, to be distracted as the mental powers.
கலைவு, *v. n.* dispersion, disorder, separation.

கலை, VI. *v.t.* disperse, put into disorder, dislodge an enemy from a station, defeat, குலை VI; 2. disturb the mind, dissuade, மனதைக் கலை; 3. separate, exclude, நீக்கு; 4. get dismissed from office, தள்ளுவி.
காற்று மேகங்களைக் கலைத்துப்போட்டது, the wind has dispersed the clouds.
கலைப்பு, *v. n.* dispersion.
காடுகலைக்க, to beat the bush to start the game.
குடும்பத்தைக் கலைக்க, -குலைக்க, to break up a family, to sow dissension in the family.
குருவிக் கூட்டைக் கலைக்க, to stir a nest of birds.

*கலையம், கலயம், *s.* a small earthen pot.

கல், கல்லு, *s.* a stone, சிலை; 2. a rock, பாறை; 3. mountain, மலை; 4. a precious stone, இரத்தினம்; 5. a brick, செங்கல்.
கல்நாதம், green vitriol.
கல்நார், a kind of fossil, asbestos.
கல்நெஞ்சன், a hard - hearted man.
கல்பொறுக்கி, a bird.
கல்மடி, a hard udder of a cow.
கல்மதம், கன்மதம், rock alum.
கல்மலை, கன்மலை, rock.
கல்மாரி, கல்மழை, கன்மழை, hail.
கல்லங்காய், a fruit as hard as a stone.
கல்லடைப்பு, gravel, retention of urine by gravel.
கல்லணை, see separately.
கல்லறுக்க, to make bricks.
கல்லறை, a cavern, sepulchre.
கல்லாசாரி, a stone mason.
கல்லிழைக்க, to set precious stones.
கல்லீரல், the gizzard.
கல்லுத்தீர, to cut and polish gems.
கல்லுப்பாவ, see கற்பாவ.
கல்லுப்பு, a certain mineral salt, salt in lumps.
கல்லுப் (கற்) பொளிய, to hew and pick grinding stone.
கல்லுரல், a stone mortar.
கல்லுருவி, the name of a herb.
கல்லுளி, a stone cutter's chisel.
கல்லெடுப்பு, the bearing of a funeral stone.
கல்லெறிதூரம், distance of a stone's throw.
கல்லெறிய, -போட, to throw stones.
ஒருவனைக் கல்லெறிய, to stone a person.
கல்வீடு, a stone or brick house.
கற்கட்டுமோதிரம், a ring set with a precious stone.
கற்கண்டு, கல்கண்டு, *s.* sugar-candy.
கற்குடல், costiveness.
கற்சாடி, a stone-jar.
கற்சிற்பர், stone-masons.
கற்சுண்ணாம்பு, stone-lime.
கற்பாவ, -படுக்க, -பதிக்க, to pave, to floor with stones.
கற்பாவின தரை, -படுத்திய தரை, a stone or brick pavement, a floor paved with stones or bricks.
கற்பாவை, a stone, a figure made of stone.
கற்பாறை, rock.
கற்றச்சன், a stone-cutter.
கற்றளம், a floor of stone, a pavement.
கற்றாழை, wild aloe.
கன்மலை, see கல்மலை.

ஆமைக்கல், a hexangular brick or stone for flooring.
கருங்கல், black stone, granite stone.
காய்ச்சுக்கல், counterfeit gem.
தீட்டுக்கல், whet-stone.
துருக்கல், iron-stone.
தேய்கல், உரைகல், touch-stone.
பருக்கைக்கல், pebbles.
மாக்கல், Spanish chalk, whet-stone.

கல், V. *v. t.* learn, study, acquire knowledge, படி; 2. practise arts, பயிலு.
கல்லாதவன், an illiterate person.
கல்லாமை, *neg. v. n.* ignorance.
கல்லார், illiterate men, low people.
கல்லூரி, an academy, college, கல்வி யூரி.
கற்றல், கற்கல், கற்கை, கற்பு, *v. n.* learning.
கற்றவர், கற்றோர், the learned.
கற்றறிமூடன், learned fool.
கற்றுக்குட்டி, a very young scholar, one who has acquired a smattering of knowledge, a superficial scholar.
கற்றுக்கொடுக்க, to instruct.
கற்றுக்கொள்ள, to learn.
கற்றுச்சொல்லி, a poet's assistant who learns and sings his verses.

*கல்பனை, *s.* invention, fabrication.
கல்பனாலங்காரம், fine imagery.

*கல்மஷம், *s.* dirt, dross, அழுக்கு.

கல்லணை, *s.* saddle, சேணம்; 2. a dam built of stone.
கல்லணைவார், the girth of a saddle.
கல்லணைக்கரடு, the pommel of a saddle.

கல்லாடம், *s.* a work on the third part of grammar.

கல்லால், கல்லாலமரம், *s.* the stone banyan tree of the Hindu mythology.

கல்லிச்சி, கல்லித்தி, *s.* a kind of இத்தி tree.

கல்லு, கல், *vulg.* கெல்லு, III. *v. t.* dig out little by little, கிண்டு; 2. eat and spread like a cancer, அரி.
மலைகெல்லி எலிபிடிக்கிறான், he excavates a mountain to catch a rat.
கல்லல், *v.n.* digging, sound of alarm, tumult, disturbance.

கல்லுண்டை, *s.* a kind of rice.

கல்லூரி, *s.* see under கல் v.

கல்லை, *com.* கலை, *s.* leaves stitched together to serve for a plate, இலைக் கலம்; 2. calumny, தூறு.
கல்லைகுத்த, – தைக்க, to stitch leaves together.
கல்லைப்பட்டுப்போனவன், one who fled through ill fame.
எச்சில் கல்லை, – இலை, the leaf on which one has eaten.

கல்வம், *s.* see கலுவம்.

கல்வி, *s.* learning, erudition, அறிவு; 2. science, arts, வித்தை.
கல்விமான், a learned man.
கல்விகற்க, to acquire learning.
கல்வியூரி, a college, school of arts and sciences, கல்லூரி.

*கவசம், *s.* armour, coat of mail, போர்க் கவசம்; 2. lute, clayey cement for vessels, சீலைமண்; 3. dressing of a wound, கவணம்; 4. amulet, charm, spell for defending oneself, காப்பு.
கவச குண்டலம், large ear-rings and coat of mail.
கவசங்கட்ட, to use a spell, to lute, to dress a wound.
கவசந்தரிக்க, to put on a coat of armour.
கைக்கவசம், a gauntlet, iron glove.
தோட்கவசம், a leathern jacket.
மார்க்கவசம், breast - plate.

*கவடம், *s.* see கபடம்.

கவடி, *s.* a play, leap-frog; 2. small sea-shells used as coin in some provinces, cowry, பலகறை.
கவடிபாய, to play at leap-frog and other leaping games.

கவடு, *s.* forked branch of a tree, கப்புக் கவடு; 2. spreading of legs, a stride, a pace, இடப்படி; 3. fraud, deceit, see கபடு.
அவன் கவட்டிலே நுழைந்தான், he passed between the extended legs of the other, he has submitted to him.
கவடுள்ளமனம், a cunning deceitful mind.
கவட்டடி, stride, pace.
கவட்டுநெஞ்சன், a cunning artful person.

கவட்டு, III. *v.t.* chew, masticate, மெல்.

கவட்டை, *s.* the fork of a branch, கவர்.

கவணம், *s.* a bandage for a wound.
கவணம் கட்ட, to bind up, to dress a wound.

கவணி, கவணிப் புடவை, *s.* muslin.
கவணிச் சால்வை, a muslin shawl.

கவணை, *s.* a sling, கவண்; 2. a place for putting grass or straw for cattle to eat.

கவண், கவண்டி, கவண்டில், கவண்டு, *s.* a sling, கவணை.
கவணெறிய, –வீச, –சுழற்ற, கவண் டெறிய, கவண்டாலெறிய, to sling.
கவண்கல், a stone cast by a sling.
கவண்காரன், a slinger.
கவண்டர், the name of a caste, scoundrels.

*கவந்தம், *s.* see கபந்தம்.

கவராசம், *s.* a pair of compasses.
கவராசமிட, –வீச, to draw a circle.

கவரி, கவரிமா, கவரிமான், *s.* a kind of deer, the yac; 2. a long brush or fan made of the tail hairs of the yac, சாமரை.
கவரிமான் மயிர், the long hair of the yac.

கவர், *s.* a bifurcated branch, கப்புக் கவடு; 2. prong of a fork, trident etc., சூலத்தின் கவர்.
கப்பும் கவருமான மரம், a tree with forked branches.
கவர்க் குளம்பு, a cloven foot.
கவர்க்கொம்பு, a forked branch.
கவர்க்கோல், a forked staff.
கவர்வழி, a place where one road divides itself into two.

கவர், கவரு, II. *v. t.* seize, grasp, take by force or stealth, பறி; 2. steal, plunder, கொள்ளையிடு; 3. usurp, carry off, வாரு; 4. attract, charm, captivate, 5. lust after, இச்சி.
கவர்ச்சி, கவர்வு, *v. n.* seizure, grasp, attraction.
கவர்தல், *v. n.* plundering, stealing, carrying off.

கவலை, *s.* care, concern, அக்கறை; 2. anxiety, perplexity, விசாரம்; 3. sorrow, affliction, துன்பம்; 4. a leather bag to draw water.
கவலைப்பட, –கொள்ள, to be anxious, sorrowful, to care.
தீராக்கவலை, unceasing care and anxiety.

கவல், *s.* care, sorrow, கவலை.

கவல், I. *v. t.* be anxious, concerned, கவலைப்படு; 2. regret, sorrow, lament, துக்கி; 3. be afflicted, துன்பப்படு.
கவற்சி, *v. n.* deep care, anxiety.

*கவளம், *s.* mouthful; 2. a ball of rice or other grain for elephants, horses etc.; 3. boiled rice, சோறு.
கவளம்போட, –கொடுக்க, to feed elephants and other animals with balls of rice etc.

கவளி, *s.* a bundle of 100 betel-leaves.

கவறு, *s.* dice, தாயக்கட்டை.
கவறாட, to gamble.
கவறுபோட, –உருட்ட, to cast dice.

கவறை, *s.* a tribe among the Gentoos in Southern India selling glass bangles, கவறை வடுகர்.
கவறைச்செட்டி, an inferior division of the செட்டி caste.

கவனம், *s.* attention, care, heed, consideration, mental application, கருத்து.
கவனமாய்க் கேட்க, to listen attentively.
கவனமில்லாமை, *neg. v.n.* negligence.

கவனி, VI. *v.t.* heed, observe, be attentive, attend to, கருத்துவை.
கவனித்துக் கேட்க, to hear attentively.
கவனித்துப் பாரக்க, to look at with attention.
கவனிப்பு, *v. n.* attention, care.

கவா, கவாச்சி, *s.* a plant with blue flowers.

கவாடம், *s.* a bullock load of grass or straw, பொதி; 2. see கபாடம்.
கவாடக்காரன், one that conveys such loads.

*கவாட்டம், கவாட்சி, *s.* a round window, வட்டச்சாளரம்.

கவாத்து, கவாய்த்து, *s.* (*Hind.*), military exercise, drill of soldiers.
கவாத்துப்பழக்க, to drill soldiers.

கவாய், கபாய், *s.* (*Port.*), a Persian or Arabian gown.

கவாளம், *s.* a horse physic; 2. same as கவளம், mouthful &c.

கவான், *s.* the thigh, hip, தொடை.

*கவி, *s.* a verse, a stanza, பாட்டு; 2. a poet, versifier, புலவன்; 3. one of the four kinds of poems and poets: ஆசுகவி, மதுரகவி, சித்திரகவி and வித்தாரகவி; 4. monkey, குரங்கு.

கவிகட்ட, -பாட, to make verses.

கவிச்சக்கரவர்த்தி, கவீச்சுரர், eminent poets.

கவிச்சட்டமாக, in verses, poetically.

கவிஞன், கவிவாணன், கவிராயன், கவிவல்லோன், a poet, bard.

கவியாய்க்கட்டினது, what is written in verse.

கவி, II. *v. t.* cover or overspread (as a cloud or a tree), மூடு; 2. *v. i.* bend in or over, வளை; 3. be intent upon a business, be eager, விருப்பமாயிரு.

மேகங்கள் மலைச்சிகரத்தைக் கவிந்துகொண்டன, the clouds have covered the peak of the hill.

கூரை கவிவாய் இருக்கிறது, the roof is too much depressed.

கவிந்து (கவிஞ்சு) கேட்க, to bid eagerly for a thing.

கவிதல், கவிவு, கவிகை, *v. n.* bending, being concave.

கவி, VI. *v. t.* cover (as with an umbrella), over-spread, canopy, மூடு; 2. bend inwards, கவியப்பண்ணு.

கவிப்பு, *v. n.* covering, concavity; umbrella.

கவிசனை, கபிசனை *s.* wrapper, cover, உறை.

கவிசினம், கௌபீனம், *s.* a fore-flap to cover the privy parts, கோவணம்.

கவிசினம்கட்ட, to tie up the fore-flap.

கவிசை, *s.* a dangerous tumor or swelling in the belly.

கவிச்சு, *s.* the smell or stench arising from fish, raw-flesh, raw-eggs etc., புலால்.

கவிச்சடிக்க, to cast a bad smell as raw fish etc.

இரத்தக்கவிச்சு, the odour of blood.

மீன் கவிச்சு, the stench of fish.

கவிழ், கவிழு, II. *v. i.* be capsized, overturned, தலைகீழாகு; 2. hang down the head, stoop, குனி; 3. be destroyed, கெடு; 4. perish, die, இற.

கவிழ்ந்துபோனான், he is ruined or dead.

கவிழ்தல், கவிழ்ச்சி, கவிழ்வு, *v. n.* overturning.

கவிழ்ந்துபோன கப்பல், a ship that is sunk or capsized.

கவிழ்ந்து விழ, to fall headlong.

தலைகவிழ்ந்து நடக்க, to walk hanging down the head, to be humble.

கவிழ், VI. *v. t.* turn upside down, capsize, put any thing topsy-turvy, கவிழச்செய்; 2. overthrow, subvert, கெடு VI.

கவிழ்த்தல், கவிழ்ப்பு, *v. n.* overturning.

கவினம், *s.* bridle, reins, கடிவாளம்; 2. butter, வெண்ணெய்.

கவின், *s.* beauty, grace, அழகு.

கவின், I. *v. i.* be graceful, comely, fair, அழகாயிரு.

கவுடி, *s.* a mode of singing; 2. a game among boys.

கவுண்டர், *s.* see கௌண்டர்.

கவுதாரி, *s.* a partridge.

*கவுத்துவம், *s.* see கௌத்துவம்.

கவுல், *s.* (*Hind.*), capitulation, treaty, உடன்படிக்கை; 2. a bad smell, நாற்றம்.

கவுல் நாமா, a written agreement showing the terms on which land is taken.

கவுல் பேச, to treat, negotiate.

கவுல் வாங்க, to take waste lands for a certain number of years paying a small but increasing rent.

கவுள், *s.* the cheeks, கதுப்பு; 2. the jaws of an elephant, யானைக்கதுப்பு.

கவுனி, கெவுனி, *s.* (*Tel.*), the gate of a city, castle or fort, வாசல்.

கவை, *s.* the fork of a branch, கப்பு; 2. cross-roads, கவர்வழி; 3. concern, business, வேலை.

ஒரு கவையாய் வந்தேன், I am come on a certain errand or business.

அது கவையில்லை, it is no matter; it is not necessary.

அது உனக்குக் கவை என்ன, அதைத் தொட்டு உனக்குக் கவை என்ன, what is that to you?

எனக்குக் கவையுண்டு, it concerns me, I have business, it is necessary.

கவைக்கொம்பு, a forked branch.
கவைத்தடி, a forked stick.
கவையடி, கவைக்குளம்பு, cloven foot.
கவையாயிருக்க, to be busy or occupied.

கவ்வு, III. *v. t.* see கௌவு.

கவ்வை, *s.* see கௌவை.

கழகம், *s.* a college, கலாசாலை; 2. the assembly of the learned, கல்விச் சங்கம்; 3. a theatre, stage, a place for wrestling, boxing &c., கல்வி பயில் சாலை.

கழஞ்சு, *s.* an apothecary's or a jeweller's weight of 12 பணவெடை.

கழத்துக்கோல், *s. vulg.* for கயிற்றுக் கோல், a kind of balance made of wood.

கழப்பு, III. *v. i.* decline or shuffle work, be idle, சோம்பு.
கழப்பன், கழப்புணி, கழப்பாளி, கழப்பான்கொள்ளி, an idle, shuffling person.
கழப்புதல், கழப்புகை, *v. n.* laziness, slothfulness.

கழலை, *s.* a wen, tubercle, excrescence.
கழலைக்கட்டி, a wen.

கழல், *s.* foot, கால்; 2. ankle-rings; 3. the கழற்சி plant.
கழலடி, ankled leg.

கழல், கழலு, I. *v. i.* get loose, slip off as the wheel of a bandy, the handle of a knife &c., நெகிழ்ந்துபோ.
கழலுதல், கழற்சி, *v. n.* getting loose.
கழன்றுபோக, to get loose, to be undone, to slip off.

கழறு, III. *v. t.* exhort, உறுதிசொல்; 2. say, declare, சொல்; 3. urge, press, நெருக்கு.

கழற்சி, கழற்கொடி, *s.* a shrub bearing round nuts.
கழற்சிக்காய், கழற்காய், its fruit.

கழற்று, III. *v. t.* unloose, unfasten, unlock, unbutton etc., கழலச்செய்; 2. put off as clothes, unclothe, pull off, strip off, உடைகளை; 3. extricate, disentangle, நீக்கு.
எப்படியாகிலும் அவனைக் கழற்றி விடு, get rid of him anyhow.
நகையைக் கழற்று, take off the jewels.
செருப்பைக்கழற்று, put off the shoes.

கழனி, *s.* a paddy field, வயல்.
கழனிப்பயிர், paddy.

கழனீர் (கழல் + நீர்), *vulg.* கழனி, *s.* see கழுநீர்.

கழாயர், *s.* (கழை), pole-dancers, rope-dancers, tumblers, கழைக்கூத்தர்.

கழி, *s.* a branch of a tree, twig, switch, a stick, little staff, கொம்பு; 2. a small arm of the sea, salt river, salt marshes, உப்பாறு; 3. salt-pans, உப்பளம்; 4. a knot of thread or silk, நூற்சுருள்; 5. *adj. & adv.* much, excessive, மிகுதி.
கழிநிலம், saltish ground.
கழிமுகம், the mouth of a river.
கழியர், salt makers.
கழியூணன், a glutton.

கழி, II. *v. i.* pass (as time etc.), செல்லு; 2. pass away, கட; 3. go off by looseness, pass (as excrement), மலங்கழி; 4. expire, cease, die, சா; 5. be rejected, விலக்கப்படு; 6. be excessive, மிகு.
அவனுக்கு வயிறு கழிகிறது, he has a looseness.
நாள் கழிகிறது, days pass away.
கழிகடை, கழிசிறை, the worst person or thing, refuse.
கழிச்சல், வயிற்றுக்கழிச்சல், *v. n.* looseness, diarrhœa, cholera.
கழிவு, *v. n.* passing, leaving; 2. that which is rejected or left, refuse; 3. subtraction; 4. any thing inferior or vile; 5. discount.
கழிவாய்ப்போக, to be cast out, to be rejected.
கழிவாறு, a brook, a turn or winding of a river.
கழிவான சரக்கு, inferior stuff, damaged goods.
கழிவு நிலம், waste land.
இரத்தக்கழிச்சல், the bloody flux.
கிராணிக்கழிச்சல், continued looseness.

கழி, VI. *v. t.* reject, throw aside, remove, அகற்று; 2. spend (time), போக்கு; 3. evacuate, discharge, emit, pass excrements, நீக்கு; 4. cut off, தறி; 5. subtract; 6. deduct, குறை; 6. remit, தள்ளிக்கொடு.

கழித்தல், *v. n.* rejecting, subtraction.
கழித்துக்கொடுக்க, to remit, make an allowance.
கழிப்பு, *v. n.* casting out, rejection; 2. offering to demons in exorcism; 3. refuse; 4. subtraction, கழிப்புக்கணக்கு.
கழிப்புக்கழிக்க, to exorcise with certain ceremonies.
கடனைக்கழித்துப்போட, to pay off the debt.
காலத்தை வீணிலே கழிக்க, to spend the time idly.
தழைகளைக்கழிக்க, to cut off the twigs and leaves.
தீட்டுக்கழிக்க, to purify from ceremonial uncleanness (as after childbirth etc.).

கழு, *s.* a stake to impale malefactors, கழுமரம்; 2. a trident, three-forked weapon or tool, சூலம்; 3. a clump of grass, புல்பற்றை.
கழுக்களம், the place for impaling malefactors.
கழுப்பற்றை, a clump or tuft of grass, turf.
கழுவேற, to be impaled.
கழுவேறி, a villain who deserves impaling.
கழுவேற்ற, கழுவில் போட, to impale.

கழுகு, கழு, *s.* an eagle, கூளிப்பட்சி.

கழுக்காணி, கழுவாணி, *s.* a short thick and fat person, குறளன்.

கழுதை, *s.* an ass, கத்தபம்; 2. a dolt, மூடன்.
கழுதைக்குட்டி, -மறி, a young ass, a colt of an ass.
கழுதைத்தனம் (கழுதையாட்டம்) பண்ண, to play the ass, to be a blockhead.
கழுதைப்புலி, -க்குடத்தி, a hyena.
கழுதை விட்டை, ass's dung.
கோவேறு கழுதை, a mule.

கழுத்து, *s.* the neck, கண்டம்.
பாரம் கழுத்தை இருத்துகிறது, the load presses down the neck.
கழுத்தறுக்க, to cut the throat.
கழுத்துக்கொடுக்க, to submit to the yoke as bullocks, to subject one's self to inconvenience.
கழுத்துப்பட்டிகை, -க்குட்டை, a neck-cloth, cravat.
கழுத்துப்பட்டை, the collar of a cloak, the cape.
கழுத்துவெட்டி, a cut-throat.
கழுத்தைத் திருக, to writhe the neck, to wring off the head of a fowl etc.
கழுத்தை நெரிக்க, to twist the head, throttle.
கழுத்தை முறிக்க, to break the neck.
கட்டுக்கழுத்தி, a married woman wearing the தாலி.

கழுநீர், *s.* water-lily, ஆம்பல்; 2. see under கழுவு.

கழுந்து, *s.* the heart or core of a tree, வைரம்; 2. the end of a foot of a table, chair etc., tenon.
உலக்கைக்கழுந்து, the end of a pestle.

கழுமு, III. *v. i.* join, unite, இணை; 2. be fascinated, confused, மயங்கு; 3. be full, நிறை; 4. be abundant, மிகு.

கழுவு, III. *v. t.* wash, அலம்பு; 2. purify, cleanse, சுத்திகரி.
கழுநீர், *vulg.* கழனி, water wherein rice has been washed.
கழுவிக்கொள்ள, to wash oneself.
கழுவிப்போட, to wash off.
கால்கழுவ, to wash after going to stool.

கழை, *s.* a bamboo, மூங்கில்.
கழைக்கூத்து, pole dancing.
கழைக்கூத்தர், -க்கூத்தாடிகள், pole dancers.

களகளப்பு, *s.* a great noise, gurgling.

களகளவெனல், *v. n.* chattering, prattling; 2. flowing with a gentle noise (as water).
களகளவென்று கொதிக்க, to sound as water in boiling.

*களங்கம், *s.* a spot, mark, அடையாளம்; 2. a blot, stain, மாசு; 3. trick, fault, defect, moral or ceremonial defilement, குற்றம்; 4. rust, களிம்பு; 5. arsenic, பாஷாணம்.
களங்கமற, without blot, blemish or fraud.
களங்கமில்லாதவன், a sincere, pure-hearted person; 2. God, the sinless spotless Being.
நிஷ்களங்கம், faultlessness, purity.

களஞ்சியம், *s.* a granary, barn, பண்டகசாலை; 2. store-room, பொக்கசசாலை.

***களத்திரம்**, *s.* a wife, மனைவி; 2. family, குடும்பம்.

புத்திரகளத்திராதிகளோடு, with the wife and children, with all the family.

***களபம்**, *s.* a young elephant, யானைக் கன்று; 2. fragrant ointment, perfumery, கலவைச்சேறு; 3. mixture, கலப்பு.

களம், *s.* place, open field, இடம்; 2. a threshing floor, நெற்களம்; 3. battle-field, போர்க்களம்; 4. barren or brackish soil, களர் நிலம்; 5. shallow shelf of rocks under water, sand bank.

கப்பல் களத்தில் ஏறிப் (பொறுத்துப்) போயிற்று, the vessel struck upon a shoal.

களப்பலி, human sacrifice offered to Durga previous to battle.

களப்பிச்சை, alms given to the mendicants at the threshing floor.

களமதி, estimation of the quantity of grain on the threshing floor.

களமர், people that till the field, husbandmen.

களம் அளக்க, to measure paddy etc. on the threshing floor.

களவடி, — வாசம், — வாரம், wages of grain to the labourers from the threshing floor.

அமர்க்களம், போர்க்களம், யுத்தகளம், படுகளம், the field of battle.

கொலைக்களம், the place of execution.

களரி, *s.* brackish ground, களர்; 2. jungle, காடு; 3. field of battle, போர்க்களம்; 4. stage, arena, நாடகசாலை; 5. assembly, கூட்டம்.

களர், களர்நிலம், *s.* a barren, brackish ground, களரி.

களர்மண், alkaline earth.

களவு, *s.* theft, திருட்டு; 2. deceit, treachery, வஞ்சனை.

களவன், களவாணி, களவாளி, a thief.

களவுசெய்ய, —பண்ண, — ஆட, — எடுக்க, to steal, pilfer.

களவுபிடிக்க, to detect a thief.

களவுபோனது, things stolen away.

களவொழுக்கம், illicit intercourse.

களா, களாச்செடி, *s.* a thorny shrub bearing small black edible fruits.

களி, *s.* joy, mirth, revelling, மகிழ்ச்சி; 2. a person intoxicated with liquor etc., செருக்குள்ளவன்; 3. thick porridge, pap or pulp, குழம்பு; 4. any soft thick mass or glutinous matter, இறுகிய பழச்சாறு.

களிகிண்ட, to make pap.

களிகூர, to rejoice.

களிநெஞ்சன், a jovial man.

களிப்பாக்கு, betel-nut cut in pieces and boiled.

களிமண், clay, potter's clay.

களிமண் ஊறவைக்க, to mollify clay with water.

களிமண் கூட்ட, to make clay or mud.

களிமண் பிசைய, to knead the clay.

களியர், bacchanalians, drunkards.

கேழ்வரகு களி, கம்பங் களி, சோளக்களி, pottage prepared with the flour of raggi or other grains.

களி, VI. *v. i.* rejoice, exult, சந்தோஷி; 2. be frolicsome, wanton, இன்புறு; 3. be intoxicated with pride, செருக்குறு; 4. be inebriated, வெறிகொள்; 5. revel, luxuriate, களியாடு.

களிப்பு, களித்தல், *v. n.* rejoicing, exultation, mirth, joviality.

செல்வக்களிப்பு, elation from wealth and prosperity.

மனக்களிப்பு, joy, delight.

களிம்பு, *s.* verdigris, the green rust in brass, copper etc.

களிம்பு பிடிக்க, — ஊற, — ஏற, to form (as verdigris); 2. to become spoiled (as curds kept in a brass vessel).

களிம்பு பிடித்த கலம், a brass cup full of verdigris.

களிவாய்நெஞ்சன், *s.* venomous serpent.

களிறு, *s.* a male elephant, ஆண்யானை; 2. the male of animals in general, விலங்கேறு.

***களேபரம்**, *s.* corpse, பிணம்; 2 bones, எலும்பு; 3. body, உடல்.

களேபரம்பண்ண, to make much noise as at funerals.

களை, *s.* tares, weeds; 2. dross, refuse, defect, குற்றம்; 3. weariness, அயர்வு; 4. beauty, lustre, அழகு.

களைக்கொட்டு, a weeding hook.

களைஞர், the base, wretches, rogues.

களைதீர, -தெளிய, -ஆற, to recover from fatigue.
களைபிடுங்க, -பறிக்க, -கொத்த, to weed.
களையாற்ற, to revive one from fainting, to refresh.
களைவாரி, rake, harrow.
முகக்களை, brightness of countenance.
களை, II. *v. t.* put off clothes, undress, உடைகழற்று; 2. pluck up weed, களைபிடுங்கு; 3. remove, expel, அகற்று.
அரிசி களைய, to wash rice.
உடை (ஆடை) களைய, -களைந்துபோட, to undress oneself, to cast off dirty clothes.
களை, VI. *v.i.* be fatigued or exhausted, இளைப்புறு; 2. faint, சோரு.
களைத்தல், களைப்பு, *v. n.* fainting.
களைத்துவிழ, களையாய்விழ, to droop fainting, to faint away.
களைபோட்டுக் கிடக்க, to be or fall in a swoon.
களைகண், *s.* support, protection, ஆதரவு.
கள், கள்ளு, *s.* toddy, மது.
கள்குடியன், கள்ளுண்ணி, a drunkard.
கள்ளிறக்க, to gather toddy from the tree.
கள்ளம், கள்ளத்தனம், *s.* falsehood, lie, பொய்; 2. theft, robbery, களவு; 3. slyness, trickishness, கபடம்; 4. deception, வஞ்சனை.
கள்ள அறை, a secret drawer.
கள்ள ஒப்பம், -க்கையெழுத்து, a forged signature, forgery.
கள்ளச் சரக்கு, smuggled goods.
கள்ளச்சாதி, the Kallar tribe.
கள்ளஞானம், false philosophy.
கள்ளத்திறவுகோல், a pick-lock, a false key.
கள்ளத்தீர்க்கதரிசி, (*Chr. us.*), a false prophet.
கள்ளப்படி, false measure.
கள்ளப்பணம், counterfeit coin.
கள்ளப் புருஷன், -மாப்பிள்ளை, a paramour, a gallant.
கள்ளப்பெண்சாதி, -ஸ்திரி, a concubine.
கள்ளமயிர், a wig, false hair.
கள்ளமனம், deceitful mind.
கள்ளமார்க்கம், false religion.
கள்ளர்பற்று, the district of the Kallars.
கள்ளன், கள்வன் (*pl.* கள்ளர் *fem.* கள்ளி, கள்ளச்சி), a thief, a rogue, a wicked fellow; 2. one of the Kallar tribe.
ஆசாரக்கள்ளன், hypocrite.
மாசாலக்கள்ளி, மாயக்கள்ளி, a dissimulating, unfaithful woman.
வேசிக்கள்ளன், a whoremonger.
வேலைக்கள்ளி, a lazy maid.
கள்ளி, *s.* milk hedge. Its different kinds are: இலைக்கள்ளி, சதுரக்-, பெருங்-, கொடிக்-, திருகு-, மான் செவிக்-, பலகைக்- etc.
கள்ளிக்காக்கை, a red bird, செம்புகம்.
கள்ளிப்பால், the milk of the கள்ளி.
கள்ளிப்பூக்கிரந்தி, a kind of venereal disease.
கள்ளிமுளையான், the name of a plant growing under shrubs.
கற, VII. *v. t.* milk a cow etc., பால் கற; 2. *fig.* appropriate another's property, கவரு; 3. give milk as a cow, பால்கொடு.
கறந்தமேனியானது, that which is pure, unadulterated.
கறவலாடு, a milk goat.
கறவை, கறவைப் பசு, கறக்கிற பசு, a milk cow.
கறகறெனல், கறகறப்பு, *v. n.* irritation in the throat, rattling, teasing.
காற்றாடி கறகறென்று சுற்றுகிறது, the wind-whirl rattles.
கறங்கு, *s.* a wind-whirl, whirligig, kite, காற்றாடி; 2. whirling, சுழற்சி.
கறங்கு, III. *v. i.* whirl, சுழலு; 2. sound, ஒலி.
கறங்கல், *v. n.* whirling, sounding.
கறவை, *s.* see under கற.
கறளை, *s.* a dwarf, குள்ளன்; 2. anything dwarfish or stunted in growth as an animal, tree, fruit etc.
கறள், *s.* see கறை.
கரார், கராா், *s.* (*Hind.*), certainty, திதானம்.
கராரானபேச்சு, decisive word.
கரார்விலை, fixed price.

கருளி, கருளித்தனம், *s.* intractableness, stubbornness, அடங்காமை.
கருளிப்பயல், a stubborn, intractable fellow.

கறி, *s.* curry.
கறித்தூள், curry powders.
கறிபதார்த்தங்கள், vegetables and other substances fit for curry.
கறிமசாலை, articles used for seasoning curry.
கறியுப்பு, kitchen salt, common salt.
கறிவடகம், curry condiments preserved in balls.
இலைக்கறி, a dish of greens or potherbs.
துவட்டற்கறி, a sort of curry without any gravy.
புளிக்கறி, a sour curry.
மரக்கறி, a dish of vegetables, vegetable curry.

கறி, VI. *v. t.* bite, கடி; 2. eat by biting, புசி.

கறு, கறுவு, *s.* anger, malice, கோபம்.

கறு, VI. *v. i.* grow black, darken, கருமையாகு; 2. become impure, கறைப்படு; 3. look black, be angry, கோபி.
கறுத்தவன், கறுத்தமனுஷன், a dark or black person.
கறுப்பன், கறுப்பண்ணன், a black person or animal, a demigod, a ferocious deity; a dark kind of rice.
கறுப்பி, a black woman.
கறுப்பு, *v. n.* black colour, blackness, கருமை; 2. hatred, anger, கோபம்; 3. spot, pollution, கறை.
கறுப்புக்குதிரை, a black horse.
கறுப்பு நிறம், black colour.

கறுமுறெனல், கறுமொறெனல், *v. n.* shewing signs of anger, speaking angrily, murmuring.

கறுவல், *s.* (கறு), a black or dark person; 2. *v. n.* of கறுவு.

கறுவா, *s.* same as கருவா.

கறுவு, III. *v. i.* be angry, displeased or furious, சின; 2. entertain malice or hatred, சலஞ்சாதி.
கறுவு, கறுவல், கறுவுதல், *v. n.* fury, malice.

கறேர் (கறேல்) என்றிருத்தல், *v. n.* being very dark and black.

கறை (கறள்), *s.* spot, stain, மாசு; 2. fault, defect, pollution, குற்றம்; 3. colour, நிறம்; 4. blackness, கறுப்பு.
கறைப்பட, to be spotted, stained or polluted.
கறைப்படுத்த, to stain, taint, tarnish, pollute.
கறைப்பல், discoloured teeth.
கறைபிடிக்க, to become rusty, to form as rust.
கறையாயிருக்க, கறைகறையாயிருக்க, to be full of spots.

கறையான், *s.* white ants, செல்.
கறையான்பிடிக்கும், the white ants will get to it.
கறையான் அரித்த பலகை, a plank eaten or gnawed by white ants.
கறையான் புற்று, white ant-hill.

*கற்கடகம், *s.* same as கர்க்கடகம்.

கற்கம், *s.* dregs, settlings, lees of oil etc., வண்டல்; 2. drugs for decoction etc.

*கற்கி, *s.* horse, குதிரை; 2. the tenth Avatar of Vishnu.

*கற்பகம், கற்பகவிருட்சம், கற்பகதரு, *s.* a miraculous tree in the world of Indra yielding whatever desired.

*கற்பம், *s.* the period of Brahma's age, பிரமனாயு; 2. a day and night of Brahma, a Kalpa, the periodical destruction of the world at the end of each day of Brahma, கற்பமுடிவு; 3. medicine to prolong life, சித்தர்கள் மருந்து; 4. a number, ten thousand millions, ஆயிரக் கோடி.
கற்பஞ்சாதிக்க, — சாப்பிட, to take certain medicine and adopt certain practices (as ascetics do) to strengthen the body and secure longevity.

கற்பனை, *s.* (கல், *v.*), learning, கல்வி; 2. instruction, படிப்பனை.

*கற்பனை, *s.* commandment, precept, கட்டளை; 2. appointment, destiny, விதிப்பு; 3. invention, device, skill, சாதுரியம்; 4. fabrication, கட்டுப்பாடு; 5. ingenious imagery in composition, புனைந்துரை.
கற்பனைமீற, — தள்ள, to violate a command, to disobey.

கற்பனலங்காரம், fine or beautiful imagery.

கற்பி, VI. *v. t.* (*caus. of* கல்), teach, instruct, படிப்பி.

பெண்ணைக்கற்பித்துக்கொடுக்க, to give a girl in marriage.

கற்பித்தல், *v.n.* teaching, instructing.

*கற்பி, VI. *v. t.* invent, fabricate, உண்டாக்கு; 2. direct, command, order, கட்டளைகொடு; 3. destine, decree, விதி.

கற்பித்துச்சொல்ல, to invent, fabricate.

*கற்பிதம், *s.* destiny, decree, விதிப்பு; 2. command, order, கட்டளை: 3. fancy, revery, பாவனை; 4. elephant caparisoned for war, போர்யானை.

கற்பு, *s.* chastity, female virtue, conjugal fidelity, சுத்தம்; 2. fitness, propriety, முறைமை.

ஒருபெண்ணைக்கற்பழிக்க or கற்புக்குலைக்க, to deflower or ravish a girl.

கற்பழிந்த (கற்புகுலைந்த) பெண், a deflowered woman.

கற்பழியாத பெண், a virgin.

கற்புக் காக்கிறவள், —உடைய மகள், — அலங்காரி, a chaste woman or wife.

கற்புடைமை, female chastity.

கற்று, *s.* (கன்று + ஆ), a cow with a calf.

கற்றழை, *s.* (கல்), the wild aloe.

கற்றை, *s.* a handful of straw, hair etc., தொகுதி; 2. turf, புற்பற்றை.

மயிர் கற்றை கற்றையாய்ப்போயிற்று, the hair is all in tangles.

கற்றைபிடிக்க, to form knots or small bundles of crops, straw etc.

விழற்கற்றை, a handful of tank grass.

கன, VI. *v. i.* grow heavy, be heavy, பாரமாயிரு; 2. be thick, close, crowded, நெருங்கு; 3. be abundant, copious, அதிகரி.

தலை கனத்துக்கொண்டது, the head is grown heavy through cold.

வயிறு கனத்துக்கொண்டது, the stomach is heavy through indigestion; 2. the belly is grown big with child.

கனக்கக்கொடுக்க, to give plentifully.

கனக்கச்சலிக்க, to be very sorry.

கனத்த ஆக்கினை, severe punishment.

கனத்தகுடி, an illustrious and noble family.

கனத்தசமுசாரம், a numerous family.

கனத்த நாள், a critical day in diseases as the new or full moon.

கனத்த பயிர், thick crop.

*கனகம் *s.* gold, பொன்.

எனக்குக் கனகாபிஷேகம் பண்ணினார்கள், they showered gold on me.

கனக சபை, the golden hall, one of the apartments of the Chidambaram temple.

கனகதண்டிகை, a palankeen studded with gold.

கனகமாரிபொழிய, to rain gold, to bestow liberally.

கனகாசனம், a golden seat.

கனதி, *s.* thickness, பருமை; 2. heaviness, பாரம்.

*கனம், *s.* heaviness, gravity, பாரம்; 2. thickness, பருமை; 3. honour, dignity, சங்கை; 4. cube, கனவடிவம்; 5. abundance, plenty, மிகுதி; 6. width, breadth, அகலம்; 7. a circle, வட்டம்.

கனம்பண்ண, கனப்படுத்த, to honour, reverence.

கனவான், கனமானவன், கனமுள்ளவன், honourable, respectable person; a rich man.

கன அடி, heavy blows, cubic feet.

கன திரவியம், great riches.

கனபத்தி, distinguished piety.

நற்கிரியைகளுக்குக் கனபத்தியான சனம், a people zealous of good works.

கனபாவம், great sin.

கனமழை, heavy rain.

கனமாய் எண்ண, to esteem greatly.

கனமானகாரியம், a serious matter, a weighty affair.

கனமூலம், a cube-root.

கனம்பார்க்க, to estimate by weight; to consider one's condition, external circumstances.

கனம்பொருந்திய, reverend.

கனயோகம், very good luck or fortune.

கனவிருள், thick darkness.

கனவீனம், dishonour, disgrace, levity, lightness.

கனலி, *s*. the sun, சூரியன்; 2. fire, நெருப்பு.

கனல், *s*. fire.

கனல், **கனலு**, I. *v. i.* be hot, burn, எரி; 2. be angry, கோபி.

கனற்சி, *v. n.* heat, anger.

கனவட்டம், *s*. a horse, குதிரை; 2. a horse of பாண்டியன்.

கனவு, **கனா**, *s*. a dream, சொப்பனம்.

கனவின்பலன், interpretation of a dream.

கனாக்காண, to dream.

கனற்பு, *s*. (கனல்), hearth, அடுப்பு.

கனற்று, III. *v. t.* heat gently, சுடு; 2. *v. i.* burn, எரி.

கனற்றல், *கனற்றுதல்*, *v. n.* heating.

கனா, *s*. see கனவு.

கனி, *s*. fruit, ripe fruit, பழம்; 2. result, பலன்; 3. sweetness, தித்திப்பு; 4. a mine, சுரங்கம்.

கனிகாலம், the fruit season.

முக்கனி, the three principal fruits: the plantain, jack and mango.

கனி, II. *v. i.* grow ripe, ripen, பழு; 2. be in flames, glow, காய்; 3. grow tender and soft, melt (as the heart), கரை.

மனங்கனிந்தது, the heart melted with love, devotion.

நெருப்பு கனிந்திருக்கிறது, the fire is well lighted.

கனிந்தசொல், sweet words.

கனிந்தபழம், a ripe fruit.

கனிந்தழ, to weep bitterly, to melt in tears.

கனிய வைக்க, to force the ripening of fruits.

கனிவு, *v. n.* ripeness, tenderness.

***கனிட்டம்**, *கனிஷ்டம்*, *கனிட்டை*, *கனிட்டிகை*, *s*. smallness, சிறுமை; 2. little finger, கடைவிரல்.

கனிஷ்டன், younger brother.

கனிஷ்டபுத்திரன் (-புத்திரி), the youngest son (daughter).

கனியாமணக்கு, *s*. the papaw tree, a species of ஆமணக்கு.

கனுக்கு, III. *v. t.* reduce the system by hard work, disease etc., ஒடுக்கு; 2. mollify by heat or pressure, இளக்கு; 3. shake the voice in singing, குலுக்கியிசை.

கனுக்குப்பினுக்கெனல், *v. n.* being in a bustle or overjoyed.

கனை, *s*. sound, roar, ஒலி; 2. closeness, செறிவு; 3. fulness, intensity, நிறைவு.

கனை, VI. *v. t.* sound, roar, ஒலி; 2. neigh, bray; 3. hem (in contempt), கொக்கரி.

கனைப்பு, *கனைக்குதல்*, *கனைத்தல்*, *v. n.* sound, neighing, hemming, laughter.

***கன்மஷம்**, *கல்மஷம்*, *s*. sin, பாவம்; 2. impurity, dirt, அழுக்கு; 3. dross, scoria, கறை.

***கன்மம்**, *s*. see கருமம், action.

கன்மசண்டாளன், *கருமசண்டாளன்*, a wicked wretch.

கன்று, *s*. a calf, the young of the cow and other large animals, குட்டி; 2. a young tree in general, sapling, இளமரம்.

கன்றுகாலி, cattle.

கன்றுக்குட்டி, a calf.

கன்றுத்தாய்ச்சி, a cow great with young.

கன்றுபட, to be in calf.

கன்றுபுக்கான், the name of a herb.

கன்றுபோட, -ஈன, to calve.

கன்றும் தாயும், the cow and calf.

கன்றூட்டுகிறது, the calf sucks.

ஊட்டுக்கன்று, a sucking calf.

கடாரிக்கன்று, a cow calf.

சேங்கன்று, *கடாக்கன்று*, *காளைக்கன்று*, a bull calf.

மாங்கன்று, a plant or shoot of the mango tree.

மான்கன்று, a fawn.

வாழைக்கன்று, a plantain sucker or shoot.

கன்று, III. *v. i.* (*vulg*. கன்னு or கண்ணு), become sore (as with a blow, as the feet from walking etc.), இரத்தங்கட்டு; 2. grow hard and unfit for use (as fruits by injury in their growth), நை; 3. be burnt with the sun, வெயிலினால் முகங்கன்று; 4. be aggrieved, விசனப்படு; 5. be enraged, கோபி.

கன்றினகுரல், harsh, deep voice.

கன்னங்கரியது, s. a thing very black.
கன்னங்கரேர் (—கரேல்) என்றிருக்க, to be black as jet.

*கன்னடம், கன்னுடம், s. the Canarese country.

*கன்னம், s. the cheek, jaw, கதுப்பு; 2. an instrument for breaking into a house, கன்னக்கோல்; 3. the ear, கர்ணம்.
கன்னக்காரன், கன்னம் இடுகிறவன், a house breaker, burglar.
கன்னக்கிரந்தி, –ப்புற்று, a swelling in the cheek caused by venereal disease.
கன்னக்கோல், an implement for house-breaking.
கன்னத்திலே அடிக்க, – அறைய, to slap the face.
கன்னப்பரிசை, the whiskers or beard on the cheek.
கன்னப்பிளவை, a cancer in the cheek.
கன்னப்பொறி, the temples, பொட்டு.
கன்னமிட, கன்னக்கோல் வைக்க, to break into a house for stealing.

கன்னல், s. sugar-cane, கரும்பு; 2. sugar-candy, sugar, சருக்கரை.

*கன்னன், கர்ணன், s. Karna, an ancient prince noted for his liberality.

கன்னுபின்னு, கன்னுரை பின்னுரை, s. idle talk, prattle, chit-chat.

கன்னுன், s. a brazier, கஞ்சக்காரன்.

*கன்னி, s. a virgin, maiden, a young unmarried woman, குமரி; 2. Virgo in the Zodiac; 3. youthfulness, இளமை; 4. virginity, கற்புக்கெடாமை.
கன்னிகழியாத ஆண்பிள்ளை, an unmarried man.
கன்னிக்கோழி, a pullet nearly arrived at maturity.
கன்னிக்கால், the first post put up in a new built house dressed as a female, see கலியாணக்கால்.
கன்னிமை, கன்னித்துவம், virginity.
கன்னி (–மை, – முத்திரை) அழியாத பெண், an undefiled maiden, a girl that has not lost her virginity.

*கன்னிகை, s. a virgin, கன்னி.
கன்னிகாதானம் – யாதானம், giving a virgin in marriage without receiving the customary gift, one of the 32 meritorious acts.
கன்னியாகுமரி, Cape Comorin.
கன்னியாஸ்திரி, கன்னிப்பெண், a virgin.

கன்னுவர், s. braziers, கன்னர்.

கா

கா, s. a grove, a flower garden, பூங்காவனம்; 2. a pole with ropes attached for carrying on shoulder burdens or gifts to a temple, காவடி.
காக்காரர், persons who carry burdens suspended from a pole.
காத்தடி, – த்தண்டு, a pole for carrying burdens.

கா, VI. v.t. preserve, keep, take care of, பாதுகா; 2. defend, guard, protect, காப்பாற்று; 3. watch, காவல்செய்; 4. wait in attendance, wait for, எதிர்பார்.
காத்திருக்க, to wait for, look for, wait, expect.
காத்துக்கொள்ள, to keep, preserve.
மானங்காத்துக்கொள்ள, to preserve one's selfrespect, dignity.

காப்பு, v. n. & s. defence, guard, watching, vigilance; 2. amulet; 3. a bangle, bracelet; 4. a cord tied round the arm of a votary or that of a priest etc. before any festival, or that of a bridegroom before the marriage ceremonies; 5. invocation at the commencement of a poem.
காப்பாற்ற, to defend, protect, preserve, save, தற்காக்க.
காப்பிட, to put arm-rings to children when five days old.
காப்புக்கட்ட, to tie on an amulet, to tie a cord on the arm as votary, bridegroom etc.
தற்காக்க, see under தற் (தன்).

*காகம், s. a crow, காக்காய்.
காகங்கரைய, to caw as a crow (foreboding fortune in augury).
காகதாளி நியாயம், a chance, coincidence, an unforeseen accident (as: a crow lights upon the fruit of the palmyra tree and the fruit falls).
காகநிமிளை, black bismuth.
காகபலி, food given to crows before eating.
காகபாஷாணம், a kind of prepared arsenic.
காகிதம், s. letter, கடிதம்; 2. paper, கடிதத்தாள்.
காகூவென்றழல், v. n. weeping aloud, crying as children, lamenting.
காக்கட்டான், காக்கணம், s. a creeping plant.
காக்கணஞ்செடி, the name of a wild creeper.
காக்கன்போக்கன், s. an idle vagrant, துன்மார்க்கன்.
காக்கன்போக்கனுய்த் திரிய, to lead an idle life.
காக்காச்சி, s. a kind of cockle in tanks.
காக்காவெனல், v. n. cawing as a crow.
காக்கை, காக்காய், s. a crow.
காக்காய்த்தோலி, a large boil on the sole of the foot.
காக்காய்ப்பொன், tinsel brass leaf glittering like gold.
காக்காய் மீன், the name of a fish.
காக்காய் மூக்கன், a man with an aquiline nose.
காக்காய்வலிப்பு, epilepsy.
அண்டங்காக்கை, a raven.
சீனக்காக்காய், காக்குத்துவான், a cuckatoo.
நீர்க்காக்காய், a water crow.
மணியங்காக்காய், royston-crow.
காங்கு, s. (vulg.), coarse blue cloth, நீலப்புடவை; 2. a large earthen pot, பெரும்பானை.
*காங்கேயன் (கங்கை), s. Bhishma, Skanda.
காங்கை (காய்கை), s. heat.
காங்கையான பூமி, a hot climate.
பித்தகாங்கை, heat occasioned by excess of bile in the system.
*காசம், s. phthisis, consumption, ஈளை; 2. phlegm, கோழை; 3. cataract, speck in the eye, பூ.
காசசுவாசம், சுவாசகாசம், asthma.
கனகாசம், inflammation of the eye.
காசா, adj. (Ar.), own, personal, pure, சுய.
காசாவர்க்கம், tenants of a higher order (opp. கர்ச்சிவர்க்கம்).
காசா, காயா, s. the name of a shrub with blue flowers.
காசாம்பூமேனியன், Vishnu the blue coloured.
வெண்காசா, another kind of the shrub bearing white flowers.
*காசி, s. Benares, வாரணசி.
காசி தீர்த்தம், water of the Ganges at Benares carried about by religious mendicants.
காசிவாசி, an inhabitant of Casi.
காசினி, s. the earth, பூமி.
காசு, s. money, coin, cash, பணம்; 2. the 12th part of an anna, பைஸ்; 3. fault, defect, குற்றம்.
காசடிக்க, to coin.
காசுக்கடை, a money changer's shop.
காசுக்கட்ட, to play a game with copper coins.
காசுக்காரன், a rich man, a money-changer.
காசுமாலை, a necklace of gold coins.
காசுமாற்ற, to change money.
காசுமுத்திரை, the impression on a piece of money.
செம்புக்காசு, copper coin.
பொடிக்காசு, சல்லிக்காசு, small pieces of copper coins.
பொற்காசு, small gold coin.
வெள்ளிக்காசு, silver coin.
காசுக்கட்டி, காய்ச்சுக்கட்டி, s. (Port.), catechu.
காச்சுமூச்சனல், v. n. making much noise.
காச்சுமூச்சென்றழ, to cry or weep as one in distress.
காஜி, s. (Ar.), Mohammedan judge, Cazy.
*காஞ்சி, காஞ்சிபுரம், s. Conjevaram; 2. a hook, நாத்தங்கி; 3. a kind of tree.

காஞ்சிரம், s. strychnos, *nux vomica*, எட்டிமரம்.

காஞ்சொறி, s. a nettle. Different kinds of it are: சிறுகாஞ்சொறி, பூனைக் —, கறுப்புக் —, பெருங் — etc.

காஞ்சொறி அப்பிற்று, I have been stung by a nettle.

*காஷாயம், s. cloth dyed with red ochre and worn by religious mendicants and ascetics, காவிச்சீலை.

காடவிளக்கு, s. open lamps formed in large earthen vessels.

*காடாக்கினி, s. great fire, பெருநெருப்பு.

*காடாந்தகாரம், s. thick darkness.

காடி, s. vinegar; 2. a trench, ditch, incision, notch, தோண்டுகோல்; 3. a cart with a pyramidal top; 4. pickle, ஊறுகாய்.

காடிக்கூழ், sour pap.

காடிவெட்ட, to scoop.

கள்ளுக்காடி, toddy vinegar, sour toddy.

காடிகானு, s. (*Ar.*), a shade for keeping carts.

காடிக்காரம், s. nitrate of silver.

காடு, s. an uncultivated tract of land covered with forest trees, brushwood etc., jungle, ஆரணியம்; 2. a forest, wood, வனம்; 3. waste land, பாழ்நிலம்; 4. burning place, சுடுகாடு; 5. (*in comb.*) wild, rough, uncultivated; 6. a nominal termination as in சாக்காடு, நோக்காடு etc.

நிலம் காடாய்க் கிடக்கிறது, the ground lies uncultivated.

காடாரம்பம், land where dry grain is grown.

காடாற்ற, to gather the bones of a burnt corpse and take them to some water.

காடுவாரி, a rake, one who scrapes up all he can.

காடுவாழ்சாதி, *vulg.* காடுவசாதி, a wild tribe.

காடுவெட்டி, a wood-cutter.

காட்டா, காட்டான், காட்டுப்பசு, a wild cow.

காட்டாடு, a wild sheep.

காட்டாள், a clown.

காட்டுக்கீரை, different kinds of greens mixed together.

காட்டுக்கோழி, a jungle fowl.

காட்டுத்தனம், rusticity, uncultivated manners.

காட்டுப்பன்றி, a wild boar.

காட்டுப்பிள்ளை, a foundling.

காட்டுப்பீ, the first black excrement of a child, calf etc.

காட்டுப்புத்தி, stupidity, rusticity.

காட்டுப்புரு, a wild dove.

காட்டுமரம், a wild tree.

காட்டு மனுஷன், a wild or uncivilized man.

காட்டு மிருகம், a wild beast.

காட்டு மிருகாண்டி, *vulg.* - மிராண்டி, a clown, an ill-bred person, a savage.

காட்டெருமுட்டை, dried cow-dung found in fields.

காட்டேரி, இரத்தக்காட்டேரி, a sylvan demoness.

இடுகாடு, burrial-ground.

குடிக்காடு, a village.

சுடுகாடு, a place for burning the dead.

பருத்திக்காடு, a cotton field.

பிணக்காடு, a field covered with corpses.

புகைக்காடு, a great smoke.

புல்லுக்காடு, pasture land, a meadow.

புன்செய்க்காடு, high dry land.

வயற்காடு, a paddy field.

வெள்ளக்காடு, a general flood, inundation.

காடை, s. a quail, குறும்பூழ்.

காடைக்கண்ணி, a kind of millet, Indian oats.

காடைக்கழுத்தன், a kind of rice.

கட்டுக்காடை, a glede.

காட்சி, s. sight, view, vision, பார்வை; 2. an object of sight, visible appearance, தோற்றம்; 3. manifestation of god, தரிசனம்.

காட்சிகொடுக்க, - ஆக, to appear in a vision.

காட்சிப்பொருள், visible concrete things (*opp. to* கருத்துப் பொருள், abstract things).

காணுக்காட்சி, an extraordinary sight or occurrence.

*காட்டம், காஷ்டம், *s.* fuel, firewood, விறகு.

காட்டான், காட்டான etc. see under காடு.

காட்டு, III. *v. t.* (*caus. of* காண்), show, exhibit, display, manifest, reveal, set forth, காண்பி.

காட்டிக்கொடுக்க, to betray, to discover a person to his persecutors; 2. to teach the method of doing anything.

காட்டிலும் (*with acc.*), than; 2. (*with fut. part.*), as soon as.

இவளைக்காட்டிலும் அவள் அழகி, she is more beautiful than this woman.

நீ போங்காட்டிலும் பணங்கொடுப்பான், he will give the money the moment you go there.

காட்டு, *v. n.* showing, exhibition, example, evidence.

சொல்லிக்காட்ட, to explain, relate.

சத்தங்காட்ட, to cry, to cry aloud.

தண்ணீர்காட்ட, to water the sheep, horse etc.

தூபங்காட்ட, to burn incense.

தெரியக்காட்ட, to shew plainly, demonstrate.

புகைகாட்ட, to smoke anything (as plantains to ripen them).

காணம், *s.* horse-gram, கொள்ளு; 2. an oil press, செக்கு; 3. a measure as much as will fill the press at once.

காணம் ஆட, to make oil, to work in oil press, செக்காட.

காணி, *s.* hereditary right of possession, உரிமை; 2. land, நிலம்; 3. landed property, காணியாட்சி; 4. an acre of ground containing 24 மனை; 5. the eightieth part of a unit, $\frac{1}{80}$.

காணிச்சோம்பல் கோடிநஷ்டம், a little indolence results in great loss.

காணிபூமி, one's own land, estate.

காணியாட்சி, the hereditary land; hereditary right to land, estate, employment etc.

காணியாட்சிக்காரன், காணியாளன், an heir, a landlord.

அரைக்காணி, a half காணி = $\frac{1}{160}$.

சீதனக்காணி, dowry land.

பரம்பரைக்காணி, பிதிரார்ச்சிதக்காணி, ancestral estate.

மாகாணி, one-sixteenth, $\frac{1}{16}$, வீசம்.

மானியக்காணி, land granted free of rent.

முக்காணி, $\frac{3}{5}$ of a மாகாணி = $\frac{3}{80}$

காணிக்கை, *s*, a voluntary offering, gift, oblation, நிவேதனம்; 2. a present to a guru or other great person, தட்சணை.

காணிக்கைகொடுக்க, to present an oblation.

காணிக்கைகொண்டுவர, — வைக்க, to present or offer a gift.

பாதகாணிக்கை, offering laid at one's feet.

முடிகாணிக்கை, an offering of the hair of the head shaved off and presented to an idol in fulfilment of a vow.

காண், v. (& காணு, I.) *v. t.* (*past.* கண்டேன்), see, behold, find, பார்; 2. gain sight of God or a great person, தரிசி; 3. worship, venerate, வணங்கு; 4. perceive, feel, understand, உணரு; 5. discover, invent, கண்டறி; 6. *v. i.* seem, appear, தோன்று; 7. become visible, வெளிப்படு; 8. be sufficient, amount to, result (as profit), பலன்படு.

அதைக்காணோம், it is not to be found, it is not here.

அப்படிக்காண்கிறது, so it seems.

எத்தனைகாணும், how much may it be, how much may be the produce or the amount?

இது மூன்றுபேருக்குக் காணாது, this is not enough for three persons.

அது மனசிலே காணவேண்டாம், don't take it amiss.

சூடுகண்டால் உருகும், it will melt if it feel the heat.

கண்டபடிசெய்ய, to act at random.

கண்டபலன், the profit realized.

கண்டுகொள்ள, to perceive, to visit.

கண்டுங்காணாமை, connivance.

கண்டுசந்திக்க, — பேச, — தரிசிக்க, to visit.

கண்டுபாவிக்க, to imitate, to imagine.

கண்டுபிடிக்க, to find, discover.

கண்டுமுதல், produce in kind.
கண்டுமுதல்பண்ண, to collect the produce personally.
கண்டெடுக்க, to pick up.
காணப்பட, to appear, be visible.
காணப்படாதது, that which is invisible.
காணப்போக, to go to see, to visit.
காணுக்கடி, a bite of an unknown insect.
காணுஸ்தலம், the privities
காணுமல் திருட, to steal something slily away.
காணுமல்போக, to be lost.
காணுமை, *neg. v. n.* invisibility.
காணுதல், காணல், காண்டல், காணுகை, *v. n.* seeing, appearance, reverence.
காணும் (*fut. 3 per. neut.*), it will appear; 2. in colloquial use equivalent to Sir.
போங்காணும், go, sir (expressing familiarity or slight).
ஈரம் காண, to become moist.
தரை ஈரங்கண்டிருக்கிறது, the floor is become moist.
உண்மையைக்காண, to discover or understand the truth.
கைகண்டது, that which is tested and proved effectual.
கைகண்டகாரியம், a thing experienced.
கைகண்டமருந்து, a specific.
காண்டம், *s.* boundary, limit, எல்லை; 2. end, முடிவு; 3. musical instrument, வாச்சியம்.
*காண்டம், *s.* a section or division of an epic poem etc., நூலின்பிரிவு.
காண்டல், *v. n.* of காண்.
*காண்டாமிருகம், *s.* unicorn, rhinoceros.
*காண்டாவனம், காண்டவம், *s.* a forest sacred to Indra.
*காண்டிகை, *s.* a compendious commentary, உரை.
*காண்டிபம், காண்டீபம், காண்டீவம், *s.* the bow of Arjuna; 2. a bow, வில்.
காண்டீபன், Arjuna.
காண்பி, VI. *v. t.* cause to see, convince, prove, க ·டு; 2. show, exhibit, தெரிவி.

*காதகம், *s.* killing, கொலை; 2. harassing, பீடித்தல்; 3. treachery, சர்ப்பனை.
காதகன், murderer, a treacherous, scheming person.
எமகாதகன், a cruel man (who would dare to kill even Yama).
காதம், *s.* an Indian league containing seven-and-a-half நாழிகை வழி or about ten English miles.
இருகாதவழி, a distance of two leagues.
*காதம், *s.* killing, காதகம்.
காதன், murderer.
காதலி, VI. *v. t.* be warmly attached to, love, அன்புகூரு; 2. lust after, பேராசை கூரு.
காதல், *s.* love, affection, அன்பு; 2. desire, ஆசை; 3. lust, passion, விரகம்; 4. the cry of certain birds considered ominous.
காதலன், husband, lover, bosom-friend, a darling son.
காதலி, wife, a female friend, mistress; a darling daughter.
காதல்புரிய, to desire.
காதன்மை, love, affection.
ஆந்தைக்காதல், the screeching of an owl; a work on sooth-saying by the screech of an owl.
காதி, *s.* double threaded coarse cloth, இரட்டு.
காது, *s.* ear, செவி; 2. the eye of the needle, ஊசியின் காது; 3. the ear of a vessel.
காதும் காதும் வைத்தாப்போலே, with the utmost secrecy.
எனக்குக் காது கேளாது, I am deaf.
காதடைப்பு, *v.n.* the stopping of the ear from hunger, fatigue etc.
காதணி, ear ornament.
காதறுக்க, to cut off the perforated part of the ear.
காதறை, the cavity of the ear.
காதற்றமுறி, a cancelled bond.
காதார, *adv.* with one's own ears.
காதாரக்கேட்க, to hear plainly with one's own ears.
காதிலே அடிபட, to be uttered in one's hearing.
காதிலேசொல்ல, to whisper in the ear.

காதிலேவிழ, to reach the ears, to be heard.
காதுகுத்த, to pierce or perforate the ear.
காதுகேட்க, to have the sense of hearing unimpaired.
காதுகேளாதவன், a deaf man.
காதுகொடுக்க, to listen.
காதுக்கின்பமான, pleasant to the ear.
காதுக்குடைச்சல், itching and aching in the ear.
காதுக்குறும்பி, ear-wax.
காதுச்சோணை, –த்தண்டு, the ear-lobe.
காதுமடல், the gristles of the ear.
காதுமந்தம், deafishness, dullness of hearing.
காதுமந்தன், one that is dull of hearing.
காதுவளர்க்க, to enlarge the perforation of the ear.
காதுவிடாய், weakness in hearing caused by extreme hunger.
காதெழுச்சி, a sore in the ear.
காதைநெறிக்க, to prick up the ears.
காதைப் பொத்த, to stop the ear.
காதோதி, a malicious whisperer.
இல்லிக்காது, ears with the hole very small.
கீழ்க்காது, the lower part of the ear.
தொள்ளைக்காது, வடிகாது, ears with the hole much enlarged.
மேற்காது, the upper part of the ear.

காது, III. *v. t.* cut to pieces, divide, dissect, கூறுசெய்; 2. kill, slay, கொல், 3. cut off, fell, தறி; 4. break முறி.
காதல், *v. n.* the act of cutting.

*காதை, *s.* a story, a true narrative, சரித்திரம் (differing from கதை, fiction); 2. news, message, செய்தி; 3. murder, கொலை.

காத்தட்டி, காத்தொட்டி, *s.* a climbing plant.

காத்தவராயன், காத்தான், *s.* a demon, the foster son of Kali.

*காத்திரம், *s.* body, உடல்; 2. corpulence, பருமம்; 3. thickness, density, கனம்.
காத்திரமான பலகை, a thick board.
காத்திரமானவன், காத்திரன், a corpulent, robust man.

*காந்தம், காந்தக்கல், காந்தமணி, *s.* magnet, load-stone; 2. see ஸ்காந்தம்.
காந்தம் இரும்பை வலித்துப்பிடிக்கிறது (இழுக்கிறது), the magnet attracts iron.
காந்தவூசி, magnetic needle.
கற்காந்தம், a kind of load-stone.

*காந்தருவர், *s. pl.* celestial choristers, கந்தருவர்.
காந்தருவம், காந்தருவமணம், marriage by mutual consent only, an autonomistic alliance.
காந்தருவவேசம், the art of music.

காந்தள், *s.* a flower, *gloria superba.*
செங்காந்தள், வெண்காந்தள், different species of காந்தள்.

*காந்தாரம், *s.* a country, Kandahar.
காந்தாரி, the daughter of the king of Kandahar, the mother of Duryodhana; 2. a hard-hearted cruel woman.

காந்தாளம், *s.* anger, கோபம்.

*காந்தி, *s.* glare, lustre, splendor, ஒளி; 2. beauty, அழகு; 3. rays, கிரணம்; 4. heat, உஷ்ணம்.
காந்திகொடுக்கிற இரத்தினம், a gem that has a fine water and lustre.
காந்தியாயெறிக்க, to be shining, resplendent.

காந்து, III. *v. i.* shine, emit rays, பிரகாசி; 2. become scorched, singed, consumed, waste away, கருகிப்போ; 3. burn, feel hot, வெப்பமுறு; 4. be hot with indignation, மனம் வே.
காந்தல், *v. n.* burning, cinders; 2. any thing dried too much by fire; 3. anger.
காய்களைக் காந்தல் போட, to ripen fruits with fire and smoke.
காந்திப்போக, காந்தலாய்ப்போக, to become scorched, to be reduced to cinders.
காந்தல்சோறு, parched, boiled rice.
வயிறுகாந்த, to be pinched with hunger.

காபந்து, *s.* see காவந்து.

காபரா, *s.* (*Hind.*), confusion, perplexity, alarm, சந்தடி.
காபராப்பட்டுப் போனார்கள், they were sore perplexed or very much alarmed.

காப்பாற்று, III. *v. t.* see under கா.

காப்பி, காப்பிக்கொட்டை, s. (*Eng.*), coffee.

காப்பியம், s. an epic poem, see காவியம்.

காப்பிரி, s. an African negro or Kaffir.

காப்பிரிசல்லாது, a plant endive.

காப்பி ரிக்கோழி, a species of fowl.

காப்பு, v. n. & s. see under கா.

காமகாரம், s. see காய்மகாரம்.

காமம், s. lust, desire, ஆசை; 2. lasciviousness, libidinousness, காமநோய்; 3. love, desire, அன்பு; 4. semen virile, வீரியம்.

காமதேனு, the fabled cow in the world of Indra which supplies every want.

காமத்துப்பால், காமப்பால், the third part of குறள் treating of amorous love.

காமநோய், love-sickness.

காமலீலை, amorous sports.

காமவிகாரம், lust, irregular sexual desire, love of the sexes.

காமவிகாரன், காமவிகாரி, a libidinous person.

காமவிடாய், காமவெறி, vehement sexual desire.

காமன், Kama, god of love, மன்மதன், whose wife is ரதி.

காமாக்ஷி, Parvati as having fascinating eyes.

காமாதுரன் (*fem.* காமாதுரி), a lascivious person.

காமி, காமியன், காமாந்தகன், காமபோகி, a libidinous person.

காமியம், desire, love; 2. a thing desired.

காமுகர், s. libidinous persons, தூர்த்தர்; 2. fashionable polished people, நாகரீகர்.

காமுற, to lust for, wish for.

காமரா, காம்பரா, s. (*Port.*), a room, chamber.

காமர், s. beauty, அழகு; 2. lustre, ஒளி; 3. desire, காமம்.

காமாட்டி, s. (*Tel.*), a digger of earth; 2. a rogue, vagabond, நாடோடி; 3. a fool, மூடன்.

காமாலை, காமாளை, s. jaundice, பாண்டுரோகம்.

காமாலைபிடித்தவன், one that is sick of jaundice.

ஊதுகாமாலை, மஞ்சள் —, பித்தக் —, different kinds of jaundice.

*காமி, VI. v. i. desire, இச்சி; 2. lust for, be lascivious, மோகமுறு.

*காமி, காமியம், காமுகர் etc. see காமம்.

காம்பி, s. basket for drawing water, இறை கூடை; 2. water-work, சலசூத்திரம்.

*காம்பீரம், காம்பீரியம், s. see கம்பீரம்.

காம்பு, s. stalk or pedicle of leaves, fruits or flowers, தாள்; 2. handle of a tool etc., பிடி.

முலைக்காம்பு, the teat, nipple of a woman's breast.

*காயத்திரி, s. the most sacred mantra of the Vedas recited by the Brahmins, *viz.*: "We meditate on that excellent light of the divine sun; may he illuminate our minds."

காயம், s. a wound, புண்; 2. asafoetida, பெருங்காயம்; 3. medicine prepared for women in child-bed, காயமருந்து; 4. ether, ஆகாயம்; 5. (*Ar.*), that which is fixed, permanent, நிலையானது.

அந்த உத்தியோகம் காயமல்ல, it is not a permanent employment.

காயங்கட்ட, to dress a wound.

காயப்பட, காயம்பட, to be wounded.

காயப்படுத்த, to wound.

காயம்போட, -கொடுக்க, to give a compound of several drugs to a lying-in woman.

அடிக்காயம், a wound from a blow.

சாவுகாயம், a mortal wound.

திரிகாயம், காயத்திரி, a compound of three pungent substances as asafœtida, pepper and garlic.

பிழைகாயம், a wound that is not mortal.

பெருங்காயம், asafœtida.

*காயம், s. body, உடல்.

காயகற்பம், a medicine which strengthens the body.

காயசித்தி, the power of securing the body against the effect of age etc.

காயாபுரி, the human body compared to a city.

சூக்ஷமகாயம், the subtile and invisible body.

ஸ்தூலகாயம், the gross material body.

வச்சிரகாயம், a robust, dense, compact body.

காயலா, *s. (Hind.)*, sickness, disease, நோய்.

காயலார், காயல்பட்டணத்தார், *s.* Moormen.

காயா, *s.* a shrub, see காசா.

காயிதா, காய்தா, *s. (Ar.)*, rule, order, முறைமை.

காய், *s.* unripe fruit; 2. pieces at chessboard etc., சொக்கட்டான் காய்.

காய்கறி, fruits, vegetables etc. for the curry.

காய்காய்க்க, to form as fruit, to bear fruit.

காய்க்காரன், one that sells fruit.

காய்பறிக்க, to pluck unripe fruit.

கருக்காய், chaff.

செங்காய், fruit nearly ripe.

பசுங்காய், இளங்காய், tender immature fruit or grain.

காய், II. *v. i.* be hot or heated, சுடு; 2. burn, எரி; 3. be feverish, சுரங்காய்; 4. grow dry, lose moisture, வறளு; 5. wither, உலரு; 6. shine, be bright, பிரகாசி; 7. speak angrily, rage or burn with passion, சின.

அவன் என்மேல் காய்ந்துவிழுகிறான், he speaks angrily to me.

நிலங் காய்ந்துபோயிற்று, the ground is dry, parched.

நிலா நன்றாய்க் காய்கிறது, the moon shines bright.

காயவைக்க, to dry some thing.

காய்ந்து (காய்ஞ்சு) போக, to grow dry, become parched.

கறிகாய, to be cooked as curry.

குளிர்காய, to warm one's self at the fire.

வெயில்காய, to bask in the sun.

காய், VI. *v. i.* bear fruit; 2. grow callous, உர.

தோள் காய்த்துப்போயிற்று, the shoulder is become callous by carrying burdens etc.

காய்க்கிற (காய் காய்க்கிற) மரம், a tree that bears fruit.

காய்க்கும் பருவம், the age of childbearing or fruit-bearing.

காய்ப்பு, *v. n.* fruit-bearing, produce of a tree; callosity, callous skin, a scar.

காய்ச்சல், *v. n. & s.* dryness, heating, காய்கை; 2. fever, சுரம்; 3. dry weather, வறப்பு. Compounds as: அகோரக் காய்ச்சல், அஸ்திக் —, உட் —, கணக் —, தாபக் —, தோஷக் — முறைக் — etc. see in their places.

காய்ச்சலாய்க்கிடக்க, — விழ, to be taken ill with fever.

காய்ச்சற் கட்டி, enlargement of the spleen after a chronic fever.

விடுங்காய்ச்சல், விட்டுவிட்டு வருங்காய்ச்சல், an intermittent fever.

காய்ச்சு, III. *v. t.* (*caus. of* காய் II.), boil, காயச்செய்; 2. make hot, heat as iron etc., இரும்பு காய்ச்சு; 3. heat (as the sun), கனற்று; 4. scold, reprove, கண்டி.

ஒருவனைக் காய்ச்சிப்போட, to rebuke one sharply.

காய்ச்சு, *v. n.* heating, boiling.

காய்ச்சுக்கல், a counterfeit or artificial gem.

காய்ச்சுப்பு, salt obtained by boiling down salt water; 2. alkali.

கஞ்சிகாய்ச்ச, to boil conjee.

கஷாயங் காய்ச்ச, to prepare a decoction.

காய்ச்சுக்கட்டி, *s.* see காசுக்கட்டி.

காய்ஞ்சொறி, *s.* see காஞ்சொறி.

காய்மகாரம், காமகாரம், *s.* envy, hatred, jealousy, பொறாமை.

காய்மகாரப்பட, to be jealous of a person, to envy.

காரகம், *s.* burning heat of the body, வெப்பம்.

பித்தகாரகம், heat caused by bile.

மேககாரகம், venereal heat.

***காரகம்**, *s.* doing action, செயல்; 2. agency, காரணத்துவம்; 3. means, instrument, கருவி; 4. (*in gram.*), the subject of a verb, வினைமுதல்; 5. the cases of nouns depending on verbs (not on nouns).

காரகன் (*in gram.*), the agent, doer.

காரடம், காரடவித்தை, *s.* (*Tel.*), juggling, tricks, செப்படிவித்தை.

காரடன், a juggler, a double-dealer.

காரணம், s. cause, ஏது; 2. origin, principle, மூலம்; 3. motive, reason, நோக்கம்; 4. means, instrument, கருவி.

காரணகாரியம், cause and effect.

காரணகர்த்தா, -கடவுள், the supreme Being as agent in all things.

காரண குரு, the guru that seeks not his own interest but the spiritual welfare of his disciples (*opp. to* காரிய குரு).

காரணங்காட்ட, to show reason, affirm.

காரணமாயிருக்க, to be the author of a thing.

காரணமுகாந்தரம், motive.

காரண விசேஷங்கள், chief or principal things.

காரணன், the first cause, the Supreme Being.

காரணானுமானம் (*in logic*), *a priori* reasoning, inference from cause to effect (*opp. to* காரியானுமானம்).

சர்வத்திற்கும் ஆதிகாரணரானவர், the first cause or the Creator of all things.

மூலகாரணம், the original cause.

காரணிக்கம், s. history, சரித்திரம்; 2. (*R. C. us.*) certain prayers to the Virgin alluding to her history.

காரம், s. pungency, anything hot or biting, உறைப்பு.

காரசாரமான கறி, strong and palatable curry.

காரமான, sharp, pungent, corrosive.

காரம், s. caustic, கார்ப்புப்பு; 2. soda, potash, alkali, சாம்பலுப்பு; 3. doing, acting, agency, காரியம்.

வண்ணான் காரம்போட்டு வெளுக்கிறான், the dhoby whitens or washes the cloth with alkali or fuller's earth.

காரச்சீலை, காரத்திரி, lint, blister.

காரம்வைக்க, -போட, to apply a caustic.

காரம்வைத்துப் புண்ணாக்க, to burn with a caustic, to cauterize.

காரல், s. the name of a fish.

காரன் (from காரம், doing), a masculine termination denoting doer, agent (காரி being the corresponding feminine termination) as வேட்டைக்காரன், தோட்டக்காரன், புல்லுக்காரி etc.

காராமணி, காராமணிப்பயறு, s. a kind of lentil or pulse.

காராம்பசு, s. a black cow with a black udder and a black tongue, கரும்பசு; 2. a fabled cow in Indra's world.

காரி, s. blackness; 2. see காரன்.

காரிகம், s. red ochre, red dye, காவி.

*காரிகை, s. gracefulness, beauty, அழகு; 2. damsel, பெண்; 3. a grammatical treatise on Prosody by அமுதசாகரன்.

காரிக்கம், காரிக்கன், s. unbleached cotton cloth.

*காரித்துவம், being an actor, doing, செய்தல்.

*காரியம், s. thing, business, matter, affair, கருமம்; 2. effect, result, பயன்; 3. purpose, design, விஷயம்.

அது உனக்குக் காரியமல்ல, that is not expedient for you, you have nothing to do with it.

காரியகர்த்தா, an efficient agent.

காரியகுரு, a guru that seeks his own interest.

காரியசித்தி, காரியம் பலித்தல், success in an undertaking.

காரியஸ்தன், காரியக்காரன், காரியதுரந்தரன், an agent, an attorney, a commissioner, a person clever in business.

காரியதரிசி, secretary, manager.

காரியத்தாழ்ச்சி வராமல்பார்க்க, to see that there is no failure.

காரியத்துக்கு வர, to be expedient or profitable; to be prosperous.

காரிய நிர்வாகி, a manager.

காரியபாகம், the state of affairs.

காரியப்பட, to be effected.

காரியப்படுத்த, to effect, accomplish, transact.

காரியப்பொறுப்பு, responsibility of management.

காரியமாகச்செய்ய, to do a thing well.

காரியமாய்ப்பேச, to speak with a motive.

காரியமாய்ப்போக, to go on business.

காரியமாயிருக்க, to be busy.

காரியமுடிக்க, to accomplish a design.

காரியம்பார்க்க, to do business.
காரியாகாரியம், the different circumstances.
காரியானுமானம் (*in logic*), *a posteriori* reasoning, inference from effect to cause (see காரணானுமானம்).

*காருகம், காரூகம், *s.* manufacture of any industrial pursuit, தொழில்; 2. menial service, கயிங்கரியம்.
காருகர், artificers, manufacturers.

காருடம், காருடவித்தை, *s.* juggling, legerdemain, காரடம்; 2. (*St.*) charms against poison.
காருடன், காரடன், a juggler.

*காருணியம், காருண்ணியம், *s.* compassion, kindness, grace, கிருபை.
காருணியன், சீவகாருணியன், a kind benevolent person.

காரை, *s.* a fish; 2. (also காறை), plaster with which walls or terraces are covered, mortar, சாந்து; 3. a thorny shrub of different kinds as குத்துக் காரை, பெருங்–, மருக்– etc.
வீட்டைக்காரையாட, to plaster the walls of a house.
காரைக்கட்டு வீடு, a house built of brick and chunam.
சன்னக்காரை, fine plaster.
சுண்ணாம்புக்காரை, chunam plaster.
மட்டிக்காரை, coarse plaster.

காரைக்கால், *s.* a town 7 miles south of Tranquebar.

கார், *s. & adj.* blackness, black, கருமை; 2. darkness, இருள்; 3. cloud, மேகம்; 4. rainy season, கார்காலம்; 5. a kind of rice.
காராடு, a goat, வெள்ளாடு.
காராளர், கார்காத்தார், farmers, cultivators (who watch the clouds).
காரான், a buffalo.
காரிருள், utter darkness.
காரீயம், black-lead.
காருப்பு, salt produced from sesamum seed.
காரெலி, a black rat.
காரெள்ளு, black rape-seed.
கார்காலம், the rainy season.
கார் நிறம், black colour.
கார்நெல்லு, a kind of paddy which ripens in the rainy season.
கார்முகம், a cloud.
கார்வண்ணன், Vishnu the dark coloured god.

கார், VI. *v.i.* be sharp, pungent to the taste (as pepper etc.), காழ்; 2. taste salt, உப்புகரி; 3. improperly used for கா.
கார்ப்பு, *v. n.* sharpness, pungency, saltness.

கார்காரேனல், *v. n.* craving (as the appetite).
எனக்குக் கார்காரென்று பசிக்கிறது, I am pinched with hunger; I feel very hungry.

கார்கானா, *s.* (*Hind.*), a work shop, an establishment, தொழிற்சாலை.

*கார்க்கோடகன், கார்க்கோடன், *s.* one of the 8 huge serpents which support the 8 cardinal points of the earth; 2. an extremely wicked man, கொடியன்.

*கார்த்தபம், கர்த்தபம், *s.* ass, கழுதை.

*கார்த்திகை, *s.* the 8th Hindu month, Nov.–Dec.; 2. the 3rd lunar asterism, the pleiades, கார்த்திகை நட்சத்திரம்; 3. a plant.
கார்த்திகைக் கிழங்கு, the root of கார்த்திகை plant.
கார்த்திகைப் பிறை, the 3rd phase of the moon in கார்த்திகை.
கார்த்திகைப்பிறை கண்டதுபோல், as if one had seen the கார்த்திகைப் பிறை (which is rarely visible).

*கார்த்திகேயன், *s.* Skanda.

*கார்முகம், *s.* bow, வில்; 2. see under கார்.

*காலம், *s.* time, பொழுது; 2. season, பருவம்; 3. seasonable time, opportunity, சமயம்; 4. day-break, விடியல்; 5. tense in grammar, வினையின்காலம்.
காலம் அறிந்து நடக்க, காலோசிதமான புத்தியோடே செய்ய, காலத்துக்குத்தக்க கோலமாக நடக்க, to accommodate oneself to the times and circumstances.
காலகதி, events of time.
காலக்கிரமம், chronological order.
காலக்கிரயம், the current price.
காலங்கண்டவன், an aged experienced man.
காலங்கழிக்க, to pass time.
காலங்கழிய, to pass as time.

காலசக்கரம், the circle of time, period or term of life.

காலக்ஷயம், காலக்ஷேபம், *s.* spending or passing one's time, circumstances, welfare; 2. means of subsistence.

எப்படி காலக்ஷேபம் பண்ணுகிறீர் (காலம் போக்குகிறீர்), how do you pass the time, how is your affair?

காலதாமசம், – கரணம், delay.

காலத்தாலே, see காலமே.

காலநுட்பம், a moment of time.

காலந்தள்ள, to pass the time; to maintain oneself, to live.

காலமழை, rain in the proper season.

காலமாறு, morning by morning, every morning, காலைதோறும்.

காலமே, காலத்தாலே (*vulg.* காத்தாலே, காத்தாலைக்கு), in the morning, early, betimes.

அதிகாலமே, very early in the morning.

காலமேற்கனவே, காலம்பெற, betimes, in good time, early.

காலம் கூட, – பண்ண, – செல்ல, to die.

காலம்போக்க, to pass the time.

காலாகாலத்திலே, in seasonable and unseasonable time, occasionally, at one time or another.

காலாந்தம், the end of time.

ஆங்காலம், proper time, successful or prosperous season.

இறந்தகாலம், the time past, past tense.

எதிர்காலம், வருங்காலம், the future time or tense.

சாங்காலம், சாகுங்காலம், அந்தியகாலம், the time of death.

திரிகாலம், முக்காலம், the 3 tenses.

நிகழ்காலம், the present time or tense.

போங்காலம், the time of adversity, ruin and loss.

*காலன், *s.* Yama, god of death, யமன்; 2. the minister of death, attendant on Yama.

காலகாலன், Siva who overcame Yama.

காலதண்டம், the club of Yama, death.

காலபாசம், the noose of Yama.

காலாந்தகன் (காலன் + அந்தகன்), Siva who overcame Yama; 2. a very wicked person; 3. a very active or dexterous person (like Yama).

காலா, காலாமீன், *s.* a kind of sea-fish.

காலாடி, *s.* see under கால்.

காலி, *s.* Point de Galle; 2. herd of cows, பசுக்கூட்டம்; 3. (*Hind.*), vacancy, emptiness, ஒழிவு.

இப்போது காலியில்லை, there is no vacancy at present.

காலிமாடு, காலியமாடு, cattle kept continually in the fields or woods under a shepherd.

காலியானவீடு, a vacant, unoccupied house.

கன்றுகாலி, cattle young and old.

காலை, *s.* time, பொழுது; 2. the morning, விடியற்காலம்; 3. early, betimes, காலமே.

பேசுங்காலை, when it is spoken of.

காலைப்பசியாற, to breakfast.

காலைமாலை, morning and evening.

காலைமாலை செபம், morning and evening prayers.

காலைமாறு, – தோறும், every morning.

காலையிலே, in the morning.

காலைவெள்ளி, the morning star.

கால், *s.* leg, foot, பாதம்; 2. post, தூண்; 3. support, prop, தாங்குகால்; 4. the lower part, base, அடிப்பக்கம்; 5. the wheel of a car, தேர்க்கால்; 6. the spokes of a wheel, ஆரக்கால்; 7. brook, channel, வாய்க்கால்; 8. the fourth part of a unit or thing, a quarter, காற்பங்கு; 9. a degree of consanguinity, இரத்தக்கலப்பாமுறவு; 10. way, வழி; 11. a turn, time (as ஒருகால், once); 12. (வினையெச்ச விகுதி for காலம்), if, provided (as வந்தக்கால், வந்தாக்கால், if he should come).

காவாக்கால், if it were not guarded.

மூன்றும் நாலாம் காலிலே உறமுறையானவர்கள், people of the third or fourth degree of consanguinity.

காலடி, the sole of the foot, உள்ளங்கால்; 2. foot-step, காற்சுவடு.

காலணி, ornament for the feet in general.

காலாடி, a vagabond.

காலாடியாய்த்திரிய, to lead a wandering life.

காலாணி, corn on the foot; pegs in the beams of houses for supporting the roof.

காலாணியற்றுப்போனவன், one who is become weak or poor.

காலாழி, a ring for a toe.

காலாள், a foot-man, foot-soldier, infantry; a young lad having but the fourth part of full age.

காலாற, to rest after walking.

காலிடற, - தடுக்க, to tumble.

காலில்விழ, to fall prostrate, to do homage.

காலுளைவு, aching pain in the legs.

காலூன்ற, to set the foot firm upon, to set up a post.

காலூன்றிநிற்க, to stand, to stand fast.

கால்கட்டு, inseparableness (as of wife and husband).

கால்கட்டு கைகட்டு, bound hand and foot.

கால்கழுவ, to wash the feet; 2. to wash oneself with water after stool.

கால்சீக்க, to scrape, scratch with the foot.

கால்தண்டை, a tinkling trinket for the feet.

கால்தளர, to become weak in the limbs.

கால் நடை, கானடை, walking, going on foot; cattle, sheep, goats and oxen.

கால்நடையாய்ப் பயணம்பண்ண, to travel on foot.

கால்நொண்டி, கானொண்டி, lameness, a lame man.

கால்பிடிக்க, to fall at one's feet, to ask a favour; 2. to shampoo.

ஒருவன் காலைப்பிடித்து (காலில்விழுந்து) வேண்ட, to supplicate falling at one's feet.

கால்பின்னிக்கொண்டு நிற்க, to stand cross-legged.

கால்மாடு, the foot of a bed or of a person in bed (*opp. to* தலைமாடு).

கால்வழி, foot-path; 2. lineal descent.

கால்வாசி, a fourth part.

வேலை கால்வாசி தீர்ந்தது, a fourth part of the work is done.

கால்வாய், a canal, a channel.

கால் விழுந்துபோக, to be weary of walking.

காற்சட்டை, trousers.

காற்படம், the fore-part of the sole or bottom of the foot.

காற்படி, a quarter of a measure.

காற்பிடிப்பு, rheumatic stiffness in the legs.

அரைக்கால், an eighth part.

ஆனைக்கால், elephantiasis.

உள்ளங்கால், the sole of the foot.

ஒருக்கால், once, perhaps.

ஒருக்காலும் (*with neg. verb*), never.

கடைகால், an iron bucket for drawing water; 2. foundation.

கணுக்கால், an ankle.

கணைக்கால், the shin-bone.

கிந்துகால், a limping, hobbling, halting leg.

குதிகால், குதிங்கால், the heel.

குந்துகாலன், கிந்துகாலன் (*fem.* குந்துகாலி), a hobbler, a squatter.

தோரணக்கால், poles to which ropes adorned with twigs or leaves are tied to represent triumphal arches.

நாலேகால், four and a quarter.

நாற்காலி, chair.

பின்னங்கால், the hind legs.

பொய்க்கால், a stilt, false leg.

பொய்க்கால் கட்டி ஆட, to go upon stilts.

மடிப்பங்கால், legs with folded knees.

மரக்கால், crutches; 2. wooden legs; 3. a dry measure, a markal.

முக்காலி, tripod.

முக்கால், three quarters.

முட்டிக்கால் போட, to kneel.

முழங்கால், the knee, see முழம்.

முன்னங்கால், the forelegs of quadrupeds.

வாய்க்கால், நீர்க்கால், channel.

காவடி, *s.* see under காவு.

காவணம், *s.* a pandal, a shed with a flat roof for marriage, பந்தல்.

காவணக்கால் நட, to set up the first post of a marriage pandal with ceremonies on an auspicious day.

காவதம், *s.* a distance of about 10 English miles, காதம்.

காவந்து, *காபந்து*, s. (*Hind.*), master, *எசமான்*; 2. careful watch, control, safe keeping, protection, *காவல்*.

காவந்துபண்ண, to take care of, to guard, to control.

காவல், s. (*கா*), watch, guard, protection, preservation, keeping, *காப்பு*; 2. custody, imprisonment, *கைது*; 3. prison, *சிறைச்சாலை*; 4. fortification, *மதில்*.

காவல்காக்க, to watch.

காவல்காரன்,—ஆளி, காவலன், watchman, sentinel, guard; 2. guardian, husband; 3. protector, king.

காவல்படுத்த, காவலில்போட, -வைக்க, to deliver a person into custody; 2. to imprison.

காவல்பண்ண, to confine, to keep in custody, to take care of.

காவல்வைக்க, to set a watch.

காவற்கூடம், காவல் ஸ்தலம், a watchhouse, guard-room, prison.

அருங்காவல், a very strict confinement, close custody.

தாக்கிரிக்காவல், an overseer of a village.

மேன்காவல், supervision, mainguard.

காவாலி, s. youth, *இளமை*; 2. babbler, an eccentric person, *வீண்பிதற்றன்*.

காவாலிப்பயல், a petulent boy.

காவாலிப்புத்தி, eccentricity, juvenile imprudence.

காவாளை, *காவேளை, காவிளை*, s. a medicinal plant.

காவி, s. red ochre, *காவிமண்*; 2. reddish colour in garments worn by religious mendicants etc.; 3. blue lily, *கருங்குவளை*.

கற்காவி, பூங்—, கருங்—, சந்திர—, different kinds of ochre.

காவிக்கல், a red chalk.

காவிதோய்க்க, to dye with red ochre.

காவிப்பல், - பற்றினபல், soiled or coloured teeth.

காவிவஸ்திரம், a cloth dyed with red ochre.

*காவியம், *காப்பியம்*, s. an epic poem.

காவியம்பாட, to compose a poem.

பஞ்சகாவியம், the five ancient epic poems: *சிந்தாமணி, சிலப்பதிகாரம், வளையாபதி, மணிமேகலை, குண்டலகேசி*.

காவியா, *காவியாக்கட்டை*, s. the buoy of an anchor.

*காவிரி, s. the river Cavery, *காவேரி*.

காவு, s. flower garden, *கா*; 2. sacrifice, *பலி*; 3. magic ointment used in making a black mark on the forehead.

காளிக்குக் காவுகொடுத்தார்கள் or *போட்டார்கள்*, they offered a sacrifice to Kali.

காவு, III. v. t. carry burdens on the shoulders suspended from the ends of a pole, *தோள்மேல் சும*.

காவடி, a pole for the shoulder with ropes attached for carrying burdens or gifts to a temple etc.

காவடி எடுக்க, to tie the offering to the pole.

காவடிக்காரன், - எடுக்கிறவன், one that carries burdens or sacred offerings with such a pole; a pole-bearer.

காவுதடி, a pole or bamboo for carrying burdens.

*காவேரி, s. the river Cavery.

காவேரிப் பாய்ச்சல், irrigation by the Cavery.

காவேளை, *காய்வேளை*, s. the name of a herb. Its different kinds are: *சிவப்புக்காவேளை, இருப்புக்—, கொள்ளுக்—, பூனைக் —* etc.

காழியர், s. washermen, *வண்ணார்*.

காழ், s. seed, *விதை*; 2. stones or kernels of fruits, *கொட்டை*; 2. solidity, hardness, *வைரம்*.

அகக்காழ், அகங்காழ், inside solidity of timber trees.

இருக்காழி (முக்காரி), a fruit of two (three) seeds (as *இருக்காரி பனங்காய்*).

காழ், VI. v. i. be pungent, stimulant, *கார்*.

காளபந்தம், *காடபந்தம்*, s. a bright torch lit on festive occasions.

*காளமேகம், *காளமேகன்*, s. a famous Tamil poet.

காளம், s. a tree, strychnos, *எட்டி*; 2. a trident, *சூலம்*; 3. a trumpet, *எக்காளம்*.

*காளம், s. blackness, *கருமை*; 2. black cloud, *மேகம்*.

காளகண்டன், Siva with his dark blue neck.

காளம்பிடிக்கிறவன், - ஊதுகிறவன், a trumpeter.

காளவாய், s. lime-kiln, brick-kiln, furnace, சூளை.

காளவாயன், a person with a large mouth or heavy voice, babbler.

காளவாய்க் கல், a new brick.

காளவாய்க்காரன், a kiln-keeper.

காளாஞ்சி, களாஞ்சி, s. a betel tray, தாம்பூலக்கமலம்; 2. a spittoon, எச்சிற்படிக்கம்.

காளாத்திரி, காளாஸ்திரி, s. the second of the four poisonous fangs of the cobra and other snakes, நச்சுப்பல்.

காளான், s. mushroom, fungus, ஆம்பி.

கடற்காளான், a sponge.

காளி, s. lion, சிங்கம்.

*காளி, s. black woman, கரியவள்; 2. the goddess Kali; 3. Parvati, wife of Siva, பார்வதி.

காளியாட்டமாட, to fight or quarrel as Kali did with Siva.

காளிபோலிருக்க, to be very strong and fierce like Kali.

காளிக்கம், s. a black dye for cloth.

காளிக்கம் எழுத, to design on chintz with this dye.

*காளிங்கன், காளியன், s. the name of a snake, பாம்பு.

காளிங்கநடனம், Krishna's dance upon the serpent காளிங்கன்.

காளை, s. young bullock, a steer, இளவெருது; 2. a robust young man, இளமையோன்.

காளைக்கன்று, a bull-calf.

காளைமாடு, – எருது, a bullock.

காறு, s. a plough-share, கொழு; 2. limit, point of time, காலவெல்லை.

இதுகாறும், thus far, until now, hitherto.

காறு, III. v. i. retch, hawk up phlegm, காறியுமிழ்; 2. taste bitter, musty &c., காறலாயுருசி.

காறல், v. n. spitting out with retching; musty, rancid, and stale taste.

காறலாயிருக்க, to feel an itching in the throat.

காறல்கத்திரி, a brinjal which tastes bitter or rancid.

காறி உமிழ, - த்துப்ப, - ப்போட, to hawk and spit, to spit phlegm.

காறுபாறு, கார்பார், s. (*Hind.*), domination, mastery, authority and power of a landlord over the tenants, அதிகாரத்துவம்; 2, management, விசாரிப்பு; 3. business, affairs, வேலை; 4. rebuke, கண்டிப்பு.

ஒருவன்மேல் காறுபாறுயிருக்க, to keep a strict eye upon a person.

காறுபாறுபடிக்க, – பார்க்க, to learn how to manage affairs.

காறை, s. collar of gold or silver; 2. blade of grass or straw, வைக்கோல்காறை; 3. plastering, see காரை.

காறை எலும்பு, the collar bone.

பட்டைக்காறை, a broad collar.

காற்று, s. the wind, வாயு; 2. ghost, evil spirit, ஆவேசம்.

காற்றடிக்கிறது, the wind blows.

காற்றாடவைக்க, to air a thing, to expose a thing to the wind.

காற்றாடி, a paper kite; 2. a changeable person.

காற்று அடங்கிற்று, – அமர்ந்தது, the wind has subsided or fallen.

காற்றுக்கழிந்தது, –பறிந்தது, the wind broke or passed downwards.

காற்றுக்கிளம்பவில்லை, no wind arises, it is calm.

காற்றுக்கு மறைவிடம், a shelter from the wind.

காற்றுச் சேஷ்டை, - ச்சங்கதி, mischief of a demon.

காற்றுத்திரும்புகிறது, the wind shifts.

இளங்காற்று, a gentle breeze.

ஊதல் காற்று, பனிக்-, a cold wind.

சுவாத்தியமான காற்று, a pleasant or wholesome wind.

சுழல்காற்று, a whirlwind.

தென்காற்று, the south wind.

நச்சுக்காற்று, noxious air.

பெருங்காற்று, உரத்தகாற்று, a strong violent wind.

மேற்காற்று, the west wind.

வடகாற்று, the north wind.

கானகம், s. see கானனம்.

*கானம், *s.* singing, song, இசைப்பாட்டு; 2. music, இராகம்; 3. see கானனம்.
கானம்பாட, to sing sweet songs.
வீணைகானம், a song with a lute accompaniment.
கானல், *s.* heat of the sun, காங்கை; 2. the mirage or the waving vapour at midday, வெண்டேர்.
கானல் எறிக்க, – ஓட, – வீச, to flash heat; to waver as mirage.
கானற்சலம், கானனீர், the mirage mistaken for water.
*கானனம், கானகம், கானம், கான், *s.* forest, wood, grove, jungle, வனம்; 2. sylvan tract, முல்லை நிலம்.
கானக நாடன், கானநாடன், the ruler of a forest tract.
கானமயில், the wild peacock.
கானவர், mountaineers, hunters.
கானுங்கோழி, a wood-fowl.
கான்யாறு, கானாறு, jungle river.
கானவேளை, *s.* a medicinal plant.
கான், *s.* see கானனம்.
கான்முளை, *s.* a child, son, பிள்ளை.

கி

*கிங்கரர் (கிங்கிலியர்), *s.* servants, attendants, ஏவலாட்கள்; 2. the messengers and servants of Ravana.
*கிங்கிணி, *s.* tinkling anklets or small bells, சதங்கை.
கிசில், *s.* (*for.*), pitch, tar, see கீல்.
கிசுகிசேனல், *v. n.* hissing as rockets, rustling.
கிச்சடி, *s.* (*Hind.*), rice gruel for the sick and weak.
கிச்சலாட்டம், கிச்சிலாட்டம், *prop.* கச்சலாட்டம், *s.* (*Tel.*), trouble and impediments, molestations, தொந்தரை.
கிச்சலாட்டம்பண்ண, to vex, tease.
கிச்சிலி, கிச்சிலிமரம், *s.* (*Tel.*), an orange tree, நார்த்தை.
கிச்சிலிக்கிழங்கு, an aromatic root.
கிச்சுகிச்சேனல், *v. n.* chirping, making noise as birds, lizards etc.
கிச்சுகிச்சுப்பண்ண, to tickle.
கிஸ்தி, கிஸ்திப்பணம், *s.* (*Hind.*), tax or kist upon land etc., நிலவரி.
கிஸ்திபந்து, a document showing the amount of kist and the date when it becomes due.
கிஸ்திபேரீஸ்து, the amount of kist for the village.
*கிஞ்சிதம், கிஞ்சித்து, *s.* a particle, a little, something, somewhat, கொஞ்சம்.
கிஞ்சித்துத்தூரம், a little distance.
கிட, VII. *v. i.* lie, lie down, lie along, rest, படு; 2. be in a state, exist, இரு; 3. remain, தரித்திரு.
கிடக்கட்டும், let it remain as it is.
அதுகிடக்க, leaving that, furthermore.
இந்தச்சாமான் வெகுகாலங் கிடக்கும், this article will last long.
ஊர் அமர்க்களமாய்க் கிடக்கிறது, there is a great disturbance or excitement in town.
திருடன் வருகிறானென்று பேச்சாய்க்கிடக்கிறது, it is rumoured that the thief is coming.
வியாதியாய்க் கிடக்க, to lie sick.
கிடக்கை, *v. n.* lying state, condition, bed.
கிடப்பு, *v. n.* lying state.
கிடை, *v. n. & s.* the state of lying down, reclining posture, கிடக்கை; 2. state, condition, நிலைமை; 3. bed, couch, கட்டில்; 4. pen, fold, stall, rest, any place where beasts or birds lie, as ஆட்டுக்கிடை, sheep-fold.
கிடந்த கிடை, lying as before.
கிடந்தகிடையை மறந்துவிட்டான், he has forgotten his former state.
கட்டில்கிடையாய்க் கிடக்க, to linger on a bed of sickness; to be bedridden.
ஒரு கிடையாய், lying on one side.
நான் மூன்றுமாதங் கிடைவிடவில்லை, I have not left my bed for these three months.
கிடை கூட்ட, –மறிக்க, –வைக்க, to pen up cattle for manure.
கிடைநாய், a shepherd's dog.
கிடைபாய், bed-mat.
கிடைப்பாடு, *v. n.* lingering on a bed of sickness.
கிடைமாடு, cattle in a pen.

கிடங்கு, *s.* trench, ditch, அகழ்; 2. store house, godown, கிட்டங்கி; 3. prison, jail, சிறைச்சாலை.

கிடங்குபறிக்க, – வெட்ட, to excavate a ditch.

கிடத்து, III. *v. t.* (*caus. of* கிட) lay, put down in a lying posture, கிடக்கச்செய்.

கிடத்திவைக்க, to put to bed (as an infant), to lay out (as a corpse on a coffin or on a bier).

கிடா, கிடாய், *s.* see கடா.

கிடாசு, III. *v.t.* same as கடாசு, drive in.

கிடாரம், *s.* copper-boiler, கடாரம்; 2. a clock, watch, கடியாரம்.

கிடாரி, கடாரி, *s.* a heifer.

கிடாரை, *s.* see கடாரை.

கிடாவு, III. *v.t.* same as கடாவு.

கிடுகிடு, VI. *v.i.* tremble, shake with fear or cold, நடுங்கு.

கிடுகிடு, *v.n.* trembling, tremor.

கிடுகிடென்றசைய, to be loose as a tooth; to tremble and shake.

கிடுகிடு என்று சத்திக்கிறது, it thunders fearfully.

கிடுகிடு என்று நடுங்க, to tremble with fear.

கிடுகு, *s.* a tabor of an oval form, பறை; 2. a shield, கேடகம்; 3. the boards around the car, தேர் மரச்சுற்று; 4. a braided cocoanut leaf. a cadjan, கீத்து.

கிடுகுபின்ன, to braid cocoanut leaves.

கிடுக்கட்டி, *s.* a tabor, drum, கிடுகு; 2. a condiment of the iluppai flower roasted and beaten with chillies etc.

கிடுபிடி, *s.* an oval kind of tabor, drum.

கிடை *v. n. & s.* see under கிட.

கிடை VI. *v.i.* be had, be obtained, be found; come into one's possession, அடை (*with dat.* see phrase).

எனக்கு இனாங்கிடைத்தது, I have received a present.

கிடைச்சி, *s.* a water plant.

கிட்டங்கி, *s.* (*Hind.*), a store-house, granary, கிடங்கு.

*கிட்டம், *s.* scoria, dross, களிம்பு; 2. sediment, lees, வண்டல். (See under கிட்டு.)

கிட்டக்கல், iron dross; bricks burnt too much.

கிட்டம்போல் பிடிக்க, to stick on as iron rust.

கொல்லன் கிட்டம், iron dross from a smith's forge.

கிட்டலர், கிட்டார், *s.* (கிட்டு), foes.

கிட்டி, *s.* an instrument of torture in which the hands of a person are pressed between two sticks, கிட்டிக்கோல்; 2. a round bat used in a boys' play.

கிட்டிகட்டிக் கேட்க, to demand or examine by torture.

கிட்டிபோட்டிறுக்க, கிட்டிகட்டிநெருக்க, to torture with the கிட்டி.

கிட்டியும் புள்ளும், the two sticks used in boys' play, கிட்டி being the larger one.

*கிட்டினம், கிஷ்ணம், *s.* blackness, see கிருட்டினம்.

கிட்டு, III. *v.i.* approach, அணுகு; 2. be near (as time, place or relationship), அடுத்திரு; 3. be got, obtained, கிடை; 4. *v. t.* set or close the teeth, பூட்டு.

அதுக்கு நேரம் எனக்குக் கிட்டாது, I have no time for it.

என்கிட்ட பணமில்லை, I have no money with me.

பல்லு கிட்டிக்கொண்டது, the teeth are set close.

கிட்ட (*with gen. or dat. rarely also with acc.*), near.

வீட்டுக் (வீட்டின், வீட்டுக்குக்) கிட்ட, near the house.

என் (எனக்குக், என்னைக்) கிட்ட, near me.

கிட்டணிசு (அணிமை), what is very near.

கிட்டத்தட்ட, கிட்டமுட்ட, nearly, about.

கிட்டப் (கிட்டிப்) போக, to approach.

கிட்டம், கிட்டுமானம், nearness, சமீபம்.

கிட்ட (கிட்டி) வர, to come near.

கிட்டிக்கொள்ள, to get near.

கிட்டினர், friends (*opp. to* கிட்டார், கிட்டலர், foes).

கிட்டினவுறவு, near of kin, near relation.

கிணறு, *s.* a well, கேணி.

கிணறு கட்ட, to build up the sides of a well.

கிணறுவெட்ட, – எடுக்க, – வைக்க, to dig or sink a well.

கிணற்றங்கரை, the brim or border of a well.
கிணற்றுக்கல், well-bricks.
கிணற்றோரம், the margin of a well.
உறைக்கிணறு, a well made with earthen rings or hoops.
கற்கிணறு, a well made with bricks or stones.

கிணுக்குகிணுக்கேனல், *v. n.* giving a gentle sound as a hand-bell.

கிணேரெனல், கிணீர் (கிணீல்) எனல், *v. n.* giving a tinkling sound.

கிண்கிணி, *s.* a tinkling bell, சதங்கை; 2. cymbal, கைத்தாளம்.
கிண்கிணிமாலை, a necklace of tinkling bells.

கிண்கிணெனல், *v. n.* tinkling.
கிண்கிண் என்று இரும, to cough with a wheezing sound.

கிண்டன், *s.* gingham, a sort of coarse striped cotton-cloth, உரப்புத்துணி.
கிண்டன்துப்பட்டி, a coarse thick sheet of cotton cloth.

கிண்டு, III. *v. t.* dig, தோண்டு; 2. dig up, dig out, கிளறிவெடு; 3. poke, stir up with a ladle, scratch (as a fowl), burrow (as a rat), root up the ground (as a hog), கிளறு; 4. scrutinize, examine, pry into, ஆராய்.
கிண்டிக்கிண்டிக் கேட்க, விசேஷம் கிண்ட, to pump or sift a person, to fish out a secret.
கிண்டிக்கிளறிப்பார்க்க, to dig out and search; to make a thorough search.
கிண்டிக்கொடுக்க, to stir pap, fire etc. with a ladle.
கிண்டிவிட, to dig up; 2. to incite a person against another, to stir up.
கிண்டிவிட்டுக் கேளிக்கை பார்க்க, to stir up others to quarrel and delight in it.
புழுகிண்ட, to burrow (as worms).

கிண்ணம், *s.* see கிண்ணி.

கிண்ணரம் (கின்னரம்), *s.* a large fiddle, வீணை; 2. an organ.
கிண்ணரக்காரன், கிண்ணரம் வாசிக்கிறவன், — கொட்டுகிறவன், an organist, a fiddler, one that plays upon an organ or a fiddle.

கிண்ணி, கிண்ணம், *s.* a small metal bowl, basin, சிறுவட்டில்.
கிண்ணிவார்க்க, to mould or cast a bowl.
பொற்கிண்ணி, golden goblet.
முறி (வெங்கல) க்கிண்ணி, a bowl of bell-metal.
வெள்ளிக்கிண்ணி, a silver bowl.

கிதாப்பு, கித்தாப்பு, *s.* (*Hind.*), book, புஸ்தகம்; 2. honour, celebrity, கீர்த்தி.

கித்தான், *s.* (*for.*), coarse cloth, canvas, உரப்புத்துணி.
கித்தான்கட்டில், canvas-hammock.
கித்தான் கயிறு, cord made of hemp.
கித்தான்பாய், sail.

கிந்து, III. *v. i.* limp, hobble, hop, கொண்டி நட; 2. stand or walk on the toes; குந்து.
கிந்திநடக்க, to limp, hobble.
கிந்துகாலன் (*fem.* கிந்துகாலி), a hobbler.

கிபாயத்து, *s.* (*Ar.*), profit, advantage, பயன்.

*கிம்புருடர், *s.* a class of demigods; heavenly musicians.

*கியாதம், கியாதி, *s.* fame, praise, புகழ்; 2. dignity, honour, மேன்மை.

*கியானம், *s.* see ஞானம், wisdom.

கிய்யாம், கிய்யா, *s.* the cry of chickens.
கிய்யா கிய்யாவென்று கத்த, to cry as chickens.
கிய்யா கிய்யாவென்று முழிக்க (விழிக்க), to look about quite puzzled.

*கிரகணம், *vulg.* கிராணம், *s.* grasping, seizure, பற்றுகை; 2. comprehension, கிரகிப்பு; 3. eclipse.
கிரகணம்கணிக்க, to calculate eclipses.
கிரகணம் விடுகிறது, the eclipse ceases or ends.
கிரகணம் பிடிக்க, —தொட, to begin to be eclipsed.
காணாக்கிரகணம், பாதாளக்கிரகணம், invisible eclipse.
சந்திரகிரகணம், an eclipse of the moon.
சூரியகிரகணம், an eclipse of the sun.
பாணிக்கிரகணம், marriage, *lit.* taking the hand (of the bride).
பரிசக்கிரகணம், a partial eclipse.
முழுக்கிரகணம், a total eclipse.

வலயக் கிரகணம், கங்கணக் –, குண்டலிக் –, an annular eclipse.

*கிரகணி, கிராணி, s. chronic diarrhœa, looseness, பேதி.

*கிரகணி, VI. v. i. be eclipsed, கிரகணமாகு.

*கிரகம், s. house, வீடு; 2. planet, கோள். அவனைக் கிரகம் பிடித்தாட்டுகிறது, he is under the influence of an evil planet.

கிரகசாரம், கிராசாரம், influence of the planets; 2. ill luck.

கிரகசித்திரம், private family affairs.

கிரகதோஷம், malignant effects of planets.

கிரகநடை, – ஓட்டம், – ச்சுற்று, the course or revolution of the planets.

கிரகநிலை, position of the planet.

கிரகநீதி, domestic duties, the rules of hospitality.

கிரகப்பிரவேசம், the passage of a planet from one sign into another; 2. the ceremony of occupying a new house.

கிரகஸ்தன், கிரேஸ்தன், house-holder; 2. an honest man.

கிரகாசாரம், the rites of hospitality as practised by the house-holder.

நவக்கிரகம், the nine planets of the Hindu system viz: சூரியன், the Sun; சந்திரன், the Moon; செவ்வாய், Mars; புதன், Mercury; வியாழன், Jupiter; வெள்ளி, Venus; சனி, Saturn; ராகு, Caput draconis; கேது, Cauda draconis.

*கிரகி, VI. v. t. take, grasp, seize, பற்றிக்கொள்; 2. comprehend, conceive, உணர்ந்துகொள்; 3. guess, conjecture, உத்தேசி; 4. get out (as secrets), ascertain, ஆராய்ந்தறி; 5. extract (as essences), இரசம்வாங்கு.

கிரகிப்பு, v. n. comprehension, grasp.

*கிரணம், s. a ray, beam of light, கதிர்; 2. splendor, brightness, ஒளி.

கிரணம் வீச, to emit rays as the sun.

அமுதகிரணன், இமகிரணன், the moon.

சூரியகிரணம், the rays of the sun.

*கிரந்தம், s. the Grantha-characters used in the Tamil country for the Sanscrit language, கிரந்தவெழுத்து; 2. the Sanscrit language, கிரந்தபாஷை; 3. a book, a literary composition, கிரந்த நூல்; 4. petulancy, குறும்பு.

கிரந்தகர்த்தா, a book maker, an author.

கிரந்தக்காரன், a petulent boy.

*கிரந்தி, s. venereal disease; venereal ulcers, மேகவியாதி.

அழி கிரந்தி, கணுக் –, கள்ளிப்பூக் –, செங் –, துத்திப்பூக் –, பெருங் –, different kinds of venereal complaints.

கிரந்திக்காரன், one that has the venereal disease.

கிரந்திநாயகம், the name of a plant.

கிரந்திப்புண், a venereal ulcer, a bubo.

கருங்கிரந்தி, skin eruption of a dark colour affecting children.

*கிரமம், s. order, regularity, முறைமை; 2. proper course of action, ஒழுங்கு; 3. rule, lawfulness, propriety, right, honesty, நன்னெறி.

கிரமக்காரன், a strictly honest man.

கிரமந்தப்ப, to transgress established rules or customs.

கிரமந் தப்பாமல் (கிரமத்தோடே) இருக்க, to be regular, to behave properly.

கிரமப்படுத்த, to arrange, to set in order, to regulate.

கிரமமாய், duly, regularly, rightly, in regular order.

உற்பத்திக்கிரமம், genealogy.

*கிரயம், s. price, value, விலை; 2. buying or selling, கொள்ளுகை.

கிரய (விற்கிரய)ச்சீட்டு, a bill of sale.

கிரயப்படுத்த, கிரயம்பண்ண, – செய்ய, கிரயத்துக்குக்கொடுக்க, to sell away.

கிரயமாக, to go off by sale.

கிரயமாகக்கொள்ள, – வாங்க, to buy, to purchase.

காலக்கிரயப்படி, at the fixed current price.

விலைக்கிரயமாக, – த்துக்கு, for price, for money, by sale.

கிராக்கி, s. (for.), dearness, scarcity, அரியவிலை.

*கிராசாரம், s. see கிரகசாரம்.

*கிராணம், s. the nose (see ஆக்கிராணம்); 2. vulg. for கிரகணம், an eclipse.

*கிராணி, *s.* diarrhoea, கிரகணி.

கிராணிக் கழிச்சல், a continual looseness.

மூலக்கிராணி, dysentery.

கிராதி, *s.* (*Port.*), railing.

கிராந்து, III. *v. i.* have an internal sickness, blight with disease, இளைத்துப் போ; 2. skulk about, be concealed, ஒளி; 3. *v. t.* splice, join the end of a cord with that of another, இணை.

உள்ளே கிராந்திப்போயிற்று, the sickness is deeply rooted.

கிராந்தினாற்போலே இருக்கிறாய், you grow lean through grief and anxiety.

பூச்செடி கிராந்திப்போயிற்று, the flower plant was blighted with some disease.

*கிராமணி, *s.* (கிராமம்), the headman in a village, கிராமத்தலைவன்; 2. peasant, villager, கிராமியன்; 3. a toddy-drawer, சாணான்.

*கிராமம், *s.* a village, a hamlet, ஊர்.

கிராமசாந்தி, a ceremony to propitiate the village deity.

கிராமதேவதை, the tutelar god of a village.

கிராமத்தார், the inhabitants of a village, villagers.

கிராமியம், rustic speech, provincialism.

கிராமியன், a villager, a rustic.

கிராம்பு, *s.* (*Port.*), cloves, கராம்பு.

கிராம்பாணி, nails that have the form of cloves.

கிராய், VI. *v. t.* make even and smooth by rubbing, polish, தேய்த்துத் துலக்கு.

கிரி, *s.* a hostage, பிணையாளி.

கிரியிருக்கிறவன், a hostage.

கிரிவைக்க, to give hostages.

*கிரி, a hill, mountain, மலை.

நீலகிரி, blue mountain, the Nilgiris.

கிரிசை, *s.* see கிரியை.

கிரிகோலம், கிலிகோலம், *s.* slovenliness, want of manners, அலங்கோலம்.

கிரிகோலமாய்த்திரிய, to move about in a slovenly manner.

கிரிசு, கிரிசுக்கத்தி, *s.* (*for.*), a Malayan dagger.

கிரிசை, *prop.* கிரியை, *s.* modesty, good manners, honesty, shame.

கிரிசைகெட்டவன், one destitute of good manners, one who is past shame.

*கிரியை, கிரிகை, *s.* work, act, action, செய்கை; 2. modesty, good manners cleanliness, ஒழுக்கம்; 3. religious rites, duties, சமயநிஷ்டை; 4. the 2nd degree in the religion of Siva, entitling the disciple to perform puja etc.

கிரியாபூசை, the worship offered to Siva by those in the 2nd degree.

கிரியாமாலை, the conjugation of verbs.

கிரியைக்காரன், one in the 2nd degree of the Siva religion.

கிரியைசெய்ய, to perform rites, duties.

உத்தரக்கிரியை, funeral rites.

*கிரீடம், *s.* a crown, diadem, crest, முடி.

கிரீடந்தரிக்க, to wear a crown.

கிரீடாதிபதி, கிரீடதாரி, கிரீடந்தாங்கி, a crowned leader, king.

*கிரீடி, *s.* king, அரசன்; 2. Arjuna.

*கிரீடி, VI. *v. i.* play, sport, விளையாடு; 2. copulate, புணரு.

*கிரீடை, *s.* amorous sport, carnal pleasure, மகளிர்விளையாட்டு; 2. copulation, புணர்ச்சி.

கிரீடைபண்ண, to play, to copulate.

சலக்கிரீடை, amorous play in water.

*கிருஷி, *s.* husbandry, agriculture, உழவுத்தொழில்.

கிருஷிகன், husbandman.

*கிருட்டிணம், கிருஷ்ணம், *s.* blackness, darkness, கறுப்பு; 2. the dark half of the moon.

கிருஷ்ணசர்ப்பம், a black snake.

கிருஷ்ணபக்ஷம், the moon in its decrease, the waning moon; the time between fullmoon and newmoon.

கிருஷ்ணன், கிருட்டிணன், கிட்டிணன், கிட்ணன், Krishna, an incarnation of Vishnu.

*கிருதம், *s.* a thing made, action done, செய்யப்பட்டது; 2. the first of the four Yugas.

கிருதயுகம், கிரேதாயுகம், கிரேதை, the golden age of the world, the first of the four Yugas.

கிருதார்த்தம், *s.* success, good fortune, காரியசித்தி.

கிருதார்த்தன், a successful person.

*கிருதி, *s.* action, doing, work, செய்கை.

*கிருது, கிருத்துவம், *s.* insolence, arrogance, haughtiness, செருக்கு.

கிருதன், கிருதுக்காரன், கிருத்துவக்காரன், an arrogant insolent fellow.

கிருது (கிருத்துவ) நடை, insolent conduct, foppery.

கிருதுபண்ண, to behave rudely, insolently.

கிருதுப்பாகை, a large turban.

கிருதுபேச, to speak insolently, contemptuously.

*கிருத்தி, கிருத்திகை, *s.* skin, hide, தோல்; 2. a lunar asterism, கிருத்திகை நட்சத்திரம்.

*கிருத்திமம், கிருத்திரமம், கிருத்திரிமம், *s.* fraud, deceit, வஞ்சனை; 2. falsehood, lie, பொய்.

கிருத்துவக்காரன், a deceitful knave.

*கிருத்தியம், *s.* action, act, work, business, தொழில்; 2. religious rules, prescribed duties, கடமை; 3. rites, ceremonies, சடங்கு.

ஒரு கிருத்தியமுமில்லாதவன், one unemployed.

கிருத்தியக்காரன், an honest virtuous man; 2. one that duly performs the prescribed religious rites.

கிருத்தியம் முடிக்க, to perform an act, a rite or duty.

சமுசார கிருத்தியம், house-keeping, domestic affairs.

பஞ்சகிருத்தியம், the five operations of deity *viz*: படைத்தல், காத்தல், அழித்தல், மறைத்தல், அருளல்.

*கிருத்துவம், *s.* insolence, see கிருது.

*கிருபணம், கிருபணத்துவம், *s.* stinginess, niggardliness, உலோபம்.

கிருபணன், a miser, niggard.

*கிருபை, *s.* benignity, clemency, mercy, கருணை.

ஒருவன்பேரிலே (மீதில்) கிருபையாயிருக்க, to be gracious towards one.

கிருபாசமுத்திரம், கிருபைக்கடல், the ocean of mercy, God.

கிருபாசனம், mercy-seat.

கிருபாளு, கிருபாமூர்த்தி, a benevolent person, the merciful God.

கிருபைசெய்ய, -பண்ண, -கூர, -புரிய, to show mercy.

*கிருமி, *s.* worm, maggot, புழு; 2. canker, an eating sore, அரிபுண்.

கிருமிவைத்திறந்தான், he died being eaten up by canker.

கிருமிச்சுரம், worm-fever.

*கிரேஸ்தன், *s.* see கிரகஸ்தன்.

*கிரேதாயுகம், கிரேதை, *s.* see கிருதம்.

*கிலம், *s.* trifle, சிறுமை; 2. ruin, அழிவு; 3. see அகிலம்.

கிலி, *s.* fear, fright, பயம்.

கிலிபிடிக்க, -பிடித்திருக்க, to be frightened.

கிலிபிடித்ததோ, புலியடித்ததோ, were you overtaken by fear or attacked by the tiger? i. e. fear is more hurtful than external danger.

கிலுகிலுத்தல், *v. n.* ringing, rattling.

கிலுகிலெனல், *v. n.* rattling sound.

கிலுகிலுப்பை, *s.* the name of a plant whose fruits rattle or crackle in the legumen; 2. a kind of toy, a rattle.

வட்டக்கிலுகிலுப்பை, another species of the plant.

கிலுக்கு, III. *v. t.* ring, rattle, crackle, tinkle, கிலுங்கச்செய்.

கிலுக்குத்தடி, a stick or cudgel that makes a rattling noise.

கிலுங்கு, III. *v. i.* tinkle, crackle, ring or sound as a bell, ஒலி.

*கிலேசம், *s.* sorrow, grief, anguish, வருத்தம்; 2. pain, நோவு; 3. affliction, distress, trouble, perplexity, துன்பம்; 4. fear, care, கவலை.

கிலேசப்பட, கிலேசமாயிருக்க, to be sorrowful, grieved, afflicted.

மனக்கிலேசம், mental anguish, pain of mind.

*கிலேசி, VI. *v.i.* regret, be grieved, சஞ்சலப்படு.

கிழக்கு, *s.* (கீழ்), the lower side; 2. east, கிழக்குத்திசை.

கிழக்கத்திக்காற்று, east wind.

கிழக்கத்தியான், கிழக்கித்தியான், கிழக்கத்திமனுஷன், a man of the eastern country.

கிழக்கு வெளுக்கிற சமயம், day-break, the dawn of the day.

கிழக்கே, eastward.

கிழங்கான், *s.* whiting, a kind of fish.

கிழங்கு, *s.* edible roots in general, கந்தம்.

உருளைக்கிழங்கு, potato.

கிழடன், கிழடு &c., see கிழம்.

கிழமை, s. relation, alliance, சம்பந்தம்; 2. possession, ownership, right, உரிமை; 3. a week, வாரம்; 4. a day of the week as ஞாயிற்றுக் கிழமை, Sunday; திங்கட் –, Monday; செவ்வாய்க் –, Tuesday; புதன் –, Wednesday; வியாழக் –, Thursday; வெள்ளிக் –, Friday; சனிக் –, Saturday; 5. see கிழம்.

கிழமை தோறும், கிழமைக்குக் கிழமை, every week, weekly.

கிழத்தி, a mistress, a lady.

இல்லக்கிழத்தி, the wife, the mistress of the house.

கிழவர், proprietors, relatives; 2. see under கிழம்.

கிழம், கிழமை, s. oldness, senility, old age, விருத்தாப்பியம்.

இந்தக் குதிரை வெகு கிழம், this horse is very old.

கிழக்கதை, old stories; 2. the chattering of old people.

கிழக்குதிரை, an old horse.

கிழக்கோலம், the features of old age.

கிழடன், an old chap (in contempt).

கிழடு (*vulg*.), that which is old.

கிழட்டுப்பசு, an old cow.

கிழத்தனம், old age, manners or habits of old people.

கிழப்பிணம், an old fellow (in contempt).

கிழமாடு, an old ox or cow.

கிழவன் (*pl*. கிழவர், *fem*. கிழவி), an old man.

குடுகுடு கிழவன், a tottering decrepit man, a very old man.

வன்கிழம், வலுகிழம், a very old person (in contempt).

கிழி, II. *v.i.* be rent or torn, go in pieces, separate, பிய்; 2. be defeated, disappointed, தோல்.

அவர் கிழிந்தார், he was totally defeated or disappointed.

கிழிந்துபோக, to be rent or torn, to go in pieces.

காரியம் கிழிந்து போயிற்று, the affair is come to nothing.

கிழிவு, கிழியல், கிழிசல், *v. n.* tearing, any thing torn or tattered.

கிழி, VI. *v. t.* rend, tear, pull in pieces, tear off, கீறு; 2. scratch with the claws (as a cat), வறண்டு; 3. delineate, mark, வரிகீறு.

அவனைக் கிழிகிழியென்றுகிழித்துவிட்டாள், she used most scurrilous language towards him.

கிழித்துப்போட, to rend in pieces, lacerate.

கிழித்து முடைந்த பாய், a mended mat.

கிழிப்பு, *v. n.* rending, tearing.

கிழிமுறி, a mutilated bond.

கோடு கிழிக்க, to draw a line, to rule.

கிள, VII. *v. t.* tell, say, சொல்லு.

கிளப்பு, *v. n.* saying, speech.

கிளவி, a word.

வகரக்கிளவி, the letter வ.

கிளத்து, III. *v. t.* say, speak, கிள.

கிளத்து, *v. n.* a word.

கிளப்பு, III. *v. t.* raise, lift up, எழுப்பு; 2. dig up, கிண்டியெடு; 3. stir up, instigate, excite, rouse, awake, ஏவிவிடு.

கிளப்பிவிட, to lift up, to excite, to stir up.

எரிச்சலைக்கிளப்ப, to stir up anger.

தலையைக்கிளப்ப, to lift up the head from the bed; to rise to importance.

வேரைக்கிளப்ப, to dig up the roots.

கிளம்பு, III. *v. i.* rise, ascend, get up, emerge, எழும்பு; 2. get loose (as bricks, mortar etc.), பெயரு; 3. appear, turn up, தோன்று.

அவன் பேர் கிளம்பிற்று, his fame spread abroad.

பயணம் கிளம்பினார்கள், they set out on a journey.

கிளம்பல், *v. n.* rising.

கிளர், s. light, brightness, ஒளி.

கிளர், II. *v. i.* rise, ascend, மேலெழும்பு; 2. shine, பிரகாசி.

கிளர்ச்சி, *v. n.* rising, excitement.

கிளர்த்து, III. *v. t.* raise, excite, எழுப்பு.

கிளறு, III. *v. t.* stir up, poke, agitate, dig up, கிண்டு; 2. probe, search, pry out, கிண்டியாராய்.

கிளறிப்பார்க்க, to search by digging up; to probe as a wound.

கிளறிவிட, to stir up, to disclose.

கிளா, *s.* a thorny shrub bearing sour fruit. Its kinds are: சிறுகிளா, பெருங் – வெள்ளைக் – etc.

கிளி, *s.* a locust, grasshopper, கிளிப்பூச்சி; 2. parrot, paroquet, கிளிப்பிள்ளை.

கிளிக்கோடு, –த்தட்டு, a kind of jumping play with squares on the ground, the players being called கிளி.

கிளிப்பூச்சி, a grasshopper.

கிளிமீன், the name of a fish.

கிளிமூக்கு, a parrot's beak, any thing resembling a parrot's bill.

கிளிமூக்கன், one with an aquiline nose.

இலைக்கிளி, a locust whose wings resemble leaves.

தவிட்டுக்கிளி, grasshoppers of small size.

பச்சைக்கிளி, பசுங் –, பைங் –, a green locust, a green parrot.

பஞ்சவர்ணக்கிளி, a parrot of five colours.

வெட்டுக்கிளி, தத்துக் –, a large kind of locust.

கிளிஞ்சில், *s.* a bivalve, a mussel, the fish or shell, சுரல்.

கிளிஞ்சில் சுண்ணாம்பு, shell-lime.

ஓலைக்கிளிஞ்சில், a flat conch like a palm leaf.

கிளுகிளுத்தல், கிளுகிளென்று சிரித்தல், *v.n.* laughing loud.

கிளுவை, *s.* a teal, சிறகி; 2. a small tree: 3. a small kind of fish.

கிளை, *s.* a branch, மரக்கொம்பு; 2. twig, bough, sprig, தளிர்; 3. relations, kindred, சுற்றம்; 4. group, company கூட்டம்,

கிளைக்கதை, an episode.

கிளைநறுக்க, to prune, to lop.

கிளையார், கிளைஞர், relations, friends.

கிளைவழி, உறமுறை வழி, lineage; a branching street.

கிளைவிட, – ஓட, to put forth twigs, to ramify.

நெடுங்கிளை, a straight branch.

பக்கக்கிளை, a by-shoot.

கிளை, II. *v. t.* wash rice for boiling, cleanse from dust and stones by washing in water, அரிசி கிளை; 2. pry out as a thorn with a needle, கிளறு; 3. (for களை), root up, scratch up.

கோழி கிண்டிக் கிளைகிறது, the hen scratches up the earth.

கிளைஞர், tillers of the soil.

கிளை, VI. *v. i.* put forth twigs, கிளைவிடு; 2. multiply, grow numerous, பெருகு; 3. *v. t.* dig up, stir, root up, scratch up, கிண்டு.

கிளைப்பு, *v. n.* branching.

கிள்ளாக்கு, *s.* (கிள்ளு), a note of hand, a bit of leaf.

கிள்ளு, III. *v. t.* nip, pinch, pluck, நுள்ளு.

ஒரு பண்டம் கிள்ளித் தெளிக்கமாட்டாள், she will not give even a small bit.

எனக்கு வயிறு கிள்ளுகிறது, I am hungry.

கிள்ளிக்கொடுக்க, to give a little, a pinch.

கிள்ளிவிட, to stir up, excite, instigate.

கிள்ளிவைக்க, to put aside a bit for each measure (in measuring grain etc.) in order to count the measures.

கிள்ளு, *v. n.* a pinch.

கிள்ளுக்கீரை, greens plucked off from the root; 2. *fig.* a griffin.

கிள்ளுக்கீரைபண்ண, to treat with contempt, insult.

கிள்ளை, *s.* a parrot, paroquet, கிளிப்பிள்ளை.

கிறிச்சிடுதல், *v. n.* creaking noise.

கிறிச்சு கிறிச்சென்று எழுத, to make a noise as an iron pen in writing upon Olai, as a wheel etc.

கிறிச்சுச்செருப்பு, creaking shoes.

கிறிஸ்துமார்க்கம், *s.* Christianity.

கிறிஸ்தவ சபை, Christian church.

கிறிஸ்தவன், a Christian.

கிறுகிறு, VI. *v. i.* be giddy, dizzy, whirl, தலைசுற்று; 2. be confounded, தடுமாறு.

தலைகிறுகிறுக்கிறது, கிறுகிறு என்று சுற்றுகிறது, I feel giddy.

கிறுகிறு என்று சுழல, சுற்ற, to whirl.

கிறுகிறுப்பு, *v. n.* giddiness.

கிறுகிறென்று வர, to be seized with giddiness.

கிறுக்கு, *s.* craziness, caprice, vagary, பைத்தியம்; 2. self-conceit, arrogance, செருக்கு; 3. *v. n.* which see.

கிறக்கன், கிறக்குக்காரன், an eccentric or crazy man.

கிறுக்கு, III. *v. t.* erase, strike out, obliterate, draw the pen through writing, கிறக்கித்தள்ளு; 2. scribble, எழுது.

கிறக்கு, *v. n.* blotting out, cancelling, 2. a letter, character.

கிறக்கிப்போட, – எறிய, to scribble, to make erasures.

*கிறுது, *s.* insolence, see கிருது.

*கின்னரி, கின்னரம், *s.* a two stringed lute with a calabash, யாழ்.

கின்னரி வாசிக்க, – கொட்ட, to play upon the lute.

கின்னரர், celestial choristers.

கின்னிக்கோழி, *s.* guinea - fowl.

கீ

கீகீ எனல், *v. n.* peeping (as chickens), crying (as parrots).

*கீசகம், *s.* a monkey, an ape, குரங்கு; 2. helmet, தலைச்சீரா.

கீச்சான், *s.* a kind of fish; 2. a small child, குழந்தை.

கீச்சு, *s.* the chirping of birds; 2. the whining of infants, கீச்சமுகை.

கீச்சிட, கீச்சு கீச்சென, to chirp, speak in a shrill voice, to squeak.

கீச்சு கீச்சென்று கத்த, to whine as an infant.

கீச்சுக்குரல், a shrill or squeaking voice.

கீச்சு கீச்சு (கிச்சுக் கிச்சு) த்தம்பலம், *s.* a play among children.

கீச்சுமூச்செனல், *v.n.* buzzing, making noise.

*கீணம், க்ஷீணம், *s.* defect, injury, ruin, சிதைவு.

கீணர் (கீழ்நர்), *s.* vulgar people, கீழோர்.

கீணு, *vulg. for* கீறு, cut into slices.

*கீதம், *s.* singing, song, hymn, symphony, இசைப்பாடு; 2. tune, music, இசை.

கீத சாஸ்திரம், the science of music.

கீதம்பாட, to sing.

கீதவாத்தியம், vocal and instrumental music.

சங்கீதம், a hymn, see separately.

*கீதி, *s.* singing, கீதம்; 2. singer, பாடகன்.

*கீதை, *s.* a song, a poem, பாட்டு.

பகவத்கீதை, Bhagavadgita, Krishna's instructions to Arjuna.

கீரி, கீரிப்பிள்ளை, *s.* a mungoose.

கீரிப்பாம்பு, கீரிப்பூச்சி, a worm bred in the intestines, நாக்குப்பூச்சி.

கீரிப்பூடு, a plant.

கீரை, *s.* greens, pot-herbs, vegetables, இலைக்கறி.

கீரைத்தண்டு, the stalk of greens.

அகத்திக் கீரை, கலவைக் –, காட்டுக் –, குப்பைக் –, கோழிக் –, தண்டுக் –, புண்ணாக்குக் –, முள்ளிக் –, முன்னைக் –, sundry pot-herbs.

அரைக்கீரை, greens that sprout again after being cut.

இளங்கீரை, முளைக் –, பிடுங்கு –, young greens.

கலவைக்கீரை, greens mixed together

செங்கீரை, red greens.

புளிச்சக்கீரை, sour pot-herb.

கீர்கீரெனல், *v.n.* squeaking, screaming.

*கீர்த்தனம், கீர்த்தனை, *s.* recitation, narration, சொல்லல்; 2. praising, extolling, a song of praise to God, a sacred hymn, புகழ்ச்சி.

கீர்த்தனம்பாட, to sing praises, to celebrate.

சங்கீர்த்தனம், see separately.

நாமகீர்த்தனம், the praising of a person's name.

*கீர்த்தி, *s.* fame, renown, glory, a good name, புகழ்.

அவன்கீர்த்தி எங்கும்பரம்புகிறது, his fame spreads far and wide.

கீர்த்திப்பிரதாபம், great fame, distinction.

கீர்த்திபெற்றவன், கீர்த்திமான், a famous person.

கீர்த்தியாய்ச் செய்ய, to do a thing with pomp.

கீர்த்தியைக் கெடுக்க, to defame, to calumniate.

நற்கீர்த்தி, a good name, good report.
துர்க்கீர்த்தி, ill-fame, evil report.

*கீர்த்தி, VI. *v. t.* praise, extol, புகழு.
கீர்த்தித்துப்பேச, to praise.

*கீர்வாணம், *s.* Sanskrit, சமஸ்கிருதம்.

*கீலகம் (கீலக்கம்), *s.* hinge, bolt, கீல், the principal point in argument, பொருப்பிடம்; 2. artfulness, shrewdness, subtlety, அணுப்பு; 3. fraud, deceit, தந்திரம்.
கீலகக்காரன், an artful scheming person.
கீலகம்பண்ண, to intrigue, to plot, to instigate.

கீலம், *s.* an incision in fish etc. for salting, வெட்டு; 2. a shred, a piece torn off, கிழிவு.
துணி கீலம் கீலமாய்க் கிழிந்துபோயிற்று, the cloth is torn up into shreds.
கீலம் கீலமாய்க் கீற, —அரிய, to make incisions in fishes &c. for salting.

கீல், *s.* pitch, tar, கிசில்; 2. juncture, joint of the body, சந்து.
கீல்கீலாய் வாங்கிப்போயிற்று, it has separated into pieces.
கீல்கயிறு, கிசிற்கயிறு, tarred ropes.
கீல்பாய், tarred canvas.
கீல் (கிசில்) பூச, to pitch, to tar.

*கீல், *s.* smallness, நுண்மை; 2. a hinge, கதவின் கீல்.
கீல் முளை, the pivot on which the hinges turn.

கீல், கீலு, I. *v. t.* rend, cleave, கிழி; 2. dig, கிண்டு.

கீழாநெல்லி, *s.* a medicinal plant.

கீழ், *s.* a place under, below, beneath, bottom, கீழிடம்; 2. the east, கிழக்கு; 3. depth, a pit, பள்ளம்; 4. an inferior place, the nether world, கீழுலகம்; 5. the vulgar, low people, கீழ்மக்கள்; 6. *adj.* inferior, mean, lower, eastern, கீழான; 7. *prep.* (*with gen. or dat.*) under, below, beneath, கீழாக; 8. *adv.* less, than, குறைய.
ஒருவன் கையின் கீழ், under one's control.
அவன் கீழ் நாலுபேர் இருக்கிறார்கள், there are four persons under his control.
இதன் கீழ், இதற்குக் கீழ், under this.
கீழது, what is low, bottom.
கீழதுமேலதாக்கிப்போட, to upset, to overthrow.
கீழறுக்க, to burrow, to undermine.
கீழறை, a cell under ground.
கீழாக, to sink.
கீழுதடு, the under lip.
கீழே, கீழாக, கீழாய், under, below, beneath.
கீழைத்தெரு, the eastern street.
கீழைப்புறம், கீழ்ப்புறம், the eastern side.
கீழோர், கீழ்மக்கள், the mean, the vulgar, low people.
கீழ்க்கண், a sly look, the lower part of the eye.
கீழ்க்காற்று, east wind.
கீழ்ச்சீமை, the eastern country.
கீழ்த்தரமாயிருக்க, to be inferior in quality, in capacity etc.
கீழ்த்திசையிலே, —அண்டையிலே, —பக்கத்திலே, —புறத்திலே, on the east side.
கீழ்நோக்க, to look or go downward, to be on the decline; 2. to purge (*opp. to* மேல்நோக்க, to vomit).
கீழ்நோக்கித்திட்ட, —ஏச, —ப்பேச, to use obscene language.
கீழ்ப்பட, to be submissive, inferior subject, base.
கீழ்ப்படிய, to obey.
கீழ்ப்படிதல், —படிவு, *v. n.* obedience.
கீழ்ப்படியாமை, disobedience.
கீழ்ப்படுத்த, to subdue.
கீழ்ப்பயிர், plants cultivated in the shade of other plants, under-plants.
கீழ்ப்போகம், cultivation of edible roots.
கீழ்மாரி, —வாரி, rain or thunder at a distance.
கீழ்மேலாக, upside down.
கீழ்மேல் தென்வடல், the east, west, north and south.
கீழ்மை, meanness, inferiority, humbleness.
கீழ்வயிறு, அடிவயிறு, abdomen.
கீழ்வாயிலக்கம், fractional numbers, indecent talk.

கீறு, *s.* a streak, stroke, scratch, notch, mark, வரி; 2. a slice, slit, slip, கீற்று; 3. writing, எழுத்து.
தலையிலே நல்ல கீறு, good luck as written in the head.

கீறு, III. *v. t.* draw lines, வரி II; 2. cut, carve, dissect, வெட்டு; 3. scratch (as a cat), வறண்டு; 4. tear, split, கிழி; 5. blot out, obliterate, கிறுக்கு; 6. scribble, எழுது.
கீறல், கைக்கீறு, a note of hand, a mark (by those who cannot write).
கீறிக்காயப்போட, – வைக்க, to slit a fish etc. and dry it in the sun.
கீறிப்பார்க்க, to dissect, to anatomize, to search out by probing.
கீறிப்போட, – வைக்க, to cut, to split.
கீறியாற்ற, to open an abscess and heal it up; 2. to reconcile.
கீறியெடுக்க, to cut out, extract.

கீற்று, *s.* a line, a slit, a stripe, வரி; 2. a slice, a piece, கீறல்; 3. the half of a cocoanut leaf, தென்னங்கீற்று.
கீற்றுக்கால், a chapped foot.
கீற்றுக் கீற்றுயிருக்க, to be streaked, to be cut in pieces.
கீற்றுநாமம், the thin tridental mark of a Vishnuvite (*opp.* பட்டை நாமம், the broad tridental mark).
கீற்றுப்பரப்ப, – போட, to cover with cocoanut leaves.
கீற்று முடைய, – பின்ன, to plait cocoanut leaves.
தேங்காய்க்கீற்று, a piece or slice of cocoanut pulp.

*கீனம், *s.* defect, want, குறைவு; 2. exemption, absence, being void of, அபாவம்; 3. vileness, baseness, இழிவு; 4. craziness, புத்திக்குறைவு.
கீனம்பிடித்தவன், a whimsical fellow, a crazy person.

கு

கு, the sign of the dative.

*கு, *s.* the earth, பூமி; 2. *a prefix* denoting bad, ill (as குரூபம், deformity).

*குகம், குகை, *s.* a hole in the ground, அளை; 2. den, cave, cavern, மலைக்குகை; 3. crucible or melting pot, மட்குகை; 4. habitation of hermits, subterraneous or in rocks, முனிவர் இருப்பிடம்.
குகைப்புடம், the refining of metal in a crucible.
குகையில்வைத்தூத, to melt metal in a crucible.

*குக்கல், குக்கன், *s.* a dog; 2. *v. n.* of குக்கு.

குக்கில், *s.* the name of a red bird, செம்போத்து; 2. resin, குங்கிலியம்.
குக்கில் சூரணம், a medicine prepared by stuffing a fowl with bdellium and then calcinating it.

குக்கு, III. *v. i.* whoop, hoop, கக்கு; 2. squat, sit on the legs, குந்து.
குக்கல், *v. n.* whooping cough, கக்குவான்.

*குக்குடம், *s.* a cock, a hen, கோழி.

*குங்கிலியம், குக்குலு, குங்குலு, *s.* resin from the Dammar tree, bdellium.
குங்கிலியப்புகை காட்ட, to offer incense of resin before an image.
கருங்குங்கிலியம், black resin.
வெள்ளைக்குங்கிலியம், white resin.

குங்கு, III. *v. i.* sink low, diminish, குறைந்துபோ.
குங்குதல், *v. n.* decreasing, diminishing.

*குங்குமம், *s.* a kind of fragrant tree; 2. a red paint formed of turmeric with alum and lime juice, செஞ்சாந்து; 3. European saffron, குங்குமப்பூ; 4. saffron or yellow colour, red colour.
குங்குமக்காவி, saffron-ochre.
குங்குமச்சம்பா, paddy of yellow colour.
குங்குமநிறம், – வர்ணம், saffron colour.
குங்குமப்பூ, European saffron, the flower of the குங்குமம் tree.
குங்குமப்பொட்டு, a spot of crimson paint on the fore-head.

*குங்குலு, *s.* see குங்கிலியம்.

குசமசக்கு, *s.* see குயமயக்கு!

*குசம், குசை, *s.* sacrificial grass used in religious ceremonies, தருப்பை.

*குசலம், s. happiness, சுகம்; 2. ability, dexterity, சாமர்த்தியம்; 3. deep learning, கல்வி; 4. craftiness, trick, தந்திரம்; 5. witchcraft, sorcery, மந்திரவாதம்.

குசவன், குயவன், s. a potter; 2. (*fig.*), simpleton, பேதை.

குசக்கலம், an earthen vessel.

குசத்தனம், -ப்புத்தி, stupidity, foolishness.

குசத்தி, a woman of the potter's caste; a potter's wife.

குசத்திகிரி, a potter's wheel.

குசவன் சூளை, a potter's kiln.

குசவன் மணை, the foot of a potter's wheel.

குசாமத்தி, s. (*Hind.*), coaxing, இச்சகம் பேசல்.

குசாமத்திபண்ண, to coax.

குசால், s. (*Hind.*), gaiety, merriment, களிப்பு; 2. *adj.* unrestrained.

குசாலாய்த்திரிய, to move about freely, gaily.

குசால்பண்ண, to make or be merry.

குசால் புருஷன், -காரன், a fop, a jovial man.

குசினி, s. (*Port.*), a kitchen, சமையல்வீடு.

குசினிக்காரன், a cook.

குசு, s. wind passed downwards.

குசுவிட, to break wind.

குசுகுசெனல், குசுகுசுப்பு, *v.n.* whispering.

*குசும்பா, s. the tree and flower of *carthamus tinctorius*; 2. bright red, scarlet, மிகுசிவப்பு.

குசும்பா தோய்க்க, to soak in a solution of குசும்பா colour.

குசும்பாப் புடவை, a scarlet cloth.

*குசை, s. see குசம்.

*குச்சம், s. tassel of thread, tuft, cluster, குஞ்சம்; 2. sheaves of நெல்லு in the form of tassels, நெற்குச்சம்.

*குச்சரம், s. a country, Guzerat.

குச்சி, *prop.* குச்சு, s. a peg, a short stake, a splinter, குற்றி.

குச்சிலி. s. evening bazaar in a town, அந்திக்கடை.

குச்சிலியர், s. people of குச்சரம்.

குச்சில், s. a small hut, குச்சுவீடு.

குச்சு, s. a hut, a shed made of palm leaves, சிறு குடில்; 2. a splinter, a peg, a stake, மரக்குச்சு; 3. tassel, lock of hair, tuft, குஞ்சம்; 4. a hair-pin, மயிர்க்குச்சு; 5. fold, plait, கொய்சகம்; 6. a little bell of gold which girls wear in the ear; 7. stalk of grass, straw etc., புற்குச்சு; 8. a weaver's brush or comb for extricating yarns, பாவாற்றி.

குச்சுக்கட்ட, to build a hut, to plait the hair.

குச்சுக்காரி, a prostitute, a whore.

குச்சுப்பிடிக்க, to make gears, to make tassels.

குச்சுப்போட, to make a hut.

குச்சுவீடு, குச்சில், a hut.

ஓட்டாங்குச்சு, a piece of potsherd.

கொண்டை (மயிர்)க்குச்சு, hair-pin.

பட்டுக்குச்சு, silk-tassel.

பற்குச்சு, tooth-pick.

*குஞ்சம் (குச்சம்), s. a tassel, cluster, குச்சு; 2. a bunch of flowers, பூங்கொத்து; 3. a fan for flies, chowry, fly flap, ஈயோட்டி; 4. a weaver's brush or comb, பாவாற்றி; 5. 120 threads of the warp of cloth in the loom; 6. what is crooked, hump back, கூன்; 7. dwarfishness, குறள்; 8. calumny, slander, கோள்.

குஞ்சங்கட்டித் தொங்கவிட, to hang up tassels as ornaments.

குஞ்சன், a dwarf.

*குஞ்சரம், s. an elephant, யானை.

குஞ்சரக்கன்று, a young elephant.

புருஷ குஞ்சரம், an excellent personage.

குஞ்சி, s. a tuft or lock of hair, குடுமி; 2. membrum virile, ஆண்குறி.

குஞ்சி, VI. *v. i.* stand on one leg, குந்தில்.

*குஞ்சிதம், s. what is crooked, curved; 2. standing on one leg.

குஞ்சிரிப்பு, s. see under குறுமை.

குஞ்சு, s. the young of birds, rats, fishes etc.; 2. (*fig.*), young children.

குஞ்சு குழந்தை, little children of a family.

குஞ்சுக் கூட்டம், the brood of a hen.

குஞ்சுங்குழுவும், a number of little ones or small things.

குஞ்சுபொரிக்க, to hatch.

பஞ்சானுங் குஞ்சும், infants and children.

பூக்குஞ்சு, பூங்குஞ்சு, very young or tender bird.

குடகு, *s.* country of Coorg, குடகம்.

குடக்கு, *s.* west, மேற்கு; குட is the adjective form.

குடகோளார்த்தம், the western hemisphere.

குடதிசை, the western direction.

குடங்கை, *s.* see under குடம்.

குடத்தி, *s.* a kind of wolf whose head, ears and tail are like those of an ass, கழுதைக் குடத்தி; 2. see under குடம்.

குடந்தம், *s. poet.* for குடம், pot.

குடந்தம், குடந்தை, *s.* the town of Kumbakonam.

குடம், *s.* cow, பசு.

குடவன் (*fem.* குடத்தி), a man of the tribe of cow-herds.

குட வுண்ணி, cow-tick.

*குடம், *s.* a water pot, pitcher, கும்பம்; 2. Aquarius, a sign of the zodiac, கும்பவிராசி; 3. anything round, திரட்சி.

குடங்கை, the palm of the hand, உள்ளங்கை.

குடச்சிப்பி, a round shell or conch.

குடமல்லிகை, a kind of jasmine.

குடமுருட்டி, a branch of the Cavery.

குறைகுடம், a partly filled vessel; 2. a man with imperfect knowledge.

நிறைகுடம், a full vessel; 2. a person of very good parts, a capable head.

வெறுங்குடம், an empty pot; 2. a stupid person.

குடம்பை, *s.* a bird's nest, கூடு; 2. an egg, முட்டை.

*குடரி, *s.* see குடாரி.

குடலை, *s.* a basket of plaited cocoanut leaves to hold flowers, fruits etc., ஓலைக்கூடை; 2. a hood or cover of cocoanut or palmyra leaves to protect the upper part of the body from rain, ஓலைக்கூடு; 3. an ear of corn in the sheath.

குடலைக்காளை, a young bullock able only to carry a light load.

குடலைக்கிணறு, a well made with wickerwork.

குடலை ஏற்றம், a kind of picota.

குடல், குடர், *s.* entrails, bowels, guts, intestines; 2. the fungus or pithy matter in the hollow of gourds, in the body of trees etc.

குடல் அதிருகிறது, the bowels tremble.

குடல் எரிகிறது, the bowels yearn.

குடலேற்றம், convulsion, spasm of the bowels.

குடலைப்பிடுங்க, to draw out the entrails; to retch, to feel nausea.

குடல் காய, to starve.

குடல் சவ்வு, the caul, the omentum.

குடல் வாதம், pain in the bowels.

கல்லுக்குடல், கற்குடல், costiveness.

சிறுகுடல், மணிக்குடல், the small intestines.

பெருங்குடல், இரைக்குடல், the ventricle, stomach, the large intestines.

மலக்குடல், the great gut, rectum.

குடவு (*prop.* குடைவு), குடவறை, *s.* a little chamber, a closet; a cave, an excavation, குகை.

குடவு, III. *v. i.* be crooked, bent concave, வளை.

குடா, குடாவு, *s.* a hollow, cavity, cavern, குடைவு; 2. a gulf, bay, கடற்குடா; 3. a corner, recess, கோணம்.

குடாக்கடல், a haven, harbour, port, a shelter for ships; 2. a bay, gulf.

குடாக்கரை, the shore of a bay.

குடாக்கு, *s.* (*Hind.*), a hookah, உக்கா; 2. smoking stuff, உக்காமருந்து.

குடாப்பு, *s.* a coop, pen for fowls &c., கூடு.

*குடாரி (குடரி), *s.* an axe, கோடாலி; 2. an elephant-goad, யானைத்தோட்டி.

குடி, *s.* a family, tribe, குடும்பம்; 2. an inhabitant, subject, குடியானவன்; 3. inhabiting, residing, குடியிருப்பு; 4. habitation, dwelling, house, வீடு; 5. a village, ஊர்; 6. *v.n.* of குடி.

குடிகள், குடிபடைகள், the inhabitants.

குடிகெடுதல், குடிகேடு, குடிநாசம், ruin of a family.

குடிகேடன் (*fem.* குடிகேடி), one who is the ruin of a family.

குடிக்காடு, a village.

குடிக்கூலி, house-rent.

குடிக் கூலிக்கிருக்க, to live in a house for hire.

வீட்டைக் குடிக்கூலிக்கு விட, to let a house.

வீட்டைக் குடிக்கூலிக்கு வாங்க, to hire a house.

குடித்தனம், - வாழ்க்கை, - த்தனப்பாங்கு, domestic life, house-keeping, domestic economy, management of a family.

குடித்தனம்பண்ண, -நடத்த, குடிவாழ்க்கைபண்ண, to live as a family, to keep a house.

குடித்தனக்காரன், a house-keeper; 2. cultivator.

குடித்தனத்துக்குட் (குடித்தனப்) பட, to be married.

குடிபலத்தது, the family is become rich and prosperous.

குடிபுக, to occupy a new home.

குடிபோக, to remove from a house, emigrate; 2. to evaporate as gas.

குடிபோனவீடு, a vacated house.

குடிப்படை, - சனம், militia, subjects.

குடிப்பெண், the lawful wife (as distinguished from a concubine, கூத்தி).

குடிப்பெண்சாதி, -வாழ்க்கைக்காரி, the mother of a house-hold or family.

குடிமகன், the village servant such as the washerman, barber &c.

குடிமதிப்பு, census, valuation of property for taxation.

குடிமார்க்கம், குடிமை, குடிமுறைமை, domestic life, manners and customs of a noble, respectable family.

குடிமிராசு,-மிராசி, the privileges of a hereditary tenant.

குடிமிராசுகொடுக்க, to endow with particular mirasi right.

குடியரசு, குடியாட்சி, republic, democracy.

குடியானவன், a farmer, a tenant.

குடியிருக்க, - யாயிருக்க, - கொள்ள, to dwell.

குடியிருப்பு, a habitation, dwelling.

குடியிறை, tribute.

குடியிறங்க, to settle as a family.

குடியேற, to settle in a place.

குடியேற்ற, to stock with inhabitants, to colonize.

ஒரு ஊரைக்குடியேற்றுவிக்க, to people a town.

குடியேற்றம், ஏற்றிடுகுடி, a newly settled family, a colony.

குடிவாங்கிப்போக, to abandon a dwelling, to emigrate.

குடிவாரம், the cultivator's share of the produce.

குடிவாழ்க்கை, householding, housekeeping.

குடிவிளங்கப்பண்ண, to render a family illustrious and prosperous.

சுகவாசிக்குடி, a settled inhabitant.

நைந்தகுடி, a family in reduced circumstances.

பயிர்க்குடி, tillers, husbandmen.

புறக்குடி, one who cultivates another's field.

வந்தேறுங்குடி, a new settler.

குடி, VI. *v. t.* drink, பருகு; 2. inhale, உறிஞ்சு; 3. suck, முலையுண்ணு; 4. take medicine, swallow; 5. absorb, imbibe, உட்கொள்; 6. smoke as tobacco.

பூமி மழையைக் குடிக்கிறது, the earth absorbs the rain.

நல்ல பால் குடித்து வளர்ந்தான், he has been virtuously brought up.

பால்குடிக்கிற குழந்தை, a sucking child.

குடி, *v. n.* drunkenness.

குடிகாரன், குடியன், a drunkard.

குடித்தல், *v. n.* act of drinking.

குடிநீர், a medicinal decoction.

குடிவெறி, intemperance, intoxication.

சுருட்டு(புகை)குடிக்க, to smoke a cigar.

குடிசை, குடில், *s.* a hut, குச்சுவீடு.

குடிசைபேர்க்க, - கிளப்ப, - எடுக்க, to remove a hut to another place.

குடிசைபோட, to put up a hut.

அடிக்குடில், a suburb, village near a town.

குடுதை, *s.* see குடுக்கை.

குடுகுடா, குடுகுடி, *s.* the same as குடாக்கு.

குடுகுடு, VI. *v. i.* rumble, rattle, குலுகுலு; 2. be in a hurry.

குடுகுடு, a rumbling or gurgling sound, the noise of water running out of a bottle.

குடு குடென்று ஓடினாள், she shuffled along very fast, she ran in breathless haste.

குடுகுடு கிழவன், a tottering old man.

குடுகுடுக்கை, s. a dry cocoanut in which the kernel rattles.

குடுகுடுப்பை, any thing hollow with something rattling inside, a toy, clapper, tambourine.

குடுகுடுப்பைக்காரன், a beggar with a குடுகுடுப்பை; 2. sooth-sayer.

குடுக்கை, குடுகு, s. the hard shell of some fruits used as a vessel; 2. the vessel of a beggar or ascetic, கமண்டலம்.

சுரைக்குடுக்கை, the hard shell of the gourd.

தீக்குடுக்கை, a shell, bomb.

தென்னங்குடுக்கை, a cocoanut shell.

பொய் (வஞ்சக) க்குடுக்கை, a person full of lies, a downright liar.

குடுமி, s. a lock or tuft of hair left on the head of men, சிகை; 2. the summit of a hill, மலையுச்சி; 3. a pivot of a door used as a hinge, சுழியாணி; 4. the tail or handle of a plough; 5. snake catcher.

குடுமிப்பருந்து, the crested kite.

குடுமிமுடிய, to tie up the hair in a knot.

குடுமிவாங்க, to shave off the tuft of hair; to deprive one of office, power etc.

உச்சிக்குடுமி, a tuft that is on the crown of the head.

கன்னக்குடுமி, side-lock.

கீழ்க்குடுமி, the lower pivot.

பின்குடுமி, a lock on the back of the head.

முன்குடுமி, the lock that is nearer the forehead.

மேற்குடுமி, the upper pivot.

*குடும்பம், s. family, ஒரு குடிசையில் உள்ளோர்; 2. relations, இனத்தார்; 3. race, house, குடி.

குடும்பக்கோடாலி, a prodigal (by whom the whole family is disgraced and ruined).

குடும்பங்கலைக்க, to destroy the peace of the family.

குடும்பசவாரக்ஷணை, – சம்ரக்ஷணை, the maintenance of the family.

குடும்பப்பாரம் தாங்க, – சுமக்க, to support a family.

குடும்பப்பிரதிஷ்டை பண்ண, to found, establish a family.

குடும்பமாயிருக்கிறவன், one who has a large family.

குடும்பி, குடும்பஸ்தன் (fem. குடும்பினி, குடும்பஸ்தி), the father of a large family.

குடுவை, s. a small earthen pot, கலசம்.

குடை, s. an umbrella; 2. the knob or the head of a sandal, nail etc., குமிழ்; 3. the name of a thorny tree, குடைமரம்.

குடைக்காரன், an umbrella bearer or seller.

குடைக்காளான், a large kind of mushroom.

குடைக்கொள்ள, to rise as milk over the fire; 2. to be puffed up; 3. to upset, capsize, குடைக்கவிழ.

குடைபிடிக்க, to bear an umbrella.

குடைப்பனை, talipot, a species of palm tree.

குடையாணி, a nail with a round head.

குடை, II. v. t. scoop, hollow, scrape out the interior part of any thing, excavate, கடை; 2. pierce, make a hole through, துளை; 3. cause acute pain, வதை; 4. gnaw as a worm, அரி; 5. annoy, cause great grief, மனதைவருத்து.

குடைச்சல், v. n. acute pain.

குடைந்துகொண்டிருக்க, to ache in limbs or bones; to work out a hollow by degrees.

குடைந்தெடுக்க, to scoop out.

குடைவண்டு, the beetle that bores through.

குடைவு, v. n. excavation, hollow, cavity.

காதுகுடைய, to clean the ears; 2. to feel itching pain in the ears.

கைகால் குடைச்சல், pain in the arms and legs.

மண்டைக்குடைச்சல், head-ache.

குட்டோரி, s. a slit, கீற்று.

குட்டோரிபண்ண, to slit or cut the top of the head for putting in medicine to revive animation.

குட்டம், *s.* (a change of குள்ளம்), smallness, சிறுமை.

குட்டக்குறடு, a brazier's small pincer.

*குட்டம், குஷ்டம், *s.* leprosy.

குஷ்டம்பிடிக்க, to be afflicted with leprosy.

குஷ்டரோகம், — வியாதி, leprosy.

குஷ்டரோகி; குஷ்டம்பிடித்தவன், a leper.

நீர்க்குஷ்டம், watery leprosy.

வெண்குஷ்டம், the white leprosy.

குட்டான், *s.* (குட்டம், little) a little case or basket of palmyra-leaves, ஓலைப் பெட்டி.

சுண்ணாம்புக்குட்டான், a toddy man's chunam basket.

பிடியரிசிக் குட்டான், a basket for storing handful of rice every day for charitable purposes.

குட்டி, *s.* (குட்டம்), the young of sheep, cats and other quadrupeds and also of snakes, sharks etc; 2. a little girl, சிறு பெண்பிள்ளை; 3. a small child (in fondness), குழந்தை; 4. that which is small, சிறியது; 5. an additional allowance or profit, ஆதாயம்.

குட்டிச்சுவர், a low dead wall; a useless, good-for-nothing fellow.

குட்டிப்பல், a small extra tooth.

குட்டிப்பிசாசு, — ச்சாத்தான், an elf, a little goblin.

குட்டிபோட, — யீன, to bring forth young.

குட்டியப்பன், சிற்றப்பன், father's younger brother.

குட்டியுண்டாயிருக்க, to be big with young as brutes.

குட்டிவிரல், a sixth extra finger or toe.

குட்டிவிளா, a kind of shrub.

கன்றுக்குட்டி, a calf.

குட்டு, III. *v. t.* cuff on the head, தலையில் குட்டு; 2. cheat, outwit, எத்து.

குட்டல், *v. n.* the act of cuffing.

குட்டிக்கொள்ள, to strike the temples with the fist as a ceremony in worshipping a deity.

குட்டு, *v. n.* a buffet, cuff, a blow with the fist on the head.

குட்டுண்ண, to be buffeted, cuffed.

குட்டை, *s.* shortness, dwarfishness, குள்ளம்; 2. a pool, a small tank, குளம்; 3. handkerchief; 4. stocks for the hands or legs, தொழுமரம்.

குட்டைமாட்ட, — போட, குட்டையில் அடிக்க, to put in the stocks.

குட்டையன் (*fem.* குட்டைச்சி), a short stout man.

குட்டையாக்க, to cut short, curtail.

குட்டையாயிருக்க, to be short.

குண, *in combin.* see குணக்கு and குணம்.

*குணகம், *s.* the multiplier, பெருக்குந் தொகை.

*குணகாரம், குணனம், s. multiplication, பெருக்கல்.

குணக்கு, *s.* crookedness, bending, curvature, கோணல்; 2. the east, கிழக்கு. In this sense it is contracted into குண in combination as: குணகோளார்த்தம், the eastern hemisphere.

குணகடல், the eastern sea.

குணக்குப்பண்ண, to cause annoyance or vexation.

குணக்கெடுக்க, to make crooked things straight.

குணக்கு, III. *v. t.* bend, incurvate, வளை VI.

குணங்கு, III. *v. i.* become bent or crooked, வளை; 2. faint, droop, சோரு; 3. be dejected, மனந்தளரு.

*குணம், *s.* quality, attribute or property in general, பண்பு; 2. excellence, attribute (of a deity), இலட்சணம்; 3. disposition, nature, temper, தன்மை; 4. good disposition of the mind or body, probity, சீர்மை; 5. wholesomeness, healthfulness, சுகம்.

அவன் குணம் பேதலித்திருக்கிறது, he is changed for the worse.

அதிலும் இது குணம், this is better than that.

குணத்தோடே கேள், hear me with a right spirit and patience.

குண குணிப்பெயர்கள், abstract noun and subjective noun, subjects with attributes as செந்தாமரை (தாமரை = *subj.* or குணி, செம் = *attr.* or குணம்).

குணக்குறி, disposition, characteristics.

குணசாலி,-மணி,-வான்,-சீலன்,-வந்தன், -முடையான்,a good-natured person.

குணசுபாவம், சுபாவகுணம், குணப்பிரகிருதி, one's temper or nature, natural disposition.

குணஷ்டை, defect, flaw; trouble, difficulty.

குணத்துக்குவர, to grow better, to recover.

குணப்பட, to get well, recover; 2. to reform, improve, amend; 3. (*Chr. us.*), to repent.

குணப்படுத்த, to make better, to correct, to convert.

குணப்பட்டவன் (*Chr. us.*), a convert.

குணப்பெயர், names of qualities, abstract nouns as கருமை, அழகு.

குணமாக, to recover from sickness.

குணமாக்க, to cure, to heal.

குணமாயிருக்க, to be sound, whole, recovered, to be well conditioned.

குணமாய்ப்பேச, to speak with reason or effect.

குணம்பேதிக்க, to change temper.

குணவதி, a good-natured, excellent woman.

குணி, one endowed with good qualities; 2. (*in gram.*) a subject, any thing which possesses attributes.

குணிப்பெயர், concrete nouns (*opp. to* குணப்பெயர்).

இனிய குணம், a sweet temper or disposition.

சற்குணம், சு –, நற் –, good nature.

சற்குணன், – குணி, a virtuous person.

சுபாவகுணம், the same as சுவாபகுணம்.

துர்க்குணம், குணக்கேடு, ill nature, bad temper; bad symptoms in disease.

துர்க்குணன், குணக்கேடன், – ங்கெட்டவன், – மில்லாதவன், – பேதகன், an ill-natured person.

மழைக்குணம், sign or appearance of rain.

*குணனம், *s.* see குணகாரம்.

குணுகுணு என்றுபேசல், *v. n.* speaking through the nose.

குணும்பு, *s.* merry sayings, drollery, idle jokes, கோமாளம்.

குணும்பி, a ludicrous droll fellow.

குணுப்பு, III. *v. i.* jest, taunt, play the buffoon, பகிடிபேசு.

*குணி, VI. *v. t.* multiply, பெருக்கு; 2. estimate, calculate, கணி; 3. guess, உத்தேசி.

குணித்தல், குணிப்பு, *v. n.* multiplication, estimation, calculation, guess.

குணிப்பானவன், a respectable person.

கிரகணங்களைக் குணிக்க, to calculate eclipses.

*குணிதம், *s.* (*in Arith.*), the product, பெருக்கிக்கண்டபலன்.

குணில், *s.* a short cudgel, குறுந்தடி; a drum-stick.

குணுகுணுத்தல், குணுகுணுத்துப் பேசல், *v. n.* speaking through the nose; 2. murmering, complaining.

குணுக்கு, *s.* a ring of lead or brass put in the ear-laps for widening them, குதம்பை.

குணுக்குத்தடி, a club, a heavy stick with an iron knob.

வலைக்குணுக்கு, metal weights on the margin of a net.

*குண்டகன், *s.* a son of an adultress.

குண்டணி, *s.* backbiting, slander, calumny, பின்புறணி.

குண்டணிக்காரன், a calumniator.

கோள்குண்டணிசொல்ல, to backbite, slander, defame.

*குண்டம், *s.* a pit, hole for the sacrificial fire, ஓமகுண்டம்; 2. a pool, well, குளம்; 3. a pot, பானை.

யாககுண்டம், ஓம –, வேள்விக் –, a hole for preserving sacrificial fire.

*குண்டலம், *s.* large ear-rings, குண்டலக்கடுக்கன்; 2. circle, ring, வட்டம்.

குண்டலம்தரிக்க, – அணிய, to wear the ear-rings.

*குண்டன், *s.* as குண்டகன்; 2. a slave, அடிமை.

*குண்டா, குண்டான், *s.* a shallow earthen vessel with a broad mouth, சட்டி.

குண்டா (குண்டான்) சட்டி, an earthen pan with a broad mouth.

குண்டி (*vulg.*), *s.* the posteriors, buttocks, ஆசனப்பக்கம்.
குண்டிக்குப் பின்னே பேசாதே, don't speak ill of one behind his face.
குண்டியும் வாயும் பொத்திக்கொண்டிருக்க, to stand in great awe.
குண்டிமண்ணைத் தட்டிவிட்டு ஓடினான், he was shamefully put to flight.
உன் குண்டிக்கொழுப்பை அடக்குகிறேன், I will humble your pride.
குண்டிகழுவ, to wash after going to stool.
குண்டிக்காய், the kidneys.
குண்டித் துணியைப்போட்டுத் தாண்ட, to take an oath by stepping over one's wearing apparel.
குண்டிவற்ற, to be reduced (as pride).

*குண்டிகை, *s.* the water pot of a mendicant, கமண்டலம்.

குண்டிச்சட்டி, *s.* see குண்டுச்சட்டி.

குண்டில், *s.* a piece of farm land, a small field, சிறுச்செய்; 2. the back, முதுகு.
குண்டியேற, to ride on the back as in play.

குண்டு, *s.* ball, bullet, anything globular and heavy, உருண்டை; 2. that which is deep and hollow, ஆழம்; 3. the male of an ass, horse etc.; 4. a small field, குண்டில்; 5. lowness, தாழ்வு.
குண்டடிக்க, to play with marbles; 2. to take bhang.
குண்டாய்த் திரட்ட, to make globular or round like a ball.
குண்டுக் கட்டாய்க் கட்ட, to bind a person neck and heels.
குண்டுக் கழுதை, a jackass.
குண்டுக் காயம், a gun-shot wound.
குண்டுக் காளை, a fat stout bullock or person.
குண்டுக் கிராமம், a village within gunshot.
குண்டுக் குதிரை, a stallion.
குண்டுக் குழல், – க்குழாய், a gun, firelock.
குண்டுங்குழியுமாயிருக்க, to be uneven, rugged.
குண்டுச்சட்டி, a deep earthen vessel with a broad mouth, குண்டிச்சட்டி.
குண்டு (குண்டை) ச்சம்பா, a kind of round paddy.
குண்டுணி, same as கொண்டுணி.
குண்டுபட்டவன், one wounded with a ball or bullet.
குண்டுப் பீங்கான், a deep bowl or dish.
குண்டுபோட, to fire a cannon or gun.
குண்டுபோட்டுச் சுட, to fire with bullets.
குண்டுமணி, குன்றிமணி, the red round seeds of a climbing plant.
குண்டுமருந்து, bullet and powder.
குண்டுவட்டில், a deep cup of brass, tin &c.
குண்டூசி, a pin.
குண்டெழுத்து, a small round hand.
பீரங்கிக்குண்டு, a cannon-ball.
விடிகுண்டு, morning gun.
வெடிகுண்டு, a bomb, a shell.

*குண்டு (குண்டம்), *s.* a pool, நீர்த்தடாகம்; 2. pit, குழி.

குண்டை, *s.* the yoke-ox, எருது.
ஓரிணைக் குண்டை, a yoke or pair of oxen.
இடது குண்டை, the near-ox; the ox on the left side.
முன்னேர்க் குண்டை, the foremost yoke of oxen.
வலதுகுண்டை, the off-ox, the ox on the right side.

*குண்ணியம், குணனீயம், *s.* multiplicand, பெருக்கப்படுந்தொகை.

குதக்க, குதப்பு, குதட்டு, III. *v. t.* turn about food, betel etc. in the mouth; stuff the mouth with food, munch, உதப்பு.

குதம், *s.* store-house, கிடங்கு; 2. plenty, மிகுதி.

*குதம், *s.* the backside; 2. the anus, அபானம்.

குதம்பு, III. *v. t.* wash, அலசு; 2. *v. i.* boil up, bubble, கொதி; 3. grow furious, சின.

குதம்பை, *s.* an earthen ear-ring worn to widen the aperture.
குதம்பையிட்டு (போட்டு) வளர்க்க, to put earthen rings in the ear-laps to widen the perforation.
கூத்தன் குதம்பை, the name of a plant.

குதர், II. *v. t.* separate, adjust, disentangle (as the birds their feathers), பிரித்தூக்கோது.

*குதர்க்கம், *s.* (கு, bad), frivolous or trifling disputation; sophism, முறைகெட்டதர்க்கம்; 2. impediment in business, குதாவிடை.

குதர்க்கக்காரன், குதர்க்கி, a frivolous disputant, a sophist.

குதர்க்கம்பண்ண, to cavil, to wrangle, to use sophistry.

குதலை, *s.* the prattle of a child, மழலைச்சொல்; 2. fond talk of females, மாதர்மொழி; 3. noisy objection, எதிரிடை.

குதலைகொஞ்ச, to prattle.

குதலைவார்த்தை, -ப்பேச்சு, prattling words; an altercation.

குதறு, III. *v. t.* tear or scratch up and scatter, சிதறு; 2. stir up, dig up, கிண்டு; 3. *v. i.* become loose and deranged (as the hair), குலை; 4. be irritated (as the eye), fester (as a sore).

கண் குதறிக்கொண்டது, the eye is inflamed.

எலி துணியைக் குதறிப்போட்டது, the rat has gnawed asunder and torn off the cloth.

குதாவிடை, *s.* impediment in business, தடை; 2. disorder, unsettled state, குழப்பம்.

காரியம் குதாவிடையாய்க் கிடக்கிறது, the business lies undone or is embarrassed.

குதி, குதிகால், குதிங்கால், *s.* heel; 2. *v. n.* a leap, jump.

உன் குதிங்காலைவெட்டுவேன், I will deprive you of the heels; I will cripple your power.

குதிகள்ளன், a sore on the heel.

குதிங்கால் சிப்பி, the heel bone.

குதிமுள்ளு, a spur.

குதியாணி, a corn in the heel.

குதிவாதம், a cramp in the heels.

குதி, VI. *v. i.* leap, jump, spring, skip, பாய்; 2. *v. t.* pass over, கட.

குதிகுதிப்பு, *v. n.* a jump, leap.

குதித்துக்குதித்து மார்படிக்க, to bewail the dead by beating the breast.

குதித்துப்பாய, - விழ, to jump down, to leap over, to plunge.

குதிரை, *s* a horse, பரி; 2. a wooden frame for cable making etc. 3. the cock of a gun; 4. the bridge of a violin.

குதிரைக்சடிவாளம், a bit, a bridle.

குதிரைக்கவிசனை, - கௌசனை, a horse cloth, caparison.

குதிரைக்காரன், a horse-keeper; 2. a horse-man, cavalier.

குதிரைக்கு லாடம் தைக்க, - கட்ட, - அடிக்க, to shoe a horse.

குதிரைக்குளம்பு, the hoof of a horse; the name of a plant.

குதிரைச்சவுக்கு, a horse-whip.

குதிரைச்சேணம், - க்கல்லணை, saddle.

குதிரைநடை, the pace of a horse.

குதிரைப்பட்டை, a beam supporting a tiled roof.

குதிரைப்பந்தயம், a horse-race.

குதிரைப்பந்தி, a line of horses.

குதிரைப்படை, cavalry.

குதிரைப்பாகன், - ராவுத்தன், a rider, horseman; 2. one who manages or breaks a horse.

குதிரைப்பிடரி மயிர், the mane of a horse.

குதிரைமட்டம், a pony.

குதிரைமசாலை, a mash, a medicine for horses.

குதிரைமரம், a wooden horse for casks etc.; 2. a beam to support a dam or to stop the violence of a flood.

குதிரைமுகம், the shin-bone, prominent feature.

குதிரையங்கவடி, a stirrup.

குதிரையிலக்கணம், description of the nature, properties etc. of horses.

குதிரையிலிருந்து இறங்க, to alight from a horse.

குதிரை (குதிரையின் மேல்) ஏற, to mount a horse, to ride a horse.

குதிரைலத்தி, - ச்சாணி, - விட்டை, horse-dung.

குதிரைலாயம், -ச்சாலை, -மால், a stable.

குதிரைவலிப்பு, the name of a disease.

குதிரை வாய்வட்டம், a rope for the horse fastened round the mouth.

குதிரைவாலி, a medicinal plant.

குதிரைவிலை, an enhanced price.

குதிரைவீரர், cavalry, troopers, cavaliers.

குதிரை வையாளி வீதி, a place or street in which horses are trained.

குண்டுக்குதிரை, ஆண் –, a stallion.

பெட்டைக்குதிரை, கோளிகைக் –, a mare.

வரிக்குதிரை, a pack-horse, a horse that is not saddled.

குதிர், *s.* a receptacle or reservoir for grain made of earthen hoops.

குதிர்ப்பட, to become peaceful, quiet, settled.

***குதுகலம்**, குதுகுலம், குதூகலம், *s.* joy, transport of joy, அகக்களிப்பு.

குதுகுலிக்க, to rejoice.

குதுகுதேனல், *v. n.* feeling feverish and shivering.

குதுவை, *s.* (*Tel.*), a pawn, a pledge அடகு.

குதுவைவைக்க, to pawn, pledge.

குதை, *s.* a loop, a running knot; 2. the bottom of an arrow, அம்பின்குதை.

குதைபோட, –மாட்ட, –இட, to fasten with a button or knot.

குதைமணி, a kind of button.

குதைமுடிச்சு, the button for a running knot or noose.

குதையவிழ்க்க, to loose the knot or button.

குதையாணி, a fastening pin or bolt for jewels.

குத்தகை, *s.* a contract, farming out, lease, rent, tenure, farm.

குத்தகைக்காரன், a farmer, renter.

குத்தகைகொடுக்க, குத்தகையாய்க் கொடுக்க, குத்தகைக்கு விட, to let out or lease out a garden, field etc.

குத்தகைகொள்ள, – எடுக்க, to purchase government rents etc.

குத்தகைபேச, குத்தகையாய்ப்பேச, to treat for a lease.

குத்தகையாய் வாங்க, குத்தகையெடுக்க, to accept a contract, to take anything at a stipulated rate.

குத்திரம், *s.* craftiness, subtlety, knavery, வஞ்சகம்; 2. sarcasm, insinuation, சுடுசொல்; 3. falsehood, lying, பொய்; 4. cruelty, குரூரம்.

குத்திரன், குத்திரக்காரன், a knave, a crafty fellow.

குத்திரம்பேச, to speak deceitfully or sarcastically.

குத்திரவித்தை, craftiness, sorcery.

குத்தினி, குத்துனி, *s.* (*for.*), a sort of striped silk, குத்துனிப்பட்டு.

குத்து, III. *v. t.* prick, puncture, தை; 2. thrust, stab, pierce, பாய்ச்சு; 3. beat or pound in a mortar; 4. smash, crush, நெரி; 5. ram into, load (as a gun), கெட்டி; 6. pick, strike (as a crow etc.); 7. buffet, cuff, strike with the fist; 8. put a dot, stamp, புள்ளி முத்திரை முதலிய குத்து; 9. drop, pour out by drops, சிறுக வார்; 10. use sarcastic allusions, சுடுவார்த்தை பேசு; 11. *v. i.* throb, ache, give pain.

எனக்கு மண்டையைக் குத்துகிறது, my head aches.

கண்ணிலே எண்ணெய்குத்த, to drop oil into the eye.

குத்திக்கொல்பவன், –கொல்வோன், an assassin.

குத்திப்பேச, to make a cutting remark.

குத்திப்போட, to stab.

குத்து, *v. n.* a thrust with a sword &c., a stab, a prick; a blow with the fist, the peck of a stork; 2. a dot over a consonant etc.; 3. acute pain; 4. a handful; 5. perpendicularity, see செங்குத்து.

குத்தாய் நிற்கிற மலை, a mountain standing perpendicularly.

குத்துக்கரணம், a somerset.

குத்துக்காயம், a wound by a stab or thrust.

குத்துக்கால், a support, the upright of a frame.

குத்துக்காலிட, to sit or lie with bent legs.

குத்துக்கால் நாட்ட, to prop or support with uprights.

குத்துக்குடைச்சல், – வலி, throbbing pain.

குத்துக்கூலி, wages for beating paddy.

குத்துக்கொம்பு, perpendicular horn.

குத்துக்கோல், a pickstaff, a goad.

குத்துச்செடி, any low shrub.

குத்துணி, குத்துண்டவன், one who is stabbed.

குத்துண்ண, குத்துப்பட்டுவிழ, to be pierced, stabbed.

குத்துமி, husk.

குத்துமுள், a spur.

குத்துவாள், a dagger.

குத்துவிளக்கு, a standing lamp, a brass candle-stick.

குத்துவெட்டு, wound made by a stab, erasures.

குத்தூசி, a wooden needle for roofing.

அம்மைகுத்த, to vaccinate.

தலைக்குத்து, headache.

நெல்லுக்குத்த, to pound paddy.

பச்சைகுத்த, to tattoo.

பல்லுக்குத்த, to pick the teeth.

பேன்குத்த, to crash lice.

முலைக்குத்து, piercing pain in the breast.

மூக்குக்குத்த, to perforate the nose.

மூங்கிற்குத்து, a cluster of bamboos.

குந்தகம், குந்தக்கம், *s.* hindrance, impediment, delay தடை.

அதனாற்குந்தக்கமில்லை, it will occasion no impediment or delay.

கலியாணம் குந்தக்கப்பட்டது, the marriage has been hindered.

வேலை குந்தக்கமாய்ப் போயிற்று, the work has been delayed.

*குந்தம், *s.* disease in the eye causing blindness, a tubercle; 2. gum, olibanum; 3. lance, சவளம்.

*குந்தலிக்கம், *prop.* குந்துருக்கம், *s.* frankincense, வெள்ளைப்போளம்.

*குந்தளம், *s.* women's hair, பெண்மயிர்.

குந்தனம், குந்தனவேலை, *s.* setting precious stones, மணியழுத்தல்.

குந்தா, *s.* the stock of a gun, துப்பாக்கியின் அடி; 2. the stern of a vessel.

குந்தாணி, *s.* a great mortar to beat paddy in, பேருரல்.

குந்தாணிப்பீரங்கி, a mortar for throwing bombs or shells.

குந்தாலி (குந்தாளி), *s.* a pick-axe.

குந்தாளி (குந்தாலி), VI. *v. i.* leap, skip for joy, களித்துக்குதி.

மான் குந்தாலிப்பாய் ஓடுகிறது, the deer bounds.

குந்தாளிப்பு, *v. n.* leaping for joy.

குந்து, III. *v. i.* sit, sit on the legs, squat; 2. limp, hobble, go on tiptoe, கிந்து.

குந்திநிற்க, to stand on tip-toe.

குந்து, குந்துகை, *v. n.* a squatting posture.

குந்துகாலன் (*fem.* குந்துகாலி), a hobbling or limping person.

குந்து திண்ணை, a narrow pial or elevated floor of a verandah used as a seat, ஒட்டுத்திண்ணை.

*குந்துருக்கம், *com.* குந்தலிக்கம், *s.* frankincense.

குபீர்குபீரெனல், *v. n.* rushing with suddenness and vehemence, flowing with force.

குபீரென, குபீரென்று, suddenly and vehemently, abundantly.

*குபேரன், *s.* Kuvera, the god of wealth, தனபதி; 2. a wealthy man.

குபேரசம்பத்து, the riches of Kuvera, enormous wealth.

குப்பம் (கும்பம்), *s.* a small village of fishermen and other low people.

குப்பக்காடு, a village of many huts.

குப்பக்காட்டான், a country man, a rustic.

குப்பங்குடியேற்ற, to establish such a village.

குப்பல், கும்மல், *s.* a heap, குவியல்; 2. a crowd, company, கூட்டம்.

குப்பல் குப்பலாய், in heaps, in crowds.

குப்பல் குப்பலாய்க் கூட்ட, -குவிக்க, to heap up, to lay in heaps.

குப்பல் விளையாட்டு, child's play in sand.

*குப்பாயம், *s.* a long robe used chiefly by Mohamedans.

குப்பி, *s.* a small golden ornament for women's hair; 2. hoop or ferrule at the end of a scabbard, of bullock's horns or at the mouth of a vessel, பூண்.

குப்பிமுடிக்க, to fasten the குப்பி ornament in the hairtuft.

*குப்பி, *s.* a phial, a flask, குடுவை.

காசிக்குப்பி, a phial or small pot containing water from the Ganges at Benares.

குப்புறு, IV. *v. i.* fall prostrate on the face and front of the body.

பிள்ளை குப்புற்றுக் கொள்ளுகிறது, the child lies with the face downwards.

குப்புறத்தள்ள, to throw a person down on the face.

குப்புறப்படுக்க, — க்கிடக்க, to lie or sleep on the face.

குப்புறப்பிடிக்க, to hold (an infant) with the face downwards.

குப்புற (முகங்குப்புற) விழ, to fall flat on the face, to trip and fall forward.

குப்பென, *adv*. all at once.

குப்பை, *s*. a heap, a collection, குவியல்; 2. a hillock, மேடு; 3. sweepings, rubbish, refuse, கஞ்சல்; 4. dung, மலம்

குப்பைகிளைக்க, —சீக்க, to scratch up a dunghill, rubbish etc.

குப்பைமேடு, a heep of sweepings and other refuse.

குப்பைமேனி, the name of a plant.

குப்பையன் (*fem*. குப்பைச்சி), a vile and filthy person.

குப்பையைப் பெருக்கி வார, to sweep and take rubbish.

குப்பைவாரி, a rake for sweeping.

குமஞ்சம், குமஞ்சான், குமைஞ்சான், *s*. frankincense, சாம்பிராணி.

குமட்டு, III. *v.i.* nauseate, retch, உவட்டு; 2. loath, அரோசி.

குமட்டல், குமட்டு, *v. n.* retching, nauseousness, loathsomeness.

குமட்டிக் கொண்டிருக்க, நெஞ்சைக் குமட்ட, to be nauseous, retching.

குமட்டியெடுக்க, to vomit, to retch.

குமஸ்தா, *s*. (*Hind.*), a writer, a clerk.

குமரகண்டம், *s*. a kind of convulsion, வலிப்பு.

***குமரன்**, *s*. a lad of 16 years, a youth, வாலிபன்; 2. a youthful son, மகன்; 3. Skanda, முருகன்.

***குமரி**, குமர், *s*. a maid, a virgin, a young marriageable woman, கன்னி; 2. a young woman already married, a young lady; 3. Cape Comorin, கன்னியாகுமரி

குமரியிருட்டு, darkness just before day-break.

குமரியாறு, the Kumari river near Cape Comorin.

குமளம்பாசு, *s*. a kind of fish, சூரைமீன்.

***குமாரன்**, *s*. a son, மகன்.

குமாரத்தி, குமாரி, a daughter.

குமாரப்பல்லாக்கு, a small palankeen.

குமாரவர்க்கம், lineage, progeny.

இராசகுமாரன், a prince.

குமி, VI. *v. t.* over-beat (as rice); 2. heap up, gather, குவி.

குமிடு, a heap.

குமிழ், குமிழ், *s*. a bubble; 2. a pommel, knob or ball on the top of anything; 3. the hump of an ox, திமில்.

குமிழஞ்செடி, the name of a certain thorny bush.

குமிழாணி, a nail with a round knob on the head.

குமிழாயிருக்க, to be spherical, globular.

குமிழெழும்ப, to form as bubbles.

நிலக்குமிழ், பெருங் குமிழ், different kinds of the குமிழ் shrub.

பாதகுறட்டின் குமிழ், the knob of a wooden slipper.

குமிழ், VI. *v. i.* grow conical or globular, திரள்; 2. rise in bubbles, கொப்பளி.

குமிழ்ப்பு, *v.n.* bubbling up, swelling.

குமிழ்வண்டு, குடைவண்டு, a perforating beetle.

குமிளி, குமுளி; *s*. same as குமிழ், bubble.

குமிளிக்கண், the opening of a spring.

குமிளி, VI. *v. i.* bubble, rise in bubbles or pustules, குமிழ்.

குமுகுமெனல், *v. n.* spreading as odour, being fragrant.

குமுகுமென்று மணக்கிறது, it has a nice smell, it is very fragrant.

குமுக்கு, *s*. whole, total, wholesale, மொத்தம்; 2. a large quantity, திரட்சி; 3. a band, clan, faction, கூட்டம்; 4. (*Hind.*), aid, உதவி.

குமுக்காய் வாங்க, to buy in the lump.

குமுக்குப்பண்ண, to enter into league, to render assistance.

குமுதம், *s*. a band, crowd, கூட்டம்; 2. a division of an army; 3. abundance, மிகுதி.

***குமுதம்**, *s*. water-lily, ஆம்பல்.

குமுந்தம், *s*. a kind of arsenic, கற்பாஷாணம்.

குமுறு, III. *v. i.* thunder, roar, முழங்கு; 2. bubble in boiling, கொதி.

உலே கொதித்துக் குமுறுகிறது, the rice pot boils up with a rumbling noise.
குமுறக்காய்ச்ச, to boil hard.
குமுறல், *v. n.* thundering, bubbling up.
குமை, II. *v. i.* be hot, close or sultry, புழுங்கு; 2. be overboiled, குழைய வே.
குமை, VI. *v. t.* overboil, குழைய வேவி; 2. beat or bruise in a mortar, குத்து.
குமைஞ்சான், *s.* see குமஞ்சான்.
*கும்பகம், *s.* a religious exercise among ascetics, i.e. stopping the breath by shutting the mouth and closing the nostrils.
*கும்பகோணம், *s.* the town of Kumbakonam; 2. (*fig.*), fraud, chicanery, மோசம்.
கும்பகோணம் பண்ணுகிறான், he plays tricks.
*கும்பம், *s.* a small water jar, கலசம்; 2. a sacrificial pot, கரகம்; 3. the pinnacle of a temple, தூபி; 4. the two protuberances on the head of the elephant; 5. a heap, குவியல்; 6. Aquarius, one of the 12 signs in the Zodiac, கும்பராசி.
கும்பகர்ணம் சேவிக்க, to sleep long and soundly.
கும்பகர்ணன், கும்பகன்னன், Ravana's brother with jar-like ears who was given up to sleep.
கும்பகலசம், a sacrificial pot used in ceremonies.
கும்பஸ்தனம், full breast.
கும்பம் ஸ்தாபிக்க, -நிறுத்த, -வைக்க, to set up a sacrificial pot for worship.
கும்பமுனி, Agastya born of the water-pot.
கும்பாபிஷேகம், the pouring of sacred water from a pot upon the head of an idol or a king, the ceremony of consecrating the pinnacle of a temple.
கும்பாரம், a large heap.
கும்பல், *s.* multitude, crowd, a flock, கூட்டம்; 2. a cluster, திரள்; 3. a heap, குவியல்.
நெல் கும்பல்கும்பலாய்க் கிடக்கிறது, paddy lies in heaps.
கும்பலாய்க் கூட, - அடைய, to flock together in crowds.
கும்பலாய்க் கூட்ட, to gather up, to collect.
கும்பா, *s.* (*for.*), a brass bowl to eat from.
கும்பி, *s.* mud, mire, dirt, சேறு; 2. hot ashes, சுடுசொம்பல்; 3. the belly, வயிறு; 4. a heap, குவியல்.
கும்பியை நிரப்பப் பாடுபடுகிறான், he is toiling to satisfy the belly.
கும்பிடுசட்டி (*prop.* கும்பியிடுசெட்டி), a goldsmith's fire vessel, a chaffing dish.
அடுப்புக்கும்பி, heated ashes of the oven.
பாழுங்கும்பி, hideous abyss, used figuratively for the hungry stomach.
*கும்பி, *s.* hell, நரகம்.
*கும்பி, VI. *v. t* (கும்பகம்), suppress the exhaling or inhaling of breath as Yogis do.
கும்பிடு, IV. *v. t.* respect or worship by joining and lifting up the hands, reverence, adore, வணங்கு; 2. beg, solicit, கெஞ்சு.
கும்பிடப்போன தெய்வம் குறுக்கே வந்தது, I met the god whom I was going to worship.
கையெடுத்துக் கும்பிட, to worship or to do obeisance by raising the joined hands.
கும்பிடு, *v. n.* reverence, worship.
கும்பிடுகள்ளன், a hypocritical worshipper.
கும்பிடுபூச்சி, an insect with feelers resembling hands lifted up, mantis.
கும்பிடுபோட, to venerate.
கும்பு, *s.* (*vul.*), crowd, கூட்டம்.
சனங்கள் கும்பு கும்பாய்ப் போகிறார்கள், the people are passing in crowds.
கும்பு, III. *v. i.* become smoky in a slight degree as food.
கும்பலடிக்க, கும்பிப்போக, to get a smoky taste or smell by being overburnt.
கும்பற்சாதம், smoked rice.
கும்பிப்போன கறி, smoked curry.
கும்மட்டம், *s.* (*Hind.*), a paper lantern; 2. the dome of a pagoda, தூபி; 3. a small drum.

கும்மட்டி, *s.* wild dance; jumping and romping.

*கும்மாளம், *s.* frolic, jumping, moving about as children, குதித்து விளையாடல்.

கும்மாளம் போட, -பாய, - அடிக்க, to jump and romp about.

கும்மி, *s.* dancing with the clapping of hands, a play for females; 2. a song sung to the கும்மி dance.

கும்மிப்பாட்டு, songs for the கும்மி dancing.

கும்மியடிக்க, to dance clapping the hands and singing the கும்மி song.

சாஸ்திரக்கும்மி, a satirical poem by Vedanayaga Sastri.

கும்மு, III. *v. t.* wash fine linen pressing it softly with the hands, குதம்பு.

கும்மிப்பிழிய, to wash and squeeze linen.

கும்முதல், கும்மல், *v. n.* pressing and washing.

கும்மிப்பிசைய, to knead, to mix.

கும்மெனல், *v. n.* being dark, gloomy etc.; 2. a sound in the ears when partly stopped with water.

கருங்கும்மென்றிருக்கிறது, it is very dark.

குயமயக்கு, குசமசக்கு, *s.* confusion, intricasy, குழப்பம்.

குயம், *s.* juvenility, இளமை.

*குயம், *s.* breast, முலை; 2. sacrificial grass, தருப்பை.

குயவன், see குசவன், *s.* a potter.

குயிலுவம், *s.* playing on musical instruments.

குயிலுவர், fiddlers, players on drums etc.; 2. workers in skin, shoemakers etc.

குயில், *s.* declamation, word, சொல்; 2. a singing bird, the Indian cuckoo.

குயில் கூவுகிறது, the cuckoo sings.

குயில் மொழி, soft sweet words like the notes of the cuckoo.

கருங்குயில், the black cuckoo.

புள்ளிக்குயில், வரிக்குயில், the spotted or striped cuckoo.

குயில், குயிலு, I. *v. t.* tell. utter, சொல்; 2. call, invite, கூப்பிடு; 3. make, work, form, செய்; 4. build, கட்டு.

*குயுத்தி, *s.* (கு), false argument, sophistry.

*குய்யம், *s* that which is secret, hidden or private, மறைவு; 2. the genital organs; 3. deceit, dissimulation, hypocrisy, கபடம்.

குரக்கன், *s.* raggi, கேழ்வரகு.

குரங்கு, *s.* a monkey, an ape, வானரம்.

குரக்கு (குரங்கு) முகம், குரங்குமூஞ்சி, a monkey's face.

குரக்கு(குரங்கு)வலி, கொறுக்குவலி, convulsive fits with which monkeys are said to be affected; 2. numbness and pain in the limbs, spasmodic affections.

குரங்காட்டம், monkeyish tricks, annoyance.

குரங்குச்சேஷ்டை, gesticulation of an ape, monkeyish tricks.

குரங்குப்பிடி, a firm grasp as that of a monkey; 2. obstinacy, dogmatism.

குரங்கு, III. *v. i.* bend, bow, stoop, தாழ்; 2. grieve, pity, இரங்கு.

குரங்கல், குரங்குதல், *v. n.* bowing respect, humiliation.

குரஞ்சி, *s.* a kind of tune.

குரத்தி, *s.* (*fem.* of குரவன்), an elderly woman, ஐயை; 2. the lady of the house, தலைவி; 3. wife of a priest.

குரப்பம், *s.* (*Tel.*), a horse-comb, curry-comb.

குரப்பமிட, to curry a horse.

குரம்பு, *s.* bank, dam, வரம்பு; 2. ridges, செய்கரை.

குரம்பை, *s.* a hut, குடிசை; 2. body, உடல்; 3. the nest of a bird, கூடு; 4. an egg, முட்டை.

குரல், *s.* voice, sound, ஓசை; 2. throat, மிடறு.

குரலடைப்பு, *v. n.* hoarseness.

குரலெடுத்துப்பாட, to lift up the voice and sing.

குரலோசை, vocal sound.

குரல் கம்மியிருக்க, to be hoarse.

குரல்வளை, the windpipe, trachea, the throat.

குரல்வளையைநெரிக்க, to squeeze one's throat.

குரல் வளையறுக்க, to cut the throat.
நல்லகுரல், a fine voice.
நெடுங்குரல் பாய்ச்சி அழ, to weep aloud.
வேற்றுக்குரல், a strange voice or sound.

குரவன், s. (pl. குரவர்), an elderly, respectable person, மூத்தோன்; 2. a priest, preceptor, king etc.

*குரவை, குலவை, s. a dance, கூத்து; 2. a noisy sport; 3. a loud cry, ஒலி.
குரவைக்கூத்து, a dance of females.
குரவையிட, to make a loud cry, to bawl.

குரிகிற்றுளி, s. the name of a root.

குரிசில், s. a respectable person, பெருமையில் சிறந்தோன்; 2. king, அரசன்.

*குரு, s. a teacher, priest, ஆசான்; 2. the planet Jupiter, வியாழன்; 3. prickly-heat, வேர்க்குரு; 4. the small-pox, குருநோய்.
குரு ஆரால் மூக்குபோலிருக்கிறது, the small-pox is come out well like the nose of a lamprey.
குருசந்தானம், a regular succession of priests.
குரு சன்னிதானம், the presence of a Guru.
குரு தீட்சை, religious instruction given by a Guru.
குருத்துரோகம், treachery of a disciple against his priest.
குருத்துவம், priesthood, the dignity of a Guru.
குருபத்தி, குருவிசுவாசம், dutiful piety towards a Guru.
குருபீடம், the seat or office of a Guru.
குரு புறப்பட்டவன், one who has got the small-pox.
குரு புறப்பட்டு (வார்த்து) சாக, குருவிலேபோக, to die of the small-pox.
குருப்பட்டம், priesthood.
குருப்பட்டம் பெற, to receive ordination.
குருப் பட்டாபிஷேகம், the ordination of priests.
குருமுகரன், -மூஞ்சி, one pitted with the small-pox.
குருவண்டு, a kind of wasp.
குருவாரம், Thursday.
சற்குரு, the excellent divine teacher.
வேர்க்குரு, prickly-heat.

குரு, VI. v. i. be indignant, enraged, கோபி.
குருக்க, குருத்திருக்க, to break out with the prickly-heat.

குருகு, s. that which is tender, young, இளமை; 2. a young bird, a water bird, heron, நாரை; 3. whiteness, வெண்மை.
குருகுமணல், fine, white sand.
குருக்கு, a plantation of young palm-trees.
பனங்குருக்கு, a spot of ground full of young palmyra trees.

குருகுரு, VI. v. i. (vulg.), feel an itching sensation.

குருக்கத்தி, s. a kind of slender tree.

குருக்கு, s. a thistle; 2. see under குருகு.
உன் வீட்டிலே எருக்கும் குருக்கும் முளைக்க, may plants and thistles grow in your house; may your house be laid waste.

குருடு, s. blindness, கண்தெரியாமை; 2. dimness, opacity, காந்தியில்லாமை; 3. what is unpolished, rough, விளக்கமற்றது.
குருடன் (fem. குருடி, neut. குருடு), a blind person.
குருட்டடி, a blind hit.
குருட்டாட்டமாய்ப் பேச, to speak foolishly.
குருட்டீ, a gad-fly.
குருட்டுக்கண், a blind eye.
குருட்டுத்தனம், குருட்டாட்டம், blindness.
குருட்டு நியாயம், erroneous reasoning, perverted judgment.
குருட்டுப்பக்கம், the wrong side.
குருட்டுப் பத்தி, superstition, blind faith.
குருட்டுவைத்தியன், an ignorant physician.
பிறவிக்குருடன், one born blind.

குருணி, s. see குறுணி.

குருதி, s. blood, இரத்தம்.
குருதிசிந்த, to shed blood.

குருது, s. a receptacle for grain, குதிர்.

குருத்து, s. the young tender leaves of palms, plantain trees etc.; 2. that which is tender and white, இளமை, இளசு.

குருத்திறகு, down, soft feathers.

குருத்துவிட, -வீச, -எறிய, to shoot out fresh and tender leaves.

குருத்தோலை, a young tender palm leaf.

குருத்தோலைத் திருவிழா (*R. C.*), Palm Sunday.

குருநாத்தகடு, *s*. tin sheets, tinsel.

குருந்தம், *s*. emery.

குருந்தப் பொடி, emery powder.

குருந்து, *s*. a kind of lemon tree; 2. an infant, குழந்தை; 3. emery, குருந்தம்.

பெருங்குருந்து, a large kind of குருந்து.

குருப்பு, *s*. pimple, pustule.

குருமி, VI. *v. i.* make noise, sound.

குரும்பை, *s*. the young, unripe fruit of a palmyra or cocoa-palm, ear-wax, காதுக்குரும்பை.

குரும்பை கட்ட, -பிடிக்க, to form as young cocoa-nuts or palmyra fruits.

சிறுகுரும்பை, a very young cocoanut or palmyra fruit; 2. a fine kind of paddy, சொரிகுரும்பை.

குருவி, *s*. a small bird, சிறுபறவை

குருவியெச்சம், bird's dung.

குருவிவேட்டை, fowling, bird-catching.

குருவிச்சி, குருவிச்சை, *s*. the name of a parasitic plant.

குருளை, *s*. youth, இளமை; 2. the young of certain animals, குட்டி.

*__குருள்__, *s*. woman's hair, பெண்மயிர்; 2. a lock of hair on the fore-head, முன்கொண்டை; 3. ears of corn, கதிர்.

*__குரூபம்__, *s*. (கு), ugliness, deformity, அவலட்சணம்.

குரூபி, a deformed, maimed person.

*__குரூரம்__, *s*. cruelty, severity, கொடுமை.

குரூரம்பண்ண, -செய்ய, to treat cruelly.

குரூரவதை, cruel torture.

குரூரவார்த்தை, harsh language.

குரூரன், a cruel person.

குரை, *s*. sound, roar, ஒலி; 2. the upper part of the wind pipe.

குரைக்கேற, to choke.

குரை, VI. *v. i.* roar as the sea, ஒலி; 2. bark as a dog, குலை.

*__குரோசம்__, *s*. the distance of a call, கூப்பிடுதூரம்.

*__குரோதம்__, *s*. anger, wrath, சினம்; 2. malice, விரோதம்.

குரோதக்காரன், குரோதி, குரோதன், a rancorous person, a foe.

குரோதம் செய்ய, -பண்ண, to show anger.

குரோதம் தீர்த்துக்கொள்ள, to take revenge.

குரோதம்வைக்க, to indulge revengeful feelings, to harbour malice.

*__குரோதி__, VI. *v.i.* bear malice, be angry with one, பகைசாதி.

*__குலம்__, *s*. family, race, tribe, the descent, caste, சாதி; 2. a herd or flock of animals of the same species, கூட்டம்; 3. kind, class, genus, இனம்.

குலங் குப்பையிலே பணம் பந்தியிலே, high birth lies on the dung hill, while wealth is at the festive board; i. e. the wealthy are honoured.

குலக்காயம், the rules or regulations of a caste.

குலக்கொழுந்து, the darling child; the scion of the family.

குலங்கெட்டவன், one who has lost his caste.

குலசிரேஷ்டன், குலத்தன், குலஸ்தன், one born of a good family.

குலஸ்திரி, -க்கொடி, -மகள், the lawful wife, a chaste woman of a respectable family.

குலட்சயம், destruction of the family.

குலதிலகம், the respectable head of a family.

குலதெய்வம், the tutelary god, family god.

குலமில்லான், குலவீனன், a man of a low caste.

குலம் புகுந்தவன், one who has entered another caste.

குலவிருது, the title or badges of a family.

குலாசாரம், குலதருமம், the customs of the tribe.

குலாபிமானம், regard for one's caste, family pride.

நற்குலமனுஷன், – குலத்தான், – குலத்தன், குலமகன், a member of a high caste.

குலவரை, *s.* mineralized zinc, நாகம்.

குலவு, III. *v. i.* shine, glitter, பிரகாசி; 2. move about in state, கொண்டாடு; 3. hold friendly intercourse, நட்புறு.

குலவை, *s.* see குரவை.

குலாபு, *s.* (*Hind.*), rose tree, முட்செவ்வந்தி.

குலாபுசாயம், rose colour.

குலாம், *s.* (*Hind.*), a slave, அடிமை.

குலாரி, குலாரிவண்டில், *s.* a chariot or coach after the Asiatic fashion, a hackery, குலால்வண்டி.

*குலாலன், *s.* a potter, குயவன்.

குலாலன் சக்கரம், a potter's wheel, திரிகை.

குலால், *adj.* pleasant, merry; 2. *s.* a red powder used at festivals.

குலால்வண்டி, a pleasure coach.

குலாவு, III. *v. i.* move about in state, குலவு; 2. converse in a friendly manner, enjoy often one's society, நட்புறு; 3. praise, extol, புகழ்; 4. bend, be bent, curved, வளை.

குலாவிக்கொண்டிருக்க, to spend time in pleasant, friendly talk.

குலாவுதல், குலாவல், குலாவுகை, *v. n.* courting, friendship, praising.

குலிகம், *s.* red, சிவப்பு; 2. vermilion, சாதிலிங்கம்; 3. Iluppai tree, குலிசம்.

*குலிங்கம், *s.* a sparrow, ஊர்க்குருவி; 2. a crow, காகம்; 3. a country.

குலிங்கர், people of குலிங்கம் country.

*குலிசம், குலிசல், *s.* thunderbolt, the weapon of Indra, வச்சிராயுதம்; 2. a coat of mail, கவசம்; 3. the Iluppai tree; 4. a kind of arsenic.

குலுகுலு, VI. *v. i.* feel as if some vermin creeps over, குருகுரு; 2. rush and make noise (as anything in the ears), குடுகுடு.

குலுக்கு, III. *v. t.* shake, agitate, அசை; 2. shake together in a mass, condense; 3. *v. i.* be affected, put on foppish airs, பிலுக்குக்காட்டு.

குலுக்காதே போ, move on without shaking yourself.

குலுக்கி, குலுக்குக்காரி, a gay, dressy woman.

குலுக்கு, *v. n.* affected gestures, foppish airs.

குலுக்கென்றுசிரித்தாள், she was convulsed with laughter.

குலுக்கை, *s.* a receptacle made of twigs for grain, குதிர்.

குலுங்கு, III. *v. i.* be shaken, be agitated, totter, அசை; 2. tremble, shudder, நடுங்கு; 3. be full or prolific.

மரத்தில்பழம் குலுங்கியிருக்கிறது, the tree teems with fruits.

குலுங்கச்சிரித்தாள், she shook her sides with laughter.

குலை, *s.* a cluster, bunch of fruits, flowers etc., கொத்து; 2. the viscera (as the liver etc.).

என்குலை பதைக்கிறது, my heart goes pit-a-pat, my heart palpitates.

குலைகுலையாய், in bunches.

குலை தள்ள, – போட, – விட, – சாய்க்க, to form as bunches.

குலைநோவு, – வலி, – எரிவு, heart-burn, liver complaint.

நெஞ்சாங் குலை, the breast, thorax.

வாழைக்குலை, a bunch of plantains.

குலை, II. *v. i.* be loose, untwisted, கட்டவிழு; 2. be disturbed, unsettled, tremble, நடுங்கு; 3. be blotted out, be cancelled, vanish away, அழிந்துபோ; 4. be dissolved, damaged, deranged, சீர்குலை.

உன் கொண்டை குலைய, may your tresses become loosened or untied, may you become a widow.

குலைவு, *v. n.* loosening, disorder, ruin.

குலை குலைய, to tremble, to be greatly troubled.

நிலை குலைய, to lose one's situation or ground.

மானம் குலைய, to be disgraced, to be ravished.

முனை குலைய, to be discouraged (as a warrior), to be defeated (as an army).

மேனிகுலைய, உருக்குலைய, to lose freshness or normal condition; 2. to be deranged, disordered, deformed.

குலை, VI. *v. t.* loosen, relax, untie, கட்டவிழ்; 2. undo, damage, efface, blot out, அழி; 3. v. i. bay, bark (as a dog), குரை.

குலைத்துக்காட்ட, to give notice by barking; 2. to imitate the barking of a dog.

குலைப்பன், whooping cough.

குடியைக் குலைக்க, to ruin a family.

நிலை (மானங்) குலைக்க, to ravish.

குல்லா, குல்லாய், s. (*Hind.*), a cap; 2. an outrigger of a vessel; 3. dhoney.

குல்லாத்தோணி, a dhoney with an outrigger.

குல்லாப்போட, to wear a cap.

குல்லாவைக்கழற்ற, to take the cap off.

கூர்ச்சுக் குல்லா, நெடுங்-, a high cap.

மொட்டைக்குல்லா, a flat cap.

குல்லான், s. a pointed stick for digging.

குவடு, s. roundness, that which is round, திரட்சி; 2. hill, மலை; 3. the peak of a hill, மலையுச்சி.

***குவலயம்**, குவலையம், s. (கு, earth + வலயம்) the earth, the world.

***குவலயானந்தம்**, s. a treatise on rhetoric.

குவலிடம், s. a village, town, கிராமம்.

குவவு, *adj*. conical, round, திரண்ட; 2. large, பெரிய; 3. s. clump, group, கூட்டம்; 4. the earth, பூமி; 5. hillock, மேடு.

***குவளை**, s. the water-lily; 2. a socket in a jewel for a gem or bead; 3. a globular bead in an ear-ring; 4. the socket of the eye, கண்குழி; 5. the inner corner of the eye; 6. a metallic pot with a wide mouth; 7. the brim of a vessel, விளிம்பு.

குவளை கட்ட, to make the socket in a jewel.

குவளைமாலையர், the Vellala caste as wearing garlands of குவளை flowers.

குவி, II. v. i. become round, globular, conical, திரள்; 2. be heaped up, கூடு; 3. be contracted, close (as flowers by night), கூம்பு; 4. be joined or united (as hands for worship).

குவிகை, குவிவு, v. n. that which is conical, convexity.

குவியல், v. n. heap, pile.

குவி, VI. v. t. accumulate, heap up, pile up, சேர்; 2. close, join the hands conically, கூப்பு.

கைகுவித்துக் கும்பிட, to venerate by joining and lifting up both hands.

குவித்தல், குவிப்பு, v. n. heaping up; joining and lifting up the hands.

குவில், s. a handful of reaped corn in stalks.

குவ்வாகுவ்வாவெனல், குவ்வாகுவ்வாவென்றழல், v. n. crying (as an infant).

குழ, *adj*. see under குழவு.

குழகம், குழகு, s. beauty, அழகு.

குழ குழவென்றிருத்தல், குழகுழத்தல், v. n. being slimy and soft as pap.

குழகுழத்தவன், a man of no firmness of character.

குழந்தை, s. an infant, a little child, பிள்ளை.

குழந்தைகுட்டி, — குஞ்சு, children, infants.

குழந்தைப்பருவம், infancy, childhood.

குழந்தைப்பிள்ளை, a babe, an infant.

குழந்தைப்பிள்ளைப் புத்தி, youthful indiscretion.

குழந்தையாட்டம், childishness; 2. *adv*. like a child.

குருத்து (பச்சை) க்குழந்தை, a newborn infant.

கைக்குழந்தை, a child in arms.

முலை குடிக்கிற குழந்தை, a sucking child.

குழப்பம், s. confusion, கலக்கம்; 2. commotion, disturbance, கலகம்; 3. disorder, intricacy of a business, தாறுமாறு.

குழப்பக்காரன், குழப்புணி, one that confuses a business.

குழப்பத்தைத் தீர்க்க, to set in order, to restore order.

குழப்பமாய்க் கிடக்க, to be in confusion, to lie unfinished.

குழப்பம்பண்ண, to confuse, to quarrel, to stir up, to disturb.

ஊர்க்குழப்பம், sedition.

கடற்குழப்பம், a boisterous sea.

மனக்குழப்பம், perplexity.

குழப்பு, III. v. t. mix, mingle, dissolve, stir up, கல; 2. embroil, confuse, perplex, தாறுமாறுக்கு.

குழப்பிப்போட, — யடிக்க, to mix, to

disturb, to stir up; to leave a matter undecided.

குழம்பு, s. a mixture, broth, a liquid of a thick consistency, thick gruel; 2. mud, mire, குழைசேறு; 3. an electuary, a thick medicinal liquid.

குழம்புவைத்துக் காய்ச்ச, to prepare broth.

குழம்புப்பால், milk thickened by boiling.

குழம்பு, III. v. i. grow thick, become mingled, mixed up, கலங்கு; 2. be perplexed, confused, மனந்தளம்பு.

குழம்பிக்கொண்டிருக்க, to be in a perplexed condition.

குழம்பினமனம், perplexed state of mind.

குழல், s. fife, flute, ஊதிடு குழல்; 2. hollowness, that which is hollow, pipe, tube, குழாய்; 3. women's hair, பெண் மயிர்.

காரியம் குழலாய்ப் போயிற்று, the thing turned hollow, came to nothing.

குழல் கொத்து, a tuft of women's hair, false hair.

ஆயக்குழல், புல்லாங் –, a reed-pipe.

குண்டுக்குழல், a musket, gun.

குழல், குழலு, I. v. i. be folded into a roll, be tied in a lock as hair.

குழலல், குழற்சி, v. n. a lock of hair tied behind.

குழவு, s. anything young, youthful; juvenility, இளமை.

குழ, adj, young.

குழக்கன்று, a young calf.

குழமகன், a male infant.

குழவி, an infant, babe; 2. the young of an elephant, camel, monkey etc.; 3. a sapling; 4. the roller in a pair of grinding stones.

குழாம், s. assembly, flock, கூட்டம்.

கல்விக்குழாம், assembly of the learned, a college.

குழாய், s. anything that is hollow, a tube, குழல்; 2. hollowness, துளை.

குழாயில் அடைக்க, to deposit and preserve in a tube.

குழாயில் வார்க்க, to pour into a tube.

குழாய் மூங்கில், a hollow bamboo.

குழி, s. a pit, hole, பள்ளம்; 2. grave, பிரேதக்குழி; 3. a square of 12 feet in land measure; 4. a measure of one square or cubic foot.

கண் குழிவிழுந்தது, the eye has sunk.

குழியிலே போவாய், may you perish.

குழிக்கணக்கு, reckoning by square or cubic feet.

குழிநரி, a fox.

குழிப்புண், a deep ulcer.

குழிமாற, to multiply linear feet by linear feet, to find the area, to square.

குழிமாற்று, table of square feet; squaring.

குழிமுயல், a rabbit.

குழியம்மி, a stone with a hollow for macerating medicines.

குழிவெட்டி, a grave-digger.

குழிவெட்ட, – பறிக்க, – தோண்ட, to dig a pit or grave.

சிறுகுழி, multiplication table of the fractional parts of a square foot; squaring of fractions.

படுகுழி, பொய்க்குழி, a pit-fall.

பெருங்குழி, multiplication table of integral square feet, squaring of integers.

குழி, II. v. i. become hollow, be hollow, குழியாகு.

குழிந்தாழ்ந்த கண், sunken eye.

குழிவு, v. n. depression, cavity.

குழி, VI. v. t. form pits, make holes, குழியாக்கு.

குழிப்பு, v. n. forming pits; 2. a hollow.

குழித்தாமரை, s. a water-plant.

குழிமி, s. sluice, மதகு; 2. the snout of a vessel, பாத்திரத்தின் மூக்கு.

குழியம், s. see குளியம்.

குழு, s. crowd, multitude, society, flock, herd, swarm, கூட்டம்; 2. a witty, humorous expression, விரகு.

குழுமு, III. v.i. flock together, கூடு.

குழுமல், v. n. collecting, a crowd.

குழூஉ, s. (*poetical form of* குழு), class, company.

குழூஉக்குறி, a conventional term or usage.

குழை, s. tender leaves, foliage, தளிர்; 2. mud, slime, சேறு; 3. ear-jewels, குண்டலம்.

குழைநாற்றம், an unpleasant leafy smell
குழைமண்ட, to abound with thick foliage.
குழையடிக்க, to recite mantrams waving margosa leaves over a person who is sick, possessed or snake-bitten; 2. to wheedle.

குழை, III. *v. i.* grow soft and tender, become like pap; 2. become tender (as the mind by love, pity etc.), இளகு; 3. be social, உறவாடு; 4. fade, wither or pine away, வாடு.
குழைகறி, a kind of vegetable curry.
குழைசாந்து, coarse mortar.
குழைசுண்ணாம்பு, slaked lime.
குழைசேறு, soft mire, mud.
குழைஞ்சான்போட்டு (-இட்டு)க்கொண்டு திரிய, to join oneself to another in a sneaking manner; to try to hoax by friendly intercourse and overtures.
குழைந்த மனம், tender heart.
குழைந்த சோறு, rice over-boiled.
குழையல், *v. n.* anything mashed.
குழையற்கறி, mashy or pulpy curry, curry over-boiled.
குழைவு, *v. n.* mashy state.
குழைவாயிருக்க, to be soft and tender.

குழை, VI. *v. t.* macerate, make soft, boil too much, இளகுவி; 2. mix, கல; 3. bend, வளை.
குழைத்துச் சாப்பிட, to mix medicines and take them.
சாந்துகுழைக்க, to macerate mortar.
மண் (சேறு) குழைக்க, to make mud.

குழைச்சு, குழைச்சி, *s.* a socket or hinge-joint of the body (as in the arms, legs etc.), பொருத்து; 2. a loop, a knot, முடிச்சு.
குழைச்சுமண்வெட்டி, a hoe with a socket to receive the handle.
குழைச்சு விட்டுப்போக, to be disjointed, to be broken.

குளசு, குளச்சு, *s.* as குழைச்சு.

குளஞ்சி, *s.* a shrub with small fruits; 2. oranges of small size, கிச்சிலி.

*குளம், *s* pond, tank, தடாகம்; 2. sugar.
குளக்கொட்டு, a small hoe or spade.
குளச்செந்நெல், a kind of paddy growing up near tanks spontaneously.
குளக்கரை, -த்தங்கரை, -த்தாங்கரை, the bank of a tank.
குளத்துக்குப்போக, to go to stool.
குளத்துமீன், tank-fish.
குளபாகம், an easy flowing style.
குளம்கட்ட, to make a tank.
குளம்வெட்ட, to dig a tank.
கோவில்குளம், a tank of a pagoda.

குளம்பு, *s* the hoof of an animal.
ஒற்றைக்குளம்பு, an undivided hoof.
விரிகுளம்பு, விரிசல்-, a cloven hoof.

குளவி, *s.* a wasp, hornet; 2. bee.
குளவி என்னைக் கொட்டிற்று, a wasp has stung me.
குளவிக்கூடு, a wasp's nest.
குளவிமண், the mud of which the wasp makes its nest.
கருங்குளவி, a blackish wasp.
செங்குளவி, a red wasp.

குளறு, III. *v. i.* stammer through anger, confusion, உளறு; 2. yell, howl.
வாய் குளறிப்போயிற்று, speech has failed him.
குளறுட்டம், confusion, intricacy.
குளறுதே செய்ய, to do a thing properly.
குளறிப்போனபேச்சு, a speech broken off owing to the speaker's becoming confused.
குளறிப்போட, to entangle, to bring into confusion.
குளறியடித்துக் கிடக்க, to lie in a great confusion.
குளறுகை, *v. n.* stammering.
குளறுபடி, great confusion.
குளறுபடியாய்க்கிடக்க, to remain unsettled.
குளறுவாயன், a stammerer.
கன்றுபின்றுவென்று குளற, to speak nonsense.

குளி, VI. *v. i.* wash the body, bathe, plunge into water, நீராடு; 2. dive for pearls, முத்துக்குளி.
குளி, *v.n.* diving for pearls etc.
குளிசீலை, a foreflap to cover the privities when bathing; waist-cloth.
குளிப்பு, *v. n.* washing, bathing.
குளிப்பாட்ட, to wash anybody.

குளியாள், குளிகாரன், a diver for pearls etc.
தீக்குளிக்க, to go through fire, to be burnt in fire as in Suttee.
மஞ்சள் குளிக்க, to bathe after smearing oneself with turmeric paste (as women do).

*குளிகன், s. one of the planets.
குளிக காலம், an auspicious hour.

*குளிகை, s. a pill, a bolus, மாத்திரை.
ரசக்குளிகை, சித்தர் –, தம்பனக் –. different kinds of magical pills which are supposed to communicate supernatural powers.

குளிசம், s. an amulet to ward off evil spirits, diseases, poison etc.
குளிசங்கட்ட, to tie an amulet anywhere on the body.
அழகுகுளிசம், an amulet worn round the neck.

குளியம், குழியம், s. a ball, a globe, உருண்டை; 2. a tiger, புலி.

குளிர், s. a flowering water plant; 2. a knife for cutting betel-leaves, குளிர்.

குளிர், s. coldness, chillness, frigidity, சீதளம்; 2. a crab, நண்டு; 3. as குளிரி, 2.
குளிரும் காய்ச்சலுமாய்க் கிடக்க, to have an ague, to suffer from cold fits.
குளிர்காய, to warm one's self at the fire or in sun-shine, to bask.
குளிர்காய்ச்சல், ague, cold fits.
குளிர்காலம், the cold season.
குளிர்காற்று, a cold wind.

குளிர், குளிரு, II. v.i. be chilly, cold; 2. be refreshed, cool; 3. be appeased, comforted, satisfied, ஆறு; 4. die, சா.
குளிர்ந்த கொள்ளியாயிருந்து குடியைக்கெடுக்கலாமா, pretending to be an extinguished fire-brand, is it proper to destroy the house?
இப்போது எனக்கு மனம் குளிர்ந்தது, now is my mind appeased.
எனக்குக் குளிருகிறது, I shiver, I am chilled.
குளிரப்பண்ண, to refresh.
குளிர்ந்தசொல், a friendly word.
குளிர்ந்த மனுஷன், a good natured friendly man.
குளிர்ந்த முகம், a pleasing, friendly countenance.
குளிர்ந்த வாசனை, an agreeable scent.
குளிர்ந்துபோக, –கிடக்க, to grow cold and stiff, to be dying.

குளிர்ச்சி, குளிர்த்தி, குளிர்மை, குளுத்தி, குளுமை, v. n. coolness, chillness, சீதளம்; 2. that which is refreshing, pleasant and cooling. திருத்திகரம்; 3. kindness, benevolence, அன்பு.
குளிர்த்திப்பண்டம், a refrigerative, anything cooling.
குளிர்ச்சியாயிருக்க, to be cool and refreshing.
குளுமைகொள்ள, to feel chilly as on the approach of death.
குளுமைக் கட்டி, mumps.

குளிறு, s. roar, tremendous noise, ஒலி.

குளிறு, III. v.i. sound, roar, ஒலி; 2. hum, இரை.

*குளீரம், s. crab, நண்டு.

குளுகுளு, VI. v.i. grow pale and swollen (as in jaundice), சோகைபற்று; 2. become rotten and putrid (as fruits), அழுகிப்போ.
குளுகுளென்று நீராட, to bathe in cold water so as to be refreshed.
குளுகுளுப்பை, v. n. jaundice.
குளுப்பை தட்டினல்போலிருக்க, to be pale and bloated slightly.

குளுமை, குளிர்மை, s. see குளிர்ச்சி.

குளைச்சு, s. same as குழைச்சு.

குளைஞ்சி, s as குளஞ்சி, orange tree.

*குள்ளம், s. shortness, குறள்; 2. craft, cunning, தந்திரம்.
குள்ளன் (fem. குள்ளி), a short person, a dwarf.
கள்ளனை நம்பினலும் குள்ளனை நம்பப்படாது, a rogue may be trusted, but not a dwarf.
சித்திரக்குள்ளன், a pigmy.

குறங்கு, s. the thigh, தொடை; 2. a clasp, கொளுவி.

குறங்கோட்டி, s. a short piece of wood used as joint in wood work.

குறஞ்சனம், s. borax, வெண்காரம்.

குறடு, s. tongs, pincers: 2. a raised floor or verandah, திண்ணை; 3. the edge of a verandah, the basis of a statue, a pedestal; 4. the cornice, the lower and higher projection in a wall or column; 5. an anvil, அடை

குறடு ; 6. a small block of wood, மரத்துண்டு.

குறடுகொய்ச்சிப் பிடுங்க, to pinch one with red-hot pincers.

குறட்டாலிடுக்க, to hold with pincers.

குறட்டுவாதம், a rheumatic affection attended with convulsion.

குறட்டுவேலை, projection or cornice work.

பாதக்குறடு, wooden shoes.

குறட்டை, *s*. snoring, snorting, கொறுக்கை.

குறட்டை வாங்க, — விட, — இழுக்க, to snore.

குறண்டு, III. *v. i.* be crooked, bent, curled, வளை ; 2. be convulsed ; 3. coil up as a reptile, சுருண்டுகொள்.

குறம், *s*. the tribe of குறவர் ; 2. divination, palmistry, குறி ; 3. a kind of song.

குறவன் (*fem.* குறத்தி, *pl.* குறவர்), one of the tribe of basket - makers, fowlers etc.

குறவஞ்சி, a fortune-telling woman of the குறவர் caste ; 2. a poem.

குறவழக்கு, intricate and difficult disputes.

குறவைமீன், *s*. a kind of river-fish.

குறளை, *s*. contumely, slander, கோள்.

குறளைச்சொல், — ப்பேச்சு, slanderous words.

குறள், *s*. shortness, குறுமை ; 2. an evil spirit, a goblin, an imp, பூதம் ; 3. a distich or couplet, குறள்வெண்பா; 4. the poem of திருவள்ளுவர் in குறள் metre.

குறளன் (*fem.* குறளி), a short man, a dwarf.

குறளிவித்தை, legerdemain, juggler's tricks.

குறவு, III. *v. i* droop, வாடு ; 2. shrink, சுருங்கு ; 3. grow lean, மெலிந்துபோ; 4. be sad or melancholy, சோரு.

குறுவிப்போக, to grow sad.

குறுவுதல், *v. n.* sadness, dejection.

குறள், *s*. a young ewe, a she-goat that has not yet been with young.

குறி, *s*. a sign, அடையாளம் ; 2. a mark to shoot at, an aim, இலக்கு ; 3. a prognostic, omen, சகுனம் ; 4. character, personal qualities, குணம் ; 5. the sexual emblems, ஆண் பெண் குறி.

குறிகாரன், one skilled in aiming, a good marksman.

குறிகேட்க, to consult a fortune-teller.

குறிக்கட்டு, a knot attached to a money-bag.

குறிசொல்லுகிறவன், குறிகாரன், a fortune-teller.

குறிதப்ப, to miss the aim, to fail.

குறிதப்பாமல் போட்டான், he shot at a mark without missing it.

குறிபார்க்க, to prognosticate.

குறிபோட, to mark clothes etc.

குறிப்பட்டவன், குறிமனுஷன், a principal man.

குறியில்லாதவன், — கெட்டவன், a dishonest man.

குறியுள்ளவன், குறிமான், an honest man.

குறிவைக்க, to put a mark.

நற்குறி, a good sign or omen.

தூர்க்குறி, a bad sign or omen.

முகக்குறி, features, the expression of the countenance.

குறி, VI. *v. t.* appoint, determine, design, நியமி ; 2. place a mark, note down, குறித்துக்கொள் ; 3. intend, purpose, கருது ; 4. denote, refer to, சுட்டிக்காட்டு ; 5. foretell, presage, முன்னறிவி.

இதிலே அவன் குறிக்கிறதென்ன, what does he mean by this ?

குறித்த காலத்திலே, at the appointed time.

குறித்த தொகை, the sum specified.

குறித்து, concerning, about.

அதைக் குறித்துச் சொன்னான், he spoke about it or concerning it, he described it.

அவனைக் குறித்து, concerning him.

குறித்துவைக்க, — க்கொள்ள, to mark, to set a mark by, to note a thing in a book.

குறிப்பிக்க (*caus.*), to signify, to intimate ; 2. to get noted down.

குறிச்சி, *s*. a village, கிராமம்.

குறிஞ்சா, *s.* a medicinal creeper with bitter leaves.

குறிஞ்சி, *s.* a hilly tract or country, மலை சார் நிலம்.

குறிஞ்சித்தேன், wild honey.

குறிது, see under குறுமை.

குறிப்பு, *s.* a mark, sign, அடையாளம்; 2. allusion, hint, சைகை; 3. intention, கருத்து; 4. memorandum, ஞாபகக்குறிப்பு; 5. summary, synopsis, பொழிப்பு; 6. aim, இலக்கு; 7. item.

குறிப்பறிந்தவன், one that understands the signs, circumstances and intentions.

குறிப்பாய்க் கேட்க, to inquire particularly into something, to listen with attention.

குறிப்பாய்ப் பார்க்க, to look steadfast into things, to gaze attentively.

குறிப்பாளி, a prudent person of quick discernment.

குறிப்பிடம், a short summary, compendium.

குறிப்புக்காரன், a good marksman.

குறிப்புச்சொல், a word or term used figuratively.

குறிப்புவினை, a symbolic verb without variation of tense (as opposed to தெரிநிலை வினை).

குறிப்பெழுத, to abbreviate, to abridge or shorten words in writing, to note down.

குறிப்பேடு, a memorandum book or its leaves.

குறில், *s.* a short vowel or vowel-consonant, குற்றெழுத்து.

குறு, *adj.* see under குறுமை.

குறுகு, III. *v. t.* grow short, diminish, grow less, be brought low, குறை; 2. approach, அணுகு.

குறுக, near, short.

குறுகக்காய்ச்ச, to reduce a liquid by boiling.

குறுகப்பண்ண, to shorten.

குறுகப்பிடி, hold it nearer or shorter.

குறுகலாயிருக்க, குறுகியிருக்க, to be short.

குறுகிவந்தான், he is come near.

குறுக்கம், *v. n.* brevity, shortness, abbreviation.

குறுகுறுத்தல், *v. n.* being pensive, melancholy; muttering in displeasure.

குற்றமுள்ள நெஞ்சு குறுகுறுக்கும், a guilty conscience is melancholy and needs no accuser.

புறா குறுகுறுக்கும், the dove coos.

குறுகுறெனல், *v. n.* being in haste, perplexity; a tingling in the ears.

குறுகுறென்று முழிக்க, to look on with perplexity.

குறுக்கம், *v. n.* see under குறுகு.

குறுக்கு, *s.* what is across, athwart; 2. hindrance, தடை; 3. diameter, intersection, விட்டம்; 4. shortness, சுருக்கம்.

குறுக்கடி, a rash step or course; 2. a short, abrupt answer; 3. a stroke at one's loins.

குறுக்களவு, diameter.

குறுக்கிட,to come across, to interfere.

குறுக்கிட்டு மறிக்க, to obstruct, to cross.

குறுக்குக்கேள்வி, cross-questioning, irrelevant question.

குறுக்குச்சட்டம், – விட்டம், a cross piece of timber, a cross beam.

குறுக்குச்சுவர், a cross-wall.

குறுக்குப்பாதை, – வழி, – வெட்டி, a cross-way, short-cut.

குறுக்கே, crosswise, between, in opposition to.

குறுக்கேபேச, to contradict, to interrupt one that speaks.

குறுக்கே (குறுக்கீடாய்) போக, to go across, to transgress one's wishes.

குறுக்கே மடக்க, to fold crosswise, to confute or refute at once.

குறுக்கேவர, – விழ, to interfere, intermeddle.

குறுக்கு, III. *v. t.* shorten, lessen, குறை; 2. abbreviate, சுருக்கு.

குறுக்கல், *v. n.* shortening.

குறுக்கிச்செலவுபண்ண, கையைக்குறுக்க, to shorten the expenses.

குறுணி, குருணி, *s.* a maracal, the twelfth part of a Kalam.

குறுமை, *s.* shortness, brevity, conciseness, சுருக்கம்; 2. imperfection, dwarfishness, சிறுமை. (See அருமை *Note.*)

குறிய, குறு (*with euphonic* க் ஞ் ங் ம்), குற்று (before vowels), *adj*. short.

குறியது, குறிது, that which is short.

குறியன், a dwarf.

குறுக்கண்வலே, a net with small meshes.

குறுங்காடு, a small forest.

குறுஞ்சிரிப்பு (*vulg*. குஞ்சிரிப்பு), குறுநகை, smile.

குஞ்சிரிப்புக்கொள்ள, - செய்ய, to smile, to simper.

குறுநிலமன்னன், a petty tributary chief.

குறுநொய், rice much bruised by beating.

குறுந்தடி, a short cudgel.

குறுந்தெரு, a short street.

குறுமுட்டு, great urgency; 2. being straightened.

குறுமுனி, Agastya the dwarfish sage.

குறும்பிடி, a short handle; 2. a small sword, a dagger worn under garment.

குறுவிசாரம், a gloomy state of mind.

குறுவிலே, scarcity.

குற்றியலிகரம், the shortened இ.

குற்றியலுகரம், குற்றுகரம், the shortened உ.

குற்றுயிர், the state of being half dead; 2. a short vowel.

குற்றெழுத்து, a short vowel or vowel-consonant.

குற்றொற்று, a short letter followed by a mute consonant as கல்.

குரும்பி, குறும்பை, *s*. ear-wax.

குறும்பி எடுக்க, — வாங்க, to clean the ear.

குறும்பிவாங்கி, an ear pick.

குறும்பு, *s*. village in a desert tract, பாலைநிலத்தூர்; 2. mischief, wickedness, பொல்லாங்கு.

குறும்பன், குறும்புக்காரன், a wicked fellow.

குறும்பர், குறும்பிடையர், people of the Kurumba tribe, foresters, savages, a class of shepherds that make coarse blankets.

குறும்பாடு, a crump-horned, fleecy sheep.

குறும்புத்தனம், குறும்பாட்டம், mischief, insolence, wickedness.

குறும்புத்தனம் பண்ண, குறும்பாட்டம் ஆட, - செய்ய, to commit mischief, to be wicked.

குறும்பூழ், *s*. a quail, காடை.

குறுனுப்பட்டை, *s*. paper gilt with tinsel used for decoration.

குறை, *s*. want, deficiency, poverty, தாரித்திரம்; 2. remainder, மிச்சம்; 3. discontent, dissatisfaction, grievance, indignation, வெறுப்பு; 4. flaw, defect, fault, guilt, குற்றம்.

அவன் என்மேல் குறையாயிருக்கிறான், அவனுக்கு என்மேல் குறை உண்டு, he has a complaint against me, he is displeased with me.

குறைகொள்ள, to complain, to feel aggrieved.

குறைக்காரியம், the remainder of the business etc.

குறைசொல்ல, to complain.

குறைதீர, to be freed from want, to be content, to be satisfied.

குறைத்தலே, a headless trunk.

குறை நிறை, defect and excess, domestic wants and comforts.

குறைபட, to be wanting or missing, to diminish, to grow less, scarce or dear.

உனக்குக் குறைபட்டதென்ன, what did you want or lack?

குறைபாடு, want, poverty, grievances.

குறைப்பணம், the rest of the money.

குறைப்பேர், the rest of the people.

குறைப்பொழுது, the remainder of the day or time.

குறைமாதத்துப் பிள்ளே, a child of premature birth.

குறையாற்ற, to appease, to satisfy.

குறையின்மை, completeness.

இடைக்குறை, syncope.

கடைக்குறை, apocope.

தலேக்குறை, aphaeresis.

தெய்வக்குறை, God's displeasure.

மனக்குறை, discontent, dissatisfaction.

குறை, II. *v. i*. be short, be missing, wanting, எஞ்சு; 2. diminish, grow scarce, less or dear, சிறுகு; 3. be lowered in rank, estimation etc., கெடு.

குறைச்சல் (*com. for* குறைதல்), *v. n.* defect, want, scarcity, dearness.

அது குறைச்சலல்ல, it is not dear.
குறைச்சலாய் வாங்க, to buy dear.
குறைச்சலாய் (குறைவாய்) ப்பேச, to speak ill of a person.
குறையப்பண்ண, to diminish.
குறை (குறைந்த) மரக்கால், a scant measure.
குறைவு, *v. n.* defect, poverty.
குறைவானது, that which is defective or unbecoming.
குறைவுபடுத்த, to disgrace.
ஏறக்குறைய, more or less, about.
கொஞ்சக்குறைய, almost.

குறை, VI. *v. t.* shorten, diminish, curtail, சுருக்கு; 2. nip off, cut off, தறி; 3. destroy, அழி.
வயிற்றைக் குறையாதே, do not reduce the food.
குறைத்துப் போட, to diminish, to curtail.

குற்றம், *s.* fault, பிழை; 2. guilt, crime, தீங்கு.
குற்றச்சாட்டு, accusation.
குற்றஞ்சாட்ட, குற்றப்படுத்த, to charge one with a crime, to accuse.
குற்றஞ்சுமக்க, to be guilty.
அவன்மேல் குற்றஞ்சுமந்தது, he has been found guilty.
குற்றஞ்சுமத்த, to charge with an offence, to convict, to find guilty.
குற்றத்தை மறைக்க, to deny the crime, to hide a fault.
குற்றம்செய்ய, -பண்ண, to commit a fault or crime.
குற்றம்பார்க்க, -பிடிக்க, to find fault.
குற்றவாளி, an offender, one who is found guilty, a malefactor, a criminal.

குற்றி, *s.* a stump, a log, கட்டை.

குற்று, *adj.* see under குறுமை.

குற்று, III, *v. t.* see குத்து.

குனஷ்டை, குனட்டை, *s.* teasing, troubling, குணஷ்டை.

குனி, *s.* a bow, வில்.

குனி, II. *v. i.* bow or stoop down, தாழ்; 2. bend, வளை.
குனிதல், குனிவு, *v. n.* bowing, stooping.
குனிந்திருக்க, to be crooked, stooping, bent, to be bowed down.
குனிந்து நடக்க, to go stooping.
குனிந்துபார்க்க, to stoop and look.
குனியவைக்க, to put in a stooping posture.

குனி, VI. *v. t.* bend, வளை; 2. shake, அசை; 3. *v. i.* dance, ஆடு.
குனித்தல், குனிப்பு, *v. n.* bending, dancing, quavering the voice in singing.
குனிப்பாய்ப் பார்க்க, to look narrowly or attentively into things.

குனுகுதல், *v. n.* speaking with an affected whine, சிணுங்குதல்.
பிள்ளை குனுகிக் குனுகி அழுகிறது, the child cries whiningly.

குனை, *s.* the tip of a thing, extremity, முனை.

***குன்மம்**, குன்மவியாதி, *s.* disease in the belly, dyspepsia.
குன்மக்கட்டி, a moving swelling within the belly.
குன்மங்கண்டிருக்க, to be affected with குன்மம்.
எரிகுன்மம், சத்தி -, வலி -, different kinds of that disease.

குன்றம், *s.* a hill, a mountain, மலை.

குன்றி, *s.* a medicinal plant.
குன்றிமணி, the red seeds of this plant.

குன்று, *s.* a hill, a mountain, மலை.
குன்றுவாடை (குன்னவாடை), north-east wind.
மணற்குன்று, a sand-hill, sand-bank.

குன்று, III. *v. i.* shrink, decrease, decline, be diminished, be wanting, குறை; 2. be ruined, கெடு.
எனக்கு உடம்பு குன்றி (குன்னி) ப்போயிற்று, I feel much ashamed.
குன்றாதவாழ்வு, perpetual prosperity.
குன்றாத சத்தியம், an incontestable truth.
குன்றாப்புகழ், undying fame.
குன்ற (குன்ன) அடிக்க, to vex.
செயப்படுபொருள் குன்றிய வினை, intransitive verb.
செயப்படுபொருள் குன்றாத வினை, transitive verb.

கூ

கூ, s. the earth, பூமி; 2. clamour, கூச்சல்.

கூக்குரல், s. clamour, bawling, a loud noise, uproar.

கூக்குரலாய்க் கிடக்கிறது, there is a great clamour, it is noised.

கூக்குரல்பண்ண, - இட, to clamour, to cry out.

கூவென, கூகூவென, கூகாவென, to cry aloud, lament.

*கூகனம், கூகம், s. a hidden, indecent term.

கூகமாய்ப்பேசுகிறான், he indirectly hints at it.

*கூகை, s. a large kind of owl.

கூகைபிளிறுகிறது, the owl shrieks or screeches.

கூகை குளறுகிறது, the owl hoots.

கூகைக்கட்டி, - வீக்கம், the mumps.

கூசா, s. (*Hind.*), a goglet.

கூசு, III. v. i. be shy, bashful, நாணு; 2. be timid, daunted, அஞ்சு; 3. be weak, tender (as teeth set on edge or the eye etc.); 4. be ticklish not bearing titillation.

கண் கூசுகிறது, the sight is grown weak; 2. the eye is dazzled; 3. it is repulsive to the sight.

அதினால் பல்லு கூசிப்போம், that sets the teeth on edge.

கூசாமல் பேச, to speak without fear or shame.

கூச்சம், கூசல், v. n. bashfulness, modesty, timidity, weakness of the eye etc., the teeth on edge, ticklishness; 2. see கூர்ச்சம்.

அக்குள் பாய்ச்சினால் கூச்சமாயிருக்கும், if you put the fingers in one's armpit, he will feel ticklish.

கூச்சக்காரன், - வாளி, - ப்பட்டவன், கூச்சமுள்ளவன், a shy person, a ticklish person.

கூச்சப்பார்வை, defective sight.

கூச்சமாயிருக்க, கூச்சப்பட, to be bashful or ashamed, to be ticklish.

கூச்சம் தெளிந்தவன், - இல்லாதவன், a shameless man, a fearless, bold man.

கூச்சல், s. an outcry, a great noise, கூக்குரல்.

கூச்சலிட, to make much noise, to cry out.

கூச்சு, s. see கூர்ச்சு.

*கூடம், s. a house, a hall, a parlour, சாலை; 2. a side-room; 3. fraud, deception, வஞ்சகம்; 4. a blacksmith's hammer, sledge, சம்மட்டி.

கூடமும் வீடும், the main (hall) and the side room.

காவற்கூடம், a prison.

யானைக்கூடம், elephant's stable.

கூடல், s. the town of Madura; 2. a thick grove, சோலை; 3. the mouth of a river, கழிமுகம்; 4. junction, anything joined, சந்தி.

கூடல்வாய், the internal angle formed by the meeting of the two inclined sides of a roof, valley.

கூடற்பற்றை, a thicket.

கூடாரம், s. a tent, படாம் வீடு; 2. an awning, a conical covering of a cart etc.

கூடாரம் அடிக்க, - போட, to pitch a tent.

கூடாரம் பிடுங்க, to remove or truss a tent, to strike a tent.

கூடாரவண்டில், a covered waggon, a tilted carriage.

கூடு, s. a nest, hive, cage; 2. a hen-roost, coop; 3. a small receptacle; 4. the body as receptacle of the soul, உடல்; 5. a case, a sheath, உறை; 6. a covering of a cart, கூடாரம்.

கூட்டோடே போச்சுது குளிரும் காய்ச்சலும், shivering and fever left with the body, the person died.

கூடாயிருக்க, to be hollow.

கூடுகட்ட, to build nests or cases.

கூடுகலைக்க, to destroy a nest.

கூடுபோட, - விட, to die.

கூடுவிட்டுக் கூடுபாய்தல், the passing of the soul from one body to another at pleasure.

கோழிக்கூடு, a hen coop; 2. Calicut.

தேன்கூடு, a honey comb.

பூச்சிக்கூடு, a cobweb; 2. an ear-ornament.

மைக்கூடு, an ink-stand.

கூடு, III. *v. i.* join, unite, பொருந்து; 2. meet, assemble, associate, சேரு; 3. be reconciled, agree, இணங்கு; 4. cohabit, புணர்; 5. come to pass, be effected, succeed, சித்தி; 6. be possible, இயலு; 7. be proper, decent, தகுதியாகு; 8. be serviceable, பிரயோசனமாகு.

அந்தியகாலம் கூடிவிட்டது, the time of death is come near.

நன்ருய்க் கூடின பலகைகள், planks well joined.

கூட, *adv.* (*inf.*), together, with; 2. even, also; 3. too much, in excess.

அவன்கூடப் போகாதே, do not go with him.

கூட இருந்தான், he was present.

அவன் கூட அறிவான், he also knows it.

ஒருமாதச் சம்பளம் கூடக்கொடுத்தார், he gave me one month's salary in addition.

கூடக்கூடப்பேச, to check another in talking, to meddle or interrupt in talking.

கூடப்பிறந்தவன், a brother by the same father and mother.

கூடலர், கூடார், enemies.

கூடல், *v. n.* uniting, being possible.

கூடாது, it is impossible, improper; 2. it cannot be done; 3. it will not join.

அது என்னுலே கூடாது, that is beyond my power, I am not able to do it.

கூடாதகாரியம், a thing impossible.

கூடாதபடிக்குப் பண்ண, to render a thing impossible or impracticable; 2. to separate, to split.

கூடாமை, *neg. v. n.* impossiblity, impropriety.

கூடிக்கொள்ள, to side with a person, to associate, to meet together.

கூடிப்போக, to go together.

கூடிவாழ, to live happily together.

கூடின மட்டும், கூடிய மாத்திரம், as much as possible.

கூடும், it is possible, proper, fit, practicable, servisable etc.

இது அவனுல் கூடும், he is able to do it.

இது காரியத்துக்குக் கூடும், this will serve the purpose.

கைகூட, கைகூடிவர, to succeed.

கூடை, *s.* a basket.

கூடைமுடைய, - பின்ன, to make a basket.

இறைகூடை, கொடிக்கூடை etc., see under இறை, கொடி etc.

கூட்டம், *s.* (கூடு), junction, union, கூடுகை; 2. a meeting, crowd, assembly திரள்; 3. kindred, relation, caste, tribe, இனம்.

கூட்டங்கூட, to assemble, to meet together, to gather together.

கூட்டங்கூட்ட, to bring together, to assemble, to convene.

கூட்டங் கூட்டமாய், in great numbers, in crowds.

கூட்டம்போட, to crowd together.

கூட்டத்தார், members of the same family, society or association.

கூட்டமாயிருக்க, to be crowded.

கூட்டு, *s.* (கூடு), combination, union, சேர்மானம்; 2. fellowship, society, சம்பந்தம்; 3. partnership, பங்கு; 4. a composition, mixture, seasoning or that which is added to a curry to relish it.

கறியிலே கூட்டுப்போடாதே, do not season the curry.

கூட்டாளி, a companion, associate, a partner in trade.

கூட்டுக்கறி, a curry made of vegetables and dholl or meat.

கூட்டுத்தொழில், a trade in partnership.

கூட்டுப் பயிர், joint cultivation.

கூட்டுறவு, friendship, alliance, social relation; 2. matrimonial love; 3. concubinage.

கூட்டுவர்க்கம், mixture of several ingredients or of odoriferous ointments; 2. a fabrication, a false distorted version.

கூட்டெழுத்து, compound consonants, conjoined letters in handwriting.

சந்தனக்கூட்டு, sandal paste mixed with perfumes.

கூட்டு, III. *v. t.* join, unite, conjoin, set together, இணை; 2. collect, bring together, compound, mingle கல,

3. sum up, add, தொகைப்படுத்து; 4. sweep, பெருக்கு.

கூட்டல் கழித்தல், *v. n.* adding and subtracting.

கூட்டிக்கொடுக்க, to give more; 2. to pimp.

கூட்டிக் கொண்டுபோக, to take along.

கூட்டிச்சேர்க்க, to collect together.

கறிகூட்ட, to mix the several ingredients for a curry.

மைகூட்ட, to mix ink or paint for the eyes.

கூண்டு, *s.* a cage, nest, hive; 2. anything globular and hollow, கூடு.

தேன்கூண்டு, a honey-comb.

தொம்பைக் கூண்டு, a large wicker-basket used as a receptacle for grain.

கூதனம், கூசனம், *s.* same as கூகனம்.

கூதிர் (கூதல்), *s.* chillness, the sensation of cold, குளிர்; 2. dewy wind, பனிக்காற்று; 3. the cold season (*Oct. & Nov.*), கூதிர்ப்பருவம்.

கூத்தரிசி (குத்தரிசி), *s.* rice pounded for sale.

கூத்தரிசி குத்தி விற்கிறாள், she pounds and sells rice.

கூத்தரிசிக்காரி, a woman who sells rice.

கூத்தி, கூத்தியார், *s.* a concubine.

கூத்திக்கள்ளன், a whore-monger.

கூத்திவைக்க, கூத்தியார்படைக்க, to keep a concubine.

கூத்து, *s.* dance, dancing, ball, நடனம்; 2. stage-play, dramatic performance, நாடகம்.

கூத்தன், a dancer, a dramatist.

கூத்தாட, to dance.

கூத்தாடி (*fem.* கூத்தாடிச்சி), a player, dancer, an actor.

கூத்தாட்டு, கூத்தாட்டம், dancing, acting.

கூத்துக்காரன் (*fem.* கூத்துக்காரி), a dancer, a dancing-master, a buffoon.

கூத்துப்பண்ண, to make fun, to confound.

கூத்துப்பயிலிடம், a dancing school.

கூத்துப்பார்க்க, to attend a play or dance.

கூத்துப்போட, to perform a drama.

கூத்துவைக்க, to give a dance or ball, to perform a play.

கூந்தல், *s.* woman's hair, பெண்மயிர்; 2. a peacock's tail, மயில் தோகை; 3. tender leaves of palmyra, cocoa and areca trees, ஓலை.

கூந்தலாற்ற, to dry the hair after bathing.

கூந்தலைவிரிக்க, to let the hair hang loose.

கூந்தல்பாசி, -அறுகு, சவரியார் கூந்தல், நிலக் –, different kinds of plants.

கூந்தல்முடிக்க, to tie the hair up.

கூந்தற்பனை, a kind of palmyra tree, sago palm, *caryota*.

கூந்தாலம், கூந்தாலி, *s.* see குந்தாலி.

*கூபம், *s.* a well, see கூவம்.

கூப்பிடு, IV. *v. t.* call one, அழை; 2. invite, வரவழை; 3. invoke, வேண்டிக்கொள்; 4. *v. i.* cry, shriek, clamour, கூவு.

கூப்பிட்ட குரலுக்கு ஏன் என்பார் இல்லை, there is none to answer the call.

கூப்பாடு, கூப்பிடு, *v. n.* crying, a call; 2. a calling distance.

கூப்பிடுதல், *v. n.* crying, calling.

கூப்பிடுதூரம், the distance of a call.

கூப்பிட்டழைக்க, to cry or call aloud.

கூப்பிட்டுக்கொண்டு வர, to come or follow crying; to fetch.

கூப்பு, III. *v. t.* join, close, contract shut in (as an umbrella), குவி VI.

கைகூப்ப, to join the hands together in worship

கை கூப்பித்தொழ, to worship with closed hands.

கூம்பு, *s.* the mast of a vessel, பாய்மரம் 2. the pinnacle of a car; 3. mud, சேறு

கூம்பு, III. *v. i.* be closed, contract shrink, close as a flower, குவி II

கூம்பல், *v. n.* closing up; shrinking

கூரல், *s.* woman's hair, பெண்மயிர் 2. feathers, புள்ளிறகு; 3. a large fish

கூரன், *s.* (கூர்), a bearded kind of rice

கூரை, *s.* a thatched roof or house-top 2. a hut, குடிசை.

கூரைக்கட்டு, -வீடு, a thatched building or house.

கூரைவேய -மேய, to roof with straw, leaves etc.
மேற்(மேன்)கூரை, the roof of a house.
, s. the point or edge of a tool etc., he tip, நுனி; 2. sharpness, கூர்மை.
கூர் மழுங்கியிருக்கிறது, the point or edge is blunted.
கூராக்க, to sharpen.
கூராயிருக்க, to be sharp, pointed.
கூராம்பாச்சி, கூராம்பிளாச்சு, a short pointed stick for digging.
கூருரை, a sarcastic expression.
கூர் சீவ, to make sharp; 2. to stir up ang or raise a quarrel.
கூர்வாங்க, to sharpen, to hew or forge into a point.
, adj. intense, excessive, abundant, மிகுந்த; 2. see கூர்மை.
கூரிருள், intense darkness.
, கூரு, II. v. i. be pointed, sharp; . be abundant, copious, மிகு.
கூர்ந்தபுத்தி, sharp wit.
கூர்ந்துபார்க்க, to look carefully with a sharp eye.
அன்புகூர, to love.
களிகூர, to rejoice greatly.
திருபைகூர, to be very gracious.
நினைவுகூர, to remember.
, VI. v. i. be saltish and sharp to he taste, உவர்; 2. be enraged, சின.
கூர்ப்பு, v. n. brackishness, saltness.
ச்சம், s. a small post in a building, கால்; 2. (Sans.), a sacrificial grass, தருப்பை.
கூர்ச்ச (கூச்ச) க்கால், a supporter of a beam.
ச்சு (vulg. கூச்சு), s. the point of a hing; 2. a sharp-pointed stick, குச்சு.
கூர்ச்சு கட்டையாய்ப் போயிற்று, the tick is grown blunt.
கூர்ச்சாக்க, to sharpen.
கூர்ச்சாயிருக்க, to be sharp-pointed.
முளைக்கூர்ச்சு, a peg.
ர்மம், s. a tortoise, a turtle, ஆமை.
மை, s. keenness, sharpness, point; . fineness, acuteness, penetration, நுண்மை.
கூரிய, கூர், adj. sharp.
கூரியது, that which is sharp.
கூரியவாள், a sharp sword.
கூரியன், a judicious and skilful man.

கூர்மைமழுங்கிப்போக, -கெட்டுப்போக, to grow blunt (as the edge or point of an instrument).
கூர்மையாய்க்கேட்க, to be quick of hearing.
கூர்மையாய்ப் பார்க்க, to look narrowly or intently.
கூர்மையாளி, கூர்மைக்காரன், a wit.
கூர்ம்பல், a sharp tooth.
புத்திக்கூர்மை, intellectual acuteness.
கூலம், s. stores, grain, goods, பலபண்டம்; 2. bazaar, கடைவீதி; 3. monkey, குரங்கு; 4. cow, பசு; 5. elk, மரை.
*கூலம், s. the bank of a river or tank, கரை; 2. embankment, வரம்பு; 3. chance, fortune, அதிஷ்டம். (See அநுகூலம் and பிரதிகூலம்.)
கூலி, s. wages, hire, சம்பளம்; 2. a hired servant, a cooly.
கூலிக்கழைக்க, to hire a person.
கூலிக்காரன், கூலியாள், a day-laborer, a cooly.
கூலிக்கு வாங்க, - ப்பிடிக்க, to hire.
கூலிப்பாடு, கூலிப்பிழைப்பு, hired labour, maintenance by hard labour.
கூலி பொருந்திக்கொள்ள, to engage for hire, to contract with.
கூலிமாடு, a hired bullock.
குடிக்கூலி, house-rent.
கைக்கூலி, bribe.
நாள் கூலி, daily hire.
*கூவம், கூபல், கூவல், s. a well, pit, கிணறு.
கூவநூல், astrological science for digging wells.
கூவலர், s. the learned, நூல்வல்லோர்.
கூவியர், s. cooks, மடையர்.
*கூவிரம், கூவரம், s. a car, chariot, தேர்; 2. the top of a cart, கொடிஞ்சி.
கூவிளம், கூவிரம், s. the name of a tree, வில்வம்.
கூவிளம்பழம், its fruit.
கூவிளி, s. (கூ+விளி), cry, whooping.
கூவு, III. v. i. crow; 2. coo, sing (as birds), scream; 3. v. t. call, அழை.
கூவுதல், கூவல், கூவுகை, v. n. crowing, crying aloud.
கூழன், கூழன் பலா, s. a kind of jack tree.
கூழாங்கல், s. a small pebble, gravelstone.

கூழை, *adj*. naturally defective, truncated, blunt-edged, cut short, கடையின்மையான; 2. dull, stupid, புத்திக் குறைவான; 3. *s*. deficiency.

கூழைக்கடா, buffalo without tail; 2. the pelican.

கூழைக்கையன், கூழங்கையன், a person with a maimed hand.

கூழைக்கொம்பு, a thick short horn.

கூழைநரி, a fox with a short tail.

கூழைநாய், a dog without a tail.

கூழை முட்டை, a rotten egg.

கூழையாய்ப்போக, to grow blunt.

கூழைவால், a short tail, bob-tail.

***கூழை**, *s*. the rear of an army, படையின் பின்னணி; 2. a divison of an army, படைவகுப்பு.

கூழைப்படை, camp-followers.

கூழ், *s*. pap, porridge, thick gruel; 2. boiled rice, சோறு; 3. grain in the field, பயிர்.

கூழாய்ப்போக, to be boiled too much as rice, to become pulpy, to become addle.

கூழுக்குப்பாடி, Auvyar who once sang for a little pap; 2. a flatterer.

கூழ்ப்பானை, a pap-pot.

கூழ்முட்டை, an addled egg.

கூழ்வரகு, a kind of grain.

கூளம், *s*. rubbish of straw, hemp etc., குப்பை; 2. sediment, dregs, திப்பி.

குப்பையும் கூளமும், sweepings and chips.

கூளத்தைத் தூற்றிப்போட, to winnow the chaff.

கூளம் போட்டுத் தட்டின எருமுட்டை, fuel made of cow-dung mixed with chaff etc.

கூளி, *s*. a devil, ghost, demon, பேய்; 2. vulture, a large species of eagle, பெருங்கழுகு; 3. strength, வலி; 4. multitude, company, தொகுதி; 5. relationship, சுற்றம்.

கூளியர், *s*. soldiers, hunters.

கூறு, *s*. part, portion, பங்கு; 2. the properties or qualities of a thing, symptoms of a disease கூறுபாடு; 3. effect, result, பலன்; 4. *v. n*. proclamation, அறிக்கை.

கூறுகட்ட, - வைக்க, - போட, to divide into portions, to set in small heaps as a retailer for sale.

கூறுகெட்ட மனிதன், one whose mental faculties have become weak.

கூறுகொள்ள, to stuff, press anything down with a stick, the feet or the hands.

கூறுசெய்ய, கூறுகூறாக்க, to cut in pieces.

கூறுபாடு, *s*. portion, divison, subdivision; 2. the nature or properties of a thing or person; 3. the component parts.

உடற்கூறு, the parts of the human body, anatomy, the temperament of the body.

நடுக்கூற்றிலே, in the middle, in the middle part.

வியாதிக்கூறு, the symptoms of a disease.

கூறு, III. *v.t.* proclaim, publish, விளம்பு; 2. cry as an auctioneer or a herald; 3. speak, say, சொல்லு.

கூறியது கூறல், tautology.

கூறுவிக்க (*caus.*), to have a thing proclaimed.

கூற்று, *v.n.* a word, declaration.

ஓலை கூற, to publish the marriage banns in the church.

பழி கூற, to blame, censure.

புறங்கூற, to backbite.

கூறை, *s*. clothes, garments, சீலை; 2. garments which the bridegroom gives the bride on the wedding day, தாலிக்கூறை.

கூறைகொடுக்க, to give the wedding cloth to the bride.

கூறைப் பாய், a canvas sail; 2. a variegated mat given to a bride at her marriage.

முக்காட்டுக் கூறை, a garment given by the parents to the bride for her head.

கூற்றம், கூற்றன், கூற்று, கூற்றுவன், *s*. Yama, the God of death, யமன்; 2. foe, சத்துரு.

கூனு, III. *v. i*. be or grow hump-backed, முதுகு வளை; 2. become crooked, bend down, கோணு.

கூனல், *v. n.* crookedness, 2. a hump or hunch on the back, a crooked back; 3. the crescent moon, கூனற் பிறை.
கூனலாயிருக்க, to be hump-backed.
கூனற்கிழவன் (*fem.* கூனற்கிழவி), a bent old person.
கூனிப்பார்க்க, to look at a thing stooping.
கூன், *s.* a bend, curve, கோணல்; 2. a hunch or hump on the back; 3. a hump-backed person, கூனன்.
கூனன், a hump-backed man.
கூனி, a hump-backed woman; 2. small shrimps.
கூன் நிமிர்க்க, to straighten a thing bent.
சின்னக்கூனி, சென்னக் கூனி, a small crustaceous fish, camaram.

கெ

*கெக்கட்டம், *s.* giggling, hearty laughter, சிரிக்கை.
கெக்கட்டம்போட்டுச் சிரிக்க, to laugh boisterously.
கெக்கரி, VI. *v.i.* cluck as a hen, கொக்கரி.
*கெக்கலி, VI. *v.i.* shout with laughter, மகிழு.
கெக்கலி, *v. n.* shouting.
கெக்கலிகொட்ட, to shout and clap the hands.
*கெசம், *s.* an elephant, யானை; 2. yard.
கெச்சங்கெட்டவன், *s.* (*vulg.*), a very poor mean person, நாணமில்லோன்.
கெச்சுகெச்சேனல், *v. n.* chirping as a lizard; 2. teasing, வருத்தல்.
கெச்சை, *s.* little tinkling bells tied to the legs, காற்சதங்கை.
கெச்சைகட்டியாட, to dance with tinkling bells tied to the feet.
கெச்சைகட்டின குதிரை, a horse with little bells tied to the legs.
கெச்சைக் கொலுசு, a silver chain for the feet with tinkling bells.
கெஞ்சு, III. *v.* t. beg humbly, supplicate, crave, solicit, மன்றாடு.
கெஞ்சப்பண்ண, – அடிக்க, to detain and vex a person for a long time before anything is given; to make a person beg humbly.
கெஞ்சல், கெஞ்சுதல், *v. n.* begging, beseeching, entreaty.
கெஞ்சிக்கேட்க, to beg, to supplicate, to crave.
கெஞ்சிக்கொண்டுதிரிய, to go abegging.
கெஞ்சிவாங்க, to receive by begging.
பல்லைக்காட்டிக் கெஞ்ச, to beg hard showing the teeth.
கெடாரம், கடியாரம், *s.* a clock.
கெடி, *s.* great fame, a glorious name, கீர்த்தி; 2. terror, cruelty, fright, பயம்; 3. authority, அதிகாரம்.
கெடிகலங்க, to be terribly alarmed.
கெடிஸ்தலம், seat of government, chief station, head-quarters.
கெடிபண்ண, to scare, frighten, terrify.
கெடியடிபட, to be famed, dreaded.
கெடியாயிருக்க, to be frightful, cruel, terrible.
அதிராக்கெடியன், a bold undaunted hero.
மரணக்கெடி, dread of death.
கெடிலம், *s.* an abyss, ஆழமான ஓடை; 2. a river near Cuddalore.
கெடு, IV. *v. i.* perish, be ruined, undone or lost, அழி; 2. become spoiled, rotten or damaged, கெட்டுப்போ; 3. be slided, dropped (as a letter).
ஆ கெட்டேனே, alas! I am undone, I am lost.
கெடுவாய், may you perish!
கெடு, *v. n.* ruin, decay; 2. time run out, expired; a term, a limited time, கெடுவு.
கெடு தப்பிப்போயிற்று, the term fixed is passed.
கெடுப்படிக்கு, according to the stipulated time or term.
கெடுவிலே, at the fixed time.
கெடுவைக்க, – சொல்ல, to fix a time for payment, to delay, to beg respite.
கெடுதல், கெடுதலை, *v. n.* damage, spoiling.
கெடுதி, *v. n.* ruin, loss, evil, disaster.

கெடு நினைவு, —புத்தி, an evil mind, malice.
கெடுமதி, a malicious intention; wicked devices; 2. loss, ruin.
கெட்ட, bad, spoiled, ruined, dangerous.
கெட்ட உத்தியோகம், a dangerous profession.
கெட்ட நடத்தை, immoral conduct.
கெட்ட வியாதி, a bad disease, a foul disease.
கெட்டுத்திரிய, to lead a ruinous course of life.
கெட்டுப்போனவள், a fallen woman.
மதிகெட்டவன், a foolish man.
துப்புக்கெட்டவன், an incompetent person.
வெட்கம்கெட்டவன், a shameless fellow.

கேடு, VI. *v.t.* destroy, ruin, spoil, அழி; 2. deprave, debauch, defile, சீரழி; 3. frustrate, அவமாக்கு; 4. drop (as a letter).

கேட்டி, *s.* *(Tel.)*, firmness, hardness, solidity massiveness, உறுதி; 2. cleverness, skilfulness, திராணி; 3. close-fistedness, உலோப குணம்.
கெட்டிக்காரன், a clever, capable man.
கெட்டி கெட்டி, well done, bravo!
கெட்டிச் சரீரம், a robust body; a compact, well built body.
கெட்டித்தனம், cleverness.
கெட்டிபண்ண, to make firm, to strengthen, sublimate.
கெட்டிபத்திரமாய், very securely, under lock and key.
கெட்டிப்பாகு, thick syrup.
கெட்டியான வேலை, strong and durable work.

கேட்டி, VI. *v. t.* to make firm or solid by beating down, உரமாக்கு.
துப்பாக்கியைக் கெட்டிக்க, to charge, to load a fire-arm.

கேண்டன், *s.* a stout, robust man, மிண்டன்.

கேண்டி, கெண்டிகை, *s.* the spout or nose of a vessel or kettle, வாய்; 2. a brass pot with a nozzle.
கெண்டியால் வார்க்க, to pour out through the nose of a vessel.

கேண்டை, *s.* a small river fish, the carp, கயல்; 2. the leg from the ankle to the knee.
சேல்கெண்டை, மடவைக் —, தேள் —, சாணிக்—, சாளைக் —, different kinds of carp.
கெண்டைக்கால், கெண்டைச்சதை, the calf of the leg.
கெண்டைச் சரிகை, பொற்கெண்டை, வெள்ளிக் —, gold or silver thread lace.
கெண்டைப்பீலி, a fish-shaped jewel for the toe.
கெண்டைவாதம், rheumatic pains in the legs or joints.
கெண்டை வியாதி, கெண்டை விழுந்த நோவு, a hypochondriac disease.
சூரத்துக்கெண்டை, lace from Surat.

*கேதி, *s.* see கதி.

*கேதை, *s.* see கதை.

கேத்து, *s.* *(Hind.)*, wiles, tricks, evasion, shift, உபாயம்.

கேத்துக்கேத்தேனல், *v. n.* palpitating (as the heart through grief or fear), chirping.

*கேந்தகம், *s.* see கந்தகம், brimstone.

*கேந்தம், *s.* see கந்தம், fragrance, perfumes.

கேந்து, III. *v. i.* crawl, writhe, limp, walk lamely, நெளி.
கெந்திக்கெந்திநடக்கிறான், he walks limping, he walks with an affected spring.
நரகத்திலே கிடந்து கெந்துவாய், thou shalt writhe in hell.
மனம்கெந்த, to be perturbed in mind.

கேபி, *s.* *(Tel.)*, a cave, cavern, den, grotto, குகை.

*கேமனம், *s.* see கமனம், walking.

கேம்பத்து, *s.* *(Hind.)*, pomp, splendour, இடம்பம்.

*கேம்பீரம், *s.* see கம்பீரம்.

கேம்பு, *s.* a ruby, கெம்புக்கல்.

கேம்பு, III. *v. i.* rise up, swell, be boisterous like the sea, கொந்தளி; 2. cry, clamour, make tumult, bustle, ஆரவாரி.
கெம்பளிப்பு, *v. n.* exultation.
கெம்பிக்கொண்டுபோக, to go on roaring and raging.
கெம்பியெழும்ப, to rise up with indignation.

கெய், கெய்மீன், *s.* a small kind of fish.
கெரடி, கரடி, *s.* fencing, see கருடி.
*கெருடன், *s.* kite, see கருடன்.
*கெர்ச்சி, VI. *v. i.* roar, see கர்ச்சி.
*கெர்ப்பம், *s.* womb, see கர்ப்பம்.
*கெர்வம், *s.* arrogance, see கர்வம்.
கெலி, VI. *v. t.* gain, win, conquer, வெல்லு; 2. be full of terror, அஞ்சு; 3. be greedy, desire, ஆசைப்படு.
கெலியன் பாற்சோறு கண்டதுபோல், as the greedy saw milk and rice.
கெலி, கிலி, *v. n.* terror, fear, greediness.
கெலிபிடித்திருக்க, to tremble with fear, to be terror-stricken.
கெலிப்பாயிருக்க, to be successful.
கெலிப்பு, *v. n.* victory (*opp. to* தோற்பு, defeat).
கெல்லு, III. *v. t.* dig round with a stick or rod, கிண்டு; 2. eat and spread like a cancer, irritate, அரி.
எனக்கு வயிற்றைக் கெல்லுகிறது, I feel an irritation in the stomach.
கெல்லியெடுக்க, to grub up, to dig out.
கெல்லுக்கம்பு, a stick for grubbing up the earth.

கெவுடு, *s.* sacred beads tied round the neck or arm.
*கெவுரிசங்கம், கௌரிசங்கம், *s.* an eleocarpus with double seed, இரட்டையுருத்திராட்சம்.
கெவுளி, *s.* a red species of cocoanut; 2. see கௌளி.
கெவுனி, *s.* gate, see கவுனி.
கெழுமு, III. *v. i.* be connected, பொருந்து; 2. be full, abundant, நிறை; 3. spring up, shoot up, முளை.
கெழுமை, *v. n.* combination, abundance, germination.
கெழுமை, *s.* colour, நிறம்; 2. brilliancy, splendour, பிரகாசம் (see கேழ்).
கெழு, *adj.* bright, superior in colour.
கெழுவு, III. *v. i.* belong to, be full, கெழுமு.
கெளிசு, கெலிசு, *s.* bloatedness, a kind of dropsy, வீக்கம்.
கெளிதம், *s.* a large stone.
கெளிறு, கெளிற்றுமீன், *s.* the name of a fish.
*கெறுவம், *s.* same as கெர்வம், கர்வம்.
கெற்பு, *s.* power, ability, திராணி.

கே

*கேகம், *s.* a house, வீடு.
*கேகயம், *s.* a peacock, மயில்; 2. the name of a country.
கேகயன், a king of கேகயம்.
கேகே என்று சிரித்தல், *v. n.* giggling.
*கேசம். *s.* hair, மயிர்.
கேசகன், *s.* a barber.
கேசவன், a person with a fine head of hair; 2. Krishna.
கேசாதிபாதம், from head to foot.
*கேசரி, *s.* lion, சிங்கம்; 2. moving through mid-air, ஆகாய கமனம்.
கேசரிமார்க்கம், passage through the mid-air.
*கேசிகன், *s.* a person with abundant hair.
கேசியா, *s.* the name of a tree, தாழை.
*கேடகம்,கேடயம்,கேடையம்,*s.* a shield, பரிசை; 2. a portable tower for carrying idols in procession, சப்பரம்.
கேடகக்காரன், a shield-bearer.

கேடு, *v. n.* (கெடு), destruction, ruin, perdition, அழிவு; 2. loss, damage, சிதைவு; 3. vice, wickedness, பொல்லாங்கு.
கேடுவரும் முன்னே மதிகெட்டுவரும், folly precedes ruin.
கேடாக, *inf.* to grow worse; 2. *adv.* wrongly, mischievously.
கேடுகாலம், time of ruin.
கேடுகெட்டவன், one that is irrecoverably ruined or lost.
கேடுபாடு, loss, detriment, adverse circumstances.
குடிகேடு, destruction of a family.
குணக்கேடு, bad temper.
சீர்கேடு, disorder.
வெட்கக்கேடு, great shame.
கேட்டை, *s.* an evil star; 2. goddess of misfortune, மூதேவி.
கேணி, *s.* a well, கிணறு; 2. pond, tank, தடாகம்.

கேணிக்கரை, the place near a well, the bank of a tank.

கேணித்துறை, the descent of a well or tank.

கேணிவெட்ட, to dig a tank, to sink a well.

கேண்மை, s. friendship, நட்பு; 2. kindness, கண்ணோட்டம்; 3. relationship, உறவு.

*கேதம், s. distress, affliction, துன்பம்; 2. mourning, துக்கம்.

கேதம் விசாரிக்க, to condole with mourners.

*கேது, s. the red serpent (*Cauda draconis*) which with ராகு (*Caput draconis*) is supposed to swallow the sun and moon and to cause eclipses.

*கேது, III. *v.t.* call, invite, அழை.

கேதல், *v. n.* calling, inviting.

கேதுரு, *s. (for.)*, the cedar tree.

*கேத்திரம், க்ஷேத்திரம், *s.* sacred spot, town or country; a shrine, பரிசுத்த ஸ்தலம்.

*கேந்திரம், s. the centre of a circle, மத்தியம்; 2. rising sign of a planet in Hindu astrology.

கேப்பை, s. (*vul.*), see கேழ்வரகு.

*கேயம், s. a song, hymn, இசைப்பாட்டு; 2. a ditch, அகழ்.

*கேரளம், s. the Malayalam country; 2. the Malayalam language.

கேரு, III. *v. i.* cackle as a hen, கொக்கரி; 2. speak in a tremulous voice; 3. be bashful, பயப்படு.

*கேலம், *s.* female sports, play.

*கேலி, *s.* fun, jesting, joking, பரிகாசம்; 2. ridicule, இகழ்ச்சி; 3. buffoonery, விகடம்.

கேலிக்காரன், a jester, a mocker.

கேலித்தனம், jesting, ridiculousness.

கேலிபண்ண, to joke, to jest, to deride, to ridicule, to confound.

கேவணம், *s.* the socket for a gem.

*கேவலம், *s.* solitude, what is simple or alone, தனிமை; 2. uniqueness, entireness, the only one of its kind, ஒருங்கு; 3. freedom from birth, bliss, மோட்சம்; 4. destitution, இன்மை; 5. extreme weakness, emaciation, மெலிவு; 6. danger, crisis, மோசம்.

கேவலம் சாப்பாட்டுக்கில்லை, there is no money even for food.

கேவலஸ்தன், a poor, feeble man.

கேவலப்படுத்த, to detract, to disparage, to weaken.

கேவலமாய்க் கிடக்க, to be dangerously ill.

கேவலமான உடம்பு, a feeble or emaciated body.

கேவு, III. *v. i.* breathe with difficulty, gasp, groan as a dying man, திணறு.

கேழல், *s.* a hog, a boar, பன்றி.

கேழ், *s.* colour, நிறம்; 2. light, ஒளி; 3. comparison, உவமை.

கேழ்வரகு (*vul.* கேவுரு, கேப்பை), *s.* raggy, a kind of millet.

கேழ்வி, *s.* see கேள்வி, hearing.

கேளார், *s.* enemies.

கேளி, *s.* cocoanut tree, தெங்கு.

கேளியிளநீர், a half ripe cocoanut of reddish colour.

*கேளி, *s.* female sports, play.

கேளியுல்லாசம், – விலாசம், amusement, joviality of company.

கேளியுல்லாசமாய்ப் புறப்பட, to ramble in company with females and merry friends.

*கேளிக்கை, *s.* amusement, dancing, play, sport, tamash, விளையாட்டு.

கேளிக்கையாட, to sing, dance and play for amusement.

கேள், *s.* love, friendship, அன்பு; 2. relationship, உறவு.

கேளன் (*pl.* கேளர், கேளிர்), a friend relation.

கேள், v. *v. t.* (*improp.* கேழ்), hear, செவிகொடு; 2. obey, கீழ்ப்படி; 3. ask, question, வினவு; 4. beg, entreat, இர; 5. demand, கொடுக்கச்சொல்; 6. bid, offer a price, விலைகேள்; 7. *v. i.* be heard (as a sound).

அது சொல்லக் கேட்டேன், I heard the rumour, I heard it.

தூரமாய்க் கேட்கும், it will be heard far off.

கேட்டும் கேளாதிருக்க, to pretend not to hear.

கேட்டு விசாரிக்க, to inquire into, investigate.

கேட்பார் பேச்சைக் கேட்க, to listen to every one's advice.

கேளாத கேள்வி, an improper, indecent, unbecoming question.

கேளாமை, *neg. v. n.* disregard, disobedience.

காது கேளாதவன், a deaf man.

சொல்கேட்க, to obey one's word.

நூல்கேட்க, to learn a book under a teacher.

பெண்கேட்க, to solicit a girl of her friends in marriage.

வழக்குக்கேட்க, to inquire into a case.

கேள்வி, கேழ்வி, *v. n.* hearing, கேட்கை; 2. obedience, கீழ்ப்படிவு; 3. a question, inquiry, வினா; 4. acquired information, கல்வி; 5. report, rumour, பேச்சு; 6. ear, காது.

ஒருவருக்கு கேள்விகொடுக்க, to give ear or to listen to one's advice or request.

கேள்வி கேட்க, to interrogate, to question.

கேள்விக்கடுதாசி, -ப்பத்திரம், written application, tenders in writing.

கேள்விப்பட, to hear as a rumour.

கேள்வி மறுமொழி, question and answer.

கேள்வியாக, to be rumoured.

கேள்வியில்லாத (கேள்வி முறையில்லாத, கேள்வியற்ற) ஊர், a town where no justice can be got.

கேள்வு (கேழ்வு), *s.* freight, கப்பல் கூலி.

கேள்வுக்காரன், கேள்வுக்குப் பிடிக்கிறவன், -ஏற்றுகிறவன், one who takes goods on board for freight.

கேள்வுக்குக் கொடுக்க, to hire out a vessel.

கேள்வுக்கு வாங்க, to employ a ship for freight.

கை

கை, *s.* the hand, the arm, கரம்; 2. the sleeve of a garment, சட்டையின் கை; 3. rafters of a house, கைமரம்; 4. the trunk of an elephant, துதிக்கை; 5. side left or right, பக்கம்; 6. the wings of an army, படைவகுப்பு; 7. ability, சாமர்த்தியம்.

கை கட்டிக்கொண்டு நிற்க, to stand with the arms across in awe.

கைகண்ட பரிகாரி, an experienced physician.

கைகண்ட பலன், a benefit sure to come.

கைகண்ட மருந்து, an effectual remedy, a specific.

கைகண்ட வேலை, a work which a person has been accustomed to.

கை கலக்க, to join hands, to come to close engagement.

கை கழுவ, to wash the hand; to relinquish, give over.

கை காட்ட, to make signs with the hand, to lend a hand.

கைகாரர் எல்லாரும் வந்தார்கள், all the powerful men came.

கை கால் வழங்காதவன், one who is unable to use hand or foot.

கைகாவல், help in emergency.

கை குவிக்க, - கூப்ப, to join hands in worshipping.

கைகூட, to be successful.

கைகூடி வருகிறவேலை, a work that meets with success.

கை கெட்டுப்போக, to become poor.

கை கொடுக்க, - தர, to give the hand, to help.

கை கொட்ட, to clap the hands.

கை கோக்க, to join hands.

கை கோத்து நடக்க, to go hand in hand.

கைக் கடன், a small sum borrowed on trust.

கைக் கட்டி, a boil in the arm-pit.

கைக் கணிசம், -த்திட்டம், - மதிப்பு, an estimation of weight by the hand.

கைக் சாணிக்கை, - லஞ்சம், - க்கூலி, - யடை, - யிடை, a present given for shewing some favour, bribe.

கைக் கிட்டி, a torturing instrument in which the hands are pressed between two sticks.

கைக்கு ஆளில்லை, - உதவியில்லை, nobody is at hand to help to do the work.

கைக்குட்டை, a handkerchief, handcuff.
கைக்குத்து, a blow with the wrist of the hand.
கைக்குத்துக்கு நிற்க, to box one another.
கைக்கு வர, to come to hand.
கைக்குழி, arm-pit.
கைக்குறி, lines of the hand.
கைக்கூலி, see கைக்காணிக்கை.
கைக்கொள்ள, to take charge; 2. to observe a day etc., to heed law, rule; 3. to receive, admit, adopt.
கைக் கோடாலி, a hatchet.
கைக் சோரணி, gestures with the hands.
கைக் கோல், a staff.
கை சலிக்க, – அயர்ந்து போக, to be tired in the hand.
கைசாத்த, to sign.
கை சுழற்ற, to whirl the hand.
கைச் சங்கிலி, manacles, handcuffs.
கைச் சட்டம், cross-pieces for rafters.
கைச் சரசம், wanton sports.
கைச்சாத்து, an invoice, a list of goods with the person's signature; 2. a writing concerning the payment of a tax etc.; 3. the mark of a person who cannot write.
கைச் சீட்டு, – நறுக்கு, a note of hand.
கைச் சூடு, heat of the hand; 2. a bundle of sheaves.
கைச் செட்டு, a small bargain.
கைச் சேஷ்டை, a rough play, wanton sports.
கைச் சைகை, a beck, sign by the hand, signature.
கை தட்ட, to clap the hands, to strike the hands together in applause.
கையைத் தட்டிப் பிடுங்க, to overturn by striking with the hand and snatch away.
கை தட்டிப் பண்டாரம், mendicant of the Siva sect begging by clapping the hands; a destitute man.
கை தட்டிப்போட, to let a business alone, to avoid meddling with it, to forsake.

கை தூக்க, – தூக்கிவிட, to lift up one fallen, to assist, to save.
கை தூவாமை, purity of life.
கை தேர்ந்தவன், a man of experience.
கை தொட, to touch with the hand, to eat rice, to marry.
கைத் தலையணை, a small pillow.
கைத் தளை, hand shackles, manacles.
கைத் தளை மாட்ட, to manacle, to chain the hands.
கைத் தாய், a nurse.
கைத் தாளம், small cymbals.
கைத்து, whatever belongs to one, gold, wealth, money.
கைத் துபாக்கி, – துவக்கு, a hand-gun, a pistol.
கைத் தூக்கு, as much as can be lifted up with the hand, a hand-lift.
கைத்தொழில், handicraft, industrial art.
கை நனைக்க, to eat.
அவன் வீட்டில் கை நனைக்கமாட்டேன், I will not eat in his house.
கை நாட்டு, the mark of a person who cannot write.
கை நிறைய, with full hands, a handful.
கைநொடி, a snap of the fingers.
கை நொடித்துப்போக, to be reduced to poverty, to decline.
கை படிய எழுத, to practise in writing.
கை பழக, to be trained (as the hand to writing etc.).
கை பார்க்க, to feel the pulse, to try one's ability, to repair.
கை பிடிக்க, to apprehend, catch, lay hold on.
ஸ்திரியைக் கைபிடிக்க, to marry, to ravish a woman.
கை போட, – யடிக்க, to confirm a promise by striking hands.
கைப்பட்டை, shoulder-blade, the arm.
கைப்பணம், கைரொக்கம், money in hand, ready money.
கைப்பதட்டம், hastiness; 2. thievishness.
கைப்பற்று, possession.
கைப்பற்ற, to seize, lay hold on, usurp, embezzle.
கைப்பற்று நிலம், a field which is in one's possession.

கைப்பாடு, hand-work, labour.
கைப்பாடுபட்டுப் பிழைக்க, to subsist by hand-labour.
கைப்பிசகு, slip of the hand, oversight.
கைப்பிடி, கைபிடி, a handle; 2. a handful.
கைப்பிடியாய்ப் பிடிக்க, to catch with the hands.
கைப்புயம், — ப்புசம், — ப்பட்டை, — ச்செட்டை, the part of the arm from the shoulder to the elbow, the shoulder-blade.
கைப்பொருள், personal property, that which is in hand as money etc.
கைமரம், rafters.
கைமரம் பிணைக்க, to join the rafters.
கைமருந்து, domestic medicine, medicine prepared for personal use.
கைமாறு, கைம்மாறு, recompense, return for benefit received.
கைமாறு செய்ய, to reward, to remunerate.
கைமாறுவெற்றிலே, a species of betel.
கைமாற்றாக வாங்க, to borrow for a short time on a verbal promise.
கைமுடக்கம், straitened circumstances, poverty.
கைமுழி, the bone of the wrist.
கையடை, charge of a person or a thing; 2. bribe.
கையடை கட்ட, to bribe.
கையம்பு, a missile dart, weapon.
கையளிக்க, to deliver, to surrender.
கையறிந்தவன், an experienced person.
கையறுதியாய் விட, to be given up by the physician, to give up all hopes.
கையறுதியாய் விற்க, to sell outright relinquishing all claims.
கையாலாகாதவன், one who is unable to perform what he says.
கையாணி, a nail used for rafters.
கையாள, — யாட, to use or handle a thing.
கையாள், a servant, an assistant.
கையிட, to undertake, to meddle with.
கையிடை, see கைக்காணிக்கை.
கையிணக்கம், boxing; keeping a concubine.
கையிணக்கமாக, to come to handcuffs, to have to do with a woman.
கையிருப்பு, money on hand.
கையிளக, to be liberal.
கையிளைத்தவன், one who is in reduced circumstances.
கையிறுகல், — யிறுக்கம், closefistedness, tenacity.
கையும் களவுமாய் (கையும் மெய்யுமாய்) ப்பிடிக்க, to catch in the very act.
கையெழுத்து, hand-writing; 2. sign-manual, signature; 3. manuscript.
கையெழுத்துப்போட, — வைக்க, to sign, to subscribe.
கையேற, to come to hand, to be paid.
அவனுககுப் பணம்கையேறிப்போயிற்று, the money has been paid to him.
கையேற்பு, the alms at the threshing floor to mendicants.
கையை வாங்கிப்போட, to cut off the hand.
கையை விரிக்க, to open the hands, to be bountiful, to deny help, to refuse aid.
கையொப்பம், signature, sanction.
கையொற்றி, private mortgage of property.
கையோங்க, to raise the arm in order to strike.
கையோடே, with, together with (a person); 2. at once, immediately.
அவனைக் கையோடே அழைத்துக்கொண்டுவா, bring him with you.
கைராசி, fortunateness of one's hand.
கைரேகை, lines in the hand.
கைலஞ்சம், see கைக்காணிக்கை.
கைலாகை (— லாகு) கொடுக்க, to support one with the arm.
கைலாகையிலே போக, கைலாகைகொண்டு நடக்க, to walk leaning upon a person's arm or hand.
கைவசம், actual possession, charge, custody.
கைவசம் பண்ணிக்கொள்ள, to take the possession of a thing.
கை விட, — நெகிழ விட, to forsake, to leave, to abandon, to give up.
கை விளக்கு, a portable lamp.

கை வீச்சு, a swing of the hand.
கை வைக்க, to lay the hands on, to enter upon; 2. to put up the rafters.
அகங்கை, அங்கை, அறங்கை, உள்ளங்கை, the palm of the hand.
இடங்கை, left-hand caste.
இடதுகை, இடக்கை, left hand.
ஒரு கையாயிருக்க, to be together in a cabal, faction or in some close design.
கணுக்கை, the wrist.
கொடுங்கை, the inside of the bent arm.
சிறங்கை, சிரங் –, சேரங் –, as much as the hollow of the hand can hold.
புறங்கை, the back of the hand.
முழங்கை, the elbow.
முன்கை, முன்னங்கை, the fore-arm.
வலங்கை, right hand caste.
வலதுகை, வலக்கை, right hand.

கை, VI. *v. i.* be bitter, கச; 2. be disgusted with, வெறு.
கைத்தல், கைப்பு, *v. n.* bitterness.
மனங் கைக்க, to be disgusted with, to feel an aversion.

*கைகேயன், கேகயன், *s.* a king of கேகயம்.

*கைகேயி, கைகேசி. *s.* the mother of Bharata.

கைக்கிளன், கைக்கிளவன், கைக்கோளன், *s.* (*pl.* கைக்கிளவர்), a weaver.
கைக்கிளச் சாதி, the weavers' tribe.

கைக்கிளை, *s.* sexual love not reciprocated, ஒருதலைக்காமம்; 2. a poem on love; 3. the palatal sound in music; 4. one of the strings of the lute, யாழின் நரம்பு.

*கைங்கரன், *s.* a slave, servant.

*கைங்கரியம் (கைங்கிரியம்), *s.* service, see கயிங்கரியம்.

கைச்சி, *s.* areca-nut.

*கைதவம், *s.* deceit, வஞ்சனை; 2. falsehood, பொய்; 3. gambling, சூது; 4. affliction, துன்பம்.

கைதவன், *s.* a title of the Pandyan kings.

கைது, *s.* (*Arab.*), imprisonment.
கைதி, a prisoner.

கைதை, *s.* the wild pine, தாழை; 2. a rice field, வயல்.

கைமை, கைம்மை, *s.* widowhood, widow.
கைம்பெண், – பெண்சாதி, – பெண்டாட்டி, a widow.
கைம்பெண் கூறு, the portion due to the widow from the estate of her husband.

கையர், *s.* low people, கீழ்மக்கள்; 2. thieves, திருடர்.

கையறுநிலை, *s.* an elegiac verse or poem.

கையாந்தகரை, *s.* a medicinal herb.

கையிலி, *s.* a cloth worn by the Mohammedans.

கையில், *s.* the half of a cocoanut, கயில்.

கையை, *s.* younger sister, தங்கை.

*கைலாசம், கைலாயம், கைலை, கயிலை' *s.* mount Kylasa, the abode of Siva.
கைலையாளி, Siva.

*கைவல்லியம், *s.* heaven, future bliss, மோட்சம்; 2. success, சித்தி.
கைவல்லியபதம், heavenly mansion.

கைவாளை, *s.* cloth with small coloured stripes.

கைனி, *s.* a widow, கைமை.

கோ

கோக்கரி, VI. *v. i.* cackle as hens, கேரு; 2. shout for joy, ஆர்ப்பரி.
கொக்கரிப்பு, *v. n.* a shout, shouting, cackling.

கோக்கரை, *s.* the dried integument of the palmyra flower.

கோக்காம்பாளை, *s.* the name of a shrub.

கோக்கான், *s.* a play of girls with seven pebbles, ஏழாங்காய்.

கோக்கி, கொக்கை, கொளுக்கி, *s.* a clasp, a hook, கொடுக்கி.
கொக்கிப் பூட்டு, the lock of a clasp.
கொக்கி யாட்ட, to clasp, to hook.
இரட்டைக் கொக்கி, a double clasp.

கோக்கு, *s.* a heron, stork, crane, paddy - bird.
கொக்குக்கல், an agate.
கொக்குமட்டி, sea cockles.
கொக்குமீன், needle fish.

கோக்கோவெனல், *v. n.* cackling, clucking.
*கோக்கோகம், *s.* a work on erotics.
*கொங்கணம், *s.* the Konkan country and language.
கொங்கணர், the people of Konkan, the name of a sage.
கோங்கணி, கொங்காணி, *s.* a covering against rain made of cocoa leaves, குடலை; 2. crease formed in stitching cloth.
கொங்கு, *s.* the Kongoo country on the western coast of India; 2. odour, fragrance, வாசனை; 3. pollen of flowers, பூந்தாது; 4. honey, தேன்; 5. a kind of gourd, கருஞ்சுரை.
கொங்கர், the people of the Kongoo country.
கொங்குத் தமிழ், a dialect of Tamil used in Kongoo.
கொங்கு வெள்ளம், the inundation coming from the western regions.
கொங்கு வெள்ளாளர், the Vellalas of Kongoo.
கோங்கு, III. *v. i.* speak submissively.
கோங்கை, *s.* female breasts, முலை; 2. excrescence on a tree, மரக்கணு; 3. the husk of raggi, kambu etc., கம்புமி.
கோசமசக்கு, *s.* confusion, குழப்பம்.
கொசமசக்காயிருக்க, to be in a great confusion.
கோசகம், கொசுகம், கொய்சகம், *s.* see கொய்.
கோசுகு (*com.* கொசு), *s.* a mosquito, a gnat.
யானைக் கொசுகு, a very large kind of mosquitos.
கொசுத்தேன், honey of flies.
கோசுறு, கொசறு, *s*, a small additional quantity given when an article is purchased, பிசுக்கு.
கோச்சகம், *s.* a species of கலிப்பா verse.
கோச்சி, *s.* Cochin; 2. dry shell of a young cocoanut.
கொச்சி மிளகு, Cochin pepper.
கோச்சை, *s.* a corrupt and low expression, a barbarism in speech or pronunciation, uncouthness, திருந்தாத பேச்சு; 2. a goat, வெள்ளாடு.
கொச்சை நாற்றம், — வீச்சு, the smell of a goat.
கொச்சையடிக்க, — வீச, to smell like goat's milk.
கொச்சையாய்ப் பேச, to speak barbarously.
கொச்சை வார்த்தை, — ப்பேச்சு, barbarisms, indecent words.
கோஞ்சம், *s.* a little, a bit, சிறிது; 2. littleness, smallness, அற்பம்; 3. meanness, இழிவு.
கொஞ்சக்காரன், a mean person.
கொஞ்சக்காலம், — நேரம், a short time.
கொஞ்சத்தனம், littleness, meanness, vileness, disgrace, dishonesty, insignificance.
கொஞ்சத்துக்குள்ளே, in a few words; 2. in a short time; 3. for a small price; 4. in a little, on a small scale.
கொஞ்சநஞ்சம், a little.
கொஞ்சமாக்க, to diminish.
கொஞ்சமாய்ப் பார்க்க, — எண்ண, கொஞ்சப்படுத்த, to slight, to disregard.
கொஞ்சமாய்ப்போக, to become diminished.
கொஞ்சம் கொஞ்சமாய், little by little.
கொஞ்சம் (கொஞ்சப்) பேர், a few people.
கொஞ்ச வாழ்வு, short life, little enjoyment.
அது கொஞ்சத்திலே தீராது, it will not be a light matter to settle.
கோஞ்சி, *s.* the name of a shrub.
கொஞ்சிப்பழம், its fruit.
கோஞ்சு, III. *v. i.* play with a child or as a little child, செல்லங்கொஞ்சு; 2. prattle, talk pleasantly, மழலை பேசு; 3. dally with young women.
கொஞ்சிக் கொஞ்சிப் பேசுங் குழந்தை, a little child that begins to utter some words.
கொஞ்சிக் கொஞ்சி நடக்குங் குதிரை, a horse that goes on an easy pace.
கொஞ்சு கிளி, a prattling parrot.
கொஞ்சு மொழி, prattling.
கோடி, *s.* a creeping plant, படர்கொடி; 2. a flag, the colours, துவசம்; 3. a

clothes' line; 4. a string, chain or rope, கயிறு; 5. the umbilical cord, கொப்பூழ்க்கொடி; 6. length, நீளம்.

பிள்ளை கொடி சுற்றிக்கொண்டு பிறந்தது, the child was born with the umbilical cord round tho neck.

கொடி கோத்திரம், ancestry.

கொடிக்கால், stakes to support betel-plants, a betel garden.

கொடிக்கூடை, a wicker-basket.

கொடிக்கொத்தான், the name of a medicinal creeper.

கொடிநரம்பு, prominent veins.

கொடிநாய், a greyhound.

கொடிபடர, to spread as a creeper.

கொடிப்பாலை, the name of a creeper.

கொடிப்புலி, a tiger with a long and slender body resembling a greyhound.

கொடிமரம், – ஸ்தம்பம், a flagstaff.

கொடிமாடு, a bullock long and lank.

கொடிமுடி, the top of a mountain; 2. a shrub the branches of which intertwine.

கொடிமுடிந்த வழக்கு, an intricate law-suit.

கொடிமுந்திரிகை, the vine.

கொடிமுறுக்கு, twist.

கொடியாடு, a long-legged goat.

கொடியேற்றம், hoisting the flag at the commencement of a festival.

கொடியேற்ற, – கட்ட, – போட, to hoist the flag; 2. to put up a clothes' line.

கொடியைக்கொழுகம்பின்மேல்ஏற்ற, to support a twining plant by a prop.

கொடிவழுதலை, a kind of brinjal.

கொடிவேலி (சித்திரைமூலம்), the name of a medicinal shrub.

வால்கொடி, the flag of the mizzen-mast.

கோடிச்சியர், *s.* women of the mountain tribes, குறத்தியர்.

கோடிச்சி வால், *s.* the tail of a cow with a white tuft at the end.

கொடிச்சிவாலி, a cow with such a tail.

கோடிஞ்சி, *s.* the conical top of a car or chariot; 2. a car, chariot, தேர்.

கோடிறு, *s.* cheeks, jaws, கதுப்பு.

கோடு, VI. *v. t.* give, grant, bestow, ஈ.

யானைக்குக் கவளங் கொடு, give balls of rice to the elephant.

கொடுக்கல் வாங்கல், dealing, lending and borrowing.

அவனுக்கும் எனக்கும் கொடுக்கல் வாங்கல் இருக்கிறது, he and I have dealings together.

கொடுத்துவிட, to restore.

கொடுப்பனை, கொடுப்பினை, giving in marriage, intermarriage, see கொள்வினை.

கற்றுக் கொடுக்க, படித்துக் –, to teach.

காட்டிக்கொடுக்க, to betray.

சாகக் கொடுக்க, to lose by death as a mother her child etc.

சொல்லிக்கொடுக்க, to instruct, teach.

நிறம் கொடுக்க, to tinge, give a colour.

பெண் கொடுக்க, to give a girl in marriage.

முடித்துக் கொடுக்க, to finish a thing for one.

வாங்கிக் கொடுக்க, to buy for another.

அவனுக்கு ஒரு குதிரை வாங்கிக் கொடுத்தேன், I bought a horse for him.

கோடுது, III. *v. i.* shrink, shiver with cold.

கோடுக்கி, *s.* an iron hook, a clasp, கொக்கி; 2. a class of plants (as வயற் கொடுக்கி, தேள்கொடுக்கி etc.).

கோடுக்கு, *s.* the sting of a scorpion, wasp etc.; 2. the claws of a crab etc.; 3. the cloth passed between the legs and tucked up behind, கோவணம்.

கொடுக்கால் போட, to sting.

கோடுங்கை, *s.* see under கை.

கோடுப்பு, *s.* jaws, cheeks, கொடிறு.

கொடுப்புப் பல், the grinders.

கோடுமுடி, கொடிமுடி, *s.* the ridge, peak or top of a hill, மலையுச்சி; 2. the pinnacle of a tower or a car, கோபுரச்சிகரம்.

கோடுமை, *s.* crookedness, வளைவு; 2. severity, harshness, கொரூரம்; 3. violence, cruelty, tyranny, oppression, கொடுங்கோன்மை. (See அருமை *Note.*)

வயிற்றின் கொடுமையினால் வருந்துகிறான், he is vexed by want of food.

கொடியகாடு, a wild desert.

கொடியகோபம், severe wrath.

கொடியது, கொடிது, that which is cruel or horrid.
 கொடிய மனசு, a cruel mind.
 கொடியன், கொடியோன், கொடியவன், a cruel wretch.
 கொடுங்கண், an evil eye.
 கொடுங்கோல், a crooked sceptre, *i. e.* despotic government.
 கொடுங்கோலன், an unjust king, a tyrant.
 கொடுஞ்சொல், sharp or harsh language.
 கொடுந்தமிழ், the vulgar, colloquial dialect of Tamil as opposed to செந்தமிழ், the highest dialect.
 கொடுமை செய்ய, to do violence, to oppress.
 கொடும்பசி, severe hunger.
 கொடும்பாவி, a great sinner; 2. the huge figure personating vice in the form of a woman dragged through the streets in time of drought to bring rain.
 கொடும்புலி, the lion, சிங்கம்.
 கொடுவரி, the tiger.
 கொடுவாய், a kind of wild animal, the hyena; 2. a kind of fish.
 கொடுவாளை, கொடுவா, as கொடுவாய், 2.
 கொடுவாள், a garden sickle or hook.
*கோரேம், குரூரம், *s.* cruelty, severity, harshness, கொடுமை.
கொடை, *v. n.* (கொடு), a gift, a present, ஈகை; 2. liberal giving.
 கொடை கொடுக்க, to give large gifts; 2. to use abusive language.
 கொடையாளன், a liberal man.
கொட்டகம், கொட்டகை, கொட்டாய், கொட்டில், *s.* a shed, stable, cow-shed, தொழுவம்.
கொட்டங்கச்சி, கொட்டங்கைச்சி, கொட்டாங்கச்சி, கொட்டாஞ்சி *s.* (கொட்டன்), the half of a cocoanut shell, தேங்காயோடு.
கொட்டம், *s.* a cow-house, a stable, தொழுவம்; 2. mettle, petulance, frolic, frolicsomeness, கடுகெடுப்பு; 3. a hollow piece of bamboo for giving medicine to cattle.
 கொட்டக்காரன், a mischievous petulant fellow.
 கொட்டம் அடக்க, to break a child of its tricks.
 கொட்டம் அடிக்க, -செய்ய, -பண்ண, to be mettlesome, mischievous or petulant.
கொட்டறை, கொட்டடி, *s.* a store-room in a market, சாமானறை.
கொட்டன், கொட்டான், *s.* mallet, மரச் சுத்தியல்; 2. a fat stout man (or beast), பருத்தவன்; 3. a cocoanut, தேங்காய்.
 கொட்டங்கைச்சி, see separately.
 கொட்டான்கட்டை, கொட்டாப்புளி, கொட்டாப்பிடி, a beater, a mallet.
 கொட்டாமட்டை, the dry stem of a tender palmyra leaf cut off when young.
கொட்டாய், *s.* see கொட்டகம்.
கொட்டாரம், *s.* an elephant's stall, யானைச்சாலை; 2. the porch or entrance of a spacious house, முதல்வாசல்.
கொட்டாவி, *s.* yawning, gaping.
 கொட்டாவி கொள்ள, -விட, to yawn, to gape.
 நித்திரைக் கொட்டாவி, yawning from drowsiness.
கொட்டி, *s.* a water plant.
 கொட்டிக்கிழங்கு, the edible root of கொட்டி.
கொட்டியம், *s.* a bull, an ox, எருது; 2. a number of pack-bullocks.
கொட்டியாரம், *s.* a port in Ceylon, Cotyam.
கொட்டில், *s.* see கொட்டகம்.
கொட்டு, *s.* a small hoe, மண்வெட்டி; 2. the barrel of a drum; 3. a palmyra trunk, பனந்துண்டு.
கொட்டு, III. *v. t.* beat a drum &c., அடி; 2. play on a musical instrument, வாசி; 3. clap the hands; 4. sting as a scorpion, bee etc.; 5. strike, hammer, work in metal, சுத்தியால் அடி; 6. empty a sack, basket etc., pour out, shed (as leaves, fruit etc.), சொரி.
 கொட்டு, *v. n.* beating, drum-beating.
 கொட்டுக்கன்னர், braziers.
 கொட்டுக்காரன், one that beats cloths, chintz &c., a drummer.

கொட்டுக்கூடை, a small basket shaped like a cup.

கொட்டுமரம், a block to beat cloths on.

கொட்டுமுழக்கு, beating of drums.

கொட்டுமேளம், a kind of drum; 2. drumming.

கொட்டுவாய், a wound from the sting of a scorpion &c.

கொட்டுவேலை, a beaten work as opposed to வார்ப்பு வேலை, cast work, work in brass or copper.

கின்னரம் கொட்ட, to play a violin or a harmonium.

கை கொட்ட, to clap the hands.

சீட்டிகளைக் கொட்ட, to beat chintz.

தானியத்தைக் கொட்டி வார, to empty corn from the sack and gather it up.

பஞ்சுகொட்ட, to beat cotton.

மேளம் கொட்ட, to beat drum or tabor.

கோட்டை, s. a nut, the seed or stone of a fruit, வித்து; 2. a lock of cotton prepared for spinning, நூற்குங்கொட்டை; 3. a plug put in the ear-laps to widen them, கிரி; 4. the testicles, பீசம்; 5. the knob of a wooden sandal, குமிழ்; 6. a pillow, a cushion, தலையணை.

கொட்டைக்கச்சி, the shell of a cocoanut, see கொட்டங்கைச்சி.

கொட்டைத் தேங்காய், a dry cocoanut in which the kernel rattles.

கொட்டை நூற்க, to spin cotton.

கொட்டைபோட, to place seeds in garden beds; 2. to form the fruit-buds (as the jack tree); 3. to ruin, to destroy.

கொட்டைப்பாக்கு, an entire areca-nut dried without boiling.

கொட்டை முத்து, the seeds of ஆமணக்கு.

கொட்டை முந்திரி, -முந்திரிகை, the cashew-nut tree.

காற்கொட்டை, a small pillow laid under the feet.

பருத்திக்கொட்டை, cotton seed.

கோணர் II. v. t. bring, convey, கொண்டுவா.

கோண்டக்காரர், s. a low class of fishermen.

கோண்டலாத்தி, s. same as கொண்டைலாத்தி.

கோண்டல், s. the east, கிழக்கு; 2. east-wind, கொண்டல்காற்று; 3. cloud, மேகம்; 4. a kind of play among women, விளையாட்டு.

கொண்டல் வண்ணன், Krishna resembling in colour the dark clouds.

கோண்டாடு, III. v. t. celebrate a feast etc., ஆசரி; 2. praise, applaud, புகழ்; 3. fondle, caress, சீராட்டு; 4. v. i. enjoy one's society, கூடிவிளையாடு.

குழந்தையும் தெய்வமும் கொண்டாடின விடத்தில், children and deities delight to be where they are praised.

கொண்டாட்டம், கொண்டாட்டு. v. n. celebration, exultation.

திருவிழாக் கொண்டாட, to celebrate a festival.

துக்கங்கொண்டாட, to mourn.

கோண்டி, s. pillage, plunder, கொள்ளை; 2. the corner pin of a door for a hinge, கொண்டை.

கொண்டிப் பணம், the fine imposed on impounded cattle.

கொண்டி மாடு, a straying cow or bullock.

கொண்டி மேய, to graze thievishly where not allowed.

கோண்டியம், s. slander, backbiting, கோள்.

கோண்டியாரம், கொண்டியம், s. provoking language, invective, நிந்தை; 2. haughtiness, செருக்கு.

கொண்டியாரம் பேச, to use invective, insolent words.

கொண்டியாரக்காரன், a taunter.

கோண்டு, see கொள்.

கோண்டுணி, s. tale-bearing, கோள்குண்டுணி; 2. a tale-bearer, one who brings an officious or malicious intelligence, கொண்டுணிக்காரன்.

கோண்டை, s. a tuft of hair upon the head tied up in a knot, மயிர்முடி; 2. a comb or crest of birds (as of a cock), சூட்டு; 3. the hunch on a bullock's shoulders, திமில்; 4. a knob, a round top (as the head of a nail),

கோதறு 243 கோத்து

தலை; 5. the corner pin of a door for a hinge, கொண்டி.

கொண்டைகட்டி, a class of the Vellala caste.

கொண்டைக்காரன் (*fem.* கொண்டைக்காரி), one that wears a tuft. an honorable person, a proud person.

கொண்டை குலேந்தவள், a woman with dishevelled hair.

உன்கொண்டை குலேய, mayest thou be deprived of thy husband! (a curse.)

கொண்டை திருகு, the hole in which the hinge turns.

கொண்டை முசுறு, a baboon.

கொண்டை முடிக்க, -போட, to tie the hair together in a tuft.

கொண்டையூசி, -க்குச்சி, a hair-pin.

கொண்டைலாத்தி, கொண்டலாத்தி, the name of a crested bird, the houp, புழுக்குத்தி.

உச்சிக்கொண்டை, a tuft on the crown of the head.

எழுத்தாணிக் கொண்டை, the knob of an iron style.

சொருகு கொண்டை, hair plaited and tucked in.

கோதறு, III. *v. t.* same as குதறு.

கோதி, VI. *v.i.* bubble up, boil, பொங்கு; 2. feel hot, be heated, சுடு; 3. be angry, கோபி; 4. burn as the heart, மனநோ.

என் மனம் கொதிக்கிறது, my mind boils with indignation, I am grieved.

கொதி, கொதியல், கொதிப்பு, *v. n.* boiling, bubbling up; 2. raging, anger; 3. heat

ஒரு கொதியிலே வெந்துபோம், it will be done with one boiling up.

கொதியிறக்க, -எடுக்க, to subdue one's pride.

கொதிஎண்ணெய், boiled medicinal oil.

கொதிக்க வைக்க, to set to boil, to boil slightly.

கொதி தண்ணீர், boiling water; 2. seething water with rice.

கொதிப்பு, *v.n.* boiling, raging, heat.

கொதிப்பெடுக்க, to begin to boil up; 2. to have bad weather at sea; 3. to feel violent heat or fever.

கண்கொதி, blight from an evil eye.

பித்தக்கொதி, -கொதிப்பு, fever or heat from bilious humors.

கோதுகு, *s.* same as கொசுகு.

கோதுக்குக் கோதுக்கெனல், *v. n.* an imitative sound.

கொதுக்குக் கொதுக்கென்று வயிறுபோக -கொட்ட, to go to stool often as in dysentery, looseness etc.

கோதுவை, *s.* pledge.

கோத்தமல்லி, கொத்துமல்லி, *s.* coriander.

கொத்தமல்லி அம்மை, chicken-pox.

கோத்தவால், *s.* (*Hind.*), a cutwal, the chief officer of police for a town, a superintendent of markets.

கோத்தளம், *s.* a bulwark, bastion, rampart, அரண்.

மண்கொத்தளம், a mud-bastion.

கோத்தன், *s.prop.* கொற்றன், which see.

கோத்தான், *s.* a kind of twiggy plant.

கோத்து, *s.* a bunch, a cluster, குலை; 2. multitude, திரள்; 3. house-hold, family, குடும்பம்; 4. a measure, நாழி; 5. *prop.* கொற்று, which see.

அவன் கொத்துக்கொடிகளை எல்லாம் அறிவேன், I know all his family or kindred.

கொத்தடிமை, a slave of the original stock.

கொத்தவரை, a kind of beans.

கொத்துங் குறையுமாய், partly done, finished imperfectly.

கொத்துச்சரப்பளி, -ச்சரப்பணி, a cluster of gold chains for the neck.

கொத்துச்சரம், strings of small gold beads.

கொத்துமல்லி, see கொத்தமல்லி.

ஓலைக்கொத்து, a bunch of palmyra leaves or cadjans.

கோத்து, III. *v. t.* grub up, dig, break the ground with a hoe, மண்வெட்டு; 2. pick, peck as a bird, taste of the bait as a fish, கொந்து; 3. bite (as a snake), கடி; 4. chop meat, mince, துண்டி; 5. carve, engrave, வெட்டு.

கொத்தடம் போட, to dig round the trees.

கொத்திக்கொடுக்க, to dig with a stick, to loosen the soil.

கொத்தித் தின்ன, to pick up and eat as birds.

கொத்தித்தெளிக்க, to dig and sow the ground.

கொத்திப் பிடுங்க, to feed upon a carcase (as ravens), to pick and tear.
கொத்திப் போட, to pick with the beak, to break the ground with the hoe.
கொத்து, *v. n.* pecking, biting, engraving.
கொத்து வேலை, engraving, masonry.
கொத்து வேலைக்காரன், –வேலைசெய்கிறவன், an engraver, a carver; 2. a mason, bricklayer, கொற்று.
கல்கொத்த, to cut or engrave stones.
களை கொத்த, to weed.
மீன்கொத்தி, king-fisher.

கோத்தை, *s.* decay, rottenness, பழுது.
கொத்தைஆராய, to pick out the husk or pod in a cloth.
கொத்தைப்பல், a rotten tooth.

கோந்தளம், *s.* lock of hair, குந்தளம்; 2. the unicorn, காண்டாமிருகம்.

கோந்தளி, VI. *v. i.* be raging, roaring or tempestuous (as the sea), கெம்பு; 2. rage, be violent, உக்கிரங்கொள்.
கொந்தளிப்பு, *v. n.* rage, vehemence, boisterousness.
கொந்தளிப்படங்க, to become calm or quiet.
கொந்தளிப்புண்டாக, –எடுக்க, to become boisterous, violent, furious.

கோந்தாலி, *s.* a pickaxe. குந்தாலி.

கோந்தாழை, *s.* a sea-weed.

கோந்தாளம், *s.* a medicinal herb used as an antidote to poison.

கோந்து, III. *v. t.* gnaw, peck, nibble, கொத்து; 2. *v. i.* be enraged or furious, மூர்க்கங்கொள்.
கொந்தல், கொந்துதல், *v. n.* picking; 2. fruits pecked; 3. anger.

கோப்பம், *s.* a pit-fall for catching elephants, ஆனைக்கொப்பம்.

கோப்பரை, *s.* a large brass pot, copper boiler, செப்புக் கொப்பரை.
கொப்பரைத் தேங்காய், தேங்காய்க் கொப்பரை, the dry kernel of a cocoanut.
எண்ணெய்க் கொப்பரை, an oil boiler, a caldron,

கோப்பளம், கொப்புளம், *s.* a blister, a pustule, a boil, குமிழ்ப்பு.

கோப்பளி, கொப்புளி, VI. *v. t.* gargle, rinse the mouth; 2. spill, shed, சொரி; 3. *v. i.* rise in blisters or pustules, குமிழ்
வாயைக் கொப்பளித்துப் போட, to gargle the mouth or throat and cast out the liquid.

கோப்பறு, *s.* as கொப்பரைத் தேங்காய்.

கோப்பாட்டன், *s.* the father's great grandfather, மூன்றும் பாட்டன்.

கோப்பி, *s.* a kind of women's play with clapping of hands, கும்மி
கொப்பி கொட்ட, to clap the hand to the கும்மி dance.

கோப்பு, *s.* a branch of a tree, கொம்பு; 2. a trinket or ornament for the upper part of the ears worn by women.
அன்னக்கொப்பு, கலசக் –, சல்லடைக் –, சாதாக் –, கொப்புவாளி, different kinds of ear ornaments.
கல்லிழைத்த கொப்பு, an ear ornament beset with rubies.

கோப்புளம், *s.* see கொப்பளம்.

கோப்புளி, VI. *v. t.* see கொப்பளி.

கோப்புளிப்பான், *s.* measles, chickenpox, சிறுவைசூரி.

கோப்புள், *s.* a bubble, குமிழ்; 2. a pustule, கொப்புளம்; 3. navel, கொப்பூழ்.

கோப்பூழ், *s.* the navel, umbilicus, தொப்புள்.
கொப்பூழறுக்க, to cut the navel cord of a new born infant.
கொப்பூழைச்சுற்றி வலிக்க, to feel pain round the navel.
கொப்பூழ்க்கொடி, the umbilical cord.

கோப்பென, *adv.* (*inf.*), quickly.

கோம்பு, *s.* the horn of an animal; 2. a branch of a tree, கிளை; 3. a rod, stick, pole, கோல்; 4. the sign ெ in the alphabet; 5. the tusk of an elephant, தந்தம்; 6. a musical instrument, cornet, horn; 7. the outlet of a tank, ஏரிக்கோடி; 8. power, eminence, மேன்மை.
பழுத்த பழம் கொம்பில் இராது, the ripe fruit remains not on the branch.
கொம்பரக்கு, gum, lac, stick-lac.
கொம்பனையாள், கொம்பன்னாள், a damsel with a slender waist like the stem of a flower.

கொம்பன், a tusked elephant; 2. a kind of cholera or smallpox.

கொம்பன்சுறா, a horned shark.

கொம்பாலே பாய்கிற எருது, a bull that gores with the horns.

கொம்புக்காரன், — பிடிக்கிறவன், கொம்பூதி, one that blows the horn.

கொம்புத்தேன், honey formed on the branch of a tree.

கொம்பு முளைத்தவன், கொம்பாப்பிள்ளை, a proud, arrogant person.

கொம்பூத, to blow or wind the horn.

கொம்பேறிமூக்கன், — மூர்க்கன், a long snake which frequents the branches of trees.

அசை கொம்பு, தோற் —, a moveable horn fixed in the skin.

கட்டைக் கொம்பு, கூழைக் —, stumps of horns.

கப்புக் கொம்பு, கலைக் —, கிளைக் —, a bifurcated branch, a branched horn.

கிளிக் கொம்பு, short and crooked horns.

கூடு கொம்பு, horns that join together at the points.

கூர்க் கொம்பு, முனைக்—, pointed horns.

தறிகொம்பு, blunted or cropped horns.

நாரைக் கொம்பு, long horns.

பிடி கொம்பு, மட்டக் —, short horns.

முகக் கொம்பு, முன் —, horn which curves over the front of the head towards the ground.

முறுக்குக் கொம்பு, திருகு —, winding or tortuous horns.

மோழைக் கொம்பு, horns of stunted growth.

வளை கொம்பு, crooked horns.

விரி கொம்பு, spreading horns.

வீணைக் கொம்பு, horns bent back.

கொம்பு, III. *v. i.* be noisy, bustle.

கொம்பலாய்க் கிடக்கிறது, there is an immense noise.

கொம்மட்டி, குமட்டி, *s.* water-melon.

கொம்மட்டி மாதளை, a kind of citron.

சர்க்கரைக் கொம்மட்டி, a musk melon.

சிறு கொம்மட்டி, a small kind of water-melon.

பேய்க் கொம்மட்டி, bitter melon.

கொம்மெனல், *v. n.* a humming sound, an imitative sound.

கொம்மை, *s,* roundness, திரட்சி; 2. beauty, அழகு; 3. female breast, முலை; 4. youth, இளமை; 5. a rampart, bulwark, கொத்தளம்; 6. water-melon, கொம்மட்டி.

கொய், I. *v. t.* cut off, snip, shear, crop, pluck flowers etc., அறு; 2. gather a cloth into folds, சுருக்கு.

கொய்சகம், கொய்யகம், கொசகம், கொசவம், a fold or plait of a cloth.

கொசகம்வைத்துக்கட்ட, — உடுக்க, to lay the cloth in folds when putting it on.

கொய்தல், *v. n.* plaiting, plucking.

கொய்து கட்ட, — உடுக்க, to gather up the end of a cloth and fasten it round the waist.

கொய்துபோட, to fold up a cloth.

கொய்யுளை, a horse's mane; 2. horse.

தலை கொய்ய, to sever the head.

பூக் கொய்ய, to crop flowers.

கொய்சு, III. *v. t.* same as கொய்.

கொய்யா, *s.* the guava, a fruit tree.

கொய்யாப்பழம், its fruit.

கொய்யோவெனல், கொய்யோ முறையிடல், *v. n.* shouting from pity, grief or pain, raising a hue and cry.

கொலு, *s.* the royal presence, the presence of an idol, சமுகம்; 2. the presence-chamber in a king's court, the place where causes are heard; 3. (*Tel.*), service. சேவை.

கொலுக் கூடம், —ச்சாவடி, — மண்டபம், the hall of audience, the royal court; 2. a room in the temple where the idol sits in state.

கொலுவிருக்க, — வீற்றிருக்க, to sit in state, to sit or preside as a king.

கொலுவிருக்கை, — விருப்பு, the sitting in state as a king.

கொலுகொலு, VI. *v. i,* become loose or disjointed, கழலு; 2. crumble into dust, மட்கு.

கூரை கொலுகொலுத்துப் போயிற்று, the roof has become loose and shattered.

கொலுகொலுவென கழல, to fall off, to shed as leaves, to become loose or disjointed.

கோலுசு, *s.* (*Tel.*), a gold or silver chain for the wrist or ankle, சங்கிலி.

கொலை, *s.* killing, கொல்லல்; 2. murder, வதை.

கொலைகாரன், கொலையாளன், a murderer; 2. an executioner.

கொலைக்களம், the place of public execution.

கொலை செய்ய, to commit murder.

கொலைஞர், assassins, executioners.

கொலைபாதகம், - ப்பழி, the crime of murder.

கொலைபாதகன், a murderer.

கொலையுண்ண, to be killed.

கொல், *a particle* (இடைச்சொல்) expressing doubt or used as an expletive; 2. an imitative sound, a great noise; 3. *s.* a blacksmith or his caste, கொல்லன்; 4. a trowel, கொல்லறு; 5. a large nail for studding doors or gates to add to their strength, கொல்லுத்தடியாணி; 6. (*in compounds*) metal (as செங்கொல், gold).

கொல்லச் சேவகர், treasure-keepers.

கொல்லறு, a trowel, கரணை.

கொல்லற்றுக்காரன், கொற்றன், a bricklayer.

கொல்லற்றுவேலை, masonry.

கொல்லனுலை, கொல்லுலை, a forge, a smithy.

கொல்லன், a blacksmith, கருமான்.

கருங்கொல்லர், ironsmiths.

செங்கொல்லர், goldsmiths.

கொல், கொல்லு, I. *v. t.* kill, slay, கொலைசெய்.

பார்க்கும்பார்வை ஆளைக்கொன்றுபோடும், his stern looks are enough to kill one.

கொல்லத்தக்க சினம், mortal wrath.

கொல்லாமற் கொல்ல, to do a great injury indirectly either by word or deed.

கொல்லாமை, *neg. v. n.* not killing, preserving life.

கொல்லி, that which kills, *used only in compounds* (as ஆட்கொல்லி, ஈர்கொல்லி etc.).

கொல்லம், *s.* the town Quilon.

கொல்லறு, கொல்லன் see under கொல்.

கொல்லி, *s.* the name of a hill on the western coast; 2. see கொல், *v.*

கொல்லை, *s.* a backyard, புறக்கடை; 2. an enclosed garden, field, high ground not irrigated, புன்செய்; 3. a grove, சோலை.

கொல்லைக்காரன், the gardener.

கொல்லைக்குப் போக, to go to the enclosure, *i. e.* to go to stool.

கொல்லைப் பயிர், corn on high ground.

கொல்லைவாசல், the door of a backyard.

கொவிளமரம், *s.* the mimosa tree.

கொவிளம்பட்டை, its bark.

கொவ்வை, *s.* a climbing plant with beautiful red fruit, கோவை.

கொழி, VI. *v. t.* separate husk, bran etc. from rice and other grains, புடை; 2, cast sand etc. on shore, ஒதுக்கு; 3. carry away (as a flood), வாரு; 4. polish, refine, தெளி; 5. sift, examine critically.

கொழிதமிழ், refined or pure Tamil.

கொழிப்பு, *v. n.* separating husk, bran etc. from rice, beating up sand (as waves), exposing faults.

கொழியல், கொழியலரிசி, கொழியலான அரிசி, rice not well beaten and cleansed.

ஒரு கொழியல், rice once cleaned of husk etc.

கொழிஞ்சி, கொழுஞ்சி, கொளஞ்சி, கொளிஞ்சி, *s.* a species of orange tree with small reddish fruit, கிச்சிலி.

காட்டுக்கொழிஞ்சி, சீமைக் -, different species of கொழிஞ்சி.

கொழு, *s.* a plough-share, காறு.

கொழுக்கட்ட, - த்தைக்க, to fasten the iron point to the plough-share.

கொழுகொம்பு, props for supporting climbing plants; 2. help, aid, support, கொள்கொம்பு.

கொழுமீதி, - முதல், the owner's portion of the produce of a field after deducting the part due to government.

கொழுத்தட்ட, to sharpen the plough-share.

கொழு, *adj.* see under கொழுமை.

கொழு, VI. *v. i.* grow fat, fatten, be plump, திண; 2. thrive, தழை; 3. grow proud or insolent, இறுமா.

கொழுக்கப்பண்ண, to fatten, to make fat.
கொழுத்த ஆடு, a fat or fattened sheep.
கொழுத்த சாப்பாடு, a rich food.
கொழுத்திருக்கிறவன், one who is fat or insolent.
கொழுத்துப்போக, to grow fat, to be puffed up, to grow proud.
கொழுப்பு, fatness, fat, lard, pride, insolence.
கொழுப்பெடுத்துப் போட, to remove fat, to subdue or crush one's pride and insolence.
வாய்க்கொழுப்பாய்ப் பேசுகிறவன், an impertinent talker.

கோழுக்கட்டை, s. see under கொழுமை.

கோழுஞ்சி, s. see கொழிஞ்சி.

கோழுது III. v. t. dig into, hollow out, (as beetles in wood etc.), கோது.

கோழுநன், s. the husband, கணவன்; 2. lord, master, இறைவன்.

கோழுந்தன், கொழுந்தனர், s. the husband's brother.
கொழுந்தி, கொழுந்தியாள், the wife's sister.

கோழுந்து, s. tender twigs, leaves, shoots, sprigs, தளிர்; 2. anything tender, மெலியது; 3. cuttings planted, நடுகொழுந்து; 4 flame, சுவாலை.
கொழுந்திலை, a tender leaf.
கொழுந்துக்கால், sticks to support betel creepers.
கொழுந்து நட, to plant betel and other cuttings.
கொழுந்துவிட்டெரிகிற விளக்கு, a candle that burns in a flame or flames up.
கொழுந்து வேர், a slender root.
அக்கினிக்கொழுந்து, flame of fire.
சுடர்க்கொழுந்து, flame of a candle.
மருக்கொழுந்து, a shrub, see மரு.

கோழுந்து, III. v. i. flame, burn in a flame, சுவாலித்தெரி.

கோழுமிச்சை, s. same as கொழிஞ்சி.

கோழுமை, s. fatness, plumpness, luxuriance, fertility, கொழுப்பு; 2. good circumstances, wealth, வளமை.
கொழு, adj. fat, rich, fertile.
கொழுக்கட்டை, a kind of cake.
கொழுமதி, fertility of soil, self-conceit.
கொழுமையாய் வளர்க்க, to train a child in luxury.

கோழும்பு, கொளும்பு, s. Colombo.

கோளகொளவெனல், v. n. speaking indistinctly and foolishly, an imitative sound.

கோளஞ்சி, கொளிஞ்சி, s. see கொழிஞ்சி.

கோளுக்கி, கொளுவி, s. a hook, a clasp, கொக்கி.

கோளுத்து, III. v. t. kindle, set on fire, பற்றவை; 2. kindle wrath, inflame the passions, கோபமூட்டு; 3. v. i. burn, scorch, காய்.
அவனுக்கு எரிச்சல் கொளுத்தினன், he has inflamed or fired him with wrath.
வெயில் கொளுத்துகிறது, the sun is scorching.
பாணத்தைக் கொளுத்தினன், he fired a rocket.
நெருப்பைக் கொளுத்த, to kindle a fire.
விளக்கைக் கொளுத்த, to kindle a light.
வீட்டைக் கொளுத்திப்போட, to set a house on fire.

கோளுபி, s. see கொளுக்கி.

கோளுவு, III. v. t. hook, clasp, கொக்கி மாட்டு; 2. connect, join together, தொடு VI; 3. contrive to catch or entice, entangle, அகப்படுத்து.
கொளுவிக்கொண்டுவர,—இழுத்துவர, to provoke one to a quarrel.
கொளுவிப் பிடிக்க, to carry on a lawsuit, to entangle, to ensnare.
கொளுவி விட, to set people quarrelling, to fasten on ear-rings.
கொளுவி வைக்க, to connect.
கொளுவு கயிறு, a tie or loop for an ola book.
சண்டை கொளுவ, to pick a quarrel.
வேலிகொளுவ, to hedge, to enclose with a fence of wood.

கோள், கொள்ளு, s. gram, காணம்.
கருங் (கறுப்புக், கார்க்) கொள்ளு, a black kind of gram used in medicines.
காட்டுக்கொள்ளு, wild gram.

கோள், கொள்ளு, 1. *v. t.* take, receive in the hand, வாங்கிக்கொள்; 2. contain, hold, பிடி; 3. have, bear, வைத்திரு; 4. buy, வாங்கு; 5. take food, medicine etc., உட்கொள்; 6. marry, take a wife, பெண்கொள்; 7. get, obtain, பெறு. *Note:* As an *auxiliary* it either has a *reflexive* sense or denotes *continuation*. In the latter sense often கொண்டிரு and கொண்டுவா is used. (See examples below.)

அர்த்தங்கொள்ள, ஆசை—, உட்—, கைக்—, தெரிந்து —, நித்திரை —, நீர் —, நோய் —, பயித்தியங்—, பெண்—, வேலை—, and other compounds see in their places.

சவரம் பண்ணிக்கொண்டேன், I have got myself shaved.

அதை எழுதிக்கொண்டேன், I took copy of it.

ஒரு வேலையைச் செய்துகொண்டேன், I have got a work done.

குதிரையை வாங்கிக் கொண்டேன், I bought a horse for myself.

படித்துக்கொண்டிருக்கிறான், — க்கொண்டு வருகிறான், he continues to study.

துக்கித்துக்கொண்டிருக்க, to be mourning.

ஒரு நாழிமட்டும் அவனே பேசிக்கொண்டிருந்தான், he alone spoke a long while.

கொண்டவன், கொண்டான், one who has married, a husband.

கொண்டு, *adv. part. used as prepos.* by, through.

அவனைக்கொண்டு இந்தக் காரியத்தை நடப்பித்தேன், I have brought this business about by him.

அதைத் தன் சிவனைக் கொண்டு சொன்னான், he swore by his life that it was so.

அதைக்கொண்டு, by means of that.

கொண்டு போக, to carry, to take away.

கொண்டு வர, to bring.

கொண்டுவந்துவிட, to conduct to a place, to bring one to another.

கொள்க (*optative*), may take or understand!

அப்படிக் கொள்க, may it be taken or understood so!

உமது சித்தத்தின்படி கொள்க, take it as you please.

கொள்கை, *v. n.* the act of getting or receiving, an opinion, tenet, belief, quality, nature.

கொள்கொம்பு, a prop for supporting creepers, கொழுகொம்பு.

கொள்வனை, கொள்வினை, the act of taking a woman in marriage.

கொள்வனை கொடுப்பனை, giving and receiving in marriage, intermarriage.

எங்களுக்கும் அவர்களுக்கும் கொள்வனை கொடுப்பனை கிடையாது, we do not intermarry.

கொள்ள, *adv.* (*inf.*), while, since, therefore.

நான் பேசிக்கொண்டிருக்க (பேசியிருக்க) க்கொள்ள, while I was speaking.

ஆகக்கொள்ள, see ஆனதுகொண்டு.

கொள்ளல், கோளல், *v. n.* taking, receiving, buying.

கொள்ளாமை, *neg. v. n.* excessiveness; 2. disagreement.

அழைத்துக்கொண்டு வர, to call and to bring along with.

ஆனது கொண்டு, ஆகக் கொள்ள, therefore.

விலைக்குக் கொள்ள, to buy.

ஒரு நிலத்தைப் பத்து வாகனுக்குக் கொண்டேன், I have bought a piece of ground for ten pagodas.

கொள்ளி, கொள்ளிக்கட்டை, *s.* a firebrand.

கொள்ளிக்கண்ணன், one who has fierce eyes.

கொள்ளிக்கரப்பான், an eruption in children resembling scars by burning.

கொள்ளிப்பிசாசு, *generally* கொள்ளிவாய்ப்பிசாசு, will-o-the-whisp, *ignis fatuus*.

கொள்ளிவாய்ச் சர்ப்பம், a fiery serpent whose bite causes a burning smart.

கொள்ளி வைக்க, to kindle; 2. to set fire to a funeral pile.

குளிர்ந்த கொள்ளி, a treacherous person in the disguise of a friend.

கொள்ளிடம், *s.* the river Coleroon.

கொள்ளை, *s.* pillage, prey, robbery, plunder, பறி; 2. much, excess, மிகுதி; 3. plague, pestilence, pest, பெருவாரி நோய்.

கொள்ளைகொடுக்க, to be plundered.

எல்லாவற்றையும் கொள்ளை கொடுத்தேன், I have been plundered of all I had.

கொள்ளை கொள்ள, to take spoil, to plunder.

கொள்ளைக்காய்ச்சல், – நோய், an epidemic, a pest.

கொள்ளைக்காரன், a plunderer, robber.

கொள்ளையாய்ப்போக, to be plundered.

கொள்ளையடிக்க, – யாட, – யிட, to sack, pillage, plunder.

கொள்ளையுடைமை, booty, spoil.

கோறடா, *s.* (*Hind.*), a horse-whip, சவுக்கு.

கோறி, VI. *v. t.* nip off the husks of grain: 2. nibble (as a rat), கொந்து; 3. chirp (as a lizard etc.).

கொறிநெல் பதமாயிற்று, the paddy is grown so ripe that the husk comes off in biting.

என் சும்மா கொறிக்கிறாய், why do you chatter in vain.

கொறிக்குதல், கொறித்தல், கொறிப்பு, *v. n.* nibbling, nipping.

கோறு, *s.* a small wicker basket tied to the mouth of a calf to prevent it from sucking.

கோறுக்காய்மரம், *s.* the Gorga tree bearing sour fruit.

கொறுக்காய்ப்புளி, the sour fruit of the Gorga tree.

கோறுக்கை, *s*, a kind of reed; 2. a fish; 3. breath, snoring, குறட்டை.

கொறுக்கை விட, to snore.

கோற்கை, *s.* the ancient capital of the Pandyan kingdom near the mouth of the Vaigai.

கோற்றம், *s.* victory, success, வெற்றி; 2. power, strength, வலி; 3. royalty, அரசியல்.

கொற்றக்குடை, canopy of royalty.

கொற்றவன், a king, monarch.

கோற்றி, *s.* a young calf of a cow, கன்று; 2. the goddess Durga.

கொற்றியார், the goddess of parturition.

கோற்று, *s.* (கொல்லறு), masonry, கொல்லற்றுவேலை; 2. mason, bricklayer.

இந்த வேலைக்கு எத்தனை கொற்றுப்பிடிக்கும், – செல்லும், how many bricklayers does this work require?

கொற்றன், bricklayer, கொல்லற்றுக்காரன்; 2. stone-cutter, கற்றச்சன்; 3. king, வெற்றியாளன்.

கோன்று, *adv. part. of* கொல்.

கோன்றை, கொன்னைமரம், *s.* a genus of flower trees, cassia. Its species are: சரக் கொன்றை, பெருங் –, மயிர்க் –, முட் – etc.

கொன்றைவேந்தன், Siva as wearing a chaplet of கொன்றை flowers; 2. a Tamil school book by Avvyar containing moral aphorisms.

கோன்னு III. *v. i.* speak indistinctly, stammer, திக்கு.

கொன்னிக் கொன்னிப் பேச, to prattle like a child.

கொன்னை, *v. n.* hesitation or difficulty in speech, stammering.

கொன்னைவாயன், a stammerer.

கோன்னை, *s.* a little cup made of leaves, தொன்னை.

கோ

கோ, *s.* a king, அரசன்; 2. an interjection expressing grief.

கோகோவென்றழ, – அலற, to weep aloud.

கோவென்ன, to make a great noise; 2. to lament, to cry aloud.

கோவென்று கூப்பிட, to cry or call aloud.

கோமகன் (*fem.* கோமகள்), a prince, king's son; 2. a king.

கோமாட்டி, a lady, a mistress.

கோமான், கோன், a king, a priest, a master, a superior, a dignitary, a distinguished personage.

*கோ, *s.* a cow, பசு; 2. heaven, paradise, சுவர்க்கம்; 3. air, ஆகாயம்.

கோகத்தி, கோவதை, the crime of killing a cow.

கோசலம், cow's urine used in ceremonial purification.

கோதானம், the gift of a cow.

கோபாலன் (*pl.* கோபாலர்), cowherd; 2. Krishna, the protector of cows.
கோமயம், கோமியம், cow-dung, cow's urine.
கோமாரி, a disease among cattle.
இரத்தக் கோமாரி, bloody discharge from the hoof of cattle.

கோ, VI. *v.t.* (*com.* கோர்), string pearls, beads etc., கோவைசெய்; 2. thread a needle; 3. clasp, join, தொடு; 4. compose, arrange, ஒழுங்காக்கு; 5. fabricate (as stories), கதை கட்டு.
கோப்பு, *v.n.* stringing, arranging, manner, method.
கோவை, கோர்வை, *v.n.* a string of beads, flowers etc., a garland, a neck-lace; 2. a kind of poem; 3. series, row; 4. a climbing plant.
கோர்வையாணி, pegs for joining rafters together.
ஔவைக் கோவை, a poem of Avvyar.
கற்கோவை, மணற் –, different kinds of கோவை creeper.
கை கோக்க, see under கை.
கைக் கோர்வை, joint-hands, a cord of gold thread.
முத்துக்கோர்வை, a necklace of pearls.

*கோகம், *s.* a large bird.

*கோகாணம், *s.* an art, வித்தை.

*கோகனதம், கோகனகம், *s.* the red lotus, செந்தாமரை.
கோகனகை, Lakshmi.

*கோகிலம், *s.* the cuckoo, குயில்; 2. same as கோகுலம்.

கோது, *s.* an ass, கழுதை.

கோதுலம், கோகிலம், *s.* monkey, குரங்கு; 2. lizard, பல்லி; 3. tube, குழாய்.

கோங்கு, *s.* the silk cotton tree, இலவு.

*கோசம், *s.* sheath, case, உறை; 2. store-house, treasury, பண்டகசாலை; 3. a book, a dictionary (as அமரகோசம்); 4. penis, the scrotum, ஆண் குறி; 5. egg, முட்டை; 6. nutmeg, சாதிக் காய்.

*கோசரம், *s.* an object of sense, விஷயம்; 2. comprehension, perception, உணர்வு; 3. restraint, அடக்கம்.
கோசரமான புத்தி, lofty genius.

*கோசலம், *s.* the ancient kingdom of Oudh; 2. see under கோ.

*கோசலை, *s.* Oudh; 2. the mother of Rama.

*கோசனை, *s.* a great noise, பேரொலி.

கோசன், *s.* a kind of arsenic.

கோசா, *s.* (*Hind.*), a eunuch, அண்ணகன்.

*கோசாமி, *s.* a naked devotee, கோவண தவத்தி.

*கோசிகம், *s.* a silk cloth, பட்டுச்சீலை.

கோசு, *s.* a voyage, a trip, a term, முறை; 2. a measure of distance, two Indian miles or about four thousand feet; 3. affairs, concern, காரியம்.

*கோஷணை, கோடணை, *s.* speaking loud, great noise, பேரொலி.

*கோஷம், கோடம், *s.* buzzing or humming in the ears, இரைச்சல்; 2. limit, எல்லை.

*கோஷி, VI. *v. i.* sound, hum, ஒலி; 2. roar, thunder, முழங்கு.

*கோஷை, *s.* sound, thunder, சத்தம்; 2. discourse, சம்பாஷணை.

கோடகசாலை, கோடாசாலை, *s.* the name of a plant.

கோடங்கி, *s.* a diviner, a soothsayer, குறிகாரன்.
கோடங்கி கேட்க, –பார்க்க, to consult a soothsayer.

கோடங்கிழங்கு, *s.* the name of a medicinal root, சிற்றரத்தை.

*கோடரி, *s.* an axe, கோடாலி.

கோடல், *v. n.* (கொள்), taking, receiving, buying etc.; 2. (கோடு), bending, curving.

கோடா, *s.* the lees or dregs of arrack.
கோடா வடிக்க, to strain the liquor from the dregs.
கோடா வார்க்க, to pour the dregs out for the swine.

கோடாங்கி, *s.* a masquerade, வேஷக் கூத்து; 2. a woman's striped cloth, வரிப்புடவை; 3. same as கோடங்கி, a soothsayer.

கோடாய், *s.* (கொள் + தாய்), an aya, child's nurse.

*கோடாலி, *s.* an axe, a hatchet.
கோடாலிக் காம்பு, the axe handle.

கோடி, *s.* newness, புதுமை; 2. a new cloth, புதுச் சீலை; 3. (in counting gems), a collection of twenty, a score, இருபது.

எத்தனை கோடி கல், how many scores of gems?

கோடிப் புடவை, — ச் சீலை, a new cloth unbleached.

கோடியுடம்பு, a tender body unaccustomed to labour.

கோடி வயது, கோடிப் பருவம், youth.

*கோடி, s. a crore, ten millions; 2. nook, corner, the outside of a corner or angle, மூலை; 3. end, point, cape, முனை.

கோடாகோடி, an immense number, myriads.

கோடிகாண்பிக்க, to touch slightly on a thing, to hint, to allude to.

கோடிக்கரை, Point Calimere.

கோடிக்கல், a corner stone.

கோடியன், the first or the last of 3 palankeen bearers (the middle one being called உள்ளன்).

கோடியிலே யிருக்க, to be in a corner.

கோடீஸ்வரன், a man of crores, a millionaire.

கோடி, VI. v. t. make a vow, பிரார்த்தி.

கோடிகம், s. a jewel casket, அணிகலச் செப்பு; 2. a pot with a spout, கெண்டிகை; 3. cloth, சீலை; 4. a salver for flowers, பூந்தட்டு.

கோடியர், s. comedians, dancers, கூத்தர்.

*கோடீரம், s. long twisted hair, சடை.

*கோடு, s. a line or draught, வரி; 2. a horn, cornet, கொம்பு; 3. a branch of a tree, கிளை; 4. a peak or top of a hill, மலையினுச்சி; 5. the tusk of an elephant, தந்தம்; 6. the horn or extremity of the waxing or waning moon, பிறைக்கோடு; 7. a dam, bank, வரம்பு; 8. multitude, திரள்; 9. crookedness, வளைவு.

கோடுகிழிக்க, — கீற, — போட, to draw lines.

கோடுகோடாயிருக்க, to be full of lines.

கோட்டுப்பூ, see under பூ.

கோட்டில் வாழ்விலங்கு, animals living on branches of trees as squirrels, monkeys etc.

கோட்டு மலை, — மா, an elephant.

வடகோடு தென்கோடு, the northern and southern cusp of the moon.

கோடு, III. v. i. (கோணு), bend, be crooked, வளை; 2. deviate, swerve, be partial or biassed, நெறிதப்பு; 3. v. t. bend, break, முறி.

கோடாத கோல், a right sceptre, just and impartial government.

கோடாமொழி, an infallible word, unfailing promise.

கோடாத மனம், an unbiassed mind, a liberal mind.

கோடாமை, neg. v. n. straight forwardness.

கோட்டம், v. n. crookedness, partiality.

மனக்கோட்டம், bias or prejudice of the mind.

முகக்கோட்டம், a sad, dejected countenance.

கோடை, s. the hot season, வேனிற் காலம்; 2. the wind of the hot season, the heat arising from the hot land-wind, மேற்காற்று.

கோடைகாலம், the hot season.

கோடைக் காற்று, the hot land-wind, the west wind.

கோடை மழை, rain in the hot season.

அருங் (கடுங்) கோடை, vehement heat in the hot season.

கோட்டகம், s. a tank, pond, கோட்டம்; 2. temple, கோஷ்டம்.

கோட்டம், s. place, இடம்; 2. country, நாடு, 3. an agricultural town or village, மருதநிலத்தூர்; 4. a tank, குளம்; 5. burning place, சுடுகாடு.

*கோட்டம், கோஷ்டம், s. cow-house, கொட்டில்; 2. a herd of cows, பசுக் கூட்டம்; 3. an assembly, கூட்டம்; 4. temple, கோயில்; 5. a boisterous noise, ஆரவாரம்; 6. a medicinal plant.

கோட்டரவு, v. n. (கோடு), sadness, lowness of spirits, குறுவுதல்.

கோட்டாலை, s. scurrility, lewd jesting buffoonery, சரசம்; 2. distress, vexation, trouble, துன்பம்.

கோட்டாலைகொள்ள, — செய்ய, — பண்ண, to play the fool, to vex, to trouble.

கோட்டாலைக்காரன், a mocker, a buffoon.

கோட்டான், s. a large kind of owl, கூகை.

கோட்டான்போல் விழிக்க, to look as an owl, to look stupid.

கோட்டி, *s*. beauty, அழகு; 2. vexation, trouble, துன்பம்.

கோட்டிகொள்ள, to vex, to annoy.

***கோட்டி**, **கோஷ்டி**, *s*. assembly of the learned or of respectable persons, சபை; 2. jest, joke, பரிகாசம்; 3. reproach, நிந்தை.

பிராமண கோஷ்டி, an assembly of Brahmans.

கோட்டியாழ், *s*. a kind of guitar.

கோட்டு, III. *v. t*. bend, make crooked, வளை VI; 2. paint, எழுது.

கோட்டுவான், *s*. a water-bird; 2. same as கோட்டான்.

கோட்டை, *s*. a measure of grain from twenty-one to twenty-four marcals; 2. a quantity of grain stored in a straw covering.

கோட்டை கட்டிவைக்க, to inclose grain in straw.

கோட்டைப்போர், a heap of straw.

***கோட்டை**, *s*. a fort, a fortified town, a castle, அரண்; 2. a ring appearing round the sun or moon, a halo, பரிவேடம்; 3. the wards of a lock.

கோட்டை அரணிப்பு, the fortification, bastions.

கோட்டைக்காரன், the commander of a fort, the owner of a fort.

கோட்டை மதில், the walls of a fort.

கோட்டையகழ், a ditch round the fort.

கோட்டை வாசல், fort-gate.

உட்கோட்டை, the inner castle or citadel.

கோட்பறை, *s*. the drum beaten when fishing.

கோட்பாடு, *s*. (கோள்), an opinion, a principle of action, tenets, doctrines, views, கொள்கை.

கோணங்கி, *s*. a buffoon, a droll fellow, கோமாளி.

கோணங்கி ஆட, -காட்ட, to mask oneself and play the buffoon.

கோணங்கிக் கூத்து, a buffoon's play.

கோணங்கித்தாசரி, a buffoon's title or appellation.

கோணங்கியம்மை, a sickness in which the limbs are contracted.

கோணங்கிவேஷம், the dress of a buffoon.

***கோணம்**, *s*. an angle, a corner, மூலை; 2. a narrow street having no thoroughfare, a narrow lane, முடுக்குத் தெரு; 3. curve, curvature, வளைவு.

கோண வாசல், a turnstile.

கோணன், a hunch-backed person.

அஷ்டகோணம், an octagon.

அறுகோணம், a hexagon.

திரிகோண சாஸ்திரம், trigonometry.

நவகோணம், a nonagon.

நாற்கோணம், a quadrangle.

முக்கோணம், a triangle.

கோணய், *s. prop*. கோநாய், which see.

***கோணி**, **கோணிகை**, **கோணியல்**, *s*. sack or bag made of coarse cloth or gunny, சாக்கு.

கோணிப் பட்டை, கோணியற் பட்டு, coarse cloth of which sacks are made.

கோணிப்பை, gunny bags.

***கோணு**, III. *v. i*. (கோடு), be bent, curved, crooked, வளை; 2. deviate, turn out of the proper course, நெறி பிறழு.

கோணக்கோண இழுக்க, to distort the limbs etc. (as convulsion).

கோணலாக்க, to bend, distort.

கோணல், *v.n*. crookedness, wryness, curvity, deceit, fraud.

முதற்கோணல் முற்றுங்கோணல், if the beginning is crooked or wrong, the whole will be crooked.

கோணல் கத்தி, a crooked knife.

கோணல் வாயன், a wry mouthed person.

கோணிக்கொடுக்க, to give unwillingly.

கோணிப்போக, -க்கொண்டுபோக, to grow crooked or curved; to go with displeasure.

முகங்கோண, to look sour, harsh.

கோணை, *s*. crookedness, வளைவு; 2. severity, கொடுமை; 3. eternal youth, அழிவின்மை.

கோணைக்கத்தி, a crooked knife.

கோணைக்கழுத்தன், one who has a crooked neck.

கோணைப்பேச்சு, irregular speech; 2. foreign speech or language.

கோணை வாயன் (*fem.* –வாய்ச்சி), a person with a writhed or distorted mouth.

*கோண், *s.* crookedness, obliquity, கோணல்; 2. spout of a vessel, கெண்டி.

கோண் (கோணல்) எடுக்க, to rectify a crooked thing.

கோண் (கோணல்) விழ, to grow crooked.

*கோதண்டம், *s.* a bow, the bow of Rama, வில்; 2. a rope or swing suspended from the roof of a school-house to which boys as a punishment are made to cling.

கோதண்டம் தூக்க, – போட, to cause a pupil to clasp the கோதண்டம் rope.

கோதண்டபாணி, Rama as armed with the bow.

கோதந்தி, *s.* the cheek, கன்னம்; 2. the jaws, தாடை.

*கோதமன், *s.* same as கௌதமன்.

கோதம், *s.* a kind of arsenic.

கோதாரி, *s.* spasmodic cholera, வாந்திபேதி; 2. a pestilence, கொள்ளைநோய்.

கோதாரிக் கழிச்சல், cholera.

கோதாரிக் காய்ச்சல், an epidemic fever.

*கோதாவரி, கோதம நதி, *s.* the river Godavery.

கோது, *s.* covering, capsula, தோல்; 2. refuse, the substance that remains after the juice (of fruit etc.) is pressed out, சக்கை; 3. fault, blemish, குற்றம்.

கோதாட்டம், கோதாட்டு, *v. n.* vexing; 2. fraud.

கோதில்லாப் புளி, tamarind without strings.

கோது கோதாயிருக்க, to be full of threads or fibres.

புளியங் கோது, the refuse of tamarind fruit.

கோது, III. *v. t.* disentangle the hair with the fingers, வகிர்; 2. adjust the feathers aright (as a bird with its bill); 3. pick or take up small quantities and eat (as birds), கொத்து; 4. excavate, கொழுது.

கோதிக் கட்ட, –முடிக்க, to disentangle and tie the hair.

கோதித்தின்ன, to pick as birds.

சோற்றைக் கோதிறைப்போலே தின்ன, வெகுநேரம் கோதிக்கோதித் தின்ன, to eat rice slowly little by little.

சிறகுகோத, to adjust the feathers.

மயிர்கோத, to adjust the hair.

*கோதுமை, கோதும்பை, *s.* wheat.

வாற்கோதுமை, barley.

கோதுமைமணி, a grain of wheat.

கோதை, *s.* a flower garland, பூமாலை; 2. women's hair, பெண்மயிர்; 3. a woman, பெண்.

*கோதை, *s.* a leathern glove worn by archers, தோற்கட்டு.

*கோத்தனி, *s.* the vine, முந்திரிகைக்கொடி; 2. the grape, திராட்சப்பழம்.

*கோத்திரம், *s.* a tribe, race, family, lineage, குலம்; 2. class, species, வர்க்கம்; 3. a hill, mountain, மலை; 4. millet, கோத்திரவம்.

கோத்திரம் அறிந்து பெண்கொடு, give your daughter in marriage after ascertaing the character of the family.

அகோத்திரம், the state of having no caste.

*கோத்திரவம், *s.* a kind of millet, வரகு.

கோத்தை, *s.* a blind man, குருடன்; 2. the gum of the eyes, பீளை.

கோநாய், கோணாய், *s.* a wolf, ஓநாய்; 2. the male jackal, ஆணரி.

கோந்தி, *s.* (*Tel.*), an ape.

கோந்திக்குணம், apishness, foolery.

*கோபம், கோவம், *s.* anger, wrath, passion, சினம்.

தீராக்கோபம் போராய் முடியும், anger not calmed will end with disaster.

கோபங்கொள்ள, to grow angry, to be enraged.

கோபஞ்சாதிக்க,–பாராட்ட, to harbour resentment.

கோபதாபம், great anger, rage.

கோபத்தை அடக்க, –அமர்த்த, –த்தணிக்க, to appease anger.

கோபநாசம், forbearance.

கோபம் மூட்ட, –எழுப்ப, to provoke, to exasperate.

கோபம் ஆறிப்போயிற்று, – தணிந்தது, the anger is appeased.

கோபாக்கினி, the heat of anger, fury.

கோபி, கோபிஷ்டன், கோபிஷ்டி, கோபக்காரன், an angry person.
முன்கோபம், excitableness, irascibility.
முன்கோபி, a hot-tempered, hasty person.

*கோபாலர், s. herdsmen, see கோ.

*கோபி, கோபிச்சந்தனம், s. yellow ochre with which the Vishnuvites mark their foreheads.

*கோபி, கோவி, VI. v. i. be angry, indignant, சின; 2. v. t. reprove, check, resent, show anger, கண்டி.
ஒருவனைக் கோபிக்க, to reprove a person.
கோபித்துக்கொள்ள, to check, reprove, rebuke, chide; 2. to be offended or displeased.

*கோபிகாஸ்திரி, கோபிகை, s. a woman of the herdsman caste.

*கோபுரம், s. a tower, a steeple, சிகரி; 2. the gateway, வாயில்.
கோபுரந்தாங்கி, the name of a plant, the figure on the side of the gate-way seeming to support the tower.
கோபுரவாசல், – வாயில், the portal of a tower.

கோப்பாட்டன், s. the head of a family or tribe.

*கோப்பியம், s. private matters, இரகசியம்; 2. respectability, கண்ணியம்; 3. economical repair of articles, கோலம்பண்ணல்.

கோப்பு, s. provisions supplied to officers; 2. strength, showiness, pride, இடம்பம்; 3. sport, jest, பகிடி; 4. v. n. see கோ.
கோப்புக்காட்ட, to show one's strength, pride.

கோமட்டி, கோமுட்டி, s. a class of traders, merchants.

கோமணம், s. see கோவணம்.

*கோமளம், s. tenderness, குருகு; 2. youthfulness, இளமை; 3. beauty, செவ்வி.

கோமாளம், கோமாளித்தனம், s. wantonness, madness, குறும்பு.
கோமாளி, a haughty or mad speech; 2. a wanton fellow.

கோமாட்டி, கோமான் etc., see under கோ, s.

கோமுட்டி, s. see கோமட்டி.

*கோமேதகம், s. a precious stone, onyx.

*கோமேதம், s. (கோ), the sacrifice of a cow.

கோம்பு, III. v. i. be angry, furious, சின.
கோம்பல், v. n. wrath, anger.

கோம்பை, s. the shell of a cocoa or areca-nut with the husk, கதம்பை; 2. a stupid fellow, முட்டாள்.

கோயில், கோவில், s. (கோ + இல்), a palace, அரமனை; 2. a temple, church, pagoda, ஆலயம்.
கோயில் பூனை தேவர்க்கஞ்சாது, the cat in the temple dreads no deity.
அவன் கோயில் குளத்துக்குப்போகிறதில்லை, he neglects religious ceremonies.
கோயில்காணி, – மானியம், temple lands.
கோயில் சேவிக்க, to serve the temple daily as musicians.
கோயில்பற்று, a parish, a parish church, lands belonging to a church or pagoda.
கோயில் பிரகாரம், the court of a temple.
கோயில்மணியம், – மணியகாரன், the manager of a temple.

*கோரகை, s. the cuckoo, குயில்.

*கோரக்கர், s. a celebrated devotee.
கோரக்கர் மூலிகை, the intoxicating drug கஞ்சா, *Cannabis Indica*.

*கோரங்கி, s. small cardamom, சிற்றேலம்; 2. the town of Coringa.

கோரணி, s. grimace, an affecting or melancholy sight, distortion of the countenance (as in pain); 2. epilepsy, the falling sickness, காக்காய் வலிப்பு.
கோரணி காட்ட, to make grimaces, to make sport as a buffoon, to make gestures.
கோரணிக்காரன், a buffoon, a jester, a captious troublesome person.

*கோரம், s. horror, horribleness, அச்சம்; 2. severity, fierceness, vehemence, அகோரம்; 3. heat, உஷ்ணம்; 4. horse, குதிரை.

கோரதந்தம், கோரப்பல், a snag tooth; 2. a poisonous tooth of a snake.
கோரமான வெயில், scorching sun, intense heat.

கோரம்பர், s. pole dancers, கழாயர்.

கோரம்பலம், s. diversion, amusement, buffoonery, தமாசு; 2. shift, trick, உபாயம்.

கோராவாரி, s. a tempest, a storm, பெருங்காற்று.

கோரான், கோரான்செடி, s. a shrub whose branches are used as torches, சுளுந்து.

கோரி, s. (*Hind.*), a tomb, a monument.

கோரு, III. v. t. request, வேண்டிக்கொள்; 2. wish, விரும்பு.
கோரிக்கை, v. n. a wish, desire, request.

கோரை, s. different kinds of grass, as சம்பங்கோரை, கிளைக்- etc.
கோரைப்புல்லு, the கோரை grass.
கோரையுள்ளான், a kind of snipe.

*கோரோசனை, கோரோசனம், s. (கோ), bezoar stone found in the stomach of cattle.

கோர், VI. v. t. *prop*. கோ, which see.

கோலம், s. form, shape, figure, உருவம்; 2. ornament, decoration, அலங்கரிப்பு; 3. beauty, அழகு; 4. pomp, magnificence, ஆடம்பரம்; 5. the habit, dress, outward appearance, வேஷம்; 6. lines or figures on the floor as ornamental devices.
தலைவிரிகோலமாய்த் திரிகிறாள், she wanders about with dishevelled hair.
கோலக்காரன், a sportmaker.
கோலம்போட, – இட, to paint the floor or pots with diverse figures or lines.
கோலம் (ஊர்கோலம்) வர, to go in procession.
காலாகோலம், irregularity, confusion.
பிணக்கோலம், funeral procession.
பிறந்தகோலம், nakedness.
மணக்கோலம், wedding procession or attire.
மழைக்கோலம், rainy appearance, cloudiness.
ராசகோலம், royal magnificence.
இராச கோலமாடுகிறான், he acts the king in the comedy.

கோலலவணம், s. blue vitriol.

கோலா, கோலாமீன், s. a flying fish.

*கோலாகலம், s. military display, pomp, சம்பிரமம்; 2. bustle, noise, பேரொலி.
கோலாகலம் பண்ண, to be strenuous, strong and brave; 2. to act disorderly.
கோலாகலத்தோடே போக, to march with pomp and without fear.

*கோலி, s. a marble, plaything, கோலிக்குண்டு.
கோலியடிக்க, – ஆட, to play marbles.

கோலியச்சாதி, s. a low class of weavers.
கோலியன், one of that tribe.

கோலு, III. v. t. enclose, surround, encompass, சூழு; 2. curve, bend in, வளை; 3. make, effect, build, உண்டாக்கு.
கோலிவர, to go round; 2. to surround.
சப்பணங்கோல, to sit with bended legs.
பாத்திகோல, to form garden beds.

கோல், s. rod or stick in general, தடி; 2. sceptre, government, செங்கோல்; 3. a pencil used for blackening the eyelids; 4. a measuring rod or pole, அளவுகோல்; 5. a staff to lean upon, ஊன்றுகோல்; 6. balance, scales, துலாக்கோல்; 7. horse-whip, சவுக்கு; 8. a branch of a tree, கொம்பு.
கோலாட்டம், a play with sticks accompanied with singing and dancing.
கோலாலே வீச, – அடிக்க, to strike with a stick or rod.
கோல்கொடுக்க, to lead a blind person by the staff.
கோற்புழு, a kind of caterpillar on the branches of trees.

கோவணம், கோமணம், s. a man's forelap.
கோவணாண்டி, a mendicant or beggar wearing nothing but a forelap.

*கோவம், s. see கோபம்.

கோவளம், s. a cape, முனை; 2. a town near a headland as Covelong.

கோவா, கோவை, s. the town of Goa.

*கோவிந்தன், *s.* (கோ), Vishnu, விஷ்ணு.
கோவில், *s.* same as கோயில்.
கோவேறுகழுதை, *s.* (கோ), a mule.
கோவை, கோர்வை, *s.* see under கோ, *v.*
*கோவைசியர், *s.* one of the three classes of Vaisyas, cowherds, இடையர்.
கோழி, *s.* domestic fowl, cock or hen, particularly the hen.
கோழி அடிக்க, to kill a hen.
கோழிக்காரம், fowl-dung.
கோழிக்கீரை, a kind of greens.
கோழிக்குஞ்சு, a chicken.
கோழிக்குடாப்பு, - க்கூடு, a hen-coop, a fowl-house.
கோழி கூவுகிறது, the cock crows.
கோழிக்கொடி, —க்கொண்டை, —யவரை, —முளையான், names of plants.
கோழிச்சாறு, the broth of a hen.
கோழிச்சேவல், சேவல்கோழி, a cock.
கோழிமுட்டை, a fowl's egg.
கோழியுள்ளான், a kind of snipe.
கோழி வளர்க்க, to keep hens.
அறுபதாங்கோழி, a hen laying eggs for sixty days.
கருங்கோழி, காட்டுக் — etc., see கருமை etc.
கோழை, *s.* phlegm, mucus, கபம்; 2. bashfulness, கூச்சம்; 3. a bashful, timid person.
கோழைக்கட்டு, obstruction of the chest or throat by thick phlegm.
கோழை கோழையாய் விழ, to throw up phlegm in lumps.
கோழைத்தனம், timidity, bashfulness.
கோழை நெஞ்சு, a tender, timid heart.
சபைக்கோழை, சபைக் —, a diffident or timid person.
*கோளகம், *s.* pepper, திப்பிலி; 2. a kind of snake; 3. silk cloth, பட்டுச் சீலை.
*கோளகன், *s.* a bastard born of a widow.
*கோளகை, *s.* circle, வட்டம்.
*கோளம், *s.* a sphere, ball, globe, orb, உருண்டை; 2. a circle, வட்டம்; 3. the globular mundane shell; 4. maps etc., கோளபடம்.
ககோளம், பகோளம், the celestial globe.
பூகோளம், the terrestrial globe, the earth.
கோளார்த்தம், அர்த்தகோளம், hemisphere.
குட கோளார்த்தம், the western hemisphere.
குண கோளார்த்தம், the eastern hemisphere.
கோளரி, *s.* a lion, சிங்கம்.
கோளா, *s.* (*for.*), minced mutton made into balls and fried.
கோளாங்கல், *s.* pebbles, கூழாங்கல்.
கோளாறு, *s.* disorder, confusion, difficulty, குழப்பம்; 2. quarrel, சண்டை.
கோளாறு பண்ண, to cause disorder or difficulties, to disturb.
கிரகக்கோளாறு, the evil influence of planets.
வயிற்றுக்கோளாறு, disorder of the stomach.
கோளி, *s.* a banian tree, any tree that bears without blossoming; 2. a receiver.
கோளிக்காரகம், the dative case.
*கோளிகை, *s.* female of the horse or ass.
கோளிகைக் குதிரை, a mare.
கோளிகைக் கழுதை, a she-ass.
கோளேசம், *s.* saffron, குங்குமப்பூ.
கோளை, *s.* a rat, எலி; 2. phlegm, கோழை.
கோள், *v. n.* & *s.* (கொள்), taking, கொள்ளுகை; 2. calumny, backbiting, false imputation, tale-bearing, malicious report, குறளை; 3. a lie, falsehood, பொய்; 4. opinion, tenet, கோட்பாடு; 5. disaster, misfortune, இடையூறு; 6. nature, quality, குணம்; 7. a planet, கிரகம்.
கோளன் (*fem.* கோளி), கோள்காரன் (*fem.* கோள்காரி), கோட்சொல்லி, calumniator, a talebearer, an informer.
கோள்குண்டனி, talebearing and calumny.
கோள் சொல்ல, to backbite, defame, slander, calumniate.
கோள்முடிய, to fabricate and spread scandalous report, to prejudice a person by false report.
தீக்கோள், an evil planet.
நற்கோள், a good planet.

கோறல், *s.* (கொல்தல்), killing.
கோறை, *s.* (*Tel.*), a hole, cavity, hollow, துவாரம்; 2. a socket, குவளை; 3. dirt, soil, பழுது.
கோறையாக, – விழ, – வைக்க, to become hollow.
கோனுன், *s.* (*fem.* கோனிச்சி), a shepherd, இடையன்; 2. an honorific appellation of herdsmen.
கோன், *s.* a king, see கோ.
கோன்மை, *s.* (கோல்), ruling, governing, ஆளுகை.
கொடுங்கோன்மை, unjust rule.
செங்கோன்மை, just government.

கௌ

*கௌசலை, *s.* Rama's mother, கோசலை.
கௌசனம் (கபிசினம், கவிசனம்), *s.* the forelap, waist cloth, கோவணம்.
கௌசனை, *s.* a cover, envelope, கவிசனை; 2. a cushion for a rider on an animal.
*கௌசிகம், *s.* a kind of owl, கூகை; 2. a candlestick, a lamp, விளக்குத் தண்டு; 3. silk cloth, பட்டுச்சீலை; 4. a kind of music.
*கௌசிகன், *s.* Indra; 2. Visvamitra; 3. a snake-catcher, பாம்பாட்டி.
*கௌடம், *s.* a northern country, the district of Gour in Bengal.
கௌட நடை, – நெறி, a poetic hyperbolical style.
*கௌண்டர், *s.* flesh-eaters, people of the lowest order, புலையர்; 2. a low caste named so, சண்டாளர்; 3. an honorific title of certain tribes.
*கௌண்டிகர், *s.* shoe-makers, தோல் வினைஞர்.
*கௌதமன், *s.* Gaudama, Buddha.
*கௌதமை, *s.* same as கோதாவரி.
கௌத்துவம், கவுத்துவம், *s.* deceit, guile, வஞ்சனை.
கௌத்துவக்காரன், a deceiver, a double-dealer.
கௌத்துவம் பண்ண, to deceive, to cheat, to have recourse to foul practice.
கௌத்துவ வழக்கு, barratry.
*கௌஸ்துபம், *s.* Vishnu's plate on the breast, விஷ்ணுவின் மார்பணி; 2. a ruby, பதுமராகம்.
*கௌபீனம், *s.* a forelap, கோவணம்.
*கௌரம், *s.* white colour, வெண்மை; 2. purity, சுத்தம்; 3. yellowness, பொன்மை.
*கௌரவம், *s.* dignity, respectability, மேன்மை.
*கௌரவர், *s.* the Kauravas, the rivals of the Pandus.
கௌரி, *s.* a cowry, கௌரிசிப்பி.
கௌரிபாத்திரம், – சிப்பி, a large conch or shell used as a vessel.
கௌரிபாஷாணம், a kind of arsenic.
*கௌரி, *s.* a girl of ten years not yet marriageable, பத்தாண்டு பெண்; 2. Kali.
*கௌவியம், *s.* the excretions of the cow used for purification.
கௌவு, கவ்வு, III. *v. t.* snatch (as a dog), take up with the mouth or beak, கடித்துப்பிடி; 2. seize, grasp, பற்று; 3. be intent upon a thing, apprehend, கிரகி.
இன்னம் அவன் இதிலே கௌவவில்லை, he has not yet his mind upon this.
கௌவு கொம்பு, a wooden supporter.
கௌவுதடி, forked stick, as கவைத்தடி.
மனசுகௌவ, to apply the mind, to mind a thing earnestly.
கௌவை, *s.* business, concern, care, கவை; 2. scandalous report, ill fame, பழிச்சொல்.
கௌவை மரம், a forked cross-piece at the entrance of an enclosure to prevent the cattle getting in.
கௌளி, *s.* a small kind of lizard, கெவுளி; 2. a bundle of one hundred betel-leaves, கவளி.
கௌளி எழும்புகிறது, – சொல்லுகிறது, – அடிக்கிறது, the lizard chirps (regarded as an omen).
கௌளி காதல், the chirp of the lizard and its presage.
கௌளிக்கட்டாய்ச்சொல்ல, to mislead, to deceive a person by professing to foretell.
கௌளி சாஸ்திரம், the art of devining by the chirp of the lizard.

ஙனம் 258 சகலம்

ங

ஙனம், *s.* place, room, இடம்; 2. manner, தன்மை, used chiefly in compounds as:

அங்ஙனம், that place, that manner.

இங்ஙனம், this place, this manner.

ச

*ச, *prefix denoting* 1. intensity (as சவிஸ்தாரம்); 2. addition (as சமூலம், with the root), சக.

*சக, *prefix*, with, together with, கூட.

சக கமனம், Suttee, the burning of a woman with her husband's corpse, உடன்கட்டை ஏறல்.

சகசம், சகஜம், that which is inborn, innate, natural, the natural state or disposition, இயற்கை; 2. reality, உண்மை; 3. familiarity, liberty, இஷ்டம்.

அவனுக்கு இது சகசமாய்ப்போயிற்று, this is become habitual or natural to him.

சகசமாய்ச் சொல்ல, to tell the real truth, to speak freely.

சகபாடி, a school fellow; 2. the husband of the wife's sister, சகலப்பாடி.

சகவாசம், association, familiar intercourse, connection, cohabitation.

சகன் (*fem.* சகி), companion, தோழன்.

*சகடம், *s.* (*vulg.* சக்கடா), a cart, a carriage, a wagon, பண்டி.

சகடக்கால், a cart-wheel.

சகட பாதை, a cart-road, an even road, a high-way.

சகடு, *s.* conjecture, guess, சந்தேகம்; 2. average, சராசரி; 3. cart, சகடம்.

சகட்டிலே, சகட்டுக்கு, in a lump, on an average, by the lump.

சகட்டிலே பத்துக் கலங் காணும், the outturn will average ten Kalams.

சகட்டிலெடுக்க, to take altogether.

சகட்டிலெண்ணி விட, to count in and deliver up indiscriminately.

சகட்டிலே வாங்க, to buy all completely, by the lump.

சகட்டிலே வைய, to abuse in general without naming the person.

ஏக சகட்டிலே, without difference or distinction, equally.

சகடை, *s.* a large drum, முரசு; 2. a tabret used at funerals, வாச்சியம்; 3. a cart, carriage, சகடு.

சகண்டை, *s.* a drum, முரசு.

சகதி, *s.* mud, mire, சேறு; 2. puddle, swamp, marsh.

சகதியிலே கல்லை விட்டெறிய, to fling a stone into a puddle; 2. *fig.* to meddle with wicked people.

சகதி வார்த்தை, foul language.

சகதியாய்க்கிடக்க, to be miry, muddy.

*சகத்திரம், சகஸ்திரம், சகஸ்ரம், *s.* a thousand, ஆயிரம்.

சகத்திர நாமன், Vishnu, as bearing a thousand names.

சகத்திராண்டு, a thousand years; 2. (*Chr. us.*) the millennium.

சகநாயகன், *s.* magnet, காந்தம்.

*சகபாடி, *s.* see under சக.

*சகம், செகம், *s.* the universe, the world, உலகம்; 2. era, epoch.

சகத்திலே கிடையாது, it cannot be had anywhere upon the earth.

சகசண்டி, a very obstinate fellow.

சகசோதி, the dazzling light of the world, God.

சகதேவி, goddess of the earth, பூமிதேவி.

சகநாதன், the Supreme Being, Vishnu of Jaganath.

சகாப்தம், சகாத்தம் (அப்தம், year) an era, the era of Salivahana.

சகலப்பாடி, *s.* see சகலன்.

*சகலம், சகலமும், *s.* all, the whole, everything, எல்லாம். (உம் is also added when declined.)

சகலத்திற்கும் நான் இருக்கிறேன், I will see to the whole.

சகல, *adj.* all, every. (உம் is generally added to the following substantive.)

சகல காரியமும், everything.
சகல குண சம்பன்னன், one rich in all good qualities.
சகலரும், சகலத்திராளும், சகல (சகல மான) மனுஷரும், all men.
சகலன், சகலப்பாடி, சகலை, s. husband of the wife's sister.
சகலாத்து, s. (*for.*), European woollen cloth of any colour.
சகல், s. gnat, கொசுகு.
*சகவாசம், சகன் etc., see under சக.
*சகா, s. companion, தோழன்; 2. (*abbreviation of* சகாயம்), assistance.
*சகாதேவன், s. the youngest of the 5 Pandus.
*சகாப்தம், s. see under சகம்.
*சகாயம், s. help, assistance, உதவி; 2. benefit, favour, patronage, துணை; 3. low price, cheapness, நயம்.
சகாயத்தை மறந்தவன், an ungrateful person.
சகாயமாய் வாங்கினேன், I bought it cheap, for a moderate price.
சகாயக்காரன், சகாயன், சகாயி, a helper, aider, assistant.
சகாயம் பண்ண, — செய்ய, to help, assist.
சகாயமாய்ச் சொல்ல, to speak in favour of one.
சகாயன், சகாயி, சகாயக்காரன், aider, helper.
வாக்குச்சகாயம், aid by words as recommendation.
*சகி, s. (*fem. of* சகா), a lady's maid, a female companion, தோழி.
*சகி, VI. v. t. suffer, bear, endure, undergo, forbear, பொறு; 2. pardon, excuse, மன்னி.
சகிக்கக்கூடாது, it cannot be suffered or forgiven.
துன்பத்தைச் சகிக்க, to bear affliction with patience.
சகிக்காதவன், one who is not able to endure or is impatient.
சகிப்பு, v. n. bearing, enduring; 2. forbearing punishment, pardoning.
சகியாமை, *neg. v. n.* impatience, not enduring.
*சகிதம், s. being connected or united, coherency, ஒற்றுமை.
குடும்ப சகிதம், in company with the family.
சகு அரிசி, *vulg.* சவ்வரிசி, s. sago.
*சகுந்தம், s. an eagle, a vulture, கழுகு; 2. a bird in general, பறவை.
*சகுனம், s. a bird in general, பறவை; 2. an omen, நிமித்தம்.
சகுன சாஸ்திரம், augury.
சகுனத்தடை, — ப்பிழை, a bad omen.
சகுனத்தடையாக, to meet with a bad sign or omen.
சகுனம் பார்க்க, to practise augury, to observe omens.
அப (துர்ச்) சகுனம், a bad sign or omen.
சுப (நற்) சகுனம், a good sign or omen.
*சகுனி, s. a bird, பறவை; 2. an augurer, நிமித்தம்பார்ப்போன்; 3. the maternal uncle of துரியோதனன்.
*சகோதரம், s. (சக + உதரம்) the state of brother or sister, உடன்பிறப்பு.
சகோதரங்கள், brothers and sisters.
சகோதரன் (*fem.* சகோதரி), a brother; 2. cousin, son of paternal uncle or maternal aunt.
சகோதரத்துவம், சகோதர சிநேகம், brotherly or sisterly union and love.
கூடப்பிறந்த சகோதரன், own brother, உடன்பிறந்தவன்.
ஒன்றை விட்ட சகோதரம், a cousin being the child of a paternal uncle or maternal aunt.
*சகோரம், சகோரப் பட்சி, s. the name of a mythical bird, the Greek partridge.
சக்கடா, s. *vulg. for* சகடம்.
சக்கந்தம், s. sport, scoff, mockery, derision, பரிகாசம்.
சக்கந்தக்காரன், a mocker, caviller.
சக்கந்தம்பண்ண, — பேச, to mock, ridicule, deride.
*சக்கரம், s. a circle, anything circular, வட்டம்; 2. a wheel, உருளை; 3. a circular missile weapon, discus, சக்கராயுதம்; 4. the circle or course of one's life, ஆயுட் சக்கரம்; 5. justice, the sphere of government, ஆக்கினை சக்கரம்; 6. diagrams made on a flat piece of metal for astrological pur-

poses; 7. money, coin stamped with a circle, சக்கரப்பணம்.

அவனுக்கு இத்தோடே சக்கரம் அறுதி, herewith his course of life will be at an end or finished.

சக்கரத்தால் எறிய, to throw the discus.

சக்கரச்செல்வம், complete prosperity as that of Indra (சக்கரன்).

சக்கரபரிபாலனம் பண்ண, to reign, to govern.

சக்கரபாணம்,—வாணம், a wheel rocket.

சக்கரபாணி, சக்கராயுதன், Vishnu, the discus-bearer.

சக்கரமுடிவு, the end of one's life.

சக்கரவர்த்தி, சக்கரேசுரன், an emperor.

சக்கரவாகம், — வாகப்புள், a fabled bird called the ruddy goose.

சக்கரவாளம், the visible horizon.

சக்கரன், discus-bearer, Indra.

சக்கராக்கினை, arbitrary punishment by a despot; 2. the decree of a monarch.

ஏக சக்கராதிபதி, God, the ruler of the whole universe; 2. the universal monarch, independent sovereign.

பூச்சக்கரம், the sphere of the earth.

*சக்கரை, s. prop. சர்க்கரை which see.

சக்கல், s. (Tel.), refuse, rubbish, rotten straw, மக்கல்; 2. whatever is withered, சாரமற்றது.

*சக்களத்தி, s. (சக + களத்திரம்), a joint or rival wife; 2. plants which have likeness to each other.

சக்களத்தி பிள்ளைகள், step-children.

சக்களத்தி போராட்டம், fighting between rival wives; 2. mutual animosity, jealousy.

சக்களையன், s. a stout, lazy fellow, சோம்பேறி.

சக்கிமுக்கி, s. a steel to strike fire with.

சக்கிமுக்கிபோட, — தட்ட, to strike fire with flint and steel.

சக்கிமுக்கிக் குடுக்கை, tinder box.

சக்கிமுக்கிக் கல், a flint.

சக்கிமுக்கிப் பஞ்சு, tinder.

சக்கிமுக்கிப் பை, a wallet containing steel, flint and tinder.

*சக்கியம், s. friendship, intimacy, உறவு; 2. the state of being practicable, possible, இயல்பு.

சக்கியன், friend, skilful man.

சக்கிலி, சக்கிலியன், s. a shoe-maker (pl. சக்கிலியர், fem. சக்கிலிச்சி).

சக்கு, s. mouldiness.

சக்குக்கட்ட, — ப்பூக்க, to grow mouldy.

சக்கை, s. the substance (of the sugar cane, fruit etc.) that remains after the juice is squeezed out; anything that is dry or insipid, the refuse, கோது; 2. the wadding of a gun; 3. carpenter's chips, சிராய்.

சக்கையாய் மென்று துப்ப, to chew and suck out the juice of a fruit etc. and spit out the matter that remains.

சக்கைசக்கையாயுரிக்க, to strip off any fibrous substance, to rail at or revile one.

சக்கை சக்கையாய்ப் பிளக்க, to cut or split into chips.

மரச் சக்கை, a chip.

*சக்தி, s. see சத்தி.

சங்கங்குப்பி, s. a shrub with a very bad smell, பீக்கிலாத்தி.

சங்கஞ்சேடி, s. the name of a thorny shrub.

*சங்கடம், s. narrowness, straits, difficulty, trouble, நெருக்கம்.

சங்கடப்பட, to be in difficulties, to be molested.

*சங்கட்டம், sickness, வியாதி; 2. agony, மரணவஸ்தை.

*சங்கதம், s. Sanscrit; 2. union, junction, பொருந்துகை; 3. attachment, நட்பு; 4. a complaint, முறைப்பாடு.

சங்கதமாய்க் கிடக்கிறது, the case is brought before the community.

சங்கதந்தீர்க்க, to settle a complaint.

சங்கதம்பண்ண, — இட, to complain.

*சங்கதி, s. circumstance, matter, affair, news, சமாசாரம்.

*சங்கமம், s. meeting, association, union, கூடுகை; 2. sexual intercourse, புணர்ச்சி; 3. the Saiva sect (as worshippers of the Linga), சைவம்; 4. junction of a river with the sea, the mouth of a river, confluence of two sacred rivers; 5. living creatures moving upon earth (opp. to தாபரம்).

சங்கம சொத்து, moveable property.

சங்கமன், wearer of the Linga.

*சங்கம், s. joining, uniting, சேர்தல்; 2. meeting, assembly, convocation, council, senate, கூட்டம்; 3. sexual intercourse, புணர்ச்சி; 4. a large number, ten billions; 5. a college of learned men who in former times lived at Madura, புலவர் சபை.

சங்கக்கூலி, the recompense to a pimp.

சங்கங் கூட, to meet together in public assembly.

சங்கச் (சங்கமருவிய) செய்யுள், poems approved by the learned assembly of Madura.

சங்கத்தமிழ், Tamil sanctioned by the Madura College.

சங்கத்தார், the members of an assembly.

சங்கம் வாங்க, to pimp, to pander.

சங்கம்வாங்கி, a pimp.

*சங்கரம், s. mixture, confounding, கலப்பு.

சங்கரசாதி, a mixed tribe of the higher and lower castes.

*சங்கரன், s. Siva, சிவன்; 2. Sankaracharyar, the celeberated head of the Vedantic School, சங்கராசாரியர்.

*சங்கராபரணம், s. a kind of tune.

*சங்கரி, VI. v. t. destroy, அழி.

சங்கரிப்பு, v. n. destruction.

சங்கலர், சங்கலார், s. warriors, போர்புரிவோர்.

*சங்கலனம், s. aggregation, blending, கலப்பு; 2. addition, கூட்டல்.

சங்கலிதம், s. blending, mixture, கலப்பு; 2. addition in Arithmetic, கூட்டல்; 3. series of numbers in progression.

*சங்கற்பம், சங்கல்பம், s. mental determination, resolve, volition, will, மனோநிச்சயம்; 2. a solemn vow or declaration of purpose, பிரதிக்கினை.

சங்கற்பிக்க, சங்கற்பம் பண்ண, to determine firmly, to vow, to declare solemnly, to resolve.

தெய்வசங்கற்பம், divine providence.

*சங்காத்தம், s. friendship, familiarity, சிநேகம்.

சங்காத்தம் பண்ண, to make friendship.

சங்காத்தி, a friend.

சங்காயம், s. the dried leaves of sugar-cane, கரும்புச்சருகு.

*சங்காரம், s. destruction, சங்கரிப்பு.

சங்காரம்பண்ண, சங்கரிக்க, to destroy.

சங்காரன், destroyer.

சர்வ சங்கார நாள், doomsday, the day of judgment.

*சங்கி, VI. v. t. honour, respect, சங்கை செய்; 2. v. i. doubt, suspect, சந்தேகப்படு.

சங்கித்தல், v. n. respect, honour.

*சங்கிதை, s. a compendium, a digest, பொழிப்பு; 2. a collection of Vedic hymns.

*சங்கியை (com. சஞ்சிகை), s. number, reckoning, எண்; 2. an issue of a periodical.

*சங்கிரகம், s. abridgment, epitome of a book; brief sketch, சுருக்கம்; 2. collection, திரட்டு.

சங்கிரகிக்க, to epitomize, abridge.

சாரசங்கிரகம், abstract, essence.

*சங்கிராந்தி, சங்கிராந்தம், s. the beginning of a month or year, the passage of the sun from one sign of the Zodiac to another particularly in January when the Hindus celebrate the Pongal feast.

*சங்கிராமம், s. war, battle, போர்.

சங்கிரமசூரன், a great warrior.

*சங்கிருதம், s. Sanscrit, சமஸ்கிருதம்.

சங்கிலி, s. a chain.

சங்கிலிக் கொத்து, two or more rows of chains, a double or triple chain.

சங்கிலிப் பூட்டு, the clasp of a chain.

சங்கிலிபோட, to put on a chain, to chain.

சங்கிலிப் பின்னல், the linking or twisted work of a chain.

சங்கிலி மடிப்பு, the plait or fold of a chain about the neck.

சங்கிலி வடம், an iron chain used for drawing a car.

சங்கிலி வளையம், a link or ring of a chain.

பொற் சங்கிலி, a gold chain.

*சங்கீதம் (சம்+கீதம்), s. concert of music vocal and instrumental, வாத்

நியத்தோடு பாடுகை; 2. the science of music, இராகசாஸ்திரம்; 3. (*Chr. us.*), a hymn, psalm.

சங்கீதக்காரன், a singer, singing master.

சங்கீதக் கியானம், knowledge of music, skill in music.

சங்கீதம் பாட, to sing a hymn, to practise music.

சங்கீதம் முழங்க, to sing hymns with loud sounding instruments.

சங்கீதலோலன், one who has a great delight in singing and music.

சங்கீத வாத்தியம், – மேளம், vocal and instrumental music.

*சங்கீர்த்தனம், *s.* (சம் + கீர்த்தனம்), mentioning, narration, சொல்லல்; 2. praising, celebration.

சங்கீர்த்தனம் பண்ண, to celebrate, to laud, to praise (particularly God), to sing to one's praise.

பாவசங்கீர்த்தனம் (*Chr. us.*), confession of sins.

பாவசங்கீர்த்தனம் பண்ண, to confess one's sins.

*சங்கு, *s.* a conch, shell, chank; 2. the name of a medicinal shrub, சங்கஞ் செடி; 3. a number, a thousand trillion.

சங்கு சக்கரம், the chank and wheel, marks resembling them.

சங்குச்சலாபம், the chank fishery.

சங்குதிரி, the winding in shells.

சங்கு திருகி, a corkscrew, a tool for cutting chanks.

சங்குத்தாலி, சங்குந் தாலியும், the tali or marriage badge in imitation of chanks one on either side.

சங்கு நாதிக்க, same as சங்கூத.

சங்குவெள்ளை, fine chunam plaster.

சங்குவெள்ளை வைக்க, to plaster with fine chunam.

சங்குமணி, beads made of chank.

சங்கூத, to sound the chank.

இடம்புரிச் சங்கு, a chank the windings of which turn to the left.

வலம்புரிச் சங்கு, a chank the windings of which turn to the right.

சூற்சங்கு, a conch containing pearls.

தாழஞ் சங்கு, a chank with a wide mouth.

முள்ளஞ் சங்கு, a prickly conch or shell.

சங்குஸ்தான், *s.* (*for.*), the sacristan or sexton of a church (*Chr. us.*).

சங்குவடம், *s.* a boat, a small dhony, பரிசு.

*சங்கேதம், *s.* engagement, agreement, appointment, நியமம்; 2. condition, ஏற்பாடு; 3. technicality, பரிபாஷை; 4. conspiracy, கட்டுப்பாடு.

*சங்கை, *s.* doubt, uncertainty, ஐயம்; 2. fear, apprehension, அச்சம்; 3. honour, reverence, கனம்; 4. custom, usage, வழக்கம்.

சங்கைக்கேடு, – யீனம், dishonour.

சங்கைபண்ண, சங்கிக்க, to honour.

சங்கைபொருந்திய, – போர்ந்த, honorable, respectable.

காலசங்கை, the usage or practic of the times.

காற்றுச் சங்கை, possession by demon.

மாறாத சங்கை, unviolable custom or practice.

*சங்கோசம், *s.* contraction, சுருங்கல்; 2. shamefacedness, bashfulness, ticklishness, a tickling, dazzling such as the light occasions in weak eyes, கூச்சம்.

சங்கோசக்காரன் (*fem.* சங்கோசக்காரி), a shamefaced or bashful person.

சங்கோசப்பட, to be bashful.

*சங்க்ஷேபம், *s.* see சஞ்சேபம்.

*சசம், *s.* hare, rabbit, முயல்.

*சசி, *s.* the moon, சந்திரன்; 2. camphor, கர்ப்பூரம்; 3. the wife of Indra, இந்திராணி.

*சசேலஸ்நானம், *s.* (ச + சேல + ஸ்நானம்), ceremonial bathing for purification with clothes on.

சச்சடி, *s.* (*vulg.*), crowding, multitudes passing and repassing, சந்தடி.

சச்சரவு, சச்சரை, *s.* quarrel, கலகம்.

சச்சரவுபட, to be engaged in a quarrel.

*சச்சிதானந்தம், *s.* (சத் + சித் + ஆனந்தம்), the highest bliss, *lit.* truth, intellect and joy.

சச்சிதானந்தன், God, the source of eternal bliss.
சச்சு, s. a bird's beak, பறவை மூக்கு; 2. bustle, confusion, multitudes of people passing and repassing, சந்தடி; 3. inferiority, அற்பம்.
சச்சாய்க்கிடக்க, to be in confusion.
சச்சாயிருக்க, to be crowded; 2. to be inferior (as bad tobacco).
சஞ்சம், s. (*Tel.*), sacerdotal badge, பூணூல்; 2. an officer's sash, கச்சு.
*சஞ்சயம், s. assembly, multitude, கூட்டம்.
*சஞ்சயனம், s. funeral ceremony in which the remains of the burnt body are collected and sprinkled with milk, காடாற்றுதல்.
*சஞ்சரி, VI. *v. i.* move about, wander, திரி; 2. sojourn in a place, dwell, வாசம்பண்ணு; 3. cohabit, சகவாசம்பண்ணு; 4. converse with one, சம்பாஷி.
சஞ்சரிப்பு, *v. n.* dwelling, சஞ்சாரம்.
*சஞ்சலம், s. motion, shaking, fluctuation of the mind, அசைவு; 2. fickleness, நிலையில்லாமை; 3. sorrow, grief, trouble, கவலை.
சஞ்சலக்காரன், a person in distress.
சஞ்சலப்பட, -மாயிருக்க, சஞ்சலிக்க, to be doleful, sad, sorry; to be agitated, distressed or troubled.
சஞ்சலப்படுத்த, to trouble, vex, harass.
சஞ்சலப்புத்தி, an irresolute, wavering mind.
மனச் சஞ்சலம், grief.
சஞ்சாயம், s. work done for daily wages opposed to குத்தகைவேலை.
*சஞ்சாரம், s. wandering, திரிதல்; 2. sojourning, dwelling, குடியிருத்தல்; 3. cohabitation, living with a person, சஞ்சரிப்பு.
மனுஷசஞ்சாரமில்லாத இடம், a solitary, uninhabited, dreary place.
சஞ்சாரம்பண்ண, to lodge, dwell.
சஞ்சாரி, a wanderer, an inhabitant.
*சஞ்சிகை, s. see சங்கிலை.
*சஞ்சீவி, சஞ்சீவனி, சஞ்சீவினி, s. a medicine for long life, a restorative.
சஞ்சீவி மூலிகை, a root which restores from swooning.
சஞ்சீவியாயிருக்க, to live long.
அமிர்த சஞ்சீவி, a medicine which restores the dead to life.
*சஞ்சேபம், சங்க்ஷேபம், s. a compendium, epitome, சுருக்கம்,
சஞ்சேபிக்க, to abbreviate.
சடக்குச் சடக்கெனல், *v. n.* clacking (as when walking with sandals).
*சடங்கம், s. (சட்+அங்கம்), the six Vedanga shastras; 2. a bundle for a journey, மூட்டைப்பை; 3. a change of சங்கடம்.
சடங்கத்திலே போட்டுக்கட்ட, to tie together in a bundle.
*சடங்கு, s. a religious ceremony, outward rite, observance, செய்முறை.
சடங்காக, to arrive at puberty as a girl.
சடங்கான பெண், a girl who is come of age or attained her puberty.
சடங்குசெய்ய, to perform a ceremony.
சடசடெனல், சடபுடெனல், *v. n.* an imitative sound, rattling, bullying.
*சடம், s. that which is unintelligent, matter (as opposed to spirit, சித்து); 2. the body, உடல்.
சடபதார்த்தம், சடத்துவம், material body or existence.
சடம் விழுந்துபோக, to die.
சடலம், s. body, சரீரம்; 2. heavy, large body, பருத்தவுடல்.
சடவுப்பு, s. (சடம்), the salt taken from the human body, சமாதியுப்பு.
*சடாபாரம் etc., see under சடை.
*சடாயு, s. a mythical bird killed by Ravana while carrying Sita.
சடாய், VI. *v. t.* load a gun, துப்பாக்கி கெட்டி; 2. *v. i.* grow fat, grow well and bear abundantly, செழி.
சடாய்ப்பு, *v. n.* fatness, corpulency.
*சடிதி (*com.* சடுதி), s. suddenness, unexpectedness.
சடிதியிலே சாக, to die suddenly.
சடிதியாயிருக்க, to be sudden and unexpected.
*சடு, s. (*in combin. also* சட், சஷ், சண்), six, ஆறு.
சடேக்கா, s. (*Hind.*), quickness, swiftness, விரைவு.
சடேக்காவண்டி, a hackney carriage.

சடேதி, *s.* see சடிதி.

சடேத்தம், *s.* dispute, quarrel, rivalry in enhancing the price of a commodity, போட்டி.

இரண்டு பேருக்குச் சடேத்தமாயிற்று, two persons quarrelled with or bade against each other.

சடேத்தத்திலே வந்து விழுந்தது, the thing has ended in a dispute.

சடேத்தத்திலே விற்றுப்போட, to sell to the highest bidder.

சடேத்தமாயிருக்க, to counteract each other, to be in dispute.

சடேத்தமாய்க்கேட்க, to bid more, to bid up.

சடேத்தமாய் வாங்க, to purchase a thing by outbidding another.

சடேத்தம்பண்ண, – செய்ய, to dispute, to compete, to rival, to quarrel.

சடேத்தி, *s.* (*Hind.*), inspection, examination, சோதனை.

சடேத்திபார்க்க, to inspect, to examine.

***சடை**, *s.* long entangled or plaited hair; bushy, matted hair, மயிர்ப்பின்னல்.

சடாதரன், Siva.

சடாதரி, Parvati.

சடாபாரம், – முடி, heavy entangled locks.

சடையாண்டி, a religious mendicant of the Siva sect with matted hair.

சடைக்காரன் (*fem.* சடைச்சி), one with long plaited hair.

சடைச்சி, சடைச்சிவேர், the name of a plant, a cork tree.

சடைநாயகம், – ப்பில்லை, ornaments for the hair.

சடைபின்ன, to plait the hair.

சடைப்பயறு, a kind of gram.

சடைப்புல்லு, a kind of grass.

சடைவளர்த்துக்கொண்டிருக்க, to grow and mat the hair as ascetics do.

சடை, II. *v. t.* clinch, batter down, தறை; 2. check, hinder, தடு; 3. *v. i.* become weary or disheartened, சோரு; 4. be stunted in growth, பயிர்கெடு.

***சட்**, சஷ் *adj.* from சடு, six.

சட்கோணம், hexagon.

சட்டகப்பை, *s.* a long flat ladle.

சட்டகம், *s.* image, figure, வடிவு; 2. body, frame, உடல்; 3. bed, படுக்கை.

சட்டகல்லி, சஷ்டகல்லி, *s.* chattering, babbling, வீண்பேச்சு.

சட்டம், *s.* a wooden frame of a window, picture etc., மரச்சட்டம்; 2. a rule, order, ஏற்பாடு; 3. exactness, neatness, plan, model, formula, திட்டம்; 4. a copy written by pupils, எழுதுமோலை.

அந்த ஊர்ச் சட்டம் அப்படி, such is the fashion or custom of that place.

அவன் வைத்ததே சட்டம், his word is law and gospel.

சட்டங்கட்ட, – பண்ண, to fix a rule, regulate, order.

சட்டங் கொழிக்க, to talk in a high strain, to talk big words.

சட்டதிட்டம், accuracy, 2. code of regulation.

சட்டந் திருத்த, to correct the writings of boys.

சட்டந்தைக்க, to frame, to enclose in a frame.

சட்டப் பலகை, a board frame; 2. a flat ruler.

சட்டமாய், handsomely, symmetrically, properly, well.

இது சட்டமாயிருக்கிறது, this is well ordered, regulated, arranged.

சட்டம் எழுத, to learn to write copy.

சட்டம் எழுதிக்கொடுக்க, to set a writing copy.

சட்டம்பார்க்க, to look over the writing of school boys.

சட்டம்பியார், a school-master.

சட்டம் (சட்டாம்) பிள்ளை, a monitor.

சட்டவளை, cross-beams.

சட்டவாள், a large saw fixed in a frame.

இருப்புச் சட்டம், an iron bar; 2. iron plate round a wheel.

குறுக்குச்சட்டம், a transom or crossbar of a window.

நெடுஞ்சட்டம், the long frame of a window etc.

சட்டாட்டம், *prop.* சண்டியாட்டம், *s.* contention, contest, வாதாட்டம்.

சட்டாம்பிள்ளை, *s.* see சட்டம்பிள்ளை.

சட்டி, *s.* a pan, a cooking vessel.

சட்டித்தலை, jolt head, big head.

சட்டிபானை, pans and pots.

சட்டிப்பீரங்கி, a mortar for throwing bombs.
குண்டுசட்டி, a deep pan.
சருவச்சட்டி, a copper pan.
பெருஞ்சட்டி, தளச் –, a large pan.
பொரிக்குஞ்சட்டி, a frying pan.
*சட்டி, சஷ்டி, s. the sixth lunar day.
*சட்டி, VI. v. t. destroy, injure.
சட்டினி, சட்னி, s. (*Hind.*), Chatny, a condiment.
*சட்டு, s. destruction, injury, waste, அழிவு.
சட்டுபண்ண, to destroy, waste.
சட்டுவம், s. a ladle or large spoon of metal, அகப்பை.
சட்டுவஞ்செலுத்த, to lade out, to show hospitality.
சட்டை, s. a garment, jacket, coat, அங்கி; 2. the skin or slough of a snake; 3. esteem, regard, honour, கனம்.
சட்டைகெட்டுப்போக, to lose respect, honour.
சட்டைக்காரன், one in European dress, a Eurasian.
சட்டைதைக்க, to sew a garment.
சட்டைபண்ண, to esteem, respect, honour.
சட்டை போட்டுக்கொள்ள, to put the garment on.
அரைச்சட்டை, a jacket, waist-coat.
உட்சட்டை, under-garment.
நெடுஞ்சட்டை, a long robe or gown.
போர்வைச் சட்டை, a cloak, an upper garment.
சணப்பு, s. (*vulg.*), same as சணல்.
*சணம், க்ஷணம், கணம், s. a moment.
க்ஷணப்பொழுது, – நேரம், a moment, a moment's time.
*சணல், *vulg.* சணப்பு, s. hemp, flax.
சணல்நார், சணப்ப –, fibres or strings of hemp.
சணல் நூல், hemp-thread, linen thread.
சணல் நூல் புடவை, linen cloth.
சணல்தெளிக்க, to sow hemp-seed.
சணற்கயிறு, flax cord or string, pack-thread.
சணற்கழி, hempen stalk or stick.
சணற்கற்றை, a bundle of hemp.
சணற்பன், சணப்பன், a hemp-maker, a flax-dresser.
சணுய், சணே, VI. v. i. grow luxuriant, grow stout, கொழு.
*சண்டம், s. fierceness, violence, கொடுமை; 2. swiftness, விரைவு.
சண்டப்பிரசண்டன், a valiant person; an impetuous, enthusiastic man.
சண்டமாருதம், a dreadful storm, a great tempest.
சண்டமாருதம்போல (சண்டப்பிரசண்டமாய்) ப்பேச, to speak vehemently.
*சண்டன், s. the minister of Yama, காலன்; 2. Siva; 3. a violent person, கொடியன்.
*சண்டாளம், s. villany, baseness, இழிவு.
சண்டாளன் (*fem.* சண்டாளி), a base or vile person, a villain, an outcaste.
சண்டாளத் துரோகி, – ப்பாவி, a vile wretch.
*சண்டி, s. an obstinate, stubborn and very lazy fellow, a rogue, உரோசங்கெட்டவன்.
சண்டிக்குதிரை, an untractable horse
சண்டித்தனம், obstinacy, stubbornness.
சண்டித்தனம் பண்ண, to shew obstinacy or unwillingness.
சண்டிமாடு, a lazy untractable bullock or cow.
சண்டியாயிருக்க, to be stubborn.
சண்டியாய்ப் போக, to become obstinate.
சகசண்டி, see under சகம்.
சண்டிவாளம், s. (*for.*), money given to dissolve a bargain or to redeem anything.
சண்டு, s. chaff, பதர்; 2. an insect eating up crops.
சண்டை, s. quarrel, வாது; 2. fight, battle, போர்.
சண்டைகொடுக்க, to fight the enemy.
சண்டைக்கணி வகுக்க, to set an army in array to fight.
சண்டைக் கப்பல், a man-of-war.
சண்டைக்கழைக்க, to challenge.
சண்டைக்கு நிற்க, to stand ready to fight, to seek a quarrel.
சண்டைபட, to fall out with one.

சண்டைபண்ண, – பிடிக்க, – போட, to quarrel, fight.

சண்டைமூட்ட, to raise quarrels, to excite to battle.

சண்டை மூளுகிறது, quarrels arise.

சண்டையாய்க் கிடக்க, to be imbroiled in war or in quarrel.

*சண்பகம், செண்பகம், சம்பகம், s. the Champaka flower tree.

சண்பகப்பூ, the Champaka flower.

சிறு சண்பகம், a smaller species of சண்பகம்.

*சண்முகன், s. (சண், see சடு), the six-faced Skanda.

சதகம், s. a tree, தான்றிமரம்.

*சதகம், s. an aggregate of one hundred; 2. a poem of hundred stanzas.

சதகுப்பை, சதகுப்பி, s. dill, fennel.

சதக்கல், சதுக்கல், s. marshy, miry ground, mire, சேறு.

சதங்கை, சலங்கை, s. little bells, copper, silver or gold; small bells worn on the ankles by children.

சதங்கைமாலை, a string of little bells tied to the necks of horses, oxen etc.

சதங்கை கட்டியாட, to dance in ankle bells.

சதசதப்பு, s. being soft and miry.

*சததம், s. perpetuity, eternity, நித்தியம்.

*சதம், s. a hundred, நூறு; 2. (*contr. of* சததம்), certainty, durability, perpetuity, நிலைமை.

இவ்விடம் சதமோ அவ்விடம் சதமோ? is this or the other world eternal?

லோகவாழ்வு சதமல்ல, worldly prosperity is not durable or everlasting.

சதகோடி, a hundred crores.

சதகோடி (சதாகோடி) சங்கம், a very numerous assembly.

சதஞ்சீவி, சிரஞ்சீவி, a long-lived person.

சதமாயிருக்க, to be perpetual, eternal.

சதபத்திரி, centifolium; 2. the lotus.

*சதளம், s. (ச+தளம், quantity), a multitude, கூட்டம்.

சதளம் எழுந்து வருகிறது, a large force approaches.

சதளமாயிருக்கிறவன், சதளக்காரன், one who has a numerous family.

சனசதளம், a multitude of people.

*சதா, *adj.* continual, perpetual, எப்பொழுதுமுள்ள.

சதாகாலமும், everlastingly, eternally, evermore, for ever and ever.

சதாசிவம், eternal felicity; 2. Siva in the exercise of benevolence towards sentient beings, the highest of பஞ்சகர்த்தாக்கள்.

சதாசிவன், Sadasiva, the first and the highest of the five forms assumed by Siva.

சதானந்தம், eternal joy.

சதானந்தன், God, the source of eternal bliss.

சதாப்பு, s. (*Hind.*), a plant.

சதாப்புக் கீரை, the leaves of it.

சதி, s. deceit, treachery, snares, ambush, வஞ்சனை; 2. (*contr. of* சடிதி), haste, speed.

சதியாய் (சடிதியாய்) வா, come quickly.

சதிசெய்ய, – பண்ண, to lay snares, to act treacherously, to surprise by lying in wait.

சதிகாரன், a treacherous person.

சதிப்போர், a combat with stratagem.

சதிமானம், treachery.

சதிமோசம், danger caused by treachery, dangerous deceit.

சதியோசனை, treachery.

*சதி, s. a chaste woman, கற்புடையாள்; 2. Parvati, the consort of Siva; 3. Suttee, voluntary concremation of a widow on the funeral pile of her husband.

சதிபதி, Siva the husband of Parvati; 2. wife and husband.

சதிரம், s. (*vulg.* for சரீரம்), body.

சதிர், s. cheapness, favourable term, low price; 2. a nautch, a party to witness a play or the performances of dancing girls, நாட்டிய சபை; 3. boundary, எல்லை.

சதிராய், at a low or favorable rate.

சதிர்வைக்க, to arrange an exhibition or dance.

சதிர்க்கிராமம், a frontier village.

*சது, s. the number four, சதுர்.

சதுமுகன், சதுர்முகன், the four-faced Brahma.

*சதுக்கம், சதுஷ்கம், s. a quadrangle, a square, சதுரம்; 2. a spot where four roads meet, நாற்சந்தி; 3. (சவுக்கம்), a square cloth used as turban or handkerchief.

சதுக்கல், s. (*prop*. சறுக்கல்), slipperiness, வழுக்கல்.

*சதுட்பாதம், சதுஷ்பாதம், s. quadruped, நாற்கால் மிருகம்; 2. a dog, நாய்.

சதுப்பு, சதுப்பு நிலம், s. a marshy ground, சதுக்கல் நிலம்.

*சதுரம், s. a square, quadrangle; 2. skill, cleverness, sagacity, விவேகம்.

சதுரப்படக் கிழிக்க, to divide into squares.

சதுரன், an avaricious person, a learned and skilful man.

சதுரக்கள்ளி, a four-sided கள்ளி shrub; 2. the prickly pear, சப்பாத்துக் கள்ளி.

சதுரப்பாடு, dexterity, cleverness; 2. four-sided figure.

*சதுரி, VI. *v. t.* cut or make square figure, சதுரமாக்கு; 2. square a number.

*சதுர், s. four, fourfold, நான்கு; 2. an assembly to witness a play, dancing etc., சதிர்; 3. a pair, set; 4. sagacity, சாதுரியம்.

சதுரகராதி, a dictionary consisting of four divisions.

சதுரங்கம், a body of four kinds of forces, elephant, cavalry, chariot and infantry, சதுரங்கசேனை; 2. the game of chess.

சதுரங்கத்துக்கு அடி பார்க்க, to consider the moves in chess, to deliberate.

சதுரங்கக்காய், chess men.

சதுரங்கப்பட்டணம், the town of Sadras.

சதுரங்கப் பலகை, a chess board.

சதுரங்கமாட, to play at chess.

சதுரங்கயுத்தி, - எத்து, stratagem at chess.

சதுர்த்தசி, the 14th day of the moon.

சதுர்த்தி, the 4th day after the new or full moon.

சதுர்ப்பாடு, discretion, cleverness, eloquence.

சதை (தசை), s. flesh, மாமிசம்; 2. the pulp, fleshy part of a fruit.

சதை தெறிக்க அடிக்க, to beat one soundly.

சதையைக் கழிக்க, to chop off the flesh, to vex one excessively.

சதைப்புஷ்டி, fulness, fleshiness, corpulence.

சதைபுரள, to be sprained.

சதை, II. *v. i.* be bruised or crushed, நசுங்கு.

சதை, VI. *v. t.* mash, crush, நசுக்கு; 2. grow fat, stout, புஷ்டியாகு.

*சத்தம், சப்தம், s. sound, voice, clamour, noise, rumour, ஒலி; 2. word, மொழி; 3. cart-hire, வண்டிவாடகை.

சத்தங்காட்ட, to indicate by a sound, to call, to cry out, to make a noise.

சத்தங்கேட்க, to propose a price for cartage; 2. to hear a noise.

சத்தப்பட, to clang or sound.

சத்தப்படாமல், silently, without noise, without any one's knowledge.

சத்தமாய், clearly and aloud.

சத்தமாய்க் குரைய, to make a loud noise.

சத்தம்போட, - இட, to cry out.

*சத்தம், சப்தம், s. seven, ஏழு.

சத்தசாகரம், seven seas, the greatest abundance.

தண்ணீர் சத்தசாகரமாய் ஊறுகிறது, the water springs abundantly.

சத்தமி, the 7th day after the new or full moon.

*சத்தி, சப்தி, VI. *v. i.* sound, make noise, ஒலி.

*சத்தி, சக்தி, s. strength, power, ability, வலி; 2. the female energy in creation (in Hindu mythology); 3. a name of Parvati; 4 vomiting, கக்கல்.

சத்திக்குத் தக்கதாய்க் கொடுக்க, to give according to one's means or ability.

சத்தி குறைய, to be enfeebled.

சத்தி பண்ண, - எடுக்க, - செய்ய, to cast up, vomit.

சத்தி பூசை, an abominable rite of worshipping in secret the female organ.

சத்தி பெலவான், a very mighty person.

சத்தியுள்ளவன், a man of influence, power or wealth.

மந்திரசத்தி, the virtue of incantation.

விக்கிரகத்துக்குச் சத்தியுண்டாக்க, to consecrate an idol, to give it a virtue.

*சத்தியம், s. truth, veracity, மெய்; 2. an oath, சபதம்.

சத்தியக்கடுதாசி, an affidavit.

சத்தியந்தப்ப, to break one's words or promise, to swerve from truth.

சத்தியப் பிரமாணம், — ப்பிரமாணிக்கம், an oath, pure unmixed truth.

சத்தியமாய்க் கேட்க, to bind one by an oath.

சத்தியமாய்ச் சொல்ல, to affirm with an oath.

சத்தியம் பண்ண, to swear, to take an oath.

சத்தியம்பண்ணிக் கொடுக்க, to swear for removing one's suspicion.

சத்தியவாக்கு, — வாசகம், — வசனம், a true or faithful saying.

சத்தியவான், — வந்தன், — வாசகன், — வாதி, — விரதன், a man of veracity.

சத்தியவேதம், the true Veda; 2. (*Chr. us.*), the Bible.

*சத்திரம், s. choultry, அன்னசாலை; 2. sword, spear, lance or any weapon used in close combat, கைவிடாப் படை; 3. arrow, பாணம்; 4 surgeon's knife or lancet; 5. a surgical incision or operation, இரணவைத்தியம்; 6. a parasol, குடை.

சத்திரக்கத்தி, a lancet.

சத்திர சாலை, an alms-house, arsenal.

சத்திரப்பிரயோகம், a surgical operation.

சத்திரமிட்டு ஆற்ற, to make an incision for healing a wound.

சத்திரம்வைக்க, to open (a boil) with the lancet.

சத்திர வித்தை, — வைத்தியம், surgery.

*சத்திரியன், s. a member of the Kshatriya caste.

*சத்து, s. truth, reality, உண்மை; 2. permanent existence, உள்ளது; 3. virtue, moral strength, நன்மை; 4. power, strength, essence (as of medicine), சாரம்; 5. a worthy or virtuous person, a sage, ஞானி.

சதசத்து, reality and illusion, entity and nonentity.

சத்து எடுக்க, — வாங்க, to extract the essence; 2. to reduce one's power, pride etc.

*சத்துரு, சத்துராதி, s. (*pl.* சத்துருக்கள்), an enemy, பகைஞன்.

சத்துருத்தனம், enmity.

சத்துரு மித்துரு, enemies and friends.

*சத்துவம், s. strength, energy, power, வலி; 2. essence, natural quality, சுபாவகுணம்.

சத்துவமுள்ளவன், a strong man.

சத்துவக்கேடு, weakness, debility.

சந்தடி, s. a crowd of people, சனத்திரள்; 2. noise, stir, bustle, இரைச்சல்.

சந்தடிபண்ண, to make a noise.

சந்தடி மனுஷர், a mob.

சந்தடியாக, to grow turbulent or noisy.

*சந்ததம், *adv.* always, for ever, எப்பொழுதும்.

சந்தத மங்களம், everlasting felicity.

*சந்ததி, s. race, lineage, pedigree, generation, posterity, descendant, offspring, son or daughter, சந்தானம்.

உன் சந்ததி தழைக்க, may thy children increase and prosper.

பின் சந்ததியார், descendants.

*சந்தம், s. the tune or metre of a song, the measure or harmony in verse, கவிவண்ணம்; 2. beauty, அழகு; 3. form, shape, வடிவு; 4. manners, பழக்கம்.

அவன் சந்தமே ஆகாது, I abhor him with the utmost disdain.

சந்தமாய்ப் பாட, to sing well or melodiously.

சந்தபேதம், — விகற்பம், different tunes; 2. discord in music.

*சந்தர்ப்பம், s. convenience, fitness of time, opportunity, சமயம்.

சந்தர்ப்பமாயிருக்க, சநதர்ப்பப்பட, to be favorable, convenient.

*சந்தனம், s. the sandal tree.
சந்தனக்கட்டை, sandal wood.
சந்தனக்கல், a stone for grinding sandal wood.
சந்தனக்குழம்பு, macerated sandal.
சந்தனத்தூள், -ப்பொடி, sandal powder.
சந்தனம் அரைக்க, to grind sandal wood.
சந்தனம் குழைக்க, to macerate sandal powder in water.
சந்தனம் பூச, to rub over with paste of sandal wood powder.
சந்தனாதி, sandal and other perfumes; 2. a fragrant oil.

சந்தாயம், s. same as சஞ்சாயம்.

*சந்தானம், s. offspring, progeny, issue, children, சந்ததி; 2. race, lineage, family, வமிசம்; 3. succession of an order as of a priesthood, தொடர்பு.
உன் சந்தானம் தழைக்க, may thy family increase and prosper.
சந்தான பாரம்பரையாய், by right of hereditary succession.
சந்தானமற்றவன், a man without issue.
சந்தான வழி, lineage.
சந்தான விருத்தி, family increase and succession.
புத்திர சந்தானம், male issue, a son.

*சந்தி, s. meeting, junction, combination, இசைப்பு; 2. the place where several ways meet, சந்திக்குமிடம்; 3. combination of words with certain changes, எழுத்துச் சொற்களின் புணர்ச்சி; 4. any particular time, a critical point of time, தறுவாய்; 5. a division of time in a day, especially meal time; 6. the evening, மாலைநேரம்; 7. reconciliation, நட்பாதல்.
சந்திகாரியம், a treaty of peace.
சந்திக்கரை, the place where several roads meet.
சந்திபண்ண, -முடிக்க, to perform சந்தியாவந்தனம் worship.
சந்திப்பாடு, an accident supposed to be caused by an evil spirit in a haunted place, or on a cross way.
சந்தியாகாலம், the evening twilight, the fixed time.
சந்தியாகால கருமம், evening service.
சந்தியாவந்தனம், the prescribed worship for each individual, morning and evening, and with some at noon.
சந்தியிலிருக்க, சந்திசிரிக்க, to be exposed and ruined.
சந்தியில்கொண்டுவர, -இழுக்க, -வைக்க, to expose a person to ridicule and shame, to drag one into the street.
சந்தியில் விட, to forsake.
சந்திவிக்கிரகம், forming friendship with enemies to compass their ruin, the title of the third part of Panchatantra.

*சந்தி, VI v. i. meet, எதிர்ப்படு; 2. visit, கண்டுகொள்.
எனக்குக் கண்ணிலே சந்தித்தது, it came in my view, I happened to see it.
சந்திக்கப்போக, to go to visit.
சந்தித்துக் கொள்ள, to meet with (commonly with a great person), to get an interview.
சந்திப்பு, v. n. meeting, junction; 2. a visit; 3. presents given or sent to a great personage.
கண்டு சந்திக்க, to visit.

*சந்திரகம், செந்திரிக்கம், s. an ola envelope of an ola letter.

*சந்திரன், s. the moon, நிலவு.
சந்திரகலை, phases of the moon.
சந்திர கிரகணம், -கிராணம், an eclipse of the moon.
சந்திரகிரணம், the rays of the moon.
சந்திரகாந்தம், -காந்தச்சிலை, a kind of gem, the moonstone.
சந்திரகாந்திப் பூ, a flower that turns towards the moon.
சந்திர காவி, a reddish colour extracted from the flowers of a thistle called செந்துருக்கம்.
சந்திர சூரியர், சந்திராதித்தர், the sun and moon.
சந்திராதித்தருள்ள வரைக்கும், as long as the sun and moon exist.
சந்திரமண்டலம், the orb or disc of the moon.
சந்திரரோகம், lunacy.

சந்திரரோகி, a lunatic.
சந்திர லவணம், rock salt.
சந்திரவமிசம், the lunar race.
சந்திர வருஷம், சந்திராண்டு, a lunar year.
சந்திரிகை, moonlight; 2. cardamom
சந்திரோதயம், moon-rise.

*சந்து, *s.* a joint of the body, especially the hip-joint, மூட்டு; 2. a corner of a street, முடுக்குத்தெரு; 3. a cleft, பிளப்பு; 4. an opportunity, சமையம்; 5. a place where four streets meet, நாற்சந்தி.
சந்துசந்தாய்த் துண்டிக்க, to quarter, to dissect by joints.
சந்து பதிய, -- பொருத்த, to fill up a cleft.
சந்துபார்க்க, to watch an opportunity.
சந்துபெயர்ந்தது, the hip is out of joint.
சந்துபொந்து, a lurking place; 2. a nook, a corner.
சந்துபொந்தாய்க் கிடக்கிற ஊர், a town where the streets are irregular.
சந்து பொருந்திப்போயிற்று, the clefts are closed.
சந்துமுந்து, a corner; 2. a time of confusion.
சந்து முந்திலே பறிக்க, to rob and plunder in a time of confusion.
சந்துவாதம், the hip-gout.
சந்துவாய், a gap, cleft.
சந்துவாயை இசைக்க, to close a cleft.
சந்துவீடு, the house to which a road leads between two or more houses, the corner house.

*சந்துஷ்டி, *s.* joy, pleasure, சந்தோஷம்.

*சந்தேகம், *s.* doubt, uncertainty, ஐயம்; 2. suspicion, சமுசயம்; 3. want (as சாப்பாட்டுக்குச் சந்தேகம், nothing to eat).
சந்தேகந் தீர்ந்தது, --தெளிந்தது, --அற்றது, the doubt is removed or cleared up.
சந்தேகக்காரன், a man given to suspicion; an irresolute or wavering man.
சந்தேகப்பட, சந்தேகங்கொள்ள, to doubt, to suspect.
சந்தேகமாயிருக்கிறது, it is doubtful, dubious, uncertain.
பரம சந்தேகம், a strong suspicion.

*சந்தேகி, VI. *v. t. & i.* doubt, hesitate, suspect, சந்தேகப்படு.

*சந்தை, *s.* a fair, market.
சந்தை ஏறுகிறது, the market is filling up.
சந்தை ஏறினதில்லை, there has been no fair.
சந்தை கலைந்தது, the fair is over, the crowd dispersed from the market.
சந்தை இரைச்சல், the bustle in a market place.
சந்தை கூட, to assemble as in a market; 2. to be held as a market.
சந்தைக்குப் போக, to go to the fair.
சந்தைக் கூட்டம், the crowd of people in a market place.
சந்தை வெளி, an open place for a market.

*சந்தோஷம், சந்தோடம், *s.* joy, pleasure, delight, cheerfulness.
சந்தோஷங் கொண்டாட, to rejoice.
சந்தோஷப்பட, -- மாயிருக்க, -- ங்கொள்ள, to rejoice, to be glad, merry or cheerful.
சந்தோஷப்படுத்த, சந்தோஷம்பண்ண, to please, to gladden; 2. to give a reward.
சந்தோஷ மயக்கமாயிருக்க, to be intoxicated with joy.
சந்தோஷமாய், with a good will, cheerfully.
ஆனந்த சந்தோஷம், excessive joy.

*சந்தோஷி, VI. *v. i.* be glad, rejoice, மகிழு.

*சந்நிதானம், *s.* same as சன்னிதானம்.

*சந்நிதி, *s.* same as சன்னிதி.

*சந்நியாசம், *s.* same as சன்னியாசம்.

*சபதம், *s.* an asseveration or declaration confirmed by oath or ordeal, an imprecation on oneself in case of failure, ஆணை; 2. binding oneself by a solemn declaration to a certain action, வாக்குநிர்ணயம்; 3. a vow, pledge, surety, பிரதிக்கினை; 4. a wager, ஒட்டம்.
சபதக்காரன், --வான், -- வாளி, one who bets.

சபதமாயிருக்க, to puff, to swell with insolence.
சபதம்பேச, –பாராட்ட, –கூற, to boast; 2. to lay a wager; 3. to utter a conditional imprecation or threat.
சபதம்போட, – இட, to threaten, to lay a wager, to give pledges.
சபதரி, VI. *v. t.* provide as சவதரி.
*சபதி, *s. com.* சல்தி, which see.
சபர், சவர், *s. (Arab.)*, a sea - voyage, a trip, யாத்திரை.
*சபலம், *s.* profit, gain, advantage, அனுகூலம்; 2. tenderness, weakness, சவுலே.
சபலங்கெட்டவன், a useless fellow.
*சபாசனம் etc., see under சபை.
சபாப்பு, சவாப், *s.* (*Hind.*), answer, reply, மறுமொழி.
*சபி, VI. *v. t.* curse, சாபமிடு.
சபித்தல், சபிப்பு, *v. n.* cursing.
*சபை, *s.* a hall of assembly, a public hall, மண்டபம்; 2. an assembly, கூட்டம்; 3. an assembly of the learned, சங்கம்; 4. (*Chr. us.*), a church, a congregation.
சபாசனம், a stated assembly.
சபாபதி, – நாயகன், the president of an assembly; 2. Siva.
சபாமண்டபம், a public hall.
சபாரஞ்சிதம், pleasing manners.
சபை கலேய, to disperse as a society.
சபைகூட, to assemble as a society or congregation.
சபைக்கட்டு, the established rules and practices of a community.
சபைக்குப் புறம்பாக்க, to excommunicate.
சபைக் கோழை, see under கோழை.
சபையார், the members of a congregation or an assembly.
திருச்சபை, the holy church.
சப்ஜா, *s.* (*Hind.*), the red seeds of குசும்பா tree.
*சப்தம், *s.* same as சத்தம்.
சப்தி, ஜப்தி, *s.* (*Arab.*), sequestration, attachment.
சப்திசெய்ய, – பண்ண, to seize and attach property.
சப்தியிலிருக்க, to be under sequestration or attachment.

*சப்தி, VI. *v. i.* see சத்தி.
சப்பங்கி, *s.* Japan; 2. red wood, Brazil-wood; 3. a lazy fellow, சோம்பேறி.
*சப்பட்டை, *s* that which is flat, தட்டையானது; 2. the shoulder - blade, தோட்பட்டை; 3. a wing, சிறகு; 4. a stupid useless person, மடையன்; 5. chaff, பதர்.
சப்பணம், *com.* சம்மணம், *s.* the act of sitting cross-legged.
சப்பணங் கூட்ட, – கோல, to sit cross-legged.
சப்பரம், சப்பிரம், *s.* a car or vehicle for carrying an idol in procession, கேடகம்; 2. a howdah, யானே மேற் றவிசு.
சப்பரமஞ்சம், a complete bedstead with a canopy.
சப்பளாத்தி, *s*, an idle empty person, சமர்த்தற்றவன்; 2. a stout, flabby man.
சப்பளி, II. *v. i.* become hollow (as the cheeks, eyes &c.); 2. become flat, indented or bruised by a fall (as a fruit).
சப்பளிந்த முகம், a flat face.
சப்பளி, VI. *v. t.* flatten, compress, தட்டையாக்க.
சப்பளித்திருக்க, to sit flat and cross-legged.
சப்பாணி, *s.* a lame person, a cripple, முடவன்; 2. a play of children by clapping the open hand, கைகொட்டல்.
சப்பாணி கொட்ட, to play by clapping the hand.
சப்பாணிப் பருவம், the age of the child when it begins to clap its hand.
சப்பாணிமாடன், a kind of demon.
சப்பாத்து, *s. (for.)*, European shoes.
சப்பாத்துக் கள்ளி, the prickly pear.
*சப்பியம், *s.* what is fit for an assembly, decent language, சபைக்கேற்றது. See அசப்பியம்.
சப்பு, III. *v. t.* smack the lips, suck, குதக்கு; 2. chew as betel, மெல்லு.
சப்பிக்கொடுக்க, to chew food and give it to a child.

உதட்டைச் சப்ப, to bite the lips.
கையைச் சப்ப, to suck the hand.
நாக்கைச் சப்ப, to suck the tongue.
முலையைச் சப்ப, to suck the breast.
வாயைச் சப்ப, to smack the lips, to talk indistinctly.
வாயை வாயைச் சப்ப, to be on the point of speaking without doing so.

சப்புச்சவர், *s.* anything trifling and rejected, கழிகடை.

சப்பை, *s.* anything flat, சப்பட்டை; 2. the hip, சந்து; 3. leanness, வலியின்மை.
சப்பைப் பிடிப்பு, hip-gout.
சப்பை மாடு, old and lean oxen.
சப்பை மூக்கு, a flat nose.
சப்பை மூஞ்சி, a flat face.
சப்பையொடிந்த மாடு, an animal lame in the hip.
சப்பை வாயன், a person with flat lips.

*சமசு, *s. com.* சமுசு, which see.

சமக்கிருதம், சமஸ்கிருதம், *s.* the Sanscrit language.

சமட்டு, III. *v. t.* see சவட்டு.

*சமணம், சமண், *s.* Jainism.
சமணர், the Jains.

சமதலை, *prop.* சமைதலை, *s.* the farther end of a cloth as opposed to முகதலை, the first end of a cloth.

*சமதீதம், *s.* union, communion, ஐக்கியம்.
சமதீதப் பிரயோசனம், public good.

*சமதை, *s.* similarity, equality, சமானம்.
அவனுக்குச் சமதையானவர் கிடையாது, there is none equal to him.

சமத்தம், சமஸ்தம், *s.* universality, all, the whole, எல்லாம்.
சமஸ்தமானவர்களும், all the people.

சமத்தானம், சமஸ்தானம், *s.* king's court; 2. the habitation of the chief of a place; 3. metropolis or capital where a king resides, இராஜதானி; 4. a province under a chieftain.

சமத்து, *s.* see சமர்த்து.

சமத்துக்காரம், *s.* cleverness, expertness, திராணி.

*சமம், சமன், *s.* level, evenness, மட்டம்; 2. similarity, equality, சமானம்; 3. equity, impartiality, நடுநியாயம்.
சமகிராமம், a village with the like revenues as another.
சமசக்கரம், the equator.
சமதூர ரேகைகள், parallel lines.
சமநிலை, சமநிறை, equilibrium, medium.
சமபந்தி, equality among guests at the same table.
சமபாகம், equal share.
சம பூமி, சமனான பூமி, a plain, level ground.
சமப்பட, சமமாக, to become level, even, tranquil.
சமப்படுத்த, to level, make even, tranquilize.
சமரசம், peace, reconciliation, equality, fellowship.
சமவாதம், discussion, controversy.
சமவிருஷ்டி, moderate rain.
சமவிலை, moderate price.

*சமயம், சமையம், *s.* suitable or proper season, opportunity, தருணம் 2 time, occasion, காலம்; 3. religion faith, religious sect or system, மார்க்கம்.
சமயத்தார், followers of a religion.
சமயத்திலே, opportunely, seasonably.
சமயத்திலே கையை விரிக்க, –கைவிட, to forsake when assistance is wanted in the time of need.
சமயத்துக்கு உதவ, சமயத்திலே சகாயம் பண்ண, to help in an emergency.
சமயத்தைத் தப்பவிட, to neglect the occasion, to let slip the opportunity.
சமயந் தப்பிப்போயிற்று, the opportunity is lost.
சமயந் தப்பி வந்தான், he came unseasonably.
சமயபேதம், diversity of religion, heresy; unseasonableness.
சமயமானம், natural regard for one's own religion.
சமயம்பார்க்க, to watch an opportunity.
சமயவாதம், religious controversy.
சமயாசமயம், favourable or unfavourable opportunity, occasionally.

உசிதசமயம், நற்சமயம், a favourable opportunity.

தற்சமயம், present moment, a special opportunity.

*சமரம், சமர், s. battle, war, conflict, போர்.

சமர்புரிய, -இட, to make war, to fight.

*சமர்த்தி, s. *prop.* சமுத்தி which see.

*சமர்த்தி, VI. *v. t.* fill, complete, பூரணப்படுத்து.

*சமர்த்து, சமத்து, s. strength, skill, ability, expertness, சாமர்த்தியம்.

சமர்த்தன், சமர்த்துக்காரன், சமத்தன் (*fem.* சமர்த்தி), an able man, a clever, competent, skilful person.

சமர்த்துக்காட்ட, to make a display of one's strength, skill or ability.

சமர்த்துப்பார்க்க, to try one's strength or skill.

*சமர்ப்பணம், சமர்ப்பணே, சமர்ப்பகம், s. gift, present to a superior, கொடை.

சமர்ப்பணே (சமர்ப்பகம்) பண்ண, same as சமர்ப்பிக்க.

*சமர்ப்பி, VI. *v. t.* make a present out of respect.

தீர்க்கதெண்டம் சமர்ப்பித்தான், he made profound obeisance.

*சமவாசம், s. cohabitation, சகவாசம்.

*சமவாதம், s. see under சமம்.

*சமவிருஷ்டி, s. see under சமம்.

சமழ், VI. *v. i.* be ashamed, நாணு; 2. suffer, வருந்து.

சமழ்த்தல், சமழ்ப்பு, *v. n.* shame.

சமனுதம், s. brackish soil, உவர்மண்.

சமனியம், s. see சாமானியம்.

*சமன் (சமம்), s. evenness; 2. equality.

சமனுகக் கூட்ட, to mix together in equal portions.

சமனுக்க, to make level or equal.

சமனுய்ப் பிரிக்க, to distribute equally.

சமா, ஜமா, s. (*Hind.*), a pleasure party, a company, கூட்டம்.

சமாசேர, to assemble as a party.

*சமாஜம், s. collection, தொகை; 2. a society, சங்கம்.

*சமாசாரம், சமாச்சாரம், s. circumstances, news, intelligence, account of an occurrence, செய்தி.

சமாசாரப் பத்திரிகை, newspaper.

நடந்த சமாசாரம், facts, events.

*சமாதானம், s. peace. tranquillity, அமைதி; 2. consent, சம்மதம்; 3. reconciliation, ஒப்புரவு; 4. a satisfactory answer; 5. deep and devout meditation, entire abstraction, யோகநிஷ்டை.

சமாதானக் கொடி, a flag of truce.

சமாதானங் கட்டிப்போட, to conclude a peace.

சமாதானப்பட, to be reconciled or peaceable.

சமாதானப்படுத்த, -பண்ண, to make peace, to reconcile people together.

சமாதானமாயிருக்க, to behave oneself peaceably, to be on good terms.

சமாதானம் பேச, to treat about peace.

சமாதானி, a peaceable person.

நித்திய சமாதானம், eternal rest, everlasting happiness.

*சமாதி, s. the abstract contemplation of an ascetic in which the soul is considered to be independent of the senses; 2. the sitting posture of an ascetic for silent meditation; 3. a grave, a sepulchre, பிரேதக்குழி.

சமாதி அடைய, -ஆக, to die in an erect posture as an ascetic.

சமாதியில் வைக்க, -பண்ண, to bury a corpse in a sitting posture.

சமாது, s. the Datura plant, ஊமத்தை; 2. a grave, சமாதி.

சமாபந்தி, s. (*Hind.*), jamabundy, annual settlement of revenue.

*சமாப்தி, சமாப்தம், s. end, conclusion, முடிவு.

சமார், சிமார், சுமார், s. (*Pers.*), an average, சராசரி.

சமாளி, சிமாளி, VI. *v. t.* manage, control, கையாளு; 2. overcome difficulties by patience, தாங்கு; 3. bring about, accomplish, manage with economy, சரிக்கட்டி நடத்து; 4. *v. i.* appear unconcerned in difficult circumstances, affect cheerfulness, ease, composure, courage.

சமாளிப்பு, *v. n.* dexterous management, patient endurance of hardships.

*சமானம், s. equality, சமம்; 2. likeness, comparison, ஒப்பு.
சமானஸ்தர், equals.
சமானமாக்க, to liken, to treat alike.
சரிசமானம், exact likeness.
அது இதுக்குச் சரிசமானம், that is exactly like this.
*சமானி, VI. v. t. compare, liken, ஒப்பிடு; 2. assimilate, ஒப்பாக்கு.
சமி, VI. v. i. become digested, decay, சீரணி.
அவனுக்குச் சாதம்சமிக்கிறதில்லை, he cannot digest food.
சமிக்கை, சமிப்பு, v. n. digestion.
சமியாமை, neg. v. n. indigestion.
*சமி, VI. v. t. bear, endure, சகி.
சமிக்கமாட்டாதவன், one that is not able to endure.
சமித்திருக்க, to be alleviated.
சமிப்பு, v. n. enduring.
சமியாமை, neg. v. n. not enduring, want of patience.
*சமிக்கை, s. a wink, gesture, token, sign, சைகை; 2. a measure and theme for verses, சமுத்தி.
*சமீபம், s. nearness, proximity, அருகு.
சமீபமாயிருக்க, to be near.
*சமீபி, VI. v. i. be near, சேர்ந்திரு; 2. come or draw near, approach, கிட்டு.
சமீபித்து வர, to come near.
சமீன், s. (Pers.), land, நிலம்.
சமீன்தாரி, Zemindary.
சமீன்தார், Zemindar, land-lord or proprietor.
*சமுகம், s. (சம் + முகம்), the face or presence of a great person, சன்னிதி.
சமுகங்கிடைக்க, to get access to a great personage.
இராசசமுகம் கிடைக்கிறது அருமை, it is difficult to get access to the king.
சமுகதரிசனம், the sight of a great personage.
சமுகத்தார், counsellors, courtiers.
சமுகத்திலே, before or in the presence of a great personage.
சமுகவிலாசம், the presence of a great personage.
சமுக்கா, s. (for.), a mariner's compass.
சமுக்காவைப் பார்த்துக்கொண்டு ஓட, to sail by the compass.
சமுக்காளம், s. (Hind.), a carpet, கம்பளம்.
சமுக்காளக்கோட்டுப்புலி, a royal tiger.
சமுக்காளம் போட, to spread or place a carpet.
ரத்தின சமுக்காளம், a carpet richly variegated.
*சமுசயம், சமுச்சயம், s. doubt, hesitation, suspicion, சந்தேகம்.
சமுசயப்பட்டவன், சமுசயமானபெயர்வழி, one suspected of any crime.
*சமுசாரம், s. conjugal life, matrimonial state, இல்வாழ்க்கை; 2. family, குடும்பம்; 3. wife, மனைவி; 4. the state of being in connection with and subject to birth, பிறவிக்கேதுவானது.
சமுசாரத்தில் அடிபட்டவன், one who has experienced the troubles accompanying the matrimonial state and house-keeping.
சமுசாரத்தொல்லை, cares and vexation of a family.
சமுசார நடபடி, —க்கிருத்தியம், the duties of a household.
சமுசாரமார்க்கம், matrimonial state; a chaste, honest course of life.
சமுசாரமுள்ளவன், சமுசாரக்காரன், a married man; 2. a man who has children.
சமுசாரம்பண்ண, — நடத்த, to be married and keep a house, to manage a family.
சமுசாரம் பெருத்தவன், one who has a large family.
சமுசார வாழ்வு, conjugal life.
சமுசாரி, சமுசாரவாளி, a married person, man or woman, a farmer.
சமுசாரி மகன், the son of a chaste woman in wedlock (opp. to அவிசாரி மகன், the son of a prostitute).
பாரி சமுசாரம், — க்குடும்பம், a large family.
*சமுசி, s. see சமுத்தி.
சமுசு, prop. சமசு, s. a seditious assembly.
சமுசு கூடிப்பேச, to meet together in order to plot against others.
சமுசு செலுத்த, சமுசின்படி நடக்க, to put the plot in execution.
*சமுச்சயம், s. same as சமுசயம்.
சமுதாடு, சமுதாளி, s. (Tel.), a dagger, cutlass, கத்தி.

*சமுதாயம், s. crowd, assembly, கூட்டம்; 2. that which is common to all, பொது; 3. compromise, சமாதானம்.
சமுதாய காரியம், public business.
சமுதாயக் கிராமம், a village the revenues of which are equally divided between the proprietor and the tenants.
சமுதாயமாய்ப் பேச, to speak impartially to both parties.
சமுதாய விண்ணப்பம் (*Chr. us.*), general supplication, litany.

சமுதாய், VI. *v. t.* supply, furnish, சமாளி; 2. reconcile, சமாதானப்படுத்து.

*சமுதிதம், சமுதிதம், s. that which is common to all, சமுதாயம்.
சமுதீதப் பிரயோசனம் (*R. C. us.*), communion (of saints).

*சமுத்தி (சமுசி), s. a measure and theme for verses; 2. the words repeated at the end of each verse; 3. completeness, fulness, நிறைவு.
சமுத்திபாடச் சொல்ல, to give one theme for singing verses according to a certain measure.

*சமுத்திரம், s. the sea, ocean, கடல்; 2. an immense number; 3. abundance, மிகுதி.
சமுத்திரசோகி, the name of a herb.
சமுத்திரத்தின்மேல்போக, to go to sea.
சமுத்திராப் பச்சை, a fragrant plant.
சமுத்திரமாயிருப்பவன், one who abounds in wealth etc.
சமுத்திரமான வீடு, a large and opulent family.
சமுத்திர யாத்திரை, a voyage.
சமுத்திர்வர்ணச்சிலை, beryl, a precious stone.
சேனசமுத்திரம், ocean-like armies.

*சமூலம். s. (ச + மூலம், with the root), the whole, அனைத்தும்.
சமூலமாய், all, entirely.
சமூலமும், all, the whole.
சமூலமும் பக்ஷிக்க, to devour the whole.
சமூலமும் வாங்க, to take the whole.

*சமேதம், s. approximation, nearness, closeness, கூடியிருத்தல்.
சமேதன், an associate.
பார்வதி சமேதன், Siva in company with Parvati.

சமேதார், சமைதார், s. (*Pers.*), Jemidar, a native military officer.

*சமை, s. a year, வருஷம்; 2. restraining passions, மனமடக்குகை.

சமை, II. *v. i.* be made, ஆகு; 2. be ready, ஆயத்தமாகு; 3. be cooking or cooked, பாகமாகு; 4. grow marriageable, இருதுவாகு.
சமைந்த பெண், a marriageable girl.
சமையாதவள், a girl not come of age.
சமைந்துபோக, to be formed or turned into; 2. to be prepared as food.
கல்லாய்ச் சமைந்துபோனுள், she turned into a stone.
சமையல், *v. n.* cooking, cookery.
சமையல் (சமையல் கோர்வை) ஆயிற்று, the food is cooked and ready.
சமையலாள், சமையற்காரன், a cook.
சமையலுக்கு அமர்த்துவிக்க, to get things ready for cookery.
சமையலுக்குச் சொல்ல, to give order for preparing food.
சமையல் கூடம், – புரை, – அறை, – வீடு, a kitchen.

சமை, VI. *v. t.* cook, dress victuals, பாகஞ்செய்; 2. make, build, ஆக்கு.
சமைக்கிறவீடு, a kitchen, சமையல் வீடு.
சமைக்கிறவன், the cook; 2. maker, creator.
சமைத்திருக்க, to be cooked, dressed.
சமைத்துப்போட, to turn into, to transform.
அவளைக் கல்லாய்ச் சமைத்துப் போட்டார், he has metamorphosed her into a stone.

*சமையம், s. see சமயம்.

*சம், *suffix denoting*: that which is born, generated (as அண்டசம், animals produced from eggs); 2. *prefix signifying* junction or fulness (as சம்பந்தம், copulation, சம்பூரணம், fulness).

*சம்பகம், சம்பங்கி, s. the சண்பகம் tree.

சம்பங் குடலை, சம்பங் கோழி etc., see under சம்பு.

சம்படம், s. (சம் + படம்), cloth, சீலை; 2. *vul.* for சம்புடம் which see.

*சம்பத்து, s. fortune, acquisition, riches, goods in possession, செல்வம்.

சம்பத்துள்ளவன், a wealthy, prosperous man.
உலக சம்பத்து, temporal prosperity.
ஐசுவரிய சம்பத்து, தன –, திரவிய –, riches, wealth.
தானிய சம்பத்து, a good store of grain.
புத்திர சம்பத்து, the blessing of children, a large family.

*சம்பந்தம், *vulg.* சம்மந்தம், *s.* connexion, agreement, இணக்கம்; 2. relation, affinity, alliance, உறவு.
இதற்கும் அதற்கும் சம்பந்தமில்லே, this is in no connexion with that.
சம்பந்தம் கலக்க, to form marriage alliance.
சம்பந்தப் பொருள், – வேற்றுமை, the 6th or genitive case.
சம்பந்தம்கலந்தவர்கள், சம்பந்திமார், the parents of a married pair.
சம்பந்தம் பேச, to treat of marriage as the friends of the parties.
சம்பந்தவாட்டி, a mother whose son or daughter is married.
சம்பந்தாசம்பந்தம், agreement and disagreement or difference.
சம்பந்தி, one connected by marriage, affinity.
உலக சம்பந்தம், worldly attachment.
விவாக சம்பந்தம், marriage alliance.

*சம்பந்தி, VI. *v. i.* be related, have affinity, உறவாயிரு.

*சம்பம், ஜம்பம், *s.* pride, ostentation, மேட்டிமை; 2. the hard or solid part of a tree, வயிரம்.
சம்பக்காரன், a boaster, one fond of pomp and show.

*சம்பவம், *s.* an event, occurrence, சம்பவிக்குங்காரியம்; 2. birth, generation, பிறப்பு.
நூதன சம்பவம், a rare occurrence or phenomenon.
பூத சம்பவம், what is generated from the five elements.

*சம்பவி, VI. *v. i.* happen, occur, come to pass, take place, நடந்தேறு.

*சம்பளம், *s.* wages, salary, கூலி.
சம்பளக்காரன், – ஆள், one who serves for monthly wages, a salaried servant.
சம்பளத்திலே பிடித்துக்கொள்ள, to make stoppages in the wages.
சம்பளத்துக்கமர, to be engaged for monthly wages.
சம்பளத்தைக் குறைக்க, to curtail the wages.
சம்பளம் பேச, to speak about wages or pay.
சம்பளம் போட, to pay the wages, to fix the wages.

*சம்பன்னம், *s.* fulness, completeness, நிறைவு; 2. prosperity, பாக்கியம்.
சம்பன்ன கிரகஸ்தன், – கிரேஸ்தன், a splendid rogue.
சம்பன்னன் (*fem.* சம்பன்னி), one who is perfect.
சகல குண சம்பன்னன், a man of excellent qualities.
சத்திய சம்பன்னன், a man of veracity.
திரவிய சம்பன்னன், a rich man.

சம்பா, *s.* paddy of superior quality, சம்பா நெல்; 2. a kind of game.
ஈர்க்குச் சம்பா, குங்குமச் –, கைவளச் –, சிறுகுறும்பைச் –, சீரகச் –, புழுகுச் –, பொங்கற் –, மிளகுச் –, குண்டைச் –, முத்துச் –, etc., different kinds of சம்பா.
சம்பா அரிசி, rice of சம்பா.

*சம்பாஷணை, சம்பாஷணம், *s.* a conversation, a dialogue, கூடிப்பேசல்.
சம்பாஷணை பண்ண, same as சம்பாஷிக்க.

*சம்பாஷி, VI. *v. i.* converse, discourse, கூடிப்பேசு.

*சம்பாதனை, சம்பாத்தியம், *s.* acquisition, earnings, தேட்டம்.
சம்பாத்தியக்காரன், one who earns much.
அநியாய சம்பாத்தியக்காரன், an extortioner.

*சம்பாதி, VI. *v. t.* acquire, get, gain, சவதரி.
சம்பாதித்துவைக்க, to lay up in store.

*சம்பாத்தியம், *s.* see சம்பாதனை.

*சம்பாரம், *s.* spices for seasoning as pepper, cloves, nutmeg, மசாலை; 2. a beam to support the rafters etc.
பலசம்பாரம், different kinds of spices.
சம்பாரம் போட, – கூட்ட, – இட, to season with spices.

சம்பால், *s.* a kind of dish or seasoning, பச்சடி.

*சம்பாவனை, சம்பாவனம், s. a gift offered to superiors or gods, காணிக்கை; 2. respect, civility, சங்கை; 3. reflection, imagination, எண்ணம்.
மோட்சசம்பாவனை (*R.C. us.*), heavenly reward.
*சம்பாவிதம், s. probability, likelihood.
சம்பான், s. a vessel, a small ship.
சம்பான்காரன், சம்பானோட்டி, a pilot, tindal of a dhoney.
*சம்பிரதாயம், s. the rules and usages of a tribe, குலாசாரம்; 2. traditional doctrine, பாரம்பரியம்; 3. skill, cleverness, சாமர்த்தியம்; 4. artfulness, சாதுரியம்.
சம்பிரதாயக்காரன், சம்பிரதாயஸ்தன், a skilful man; 2. one who has regard for traditions.
சம்பிரதாயமாய்ப் பேச, to speak on a subject artfully in defence of a view.
சம்பிரதாய வழக்கு, traditional usage.
வாய்ச்சம்பிரதாயம், cleverness in talking, dexterous talk.
*சம்பிரதி, s. a public accountant, தலைமைக்கணக்கன்.
சம்பிரதி எழுத, to write public accounts.
*சம்பிரமம், சம்பிரம், s. exhilaration of spirit, சந்தோஷம்; 2. pomp, parade, sumptuousness, இடம்பம்.
சம்பிரமமாய்க் கொடுக்க, to give ostentatiously.
சம்பிரமமாய்ச் செய்ய,-நடப்பிக்க, to do a thing pompously or splendidly.
சம்பிரமமானசாப்பாடு, sumptuous food.
சம்பிரமம் பண்ண, to make a display.
*சம்பிரேக்ஷியம், s. due consideration, ஆராய்ந்தறிந்தது.
அசம்பிரேக்ஷியம், want of due consideration.
*சம்பு, s. the jambu tree, நாவல்; 2. a kind of sedge or reed, கோரை; 3. a jackal, சம்புகம்; 4. Siva.
சம்பங்கூடு, -குடலை, a cloak of plaited sedge to keep off rain.
சம்பங்கோரை, the sedge.
சம்பங்கோழி, the water-fowl feeding on the seeds of சம்பு, the woodcock.
சம்புநாவல்மரம், a rose apple tree.
சம்புநாவற்பழம், a rose apple.
*சம்புகம், s. a fox, a jackal, நரி.
*சம்புடம், s. a casket for keeping sacred ashes, செப்பு.
*சம்பூரணம், s. abundance, plenty, fulness, பரிபூரணம்; 2. satisfaction, திருத்தி.
சம்பூரணமாய், abundantly, plentifully.
சம்பூரணப்பட, to be satisfied.
சம்பை, s. a sedge, சம்பு; 2. inferior or refuse commodities, மக்கல்; 3. fish, மீன்.
சம்பைக் குத்தகை, fish rent.
சம்பைச் சரக்கு, inferior or rejected goods.
*சம்போகம், s. enjoyment, chiefly sexual, புணர்ச்சி.
சம்போகம் பண்ண, same as சம்போகிக்க.
*சம்போகி, VI. v. i. copulate, have sexual intercourse, புணர்.
*சம்மட்டி, s. a large hammer, கூடம்; 2. a horse-whip, சவுக்கு.
சம்மணம், s. the act of sitting upon one's legs, சப்பணம்.
சம்மணம் கூட்டிக்கொண்டிருக்க, to sit upon one's legs.
*சம்மதம், சம்மதி, s. consent, உடன்பாடு; 2. approbation, அங்கிகாரம்; 3. permission, உத்தரவு; 4. liking, opinion, கோட்பாடு.
அது உமக்குச் சம்மதமோ (சம்மதியோ), do you consent to it, do you like it?
சம்மதம்போலே, சம்மதிபோலே, just as you like or think.
சம்மதப்பட, சம்மதமாக, சம்மதியாக, to consent, to agree to a thing.
சம்மதப்படுத்த, to persuade one, to induce to consent.
சம்மதம்கேட்க, to ask one's consent.
*சம்மதி, VI. v. i. consent, agree, concur, சம்மதப்படு.
சம்மதிப்பு, v. n. consenting.
சம்மதிப்பிக்க, to cause to consent.
*சம்மந்தம், s. see சம்பந்தம்.
*சம்மனசு (சன்மனசு), s. (*Chr. us.*) an angel (*opp.* துர்மனசு).
*சம்மாரம், s. same as சங்காரம்.

*சம்மானம், *s.* respect, civilities, மரியாதை; 2. land exempt from tax, சர்வமானியம்.

*சம்மோகம், *s.* fascination, beguiling, மயக்கம்.

*சம்ரட்சணை, சவரட்சணை, *s.* preservation, support, maintenance, பரிபாலனம்.

குடும்ப சவரட்சணை, the maintenance of the family.

*சம்வத்சரம், *s.* a year, வருஷம்.

*சம்வாதம், *s.* controversy, discourse, சமவாதம்.

*சயம், *s.* (ஜயம்), victory, triumph, see செயம்; 2. (க்ஷயம்), consumption, phthisis, சயரோகம்.

சயசய, *interj.* success and prosperity, hail!

*சயனம், *s.* lying down, sleep, rest, நித்திரை; 2. a couch, bed, படுக்கை; 3. copulation, புணர்ச்சி.

சயனப்பிரியன், one too fond of sleep.

*சயனி, VI. *v. i.* lie down, படு; 2. sleep, தூங்கு; 3. copulate, புணர்.

சயனிப்பு. *v. n.* sleeping, lying down, copulation.

*சயி, VI. *v. t.* same as சகி, bear, suffer, and செயி, conquer.

சயிகை, சயிக்கை, சயிக்கினை, *s.* see சைகை.

*சயித்தியம், *s.* see சைத்தியம்.

*சயிவம், *s.* see சைவம்.

*சய்யோத்தியம், *s.* see சையோத்தியம்.

*சய்யோகம், சையோகம், *s.* copulation, சம்போகம்.

சரகம், *s.* region, place, தேசப்பிரிவு.

தென் சரகம், southern side.

*சரகம், *s.* bee, தேனீ; 2. beetle, வண்டு.

சரக்கு, *s.* any substance, பொருள்; 2. curry-stuffs, கறிச்சரக்கு; 3. commodities, goods, wares, வியாபாரச் சரக்கு; 4. spices, drugs, சம்பாரம்; 5. arrack, liquor, சாராயம்.

சரக்குப்பண்ண, to regard or esteem; 2. to dry in the sun.

அசற்சரக்கு, natural production (as distinguished from வைப்புச்சரக்கு, artificial compounds or medicines).

ஆடுஞ்சரக்கு, minerals which evaporate on the fire as mercury, sulphur etc.

ஆண்சரக்கு, drugs of the alkaline base (*opp. to* பெண்சரக்கு, acids).

நாட்டுச்சரக்கு, உள்ளூர்ச் சரக்கு, productions of the country (as distinguished from சீமைச்சரக்கு, foreign goods or articles).

நாட்பட்ட சரக்கு, old goods.

சரசம், *s.* cheapness, low or moderate price, மலிவு.

சரசமாய் வாங்க, to buy cheap.

சரசமான விலை, low price.

*சரசம், *s.* pleasant temper or disposition, இனியகுணம்; 2. wanton sport, jesting, பரிகாசம்.

சரசக்காரன், சரசி, a jester.

சரசம் பண்ண, — செய்ய, to mock, to sport or dally wantonly.

சரச வார்த்தை, — ப்பேச்சு, wanton talk or jesting.

கைச்சரசம், a libidinous squeezing of the hand etc.

சரசர, VI. *v. i.* (*impers.*), rustle (as dry leaves).

சரசரப்பு, *v. n.* the rustling noise of leaves etc.; 2. roughness on the surface or edge, சொரசொரப்பு.

சரசரெனல், *v. n.* rustling noise; 2. moving quickly.

சரசரவென்றெழுத, to write quickly.

*சரசுவதி, சரஸ்வதி, *s.* Sarasvati, consort of Brahma and goddess of learning, கலைமகள்; 2. the name of a river.

சரசுவதி பூசை, a festival in honour of Sarasvati.

சரசுவதிகடாக்ஷம், the favour of Sarasvati.

சரடு, *s.* (*gen.* சரட்டின்), twisted thread, yarn, நூல்; 2. gold or silver necklace or chain; 3. series, course, succession, row, வரிசை; 4. tricks, devices, தந்திரம்.

சரடுகோக்க, to thread a needle.

சரடுமுறுக்க, to twist yarn, thread; 2. to play tricks.

சரட்டட்டியல், a gold threaded necklace.

தாலிச்சரடு, the string on which the தாலி (the wedding badge) is strung.

தெற்குச் (கிழக்குச்) சரடு, a row of houses facing to the south (east).

பொற்சரடு, gold chain or necklace.

மலைச்சரடு, a chain of hills.

*சரணம், சரண், s. foot, பாதம்; 2. shelter, refuge, protection, அடைக்கலம்; 3. reverence, worship, வணக்கம்; 4. lines sung between the repetitions of the chorus.

சரணம் சரணம் ஐயா, your feet, Sir, are my refuge.

சரணஞ்சொல்ல, to salute in an humble manner.

சரணம் பண்ண, to prostrate oneself at a person's feet in homage.

சரணம்புக, - அடைய, to find or take shelter.

*சரண், s. contr. of சரணம்.

சரதார், s. (Arab.), manager, superintendent, தலைவன்.

சரபடி, s. prop. சரவடி which see.

சாமண்டலம், a poisonous insect.

சாமண்டலம் கடித்தால் பாமண்டலம், one hurt by such an insect will die.

*சரம், s. motion, அசைவு; 2. a moving or living being; 3. breath, சுவாசம்; 4. a row of things, a string of beads etc., மணிவடம்; 5. arrow, அம்பு.

சரங்கட்ட, to make a garland or wreath of flowers.

சர சாஸ்திரம், - நூல், the science of foretelling events by observing the breath from the nostrils.

சரந்தொடுக்க, to make a wreath; 2. to shoot arrows.

ஒருவன்மேல் சரந்தொடுக்க, to shoot arrows at one, to asperse one's character, to run down upon a person.

சரப்பளி, - ப்பணி, a gold chain for the neck.

சரமாரி, -வருஷம், a shower of arrows.

சரமாலை, a wreath of flowers tied or strung singly.

சரம் பார்க்க, to foretell by observing the breath of the nostrils.

சரம் விட, to shoot with arrows, to dart arrows.

சராசரம், சரமசரம், moveable and immoveable things.

அசரம், immoveable things.

*சரயு, சரயுநதி, s. the Serju, a sacred river.

சரவடி, சரபடி, s. race, family, line, வமிச வரிசை.

இவன் எங்கள் சரவடியிலே சேர்ந்தவன், he is of our caste.

சரவட்டை, s. futility, frivolousness, அற்பசொற்பம்.

*சரவணம், s. rush, reed, கொறுக்கை; 2. lotus, தாமரை; 3. the name of a sacred pond near the Himalayas, said to be fed by the Ganges, சரவணப்பொய்கை.

சரவாச்சம், s. kitchen salt, கறியுப்பு.

சரவீணை, s. black-beetle, கருவண்டு.

சரவை (சரம்), s. wreath, மாலை; 2. a rough copy, the first draft not compared with the original, சரவை எழுத்து; 3. error in writing, எழுத்துப்பிழை; 4. that which is coarse, clumsy, சரவட்டை.

சரவை எழுத, to make a rough draft.

சரவை திருத்த, - பார்த்துத் தீர்க்க, to correct a writing, to revise and correct.

சரவையோலை, olas for copy-writing.

*சரளம், s. honesty, uprightness, நேர்மை; 2. order, regularity, ஒழுங்கு; 3. freedom from obstruction, சாளளம்.

*சரளி, s. the seven notes of the gamut in music; 2. phlegm, சளி.

சரளிக்கட்டு, collection of phlegm in the chest.

சரளி பழக, - கற்க, to learn to sing the seven notes, to practise the scale in music.

சரளி விட, - பாட, to sing by the gamut.

சரளை, s. gravel, பொடிக்கல்.

*சரற்காலம், s. rainy season, மாரிகாலம்.

சராகம், சராங்கம், s. a straight continuous line of road without turnings; 2. side, place, சரகம்.

சராகமாய்ப் போக, to go freely in a straight line as the water in a channel.

சராகமான வழி, a straight and even path.

சராகமாய்(சராங்கமாய்) வாசிக்க, to read fluently.

*சராசரம், s. see under சரம்.

சராசரி, s. (*Pers.*), an average, சகடு.

சராசரிக்கணக்கு, an average account.

சராசரித் தொகை, an equation or a mean average.

சராப்பு, s. (*Arab.*), a shroff, money-changer, cash-keeper.

சராளம், s. freedom from obstruction, சரளம்; 2. a straight line or road, சராகம்.

சரி, s. correctness, right, straightness, propriety, நிதானம்; 2. equality, conformity, agreement, ஒப்பு; 3. bracelets, கைவளை.

அது சரி, that is true, that is just.

இது அதுக்குச் சரியல்ல, this is not equal to that.

இது பெரியோருக்குச் சரியல்ல, this does not become the great.

சரிதான், it is right, it is well enough.

வந்தாலும் சரி போனாலும் சரி, it is all the same whether he (or it) comes or not.

எல்லே இந்த மட்டுஞ்சரி, the limit does end here.

சரிக்கட்ட, to pay fully, duly, to adjust, to redress, to retaliate, to take revenge, to recompense, to reward.

நன்மைக்குத் தீமையைச் சரிக்கட்ட, to return evil for good.

சரிக்குச்சரி, like for like.

சரிக்குச்சரி செய்ய, -பண்ண, -கட்ட, to recompense, to render like for like.

சரிக்குச்சரி பேச, to answer impertinently.

சரிசமானம், exact likeness, equality.

சரிசொல்ல, to answer for one, to become responsible for, to second a motion.

சரிபாதி, just half.

சரிபோக, to go properly as a tune etc., to be to one's liking, to agree.

உமக்குச் சரிப்போனாப் போலே, as you please.

தனக்குச் சரிப்போனாப்போலே (சரிபோனபடி) நடக்கிறான், he lives after his own way.

சரிப்பட, to become right or correct, to succeed, to suit, to agree, to resemble, to be finished, settled.

அது என் மனதுக்குச் சரிப்படவில்லை, I am not satisfied with that.

அவனுக்கும் எனக்கும் சரிப்படாது, we cannot agree.

அத்தோடே சரிப்பட்டுப்போயிற்று, all is settled, there remains no more.

சரிப்படுத்த, - பண்ணிப்போட, - ஆக்க, to make equal, to correct, to adjust, to persuade, to reconcile.

ஒருவனுக்குச் சரிபண்ண, to make one content or satisfied.

சரிவர, to prove right, to be equal, to agree; 2. *adv.* satisfactorily, rightly, fully.

சரிவரக் கொடு, give the whole amount due.

சரி, II. *v. i.* slide or slip as a garment, நழுவு; 2. roll down as corn from a heap, fall down as bricks from a wall, சரிந்து விழு; 3. lean, be in a bending posture, சாய்; 4. lie down, படு; 5. yield, give way, பின்னிடு; 6. gather, go in crowds, கூடு.

சரிந்த எழுத்து, sloping letters.

சரிந்துவிழ, - போக, to slide, fall down.

சரிய, சரிவாய், *adv.* slopingly, slantingly.

சரிவு, சரிதல், சரிகை, *v. n.* sliding or rolling down, slope.

அந்தத் தேசத்துச் சரிவில் கப்பல் ஒதுங்கிற்று, the ship has been driven to the coast of that country.

குடல்சரிவு, -சரிதல், the gushing out of the entrails.

மலைச் சரிவு, the side of a hill.

சரி, VI. *v.t.* cause to slide, roll, let fall down (as sand, corn etc.,) சரியச்செய்; 2. *v. i.* move about, சஞ்சரி.

குத்திச் சரிக்க, to stab.

சரிப்பு, *v. n.* leaning, sloping, moving.

சரிகை, சருகை, *s.* gold or silver thread or fringe, lace-work with gold or silver; 2. *v. n.* see under சரி II.

சரிகைக்கொண்டை, an embroidered border of a garment.

சரிகைச் சேலை, a woman's cloth embroidered with gold or silver.

சரிகைத் துப்பட்டா, a man's upper cloth embroidered with gold or silver.

சரிகைப் பட்டை, gold or silver stripes in a cloth.

சரிகைப் பாகை, a turban with gold or silver embroidery.

சரிகையிழைக்க, to embroider with gold or silver.

சரிகை வேலை, embroidery with gold or silver.

பொற் சரிகை, gold thread.

வெள்ளிச் சரிகை, silver thread.

*சரிதம், s. a course of actions; 2 history, narrative (*differing from* கதை, tale, fiction), சரித்திரம்.

*சரிதை, s. same as சரிதம்; 2. see சரியை.

*சரித்திரம், s. history, story, life of a person, சரிதம்; 2. conduct, course of action, சரிதை.

சரித்திரக்காரன், historian.

*சரியை, சரிதை, s. the first course of prescribed rites in the Saiva system.

*சரீரம், s. body in general, especially the human body, உடல்.

சரீரகுணம், temperament, the state or disposition of the body.

சரீரக்கட்டு, compactness of the body.

சரீரக்கூறு, state or constitution of the body.

சரீர சுகம், -சவுக்கியம், health of the body.

சரீர ஸ்மரணை, sense of feeling, உணர்ச்சி; consciousness of one's own existence.

சரீரத்தைத் தண்டிக்க, to mortify the body.

சரீரத்தைத் தண்டித்துத் தின்ன, to live by hard labour.

சரீர புஷ்டி, corpulence, thriving state of the body.

சரீர மரணம் (*Chr. us.*), the death of the body (*opp. to* ஆத்தும மரணம், spiritual death).

சரீர வாகு, the temperament of the body.

சரீரவுறவு, consanguinity.

சரீரி, a corporeal being (*opp. to* அசரீரி, a being that has no body, a spirit).

சுகசரீரி, one that enjoys sound health.

தாலித்த சரீரம், corpulent body.

வச்சிர சரீரம், adamantine body; strong, healthy body.

சருகு, s. dry leaves, rubbish, உலர்ந்த இலை.

சருகரிக்க, to gather fallen leaves etc.

சருகு சாதனங்கள், vouchers on palm leaves or olas.

சருகு பித்தளை, tinsel, fine brass.

காய்ந்து சருகாய்ப் போக, to become dry and withered like leaves; to be emaciated in person; to heal up (as a sore).

சருகை, s. see சரிகை.

சருகோட்டி, s. the name of a bird.

*சருக்கம், சர்க்கம், s. a section or chapter of an epic poem, படலம்.

*சருக்கரை, s. see சர்க்கரை, sugar.

*சருப்பம், s. see சர்ப்பம், snake.

*சருமம், சர்மம், s. skin, leather, தோல்.

சருமார், shoemakers.

சருவம், s. a copper or brass pot, சருவப்பானை.

சருவச்சட்டி, a brass chatty.

*சருவம், s. see சர்வம்.

சருவு, III. v. i. fondle, dally with, கொஞ்சு; 2. v. t. attack, தாக்கு.

அவளோடே சருவுகிறான், he takes liberties with her.

சரேரெனல், v. n. rushing in abruptly, passing quickly.

சரேரென்று போ, go directly without halting on the way.

சரேரென்று வா, come quickly.

*சர்க்கரை, சருக்கரை, (*vulg.* சக்கரை), s. sugar, powder-sugar.

சர்க்கரைக் கொம்மட்டி, the musk-melon.

சர்க்கரைப் பூசனி, sweet gourd or pumpkin.

சர்க்கரைப் பேச்சு, sweet words.

சர்க்கரை வர்த்தி, the name of a plant.

சர்க்கரை வழங்க, to distribute sugar on any joyous occasion.

சர்க்கரை வள்ளிக்கிழங்கு, sweet potatoes.

கண்ட சர்க்கரை, sugar-candy, கற்கண்டு.

சீனிச் சர்க்கரை, சீனிச் சர்க்கரை, white powder-sugar.

சர்க்கார், *s.* a sloping roof, தாழ்வாரம்.

சர்க்கார், *s.* (*Pers.*), circar, government.

***சர்ச்சரை**, *s.* a quarrel, சச்சரவு; 2. roughness, கரடுமுரடு.

சர்ச்சரை வடிவு, unevenness of surface.

சர்தார், *s.* (*Arab.*), overseer, superintendent, மேல்விசாரணைக்காரன்.

***சர்ப்பம்**, சருப்பம் (சற்பம்), *s.* serpent, பாம்பு.

சர்ப்பசயனம், the serpent ஆதிசேஷன் as the couch of Vishnu.

சர்ப்பதிஷ்டம், சர்ப்பந் தீண்டல், the bite of a serpent.

***சர்ப்பனை**, *s.* malicious device, treachery, deceit, வஞ்சகம்.

***சர்மம்**, *s.* see சருமம், skin.

***சர்வதா**, *adv.* always, எப்போதும்.

சர்வதாகாலமும், always.

***சர்வம்**, சருவம், *s.* universality, entireness, all, the whole, அனைத்தும்.

சர்வகொள்ளை, universal plundering.

சர்வக் கியானம், சர்வ ஞானம், omniscience.

சர்வ சங்கார நாள், the day of universal destruction, doom's day.

சர்வ சனப்பிரியன், one who enjoys universal popularity.

சர்வ சீவ தயாபரர், God, the universally benevolent Being.

சர்வத்திராளும், all people, universally.

சர்வத்திற்கும் (சர்வ) வல்லவர், the Almighty.

சர்வமானியம், free tenure, land or country exempt from tax.

சர்வமும், all, the whole.

சர்வலோகம், the universe.

சர்வ வல்லமை, almightiness, omnipotence.

சர்வ விக்கினம், misfortune in every thing.

சர்வவிக்கினமாக, to become unlucky in every thing.

சர்வ வியாபகம், omnipresence.

சர்வ வியாபி, the omnipresent God.

சர்வவில்லங்க சுத்தியாய், free from all disputes and difficulties.

சர்வாங்கம், சர்வாங்கமும், the whole body; all the parts of the body.

சர்வாங்க தகனம், burning the whole; a whole burnt offering.

சர்வாங்க தகனபலி, a whole burnt sacrifice.

சர்வாதிகாரம், universal power.

சர்வாந்தரியாமி, the omnipresent God.

சர்வாபரணம், சர்வாலங்காரம், சர்வ பூஷணம், all kinds of ornaments.

சர்வாயுதம், சர்வாயுத வர்க்கம், complete armour.

சர்வேசுரன், சர்வேஸ்பரன், the Supreme Being.

***சலகம்**, சலக்கம், *s.* (சலம்), bathing, நீராடல்.

சலக்க மனை, — அறை, the privy; the bathroom.

சலக்கமாட, to bathe.

சலது, *s.* castration, gelding, விதையடித்தல்.

சலகுபிடித்தல், castrating.

சலகன், see under சலவை.

சலகை, *s.* presents carried while visiting a great person; 2. a measure of grain equal to two Kalams.

***சலக்கம்**, *s.* see சலகம்.

சலக்கரணை, *s.* advantage, good state, privilege, நயம்; 2. abatement in favour of the debtor, சகாயம்.

சலக்கரணைபண்ண, to abate some part of the interest or other sums due; 2. to show favour or hospitality.

சலக்கரணையாய் வாழ, to prosper.

சலங்கு, *s.* a small boat, கட்டுப்படவு.

சலங்காள், a rower of a boat.

சலங்கில் ஏற்ற, to put in a boat.

சலங்குக்காரர், boat's people.

சலங்கு தள்ளிக்கொண்டு போக, சலங்கு விட, to row a boat, to ferry over.

சலங்கு நடை, a trip with a boat.

சலங்கு பறிக்க, to unload a boat.

சலங்கை, *s.* see சதங்கை.

சலசல, VI. *v. i.* rustle, make a rustling noise as trees in a wood; murmur(as water in a brook), rush, சரசர.

சலசலப்பு, *v. n.* rustling, rushing, bubbling.

சலசலவென, to rustle, to murmur; to be profuse; to be watery or moist.

சலசலவென்று வேர்க்க, to perspire profusely.

சலசலவென்று ஓடுகிறது, water runs through the channel with a murmuring noise.

*சலம், *s.* motion, அசைவு; 2. obstinacy, persistancy, வைராக்கியம்; 3. implacable hatred, கோபம்; 4. (ஜலம்), water, நீர்; 5. urine, சிறு நீர்; 6. serum, matter, pus, புண்ணீர்.

சலக்கழிச்சல், looseness, a kind of diabetes.

சலக்கிரீடை, sporting in water.

சலக்குடல், சலப்பை, சலாசயம், the urinary bladder.

சலங்கோக்க, to be imbibed or absorbed (as matter in a boil).

சலசரம், fish.

சலசாதி, aquatic creatures.

சலசூத்திரம், water-works, hydraulics.

சலஸ்தம்பம், சலத்தம்பனம், stopping the water by enchantment.

சலஞ் சாதிக்க, to affirm or deny obstinately; 2. to cherish or harbour malice.

சலதாரை, சலத்துவாரம், a drain, water-course; 2. urinary passage, urethra.

சலதோஷம், a cold, catarrh.

சலபாதை, சலவாதி, urinary impulse, evacuations by stool.

பெரிய சலவாதிக்குப் போக, to go to stool (*opp. to* சின்ன சலவாதிக்குப்போக, to make water).

சலபானம்பண்ண, to drink water.

சலம்பிடிக்க, to collect (as matter in a boil); 2. to be firmly resolved, to pursue a work.

சலம்பிதுக்க, to squeeze out matter from a boil.

சலப்பிரளயம், inundation, deluge.

சலப்பிரவாகம், overflowing of water, inundation.

சலம்விட, to pass or void urine.

சலவாழைக் காய், fish.

சலாசயம், சலப்பை, the bladder.

சலவாதி, *s.* a person that carries an obituary notice; 2. same as சலபாதை which see.

சலவை, *s.* bleaching of cloth, வெளுப்பு; 2. cold state of the body, சீதளம்; 3. a mark used in counting, உறை; 4. castrating, சலகு.

சலவை அறுவாக்க, to make up cloth for the market.

சலவைக்கல், a washing stone; 2. polished marble.

சலவைக்குப்போட, to give out clothes to be washed.

சலவைபண்ண, to bleach, whiten.

சலவைப்புடவை, white cloth.

சலவையிட, to castrate or geld.

சலவன், சலகன், சலவன் பன்றி, a gelded boar, a barrow-pig.

*சலனம், *s.* motion, shaking, அசைவு; 2. trouble, affliction, சஞ்சலம்; 3. wind, காற்று.

*சலாகை, சலாகு, *s.* any kind of rod, stake, peg, spike, கோல்; 2. a surgeon's probe; 3. a ram-rod, துபாக்கிச் சலாகை; 4. a spear, ஈட்டி; 5. lath for roofing, வலிச்சல்.

சலாகை ஏற்ற, — விட, — ஏற்றிப்பார்க்க, to probe a wound.

சலாகை குத்தியாட, to swing on iron rods inserted in the side, செடில் குத்தியாட.

சலாகையடிக்க, to nail on laths.

*சலாக்கியம், *s.* same as சிலாக்கியம்.

*சலாசத்து, *s.* same as சிலாசத்து.

சலாபத்து, *s.* freedom, ease, தாராளம்.

சலாபத்தாய்த் திரிய, to move about at pleasure.

சலாபம், *s.* the pearl-fishery, முத்துச் சலாபம்.

சலாபங் குளிக்க, to dive for pearls.

சலாபங் குளிக்கிறவன், a diver after pearls.

சலாபத்துறை, the coast of the pearl-fishery.

சலாம், *s.* (*Arab.*), peace, a word of salutation, Salam, வந்தனம்.

சலாம்செய்ய, — சொல்ல, — பண்ண, to salute by lifting the hand up to the fore-head.

சலி, VI. *v. i.* be sorry, grieve, துக்கப்படு; 2. grow tired, disgusted or dejected, இளைத்தோய்; 3. wave, shake, அசை.

அது எனக்குச் சலித்துப்போயிற்று, I am grown weary of it.

சலிக்கச் சாப்பிட, to eat till one grows tired.

சலித்துக் கொண்டிருக்க, சலிப்பாயிருக்க, to be sad, melancholy or dejected.

ஒருவன்மேல் சலித்துக்கொள்ள, to be displeased with a person.

சலிப்பு, *v. n.* disgust, displeasure, grief, weariness.

சலிப்பின்மேல், out of disgust.

சலிப்பாற, சலிப்புத்தீர, to be consoled.

சலிப்பாற்ற, சலிப்பாற வைக்க, to console, to comfort, to mitigate.

கை சலிக்க எழுத, to write till the hand is tired.

மனஞ் சலிக்க, to be grieved.

மனஞ் சலியாதவன், one who is unwearied, indefatigable.

வாய் சலிக்கத் திட்ட, to abuse till the mouth aches.

சலி, VI. *v. t.* sift, சல்லடையிடு.

சலித்துப்பார்க்க, to sift and examine, to garble something.

சலித்தெடுக்க, to find out a thing by sifting.

சலிகை, *s.* see சலுகை.

*__சலிலம்__, *s.* water, சலம்.

சலுகை, சலிகை, *s.* protection, patronage, ஆதரவு; 2. power, influence, செல்வாக்கு.

சலுகைக்காரன், சலுகை மனுஷன், a protector, patron, a man of authority, wealth, influence etc. able to afford protection.

சலுகை கூட்டிக்கொண்டு வர, to bring a protector along with one.

சலுகைக்கு வர, to speak on one's behalf.

சலுகை சொல்ல, to apply for redress stating the grievances.

சலுகை தேட, to seek protection.

சலுகையின்பேரிலே வர, to appear before a person without fear relying on the protection of another.

சலுப்பு, *s.* cold, catarrh, சலதோஷம்; 2. a particle, fragment, துண்டு.

*__சலோபாதை__ (சலம்+உபாதை), *s.* difficulty in passing urine; 2. as சல பாதை.

சல்தி, ஜல்தி, (*Hind.*), *s.* quickness, instantaneousness.

சல்லக்கடுப்பு, சள்ளைக்கடுப்பு, *s.* pain and stiffness throughout the body, சரீர நோய்.

சல்லடம், *s*, (*for.*), a kind of short drawers, trousers.

சல்லடக்காரன், சல்லடம் போட்டுக்கொள்ளுகிறவன், one that wears drawers or trousers.

நெடுஞ் சல்லடம், long trousers.

ஒட்டுச் சல்லடம், short, close drawers.

சல்லடை, *s.* (சல்லு), a large sieve, cribble.

சல்லடைக் கண், the holes of a sieve or strainer.

சல்லடைக் கொப்பு, an ornament worn by women in the ears.

சல்லடையிட, to sift.

*__சல்லரி__, *s.* a drum, பம்பைமேளம்; 2. (சல்லாரி), large cymbals, கைத்தாளம்.

சல்லரி, II. *v. t.* mince, hack, நறுக்கு.

சல்லா, *s.* (*Tel.*), muslin, gauze, கவணி.

சல்லாச் சால்வை, gauze shawl.

*__சல்லாபம்__, *s.* conversation, discourse, dialogue, catechism, சம்பாஷணை; 2. chit-chat, கூடிப்பேசுகை.

சல்லாபிக்க, to discourse.

சல்லாப மைந்தர், prattling children.

சல்லாரி, *s.* a cloth thinly woven, அலசற் சீலை; 2. a worthless fellow, சல்லாரிப்பயல்; 3. a kind of tree; 4. same as சல்லரி.

சல்லாரி பில்லாரி, masquerade.

சல்லாலி, *s.* (*Hind.*), hangings on a harlequin.

சல்லி, *s.* broken bricks, tiles, stones etc. ஓடு; 2. small copper coins, சல்லிக்காசு; 3. lies, falsehood, quibbles, புளுகு; 4. tassels, hangings, தொங்கல்.

சல்லிக்கட்டு, a wild game of pursuing and grappling a lusty bull.

சல்லிபோட்டு அடிக்க, – கெட்டிக்க, to harden with gravel or pieces of bricks.
சல்லிப்பேச்சு பேச, to prattle nonsense.
சல்லி விரைக்க, – அளக்க, to spread false rumours.
*சல்லியம், s. trouble, vexation, சச்சரவு; 2. magical enchantment, சல்லிய வித்தை.
சல்லியப்பட, to be troubled or harassed.
சல்லியர், a caste practising the magical art.
சல்லு, III. v.t. (Tel.), sift, சலி; 2. sprinkle water, நீர்தெளி.
சவக்கம், s. (சவங்கு), faintness, drooping, சோம்புதல்.
சவக்களி, VI. v. i. see சவர்க்களி.
*சவக்காரம், s. (prop. சர்வக்ஷாரம்), see சவுக்காரம், soap.
சவக்குச்சவக்கெனல், சவுக்குச்சவுக்கெனல், v. n. being flexible and elastic (as young twigs, tough meat etc).
சவங்கு, சவுங்கு, III. v. i. fall or decline in strength from labour etc., உடல் மெலி; 2. faint, சோரு; 3. become dispirited, மனமெலி.
சவங்கல், one devoid of shame and energy, a logger head, a blunt fellow.
சவங்கற் பிழைப்பு, servitude.
சவசவவெனல், v. n. being overcrowded.
சவடி, s. the collar bone, காரையெலும்பு; 2. a kind of necklace or ear-ring, சவளி.
சவடிக் கடுக்கன், an ear-ornament.
சவடிக் கோவை, a necklace.
சவடு, சவுடு, s. sediment, வண்டல்; 2. fuller's earth, உவட்டுமண்.
சவட்டுப்பு, alkali, salt produced from earth impregnated with soda.
சவட்டு, சமட்டு, III. v. t. destroy, அழி; 2. chew, மெல்லு; 3. eat, swallow down, விழுங்கு; 4. kick, tread upon, மிதி; 5. (caus. of சவளு), bend or distort a limb, make flexible.
காலைச்சவட்டி நடக்க, to twist the leg in walking.
சவண்டலை, சவண்டிலை, s. the name of a fine timber tree.
சவதம், s. same as சவுதம்.
*சவதம், s. see சபதம், oath.
சவதரி, சவுதரி, VI. v. t. acquire, procure, provide, maintain, சம்பாதி.
சவதலை, s. same as சமதலை which see.
*சவம், s. a dead body, corpse, பிணம்.
உன் வீட்டில் சவம் விழ, may some one of your family die (an imprecation).
சவக்காடு, an open burial-ground.
சவக்குழி, a grave.
சவச்சேமம், the burial of a corpse.
சவப்பெட்டி, a coffin.
*சவரட்சணை, s. see சம்ரட்சணை.
சவரணை, s. readiness, ஆயத்தம்; 2. elegance, neatness, நேர்த்தி.
சவரணை பண்ண, to prepare.
சவரணையாயிருக்க, to be ready, to be neat.
சவரணையாய் விசாரிக்க, to entertain hospitably.
*சவரம் (சௌரம்), s. chowry, சாமரம்; 2. shaving; 3. (Eng.), a gold sovereign.
சவரகன், சவரம் பண்ணுகிறவன், a barber.
சவரகன் கத்தி, சவரக் கத்தி, a razor.
சவரம் பண்ண, to shave another.
சவரம் பண்ணிக்கொள்ள, to shave one's self, to get shaved.
*சவரர், s. barbarians, hunters, மிலேச்சர்.
சவரி, s. chowry, சவரம்; 2. the குறட்டை creeper.
சவர், s. brackishness, உவர்; 2. (Hind.), voyage, சபர்.
சவராய்ப் போக, to become brackish.
சவர்த் தரை, – நிலம், brackish soil.
சவர்க்களி, சவக்களி, VI. v. i. taste unpleasantly, உப்புச்சுவைகொள்; 2. grow foul (as the tongue).
சவர்க்காரம், s. same as சவக்காரம்.
*சவலம், s. same as சபலம்.
*சவலை, s. tenderness, thinness, leanness, weakness, மெலிவு; 2. an infant, a sucking child growing lean by the mother's being pregnant, சவலைப்பிள்ளை.
சவலை நெஞ்சம், – ப்புத்தி, a weak mind, indiscretion.

சவலைபோக, to grow lean from want of milk.

சவளம், s. a lance, ஈட்டி; 2. arsenic, பாஷாணம்; 3. a kind of fish; 4. trembling, நடுக்கம்.

சவளக்காரர், lancers, a class of fishermen.

சவளி, சவுளி, s. (*Tel.*), cloth, drapery, சீலை; 2. a kind of jewel.

சவளிக் கடை, a mercer's shop.

சவளிக்கடைக்காரன், a mercer, draper.

சவளியெடுக்க, to buy cloths.

சவள், சவளு, I. v. i. be flexible, bend as a sword etc., துவளு.

சவண்டுகொடுக்க, to yield as anything flexible.

சவனம், s. see சகுனம், augury.

சவாசு, சபாசு, சவ்வாசு, *interj.* (*Hind.*), well done, bravo!

சவாது, s. copy, பிரதி.

*சவாது, s. civet, the perfume, புழுகு.

சவாது பூனை, சவாதுப்பிள்ளை, a civet-cat.

சவாப், ஜவாபு, s. (*Hind.*), answer, reply, பிரத்தியுத்தரம்.

சவாப்நவீஸ், the interpreter and clerk of a magistrate.

சவாப்தாரி, a responsible person.

சவாரி, சவ்வாரி, s. (*Pers.*), a drive, a ride, an airing, a promenade, சாரி; 2. a conveyance, வாகனம்.

சவாரிபண்ண, — போக, — செய்ய, to ride, to take a drive.

சவாரி வைத்திருக்க, to have or keep a conveyance.

சவால், s. (*Pers.*), a boatman's song.

சவான், ஜவான், s. (*Hind.*), a robust, strong person, வலியன்; 2. a constable, peon, சேவகன்.

*சவி, s. light, splendour, ஒளி; 2. beauty, அழகு; 3. a string of beads or bells, சரமணிக்கோவை; 4. strength, ability, பலம்.

*சவி, VI. v. t. see சபி, curse.

சவிகை, சவிகி, s. a raised open square for sitting, சவுக்கை.

சவிக்கை, சவுக்கை, சவுக்கி, s. (*Hind.*), a custom-house.

*சவிஸ்தாரம், s. extent, largeness, extensiveness, expansion, amplification, விரிவு; 2. anything of importance, முக்கிய காரியம்.

அங்கே என்ன சவிஸ்தாரம் நடந்தது, what important event took place there?

சவிஸ்தாரமாய்ப் பேச, to dilate, amplify, speak at large.

சவிர்சங்கி, s. a small cannon, பீரங்கி.

சவு, VI. v. i. become cheap and unsaleable, நய; 2. become weak and emaciated, மெலி.

அரிசி சவுத்துப்போயிற்று, there is no demand for rice and it is unsaleable.

*சவுகரியம், சௌகரியம், சோகரியம், s. delightfulness, pleasantness, comfort, சுகம்.

சவுகரியக்காரன், a charming person.

சவுகரியப்படி செய்யலாம், you may do it at your pleasure and convenience.

சவுக்கம், s. (*prop.* சதுக்கம்), a square, சதுரம்; 2. a handkerchief, குட்டை.

தலைச் சவுக்கம், a headkerchief.

நாற்சவுக்கம், anything of a square or oblong figure.

சவுக்களி, சவுக்கடி, s. a small plate of gold appended to ear-rings.

சவுக்களிக் கடுக்கன், a kind of ear-rings with a square appendage of gold.

சவுக்களிக் கூடு, a golden socket of a square or other figure.

*சவுக்காரம், சவக்காரம், s. soap.

சவுக்காரப் பிலுக்கு பண்ண, to dress gaudily.

சவுக்காரப் பிலுக்கன், a fop.

சவுக்கி, s. see ரவிக்கை.

*சவுக்கியம், சௌக்கியம், s. health, சுகம்; 2. salubriousness, ஆரோக்கியம்; 3. ease, comfort, சவுகரியம்.

சவுக்கியமா, are you well?

சவுக்கியக்காரன், one that enjoys health and ease.

சவுக்கியத் தப்பு, illness.

சவுக்கியமான இடம், a healthy place.

சவுக்கியமான சாப்பாடு, wholesome food.

சவுக்கியவீனம், indisposition, slight disease.

சவுக்கு, s. (*Pers.*), whip, கசை.

சவுக்கடி, சவுக்குப் பூசை, a whiplash.

சவுக்காலுரிக்க, to strip off the skin by lashing.

சவுக்குச் சவுக்கெனல், v. n. see சவக்குச் சவக்கெனல்.

சவுக்கை, s. (*Tel.*), an open-platform, square, சவுக்கை மேடை; 2. cheapness, சவுதம்; 3. a toll-office, சவிக்கை.

சவுக்கைதார், the officer in charge of a toll-house.

சவுங்கு, III. v. i. see சவங்கு.

*சவுசம், s. see சௌசம், cleanliness.

*சவுசன்னியம், s. see சௌசன்னியம்.

சவுடால், s. (*Hind.*), foppery, pomp, டம்பம்.

சவுடாலடிக்க, to boast oneself.

சவுடு, s. see சவடு.

சவுடோல், s. (*for.*), howdah placed on an elephant.

சவுதம், s. cheapness, விலைநயம்.

சவுதரி, VI. v. t. see சவதரி.

சவுதாகிரி, s. (*Hind.*), see சௌதாகிரி.

*சவுதாயம், s. see சமுதாயம்.

சவுத்து, s. (*for.*), a muster, pattern, kind, good kind, மாதிரி.

சவுத்தாய்த் தீர, — க்கட்ட, to perform a work neatly.

*சவுந்தரம், சவுந்தரியம், சௌந்தரியம், s. beauty, fairness, பேரழகு

சவுந்தரியன், சவுந்தரியவான் (*fem.* சவுந்தரி, சவுந்தரியவதி), a fair person.

*சவுபாக்கியம், சௌபாக்கியம், s. good fortune, auspiciousness, வாழ்வு.

சவுபாக்கியவதி, a fortunate, blessed woman.

*சவுரி, s. Vishnu.

சவுரிக் கயிறு, s. a cable of cocoanut fibres, தென்னை நார்க்கயிறு.

சவுல், s. pregnancy of animals.

*சவுளம், s. shaving, சவரம்.

சவுளி, s. see சவளி.

*சவை, s. see சபை.

சவ்வாசு, s. see சவாசு.

சவ்வு, s. caul, omentum, குடற்சவ்வு; 2. film in the eye, படலம்; 3. proud flesh in ulcers, புண்சவ்வு; 4. the membrane of seeds; 5. gristly part of meat; 6. sago.

சவ்வரிசி, sago.

சவ்வாயிருக்க, to be tough.

சவ்வாய்ப் போக, — வடிந்துபோக, to grow lean and cramped.

சவ்வாய் வடித்துப்போட, to starve a person.

சவ்வுத்தோல், a caul skin.

சவ்வெடுக்க, to clear off the skin from beans etc., to remove the gristly parts from meat; *fig.* to humiliate, to reduce one's pride.

சழக்கு, சளக்கு, s. fault, குற்றம்; 2. crashing sound, the noise of a thing falling; 3. lie, falsehood, பொய்; 4. ignorance, அறியாமை.

சழக்கு சழக்கென, சழக்குப் புழக்கென, to sound with a crashing noise.

சழங்கு, சழக்கு, s. infirmities of old age, decrepitude, முதுமைத்தளர்ச்சி.

சழி, II. v. i. become distorted or crushed down on one side; 2. become decayed, crumpled or wrinkled by age, தளரு.

சழிவு, v. n. distortion, crumple.

சழிவு நெளிவு, crookedness and distortion.

சழுங்கு, III. v. i. become loose, நெகிழ்; 2. become stupid, மழுங்கு.

சழுங்கலாய்ப் போக, to grow blockish or stupid.

சழுக்கம், சழுங்கல், v. n. being loose.

சளக்குப் புளக்கெனல், சளபுளவெனல், v. n. same as சளசளவெனல்.

சளசண்டி, s. same as சகசண்டி.

சளசள, VI. v. i. become wet or sloppy, சேறுரு; 2. chatter, அலப்பு; 3. sound like the dropping of rain, மழையடி; 4. be dispirited or overcome in controversy.

சளசளவென, to chatter, to babble, to rush with a splash like a stream or rain.

சளசளவென்று பேசுகிறான், he babbles or prates.

சளப்பு, III. v. i. babble, prate, அலப்பு.

சளாரெனல், v. n. sounding as the fall of a water-pot.

சளி, s. mucus of the nose; 2. cold, catarrh, சலதோஷம்; 3. thick phlegm, கோழை.

சளி பிடிக்க, to catch cold.

சளி சிந்த, — சிந்திப்போட, to blow the nose.

சளி, VI. *v. i.* have a cold, சளிகொள்; 2. become stale or sour, rot, grow macerated or soaked too much by water, பதனழி.

சோறும் கறியும் சளித்துப்போயிற்று, rice and curry have become fermented and unfit for use.

சளிக்க வார்க்க, to macerate by water; 2. to pour profusely as oil or water on the head.

சளிப்பு, *v. n.* cold, catarrh.

சளுக்கு, *s.* pride, haughtiness, vanity, arrogance, செருக்கு; 2. foppery, finery, பிலுக்கு.

சளுக்கன், சளுக்குக்காரன், (*fem.* சளுக்கி), a foppish or proud person.

சளுக்குப் பண்ண, to be proud, to be foppish, to go in a tawdry dress.

வாய்ச் சளுக்கு, a boast, bragging, proud speech.

சள்ளு, *s.* see சள்ளை.

சள்ளு, III. *v. i.* slacken, relent, இளகு; 2. break wind, அபானவாயுமறி; 3. be entangled, சிக்கிக்கொள்.

சள்ளுவாயன், a talkative man, a prattler.

சள்ளை, சள்ளு, *s.* intricacy, perplexity, confusion, trouble, தொந்தரை.

அவன் சள்ளை ஆகாது, it is not good to have to deal with that troublesome character.

சள்ளையைக்கழிக்க, — த்தீர்த் தப்போட, to settle an intri[illegible] affair, to wind up an ac[illegible].

சள்ளையாய்க் கிடக்க, to be intricate, to remain entangled.

சள்ளைக்காரன், a troublesome person.

சள்ளை, *s.* the hips, loins, இடுப்பு; 2. a kind of fish.

சள்ளைக்கடுப்பு, lumbago, pain in the loins.

***சறங்கு**, *s.* an overseer of sailors, boat's people or lascars.

***சறுகாடி**, *adj.* very sour.

சறுகு, III. *v. i.* slip, slide, glide, நழுவு.

காரியஞ்சறுகிப் போயிற்று, the business has failed.

சறுக்கு, III. *v. i.* glide, slide or slip out of hand, வழுவு; 2. err, வழுக்கு.

சறுக்கல், சறுக்கு, *v. n.* slipping, slipperiness.

சறுக்கலாயிருக்க, to be slippery.

சறுக்கி விழ, to slide and fall.

சறுக்கு மரம், a greasy pole for climbing in games.

***சற்** (சத்), a *prefix denoting* good, excellent, right, see சன்.

சற்கருமம், good deed or work.

சற்காரம், kindness, hospitality.

சற்குணம், good nature, good disposition.

சற்குரு, a good spiritual guide.

சற்சனன், சற்புருஷன், a good or pious man.

சற்பாத்திரம், a good vessel; *fig.* a worthy, virtuous person.

சற்புத்திரன், a virtuous, dutiful son.

சற்று, *adv. & adj.* a little, அற்பம்; 2. a little while, சிறிதுநேரம்.

சற்று அட்டியாயிருக்கிறது, there is still some delay, it will tarry a little longer.

சற்றப்புறம், a little further.

சற்றாகிலும், சற்றேனும், சற்றும், ever so little, even a little while.

சற்றுக் கவையாயிருக்கிறான், he is a little busy.

சற்றுங் கொடான், he gives not a bit.

சற்றுப் பிந்தினான், he remained a little behind.

சற்றுப் பின்னே, a little after.

சற்றுப் பொறு, wait a little while.

சற்று முன்னே, a little before, a little forward.

சற்று மெதுவாய் நட, go a little slower.

சற்றே, சற்றுநேரம், சற்றுப்போது, சற்றுவேளை, a little while.

சற்றே இரு, stay a little.

சற்றே கசக்கிறது, it is somewhat bitter.

சற்றே சற்றே, now and then.

சற்றேறக்குறைய, about.

***சனகன்**, *s.* the father of Sita, சனக மகாராசன்; 2. name of a Rishi.

சனகநகர், Mithila, the capital of சனகன்.

***சனம்**, ஜனம், *s.* people, mankind, folks, மனுஷர்; 2. relation, இனம்.

எத்தனை சனம், எத்தனை சனங்கள், how many people or persons?

ஒரு சனம், one body.

சனக்கட்டு, a large family circle.
சனசதளம், – க்கூட்டம், – சமூகம், a crowd of people, a multitude, a host.
சன சந்தடி, a thick crowd.
சனமுள்ளவன், a man with many relations.
சனோபகாரம், philanthropy.
இனசனம், இனத்தார் சனத்தார், சாதிசனம், சனஞ்சாதி, relations, kindred.
*சனனம், செனனம், s. birth, transmigration; பிறப்பு.
சனனகாலம், the time of birth.
சனனநாள், birthday.
சனனபூமி, native land.
சனன மரணம், birth and death.
சனனமெடுக்க, சனனிக்க, to be born, to assume transmigration, பிறக்க.
*சனி, s. the planet Saturn, considered to be of malignant influence; 2. Saturday, சனிக்கிழமை; 3. a person of ill omen or evil influence.
சனி கழிக்க, சனியன் தொலைக்க, to get rid of Saturn's malign influence.
சனிக்கிழமை, Saturday.
சனிபகவான், சனீசுரன், Saturn the god.
சனி பிடித்தல், being under the influence of Saturn, *i. e.* adverse circumstances.
சனிமூலை, north-east.
சனியன், Saturn the planet; 2. an inauspicious or unlucky person.
சனிவேதை, the malign influence of Saturn.
*சனி, செனி, VI. *v. i.* be born, பிற; 2. be conceived, கருப்படு; 3. rise, appear, result, உதி.
சனிப்பு, *v. n.* birth, conception.
*சனிப்பி, VI. *v. t.* beget, produce, பிறப்பி.
சனியன், *s.* bayonet; 2. see under சனி.
சனு, *s.* (*Tel.*), favour, benevolence, பட்சம்; 2. a courtier, a favorite, சரசி.
சனுவாய், favourably.
*சன் (சத், சற்), *prefix denoting* good, excellent, நல்ல.
சன்மார்க்கம், virtuous conduct, morality.
சன்மம், *s.* (*com.* சென்மம், *especially in compounds*) same as சனனம், birth; 2. same as சருமம், skin.
சன்ம தினம், birth day.
சன்ம பாஷை, mother tongue, vernacular.
சன்ம பாவம் (*Chr. us.*), original sin (*opp. to* கரும பாவம், actual sin).
சன்மபூமி, native country.
சன்மப்பகை, hereditary hatred.
சன்மாந்தரம், transmigrations in endless variety.
*சன்மானம், *s. prop.* சம்மானம் which see.
*சன்மி (சென்மி), VI. *v. i.* be born, transmigrate, சனி.
சன்மிப்பு, *v. n.* birth, generation.
*சன்னதம், *s.* possession by a good or evil spirit, oracular fury, ஆவேசம்; 2. oracular words uttered during such possession, தெய்வங்கூறல்; 3. vanity, வீறுப்பு; 4. rage, கோபம்; 5. see சன்னது.
சன்னதக்காரன், one who utters oracles.
சன்னதங் கேட்க, to consult the oracle.
சன்னதம் ஏற, to become possessed, to be provoked.
பூசாரிக்குச் சன்னதம் ஏறிற்று, the priest became possessed.
சன்னதம் ஏறினவன், – ஆடுகிறவன், one agitated by such possession.
*சன்னதி, *s.* see சந்நிதி.
சன்னது, சன்னதம், *s.* (*Ar.*), grant, document, warrant, order of appointment.
*சன்னம், *s.* smallness, minuteness, சிறுமை; 2. thinness, மென்மை; 3. small particles as filings of gold etc.
சன்னக்காரை பூச, சன்னம் வைக்க, to plaster with fine chunam.
சன்னக்காரையிட்டுக் கிடக்கிறது, it is finely plastered.
சன்னலவங்கப் பட்டை, fine cinnamon.
சன்னல், ஜன்னல், *s.* (*Port.*), window.
சன்னல் இலை, a slate of a venetian.
சன்னல்பின்னல், lattice work; 2. intricacy, confusion, complexity.
சன்னல் பின்னலான காடு, a dense forest.
சன்னல் பின்னலான வழக்கு, an intricate suit.

இலை சன்னல், venetian window.
*சன்னுகம், s. armour for the body, coat of mail, போர்க்கவசம்.
*சன்னுசம், s. asceticism, சன்னியாசம்.
*சன்னுசி, s. an ascetic, சன்னியாசி.
சன்னி, s. convulsions, paralysis, apoplexy, சீதநோய்.
சன்னி குன்மம், - இழுப்பு, convulsive fits.
சன்னிநாயகம், - நாயகன், a medicinal plant used for convulsion, தும்பை.
சன்னி வாதம், - வாத சுரம், a paralytical fever.
அலறு சன்னி, convulsions accompanied with madness, hysterics.
உள்வீச்சு சன்னி, உள்ளிசிவு -, internal convulsions.
கெம்பீர சன்னி, convulsive fits accompanied with continual laughing.
சுக சன்னி, convulsive fits caused by sexual intercourse after oil bathing.
சூதக சன்னி, uterine spasm.
பிரலாப சன்னி, epilepsy.
புறவீச்சு சன்னி, புறவிசிவு -, external convulsions.
மாந்த சன்னி, convulsive fits of children from indigestion.
முகவாத சன்னி, faceal paralysis.
மூடு சன்னி, convulsion caused by cold wherein one lies speechless.
*சன்னிதானம், சந்நிதானம், s. the divine presence, the presence of a great man, திருமுகம்; 2. the sacred shrine in a temple, தேவ சன்னிதி.
ஒருவருடைய சன்னிதானத்திலே போக, to come before one cr in his presence.
சன்னிதானம் பண்ண, to bring into the presence.
தேவ சன்னிதானம், the presence of God; any sacred place.
*சன்னிதி, சந்நிதி, s. presence, nearness, சமீபம்; 2. the presence of the deity, guru or some great person, சன்னிதானம்; 3. a temple, கோயில்; 4. a holy personage, உயர்ந்தோன்; 5. the sanctuary, மூல ஸ்தானம்.
சன்னிதிப்பட, to attain to the presence of one.
பண்டார சன்னிதி, a monastery of Pandarams; 2. the chief of such a monastery.
*சன்னியாசம், சந்நியாசம், s. (சம் + நியாசம்), renunciation of worldly pleasures and possessions, துறவு; 2. celibacy, asceticism.
சன்னியாசந்தரிக்க, to assume the garb and state of சன்னியாசி.
சன்னியாசமார்க்கம், the order of சன்னியாசி; 2. state of celibacy.
சன்னியாசம் பண்ண, to live a monastical life.
ஆயுத சன்னியாசம், the renouncing of a military life.
சமுசார சன்னியாசம், renouncing the matrimonial state, celibacy.
*சன்னியாசி, சந்நியாசி, s. an ascetic, a monk, a celibate.
சன்னியாசிப்பட்டம், the state of an ascetic, a monastical life.
சன்னியாசிப் பட்டங் குலைந்தவன், one whe lost his celibacy.
சன்னை, s. a nod, motion of the head or hand, gesture, சமிக்கை; 2. mockery, பரிகாசம்; 3. a long pole used as lever for the wheels of a car.
சன்னைகாட்ட, to give a hint; to mock.

சா

சா, s. death, சாவு; 2. devil, பேய்.
சாக்குருவி, a screech owl, a species of night hawk.
சாக்குறி, omens of death.
சாச்சடங்கு, funeral ceremonies.
சாப்பறை, சாமேளம், funeral drum.
சாப்பிள்ளை, சாவுப் -, a still-born child.
சாமுகம், சாமூஞ்சி, a deadly pale face.
சாவீடு, funeral house.
சாவோலை, an ola letter giving notice of death.
*சா, s. an equation of the centre.
சா, *irreg. v. i.* (செத்தேன், சாவேன், சாக or சாவ, சாகும் or சாம்), die, இற; 2. perish, கெடு; 3. dry up, காய்ந்து போ.

அவள்பேரில் சாகிறான், he is dying (from love) for her, he loves her excessively.

தன் பிள்ளையோடு சாகிறான், he loves his child excessively.

கைகால் செத்துப்போயிற்று, the arms and legs failed him as in paralysis.

பயிர் செத்துப்போயிற்று, the corn in the field perished, dried up.

சாகக்கொடுக்க, to lose a near relation by death.

சாகத்திரிய, to meditate upon killing one's self.

சாகத் துணிய, to lay one's life at stake, to venture one's life.

சாகாமை, சாவாமை, சாவில்லாமை, சாவின்மை, சாகாவரம், immortality.

சாகிறகாலம், சாக்காலம், சாங்காலம், the time of death.

சாக்காடு, *v. n.* death.

அவத்த சாக்காடாய்ச் சாக, to perish by an infamous death.

சாந்தனையும், until death.

சாவு, *v. n.* death, மரணம்.

சாவுப்பிள்ளை (சாப்பிள்ளை) பெற்றவள், சாவுப்பிள்ளைக்காரி, a woman that bore a still-born child.

செத்தமுகம், a deadly pale face, a ghastly countenance.

செத்துப் பிழைத்தான், he had a narrow escape, he recovered from a dangerous illness.

*சாகசம், *s.* boldness, strenuousness, bravery, daring deed, வீரம்.

சாகசப்பட்சி, a bird said to clean the crocodile's teeth.

சாகசம்பண்ண, to act strenuously.

சாகசன், சாகசக்காரன், சாகசமானவன், a man of bravery and strength, an adventurer.

*சாகமனம், சககமனம், *s.* concremation, Suttee, உடன்கட்டையேறுதல்.

*சாகம், *s.* a goat, வெள்ளாடு; 2. teak tree, தேக்கமரம்; 3. the Saka era, சகவருடம்; 4. eatable vegetables, கீரை; 5. juice of leaves, இலைச்சாறு.

*சாகரணம், *s.* sleeplessness, vigilance, விழிப்பு.

சாகரணமாயிருக்க வேண்டும், you must remain sleepless or vigilant.

ராத்திரி சாகரணமாயிருந்தேன், I did not sleep last night.

*சாகரம், *s.* ocean, sea, கடல்; 2. hundred thousand millians, பதினாயிரம்கோடி; 3. watchfulness, விழிப்பு.

துக்கசாகரம், the ocean of grief.

*சாகாடு (சகடு), *s.* cart, waggon.

*சாகாமிருகம், *s.* see under சாகை.

*சாகித்தியம், *com.* சாயித்தியம், *s.* elegant literature, poetry; skill in composing and reciting verses, புலமை.

*சாகிரதை, *s.* same as சாக்கிரதை.

*சாகினி, *s.* pot-herb, சிறு கீரை; 2. a he-goat, வெள்ளாட்டுக்கடா.

சாகீர், ஜாகீர், *s.* (*Pers.*), land given by government as a reward for services, மானியம்.

சாகுபடி, *s.* (*Hind.*), cultivation, பயிரிடுதல்.

சாகுபடி செய்ய, to cultivate.

*சாகை, *s.* branch of a tree, மரக்கொப்பு; 2. leaf, இலை; 3. the text of the Vedas varying according to the tradition of different schools, வேதசாகை; 4. (ஜாகை, *Hind.*), a house, lodging, rest-house, தங்குமிடம்.

சாகாமிருகம், *s.* a monkey, squirrel as living on trees.

சாகை பண்ண, to lodge.

சாக்கடை, *s.* drain, gutter, sluice, சாலகம்.

சாக்காடு, *v. n.* death, see under சா, *v.*

*சாக்கி, *s.* same as சாட்சி.

சாக்கிபாக்கி, பாக்கிசாக்கி, *s.* additional or extra quantity, remainder, arrears, கொசறு.

*சாக்கியம், *s.* the Buddhist religion from its founder Sakya, புத்தமதம்.

சாக்கியர், the Buddhists.

*சாக்கிரதை, ஜாக்கிரதை, *s.* diligence, circumspection, vigilance, விழிப்பு.

சாக்கிரதை செய்ய, to make things ready with great diligence.

சாக்கிரதைப்பட, to make endeavours, to be diligent.

சாக்கிரதைப் படுத்த, to excite to diligence, to hasten.

சாக்கிரதையாய்ப் பார்க்க, to watch diligently.

அதிசாக்கிரதை, great circumspection.

சாக்கு, *s.* pretext, excuse, colour, cloak,

போக்கு; 2. a sack, corn-bag, கோணி; 3. pocket, பை.

கொண்டிக் குதிரைக்குச் சறுக்கினது சாக்கு, stumbling is the excuse of a lame horse.

சாக்குக்காரன், one who makes vain excuses.

சாக்குப்போக்கு, excuses, pretext.

சாக்குப் போட, சாக்கிட, to shift the blame, to make a false excuse.

சாக்குமாண்டி, a lazy block-head.

சாக்குருவி, *s.* an owl, see under சா, *s.*

*சாங்கம், *s.* all the members, completeness, சர்வாங்கம்; 2. perfect member, பூரணாங்கம்; 3. perfectness, பூரணம்; 4. similarity of features, manners etc., சாயல்; 5. symmetry, கிரமம்.

சாங்கமாய், safely, perfectly well.

சாங்கோபாங்கம், (ச + அங்கம் + உப + அங்கம்) சாங்கபாங்கம், perfectness; 2. tranquillity, safety; 3. method, order.

சாங்கோபாங்கமாய், perfectly, entirely, orderly, methodically.

*சாங்கரியம், *s.* mixture, confusion, கலப்பு.

*சாங்கியம், *s.* the Sankya system of Philosophy.

*சாசனம், *s.* an order, edict, அரசணை; 2. a royal grant, தானபத்திரிகை; 3. deed, document, instrument, உறுதிப்பத்திரம்.

சாசனப் பத்திரம், a royal grant; 2. a bill of sale, கிரயசாசனம்.

சாசனம் பண்ண, to make a grant; 2. to write out a will; 3. to execute a deed of sale.

செப்பு சாசனம், a copper-plate grant.

தங்க சாசனம், a deed inscribed in gold.

*சாசுவதம், சாஸ்வதம், *s.* duration, perpetuity, eternity, நித்தியம்; 2. certainty, நிச்சயம்; 3. stability, அசையாநிலை; 4. eternal bliss, மோட்சம்.

இந்த வாழ்வு சாஸ்வதமல்ல, this life or this prosperity will not last long.

சாஸ்தி, *s.* see behind சாத்தானி.

சாடா, சடா, ஜடா, *s.* (*Hind.*), the whole, முழுவதும்.

சாடி, ஜாடி, *s.* a jar, தாழி.

சாடி, VI. *v. t.* reprove, rebuke, தண்டி; 2. bruise, crush, beat terribly, நொறுக்கு; 3. slander, abuse, திட்டு.

சாடு, *s.* artful language, சாதுரியம்; 2. flattery, முகத்துதி; 3. (சாகாடு), cart; 4. a large basket, சாட்டுக்கூடை.

சாடு, III. *v. i.* shake, stagger, அசை; 2. decline from the right path, விலகு; 3. (*i. & t.*) bend, incline, சாய்.

அவன் பேரிலே சாடுகிறது, there is reason for suspecting him.

பட்டம் வாலுக்குச் சாடுகிறது, the paper-kite is unsteady or wanting balance.

ஒன்றைச் சாடித் திரிகிறான், his mind is bent upon something.

சாடுதல், *v. n.* suspicion of crime.

குற்றஞ்சாட, to adhere as faults, to be found guilty.

சாடு, III. *v. t.* rock, shake, அசை VI; 2. beat severely, அடி; 3. destroy, kill, கொல்; 4. abuse, reprove, கடிந்துகொள்; 5. throw out the arms or legs, நீட்டு.

சாடுமலி, ஜாட்மாலி, சாடுமோரி, சாடுதோரி, *s.* (*Hind.*), a sweeper, பெருக்கி; 2. a menial servant, வேலைக்காரன்; 3. a mean rogue, துஷ்டன்.

சாடை, *s.* a gesture, a wink, a hint, சமிக்கை; 2. a slight or faint notice, connivance, தாட்சணியம்; 3. insinuation, கோள்; 4. similarity in features, manner etc., slight resemblance in any respect, ஒப்பு; 5. a little, அற்பம்.

பிள்ளைகளெல்லாரும் ஒரே சாடை, all the children are much alike.

காரியம் சாடையாய்ப் போயிற்று, the thing was slightly noticed or leniently dealt with.

சாடை காட்ட, to give a hint or wink, to convey an intimation.

சாடைக்காரன், a tale-bearer, an informer, கோட்காரன்.

சாடைபண்ணிக் (காட்டிக்) கூப்பிட, to beckon, to call by gestures.

சாடை மோடை, — மாடை, formality; 2. slightness.

சாடை யறிய, to discern one's aim by his looks and gestures.

சாடையாய்ச் சொல்லிவைக்க, — க்கோடி காண்பிக்க, சாடை சொல்ல, — பேச,

to give a hint or an intimation slyly, to insinuate against.
சாடையாய்க் கேட்க, to hear a thing without seeming to take notice of it, to intimate a wish in a circuitous or sly manner.
சாடையாய்ப் பார்க்க, to observe by the way.
சாடையாய்ப் போய்விட, to prove to be a trifling matter; 2. to steal or slip away from company.
சாடையாய் விலக, to withdraw privily or slyly.
சாடையான சிவப்பு, a faint red.

*சாட்சாது, சாட்சாத், *adv. & adj.* in presence of, in sight of, முக முகமாய்; 2. directly, evidently, பிரத்தியட்சமாய்; 3. true, real, யதார்த்தமான.

*சாட்சி, சாக்ஷி (*vulg.* சாக்கி), *s.* an eye-witness, one who gives testimony, a witness, கண்டவன்; 2. evidence, testimony, அத்தாட்சி.
சாட்சி கேட்க, to hear evidence.
சாட்சி கொடுக்க, – சொல்ல, to give evidence, to bear testimony.
சாட்சி கோர, to sommon as a witness.
சாட்சிக்காரன், a witness.
சாட்சி சம்பந்தம், oral and written evidence.
சாட்சி ருசு, evidence.
சாட்சியிட, – சொல்ல, to give evidence, to depose.
சாட்சி விசாரிக்க, – விளங்க, to examine witnesses.
சாட்சி விட, to produce evidence.
சாட்சி வைக்க, – அழைக்க, சாட்சிக்கு அழைக்க, – இழுக்க, to take or call to witness.
கள்ளச் சாட்சி, கட்டுச்–, பொய்ச்–, false witness.
மனச் சாட்சி, அந்தக்கரண –, the conscience.
அவரவர் மனசே அவரவருக்குச் சாட்சி, every one's conscience is his best witness.

*சாட்சியம், *s.* evidence, testimony, சாட்சி.

*சாட்டாங்கம், சாஷ்டாங்கம், *s.* (ச + அஷ்டம் + அங்கம்), prostration (with the eight members of the body touching the ground, *viz.* hands, feet, shoulders, breast and forehead).
சாஷ்டாங்க நமஸ்காரம், – தெண்டன், prostration in general.
சாஷ்டாங்கம் பண்ண, to prostrate.

சாட்டி, *s.* a whip, scourge, சவுக்கு; 2. a rope or cord for spinning a top, சாட்டை; 3. land lying fallow after a crop.
சாட்டியாலே மழுக்க, – அடிக்க, to scourge, to whip.

*சாட்டியம், *s.* deceit, villainy, வஞ்சகம்; 2. distress, வருத்தம்; 3. indisposition, sickness, நோய்.
அழிச்சாட்டியம், a wicked proceeding, துர் வழக்கு.

சாட்டு, *s.* pretext, excuse, சாக்குப் போக்கு; 2. *v. n.* of சாட்டு.
சாட்டில்லாமல் சாவில்லை, no death without a cause.
சாட்டுச் சொல்ல, to make excuses or shifts.

சாட்டு, III. *v. t.* to transfer a debt, a charge or a business to another, ஒப்புவி; 2. accuse, impute, குற்றஞ் சாற்று; 3. make excuse, போக்குச் சொல்; 4. beat, strike, அடி.
உன் கவலையைச் சுவாமிக்குச் சாட்டிவிடு, cast your sorrow upon the Lord.
சாட்டிக்கொள்ள, to take on one a debt due by another.
சரக்கை ஒருமிக்கச் சாட்டிக்கொள்ள, to take a commodity by wholesale.
சாட்டு, *v. n.* consigning; 2. accusing.
அது அவன் சாட்டாய் விட்டிருக்கிறது, it is committed to his care.
குற்றச்சாட்டு, *v. n.* an accusation.
குற்றஞ்சாட்ட, to accuse.

சாட்டை, *s.* whip-cord; a whip, a scourge, கசை.

*சாணம், சாணகம், *s.* cow-dung; 2. a whet-stone, சாணைக்கல்.

சாணன் (ஜாணன்), *s.* (*fem.* சாணி), a jester, a cunning fellow.
சாணத்தனம், ribaldry, வம்பு.
சாணத்தனம் பண்ண, to sport, jeer' jest.

சாணுக்கி, *s.* the name of a low plant.

சாணுன், *s.* (*fem.* சாணுத்தி), a Shanar, a toddy-drawer, சான்றான்.

சாணாக் (சாணன்) காசு, a kind of gold coin.

சாணி, s. cow-dung, சாணம்; 2. (*in combin.*), a farrier, a horse-doctor, குதிரைச்சாணி.

சாணிதட்ட, to make cow-dung into cakes for fuel.

சாணிதெளிக்க, to sprinkle the floor with macerated cow-dung.

சாணி போட, to drop dung; 2. to sprinkle cow-dung water.

சாணிப்பிணம், a useless dull person.

சாணிமெழுக, to smear the floor with cow-dung.

*சாணை, s. a whet-stone, grind-stone, சாணைக்கல்; 2. ragged cloth spread under an infant, சாணைச் சீலை; 3. a round flat cake of jaggery or tamarind pulp.

சாணை தீர, -பிடிக்க, to whet, to sharpen, to grind a knife etc.; 2. to cut and polish gems.

சாணைப்பிள்ளை, an infant on clouts.

நீர்ச்சாணை, a whet-stone to sharpen with water.

நெருப்புச் சாணை, மெழுகு -, a grindstone used without wetting.

சாண், s. a span, அரை முழம்.

எண்சாண் உடம்பிற்குச் சிரசே பிரதானம், the head is the chief part of the human body that is eight span high.

சாணளவாய், a span long.

சாண்சாணாய் நறுக்க, to cut off in span lengths.

சாண் சீலை, the forelap, கோவணம்.

சாண் வயிறு, - கும்பி, the abdomen a span long.

*சாதகம், s. success, prosperity, சித்தி; 2. habit, ability, practice, அப்பியாசம்; 3. a kind of cuckoo, சாதகப்புள்; 4. (ஜாதகம்), birth, nativity, பிறப்பு; 5. horoscope, astrological prognostication, சென்னமெழுதல்; 6. natural disposition, பிறவிக் குணம்.

அவனுடைய சாதகம் அப்படியிருக்கிறது, such is his horoscope or his nature.

அவனுக்கு இது சாதகமாய்ப் போயிற்று, he has become skilful in this.

சாதகக்காரன், சாதகன், one whose horoscope is calculated.

சாதகக் குறிப்பு, a memorandum of the time of birth.

சாதக பலன், the results of a horoscope.

சாதகம் எழுத, - கணிக்க, to predict future events by writing a horoscope.

காரிய சாதகம், success in an undertaking.

*சாதம், s. boiled rice, சோறு; 2. truth, உண்மை; 3. same as சாதகம்.

சாதம் படைக்க, -போட, to set or distribute boiled rice.

உண்டைச் சாதம், பட்டைச் -, rice boiled and formed into balls.

கட்டு சாதம், boiled rice carried in a piece of cloth for the journey.

பழைய சாதம், பழையது, boiled rice soaked in water and kept overnight for breakfast.

சாதர், s. (*Ar.*), arrival, issue.

சாதல்வாரத், s (*Ar.*), contingent charges, சில்லறைச் செலவு.

*சாதனம், s. a bond, an instrument, a deed, சாசனம் which see; 2. means, expedient, method, எத்தனம்.

சாதனப் பத்திரம், - முறி, a title-deed.

சிலா சாதனம், a deed or instrument cut in stone.

மரண சாதனம், will and testament.

*சாதனை, s. steady and persevering practice, விடாமுயற்சி; 2. obstinately affirming or denying, persistence in an opinion, வற்புறுத்தல்; 3. skill in performing different arts as dancing, playing, fencing etc.; 4. misrepresentation, dissimulation. falsehood, பொய்.

ஒரே சாதனையாய்ச் சாதிக்கிறான், he obstinately persists in saying so.

சாதனைக் கள்ளன், an obstinate character.

சாதனைக்காரன், one that practises any art; 2. same as சாதனைக் கள்ளன்.

சாதனை செய்ய, - பண்ண, to practise or exercise a dexterous art; 2. to affirm or deny obstinately, சாதிக்க.

கற்ப சாதனை, strengthening the body by the use of drugs.

சாதா, *s.* (*for.*), plain-work, not figured or carved, பருமட்டு வேலை.

சாதாக் கம்மல், plain ear-ring of gold.

சாதா வேலை, rough work, plain workmanship.

*சாதாரணம், *s.* anything common, general, vulgar or mean, பொது; 2. that which is customary, easy, இலேசு.

சாதாரணமாய்ப் போ, go where you please, go freely.

அது எனக்குச் சாதாரணம், it is easy for me, I am accustomed to it.

சாதாரணமான தயவு, customary goodness.

*சாதி, ஜாதி, *s.* sex, tribe, caste, குலம்; 2. kind, class, இனம்; 3. race, family, குடும்பம்; 4. high caste, best sort or kind, மேற்சாதி; 5. nutmeg tree, சாதிமரம்; 6. rattan-cane, பிரம்பு.

சாதி குலம், high caste; 2. caste, tribe.

சாதி கெட்டவன், one who has lost his caste; 2. one of low caste.

சாதிக் கட்டு, caste rules.

சாதிக் கலப்பு, mixed caste.

சாதிக்கலாபம், caste disturbance.

சாதிக்காய், nutmeg.

சாதிக்குதிரை, a horse of fine breed.

சாதிக்குப் புறம்பாக்க, to turn out of the caste.

சாதிக்கோழி, poultry of the better breed.

சாதிச்சரக்கு, a superior kind of merchandise.

சாதித்தலைவன், the chief or headman of the caste.

சாதிபேதம், – வித்தியாசம், – வேற்றுமை, caste distinctions, different castes, kinds or sorts.

சாதிப்பத்திரி, சாதிப்பூ, mace.

சாதிப்பாய், rattan-mat, பிரப்பம்பாய்.

சாதிப் பிரஷ்டன், an out-caste.

சாதிமணி, a genuine gem.

சாதிமல்லிகை, Italian jasmine of an excellent kind.

சாதிமானம், sympathy or fellow feeling in a tribe,

சாதிமான், one of a superior caste.

சாதிமுறை, – முறைமை, the laws, rules and usages of a caste.

சாதியாசாரம், the manners and customs of a caste.

சாதியார், சாதிசனம், people of the same caste or tribe.

சாதியைவிட, to lose or break caste.

சாதிவெள்ளைக்காரன், pure European.

அன்னியசாதி, foreigners, low castes.

ஆண்சாதி பெண்சாதி, both the sexes, a man and a woman.

ஈனசாதி, degraded caste.

கீழ்சாதி, low caste.

தீண்டாச் சாதி, a degraded low caste not to be touched.

பலபட்டடைச் சாதி, mixed caste.

புறச்சாதியார், the gentile nations, outcast people.

மிருகசாதி, the brute creation; 2. stupid people.

மேற்சாதி, high caste.

விச்சாதி, mixed caste.

*சாதி, VI. *v. t.* maintain firmly, insist upon, persist in denying, affirming, acting, suffering etc., அழுத்து; 2. persevere, succeed by dint of perseverance, effect, நிறைவேற்று; 3. conquer, overcome, வெல்; 4. grant, bestow favour, அருள்.

இல்லையென்று சாதிக்க, to deny obstinately.

காரியத்தைச் சாதிக்க, to effect a thing by perseverance.

சாதித்தல், சாதிப்பு, *v. n.* persisting, perseverance.

சாதித்துப் பேச, to persist in an assertion.

சாதித்து வாங்க, to secure an object by persevering efforts.

பகைசாதிக்க, to cherish hatred.

பொய்சாதிக்க, to stand to a lie.

சாதிலிங்கம், *s.* vermilion, red paint made of mercury, இலிங்கம்.

சாதிலிங்கம் இழைக்க, to rub vermilion.

*சாது, *s.* tameness, mildness, gentleness, சாந்தம்; 2. (*pl.* சாதுக்கள்), a good, virtuous, mild person, சற்குணன்.

சாதுத்துவம், mildness, gentle disposition.

சாது மனுஷன், a meek person.

சாது (சாதுவான) மாடு, a tame ox or cow.

சாதுவாக, சாதுவாய், gently, patiently.

பரமசாது, a mild, gentle, patient person.

*சாதுரியம், சாதூரியம், s. eloquence, சதுரப்பாடு; 2. cleverness, shrewdness, dexterity, சதுரம்.

சாதுரியக்காரன், சாதூரியன், சாதுரியவான், சொல் சாதுரியமுள்ளவன், an eloquent man, an orator, a dexterous person.

சாதுரியங் காட்ட, to display eloquence.

*சாதுர்ப்பாகம், s. (சதுர்), a fourth part.

*சாத்தான், s. Ayanar, ஐயனர்; 2. Argha of the Jainas, அருகன்; 3. a chastiser, தண்டிப்போன்; 4. an informer, அறிவிப்போன்.

சாத்தானி, சாத்தானியன், s. a member of the mixed caste of the Vaishnavas.

சாஸ்தி, ஜாஸ்தி, s. (*Ar.*), increase, much, more, அதிகம்.

இது ஜாஸ்தி, this is much or too much.

இதிலும் ஜாஸ்தி, more than this.

சாஸ்திகம்மி, increase and decrease.

சாஸ்திபேரீஜ், increase of revenue.

*சாத்திகம், s. see சாத்துவிகம்.

*சாத்தியம், s. that which is practicable, சாதிக்கத்தக்கது; 2. what is curable, குணமாக்கத்தக்கது; 3. success, அனுகூலம்.

சாத்திய குணமாய்க் காணுகிறது, it seems to be curable.

சாத்தியரோகம், a curable disease (*opp. to* அசாத்தியரோகம், incurable disease).

*சாத்திரம், சாஸ்திரம், s. science, art, philosophical system, doctrine, கலைநூல்; 2. sacred writing, வேதம்; 3. soothsaying, சோதிடம்.

சாஸ்திரங் கேட்க, to consult an astrologer or any other diviner.

சாஸ்திர சாலை, a college.

சாஸ்திரஞ் சொல்ல, to divine.

சாஸ்திர முறை, – விதி, the precept or instruction of the Shastras.

சாஸ்திரம் பார்க்க, to observe signs and seasons, to consult astrology.

சாஸ்திரி, சாஸ்திரக்காரன், சாஸ்திரவாளி, சாஸ்திரியன், a learned person, a doctor; 2. one that understands arts; 3. an astrologer, a sooth-sayer.

வேத சாஸ்திரம் (*Chr. us.*), Theology.

*சாத்திரீகம், சாஸ்திரீகம், s. what is scientifical, relating to science.

சாத்து, III. v. t. besmear, put on the forehead different marks, பூசு; 2. strike with a whip, beat a drum, அடி; 3. shut a door, மூடு; 4. put vestments or garlands about an idol, அணி; 5. see சார்த்து.

கதவைச் சாத்த, to shut the door without locking it.

சாத்திக்கொள்ள, to put on dress, garlands etc.

சாத்துக் கவி, a eulogistic poem generally prefixed to a work in praise of its author.

சாத்து நாற்று, young plants substituted for others withered.

சாத்துபடி, சாத்துக்காப்பு, flowers, jewels and dress for an idol, a good drubbing.

சாத்துபடி சாத்த, to dress an idol.

கைச்சாத்து, invoice, see under கை.

*சாத்துவிகம், சாத்திகம், சாத்தீகம், s. goodness, the best qualities, as wisdom, grace, penance, patience etc.

*சாத்தேயம், சாக்தேயம், s. the sect that worships Sakti.

*சாத்மீகம், meekness, mildness, gentleness, excellence, சாது.

சாத்மீகன், சாத்மீகி, s. a quiet person.

*சாநித்தியம், s. see சானித்தியம்.

*சாந்தம், சாந்தகம், s. meekness, mildness, peaceableness, tranquillity, அமைதி; 2. patience, பொறுமை; 3. sandal, சந்தனம்; 4. cow-dung, சாணி; 5. coolness, குளிர்ச்சி.

சாந்த குணம், meekness, calmness.

சாந்தப்பட, to become mitigated.

சாந்தப்படுத்த, சாந்தம்பண்ண, to pacify, to soothe, to mitigate.

சாந்தமாய்ப்போக, to grow mild, to abate.

சாந்தன் (*fem.* சாந்தி, சாந்தை), சாந்தகன், a meek person.

*சாந்தி, *s.* mildness, meekness, சாந்தம்; 2. mitigation, pacification, propitiation, தணிவு; 3. remedy, antidote, பரிகாரம்.

சாந்தி கழிக்க, to remove the evil influence of planets etc.

சாந்தி பண்ண, to propitiate, to mitigate.

கிராம சாந்தி, appeasing the tutelary deity of a village by ceremonies.

தாக சாந்தி, allaying thirst; a beverage.

தாக சாந்தி பண்ண, to quench thirst.

*சாந்திரம், *s.* abundance, நிறைவு; 2. thickness, compactness, நெருக்கம்; 3. that which relates to the moon, சந்திரசம்பந்தமானது.

சாந்திர வருஷம், சாந்திராண்டு, lunar year.

சாந்திர மாதம், lunar month.

*சாந்திராயணம், *s.* a fast which is kept by diminishing one mouthful a day from the full moon and by increasing in the same manner from the new moon.

சாந்து, *s.* mortar, cement, plaster, சுண்ணச்சாந்து; 2. compound ointment, கலவைச்சாந்து; 3. the pollen in the anther of a flower, பூந்தாது; 4. fragrant powders, powders in general, பொடி; 5. human excrement, filth, மலம்.

சாந்தணிய, to put on sandal paste.

சாந்தரைக்க, to grind lime for fine mortar.

சாந்தாய் அரைக்க, to grind into fine powder.

சாந்து குழைக்க, to macerate and temper mortar.

சாந்து பூச, to plaster, to put on fragrant ointment.

சாந்துப் பொட்டு, a spot of a dark colour put on the forehead.

சாந்துவாரி, a scavenger.

அரைசாந்து, ground mortar, stucco.

கருஞ் சாந்து, clay used as plaster.

மயிர்ச் சாந்து, a perfume used by women for their hair.

*சாந்தை, *s.* the Ganges, கங்கை; 2. earth, பூமி; 3. *fem.* of சாந்தன்.

சாபத்திரி, *s.* see சாதிபத்திரி.

*சாபம், *s.* curse, malediction, சபிப்பு.

சாபங்கொடுக்க, -இட, -கூற, -போட, to curse, to lay a curse upon a person, சபிக்க.

சாபத்தீடு, a curse, the effects of a curse.

சாபத்தீடானது, what lies under a curse.

சாபநிவர்த்தி, - நிவாரணம், - விமோசனம், the removal of a curse.

சாபம் பலிக்கிறது, the curse takes effect.

*சாபல்லியம், *s.* productiveness, சபலம்; 2. success, சித்தி.

*சாபி, VI. *v. t.* curse, சபி.

சாபினை, சாபனை, *v. n.* imprecation, cursing.

சாபிதா, ஜாப்தா, *s.* (*Hind.*), index, list, specification, inventory, schedule, அட்டவணை.

ஜாப்தாபடிக்கு, according to the list.

சாப்பா, *s.* (*Hind.*), stamp, seal, முத்திரை.

சாப்பாடு, *s.* see under சாப்பிடு.

சாப்பாய், *adv.* (*Hind.*), wholly, entirely, முழுவதும்.

சாப்பிடு, சாப்படு, IV. *v. t.* eat, take food, medicine etc., drink, உட்கொள்.

பால் (மருந்து) சாப்பிட, to take milk (medicine).

சாப்பிட அழைக்க, சாப்பாட்டுக்குச் சொல்ல, to invite to a meal.

சாப்பாடு, food, meal.

சாப்பாட்டுக்கு அமரிக்கை பண்ண, to get a meal prepared.

சாப்பாட்டு ராமன், a glutton, a blockhead.

தடிக்கம்புச் சாப்பாடு, flogging with a cudgel.

சாப்பு, *s.* (*for.*), gunlock, துப்பாக்கி சாப்பு; 2. (*Engl.*), shop, ஷாப்புக்கடை.

சாப்பை, *s.* (*Tel.*), a lazy, incompetent person.

*சாமக்கிரி, சாமக்கிரியை, s. materials for a building or for any other purpose, தளவாடம்; 2. provisions, articles of food, பலபண்டம்.

சாமணம், s. see சாவணம்.

*சாமத்தியம், s. female puberty, சமர்த்தியம்.

*சாமந்தர், s. king's ministers, attendants, courtiers, அமைச்சர்; 2. captains of armies, படைத்தலைவர்.

சாமந்தி, s. (சிவந்தி), the name of a garden flower.

மஞ்சட் சாமந்தி, சிவப்புச் –, வெள்ளைச் –, different kinds of சாமந்தி.

*சாமம், s. (க்ஷாமம்), famine, scarcity, பஞ்சம்; 2. conciliation, one of the four political expedients for accomplishing a purpose, சாமோபாயம்; 3. one of the four Vedas, சாமவேதம் 4. (ஜாமம்), a watch of three hours, (four watches being reckoned to the day and four to the night); 5. night, especially midnight, இரா.

சாமகாலம், time of famine or scarcity, பஞ்சகாலம்.

சாமக்காரன், சாமக்காவற்காரன், சாமங்காக்கிறவன், a watch-man, patrol.

சாமக்கோழி, the cock.

சாமங்காக்க, to keep watch.

சாமத்திலே வர, to come at an inconvenient time at night.

சாமத்துரோகி, a treacherous person.

இடிசாமம், time of ruin, calamity, defamation.

நடுச்சாமம், பாதிச் –, அர்த்த –, midnight.

சாமரம், s. see சாய்மரம்.

*சாமரம், சாமரை, சாய்மரம், s. a flap or fan of the white tail-hairs of a kind of deer, a chowry, கவரி.

சாமரை வீச, – போட, to fan with a chowry.

வெண்சாமரை, the white chowry.

*சாமர்த்தியம், சாமார்த்தியம், சாமாத்தியம், s. (சமர்த்து), skill, cleverness, dexterity, சாதுரியம்; 2. capacity, power, ability, பலம்; 3. female puberty, பக்குவம்.

சாமர்த்தியக் (சாமத்தியக்) கலியாணம், ceremonies performed at a girl's attaining her puberty, இருதுசாந்தி.

சாமர்த்தியங் காட்ட, to show one's skill

சாமர்த்தியமாக, சாமர்த்தியப்பட, to arrive at puberty as a girl, to grow marriageable.

சாமர்த்தியம் பார்க்க, to try one's skill.

சாமர்த்தியன், சாமர்த்தியவான் (சமர்த்தன்), a competent, skilful person.

*சாமளம், s. green-colour, பச்சை.

*சாமளாதேவி, சாமளை, s. the green colored goddess Kali; 2. Parvati.

*சாமாசி, சாமாதி, சோமாசி, s. an umpire, a mediator, மத்தியஸ்தன்; 2. messenger, தூதன்.

சாமாசி பேச, to treat between two parties.

*சாமாதி, சாமாதித்தூதன், s. see சாமாசி.

*சாமாத்தியம், s. see சாமர்த்தியம், skill.

*சாமானியம், s. that which is common, frequent, general, பொது; 2. the whole, முழுவதும்.

சாமானியன், a common man, one who does not distinguish himself from others.

சாமான், s. (*Ar.*), goods, things, stuff, movables, furniture, apparatus, materials for building, தளவாடம்.

பேவார்சு சாமான், unclaimed property.

*சாமி, s. same as சாமை, a kind of millet.

*சாமி (*contr. of* சுவாமி), s. God, கடவுள்; 2. lord, master, chieftain, எசமானன்; 3. spiritual preceptor, priest, குரு.

சாமிகாரியம், affair of God or of a master, religious duties.

சாமிகொண்டாட, to celebrate a festival, to propitiate a deity

சாமிதரிசனை, the sight and worship of the idol at the temple.

சாமித்துரோகம், treachery, unfaithfnlness to God or a superior.

சாமிபோகம், the landlord's or owner's share of the produce, மேல்வாரம்.

சாமியாடி, a possessed person.

*சாமீபம், சாமீப்பியம், s. same as சமீபம், proximity; 2. the second state of bliss according to the Saivas.

சாமீன், ஜாமீன், s. (*Ar.*), security, பிணே.

சாமீன் இருக்க, to become a security.

சாமீன் கொடுக்க, to give security, to stand surety.

சாமீன்தார், a responsible person, a surety, a bail.

சாமீன் வாங்க, to take security.

சாமீன் வைக்க, to deposit security.

நபர்சாமீன், personal security.

ரொக்க சாமீன், security in money.

சாமுதம், s. Indian gall-nut or ink-nut, கடுக்காய்.

*சாமுத்திரிகம், சாமுத்திரிகை, சாமுத்திரிகலட்சணம், s. (ச+முத்திரை), interpretation of moles or marks on the body, chiromancy, palmistry, physiognomy, அங்கவிலக்கண நூல்.

*சாமை (சாமி), s. a kind of grain, millet (Latin: *panicum*).

சிறு சாமை, பெருஞ் சாமை, different kinds of சாமை.

*சாமோபாயம், s. see under சாமம்.

சாம்பல், *poet.* சாம்பர், s. ashes, சுடலை.

சாம்பல் நிறம், — வர்ணம், ash-colour.

சாம்பல் பூக்க, to grow ashy.

சாம்பலாண்டி, a mendicant smeared with ashes.

*சாம்பவன், s. Siva; 2. a follower of Siva, சிவபத்தன்.

சாம்பவி, Parvati, wife of Siva.

சாம்பான் (*fem.* சாம்பச்சி, சாம்பாத்தி), s. (சாம்பு), the Pariah, பறையன். 2. the honorary appellation of a Pariah.

*சாம்பிராச்சியம், *prop.* சாம்ராச்சியம், s. imperial rule, power, அரசாட்சி; 2. fortune, prosperity, செல்வம்.

சகல சாம்பிராச்சியமு முண்டாகுக, may you have all felicity.

சாம்பிராச்சியப் பட்டம், the title of sovereignty.

சாம்பிராணி, s. (*Tel.*), incense, frankincense, a fragrant gum, benjamin, benzoin, தூபவர்க்கம்.

சாம்பிராணித் தூபங்காட்ட, சாம்பிராணி போட, to burn or offer incense.

சாம்பிராணித் தூபம், incense.

மடயசாம்பிராணி, சாம்பிராணிமான், a dolt, a block-head.

சாம்பு, s. a drum, பறை; 2. a piece containing several cloths or handkerchiefs.

சாம்பு நெய்ய, to weave such pieces of cloth.

கைலிச்சாம்பு, a man's cloth three or four cubits long worn by the Mahomedans.

சட்டைச் சாம்பு, long-cloth.

சோமன் சாம்பு, a piece containing several cloths for men.

லேஞ்சுச் சாம்பு, handkerchiefs in the piece.

சாம்பு, III. v. i. wither, fade, கூம்பு; 2. languish, pine away, ஒடுங்கு.

சாம்பு, III. v. t. pump, draw or pull in, இழு; 2. give a blow, அறை.

சாம்பி, a pulley, கப்பி.

*சாயம், s. a dye or colour, நிறம்; 2. evening, சாயங்காலம்.

சாயம் பிடித்தது, the cloth has taken (or imbibed) the dye.

சாயக்காரன், a dyer.

சாயங்கால விண்ணப்பம், evening prayer.

சாயசந்தி, evening twilight.

சாயச்சால், vat for dyeing.

சாயந்தரம், சாயரட்சை, சாயலட்சை, சாயங்காலம், சாயுங்காலம், evening, afternoon.

சாயம்போட, — தீர, - தோய்க்க, — ஏற்ற, to dye cloth, yarn etc.

சாயவேர், the roots of plants used for dyeing red.

சாயவேர்ச்சக்களத்தி, a false kind of that plant.

அரைச்சாயம், இளஞ் —, a faint dye.

எண்ணெய்ச்சாயம், oil colour.

காரச்சாயம், a compound colour for dyeing.

மகரச்சாயம், பூஞ்சாயம், ruddy, dark colour.

முழுச்சாயம், a deep and thorough dye.

சாயரி, s. a kind of tune.

சாயர், s. (*Ar.*), customs, duties, தீர்வை.

சாயர் தீர்வை, transit duties.

*சாயல், *s.* likeness, image, resemblance in features, ஒப்பு; 2. aspect, appearance, manner, மாதிரி; 3. beauty, அழகு; 4. Indian saffron, மஞ்சல்; 5. shade, shadow, நிழல்; 6. *v. n.* inclining.

பிள்ளை தகப்பன் முகச்சாயலாயிருக்கிறது, the child resembles the father.

சாயல்பிடிக்க, to imitate, photograph.

திருச்சாயல், தெய்வச் –, divine image, the likeness of God.

*சாயாதேவி etc. see under சாயை.

சாயி, *s.* (*Pers.*), ink, மை.

*சாயி, *s.* (*in combin.*), one reclining (as சேஷசாயி, Vishnu reclining on a serpent).

*சாயித்தியம், *s.* connection, combination, பொருத்தம்; 2. skill in composing or reciting verses, சாகித்தியம்; 3. poetry, பாட்டு.

சாயித்தியம் பாட, to make verses, to compose a song.

*சாயுச்சியம், *s.* likeness, identification, ஒற்றுமை; 2. intimate union with God, ஐக்கியம்; 3. entire absorption in the deity, the last state of bliss according to the Saivas, சாயுச்சிய பதவி.

*சாயை, *s.* shade, shadow, நிழல்; 2. a reflected image, பிரதிவிம்பம்; 3. colour. (*In combin. frequently* சாயா.)

சாயாக்கிரகம், umbra (and perhaps penumbra) considered as an invisible planet.

சாயாதிபதி, the sun, the husband of சாயை.

சாயாதேவி, shade as one of the wives of the sun.

சாய், II. *v. i.* bend, lean, சரி; 2. lean upon, rest against, சாரு; 3. decline from a direct course, deviate, ஒதுங்கு; 4. crowd together, திரளு; 5. be defeated, இரி; 6. die, சா; 7. happen, succeed, நடந்தேறு.

பொழுது சாய வா, come in the afternoon.

இதின் மேலே சாயாதே, don't lean upon this.

தண்டு அப்படி சாய்ந்து போயிற்று, the troops turned and marched that way.

நான் செய்யும் காரியம் சாயுமா, will that which I am doing succeed?

உன்னுடைய பிரயாணம் எப்போது சாயும், when will you go on your journey?

சாயல், சாய்கை, சாய்தல், *v. n.* inclining.

சாயுங்காலம், சாயங்காலம், the evening towards sun-set.

சாய்ந்திருக்க, to be reclining or leaning sideward.

சாய்மானம், leaning, inclination; 2. a back (of a chair, couch etc.) to lean against; 3. partiality.

சாய்வு, *v. n.* slope, declivity, side of a hill; 2. bias, prejudice; 3. sides, places round about.

சாய், VI. *v. t.* incline or bend a thing, cause to incline, சாயச்செய்; 2. drive a herd or a beast, ஓட்டு; 3. defeat, kill, தோற்கப்பண்ணு.

சாய்த்துக் கொள்ள, to bend oneself (*reflexive sense*).

சாய்த்துக் கொண்டு நடக்க, to go or walk in a leaning posture.

சாய்ப்பு, *v. n.* slope, declivity; 2. eaves, sloping roof; 3. a verandah.

சாய்ப்பாய், slopingly, leaning downwards.

சாய்ப்பாய்ப் போக, to go out of the road or way, to go away without taking notice of a thing.

சாய்ப்பிறக்க, to make a shed or sloping roof, to put up a verandah.

கண் சாய்ப்பு, connivance.

செவியைச் சாய்க்க, to incline the ear, to listen.

தலை சாய்க்க, to lay the head on, to bow the head, to hang the head.

மாடு சாய்க்க, to drive cattle for grazing.

முகச்சாய்ப்பு, aversion.

சாய்பு, *s.* (*Hind.*), Sahib, master, எசமான்.

வெட்டிச் சாய்க்க, to cut down a tree, to lay low, to kill.

சாய்மரம், சாமரம், *s.* the name of a shrub, சிவிதை: 2. see சாமரம், *Sans.*

*சாரங்கம், *s.* a deer, மான்; 2. a bow, the bow of Vishnu, வில்; 3. skylark, வானம்பாடி.

சாரங்கபாணி, சாரங்கன், Vishnu as a bowman.

*சாரசம், சார்சியம், *s.* sweetness, harmoniousness, இனியவோசை.

சாரசமாய்ப்பாட, to sing well.

சாரசமில்லாதது, what is not harmonious or sonorous.

*சாரணர், *s.* spies, வேவுகாரர்; 2. Jaina devotees.

சாரணை, சாறணை, சாரணத்தி, *s.* the name of a plant.

சத்திசாரணை, வெள்ளைச் –, different sorts of the plant.

*சாரதம், *s.* melodiousness, சாரசம்; 2. a kind of rhyming ode or song.

*சாரதாம்பாள், சாரதா, *s.* Sarasvati, சரசுவதி.

*சாரதி, *s.* charioteer, coachman, தேர்ப்பாகன்; 2. a poet, a learned man.

பார்த்தசாரதி, Krishna as the charioteer of Arjuna.

*சாரத்தியம், *s.* driving of a vehicle or coach, சாரதித்தொழில்.

ரதசாரத்தியம் பண்ண, to drive a coach.

சாரப்பருப்பு, *s.* a kind of pulse.

*சாரம், *s.* juice, இரசம்; 2. savour, flavour, sweetness, இனிமை; 3. essence, essential part of a discourse, கருத்து; 4. strength, fulness of meaning, பயன்; 5. scaffolding, சாரமரம்; 6. going, motion, movement, progress, நடை; 7. (*in combin.*) immoral conduct (as விபசாரம், அபசாரம்); 8. lye, வண்ணான் காரம்.

சாரக்கட்டை, a temporary wall or support for an arch.

சாரஸ்திரி, சோரஸ்திரி, an adulteress.

சாரத்தண்ணீர், lye, காரத்தண்ணீர்.

சாரத்துளைகள், scaffold holes in a wall.

சாரத்துவம், adultery, விபசாரம்.

சாரமில்லாத பேச்சு, a dry and empty discourse.

சாரமிறக்க, to express juice; 2. to take down the scaffolding; 3. to swallow the juice of anything chewed.

சாரமெடுக்க, to extract juice.

சாரமேற்ற, to infuse savour, to flavour.

சாரம்பிரித்துப் போட, to take away the scaffolding.

சாரம் போட, to erect a scaffolding.

அசாரமான, சாரமற்ற, insipid.

குருசாரம், the progress of Jupiter in its orbit.

நவச்சாரம், metallic cement.

நீதிசாரம், a treatise on virtue.

பாதசாரம், the progress of the planets.

பூமிசாரம், fatness of the earth.

*சாரர், *s.* spies, சாரணர்; 2. paramours, சோரநாயகர்.

சாரல், *s.* the declivity of a hill, மலைச்சாரல்; 2. driven rain, drizzling cold wind, தூறல்; 3. *v. n.* leaning.

சாரலடிக்க, to rush on as rain.

சாரற்றூற்றல், drizzling rain.

*சாராயம், *s.* arrack, distilled liquor, brandy, அரக்கு.

சாராயக்கடை, an arrack shop.

சாராயக்காரன், a distiller of arrack, an arrack seller.

சாராயக்குத்தகை, arrack-rent.

சாராயம் வடிக்க, – காய்ச்ச, to distil arrack.

சாராய வெறி, intoxication.

அரிசிச் சாராயம், arrack from rice and jaggery.

கள்ளுச் சாராயம், arrack from toddy.

பட்டைச் சாராயம், arrack from the astringent bark of வேலமரம்.

சாரி, ஜாரி, *s.* (*Hind.*), restoration, (*opp. to* சப்தி, attachment or sequestration).

சாரியாக்க, சாரிசெய்ய, to restore property attached.

*சாரி, *s.* going, movement, நடை; 2. a walk, drive, excursion, சவாரி.

சாரிபோக, – புறப்பட, to take a walk, drive.

சாரியானபாதை, a public road much used for ride.

இடசாரி, turning to the left.

சாராசாரியாய்ப் போக, to go in great company to a place.

நடைசாரி, constant walking.

நடைசாரிமேளம், drums accompanying a procession.

வலசாரி, turning to the right.

*சாரிதம், s. same as சாரீரம்.

*சாரித்திரம், s. see சரித்திரம், history.

சாரியை, s. (சார்), connective particles used in derivatives and in the combination and declension of nouns, expletives.

எழுத்துச்சாரியை, single letters used as particles.

பதச்சாரியை, particles of two or more letters.

*சாரீரம், s. corporeality, சரீரசம்பந்தமானது; 2. a melodious voice, a melody, இன்னிசை.

சாரீரம் நன்றாயிருக்கிறது, the voice is melodious.

சாரீரக்காரன், one having a sweet voice.

சாருகன், s. murderer, கொலையாளி.

*சாரூபம், s. obtaining the form (of Siva), the third state of bliss according to the Saivas.

சாரை, s. long, straight course or line, தாரை; 2. (சாரைப் பாம்பு), the rat-snake.

சாரையோட்டம், the rapid and direct course of the rat-snake.

வெண்சாரை, a white rat-snake.

சார், s. bank across a river with an opening for placing a fishing net, அணைக்கரை; 2 the inner verandah, திண்ணை; 3. kind, species, வகை; 4. side, party, பக்கம்; 5. portion, share, பாகம்.

சார்போட, – கூத்த, to put up a little bank for fishing.

ஒருசார் விலங்கு, beasts of a certain class.

ஒற்றைச்சார், a house without an open space in the centre.

நாற்சாரும் வீடும், a square-built house with a verandah inside and an open court in the centre.

சார், சாரு, II. v. i. & t. lean upon, recline against, rest on, சாய்; 2. rely upon, depend on, பற்றிக்கொள்; 3. draw near, அணுகு; 4. side with, join a party, சேர்; 5. be attached to, be connected with, அனுசாரமாகு.

சுவரோடே சார, to lean against the wall.

என்னைச்சார்ந்தவன், சார்ந்துகொண்டவன், one that cleaves to me, belongs to me or trusts me.

ஒருவனைச் சார்ந்துகொண்டு பிழைக்க, to live by the aid of another.

சாருதல், சார்தல், சாரல், v. n. drawing near.

சார்ந்தார், சார்ந்தோர், relations, dependants; 2. friends.

சார்ந்துகொள்ள, to lean or recline on, to have recourse to.

சார்மனை, any thing to lean on or recline against.

சார்மானம், a thing or person to lean upon, சாய்மானம்.

சார்பு, சார்வு, v. n. inclination, propensity; 2. reliance; 3. refuge; 4. protection; 5 favour, partiality; 6. connection, nearness.

உம்முடைய சார்பிலே வந்தேன், I seek and rely upon your help or protection.

சார்வாயிருக்க, to favour one party, to be partial.

மலைச்சார்வு, மலைச்சாரல், the side or declivity of a mountain.

மனச்சார்பு, an inclination or propensity of the mind, care, sorrow.

சார்த்து (com. சாத்து), III. v. t. (caus. of சாரு), place a thing upon or against, சாரச்செய்; 2. join, unite, இணை.

சுவரோடு (சுவர்மேல்) சார்த்த, சார்த்திவைக்க, to place a thing against the wall.

சார்த்துக்கை, a rafter resting upon a beam.

*சார்வகாலம், சார்வதா, adv. always, at all times, சர்வகாலம், சர்வதா.

*சார்வபௌமம், s. the elephant of Kuvera which supports the north point, வடதிசை யானை.

சார்வபௌமன், a mighty king like Kuvera.

சால, adv. (inf. of சாலு), greatly, extensively, மிகவும்; 2. adj. much, great, மிகுந்த.

ஆலயந்தொழுவது சாலவுநன்று, to worship in the temple is very good.

சாலத்துக்கவாளி, one greatly afflicted.

சாலப்பகை, great enmity.

*சாலகம், *s.* a drain, gutter, *சாலக வாசல்*; 2. (*சாலம்*), tricks, magic, *உபாயம்*; 3. net, *வலே*.

*சாலகன், *வாசாலகன்*, *s.* an eloquent man, an orator, *வாசாலன்*.

சாலகிரி, *s.* a cesspool or privy in a palace, *ஒதுக்குப்புரை*.

சாலக், ஜாலக், *s.* (*Hind.*), finery, *குசால்*; 2. artifice, trick, *சாலம்*.

சாலக்செய்ய, — பண்ண, to play tricks.

*சாலக்கிராமம், *s.* a precious stone of yellow colour held in veneration by the Vaishnavas.

சாலஸ்திரி, *s.* (*Pers.*), a horse-doctor, *குதிரைச்சாணி*.

*சாலம், ஜாலம், *s.* magic, trick, *மாய வித்தை*; 2. a feigned promise, purposed delay, *வஞ்சகம்*; 3. net, *வலே*; 4. multitude, company, flock, *கூட்டம்*.

சாலக்காரன், a hypocrite, an artful person.

சாலமாலம், tricks, artifice, evasion.

சாலம்பண்ண, to make a false promise without having a mind to fulfil it, to protract or delay, to play tricks.

சாலவித்தை, the magical art.

இந்திர சாலம், legerdemain, jugglery.

*சாலர், ஜாலர், *s.* inhabitants of maritime parts, fisherman; 2. (*Hind.*), net-work of thread, fringes of cloth used in decoration, *தொங்கல்கள்*; 3. a kind of cymbals, *கைத்தாளம்*.

*சாலி, *s.* paddy, *நெல்*; 2. a personal termination denoting possession (as *பாக்கியசாலி*, *புத்திசாலி* etc.).

*சாலியன், *சாலிகன்* (*fem.* *சாலிச்சி*), *s.* a particular tribe of weavers.

சாலியப்புடவை, a kind of checkered cloth woven by *சாலியர்*.

*சாலிவாகனன், *s.* Salivahana, a celebrated ancient king of Maharashtira.

சாலிவாகன சகாபதம், the era of Salivahana.

சாலேசரம், *சாளேசரம்*, *s.* imperfect vision, dimness of sight

எனக்குச்சாலேசரமாயிருக்கிறது, my sight is grown dim.

சாலேசரக்காரன், a short-sighted person.

*சாலே, *s.* a house or large building for a public purpose, a large room in a house, a hall, *கூடம்*; 2. a palace, *அரமனே*; 3. an avenue, a public road, *மரச்சாலே*.

சாலேக்கரை, the border of a public road.

சாலேக்காரன், one that plants avenue trees and takes care of them.

சாலேப்பாதை, — மார்க்கம், public road shaded by trees.

சாலேவைக்க, to plant an avenue.

அறச்சாலே, தருமசாலே, an almshouse.

ஆயுதசாலே, arsenal.

கல்விச்சாலே, College, Seminary.

குதிரைச்சாலே, horse stable or lines.

சிறைச்சாலே, prison.

தங்கசாலே, mint.

பண்டகசாலே, பண்டச்சாலே, a store house of grain or other eatables.

பன்னசாலே, தவச்சாலே, a hermitage.

யாகசாலே, a place of sacrifice.

*சாலோகம், *சாலோக்கியம்*, *s.* dwelling or communion with God, the first state of bliss according to the Saivas.

சால், *s.* a large mouthed water-pot; 2. a bucket to draw water with, *நீர்ச் சால்*; 3. a furrow made by the plough, *படைச்சால்*; 4. (*from* *சாலு*), greatness, abundance, *மிகுதி*.

சால், *சாலு*, I. *v. i.* be abundant or full of, *மிகு*; 2. excel in moral worth, be great, noble, *மேன்மைபொருந்து*.

ஒரு *சால்* (இருசால்) *உழ*, to plough a field once (twice).

சால்பு, *v. n.* excellence, nobleness; 2. extensive learning, knowledge.

சான்ற கேள்வி, extensive information or learning.

சான்றவர், சானறோர், the learned, the great, *அறிஞர்*.

சான்றோர்வழக்கு, சான்றோராட்சி, classical usage.

சால் அடிக்க, to make a furrow, to plough, *உழ*.

சால் வயிறு, a large belly, pot-belly.

இறைசால், a well-bucket.

கைச்சால், a hand-bucket.

வண்ணான்சால், a large water-pot used by washermen.

சால்வை, ஷால், s. (*Hind.*), shawl, mantle, especially a Cashmere shawl.

சால்வைக் குட்டை, a shawl-handkerchief.

சால்வை வேட்டி, the upper cloth as dress.

*சாவகாசம், *contr.* சாவாசம், s. (ச + அவகாசம்), leisure, opportunity, convenience, சமயம்; 2. procrastination, தாமசம்.

சாவகாசத்திலே செய், do it at your leisure.

சாவகாசப்படவில்லை, it is not convenient

சாவகாசம் பார்த்துப்போ, go or visit at a convenient time.

சாவகாரி, சாவ்கார், s. (*Hind.*), a banker, merchant, sowcar, தனவியாபாரி.

சாவடி, s. (*Tel.*), choultry, rest house, சத்திரம்; 2. an office, கச்சேரி.

சாவட்டை, s. old nits in the hair, சாவட்டையீர்; 2. chaff, withered grain, சாவி; 3. an emaciated person, மெலிந்தோன்; 4. a butterfly, வண்ணாத்திப் பூச்சி.

சாவட்டைப் பயிர், withered plants.

சாவணம் (*vulg.* சாமணம்), s. small pincer used by goldsmiths or barbers, சிமிட்டா.

*சாவதானம், s. (ச + அவதானம்), caution, circumspection, attention, எச்சரிக்கை.

சாவதானமாய் நடக்க, to walk circumspectly, carefully.

சாவதானமாய்ப் பார்க்க, to take care.

சாவல், *prop.* சேவல், s. a cock; the male of birds in general, பறவையின் ஆண்.

சாவல் கூவுகிறது, the cock crows.

சாவல் முள்ளு, cock's spurs.

சாவற்கட்டு, – சண்டை, cock fight.

சாவற்சூட்டு, – கொண்டை, cock's comb.

*சாவாசம், s. (சகவாசம்), familiarity, company; 2. (சாவகாசம்), time, convenience.

அவனோடு சாவாசம்பண்ணாதே, do not associate with him.

சற்சன (துர்ச்சன) சாவாசம், companion-ship with the good (the wicked).

சாவாஞ் செத்தவன், s. (*vulg. from* சா, *v.*), a very weak person, அப்பிராணி.

சாவி, s. (*Tel.*), blasted stalk or withered corn, chaff, சாவட்டை; 2. (*Port.*), key, திறவுகோல்.

சாவியாய்ப் போக, to be blasted as grain.

சாவிவைக்கோல், straw of blighted grain.

நீர்ச்சாவி, grain blighted from excess of water.

சாவு, s. vampire, பேய்; 2. (*v. n.* of சா), death.

சாவ்கார், s. (*Ar.*), a sowcar, சாவகாரி

சாழல் (சாழை), s. female play of clapping hands; 2. a poem to accompany the play in praise of a goddess.

*சாளரம், s. a latticed window, பலகணி.

சாளரவாயில், a window.

சாளிகை, s. a beetle, வண்டு; 2. (*Tel.*), a money bag, பணப்பை; 3. a jar, சாடி.

சாளிகைப் பணக்காரன், a wealthy man.

சாளியா விரை, a medicinal seed.

*சாளுவர், s. inhabitants or petty chieftains of the Chaluva country, சாளுவதேசத்தார்.

சாளேசரம், s. see சாலேசரம்.

*சாளை, s. the sardel or sardine; 2. a hut, குடிசை.

சாளைக் கெண்டை, a kind of fish.

சாளைபோட, – இறக்க, to put up a hut.

நற்சாளை, a better kind of sardel fish.

பேய்ச்சாளை, கருஞ் –, a black inferior kind of this fish.

சாறணை, சாரணத்தி, s. the name of a creeper.

சாறு, s. juice of plants or fruits, sap oozing out of trees, சாரம்; 2. broth, pepper broth, மிளகுநீர்; 3. toddy, கள்.

சாறு காய்ச்ச, – வைக்க, to make broth.

சாறுபிழிய, to press out juice; 2. to oppress.

சாறெடுக்க, to extract the essence of a drug.

சாற்றுவாயன், a driveller.

சாறு, III. *v.t.* sweep the threshing floor or field for gathering grains of corn,

களக்கூட்டு; 2. scrape up, hoe superficially, கொத்து.
குறக்கன்சாற, to sow and hoe in குறக்கன் seed.
சாறு, III. v. i. form (as rheum in the eyes), பீளை சாறு; 2. be imbibed or absorbed, வடி; 3. (Tel.), slip off, சறுக்கு.
எண்ணெய் சாறிப்போயிற்று, the oil is absorbed.
காரியஞ் சாறிப்போயிற்று, the undertaking has failed.
புழுகு சாறல், the forming of civet on the civet cat.
சாற்று, III. v. t. say, speak, mention, சொல்லு; 2. publish, announce by beat of drum, பறை சாற்று.
சாற்று, சாற்றுத, v. n. telling, declaring.
பறைசாற்ற, to publish by beat of drum.
*சானகி, s. Sita, wife of Rama.
சானி, s. lady, மேன்மகள்; 2. prostitute, வேசி.
துரைசானி, a lady of rank.
*சானித்தியம், சான்னித்தியம், சாநித்தியம், s. presence, nearness, சமீபம்; 2. perpetuity, முடிவின்மை.
சான்றவர், சான்றோர், s. see under சாலு, v.
சான்றாண்மை, s. (சாலு, v.), wisdom, ஞானம்; 2. energy, ஊக்கம்.
சான்றார், s. (சாறு), toddy-drawers, சாணார்; 2. (சாலு), the great, சான்றோர்.
சான்று, s. witness, evidence, சாட்சி; 2. proof, உதாரணம்.

சி

சிகப்பு, s. redness, see சிவப்பு.
*சிகரம், s. peak, ridge of a hill, summit; 2. the crown of the head, உச்சி; 3. the top of a tower, car etc., pinnacle; 4. a mountain, மலை.
சிகரக் கொடுமுடி, the steeple knob or ball.
*சிகரி, s. tower, கோபுரம்; 2. mountain, மலை; 3. the black heron, நாரை; 4. rat, எலி.
சிகல், சிகலு, I. v. i. be wanting, grow less, குறை; 2. perish, கெடு.
சிகல், v. n. want; 2 ruin.
சிகழிகை, s. hair-knot, மயிர் முடி; 2. wreath, garland, மாலை.
சிகா, s. (Pers), an impression with a seal; 2. (in combin.), see சிகை.
சிகாமோதிரம், a signet ring.
சிகாரி, ஷிகாரி, s. (Hind.), hunting, shooting, வேட்டை; 2. sportsman, shikari.
சிகாரியாட்கள், hunters or attendants in hunting.
*சிகிச்சை, s. the medical art, treatment of diseases, பரிகாரம்; 2. remedy, removal of disease, faults etc., நிவிர்த்தி.
சிகில், s. (for.), cleaning of arms.
சிகிலாட, to clean arms.
*சிகை, s. a tuft of hair on the head, குடுமி; 2. flame, சுவாலை; 3. a handful of boiled rice, உண்டிச்சிகை; 4. a peacock's crest, மயிற்சூடு.
நகசிகைபரியந்தம், from the toe nails to the crown of the head, from head to toe.
சிகாச் சேதனம், tonsure, cutting off all the hair.
சிகாமணி, the chief gem in a crown; 2. the most excellent person (as தேவசிகாமணி, the chief among gods).
சிகையைப்பற்றியிழுக்க, to pull by the hair.
சிகைதாடு, சிகைதாடக் குச்சு, s. (Tel.), a string for fastening the hair; 2. a child's head-ornament, பிள்ளைத்தலையணி.
சிக்கடி, s. (சிக்கு), intricate business, difficulty.
சிக்கடி முக்கடி, intricacy, great urgency.
*சிக்கம், s. tuft of hair on the crown of the head, குடுமி; 2. hoop for hanging pots on, உறி; 3. prison, சிறைச்சாலை; 4. network, bag of network, வலைச் சிக்கம்.
சிக்கனம், s. (Tel.), close-fistedness, tenacity, இவறல்; 2. economy, செட்டுத்தனம்.
சிக்கனக்காரன், சிக்கனம் பிடித்தவன், a niggard.
சிக்கு, III. v. i. become ensnared or entangled, மாட்டிக்கொள்; 2. be caught

or obtained, அகப்படு; 3. be faint, grow lean, மெலி; 4. *v. t.* catch, draw in, பிடித்துக்கொள்
பால் அங்கே சிக்குமா? can milk be got there?
சிக்கினது, சிக்கினபொருள், what has been secured.
சிக்கு, சிக்கல், *v. n.* tangle, twist; 2. entanglement, snare, கண்ணி; 3. intricacy, complication, சிக்கான காரியம்; 4. obstacle, detention, தடை.
சிக்கடிக்க, to issue (as offensive effluvia).
சிக்கறுக்க, to settle an intricate affair, to disentangle.
சிக்கு எடுக்க, -வாங்க, to extricate, to disentangle.
சிக்குப்பாடு, சிக்குப் பிக்கு, சிக்கு முக்கு, intricacy.
சிக்குவாரி, -வாங்கி, a comb, சிணுக்கறுக்கி.
எண்ணெய்ச் சிக்கு, the stale smell of oil in the hair, cloth etc.
மலச்சிக்கு, costiveness, constipation.

சிக்கென, *adv.* (*inf.*) tenaciously, tightly, firmly, fast, உறுதியாக.
அஃகமும் காசும் சிக்கெனத் தேடு, seek corn and money carefully.
சிக்கெனப்பிடிக்க, to take firm hold of.
சிக்கெனப் பேச, to speak aloud with a strong voice.

சிக்கெனவு, *s.* tenacity, same as சிக்கனம்.

*சிங்கம், *s.* lion; 2. Leo in the Zodiac; 3. (*fig.*), a great person, உயர்ந்தோன்; 4. a kind of play.
சிங்கக்குட்டி, வாலசிங்கம், a lion's whelp, a young lion; 2. a heroic youth, ஆண்பிள்ளைச் சிங்கம்.
சிங்கநாதம், the lion's roar; 2. a warrior's roar.
சிங்கப்பல், a snag-tooth.
சிங்கவேறு, a he-lion, 2. a hero, வீரன்.
சிங்காசனம், சிங்காதனம், சிம்மாசனம், a throne.
இராச சிங்கம், a royal lion, a great king.
கர்ச்சிக்கிற சிங்கம், a roaring lion.

*சிங்களம், *s.* Ceylon, சிங்கள தேசம்; 2. Singalese language, one of the eighteen; 3. Singalese mode of dancing, சிங்களக் கூத்து.
சிங்களவன், சிங்களன் (*fem.* சிங்களத்தி), a Singalese, a native of South Ceylon.

*சிங்கன், *s.* (*fem.* சிங்கி), one of the fowler tribe, குறவன்.
சிங்கிநாதம், assuming airs, a display of vanity.
சிங்கியடிக்க, to take liberties (as a masculine woman); 2. to clap the sides with elbows, a kind of play; 3. to be straightened in circumstances.

சிங்கன் வாழை, சிங்கவாழை, *s.* a kind of plantain.
சிங்கம் வெடிக்க, to shoot (said of young plantains or bamboos).

சிங்காணி, சிங்காடி, சிங்கினி, *s.* a small bow, வில்.
சிங்காணிக்காரன், an archer.

*சிங்காரம், *s.* ornamentation, embellishment, beauty, சிறப்பு; 2. beautiful imagery in narration, அலங்காரம்.
சிங்காரக்காரன், one fond of dress, a beau, fop.
சிங்காரத் தோட்டம், -வனம், a pleasure garden, paradise.
சிங்கார நடை, a graceful walk.
சிங்காரப் பேச்சு, fine talk, ornamental speech.
சிங்காரம்பண்ண, -செய்ய, to adorn, சிங்காரிக்க.

*சிங்காரி, VI. *v. t.* adorn, decorate, அலங்கரி.
சிங்காரிப்பு, *v. n.* decoration, ornament.

*சிங்கி, *s.* poison, நஞ்சு; 2. a kind of fish; 3. see under சிங்கன்.

*சிங்கினி, சிஞ்சினி, *s.* a bow, வில்; 2. a bow string, நாண்.

சிங்கு, III. *v. i.* diminish, decrease, குறை; 2. decay, faint, இளை; 3. perish, கெடு.

*சிசு, *s.* an infant, குழந்தை; 2. embryo, fœtus, கரு; 3 the young of beasts or birds, குட்டி.
சிசுத்துவம், childhood, infancy.
சிசுவத்தி (சிசு ஹத்தி), சிசுவதை, infanticide.

*சிசுபாலன், *s.* the name of a king slain by Krishna.

சிச்சிலி, *s* a king-fisher.

சிச்சிலுப்பான், சிச்சிலுப்பை, *s*. a kind of eruptions or small pustules, chicken-pox, வைசூரி.

சிச்சீ, *interj. expressing* scorn or contempt, fie, for shame!

*__சிஞ்சினி__, *s*. see சிங்கினி.

சிடுக்கெனல், *v. n* being angry, speaking angrily, resenting, கோபித்தல்.

*__சிட்சகன்__, *s*. (சிட்சை), teacher, உபாத்தியாயன்; 2. disciple, student, மாணாக்கன்.

*__சிட்சாகரன்__, *s*. instructor, சிட்சகன்; 2. Vyasa.

*__சிட்சி__, VI. *v. t*. discipline, punish, தண்டி; 2. teach, instruct, போதி.

சிட்சிப்பு, *v. n*. discipline, chastisement, punishment; 2. teaching.

*__சிட்சை__, சிக்ஷை, *s*. discipline, chastisement, punishment, தண்டனை; 2. teaching, instruction, உபதேசம்.

சிட்சன், a learner, disciple, சீடன்.

சிட்சைப் பட்டவன், - யடைந்தவன், a convicted and punished person; 2 a well trained person.

சிட்சைபண்ண, to correct, chastise, punish; 2. to teach, to train.

*__சிட்டம்__, *s*. dross, கிட்டம்.

*__சிட்டன்__, சிஷ்டன், *s*. an eminent or pious person, நல்லவன்.

சிஷ்ட பரிபாலனம், protecting and favouring the good.

துஷ்ட நிக்கிரகம் சிஷ்ட பரிபாலனம், destroying the wicked and protecting the good.

அர்ச்சியசிஷ்டர், saints (*R. C. us*.).

சிட்டா, *s*. (*Hind*.), account, memorandum, குறிப்பேடு.

சிட்டி, *s*. (*Tel*.), a small measure for flowers, fruits etc.; 2. earthen toy, மண்சிட்டி; 3. jewel for the forehead of women; 4. a wooden case for casting dice; 5. (*Sans*.), see under சிட்டி, *v*.

*__சிட்டி__, சிஷ்டி, VI. *v. t*. create, see சிருட்டி.

சிஷ்டி, *v. n* & *s*. creating; 2. creature, a created being.

சிஷ்டிகர், the Creator.

சிஷ்டிப்பு, creation.

சிட்டு, *s*. (*Tel*.), a small part, a little, அற்பம்; 2. a small bird, சிட்டுக்குருவி; 3. tuft of hair on the crown of the head or on the sides, குடுமி.

பூஞ்சிட்டு, மாம்பழச் சிட்டு, different species of சிட்டுக்குருவி.

சிட்டை, *s*. (*Tel*.), a small stripe of thread at the end of a cloth.

சிட்டை கட்ட, to weave cloth with stripes of thread.

சிணம் (*vulg. for* சணம்), *s*. a moment.

சிணுட்டு, III. *v. t*. lay-hold of, seize again as sickness, பிடி.

போன வியாதி அவனைச் சிணுட்டிக்கொண்டே யிருக்கிறது, the sickness which he got over hangs upon him.

சிணுட்டிப் பார்க்க, - க்கொண்டிருக்க, to seek an occasion for quarrelling.

சிணுறு, *s*. close and small branches of trees and bushes, அடர்ந்த மரக்கிளை.

சிணுற்றைக்கழிக்க, to prune, to lop off small branches; 2. (*fig*.), to settle a dispute.

சிணி, *s*. an offensive smell or scent, துர்நாற்றம்.

குரங்குச் சிணி, the smell of monkeys.

சிணுக்கம், *v. n*. (சிணுக்கு), whining.

சிணுக்கு, III. *v. t*. pinch, touch slightly, nettle, சிண்டு; 2. entangle, சிக்குப்படுத்து; 3. kidnap, பிள்ளை திருடு.

சிணுக்கி விட, - ப்பார்க்க, to excite a quarrel.

சிணுக்கி வைக்க, to give a hint.

சிணுக்கு, *v. n*. intricacy, tangle, knot, சிக்கு; 2. a pinch, slight pressure; 3. (*fig*.), provocation.

சிணுக்கு வாங்கி, சிணுக்கறுக்கி, a kind of comb.

சிணுக்கறுக்க, to comb out entangled hair, to extricate.

சிணுக்குப்பட, to be entangled.

சிணுக்கு, III. *v. i*. yield fruit in small quantities; 2. linger, hang on (as sickness), சுணங்கு; 3. pass slowly (as milk from an udder), பொசி.

சிணுக்குச் சிணுக்கென, *adv*. (*inf*.), in small quantities and at intervals.

சிணுங்கு, III. *v. i*. whine, repine, be discontented, அழு; 2. drizzle, தூறு.

சிணுங்கல், *v. n*. whining, drizzling.

சிண்டா, *s.* as சிண்டு; 2. a flag, செண்டா.
சிண்டு, *s.* tuft of hair on the head of men, குடுமி; 2. a small measure, சுண்டு.
சிதடு, III. *v. t.* erase, இறுக்கு.
சிதடி, *s.* a kind of cricket, சிள்வண்டு; 2. an ignorant person, அறிவிலி; 3. a blind person, குருடன்.
சிதடு, *s.* ignorance, simplicity, silliness, பேதைமை; 2. blindness, குருட்டுத்தன்மை.

சிதடன், an ignorant man, a blind man.

*சிதம், *s.* whiteness, வெண்மை; 2. that which is subdued, செயிக்கப்பட்டது; 3. (சித்), intellect, wisdom, ஞானம்.
*சிதம்பரம், *s.* (சித் + அம்பரம்), the town of Chidambaram.
சிதம்பு, III. *v. i.* become rotten by too much water or moisture, பதனழி; 2. be soaked, ஊறு.

சிதம்பப் போட, to put to soak (as cocoanut fibre etc. for cordage).

சிதம்பல், *v. n.* anything too soft or spoiled by too much moisture.

சிதம்பல் காய், spoiled fruit.

சிதாம், *s.* a rope hoop suspending a pot, உறி.
சிதரு, III. *v. i.* be shed, spilt, சிந்து.
சிதர், *s.* light rain, drizzling, தூற்றல்; 2. same as சிதாம்.
சிதர், VI. *v. t.* shed, diffuse, சிந்தச்செய்.
சிதலம், *s.* decay, rottenness, சிதிலம்.
சிதல், சிதலை, *s.* white ant, கறையான்.

சிதலரிக்க, – பிடிக்க, to gnaw as white ants.

சிதள், *s.* white ants, சிதல்; 2. fish scales, மீன் செதிள்; 3. a little bit of wood, bone etc., செதிள்; 4. scab of a sore, புண்ணசறு.

சிதள் சிதளாய்ப் பெயருகிறது, it is peeling off bit by bit.

சிதறு, III. *v. t.* disperse, scatter, squander, இறை; 2. *v. i.* be poured out, be scattered, கலை; 3. wander, ramble about, go astray, திரிந்தலை; 4. (*fig.*), be fruitless or unprofitable, பயன்படாதுபோ.

பணத்தை வீணாய்ச் சிதறடித்தான், he squandered the money.

புத்தியைச் சிதறவிடாதே, don't let your mind be bewildered.

பதறாத காரியம் சிதறாது, a thing done without haste will never fail.

சேனை சிதறியது, the army was dispersed.

சிதறித்தூவ, – இறைக்க, to scatter loosely, to strew.

சிதறிப்போட, சிதறடிக்க, to disperse, scatter, dissipate.

*சிதாம்புசம், *s.* (சிதம் + அம்புசம்), the white lotus, வெண்தாமரை.
சிதாரம், *s.* the flag of a car, தேர்க்கொடி.
சிதார், *s.* thin bark of certain trees used for clothing; 2. rags, கந்தைத்துணி.
*சிதானந்தம், *s.* (சித் + ஆனந்தம்), intellect and happiness, heavenly felicity, ஞானானந்தம்.
*சிதிலம், *s.* rottenness, decay, சிதலம்.
சிதை, *s.* baseness, கீழ்மை; 2. funeral pile, ஈமவிறகு.
சிதையர், *s.* mean people, அற்பர்.
சிதை, *v. i.* be destroyed, perish, be brought to nothing, அழி; 2. be injured or spoiled, கெடு.

சிதைந்த கட்டடம், a building in ruins.

சிதைவு, *v. n.* destruction, ruins, wreck.

சிதை, VI. *v. t.* ruin, destroy, அழி; 2. injure, spoil, கெடு; 3. squander, lavish, செலவழி; 4. shave, shear, சிரை.

சிதைப்பு, *v. n.* destroying, injury.

நன்றி சிதைக்க, to be ungrateful.

*சித், *s.* see சிதம், 3.
*சித்தம், *s.* purpose, கருத்து; 2. mind, உள்ளம்; 3. will, மனது.

உம்முடைய சித்தம், – சித்தத்திற்குச் சரிப்போனாற்போலே, – சித்தப்படி, according to your pleasure, as you please.

சித்தசலனம், instability of mind (*opp. to* திடச்சித்தம், firm mind).

சித்தஸ்வாதீனம், self-control.

சித்தஞ்செய்ய, to settle, decide; 2. to desire, direct; 3. to make ready.

சித்தப்பிரமை, confusion or distraction of mind.

சித்தமாக, to will, to desire, to purpose.

சித்தமிரங்க, to condescend, to concede, to yield, to do a favour.

சித்தம் திரும்ப, – வர, to be pleased to do, to yield.

*சித்தர், s. a class of ascetics or supernals with mystical power, சித்தி பெற்றோர்.

சித்தர் கணம், the classes of சித்தர்.

*சித்தன், s. Siva; 2. a magician, an ascetic who performs mystical rites; 3. an upright man, உண்மையுள்ளவன்.

*சித்தாதிகள், s. same as சித்தர்.

*சித்தாந்தம், s. conclusion, result, satisfaction, certainty, admitted truth, நிச்சயமானது; 2. religion, profession, worship, மதம்; 3. an ancient astronomical system used in northern India (as வாக்கியம் used in the southern part), கணித சித்தாந்தம்; 4. the Agamas or dogmatic treatises of the Saivites or Vishnuvites; 5 the Siddhanta philosophy, சைவ சித்தாந்தம்.

சித்தாந்தப் பட, to be proved, to be apparent or obvious.

சித்தாந்தி, a follower of the Siddhanta philosophy.

சித்தார், s. (*for.*), a musical instrument, a guitar.

சித்தி, s. a small vessel or flask with a narrow orifice for ghee, oil etc., எண்ணெய்ச் சித்தி.

*சித்தி, s. success, attainment, prosperity, வாய்த்தல்; 2. heavenly bliss, beatitude, மோட்சம்; 3. supernatural powers obtained by devotion, தபோபலம், firmness, durability, திடம் (as காயசித்தி, firmness of body).

சித்திக்கணபதி, சித்திவிநாயகன், Ganesa, the god who grants success.

சித்தி பெற, – அடைய, to succeed; 2. to obtain bliss.

சித்தியாக, to prove successful.

*சித்தி, VI. *v. i.* be successful, prosper, வாய்; 2. happen, நேரிடு.

காரியம் சித்தித்தது, the thing proved a success.

பொல்லாப்பு உனக்குச் சித்திக்கும், an evil will befall you.

*சித்திரகம், சித்திரமூலம், s. the name of a pungent creeper with medicinal root, கொடிவேலி.

*சித்திரகிரீவன், s. (சித்திரம் + கிரீவம், neck), a pigeon, புறா.

*சித்திர குத்தனார், –புத்திரனார் s. the registrar of Yama.

*சித்திரபானு, s. fire, தீ; 2. the sun, சூரியன்; 3. the sixteenth year of the Hindu cycle.

*சித்திரம், s an admirable, wonderful or beautiful thing, அதிசயம்; 2. a picture, an image, a painting, படம்; 3. a piece of carved work, a decoration, சித்திரபாவை; 4. fineness, beauty, பேரழகு; 5. exaggeration, hyperbole, flowery style or language, வருணனை.

சித்திரம் பேசேல், do not speak affectedly.

சித்திர கூடம், a room adorned with pictures.

சித்திரக்காரன், carver, painter.

சித்திரக் குள்ளன், a dwarf.

சித்திரங் கொத்த, – வெட்ட, – தீர, – தீட்ட, to carve, to engrave.

சித்திரத்தையல், embroidery, fancy needle work.

சித்திரந் தீர்ந்த கல், stone or rock with carved figures.

சித்திரப்பதுமை, a statue, doll.

சித்திரப் பாவை, portrait, statue.

சித்திரப் பேச்சு, artful, enticing speech.

சித்திரமெழுத, to draw a picture, to paint.

சித்திரவதை, சித்திராக்கினை, torture, torment.

சித்திர வித்தை, the art of painting, sculpture, carving etc.

சித்திரவேலை, carved work, fancy work.

*சித்திராங்கி, s. the wife of the king Naraindra; 2. a deceitful woman, தந்திரக்காரி.

சித்திராங்கித் தனம், coquetry, deception in love.

*சித்திரான்னம், s. (சித்திரம் + அன்னம்), rice boiled with various condiments.

*சித்திரி, VI. *v. t.* carve, paint, make fancy work, சித்திரம் எழுது; 2. speak elegantly, சித்திரமாய்ப் பேச.

*சித்திரை, s. April, the first month of the Hindu year.

சித்திரைக்கார், a kind of paddy ripe in April.

சித்திரைச் சிலம்பன், the freshes in the Cauvery in April.

சித்திரைப் புயல், – க்குழப்பம், the rough weather or storms in April—May.

*சித்து, s. intellect, that which thinks, spirit (*opp. to* சடம் or அசித்து, matter); 2. wisdom, அறிவு; 3. legerdemain, sleight of hand, optical illusions, மாயவித்தை; 4. (சித்தி), supernatural power.

சித்தசித்து, spirit and matter.

சித்து விளையாட, to juggle, to play tricks.

சித்தை, s. (*Tel.*), a leathern vessel for oil etc., சித்தி.

*சிநேகம், s. see சினேகம், love, friendship.

*சிந்தனை, s. (சிந்தி), thought, reflection, meditation, நினைவு; 2. care, anxiety, concern, கவலை.

உனக்கொரு சிந்தனையுமில்லை, you have no concern.

சிந்தனை பண்ண, to reflect, meditate, remember.

சிந்தனை பண்ணிப் பார், ponder this well, think over and over.

சிந்தனையாயிருக்க, சிந்த...ப்பட, to be anxious, to be concerned.

*சிந்தாதுலம் etc. see under சிந்தை.

சிந்தாக்கு, s. a kind of play; 2. (*Tel.*), a kind of necklace.

சிந்தாத்திரி, சிந்தாத்திரை, s. (சிந்தா not failing + யாத்திரை), a safe voyage or journey, நல்ல பயணம்; 2. prosperity, welfare, சுகவாழ்வு.

சிந்தாத்திரையாய்ப் போக, to make a safe and successful voyage.

*சிந்தாமணி, s. a fabulous gem supposed to yield whatever is desired; 2. a famous compound medicament of great value.

சிந்தாமணி மாத்திரை, pills with valuable ingredients.

சீவக சிந்தாமணி, an ancient epic poem, celebrating the fame of சீவகன் a Jaina king.

*சிந்தி, VI. *v. t. & i.* think, நினை; 2. reflect, consider, கருது; 3 meditate, ponder, தியானி; 4. entertain anxious cares, கவலைப்படு.

சிந்தித்துப் பார்க்க, to consider, to ponder, to deliberate.

சிந்திப்பு, *v. n.* thought, thinking, consideration, contemplation; 2. sorrow, care.

*சிந்து, s. the sea, ocean, கடல்; 2. water, நீர்; 3. river in general, ஆறு; 4. the province of Sindh and its language; 5. the river Indus, சிந்து நதி; 6. a kind of poem.

சிந்து சாரம், sea-salt.

சிந்து சாகை, gulf, an arm of the sea.

சிந்து தேசம், Sindh; 2. India.

சிந்து, III. *v. t.* spill, shed, scatter, diffuse, சிந்திப்போடு; 2. *v. i.* be spilled, சிந்திப்போ.

சிந்தாதே மங்காதே எடுக்க, to take a thing up without spilling or spoiling.

சிந்துண்டு போக, to be spilled or shed.

இரத்தம் சிந்த, to shed blood.

கண்ணீர் சிந்த, to shed tears.

மூக்குச் சிந்த, to blow the nose.

வேர்வை சிந்த, to perspire.

*சிந்துரம், சிந்தூரம், செந்தூரம், s. a red colour, vermillion, சிவப்பு; 2. red chemical preparation from metal or minerals; 3. the tamarind tree; 4. the elephant, யானை.

சிந்தூரப் புடம், – வைப்பு, preparation of சிந்தூரம் powders.

சிந்தூரப் பொட்டு, vermillion spot on the forehead.

தாமிர சிந்தூரம். copper calcined.

ரச சிந்தூரம், oxide made of mercury.

வெள்ளைச் சிந்தூரம், white lead.

*சிந்தூரி, VI. *v. t.* calcine, prepare red powders of metals or minerals by fire, சிந்தூரமாக்கு.

*சிந்தை, சிந்தனை, s. mind, intention, reflection, consideration, எண்ணம்; 2. design, object in view, குறிப்பு;

3. vexation, anxiety, care, கவலை; 4. sorrow, regret, துக்கம்.

சிந்தாகுலம், great care, sorrow.

சிந்தை கெட்டுப்போக, to be disordered, to be depraved in mind.

சிந்தையில் வைக்க, சிந்தை செய்ய, to keep in mind.

நல்ல சிந்தையுள்ளவன், a pious, well disposed person.

நிச்சிந்தை, நிர்ச்சிந்தை, unconcern, freedom from anxiety.

பல சிந்தைக்காரன், a man of many cares and concerns.

சிபாரிசு, சிவாரிசு, s. (*Pers.*), recommendation, letter of recommendation.

சிபாரிசுக்கு வர, to plead in one's behalf.

சிபாரிசு செய்ய, — பண்ண, to recommend.

சிப்பந்தி, s. (*Pers.*), establishment of servants.

சிப்பம், s. (*Tel.*), a parcel, bale, bundle, மூட்டை.

சிப்பமாக்க, to make things into parcels.

சிப்பம் கட்ட, to bind up cloth etc. in a bundle.

சிப்பம் சிப்பமாய், in small bundles or parcels

சிப்பி, s. (*Tel.*), a little shell, a bivalve shell, இப்பி.

முத்துச்சிப்பி, mother of pearls, pearl-oyster.

சிப்பி முத்து, pearl which is not grown to perfection (*opp.* to ஆணி முத்து, a full grown superior pearl); 2. an artificial pearl.

சீப்புச்சிப்பி, shell formed like a comb.

சிப்பியன், s. (*pl.* சிப்பியர்), tailor, பாணன்; 2. fancy worker, engraver; 3 (சிற்பியன்), smith.

சிப்பியவேலை, fancy needle work, any curious workmanship.

சிமார், s see சமார்.

சிமாளம், சிம்மாளம், s. (*Tel.*), mirth, gaiety, sport, கும்மாளம்.

சிமாளம் போட்டுப் பாய, to leap for joy.

சிமாளி, VI. v. t. & i. rejoice greatly, சந்தோஷி; 2. manage, சமாளி.

சிமிக்கி, ஜிமிக்கி, s. (*Hind.*), a female pendent ear-ornament.

சிமிக்கிப்பூ, passion flower resembling the சிமிக்கி ornament.

சிமிட்டா, சிமட்டா, s. (*Ar.*), a barber's instrument for pulling out hair, சாவணம்; 2. a particle pulled out.

சிமிட்டா எடுக்க, to remove hair by the instrument.

ஒரு சிமிட்டா பொடி, a pinch of snuff.

சிமிட்டு, III. v. t. twinkle the eyes, make a signal with the eyes, கண் சிமிட்டு; 2. deceive artfully, வஞ்சி.

சிமிட்டி, சிமிட்டிக்கள்ளி, an artful woman.

சிமிட்டு, v. n. twinkling from weakness of the eyes, இமைப்பு; 2. a wink or signal of the eyes, கண் சைகை; 3. dexterous trick.

சிமிட்டுக் கண், twinkling eyes.

சிமிட்டுப்பார்வை, continual twinkling of the eyes.

சிமிட்டு வித்தை, a sleight of hand.

சிமிட்டு வேலை, a counterfeit work, a dexterous contrivance.

சிமிண்டு, s. a stick, post, தடி.

சிமிண்டு, III. v. t. (*com* சிண்டு), touch with the finger, trickle, pinch, நுள்ளு.

சிமிண்டிக் காட்ட, to pull one and point with the finger.

சிமிண்டிப்பிடுங்க, to nip, pinch, pluck.

சிமிழ், சிமிள், s. a small box, a casket, செப்பு.

கொம்புச் சிமிழ், a horn box.

தந்தச் சிமிழ், an ivory box.

மரச் சிமிழ, a small wooden box.

மூக்குத்தூள் சிமிழ், a snuff box.

வெள்ளிச் சிமிழ, a silver box.

சிமிழ், VI. v. t. tie, fasten, கட்டு; 2. entrap, catch, பிடி.

சிமிளி, VI. v. t. wink with the eyes, சிமிட்டு.

சிமிளிப்பு, v. n. a wink of the eyes, சிமிட்டு.

சிமிள், s. see சிமிழ்.

சிமுக்கு, s. alarm, warning (used only in negative as சிமுக்கிட மல், சிமுக்கெனுமல், without giving an alarm, unperceivedly).

சிம்பா, *s.* the wad of a gun, சக்கை.

சிம்பு, *s.* splinter, flake, fibre, சிராய், 2. a chip from beaten iron; 3. bamboo-slits or laths, மூங்கிற் சிம்பு; 4. a twig, மிலாறு.

ஒருசிம்புப் புகையிலை, a piece of tobacco.

சிம்பு சிம்பாய்க் கிழிக்க, to cut into small pieces.

சிம்பு சிம்பாய்ப் போக, to be rent in pieces, to be torn.

சிம்பு தெறிக்க, to break into small splinters or flakes.

சிம்புவிட, -வெடிக்க, to shoot forth as young twigs.

சிம்பு, III. *v. t.* jerk, pull away, சுண்டியிழு.

உன்னாலானமட்டும் சிம்பிப்பார், do all in your power, do your best.

காலாலே சிம்ப, to snap a thing away with the toes.

சிம்பு, III. *v. i.* sound, ஒலி; 2. frisk about, துள்ளு.

மாடுசிம்பும், the cow will frisk about.

சிம்பல், *v. n.* sounding, frisking about; 2. splinter, சிம்பு.

***சிம்மம்** (*rarely* சின்மம்), *s.* lion, சிங்கம்.

சிம்மாசனம், a throne, சிங்காசனம்.

சிம்மாசனாதிபதி, a king on the throne.

சிர, VI. *v. t.* destroy, அழி; 2. *v. i.* sound inarticulately, ஒலி.

சிரங்காடு, *s.* a thick forest, a jungle, அடர்ந்தகாடு.

சிரங்கு, *s.* scab, an eruption; 2. itch, சொறி.

சிரங்கரிக்க, to itch.

சிரங்கு ஆறுகிறது, -உதிருகிறது, the itch is healing.

சிரங்கு சொறிய, to scratch when itching.

சிரங்குபிடிக்க, -வாரிப்போட, -அள்ளிப்போட, to break out thickly as the itch.

சிரங்குப் புண், itch-sores or ulcers.

சிரங்கும் சொறியுமாயிருக்க, to be full of itch, to be scabby.

ஆனைச சிரங்கு, a kind of itch with large blotches.

சொறி சிரங்கு, a small kind of itch causing constant scratching.

நமுட்டுச் சிரங்கு, itch like prickly heat.

சிரங்கை, சிறங்கை, *s.* a handful, கைகொண்ட அளவு.

***சிரசு**, *s.* the head, தலை; 2. principal, chief, தலைமை.

சிரசாக்கினை (சிரச்சேதம்) பண்ண, to behead.

சிரசுதயம், presentation or appearance of the head in child-birth.

சிரசுவெட்டி, an axe for beheading, a chopping axe.

சிரஸ்தா, சிரஸ்ததார், *s.* (*Pers.*), a chief, leader, ம்தானி; 2. a head secretary, head accountant in native courts.

***சிரஞ்சீவி**, *s.* (சிரம் + சீவி), a long lived person, தீர்க்காயுசுடையோன்; 2. a congratulatory title prefixed to the name of youngsters (as சிரஞ்சீவி தம்பி சுந்தரம்).

சிரஞ்சீவியாயிருப்பாய், may you be blessed with long life.

சிரஞ்சீவிப் பட்டம், longevity (as a boon obtained from deity).

சிரஞ்சீவியர், the long-lived, the seven ancients who are supposed to be still living.

சிரட்டை, *s.* a piece of cocoanut-shell, கொட்டாங்கச்சி.

சிரட்டைகொண்டு திரிய, to go abegging with a cocoanut-shell.

சிரட்டைக்கண், the hole or eye of a cocoanut-shell.

சிரத்து, III. *v. i.* sound, ஒலி.

***சிரத்தை**, *s.* faith, பத்தி; 2. attachment, devotion, obedience, respect; 3. love, affection, அன்பு.

***சிரமம்**, *s.* effort, fatigue, கஷ்டம்; 2. fencing, military exercise, சிலம்பம்.

அதில் வெகு சிரமமிருக்கிறது, it requires much toil and exertion.

சிரமப்பட, to suffer, to exert oneself.

சிரமமான வேலை, a laborious task.

சிரமன், *s.* (*Malyal.*), slave, அடிமை; 2. a mean fellow, ஈனன்.

***சிரமை**, *s.* weariness, fatigue, toil, சிரமம்.

***சிரம்**, *s.* the head, சிரசு; 2. eminence, greatness, மேன்மை; 3. long time, நெடுங்காலம்.

சிரக்கம்பம், a nod or signal of assent.

சிரக்கம்பமாய்ப் போய்விட்டான், he went his way nodding at it.

சிரச்சவரம் பண்ணிக்கொள்ள, to get the head shaved.

சிரச்சேதம், சிரசாக்கினை, beheading.

சிரவணக்கம், reverential bow.

சிராங்கம், the head.

சிரோமணி, see separately.

*சிரவணம், s. the ear, காது; 2. the hearing, கேள்வி.

*சிரவம், s. the ear, காது; 2. partridge, கவுதாரி.

*சிராத்தம் (சிரார்த்தம்), s. annual ceremony for a deceased parent or other ancestor.

சிராத்தங் கொடுக்க, to give presents to the Brahmins for the Sraddha rite.

சிராத்தம் பண்ண, to perform the Sraddha rite.

சிராயி, ஷராய், s. (*Hind.*), trowsers, pantaloons, காற்சட்டை.

சிராய், s. splinter, carpenter's chip; 2. the hard and indurated part in a cancer, பருவின் முளை.

சிராய் அருகுகிறது, the splinter causes pain.

சிராய்த் தூள், -பொடி, small chips, splinters.

சிராபொடி விரலில் தைத்தது, I have run a splinter into my finger.

சிராய் பிளக்க, to split wood for fuel.

சிராய்ப் பீனசம், a disease of the head with discharges by the nose in bean-like flakes.

சிராவணம், s. (*Tel.*), pincers, சாவணம்; 2. (*Sans.*), the month of August, ஆவணி.

சிரி, VI. v. i. laugh, smile, நகை; 2. laugh at, ridicule, பரிகாசம்பண்ணு.

சிரிக்க நடக்க, to act so as to be ridiculed.

சிரித்த முகம், a smiling face.

சிரிப்பாணி, derison, ridicule; 2. a laughing stock.

சிரிப்பாணிப்பட, to expose oneself to laughter, to suffer shame and distress.

சிரிப்பு, v. n. laughing, smiling, ridicule.

சிரிப்புக்கிடம், exposedness to ridicule, ridiculousness.

கள்ளச் சிரிப்பு, pretended smile.

சீரழிந்தசிரிப்பு, unbecoming laughter.

புன்சிரிப்பு, a smile.

*சிரீ, சீ, ஸ்ரீ, s. Lakshmi, the goddess of fortune, இலக்குமி; 2. *a prefix denoting* sacred, divine, illustrious.

*சிருங்கம், s. horn of an animal, கொம்பு.

*சிருட்டி, s. creation, a thing created, creature, படைப்பு.

*சிருட்டி, சிருஷ்டி, சிஷ்டி, சிட்டி, VI. v. t. make, create, produce, படை.

சிருட்டி திதி சங்காரம், creating, preserving and destroying, the work of the Hindu Triad.

சிருட்டிகர், சிருஷ்டி கர்த்தா, the creator.

சிருட்டிப்பு, v. n. creation.

*சிரேட்டம், சிரேஷ்டம், s. excellence pre-eminence, சேஷ்டம்; 2. seniority, முதன்மை.

சிரேஷ்ட புத்திரன், the first born son.

சிரேஷ்டர், eminent persons, elders; 2. a bishop.

*சிரேணி, s. line, row, வரிசை; 2. same as சிரேணியம்.

*சிரேணியம், s. a street of herdsmen, இடையர் வீதி.

*சிரேயசு, s. superiority, excellence, prosperity, விர்த்தி.

சிரேயசு பெற்றவன், a famous person.

சிரை, VI. v. t. shave, சவரஞ்செய்.

சிரைத்துக் கொள்ள, to get oneself shaved.

சிரைப்பு, v. n. shaving.

சிரையன், a barber, அம்பட்டன்.

*சிரோமணி, சிரோரத்தினம், s. (சிரம்), the principal gem of a crown, தலைமணி; 2. a person or thing of superior excellence, மேன்மையானது.

ஞான சிரோமணி, an eminent divine.

வித்வ சிரோமணி, a man of profound learning.

சில, *adj.* & s. (*pl.*), some, several, a few.

சிலவற்றை யெடு, take a few.

சிலகாலம், -கால், -தடவை, -முறை,

– விசை, – வேளை, sometimes, perhaps.

சிலசில, சிலச்சில, சிற்சில, some, a few.

சிலர், சிலபேர், சிலமனுஷர், a few persons, some people.

சிலக்கு, *s.* some thing more, இன்னுங் கொஞ்சம்.

சிலந்தி, *s.* a spider, சிலந்திப் பூச்சி; 2. a pimple, a small boil, சொப்புளம்; 3. an ulcer, a venereal boil, கிரந்திப் புண்.

சிலந்திக் கூடு, cob web.

சிலந்திநூல, spider's thread.

சிலந்தி புறப்பட, to break out as ulcers.

சிலந்தியரிசி, little bulbs of the root of கோரை plant which is eatable.

நரம்புச் சிலந்தி, guinea-worm, ulcer.

புலிமுகச்சிலந்தி, a tarantula.

முலைச்சிலந்தி, மார்புச்சிலந்தி, an ulcer in a woman's breast

சிலப்பதிகாரம், *s.* one of the five classical poems in Tamil.

சிலம்பம், சிலமம், *s.* fencing, sword-play, ஆயுத பரிட்சை; 2. tricks, தந்திரோபாயம்; 3. menace, பயமுறுத்தல்.

சிலம்பக்காரன், a fencing master, fencer, gladiator.

சிலம்பக் கூடம், a fencing school.

சிலம்பம் பண்ண, – அடிக்க, – ஆட, to fence.

சிலம்பம் பழக, to learn to fence.

சிலம்பம் பழக்க, to teach fencing.

சிலம்பன், *s.* (சிலம்பு), the Kauvery river when swollen in April; 2. Skanda.

சிலம்பி, *s.* a spider, சிலந்தி.

சிலம்பு, *s.* sound, noise, ஒலி; 2. sounding anklets, காற்சிலம்பு.

சிலம்பு, III. *v. i.* sound, roar, ஒலி.

சிலம்புரி, *s.* a kind of long cloth.

சிலர், *s.* see under சில.

சிலவு, *s.* (*vulg. for* செலவு), expense.

*சிலா, *s.* see சிலை.

*சிலாகை, *s. corrup. of* சலாகை, ramrod.

*சிலாக்கியம் (சலாக்கியம்), *s.* excellence, praiseworthiness, respectableness, முக்கியம்; 2. privilege, உரிமை.

சிலாக்கிய குணங்கள், excellent qualities.

சிலாக்கிய பாக்கியம், good privileges.

சிலாக்கியப் படுத்த, to bestow honour, to esteem highly.

சிலாக்கியமான நூல், an excellent treatise.

சிலாக்கியட பண்ண, to esteem highly; 2. to presume, to be arrogant.

சிலாக்கியன், சிலாக்கியக்காரன், an eminent person, a privileged person.

*சிலாசத்து, *s* a kind of mineral supposed to ooze from mountains, also bitumen, மண்தைலம்.

கர்ப்பூர சிலாசத்து, a beautiful, crystallized, foliated gypsum used as a caustic in medicine.

சிலாஞ்சனம், *s.* (அஞ்சனம்), a kind of blue stone.

சிலாபம், *s.* same as சலாபம், pearl-fishery.

சிலாப்பு, III. *v. i.* idle away time, கழப்பு; 2. disappoint, by making vain pretension, ஏய்.

சிலாமணி, *s.* (*Hind.*), that which is universally current; 2. (*Sans.*), a kind of mineral used as anti-dote for poison

சிலாம்பு, *s.* splinter; 2. scale, fishscale, மீன்செதிள்.

சிலாம்பு தைக்க, – ஏற, to penetrate or enter as a splinter.

சிலாரு, சிலார், *s.* trouble, jarring, quarrel, குழப்பம்.

உங்கள் வீட்டிலே சிலாராயிருக்கிறது, your house people quarrel with one another.

சிலாரு பண்ண, to make disturbance.

சிலிர், VI. *v. i.* rise as the hairs of the body from horror etc., பொடி; 2. be chilled, run cold.

சிலிர்ப்பு, சிலிர்சிலிர்ப்பு, horripilation, erection of hair from emotion.

சிலீரிடல், சிலீரெனல், *v. n.* being benumbed or deadened from fear or cold, being chilled, குளிர்தல்.

சிலுகு, *s.* mischief, trouble by dispute, quarrel, சண்டை.

சிலுகன் (*fem.* சிலுகி), a quarrelsome person.

சிலுகாயிருக்கிற வழி, an unsafe, intricate road.

சிலுகுபண்ண, to excite mischief.

சிலு, VI. *v. i.* overboil, சோறுகரை;

2. bear fruit in abundance, திரளாய்க் காய்; 2. *vulg. for* சிலிர்

எனக்கு உடம்பெல்லாம் சிலுத்துக்கொண்டு வேர்த்தது, I made myself all in a sweat.

சிலுத்தடிக்க, to boil too much, to damage fine linen in washing it.

சிலுத்துப்போக, to be overboiled, to feel a chilling sensation.

சிலுக்கு, *s.* tooth of a saw-notch, வாட்பல்; 2. iron staple, இருப்பு மோதிரம்; 3. chippings, வெட்டிய சிறு துண்டு; 4. slight notches, சிலுக்கு வெட்டு; 5. quarrel, trouble, சிலுகு.

சிலுக்கன், a troublesome character.

சிலுக்காயிருக்கிற வழி, a road frequented by robbers.

சிலுக்காய்க் கிடக்க, to be unsuccessful.

சிலுசிலுத்தல், சிலுசிலெனல், *v. n.* sounding as meat when frying or water in contact with a burning wick, சுறு சுறெனல்; 2. drizzling, தூறல்; 3. shivering with a chilly sensation, குளிருதல்.

சிலுசிலுவென்று நோக, to smart.

சிலுப்பு, III. *v. t.* bristle, make the hair stand on end, dishevel, மயிர் செறிக்கச்செய்; 2. (*Tel.*), churn, தயிர் கடை.

சிலுப்பிக் கொண்டிருக்கிறான், he is angry, he bristles about.

சிலும்பு, *s.* a splinter, சிம்பு.

சிலும்பு, III. *v. i.* jut, stand out; 2. be excited or enraged, கிளம்பு; 3. be terrified, கலங்கு.

சிலும்பல், *v. n.* roughness, unevenness, disorder; 2. ends of yarn sticking out in woven cloth etc., the twigs sticking out in a basket; 3. being dishevelled or torn.

சிலும்பலாயிருக்க, to be uneven, to be disordered.

சிலும்பலில்லாமல் இழைக்க, to wind up the thread evenly.

சிலுவட்டை, *s.* any thing small and mean, சிறியது.

சிலுவட்டைகளோடேகூடாதே, don't keep company with insignificant people.

சிலுவை, *s.* (*Syriac.*), a cross, கழுமரம் (*Chr. us.*).

சிலுவைக்கொடி, – ப்பதாகை, banner of the cross.

சிலுவை மரம், the cross, the wooden cross.

சிலுவையடையாளம், mark of the cross.

சிலுவையிலறைய, – கடாவ, to crucify.

சிலுவை வரைய, to make the sign of the cross.

*சிலேடி, VI. *v. i.* speak ambiguously, play upon words, ஈரடியாய்ப் பேசு.

*சிலேடை, சிலேஷை, *s.* a rhetorical figure in which a word or phrase is capable of a double interpretation, a pun, உபயார்த்தமுள்ளது.

*சிலேட்டுமம், சிலேஷ்மம், *s.* phlegm, a phlegmatic temper, கோழை.

நாடி சிலேட்டுமத்தைப் பற்றியிருக்கிறது, சிலேட்டுமத்திலே விழுகிறது, the pulse is very low, the pulse is affected with phlegm.

சிலேட்டுமக் காய்ச்சல், a phlegmatic fever.

சிலேட்டுமசரீரம், a phlegmatic constitution.

சிலேட்டும நாடி, a low pulse.

சிலேட்டுமம் நடக்க, – இழுக்க, to rattle in the throat, to have a low pulse (as a dying person).

சிலேட்டும வியாதி, asthma and other phlegmatic diseases.

சிலேபி, *s.* (*Hind.*), a kind of sweet cake.

சிலேபியர், *s.* chetties, செட்டிகள்.

சிலை, *s.* sound, ஒலி; 2. a bow, வில்.

*சிலை, *s.* stone, கல்; 2. a statue of stone, an image, விக்கிரகம்; 3. a kind of arsenic, பாஷாணம்.

சிலா சாதனம், an engraving on stone.

சிலா விக்கிரகம், a stone idol.

சிலை நிறுத்த, – நாட்ட, to set up a statue.

சிலையடித்து வைக்க, to carve and set up a stone for an image.

சிலை வார்க்க, to cast a statue or an idol.

பொற்சிலை, a statue of gold.

சிலை, VI. *v. i.* sound, resound, roar, ஒலி.

சிலையோடல், *v. n.* (*prop.* செலவோடல்), running deep as an ulcer, புரையோடல்.

சிலையோடுகிற புண், a fistula, a deep sore or ulcer.

சில், *s*. sound, ஆரவாரம்; 2. anything flat and round, வட்டமானது; 3. a circular jewel worn on the crown of the head; 4. a patch, ஒட்டு.

சில் வண்டு, a kind of beetle that makes a buzzing noise.

சில், *adj*. (சின்மை), some, a few, several, sundry, சில; 2. small, little, அற்ப.

சில்லுண்டி, little children, சிறுவட்டை.

சில்வானம், odd or more than a number specified, மேல்மிச்சம்.

நானூற்றுச் சில்வானம், four hundred and odd.

சில் விஷம், slight venom as that of inferior reptiles.

சிற்சில, several.

சில்லத்து, *s*. (*for*.), a small jacket, சட்டை.

சில்லரி, *s*. small pebbles in anklets.

சில்லறை, *s*. (*Tel*.), a little, fewness, trifles, small matters, அற்பமானவை; 2. sundries distributed in diverse places, quantities etc., சிதறியவை; 3. fractional quantities, சில்வானம்; 4. change, small money; 5. trouble, disturbance, உபத்திரவம்.

சில்லறைக் கடன், small petty debts.

சில்லறைக் கடை, retail shop or bazaar.

சில்லறைக் காசு, small money, change.

சில்லறைக் காரியங்கள், trifles.

சில்லறைச் செலவு, expenses in small items.

சில்லறைப் புத்தி, shallow wit.

சில்லறையாட்கள், unimportant persons troublesome people.

சில்லறையிலே விற்க, to retail.

கள்ளர் சில்லறையில்லை, there is no disturbance from thieves.

காதுச் சில்லறை, small ornaments for the ears of women.

சில்லா, ஜில்லா, *s*. (*Ar*.), district, zillah.

சில்லான், *s*. a small kind of ஓந்தி lizard; 2. a play among children.

சில்லி, *s*. a little hole, a small perforation, இல்லி; 2. small pieces, shivers, சல்லி.

சில்லிக் காது, a perforated ear.

சில்லிக் குடம், a pot with little holes.

சில்லி மூக்கு, a bleeding nose.

சில்லிவாயன், one who divulges secrets, *lit*. a leaky mouthed person.

சில்லிடு, ஜில்லிடு, IV. *v*. *i*. be chilled suddenly, குளிர்ந்துபோ.

சில்லு, *s*. small and round potsherd and other small play things.

சில்லு விளையாட்டு, a play called hopskotch.

முழங்கால் சில்லு, the whirlbone of the knee.

சில்லெனல், *v*. *n* being very cold; 2. being ruddy in the face from cold, முகக்குளிர்ச்சி.

சில்வண்டு, *s*. see சிள்வண்டு.

சில்வாய், *s*, the corners of the mouth, கடைவாய்.

சில்வானம், *s*. see under சில்.

சிவ, VII. *v*. *i*. grow red, be red, redden, செவ. *Note:* Instead of சிவந்தது, what is become red, சிவத்தது is sometimes used for things red by nature.

கிழக்கே சிவந்தது, the dawn of the day appears.

சிவத்த முகம், a red face (by nature).

சிவந்த கண், blood-shot eyes.

சிவந்த ராசி, anything red (generally used for ripe fruit).

சிவந்திருக்க, to be red.

சிவப்பன், சிவலை (*fem*. சிவப்பி), a person of a reddish light complexion.

சிவப்பு, சிகப்பு, *v*. *n*. redness, ruddiness, red colour, சிவப்பு வர்ணம்; 2 rubies, சிகப்புக் கல்.

இருண்ட சிகப்பு, brown, red mixed with black.

***சிவகங்கை**, *s*. a sacred tank at Chidambaram; 2. Sivaganga, a town in the District of Madura.

***சிவகாமி**, *s*. Parvati.

சிவணு, III. *v*. *t*. mix, கல; 2. join, combine, பொருத்து; 3. approach, கிட்டு.

சிவதை, *s*. a creeping medicinal plant with purgative effect, the Indian jalap.

சிவந்தி, *s*. a flower plant, Christmas flower, செவ்வந்தி.

*சிவம், s. final bliss, liberation from births, முத்தி; 2. spiritual good, exellence, நன்மை; 3. the deity in the abstract; 4. a measure (as குறுணி).

சிவலே, s. see சிவப்பன் under சிவ.

சிவனர் வேம்பு, s. a medicinal plant.

*சிவன், s. Siva, the third in order of the Hindu Triad, the destroyer, சங்காரன்.

சிவ சமயம், the Siva religion.

சிவ ஸ்தலம், temples or places sacred to Siva.

சிவ தீகை்ஷ, the initiatory ceremony on entering the Siva sect.

சிவ தொண்டு, service of Siva.

சிவ தொண்டர், – பத்தர், – மதஸ்தர், சிவனடியார், devotees or votaries of Siva.

சிவ பூசை, சிவார்ச்சனே, the worship of Siva with flowers etc.

சிவ போகம், சிவானுபவம், the enjoyment of the soul in union with Siva.

சிவ மயம், a term of invocation and benediction meaning happiness, prosperity and success, சுபமஸ்து.

சிவ ராத்திரி, the night preceding the new moon in February celebrated by fasting and watching.

சிவ லிங்கம், the Linga or chief image of the Saivas.

சிவ வாக்கியர், the author of சிவ வாக்கியம், a poem strongly condemning polytheism.

சிவாய நம, the five lettered incantation of the Sivite signifying "praise be to Siva" பஞ்சாக்ஷர மந்திரம்.

சிவாரிசு, s. see சிபாரிசு.

*சிவிகை, s. a palankeen, litter, dooly, தண்டிகை.

சிவிகையார், சிவியார், a caste of palankeen-bearers.

சிவிகையாளன், the owner of a palankeen.

சிவிங்கி, s. (*Tel.*), a kind of leopard used in hunting.

சிவிங்கி நாய், a swift hunting dog.

சிவியார், s. see சிவிகையார்.

சிவேரெனல், சிவேரென்றிருத்தல், v. n. being very red.

செக்கச் சிவேரென்றிருக்க, see செக்கர்.

சிள்வண்டு, சில்வண்டு, s. a kind of cricket.

சிள்ளுபுள்ளெனல், v. n. scolding, brawling.

சிள்ளுபுள்ளென்று காய, to bubble as boiling water; 2. (*fig.*), to boil with rage.

சிள்ளுபுள்ளென்று பேச, to prate, prattle, chatter.

சிற, VII. v. i. be elegant, beautiful, splendid, சிங்காரமாயிரு; 2. be peculiar, distinguished, விசேஷி; 3. excel, surpass, exceed, மேற்படு.

சிறந்த நடக்கை, exemplary conduct.

சிறந்தவன் (pl. சிறந்தோர்), a distinguished person.

சிறப்பு, v. n. the distinctive feature of a thing, விசேஷம்; 2. ornament, magnificence, elegance, beauty, அலங்காரம்; 3. abundance, excess, மிகுதி.

சிறப்புச் செய்ய, – பண்ண, same as சிறப்பிக்க.

சிறப்புப்பாயிரம், a special preface (*distinguished from* பொதுப்பாயிரம்).

சிறப்பு விதி, special rule (*opp. to* பொது விதி, general rule).

சிறப்புப் பெயர், special name (*opp. to* பொதுப் பெயர்); 2. title, பட்டப் பெயர்.

கல்வியிற் சிறந்தவன், one eminent for learning.

வெற்றி சிறக்க, to triumph.

சிறகி (*com.* சிறவி), s. a fen-duck, a teal, கிளுவை.

சிறகி மீன், a flying fish.

சிறகு, s. bird's wing, feathers, இறகு; 2. the fin of a fish, மீன் சிறகு; 3. a row or line of houses in a town, side of a street, தெருவின் பக்கம்; 4. the half of a palmyra leaf.

சிறகடித்துப் பறந்துபோக, to clap the wings and fly away.

சிறகடித்துலர்த்த, to clap and dry the wings.

சிறகாற்ற, to flutter the wings.

சிறகு கோத, to adjust the feathers with the beak.

சிறகுக் கதவு, a two-leaved door.
சிறகு முளைக்க, to become fledged.
சிறகை விரிக்க, to spread the wings.
சிறக்கணி, VI. *v. i.* diminish, குறை; 2. cast a side-look, கடைக்கண்ணால் பார்; 3. *v. t.* reduce, சுருக்கு.
சிறக்கணிப்பு, *v. n.* a side-look, diminution.
சிறங்கணி, சிராங்கணி, சிறங்கி, VI. *v. t.* despise, அவமதி.
சிறங்கணித்துப் பேச, to speak contemptibly.
சிறங்கணித்துப் போக, to grow contemptible or abject.
சிறங்கை (சேரங்கை, சேரை), *s.* a quantity as much as th bowl of the hand can contain, ரங்கை.
சிறப்பி, VI. *v. t.* (*caus. o* சிற), honour, adorn, celebrate witl pomp, அலங்கரி.
சிறர், *s.* children, little ones, சிறுவர்.
சிறிசு, சிறிது, *s.* (சிறுமை), that which is small, a small, trifling thing; 2. *adj.* some, a few, several.
சிறிதுகாலம், short time.
சிறிதுபேர், some persons.
சிறிய, சிறு, *adj.* (சிறுமை) little, small, inferior, சின்ன. *Note:* Before a substantive beginning with a vowel சிறு becomes சிற்று.
சிறிய தகப்பன், paternal uncle, father's younger brother, the husband of mother's younger sister, சிற்றப்பன்.
சிறியதாய், சிற்றுத்தாள், சிற்றுயி, சிற்றி, சின்னயி, maternal aunt, mother's younger sister or father's younger brother's wife; 2. step-mother.
சிறியவன், சிறியன், சிறுவன், a young person, a junior, one of the inferior sort of people (*pl.* சிறியார் சிறியோர், சிறியர், சிறியவர்).
சிறியார் பேச்சைக் கேட்க, to follow the advice of mean people.
சிறு கசப்பு, partial bitterness.
சிறுகாலை, the early part of the morning, youth.
சிறு கிழங்கு, a kind of yam.
சிறு கீரை, a kind of pot herb.
சிறுகுடல், small guts.
சிறு குடில், a hut, சிற்றில்.
சிறு செண்பகம், a flower tree.
சிறு தானியம், inferior kinds of grain or pulse.
சிறுதேன், honey of inferior sort of bees.
சிறுதையல், fine stitching.
சிறு நீர், urine, மூத்திரம்.
சிறு பான்மை, some, the minority (*opp. to* பெரும் பான்மை the majority, mostly).
சிறு புலி, a cheeta.
சிறுப்பம், சிறுவம் (சிறுபருவம்), youth, early life.
சிறுமட்டம், a young pony.
சிறுமுட்டி, a smith's hand-hammer.
சிறுவம், see சிறுப்பம்.
சிறு வயது, childhood.
சிறுவிலைக் காலம், famine time, season of scarcity.
சிற்றப்பன், see சிறிய தகப்பன்.
சிற்றுடை, a cloth for a young girl.
சிற்றாமணக்கு, the castor plant.
சிற்றாலவட்டம், a small circular fan.
சிற்றாள், a servant boy, a young hireling.
சிற்றாறு, a rivulet.
சிற்றிடை, thin waist, a delicate woman.
சிற்றில், a hut.
சிற்றின்பம், sensuality, carnal pleasures.
சிற்றுண்டி, pastries, cakes, dainties.
சிற்றுளி, a small chisel.
சிற்றூர், சிறுபதி, a small village.
சிற்றெறும்பு, small emmet.
சிற்றோடம், a small boat.
சிறு, VI. *v. i.* same as சிறுகு; 2. *v. t.* make small, contract, குறை VI.
சிறுத்துப் போக, to grow small, to be reduced.
சிறுகு, III. *v. i.* decrease, shrink, grow small, diminish, be small, be reduced, சுருங்கு; 2. be small, சிறிதாகு; 3. degenerate, சீர் குன்று.
சிறுக, *adv.* (*inf.*), a little, sparingly.
சிறுக வார், pour a little.
சிறுகச் சிறுக, every now and then, a little.
சிறுக்கி, *s.* girl, maid servant, slave girl.
சிறுத்தை, *s.* a cheetah, சிறு புலி.

சிறுத்தொண்டன், *s.* one of the 63 devotees of Siva.

சிறுப்பனே, *s.* poverty, சிறுமை; 2. meanness, இழிவு.

சிறுமி. சிறுவி, *s.* daughter, மகள்; 2. a girl, பெண்.

சிறுமியம், *s.* mire, mud, சேறு.

சிறுமை, *s.* smallness, littleness, அற்பம்; 2. poverty, misery, affliction, distress, தரித்திரம்; 3. meanness, baseness, இழிவு. (See அருமை, *Note.*)

சிறிய, சிறு, *adj.* see separately.

சிறுமைப் பட, to suffer poverty, misery, to be in narrow circumstances.

சிறுமைப் படுத்த, to impoverish, to degrade.

சிறை, *s.* a captive, slave, அடிமை; 2. captivity, சிறைப்பாடு; 3. prison, jail, சிறைச்சாலை; 4. a hand-some but loose woman, விபசாரி; 5. fence, wall, மதில்; 6. wing, feather, இறகு.

சிறை கொண்டுபோக, – பிடித்துக் கொண்டுபோக, to carry one away to captivity, to capture.

சிறைக்கூடம், – ச்சாலை, – க்களம், prison jail.

சிறைக்கோலம், state of captivity.

சிறை நீங்க, to be released, to be set free from captivity.

சிறை போனவர்கள், people led into captivity.

சிறைப் படுத்த, சிறையாக்க, to enslave, to take captive, to confine, to ensnare.

சிறை மீட்க, to redeem, to ransom.

சிறையிருப்பு, captivity, slavery, imprisonment.

சிறையெடுக்க, to take by force a woman for wife or concubine, to purchase the freedom of a slave.

சிறைவைக்க, to keep in prison, to imprison.

***சிற்குணம்**, *s.* (சித் + குணம்) pure intelligence, intellectual nature.

சிற்குணன், the deity, கடவுள்.

சிற்சில, *adj.* see under சில், *adj.*

சிற்சிலிர்ப்பான், *s.* chicken-pox, சிச்சிலுப்பான்.

***சிற்சொரூபம்**, *s.* spiritual nature, pure intelligence, ஞானரூபம்.

சிற்சொரூபி, the deity.

***சிற்பம்**, *s.* architecture, any mechanical fine work, சிற்பத்தொழில்.

சிற்ப சாஸ்திரம், a treatise on architecture, the art of sculpture.

சிற்பன், சிற்பி (*pl.* சிற்பர், சிற்பியர்), stone-cutters, architects, mechanics, artisans.

சிற்றம்பலம், *s.* a mystic hall at Chidambaram, சிரசபை.

சிற்று, see சிறிய, சிறு, *adj.*

சின, VI. & VII. *v. i.* be very angry, enraged, கோபி.

சினத்துக் (சினந்து) கொள்ள, to get angry.

சினந்து விழ, to fall foul of one.

சினப்பு, *v. n.* anger, wrath; 2. (*prop.* சினைப்பு), see under சினை.

சினம், *s.* anger, wrath, rage, கோபம்.

சினங்காக்க, to restrain anger.

சினங்கொள்ள, to grow angry.

சினத்தன், a hot tempered person.

***சினேகம்**, *s.* love, friendship, அன்பு; 2. kindness, affection, பட்சம்.

சினேகம் பண்ண, – செய்ய, to make friendship.

சினேகிதம், friendship, good will.

சினேகிதன், சினேகிதக்காரன் (*pl.* சினேகிதர், *fem.* சினேகிதி), a friend.

சினேக வாஞ்சை, excessive fondness, intimate friendship.

***சினேகி**, VI. *v. t.* love, சினேகஞ்செய்; 2. be kind, treat kindly, be friendly, பட்சமாயிரு.

சினேகிப்பு, *v. n.* friendship, love, cultivation of mutual affection.

சினை, *s.* embryo, fœtus of animals, கருப்பம்; 2. egg, முட்டை; 3. spawn of fish, மீன் சினை; 4. the being with young; 5. a member, component part.

சினையாயிருக்க, to be with young (*spoken of animals*).

சினைப்பட, – ஆக, – கொள்ள, to become impregnated, to conceive.

சினைப்படுத்த, – யாக்க, to impregnate.

சினைப்பட்டழிய, to perish by abortion.

சினை நண்டு, a crab full of eggs.

சினை மாடு, a cow in calf.
சினை மீன், a fish with spawn.

சினை, VI. *v. i.* be with young, be impregnated, கருக்கொண்டிரு; 2. grow stout or fat, பரு; 3. rise in pimples (as prickly-heat).
சினைத்த நண்டு, same as சினை நண்டு.
சினைப்பு (சினப்பு), *v.n.* impregnation of animals, prickly heat.

***சின்மயம்**, *s.* (சித் + மயம்), spirituality, ஞான மயம்.

சின்னமை, *s.* (சில்), smallness, சிறுமை.

சின்ன, *adj.* small, little, inferior, mean, low, சிறிய.
சின்ன ஜலோபாதை, urgency to urine (*opp. to* பெரிய ஜலோபாதை).
சின்னச்சாதி, low caste.
சின்னது, that which is small.
சின்னத்தனம், dishonour, meanness.
சின்னத்தனம்பண்ண, to dishonour, to disgrace.
சின்ன மனுஷன், a man of low character.
சின்ன மேளம், a small musical band with dancing girls (*opp. to* பெரிய மேளம், drum etc.).
சின்னம்மை, measles.
சின்னவன் (*fem.* சின்னவள்), a boy, lad; 2. a man of inferior rank.
சின்னாத்தாள், சின்னாயி, maternal aunt, see சிறிய தாய்.

சின்னம், *s.* smallness, minuteness, சிறுமை; 2. contempt, dishonour, ஈனம்; 3. a kind of clarion, காளம்; 4. a sign, mark, அடையாளம்.
சின்னஞ் சிறியது, a very small fine thing; 2. the little ones, youngsters.
சின்னப்பட, to be disgraced.
சின்னப்படுத்த, to disgrace.
கௌரவ சின்னம், a mark of distinction.
ஞாபகசின்னம், a token of remembrance.

***சின்னம்**, *s.* piece, துண்டு; 2. anything handsome, விசித்திரம்.

சின்னாபின்னம், சின்னபின்னம், *s.* pieces mangled, broken fragments.
சின்னாபின்னப் படுத்த, -மக்க, to reduce into small pieces.

சின்னி, *s.* a shrub.
சின்னிக் கிழங்கு the root of சின்னி.
காட்டுச் சின்னி, the wild சின்னி.

சின்னீர், *s.* drops shaken from trees, துளி நீர்; 2. (*vulg.*), urine, சிறு நீர்.
சின்னீர வின்பம், short-lived pleasures, carnal pleasures, சிற்றின்பம்.

சின்னை, *s.* a kind of fish.

சீ

சீ, சீசீ, சீச்சீ, *interj. expressing* contempt, abhorrence, disgust etc., fie, pish!
சீ என்னத்தக்கது, abominable or despicable thing.
சீ போ, fie, go away, be off!

சீ, சீழ், *s.* pus, matter discharged from a wound or ulcer
சீக்கட்டு, suppuration, purulence.
சீக் கட்ட, சீக் கொள்ள, சீப் பிடிக்க, to fester, suppurate.
சீப்பால், சீம்பால், biestings.
சீப்பிதுக்க, to squeeze the matter out.

***சீ**, ஸ்ரீ, சிரீ, *s.* Lakshmi; 2. wealth, சம்பத்து; 3. Sarasvati; 4. Parvati, 5. *adj.* illustrious, sacred.
சீமுகம், a letter from a Guru.

சீ, VI. *v.t.* scratch the ground as a fowl; 2. tear up earth as a pig; 3. sweep, wipe, பெருக்கு; 4. efface, dispel, நீக்கு.
நிலவு சீக்கிறது, the rising of the moon dispells darkness.
சீத்து நடக்க, to shuffle in walking.
சீத்துப்போட, to sweep away.

சீகாழி, *s.* the sacred town of Shiyali.

சீகு, *s.* grass used for sweeping, thatching etc.
சீகு விளக்குமாறு, a sweeping brush of this grass.

சீக்கல், *s.* a whistle, பயில்போடல்.
சீக்கலிட்டழைக்க, to call by whistling.
சீக்கல்போட, to whistle.

சீக்காய், *s.* whistle, சீழ்க்கை; 2. immature palmyra fruit, பழாத பனங்காய்.

*சீக்கிரம், *s.* swiftness, விரைவு.

சீக்கிர புத்தி, hasty counsel, rashness.

சீக்கிரப்படுத்த, சீக்கிரம்பண்ண, to hasten, to hurry.

சீக்கிரமாய், சீக்கிரத்திலே, speedily, hastily, in haste.

சீக்கிரி, சீக்கிரியான், சீக்கிரான், *s.* a thorn tree whose leaves are used for cleansing the head, உசில மரம்.

சீக்கு, *s.* chips, rubbish, செத்தை; 2. (*Engl.*), sickness, நோய்.

சீசம், *s.* (*Tel.*), irritableness, peevishness, கொதிப்பு.

சீசா, *s.* (*for.*), a phial, vial, குப்பி.

*சீஷம், *s.* contemptibleness, இழிவு; 2. filthiness, அழுக்கு.

*சீஷன், சீடன், சிஷ்யன், *s.* (*pl.* சீஷர், சீஷாக்கள் (*fem.* சீஷி), a disciple, a pupil, சீஷப்பிள்ளை.

சீடை, *s.* a kind of meal-cake; 2. anything stunted or checked in growth, நருங்கல்.

சீடையாய்ப் போக, to be checked in growth (as a child, tree etc.).

சீட்டி, சீட்டை, *s.* (*Tel.*), chintz, painted calico, எழுத்துச்சீலை.

சீட்டு, *s.* note, chit, letter; 2. bond, bill, draft, பத்திரம்; 3. lottery ticket, lot, திருவுளச் சீட்டு.

சீட்டாள், a note bearer, a page.

சீட்டுக்கவி, poetical address to a king or great personage for support.

சீட்டுநாட்டு, notes, bonds etc.

சீட்டுப்போட, to cast lots.

சீட்டுவிழ, to fall as a lot cast.

அசல் சீட்டு, an original bond.

கள்ளச்சீட்டு, a forged document.

கைச்சீட்டு, a note of hand.

செல்லுச் சீட்டு, பற்றுச் —, a receipt.

திருவுளச் சீட்டு, a lot, a lottery ticket.

வீட்டுச் சீட்டு, title-deeds of a house.

சீட்டை, *s.* an ear of corn in the second growth, சீட்டைக் கதிர்; 2. gleanings left for the poor, விடு கதிர்.

சீட்டை வாங்க, to come up as the ear of corn.

*சீணம், *s.* defect, damage, ஈனம்; 2. waste, கேடு.

சீணி, vi. *v. i.* be damaged, come to nothing, நசி.

சீண்டிரம், சீண்டரம், *s.* (*Tel.*), nastiness, stench, கசுமாலம்.

சீண்டிரம்பிடித்தவன், a very nasty person.

சீண்டு, iii. *v. t.* touch gently, give a sign by pressing with the finger unobserved by any third party, தொடு; 2. tease, vex, கைச்சேஷ்டை செய்.

சீண்டிவிட, to excite, to stir up by a gesture.

*சீதம், *s.* slime or mucus in the excrements; 2. coldness, சீதளம்.

சீதசுரம், a kind of feverish diarrhœa.

சீதபேதி, slimy stools, dysentery.

சீதமாய்ப்போக, – கழிய, – விழ, to have a slimy flux.

*சீதளம், *s.* coldness, frigidity, குளிர்.

சீதள களப சந்தனம், cooling fragrant sandal.

சீதளகாலம், the cold season.

சீதளங்கொள்ள, to take cold.

சீதளசக்கர பூமி, frigid zone.

சீதளோஷ்ண பூமி, temperate zone.

*சீதனம், *s.* dowry, a gift to a daughter at her marriage.

சீதனக்காரி, a woman with a dowry.

சீதனங்கொடுக்க, to give a dowry.

*சீதாதேவி, சீதாங்கனை, *s.* Sita, the wife of Rama.

*சீதாபதி, *s.* Rama, as the husband of Sita.

சீதாரி, *s.* a fragrant tree; 2. a town, city, நகரம்.

*சீதேவி, *s.* Lakshmi, the goddess of fortune.

*சீதை, *s.* a furrow, உழுபடைச்சால்; 2. Sita, the wife of Rama as having sprung from a furrow.

சீத்தா, சீத்தாமரம், *s.* the custard apple or bullock's-heart tree, ஆத்தா.

சீத்தி, *s.* loss, deficiency, inferiority, இளப்பம்.

அவனிலும் நான் சீத்தியோ, am I less than he?

சீத்தியாய்ப்போக, to come off a loser.

சீத்துப்பூத்தேனல், *v. n.* breathing quickly from fulness; 2. hissing like an irritated serpent, சீறல்; 3. scolding கடிந்துகொள்ளல்.

*சீத்துவம் (சத்துவம்), s. strength, ability, திறம்; 2. property, வளம்; 3. cleanliness, decency, செம்மை.

சீத்தை, s. the low, the base, கீழ்மக்கள்; 2. decay, rottenness, பதனழிவு.

சீத்தைக் கண், blear eyes.

சீத்தைக் காடு, a jungle, a thicket.

சீந்தல், s. drizzling rain with chilly air, மழைத்தூற்றல்.

சீந்தில், s. the name of a creeper, கச்சி.

சீந்து, v. t. wish, care for, விரும்பு; 2. blow the nose, சிந்து; 3. sniff or hiss at one (like a cat, when incensed), சீறு.

இவனை யார் சீந்துவார்கள், who will take notice of him?

சீந்துவாரற்றுக் கிடக்க, to be profuse, abundant, to lie uncared for.

சீப்பு, s. a comb, a cluster or comb of plantains.

சீப்பிட்டுச் சீவ, சீப்பாலே வாங்க, to comb, to comb off.

சீப்புச் சாட்டை, a fish with comb-like fins on the back.

*சீமந்தம், s. a purifying ceremony in the first pregnancy.

சீமந்த புத்திரன், the first born son.

*சீமான், s. a rich, opulent person; a person of high consideration, செல்வன்.

சீமாட்டி, a lady of distinction.

சீமானுயிரு, may you prosper.

*சீமை (சீர்மை), s. a district, country, kingdom, state, தேசம்; 2. Europe or any of the European countries.

சீமைச்சரக்கு, European goods.

சீமைச் சுண்ணும்பு, chalk.

சீமை பற்று, jurisdiction, territory.

சீமையார், —க்காரர், —மனிதர், Europeans.

சீம்பால், சீழ்ப்பால், s. biestings see under சீ, s.

சீயக்காய் (prop. சிகைக்காய்), s. the pods of a shrub, used for rubbing off the oil from the head.

*சீயம், s. all ஒரு சிங்கம்,

சீயான், சீயன், s. (fem. சீயாள்), a great-great-grand-father, முப்பாட்டன்.

சீயானென்றழைக்க, to call one an ancestor in jest.

*சீரகம், s. cumin, fennel.

சீரகச்சம்பா, a kind of paddy.

கருஞ்சீரகம், black cumin.

காட்டுச் சீரகம், wild cumin.

நற்சீரகம், ordinary cumin.

பெருஞ்சீரகம், anise-seed.

*சீரங்கம், s. Seringham, a place near Trichinopoly, sacred to Vishnu.

*சீரணம், s. digestion, சமித்தல்; 2. decay, ruin, கேடு; 3. rottenness, பதனழிவு.

சீரணமாக, to digest, to concoct, to decay.

சீரணத்துக்கு வராமல்போக, to be indigestible.

சீரணி, s. (Hind.), a kind of pastry; 2. (சீர் + அணி), comeliness, சிறந்த வழகு.

*சீரணி, VI. v. t. digest, concoct, செரி; 2. v. i. decay, rot, கெடு.

சீரணித்துப்போக, to become digested, to decay, to grow poor.

சீரணை, s. habit, custom, use, பயிற்சி.

சீரா, s. a coat of armour, a coat of mail, கவசம்; 2. a helmet, தலைச்சீரா.

சீராப்பெட்டி, a leather-bucket.

சீராட்டு, III. v. t. pet, fondle, கொண்டாடு; 2. treat well, entertain with great attention, சிறப்புச்செய்.

சீராட்டி வளர்க்க, to bring up delicately.

சீராட்டு, v. n. civilities, great attention to guests etc.; 2. caressing, fondling.

சீராட்டில்லாதவன், one not delicately brought up.

சீரி, VI. v. i. be acquainted with, accustomed to, பழகு.

சீரிப்பு, v. n. familiarity, acquaintance, வழக்கம்.

சீரிய, adj. (சீர்மை), excellent, சிறப்பான.

சீரியர், the wise, the eminent, the good.

சீர், s. beauty, fairness, அழகு; 2. prosperity, வாழவு; 3. nature, state, சுபாவம்; 4. a good state or condition, virtue, நன்மை; 5. distinction, reputation, சிறப்பு; 6. metrical foot.

சீரழிய, to be disordered, deranged, spoiled to be lost as character, to be deflowered.

சீரழிக்க, to disturb. pervert, ruin.

சீராய், decently, properly, honestly, orderly.

சீருக்கு வர, to come to a proper state.

சீர் குலைச்சல், disorder, immodesty.

சீர் கெட்ட, — கேடான, corrupted, depraved.

சீர் கேடு, corruption, disorder.

சீர்செய்ய, — இட, to put in order; to give household utensils and other presents as dowry, சீர்வரிசை கொடுக்க.

சீர்திருத்த, to correct, to reform.

சீர்தூக்க, to weigh, examine with a balance, நிறுக்க; 2. to weigh in the mind, consider, ponder, சீர் தூக்கிப் பார்க்க.

சீர்நிருவாகம், condition, circumstances.

சீர்ப்பட, to be recovered, reformed.

சீர்ப்படுத்த, to reform, improve.

சீர்ப்பிழை, a fault, obstacle.

சீர்வரிசை, presents to a married girl, dowry.

ஒருகண்ட சீராய், equally, uniformly.

துர்ச்சீர், a bad state.

நற்சீர், a good state.

சீர்த்தி, *s.* great fame, renown, கீர்த்தி.

சீர்மை, *s.* splendour, gracefulness, சிறப்பு; 2. decency, good behaviour, நன்னடை; 3. country, சீமை.

*சீலம், *s.* quality, temper, குணம்; 2. good manners, morality, நன்னடை.

சீலன், சீலக்காரன் (*fem.* சீலி), a man of good disposition and conduct.

சீலா, *s.* a kind of fish; 2. a basket for laving bilge-water from a boat, சீலாப் புட்டி, இறை கூடை.

சீலி, சீரி, VI. *v. i.* get accustomed to, பழகு.

சீலிப்பு, *v. n.* custom, usage.

*சீலை, *s.* a cloth, garment, ஆடை.

சீலைத் துணி, a piece or rag of cloth.

சீலைமண், a coat of clay to cover the mouth of a pot.

குளி சீலை, நீர்ச் சீலை, a fore-flap, waist-cloth, கோவணம்.

பட்டச் சீலை, sand-paper.

சீவகன், *s.* a famous king, the hero of சிந்தாமணி.

*சீவம், *s.* life, the sentient soul, சீவன்.

சீவகாருண்ணியம், benevolence, humanity.

சீவ காலம், — நாள், life-time.

சீவ சுவாசம், the breath of life.

சீவசெந்துக்கள், — ப்பிராணிகள், living creatures.

சீவ நாடி, the vital artery.

சீவந்தன், a living man.

சீவ நாயகன், God, the author of life.

சீவராசிகள், all that live.

சீவ விருட்சம், the tree of life.

சீவாத்துமம், a living soul.

சீவோற்பத்தி, the first beginning of life in the womb.

சீவல், *s.* (*v. n.* of சீவு), shavings, parings, செதுக்கினவை; 2. leanness of body, மெலிவு; 3. a thin person, மெலிந்தவன்.

சீவற்பாக்கு, பாக்குச் சீவல், arecanut parings.

*சீவனம், ஜீவனம், *s.* the way of living, sustaining life, உயிர்வாழ்வு; 2. livelihood, பிழைப்பு; 3. employment, உத்தியோகம்.

சீவனம் பண்ண, — நடக்க, to live, to subsist.

சீவனும்சம், an allotted subsistence, alimony.

சீவனும்சக்காரி, a widow or forsaken wife who gets alimony.

சீவனர்த்தம், support of life, secular motives (*opp. to* ஆத்துமார்த்தம்).

சீவனோபாயம், means of subsistence.

கஷ்ட சீவனம், a wretched life.

*சீவன், ஜீவன், life, the vital principle, உயிர்; 2. the individual soul, சீவாத்துமா; 3. a living creature, சீவசெந்து.

சீவனுண்டாய்ப் பேச, to speak aloud.

சீவனை வாங்க, to kill a creature, to take away life.

சீவனோடிருக்க, to be alive.

அறிவில்லாத சீவன், an irrational creature.

கிழட்டு (கிழ) ச்சீவன், an old person.

நரசீவன், மனுஷ –, human life, a man.

பரம சீவன், சர்வ சீவ கர்த்தர், God.

மிருக சீவன், an animal.

*சீவி, s. a living, intelligent being.

நித்திய சீவி, eternal spirit.

*சீவி, VI. v. i. live, subsist, have maintenance, உயிர்வாழ்; 2. sojourn, dwell, சஞ்சரி.

சீவித்துப்போக, to die.

*சீவியம், s. life, existence, உயிரோடிருக்கை; 2. the season of life, வாழ் நாள்; 3. livelihood, living, சீவனம்.

சீவிய காலமெல்லாம், as long as we live.

இச்சீவியம், the present life (*opp. to* வருஞ் சீவியம், மறு –, the future life, the future state of being).

*சீவியர், s. the living, the quick.

சீவு, III. v. t. shave, scrape, pare off, furbish, polish, smooth, plane, செதுக்கு; 2. sharpen a stick with a knife; 3. comb or brush the hair, கோது.

சீவிப்போட, to scrape off.

சீவிமுடிக்க, – கட்ட, to comb and tie the hair.

சீவுளி, a plane, a burnishing stick, a polishing iron.

இறகு சீவ, to mend a pen.

சீழ், சீ, s. pus; 2. whistling, சீழ்க்கை.

சீழ்க்கை விட, to whistle.

சீறா, s. (*Hind.*), a Mohammedan epic poem.

சீறு, s. a hiss.

பிள்ளை சீறுசீறென்றழுகிறது, the child frets and cries.

சீறு, III. v. i. hiss (as a serpent), snort (as a horse); 2. rage, fret and foam, puff at one, மூர்க்கங்கொள்; 3. v. t. rebuke, அதட்டு.

சீறிப் பார்க்க, to look angrily.

சீறுமாறு, ill-treatment; 2. confusion, தாறுமாறு.

சீறுமாறு பண்ண, to treat one roughly or badly.

சீற்றம், s. (சீறு), anger, fury.

சீனக்காரம், s. alum.

*சீனம், சீனு, s. China; 2. the Chinese language.

சீனப்பூ, the name of a flower.

சீனவெடி, சீனிவெடி, Chinese crackers in fire works.

சீனவேலை, சீனத்து –, any curious Chinese work.

சீனன், சீனுக்காரன், China man, a Chinese.

சீனி, s. (சீனம் + இ), sugar, China sugar.

சீனி, s. (*Hind.*), a wooden anchor; 2. (ஜீனி), a saddle.

சீனிக் கயிறு, the cable of a wooden anchor.

சீனி சட்ட, to saddle a horse.

சு

*சு, *prefix denoting* good (as சுகுணம், சுவிசேஷம்); 2. same as சுவ, சுய, own (as in சுதேசம், சுசாதி).

*சுகந்தம், s. (சு + கந்தம்), fragrance, perfumes, வாசம்.

சுகந்த வர்க்கம், perfumes, aromatics.

சுகந்த வாசனை, sweet fragrant smell.

சுகந்தி, சுகந்திக்கல், s. a kind of amethyst.

*சுகம், s. health, சௌக்கியம்; 2. ease, relief from pain, வாழ்வு; 3. delight, pleasure, happiness, இன்பம்; 4. safety, பத்திரம்.

சுக சரீரம், a sound body, a healthy constitution.

சுக சரீரி, சுக சீவி, a healthy person.

சுக செய்தி, சுகாதிசயம், welfare.

உன் சுகசெய்தி என்ன, how are you?

சுக செல்வன் (*fem.* சுக செல்வி), a person enjoying the pleasures and luxuries of life.

சுக துக்கங்கள், சுகாசுகம், joys and sorrows, comforts and troubles.

சுக பத்திரமாய், safely.

சுக போகம், sensual delight.

சுகப்பட, சுகமாய்ப் போக, to be restored to health; to prosper.

சுகமாயிரு, I wish you health.

சுக வீனம், ill-health, illness.

சுகாதிசயம், news of another's welfare.

சுகாந்திக்கல், *s.* an amethyst, *சுகந்தி*.

*சுகி, சுகவான், சுகவாசி, சுகப்பட்டவன், *s.* one who has health and wealth.

*சுகி, VI. *v. i.* be well, live happily, prosper, live sumptuously, *வாழு*; 2. *v. t.* enjoy, *அனுபவி*.

சுகிர், சுகிரு, II. *v. t.* part, split, slice, *வகிர்*.

*சுகிர்தம் (சுகுர்தம்), *s.* (*சு*), virtue, moral merit, *அறம்*; 2. reward for virtue, bliss, புண்ணியம்.

சுகிர்த புண்ணியம், — பலன், merit of work, reward for virtue.

சுகிர்தம் அடைய, to obtain bliss.

சுகிர்தன், a virtuous or blessed man.

*சுகிர்த்து, *s.* friendship, *சிநேகம்*.

*சுகிர்ல்லாபம், *s.* securing friendship, *நட்புப்பேறு*.

*சுகுணம், *s.* (*சு*), good nature or quality, *நற்குணம்*.

சுகுணன், a person of good disposition.

*சுகுர்தம், *s.* see *சுகிர்தம்*.

சுக்கடித்தம், *s.* cloth closely woven.

சுக்கல், *s.* a bit, a small piece, *துண்டு*.

சுக்கான், *s.* the rudder, helm of a ship; 2. limestone, *சுக்கான் கல்*.

சுக்கானீறு, lime of limestone.

சுக்கான் கிரி, சுக்கானி, a helms-man.

சுக்கான் பிடிக்க, to steer the ship.

பச்சைச் சுக்கான், limestone not yet burnt.

*சுக்கியானம், *s.* (*சு*), knowledge of holy law, theology, essential statutes, *பரமஞானம்*.

*சுக்கிரன், *s.* Venus, *வெள்ளி*; 2. a man of guile, *கபடன்*; 3. white speck in the eye.

சுக்கிர திசை, auspicious influence of the planet Venus.

சுக்கிரவாரம், Friday.

*சுக்கிராக்கினை, *s.* cruel treatment, severe punishment.

*சுக்கிரீவன், *s.* a king of Rama's monkey forces.

*சுக்கிலம், *s.* whiteness, *வெண்மை*; 2. the bright half of the moon, *சுக்கிலபட்சம்*; 3. semen virile, *விந்து*.

சுக்கில மூத்திரம், — மேகம், — ப்பிரமியம், the gonorrhea, venereal disease.

சுக்கு, *s.* dry ginger; 2. a bit, a small piece, *சுக்கல்*.

சுக்குச் சுக்காயுடைய, to break in pieces.

சுக்குச் செட்டுக்காரன், a miser; one that is extremely covetous.

சுக்குமாத்தடி, *s.* the staff of a Saiva Pandaram, a magical wand.

*சுங்கம், *s.* toll, duty, customs, tax paid for merchandise, *ஆயம்*; 2. stealing, pilfering, *திருட்டு*.

சுங்கச்சாவடி, custom-house.

சுங்கான், *s.* (*for.*), a tobacco-pipe.

சுங்கு, *s.* (*Tel.*), a plait or fold of garment, *கொய்சகம்*.

சுங்கு வைத்துக் கட்ட, to let down a fold of garment.

சுங்குத்தான், *s.* a long tube to blow pellets of clay for shooting birds.

*சுசாதி, *s.* (*சு*), one's own caste or family, *சுய சாதி*.

சுசாதி யபிமானம், regard for one's own caste or family.

*சுசி, *s.* physical and moral purity; *சுத்தம்*; 2. cleanliness, *மாசின்மை*, 3. delicacy, nice sensibility, *சுசீல மனம்*.

வாய்க்குச் சுசியாயிருக்கிறது, it is nice to the taste.

*சுசிகரம், *s.* cleanliness, purity, *சுத்தம்*; 2. excellence, *மேன்மை*.

*சுசீலம், *s.* (*சு*), good temper, manners, *நேர்மை*.

சுசீலன், a virtuous man.

சுஸ்தி, *சொஸ்தி*, *s.* (*Pers.*), idleness, ease, *சோம்பல்*.

சுடர், *s.* light, splendour, lustre, *ஒளி*; 2. fire, *நெருப்பு*; 3. a burning lamp, *விளக்கு*; 4. the flame of a candle, *தீச்சிகை*.

சுடரெறிய, to radiate, twinkle, gleam.

சுடரோன், the sun.

சுடர்த் தகழி, a small candelabrum.

சுடர் நிலை, a candle-stick.

சுடர் விட்டெரிய, to burn brightly.

இரு சுடர், the two lights, the sun and the moon.

சுடர், II. *v. i.* shine, sparkle, glimmer, *பிரகாசி*.

சுடலை, *s.* a burning ground, place of cremation, சுடுகாடு.
சுடலைக்கரை, — க்காடு, a place for burning dead bodies.
சுடலையாடி, Siva who dances where funeral pyres are lighted.

சுடு, IV. *v. i.* be hot, feel hot, காய்; 2. burn, எரி; 3. kindle up (as the temper), மனஞ்சுடு.
சுடக்குடித்தவன், a hasty man.
சுடவைக்க, to set any thing on fire to be heated.
சுடச் சுடத்தின்ன, to eat food hot.
சுடுகாடு, — வனம், a burning ground, சுடலை.
சுடுநீர், — தண்ணீர், hot water, வெந்நீர்.
சுட்டுப்போக, to become hot.

சுடு, IV. *v. t.* burn, scorch, scald, தகி; 2. cauterize, scar, brand, சூடு; 3. toast, roast or bake bread, meat etc.; 4. fire a gun or cannon, வெடிசுடு.
சுட்டழிக்க, சுட்டெரிக்க, to burn down.
சுட்டுக் கொட்டைபரப்ப, to devastate a town and sow it with seed.
சுட்டுப்போட, to consume by fire, to shoot.
நாவிலே சுட, to restore one to caste by branding the tongue.
பழுக்கச் சுட, to colour gold on the fire.

சுடுசுடேனல், சிடுசிடெனல், *v. n.* being in a hurry, being irritable.

சுட்கு, VI. *v. i.* grow dry, emaciated, வறளு.

சுட்டி, *s.* jewel worn by children and women on the forehead; 2. a white spot on a beast's forehead, உச்சி வெள்ளை; 3. a turbulent, mischievous fellow, துஷ்டன்.
சுட்டித்தனம், mischievousness.
சுட்டிப்பயல், a mischievous fellow.

சுட்டு, *s.* intention, aim, குறிப்பு; 2. demonstrative letter, சுட்டெழுத்து; 3. mark, distinction, குறி 4. *v. n.* pointing, indication, allusion.
சுட்டுப்பெயர், — ச்சொல், demonstrative pronoun (as அவன், இவன்).

சுட்டு, III. *v. t.* point at, show, allude to, குறி; 2. aim at, mean, கருது; 3. indicate, காட்டு.

சுட்டி, *adv. part.* concerning, about. குறித்து.
அவனைச் சுட்டிப் பேசினான், he spoke about him.
பிள்ளைகளைச் சுட்டி, with regard to the children.
சுட்டிக் காட்ட, to point out, show.

சுட்டுக்கோல், *s.* a blacksmith's poker, உலையாணிக்கோல்; 2. a branding rod, சூட்டுக்கோல்.

சுணக்கம், *s.* see under சுணங்கு, *v.*

சுணங்கன், *s.* a dog, நாய்.
சுணங்கத்தனம், doggishness.
சுணங்கத்தனம் பண்ண, to be apt to bite as a dog.
சுணங்கப் புத்தி, doggish temper.
சுணங்கன் முத்திரை, the mark of a dog as a brand of infamy.

சுணங்கு, *s.* a light coloured spot in the body, தேமல்; 2. *v. n.* emaciation, leanness, மெலிவு.

சுணங்கு, III. *v. i.* grow lean or meagre, மெலி; 2. delay, be dilatory, தாமதி; 3. persist in asking.
சுணங்கல், சுணக்கம், *v. n.* being lean, meagre, மெலிவு.
சுணங்கிப் போக, to grow weak.
சுணங்கி விழ, to be fatigued by over-exertion.

சுணை, *s.* the soft down upon fruits, plants or leaves; 2. irritation of skin caused by the dust of paddy, grain etc., itching, தினவு; 3. keen sensiblity, feeling, அபிமானம்; 4. a prickle, sharpness, கூர்மை.
சுணைகழியாத பிஞ்சு, a fresh, downy fruit.
சுணையில்லாக் கத்தி, a blunt knife.
சுணையில்லாதவன், — கெட்டவன், an insensible person, one who has no sense of honour, one past shame.
சுணையுள்ளவன், a sensitive person.

சுணை, VI. *v. i.* tingle, smart, itch severely, சொறி; 2. *v. t.* proportion, form symmetrically, அங்கப்படுத்து.

சுண்டல், *v. n.* a kind of stewed food, சுண்டல் கறி.

சுண்டாங்கி, *s.* a kind of seasoning used with curry, துவையல்; 2. a small matter, a trifle, அற்பம்.

சுண்டான், *s.* a small earthen measure used by toddy sellers, கள்ளளவு.

*சுண்டி, *s.* toddy, கள்; 2. as சுண்டில்.

சுண்டில், *s.* sensitive plants of several species (as நீர்ச்சுண்டில், வறட்சுண்டில்).

சுண்டு, *s.* smallness, littleness, அற்பம்; 2. a small measure; 3. scurf of the head, பொடுகு; 4. sediment, அடிப் பற்றியது.

சுண்டு விரல், the little finger.

சுண்டு வில்லு, a bow for earthen bullets.

சுண்டெலி, a mouse.

சுண்டு, III. *v. i.* dry up (as in boiling, stewing etc.), evaporate.

சுண்டக் காய்ச்ச, – எரிக்க, to boil so as to reduce or exhaust the liquid.

சுண்டிப்போக, to be reduced by evaporation; 2. to wither, to be shrunk.

சுண்டு, IV. *v. t.* boil away, stew, துவட்டு; 2. shoot or toss up marbles or clay balls by a fillip, தெறி.

சுண்டல், *v. n.* boiling; 2. shooting bullets; 3. boiled peas used as a luncheon.

சுண்டிப்போட, சுண்டலாகச் சமைக்க, to stew.

சுண்டிவிட, to jirk out, to flirt out.

முகத்தைச் சுண்டிக்கொள்ள, to contract the face into wrinkles, to look sullen or ashamed.

*சுண்டை, *s.* a shrub with small edible fruits.

சுண்டைக்காய், its unripe fruit.

சுண்டை வற்றல் (சுண்ட வற்றல்), the dried unripe fruit of சுண்டை.

சுண்ணம், *s.* powder, dust, புழுதி; 2. sweet-scented powders, fumes, powdered sandal, சந்தனப்பொடி; 3. lime, சுண்ணாம்பு.

சுண்ணமாக்க, to pulverize, to reduce to powder.

சுண்ணமாட, to cast aromatic powders in sport.

சுண்ணச் சாந்து, plaster, mortar.

பூஞ் சுண்ணம, the pollen or farina of flowers.

சுண்ணாம்பு, *s.* lime, chunam; 2. macerated lime, குழை சாந்து.

சுண்ணாம்படிக்க, to white-wash.

சுண்ணாம்பரைக்க, to grind plaster.

சுண்ணாம்பு குத்த, – இடிக்க, to pound chunam and make it into mortar.

சுண்ணாம்புக் கரண்டகம், a small box for lime.

சுண்ணாம்புக் காரை, overlaying of plaster.

சுண்ணாம்புக் காளவாய், a lime-kiln.

சுண்ணாம்பு தாளிக்க, – குழைக்க, to slake lime.

சுண்ணாம்பு பூச, – தடவ, to plaster with chunam.

கற் சுண்ணாம்பு, சுக்கான் –, stone-lime.

கிளிஞ்சிற் சுண்ணாம்பு, சிப்பிச் –, shell-lime.

குழை சுண்ணம்பு, slaked lime.

சங்குச் சுண்ணாம்பு, lime of conch shells.

சீமைச் சுண்ணாம்பு, chalk.

நத்தைச் சுண்ணாம்பு, lime of snail shells.

முத்துச் சுண்ணாம்பு, lime of pearls (said to be used by kings with their betel).

*சுதந்தரம், சுதந்திரம் (சுதந்தரியம்), *s.* independence, liberty, freedom, சுயாதீனம்; 2. inheritance, heirship, உரிமை; 3. perquisite, compensation, hereditary right or privilege.

சுதந்தரங் கொடுக்க, to pay one his fee or share, to give one his inheritance.

சுதந்தர பாரம்பரை, hereditary right or office.

சுதந்தரமான பெண்சாதி, self-willed, uncontrolled wife.

சுதந்தரவாளி, –க்காரன், சுதந்தரன், the heir, lawful inheritor.

சுதந்தரத்தைப் பிடிக்க, to enter upon a heritage.

*சுதந்தரி, VI. *v. t.* inherit, ஆட்சி பெறு; 2. act independently.

சுதராய், VI. *v. t.* manage well, சமர்த்தாய் நடத்து; 2. *v. i.* gain strength, திடாரிக்கப்படு.

*சுதருமம், *s.* (சு). good works, charity, அறம்; 2. established custom, ஆசாரம்.

*சுதன், *s.* a son, மகன்; 2. prince, இராசகுமாரன்.

*சுதா, சுதாவாக, சுதாவிலே, *adv*. of one's own accord, voluntarily, தானாய்.

சுதாரி, VI. *v. t.* surmount difficulties, endure hardship, மேற்கொள்; 2. defend one's opinion, வாதி.

*சுதி, *s.* the pitch or key-note in singing, சுருதி; 2. an instrumental accompaniment to an air.

சுதிகூட்ட, to harmonise chords, to attune the strings of musical instruments.

சுதிக்கியானம், the science of music.

சுதிபிடிக்க, to accompany the song by sounding the key-note.

சுதியேற்ற, to raise the tune.

சுதும்பு, *s.* milk-fish.

*சுதேசம், *s.* (சு), one's own country, native country, சொந்த தேசம்.

சுதேசி, a native (*opp. to* பரதேசி, stranger).

*சுதை, *s.* nectar, delicious beverage, அமுது; 2. taste, savour, சுவை; 3. riches, property, பொருள்.

*சுத்தம், *s.* cleanness, purity, சுசி; 2. chastity, holiness, மாசின்மை; 3. entireness, reality, genuineness, சுயம்; 4. health, சொஸ்தம்.

சுத்த அநியாயம், gross injustice.

சுத்த உபவாசம், absolute fasting, total abstinence.

சுத்த சத்தியம், the nacked truth.

சுத்தத் தப்பறை, –ப்பொய், a downright lie.

சுத்த நாசம், entire destruction.

சுத்தப் பாழாய்ப் போக, to become totally ruined.

சுத்தமாக, சுத்தப்பட, to be cleaned.

சுத்தமாய், wholly, entirely.

சுத்தமாய்ப் போயிற்று, it is entirely gone.

சுத்தம்பண்ண, சுத்தப்படுத்த, to cleanse, purify.

சுத்தவாளன், –வாளி, –வான், சுத்தன், one who is pure, a holy innocent man.

சுத்தவானாக, to be declared innocent.

சுத்த வீரன், a true hero.

சத்த வெள்ளை, pure white.

சுத்தாங்கம், cleanness, purity, entireness.

கைச் சுத்தம், freedom from bribery or theft.

மனச் சுத்தம், mental purity.

வாய்ச் சுத்தம், veracity.

சுத்தி, *s.* see சுத்தியல்.

*சுத்தி, *s.* cleanness, purity, purification, சுத்தம்.

சுத்தி செய்ய, –பண்ண, to cleanse, purify.

ஆத்தும சுத்தி, spiritual purity.

தந்த சுத்தி, cleaning the teeth.

மலசுத்தி, stools, evacuation of excrements.

*சுத்திகரம், *s.* see under சுத்திகரி.

*சுத்திகரி, VI. *v. t.* cleanse, purify, sanctify, சுத்தியாக்கு.

சுத்திகரிப்பு, சுத்திகரம், purification.

சுத்தியல், சுத்தி, *s.* a hammer, சிறு சம்மட்டி.

*சுந்தரம், *s.* beauty, அழகு.

சுந்தரன் (*fem.* சுந்தரி), a handsome person; 2. a celebrated votary of Siva.

*சுபக்கம், சுபட்சம், *s.* one's own side of an argument (*opp. to* பரபட்சம்).

*சுபம், *s.* fortunateness, propitiousness, felicity, பாக்கியம்; 2. benefit, good luck (*opp. to* அசுபம், bad luck).

சுபகதி, bliss.

சுபகரன் (*fem.* சுபகரி), a beneficent person.

சுபகாரியம், –கருமம், a good thing, auspicious deed.

சுப செய்தி, –சோபனம், சுபாதிசயம், joyful tidings.

சுபதினம், a lucky or auspicious day.

சுபமஸ்து, salutation, success.

சுபாசுபம், good and ill.

*சுபாவம், சுவாபம், *s.* nature, natural state or disposition, இயல்பு; 2. good temper, நற்குணம்.

சுபாவ குணம், natural temper or disposition.

சுபாவப் பிரமாணம், natural inference.

சுபாவமாய்ப் போக, to become habituated to a thing or action.

சுபாவி, சுபாவக்காரன், a honest sincere person.

*சுபாவீகம், *s.* natural state or disposition, சுபாவ குணம்.

சுபை, s. (*Ar.*), a prefecture, province, jurisdiction, ஆளும் எல்லை.

சுபைக்கு வந்தவன், one appointed to be chief of the province.

சுபையதார், a chief of a province, a captain of Sepoys, Subadar.

*சுபோகி, s. (சு), a lucky man, one who enjoys all kinds of prosperity.

சுப்பி (சுப்பல்), s. dry twigs, சுள்ளி.

சுப்பிபொறுக்க, to gather dry twigs.

சுப்பியாய்ப்போக, சுப்பிபோல் உலர்ந்து போக, to dry up and grow lean.

*சுப்பிரமணியன், s. Skanda, son of Ṣiva.

*சுப்பிரம், சுப்பிரதீபம், s. a great lustre, ஒளி.

சும, VII. *v. i.* come on heavily, become heavy, rest, devolve on, சுமர்.

இந்தப் பழி என் மேல் சுமக்க (சுமர) வேண்டாம், this sin shall not be or fall on me.

குற்றஞ் சுமவாதவன் or சுமராதவன், an innocent person.

சும, VII. *v. t.* bear, carry a burden, தூக்கு; 2. endure, suffer, சகி.

சுமந்துகொள்ள, to sustain.

சுமந்து பெற்றாள், a mother, she who brought forth.

சுமந்து போக, to carry away.

குற்றஞ் (பாவஞ்) சுமக்க, to contract and bear sin.

பழி சுமக்க, to bear reproach.

பாரஞ் சுமக்க, to bear a weight or burden.

*சுமங்கலம், s. (சு), that which is fortunate or auspicious.

சுமங்கிலி, சுமங்கலை, a wife, a spouse, one wearing the marriage symbol (*opp. to* அமங்கிலி, a widow).

சுமடு, s. ignorance, அறிவின்மை; 2. a pad for carrying burden on the head, சும்மாடு; 3. a burden, load, சுமை.

சுமட்டுக்காரன், burden-bearer.

சுமதலை, சுமைதலை, s. duty, obligation, charge, weight of duty, பொறுப்பு.

சுமதலையான விலை, a high price.

சுமத்து, III. *v. t.* load, lay a charge or burden upon a person, charge with a fault, ஏற்று.

சுமத்தி வைக்க, to impute, to charge, to impose a debt upon a person.

ஆக்கினை சுமத்த, to inflict punishment, to condemn.

குற்றஞ் சுமத்த, to accuse.

சுமப்பி, VI. *v. t.* (*caus. of* சும), cause to carry.

*சுமரணை, சுமர்ணம், ஸ்மரணை, s. sensation from the touch, feeling, perception, பரிசம்.

சுமர், சுமரு, II. *v. i. vulg.* for சும, *v. i.*

சுமார், s. (*Pers.*), an average, சமார்.

*சுமிர்தி, ஸ்மிர்தி, s. works on law.

*சுமுத்திரை, s. (சு), genuineness, right, exactness, correctness, probity, நேர்மை; 2. authorised standard, சரியளவு.

சுமுத்திரையான நிறை, -படிக்கல், a just weight.

சுமுத்திரையற்றவன், a dishonest person.

சுமை, s. (சும), a burden, load, பாரம்; 2. bounden duty, கடமை.

சுமை கூலி, the hire for carrying a burden.

சுமை தாங்கி, a rest or platform of stone etc. to place burdens upon.

சுமையடை, a pad for the head in carrying, சும்மாடு.

சுமையாள், சுமைகாரன், a porter, carrier, bearer.

சுமையெடுக்க, to carry a load.

ஆட்சுமை, a cooly-load.

சும்பு, III. *v. i.* same as கும்பு.

சும்மா, *adv.* lazily, idly, leisurely, தொழில்படாமையாய்; 2. uselessly, விருதாவாய்; 3. unintentionally, without reason, முகாந்தரமில்லாமல்; 4. gratuitously, இலவசமாய்; 5. freely, repeatedly, continuously, ஒழியாமல்.

சும்மா இருக்க, to be at leisure, to be idle, to be still, to be without employment.

சும்மா கிட, hold your peace!

சும்மா கொடுக்க, to give gratis.

சும்மா சொல்ல, to say a thing for pastime, to speak in jest.

சும்மா சொல்லு, tell it without fear, just say.

சும்மா வந்தேன், I am come having no particular business.

சும்மா வருகிறான், he comes very often.

சும்மாடு, s. (*vul.* சிம்மாடு), a pad for the head to aid in carrying burden, சுமடு, சுமையடை.

சும்மாடு கோல, to make the end of a cloth as a pad for the time.

*சுய, *adj.* see சுவ.

சுயகாரியம், சுயாதிபதி and other compounds see under சுவ.

*சுயம், s. one's own doing or property, what proceeds from one's own capacity or will; 2. self, self-existence, சொந்தம்; 3. peculiarity, இயல்பு; 4. genuineness, natural (not acquired) habits, சுபாவம்; 5. purity, கலப்பின்மை.

சுயஞ்சோதி, God who has light in himself and enlightens others.

சுயமாய், of one's own accord, spontaneously.

சுயமான பால், unadulterated milk.

சுயம்பாகம், cooking of victuals.

சுயம்பாகம் பண்ண, to cook victuals.

சுயம்பாகி, a cook.

சுயம்பாட, to make original poetry, to sing hymns of one's own composing.

*சுயம்பு, s. self existence, தானாகவிருத்தல்; 2. absoluteness, independence, சுயாதீனம்; 3. peculiarity, nature, இயற்கை; 4. natural endowment, சுபாவம்; 5. the deity, கடவுள்.

சுயம்பான மணி, genuine gem.

*சுயம்வரம், s. the public choice of a consort by a princess.

*சுயாதீனம், s. } see under சுவ.
*சுயேச்சை, s. }

சுர, VII. v. i. collect (as milk in the breast, water in a fountain), உண்டாகு; 2. issue, spring, flow, percolate, ஊறு; 3. v. t. give liberally or bountifully, பய.

சுரப்பு, v.n. the springing forth, flow, abundance.

சுரப்புத் தண்ணீர், spring water.

சுரப்பு விட, to flow (as milk from the udder).

*சுரங்கம், s. a mine, an underground passage, a subterraneous cave, கிலவறை; 2. a clandestine opening made in a wall by house-breakers.

சுரங்கம் அறுக்க, -- வைக்க, to dig a mine, to cut through a wall, to undermine.

சுரங்கம் அறுத்துத் திருட, to break through and steal.

*சுரசம், s. (சு), expressed and heated juice for medicine, any sweet juice, சாறு.

இஞ்சிச் சுரசம், heated juice of ginger.

*சுரணை, s. see சுமரணை.

சுரண்டு, III. v. t. scratch off, scrape out, erase; 2. drain one's property, கவர்; 3. instigate, excite, தூண்டு.

சுரண்டி, a scraper.

சுரண்டித் தேய்க்க, to rub furniture, to polish, to scrape out all remains from a sauce pan etc.

*சுரதம், s. coition, copulation, புணர்ச்சி; 2. juice or essence of medical plants, சுரசம்.

சுரதமங்கை, a prostitute.

*சுரபி, s. fragrance, perfume, வாசனை; 2. a cow, பசு.

சுரம், s. barren ground, wilderness, desert, jungle, காடு.

சுரபாதை, a way through woods.

*சுரம், ஜுரம், s. fever, காய்ச்சல்.

சுரம் மும்முரமாயிருக்கிறது, -- உக்கிரமாயடிக்கிறது, the fever is violent.

சுரந்தணிய, சுரம்விட, to moderate or abate as fever.

சுரமாய்க் கிடக்க, சுரமாயிருக்க, to be sick of fever, to have fever.

தாபசுரம், a burning fever, a fever connected with great heat and thirst.

பித்தசுரம், bilious fever.

*சுரம் (ஸ்வரம்), s. a note in music, any of the 7 notes of the gamut.

சுரக்கியானம், knowledge of melody, taste in music.

சுரமண்டலம், a harp.

சுரமண்டலப் பெட்டி, a harpsichord.

சுரமண்டலம் வாசிக்க, to play the harp.

சுரம் பாட, to sing the seven notes of the gamut.

அபசுரம், discord in music.

சப்த சுரம், the seven notes of the gamut.

நாகசுரம், a kind of clarionet.

*சுரர், s. the celestials, வானோர் (*opp. to* நரர், mortals).

சுரர்சேனை, host of angels.

சுரர்பதி, சுரேந்திரன், சுரேசன், Indra, lord of the celestials.

*சுரா, சுரை, s. palm-wine, கள்.

சுராபானம், drinking toddy or spirit.

சுராளம், s. full gallop, swiftness, அதிவேகம்.

சுராளமிட, - புறப்பட, to gallop.

சுரி, s. a male jackal, ஆண் நரி; 2. thin mud, mire, சேறு; 3. screw; 4. the hole in an ola book.

சுரிமண் (சொரிமணல்), loose, muddy sand, a kind of quick sand.

சுரியாணி, screw.

சுரி, II. v. i. whirl round, wrinkle, curl, சுழி.

சுரி, v. n. whirling, gyration, rotation.

சுரி குழல், curled hair; 2. a damsel.

சுரியல், v. n. gyration, whirlpool; 2. curls, locks of hair.

சுரி, VI. v. t. curl, சுரியச்செய்; 2. draw in (as a tortoise his head), உள்ளே வாங்கு; 3. perforate an ola book, தொளை; 4. wrinkle (as the face in anger), சுருங்கு; 5. v. i. become muddy, miry, சேருகு; 6. sink, அமிழ்.

சுரித்த மூஞ்சி, a wrinkled face, an unpleasant countenance.

*சுரிகை, s. a dagger, a short sword, உடைவாள்; 2. a coat of mail, கவசம்.

சுரீரெனல், v. n. hissing like burning coal put into water, being taken with horror.

சுருக்கம், s. (சுருங்கு), brevity, shortness, சங்கிரகம்; 2. abbreviation, abridgment, compendium, அடக்கம்; 3. contraction, decrease, குறைவு; 4. a plait or small fold in a garment, சுருக்கு.

சுருக்கத்திலே பிடிக்க, to retrench, to make short work of a thing.

சுருக்கமான வழி, a short road, a short or concise method.

சுருக்கமாயிருக்க, to be small, to be in plaits.

சுருக்கு, s. (சுருங்கு), contraction, wrinkle, சுருங்கினது; 2. a gin, snare, trap, கண்ணி; 3. noose, sliding knot, தளை; 4. a plait or fold in a garment, மடிப்பு.

சுருக்கிட, - போட, to make a noose, to put on a noose.

சுருக்கிலே மாட்ட, to catch in a snare.

சுருக்குப் பை, a purse of which the mouth is drawn tight or opened by a double string.

உட் சுருக்கு, a running or sliding knot.

சுருக்கை இழுக்க, to draw a snare, tight or close.

சுருக்கை நெகிழ்த்தி விட, to distend a snare.

சுருக்கு, III. v. t. contract, சுருங்கச்செய்; 2. close, diminish, lessen, குறை; 3. shorten, abridge, epitomize, சங்கிரகி; 4. furl sails, draw in, wrap up a net, close a book, an umbrella etc.; 5. fold, கொய்; 6. tie, கட்டு.

சுருக்கிக் காட்ட, to indicate briefly.

சுருக்கிச் சொல்ல, to say in a few words.

சுருக்கித் தைக்க, to pucker, to gather in sewing.

சுருங்கு, II. v. i. shrink, shrivel, wrinkle, குறை; 2. lessen, decrease, be reduced, சிறுகு; 3. be abridged or shortened, சங்கிரகமாகு.

சுருங்கல், v. n. a wrinkle, anything shrunk.

சுருங்கச் சொல்லல், brevity.

சுருட்டு, s. a roll, curl, சுருள்; 2. cigar, புகையிலைச் சுருட்டு; 3. shrewdness, உபாயம்; 4. v. n. see under சுருட்டு, v.

சுருட்டுக் குடிக்க, - பிடிக்க, to smoke a cigar.

சுருட்டு, III. v. t. roll up, infold, curl, சுருளச்செய்; 2. take up all at once, sweep off, கவர்.

சுருட்டிக்கொண்டுபோக, to steal away, to carry off.

சுருட்டிவாரிக்கொண்டுபோக, to sweep off (as epidemic, thieves etc.).

சுருட்டு, v. n. curling, coiling.

சுருட்டு வாள், a flexible sword.

முழுப்பாய் சுருட்டி, a swindler, a cheat.

சுருட்டை, *s.* a small kind of snake; 2. a hair-curl, மயிர்ச்சுருள்; 3. a girl with curly hair.

சுருட்டை மயிர், curled hair.

சுருட்டை விரியன், an adder.

சுருணை (சுருளை), *s.* a clew of thread, நூற் சுருள்; 2. a twist or coil of straw etc.; 3. a curve, வளைவு.

கணக்குச்சுருணை, a scroll of accounts.

கயிற்றுச் சுருணை, a ball of cord.

*சுருதி, *s.* sound, tone, ஒலி; 2. revelation, the Vedas; 3. melody, இசை; 4. the key-note, சுதி.

சுருதி கூட்ட, to pitch the key-note.

சுருதிப் பிரமாணம், authority of scriptures, scriptural evidence.

சுரும்பர், சுரும்பு, *s.* a beetle, bee, வண்டு.

சுருளை, *s. vulg.* for சுருணை.

சுருள், *s.* a roll, scroll, curl, சுருட்டு; 2. a curled or crisped leaf; 3. the involved folds of the young lotus plant while yet under water.

சுருள் பண்ண, to roll up an ola-letter.

சுருள் மடிக்க, to fold betel-leaf.

ஓலைச் சுருள், a palm-leaf scroll.

பட்டுச் சுருள், a roll of silk.

பாய்ச் சுருள், a furl of sails, a roll of mats.

வெற்றிலைச் சுருள், a roll of betel-leaves for chewing.

சுருள், சுருளு, I. *v. i.* be rolled up, become coiled, சுருண்டுபோ.

*சுருபம், சொரூபம், *s.* (சு), nature, குணம்; 2. that which is well formed, நல்லுருவம்; 3. exact likeness, சாயல்; 4. an image, உருவம்.

உன் சுரூபத்தைக் காட்டாதே, do not show your temperament.

சுரூபக் கேடு, deformity.

சுரூபவதி, ரூபவதி, a beautiful woman.

சுரூபி, a beautiful person.

சுரை, *s.* a plant of the gourd kind, a water gourd; 2. hollowness, a female-screw, உட்டுளை.

சுரைக்காய், the unripe fruit of the gourd.

சுரைக் குடுக்கை, the dry shell of a gourd used as a vessel by mendicants.

சுரை போட, to provide a female-screw.

பேய்ச் சுரை, a bitter gourd.

*சுரை, *s.* toddy, liquor, see சுரா.

*சுரோணிதம், *s.* blood, உதிரம்; 2. menstrual discharge, சூதகம்.

சுக்கில சுரோணிதம், the male and female semen.

*சுரோத்திரம், *s.* the ear, காது; 2. hearing, கேள்வி.

*சுரோத்திரியம், *s.* a gift of land to the learned.

*சுலபம், *s.* easiness, facility, சுளுவு; 2. a trifle, சொற்பம்.

சுலபமான விலை, a very low price.

சுலாவு (சுலவு), III. *v. i.* whirl, go round about, சுழல்; 2. *v. t.* make water move round, சுற்று.

சுலாவிக் கழுவ, to wash any vessel by rubbing it round with the hand.

சுலாவி ஊற்ற, to rinse and cast out.

*சுலோகம், *s.* a verse, especially a Sanskrit verse, stanza; 2. a word, வார்த்தை; 3. a saying, proverb, பழமொழி.

*சுலோசனம், *s.* (சு), fine eyes; 2. spectacles.

*சுலோபம், *s.* an ant, emmet, எறும்பு; 2. easiness, facility, சுலபம்; 3. a saying, சுலோகம்.

சுல்லி, *s.* a fire place, cooking place.

*சுவ, ஸ்வ, சுய, சு, *adj.* proper, peculiar, own, சொந்தமான.

சுயகாரியம், one's own matter or affair.

சுயகாறுபாறு, one's own authority.

சுயபாரபத்தியம், arbitrary power.

சுயாதிபதி, an independent monarch.

சுயாதீனம், சுவாதீனம், free will, independence, freedom, liberty, one's own property.

சுயாதீனன், a free agent, one who is his own master.

சுயேச்சை, சுவேச்சை (இச்சை), free will.

சுவ தந்திரம், சுவ தந்திரியம், சுவா தந்திரியம், same as சுதந்தரம்.

*சுவஸ்தம், ஸ்வஸ்தம், *s.* healthiness.

சுவடி, *s.* an ola school book, ola book in general.

சுவடி சேர்க்க, to make a book of cadjan-leaves.

சுவடி படிக்க, to read and learn an ola book.

அரிச்சுவடி, the alphabet.

சுவடி துவக்க, to begin with an ola book.

சுவடு, *s.* mark, trace, foot mark, அடிச் சுவடு; 2. scar, தழும்பு; 3. the rut or track of a wheel, வண்டித்தடம்; 4. stirrup, அங்கவடி.

*சுவஸ்தலிகிதம், *com.* சொஸ்தலிகிதம், *s.* (சு + அஸ்த + லிகிதம்) autograph, one's own writing, சொந்தக் கையெழுத்து.

*சுவயம், ஸ்வயம், சுயம், *s.* self, one's own.

சுவயங்கிருதம், one's own doing.

சுவர், *s.* a wall, மதில்.

சுவரறை, an opening in a wall for a shelf.

சுவரொட்டி, a plant growing on walls, the spleen.

சுவர்க்கால், the bottom of a wall.

சுவர்க்கோழி, a cricket, an insect which makes a great noise.

சுவர் தாங்கி, a buttress.

சுவர் வைக்க, — போட, to build a wall.

கற்சுவர், a brick or stone wall.

குட்டிச் சுவர், a short wall adjoining a building.

கைப்பிடிச் சுவர், a dwarf-wall, balustrade.

மண் சுவர், a mud wall.

*சுவர்க்கம், சொர்க்கம், *s.* Swarga, the paradise of Indra, சுவர்க்க லோகம்.

சுவர்க்கத்துக்குப் போக, சுவர்க்க பதவி அடைய, to go to heaven.

சுவர்க்கர், celestials, immortals.

சுவர்க்காரோகணம், going to heaven.

*சுவர்ணம், சுவர்னம், சொர்ணம், *s.* gold, பொன்.

சுவர்ண சாயை, the gold colour.

சுவர்ணதானம், a gift in money.

சுவர்ண மயம், resembling gold, of golden quality.

சுவறு, III. *v. i.* dry up, grow dry, evaporate, be absorbed, வற்று.

சுவறக் குடிக்க, to drink up, to absorb.

சுவறிப் போக, to be absorbed.

சுவறுதல், *v. n.* absorbing, evaporating.

*சுவற்பம், சொற்பம், *s.* (சு + அற்பம்), trifle.

சுவற்று, III. *v. t.* dry up, வற்றச்செய்; 2. absorb, உறிஞ்சு.

*சுவாசம், *s.* breath, respiration, breathing, உயிர்ப்பு; 2. (சு + வாசம்), comfortable dwelling place.

சுவாச காசம், asthma.

சுவாசம் அமர, — அடக்க, to stop breathing, to expire.

சுவாசம் நடக்கிறது, breathing continues, he is still alive.

சுவாசம் வாங்க, to draw the breath, inhale.

சுவாசம் விட, to breathe, to expel breath, to respire.

உச்சுவாசம், the air drawn in by breathing.

நிச்சுவாசம், the air thrown out by the lungs.

மேற்சுவாசம், difficult breathing of a dying person.

*சுவாசி, VI. *v. i.* breathe, respire, சுவாசம் விடு.

*சுவாதந்திரியம், *s.* see சுவதந்திரியம், under சுவ.

*சுவாதி, சோதி, *s.* a large star in the tail of the great bear, Asturus.

*சுவாதீனம், *s.* see under சுவ.

*சுவாத்தியம், சுவாஸ்த்தியம், *s.* happiness, content, பாக்கியம்; 2. health, ease, சுகம்; 3. pleasantness, sweetness, இன்பம்.

*சுவாபம், *s.* nature, see சுபாவம்.

*சுவாமி, *s.* Lord, God, *contracted into* சாமி, which see.

*சுவாரசம், *s.* sweetness, சாரசியம்.

சுவாரி, *s.* (*Pers.*), same as சவாரி.

*சுவார்ச்சிதம், சுயார்ச்சிதம், *s.* (சுவ, சுய), one's own acquisitions (*opp. to* பிதிரார்ச்சிதம்).

*சுவார்த்தம், *s.* (சுவ), genuine signification of a word; 2. self-interest, சுயநயம்.

*சுவாலி, VI. *v. i.* blaze, flame, be sultry or vehemently hot, மிக எரி.

சுவாலித்தெரிய, to burn in flames.

சுவாலை 334 சுழி

அக்கினி சுவாலித்தல், the blazing of fire.

*சுவாலை, s. a flame, சொலிப்பு.

சுவாலைதாவ, to catch as flames.

சுவாலை விட, to blaze.

*சுவானம், s. a dog, நாய்.

*சுவானுபவம், s. (சுவ), self-experience.

*சுவிகரம், s. see சுவிகாரம்.

*சுவிகரி, VI. v. t. make a thing one's own, adopt, தனதாக்கு; 2. use, enjoy, அனுபவி; 3. assent, agree, ஒப்புக்கொள்.

*சுவிகாரம், சுவிகரம், s. (சுவ + கர doing), adoption, assent, consent, அங்கிகரிப்பு; 2. enjoyment, அனுபவம்.

சுவிகார புத்திரன், adopted son.

புத்திர சுவிகாரம், adoption.

*சுவிசேடம், சுவிசேஷம், s. (சு), joyful news, good tidings, the gospel, நற்செய்தி.

சுவிசேஷகன், சுவிசேஷன், one that brings good news, an evangelist.

*சுவீகாரம், s. same as சுவிகாரம்.

*சுவேச்சை, s. free will, see under சுவ.

*சுவேதம், s. whiteness, வெண்மை; 2. sweat, perspiration, வேர்வை.

சுவை, s. taste, flavour, relish, உருசி; 2. deliciousness, இன்பம்.

சுவைகொள்ள, – பட, to taste well.

சுவைபார்க்க, to taste; 2. to be nice, particular, dainty in food.

அறு சுவை, the six flavours, *viz:* கைப்பு, bitterness, இனிப்பு, sweetness, புளிப்பு, sourness, உவர்ப்பு, saltness, துவர்ப்பு, astringency, கார்ப்பு, pungency.

உட்சுவை, the flavour of a fruit etc.

சுவை, VI. v. i. be relishable, have flavour, சுவைகொள்; 2. v. t. taste, relish, ருசிபார்; 3. feed upon, உண்; 4. enjoy, அனுபவி.

சுவைத்துப் போட, to spit out after tasting a thing.

சுவ்வென்று வாங்கிப்போகல், v. n. vanishing as humidity of the ground in great heat.

சுழல், சுழலு, I. v. i. (சுழன்று போ), whirl, swing about, turn round, revolve, சுற்று; 2. be agitated, distressed, கலங்கு.

சுழல் காற்று, whirlwind.

சுழல் தண்ணீர், rolling and flowing water, whirlpool.

சுழன்று திரிய, to be revolving, to be agitated.

சுழல், v. n. a whirlwind, whirlpool; 2. a wind-mill, a whirligig; 3. fraud.

சுழலில் அகப்பட, to be caught in a whirlwind or whirlpool.

சுழலன் (*fem.* சுழலி), a cheat, an impostor.

சக்கராகாரமாய்ச் சுழல, to whirl about in a circle.

சுழற்று, III. v. t. whirl, turn, spin, swing round, சுழலச்செய்; 2. cause dizziness, தலையைச் சுழற்று.

சுழற்றல், v. n. being giddy.

சுழற்றி எறிய, to whirl a weapon and fling it into the air.

சுழற்று, v. n. whirling, spinning.

சுழற்று தடி, a club used by fencers.

சுழி, s. a whirl, நீர்ச்சுழல்; 2. a circlet, a curl in the formation of letters (as ன, கீ etc.); 3. a curl in hair, மயிர்ச்சுருள்; 4. circles on the surface of water (as by the fall of a stone); 5. curved lines on the head or body.

சுழிக்குணம், – த்தனம், knavery.

சுழி சுத்தம் பார்க்க, to examine a horse with reference to the curl of the hair on the forehead.

சுழி மாந்தம், a distortion of the bowels.

சுழி மின்னல், forked lightening.

சுழியன், a knave, a rogue, a whirlwind.

சித்திரைச் சுழியன், a storm in the month of April.

சுழியாணி, the lower pin of a door or gate.

சுழியோட, to dive into water.

தொப்புட் சுழி, involution of the navel.

நீர்ச்சுழி, a whirl-pool.

பிள்ளையார் சுழி, the mark (உ) used by the Hindus in the beginning of a letter or book.

சுழி, II. v. i. become curved, involved.

சுழிதல், சுழியல், v. n. curling.

சுழி, VI. *v. i.* be formed (as curls), sink, fall in (as eyes); 2. *v. t.* curl, incurve, turn in ringlets, சுழியச்செய்.

சுழித்துப் பார்க்க, to look unwillingly, with discontent.

சுழித்த முகம், a sunk face.

சுழுந்து, *s.* see சுளுந்து.

சுளகு, *s.* a winnowing fan, a sort of scupper, முறம்.

சுளகாலே அடிக்க, to strike with a winnowing fan (regarded as a disgrace).

சுளகாலே கொழிக்க, – நோம்ப, to winnow separating stones etc. from the grains.

சுளகாலே புடைக்க, to winnow or clean grain.

சுளி, VI. *v. i.* & *t.* be angry, displeased or disgusted, express anger by features, words etc., கோபி.

சுளிக்கச் சொல்லேல், speak not offensive words (Av.).

சுளிப்பு, *v. n.* anger, fury, expressions of anger.

முகத்தை (நெற்றியை) ச்சுளிக்க, to frown.

சுளிக்து, *s.* a pike-staff, a sharp pointed stick used by travellers.

சுளுக்கு, III. *v. i.* be sprained, strained, dislocated, உளுக்கு.

நரம்பு சுளுக்கிற்று, the tendon is sprained.

சுளுக்கு, *v. n.* a sprain.

சுளுக்குக்குத் தடவ, to anoint a sprained limb.

சுளுக்குப் பார்க்க, to use enchantment for curing a sprain.

சுளுக்கு வழிக்க, – உருவ, to rub a sprained limb with oil etc., to chafe a sprained limb.

சுளுக்கேற, சுளுக்கிக் கொள்ள, to be strained.

சுளுக்கேற்றி விட, to make a sprain worse.

சுளுந்து, சுழுந்து, *s.* a kind of shrub, கோரான்; 2. dry sticks of this shrub used as a torch, சூள்.

சுளுந்து பிடிக்க, to hold these dry sticks as torches.

*சுளுவு, *s.* easiness, facility, சுலபம்; 2. lightness, இலேசு; 3. abatement, cheapness, தணிவு.

சுளுவான சுமை, a light load.

சுளுவான வழி, a short cut, easy method.

சுளுவு பண்ண, to facilitate, to abate.

சுளுவு பார்க்க, to seek at a reduced price.

சுளை, *s.* pulp of some fruits, especially jack-fruit.

சுளை எடுக்க, to take out the pulp.

சுள், சுள்ளு, *s.* pungency, உறைப்பு; 2. dried salt-fish, கருவாடு; 3. *adj.* little, small.

சுள்ளாணி, a small nail.

சுள்ளுக் கருவாடு, small dried salt-fish.

சுள்ளக்கம், *s.* anger, fury, கோபம்; 2. insolence, மேட்டிமை; 3. prickly heat, வேர்க்குரு.

சுள்ளக்கன், an angry person, a base dishonest man.

சுள்ளாபி, VI. *v. i.* be hot, எரி.

சுள்ளாப்பி, VI. *v. t.* beat, strike, அடி.

சுள்ளாப்பு, *s.* piercing heat of the sun after rain or rainy sun-shine, வெப்பம்; 2. sarcasm, பழிச்சொல்.

சுள்ளாப்புக் காட்ட, – போட, to shine fiercely after rain.

சுள்ளி, *s.* dry sprays for fuel, சுப்பி.

சுள்ளி பொறுக்க, to gather up dry twigs.

சுள்ளு சுள்ளெனல், *v. n.* being excessively hot, pricking; growing furious with angry words.

சுள்ளை, *s.* see சூளை, a kiln, காளவாய்.

சுறண்டு, III. *v. t. prop.* சுரண்டு, which see.

சுறவை, *s.* fieriness, fierceness, vehemence, சுள்ளக்கம்.

சுறா, *s.* a shark, மகரமீன்; 2. filth or nastiness of the body, தேக அழுக்கு.

சுறாக்களிறு, சுறாவேறு, a male shark.

சுறாக்குட்டி, a young shark.

சுறா பிடித்திருக்க, to be foul or dirty.

கொம்பன் சுறா, sword fish.

பால் சுறா, வெண்ணெய்ச் –, different kinds of shark that are eatable.

வேளாச் சுறா, குரங்கன் –, ஓங்கில் –,

வழுவன்—, different species of shark.

சுரீரேனல், *v. n.* smarting excessively (as from the sting of a scorpion, from snuff in the nose etc.); 2. hissing (as a brand when dipped in water).

சுரீரென்று கடிக்க, to bite vehemently.

சுரீரென்று வலிக்க, to feel excessive pain.

சுறுக்கு, *s.* quickness, velocity, haste, activity, வேகம்; 2. sharpness, keenness, கூர்மை; 3. severity, rigor, irritableness, ஆத்திரம்; 4. pungency, காரம்.

சுறுக்காய், quickly.

சுறுக்கான வார்த்தை, sharp words.

சுறுக்கில்லாதவன், a slow-man, a cool-tempered man.

சுறுக்குக் காட்ட, to use sharpness (as with a rattan).

சுறுக்குக்காரன், a hasty or rigorous man, an active man.

சுறுக்குத் தாக்க, to show rigor.

சுறுக்கெனல், *v. n.* being quick, severe, sharp.

சுறுக்கென்று சொல்ல, to offend one with sharp words.

சுறுக்கு சுறுக்கென்று வலிக்க, to feel accute pain.

சுறுசுறுப்பு, *s.* diligence, ardency, fervency, activity, சாக்கிரதை; 2. alacrity, swiftness, விரைவு.

சுறுசுறெனல், *v. n.* hissing (as a brand when dipped in water), rising quickly (as anger).

சுறுதி, *s.* swiftness, quickness, சுறுசுறுப்பு.

சுற்றம், *s.* affinity, consanguinity, relations, உறவு; 2. adherents, உற்றார்.

சுற்றத்தார், relations, adherents, attendants.

தந்தை வழிச் சுற்றம், relationship by the father's side.

சுற்று, *s.* circuit, compass, சுற்றளவு; 2. circuitous run, சுற்றோட்டம்; 3. circumference, circle, வட்டம்; 4. circular or surrounding wall; 5. winding way, circuitous road, சுற்றுவழி.

சுற்றளவு, circumference, perimeter.

சுற்றால், சுற்றுமதில், surrounding wall.

சுற்றிலும், சுற்றும், சுற்று முற்றும், roundabout, all about.

சுற்றுக்கட்டு, a house with verandahs all round, fabrication.

சுற்றுப்பட்டார், சுற்றுப்புறத்தார், inhabitants of the surrounding parts.

சுற்றுப்பட்டு, —ப்புறம், —க்கால், neighbourhood, surrounding places.

சுற்றுப்பட்டுக் கிராமம், a village adjoining a town.

உகிர்ச்சுற்று, நகச்சுற்று, whitlow.

சுற்று, III. *v. i.* go about, meander, be circuitous, சுற்றிப்போ; 2. be giddy, dizzy, தலைகிறுகிறு; 3. *v. t.* wrap up, (as mats); 4. encompass, surround, சூழு; 5. dress, சீலைசுற்று; 6. get by trickery, வஞ்சி.

ஒருவனைச் சுற்ற, to accost one often, to importune one.

சுற்றிக்கொண்டு போக, to go round about, to surround; 2. to steal away.

சுற்றிச்சுழற்றி, altogether, ஒருமிக்க.

சுற்றிச்சுற்றி, round and round, circuitously, repeatedly.

சுற்றித்திரிய, to go about, to ramble about.

சுற்றிப்பார்க்க, to look about.

சுற்றிப்போட, to wind wire etc. around anything.

சுற்றிவர, to pass round.

சுற்றிவளைக்க, to surround, to environ, to lead round the oxen or other animals.

தலைப்பா சுற்ற, to wrap a turban round the head.

*சுனகன், *s.* a dog, நாய்.

*சுனி, *s.* a bitch, பெண்ணாய்.

சுனை, *s.* a spring or fountain on a mountain, a hill-tank.

சுனை, II. *v. i.* become soft or macerated, குழை; 2. fade, வாடு.

சுனைவு, *s.* rock-water.

சுன்னத்து, *s.* (*for.*), circumcision, விருத்த சேதனம்.

சுன்னத்துப் பண்ண, to circumcise.

சுன்னத்துப் பெற்றவன், one circumcised.

*சுன்னம், சுன்னை, *s.* a cipher, zero, பூச்சியம்.

சூ

சூ, *s.* setting on dogs.
சூக்காட்ட, சூவிட, to set on dogs; 2. to drive away animals by a sound, வெருட்ட.
சூகை, *s.* a kind of ant; 2. the back part of a house, வீட்டின் பின்புறம்; 3. dizziness, தலை சுற்றல்.
என் சூகையோரத்திலே வந்து கிடந்தாயே, you have lived upon my bounty.
சூகைக் கண், near-sightedness.
சூகையாட, to be dizzy.
சூகையொண்டிக் கேட்க, to listen at the back of the house.
*சூக்குமம், சூக்ஷமம், *s.* minuteness, subtility, see சூட்சம்.
*சூசனை, சூசனம், *s.* gesticulation, information by signs, showing, குறிப்பு; 2. sharpness, acuteness, quickness of apprehension, கூர்மை.
சூசனைக்காரன், one who is accurate or exact.
சூசனையாய்ச் சொல்ல, to speak with accuracy.
சூசனையாய்ப் பார்க்க, to look narrowly into a thing.
*சூசி, சூசிகை, *s.* a needle, ஊசி; 2. an index, a catalogue, குறிப்பு.
சூசிக்கல், the mariner's needle, காந்த ஊசி.
*சூசிகாவாயு, *s.* hysterics, சூதக வாயு.
சூடன், சூடம், *s.* camphor, கருப்பூரம்.
*சூடாமணி, *s.* a jewel in a crest or diadem, முடிமணி; 2. one of the two gems of Swerga.
சூடாமணி நிகண்டு, the நிகண்டு or Tamil poetical Lexicon by மண்டலவன்.
சூடி, *s.* a cloth, சீலை; 2. one that is wreathed with (as ஆத்தி சூடி, Siva who wears a chaplet of ஆத்தி flowers).
சூடு, *s.* heat, warmth, வெப்பம்; 2. a burning or brand; 3. a sheaf, a bundle of rice-corn given to the barber, washer-man etc., அரிக்கட்டு.
சூடு கண்ட பூனை அடுப்படி செல்லாது, a burnt cat wont come near the hearth (a burnt child dreads the fire).
சூடடிக்க, to thrash the sheaves.
சூடு காட்ட, to foment, to warm, to heat, to appear hot (as fever).
சூடுகொள்ள, to become heated or feverish.
சூடுண்டவன், one marked with a brand-iron.
சூடு போட, – வைக்க, to brand cattle.
சூட்டடி, *v. n.* the beating of sheaves (before threshing).
சூட்டுக்கோல், a brand-iron.
கைச்சூடு, heat of the hand; 2. the sheaf given to the reapers.
சூடு, III. *v. t.* brand cattle; 2. wear, bear, அணி; 3. adorn one-self, be crowned, கிரீடஞ்சூடு.
நாமஞ் சூட, to be invested with a name.
மாலை சூட, to wear a garland, to marry.
முடி சூட, to wear a crown or diadem.
சூடை, சூடைமீன். *s.* a small kind of fish.
*சூட்சம், சூக்குமம், சூக்ஷமம், சூட்சமம், *s.* smallness, fineness, subtility, நுட்பம்; 2. skill, dexterity, யூகம்; 3. device, contrivance, fraud, உபாயம்.
சூட்சக்காரன் (*fem.* சூட்சக்காரி), a skilful, ingenious person; a cunning, artful man.
சூட்சமான காரியம, a trivial matter, a slight affair.
சூட்சமான வேலை, fine work.
சூட்சமாய்ச் செலவு பண்ண, to manage economically.
சூட்சமாய்ப் பிழைக்க, to live frugally.
சூட்சமாய்ப் பேச, to speak artfully.
சூட்சாதி சூட்சம், சூட்சுமாதி சூட்சுமம், extreme fineness, great contrivance.
சூட்சும காயம், subtile or ethereal body.
சூட்டிக்கை, *s.* (*Tel.*), sharpness, ingenuity, கூர்மைப் புத்தி.
சூட்டிக்கையாய்ப் பேச, to speak boldly, dexterously.

சூட்டு, *s.* garland, மாலை; 2. a pendent ornament for the forehead, நுதலணி; 3. the crest of some birds, கொண்டை; 4. *v. n.* investing, adorning.

சூட்டு, III. *v. t.* crown, wreath, put on, adorn, அணி; 2. invest with honours etc., நாமஞ்சூட்டு.

ஒருவனுக்குச் சூட்டிவிட, to give a girl to one in marriage.

முடி சூட்ட, to crown.

*சூதகம், *s.* birth, delivery, பிறப்பு; 2. uncleanness, impurity from catamenia, death etc., தீட்டு.

சூதகக்காரன், one ceremonially impure.

சூதகக்காரி, சூதக ஸ்திரி, a menstruous woman.

சூதகங் கழிக்க, to remove uncleanness by an offering or ceremony.

சூதகமாக, to have the monthly course (as a woman).

சூதகவாயு, சூசிகாவாயு, hysterics, a fit of the womb.

மரண சூதகம், impurity caused by death in a house.

*சூதானம், *s.* cautiousness, circumspection, எச்சரிப்பு.

சூதானமான இடம், a secure place.

சூதானம்பண்ண, to deposit in a safe place, to take care.

*சூது, *s.* play of dice or draughts, gaming, gambling, சூதாட்டு; 2. fraud, trick, deception, வஞ்சகம்.

சூதாட, சூது விளையாட, to play with dice for money etc., to gamble.

சூதாடுகிறவன், சூதாட்டக்காரன், a gambler, player.

சூதாட்டம், சூதாட்டு, gambling.

சூதுக்காரன், a deceitful person.

சூதுபண்ண, to deceive, to play trick.

சூதுவாது, trick, deception.

சூத்தி, ஜூத்தி, *s.* (*Hind.*), shoes, slippers, பாதரட்சை.

*சூத்திரம், *s.* thread, twisted thread, cord, நூல்; 2. machine, engine, an artificial piece of work (as a clock etc.), இயந்திரம்; 3. stratagem, artifice, contrivance, உபாயம்; 4. a brief rule or precept in grammar, logic; 5. a secret, mystery, இரகசியம்.

சூத்திரக்காரன், சூத்திரன், சூத்திரி, artist, mechanist, engineer.

சூத்திரதாரி, one who moves and manages the wires in a puppet-show; 2. God (as moving all things).

சூத்திரப் பதுமை, a puppet moved by strings.

சூத்திரப் பதுமை ஆட்ட, to make puppets dance.

சூத்திரப் புறனடை, a note appended to a rule.

சூத்திர வேலை, an ingenious contrivance, anything of mechanism.

கபட சூத்திரம், a cunning deception.

சல சூத்திரம், water works, hydraulic machine.

*சூத்திரன், *s.* (*fem.* சூத்திரச்சி, *pl.* சூத்திரர், *com.* சூத்திராள்), a Sudra, a member of the fourth caste.

சூத்திர சாதி, the Sudra caste.

*சூத்திரி, VI. *v. t.* construct rules of grammar etc.

சூத்து, *s.* (*vulg.*), the anus, the breech, குதம்.

சூத்தின்மேலடிக்க, to flog the breech.

சூத்துக்காட்டித்தனம், gaining favour by cringing and unfavourable means.

சூத்தும் வாயும் பொத்த, to be much afraid.

சூத்தை (சொத்தை), *s.* that which is decayed.

சூத்தைப் பல், a carious tooth.

சூத்தைப் பாக்கு, a worm-eaten arecanut.

சூத்தையரிக்க, to be decayed or worm-eaten.

சூப்பி, *s.* (*Hind.*), the prepuce or foreskin, நுனித் தோல் (*Moh. us. vulg.*); 2. *v. n.* of சூப்பு.

சூப்பியறுக்க, to circumcise.

சூப்பு, III. *v. t.* suck out, sip, சப்பு.

சூப்பியெறிய, to throw away the skin etc. after sucking its juice.

சூப்பி, *v. n.* a toy or an eatable thing for infants to suck.

முலை சூப்ப, to suck the breasts.

சூம்பு, III. *v. i.* shrink, wither, fade வாடிப்போ.

சூம்பின கை, a withered hand.

*சூரணம், *s.* powder, medicine in powder, தூள்.
சூரணம் பண்ண, to make medicinal powder.
படு சூரணமாக்கிப் போட, to reduce to dust, to destroy utterly.
*சூரணி, VI. *v. t.* reduce to powder (*commonly* medicine), தூளாக்கு.
சூரத்து, *s.* (*Hind.*), heroism, bravery, சூரம்; 2. Surat.
சூரத்துக் காட்ட, to display one's valour.
சூரத்துக் கெண்டை, a lace originally manufactured in Surat.
*சூரம், சூரத்துவம், சூரத்தனம், *s.* fortitude, bravery, heroism, வீரம்.
சூரத்தனம்பண்ண, to perform heroic exploits.
சூரமான நாய், a courageous dog.
சூரன் (*fem.* சூரி), a veteran warrior, hero.
சூரி, *s.* (*Tel.*), a little knife, சூரிக்கத்தி.
*சூரி, *s.* (*poet.*), learned man, புலவன்; 2. Kali, the malignant goddess, காளி; 3. *fem. of* சூரன்.
சூரிக் கிளிஞ்சில், a kind of conch.
*சூரியன், *s.* the sun, ஞாயிறு; 2. the sun as Deity, சூரியபகவான்; 3. any king of the Solar dynasty, சோழன்.
சூரிய கடியாரம், – கடிகாரம், the sun-dial.
சூரிய காந்தம், a burning glass, the sun-stone.
சூரியகாந்தி, the sun-flower; 2. the splendour or heat of the sun.
சூரியகாந்திப் பட்டு, velvet (so called from its shining quality).
சூரிய கிரகணம், – கிராணம், eclipse of the sun.
சூரியப் பிறை, – பிரவை, a gold ornament for the head.
சூரிய புடம், exposure to the heat of the sun.
சூரிய வட்டம், the disc of the sun.
சூரிய கிரணம், the sun's rays.
சூரிய மண்டலம், the orb or disc of the sun, the region of the sun.
சூரியாஸ்தமனம், sun-set.
சூரியோதயம், the rising of the sun.
சூரை, *s.* a kind of fish; 2. a shrub; 3. growing corn not eared.
சூர், *s.* suffering, துன்பம்; 2. disease, நோய்; 3. fear, பயம்.
சூர், சூரு, II. *v. t.* prepare cotton for spinning, pick cotton, card.
சூர்ந்த பஞ்சு, picked cotton, பஞ்சுசூரு.
சூர், VI. *v. i.* whirl, spin, revolve, சுழல்.
சூர்த்த கண், fierce eyes.
சூலம், *s.* a weapon, especially the trident, ஆயுதம்; 2. a superstitious impediment for journeying.
சூலக் குறடு, an instrument for branding cattle, சூட்டுக் கோல்.
சூலாயுதம், சூலவேல், the trident weapon.
சூலி, *s.* see under சூல்.
*சூலை, *s.* arthritic diseases, gout.
சூலைக்கட்டு, stiffness or contraction of the limbs.
கற்சூலை, tympany.
சுர சூலை, intermittent fever, ague.
பக்க சூலை, pain in the side.
சூல், *s.* pregnancy, embryo, கர்ப்பம்; 2. tender corn-ears.
சூலாயிருக்க, to be pregnant.
சூலி, a pregnant woman.
சூல் கொள்ள, to become pregnant.
சூல் முகில், a teeming cloud.
சூல், சூல, *s.* (*Hind.*), a cloth or covering for horses, elephants etc.
சூல், சூலு, I. *v. t.* scoop, hollow, தோண்டு; 2. cut off, அறு; 3. pluck out the eyes, tear or pull off the flesh with pincers, பிடுங்கு.
சூலல், சூன்றல், *v. n.* scooping out.
சூவானம், *s.* a kitchen, அட்டில்.
சூவானக்காரன் (*fem.* சூவானக்காரி), a cook.
சூழ், சூழு, II. *v. t.* surround, environ, encompass, வளை; 2. attend, கூடு; 3. deliberate, consider, ஆராய்; 4. *v. n.* design, intent, purpose, கருது.
சூழ, *adv.* (*inf.*), round about.
சூழல், சூழ்வு, *v. n.* surrounding; 2. deliberation, thought, reflection; 3. consultation.
சூழாமை, *v. n.* inconsideration, want of reflection.
சூழ்ச்சி, *v. n.* critical acumen;

2. advice, counsel, deliberation; 3. means, contrivance, scheme.
சூழ்ச்சிக்காரன், a good contriver, a sagacious counsellor.
சூழ்வோர், counsellors, ministers; 2. relations; 3. by-standers, spectators.

*சூளாமணி, s. same as சூடாமணி.

சூளை, s. a kiln, furnace, சுள்ளை.
சூளைக்கல், a brick, செங்கல்.
சூளைசுட, – வைக்க, to burn a kiln.
சூளை பிரிக்க, to break up the pile after it is burnt.
சூளை போட, – அடுக்க, to prepare a kiln.

*சூளை, s. a prostitute, வேசி.

சூள், s. torch, சுளுந்து; 2. oath, சத்தியம்.
சூட்காரர், torch-bearers.

சூறவளி, சூறுவளிக் காற்று, s. a whirl-wind, சுழல் காற்று.
சூறுவளிச் சட்டம், a frame of wood from the நெல்லி tree at the bottom of a well.

சூறை, s. whirl-wind, சூறைக்காற்று; 2. pillage, plunder, booty, கொள்ளை.
சூறைக்காரர், highway-robbers, pillagers.
சூறையாட, – இட, to rifle, plunder, pillage.
சூறைவிட, to permit people to pillage.

*சூனம், சூனை, சூன், s. swelling of the abdomen, வீக்கம்.
சூனம் (சூனும்) வயிறு, a pot-belly in children.
சூனைப்போகிற சுவர், a wall swelling out.
சூன் பிடித்தவன், சூனன் (*fem.* சூனி), one who has a swollen belly.

*சூனியம், s. nothing, a cipher, பூச்சியம்; 2. vanity, மாயை; 3. a vacuum, waste, இன்மை; 4. witch-craft, sorcery, பில்லி.
சூனியக்காரன், sorcerer, wizard, enchanter.
சூனிய மனை, a bewitched ground.
சூனியம் எடுக்கிறவன், one who removes the evil ascribed to witch-craft.
சூனியம் வைக்க, to bewitch by hiding something in the ground.
சூனியவாதம், atheism, நாஸ்திகமதம்.
விவேக சூனியம், folly, foolishness.

*சூனை, சூன், s. see சூனம்.

சே

சே, the *radical* of many words, signifying *red*, *regular*, *good* (as செம்மை, செம், செவ்வை, செப்பம், செக்கர், செய்ய etc.), compare சே.

*சேகம், ஜெகம், s. see சகம், the world.

சேகிள், s. fish-scales, செதிள்; 2. bran of grain, கேழ்வரகு கப்பி.

சேது, VI. v. t. destroy, kill, அழி.

சேக்கர், s. redness, சிவப்பு; 2. *adj*. red.
செக்கர்ச் செவக்க, *com*. செக்கச் செவக்க, செக்கச் செவேரென்றிருக்க, to be very red.

சேக்கல் (செக்கர்), s. evening, red sky (*opp. to* கருக்கல், day-break).

சேக்கு, s. an oil-press.
செக்காட, செக்காட்ட, to express oil in a machine or oil-mill.
செக்கான் (*fem.* செக்காத்தி), one of the oil-monger caste.
செக்கிலே வைத்தாட்ட, to grind in the press, also by way of punishment, to grind criminals in an oil-mill.
செக்குலக்கை, the working turner in an oil-press.

சேங், *adj*. see செம்.

சேங்கடல், s. (செம்), the Red Sea.

சேங்கண்மாரி, s. jaundice, கண்ணோய்.

சேங்கதிர், செங்கதிரோன், s. the sun (as being red), சூரியன்.

சேங்கதாரி, s. a shrub with a medicinal bark and root.

சேங்கமலம், s. the red lotus, செந்தாமரை.
செங்கமலை, Lakshmi, as living in the lotus.

சேங்கரந்தை, s. the red basil.

சேங்கரும்பு, s. a reddish species of sugar-cane.

சேங்கலங்கல், s. freshets, floods from rains of a reddish colour.

செங்கல், *s.* burnt bricks; 2. red ochre in lumps, காவிக்கல்.

செங்கல் அறுக்க, to mould bricks.

செங்கல் மங்கல், dim, red, brown, tawny.

செங்கல் மா, brick-dust.

செங்கற் கட்டளை, செங்கலச்சு, a brick-mould.

செங்கற் சுட, to burn bricks.

செங்கற் சூளை, a brick-kiln.

செங்கற் பால், brick-dust mixed with water.

செங்கற் பொடி, brick-bats.

பச்சைச் செங்கல், பச்சைக்கல், பச்சை வெட்டுக்கல், raw bricks.

செங்கழுநீர், *s.* the red குவளை flower.

செங்களம், *s.* (செம்), battle-field, போர்க்களம்.

செங்காய், *s.* fruit nearly ripe.

செங்கார், *s.* a dark red kind of rice.

செங்கானுரை, *s.* the red-legged heron or stork, நாரை.

செங்கிரந்தி, *s.* venereal herpes.

செங்குத்து, *s.* (செம், regular + குத்து, perpendicularity), steepness, a steep place.

செங்குத்தாயிருக்க, to be perpendicular, steep.

செங்குத்தான மலை, a steep rock, a precipice.

செங்குந்தர், *s.* a class of weavers, கைக்கோளர்.

செங்குரங்கு, *s.* the red monkey.

செங்குளவி, *s.* bright yellow hornet.

செங்கொடுவேலி, *s.* a running plant the root of which is powerful caustic.

செங்கோல், *s.* pure gold (verbally red metal).

செங்கொல்லர், goldsmiths, see under கொல்.

செங்கோல், *s.* a straight staff, sceptre; 2. just government.

செங்கோல் கோணுமல் இராச்சியபாரம் பண்ண, to reign with perfect justice.

செங்கோன்மை, the right administration of justice.

செங்கோல் செலுத்த, to reign, to wield the sceptre equitably.

செச்சை, *s.* a he-goat, கடா; 2. forest land of red colour, செங்காடு; 3. a pair சோடு; 4. (*Tel.*), a little box for the Lingam worn, லிங்க செச்சை.

செஞ், *adj.* see செம்.

செஞ்ச, *adv.* straight, exactly right.

செஞ்சம்பா, *s.* a kind of reddish rice.

செஞ்சி, *s.* Gingee, a fort in South Arcot.

செஞ்சுடர், *s.* the sun, சூரியன்; 2. fire, தீ.

செஞ்சொல், *s.* proper words, correct language, நேர்மொழி.

செடி, *s.* a shrub, a small tree, பூண்டு; 2. shrubbery, thick foliage, புதர்.

செடிக்காடு, a thicket, a jungle.

செடி மண்ட, to be overspread with bushes.

செடி மறைவு, bushes as a screen.

செடியன் (*fem.* செடிச்சி), a low worthless person.

செடில், *s.* a hook fastened into the integuments of a man's back at the swinging festival.

செடில் குத்தியாட, to swing on hooks in honour of the goddess மாரியம்மன்.

செடிலாட்டம், செடிலூஞ்சல், hook-swinging in the air.

செட்டி, *s.* (*fem.* செட்டிச்சி), the mercantile caste; 2. one of the Chetty caste; 3. a merchant, வாணியன்; 4. (*Tel.*), a wrestler, ஜட்டி.

செட்டித்தனம், செட்டிமை, trading, economy.

செட்டித்தொழில் பண்ண, to carry on a trade.

மல்லசெட்டி, மல்லகசெட்டி, a wrestler.

வெள்ளாஞ் (வெள்ளாள) செட்டி, a trading Vellala.

செட்டு, *s.* trade, merchandise, வியாபாரம்; 2. closeness, tenacity, stinginess, சிக்கனம்.

செட்டுக்காரன், a niggard, a hard-dealer.

செட்டுக்கு வாங்கி விற்க, to buy up things for selling.

செட்டுப் பண்ண, to trade, to be close-fisted.

செட்டுப் பலிக்க, - க்கிடைக்க, to gain or profit by trading.

கடுஞ்செட்டு, exorbitant profits, extreme stinginess.

சேட்டை, s. a wing, feather, சிறை; 2. shoulder-blade, கைப்பட்டை.

சேண்டா, ஜெண்டா (சிண்டா), s. (*Hind.*), a flag, கொடி.

சேண்டு, s. a ball to play with, பந்து; 2. a ball of thread, கண்டு; 3. (*Tel.*), a nose-gay, செண்டுவெளி; 4. a kind of weapon, செண்டாயுதம்; 5. an area for playing at balls, racing etc.

செண்டாட, to play at balls.

செண்டு கட்ட, to prepare a nose-gay.

சேண்பகம், s. see சண்பகம்.

சேதில், s. exterior bark of trees.

சேதின், s. fish scales, செலாம்பு; 2. as செதில்.

செதிளைக் கழிக்க, to scrape off scales.

செதிளைக் கிள்ள, to nip off the scales of a fish.

சேதுக்கு, III. v. t. chip a plank, cut timber smooth, plane, சீவு; 2. clear the ground by cutting the grass etc. by the roots, pare, shave off.

செதுக்குப் பாரை, செதுக்கி, a tool for cutting grass, paring the soil, புல்லுச் செதுக்கி.

செதுக்குளி, chisel.

செதுக்கு வேலை, the setting of gems with enchased work and engraving.

சேத்த, *adj. part.* see சா, v.

சேத்தல், v. n. same as சாதல், dying; 2. over-ripe, shrivelled fruit; 3. dried grass, vegetable etc.

செத்தலோலை, dried palm leaf.

செத்தல் மாடு, a reduced ox.

சேத்து, s. doubt, சந்தேகம்; 2. *adv. part.* of சா.

சேத்தை, s. (*Tel.*), dry sticks, leaves, straw etc. for fuel or covering huts, dry rubbish, தூரால்.

செத்தை யரிக்க, to gather up dry leaves etc. for fuel.

சேத்தேழுத்து, s. a mute consonant, செத்த எழுத்து.

சேந், *adj.* see செம்.

சேந்தட்டி, s. nettle, செந்தொட்டி.

சேந்தட்டு, s. a stroke to ward off a blow.

சேந்தணல், s. (செம்), bright fire, செந்தீ.

சேந்தமிழ், s. (செம்), pure classical elegant Tamil (*opp. to* கொடுந் தமிழ், colloquial, corrupt Tamil).

செந்தமிழ் வழக்கு, classical usage in Tamil.

சேந்தலை விரியன், s. a snake with a red head.

சேந்தளிர், s. the first young red sprout, இளந்தளிர்.

சேந்தாமரை, s. the red lotus.

சேந்தாழை, s. a kind of தாழை with yellowish flowers; 2. redness of the eye causing dimness of sight.

சேந்திரிக்கம், செந்துருக்கம், சந்திரிக்கம், s. the ola envelope of an ola letter, ஓலைச் சுருள்.

ஓலையைச் செந்திரிக்கத்திலே அடைக்க, -சுருட்ட, to inclose the ola letter in an envelope.

சேந்தீ, s. fire, செந்தணல்.

*சேந்து, ஜெந்து, s. (*pl.* செந்துக்கள்), a living creature, சீவன்; 2. any animal of the lower kinds, insect, brute etc., சீவசெந்து.

சீவ செந்துக்கள், living creatures.

சேந்தூக்கு, s. (செம்), taking up at one lift (as a child).

சேந்தூரம், சிந்தூரம், s. red oxide or chemical preparation.

சேந்தூள், s. red-dust.

சேந்தொட்டி, s. nettle, செந்தட்டி.

சேந்நீர், s. (செம்), blood, இரத்தம்.

சேந்நெறி, s. the right way, virtue, சன்மார்க்கம்.

*சேபம், ஜெபம், ஜபம், s. inaudible repetition of prayers; 2. prayer, மன்றாட்டு.

செபதபம், prayer and penance.

செபத்தியானம், prayers and meditation, devout meditation.

செபமாலை, a rosary.

செபம் சொல்ல, to repeat prayers.

செபம் பண்ண, - செய்ய, to pray, t offer up prayers.

*சேபி, VI, v. t. pray, repeat incantations inaudibly, செபஞ்செய்.

மந்திரம் செபிக்க, to mutter incantations.

சேப்படி, s. legerdemain, sleight of hand, செப்படி வித்தை; 2. deceptive arts, உபாயம்.

செப்படி வித்தைக்காரன், a juggler.

சேப்பட்டை, *s.* a wing, சிறை; 2. shoulder-blade, தோட்பட்டை.

சேப்பம், செப்பன், *s.* straightness, evenness, செம்மை; 2. impartiality, strict-justice, நடுநீதி; 3. fitness, preparedness, தகுதி; 4. way, வழி; 5. unity, ஒப்பரவு.

செப்பனிட, செப்பம் பண்ண, to repair, mend, rectify, level.

செப்பமாயிருக்க, to be fit, prepared or ready.

ஒப்ப செப்பம், ஒத்த செப்பம், evenness, levelness.

சேப்பல், *s.* being red; 2. *v. n.* of செப்பு.

செப்பலோடிவருகையில், at day-break when the sky is a little red.

சேப்பிடு வித்தை, *s.* same as செப்படி வித்தை.

சேப்பு, *s.* a small box, a little pot or cup made of metal, ivory or wood, சிமிழ்; 2. speech, saying, சொல்; 3. answer, reply, விடை; 4. (*in comb.*) copper, see செம்பு.

வைப்புச் செப்பு, a pot wherein treasure is kept.

சேப்பு, III. *v. t.* (*Tel.*), say, speak, declare, சொல்லு.

செப்பல், செப்புதல், *v. n.* saying, declaring; 2. the mode of singing வெண்பா, செப்பலோசை.

சேப்புத்துறை, *prop.* செப்பத்துறை, *s.* burial ground, சுடுகாடு.

சேம், *adj.* from செம்மை, red, சிவந்த; 2. straight, regular, correct, செவ்வையான; 3. good, elegant, beautiful, அழகான. *Note:* Before க, ச, த, ந, the final ம், changes into ங், ஞ், ந், respectively, before வ and vowels the prefix செவ் from செவ்வை is used. See all these forms and their compounds in their respective places.

செம்பட்டை, செம்படை, reddishness of hair.

செம்பட்டை மயிர், red hair.

செம்பண்ணை, cock's comb.

செம்பரத்தை, the shoe-flower shrub.

செம்பழம், fruit nearly ripe and turning yellow and red.

செம்பாகம், moiety, an equal share; natural flowing easy style.

செம்பாதி, an exact half, சரிபாதி.

செம்பால், செம்புனல், blood, செந்நீர்.

செம்பூரான், a red centipede.

செம்பூரான் கல், செம்பூராங் கல், laterite.

செம்பொருள், the simple, plain meaning of a passage; 2. works of merit.

செம்பொன், fine gold.

செம்மண், red sand or earth.

செம்மரம், the red wood.

செம்மேனி, a fair, copper-coloured body.

செம்மொழி, right words, good advice, natural construction.

சேம்படவன், *s.* (*fem.* செம்படத்தி, *pl.* செம்படவர்), a person of the fisher tribe fishing in rivers.

சேம்பு, *s.* copper, தாமிரம்; 2. a small metal pot, a drinking vessel. In *comb.* it often becomes செப்பு.

செப்புக் கடாரம், copper-cauldron.

செப்புக் குடம், a copper or brass water-pot.

செப்புச் சிலை, an idol, image made of copper.

செப்பூசி, copper-needle, sometimes used as an instrument of torture.

செம்பூறிப் போக, to become tainted (as milk etc. by being kept in a copper pot).

செம்புப் பணம், –க்காசு, a copper coin.

செம்புப் பாளம், செப்புக் கட்டி, copper in bars.

செம்புத் (செப்புத்) தகடு, copper plate.

கெண்டிச் செம்பு, a brass pot with a nose.

பன்னீர்ச் செம்பு, a small pot for sprinkling rose water.

பித்தளைச் செம்பு, brass pot.

சேம்புகம், செம்போத்து, *s.* Indian cuckoo, கள்ளிக்காக்கை.

சேம்மல், *s.* greatness, excellence, பெருமை; 2. an honorable person, உயர்ந்தோன்; 3. master, monarch, அரசன்.

சேம்மறி, செம்மறியாடு, *s.* (செம்), a sheep

of reddish colour with little wool.
செம்மறிக் கடா, a ram.
செம்மறிப் புருவை, a lamb.

செம்மா, VII. *v. i.* be proud or haughty, இறுமா; 2. rejoice, exult, களி.
செம்மாப்பு, *v. n.* haughtiness, vanity, rapture.

செம்மாளி, *s.* a kind of sandals used by the fisher-caste.

செம்மானம், *s.* red-sky, செவ்வானம்.
செம்மானமிட்டிருக்கிறது, the sky is red.

செம்மான், *s.* (*fem.* செம்மாத்தி, *pl.* செம்மார்), shoe-maker, leather dresser, சக்கிலி. In *comb.* it becomes செம்மார (as செம்மாரப் பயல்).

செம்மு, III. *v.t.* lute, cover with loam or clay; 2. stuff a pillow or bag with cotton etc.; 3. *v. i.* be swollen or hard, பொருமு.
வயிறு செம்மி (செம்மினாப்போலே) இருக்கிறது, the belly is hard through indigestion.
செம்மிப் போயிற்று, the colour has struck through.

செம்மை, *s.* redness, orange or gold colour, சிவப்பு; 2. straightness, evenness, rectitude, honesty, uprightness, செவ்வை; 3. equality, equity, justice, நேர்மை; 4. excellence, grace, elegance, dignity, பெருமை.
செம்மைப் பட, - ஆக, to be settled, to be reformed in disposition or conduct.
செம்மைப் படுத்த, - பண்ண, - ஆக்க, to put in order, to cleanse, to finish.
செம்மையான பாதை, an even road.

செயப்படுபொருள், *s.* (*in gram.*), the objective case, the object, செய்பொருள்.

செயப்பாட்டுவினை, *s.* the passive verb.

*செயம், ஜெயம், சயம், *s.* conquest, victory, வெற்றி; 2. success, சித்தி.
செயங்கொள்ள, to gain the victory, to succeed.
செயசீலன், a victor, conqueror.
செயபேரிகை, a large drum beaten in celebration of victory.
செயமாக்கிக்கொள்ள, செயித்துப்போட, to vanquish, to subdue or overcome the enemy.
செயமாய் வர, செயித்துக்கொண்டு வர, to come off victorious.

செயல், *v. n.* (செய்), doing, work, action, தொழில்; 2. agency, operations of deity, providence, தெய்வச்செயல்.
செயலற்றவன், one in helpless condition or in reduced circumstances.
தற்செயலாய், by chance, accidentally.
திருவுளச்செயல், an act of the divine will.

செயற்கை, *s.* that which is artificial (*opp. to* இயற்கை).
செயற்கை அறிவு, acquired knowledge.
செயற்கைப் பொருள், artificial object.
செயற்கை (சேர்க்கை) வாசனை, habits formed by association.

*செயி, சயி, VI. conquer, overcome வெல்லு.

செயிர், *s.* anger, wrath, கோபம்; 2. fault, blemish, ஊனம்.

செயிர், VI. *v. t. & i.* be angry with, சின.
செயிர்ப்பு, *v. n.* anger, wrath.

செய், *s.* a corn-field, cultivated ground, வயல்.
நன்செய், wet land on which paddy is grown, rice-field.
புன்செய், dry land on which any grain but rice is grown.

செய், I. *v. t.* make, do, perform, ஆக்கு.
செய்யாத காரியம் செய்ய, to do a bad, improper thing.
நான் எழுதச்செய்தே (*com.* எழுதச்சே), whilst I was writing, whilst I did write.
செய் கடன், obligation, duty, funeral rites.
செய்கரை, artificial bank.
செய்தவம், penance.
செய்து காட்ட, to teach by practice or example.
செய்து பழக, to practise.
செய்து முடிக்க, to accomplish, execute.
செய் நன்றி, benefits done.
செய்பாகம், skill in preparing medicines, experimental knowledge.
செய்பொருள், செயப்படு பொருள், objective case.
செய்யும் சடங்கு, appropriate ceremonies.

செய்யுப்பு, manufactured salt.
செய்வினை, work, business; 2. an active verb.
சேய்கை, *v. n.* act, action, deed, performance, தொழில்; 2. artificial productions, செயற்கை (*opp. to* வினைவு & இயல்பு, natural produce).
செய்கைத் தாழ்ச்சி, mismanagement, deficiency in labour.
சேய்தி, *vulg.* சேதி, *s.* news, intelligence, message, notice, சமாசாரம்; 2. event, காரியம்.
செய்தி யனுப்ப, to send a message or notice.
செய்தி விசாரிக்க, to inquire into the news or affair.
நடந்த செய்தியைச் சொல்ல, to report the events or occurrence.
நற் செய்தி, joyful tidings.
சேய்ய, *adj.* (*from the root* செ), red, சிவந்த; 2. fair, beautiful, அழகுள்ள.
செய்ய கண்கள், red eyes.
செய்யன், செய்யவன், a red person; 2. an upright, virtuous man.
செய்யாள், Lukshmi (*lit.* the red one).
சேய்யுள், *s.* (செய் + உள்), poetry, verse, பா; 2. a poem, stanza, கவி.
செய்யுட் சொல், words used only in poetry.
செய்யுட் போக்கு, செய்யுணடை, poetic style.
செய்யுள் வழக்கு, poetic usage.
சேய்வி, VI. *v. t.* cause to be done.
சேரி, VI. *v. t.* digest, சீரணி.
செரித்துப் போக, to become digested.
செரியாமை, செரியாக் குணம், indigestion.
சேரிப்பி, VI. *v. t.* promote digestion by medicine.
சேரு, *s.* battle, war, போர்.
செருக்களம், field of battle.
சேருகு, III. *v. t.* tuck in, insert, சொருகு.
சேருக்கு, *s.* pride, vanity, haughtiness, arrogance, self-importance, அகங்காரம்; 2. exultation, excessive joy, களிப்பு; 3. ostentation, இடம்பம்.
செருக்குக் குலைந்தது, pride has disappeared.
செருக்காய் வளர்க்க, to bring up in a delicate manner.
குடிச் செருக்கு, vain conceit of high birth.
செல்வச் செருக்கு, inflation of wealth.
பணச் செருக்கு, pride of money.
சேருக்கு, III. *v. i.* be self-conceited, obstinate, proud or puffed up, அகங்கரி; 2. be choked, விக்கு.
எனக்குச் செருக்கிற்று, I was choked.
மாடு (மாட்டுக்கு) செருக்குகிறது, the ox chokes.
செல்வம் செருக்க, to be intoxicated with prosperity.
திணஞ் செருக்க, to grow fat.
சேருப்படி, செருப்படை, *s.* the name of a medicinal plant.
சேருப்பு, *s.* shoes with latchets, slippers, leathern sandals, பாதரட்சை.
செருப்பால் அடிக்க, to beat one with a slipper (deemed very degrading).
செருப்புக் கட்ட, to make shoes.
செருப்புக் கட்டை, worn-out shoes.
செருப்பூசி, an awl.
சேருமு, III. *v. i.* cough (*spoken of animals*), இருமு; 2. be crowded, thick, நெருங்கு; 3. *v. t.* stuff, fill up, செம்மு.
செருமல், the cough of a beast.
சேலந்தி, *s. vulg. for* சிலந்தி, a boil, புண்.
சேலவு, *v. n.* (செல்), passing, progress, செல்லுகை; 2. leave, permission, விடை; 3. expenses, charges, disbursement, செலவிடுகை; 4. consumption of stores etc., செலவழிகை; 5. provisions for daily consumption, செலவு சிற்றுயம்.
எச்செலவுந் தள்ளி, clear of all expenses.
எனக்குச் செலவுக்கில்லை, I have no money for my expenses.
எனக்கு அது செலவில்லை, I have no call for it.
செலவழிய, செலவாக, செலவாய்ப்போக, to be spent, consumed.
செலவழிக்க, செலவு பண்ண, செலவிட, to spend, to expend, to sell up, to dispose of.
பிராணனைச் செலவழிக்க, to lay down one's life.
செலவாளி, செலவுகாரன், an extravagant person.

செலவு கொடுக்க, to give out stores for consumption, to grant leave.

செலவுவாங்க, to take leave; 2. to buy curry-stuffs etc. forconsumption.

செலவெடுக்க, to take out stores for consumption.

செலவைக் குறுக்க, — ஒடுக்க, to curtail expenses.

நாட் செலவு, daily expense, lapse of days or time.

வரவு செலவு, income and expenditure.

வழிச் செலவு, journey expenses.

சேலாவணி, *s.* (*Hind.*), that which is current, சிலாமணி.

சேலாவணியான நாணயம், current coin.

செலுத்து, III. *v. t.* (*caus. of* செல்), cause to go, to proceed, நடத்து; 2. discharge an arrow etc., விடு; 3. drive, propel, ஓட்டு; 4. pay (as debts, tax etc.); 5. fulfil (a vow, promise, duty or command), execute, நிறைவேற்று; 6. circulate (as coin); 7. pass authoritatively, execute, administer (as justice, medicine, food etc.).

செலுத்தவேண்டிய மரியாதை, due respect.

செலுத்திப்போட, செலுத்துவிக்க, to pay a promised sum.

அதிகாரஞ் செலுத்த, to administer government.

உள்ளே செலுத்த, to administer medicine by force, to insert, to thrust in.

கவனஞ் செலுத்த, to pay attention.

மனம் செலுத்த, to direct the mind to an object.

செலுப்பு, *s.* a bit, a piece of areca-nut etc., சீவல்.

செல், செல்லு, *s.* white-ants, கறையான்; 2. (*Tel.*), endorsement of a bill, கையொப்பம்.

செல்லடிக்க, செல்லரிக்க, to be eaten by white-ants.

செல்லு வைக்க, to endorse payment on a bill.

ஈசெல், ஈசல், white-ants when winged.

செல், செல்லு, I. *v. i.* go, pass, போ; 2. lapse, expire, கழி; 3. be current or valid, be good in law, வழங்கு; 4. be due; 5. be required, பிடி; 6. be able, possible, இயல்; 7. (*in the past tense*) die, சா.

அவர் சென்று போனர், he departed this life, he is dead.

அவனுக்குச் சாப்பாடு செல்லவில்லை, he cannot eat much, has no appetite.

வெகுபணம் செல்லும், much money will be required.

அவன் வர வெகுநாள் செல்லும், a long time will pass before he comes.

அது என்னால் செல்லாது, it is impossible to me.

அவனுக்குச்செல்லவேண்டிய கடன், debts due to him.

செல்காரியம், the matter in hand.

செல் காலம், the time of one's influence, 2. time past, சென்றகாலம்.

செல்லாப் பணம், coin or money that will not pass.

செல்லுஞ் சீட்டு, a bill or bond that is valid, a receipt.

செல்லுஞ் சுதந்தரம், inheritance due.

செல்வாக்கு, words of authority, influence.

அருகே செல்ல, to approach.

பின் செல்ல, to follow.

செல்லம், *s.* (*a chance of* செல்வம்), wealth, felicity, ஐசுவரியம்; 2. amusing and soft prattling (as of a child etc.), மழலைப்பேச்சு; 3. indulgence, இளக்காரம்.

செல்லங் கொஞ்ச, to prattle as a humored child, to fondle, to play with a child.

செல்லங் கொடுக்க, to be indulgent to a child.

செல்லச் சோறு, rice given in small quantities and great varieties, dainties.

செல்லப் பசி, frequent hunger (as in children).

செல்லப் பிள்ளை, செல்லன், a child brought up delicately, a pet.

செல்லமாய் வளர்க்க, to bring up delicately.

செல்வம் (செல்லம்), *s.* wealth, ஐசுவரியம்; 2. felicity, happiness, இன்பம்;

3. flourishing condition, prosperity, சீர்; 4. learning, கல்வி.

செல்வச் செருக்கு, the pride of wealth.

செல்வப் பொருள், worldly riches (*distinguished from* கல்விப் பொருள், learning).

செல்வப் பூங்காவனம், (*Chr. us.*), the garden of Eden, Paradise.

செல்வம் பொழிய, to abound in wealth.

செல்வன் (*fem.* செல்வி), a prosperous happy person, a son.

செல்விக்கை, *s.* luxury, affluence, deliciousness, செல்வம்.

சேவ, VII. *v. i.* become red, redden, சிவ.

செவி, *s.* the ear, காது; 2. hearing, கேள்வி.

செவிகேளாதவன், செவியிலி, a deaf man.

செவி கொடுக்க, – கொள்ள, to give ear, attend, listen.

செவி தின்கிறவன், a whisperer, an evil speaker.

செவிக்கேற, – க்கெட்ட, to come to one's ears, to be heard.

செவி சாய்க்க, to hear.

செவிப் புலன், the sense of hearing.

செவியிலே தைக்க (விழ, பட) சொல்ல, to speak so that it might be heard.

செவியிலே (செவியோடே) பேச, to whisper in one's ear.

செவியேற்ற, to bring to the ears.

செவிடு, *s.* (*Tel.*), deafness, செவிமந்தம்; 2. (*com. gender*), a deaf person.

செவிடன் (*fem.* செவிடி), a deaf man.

செவிட்டு, III. *v. t.* destroy, அழி.

செவிலி, *s.* a nurse, foster-mother, வளர்த்த தாய்; 2. elder sister, அக்காள்; 3. a nurse, matron, செவிலித் தாய்.

செவுள், *s.* gills of a fish, செகிள்.

செவேரென்றிருத்தல், *v. n.* (சிவேர்), being very red.

செவ், *adj. from* செவ்வை (used only before words beginning with வ or a vowel, before vowels வ் is doubled), same as செம் which see.

செவ்வகத்தி, *s.* the red flowered அகத்தி.

செவ்வட்டை, *s.* red leech.

செவ்வந்தி, *s.* a class of flowering plants, சிவந்தி. Its different species are, மஞ்சட் செவ்வந்தி, செண்டுச் –, அரும்புச் –, செண்டுச் –, துலுக்கச் –, etc.

செவ்வந்திக் கல், an amethyst.

முட் செவ்வந்தி, the rose.

செவ்வலரி, *s.* the red oleander.

செவ்வல்லி, செவ்வாம்பல், *s.* the red water-lily.

செவ்வன், செவ்வாக, செவ்வே, *adv.* rightly, correctly, directly, செம்மையாய்.

செவ்வாப்பு, செவ்வாப்புக் கட்டி, *s.* a red tumor in the head of a child.

செவ்வாய், *s.* Mars the planet (*lit.* the red one); 2. Tuesday, செவ்வாய்க்கிழமை; 3. red lips, சிவந்த வாய்.

செவ்வாரம், *s.* an equal division of the produce of the field between the owner and the cultivator.

செவ்வாழை, *s.* a red kind of plantain.

செவ்வானம், *s.* red sky, செம்மானம்.

செவ்வி, *s.* beauty, elegance, அழகு; 2. time, opportunity, சமயம்; 3. state, condition, நிலைமை.

செவ்விய, *adj.* beauteous, regular.

செவ்விய பொருள், wealth acquired by fair means.

செவ்வியம், *s.* a medicinal root.

செவ்விளநீர், *s.* tender cocoanut of a reddish kind.

செவ்வை, *s.* evenness, straightness correctness, uprightness, செம்மை.

செவ்வையாக்க, to rectify, to make straight or equal, to suit.

செவ்வையாய் நடக்க, to walk properly

செவ்வையான வழி, a straight way.

செழி, VI. *v. i.* thrive, grow well, flourish, prosper, தழை; 2. be cheerful முகமலரு.

செழித்த முகம், a cheerful countenance.

செழித்திருக்கிற சீமை, செழிப்புள்ள நாடு, a fertile fruitful country.

செழிப்பு, *v. n.* fertility, abundance cheerfulness.

செழிப்பாய் வளர, to grow luxuriantly, to thrive.

செழிச்சி, *s.* same as செழுமை.

செழிப்பம், *v. n.* plumpness, gracefulness, செழிப்பு.

செழுமை, *s.* fertility, richness of soil, செழிப்பு; 2. fulness, plumpness, plentifulness, வளமை; 3. greatness, excellence, மாட்சிமை; 4. beauty, gracefulness, அழகு; 5. verdure, தழைவு.

செழுங் கதிரோன், the sun with rich beams.

செழுமையான கதிர், a full ear of corn.

செழும்பல், *v. n.* fertility, செழிப்பு.

செழும்பலாய் வளர, to thrive, to flourish, to grow well.

செளிம்பு, *s.* rust, களிம்பு; 2. obstinacy, சண்டித்தனம்.

செள்ளு, *s.* a flea, தெள்ளுப் பூச்சி.

செள்ளுப் பிடிக்க, to be covered with fleas.

செறி, II. *v. i.* be close, dense or thronged, be thickly interwoven, நெருங்கு; 2. be copious or abundant, மிகு.

செறிந்த காடு, thick forest.

செறிவு, *v. n.* closeness, narrowness, abundance, plenty.

செறி, VI. *v. t.* secure, keep safely, கா; 2. fasten, close, நெருக்கு; 3. crush, நெரி; 4, destroy, அழி; 5. kill, கொல்லு.

செறு, IV. *v. t.* kill, destroy, கொல்லு; 2. hate, detest, வெறு.

செற்றம், செற்றல், *v. n.* hating, anger, fury, killing.

செற்றார், செறுநர், enemies.

செற்று, III. *v. i.* set precious stones, பதி.

செனப்பு, *s.* same as சினப்பு.

*செனனம், *s.* see சனனம், birth.

*செனி, VI. *v. i.* see சனி, be born.

*செனிப்பி, VI. *v. t.* see சனிப்பி, generate.

*சென்மம், ஜென்மம், *s.* see சன்மம், birth.

*சென்மி, VI. *v.i.* see சன்மி, be born.

சென்னக்கூனி, *s.* (*prop.* சின்னக்கூனி), small shrimps, கூனிப்பொடி.

சென்னப் பட்டணம், சென்னேபுரி, *s.* the city of Madras from சென்னப்ப நாயக்கன், the former owner of the soil.

சென்னல், *s.* a kind of fish.

சென்னி, *s.* head, தலை; 2. top, summit, முடி; 3. a lyrist, பாணன்.

சென்னே, *s.* same as சென்னப்பட்டணம்.

சே

சே, *s.* (see செ), red, redness, சிவப்பு; 2. male of some animals; 3. the சேரான் or சேங்கொட்டை tree.

சேங்கன்று, a bull calf.

சேங்கொட்டை, the kernel of the சேரான் tree.

சேதாம்பல், the red water lily.

சேமணி, a bell tied to the bullock's neck.

சேவடி, red feet, சிவந்த பாதம்.

சேகண்டி, *s.* a gong used in temples and by religious mendicants, சேமக்கலம்; 2. a patrol hut.

சேகண்டி தட்ட, to beat the gong.

சேகண்டியில் வைக்க, to arrest and detain a suspicious person in a patrol hut.

சேகரம், an assemblage, assembly or gathering together, கூட்டம்; 2. provision, preparation, சேகரிப்பு; 3. station, parish, வட்டம்.

சேகரத்தார், a party, parishioners.

சேகரமாய்ப் பிரிக்க, to divide into stations or parishes.

சேகரமாய் வர, to come together, to come with due preparation.

சேகரம் பண்ண, to make a thing ready, to make preparation; 2. to collect, gather, சேகரிக்க.

*சேகரம், *s.* head, தலை; 2. a head ornament; 3. crown, crest, முடி.

ஜன சேகரன், குல சேகரன், the head or leader of a party or tribe.

சேகரி, VI. *v. t.* collect, gather, சேர்; 2. provide, prepare, secure, சேகரம் பண்ணு.

சேகரிப்பு, சேகரித்தல், *v.n.* providing, gathering.

சேகு, *s.* the solid part of a tree, மரவயிரம்; 2. hardness, வயிரம்.

சேகு மரம், சேகுபிடித்த மரம், hard, solid, sound wood.

சேக்கரி, VI. *v. i.* cackle as a hen after laying eggs, கெக்கரி.
சேக்கை, *s.* a bed, sleeping place, படுக்கை.
சேங்கோட்டை, *s.* see under சே.
சேசே, *interj.* a repeated sound in driving.
 சேசே என்று கிடக்க, to be full of noise and bustle.
சேச்சே, *interj.* hush, சீச்சீ.
*சேடம், சேஷம், *s.* the remainder, overplus, balance, மிச்சம்; 2. orts, leavings, எச்சில்.
 சேஷப்பட, to become unclean, to be polluted.
சேடன், *s.* a lad, younger brother, தம்பி; 2. a weaver of a certain tribe; 3. a companion, friend, தோழன்.
*சேடன், *s.* servant, அடிமை; 2. (சேஷன்), the king of the serpents, ஆதிசேஷன்.
 சேஷசாயி, Vishnu, see சாயி.
 சேஷ வாகனம், a vehicle for carrying an image of Vishnu.
 சேடி (*pl.* சேடியர்), a female servant.
*சேடி, சேஷி, VI. *v. i.* remain, be overplus, மிஞ்சியிரு; 2. *v. t.* deduct, diminish, குறை.
*சேடை, சேஷை, *s.* a marriage ceremony consisting in throwing rice over the bride and bridegroom.
 சேஷையிட, to perform this ceremony.
*சேட்டம், சேஷ்டம், *s.* eminence, superiority, seniority, சிரேட்டம்; 2. strength, power, திராணி; 3. blooming, thriving.
 சேஷ்ட புத்திரன், the first born son, the eldest son.
 சேஷ்டமாயுண்டாக, to thrive, to flourish.
 சேஷ்டன் (*fem.* சேஷ்டி), elder brother, superior, senior.
*சேட்டி, சேஷ்டி, VI. *v. t.* (சேட்டை), be in exercise, be effected, இயங்கு.
சேட்டுமம், *s.* see சிலேட்டுமம், phlegm.
*சேட்டை, சேஷ்டை, *s.* effort, action, செய்கை; 2. indecent action, habits, gestures, கோரணி; 3. trouble, annoyance, தொந்தரவு; 4. trick, உபாயம்; 5. mischief, குறும்பு; 6. the elder sister, அக்காள்; 7. the goddess of misfortune, மூதேவி.
 சேஷ்டைக்காரன், a man full of tricks or mischief, a petulant fellow.
 சேஷ்டைபண்ண, to behave wantonly or mischievously.
 குரங்கு சேஷ்டை, mimicry.
 கைச் சேஷ்டை, ungraceful gesture of the hand.
 மரண சேஷ்டை, convulsions at the near approach of death.
சேணம், *s.* a saddle, a native pillion or cloth saddle, கல்லணை.
 சேணந்தைப்பவன், a saddle-maker.
 சேணம்போட, -வைக்க, -கட்ட, to saddle.
சேணியன், *s.* (*fem.* சேணிச்சி, *pl.* சேணியர்), one of a certain tribe of weavers.
சேண், *s.* distance, remoteness, தூரம்; 2. loftiness, உயரம்; 3. the sky, the visible heavens, ஆகாயம்.
 சேணாடு (சேண் + நாடு), Swerga, the world of Indra.
 சேணாடர், the celestials.
*சேதம், *s.* damage, loss, destruction, கேடு; 2. cutting, dividing, பிரிவு; 3. a part, portion, section, துண்டு.
 சேதபாதம், injury, damage.
 சேதப்பட, to be damaged or lost.
 சேதமாய்ப் போக, to be damaged, to be spoiled.
 சேதம்பண்ண, -ப்படுத்த, to damage.
 கப்பல் சேதம், shipwreck.
 சிரச்சேதம், beheading.
 பதச்சேதம், analysis of a word.
 பரிச்சேதம், see separately.
*சேதனம், *s.* cutting, incision, வெட்டல்; 2. intellect, understanding, அறிவு.
 சேதனம் பண்ண, to cut off, சேதிக்க.
 விருத்தசேதனம், circumcision.
சேதாரம், *s.* waste of gold, silver etc. by filing or fusion, waste or loss of any kind of commodities, damage, loss, injury, சேதம்.
 சேதாரந் தள்ளிக்கொடுக்க, to allow some deduction for waste or loss.

சேதி, *s. vulg. for* செய்தி, news.

*சேதி, VI. *v. t.* (சேதனம்), cut off, sever, tear apart, அறு.

*சேது, *s.* a causeway, dam, bank, செய்கரை; 2. Adam's bridge, சேதுவணை; 3. the island of Ramaseram, இராமேச்சுரம்.

சேது தீர்த்தம், – ஸ்நானம், bathing in the sacred waters of Ramaseram.

சேது யாத்திரை, pilgrimage to Ramaseram.

*சேத்திரம், க்ஷேத்திரம், கேத்திரம், *s.* sacred place, place of pilgrimage, பரிசுத்த ஸ்தலம்.

சேத்து, *s.* redness, சிவப்பு.

சேந்தன், *s.* Skanda, முருகன்; 2. the author of திவாகரம், a Tamil lexicon.

சேந்து, III. *v. t.* draw a rope in a pully, draw in the rope (as of a kite), சாம்பு.

சேப்பு, *s.* redness, சிவப்பு; 2. (*for.*), pocket in a jacket.

சேமக்கலம், *s.* a gong used in temples, சேகண்டி.

*சேமம், க்ஷேமம், *s.* prosperity, well-being, வாழ்வு; 2. protection, safety, காவல்; 3. treasure buried, புதையல்; 4. binding a corpse for burial, சவச்சேமம்; 5. a secure place, அரண்.

சேமகாலம், time of prosperity or plenty (*opp. to* சாமகாலம்).

சேமம் விசாரிக்க, to inquire after one's welfare.

சேமாதிசயம், சேம சமாசாரம், welfare and news.

சவச்சேமம், a grave, burial of the corpse.

சேமன், *s.* a cunning fellow, தந்திரி.

கனசேமன், an arch knave, a great rogue.

*சேமி, VI. *v. t.* lute, close with luting, cover with clay, கவசஞ்செய்; 2. bury, புதை; 3. keep in custody, preserve, பத்திரம்பண்ணு.

சேம்பு, சேம்பை, *s.* the name of a garden plant.

சேப்பங் கிழங்கு, the root or bulb of சேம்பு.

சேப்பங் கீரை, the large leaves of சேம்பு.

சேப்பந் தண்டு, the stalk of சேம்பு.

சேயார், *s.* see under சேய்.

சேயிழை, *s.* splendid ornaments, நல்லணி; 2. a richly adorned lady.

சேய், *s.* juvenility, இளமை; 2. child, infant, குழந்தை; 3. distance, remoteness, தூரம்; 4. redness, சிவப்பு.

சேயன் (*pl.* சேயர்), son; 2. distant person; 3. enemy.

சேய்மை, *s.* distance, remoteness, தூரம்; 2. length, நீளம்.

சேரங்கை, *s.* see சிறங்கை.

சேரான், சேரலன், *s.* (சேர்), an enemy, பகைவன்.

*சேரன், சேரலன், *s.* king of the Sera race.

சேர நாடு, – மண்டலம், the country of Sera.

சேரா, *s.* palm-wine, கள்.

சேரான், *s.* the tree producing the marking nut.

சேரான் (சேங்) கொட்டை, the marking nut.

சேரான் கொட்டைப் பால், the juice of these kernels.

சேரான் கொட்டைக் குறி, a mark made with the juice of சேரான் kernel.

சேரி, *s.* a village, a group of houses, ஊர்; 2. street, தெரு.

அடிச்சேரி, a suburb.

இடைச் சேரி, a village of shepherds or herdsmen.

பறைச் சேரி, a village of Pariahs.

சேரை, *s.* a handful, சிறங்கை.

சேர், *s.* a weight of eight palams; 2. a dry or liquid measure; 3. a small corn-heap, தானியப் போர், 4. a yoke of oxen, ஏரேர்மாடு.

சேர்கட்ட, to form a heap of corn with straw, to deposit paddy in measures.

பக்காச் சேர், a large seer of 24 palams.

சேர், சேரு, II. *v. i. & t.* approach, draw near, arrive at, கிட்டு; 2. be near, அடுத்திரு; 3. side with one, join one, unite, associate with, collect, come together, கூடு; 4. belong to, அடு; 5. resemble, be alike, ஒ.

அது என்னை (எனக்கு) ச்சேரும், I shall get it, I shall come by it.

அது என்னைச் சேர்ந்த நிலம், it is my land.

சபையைச் சேர்ந்தான், he joined the assembly or church, he visited the assembly.

சபையில் சேர்ந்தான், he joined the church as a member.

அவனோடு சேர்ந்தான், he associated with him, he sided with him.

சேர, *adv.* (*inf.*), jointly, altogether, wholly, near to.

சேரார், enemies, பகைவர்.

சேர்காலிட, to hamper the fore-feet of animals.

சேரக்கட்ட, to tie close together.

சேர்ந்தார், friends, partisans, relations.

சேர்ந்தார் கொல்லி, fire (that which destroys those in contact with it).

சேர்ந்து போக, - நடக்க, to walk together or in ranks as soldiers.

சேர்மானம், union, association; 2. compound, ingredients of a mixture.

சேர்விலங்கு, fetters for the feet or hands.

வந்துசேர, to arrive at.

சேர், VI. *v. t.* gather together, collect, கூட்டு; 2. combine, unite, associate, இசை; 3. amalgamate, mix, கல; 4. set, put, join, link together, இணை; 5. add, insert, இமையில் சேர்; 6. receive or admit to one's company, ஏற்றுக்கொள்; 7. encroach upon, ஒற்றிக்கொள்.

சேர்க்கை, *v. n.* union, association, alliance; 2. joining, addition.

சேர்த்தி, சேர்த்திக்கை, *v. n.* close, attachment, connection, intercourse.

சேர்த்துக்கொள்ள, to admit into society, to receive into friendship; 2. to credit; 3. to encroach upon.

சேர்ப்பு, *v. n.* mixing, connection; 2. supplement, appendix; 3. shore, coasts.

குமுக்கு சேர்க்க, to gather persons for help.

சேர்பந்து, *s.* (*Pers.*), a whip, scourge, கசை.

சேர்மானம், *v. n.* see under சேரு.

சேர்வை, *v. n.* union, association, ஐக்கியம்; 2. mixture, commixture, கலவை; 3. a salve, plaster; 4. body of soldiers, சேனை; 5. command of a body of soldiers; 6. twenty bundles of betel leaves.

சேர்வைக்காரன், commander of a body of soldiers, a captain; 2. a subdivision of the Maravar caste.

சேர்வை கூட்ட, to prepare a plaster.

சேர்வைராயன் மலை, *s.* the Shevaroy hills.

சேலம், *s.* the town of Salem.

*சேலை, *s.* a woman's cloth, சீலை.

சேல், சேற்கெண்டை, *s.* a kind of fish, a carp.

*சேவகம், *s.* service, attendance, servitude; 2. military service, சேவகத் தொழில்; 3. military fortitude or courage, வீரம்; 4. worship, homage, சேவை.

சேவகத்தில் அமர்த்த, to settle one in office as a servant soldier, warrior.

சேவகத்தில் எழுத, to enlist or enrol soldiers.

சேவகமோடி, accoutrements of a soldier, bravery of a soldier.

சேவகம் எழுதிக் கொள்ள, to enlist for a soldier.

சேவகம் பண்ண, to serve.

சேவகன், a peon, footman, attendant.

சேவல், *s.* a cock, the male of any bird, see சாவல்; 2. watching corn, காவல்.

சேவலாள், a watchman of the field.

*சேவி, VI. *v. t.* serve (as a servant or soldier), சேவகம் பண்ணு; 2. pay respects, வணங்கு; 3. worship, தொழு; 4. play on an instrument, beat drum in honour of a deity etc.

சுவாமியைச் சேவிக்க, to serve and worship God.

சேவுகம், *s.* (*vul.*), see சேவகம், service.

*சேவை, *s.* service, worship, தொழுகை.

சேவை செய்ய, - பண்ண, same as சேவிக்க.

சேறு, *s.* mud, mire, அளறு; 2. a liquid of a thick consistency.

சேறுட, to make an irrigated field muddy by trampling, to mash.

சேறு கூட்ட, – குழைக்க, to make mud.

சேறுஞ் சுரியும், mud and mire, over-boiled rice.

சேற்று நிலம், muddy ground.

சந்தனச் சேறு, sandal-paste.

*சேற்பனம், சேற்றுமம், சிலேட்டுமம், *s.* phlegm (as one of the three humours of the body).

சேனு, *s.* a kind of eel with a piked head, மலங்கு; 2. (*Engl.*), senna, a medicinal plant.

நிலச்சேனு, காட்டுச்சேனு, different kinds of that plant.

*சேனுபதி etc., see under சேனை.

*சேனை, *s.* an army, a host, படை; 2. a multitude, a great many, திரள்; 3. much, plenty, மிகுதி.

சேனு சமுத்திரம், ocean-like armies.

சேனுதிபதி, சேனுபதி, சேனைத் தலைவன், a general, military leader.

சேனுபதிப் பட்டம், சேனுதி பத்தியம், the office of a general, chief command.

சேனுமுகம், the front of an army; 2. a division of an army consisting of 3 chariots, 3 elephants, 9 horses and 15 soldiers.

சேனை கூட்ட, to gather troops.

சேனை திரவியம், great riches.

ஸை

ஸை, *interj.* fie, சீ.

ஸையென, to show contempt.

ஸைகை, சயிகை, சயிக்கை, *s.* a sign, gesture, wink, signal, token, சமிக்கை.

கண் ஸைகை, a wink.

கைச் ஸைகை, a beck, a sign.

ஸைகை காட்ட, – பண்ண, to indicate by a sign or gesture.

ஸைக்கினை, சயிக்கினை, *s.* beckon, wink, signal, சமிக்கை; 2. connivance, கண் சமிக்கை.

*சைதன்னியம், *s.* intelligence, understanding, தத்துவ ஞானம்.

*சைத்தியம், சயித்தியம், *s.* cold, coldness, a cold cooling nature of eatables, குளிர்ச்சி.

சைத்தியம் முறிந்தது, the cold of the body is gone.

சைத்தியங்கொள்ள, to catch a severe cold.

சைத்தியமாயிருக்க, to have rheumatic pain through cold-affection.

சைத்தியோபசாரம், cooling refreshments.

சன்னி சயித்தியம், cold and fits with fever etc.

*சையோகம், *s.* copulation, coition, புணர்ச்சி.

சையோகிக்க, சையோகம் பண்ண, to copulate.

சையோகை, spouse, consort, மனைவி.

பரசையோகம், adultery,

*சையோத்தியம், சையோத்தி, *s.* communion, familiarity, இணக்கம்.

*சைலம், சயிலம், *s.* mountain, மலை.

*சைவம், *s.* that which relates to Siva, the worship of Siva, சிவசமயம்; 2. abstaining from eating flesh.

சைவன், a Saivite, one who abstains from eating flesh.

சைவ சமயம், – மதம், the religion of Siva.

சைவ சித்தாந்தம், the Agama philosophy.

சைவாசாரம், the prescribed ritesand ceremonies of the Siva religion.

*சைனன், *s.* (*fem.* சைனத்தி), a Jaina, an adherent of the Jaina religion.

*சைனியம், சைன்னியம், *s.* army, சேனை.

சோ

சோகுசா, *s.* (*Hind.*), pinch-beck, a composition of gold and copper called tambak.

சோகுசு, *s.* (*Tel.*), beauty, comeliness, elegance, சோர்த்தி; 2. fine dress, நாகரீகம்.

சொகுசுக்காரன், one of a delicate or fastidious taste.

சொகுசு பண்ண, சொகுசுத்தனம் பண்ணிக்கொண்டு திரிய, to adorn, to embellish; 2. to be fastidious in food, dress etc.

சோக்கட்டான் (சொல் + கேட்டான்), s. a play, ticktack, draughts, Hindu backgammon.

சொக்கட்டான் கவறு, – பாச்சிகை, a die for gaming.

சொக்கட்டான் காய், a piece or pawn in the Hindu backgammon.

சொக்கட்டான் போட, – ஆட, to play at draughts.

சோக்கப்பான், சொக்கப்பனை (prop. சொர்க்கப் பாவனை), s. the festival of lamp-lighting in honour of Mahabali on a certain night in November.

சொக்கம், s. what is good in general, purity, genuineness, தூய்மை; 2. beauty, சொக்கு.

சொக்கன், சொக்க நாதன், சொக்கலிங்கன், handsome lord, Siva.

சொக்க வெள்ளி, pure silver.

சோக்காய், s. (Tel.), a jacket tied in front, a tunic.

சோக்காரன், s. heir, see under சொம்.

சோக்கு, s. stupor, torpor, dullness, சோர்வு; 2. fascination, captivation, beauty, அழகு.

சொக்குப் பொடி, powder cast on a person to produce stupor, sleep, obsequiousness etc.

சொக்கு (சொக்கிடு) வித்தை, the art of enchanting by casting magical powders.

சொக்கு, III. v. i. become sleepy, dull, languid, சோரு; 2. be enchanted or fascinated, மயங்கு; 3. be pressed in or bent in (as the surface of a wall etc.).

ஆள் சொக்கி விட்டான், he is in sound sleep, he is captivated.

சொக்குவி, VI. v. t. fascinate, enchant.

சொச்சம், s. remainder, overplus, excess, மிச்சம்; 2. deficiency, arrears, குறை; 3. interest, வட்டி.

சொச்சத்துக்குப் பணம் கொடுக்க, to lend money on interest.

சொச்சமும் முதலும், principal and interest.

சொச்ச விலையிலே கொள்ள, to buy at a low price.

நூற்றுச் சொச்சம், one hundred and odd.

*சொஸ்தம், s. health, சுகம்; 2. recovery from sickness.

சொஸ்த புத்தி, temperance.

சொஸ்தமாக, to recover health.

*சொஸ்தானம், s. (R. C. us.), resurrection of the body, உயிர்த்தெழுதல்.

சொஸ்தி, s. prop. சுவஸ்தி which see.

சொடக்கு, s. a rattle, கிலுகிலுப்பை; 2. cracking the fingers, நெட்டி.

சொடி, VI. v. t. sell dear, குறை.

சொடுகு, s. scurf, பொடுகு.

சொட்டா, s. a kind of sword, கட்கம்.

சொட்டு, s. a tap or knock on the head with the hand, குட்டு; 2. a drop, துளி; 3. defect, blemish, சொட்டை.

சொட்டுப் போட, – வைக்க, to give a slap on the head; 2. to disparage one's character.

சொட்டு சொட்டென்று ஒழுக, to fall in drops, to drip.

சொட்டுச் சொல், சொட்டைச்சொல், a jest, a stigma.

சொட்டு மூத்திரம், strangury in children.

சொட்டு, III. v. t. strike on the head with the ends of the fingers; 2. cheat, snatch away, அபகரி; 3. v. i. drop, rain, தூறு.

சொட்டை, s. cavity, furrow, பள்ளம்; 2. humorousness, பரிகாசம்; 3. pun, சொற்சித்திரம்; 4. crookedness (as in the sheath of a sword), கோணல்; 5. a crooked sword or club; 6. blemish, சொட்டு.

சொட்டைக்காரன், a punster, quibbler.

சொட்டைத் தலை, a head with bald spots from disease.

சொண்டு, s. scall on the head, scab, தலையழுக்கு; 2. a bill, beak, பறவை மூக்கு; 3. lip, உதடு; 4. blubber lip, தடித்த உதடு.

சொண்டடிக்க, to blubber in speaking (as an old man).
சொண்டுத்தீன், delicacy in food, eating too often.
சொண்டன், a blubber-lipped person.

சோதை, *s.* riches, ஐசுவரியம்.

சொத்தி, *s.* lameness, deformity, முடம்; 2. a lame person, நொண்டி.
சொத்திக் கையன், one whose hands are crippled or deformed.
சொத்தியன், a lame person, a cripple.

சொத்து, *s.* goods, property, உடைமை; 2. blemish, defect, குறை; 3. a red-coloured paste, பசை.
சொத்துக் கூட்டிப் பூச, to daub with red paste, to excite compassion.
சொத்து வெட்டாய் வெட்ட, to cut with insufficient strength, to cut with a blunt knife or axe.

சொத்தை, *s.* that which is worm-eaten, decayed, சூத்தை; 2. apertures or holes made by worms, flaw in fruits, சொள்ளை.
சொத்தைப்பல்லு, a carious or decayed tooth.
சொத்தைப் பாக்கு, a worm-eaten areca-nut.
சொத்தையுடல், a scabby state of the body.

சொந்தம், *s.* that which is one's own, exclusive property, peculiar right, சுயம்.
சொந்த உடைமை, one's own property.
சொந்தக்காரன், the owner, proprietor.
சொந்தத்தில் பெண்ணெடுக்க, to marry among one's own relatives.
சொந்தம் பாராட்ட, to claim relationship.

***சொப்பனம்**, *vulg.* சொர்ப்பனம், *s.* dream, கனவு; 2. illusion, மாயம்.
சொப்பனங் காண, to dream.

***சொம்**, *s.* wealth, riches, ஆஸ்தி, 2. a heritage, உரிமை.
சொம்மாளி, சொங்காரன், சொக்காரன், an heir, a male heir.
பண்டாரச் சொம், public property.

***சொயம்**, சொயம்பு, *s.* self-existence, சுயம்பு.
சொயாதீனம், independence, சுவாதீனம்.

***சொரணை**, சுரணை, *s.* see சுமரணை, sense.
சொரணையில்லாதவன், one devoid of sensitive feeling, a shameless person.

சொரி, II. *v. i.* flow down, pour, shower down (as rain from the clouds, tears from the eyes etc.), drop down, be spilled (as grain), சிந்து; 2. be copious, மிகு; 3. *v. t.* make run down, shoot down (as corn from a sack or as sand from a cart), கொட்டு; 4. scatter, effuse, emit, pour forth, பொழி; 5. give bountifully, ஈ.
அம்பு மாரியைச் சொரிந்தான், he poured forth a shower of arrows.
சொரிந்தளக்க, to measure lightly by pouring slowly into the measure.
சொரி வராகன், loose pagodas not tied up in a bag.
சொரிவு, *v. n.* flowing or pouring down, abundance, profusion, bountiful giving.

சொருகு, III. *v. t.* stick in, insert, tuck in, செருகு; 2. fix the eyes (as in fainting or death), கண்ணைச் சொருகு; 3. *v. i.* gripe in the bowels.
வயிற்றில் சொருகிக் கொண்டிருக்கிறது, it gripes in my belly.
வைக்கோல் சொருக, to repair, to thatch, to tuck in straw.
சொருகலான கண், eyes sunk deep in the head.
சொருகிக் கொள்ள, to stick a thing into the girdle, pocket, hair etc., to insert; 2. to be inserted, to entangle one's self.
சொருகி வைக்க, — ப்போட, to stick any thing in the roof etc.
சொருகு கொண்டை, women's hair twisted round and tucked in.
சொருகு தோவத்தி, a cloth going twice round the waist and tucked in.
கண்ணைச் சொருகுதல், — சொருகல், involuntary closing of the eyes through sleep or disease.

***சொருபம்**, *s.* see சுரூபம்.
சொரூபன், the deity as having spiritual form, mostly used in

compounds as அருள் சொரூபன், he whose very shape is grace.

சிற் சொரூபம் (see சித்து), God as possessing wisdom.

*சோர்க்கம், s. see சுவர்க்கம், Swerga.

சொர்க்கப் பாவனை, see சொக்கப்பான்.

*சோர்ணம், s. see சுவர்ணம், gold.

*சோர்ப்பனம், s. see சொப்பனம், dream.

*சோலி. VI. v. i. blaze, சுவாலி; 2. shine, பிரகாசி.

சொலிப்பு, v. n. blazing, shining.

சொலிப்பிக்க, to cause to flame.

சோல், s. a word, மொழி; 2. an expression, a phrase, வாசகம்; 3. a part of speech (as பெயர்ச்சொல் etc.); 4. rice, paddy, நெல்.

சொல்லலங்காரம், சொல்லணி, rhetorical figures, elegant speech.

சொல்லாத சொல், improper, indecent, offensive language.

சொல்லிலக்கணம், etymology.

சொல்லுரிமை, a fine emphatic expression.

சொல்லுறுதி, positive declaration, keeping one's word.

சொல் வளம், fluency of language.

சொல்வன்மை, – வல்லபம், eloquence, power of language.

சொல் விளம்பி, toddy.

சொற் குற்றம், – பிழை, trivial mistakes in words or speech.

சொற் கேளாதவன், a disobedient person.

சொற் சாதுரியம், eloquence.

சொற் சித்திரம், a quibble, pun.

சொற்படி நடக்க, to be obedient.

சொற் பயன், meaning of a word.

சொற் புத்தி, advice.

இன்சொல், a sweet word.

ஒரு சொல் வாசகன், a man steadfast to his word.

சோல், சொல்லு, III. v. t. (சொல்லினேன் is contracted in சொன்னேன், the *verb. part.* is சொல்லி), say, tell, speak, பேசு.

நான் சொன்னதை மனதிலே வை, keep secret what I said.

அப்படிச் சொல்லு, say so, that is right.

சொல்லுகிற இடத்திலே சொல்லு, inform the proper person of the matter.

சாப்பாட்டுக்குச் சொல்ல, to invite one to a meal.

சொல்லப்படாத காரியம், a thing improper or impossible to be told.

சொல்லி, *appel. n.* (*in comb.*), a tattler (as கோட்சொல்லி, a slanderer, பொய்சொல்லி, a liar).

சொல்லிக் காட்ட, to describe, to explain.

சொல்லிக் கொடுக்க, to teach, advise.

சொல்லிக் கொள்ள, to say farewell, to speak to another.

நேரம் சொல்லிக் கொண்டார்கள் they appointed the time to one another.

சொல்லி முடியாதது, that which is unspeakable.

சொல்லியனுப்ப, to send word by a person.

சொல்லி வைக்க, to intimate, to tell beforehand, to teach.

சொல்லுவிக்க, to make another speak.

வரச் சொல்ல, to bid, invite.

சோள்ளை, s. that which is worm-eaten, சொத்தை; 2. a slap, சொட்டு; 3. stigma, flaw in the character, இழுக்கு; 4. marks left by small pox, தழும்பு.

சொள்ளைப் பாக்கு, a worm-eaten areca-nut.

சொள்ளை முகம், a pock-marked face.

சொள்ளை விழ, – பிடிக்க, to be worm-eaten or decayed.

சோறி, s. itching, தினவு; 2. mange, scab, சொறி சிரங்கு; 3. that which causes itching, nettles etc., காஞ் சொறி; 4. roughness of surface.

சொறிக்கிட்டம், iron-dross.

சொறி சொறியாயிருக்க, to be rough, to be scabby.

சொறி (சொறி பிடித்த) நாய், a mangy dog.

சொறியன், a scabby person.

சோறி, II. v. t. scratch, rub, சுறண்டு, 2. v. i. itch, அரி; 3. crave, கெஞ்சு.

சொறி சிறங்கு, small itch.

சொறிவு, v. n. itching, scratching.

*சோற்பம், s. (சு + அற்பம், very little), that which is small, slight or frivolous, a trifle, சிறியது.

சொற்பகாரியம், a trifling or frivolous matter.
சொற்ப குற்றம், a little fault.
சொற்பசீவனம், an insufficient living.
சொற்ப புத்தி, indiscretion.
அற்ப சொற்பம், a very insignificant thing.
*சொன்னம், s. same as சுவர்ணம், gold.

சோ

சோ, s. an imitative sound of raining.
சோவென, to sound as pelting rain.
*சோகம், சோபம், s. fainting, swoon, மயக்கம்; 2. affliction, sorrow, துன்பம்; 3. laziness, slowness, சோம்பல்.
சோகம் போட, to faint, to swoon.
சோகந் தெளிய, to recover from fainting.
*சோகரியம், சோகிரியம், s. same as சௌகரியம், comfort.
சோகா, VI. v. i. same as சோகி.
சோகாப்பு, v. n. fainting, sorrow.
சோகி, s. a snake catcher or dancer, பிடாரன்; 2. cowry, பலகறை.
*சோகி, VI. v. i. (சோகம்), faint, swoon, சோரு; 2. grieve, சலி.
சோது, s. devil, goblin, பிசாசம்.
சோகை, சோவை, s. a kind of jaundice, swelling of the body, impotence; 2. an impotent person, அப்பிராணி.
சோகை மூஞ்சி, a turgid face.
சோகையன், சோகை பிடித்தவன், a person with jaundice.
பித்த சோகை, jaundice caused by bile.
*சோசியம், s. astrology, சோதிடம்.
சோசியங்கேட்க, to consult an astrologer.
சோசியர், astrologers.
சோச்சி, s. an infantine expression for சோறு, boiled rice.
சோச்சி பாச்சி, rice and milk.
*சோடசம், s. sixteen.
சோடச உபசாரம், the sixteen acts of respect paid to a guru or a great personage.
சோடசாவதானம், the act of performing sixteen different acts at the same time.
சோடி, ஜோடி, s. (*Hind.*), couple, pair, match, சோடு.
சோடி, VI. v. t. adorn, beautify, decorate, அலங்கரி; 2. equip a horse etc.; 3. fabricate a tale or story.
சோடித்துச் சொல்ல, to exaggerate.
சோடிப்பு, v. n. decoration, adorning, dressing, a set of ornaments.
சாட்சி சோடிக்க, to fabricate evidence.
சோடினை, s. decoration, embellishment, சிங்காரிப்பு; 2. attire, ornaments for a play, equipage.
கூத்துச்சோடினை, attire for the stage.
ஆண் (பெண்) சோடினை, the attire of a male (female) for the stage.
சோடு, ஜோடு, s. (*Hind.*), a pair, a couple, சோடி; 2. a pair of shoes, செருப்பு; 3. a coat of mail, கவசம்.
இதுக்குச் சோடில்லை, this is a single one not paired, this is unequalled.
ஒரு சோடு புறாக்குஞ்சு, a pair of young pigeons.
சோடணிந்து சண்டைசெய்ய, to fight putting on a coat of arms.
சோடாய் வளர்க்க, to nurture or train up together.
சோடு சேர்க்க, to find a proper match, to join two persons in marriage.
சோடுபார்க்க, to see whether two persons or things will pair.
சோடு பிரியாமலிருக்க, to continue united, to enjoy unbroken friendship.
தலைச்சோடு, a helmet.
மேற்சோடு, stockings.
சோடை, s. an unfruitful or withered tree; 2. failure, காரியப்பிழை; 3. faintness, languor, சோர்வு.
சோடைபற்ற, to become stinted, unfruitful etc.
சோட்டா, ஜோட்டா, s. (*Hind.*), a club, rod, stick, தடி.
சோட்டாத் தடி, a baton with a curved end.
சோட்டை, s. eager desire, longing, yearning, ஆசை; 2. fondness, delight, பிரியம்.

சோட்டை தெளிய, to be relieved as to one's longings.
பால் சோட்டை, desire after milk (as of an infant).

*சோணகிரி, சோணுசலம், s. the mountain அருணகிரி sacred to Siva.

சோணங்கி, s. a kind of dog.

*சோணுசலம், s. see சோணகிரி.

சோணுடு, s. (*contraction of* சோழ நாடு), the Chola kingdom.

சோணுவு, s. a lucky fall of the dice.

*சோணிதம், s. red, சிவப்பு; 2. blood, இரத்தம்; 3. female semen, சுரோணிதம்.

சோணை, s. ear-lobe, ear-lap, காதுமடல்; 2. the base of a leaf-stalk.
சோணைக் காது, large ear-laps not perforated.

*சோதரம், s. (ச+உதரம்), brotherhood, சகோதரம்.
சோதரன், brother, சகோதரன்.

*சோதனம், s. assaying, refining metals, புடமிடுகை.

*சோதனை, s. refining metals, சோதனம்; 2. divine trial, affliction, தேவ சோதனை; 3. search, investigation, examination, ஆராய்வு; 4. (*Chr. us.*), temptation.
சோதனைக்காரன், a searcher, examiner, tempter.
சோதனை செய்ய, -பண்ண, -பார்க்க, to examine, to search; 2. to try the character of a person, சோதிக்க.
சோதனை கொடுக்க, to pass examination, to be examined (as baggage).
தேவசோதனை, divine trial.

சோதா, s. *(Hind.)*, a weak, impotent person.

*சோதி, ஜோதி, s. light, splendour, lustre, brightness, பிரகாசம்; 2. a luminary, a heavenly body, வான சோதி.
சோதி சக்கரம், -மண்டலம், the starry sky.
சோதி சாஸ்திரம், astronomy, astrology.
சோதி மயமான, full of light.
சோதிமின்னல், lightning in the N. E. before the monsoon sets in.
சோதி விட, -வீச, to emit rays, to shine with great lustre.
அருட்சோதி, divine favour.
பரஞ்சோதி, the heavenly light, God.

*சோதி, VI. *v. i.* shine, be lustrous, சோபி.

*சோதி, VI. *v. t.* search, examine, explore, ஆராய்; 2. try, test, பரீட்சி; 3. tempt.
சோதித்தறிய, to inquire and ascertain the truth.
சோதித்துப் பார்க்க, to search, to try, to examine.

*சோதிடம், சோதிஷம், s. astrology, astronomy, சாதகம்.
சோதிடர், astrologers and astronomers,
சோதிட சாஸ்திரம், -நூல், astrology or astronomy.
சோதிடம் பார்க்க, to consult astrology.

*சோத்தி, s. midnight, நடுச்சாமம்; 2. deep sleep, நித்திரை.

*சோத்தியம், s. surprise, astonishment, வியப்பு; 2. wonderful occurrence, அதிசயம்; 3. failure, swerving, வழு.
சோத்தியம் போக, சோத்தியப்பட, to wonder, to be surprised.

*சோத்திரம், s. ear, காது.

*சோத்திரியம், s. land granted to a learned man by the king.

சோந்தை, s. interest, concern, உடந்தை; 2. impediments, விக்கினம்.
சோந்தைக்காரர், interested person.

*சோபம், s. faintness, swoon, languor, சோகம்.
சோபதாபம், great lassitude.
சோபந் தெளிய, to recover from a swoon.
சோபம் போட, -கொண்டிருக்க, to faint, to swoon away.

சோபலம், s. laziness, சோம்பு.
சோபலாங்கி, *com.* சோப்புளாங்கி, a lazy person.

*சோபனம், s. beauty, அழகு; 2. happy circumstances, auspicious event; 3. joy, festivity, சுபம்; 4. congratulation, வாழ்த்து.
சோபனகாரியம், joyful event like wedding etc.
சோபனஞ் சொல்ல, to congratulate; 2. to communicate good news.

சோபனம் பாட, to sing congratulatory songs.

சோபி, s. VI. v. i. shine bright, be lustrous, splendid, பிரகாசி; 2. faint, swoon, சோரு.

சோபித்துக் கிடக்க, to be faint, to be in a swoon.

அழகு சோபிக்க, to be very beautiful.

*சோபிதம், s. beautifulness, அழகு; 2. exceeding brightness, lustre, cheerful glow, பிரகாசம்.

சோபித முகம், a bright cheerful countenance.

*சோப்பம், s. same as சோபம்.

சோப்பு, III. v. t. cause to languish, சோம்பப்பண்ணு; 2. beat, flog, அடி.

*சோமம், s. the moon-plant; 2. the juice of the moon-plant; 3. toddy, கள்.

சோமபானம், – ரசம், the drink of the Soma-juice.

*சோமன், s. the moon, சந்திரன்; 2. a cloth worn by men round the waist, வேஷ்டி.

சோம சூரியாக்கினி, the sun, moon, and fire.

சோமவாரம், Monday.

சோமன் சாம்பு, a piece containing several clothes.

சோமன் சோடு, a cloth and a shawl forming a dress.

பிள்ளைச் சோமன், a small cloth for a boy.

சோமாறு, III. v. t. steal, pilfer, draw out, திருடு; 2. exchange goods and articles for use, பண்டமாற்று; 3. pour from one vessel into another.

சோம்பல், v. n. laziness, slowness, apathy, மந்தம்; 2. drowsiness, சோம்பு.

சோம்பல் முறிக்க, to yawn, to stretch.

சோம்பற்காரன், சோம்பலாளி, a sluggard.

சோம்பற்றனம், idleness.

சோம்பு, s. laziness, idleness, drowsiness, சோம்பல்; 2. anise seed, பெருஞ் சீரகம்.

சோம்பரை, சோம்பறை, idleness; 2. a lazy person.

சோம்பேறி, சோம்பறைக் காரன், an idler, a sluggard.

சோம்பேறித்தனம், sluggishness.

சோம்பு, III. v. i. be idle, lazy, slow, தாமதி; 2. be drowsy, sleepy, உறங்கு; 3. droop, fade, வாடு.

சோம்பித் திரியேல் (*Av.*), don't be idle.

பிள்ளை சோம்பிப்போயிற்று, the child is drooping.

சோம்பாமை, *neg. v. n.* activity, தளராமை.

*சோரம், s. theft, stealing, களவு; 2. fraud, வஞ்சனை; 3. adultery of a wife, விபசாரம்.

சோரக்கள்ளன், a lewd person, an adulterer.

சோரஸ்திரி, an unfaithful wife, adultress.

சோரத்தனம், thievishness, fraud; unfaithfulness of a wife.

சோர நாயகன், – புருஷன், a married woman's paramour.

சோர புத்திரன், an illegitimate son.

சோரப்பார்வை, libidinous, wanton look.

சோரமார்க்கம், unfaithfulness of a wife.

சோரம் போக, to be abstracted (as property), to yield to paramours (as a married woman).

சோரன், a thief, a villain.

சோரர் பயம், dread of thieves.

சோராவரி, ஜோராவரி, s. (*Per.*), robbery, depredation, கொள்ளை; 2. taking a woman by force, மானபங்கம்.

சோராவரி பண்ண, to vex and use violence, to commit robbery.

சோர், சோரு, II. v. i. languish, faint, droop, களை; 2. slip down (as a cloth), வழுவு; 3. trickle down (as tears etc.), சொரி; 4. be dejected, melancholy, மனஞ்சோர்; 5. wither, fade away, வாடு; 6. be absorbed in the system, சுவறு.

அவன் வஸ்திரம் சோர்ந்து கிடக்கிறது, he lies uncovered, the clothes slipping down.

ஒருவனைக் கைசோர விட, to forsake one.

சோரத் தேய்க்க, to rub oil well in.

சோரப் பெய்ய, to rain profusely.

சோர்வு, சோர்பு, v. n. lassitude, weariness, swooning.

சொற் சோர்வு, faltering in speech.

சோலி, s. (*Tel.*), business, affair, காரியம்; 2. a troublesome or difficult business, அல்லல்.

எந்தச் சோலியும் வேண்டாம், let there be no trouble or anxiety.

சோலிக்காரன், a molester, one who makes difficulty.

அவன் பல சோலிக்காரன், he is a man looking after many things.

சோலி பண்ண, to trouble, annoy, molest.

சோலிமாலி, trouble, annoyance.

சோலியாய்த் திரிய, to be busy.

சோலியிலே அகப்பட, to be involved in trouble or difficulty.

வீண் சோலி, vain labour or affair.

சோலை, s. a grove, forest, தோப்பு.

சோலை வைக்க, to plant a grove.

சோல்னா, ஜோல்னா, s. (*Hind.*), a small kind of bag or pouch.

*சோவை, s. see சோகை, jaundice.

சோழகம், s. south wind, தென் காற்று.

சோழகக் கச்சான், south-west wind.

சோழகக்கொண்டல், south-east wind.

*சோழம், s. the Chola kingdom.

சோழ தேசம், -பூமி, -மண்டலம், the country of the Chola king.

சோழ மண்டலக் கரை, Coromandel coast.

சோழன், a king of the Chola dynasty.

சோழியன், one from the Chola country; a broad hoe.

சோழியக் கடகம், a large kind of basket.

சோழியப் பை, a large kind of bag used by mendicants.

சோழிய வெள்ளாளர், the Vellalahs of the Chola country.

சோளம், s. a kind of gram, great millet, maize.

சோளக் கதிர், the spike of சோளம்.

சோளச் சோறு, boiled maize.

சோளத் தட்டை, -தட்டு, maize stalks.

காக்காய்ச் சோளம், a variety of smaller kind.

மக்காச் (மொக்கைச்) சோளம், maize, Indian corn.

சோளி, சோளிகை, s. a wallet, satchel, bag, பை.

சோறவரி, s. see சோராவரி,

சோறு, s. boiled rice, சாதம்; 2. the spongy substance or pith of trees, சோற்றி.

அவனுக்குச் சோற்றிறக்கமில்லை, rice will not go down *i. e.* he cannot eat.

சோறாக்க, -சமைக்க, to boil rice,

சோறுபோட, -படைக்க, to serve up rice at meals.

சோற்றுக் கடன், obligation or service in return for food given.

சோற்றுக் களை, languor after eating.

சோற்றுக்கை, the right hand used in eating rice.

சோற்றுத் துருத்தி, the body, *lit.* a leather bag of rice.

சோற்றுப் பருக்கை, grain of boiled rice.

சோற்றுப் பற்று, rice sticking to the pot.

சோற்றுப் பாளையம், the part of the camp where the baggage is kept and where food is prepared by women.

சோற்று மயக்கம், -உறக்கம், sleep induced by eating.

சோற்று மரம், a tree not mature.

சோற்று மாடு, a worthless fellow who does nothing but eat.

கம்பஞ்சோறு, boiled கம்பு.

புற்றுஞ்சோறு, a nest or rather burrow of a kind of white ants.

சோற்றி, s. the pith of trees, சோறு; 2. immature wood, சோற்று மரம்.

சோனகம், s. one of the fifty-six countries; 2. the Hindustani language.

சோனகன், s. (*fem.* சோனகத்தி), one of a low tribe among the Mohamedans.

சோனுமாரி, s. incessant rain, விடா மழை.

சோனை, s. pouring rain, incessant rain.

சோனை பெய்ய, to rain heavily in the neighbourhood.

சோனைத் தூற்றல், drizzling rain.

சோனைப் புல், a kind of grass.

சோனை மழை, heavy rain.

சௌ

*சௌகரியம், சவுகரியம், சோகரியம், s. delight, pleasantness, comfort, health, சுகம்.

சௌக்காரி, s. (*Hind.*), same as சாவகாரி.

*சௌக்கியம். s. see சவுக்கியம், health.

*சௌசம், சவுசம், s. cleanliness purity, சுத்தம்; 2. cleansing, ablution, சுத்திகரம்.

சௌசம் பண்ண, to wash after passing excrements, கால் கழுவ.

*சௌசன்னியம், s. friendship, kindness, அன்பு.

சௌசன்னியன், a kind man.

*சௌசேயன், washerman, வண்ணான்.

சௌடால், s. (*Hind.*), foppery, சவுடால்.

சௌடு, s. see சவடு, sediment.

சௌதாகிரி, சவுதாகிரி, s. (*Hind.*), a horse-dealer.

சௌதாகிரிக் குதிரை, a horse that is to be sold.

சௌத்து, s. see சவுத்து, pattern.

*சௌந்தரம், சௌந்தரியம், சௌந்தரீகம், s. see சவுந்தரம், beauty.

*சௌபாக்கியம், s. see சவுபாக்கியம், auspiciousness.

*சௌமியம், s. mildness, சாந்தம்.

*சௌரம், s. what pertains to the sun; 2. see சௌளம்.

சௌர மாதம், solar month.

சௌர வருஷம், solar year.

அதிசௌர வருஷம், leap year.

*சௌரியம், சவுரியம், s. valour, heroism, prowess, வீரம்.

சௌரியன், சௌரியவான், a brave, valiant person, வீரன்.

*சௌளம், சௌரம், s. shaving, tonsure, சவரம்.

ஜ

Words beginning with ஜ, ஜா, etc. see under ச, சா, etc.

ஸ்

*ஸ்கந்தம், கந்தம், s. portion, chapter.

*ஸ்கந்தன், கந்தன், s. Skanda.

*ஸ்கலிதம், ஸ்கலனம், s. falling, slipping, தவறுதல்; 2. emission of semen.

*ஸ்காந்தம், காந்தம், s. Skanda puranam.

*ஸ்தம்பம், தம்பம், s. a post, pillar.

*ஸ்தம்பனம், s. see தம்பனம்.

*ஸ்தலம், தலம், s. a place, seat.

*ஸ்தனம், தனம், ஸ்தன்னியம், s. a female breast, முலை.

*ஸ்தாபகம், தாபகம், s. establishment, foundation, ஸ்தாபனம்.

*ஸ்தாபனம், தாபனம், s. foundation, establishment, institution, ஸ்தாபிப்பு; 2. fixing or contrasting the thoughts.

ஸ்தாபனம் பண்ண, to fix, to place.

*ஸ்தாபி, தாபி, VI. v. t. found, erect, establish, set up, ஏற்படுத்து; 2. determine, தீர்மானி; 3. prove, உரூபி.

ஒரு குடியை ஸ்தாபிக்க, to originate, found a family.

ஸ்தாபிதம், v. n. an establishment; 2. anything hidden underground.

*ஸ்தாவரம், தாவரம், s. all immoveable things (*opp. to* சங்கமம்); 2. basis, foundation, நிலை; 3. stability, firmness, உறுதி; 4. habitation, place, abode, இடம்; 5. shelter, support, ஆதரவு.

ஸ்தாவர சங்கமம், the moveable and immoveable.

*ஸ்தானம், தானம், s. place, situation.

*ஸ்தானுபதி, தானுபதி, s. general.

*ஸ்தானிகம், ஸ்தானீகம், s. office of superintending a temple.

ஸ்தானிகன் (*pl. & hon.* ஸ்தானிகர், *com.* ஸ்தானிகாள்), superintendent of a temple.

*ஸ்திதி, s. state, condition, நிலைமை; 2. stability, permanence, நிலைபேறு; 3. preservation, காப்பாற்றல்; 4. wealth, good circumstances, வாழ்வு.

ஸ்திதிமதி, estate.

ஸ்திதிவந்தன், a rich man.

*ஸ்திரம், திரம், s. stability, firmness, உறுதி; 2. steadiness, permanence, நிலை.
ஸ்திரப்பட, ஸ்திரமாக, to be steady or fixed, to be confirmed.
ஸ்திரப்படுத்த, to strengthen, to confirm.

*ஸ்திரி, இஸ்திரி, ஸ்திரீ, திரி, s. woman, பெண்; 2. wife, மனைவி.
ஸ்திரிசாதி, -சனம், the female sex.
ஸ்திரி ரத்தினம், a most excellent woman.
ஸ்திரி லட்சணம், female excellence, modesty etc.
பட்ட (பட்டத்து) ஸ்திரி, a queen.
பரஸ்திரி, the wife of another, a strange woman, prostitute.

*ஸ்துதி, s. see துதி, praise, eulogy.

*ஸ்துத்தியம், s. see துத்தியம், eulogy.

*ஸ்தூபி, தூபி, s. the top of a temple.

*ஸ்தூலம், தூலம், s. corpulency, stoutness, fatness, பருமை; 2. material substance, matter (*opp. to* சூக்ஷமம். subtility); 3. cross-beam, உத்திரம்.
ஸ்தூலக்கடைவீடு, a house with cross-beams under the roof.
ஸ்தூல தேகம், material body.
ஸ்தூலமுள்ளவன், a corpulent or fat man.

*ஸ்தூலி, தூலி, VI. *v. i.* grow stout, thick or fat, பரு.
ஸ்தூலித்த சரீரம், a fat or bulky body.
ஸ்தூலிப்பு, தூலித்தல், *v. n.* stoutness, corpulency.

*ஸ்தோத்திரம், தோத்திரம், s. praise, eulogium, thanksgiving, துதி; 2. compliment, salutation, வந்தனம்.
ஸ்தோத்திரப் பாட்டு, a song of praise, doxology.

*ஸ்தோத்திரி, VI. *v. t.* praise, give thanks to God, worship with thanksgiving.

*ஸ்நானம், s. bathing, ablution, purification, முழுக்கு.
ஸ்நானகன், the Baptist.
ஸ்நானம் பண்ண, to bathe, to lave.
ஆரோக்கிய ஸ்நானம், bathing after recovering from sickness.
ஞானஸ்நானம் (*Chr. us.*), baptism.
ஒருவனுக்கு ஞானஸ்நானம்கொடுக்க, ஒருவனை ஞானஸ்நானம் பண்ணுவிக்க (செய்விக்க), to baptize one.

*ஸ்நேகம், சிநேகம், s. love.

*ஸ்பஷ்டம், s. clearness, being evident or manifest, தெளிவு.

*ஸ்படிகம், படிகம், s. crystal, glass, பளிங்கு.

*ஸ்பரிசம், s. see பரிசம்.

*ஸ்மரணை, s. see சுமரணை.

*ஸ்மரி, VI. *v. t.* recollect, நினைவுகூரு.

*ஸ்மார்த்தம், s. what relates to law books.

*ஸ்மிருதி, s. recollection, நினைவுகூருகை; 2. law, தரும சாஸ்திரம்.

*ஸ்வ, *adj.* see சுவ.

*ஸ்வஸ்தம், சுவஸ்தம், s. healthiness.

*ஸ்வயம், சுவயம், s. self.

*ஸ்வர்க்கம், சுவர்க்கம், s. Swerga.

*ஸ்வல்பம், சுவல்பம், s. littleness.

*ஸ்வாஸ்தியம், சுவாஸ்தியம், s. wealth, ability.

*ஸ்வாதந்திரியம், சுவாதந்திரியம், s. independence.

*ஸ்வாமி, சுவாமி, s. Lord.

ஷ

ஷரா, s. (*Ar.*), remark, observation, குறிப்பு.

ஷராப், s. (*Ar.*), spirituous liquor.

ஷரவ், s. (*Ar.*), see சராப்பு, a shroff.

ஷால், s. (*Hind.*), see சால்வை, shawl.

ஸ்ரீ (Sri)

*ஸ்ரீ (*sri*), s. Lukshmi; 2. felicity, பாக்கியம்.
ராஜ ஸ்ரீ, royal state or splendor, honorific title.

*ஸ்ரீபதி, ஸ்ரீகாந்தன், ஸ்ரீதரன், s. Vishnu, the husband of Lukshmi.

*ஸ்ரீமது, s. that which is prosperous.

*ஸ்ரீமான், s. a rich man, சீமான்.

*ஸ்ரீராமன், s. Ramachandra, the hero of the Ramayana.

க்ஷ — க்ஷௌ

*க்ஷணம், கணம், சணம், s. an instant, a moment.
தக்ஷணம், க்ஷணமே, the same moment.
க்ஷணப்பொழுது, a moment's time.
*க்ஷத்திரியன், சத்திரியன், s. one of the Kshatriya caste.
*க்ஷமி, கமி, சமி, VI. v. i. & t. forbear, have patience, பொறு; 2. pardon, மன்னி.
*க்ஷமை, s. patience, பொறுமை.
*க்ஷயம், s. waste, consumption, காசநோய்.
*க்ஷயி, VI. v. i. wane, decrease, கெடு.
*க்ஷாத்திரம், s. hatred, malice, குரோதம்.
*க்ஷாமம், s. scarcity, famine, பஞ்சம்.
*க்ஷீணம், க்ஷீணம், சீணம், s. decay, decline.
*க்ஷீணி, VI. v. i. decay, waste away, சீரணி.
*க்ஷீரம், s. milk, பால்.
*க்ஷேத்திரம், க்ஷேத்திரம், s. sacred place.
*க்ஷேபம், s. occupying time.
காலக்ஷேபம், passing time, entertainment.
சத்கால க்ஷேபம், good occupation of time.
வீண்கால க்ஷேபம், killing time.
*க்ஷேமம், s. happiness, well-being, சுகம்.
எல்லாம் க்ஷேமம், all is well.
*க்ஷௌரம், s. shaving, சௌரம்.

ஞ

ஞண்டு, s. see நண்டு.
*ஞமன், s. see யமன்.
ஞயம், s. see நயம்.
ஞறு, s. peacock's cry.

ஞா

ஞாண், நாண், s. a string, கயிறு; 2. a bow-string, வின்ஞாண்.
அரைஞாண், a cord round the loins.
*ஞாதி, நாதி, s. a kinsman, a near relative, the heir for performing funeral rites, தாயத்தான்.
ஞாதி கன்மம், the duties of the heir after the father's death.
*ஞாபகம், s. memory, நினைவு; 2. knowledge, reason, அறிவு; 3. attention, கவனம்; 4. quotation, note or explanatory annotation.
அது எனக்கு ஞாபகமில்லே, I do not remember it, I cannot recollect it.
ஞாபகக் குறிப்பு, a memorandum.
ஞாபகப் படுத்த, to remind, to refresh one's own memory.
ஞாபகமாய்ச் சொல்ல, ஞாபகங் கொள்ள, to call to memory.
ஞாபகம் பண்ண, to remember, to keep in remembrance.
ஞாயம், s. see நியாயம், justice, right.
ஞாயிறு, நாயிறு, s. the sun, சூரியன்; 2. Sunday, ஞாயிற்றுக் கிழமை.
ஞாலம், s. earth, world, பூமி; 2. ballast.
ஞாளி, s. a dog, நாய்; 2. toddy, கள்.
ஞாளி யூர்தி, Bhairava whose vehicle is a dog.
*ஞானம், s. intelligence, அறிவு; 2. science, learning, knowledge, wisdom, கல்வி; 3. spiritual knowledge; 4. the highest state of bliss in Sivaism, see பாதம்.
ஞானகாரியம், spiritual matters.
ஞானக் கண், mental vision, spiritual sight (*opp. to* ஊனக்கண்).
ஞான சாஸ்திரம், – நூல், Theology.
ஞானஸ்நானம், baptism, see under ஸ்நானம்.
ஞானதிரவியம், ஞானனுபான திரவியம் (*Chr. us.*), sacrament.
ஞான திருஷ்டி, spiritual light or illumination.
ஞானதீபம், the lamp of knowledge.
ஞானத் தகப்பன் (*Chr. us.*), god-father.
ஞானத் தாய், god-mother.
ஞானத்திலே தெளிந்தவன், – பற்றினவன், one who is very wise.
ஞானபாரகன், a profound philosopher.

ஞானப்பால், spiritual milk, divine knowledge.
ஞானப் பிள்ளை (*Chr. us.*), a god-son or daughter.
ஞானமுள்ளவன், one who is wise.
ஞானுதிக்கம், the possession of wisdom.
ஞானுயுதம், a spiritual armour or weapon.
ஞானர்த்தம் (ஞான + அர்த்தம்), spiritual, mystical sense.
ஞானுனுபானம், means of grace, see ஞான திரவியம்.
ஞானி, a wise man, a learned ma or woman.
ஞானேந்திரியம், the five organs sense.
ஞானேதயம், the dawn of spiritu wisdom..
ஞானேபதேசம், ஞான போதகம், spiritual instruction.
மெய்ஞ்ஞானம், *com.* மெஞ்ஞானம் (மெ ய் + ஞானம்), true wisdom.
ஞான்று, *s.* day, நாள்.

ட

டகாயத், *s.* (*Pers.*), an attack made by robbers.
டக்கண், டக்கணி, *s.* (*Hind.*), the Deccan.
டக்கணிப் பாஷை, the Deccan language.
டக்கயம், டக்கியம், *s.* (*Tel.*), a flag, கொடி.
டக்கு, *s.* trick, guile, புரட்டு.
டங்கா, *s.* (*Hind.*), a kind of drum.
டபால், *s.* (*Hind.*), the post, the tapal, தபால்.
டபேதார், *s.* (*Ar.*), Daffadar.
டப்படி, *prop.* இடப்படி, see under இட.
டப்பாஸ், *s.* (*Hind.*), crackers in firework.
டப்பி, *s.* (*Tel.*), a small box, சிமிழ்.
டப்பு, *s.* (*Tel.*), copper coin; 2. falsehood, பொய்; 3. display.
டப்புக் கரை, a rich-bordered clot
டப்பை, *s.* (*Hind.*), a small box, டப்
டமாரம், டம்மாரம், *s.* (*Tel.*), a bra drum, a pair of kettle drums.
டம்மாரக்காரன், a kettle-drumme
டம்மார மாடு, a bullock carrying tl kettle-drums and the drumme
டம்பம், டம்பக்கம், *s.* (*Tel.*), see இட பம், pomp.
டம்பாசாரி, a gallant.
டர், *s.* (*Hind.*), fear, பயம்.
டர்வாங்க, to be fearful, to be e hausted by over-purging.
டவாலி, *s.* (*Hind.*), the badge of peon.

டா

டாது, *s.* (*Hind.*), a point, spot, புள்ளி.
டாகு போட, to brand cattle with 'the owner's mark.'
டாக்கு, *s.* (*Hind.*), petulancy, pride, கர்வம்.
டாக்கன், a petulant fellow.
டாணு, தாணு, *s.* (*Hind.*), a subordinate police station, out-post.
டாணுதார், police station officer.
டாபால், *s.* (*Hind.*), mining by trenches to a fortified place.
டாபாலிலே விழுந்து வெட்ட, to break into the enemy's camp.
டாபால் நடத்த, to dig mines or trenches.
டாபால் போட, – எடுக்க, to make a line of circumvallation.
டாபால் முறிந்தது, the siege is raise
டாப்பு, இடாப்பு, *s.* (*Hind.*), a catalogu list, a physician's prescription.
டாப்பிலே பதிக்க, to insert in th list, to enrol.
டாப்பெழுத, to write or prepare a lis
பேர் டாப்பு, a list of names.
டாப்பு, III. *v. i.* straddle in walkin; டாப்பி நட.
டாம்பீகம், *s.* (*Tel.*), ostentation, டம்ப
டால், *s.* (*Hind.*), colours, a flag, கொடி
டால்டம்மாரம் போட்டுக்கொண்டு போ, to go with drums beating an colours flying.

டி

டிக்காணு, s. (*Hind.*), the state of being stationary.

டில்லி, s. (*Hind.*), Delhi.
 டில்லிபாச்சா, the great Mogul.

டெ

டெக்கு, s. (*Hind.*), pride, glory, பெருமை.
 டெக்காய்ப் பேச, to boast.

டெலா, s. (*Hind.*), looseness, long delay.

டோ

டோங்கு, s. (*Tel.*), hole in a tree, பொந்து; 2. crookedness, கோணல்.

டோம்பர், டொம்பரவர், s. (*Tel.*, *fem.* டொம்பச்சி, டொம்பரச்சி), rope-dancers, தொம்பர்.

டோ

டோபி, s. (*Pers.*), washerman, வண்ணான்.

டோலி, இடோலி, s. (*Hind.*), a litter or dhooly.

டோல், s. (*Tel.*), a large drum; 2. (*Hind.*), a swinging cot, தூங்கு மஞ்சம்.

த

தகடு, s. (*Gen.* தகட்டின்), a thin flat piece of metal, a metal plate, தட்டு; 2. closeness, thickness, அடர்ப்பு.
 தகட்டிலே வரைய, to engrave on a plate.
 தகட்டுச் செம்பு, copper in plate.
 தகடு தைக்க, to fasten a plate with nails.
 பொற்றகடு, a gold plate.

தகதகெனல், v. n. shining brightly.

தகப்பன், s. (*hon.* தகப்பனுர், *pl.* தகப்பன்மார்), a father.
 தகப்பன் மரியாதையாய் நடத்த, to treat or regard one as a father.
 தகப்பன் முறை, relationship as one in the father's place.
 சிறிய தகப்பன், a father's younger brother.
 பெரிய தகப்பன், a father's elder brother.
 பெருத தகப்பன், step-father, foster-father.

தகமை, s. see தகைமை.

*தகம், s. heat, உஷ்ணம்; 2. burning, எரிவு.

தகரம், s. tin; 2. lead, ஈயம்.
 தகரம் பூச, to coat with tin.

தகரார், தகரால், தகராறு, s. (*Ar.*), hinderance, altercation, objection, thwarting one's design, தடை.
 தகரார்பட்ட காரியம், a thing objected to, the matter in dispute.

தகரை, s. the name of a plant, cassia.
 தகரை விரை, the seed of தகரை used in dyeing linen.

தகர், s. a fragment, துண்டு; 2. a ram, கடா; 3. a male shark, ஆண்சுரு.

தகர், தகரு, II. v. i. be broken or crushed in pieces (as glass etc.), உடை; 2. be shattered, fractured, shivered, நொருங்கு.
 தகரவாங்கிப் போட, to raze a fort house, hill etc., to take away one's power or dignity.

தகர், VI. v. t. break to pieces, dash, destroy, நொறுக்கு; 2. defeat, வெல்லு.

தகவல், s. (*Hind.*), a quotation in proof, explanation, example, திருஷ்டாந்தம்; 2. an appropriate answer.
 தகவல் கொடுக்க, – சொல்ல, to give an explanation.

தகவு, v. n. (*from* தகு), fitness, தகுதி.

தகழி, s. an earthen lamp, அகல்.

தகளிகை, s. a deep plate to eat from.

*தகனம், s. burning, combustion, cremation, சுடல்.
 தகன பலி, a burnt-offering.
 தகனம் பண்ண, – செய்ய, to burn; 2. to burn a corpse.

*தகனி, VI. v. t. (தகனம்), burn, consume by fire, சுட்டெரி.

*தகி, VI. v. t. (தகம்), burn, scorch, heat greatly, consume by burning, devour, எரி.

தகிலி, VI. v. t. cheat by tricks, வஞ்சி; 2. exchange, மாற்று; 3. trample down, மிதி.

தகு, II. & IV. v. i. be fit, suitable'

proper, decent or convenient, appertain, எல்.

தகாத, unfit, improper.

தகாமை, v.n. unfitness, impropriety.

தகுந்த, தக்க, *adj. part.* fit, proper, தகுதியான.

வேலைக்குத் தக்க கூலி, wages due for the work.

தகுந்த அவுழ்தம், proper remedy.

தகும், it is fit or proper.

தகுமான புள்ளி, – மனிதன், a worthy, competent person.

தக்கது, that which is fit or proper.

தக்கனெ, தக்கனெயான, *adj.* (தக்கனெயாக, தக்கபடி, *adv.*), fit, suitable.

தக்கார், தக்கோர், *pl.* (*sing.* தக்கான், தக்காள்), worthy or virtuous persons, the honorable.

தகுதி, *s.* fitness, propriety, convenience. ஏற்றது; 2. worthiness, தகை.

தகுதியாய், fitly, properly.

தகுதியான காலம், proper season.

தகை, *s.* fitness, suitability, தகுதி; 2. worthiness, excellence, மேன்மை.

தகைத்து, *symbol. verb, 3rd pers. neuter*, it is of a similar nature, it is fit.

தகை, II. *v. t.* stop, forbid, interdict, தடு; 2. *v. i.* be fatigued, இளை.

வழியில் தகைந்து போனுன், he grew tired and faint in the road.

தகைவு, *v. n.* restraint; 2. fatigue, weariness.

தகை, VI. *v. t.* same as தகை, II. *v. t.*

ஆணையிட்டுத் தகைக்க, to stop or obstruct by oath.

தகைப்பு, *v. n.* fatigue; 2. obstruction, restraint; 3. surrounding wall.

தகைமை, *vulg.* தகமை, *s.* manner, way, mode, ஒழுங்கு; 2. nature, quality, குணம்; 3. beauty, அழகு; 4. greatness, excellence, பெருமை; 5. fitness, தகுதி.

தக்க, தகுந்த, *adj. part.* see under தகு.

தக்கடி, தக்கிடி, *s.* (*Tel.*), an evasive answer, groundless claim, குதர்க்கம்; 2. fraud, chicanery, வஞ்சனை; 3. treachery, villany, துரோகம்.

தக்கடி வித்தை, deceitful tricks; 2. juggling, sleight of hand.

தக்கடி பண்ண, – அடிக்க, to play tricks.

*தக்கணம், தக்கிணம், தட்சணம், *s.* South.

தக்கணத் துருவம், South pole.

*தக்கணுயனம், தட்சணுயனம், *s.* the passage of the sun south of the Celestial equator.

*தக்கணை, *s.* see தட்சணை.

*தக்கம், *s. improp. for* தர்க்கம், dispute.

தக்கர், *s.* (*for.*), a jar, ஜாடி.

தக்காளி, *s.* a class of medicinal shrubs, tomato.

நல்ல தக்காளி, பசுவின் –, எருமைத் –, பேய்த் –, மணித் –, பெருந் –, etc., different kinds of it.

தக்காளிப் பிள்ளை, an insect, grillus, பிள்ளைப் பூச்சி.

தக்கு, *s.* (*Tel.*), low voice in singing, low pitch (*opp. to* எச்சு).

தக்கு, III. *v. i.* be fit, தகு; 2. (*Tel.*), come into and remain in one's possession, தனதாகு; 3. be advantageous or profitable, பயன்படு.

அவளுக்குப் பிள்ளை தக்கவில்லை, she has miscarried, she has not the luck to bring up the child.

அது உனக்குத் தக்குமோ, will that continue in your possession.

தக்கிப் போக, to become one's own by length of time etc. but unlawfully; 2. to become well concocted in the stomach.

தக்குவிக்க, to obtain possession, to procure.

தக்குத்தக்கென்று நடக்குதல், *v. n.* stepping heavily (as stout persons).

தக்குப் பொக்கெனல், *v.n.* tottering (as children or old persons); 2. walking heavily.

அவனுக்குத் தக்குப்பொக்கென்று விழுந்தது, he had a good thrashing.

தக்கெனல், *v. n.* being sudden, sounding as a thing falling.

தக்கை, *s.* a plug or role inserted in the hole of the ear-lap to enlarge it, குதம்பை; 2. a cork, a roll of paper etc. used as a cork; 3. a drum, பறை.

தக்கோலம், *s.* a fragrant drug chewed with betel.

*தங்கசாலை, *prop.* டங்கசாலை, *s.* a mint.

தங்கச்சி, *s*. see தங்கை.
தங்கப்பட்டை, *s*. girth of a saddle.
தங்கம், *s*. fine gold, pure gold, உயர்ந்த பொன்.
தங்கக்காசு, a gold coin.
தங்கத் தகடு, thin gold plate.
தங்கப் பாளம், a flat piece or ingot of gold.
தங்க மலாம், – முலாம், gilt, gilding.
தங்கமான வார்த்தை (பிள்ளை, நிலம் etc.), an excellent dear word, (child, field etc.).
தங்கமிழைக்க, – இட, to set with gold.
தங்கம் பூச, to gild.
தங்கரேக்கு, gold leaf, gold foil.
தங்கவேலை, setting precious stones etc. in pure gold.
புடமிட்ட தங்கம், refined gold.
தங்கலான், *s*. title of the assistant to the Headman of the Parchery whose duty is to circulate notices etc.
தங்கலான் பறையர், members of the pariah class to which this office is hereditary.
தங்கள், தங்களுடைய (*gen. of* தாங்கள்), their, their own.
தங்காள், *s*. see தங்கை.
தங்கு, III. *v. i.* stay, tarry, sojourn, lodge, தரி; 2. be obstructed or stopped, தடைபடு.
ஒன்று தங்கிப்போக, to halt once on a journey,
தங்கல், *v. n.* stopping, halting; 2. a stage in a journey, a halting place.
இரண்டு மூன்று தங்கலோடு நீ அங்கே சேரலாம், you may reach that place after two or three stages.
தங்கித் தங்கி வாசிக்க, to read with hesitation.
தங்கு, தங்குதல், *v. n.* staying, stopping.
தங்குதடை, impediment, obstruction.
தங்குதரிப்பு, stopping, halting.
தங்குதரிப்பில்லாதவன், one who is unsteady, rambling or roving.
தங்குதுறை, a port at which a vessel touches.
இராத்தங்க, to lodge or tarry somewhere all night.
தங்கை, தங்கைச்சி (*com.* தங்கச்சி), தங்காள், *s*. a younger sister.
தசகூலி, *vulg.* தசுகூலி, *s*. hire paid for ploughing.
***தசம்**, *s*. ten, பத்து.
தசக்கிரீவன், Ravana, the ten-headed.
தசம பாகம், the tenth part, tithe.
தசமி, the tenth phase of the moon in the increase or decrease.
தசாமிசம், தசாம்சம், decimal fractions.
தசாவதாரம், the ten incarnations of Vishnu.
தசரிப்பு, *s*. (*Hind.*), a present, வெகுமதி.
***தசனம்**, *s*. tooth, பல்.
தசனப்பொடி (*com.* தாசினுப்பொடி), powder for cleaning and strengthening the teeth.
தசை, *s*. flesh, சதை.
தசை நார், muscles.
***தசை**, *s*. state, condition, நிலைமை.
யோகதசை, a propitious time.
தசை, II. *v. i.* be fleshy or plump, கொழு; 2. be pulpy (as fruits), சதைப் பற்று.
***தச்சகன்** (*prop.* தக்ஷகன்), *s*. the head of a family, குடும்பத் தலைவன்.
***தச்சன்**, தச்சாசாரி, *s*. (*fem.* தச்சச்சி), a carpenter, an artizan.
தச்சவேலை, carpentry.
தச்சு, carpenter's work.
ஆறு தச்சு, six days' work for a carpenter.
தச்சுளி, a chisel.
கற்றச்சன், a stone-cutter.
தஸ்தவேசு, *s*. (*Pers.*), documents, vouchers, பத்திரம்.
தஸ்தவேசு பிறப்பிக்க, to draw a document.
தஸ்தா, *s*. (*Pers.*), a quire of paper, காகிதக்கட்டு.
தஸ்திரம், *s*. (*Pers.*), register, record, தஸ்தவேசுக் கட்டு.
தஸ்திரபந்து, record keeper.
தஸ்தூரி, *s*. (*Pers.*), fees, privilege, சுதந்தரம்.
தஞ்சம், *s*. staff, stay, support, கொழு கொம்பு; 2. help, துணை; 3. refuge, protection, அடைக்கலம்.
நீரே தஞ்சம், thou art my refuge.
தஞ்சமில்லாதவன், a destitute person.
தஞ்சன், *s*. the founder of Tanjore.
தஞ்சாவூர், தஞ்சை, *s*. Tanjore.

தடக்கு, தடக்கம், *v. n.* obstacle, impediment, தடை.

தடக்கெடுத்து விட, to remove obstructions.

தடக்கு, III. *v. i.* be obstructed, stumble, trip, இடறு.

கால் தடக்கிற்று, his foot tripped.

தடங்கு, III. *v. i.* be hindered, impeded, detained, தடக்கு.

தடங்கல், *v. n.* hinderance, impediment; 2. objection; 3. delay.

தடதடக்கல், *v. n.* tottering, being confused and intimidated.

கால் தடதடத்துப்போயிற்று, his leg tottered.

தடதடனெல், *v. n.* fluency in reading, writing etc., swiftness in walking.

தடதடவென்று வாசிக்கிறான், he reads fluently.

தடபுடல், *s.* hastiness, விரைவு; 2. bustle, clamour, சந்தடி.

தடம், *s.* way, track, footstep, வழி 2. width, expanse, விசாலம்.

தடக்கை, a wide hand.

தடங் காட்ட, to show the way.

தடங் கொண்டுபோய்விட, to lead into the way.

தடம்பார்க்க, to trace the footsteps of a thief; 2. to seek means of relief.

தடம்பிடிக்க, as தடம்பார்க்க, 1.

வண்டித்தடம், the rut in a cart-road.

தடயம், *s.* goods, articles, பலபண்டம்; 2. stolen property found in the possession of the thief, திருட்டுச்சொத்து.

தடவு, *s.* expanse, greatness, பெருமை; 2. curve, வளைவு.

தடவுச் செவி, a very large ear.

தடவு, III. *v. i. & t.* pat, fondle, stroke, வருடு; 2. grope, feel as one does in the dark; 3. anoint, daub, rub softly, பூசு.

எங்கும் தடவிப் பார்த்தான், he searched for it all over the place.

தடவக்கொடுக்க, to let one stroke the back.

தடவல், *v. n.* stroking, feeling, scantiness, rareness.

அவனுக்குத் தடவலாயிருக்கிறது, he hesitates, he does not know what to do.

தடவிக்கொடுக்க, to stroke a person, beast etc.; to give short measure.

தட்டித்தடவி வர, to come stumbling and groping.

தடவை, *s.* (*Tel.*), a time, a turn, விசை; 2. instalment, கெடு.

தடவை ஒன்றுக்கு, at one time, for one trip.

இரண்டு தடவை, twice.

பல தடவை, many a time.

தடா, *s.* a large pot, பானை.

*தடாகம், *s.* a pond, a tank, குளம்.

தடாதடி, *s.* disturbance, கலகம்; 2. perverseness, usurpation, மாறுபாடு.

தடாதடிக்காரன், தடியடிக்காரன், an usurper, extortioner.

தடாரி, *s.* musical instrument in general, வாத்தியம், 2. the tabour or drum.

தடாரி, VI. *v. t.* bore, perforate, ஊடுருவு; 2. scold, chastise, வை.

தடி, *s.* a stick, staff, cudgel, கம்பு.

தடிக்கம்பு, —கொம்பு, a walking cane or staff.

தடித்தனம், rashness, rudeness.

தடிப்பயல், a stubborn person, a block-head; 2. a corpulent person.

தடியன், தடிமிண்டன், a stout corpulent person; 2. an obstinate person.

குண்டாந்தடி, a baton.

தடி, II. *v. t.* cut down, வெட்டு; 2. reduce, குறை; 3. destroy, அழி.

தடிவு, *v. n.* cutting, destroying.

தடி, VI. *v. i.* grow thick, thicken, congeal, உறை; 2. swell (as the body from strokes), வீங்கு; 3. become heavy and fat (as men and animals), பரு; 4. delay, linger, தாமதி.

காரியந் தடித்துப் போகிறது, the affair has assumed a serious form.

நாக்குத் தடிக்கிறது, the tongue grows stiff or rigid (as by chewing betel).

தடித்த ஆள், stout, thick person.

தடித்த பால், thick milk.

தடித்துப் பேச, to speak proudly or angrily.

தடிப்பு, தடிப்பம், *v. n.* swelling, thickness, fatness, plumpness.

தடிமல், *s.* cold, catarrh, சலதோஷம்.

தடிமன் (*vul.* தடுமன்), *s.* same as தடிமல்; 2. thickness, தடிப்பம்.

தடு, VI. *v. t.* hinder, stop, forbid, தடை

செய்; 2. arrest by authority, witchcraft etc.; 3. check, prevent, restrain, அடக்கு; 4. make a partition wall to a room or any other place.

தடுத்துச் சொல்ல, to contradict.

தடுத்துப்போட, to hinder; 2. to make a partition wall.

தடுபடை, a defensive weapon (*opp. to* அடுபடை, an offensive weapon).

தடுப்பு, *v. n.* obstructing, check, hinderance.

தடுப்புச் சுவர், a partition wall.

தடுக்கு, *s.* a little mat (to sit upon, or for children to sleep on), தடுக்குப் பாய்.

தடுக்கிட, to spread a little mat; 2. to flatter.

பள்ளித் தடுக்கு, small school-mat.

தடுக்கு, III. *v. i.* dash or hit against, stumble, trip, தடக்கு.

கால் தடுக்கி விழுந்தான், he tripped and fell.

தடுக்கல், stumbling block, an offence.

தடுக்கி நிற்க, to stop in a course.

தடுக்கு, *v. n.* same as தடக்கு.

தடுமன், *s.* see தடிமன்.

தடுமாறு, III. *v. i.* be unsettled, hesitate, சந்தேகி; 2. be perplexed, be confused, be puzzled, கலங்கு.

தடுமாறித் திரிய, to stagger, to roam (as a vagabond).

தடுமாறி விழ, to slip and fall.

தடுமாற்றம், *v. n.* perplexity, staggering, wavering in speech.

தடை, *s.* hinderance, impediment, obstacle, தடங்கல்; 2. objection, ஆட்சேபம்; 3. an allowance in weighing for the weight of the vessel, தடையம்.

தடை கட்ட, to stop by witchcraft; 2. to make an allowance in weighing.

தடைகட்டு மந்திரம், an incantation for warding off evil.

தடை சொல்ல, to object to, to protest against.

தடை படுத்த, -பண்ண, -செய்ய, to hinder, to arrest, to confine, to stop.

தடையற, தடையின்றி, *adv.* withou impediment or objection, freely

தடை விடுவிக்க, to remove a chec or restraint by magic spells.

தடையம், *s.* a weight to balance th vessel containing what is to b weighed, தராசுத் தடை; 2. the hil of a sword, கத்திப் பிடி; 3. same a தடயம்.

கத்தி தடையம் மட்டும் உருவிப் போயிற்று the sword entered up to the hilt.

***தட்சகன்**, தக்ஷகன், *s.* a son of Brahma 2. the serpent Thaksha; 3. a head man, தச்சகன்.

***தட்சணம்**, தக்ஷிணம், *s.* south, south ward, தெற்கு; 2. right, right side வலப்பக்கம்; 3. the same moment see under தற்.

தட்சணாயனம், the half yearly cours of the sun from North to South southern solstice (*opp. to* உத்த ராயணம்).

***தட்சணை**, தக்கணை, தட்சிணை (*com.* தெக சணை), *s.* a present or fee to Guru; 2. discipline, correction, சிக்ஷை.

தட்டத்தனி (*prop.* தன்னந்தனி), *s.* loneliness, solitariness, தனித்திருக்கை.

தட்டம், *s.* a porringer, a deep eating plate, உண்கலம்; 2. a salver, தட்டு

***தட்டம்**, *s.* tooth, பல்; 2. one of th upper fangs of a snake, பாம்பின் நச்சுப்பல்.

தட்டப் பீங்கான், a flat plate.

தட்டல், *s.* a salver, தட்டு; 2. *v. n.* se under தட்டு.

தட்டழி, II. *v. i.* (தட்டு + அழி), be displaced or unsettled, be overturned, நிலைகுலை; 2. be ruined, be defeated தோல்.

தட்டான், *s.* (*fem.* தட்டாத்தி, *pl.* தட்டார்), goldsmith or silversmith (*lit.* beater); 2. a dragon fly, தும்பி; 3. butterfly, வண்ணாத்திப் பூச்சி; 4. a plant.

தட்டாரப் பிள்ளை, a young person of the தட்டார் caste.

தட்டாரப் பூச்சி, தட்டான் பூச்சி, a dragon fly.

பொற்றட்டார், goldsmiths.

தட்டி, *s.* a tatty or screen of various kinds.

பிரப்பந் தட்டி, a ratan tatty.

புல் தட்டி, a tatty or blind made of plated grass.

மூங்கில் தட்டி, a bamboo blind.

தட்டு, *s.* a salver made of metal or wood, a trencher, தட்டம்; 2. ship's deck; 3. the planked loft of a house, மேனிலே; 4. the middle part of an idol car whereon the image is placed, தேர்நடு; 5. scale of a balance, தராசுத் தட்டு; 6. a broad shallow basket, தட்டுக் கூடை; 7. a winnowing fan, முறம்; 8. an area, table land, சமநிலம்; 9. squares on the ground; 10. divisions of cornfield etc., சிறுசெய்; 11. a pane of glass; 12. the separate parts of a cloth or of the body cf a jacket, சீலேத் தட்டு; 13. a potter's wheel, திரிகை; 14. the stalk of different kinds of corn, தாள்; 15. country pony, மட்டம்; 16. *v. n.* which see separately.

தட்டுமுட்டு, furniture, goods, utensils, articles of various kinds; 2. tools, instruments; 3. baggage, luggage.

தட்டுவாணி, an inferior country horse; 2. a public woman, வேசி.

தட்டோடு, flat tiles.

கம்பந்தட்டு, the stalk of கம்பு.

சோற்றுத் தட்டு, a perforated cover for straining boiled rice.

பூத்தட்டு, a salver upon which flowers are presented.

பூந்தட்டு, a beautiful salver.

தட்டு, III. *v. t.* tap, slap, அறை; 2. knock at (a door etc.); 3. shake off, உதறு; 4. reject, தள்ளு; 5. ward off, தடு; 6. strike (as in playing on drums etc.), கொட்டு; 7. beat off (as fruits etc.), உதிர்; 8. dash against, மோது; 9. form, mould by tapping with the hand, உருவாக்கு; 10. flatten, hammer, தட்டையாக்கு; 11. disobey, oppose, மறு; 12. *v. i.* (*with dat.*), be scanty, scarce, குறைபடு; 13. (*with dat.*), be at fault, fail, தவறு.

தட்டல், *v. n.* knocking, patting etc.; 2. scarcity, scantiness, frustration.

தட்டல் தடவலாயிருக்க, to be scarce or scanty.

எனக்குத் தட்டலாயிருக்கிறது, தட்டிப் போயிற்று, my design is frustrated.

தட்டவைக்க, to cause to dash against.

கப்பலேத் தட்ட வைக்க, to run a ship aground.

தட்டவைக்கப் பார்க்க, to put one on a wrong scent when in pursuit of another.

தட்டவைத்துப் போக, to secure a thing for one and run away.

தட்டிக்கொடுக்க, to quiet, to lull a child by tapping, to cheer men or beasts by patting on the back etc., to encourage.

தட்டிக்கொடுத்துப் பேச, to flatter, to caress one stroking.

தட்டிச் சாற்ற, தட்டிப் பறை சாற்ற, to publish by beat of drum, to blab out private matters.

தட்டிச் சொல்ல, to appease one tapping gently, to contradict, to stammer.

தட்டிப் பார்க்க, to try by tapping; 2. to try to fish out secrets from one.

நெஞ்சிலே (நெஞ்சைத்) தட்டிப்பார், knock at your own breast and inquire.

தட்டிப் போட, - விட, to strike and spill, to overturn.

தட்டி எழுப்பி விட, to stir up, to excite, to reprove gently.

அல்லத் தட்ட, to refuse.

கை தட்ட, - தட்டி அறைய, to clap one's hand.

சொல் தட்ட, to reject one's advice, to disobey one's command.

தட்டு, *v. n.* a tap, knock, stroke; 2. scarcity, straits, குறை; 3. frustration, thwarting, விலக்கு.

தட்டாயிருக்க, to be in straits.

தட்டுக்கெட, - கெட்டுப் போக, to be greatly alarmed or perplexed; 2. to be in destitution.

தட்டுக்கெட்ட சமாசாரம், a complicated business.

தட்டை 370 தண்டி

தட்டுண்டு போக, to be beaten off or scattered, to be frustrated, to fail.

தட்டுப்பட, to be hit, to be struck; 2. to lack, to be wanting (as money).

தட்டை, s. corn stalk, அரிதாள்; 2. flatness, சமன்; 3. baldness, மொட்டை.

தட்டைத் தலை, a large flat head.

தட்டைத் திருப்பு, a kind of golden necklace.

தட்டைப் பயறு, a kind of beans.

தட்டைப் பீங்கான், a flat china-dish.

சோளத் தட்டை, the stalk of Indian corn.

தண, VII. v. i. depart, remove, leave, நீங்கு; 2. go, pass, செல்லு.

தணக்கு, s. a kind of tree, நுணமரம்.

தணல், s. live coal, fire coals, embers, cinders, தழல்.

தணலிலே வாட்ட, to broil or dress by laying upon hot embers.

தணி, II. v. i. be allayed, pacified, soothed, ஆறு; 2. grow less, abate, குறை; 3. thrive, grow thick, பரு; 4. be extinguished, அணை; 5. yield, submit one's self, பணி.

அவனுக்குத் தணியச் சொல்லு, speak with him so as to appease him.

தணிந்தவன், தணிந்துபோனவன், a humble-minded, submissive person.

தணிமை, v. n. abatement.

தணிய, adv. (inf.), humbly, calmly.

தணியாத கோபம், inextinguishable hatred.

தணிவு, v. n. abatement, mitigation, diminution; 2. calmness, coolness, submission; 3. inferiority, lowness as to height.

தணிவாய்ப் பேச, to speak humbly.

தணி, VI. v. t. abate, subdue, கீழ்ப்படுத்து; 2. calm, ஆற்று; 3. slacken, soften, இளக்கு; 4. lower, தாழ்த்து; 5. quench, அவி.

பசி தணிக்க, to appease hunger.

தணிப்பி, VI. v. t. (caus. of தணி), cause to subdue, mitigate, soften.

தண், s. coolness, தண்மை; 2. adj. cool (as தண்கதிர், the cool-rayed moon).

தண்டட்டி, prop. தண்டொட்டி, s. a female ear-ornament.

தண்டமானம், s. see தண்டைமானம்.

தண்டமிழ், s. (தண் + தமிழ்), the harmonious pleasant Tamil language.

*தண்டம், s. a staff, walking stick, ஊன்றுகோல்; 2. stick, club, தடி; 3. support, prop, stay, பற்றுக் கோடு; 4. punishment, சிட்சை; 5. fine, அபராதம்; 6. obeisance, homage, வணக்கம். In the last 3 meanings it is commonly pronounced தெண்டம்.

தண்டமிறுக்க, to pay a fine.

தண்டம் பண்ண, to make obeisance; 2. to punish, to chastise.

தண்டம் போட, to fine, to worship.

தண்டம் வாங்க, to take a fine.

அடிதண்டம், flogging.

இடுதண்டம், தீர்க்க தண்டம், prostration attended with an act of reverence with the hands.

பிடிதண்டம், unjust seizure of an innocent person.

தண்டல், s. captain of a dhoney; 2. v. n. see under தண்டு.

தண்டவாளம், s. cast-iron, உருக்கிரும்பு.

*தண்டனம், தண்டனை, தெண்டனை, s. punishment, flagellation, penalty.

*தண்டன், தண்டம், s. obeisance, homage, reverence, worship, வணக்கம்.

தண்டனிட, to pay homage, to pay obeisance.

தண்டா, s. (Hind.), trouble, vexation, தொந்தரை; 2. intricacy, சிக்கு.

தண்டாயம், s. a long pole for carrying burdens; 2. a term, instalment, கந்தாயம்.

மூன்று தண்டாயத்திலே, in three terms or instalments.

தண்டி, s. size, பருப்பம்; 2. collector of money, தண்டற்காரன்.

என் தண்டி, of my size.

*தண்டி, VI. v. t. punish, chastise, correct, சிட்சி; 2. v. i. take pains, try hard, வருந்து; 3. become fat plump, பரு.

ஆள் தண்டித்துவிட்டான், the person has grown fat.

தண்டித்துக் கேட்க, to inquire by torture.

தண்டிப்பு, *v. n.* chastisement, punishment.

தண்டிகை, *s.* a superior kind of palankeen hanging on silk-ropes.

தண்டிகை கொடுக்க, to give permission to ride in such a palankeen.

தண்டிகைக் கொம்பு, the bent bamboo-pole of the above palankeen.

தண்டியம், தண்டியக் கொம்பு, *s.* a cross-pole in the wall to support the roof, a bracket; 2. a cross-pole on props.

*தண்டு, *s.* stick, cudgel, staff, தடி; 2. a stalk, stem, தாள்; 3. an oar, துடுப்பு; 4. army, troops, சேனை; 5. club, weapon.

தண்டு வாங்கிப்போயிற்று, the camp is broken up.

தண்டாயுதம், a club-weapon.

தண்டிலே சேவிக்க, to serve in the army.

தண்டுக் கழி, – கோல், an oar or setting pole.

தண்டுக்குப் போக, to go to the camp.

தண்டுப் பாதை, a military way or road.

தண்டும் பாயுஞ் சொண்டு போக, to go with oars and sails.

தண்டு வலிக்க, – போட, to row.

தண்டெடுக்க, to raise an army.

கீரைத் தண்டு, the stalk of greens.

தராசுத் தண்டு, the beam of a balance.

பின் தண்டு, the rear.

முன் தண்டு, the vanguard.

மூக்குத்தண்டு, the bridge of the nose.

விளக்குத் தண்டு, a candle-stick.

தண்டு, III. *v. t.* gather or collect rents, debts etc., சேகரி; 2. *v. i.* touch, படு.

நாக்கிலே தண்டாமல் சாப்பிட, to swallow medicine without its touching the tongue.

தண்டல், *v. n.* the gathering of dues, collections.

தண்டுகிறவன், தண்டல்காரன், one that collects debts etc.

தண்டுமிண்டு, *s.* obstinacy, stubbornness, மூர்க்கம்.

தண்டுமிண்டுக்காரன், an obstinate person.

*தண்டுலம், *s.* rice, அரிசி.

தண்டை, *s.* tinkling ankle-rings; 2. trouble, தொந்தரை; 3. the tail of some animals, வால்.

தண்டைக்காரன், a troublesome person, an impostor.

தண்டை மானம், – மாரம் (தண்டமானம்), waving of the tail.

தண்டைமானங் கொள்ளுகிற குதிரை, a mettlesome horse.

தண்டைமானமாய் நிற்க, தண்டைபூணி நிற்க, to flourish a sword with jumping.

தண்டோட்டி, *s.* see தண்டட்டி.

தண்டோரா, *s.* (*Hind.*), proclamation by beat of drum, பறைசாற்றல்.

தண்டோரா போட, to publish by beat of drum.

தண்ணம், *s.* coldness, frigidity, குளிர்.

தண்ணளி, *s.* mercy, kindness, கருணை.

தண்ணிய, *adj.* see under தண்மை.

தண்ணீர், *s.* (தண் + நீர்), cold water (*opp. to* வெந்நீர்); 2. water in general, சலம்.

தண்ணீர் கட்ட, to admit water into garden beds and confine it; to obstruct the course of water.

தண்ணீர் காட்ட, to water beasts.

தண்ணீர் குடித்த பாடம், a lesson or subject well learnt; 2. *fig.* intimate acquaintance.

தண்ணீர்க்காரன் (*fem.* தண்ணீர்க்காரி, *vul.* தண்ணிக்காரிச்சி), a man that brings water.

தண்ணீர்க் கால், a water-course, channel.

தண்ணீர்த் தவனம், – விடாய், thirst.

தண்ணீர்ப் பகை, hurtfulness of some kind of water.

தண்ணீர்ப் பந்தல், a water-booth or shed.

தண்ணீர் வார்க்க, to give water to drink to travellers from a water-shed; 2. to bathe.

கல்லூற்றுத் தண்ணீர், rock-water.

சுடு தண்ணீர், warm or hot-water.

தண்மை, *s.* coldness, குளிர்ச்சி; 2. lowness, baseness, எளிமை; 3. calmness, self-command, kindness, சாந்தம்.

தண், தண்ணிய, தண்மையான, *adj.* cold, calm, soft, low.

*ததி, *s.* curdled milk, தயிர்; 2. the fit time or season, பருவம்; 3. (ஸ்திதி), ability, strength, power, pecuniary ability, வலிமை.

ததி மிதிக்க, to keep time in dancing.

ததியறிந்து பயிரிட, to sow or plant at the proper season.

ததியுள்ளவன், a man of power, ability.

ததியோதனம், boiled rice with curds offered to idols, தயிர்ச்சாதம்.

ததும்பு, *s.* III. *v. i.* swag, waddle, தளம்பு; 2. become full, overflow, நிரம்பு.

ததும்பல், *v. n.* overflowing, being full.

*தத், *prefix implying* identity, exactness, absoluteness. Before a hard letter தத் is changed into தற் and before a nasal into தன், see தற் & தன்.

தத்தம், same as தம்தம், theirs respectively.

*தத்தம், *s.* a gift, ஈகை; 2. adoption, சுவிகாரம்.

தத்த புத்திரன், *vulg.* தத்து –, adopted son.

தத்தம்பண்ண, to make a grant.

வாக்குத்தத்தம், a promise.

தத்தரம், *s.* trembling, நடுக்கம்; 2. overhastiness, விரைவு.

தத்தளி, VI. *v. i.* struggle for life, be agitated or troubled, tremble with fear, திடுக்கிடு; 2. vacillate, hesitate, தமொறு; 3. be in great straits (as in time of famine etc.), வருந்து.

தத்தளிப்பு, *v. n.* struggling for life, agitation.

தத்து, III. *v. i.* trip in walking, hop, jump, leap, move by jerks and starts (as frogs, locusts etc.), பாய்; 2. walk uncertainly and stumbling as very young children.

நீர் தத்திப்பாய்கிறது, the water flows rippling.

தத்தித்தத்தி (தத்தடியிட்டு) நடக்கிறபிள்ளை, a child that walks tripping and stumbling.

தத்தித் தத்திப் பேச, to stammer.

தத்து, *v. n.* tripping, stumbling, jumping, moving by jerks; 2. peril, misfortune, critical period; 3. adoption, தத்தம்.

மூன்று தத்துக்கும் பிழைத்தேன், thrice I escaped the danger.

தத்துக்கிளி, a grasshopper, a locust; 2. babbling or prating parrot.

தத்தெடுக்க, to adopt.

*தத்துவம், *s.* the essential nature of things, qualities, property, குணம்; 2. power, authority, அதிகாரம்; 3. truth, reality, உண்மை.

தத்துவ ஆகமம், – நூல், a book of metaphysics.

தத்துவ ஞானி, a philosopher, a professor of natural philosophy.

ஆள் தத்துவம், personality.

உடற்கூற்றுத் தத்துவம், the nature and constitution of the body anatomically considered.

தெய்வ தத்துவம், the Godhead.

வால தத்துவம், juvenility.

வீரதத்துவம், heroism.

தத்தை, *s.* a parrot, கிளி; 2. elder sister, தமக்கை.

*தந்தம், *s.* a tooth, பல்; 2. an elephant's or boar's tusk, ivory.

தந்த சுத்தி, cleaning the teeth.

தந்தப் பிடி, an ivory handle.

தந்தமிழைக்க, to set ivory pieces.

தந்த வாயு,–வாய்வு, tooth-ache.

தந்த வேலை, ivory work.

*தந்தி, *s.* elephant, யானை; 2. strings for musical instruments.

தந்தி முகன், the elephant-faced Ganesa.

தந்தி முறுக்க, to tighten the strings.

*தந்திரம், *s.* means, contrivance, உபாயம்; 2. craftiness, subtility, device, trick, கபடம்; 3. a treatise scientific or religious, நூல்; 4. skill, சாமர்த்தியம்.

தந்திரக்காரன், a crafty fellow, a cunning person.

தந்திரம்பண்ண, to use devices or stratagems.

அற்ப தந்திரம், subtility.

மந்திரதந்திரம், enchantment.

*தந்திரி, *s.* commander of an army, படைத்தலைவன்; 2. a schemer, crafty person, தந்திரக்காரன்.

*தந்து, s. thread, நூல்; 2. device, scheme, stratagem, உபாயம்.

தந்து பண்ண, to use artifice, to scheme.

தந்துரை, s. preface, introduction, பாயிரம்.

தந்தை, s. father, பிதா; 2. patron, benefactor, உபகாரி.

தந்தை வழி, the father's line.

ஆதித்தாய் தந்தையர், the first parents Adam & Eve.

எந்தை, my father.

முந்தை, a forefather.

*தபசு, தவசு, தபம், தவம், s. self mortification, an austere life; 2. penitence, penance.

தவசு பண்ண, to do penance, to lead an austere life.

தபசி, தவசி, தவத்தி, தபோதனன், தவத்தோன், a devotee, an ascetic.

தப வேடம், the garb or costume of an ascetic.

தபோபலம், supernatural power obtained by abstract devotion.

தபோ புண்ணியம், merit acquired by austerities.

செபதபம், prayerful penance.

தபலே, தவலே, s. (*Tel.*), a brass pot.

*தபனம், s. see தவனம், heat, thirst, desire.

தபா, s. (*Pers.*), opportunity, தருணம்; 2. time, தடவை.

தபால், தவால், s. (*Hind.*), post, mail, tapal, அஞ்சல்.

தபால்காரன், the post-runner.

தபால் சாவடி, the post office.

மின் தபால், electric telegraph.

தப்படி, s. (தப்பு + அடி), a false step; 2. (*Tel.*), pace or stride of 5 feet.

தப்பறை, s. a lie, falsehood, பொய்; 2. fraud, சூது; 3. blunder, error, தப்பு.

தப்பறைக்காரன், a liar.

தப்பறைசொல்ல, to tell lies.

சுத்த தப்பறை, a downright lie.

தப்பி, VI. v. t. abbreviation of தப்புவி.

தப்பித்துக் கொள்ள, same as தப்புவித்துக்கொள்ள.

தப்பிதம், s. fault, குற்றம்; 2. mistake, blunder, error, தப்பு.

தப்பிதமாய்ச் சொல்ல, to be mistaken in what one says.

தப்பிதத்திலே விழ, -மாட்டிக்கொள்ள, to fall into a sin, to commit a fault.

தப்பிதக் காரன், one who makes blunders.

தப்பிலி, s. a faultless person, தப்பில்லான்; 2. (*Tel.*), a knave.

தப்பிலித்தனம், fraudulency, knavery.

தப்பு, s. fault, misdeed, குற்றம்; 2. an oversight, a mistake, error, வழு; 3. a lie, falsehood, பொய்; 4. escape, flight, தப்புதல்; 5. a kind of timbrel or drum, பறை; 6. beating clothes.

தப்பு மேளம், -வாத்தியம், a little tabret.

தப்புக் கொட்ட, to beat a timbrel or drum.

தப்புத் தண்டா, misdemeanour.

தப்பு நடத்தை, bad conduct.

தப்பு, III. v. i. err, mistake, தவறு; 2. miss a mark, fail, பிசகு; 3. be frustrated or disappointed, ஏமாறு; 4. escape, slip out, escape a danger, விலகு; 5. v. t. beat clothes on a stone, துவை.

நான் விழுகிறதற்குக் கொஞ்சந் தப்பிற்று, I just made a narrow escape from falling.

தப்பவிட, to let escape, to blunder.

தப்பாமல், without fail.

தப்பிப் போக, தப்பி ஓடிப்போக, to get safe away, to slip out or away.

குறி தப்ப, to miss the mark, to err in conduct.

புடவையைத் தப்ப, to wash clothes by beating them on a stone.

வழி தப்ப, to stray, to lose the way.

தப்புவி, VI. v. t. deliver, rescue, தப்பச்செய்.

தப்புவித்துக்கொள்ள, (*with dat.*), to escape, to get rid of danger or difficulties.

தப்பை, s. (*Tel.*), bamboo splints for a broken bone, மூங்கிற் பற்றை.

தம, VI. v.i. be mitigated, தணி; 2. be plentiful, நிரம்பு.

வயிறு தமத்தது, the stomach is full.

பசிதமத்துப் போயிற்று, hunger is appeased.

தானியந் தமத்தது, corn has become very cheap.

தமக்கை, தமக்கையார், *s.* elder sister, அக்காள்; 2. daughter of a paternal uncle or a maternal aunt.

*__தமசு__, தமம், *s.* darkness, இருள்; 2. delusion, sluggishness, தாமசம்.

தமது, *gen. of* தாம், his.

தமயன், *s.* see தமையன்.

*__தமரகம்__, *s.* wind-pipe.

தமரக வாயு, shortness of breath, obstruction of the chest, நெஞ்சடைப்பு.

தமரத்தை, *s.* the name of a tree bearing an acid fruit.

தமரம், *s.* lac, sealing wax, அரக்கு.

தமர், *s.* a hole in a plank etc., துளை; 2. (தாம் + அர்), their people or party, relatives, உறவினர்.

தமராணி, a spring awl, gimlet.

தமரிட, to bore, to perforate.

தமரூசி, a drill.

தமாசு, தமாஷ், *s.* (*Hind.*), show, pomp, drollery, விநோதம்.

தமி, *s.* solitude, singleness, தனிமை; 2. that which is unequalled, ஒப்பின்மை; 3. destitution, helplessness, துணையின்மை.

தமியன் (*fem.* தமியள்), a solitary person, a destitute person.

தமிழ், *s.* sweetness, deliciousness, இனிமை; 2. the Tamil language. When used adjectively ழ் sometimes changes into ழ.

தமிழப் பிள்ளை, a Tamil lad.

தமிழன் (*fem.* தமிழச்சி), a Tamulian; 2. a man of caste.

தமிழ் நடை, - ப்போக்கு, idiom of the Tamil language; 2. the manners, usages etc. of the Tamil people.

தமிழ்ப்படுத்த, தமிழில் திருப்ப, to translate into Tamil.

கொடுந்தமிழ், common, colloquial Tamil.

செந்தமிழ், high or polished Tamil.

தமுக்கு, *s.* (*vul.*), small drum used for publishing orders; 2. tom-tom, தண்டோரா.

தமுக்கடிக்க, தமுக்குப் போட, to publish orders by beat of drum.

தமையன், தமயன், *s.* (*hon.* தமையனார்), an elder brother, அண்ணன்; 2. male cousin, son of a paternal uncle or a maternal aunt.

தம், *oblique of* தாம், their (as தம்பொருள், their property); 2. *a poetic expletive* (used with *third person plural*), ஓர் சாரியை.

தம்மவன் (தம் + அவன்), a relative.

தம்பட்டம், *s.* a small drum, tom-tom, பறை.

*__தம்பம்__, ஸ்தம்பம், *s.* post, pillar, தூண்; 2. fixed posture, நிலை; 3. same as தம்பனம்.

தம்பலம், தம்பல், *s.* the refuse of chewed betel.

தம்பலப் பூச்சி, an insect.

*__தம்பனம்__, ஸ்தம்பனம், *s.* stopping any power or motion, suspending a natural quality by magical incantation, enchantment, conjuration, தம்பனவித்தை.

தம்பன வித்தைக்காரன், a magician, conjurer.

அக்கினி ஸ்தம்பனம், சல -, வாய்வு -, stopping the power of the fire, water, wind by conjuration.

பூதஸ்தம்பனம், conjuration of ghosts.

மிருக ஸ்தம்பனம், conjuration of beasts.

தம்பாக்கு, *s.* (*for.*), a sort of pinchbeck, tombac.

தம்பி, *s.* younger brother; 2. the son of a paternal uncle or maternal aunt; 3. a polite term of addressing a younger person.

*__தம்பி__, ஸ்தம்பி, VI. *v. t.* (ஸ்தம்பம்), restrain, counteract by magical incantations, அசைவற நிறுத்து.

தம்பித்து நிற்க, to stand immovable.

தம்பிக்கப் பண்ண, to deprive one of the power of moving.

தம்பிரான், *s.* God, கடவுள்; 2. a royal title in Travancore; 3. a title of Siva ascetics; 4. an overseer of the monks or of the temple.

தம்புரு, *s.* (*for.*), a kind of guitar with three strings played with plectrum.

தம்புரு கொட்ட, - வாசிக்க, to beat or play the தம்புரு.

தம்மிடு, IV. *v. i.* be impeded or interrupted, *தடைபடு*; 2. be abated or reduced, *தணி*.

தயக்கம், *s.* (*தயங்கு*), wavering, *அசைவு*; 2. perplexity, *கலக்கம்*; 3. glittering, shining, *துலக்கம்*.

தயங்கு, III. *v. i.* waver, *அசை*; 2. be perplexed, agitated, *திகை*; 3. feel forsaken or destitute, *கலங்கு*; 4. glitter, shine, *துலங்கு*.

தயங்கல், v. n. same as *தயக்கம்*.

*தயவு, *s.* favour, goodness, kindness, *தயை*.

தயவாய், kindly.

தயவு கூர, to be merciful, to have mercy.

தயவு சம்பாதிக்க, to gain one's favour.

தயவு தாட்சிணை, goodness and compassion, sympathy and kindness.

தயவு புரிய, – செய்ய, – பண்ண, to confer a favour on one.

தயவைப் பாழ்க்கடிக்க, to forfeit one's good-will.

*தயா, *s.* see *தயை*.

தயார், *s.* (*Hind.*), readiness, *ஆயத்தம்*.

தயாராயிருக்க, to be ready.

*தயாளம், *s.* grace, favour, bounty, benevolence, *கிருபை*.

தயாள புருஷன், a benevolent man.

*தயாளு, *s.* a benevolent person, male or female.

*தயிரியம், *s.* see *தைரியம்*, courage.

தயிர், *s.* curdled milk, curds.

தயிருறைய, to curdle (as milk).

தயிரேடு, cream.

தயிர்ச்சாதம், boiled rice with curds.

தயிர் வார்க்க, to supply a person with curdled milk for food.

*தயிலம், *s.* see *தைலம்*, oil, unguent.

*தயினியம், *s.* see *தைனியம்*, poverty.

தயினியப் பட, to be humiliated.

*தயை, *s.* tenderness, clemency, mercy, kindness, favour, compassion. In combination the Sanscrit - form *தயா* is used.

தயா சமுத்திரம், a sea of grace.

தயா சீலம், grace, graciousness.

தயாபரன், the gracious God.

நரசிவ தயாபரர், God who is merciful towards mankind.

தயா மூர்த்தி, the incarnation of benevolence.

தயை தாட்சணியம், favour and clemency.

தயை புரிய, – செய்ய, to bestow favour on one.

தரகு, *s.* (*Tel.*), broking, negociating for another in borrowing etc.; 2. brokerage, fee for transacting business, *தரவுக்கூலி*.

தரகன், தரகுக்காரன், a broker, an agent.

தரகு பேச, to negociate for another, to make purchases.

*தரங்கம், *s.* wave, *அலை*.

தரங்கம்பாடி, தரங்கன்பாடி, தயங்கம் பாடி, the town of Tranquebar.

தரங்கு, *s.* the point of a lance, *அலகு*.

*தரணி, *s.* the sun, *சூரியன்*; 2. the earth, *பூமி*; 3. a hill, mountain, *மலை*.

தரம், *s.* equality, likeness, *சமானம்*; 2. a sort, *வகை*; 3. a time, *முறை*; 4. power, strength, *வலி*; 5. rate, proportion, *வீதம்*.

தரப்படி, middling sort of commodities; 2. settled dimension of fields or villages.

தரம் பிரிக்க, – பிரித்து வைக்க, to assort.

தரம் மாற்ற, to mingle different sorts.

தராதரம் (*தரம் + அதரம்*), different sorts, ranks or degrees, difference between tunes or places, or between worthy and unworthy persons.

தராதரம் அறிந்து பேச, to know how to speak according to the rank of people.

எத்தனை தரம், how often?

ஒருதரம், once.

கடைத்தரம், the last sort.

நடுத்தரம், the middling sort.

பலதரம், many a time, frequently.

முதற்றரம், the first or best sort; 2. the first time.

தரவு, *s.* (*vulg. for தரகு*), brokerage.

*தரளம், *s.* a pearl, *முத்து*; 2. globularity, *திரட்சி*.

தரா, *திராய், துரா*, *s.* mixture of copper and spelter, copper made black by

melting spelter or zinc with it.
தராப்பற்று, alloy of தரா in bell metal or brass.
*தரா, s. *in combin. for* தரை, the earth, which see.
தராசு, s. a balance, pair of scales, துலா; 2. likeness, similarity (in person, conduct etc.), சமானம்.
இரண்டுபேரும் ஒரு தராசு, they are both alike.
தராசிலே நிறுக்க, to weigh by a balance.
தராசுக் குண்டு, -ப்படி, weight of a balance.
தராசுக் கோல், the beam of a balance.
தராசு முள், -நா, the needle or index of a balance.
*தரி, VI. v. i. remain, stay, stop, lodge, தங்கு; 2. take root, வேர்தரி; 3. v. t. put on dress or accoutrements, அணி; 4. bear, endure, சகி.
கருப்பந் தரித்தாள், she has conceived.
ஸ்தலத்துக்குப் பேர் தரிக்க, to give a name to a place.
தாம்பூலந் தரிக்க, to chew betel and areca-nut.
வஸ்திரத்தைத் தரித்துக் கொள்ள, to put on the clothes.
தரி, v. n. abiding, tarrying.
தரி கொள்ள, to become settled or fixed.
தரிக்கமாட்டாமல் போக, to go away being unwilling to stay.
தரித்து நிற்க, to stand still or firm.
தரிப்பு, v. n. staying, abiding; 2. something in stock, money in the purse; 3. a fixed dwelling; 4. retention, memory, ஞாபகம்; 5. a small flat diamond-like stone.
தரிப்புக்காரன், தரிப்புள்ளவன், a monied man.
*தரிப்பி, VI. v. t. dress (another), invest, confer titles, honours etc.
ஒருவனுக்கு வஸ்திரத்தைத் தரிப்பிக்க, to dress one.
*தரிசனம், தரிசனை, s. sight, vision, பார்வை; 2. dream, சொப்பனம்; 3. the sight of a great personage, deity etc., காட்சி; 4. visit to a sacred shrine, தரிசிக்கை.
தரிசனங் காண, to see a vision.
தரிசனம் பண்ண, -செய்ய, to pay a respectful visit to a great man or to an idol.
தரிசனையாக, -கொடுக்க, to appear, to be seen.
சுவாமி தரிசனை, a sight of an idol.
தீர்க்கதரிசனம், a prophecy.
தீர்க்கதரிசி, a prophet.
முக தரிசனம், the sight of a great personage, a deity etc.
*தரிசி, VI. v. t. see (naturally or in a vision), பார்; 2. visit, obtain sight of an idol or a great person, தரிசனைசெய்; 3. perceive with the spiritual faculty, அறி.
தரிசு, s. an uncultivated land lying at rest or fallow.
தரிசு (தரிசாய்க்) கிடக்க, to lie uncultivated.
*தரித்திரம், s. poverty, destitution, வறுமை.
தரித்திரப் பட, to suffer poverty.
தரித்திரம் பிடிக்க, to grow poor.
தரித்திரன் (*fem.* தரித்திரி), a poor man.
தரியலர், தரியலார், s. enemies, பகைஞர்.
தரு, s. tunes used in comedies, dramatic song.
தருச்சொல்ல, to sing interludes.
*தரு, s. tree, மரம்.
தருகிறது, v. see தா.
*தருக்கம், s. see தர்க்கம்.
தருக்கு, s. pride, ostentation, செருக்கு; 2. heroism, சௌரியம்; 3. sanguine expectation, எழுச்சி.
தருக்கு, III. v. i. be proud, vain, அகங்கரி; 2. be courageous, வீரங்கொள்; 3. be full of expectation.
தருசு, s. (*Tel.*), being closely woven.
*தருணம், s. juvenility, இளமை; 2. proper season or opportunity, seasonable time, சமயம்.
தருணன், a young man, வாலியன்.
ஏற்ற தருணம், a fit time.
*தருப்பணம், தர்ப்பணம், s. presenting water on தருப்பை grass to the manes of a deceased person.
*தருப்பு, s. (*Tel.*), an inferior stone resembling a diamond, தரிப்பு.

*தருப்பை, தெர்ப்பை, s. Kusa, a sacrificial grass, குசம்.

*தருமம், தர்மம், s. virtue, moral and religious merit, duty, ஒழுக்கம்; 2. justice, நீதி; 3. alms-giving, charity, அறம்.

தரும காரியம், a charitable or equitable work.

தருமக் கட்டை, – ப்பிள்ளை, an orphan supported by charity.

தருமக்காரர், – க்கர்த்தர், arbitrators, wardens of a temple.

தருமசபை, council of arbitrators.

தருமசாலி, – சீலன், – புருஷன், – வான், – வாளி, தருமிஷ்டன், தருமஸ்தன், charitable and pious man.

தரும சிந்தை, charitable disposition.

தருமதானம், –கொடை, beneficence, charitable gifts.

தருமத்தாருடைய தீர்ப்பு, the award of the arbitrators.

தரும நடை, a righteous life, virtuous conduct.

தரும நூல், works on law, ethics and jurisprudence.

தருமப் பள்ளி, a charity school.

தருமப் பெட்டி, a charity box.

தருமம் பண்ண, – செய்ய, to do an act of charity.

தரும வட்டி, lawful interest.

தரும வாடி, enclosure whence charity is doled.

தருமாதருமம், justice and injustice, virtue and vice.

தருமாத்துமா, தருமி, a good or virtuous person.

அதர்மம், uncharitableness.

*தருமன், s. Yama, யமன்.

தருவாய், s. (*Tel.*), same as தறுவாய்.

தருவி, VI. *v. t.* cause to give or produce, தரச்செய்; 2. send for, அழைப்பி.

*தரை, s. (*in combin.* தரா), the earth, பூமி; 2. soil, land, ground, நிலம்.

தராதலம், the earth, the nether world.

தரை மட்டமாய்ப் போக, to become level or even with the ground.

தரை, II. *v. t.* hammer, rivet, தறை.

தரோபஸ்து, s. (*Hind.*), all, the whole, முழுமையும்.

தர்காஸ்து, s. (*Pers.*), a tender, a proposal.

தர்காஸ்து எடுக்க, to take a tender.

*தர்க்கம், தருக்கம், s. discussion, disputation, reasoning, வாதம்; 2. controversy, dispute, debate, சம்பாஷணை.

தர்க்க சாஸ்திரம், logic.

தர்க்க சாஸ்திரி, a logician.

தர்க்க வாதம், a contention, dispute.

*தர்க்கி, தருக்கி, VI. *v.i.* dispute, debate, argue, reason, வாதஞ்செய்.

தர்ஜமா, s. (*Ar.*), translating, மொழி பெயர்த்தல்.

தர்பார், s. (*Hind.*), government, ஆளுகை; 2. audience room, durbar, சபா மண்டபம்.

தர்ப்பீத்து, s. (*Ar.*), improvement, education, training, தேர்ச்சி.

தர்ப்பீத்துச் செய்ய, to educate, train, improve.

தர்ப்பீத்தாக, to be trained in any art or profession.

*தர்மம், s. see தருமம்.

*தலம், ஸ்தலம், s. place, site, location, இடம்; 2. holy place, sacred shrine.

தலத்தார், the inhabitants of the place, local residents.

தல புராணம், a Purana written in praise of a sacred place.

தலபேதம், the difference of places (as affecting health).

தலவாரி, enumeration of cultivated lands.

தலாதிபதி, the chief of a place.

தலவாடம், s. (*Mahar.*), see தளவாடம், materials.

தலை, s. the head, சிரசு; 2. beginning, ஆதி; 3. priority, superiority, பெருமை; 4. top, summit, நுனி.

தலை கீழாய், topsy-turvy, confusedly.

தலைகீழாய் நடக்க, to do things in a wrong way, to be haughty and insolent.

தலை குனிய, to incline the head, to pay respect.

தலைக் கடை, front gate or entrance, (*opp. to* புழக்கடை).

தலைக்கட்டு, the first of a range of houses, the front division of a house; 2. the ceremony of putting on the turban again after the first stage of mourning; 3. the head of a family.

தலைக்கட்ட, –கட்டிக்கொள்ள, to perform the ceremony of putting the turban again upon the head after mourning.

தலைக் கருவி, –ச்சீரா, –ச்சோடு, helmet.

தலைக் கிறுகிறுப்பு, dizziness.

தலைக்குத் தலை நாட்டாண்மை, every one is master.

தலை சாய்க்க, to bow the head in homage, to lean the head to rest, to resort to.

எனக்குத் தலைசாய்க்க இடமில்லை, I have none to resort to.

தலைச்சன், தலைச்சன் பிள்ளை, தலைப் பிள்ளை, the first born.

தலைச் சாரை, a channel.

தலைச் சீலை, a head-dress.

தலைச் சீரா, –ச்சோடு, helmet.

தலைச் சுமை, a burden carried on the head; 2. *fig.* an arduous duty.

தலை தடவ, to do one an injury secretly, to swindle.

தலை துலுக்க, to shake the head.

தலை தொட, to take an oath.

தலைத் திருப்பு, –ப்பித்தம், –ச்சுற்று, dizziness, giddiness.

தலைப் பட, to prevail, to gain the ascendancy, to over-top; 2. to oppose, to act in opposition; 3. to attempt, to try; 4. to begin; 5. to improve in circumstances, to thrive.

தலைப்பா, –ப்பாகை, –ப்பாகு, a turban.

தலைப் பிரட்டை, a tadpole.

தலைப்பு, the end of a cloth.

தலைப்புரட்டு, –ப்பிரட்டு, vexation, intricacy of business, agitation.

தலைப்புறம், the head or front side.

தலைப்புற்று, a kind of canker on the head.

தலை மகள், eldest daughter; 2. matron.

தலை மகன், eldest son; a hero of a poem, the chief.

தலை மண்டை, தலையோடு, the skull.

தலைமாடு, the head of a bed.

தலைமுழுக, to bathe the head.

தலைமுழுக்கு, bathing with oil; 2. a woman's monthly course.

தலைமுறை, a generation.

தலைமுறை தலைமுறையாக, தலைமுறைத் தத்துவமாய், from generation to generation.

தலைமுறையில் இல்லாத வழக்கம், a custom never before heard of.

தலை மூர்ச்சனையான வேலை, –உடைத்துக்கொள்ளுகிற வேலை, a troublesome business which makes one rack his brains.

தலைமோதிக்கொண்டு திரிய, to walk about beating the head from sorrow or despair.

தலையடி, the first threshing of corn.

தலையணை, a pillow.

தலையணையுறை, a pillow-case.

தலையழுக்கு, uncleanness of the head; 2. catamenia.

தலையாட்ட, to shake the head to and fro.

தலையாரி, a village watchman.

தலையான, *adj.* principal, chief.

தலையிட, to engage in, to take on oneself, to meddle with.

தலையிடிக்கிறது, –வலிக்கிறது, the head aches.

தலை யிடை கடை, beginning, middle and end.

தலையிறக்கம், hanging the head through grief or shame.

தலையீற்று, the firstling of cattle.

தலையீற்றுக் கடாரி, – பசு, a cow that has calved but once.

தலையுடைக்க, to break the head, to take great trouble.

என்னைத் தலையுடைக்க வருகிறான், he endeavours to ruin me.

தலையெடுக்க, to rise in circumstances, to become eminent.

தலையெழுத்து, தலைவிதி, fate, destiny as supposed to be written in the head by Brahma; 2. the first or initial letter or signature.

தலையோடு, the skull.

தலைவலி, -யிடி, –க்குத்து, –நோவு, headache.

தலைவன் (*fem.* தலைவி), a head man, a chief; 2. husband.

தலைவாசல், the main entrance of a city, house etc.
தலைவிதி, see தலையெழுத்து.
தலைவிரிச்சான், *prop*. தலைவிரித்தான், one with matted hair.
தலைவிரிச்சான் கூட்டம், a nick name given to the female sex.
தலைவிலை, the first or harvest price of grain.
தலைவெட்ட, to behead; 2. to strike off the measure; 3. to do a treacherous act.
இளந்தலை, a young person.
பரட்டைத் தலை, a head of hair of stunted growth.
பெருந்தலை, a venerable old person.
மொட்டைத் தலை, bald head.

தலைமை, *s*. headship, presidentship, முதன்மை; 2. superiority, pre-eminence, மேன்மை.
தலைமைக்காரன், a headman in a village.
தலைமை பண்ண, to superintend.

தவ, *adv*. much, very intensely, மிக.

தவக்கம், *s*. (தவங்கு), want, penury, scarcity, இல்லாமை; 2. hindrance, impediment, தடை.
எனக்குப் பணத் தவக்கமாயிருக்கிறது, I have no money,
தண்ணீர்த் தவக்கத்தினாலே பயிர் ஏறவில்லை, the crop does not thrive for want of water.
தவக்கப்பட, to be delayed.
தவக்கமாய்ப் போக, to grow scarce, to be in want, to be hindered.
தவக்கம் பண்ண, to cause delay.

தவக்களை, தவக்கை, *s*. a frog, தவளை.

தவங்கம், *s*. sorrow, sadness.

தவங்கு, III. *v. i*. need, lack, long for, குறைபடு; 2. be sad or sorrowful, துக்கி; 3. be hindered, தடைபடு.
வேலை தவங்கிப் போயிற்று, the work is delayed.
தவங்கப் பண்ண, to afflict, grieve; 2. to hinder.

தவசம், *s*. store, provision, grain of all kinds, தானியம்.
தவசந் தட்டுதலாயிருக்கிறது, there is want of grain.
தவசங்கட்ட, to store up grain.

*தவசி, *s*. a devotee, an ascetic.
தவசிப்பிள்ளை, a servant of a Guru or of a great man, a cook.

*தவசு, தவம், *s*. see தபசு, penance.
தவசு முருங்கை, a medicinal plant.

தவடை, *s*. (*Tel*.), the cheek, jaw-bone, தாடை.

தவணை, *s*. a term or fixed time for payment etc., கெடு.
தவணை தப்பிப்போயிற்று, the term is expired.
தவணையிலே, within the time.
தவணை சொல்ல, – இட, – வைக்க, to set or fix a term.

தவண்டை, *s*. a little drum, உடுக்கை; 2. splashing of water by hands and feet in swimming.
தவண்டை யடிக்க, to play as children splashing water.

தவதாயம், *s*. affliction, straits, இடுக்கண்.
தவதாயிக்க, தவதாயப்பட, to be in distress.

தவத்து, III. *v. t*. hinder, தடு; 2. avoid, evade, விலக்கு.

*தவம், தபம், தபஸ், *s*. penance, austerity, see தபசு.
தவச்சாலை, a hermitage.
தவமுனி, a rigid devotee.
அருந்தவம், severe penance.

தவர், தவரு, II. *v. t*. stop, fail, தவறு; 2. spill, shed, சிந்து.

தவலத்து, *s*. (*Hind*.), managing, reigning, government, காறுபாறு.

தவலை, தபலை, *s*. a kind of brass vessel, a chaldron.

தவல், தவலு, I. *v. i*. (*Tel*.), decrease, diminish, குறை; 2. perish, கெடு.

தவழ், தவழு, II. *v. i*. creep or crawl on the ground (as little children, lizards etc.), ஊர்.
தவழ்ந்தேற, to clamber.
தவழ்வன, creeping things.
முழங்காலாலே தவழ, to crawl on all fours.

*தவளம், *s*. whiteness, வெண்மை.
தவள சங்கு, a kind of large white muscle-shell.
தவளச் சத்திரம், a white umbrella.

தவளை, *s*. a frog, மண்டூகம்.
தவளை கத்துகிறது, the frog croacks.
தவளைக் குஞ்சு, a tadpole.

தவறு 380 தவ்வு

தவளைச் சினை, frog's spawn.
தவளை தத்த, to hop, skip like a frog; 2. to play at leap-frog.
தவளை நுரை, frog's froth containing spawn.
தவறு, *s.* false step, misdemeanour, தப்பு; 2. fault, guilt, குற்றம்.
தவறு, III. *v. i.* slip or slide down, stumble, தப்பு; 2. err, fail, blunder, மீறு.
கால் (கை) தவறிற்று, the foot (the hand) failed.
தவறாதவன், one that fails not.
தவறாமை, infallibility, faithfulness to one's word.
தவறிநடக்க, to stagger, fall from moral rectitude, transgress.
தவறிப்பேச, to contradict oneself, to stammer.
தவறிப் போக, to slip out of the hand, to be frustrated, to miss one's aim; 2. to fail (as a promise); 3. to fall from rectitude; 4. to err.
தவறிவிழ, to tumble over, to trip and fall.
*தவனம், தபனம், *s.* heat of the sun, வெப்பம்; 2. thirst from fatigue in the heat of the sun, தாகம்; 3. longing, desire, ஆவல்.
தவனம் அடங்கிற்று, — தீர்ந்தது, the thirst is quenched.
தவனத்தைத் தீர்க்க, to quench the thirst.
தவனமாயிருக்க, to thirst; 2. to long, pant after.
தண்ணீர்த் தவனம், thirst, drought.
தவாளி, VI. *v. t.* make flutings, flute, groove, குடை; 2. manage dexterously, சிமாளி.
*தவி, VI. *v. i.* be wearied with thirst, hunger etc., pine, languish, sigh, groan, want for, தாபமடை; 2. be in distress, be in great want of a thing, வருந்து.
தவித்துக்கொண்டு திரிய, to walk about in great distress.
தவிப்பு, *v. n.* languor, anxiety for a thing, sighing, groaning.
இளைப்பும் தவிப்பும், fainting and groaning.

தவிசு, *s.* a mat, பாய்; 2. a seat, ஆசனம்; 3. mattress, மெத்தை.
தவிசணை, a bed, கட்டில்.
தவிடு, *s.* (*oblique* தவிட்டின்), bran.
தவிட்டுக்களி, a thick pap of bran.
தவிட்டுக்கிளி, a small locust.
தவிட்டு நிறம், brown, dim colour.
தவிட்டுப்புறா, a turtle dove.
தவிட்டுப்பேன், a small louse.
தவிட்டு மயிர், brown hair, first down of birds.
அரிசித் தவிடு, rice-bran.
உமித்தவிடு, inferior bran containing husk.
தவிர், தவிரு, II. *v. i. & t.* abstain from, நீங்கு; 2. shun, avoid, விலகு; 3. be excluded, avoided, omitted, கழி; 4. cease, ஒழி; 5. be hindered, frustrated, தடைபடு.
தவிர, *adv.* (*inf.*), except, besides.
அவன் தவிர, அவனைத் தவிர, besides him, without him, him excepted.
அது (அதைத்) தவிர, except that.
அதுவுந் தவிர, besides that, moreover.
தவிர், VI. *v. t.* remove, put aside, நீக்கு; 2. avoid, shun, abstain from, விலக்கு; 3. hinder (a marriage etc.), disappoint, தடு; 4. except, exclude, omit, கழி.
தவிர் காரியம், that which is to be omitted.
பாவத்தைத் தவிர்க்க, to abstain from vice.
தவில், *s.* a kind of drum, a tabour.
நல்ல தவிலடி அடிக்கிறான், he has got much influence.
தவிழ், தவிழு, II. *v. i.* be hindered, frustrated, தவிர்.
தவிழ், VI. *v. t.* hinder, put aside, frustrate, disappoint, தவிர் VI.
தவு, II. *v. i.* shrink, be reduced, குன்று.
தவுக்கார், *s.* the curves of a cornice, the interstices between the joists or rafters on a wall.
தவுக்கார் அடைக்க, to fill up the same with chunam and bricks.
தவுடு, *s. vulg.* for தவிடு.
*தவோபலம், *s.* see under தபசு.
தவ்வு, *s.* a hole, a perforation, துவாரம்.

தவ்வறுக்க, to perforate, to make a hole through, to drill.

தவ்வு (தாவு), III. v. i. leap, spring, பாய்; 2. cling to (as the young monkey to its dam), இறுகப்பிடி.

தவ்வை, s. elder sister, அக்காள்; 2. the goddess of misfortune, மூதேவி.

தழங்கு, III. v. i. sound, roar, முழங்கு.

தழல், s. fire, embers, தணல்.

தழல், தழலு, I. v. i. glow, burn, அழலு.

தழற்சி, v. n. glow, burning.

தழால், v. n. embracing, union, தழுவல்.

தழுதாழை, s. a medicinal shrub.

தழும்பு, s. the mark of a stripe, the prints of a rod, a scar, bruise, வடு; 2. blemish, குற்றம்.

தழும்பு பட, to be hurt or marked, to have a stigma on the character.

அம்மைத் தழும்பு, a mark of the small-pox.

தழுவணை, s. (தழுவு + அணை), a side bolster.

தழுவு, s. embracing, கட்டியணைத்தல்.

தழுவு, III. v. t. hold fast, embrace, அணை; 2. adhere to, join, சாரு; 3. surround, comprise, சூழு.

சேனை தழுவியிருக்கின்றது, the army has surrounded the place.

தழுவிக்கொள்ள, to embrace, to adopt another's opinion.

தழை, s. leave, foliage, இலை; 2. green twigs with their leaves upon them, தளிர்.

தழை, II. v. i. sprout, grow full of boughs, thrive, flourish (as plants, not persons), தளிர்.

தழைத்திருக்கிற மரம், a tree with shady branches.

தழை, VI. v. i. grow luxuriantly, thrive, செழி; 2. flourish, prosper (as persons), வாழு.

தழைத்த குடி, a prosperous family.

தளதள, VI. v. i. sparkle, glimmer, scintillate, பிரகாசி; 2. be plump or full, புஷ்டியாகு.

தளதளப்பு, தளதளவெனல், v. n. being plump or full, glitter.

தளபாடம், s. see தளவாடம்.

தளப்படி, s. wavering of mind, anxiety, தளம்பல்.

தளப்பம், தளப்ப மரம், s. a palm tree, the talipot tree.

தளப்பற்று, the leaf of the talipot tree used as an umbrella.

தளப்பற்று மீன், a sea-fish.

*தளம், s. (தலம்), a floor or pavement of brick or stone, தளவரிசை; 2. a terrace, the flat roof of a house, உப்பரிகை; 3. an army, படை; 4. thickness (as of paper, plank etc.), கனம்; 5. an unpolished ruby, சாணைபிடியாத கெம்பு; 6. heap, quantity, கும்பம்.

தளகர்த்தன், தளபதி, a general, a commander-in-chief.

தளமாயிருக்க, to be thick.

தளம் வந்திறங்க, to encamp as an army, to lay siege.

தளவரிசை, pavement, floor.

தளவரிசை (தளம்) போட, to pave, to floor with brick or plaster.

தளம்பு, III. v. i. shake or wabble as water in a moving vessel, அலம்பு; 2. be unsteady, waver, vacillate, தள்ளாடு.

அவன் நெஞ்சு தாமரையிலைத் தண்ணீர் போல் தளம்புகிறது, his heart wavers as the water-drops upon a lotus leaf.

தளம்பல், v. n. wavering, wabbling (as water).

தளம்பி ஊற்றுண்டு போக, to spill as water from a vessel.

தளர், தளரு, II. v. i. grow slack, relax, be remiss, கட்டவிழ்; 2. grow weary, weak, பலவீனப்படு; 3. grow wrinkled or flabby by old age, விருத்தாப்பியப்படு; 4. droop, languish, சோர்.

தளரப் பிசைந்தூட்ட, to feed a child with thin food.

தளர விட, to forsake, to unloose.

தளராதது, that which is fast, immoveable.

தளராமல் சாப்பிடு, eat plentifully.

தளர் நடை, infirm walk (as of an old or feeble person).

தளர்ந்த வயது, – காலம், decrepit old age, infirm age.

தளர்ந்து கொடுக்க, to yield.

தளர்பாடம், a lesson well learnt.

தளர்வு, v. n. staggering, weakness, relaxing.

மனந் தளர்தல், being grieved or vexed in mind.

தளர்ச்சி, *v. n.* slackness, looseness, நெகிழ்ச்சி; 2. weakness, பலவீனம்; 3. laziness, சோர்வு; 4. poverty, தரித்திரம்.

தளர்த்து, III. *v. t.* slacken, loosen, தளரப்பண்ணு.

தளர்வி, VI. *v. t.* slacken, loosen, தளரப் பண்ணு.

தளவாடம், தளபாடம், *s.* tools, instruments, தட்டுமுட்டு; 2. materials for a building.

தளிகை, *s.* an eating vessel of brass; 2. boiled rice shaped in the தளிகை.

தளிகைச் சோறு, consecrated rice.

தளிர், *s.* sprout, shoot, bud, தழை.

தளிர் விட, to sprout, to put forth buds.

தளிர், VI. *v. i.* same as துளிர், *v.*

தளுக்கு, *s.* a female nose-jewel; 2. (*Tel.*), splendour, brightness, glitter, மினுக்கு.

தளுக்கிட, to polish.

தளுக்கு மினுக்காய்ப் புறப்பட, to appear in public splendidly dressed.

முகத்தளுக்கு, a bright countenance.

தளுக்கு, III. *v. i.* (*Tel.*), be bright, glitter, மினுக்கு; 2. *v. t.* smear, rub in oil, அப்பு.

தளை, *s.* a tie, fastening, bandage, கட்டு; 2. fetters, chains for the feet, கால்விலங்கு; 3. noose or running knot, கண்ணி; 4. a partition in rice-fields, வயலின்பிரிவு; 5. the metrical connection of the last syllable of a foot with the first of the succeeding one.

தளை தட்ட, to be wanting in metrical connection.

தளை நார், a foot-brace for a tree-climber.

தளை போட, to fetter, to shackle.

தளை வார், a thong of leather to hamper the feet of an animal when grazing.

தளை, II. *v. i.* be fettered, tied, bound; 2. *v. t.* fasten, tie, bind, மாட்டு.

தளைந்து விட, to tie the forefeet of an animal and let it go to graze.

தளை, VI. *v. t.* tie, entangle, fetter, கட்டு; 2. confine, restrain, அடக்கு.

தள்ளமாறு, தள்ளம்பாறு, III. *v. i.* reel, stagger, தள்ளாடு; 2. wave, fluctuate, totter, oscillate, அசை.

தள்ளாடு, III. *v. i.* totter, stagger, தடுமாறு; 2. rock, vacillate, அலை; 3. waver, அசை.

தள்ளாடித் தள்ளாடி நடக்கிறான், he walks about with faltering steps.

தள்ளாட்டம், *v. n.* staggering, wavering.

தள்ளாமை, *neg. v. n.* see under தள்ளு, *v. i.*

தள்ளு, *s.* pushing, rejecting, a shove, தாக்கு; 2. deduction, discount, கழிவு; 3. discharge, abandonment, கைவிடல்.

தள்ளுண்ண, தள்ளுபட, to be rejected, to be dismissed.

தள்ளு, III. *v. t.* thrust, push, drive, துரத்து; 2. reject, தடு; 3. abolish, abandon, கைவிடு; 4. exclude, omit, dismiss, நீக்கு; 5. turn over, திருப்பு; 6. deduct, கழி.

தள்ளப்பட, to be dismissed.

தள்ளி, further off, aloof, away.

தள்ளிக்கொள், move a little.

தள்ளிப்போ, go further off.

தள்ளியிரு, sit a little further.

தள்ளி வாசி, read further on.

தள்ளிவிட, -ப்போட, to reject, to dismiss.

தள்ளுதல், *v. n.* pushing etc. (as தள்ளு, *s.*).

தள்ளுதலின் சீட்டு, a bill of divorcement.

தள்ளுபடி, that which is rejected.

தள்ளுபடியாகமம், apocryphal book.

தள்ளுபடியான சரக்கு, rejected or refused goods.

தள்ளுபாடு, *v. n.* being rejected.

சாதிக்குத் தள்ளுபடியாக்க, to excommunicate.

காலந்தள்ள, to pass one's days.

குலை தள்ள, to shoot as a bunch of plantains.

வயிறு தள்ள, to get a protuberant belly, to be visibly pregnant.

தள்ளு, III. *v. i.* endure, சகி; 2. be able, be possible, ஏலு.

இது என்னாலே (எனக்குத்) தள்ளாது, to me this is an impossibility, I cannot endure it.

தள்ளினமாத்திரம், as much as possible.

தள்ளாமை, *neg. v. n.* weakness, feebleness, impotence.

தள்ளாமையான (தள்ளாத) காலம், time of infirmity (through age, sickness etc.).

தள்ளை, *s.* mother, தாய்.

தறி, *s.* weaver's loom; 2. a pillar, தூண்; 3. a stake, post, கட்டுத் தறி; 4. cutting down, வெட்டு; 5. a kind of axe, கோடரி.

தறி, II. *v. i.* be cut off, be felled, முறி.

தறி, VI. *v. t.* cut off, lop, chop off, வெட்டு; 2. shake and separate by a fan, புடைத்துத் தறி.

தறிப்புண்டது, that which is cut off, mutilated, curtailed.

தறிப்பு, தறிக்கை, *v. n.* cutting down.

தறியாணி, a small chisel for cutting iron.

தறிகை, *s.* a kind of axe, கோடரி; 2. a stake, post, கட்டுத்தறி; 3. *v. n.* of தறி, being cut down.

தறுகண், தறுகண்மை, *s.* cruelty, குரூரம்; 2. valour, bravery, வீரம்.

தறுகணாளன், தறுகண்ணன், a fierce warlike person, hero.

தறுகு, III. *v. i.* be impeded or checked, தடைபடு; 2. fail, தவறு.

தறுகல், *v. n.* stopping, damming up water in channels for irrigation.

தறுகித்தறுகிப் பேச, to stammer.

தறுதறும்பு, *s.* rusticity, வணக்கமின்மை; 2. mischief, தப்பிதம்.

தறுகுறும்பன், a rough, rude person.

தறுக்கணி, VI. *v. i.* be hard (as knots in fruits), grow hard, கன்று.

தறுசு, தறிசு, *s.* (*Tel.*), close texture of cloth, தருசு.

தறுசாய் நெய்ய, to weave close.

தறுதலை, *s.* roughness, rashness, mischievousness, மூர்க்கம்; 2. an obstinate mischievous fellow, a vagabond.

தறுதலையன், தறுதும்பன், as தறுதலை, 2.

தறும்பு, *s.* a dam formed to change the course of a stream, நீரணை.

தறும்படிக்க, to form such a dam.

தறுவாய், *s.* (*Tel.*), occasion, rare opportunity, particular juncture, a crisis, exigency, சமயம்.

தறுவாய்க்குதவுகிற காரியம், a seasonable help.

அத்தறுவாயிலே, in the meantime.

தறை, II. *v. t.* beat down flat, rivet, hammer the head of a nail, தட்டையாக்கு; 2. fasten two beams by hammering in spikes, ஆணியாலறை.

தறையாணி, a kind of spike.

தறைமலர், the nut of a spike or screw.

தற், *a particle for* தன், self. (ன் is changed into ற் before க, ச, ப.)

தற்காக்க, to protect, to preserve, பாதுகாக்க; 2. to take care of oneself, தன்னைக் காக்க.

தற்கொலை, suicide.

தற்சிநேகம், self-love.

தற்செயல், an accident; 2. a providential occurrence.

தற்செயலாய், by chance, providentially.

தற்சொரூபம், one's own peculiar nature or form of existence.

தற்புகழ்ச்சி, self-praise.

தற்பொழிவு, self-interest.

— தற்போதம், self-knowledge.

*தற் (*prop.* தத், the த் being changed into ற் before க, ச, ப), *a prefix implying* exactness, identity, absoluteness.

தற்காலம், present time, the time being.

தற்சணம், தட்சணம், the very moment, the present moment.

தற்சமயம், same as தற்காலம்; 2. the best opportunity.

தற்பரம், தற்பரன், the absolute self-existing deity.

*தற்கம், *s.* same as தர்க்கம், controversy.

தற்காஸ்து, *s.* (*Pers.*), see தர்க்காஸ்து.

*தற்கி, VI. *v. i.* see தர்க்கி, argue, dispute.

தற்கோலம், தக்கோலம், *s.* a drug.

*தற்பணம், *s.* see தருப்பணம்.

தனது, *s.* friendship, amity, சிநேகம்; 2. *gen. of* தான், his.

தனதுபண்ண, to cultivate one's friendship.

தனம், *s.* (*Tel.*), nature, quality, தன்மை; 2. a particle by which certain abstract nouns are formed (as கொஞ்சத்தனம், littleness, பெரியதனம், greatness, magnificence, துரைத்தனம், authority etc.).

*தனம், *s.* wealth, riches, property, substance, ஆஸ்தி; 2. (ஸ்தனம்), female breasts, முலை.

தனதானியம், gold and grain.

தனபதி, the god of wealth; 2. a rich and liberal person.

தனபதித்துவம், an opulent state, beneficence, liberality.

தனலக்குமி, தனலட்சுமி, the goddess of wealth, Lukshmi.

தனவந்தன், தனவான், தனுட்டியன், a very rich man.

*தனயன், தனையன், *s.* (*fem.* தனயள்), a son, புத்திரன்.

தனி, *adj. & adv.* solitary, alone, தனிமையான; 2. sole, only, ஒன்றுன; 3. unique, matchless, ஒப்பற்ற; 4. pure, genuine, கலப்பற்ற.

தனிக்காட்டு ராசா, a sole sovereign in a jungle.

தனித்தனி, தனித்தனியே, separately, individually.

தனிப்பயணம், travelling alone.

தனிப்பால், pure unadulterated milk.

தனிப்புறம், a solitary place.

தனியன், a single man or woman, a wild beast detached from the herd, a solitary animal, a single detached verse, தனிப்பாட்டு.

தனியே, privately, alone, asunder, apart.

தன்னந்தனியே, by oneself or itself.
என்னைத் தனியே அழைத்தான், he took me apart.

தனியேயிருக்க, தனியாயிருக்க, to be alone.

தனிவழி, a lonely way, travelling alone.

தனிவெள்ளி, pure silver.

தனி, VI. *v. i.* (தனித்திரு), be alone, single, solitary, தனிமையாயிரு; 2. be forsaken, உதவியற்றிரு.

தனித்தவிடம், a solitary place.

தனித்துப்பேச, to speak privately to any one.

தனித்துப்போக, to go alone, to go by oneself.

தனிப்பு, *v. n.* same as தனிமை.

*தனிகன், *s.* a rich man, தனவான்.

தனிமை, *s.* solitariness, ஒன்றி; 2. helplessness, உதவியின்மை.

தனியா, *தனிகா*, *s.* (*Tel.*), coriander seed, கொத்தமல்லி.

தனிலும், *adv.* see தனையும் under தனை.

*தனு, *s.* a bow, cross-bow, வில்; 2. Sagittarius in the Zodiac, தனுவிராசி; 3. body, உடல்; 4. smallness, சிறுமை.

தனுக்கோடி, a sacred bay at Ramessaram said to have been opened by Rama's bow.

தனுசன் (*தனு*, body + *சன்*, one born), a son, குமாரன்.

தனுவித்தை, தனுர்வித்தை, the art or practice of archery.

தனுவேதம், தனுர்வேதம், தனுசாஸ்திரம், archery.

*தனுசு, *s.* same as தனு, bow.

தனை, *s.* *an affix expressing* number or quantity (as அத்தனை, that much, இத்தனை, this much, so many, so great, எத்தனை, how much, how many, how great).

தனையும், vulg. தனிலும், *affixed to a fut. part.* so long as.

அவன் வருந்தனையும், till he comes.
இருக்குந்தனையும், as long as it shall be or remain.
சாகுந்தனையும், till death.

*தனையன், தனயன், *s.* a son, மகன்.

*தனையை, தனையள், *s.* a daughter, மகள்.

தன், *oblique of* தான், his, hers, its; 2. *an expletive*, அசைச்சொல் (as மரந்தனைக் கண்டேன், I saw the tree).

தன்காரியம், one's pursuits, self-interest.

தன்காரியப் புலி, a self-interested person.

தன்பாடு, attending to one's own business.

தன்பாட்டிலே போகிறுன், he is going on quietly without interfering with others.

தன்பிடி, one's own opinion.

தன்பொறுப்பு, personal responsibility.

தன்மூப்பு, youthful arrogance, self-will.

தன்வசம், in one's power.

தன்வசப்படுத்த, to take under charge.

தன்வினை, verbs denoting direct action – transitive and intransitive – (*opp. to* பிறவினை, causative verbs).

தன்னடக்கம், modesty, self-restraint.

தன்னவன், one of the same party, a relative.

தன்னறிவு, consciousness, self-knowledge, recollection.

தன்னிச்சை, தன்னிஷ்டம், free - will, independence, freedom.

தன்னீங்கல், liberty, independence.

தன்னொழுக்கம், conduct suitable to one's position.

*தன்மம், தருமம், *s.* virtue, merit, நன்மை; 2. justice, equity, நீதி; 3. charity, அறம்.

தன்மை, *s.* nature, essence, primary or inherent quality, சுபாவம்; 2. state, condition, position, நிலை; 3. manner, வண்ணம்; 4. temper, குணம்; 5. (*in gram.*), the first person.

இத்தன்மையாக, so, in this manner.

தன்னந்தனியே, *adv.* quite alone.

தன்னமை, *s.* friendship, தனது.

*தன்னம், *s.* smallness, minuteness, சன்னம்.

*தன்னியம், ஸ்தன்னியம், *s.* milk, முலைப் பால்; 2. female breast, முலை.

தன்னு, III. *v. t.* take from a heap by little and little; 2. move a vessel by degrees, தோணி தள்ளு.

தா, *s.* hostility, பகை; 2. pain, distress, வருத்தம்; 3. fault, குற்றம்.

தாவிலே, it is faultless, not defective.

தா, *imperat. of the irreg. tr. verb:* தருகிறேன் (*vulg.* தாறேன்), தந்தேன், தருவேன், தர, give, grant, bestow, கொடு; 2. produce, கனிகொடு; 3. make, create, படை; 4. generate, பெறு.

தந்தவன், a father.

*தாகம், *s.* thirst, நீர் வேட்கை; 2. desire, ஆசை.

அவன் பணத்தின்மேல் தாகமாயிருக்கிறுன், he is greedy after money.

தாகசாந்தி, allaying thirst.

தாகத்துக்குக் கொடுக்க, – வார்க்க, to give drink.

தாகத்துக்குச் சாப்பிட, to drink being thirsty.

தாகந் தீர்க்க, – தணிக்க, to quench the thirst.

தாகம் எடுக்க, – கொள்ள, – ஆயிருக்க, to thirst, to be thirsty.

பசிதாகம், hunger and thirst.

*தாகி, VI. *v. i.* be thirsty; thirst, தாகங்கொள்.

தாக்கணங்கு, *s.* Lukshmi, இலட்சுமி.

தாக்கணி, தார்க்கணி, VI. *v. t.* prove, demonstrate, திருஷ்டாந்தப்படுத்து.

தாக்கணித்துக் கொடுக்க, to demonstrate, evince.

தாக்கம், *s.* (*from* தாக்கு, *v.*), reaction, force, pressure.

தாக்கல், *s.* (*Ar.*), making an entry in an account; 2. *v. n.* of தாக்கு.

தாக்கல் பண்ண, – செய்ய, to enlist, register, take in account.

தாக்காட்டு, III. *v. t.* allure, உருசி காட்டு; 2. put off from day to day, ஏமாற்று.

தாக்கிதை, தாக்கீது, *s.* (*Hind.*), command, strict order.

தாக்கீதுபண்ண, to give strict order.

தாக்கு, *s.* beating, அடி; 2. attack, assault, போர்; 3. a place, இடம்; 4. a rice-field, நெல் வயல்; 5. corpulency, புஷ்டி; 6. impressiveness, தைக்கத்தக்க தன்மை.

தாக்காயிருக்க, to have a grave look, to be corpulent.

தாக்காய்ச் சொல்ல, to speak with authority.

தாக்குப் பொறுத்தவன், a robust person able to carry a load.

பள்ளத்தாக்கு, a valley, low place.

மேட்டுத்தாக்கு, a rising ground.

தாக்கு, III. *v. t.* fight, butt, attack, அழுத்து; 2. hit at or dash against, மோது; 3. touch (as a flame, a fever, a sting etc.), affect, படு.

கண்ணைத் (கண்ணிலே) தாக்கும், it affects the eye.

தாங்கல், *s.* a reservoir, a pond, குளம்; 2. *v. n.* supporting, ஏந்தல்; 3. displeasure, grievance, மனவருத்தம்.

தாங்கல் வருத்துவிக்க, to offend a person.

தாங்கலாய்ப் பேச, to speak with displeasure.

தாங்கள், *pl. of* தான், *refl. pron.* 2. honorific form of address.

தாங்கி, *appel. n.* (தாங்கு), any prop or support, ஆதாரம்.

குடிதாங்கி, one who supports his family or others.

சுமைதாங்கி, a burden-rest.

தாங்கு, III. *v. t.* bear up, support, assist, தாபரி; 2. ward off, keep off, விலக்கு; 3. bear, suffer, endure, tolerate, சகி; 4. carry, சும; 5. protect, guard, கா; 6. maintain, ஆதரி; 7. *v. i.* halt in speaking or walking, நிறுத்து; 8. suffice.

எனக்குத் (என்னால்) தாங்காது, I cannot afford it, it is not enough for me, I cannot put up with it.

அவனுக்குச் சாப்பாடு கொடுத்துத் தாங்காது, no one can afford to feed him.

காற்றுக்குத் தாங்காது, it will not bear the wind.

அவன் கையைத் தாங்கு, ward off his hand, his blow.

என்னாலே அவ்வளவு கொடுக்கத் தாங்காது, I cannot afford to give so much.

தாங்கமாட்டாதவன், one unable to endure.

தாங்கித் தடுக்கிட, to treat with the greatest respect or tenderness.

தாங்கித் தாங்கி நடக்க, to go hobbling, to limp in walking.

தாங்கித் தாங்கிப்பேசுகிறான், he speaks haltingly.

தாங்கு, *v. n.* bearing, தாங்கல்; 2. support, தாங்கி; 3. staff of pike.

*தாசரதி, *s.* Rama, son of Dasaratha.

தாசரி, *s.* a Vaishnava mendicant.

தாசரிப் பாம்பு, a large snake (commonly brought by தாசரி).

தாசனுப்பொடி, *prop.* தசனப்பொடி, *s.* dentifrice.

*தாசன், *s.* a servant, ஊழியன்; 2. a slave, அடிமை; 3. a devotee, தாதன்.

அடியேன் தாசன், I am your servant.

தாசா, *s.* (*Hind.*), animation, vivacity.

*தாசி, *s.* a maid servant, a female slave, அடிமைப் பெண்; 2. a dancing girl or prostitute, தேவதாசி.

*தாசியம், *s.* slavery, அடிமைத்தனம்.

தாசு, *s.* (*for.*), a brass plate to strike the hour, a gong.

*தாசு, *s.* (*prop.* தாசன்), *an affix to proper names implying* devotedness (as இராமதாசு worshipper of Rama).

தாச்சி, *s. vulg. for* தாய்ச்சி, which see.

*தாடனம், *s.* patting, tapping, தட்டுதல்; 2. whipping, அடித்தல்.

தாடனஞ் செய்ய, to beat, to whip.

பாத தாடனம், kicking with the foot, உதைத்தல்.

தாடா, தாடி, *vulg.* contraction of தா அடா, தா அடி.

*தாடி, *s.* the beard; 2. the chin, மோவாய்; 3. dew lap, அலே தாடி.

தாடிக்காரன், தாடியன், one with a long beard.

தாடி முளைக்கிறது, the beard sprouts or grows.

தாடி வளர்க்க, to let the beard grow.

அலேதாடி, a bull's dew-lap.

இறங்கு தாடி, நீண்ட –, a long beard.

குருசுத தாடி, a short beard.

தாடை, *s.* the mandible, jaw bone, the cheeks, கன்னம்.

தாடையிலே அடி, – போடு, give one a blow on the cheeks.

*தாட்சணம், தாக்ஷிணே, தாட்சிணே, தாட்சணியம், தாட்சண்ணியம், *s.* compassion, mercy, இரக்கம்; 2. kindness, courtesy, மரியாதை; 3. partiality, complaisance, கண்ணோட்டம்.

தாட்சணியம் பார்க்க, to regard persons kindly.

தாட்சணிய வார்த்தை, kind, civil, obliging words.

தயை தாட்சணே, favour and complaisance.

தாட்சி, *s. vulg. for* தாழ்ச்சி.

*தாட்டாந்தம், *s.* a proposition or doctrine to be proved, திருட்டாந்தத்தை க்கொண்டது.

தாட்டி, *s.* (*vulg.*), times, number, தடவை.

நாலுதாட்டி, four times.

தாட்டிகம், தாஷ்டிகம், *s.* strength, power, பலம்; 2. courage, boldness, authority, தைரியம்; 3. insolence, pride, பெருமை.

தாட்டிகமாய்ப் பேச, to speak proudly or insolently.

தாட்டு, III. *v. t.* throw one down, விழப் பண்ணு; 2. remove, transplace, கடத்து; 3. confute, மறு.

தாட்டுப் பூட்டெனல், *v. n.* rebuking being angry.

தாட்டுப் பூட்டென்று குதிக்கிறான், he is much enraged.

தாட்டோட்டம், தாட்டோட்டு, *s.* trick, fraud, deception, எத்து.

தாட்டோட்டக்காரன், one who deceives with vain promises.

தாட்பாள், தாழ்ப்பாள், தாப்பாள், *s.* bolt, bar, see தாள்.

தாட்பாள் கட்டை, a bar of wood.

தாட்பாள் போட, to bolt a door.

தாணி, தான்றி, *s.* a large tree with medicinal fruits.

தாணி, VI. *v. t.* ram down, hammer down, அழுத்து; 2. charge or load a gun, கெட்டி.

தாணித்துச் சுட, to discharge a gun.

தாணித்து வைக்க, to keep a gun loaded.

*தாணு, ஸ்தாணு, *s.* firm or fixed state, stability, உறுதி; 2. shelter, புகலிடம்; 3. post, pillar, தூண்.

இருக்கிறதற்கிது நல்ல தாணு, this is a good place for shelter or resort.

எனக்கொரு தாணுவுமில்லே, I have nc protection.

தாணுவாயிருக்கிறவன், a patron, protector.

தாணையம், *s.* (*Hind.*), a garrison, பாளையம்.

தாணையக்காரர், soldiers in garrison.

தாணையம் இறங்க, to become settled in a garrison.

தாணையம் போட, to place a garrison.

தாணையம் முறிய, to put a garrison to flight.

*தாண்டவம், *s.* dance, நடனம்; 2. the dance of Siva, சிவன் கூத்து.

தாண்டவமாட, to dance as Siva.

தாண்டவராயன், Siva.

தாண்டு, *s.* a leap, jump, குதி.

வெறுந்தாண்டு தாண்டுகிறான், he assumes airs, he plays the pedant.

ஒரு தாண்டாகத் தாண்டினான், he leaped over at once.

தாண்டு, III. *v. t.* pass over a river, hill etc., jump over, cross, கட; 2. skip or step over a little trench etc.; 3. dance, jump, leap, hop, பாய்; 4. overcome, மேற்கொள்.

தாண்டல், *v. n.* jumping over.

தாண்டிப் போக, to cross, to surpass, to overcome.

*தாதன், *s.* (*fem.* தாதச்சி), a slave, அடிமை; 2. a devotee of Vishnu, a religious mendicant, தாசன்; 3. a kind of vagrant dancer, கூத்தாடி.

தாதக் கூத்து, a kind of dancing by strolling dancers.

தாத வேஷம், a masquerade dress of a dancer.

தாதா, *s.* (*Tel.*), grand-father, பாட்டன்.

*தாதா, *s.* a donor, a liberal or generous man, தருமவான்; 2. a father, தந்தை.

அன்ன தாதா, one who gives food to poor people.

*தாதி, *s.* a foster-mother, a nurse, an Ayah, செவிலித்தாய்; 2. a lady's maid, தோழி; 3. a female devotee, தாசி.

தாதிப் பெண்கள், attendants of a mistress.

*தாது, *s.* pulse, artery, muscle, நரம்பு; 2. principle, an essential or elementary part in nature, பூதவணு; 3. any one of the five elements, பூதம்; 4. any one of the seven metals, லோகம்; 5. the tenth year of the Hindu Cycle; 6. pollen of a flower, பூந்தாது.

தாது விழுந்துபோகிறது, தாதில்லாமல் போகிறது, the pulse ceases to beat; 2. *fig.* he is forsaken or helpless.

தாது பார்க்க, – பிடித்துப் பார்க்க, to feel the pulse.

தாதுவாதம், mineralogy.

*தாதுவாதம், *s*, fraud, lie, பொய்; 2. see under தாது.

தாதுவாதக்காரன், a liar.

*தாதை (தாதா), *s.* a father, தந்தை; 2. grand-father, பாட்டன்.

கைத்தாதை, a foster-father.
*தாத்திரியம், s. poverty, தரித்திரம்.
தாத்திரியப்பட, to suffer poverty.
*தாத்திருவாதம், s. cheat, fraud, trick, கபடம்; 2. lie, பொய்.
தாத்திருவாதம் பண்ண, to play tricks.
தாத்திருவாதம் பேச, to speak lies.
தாத்திருவாதக்காரன், a liar, a man full of tricks.
தாத்து, *vulg. for* தாற்று, which see.
*தாபகம், s. see ஸ்தாபகம்.
*தாபந்தம், தாவந்தம், s. distress, straits.
*தாபம், s. burning heat, fervency, உஷ்ணம்; 2. fervent desire, ardour, தவனம்; 3. distress, sorrow, துன்பம்.
தாபசுரம், —க்காய்ச்சல், burning fever.
கோபதாபம், heat of anger.
பச்சாத்தாபம், contrition, repentance, sympathy.
மனஸ்தாபம், grief, repentance of heart.
விரகதாபம், lust.
*தாபரம், s. shelter, support, தாவரம்.
தாபரன், the deity.
*தாபரி, VI. v. t. protect, preserve, support, தாவரி.
*தாபனம், s. see ஸ்தாபனம்.
*தாபி, VI. v. t. see ஸ்தாபி.
*தாபிதம், s. heat, fervour, சூடு; 2. establishment, see ஸ்தாபிதம்.
தாப்பணிவார், s. a girth for a saddle; 2. a scourge, கசை.
தாப்பாள், s. see தாட்பாள், a bolt.
தாப்பு, s. the expected moment, the wished-for occasion.
தாப்புக்கொள்ள, to lurk and wait for, to watch an opportunity.
*தாமசம், தாமதம், s. sluggishness, சோம்பல்; 2. dilatoriness, delay, slowness, மந்தகுணம்.
தாமசப்பட, to be delayed, to linger.
தாமதம் பண்ண, to delay, to detain, to prolong, to retard.
தாமசன், தாமதக்காரன், தாமதமுள்ளவன், a lingerer, delayer.
*தாமணி (தாவணி), s. a rope to tie cattle together; 2. a rope in general, கயிறு.
தாமணியிலே பூட்ட, to tie together with a rope.

*தாமதம், s. see தாமசம்.
*தாமதி, VI. v. i. delay, loiter, பொழுது போக்கு; 2. be detained, hindered, தடைபடு; 3. be reluctant, backward, unwilling.
*தாமம், s. rope, string, கயிறு; 2. flower, பூ; 3. wreath, chaplet, பூமாலை.
*தாமரை, s. the lotus or water lily.
செந்தாமரை, வெண் —, ஓரிதழ்த் —, ஆகாசத் —, நிலத் —, கற்றாமரை, several kinds of the lotus.
தாமரைக் கண்ணன், Vishnu, the lotus-eyed.
தாமரைக் காய், the pericarp of the lotus; 2. the heart.
தாமரைக் கொட்டை, —மணி, the seeds of the lotus.
தாமரைப்பூ, the lotus flower.
தாமரையாசனன், Brahma, the lotus-seated.
தாமரையாசனி, Lukshmi.
தாமரைவளையம், coils of the lotus stalk.
படர்தாமரை, the ring-worm.
தாமாஷா, s. (*Mahar.*), an average, சராசரி.
*தாமிரம், *vulg.* தாம்பிரம், s. copper, செம்பு.
தாமிர பஸ்பம், a white chemical preparation of copper.
தாம், *pl. of* தான், they, themselves; 2. *honorif. for* he; 3. *honorif. for* you (in conversation or epistolary writing); 4. *emphat. particle* (*affixed to nouns*), சாரியை (as அவர்தாமே, he himself).
தாம் வருகிறேனென்றார், he said he would come.
தம்முடைய கடிதம் வந்து சேர்ந்தது, I have received your letter.
தாம்பாளம், s. (*Tel.*), a salver of large size.
*தாம்பிரம், s. copper, தாமிரம்.
*தாம்பிரவன்னி, தாம்பிரபருணி, s. a river near Palamcottah.
*தாம்பு, தாம்புக்கயிறு, s. a rope to draw water with.
*தாம்பூலம், s. betel-leaf, வெற்றிலை; 2. betel-leaf with arecanut and lime prepared for chewing, வீடிகை.

தாம்பூலந் தரிக்க, – போட, to chew betel with ingredients.

*தாயகம், s. being liberal, munificent.

தாயகமானவர், a liberal, hospitable person.

*தாயம், s. a portion, an inheritance, உரிமை; 2. dice to play with, a kind of backgammon board, கவறு; 3. a relation by the father's side; 4. affliction, distress, தவதாயம்; 5. good opportunity, juncture, சமயம்.

தாயத்தார், paternal kinsmen or heirs.

தாயபாகம், a division of an estate.

தாயமாட, to play dice, to gamble.

தாயம்போட, to cast dice.

தாய விதைப்பு, seasonable sowing.

*தாயாதி, s. a kinsman, a paternal relative, joint heir; 2. hereditary property, தாயம்.

தாயாதிபகிர, to divide an estate.

தாயாதி வழக்கு, dispute about hereditary property.

தாயாதித்தனம் பண்ண, to deceive one another, especially joint heirs.

தாயித்து, s. (*Tel.*), a small box of metal containing an amulet.

தாயுமானர், தாயுமானவர், s. Siva, *lit.* he who became also a mother (from the fable that Siva attended on a Vaisya girl in the shape of her mother; 2. a religious devotee of Siva.

தாய், s. (*hon.* தாயார்), mother, மாதா; 2. female parent of animals in general; 3. that which is chief, principal or primary, முதன்மை.

தாய்க்குள்ளது மகளுக்கு, as the mother, so the daughter.

தாயகம், தாய்வீடு, the mother's house.

சகலருக்குந் தாயகமாயிருக்கிறீர், you are hospitable to every one.

தாய்க்கிராமம், a principal village to which others are subordinate.

தாய்ச்சீலை, the fore-lap.

தாய்ச்சோடை, – சோஷை, a child's longing for its mother.

தாய்ச் சோடை எடுத்திருக்கிற பிள்ளை, a child that longs to see its mother.

தாய்தகப்பனில்லாத பிள்ளை, an orphan.

தாய் முகங்காணாத பிள்ளை, an infant early bereaved of its mother.

தாயேடு, தாயோலை, the original book.

தாய்மாமன், maternal uncle.

தாய்வழி, relationship by the mother's side.

தாய் வாழை, the original plantain tree.

பெற்ற தாய், நற்றாய், one's own mother.

மாற்றாந் தாய், step-mother.

செவிலித்தாய், foster-mother.

தாய்ச்சி, s. a pregnant, woman, கர்ப்பிணி; 2. a wet-nurse, முலை கொடுப்பவள்; 3. a person that presides in a play, exercise etc.

பிள்ளைத் தாய்ச்சி, a pregnant woman, a wet-nurse.

*தாரகம், s. that which protects or supports, ஆதரவு; 2. sustenance, light food given after abstinence, ஆகாரம்.

அவன் எனக்குத் தாரகம், he is my support.

தாரகன், supporter, sustainer.

*தாரகை, s. star, நட்சத்திரம்; 2. the pupil of the eye, கண்மணி.

தாரகாபதி, the moon, the ruler of the stars, சந்திரன்.

*தாரக்கம் (தாரகம்), s. the first light food given to convalescents, பத்தியம்.

தாரக்கம்பண்ண, to nourish with proper diet.

*தாரணம், s. firmness, stability, உறுதி; 2. holding, enduring, wearing, தரித்தல்.

*தாரணி, s. the earth, பூமி.

தாரணை, s. (*Tel.*), price of grain, நெல் விலை.

*தாரணை, s. stability, steadiness, firmness, உறுதி.

*தாரதம்மியம், s. distinction or disparity in rank, merit etc., ஏற்றத்தாழ்வு.

*தாரம், s. a wife, மனைவி.

தாரமிழந்தவன், a widower.

பலதாரக்காரன், a man who has married several times.

முந்தினதாரம், முதற்றாரம், the first wife.

தாரா, *s.* a duck, *வாத்து*.
ஆண்டித்தாரா, காட்டுத் —, பெருந் —, மணற்றாரா, several kinds of ducks.

*__தாரா__, *s.* (*mostly in combin.*), a wife, *மனைவி*, 2. a star, *விண்மீன்*.
தாராபுத்திராதிகள், wife, children and others.
தாராமண்டலம், region of the stars.

தாராட்டு, *s. prop. தாலாட்டு*, which see.

தாராளம், *s.* (*Tel.*), frankness, openness, freedom, cordiality, *உற்சாகம்*; 2. plenty, copiousness, *மிகுதி*; 3. generosity, liberality, *உதாரம்*.
தாராளக்காரன், a liberal man.
தாராளமாய்க் கொடுக்க, to give freely, liberally.
தாராளமாய்ப் பேச, to speak freely without fear.
தாராளமான முகம், a cheerful countenance.

தாரி, *s.* way, road, *வழி*; 2. quality, manner, mode, *விதம்*.
தாரிபாரி, one who knows a good road; 2. one who knows the nature and circumstances of a person or thing.
தாரிக்காரன், a prudent man that knows the nature of things.

*தாரி, *s.* (*only in combin.*), a wearer, (as *மகுடதாரி*, one who wears a crown).

*__தாரிசம்__, *s.* agreement, consent, union, *ஒப்பந்தம்*.
தாரிசம்பண்ண, to agree about the price.
தாரிசமாய் விற்க, to sell at a reasonable rate.

*__தாரித்திரியம்__, *தாரித்திரிமம்*, *s.* poverty, *தரித்திரம்*.

தாரீக், *s.* (*Ar.*), date, *தேதி*.

தாரீப், *தாரீப்பு*, *s.* (*Hind.*), estimation, guess, *மதிப்பு*; 2. causing a lad to excel in scholarship.

*தாரு, *s.* branch of a tree, *மரக்கொம்பு*; 2. a tree in general.
தாருவனம், same as *தாருகாவனம்*.

*தாருகம், *தாருகாவனம்*, *s.* a forest in which ascetics lived.

தாரை, *s.* row, range, line, *சாரை*; 2. a long trumpet or pipe, *எக்காளம்*.
தாரை தாரையாய்ப் போகிற (சாய்கிற) எறும்பு, ants running in rows.
தாரை யூத, to sound a trumpet.

*தாரை, *s.* heavy rain falling in torrents; 2. water poured in making a gift; 3. (*தாரா*), wife, star.
வானத்திலே நீர்த்தாரை யிட்டிருக்கிறது, there appear in the sky clouds surcharged with rain.
தாரைதாரையாய் ஓட, to gush out in a straight stream.
தாரைதாரையாய் மழைபெய்ய, to rain in torrents.
தாரைவார்த்துக்கொடுக்க, - த்தத்தம்பண்ண, to give away by pouring water into the hand of the receiver, to bequeath.
கண்ணீர்த் தாரை, a flood of tears.

தார், *s.* wreath, garland, chain, *மாலை*; 2. weaver's quill, bobbin or spool, *தாறு*; 3. army, *சேனை*; 4. (*Ar.*), an affix implying a substantial person (as ஜமீன்தார்); 5. (*Eng.*), tar, pitch, *கீல்*.

தார்க்கணி, VI. *v. t.* same as *தாக்கணி*.

*தார்க்கிகன், *s.* a logician, a clever disputant, *தர்க்க சாஸ்திரி*.

*தாலம், *s.* the palmyra, *பனை*; 2. the bastard sago, *கூந்தற் பனை*; 3. a dish, salver, charger, *தட்டு*.

தாலாட்டு, *தாராட்டு*, III. *v. t.* (*தால் + ஆட்டு*), sing and lull a child to sleep (*with dat.*).
தாலாட்டு, *v. n.* cradle song, a lullaby.

தாலி, *s.* the marriage badge or symbol, *மங்கலியம்*.
தாலிகட்ட, to tie on the Tali on the wedding day.
தாலிச் சரடு, தாலிக் கயிறு, the thread of the Tali.
தாலியறுத்தவள், அறுதலி, a widow.

*தாலு, *s.* the palate, *அண்ணம்*; 2. the tongue, *நா*.

தாலுகா, *தாலூக்கா*, *s.* (*Ar.*), a sub-division of a district under a Tahsildar, a Taluq.

தால், *s.* dandling, lulling a child to sleep, *தாலாட்டு*; 2. as *தாலு*, tongue.

தாவடம், *s.* (*தாழ்வடம்*), neck-lace; 2. (*தாவளம்*), a place of residence.

தாவடி, *s.* journeying, journey, *பிரயாணம்*; 2. battle, fight, *போர்.*

தாவடித் தோணிகள், boats going near the shore to cut out the vessels of the enemy.

தாவடிபோக, to go on an excursion.

தாவட்டம், *s.* a work on architecture; 2. a kind of stone.

*தாவணி, *s.* see *தாமணி.*

*தாவந்தம், *s.* hell, *நரகம்*; 2. great affliction, distress, இக்கட்டு.

தாவந்தப்பட, to be greatly distressed.

*தாவரம், *s.* see *ஸ்தாவரம்.*

*தாவரி, VI. *v. t.* protect, shelter, support, ஆதரி; 2. *v. i.* lodge, abide, obtain shelter, *தங்கு.*

தாவழக்கட்டு, *vulg.* *தவழக்கட்டு*, *s.* a rope for tying a bullock's fore-leg to the neck.

தாவளக்காரர், *s.* traders from distant parts, *தேசாந்தரவணிகர்*; 2. those who keep oxen for carrying burdens, *பொதிகாரர்.*

தாவளம், *s.* country village; 2. (*Tel.*), a lodging place, இருப்பிடம்.

தாவளி, *s.* a woollen cloth, *கம்பளம்.*

தாவாரம், *s.* see *தாழ்வாரம்.*

தாவிளை, *s.* (*தா* or *தாழ்வு* + இல்லை), that which is tolerable; 2. (*with the dat.*), that which is better or improved.

அதற்கிது தாவிளை, this is better than that.

நீ எனக் கொத்தாசையாக வந்தால் தாவிளை, you had better come to assist me.

தாவிளையாக, தாவிளையாய்ப் போக, to grow better, recover.

தாவு, *s.* a staff for support, *பற்றுக்கோடு*; 2. shelter, secure place, resting place, stage, *புகலிடம்.*

நல்ல தாவு, a convenient resting place.

தாவு, III. *v. t. & i.* stretch forth, lift up arms, *நீட்டு*; 2. attack as disease, rush in upon one, *பிடி*; 3. jump up, skip, குதி; 4. leap over, *தாண்டு.*

என் மேலே தாவி வருகிறான், he rushes upon me.

தாவிப் பிடிக்க, to spring up and catch hold of.

தாவுகிற பிள்ளையை எடுக்க, to take up a child that holds out its arms.

தாவுதல், v. n. jumping, spreading.

தீத்தாவுதல், the catching of fire.

தாழக்கோல், *s.* a key, *திறவுகோல்*; 2. a bar, bolt, *தாழ்ப்பாள்.*

தாழஞ்சங்கு, *s.* a chank with a wide mouth.

தாழாமை, *neg. v. n. of தாழ்*, pride, haughtiness.

*தாழி, *s.* a large earthen pot or vessel with a wide mouth, *குடம்*; 2. a jar, *சாடி.*

தாழிசை, *s.* a poetical metre.

தாழை, *s.* a wild thorny plant or shrub. (In *combination* ஐ may be dropped.)

தாழங்குடை, an umbrella made of *தாழை* leaves.

தாழம்பாய், a mat made of its leaves.

தாழம்பூ, the fragrant flower of *தாழை.*

தாழையோலை, leaves of that bush.

கற்றாழை, Indian aloe.

தழுதாழை, a shrub in hedges.

பறங்கித் தாழை, a pine-apple plant.

தாழ், *s.* bolt, bar, *தாழ்ப்பாள்.*

தாழடைக்க, தாழ்ப்பூட்ட, to bolt or bar a door.

தாழ், *தாழு*, II. *v. i.* be low, *பணி*; 2. sink down, *அமிழ்*; 3. (*with dat. or acc.*), stoop, submit, pay homage, be humble, *வணங்கு.*

தாழ, adv. (*inf.*), below, down, beneath.

வெயில்தாழ வா, come when the sun is low.

தாழப்போக, to descend.

தாழவிட, to drop.

தாழ்ந்த சாதி, low caste.

தாழ்ந்த வயசு, declining age.

தாழ்ந்துகொடுக்க, to yield, to submit.

தாழ்ந்துபோக, to grow weak or poor, to sink in circumstances, to submit, to degenerate.

தாழ், VI. *v. t.* let down, deepen, *தாழ்த்து*; 2. while away (as time), *பொழுதுதாழ்.*

சவந்தாழ்க்க, to inter a corpse.

தாழ்ச்சி, தாழ்வு, v. n. meanness, vileness, கீழ்மை; 2. inferiority, ஈசம்; 3. lowliness, submissiveness, humbleness, தாழ்மை; 4. want, penury, குறைவு; 5. dishonour, disgrace, இகழ்ச்சி.

ஒன்று தாழ்ச்சியாயிருக்கிறது, one thing is wanting.

இவனுக்கு அவன் தாழ்ச்சியாயிருக்கிறான், he is inferior to this person.

தாழ்ச்சிப்பட, -யாயிருக்க, to be in want.

மரியாதைத் தாழ்ச்சி, - தாழ்வு, disrespect.

மழைத தாழ்ச்சி, want of rain.

மானத்தாழ்ச்சி, disgrace, dishonour.

தாழ்த்தி, s. lowness in rank, inferiority, கீழ்மை; 2. meanness, இழிவு; 3. dishonour, இகழ்ச்சி; 4. a low place.

தாழ்த்தி பண்ண, to degrade, to treat with disrespect.

தாழ்த்தியான சரக்கு, inferior commodities.

தாழ்த்து, III. v. t. bring low, lower, depress, தாழச்செய்; 2. abase, degrade, அடக்கு; 3. humble, கீழ்ப்படுத்து.

தாழ்த்திப் பிடிக்க, to hold down.

தாழ்ப்பாள், தாட்பாள், s. (தாழ் + பாள்), bolt, bar.

தாழ்மை, s. lowliness of mind, humility, பணிவு; 2. inferiority of rank, கீழ்மை; 3. poverty, எளிமை.

மனத்தாழ்மை, humility.

தாழ்வடம், s. (com. தாவடம்), necklace.

தாழ்வாய், தாழ்வாய்க்கட்டை, s. the chin or bone of the chin, மோவாய்.

தாழ்வாரம், s. (com. தாவாரம்), sloping roof in front of a house; 2. a verandah.

தாழ்வாரம் இறக்க, to make a sloping roof.

தாழ்வு, s. lowness, depth of a pit etc., பள்ளம். For other meanings see தாழ்ச்சி.

***தாளகம்**, தாளக்கம், s. yellow sulphuret of arsenic, அரிதாரம்.

***தாளம்**, s. time or measure in music; 2. a cymbal.

தாளம் போட, - கொட்ட, to beat a cymbal.

தாளக்காரன், a cymbalist.

கைத்தாளம், a small cymbal.

தாளாண்மை, s. see under தாள்.

தாளி, s. a running plant of several species; 2. fuel, முட்டைத் தாளி.

காட்டுத்தாளி, பெருந் -, நறுந் -, காக -, தேவ -, etc., different kinds of the plant.

தாளி (முட்டைத்தாளி) போட, to put fuel for cooking.

***தாளி**, s. the palmyra tree and its fruit, பனை.

தாளிப்பனை, the talipot tree.

காகதாளி நியாயம், see under காகம்.

தாளி, VI. v. t. season and flavour curries with spices; 2. macerate lime, குழை.

தாளிதம, தாளிப்பு, v. n. seasoning curries.

தாளிதம் பண்ண, to season and flavour curries.

சட்டி தாளிக்க, to season a pan by frying ghee and spices in it.

வெறுஞ்சட்டி தாளிக்கிறான், he seasons an empty sauce-pan, i. e. he brags or boasts.

நீறு தாளிக்க, to slake lime.

தாளிக்கம், s. stability, firmness, prosperity, தழைப்பு.

தாளிக்கமான குடி, a well-settled family.

***தாளிசம்**, s. a shrub.

தாளிச பத்திரி, its medicinal leaves.

தாளு, v. i. (தாளுகிறேன், தாளுவேன், past tense wanting), bear, suffer, பொறு.

அது எனக்குத் தாளாது, I cannot bear it.

இந்தக் காரியத்திலே மனந் தாளவேண்டும், please overlook this.

தாளாதவன், one who cannot bear a thing.

தாள், s. stubble, the stem or stalk of corn etc; 2. bolt, bar, தாழ்; 3. sheet of paper; 4. the jaws, அலகு; 5. foot, கால்; 6. energy, exertion, முயற்சி.

தாட்பாள், a bolt, a bar, தாழ்ப்பாள்.

தாளடி, அரிதாள், stubble.

தாளாண்மை, energy, perseverance.

தாளாளர், persevering characters.

தாளிட, to bolt the door.

தாள் கிட்டிக்கொண்டது, the jaws are set.

முழந்தாள், the knee, முழங்கால்.

தாறு, s. (*in comb.* தாற்று), a bunch or cluster of the plantain and other fruits, குலை; 2. an ox-goad, இருப்பு முள்; 3. a clew, weaver's bobbin or spool; 4. (*Eng.*), tar, pitch, கீல்.

தாறு சுற்ற, to wind yarn.

தாறுதாறாய்க்கிழிக்க, to tear in shreds.

தாற்றுக்கோல், an ox-goad.

தாறுமாறு, s. (*Tel.*), confusion, disorder, ஒழுங்கின்மை; 2. unruliness, disorderly conduct, perverseness, முரட்டுக் குணம்; 3. insolence, இறுமாப்பு.

தாறுமாறாய்ப் பேச, to speak absurdities, to use affronting words, insulting language.

தாறுமாறுக்காரன், a perverse disorderly person.

தாறுமாறு பண்ண, to act disorderly.

*தாற்பரியம், s. subject, design, purpose, intent, நோக்கம்; 2. purport, meaning, கருத்து; 3. opinion, sentiment, எண்ணம்.

தாற்பரியஞ் சொல்ல, to define a subject, to explain a case, to give the purport.

தாற்று, III. *v. t.* (*vulg.* தாத்து), sift, winnow to separate large particles from small, கொழி; 2. get rid of old damaged goods by contrivance.

சரக்குகளைத் தாற்றி (தாத்தி)ப்போட்டான், he got rid of the damaged or inferior goods.

*தானம், s. a gift in charity, donation, கொடை.

தானங் கொடுக்க, தருமதானம் பண்ண, to give alms.

தானபத்திரம், a deed of gift.

*தானம், ஸ்தானம், s. place, spot, station, ஸ்தலம்; 2. site, situation, habitation, இருப்பிடம்.

மூலஸ்தானம், the innermost part of the temple where the idol is placed.

*தானாபதி, தானாதிபதி, ஸ்தானாபதி, s. (ஸ்தானம்), a general, சேனாபதி; 2. an ambassador, தூதன்.

தானாபத்தியம், an embassy.

*தானி, s. that which is in a place, the occupant, ஸ்தானத்திலுள்ளது; 2. (*in comb.*), that which contains (as இராசதானி).

*தானிகம், s. coriander, கொத்தமல்லி.

*தானிகன், ஸ்தானிகன், s. the priest of a temple, பூசாரி.

*தானியம், s. corn, grain of all kinds.

தானியங் கட்டிவைக்க, to keep back grain, to monopolize grain.

தானிய தவசம், stores of grain.

தானிய மணி, a single grain.

தானை, s. an army, படை; 2. weapon in general, ஆயுதம்; 3. cloth, சீலை.

தானைத் தலைவன், a general.

முன்றானை, முன்றி, the end of a cloth, its edge or border.

தான், *refl. pron.* (*gen.* தன், தனது, *acc.* தன்னை, *dat.* தனக்கு, *honor.* தாம், *pl.* தாங்கள்), himself, herself, itself; 2. *an emphat. particle signifying* indeed, certainly, *or expressing* personal identity, சுயம்; 3. *an expletive*, அசைச்சொல். See தன் separately.

நான் தான், நான் தானே, I myself.

நீ தானே, you yourself.

அவர்கள் தானே, they themselves.

மெய்தான், it is true.

அந்த மனுஷன் இவன் தானே, this same person is the man.

அது அப்படித்தானிருக்கிறது, so it is.

அவன் வந்தது நல்லது தானே, it is good indeed that he came.

தான் செய்ததைச் சொல்லுகிறான், he tells what he has done.

தான் இப்படிச் செய்வேனென்றான், he said he would do so.

தன்னை மறந்தவன், a man of self-denial; 2. a man who forgets his former low position.

தன்னையறிதல், knowing one's self; 2. a girl becoming marriageable.

தானாய், of oneself, of one's own accord,

தானென்கிற எண்ணம், arrogance.

தானேயானவன், தான் தோன்றி, the self-existent, the deity; 2. an upstart.

ஏனோதானோ என்றிருக்க, to be indifferent.

தான், s. (for.), an entire piece of cloth, முழுப்புடவை.

தான்றி, com. தாணி, s. a large tree, *Terminalia Bellerica.*

தான்றிக்காய், its medicinal fruit.

தி

*திகந்தம், திகாந்தம், s. (திக்கு + அந்தம்), the farthest extremity of any point of the compass produced in space; 2. the sensible horizon.

*திகம்பரம், s. nakedness, நிருவாணம்.

திகம்பரன், திகாம்பரன் (*fem.* திகம்பரி), a naked mendicant; 2. Siva.

திகரடி, s. shortness of breath, suffocation, திகரம்.

திகரடியாயிருக்க, to be choked.

திகரம், s. fatigue, weariness, இளைப்பு; 2. asthma, shortness of breath, ஈளை; 3. the letter தி.

திகரம் உண்டாயிருக்கிறது, the asthma is become very oppressive.

திகழ், s. brightness, splendour, ஒளி.

திகழ், திகழு, II. v. i. shine, glimmer, be brilliant, பிரகாசி.

திகழல், திகழ்ச்சி, திகழ்வு, v. n. brilliancy.

*திகாந்தம், s. see திகந்தம்.

திகிரி, s. circle, வட்டம்; 2. wheel, உருளை; 3. chariot, car, தேர்; 4. hill, mountain, மலை.

திகிரிகை, a wheel, circle.

குயவன் திகிரிகை, a potter's wheel.

திகிர், s. a cord used in a sacrifice.

திகில், திகிர், s. fright, terror, alarm, பயம்.

திகில்பட, -எடுக்க, -பிடிக்க, to become affrighted, to be struck with sudden fear.

திகுதிகெனல், v. n. kindling rapidly (as fire), smarting (as a sore).

திகை, s. region, point of the compass, திசை.

திகைகெட்டவன், one who is out of his wits, one confounded.

திகை தப்ப, to lose one's way.

திகை, VI. v. i. vacillate, stagger, be bewildered, பிரமி.

திகை, திகைப்பு, v. n. amazement, bewilderment, vacillation.

திகைத்துப்போய் மரம்போல் நிற்க, to be paralyzed with amazement.

திகைப்புண்ண, to be perplexed.

திகைப்பூண்டு, s. a plant said to cause confusion of mind or perplexity when trodden upon.

திகைப் பூண்டு மிதிக்க, to tread upon that plant, i. e. to be stupified.

*திக்கரி, திரக்கரி, VI. v. t. reject as worthless, refute, confute, மறு; 2. reproach, contemn, நிந்தி.

*திக்காரம், s. disrespect, censure, repulsion, confuting, மறுத்தல்.

*திக்கு, s. a point of the compass, திசை; 2. shelter, aid, protection, ஆதரவு; 3. v. n. of திக்கு.

எனக்குத் திக்குமில்லை திசையுமில்லை, I have no place to flee to, I have no support whatever.

திக்கற்றவன், a poor helpless person, an orphan.

திக்காலுக்கு, in various directions, here and there, பலதிசையிலும்.

திக்குப் பாலகர், the regents of the eight cardinal points.

திக்குவிஜயம், conquering all regions.

நாலுதிக்கு, the four regions, east, west, south, north.

திக்கு, III. v. i. stutter or stammer, hesitate or falter in speech, சொன்னு.

அவனுக்குத் திக்கிப்போகிறது, he stammers.

திக்கு, v. n. stuttering.

திக்குவாய், a stammering tongue.

திக்குவாயன் (*fem.* திக்குவாய்ச்சி), a stammerer, stutterer.

திக்கித் திக்கிப்பேச, to stutter.

திக்குத்திக்கெனல், v. n. throbbing, beating (as the heart through fear).

திக்குமுக்கு, v. n. choking, suffocation.

திக்குமுக்கிட்டுப்போக, to be choked, stifled, smothered or suffocated.

திங்கள், s. the moon, சந்திரன்; 2. Monday; 3. lunar month, சந்திரமாதம்; 4. a month in general, மாதம்.

திங்கட் கிழமை, Monday.

திசாயம், s. resin, குங்கிலியம்.

*திசை, s. region, a point of the compass, திக்கு; 2. influence of the planet on one's fortune, கிரக பலம்.

திசைச்சொல், provincialism.

திசை வர, – அடிக்க, to be under fortunate circumstances.

கிழக்குத்திசைக் காற்று, the east wind.

வடதிசையாக, towards the north.

*திடம், திடன், s. strength, vigour, power, சத்துவம்; 2. firmness, உறுதி; 3. courage, fortitude, தைரியம்; 4. certainty, assurance, உறுதிப்பாடு.

திடங்கொள்ள, to take courage, to be firm.

திடங்கொண்டு பேச, to speak boldly.

திடச்சாட்சி, valid testimony, evidence.

திடச் சித்தம், decision, steadiness of purpose, full consciousness.

திடஞ்சொல்ல, to comfort, encourage.

திடப்பட, to be strengthened, comforted, confirmed.

திடப்படுத்த, to strengthen, ratify; 2. (*Chr. us.*), to confirm.

திடமாய், திடனாய், திடமனதாய், courageously, boldly.

திடவான், திட புருஷன், a strong or powerful man.

திடல், திடர், s. an elevated ground, மேடு; 2. a dry place in a river, திட்டு; 3. a hillock, மலை.

*திடன், s. see திடம்.

திடாரிக்கம், s. courage, firmness, confidence, boldness, திடம்.

திடாரி, திடாரிக்கக்காரன், a bold, courageous person.

திடாரிச்கஞ்சொல்ல, to encourage.

திடீரெனல், v. n. being quick, prompt, speedy; 2. sounding (as occasioned by a heavy fall).

திடீரென, *adv.* (*inf.*), precipitantly, suddenly, promptly, instantaneously.

திடீரென்று குதிக்க, to jump down, to plunge into suddenly,

திடீரென்று விழ, to fall all of a sudden, unexpectedly.

திடுகூறு, s. suddenness, சடுதி.

திடுக்கம், s. fear, terror, அச்சம்.

திடுக்கு, திடுக்காட்டம், s. fright, terror, sudden fear, shudder, திடுக்கம்.

திடுக்கிட, to be scared, startled, terrified, frightened, alarmed.

திடுக்கிடப்பண்ண, to scare, to terrify.

திடுக்கிட்டெழும்ப, to rise up startled, alarmed.

திடுக்கென, suddenly.

திடுதிடு, VI. *v.i.* make a reiterated noise (as caused by hasty steps or running).

திடுதிடென ஓட, to run fast.

திட்டம், s. accuracy, justness, exactness, தீர்க்கம்; 2. a set rule, சட்டம்; 3. an estimate, conjecture, உத்தேசம்; 4. arrangement, adjustment, ஒழுங்கு.

திட்டக்காரன், an accurate man.

திட்டஞ்சொல்ல, to prescribe or give directions; 2. to give an estimate.

திட்டப்பட, திட்டமாக, to be established, arranged, recognized.

திட்டப்படுத்த, to establish, arrange.

திட்டமாய், exactly, accurately, punctually.

திட்டம் அறியாதவன், one who knows not the proper way or rule.

திட்டம்பண்ண, to regulate, to arrange; 2. (*with dat. of person*), to charge, order.

திட்டம்பார்க்க, to estimate; 2. to test, examine.

திட்டம் போட, as திட்டம் சொல்ல, 2.

திட்டவட்டம், a regulation, settlement, accuracy, precision.

மணித்திட்டம், the right or precise time.

*திஷ்டம், திருஷ்டம், s. that which is obvious, that which may be seen.

திட்டாணி, s. a small mound to sit upon, மேடை.

*திட்டாந்தம், திஷ்டாந்தம், திருஷ்டாந்தம் (திருஷ்டாந்தரம்), s. example, proof, evidence.

திஷ்டாந்தமாய், evidently, plainly.

திஷ்டாந்தங்காட்ட, to produce proofs or examples.

திருஷ்டாந்தப் படுத்த, to prove, to demonstrate, to produce examples.

திட்டி, s. (*Tel.*), a window, பலகணி; 2. a wicket, திட்டிவாயில்.

ஊசியேறித் திட்டி நுழைய, to undertake a thing too difficult to perform.

*திட்டி, திஷ்டி, திருஷ்டி, s. light, vision, the eye-sight, காட்சி; 2. eye, கண்; 3. knowledge, wisdom, ஞானம்; 4. an evil eye, fascination by the eye, கண்ணூறு.

திஷ்டி கழிக்க, — பரிகாரஞ் செய்ய, to dispel the imaginary evil effects of the blight of the eye.

திஷ்டிக்கல், திஷ்டிமணி, a stone called jet or agate.

திஷ்டிதோஷம், an evil eye, blight of the eye.

திஷ்டிப்பட, to be bewitched, to be fascinated by one's eyes.

திஷ்டிவைக்க, to look upon one, to esteem one.

ஞானதிஷ்டி, spiritual light, vision.

*திட்டி, திஷ்டி, திருஷ்டி, VI. v. t. see, glance, பார்.

திட்டு, s. a little hill, குன்று; 2. a rising ground or an islet in a river, மேடு; 3. v. n. which see.

திட்டு, III. v. t. scold, revile, abuse, நிந்தி; 2. curse, சபி.

திட்டிக்கருக்க, திட்டுத்திட்ட, திட்டிலே திட்ட, to scold, to revile intensely.

திட்டு, v. n. scolding, abusing.

திட்டுமுட்டு, v. n. reciprocal abuse; 2. choking, திக்குமுக்கு.

திட்டை, s. rising ground, hillock, மேடு; 2. raised floor, திண்ணை; 3. a mortar of stone, wood or metal, உரல்.

திட்பம், s. solidity, firmness, திடம்; 2. a minute of time, moment, கணம்; 3. certainty, நிச்சயம்.

திட்பநுட்பம், minute accuracy.

திணறு, III. v. i. be choked, stifled, unable to respire, மூச்சுதமொறு.

திணறல், v. n. hard breathing.

திணி, s. strength, திண்மை.

திணியன், that which is thick, well stuffed, a fat sluggish person.

திணி, II. v. i. become solid, compact, stout, திண்மையாயிரு.

திணி, VI. v. t. cram, stuff in, fill up, eat to excess, துறு.

திணித்துவைக்க, to stuff in.

திணிப்பு, v. n. stuffing in, pressing in.

திணுக்கம், v. n. (திணுங்கு), closeness, density, நெருக்கம்.

திணுங்கு, III. v. i. become close, thick or crowded, நெருங்கு.

திணை, s. tribe, caste, race, சாதி; 2. regular course of conduct, ஒழுக்கம்; 3. the two classes of nouns, pronouns and verbs: உயர்திணை, rational and அஃறிணை, irrational; 4. soil, land, நிலம்.

திண், adj. (திண்மை), strong, vigorous, திடமான; 2. true, correct, நிதானமான.

திண்டிறல் (திறல்), great valour.

திண்டோள், strong, robust shoulders.

திண்டாட்டம், s. vexation, annoyance, அலைக்கழிவு.

திண்டாட்டம் பண்ண, to vex.

திண்டு, s. a large semicircular pillow.

திண்ணக்கம், s. wilful impetuosity, மன உரம்.

திண்ணம், திண்மை, s. strength, vigour, வலிமை; 2. truth, மெய்.

திண்ணன், திண்ணியன், a stout, fat person.

திண்ணை, s. a raised floor of the verandah outside or inside of the house, a pial.

திண்ணைக் குறடு, the edge of the pial.

திண்ணை கட்ட, to raise a pial.

திண்மை (திண்ணம்), s. firmness, strength, வலிமை; 2. truth, மெய்; 3. heaviness, பாரம்.

திண்மைக் கவர்ச்சி, gravitation.

திண்மைக் கவர்ச்சி மையம், the centre of gravity.

*திதஸ்தாபகம், s. elasticity.

*திதி, s. a phasis of the moon, a lunar day; 2. anniversary of the death of a parent or other near relation, சிராத்தம்; 3. same as ஸ்திதி.

திதி (திவசம்) கொடுக்க, திதி பண்ண, to give alms on the anniversary of the death of near relatives.

*திதி, ஸ்திதி, VI. *v. t.* preserve, காப்பாற்று.

தித்தி, *s.* a kind of flute or pipe; 2. sweetness, தித்திப்பு; 3. light eatables, சிற்றுண்டி.

தித்தி, VI. *v.i.* be sweet or delicious, இனி.

தித்திப்பு, *v. n.* sweetness, மதுரம்; 2. sweetmeat, தித்திப்பான பண்டம்.

தித்திப்பான பேச்சு, flattering talk.

தித்து, *prop.* திருத்து, III. *v. t.* correct, rectify.

தித்துப்பாடு, alteration, correction.

தித்துப்பாடு (தித்துப்படி) பண்ண, to alter, to correct.

*திந்திடம், திந்துருணி, *s.* tamarind tree, புளிய மரம்.

திப்பி, *s.* dregs, refuse of anything from which the juice has been squeezed or strained out, கோது.

திப்பிச்சோறு, boiled rice that is quite dry.

*திப்பிலி, *s.* pepper plant, long pepper.

கண்டதிப்பிலி, யானைத் –, etc., different kinds of it.

திப்பிலி மூலம், the long pepper root.

திப்பிலி அரிசி, long pepper.

திப்பிலியாட்டம், திப்பிலாட்டம், *s.* a kind of fools-play; 2. deception, fraud, வஞ்சனை.

திப்பிலாட்டக் காரன், a cheat, a dishonest person.

திப்பை, *s.* (*Tel.*), a dam in the water, a hillock, மேடு.

*திமி, *s.* a fabulous fish.

திமிங்கிலம், திமிலம் (கிலம், that which devours), a whale; *lit.* the devourer of the திமி.

திமிதிமி, syllables sung to keep time in dancing.

திமிதிமியென்று வர, to come with a great multitude and much noise.

திமிர், *s.* numbness of a member, stiffness, torpitude, விறைப்பு; 2. palsy paralysis, வாதப் பிடிப்பு; 3. dullness, sluggishness, சோம்பல்; 4. warping of wood unevenness in masonry; 5. obstinacy, naughtiness, அடங்காமை.

திமிரன், a torpid lazy fellow.

திமிராயிருக்க, to have lost feeling, to be affected with palsy.

திமிருள்ளவன், திமிராளி, a paralytic, a haughty and wanton person.

திமிர் பிடித்திருக்க, to become numb and stiff, to be haughty and wanton.

திமிர் வாங்க, – எடுக்க, to reduce one's pride, to drive out laziness, *i. e.* to give a beating; 2. to straighten (as a beam).

திமிர்வாதம், திமிர் வாய்வு, paralysis.

திமிர்வாதக் காரன், one struck with palsy.

உள் திமிர், concave side of warped wood.

புறத்திமிர், convex side of warped wood.

திமிர், II. *v. i.* & *t.* grow, வளரு; 2. rub, smear, பூசு.

திமிர், VI. *v. i.* be benumbed, grow stiff, be paralyzed, விறை.

என் கால் திமிர்த்தது, my foot is benumbed.

திமிர்ப்பு, திமிர்ச்சி, *v. n.* numbness, stiffness.

திமிலம், *s.* a whale, திமிங்கிலம்; 2. a great noise.

திமிலர், *s.* fishermen, inhabitants of maritime districts.

திமில், *s.* a boat, தோணி; 2. a ship, கப்பல்; 3. the hump on an animal's back, குமில்.

திமிறு, III. *v. t,* wriggle one's self or slip out of another's hands, விலகு; 2. *v. i.* grow, increase. வளரு.

கையைத் திமிறிப்போட்டு ஓடிப்போனான், he slipped out from his hand and ran away.

திமிறிப் பேச, to speak impertinently.

திமை, VI. *v. t.* raise up, heave up a stone, கிளப்பு.

திம்மன், திம்மக்குரங்கு, *s.* (*Tel.*), a species of male monkey; 2. a word of contempt.

பொம்மனும் திம்மனும் வந்தார்கள், such and such (insignificant) persons came.

தியக்கம், தியக்கு, *v. n.* (தியங்கு), faintness, swoon, மயக்கம்; 2. melancholy, dejection, pensiveness, குறுவுதல்.

தியக்கமும் மயக்கமுமாய்க் கிடக்கிறான், he is melancholy or confounded.

தியங்கு, III. *v. i.* grow dejected, faint, சோரு; 2. be perplexed or confounded, மயங்கு.

தியங்கி விழ, to faint away.

தியாடி, *s.* fainting, languour, திகாடி; 2. melancholy, தியக்கம்.

தியாடிபட்டிருக்க, to be utterly forsaken.

*தியாகம், *s.* gift, donation, கொடை; 2. liberality, bounty, உதாரம்.

தியாகங்கொடுக்க, to give presents.

தியாகன், தியாகி, a liberal donor, a charitable man.

பிராணத்தியாகம், the giving up of life.

*தியாச்சியம், *s.* a certain space of unlucky time; 2. leaving, forsaking, கைவிடல்.

குடும்பத்தியாச்சியம், leaving one's family as an ascetic.

தியாலம், *s.* time, part of a day.

எத்தியாலமும், always.

ஒருமணித்தியாலம், one hour's time.

*தியானம், *s.* meditation, inward devotion, யோகிப்பு; 2. suspension of the senses in religious contemplation.

தியானத்திலே இருக்க, to be at meditation.

தியானம் பண்ண, –செய்ய, to meditate, contemplate.

தியானவான், தியானி, a meditator, one who is given to meditation.

*தியானி, VI. *v. t.* meditate and pray, contemplate, சிந்தி.

தியானிப்பு, *v. n.* contemplation.

*திரக்கரி, திரஸ்கரி, VI. *v. t.* see திக்கரி.

திரங்கு, III. *v. i.* (திரங்கிப்போ, *com.* திரஞ்சுபோ), grow crumpled, wrinkled, shrivelled, திரை.

திரங்கல், *v. n.* a wrinkle, crumple.

திரட்சி, *s.* (திரளு), a crowd, multitude, கூட்டம்; 2. what is round, உண்டை; 3. abundance, திரள்.

திரட்டு, III. *v. t.* make round, உருட்டு; 2. join, unite, collect, accumulate, கூட்டு; 3. compile, சேர்.

திரட்டு, *v. n.* compilation, collection, rotundity.

திரட்டுக் கலியாணம், the consummating marriage ceremony.

திரட்டுப்பால், milk thickened by boiling.

சனந்திரட்ட, to collect people.

*திரணம், திறணம், *s.* grass, straw, துரும்பு; 2. a very little thing or matter, trifle, அற்பம்.

திரணமாய்ப்பார்க்க, to look contemptuously upon a thing.

திரணமாய்ப்பேச, to speak despicably of a thing.

திரணி, *s.* the name of a shrub.

திரணை, *s.* (திரளு), a ball, anything twisted and made round, உருண்டை; 2. a chaplet or fillet of a pillar cornice, any globular work in architecture, திரண்டது; 3. a wisp of straw laid under the burden of a bullock.

திரணை பிடிக்க, to twist and make round.

*திரம், *s.* see ஸ்திரம், firmness, steadiness.

*திரயம், *s.* three, திரி.

திரயாங்கம், திரியாங்கம், the three members of a calendar.

திரயோதசி, the thirteenth day of each lunar fortnight.

திராசிகம், rule of three.

*திரவம், *s.* the flow of liquids, பாய்தல்; 2. juicy essence, சாரம்.

*திரவிடம், திராவிடம், *s.* Southern India; 2. the country and language of the Dravidas especially the Tamils.

திரவிட பாஷைகள், Dravidian languages.

*திரவியம், *s.* wealth, property, treasure, சம்பத்து; 2. a compound medicine; 3. elementary substance, மூலபதம்; 4. a rare or precious thing.

திரவிய சம்பத்து, acquisition of wealth.

திரவிய சம்பன்னன், one abounding in riches.

திரவியவான், a rich man.
திரளை, s. a round lump, a ball, திரணை; 2. a ball of thread.
திரள், s. ball, globe, உண்டை; 2. crowd, multitude, கூட்டம்; 3. *adj.* much, abundant, மிகுந்த.
திரளாய், very much, abundantly, in great numbers.
திரள் (திரளான) சனம், வெகு திரள், a great many people, multitude.
திரள், திரளு, I. *v. i.* become round, உருள்; 2. collect, assemble, கூடு; 3. form into a mass, coalesce, சேரு; 4. grow thick, இறுகு; 5. be numerous, மிகு; 6. become marriageable.
திரண்ட சனம், a great concourse of people.
திரண்டபால், curdled milk.
திரண்டுவர, to come in thick crowds.
வெண்ணெய் திரள, to form as butter in churning.
திரா, s. see தரா.
திராங்கு, s. (*Port.*), a bolt, தாழ்ப்பாள்.
***திராட்சம்**, s. grape, vine, கொடிமுந்திரிகை.
திராட்சக்கொடி, a vine, vine-branch.
திராட்சச் செடி, a vine.
திராட்சப் பழம், grapes.
திராட்ச ரசம், – ப்பழரசம், wine.
திராணி, s. strength, ability, efficiency, சமர்த்து; 2. pecuniary ability.
திராணியுள்ளவன், an able, influential or competent person.
***திராபை**, s. a fool, புத்தியீனன்.
திராய், s. an edible bitter herb.
கம்பந்திராய், குத்தத் –, புனந் –, etc., different species of it.
திராய் வேர், the sweetish root of திராய்.
***திராவகம்**, s. spirits, tincture extracted by distillation, ether.
திராவகம் வடிக்க, – இறக்க, to distil.
***திராவிடம்**, s. see திரவிடம்.
திராவு, துராவு, III. *v. t.* stir and turn corn for airing etc.
திரி, s. a roll or twist of cloth or thread, the wick of a lamp, a candle, வர்த்தி; 2. a match.
திரிகொளுத்த, to light a candle or wick of a lamp.
திரிச் சீலை, a twisted rag used as wick.
திரி திரிக்க, to twist wicks for lamps.
திரியோட, to extend the twist in a rope.
திரியோட்ட, to thrust lint in deep wound.
திரிவாய், touch-hole of a gun.
மெழுகுதிரி, a wax-candle.
***திரி**, திரீ, s. see ஸ்திரி, woman, wife.
***திரி**, s. three, மூன்று.
திரிகாலம், morning, noon and evening; 2. the past, present and future.
திரிகோணம், a triangle.
திரித்துவம் (*Chr. us.*), the Holy Trinity.
திரிமூர்த்தி, the Hindu triad, Brahma, Vishnu and Siva.
திரியாங்கம், see under திரயம்.
திரியேக பராபரன் (*Chr. us.*), the triune God.
திரி, II. *v. i.* walk about, wander, stray, சுற்றிவா; 2. whirl, revolve, சுழலு; 3. change, vary, transform, மாறு; 4. perish, அழி.
திரிசொல், variable words, poetic words not in common usage (see இயற்சொல்).
திரிதல், திரிகை, *v. n.* roaming about.
திரிபு, திரிவு, *v.n.* change, alteration; 2. mutation, permutation.
முகந்திரிய, to change countenance.
திரி, VI. *v. t.* twist, முறுக்கு; 2. turn a wheel, oil mill etc., grind by a hand-mill, சுழற்று; 3. change, vary, மாற்று.
திரிகை, s. a potter's wheel, குலாலன் சக்கரம்; 2. a hand-mill, எந்திரம்.
திரிசிராப்பள்ளி, s. Trichinopoly.
திரியாவரம், திரிவாதரம், s. trickery, deceitfulness, knavery, எத்து.
திரியாவரம்பண்ண, to deal deceitfully.
திரியாவரக்காரன், a cheat, fraudulent fellow, swindler.
திரிவட்டம், திரிவடம், s. a small reel for winding off yarn.
திரு, s. Lukshmi, the goddess of fortune, இலக்குமி; 2. wealth, felicity,

செல்வம்; 3. beauty, அழகு; 4. *adj.* divine, sacred, திவ்விய.

திரு அலகு, a broom.

திருவற்றவன், an unlucky person.

திருக்குளம், the sacred tank of a temple.

திருச்சபை, a sacred assembly; 2. (*Ch. us.*), the Church.

திருச்சித்தம், the divine will; 2. as you please, தங்களுடைய சித்தம்.

திருத்தொண்டர், the servants of God especially the 63 devotees of Siva.

திருநாமம், sacred name; 2. the sectarian mark of the Vaishnavas.

திரு நாள், a holy day or festival.

திரு நீறு, sacred ashes of burnt cowdung, the sectarian mark of the Saiva sect.

திருப்பணி, work done in a temple.

திருப்பாடல், திருப்பாட்டு, hymn, sacred song.

திருமகள், திருமாது, Lukshmi.

திருமங்கலியம், the marriage symbol.

திருமஞ்சனம், daily bathing of the idol.

திருமால், Vishnu, விட்டுணு.

திருமுகம், a sacred countenance, divine presence, தேவ சன்னிதானம்; 2. a palm leaf epistle, a letter in general, நிருபம்.

திருவடி, divine feet.

திருவசனம், sacred writ, God's holy word.

திருவணை, Adam's bridge.

திருவள்ளுவர், the author of the Cural.

திருவாக்கு, the word or speech of deity or of a great person, an oracle.

திருவாசல், the doors or doorways of a temple, a choultry.

திரு விருந்து, divine feast; 2. (*Chr. us.*), the Lord's Supper.

திருவிழா, a temple festival, உற்சவம்.

திருவிளையாடல், sacred amusement, sports of the deity,

திருவுளச் சீட்டு, a lot cast or drawn.

திருவுளம், the will and pleasure of God or of a great person, திருச்சித்தம்; 2. the Supreme Being, கடவுள்.

திருவுளங்கொள்ள, to approve, to be pleased (as God).

திருவுளம்பற்ற, to speak (as God or a great person).

திருவோடு, a mendicant's vessel for receiving alms.

திருகணி, *s.* see under திருகு.

திருகு, III. *v. t.* (திருகிப்போடு), twist, turn, wring, distort, முறுக்கு; 2. wrest away, snatch, பறி.

கழுத்தைத் திருக, to twist the neck, to wring off the head.

திருகல், திருகு, *v. n.* twisting.

திருகணி, the spiral windings of a shell, சங்குதிரி.

திருகாணி, a screw.

திருகுதாளம், artifice, trick.

திருகுதாளி (*mas. & fem.*), திருகுதாளக்காரன், a knave.

திருகுமணை, தேங்காய்த்திருகி, an instrument for scraping cocoanuts.

திருகு மரம், a twisted or crooked tree, a turnstile.

திருகூசி, a drill to bore holes in an olei.

திருக்கு, *s.* twist, முறுக்கு; 2. fraud, deceit, guile, தந்திரம்.

திருக்குக்காரன், – காட்டாளி, a cheat, deceiver.

திருக்குப்பண்ண, to play a trick, to deceive.

திருக்கை, *s.* a fish, the ray or thornback.

திருக்கைத்தோல், the skin of the ray.

திருக்கை முள்ளு, the sharp point or sting on the ray's tail.

திருடு, III. *v. t.* steal, rob, pilfer, களவு செய்.

திருடன் (*fem.* திருடி), a thief, a sly artful fellow.

திருடல், திருடுதல், *v. n.* stealing.

*__திருட்டம்__, திருஷ்டம், *s.* accuracy, exactness, திட்டம்.

திருட்டு, *s.* theft, களவு.

திருட்டாய், திருட்டளவாய், thievishly.

திருட்டுடைமை, stolen goods.

திருட்டுத்தனம், – க்குணம், – ப்புத்தி, a thievish, trickish disposition, dishonesty.

திருட்டுப்பிடிக்க, to find out a theft.

திருட்டுப்போனது, anything stolen.
திருட்டு மட்டை, a worthless thief.
திருட்டு வேலை, thievish, dishonest practices.

*திருஷ்டாந்தம், திருட்டாந்தம், திருட்டாந்தரம், s. see திட்டாந்தம்.

*திருட்டி, திருஷ்டி, s. same as திட்டி.

திருத்தம், s. correction, amendation, திருத்துகை; 2. exactness, precision, செம்மை; 3. distinctness of pronunciation, தீர்க்கம்.
திருத்தக்காரன், one who pronounces well, an upright man.
திருத்தமாய்ப் பேச, to pronounce correctly, distinctly.
திருத்தமான வேலை, finished or elaborate work.

*திருத்தி, திருப்தி, திர்ப்தி, s. satisfaction, contentment, மனோரம்மியம்; 2. sufficiency, satiety, பூரணம்.
திருத்தியாய்ச் சாப்பிட்டேன், I have eaten to the full, I am satiated.
திருத்திபண்ண, to satisfy.
திருத்தியடைய, திருத்தியாக, to be satisfied.

திருத்து, III. v. t. mend, amend, reform, correct, improve, சீர்படுத்து; 2. make even, level, சமனாக்கு; 3. unscale or clean fish etc.
திருத்திப்போட, to improve a person, land etc., to prepare the ground for sowing etc.
திருத்திவைக்க, to make fit.
திருத்துதல், திருத்துகை, v. n. amendment, improvement.
குணந்திருத்த, to improve one's disposition.
பேச்சுத் திருத்த, to correct another's pronunciation.

திருந்தலர், திருந்தார், s. foes, enemies, பகைவர்.

திருந்து, IV. v. i. improve, reform, தேறிப்போ; 2. be amended, corrected, perfected, சீர்ப்படு; 3. grow even, சமனாகு.
நாத்திருந்துகிறது, the tongue is trained in pronunciation,
திருந்த, adv. (inf.), correctly, perfectly.
திருந்தச் செய், do properly.
திருந்தின எழுத்து, a good hand-writing.
திருந்தின கை, a trained hand.

*திருப்தி, s. see திருத்தி.

திருப்பு, III. v. t. turn, cause to turn, வளை; 2. translate, மொழிபெயர்; 3. convert, குணப்படுத்து; 4. change, மாற்று; 5. steer a ship, manage a horse etc. turning it right or left, மடக்கு; 6. turn over, invert, கவிழ்.
திருப்பித் திருப்பிச் சொல்ல, to repeat over and over.
திருப்பியடிக்க, to turn back, to return a thing.
திருப்புதல், v. n. turning, translation.
நகையைத் திருப்ப, to redeem a jewel pledged.
முகத்தைத் திருப்ப, to avert the face from dislike.

திரும்பு, III. v. i. turn, move round, turn about, வளை; 2. return, மீளு; 3. change, மாறு; 4. be changed, converted, குணப்படு; 5. be averted, விலகு.
காற்றுத் திரும்புகிறது, the wind turns, changes, veers.
விஷந் திரும்பிற்று, the poison is checked or counteracted.
வியாதி திரும்புமுகமாயிருக்கிறது, the disease has taken a favourable turn.
திரும்ப, adv. (inf.), again.
திரும்பத்திரும்ப, again and again.
திரும்பவும், again, furthermore, moreover.
திரும்பவும் என்ன, what more, what else?
திரும்பிப் பார்க்க, to look back.
திரும்பிப் போக, to go back again.
திரும்பி வர, to return.

திருவட்டம், s. see திரிவட்டம்.

திருவன், திருவாத்தான், திருவாழ்த்தான், s. a buffoon, விகடக்காரன்.

திருவாதரம், s. see திரியாவரம்.

திருவாலி, s. rogue, knave, வஞ்சகன்.
திருவாலித்தனம், roguishness.

*திரேகம், s. (improp. for தேகம்), body.

*திரேதாயுகம், s. see யுகம்.

திரை, s. a wave, billow, அலை; 2. wrinkles of the skin formed by old age, உடற்றிரை; 3. a roll or twist of straw; 4. sea, கடல்; 5. river, ஆறு; 6. curtain, திரைச்சீலை.

திரை அடிக்க, to beat as waves on the shore.
திரைகட்ட, -போட, to put up or hang up a curtain.
திரை திரையாய், wave upon wave.
திரைவிட, to become wrinkled by age.
நரை திரையுள்ளவன், நரைத்துத் திரைந்தவன், one who is grey and wrinkled.

திரை, II. *v. i.* roll as waves, அலை; 2. crumple, wrinkle, திரங்கு; 3. curdle as milk, உறை.

திரைந்தபால், turned milk.
திரைவு, *v. n.* wrinkling by age, rolling.

திரை, VI. *v. t. & i.* shrivel up; 2. gather up, சுருக்கு.

நீர் திரைக்கிறது, the water ripples.

*__திரோபவம்__, *s.* the darkening of the soul by the deity.

*__திரோபவி__, VI. *v. t.* cover, conceal, darken, மறை.

*__திர்ப்தி__, *s.* see திருத்தி.

*__திலகம்__, திலதம், *s.* vermilion, சிந்தூரம்; 2. a spot or point of sandal and vermilion on the forehead of Saivas, திலகப்பொட்டு; 3. a jewel worn by women on the forehead, சுட்டி; 4. excellence, eminence, மேன்மை.

அரசர் திலகன், a gem among kings or one greatly distinguished among kings.

*__திலம்__, *s.* rape-seed, sesamum, எள்.

தில்லுமுல்லு, தில்லு பில்லு, *s.* lies and nonsense, மாறுபாடு.

தில்லுமுல்லுந் திரியாவரமும், lies and tricks.
தில்லு முல்லுக்காரன், a rogue, liar.

தில்லை, *s.* a tree with milky juice, 2. the town of சிதம்பரம்.

தில்லை நாயகம், a kind of rice.
தில்லையம்பலவாணன், Siva.

*__திவசம்__, *s.* day, நாள்; 2. anniversary of a relative's death, திதி.

திவலை, *s.* a drop of water or rain, துளி; 2. rain, மழை.

திவள், திவளு, I. *v. i.* slacken, relax, bend, துவள்.

திவறு, III. *v. i.* die, சா.

*__திவா__, *s.* day-time, பகல்.

திவாகரன், the sun; 2. the author of திவாகரம், a poetical lexicon.

திவானி, *s.* (*Ar.*), a place of justice, நியாயஸ்தலம்.

திவான், *s.* (*Pers.*), minister of state, மந்திரி.

*__திவ்வியம்__, *s.* divinity, pre-eminence, தெய்வீகம்.

திவ்விய, திவ்வியமான, *adj.* divine, sacred, holy, celestial, excellent.
திவ்வியகவி, an inspired poet.
திவ்விய வாசனை, -மணம், sweet odours.

திளை, VI. *v. i.* be thick, close, நெருங்கு; 2. increase, abound, பூரி; 3. copulate.

திற, VI. *v. i.* thrive, become strong, திறப்படு.

திற, VII. *v. t.* open, unlock, make a passage; 2. disclose, reveal, வெளிப்படுத்து; 3. show the way, make a precedent; 4. *v. i.* (*in the 3rd pers. sing. neut. only*), open, become distended, திறந்துபோ.

இதுக்கு வழிதிறவாதே, do not set an example for this.
திறந்த மனம், a candid mind.
திறந்த வெளி, a plain.
திறந்து காட்ட, to lay open, to explain, to expose oneself.
திறந்து கிடக்க, to lie open.
திறந்து சொல்ல, to disclose, divulge.
திறந்துபோக, to open of itself, to be disclosed.
திறந்துவைக்க, to keep open.
திறவு, திறப்பு, *v. n.* opening, disclosure, way, means.
திறவு அறிய, to know how to disclose matters, to be experienced.
திறவாளி, a prudent person.
திறவுகெட்டவன், a stupid person.
திறவுகோல், திறப்பு, a key, சாவி.
திறவு பார்க்க, திறப்புப் -, திறவிட்டுப்-, to inquire into a thing or spy out.

திறப்பணம், துரப்பணம், *s.* a drill, auger, தமருசி.

திறமை, *s.* capacity, ability, சமர்த்து; 2. strength, வலி; 3. courage, manliness, தைரியம்; 4 excellence, மேன்மை; 5 wealth, ஐசுவரியம்.

திறம், *s.* same as திறமை; 2. class, sort, வகை; 3. quality, nature, தன்மை; 4. party, side, பக்கம்; 5. cause, காரணம்.

அதற்கிது திறம், this is superior to that.

திறங் (திறமை) காட்ட, to display ability.

திறங் கெட்டவன், an incompetent man.

திறப்படுத்த, to improve, strengthen.

திறவான், திறவாளி, an able person.

இருதிறத்தாரும், both parties.

கல்வித்திறம், profound knowledge.

திறம்பு, III. *v. i.* fail, vary, deviate, தவறு; 2. be changed, மாறு.

திறல், *s.* strength, vigour, வலி; 2. valour, courage, வீரம்; 3. fighting, battle, போர்.

திறங்கி, *s.* same as திராங்கு.

திறை, *s.* tribute as paid by inferior states, அரசிறை.

*__தினம்__, *s.* a day, நாள்; 2. day-time, பகல்.

இது ஒரு தினம், this is a special day.

தினகரன், the sun.

தினகாலம், always, எப்பொழுதும்.

தினக் கூலி, daily wages.

தினந்தினம், தினந்தோறும், தினமும், அனுதினமும், daily, every day, day after day.

தினம்பார்க்கிறவன், one that discerns between lucky and unlucky days.

தினவர்த்தமானம், daily news.

தினே தினே, தினந்தரம், daily.

இன்றையத்தினம், this day.

சுபதினம், lucky day.

நாளையத்தினம், to-morrow.

நேற்றையத்தினம், yesterday.

தினவு, *v. n.* (தின்), itching, சொறி.

தினவு எடுக்க, – தின்ன, to itch.

தினிசு, தினுசு, தினுசுவாரி, *s.* kind, sort, வகை.

தினுசுவாரிச் சரக்கு, different sorts of goods.

தினை, *s.* millet, சாமை; 2. a trifle, சிறுமை.

தினைக் கஞ்சி, millet gruel.

தினைமா, millet-meal.

தினையளவு, as much as a grain of millet, a trifle.

தினையளவும் உதவான், he will not help in the least.

கருந்தினை, black millet.

செந்தினை, red millet.

தின், V. *v. t.* eat, உண்; 2. feed on, இரை எடு; 3. chew, மெல்; 4. devour, பட்சி; 5. eat away, consume, அரி.

தின் பண்டம், தின்றி, eatables, தீன்.

தின்றிப்போத்து, a glutton.

தின்றுபார்க்க, to taste a thing.

தின்றுபோட, to eat greedily, to eat up.

தின்னல், தின்னுதல், தின்றல், *v. n.* eating.

தின்னாச்சாதி, low castes with whom it is disgraceful to eat.

தின்னி, an eater, a glutton.

தின்மை, *s.* (*prop.* தீமை), an evil, misfortune (*opp. to* நன்மை).

தீ

தீ, *s.* fire, நெருப்பு; 2. the elementary principle of fire; 3. hell, நரகம்.

தீக்கல், தீத்தட்டிக்கல், flint.

தீக்காய, to warm oneself at the fire, குளிர் காய.

தீக்குதிக்க, தீக்குளிக்க, to plunge into fire.

தீக்குருவி, the ostrich.

தீக்கேடு, a sad misfortune.

தீக்கொளுத்த, to kindle a fire, to set fire to.

தீத்தாங்கி, a fire-fender.

தீப்பற்ற, to kindle as fire.

தீப்பெட்டி, match box.

தீப்பொறி, a spark of fire.

தீப்போட, to set fire to.

தீமிதி, *v. n.* the ceremony of walking on fire.

தீயிறைக்க, to belch fire, to persecute with wrath.

தீவட்டி, தீவத்தி, தீவர்த்தி, a torch, flambeau.

தீவட்டிக்கொள்ளை, torch-light dacoity.
தீவட்டிபிடிக்க, to carry a torch.
தீவளர்க்க, to kindle fire, to keep up a sacrificial fire.
தீவிழ (*a curse*), may fire from heaven consume the person or thing!

*தீ, *s*. knowledge, intellect, அறிவு.

தீ, *adj*. evil, wicked, sinful, mischievous, துஷ்ட.
தீக்குணம், evil, disposition, vice.
தீக்கோள், malignant planet.
தீச்சகுனம், தீக்குறி, bad omen.
தீயது, a bad or evil thing.
தீயர், a low caste (in Malabar).
தீயன், an impious or wicked person.
தீயோர், *pl*. the base, the wicked.
தீவினை, evil deeds, wickedness.

தீ, *adj. pref*. (before க, ச, த, ப, the letters ங், ஞ், ந், ம், are inserted respectively), palatable, sweet, delicious, agreeable, இனிய.
தீங்கனி, தீங்காய், sweet fruit.
தீஞ்சொல், a sweet expression.
தீந்தமிழ், polished or elegant Tamil.
தீம்பால், sweet milk.

தீ, II. *v. i. & t*. see தீய்.

தீங்கு, *s*. evil, பொல்லாங்கு; 2. misfortune, calamity, கேடு; 3. fault, guilt, குற்றம்.
தீங்கினர், the wicked.
தீங்கு செய்ய, to do evil, to injure.
தீங்கு நினைக்க, to intend mischief.

*தீட்சணம், தீக்ஷணம், *s*. sharpness, keenness of mind, கூர்மை; 2. heat, உஷ்ணம்.
தீட்சண புத்தி, acuteness.
தீட்சணமான வெயில், scorching sun.

*தீட்சி, VI. *v. t*. impart spiritual instruction, teach, தீட்சை கொடு.

*தீட்சை, *s*. initiation of a disciple into the religion by a Guru, the teaching of a mystic character.
தீட்சைகொடுக்க, —பண்ண, to initiate.
தீட்சதன், the disciple who has received the தீட்சை.

தீட்டம், தீட்டு, *s*. a ceremonial contamination, pollution from childbirth, touching a corpse etc., ஆசுசம்; 2. woman's monthly course, catamenia.
தீட்டக்காரி, தீட்டுக்காரி, a woman in her monthly course.
தீட்டானவன், one ceremonially impure.
தீட்டுக் கழிக்க, to purify by ceremonies after child birth etc.
தீட்டுப்பட, to become unclean or polluted, to be defiled.
தீட்டு வீடு, a house ceremonially impure.

தீட்டு, III. *v. t*. whet, sharpen, கூராக்கு; 2. beat rice in a mortar to clean it; 3. clean the teeth, பல் விளக்கு; 4. write, draw a picture, paint, சித்திரி.
தீட்டல், *v. n*. sharpening, cleansing etc.
தீட்டரிசி, தீட்டலரிசி, rice freed from bran.
தீட்டு, *v. n*. whetting.
தீட்டுக்கல், a whet-stone.
தீட்டுப் பலகை, a board for sharpening knives.

தீட்பு, தீழ்ப்பு, *s*. (*vulg*.), baseness, meanness, இழிவு; 2. a stigma on one's character, இழுக்கு.
தீட்பானவன், a low, degraded person.
தீட்பான சாதி, a low caste.
தீட்பாய்ப் பேச, to speak ignominiously.

தீண்டு, III. *v. t*. touch, தொடு; 2. infect or infuse poison by contact, contaminate, தொற்று; 3. envenom, விஷந் தீண்டு; 4. deflower, கற்பழி.
விஷந்தீண்டிச் செத்தான், he died of snake-bite.
என்னைத் தீண்டாதே, touch me not.
தீண்டாச்சாதி, low castes that are not to be touched.
தீண்டுகை, *v. n*. touching.
கிராணந் தீண்ட, to become eclipsed (as the sun or moon).

தீது, *s*. evil, mischief, தீமை; 2. fault, குற்றம்; 3. (*symb. verb*), it is evil.

தீத்து, III. *v. t. vulg. for* தீற்று.

*தீபம், *s*. a lamp, a light, விளக்கு; 2. island, தீவு.

தீபகற்பம், a peninsula.
தீபக்கால், a lamp-stand, a candle-stick.
தீபஸ்தம்பம், a light-house.
தீபதூபம், lamps and incense.
தீபதூபங் காட்ட, to present lights and frankincense.
தீபமேற்ற, to light or set up a lamp.
தீபாராதனை, lamp-worship.

*தீபனம், தீவனம், s. hunger, keen appetite, பசித்தீபனம்; 2. eatables, ஆகாரம்.
தீபனமுண்டாயிருக்க, to be hungry.

*தீபாவளி, தீபாளி, தீவாளி, s. the lamp-lighting festival celebrated in October to commemorate the killing of Naracasura by Krishna.

*தீபிகை, தீவிகை, s. a lamp, விளக்கு; 2. a treatise, புஸ்தகம்.

தீமை, s. evil, vice, sin, தீங்கு; 2. mischief, injury, கேடு.
தீமைசெய்ய, to do mischief.

தீம், s. sweetness; 2. see தீ, *adj. pref.*

தீம்பு, s. mischief, evil, vice, sin, தீமை.
தீம்பன் (*fem.* தீம்பி), a wicked man.

தீயகம், s. hell, நரகம்.

தீயன், s. see under தீ, *adj.*

தீய், தீ, II. v. i. be slightly scorched or burnt (as food), கருகு; 2. be scorched by the heat of the sun, காய்.
தீயச்சுண்ட, to seethe or boil away.
தீய்ந்த சோறு, burnt rice.
தீயல், that which is burnt in cooking thick, dry curry.
மனம் (குடல், ஈரல்) தீய, to feel deep grief, pity etc.

தீய், தீ, VI. v. t. singe, scorch slightly in cooking; 2. dry up water (as the sun or fire), காயச்செய்.
தீய்த்துப்போட, to scorch and burn away.

*தீரம், s. a bank, shore, கரை; 2. strength, vigour, வீரம்; 3. courage, தைரியம்.
தீரத்துவம், courage, bravery.
தீரன், a brave, valiant person, a hero.
நதிதீரம், the bank of a river.

தீர், தீரு, II. v. i. end, terminate, be completed, முடி; 2. be ended, finished, perfected, பூர்த்தியாகு; 3. be cured (as sickness), be expiated (as sin), be allayed (as thirst), நீங்கு; 4. v. t. fire a musket, வெடிசுடு; 5. dye, colour, adorn, சாயந்தீர்; 6. levy, assess, சுங்கந்தீர்; 7. finish (as the interlude in singing, beating time etc.).
அவன் எழுதித்தீர்ந்த பிற்பாடு, after he had done writing.
தீர, *adv.* (*inf.*), perfectly, thoroughly.
தீரக்கற்றவன், a profound scholar.
தீராத வியாதி, an incurable disease.
தீராது, it cannot be settled or come to an end.
எனக்குவரத் தீராது, I cannot come, I have no leisure.
தீர்ந்தவன், an accomplished man, a skilful, experienced person.
தீர்ந்தவேலை, a finished work.
தீர்வு, v. n. settlement, assessment.
சாயந்தீருகிறவன், a dyer.

தீர், VI. v. t. finish, complete, முடி; 2. accomplish, perfect, பூர்த்தியாக்கு; 3. settle, decide, தீர்மானி; 4. expiate (as sin), cure (as sickness), allay (as thirst), நீக்கு.
தீர்த்தறுத்துக் கொள்ள, to settle or terminate dealings.
தீர்த்துப்போட, — விட, to pay off, to settle a dispute.
தீர்ப்பு, v. n. settlement, conclusion, decision, award, judgment, sentence, resolution, clearance.
தீர்ப்பான விலை, a settled price.
தீர்ப்புக் கட்ட, to make a decision, to form an opinion.
தீர்ப்புச் சொல்ல, — ப்போட, to pronounce judgment.
ஞாயந்தீர்க்க, to judge, decide.

*தீர்க்கம், s. length, extension, நீளம்; 2. distinctness, தெளிவு; 3. perfection, accuracy, பூரணம்; 4. positiveness, certainty, திட்டம்.
தீர்க்கதண்டம், prostration at full length.
தீர்க்கதரிசனம் (*Chr. us.*), prophecy.
தீர்க்கதரிசி, a prophet.
தீர்க்கமாய்ப் படிக்க, to read distinctly.
தீர்க்கயோசனை, தீர்க்காலோசனை, mature consideration.

தீர்க்க வசனம், decisive language.
தீர்க்காயுசு, long life.

*தீர்த்தம், *s.* sacred rivers or waters at a place of pilgrimage; 2. consecrated water. *திருமஞ்சன நீர்*; 3. water in general, *நீர்*; 4. ceremonial purity, *சுத்தம்*.
தீர்த்தங்கொடுக்க, to distribute sacred water.
தீர்த்தமாட, to bathe in sacred water.
தீர்த்தயாத்திரை, pilgrimage to bathe in sacred rivers.

தீர்ப்பு, *v. n.* see under *தீர்*.

தீர்மானம், *s.* decision, a positive determination, resolution, *நிருணயம்*; 2. decree, sentence, *தீர்ப்பு*; 3. conclusion, *முடிவு*; 4. completeness, *முழுமை*.
தீர்மானமாய், definitely, positively.
தீர்மானமான விலை, fixed or last price.
தீர்மானம் பண்ண, to determine, decide, settle.

தீர்மானி, VI. *v. t.* determine, resolve, decide, *நிருணயி*; 2. finish, *முடி*; 3. appoint, designate, *நியமி*.

தீர்வை, *s.* decision, judgment, *தீர்ப்பு*; 2. duty, toll, custom, tax, *சுங்கம்*.
தீர்வை கொடுக்க, to pay duty.
தீர்வைச் சாவடி, custom - house.
தீர்வை தீர, to lay duty on goods.

தீவட்டி, *தீவத்தி*, *தீவர்த்தி*, *s.* see under *தீ*.

*தீவரம், *s.* see *தீவிரம்*.

*தீவனம், *s.* see *தீபனம்*.

தீவாணம், *s.* (*Ar.*), government, court of justice, *நியாயஸ்தலம்*.

*தீவாளி, *s.* see *தீபாவளி*.

*தீவிகை, *s.* see *தீபிகை*.

தீவிதிராட்சம், *s.* vine, *கொடிமுந்திரிகை*.

*தீவிரம், *தீவரம்*, *s.* fury, rage, *சினம்*; 2. haste, hurry, speed, *சீக்கிரம்*.
தீவிரக்காரன், a hasty man.
தீவிரபுத்தி, ready wit.
தீவிரம் பண்ண, *தீவிரப்பட*, to make haste, to hasten.

*தீவிரி, VI. *v. i.* hasten, speed, make haste, *துரிதப்படு*; 2. *v. t.* urge on, accelerate, *தீவிரப்படுத்து*.

தீவினை, *s.* wickedness, see under *தீ*.

*தீவு, *s.* an island, any remote country beyond the sea.
தீவாந்தரம், a remote island, foreign country.
தீவுக்குருவி, a foreign bird.
தீவுச் சரக்கு, foreign goods.

தீழ்ப்பு, *s.* see *தீட்பு*, meanness.

தீற்று (*vulg.* *தீத்து*), III. *v. t.* put on an outer coat of mortar, rub and polish, plaster, insert mortar, *மெழுகு*; 2. clean the teeth, *பல்விளக்கு*.
தீற்றுக்கல், a rubbing stone used to polish plastered floor.
தீற்றுப்பலகை, a board for rubbing and polishing walls and floors.

*தீனம், *s.* poverty, *வறுமை*.
தீனபந்து, deity.
தீனர், beggars.

தீனி, *தீன்*, *s.* food, victuals, *சாப்பாடு*; 2. food especially of domestic animals, *இரை*.
தீன்பண்டம், *தின்பண்டம்*, eatables.
பெருந்தீனிக்காரன், a glutton.

து

து, VI. *v. t.* eat, *புசி*; 2. enjoy, *அனுபவி*.
துப்பு, *v. n.* provisions, food; 2. enjoyment.

துகம், *s.* wealth, possession, *ஆஸ்தி*.
துகமில்லாதவன், a poor man.
துகம் பார்க்க, to value the produce of field etc.

துகள், *s.* dust, *தூசி*; 2. fault, *குற்றம்*; 3. pollen, *பராகம்*.
துகள் பறக்க, to fly as dust.

துகில் (*vulg.* *துயில்*), *s.* cloth, dress, *சீலை*; 2. banner, *விருதுக்கொடி*.
துகிற்கொடி, flag.
பொற்றுகில், gold cloth.

துகை, VI. *v. t.* mash, pound, *இடித்துக்குழை*; 2. tread down, *உழக்கு*.
துகையல், a seasoning for food, *துவையல்*.

துக்கடி, *s.* (*Hind.*), a small division of a district.

*துக்கம், *s*, sorrow, distress, grief, mourning, *விசனம்*; 2. pain, *உபத்திரவம்*.
துக்கக்காரன், mourner.

துக்கங்காண, to pay a visit of condolence.

துக்கங்கொடுக்க, to receive a visit of condolence; 2. to cause grief.

துக்கங்கொண்டாட, to mourn, to lament over the dead.

துக்கசாகரம், sea of grief.

துக்கசாகரத்திலே முழுக, to be overwhelmed with sorrow.

துக்கப்பட, துக்கமாயிருக்க, to be sorry, to be grieved.

துக்கம்போக்க, – கழிக்க, to get rid of (remove) sorrow.

துக்கவீடு, a house of mourning.

துக்காணி, s. (*Tel.*), a copper coin of ten cash; 2. a coin of 2 pies.

*துக்கி, VI. v. i. be sorry, regret, mourn, துக்கப்படு; 2. be in affliction, வருந்து.

துக்கிப்பு, v. n. mourning, grief.

துக்குணி, s. a little, அற்பம்.

துக்குணி போதும், a little will do.

*துங்கம், s. height, elevation, உயர்ச்சி; 2. dignity, பெருமை.

துங்கன், an eminent or celebrated person.

*துசம், s. banner, flag, துவசம்; 2. what is twice born.

துசங்கட்ட, to engage in an enterprise.

*துச்சம், துச்சினம், s. vileness, meanness, அற்பம்; 2. emptiness, வெறுமை.

துச்சன், துச்சினன், a vile, mischievous person.

*துஷ், same as துர்.

துஷ்கிருத்தியம், evil action.

துஞ்சு, III. v. i. sleep, slumber, உறங்கு; 2. die, expire, சா; 3. droop, சோரு.

துஞ்சல், v. n. sleep, death.

துஞ்சுமன், an indolent fellow.

துடக்கு, s. uncleanness, ceremonial impurity of child-birth, catamenia, death etc., தீட்டு.

துடக்குக்காரி, a woman in her menses or in child-bed.

துடப்பம், s. same as துடைப்பம்.

துடர்ச்சி, v. n. same as தொடர்ச்சி.

துடி, s. drum, tabor, உடுக்கு.

துடியிடை, a female waist as slender as the middle of the drum.

துடி, VI. v. i. beat, throb, palpitate, அசை; 2. pant, struggle, suffer from hunger, வருந்து; 3. be eager, impatient, தத்தளி; 4. be rude, துடுக்குப் பண்ணு.

துடிதுடிக்க, to quiver; 2. to be rude.

துடித்துக்கொண்டிருக்கிறான், he is in great passion or agitation of mind.

துடித்தல், துடிப்பு, துடிதுடிப்பு, v. n. palpitation, throbbing, tremor; 2. rudeness; 3. great anxiety.

துடியாய் நடக்க, to go briskly.

துடியானவன், துடியன், a strong robust man.

துடி, v. n. palpitating, eagerness, firmness.

துடுக்கு, s. insolence, obstinacy, impertinence, குறும்பு.

துடுக்கன், துடுக்குக்காரன், an obstinate rude fellow.

துடுக்குப்பண்ண, to be insolent, to act rudely.

துடுப்பு, s. spatula, ladle, அகப்பை; 2. an oar, a paddle, தண்டு.

துடுப்பே போ, go thou fool!

துடுப்புப்போட்டுத் துழாவ, to stir with a ladle.

துடுவை, s. a ghee ladle, நெய்த் துடுப்பு.

துடை, s. a cross beam, உத்திரம்; 2. the thigh, தொடை.

துடை, VI. v. t. wipe, clean, சுத்தம்பண்ணு; 2. sweep, brush, பெருக்கு; 3. efface, obliterate, கிறுக்கு; 4. destroy, extirpate, அழி.

துடைப்பு, v. n. wiping, extirpation.

துடைப்பம், s. a broom, விளக்குமாறு.

துடைப்பக் கட்டை, an old and worn besom.

*துட்டம், துஷ்டம், துஷ்டு, s. wickedness, depravity, தீங்கு; 2. savageness, wildness, violence, கொடுமை.

துஷ்டன், a wicked person.

துஷ்டநிக்கிரகம், destruction of the wicked (*opp. to* சிஷ்டபரிபாலனம்).

துஷ்ட மிருகம், a wild beast.

துஷ்ட தேவதை, a malignant deity.

துஷ்டாட்டம், துஷ்டத்தனம், savageness, ferocity, cruelty.

துஷ்டாட்டம் பண்ண, to act wildly.

துஷ்டாட்டக்காரன், a fierce fellow.

துட்டு, *s.* (*Tel.*), a small copper coin; 2. money, நாணயம்.
 துட்டுக்காசு, —த்துக்காணி, copper money.

***துட்டு**, *s.* see துட்டம்.

துட்டுக்கட்டை, துட்டுத்தடி, *s.* (*Tel.*), a short club.

***துட்டை**, துஷ்டை, *s.* (துட்டம்), a vicious woman, a ferocious woman.

துணங்கு, துணங்கறல், *s.* darkness, இருள்.

துணர், *s.* a flower, பூ; 2. a bunch of flowers, பூங்கொத்து.

துணர், VI. *v. i.* form as buds, முகை.

துணி, *s.* cloth, சீலை; 2, a piece of cloth, கந்தை; 3. piece, துண்டம்; 4. ascertainment, determination, தெளிவு.
 துணி துணியாக்க, to rend a cloth in small pieces.
 துணிமணி, clothes and jewels.

துணி, II. *v. i.* & *t.* be cut or severed, துண்டிக்கப்படு; 2. venture, hazard, presume, act boldly, துணிகரி; 3. endeavour, முயலு; 4. ascertain, நிச்சயப்படுத்து.
 துணிவு, துணிதல், துணிச்சல், *v. n.* temerity, presumption, enterprise, courage, audacity; 2. determination.
 துணிவுள்ளவன், துணிந்த நெஞ்சு, a bold daring person.
 துணிந்து செய்ய, to undertake a hazardous enterprise.
 துணிந்து சொல்ல, to speak with confidence, to venture to say.

துணி, VI. *v. t.* cut asunder, cut in pieces, வெட்டு.
 துணிக்கை, *v. n.* cutting; 2. a slice, piece, bit of bread etc.

துணிகரம், *s.* rashness, boldness, daring, துணிவு.
 துணிகரக்காரன், a bold daring man.
 துணிகரமாய்ப் பேச, to speak boldly.

துணிகரி, VI. *v. i.* be bold or daring, துணி.

துணுக்கு, *s.* a piece cut off, துண்டு; 2. fear, startle, பயங்கரம்.
 துணுக்குற, to be startled or struck with fear.

துணுக்கை, *s.* same as துணிக்கை, piece.

துணுங்கு, III. *v. i.* be scared, திடுக்கிடு.

துணை, *s.* help, assistance, சகாயம்; 2. patronage, protection, ஆதரவு; 3. society, company, தோழமை; 4. companion, தோழன்; 5. (*in comb.*), measure, extent, அளவு; 6. a couple, இணை.
 துணைக்கழைக்க, to call one for help.
 துணைசெய்ய, —நிற்க, to help, to succour.
 துணைபோக, to accompany.
 துணைவன், a companion, the husband.
 துணைவி, the wife, a female assistant.
 உசாவுதுணை, உசாத்—, one who assists with advice.
 உயிர்த்துணை, an intimate friend, the wife.
 எத்துணை, how much, how many?
 வழித்துணை, a fellow - traveller, a companion on a journey.

துண்டம், *s.* a piece cut off, fragment, துண்டு.
 துண்டம் துண்டமாய் நறுக்க, துண்டம் போட, to cut in pieces.

துண்டரிக்கம், துண்டிரிக்கம், *s.* oppression, கொடுமை; 2. quarrelsomeness, தொந்தரவு.
 துண்டரிக்கக்காரன், a stiff-necked quarrelsome person.
 துண்டரிக்கம் பண்ண, to be obstinate or quarrelsome.

துண்டி, VI. *v. t.* cut in pieces, mince, நறுக்கு; 2. sever, slice, அறு; 3. confute, dispute, disprove, மறு.

துண்டு, *s.* a piece, bit, slice, துணிக்கை; 2. piece of cloth, துணி; 3. remnant, மிச்சம்; 4. loss in selling goods, நஷ்டம்.
 துண்டாட, துண்டாடிப் போட, to cut into pieces.
 துண்டுப் பலகை, a board, slab.
 துண்டுருட்டி, roundness of trunk, a large belly.
 துண்டுருட்டிக் காளை, a fattened bullock, steer, குண்டுக்காளை.
 துண்டு விழ, to suffer loss from small remnants.

துண்டுகேத்திரி, *s.* a venomous kind of ground-worm.

துண்ணிடல், *v. n.* startling, திடுக்கிடல்.
*துதி, ஸ்துதி, *s.* praise, eulogy, புகழ்.
துதி செய்ய, – சொல்ல, to praise, to thank.
துதி செலுத்த, to render thanks.
*துதி, VI. praise, eulogize, தோத்திரி.
துதித்தல், துதிப்பு, *v. n.* praising.
துதி நிந்தை, நிந்தாஸ்துதி, ironical praise.
துதிக்கை, *s.* the trunk of an elephant, தும்பிக்கை; 2. *v. n.* of துதி.
துதை, *s.* closeness, நெருக்கம்.
துதை, II. *v. i.* be close or crowded, நெருங்கு; 2. abound, மிகு.
துதை, VI. *v. t.* straiten, press together, நெருக்கு.
*துத்தம், *s.* vitriol, sulphate of zinc.
பாற்றுத்தம், வெள்ளைத்துத்தம், white vitriol.
துத்தம், துரிசு, blue and white vitriol.
துத்தநாகம், zinc.
துத்தி, *s.* an eatable, தின்பண்டம்; 2. the spots on the neck of the cobra, பாம்பின்படப் பொறி; 3. a plant, marshmallow.
துத்திப்பூக்கிரந்தி, an eruption.
*துத்தியம், ஸ்துத்தியம், *s.* eulogy, panegyric, thanksgiving, துதி; 2. worship, homage, வணக்கம்.
துத்தியம் பண்ண, to eulogize, applaud, worship.
துத்து, *s.* lie, deceit, பொய்; 2. stuffing of wool or other soft substance.
துத்தன், துத்துக்காரன், துத்துமாற்றுக் காரன், a fraudulent fellow.
துத்துப்பண்ண, to play tricks.
துத்துப் பேச, to tell lies.
துத்துமாற்று, guile, artifice.
துத்துப்போடுதல், *v. n.* same as தூர்த்தல்.
*துந்துமி, *s.* drum, பறை.
துந்துமி முழங்க, to sound like a large drum.
துந்துமியாட்டமாட, to make a great noise.
துபாக்கி, துப்பாக்கி, *s.* (*Hind.*), fire-lock, fusil, musket, gun.
துபாக்கி கெட்டிக்க, to charge a gun.
துபாக்கிக்காது, – வர்த்தி வாய், the touch-hole of a gun.
துபாக்கிக் குண்டு, a musket ball, bullet.
துபாக்கிக் குதிரை, the cock of a gun.
துபாக்கிக் குழல், the barrel of a gun.
துபாக்கி சுட, to discharge or fire a gun.
துபாக்கிச் சலாகை, a ramrod.
துபாக்கிப் பிடங்கு, the butt-end of a musket.
துபாக்கி மருந்து, gun-powder.
துபாக்கி ரவை, small shot.
*துபாசி, துபாஷி, *prop.* துவிபாஷி, *s.* an interpreter.
துபாசித்தனம் பண்ண, to interpret.
துப்பகம், *s.* ghee, நெய்.
துப்பட்டா, துப்பட்டி, *s.* (*Hind.*), a sheet, a covering, a fine fringed mantle.
மேசைத் துப்பட்டி, a table-cloth.
துப்பட்டிப் போர்த்துக்கொள்ள, to cover oneself with a sheet.
துப்பரவு, *s.* same as துப்புரவு.
துப்பாக்கி, *s.* see துபாக்கி.
துப்பு, *s.* provision, food, உணவு; 2. ghee, நெய்; 3. dexterity, ability, vigour, சாமர்த்தியம்; 4. search, investigation, ஆராய்ச்சி; 5. experience, அனுபோகம்; 6. aid, help, சகாயம்; 7. purity, சுத்தம்; 8. *v. n.* spittle.
துப்பாள், a spy; an approver.
துப்புள்ளவன், a dexterous person.
துப்புக்கெட்டவன், துப்பற்றவன், a stupid unhandy person, an indecent person.
துப்புப்பார்க்க, to search, to track a thief.
துப்பு, III. *v. i.* spit, உமிழ்.
துப்புண்ண, to be spit upon.
துப்பல், துப்பு, *v. n.* spitting, spittle.
துப்புரவு, துப்பரவு, *s.* purity, cleanness, சுத்தம்; 2. excellence, மேன்மை; 3. propriety of conduct, ஒப்புரவு.
துப்புரவாக்க, to clean, purify.
துமி, *s.* rain drops, drizzling rain, மழைத்துளி.
துமி, II. *v. i.* be cut off or severed, வெட்டப்படு.
துமி, VI. *v. i.* drizzle, தூறு.
துமி, VI. *v. t.* cut off, sever, வெட்டு.
துமிதம், *s.* drop, துளி.
தும், *s.* dust, தூசி.

தும்பறக்க அடித்தான், he beat him so that dust flew.

*தும்பன், s. (fem. தம்பி, தும்பிச்சி), a wicked person, தீயன்.

தும்பி, s. dragon-fly, கருவண்டு; 2. bee, beetle, வண்டு; 3. a plant; 4. a fish, தும்பி மீன்; 5. elephant, யானை.

தும்பிக்கை, elephant's trunk.

தும்பி பறத்தல், — சுற்றல், girls' play in imitation of a beetle's flying.

தும்பு, s. fibre of vegetables, strings, நார்; 2. a rope to tie beasts with, கயிறு; 3. a button; 4. dust, தூம்; 5. a fringe to a shawl, சொய்சகம்.

சீலே தும்புதும்பாய்ப் போயிற்று, the cloth is shred into threads.

தும்பிலே மாட்ட, to tie animals with a rope.

தும்புக் கயிறு, a rope of cocoa or other fibres.

தும்பு சால்வை, a shawl with fringe.

தும்புபோட, to twist rope for tying beasts.

*தும்புரு, s. flute, தம்புரு.

தும்பை, s. a flowering plant.

கறித் தும்பை, பேய்த் —, கழுதைத் —, etc., different kinds of it.

தும்மு, IV. v. i. sneeze.

தும்மல், தும்மு, v. n. sneezing.

துயக்கம், துயக்கு, s. fatigue, தளர்வு.

துயக்கு, III. v. t. slacken, relax, தளர்.

துயங்கு, III. v. i. be reduced, faint, தளரு.

துயரம், s. sorrow, sadness, துக்கம்; 2. compassion, பரிதாபம்; 3. calamity, distress, affliction, துன்டம்.

துயரமாயிருக்க, —ப்பட, to be sorry.

துயர், துயரு, II. v. i. grieve, lament, துக்கி; 2. be afflicted, துன்பப்படு.

துயர், s. affliction, துன்பம்.

துயல், துயலு, I. v. i. move, wave, shake, அசை.

துயில், துயிலு, I. v. i. sleep, உறங்கு.

துயிலல், துயில்தல், துயில்வு, v.n. sleeping.

துயிலார், the gods, the sleepless ones.

துயில், s. sleep, நித்திரை; 2. (prop. துகில்), cloth.

துயிற்று, III. v. t. put one to sleep, தூங்கவை.

துய், VI. v. t. spin out, நூனூல்; 2. eat, உண்; 3. enjoy, experience, அனுபவி.

துய்ப்பு, துய்த்தல், v. n. enjoyment.

துய்யம், s. clearness, purity, holiness, சுத்தம்.

துய்ய, adj. pure, clear, holy.

துய்ய பால், unadulterated milk.

துய்யதாய், purely.

துய்யது, that which is clean or transparent.

துய்யவன், துய்யோன், துய்யன், a pure holy person.

துய்ய வெள்ளை, pure white.

துர, VII. v. t. send away, cause to go, செலுத்து.

*துரகம், துரகதம், s. horse, குதிரை.

துரத்து, III. v. t. drive or chase away, செலுத்து; 2. pursue, தொடரு; 3. dispel, remove, அகற்று; 4. reject, தள்ளு.

துரத்திவிட, to turn out, drive out, drive away.

*துரந்தரன் s. see under துரம்.

துரப்பணம், துறப்பணம், s. a drill.

*துரம், s. a charge, trust, burden, பாரம்.

துரந்தரன், a responsible manager.

காரிய துரந்தரன், agent, attorney.

நியாய துரந்தரன், a lawyer.

துரவு, s. a large or deep well, கிணறு.

துரவுக்கல், well bricks.

துரவு முழுக, to sink a well.

துரா, s. see தரா.

*துராகிருதம், s. misconduct, wicked action, துராசாரம்.

துரால், s. a chip, straw, trifle, செத்தை.

துரிசு, s. sorrow, affliction, துன்பம்; 2. fault, குற்றம்; 3. (துருசு), verdigris.

துரிஞ்சில், s. a bat, வௌவால்.

*துரிதம், s. haste, speed, துருசு; 2. quickest movement in dancing; 3. affliction, distress, துரிசு.

துரிதக்காரன், a hasty man.

துரிதம்பண்ண, to hasten, to hurry.

துரிதம்போட, to dance with quick steps.

துரீல், s. suddenness, சடிதி.

துரு, s. rust; 2. verdigris, களிம்பு.

துருப்பிடிக்க, to rust, to gather rust; 2. as துருவிப்பிடிக்க.

*துருகம், துருக்கம், s. see துர்க்கம்.

*துருக்கு, துலுக்கு, s. Turkistan, the

original country of the Turks; 2. the Mohammedan caste, language etc.

துருக்கர், துலுக்கர், the Turks, the Mohammedans.

துருசி, துருசு, *s.* verdigris, களிம்பு; 2. spot, stain, மாசு.

துருசு, *s.* haste, speed, துரிதம்; 2. see துருசி.

துருசுபண்ண, to hasten.

துருஸ்து, *s.* (*Pers.*), repair, mending, பழுதுபார்த்தல்.

துருஸ்துபண்ண, to repair, to mend.

துருதுரு, VI. *v. i.* be in too great haste, be fidgety or restless, குடுகுடு.

துருதுருத்த பிள்ளை, a fidgety child.

துருதுருத்த வாய், impertinent tongue.

துருதுருப்பு, *v. n.* restlessness.

*__துருத்தி__, *s.* bellows; 2. a leather bag to carry water.

துருத்தி ஊத, to blow the bellows.

துருத்திக் கழுத்து, the nose of a pair of bellows formed by the neck of the skin.

துருந்து, III. *v. t.* enlarge a hole; 2 explore, examine, ஆராய்.

துருப்பணம், துரப்பணம், *s.* carpenter's drill.

துருப்பு, *s.* (*for.*), a troop; 2. trump in card play.

துரும்பு, *s.* a straw, a rush, திரணம்.

துரும்பாய்ப் போனான், he is greatly emaciated.

துரும்பு கொடுக்க, to give the wife a straw in token of divorce.

துரும்பு வாங்க, to take the straw, *i. e.* to accept the divorce.

*__துருவம்__, *s.* immutability, stability, அசையாநிலை; 2. the pole of a circle; 3. the north pole-star; 4. dexterity, உபாயம்.

துருவு, III. *v. t.* bore, drill, தொளை; 2. scrape, grate; 3. search out, trace, தேடு.

துருவல், *v. n.* boring.

துருவிப் (துருப்) பிடிக்க, to hunt out a thief, to explore anything difficult.

துருவு, *v. n.* a hole; boring, scooping.

துருவு பலகை, – அலகு, – மணை, தேங்காய்த்துருவி, a cocoa-nut scraper.

துரை, *s.* (*Tel.*), a gentleman; 2. a governor, a magistrate, a person in authority, government-officer, அதிகாரி.

துரைமகள், துரைசாணி, a lady.

துரைமகன், gentleman, prince.

துரைமக்கள், great persons' children, persons of distinction, gentlemen.

துரைத்தனம், government.

துரைத்தனம் பண்ண, to govern, to reign.

துரைத்தனக்காரன், a person in authority.

*__துரோகம்__, *s* treachery, perfidy, treason against those to whom one should feel attachment (as God, the king, the Guru, benefactors, relatives etc.).

துரோக சிந்தை, treacherous designs.

துரோகம் நினைக்க, to intend or design evil to a person.

துரோகம் பண்ண, to deal treacherously.

துரோகி, a treacherous or cruel person.

சுவாமி துரோகம், perfidy against God.

*__துரோட்டி__, துறட்டி, *s.* elephant's hook, தோட்டி; 2. gardener's crook, துறட்டுக்கோல்.

*__துர்__, a *prefix signifying* difficult, bad, evil, ill (*opp. to* சற், சன்). Before a consonant the ர் is often changed into a homogeneous letter (as துஷ்கிருத்தியம், துன்மார்க்கம், துன்னூற்றம்).

துரதிஷ்டம், ill-luck.

துராசாரம், perversity, indecency.

துராசை, துரிச்சை, evil desire.

துராத்துமா, an evil person, villain.

துராலோசனை, துர்ப்போதனை, bad counsel, ill-advice.

துர்க்கந்தம், துற்கந்தம், offensive smell, stink.

துர்க்குணம், bad disposition.

துர்ச்சரிதம், துச்சரிதம், evil practice.

துர்ச்சனம், viciousness, insolence.

துர்ப்பலம், infirmity, weakness.

துர்ப்புத்தி, folly, wickedness; 2. ill-advice.

துன்மதி, அவமதி, folly.
துன்மரணம், unhappy death.
துன்மனசு, see under மனசு.
துன்மனம், துர்மனம், an evil mind.
துன்மாதிரி, bad example.
துன்மாமிசம், துர்மாமிசம், proud flesh.
துன்மார்க்கம், துர்மார்க்கம், an evil life.
துன்னிமித்தம், துர்நிமித்தம், ill omen.

*துர்க்கம், துருக்கம், s. a hill-fort, stronghold, கோட்டை.

*துர்க்கை, s. Durga, consort of Siva.

*துர்லபம், s. rarity, excellence, அருமை.

துலக்கம், s. (துலங்கு), brightness, shining, polish, பிரகாசம்; 2. clearness, transparency, தெளிவு.

துலக்கு, III. v. t. polish, furbish, துளக்கு; 2. brighten, illumine, பிரகாசிப்பி; 3. explain, illustrate, விளக்கு.

துலங்கு, IV. v. i. be polished, துலக்கப்படு; 2. be bright, glitter, shine, பிரகாசி; 3. be clear, distinct, excellent, splendid, விளங்கு.
நீ துலங்கமாட்டாய், you will never prosper.
துலங்கி எரிகிற விளக்கு, a lamp that burns clearly.

*துலா, s. balance, a beam of scales, தராசு; 2. a picota, well-sweep, ஏற்றமரம்.
துலாக்கட்டை, cross-beams used for a terraced house.
துலாக்கோல், beam of scales.
துலாமரம், a well-sweep.
துலாமிதிக்க, to tread the well-beam in drawing water.

*துலாம், s. same as துலா; 2. libra of the zodiac, துலாராசி; 3. a weight of 100 palams.

துலாம்பரம், s. clearness, brightness, துலக்கம்; 2. perspicuity, தெளிவு; 3. publicity, பகிரங்கம்.
துலாம்பரமான காரியம், a plain well-known thing.

*துலுக்கு, s. (a change of துருக்கு), the Mahommedan caste, language, custom etc.
துலுக்கப் பாஷை, – பேச்சு, Mahommedan language, Hindustani.
துலுக்கப்பூ, the name of a flower.
துலுக்கன் (pl. துலுக்கர், fem. துலுக்கச்சி), a Mohammedan, a Turk.
துலுக்காணம், Turkistan.

துலுக்கு, III. v. t. shake or toss the head, குலுக்கு; 2. v. i. move proudly.
துலுக்கி, a woman with affected gestures.
துலுக்கித் துலுக்கி நடக்க, to affect a proud mien in walking.
துலுக்கு, v. n. shaking.

துலை, s. same as தொலை, distance, தூரம்.

*துலை, s. a balance, துலா; 2. picota, ஏற்றமரம்; 3. reservoir near a well for watering a ground.
துலைப்பள்ளம், the pit or ditch whence water is drawn for irrigation.
துலைமுகம், – வாய், the reservoir near a well.

துலை, II. v. i. see தொலை II.

துலை, VI. v. t. & i. see தொலை VI, kill.

*துல்லபம், துர்லபம், s. rarity, அருமை.

*துல்லியம், தில்லியம், s. similitude, உவமை; 2. purity, சுத்தம்.

துவக்கம், v. n. see under துவங்கு.

துவக்கு, s. gun, fire-lock, துப்பாக்கி.

*துவக்கு, s. skin, தோல்.
துவக்கூசி, an awl.

துவக்கு, III. v. t. commence, begin, ஆரம்பி.

துவங்கு, III. v. t. & i. commence, begin, தொடங்கு.
துவக்கம், v. n. beginning.

*துவசம், s. a flag, a distinguishing banner, கொடி.
துவசங் கட்ட, to hoist a flag, to set about a thing with the utmost zeal and energy.

*துவட்டர், s. carpenters, தச்சர்; 2. artificers, smiths, கம்மாளர்.

துவட்டு, III. v. t. make dry with a cloth or sponge, wipe clean, துடை; 2. broil meat, boil or stew with little water.
துவட்டல், துவட்டுதல், v. n. wiping, stewing.

*துவம், an affix expressing quality, nature etc. (as தேவத்துவம்).

*துவயம், s. two, duality, இரண்டு.

துவயார்த்தம், ambiguity, உபயார்த்தம்.

*துவரை, s. a leguminous shrub; 2. the grain of this plant, dholl.

துருந்துவரை, காட்டுத் –, காலியாங் –, மலைத் –, etc., different kinds of it.

துவரம் பருப்பு, dholl.

துவர், s. astringency, harshness; 2. astringents.

துவரெண்ணெய், a medicinal astringent oil.

துவர்க்காய், areca-nut.

துவர், VI. v. i. be of a harsh taste, be astringent.

துவர்ப்பு, v. n. being astringent in taste, harshness.

துவளை, s. vul. for துவாலை, liniment.

துவள், துவளு, I. v. i. be flexible or pliable, வளை; 2. shake, be agitated, அசை; 3. relax, slacken, தளர்; 4. bend, warp, shrink, நெளி; 5. become dry, வாடு.

அந்தக் காரியத்திலே மிகத் துவண்டிருக்கிறான், he is very much bent on it.

*துவாரம், s. a hole, aperture, தொளை; 2. passage, door, entrance, வாசல்.

துவாரமிட, – பண்ண, to make a hole.

துவாரம் விழ, to form an orifice of itself (as a tumour).

*துவாபரயுகம், s. see யுகம்.

துவாலை, s. flow of blood, lochial discharges; 2. anointing the whole body, பூச்சு; 3. (vulg. துவளை), liniment, தைலம்; 4. (Eng.), towel.

துவாலையிட, to rub a liniment on the whole body.

துவாலையிறைக்க, to flow excessively (as in the menses etc.).

துவாளி, தவாளி, III. v. t. groove, flute, channel, குடை.

*துவி, adj. two, double, இரண்டு.

*துவிதம், s. duality, இரண்டு; 2. a sect teaching that the deity is distinct from the soul (opp. to அத்துவைதம், which teaches that God and the soul are one).

*துவீபம், s. an island, தீவு.

*துவேசம், துவேஷம், s. aversion, dislike, hatred, பகை.

அன்னத்துவேஷம், aversion to food.

*துவேசி, துவேஷி, VI. v. t. dislike, be averse to, hate, பகை.

துவை, II. v. i. be dipped (as a cloth in dye), தோய்; 2. be moistened with starch (as a weaver's warp); 3. be turned or curdled (as milk), உறை; 4. be tempered (as steel); 5. be trodden out or mashed, மிதிக்கப்படு.

துவையல், v. n. seasonings for food, சுண்டாங்கி; 2. tempering of steel etc.; 3. washing clothes.

துவைந்து கொடுக்க, to be tempered (as iron or steel).

துவை, VI. v. t. (தோய்), dip in, அமிழ்த்து; 2. soak, ஊறவை; 3. bruise herbs in a mortar, நசுக்கு; 4 beat clothes etc. in washing, தப்பு; 5. tread out corn; 6. curdle milk, put rennet in the milk, பால்தோய்; 7. temper iron.

துவைத்துப் பிழிய, to wring a cloth dipped in water or dye, to squeeze juice out of bruised herbs etc.

துவைத்தல், v. n. dipping, washing. etc.

*துவைதம், துவிதம், s. duality.

துவ்வு, s. food, உணவு; 2. enjoyment, அனுபவம்;

துவ்வு, III. v. t. eat, புசி; 2. enjoy, அனுபவி.

துவ்வல், v. n. eating.

துவ்வாதார், துவ்வார், the indigent.

துவ்வாமை, v. n. dislike, வெறுப்பு.

துழ, VII. v.t. mix, mash food with the hand, பிசை.

துழவு, III. v. t. mix, mingle, துழாவு.

துழவை, s. an oar of split bambu.

துழாய், s. the துளசி herb.

துழாய் வனம், a garden of Tulasi.

துழாவு, துளாவு, III. v. t. mix, mingle, கல; 2. stir with a ladle, கிளறு; 3. feel, grope, தடவு; 4. inquire, ஆராய்; 5. row a boat.

துழாவல், v. n. stirring up.

நெல் துழாவ, to stir boiled paddy to dry in the sun.

துளக்கம், s. (துளங்கு), brightness, splendour, துலக்கம்; 2. fear, dread, அச்சம்; 3. shaking, agitation, அசைவு.

துளக்கு, III. v. t. move, shake, அசை; 2. polish, துலக்கு.

துளங்கு, III. *v. i.* move, shake, அசை; 2. shine, be bright, பிரகாசி.
துளங்காத மனம், an unshaken mind
*துளசி, *s.* Tulasi, the holy basil-herb.
துளசி மணி, beads made of Tulasi root.
துளசிமாலை, a necklace of Tulasi leaves or beads.
*துளவம், துளவு, *s.* same as துளசி.
துளவை, *s.* hole, orifice, தொளை; 2. (துழவை), an oar of split bambu.
துளாவு, III. *v. t.* same as துழாவு.
துளி, *s.* drop, rain-drop, திவலை; 2. rain, மழை.
துளித்துளியாய் வடிய, to dribble.
துளித்துளியாய் விழ, to fall in drops.
துளி, VI. *v. i.* drop, trickle down, ஒழுகு; 2. rain, சொரி.
துளி மழை, light rain.
துளிர், *s.* a bud, germ, young leaf, tender foliage, தளிர்.
துளிர் எழும்ப, – விட, to bud.
துளிர் (*com.* துளு), VI. *v. i.* bud, shoot out, put forth leaves, தளிர்; 2. thrive, செழி.
துளிர்ப்பு, *v. n.* budding, sprouting.
துளு, VI. *v. i.* see துளிர்.
துளுவம், *s.* the Tuluva country, துளுவ ராச்சியம்.
துளுவவேளாளன், an agriculturist of துளுவம்.
துளை, தொளை, *s.* a hole, bore, orifice, துவாரம், 2. the hollow of a bambu or other reed, a tube, குழல்; 3. a bambu, மூங்கில்.
துளைக்கை, elephant's trunk, தும்பிக்கை.
துளைபோட, – அடிக்க, – இட, to make a hole (commonly with a chisel and mallet), to punch.
துளை, II. *v. i.* play or dive in water, முழுகு.
துளை, தொளை, VI. *v. t.* make a hole, bore, punch, perforate, துவாரமிடு.
துளைப்பு, *v. n.* boring.
துள்ளு, *s.* a leap, jump, குதிப்பு.
துள்ளாட்டம், sprightliness, mettle, unruliness, arrogance.
துள்ளுக்காளை, an untamed bullock, an unruly person.
துள்ளுப்பூச்சி, a leaping insect which destroys grain etc.
துள்ளு, III. *v. i.* jump or leap up, hop, trip along, குதி; 2. be haughty, arrogant, இறுமா.
துள்ளி ஓட, to run tripping along.
துள்ளுகுட்டி, a frisking young animal, a stout lively boy.
துள்ளல், *v n.* dancing, jumping, frisking.
துற, VII. *v. t.* leave, relinquish, discard, reject, கைவிடு; 2. renounce matrimony.
துறவறம், celibacy (*opp. to* இல்லறம், conjugal life).
துறவி, an ascetic.
துறப்பு, துறவு, *v. n.* relinquishment, renunciation of matrimony.
துறந்தார், துறவோர், ascetics.
துறக்கம், *s.* Swerga or the Paradise of the inferior gods, சுவர்க்கம்.
*துறடு, துறட்டி, *s.* a hook, a crook, கொக்கி; 2. an entanglement, சிக்கு.
துறட்டிச்செடி, a shrub with crooked thorns.
துறட்டிலே மாட்டிக்கொள்ள, to entangle oneself.
துறட்டுக்கோல், an iron crook for plucking fruits.
துறட்டுச்சொல்ல, to speak deceitfully, to distort the affair.
துறட்டுப்பிடி, urgency, obstinacy in maintaining one's opinion.
துறப்பணம், திறப்பணம், *s.* a drill.
துறு, *s.* iron-stone, laterite.
துறு, IV. *v. t.* eat, take food, உண்ணு.
துறு, துற்றல், *v. n.* eating.
துறு, IV. *v. i.* be thick, crowded, full, நெருங்கு; 2. be closed, அடம்பு.
பள்ளத்தைத் துற்றுப்போட, to fill up a gap or ditch.
துற்றல், *v. n.* closing up, being full.
துறு, VI. *v. t.* stuff, press or crowd into a trunk, அமுக்கு; 2. cram food into the mouth, திணி.
துறுத்துக் கொடுக்க, to cram or stuff food into a child's mouth.
துறுத்தல், துறுப்பு, *v. n.* cramming, stuffing.

துறுமு, III. *v. i.* be thick or crowded, நெருங்கு; 2. become round, திரளு; 3. *v. t.* make round, திரட்டு.

துறுவு, III. *v t.* eat, take food, உண்ணு; 2. *v. i.* be crowded or close, நெருங்கு.

துறை, *s.* a harbour, a seaport; 2. a ford in a river, a ferry, the place to go down into the tank, a ghaut; 3. way, path, வழி; 4. a frequented place, a rendezvous; 5. a branch of science.

துறையிலிருக்கிற கப்பல், a ship in the roadstead.

துறைபிடிக்க, to touch at a port, to gain the haven.

துறைபேர, to leave a port.

துறைபோக, to acquire a thorough knowledge of a science.

துறைமுகம், a roadstead, the entrance to a port.

துறைவல்லோர், the learned.

*துற், *prop.* துர், which see.

துற்று, III. *v. t.* eat, தின்.

துற்றுமாற்று, *s.* roguery, trick, தந்திர மாற்று.

*துன், a change of துர் which see.

துன்பம், துன்பு, *s.* affliction, vexation, வருத்தம்; 2. suffering, pain, misfortune, உபத்திரவம் (*opp. to* இன்பம்).

துன்பப்பட, துன்புற, to be afflicted or troubled, to be persecuted.

துன்பப் படுத்த, to vex, persecute, afflict, cause suffering.

துன்று, III. *v. i.* get near, தின்னு; 2. be close, thick, நெருங்கு.

துன்னு, III. *v. i. & t.* approach, adhere to, கிட்டு; 2. be thick or crowded, நெருங்கு; 3. be stuffed or pressed in, சொருகப்படு; 4. sew, stitch, தை.

நிணந் துன்னிப்போக, to grow stuffed with fat, to grow quite fat.

துன்னூசி, a needle.

துன்னலர், துன்னார், foes.

தூ

தூ, *s.* purity, சுத்தம்; 2. whiteness, வெண்மை; 3. feather, இறகு; 4. flesh, மாமிசம்; 5. hostility, பகை.

தூ, *interj.* fie!

தூக்கணம், *s.* a pendant, தூக்கு.

தூக்கணங்குருவி, தூக்கணன், the Loxia bird that makes hanging nests.

தூக்கம், *s.* sleep, drowsiness, நித்திரை; 2. dullness, languor, சோம்பு; 3. hangings, drapery, தொங்கல்.

எனக்குத் தூக்கம் வந்தமட்டுகிறது, என்னைத் தூக்கம் அமட்டுகிறது, sleep overtakes me, I feel sleepy.

தூக்கக்கலக்கம், — மயக்கம், sleepiness, drowsiness.

தூக்கங் கெட்டுப்போக, — கலைய, to be disturbed in sleep.

இராத்திரி தூக்கங் கெட்டேன், இராத்திரி எனக்குத் தூக்கங்கெட்டது, I had a restless night.

தூக்கந் தெளிய, to awake from sleep.

தூக்கம் பிடிக்க, to be drowsy.

தூக்கம் விட, to rouse from sleep, to put up hangings.

தூக்கிரி, *s.* a watchman of a village or of the field, காவற்காரன்.

தூக்கிரிக்காவல், the district of a watchman.

தூக்கு, *s.* pendants, தொங்கல்; 2. a rope for suspending pots, உறி; 3. a satchel for carrying cadjan books, சுவடித்தூக்கு; 4. weighing, weight, நிறை; 5. a weight of 50 palams; 6. a plumbline, தூக்குநூல்; 7. the pendulous bird, தூக்கணங்குருவி; 8. a poem, செய்யுள்; 9. height, உயரம்; 10. gallows, தூக்குமரம்; 11. deliberation, ஆராய்ச்சி; 12. dancing, கூத்து.

தூக்கிலேபோட, to hang a person.

தூக்குண்ண, to be hanged.

தூக்குணி, a person hanged or impaled.

தூக்கு, III. *v. t.* lift up, raise, எடு; 2. hang, suspend, தொங்கவை; 3. hoist a flag, hoist sail, ஏற்று; 4. weigh, நிறு; 5. consider, ஆராய்.

தூக்கல், தூக்குதல், *v. n.* lifting up, hanging.

தூக்கிப்பார்க்க, to weigh a thing in the hand or balance.

தூக்கிப்போட, to hang up, to hang one.

தூக்கியெடுக்க, - விட, to save from danger, assist.

தூக்கியெடுத்துக் கொள்ள, to take up one with great regard or attachment.

தூக்கி வைக்க, to hang up.

தூக்குமரம், gallows.

தூக்குவிளக்கு, a hanging lamp.

தூங்கணம், *s.* a hanging, *தூக்கு*; 2. the Loxia bird, *தூக்கணங்குருவி*.

தூங்கு, III. *v. i.* sleep, be drowsy, *உறங்கு*; 2. hang, be suspended, *தொங்கு*.

தூங்கல், v. n. shaking, dancing, hanging, sleeping etc.

தூங்காவிளக்கு, a lamp burning day and night.

தூங்கிவிழ, to nod through drowsiness.

தூங்குமஞ்சம், a hanging cot, a swinging bed.

தூங்குமூஞ்சி, தூங்கலாண்டி, a sleepy fellow.

தூசி, *s.* dust, *புழுதி*; 2. a detachment, *படைவகுப்பு*.

தூசிதாங்கி, a curtain to keep off dust.

தூசிபடிந்திருக்க, - பிடித்திருக்க, to be covered with dust.

தூசிபட, to be dusty.

தூசியாக, to turn into dust, to mould away.

தூசு, dust, *தூசி*; 2. cleanness, *சுத்தம்*.

தூசர், washermen.

தூசாக்க, to cleanse, wash.

***தூசு**, *s*, cloth, *வஸ்திரம்*.

***தூஷணம்**, *தூஷணை, s.* contumely, abuse, calumny, *நிந்தை*.

தூஷணம் சொல்ல, - பண்ண, - பேச, - செய்ய, to abuse, to revile, to blaspheme.

தேவதூஷணம், blasphemy.

***தூஷணி**, *தூஷி*, VI. *v. t.* slander, calumniate, abuse, blaspheme, *நிந்தி*.

தூஷணிப்பு, தூஷிப்பு, v. n. abusing, reviling.

***தூட்டி**, *s.* a cloth, garment, *வஸ்திரம்*.

தூணி, *s.* a measure of four marcals.

தூணிப்பதக்கு, six marcals.

இருதூணி, eight marcals.

இருதூணிமுக்குறுணி, eleven marcals.

***தூணி**, *s.* quiver for arrows, *அம்புக்கூடு*.

தூணி, VI. *v. i.* grow full and stout, *பரு*.

***தூணீரம்**, *s.* quiver for arrows, *அம்புக்கூடு*.

***தூண்**, *s.* pillar, post, *தம்பம்*; 2. a staff, support, *பற்றுக்கோடு*.

தூண்டில், a fishing tackle; 2. a fish-hook, *தூண்டில் முள்*.

தூண்டில் போட, to angle, to entice, allure.

தூண்டிற்காரன், an angler.

தூண்டிற்கோல், a fishing-rod.

தூண்டு, III. *v. t.* trim a burning lamp; 2. stir up, excite, instigate, *எழுப்பு*; 3. spur a horse, goad an ox, *முடுக்கு*; 4. remind, suggest, *நினைப்பூட்டு*.

தூண்டாவிளக்கு, a lamp not needing to be snuffed.

தூண்டிக்காட்ட, to upbraid, to show one his faults, to reprove.

தூண்டிவிட, to trim a lamp; 2. to incite, intice; 3. to remind one.

தூண்டுகுச்சி, - கோல், a pricle for a torch or a lamp.

தூண்டுகோலிட, to stir up or incite.

தூண்டுதல், தூண்டல். v. n. exciting, rousing.

தூதளை, *s.* see *தூதுளை*.

***தூது**, *s.* a message, an errand, *செய்தி*; 2. embassy, mission, *தானுபத்தியம்*; 3. envoy, negociator.

தூதன் (fem. தூதி, தூதிகை, pl. தூதர்), a messenger, ambassador; 2. an angel.

தூதாள் (pl. தூதாட்கள்), a messenger.

தூதுசொல்ல, to deliver a message.

தூதுபோக, - நடக்க, to go on an errand.

தூது விட, - அனுப்ப, to send a message or a messenger.

எமதூதன், a messenger of Yaman.

தூதுளை, *தூதுவளை, தூதளை, s.* a thorny shrub bearing edible berries.

தூதுளங்காய், the berries of *தூதுளை*.

தூதுளங்காய் வற்றல், the dried berries of தூதுளை.

தூத்துக்குடி, *s.* Tuticorin, a town in the Tinnevelly District.

*தூபம், *s.* incense, the smoke of any fragrant gum.

தூபக்கலசம், a censer.

தூபங்காட்ட, – போட, – கொடுக்க, to burn incense, to perfume a thing over a censer.

தூபவர்க்கம், materials used for incense.

தூபாராதனை, the offering of incense.

*தூபி, ஸ்தூபி, தூபிகை, *s.* the top of an idol-shrine, the pinnacle of a temple, சிகரம்.

தூபியெழுப்ப, to build the pinnacle.

தூமகேது *s.* a comet, a meteor, வால்மீன்.

*தூமம், *s.* smoke, fume, புகை.

*தூமிரம், *s.* see தூம்பிரம்.

தூமை, *s.* cleanliness, purity, சுத்தம்; 2. whiteness, வெண்மை; 3. (*vulg.*), catamenia, ருதகம்.

தூம்பா, தூம்பை, *s.* a bier, பாடை.

*தூம்பிரம், *s.* purple, தூமிரம்.

தூம்பு, *s.* tubularity, உட்டுளை; 2. a drain, gutter, sewer, சலதாரை; 3. the head of a sluice.

தூய, *adj.* clean, pure, chaste, துய்ய.

தூயது, that which is pure.

தூயன், தூயவன், a pure man.

தூய்மை, *s.* cleanness, purity, holiness, பரிசுத்தம்.

*தூரம், *s.* distance, remoteness, தொலை; 2. difference, disparity, வித்தியாசம்.

அதுக்கும் இதுக்கும் வெகு தூரம், that is very remote from this; there is a great difference between that and this.

தூர உறவு, தூரத்துறவு, distant relation.

தூரஸ்திரி, வீட்டுக்குத் தூரமானவள், a menstruous woman.

தூரதிருஷ்டி, தூரதிஷ்டி, a distant sight, foresight.

தூரதிஷ்டிக் கண்ணாடி, a telescope.

தூரதிஷ்டிக்காரன், a prophet, a seer.

தூரநில்லு, keep at a distance, stand off.

தூரந்தொலை, a great distance.

தூரமாயிருக்க, to be far off.

தூராதூரம், various distances, a very great distance.

தூரி, *s.* a small shell, cowry, பலகறை; 2. a kind of swing, ஊஞ்சல்; 3. same as தூரிகை.

தூரிக்காசு, cowries used for money.

*தூரிகை, தூரிகைக்கோல், தூரிக்கோல், *s.* a painting reed or pencil.

தூரிப்பிளவு, the split in a painter's reed.

*தூரியன் *s.* (*fem.* தூரியள்), one far off; 2. the deity, கடவுள்.

தூர், *s.* root, வேர்; 2. rubbish in the bottom of a well, தூர்வை; 3. the outside and bottom of a vessel.

தூர், தூரு, II. *v. i.* become filled up or choked up, நிரம்பு.

கிணறு தூர்ந்துபோயிற்று, the well closed up with rubbish.

தூரல், தூர்வு, *v. n.* closing up.

தூர், VI. *v. t.* fill up, நிரப்பு; 2. sweep, கூட்டு.

தூர்த்தல், தூர்ப்பு, *v. n.* filling up.

*தூர்த்தம், *s.* debauchery, dishonesty, துன்மார்க்கம்.

தூர்த்தன், a debauchee, knave.

தூர்த்தி, a lascivious woman.

தூர்வை, *s.* (தூர்), rubbish, dry sticks or leaves, செத்தை.

தூர்வையெடுக்க, to clear out rubbish from a well.

*தூலம், *s.* see ஸ்தூலம்.

*தூலி, VI. *v. i.* see ஸ்தூலி.

தூவானம், *s.* rain driven in by the wind through the doors or windows, சாரல்.

தூவானம் இறைக்க, – வீச, – அடிக்க, to beat in as rain in scattered drops.

தூவி, *s.* the feathers or down of birds, இறகு.

தூவு, III. *v. t.* strew, sprinkle gently, தெளி; 2. scatter, spread out, இறை; 3. rain, தூறு.

தூவல், *v. n.* raining, rain-drops.

தூவற்பயிர், corn grown from the grain without transplanting.

தூவிக்கொடுக்க, to give sparingly.

தூவிவிட, to strew curry powder etc., to spread rumours.

தூவுகை, தூவுதல், *v. n.* strewing.
*தூளம், தூளி, *s.* see தூள், dust.
தூளி, VI. *v. i.* grow thick or stout, தூலி.
தூளித்த சரீரம், a bulky body.
தூளிமெத்தை, a thick bolster.
*தூள், தூளம், தூளி, *s.* dust, powder, புழுதி; 2. snuff; 3. pollen of flowers, பூந்தாது.
தூள் (தூளி) ஆக்க, – ஆக்கிப்போட, to reduce to powder, to pulverise.
தூளிப்படலம், a cloud of dust.
தூள்கிளம்புகிறது, – எழும்புகிறது, dust arises.
தூள்போட, to take snuff, to strew curry powder etc.
தூறு, *s.* a thicket, bushes, shrubbery, அடவி; 2. aspersion, calumny, அவதூறு.
தூறுக்க, to defame or asperse one's character.
தூறுய்ப்போக, to be rumoured abroad.
தூறுதலையன் (*fem.* தூறுதலைச்சி), a person with shaggy hair not combed.
தூறுபட்டவன், one whose reputation is aspersed.
தூறுபண்ண, to defame.
தூறு பேச, to slander, asperse.
தூறு, III. *v. i.* drizzle, துளி; 2. defame, asperse, slander, நிந்தி; 3. sprout forth, become bushy, கிளை.
தூறல், *v.n.* slandering; 2. same as தூற்றல்.
தூற்றல், *s.* drizzling rain, தூறல்.
தூற்று, III. *v. t.* scatter, disperse, சிதறு; 2. winnow; 3. cast dust in the air, புழுதி வீசு; 4. asperse, slander, கோட்சொல்; 5. abuse, தூஷி; 6. dishevel the hair.
தூற்றுக்காளாயிருக்க, to be a slanderer.
தூற்றுக் கூடை, a winnowing basket.
தூற்றுதல், *v. n.* winnowing; 2. slander, aspersion.
தூற்றுவாய், the windward side in winnowing.

தே

தேகிடி, *s.* a kind of gambling; 2. fraud, dishonesty, புரட்டு.
தேகிட்டு, *v. corrupt. of* தெவிட்டு.
தேகுள், IV. *v. i.* be full, abound, overflow, நிறை.
தெகுளம், *v. n.* fullness.
*தேக்கணம், *s.* same as தக்கணம்.
தேங்கு, *s.* the cocoa-nut tree, தென்னமரம்.
தெங்கங்காய், தேங்காய், cocoa-nut.
*தேசம், *s.* ten, தசம்.
*தேசை *s.* same as தசை.
*தேட்சகன், *s.* supporter, manager, Saviour, இரட்சகன்; 2. same as தட்சகன்.
*தேட்சணம், தெட்சிணம், *s.* same as தட்சணம்.
தெட்சணை, same as தட்சணை.
தேட்டு, III. *v. t.* deceive, swindle, தட்டு.
தெட்டிப் பறிக்க, to cheat one and snatch away.
தெட்டிலே அகப்பட, to be deceived.
தெட்டு, *v. n.* deception.
தேண், *adj. only in combin. for* தெள்.
*தேண்டம், *s.* see தண்டம், fine, homage.
*தேண்டன், *s.* see தண்டன், obeisance.
தெண்டனாய் விழ, to fall at one's feet.
தெண்டன்பண்ணிக் கேட்க, to supplicate.
*தேண்டி, VI. *v. t.* same as தண்டி, punish.
*தேண்டு, *s.* staff, club, தண்டு.
தேண்டு, VI. *v. t.* raise up, கிளப்பு; 2. *v. i.* affect the joints (as cramps).
தேண்மை (தெள்ளிமை), *s.* clearness, transparency, தெளிவு; 2. skill, சாமர்த்தியம். *Note:* the *adj.* is தெள், in certain *combin.* தெண்.
*தேத்தம், *s.* see தத்தம், gift.
தேத்து, *s. & v. prop.* தெற்று, which see.
தேத்துமாற்று, *s.* tricks, lies, துத்துமாற்று.
தெத்துமாற்றுக்காரன், a double dealer.
தேப்பம், *s.* (*Tel.*), raft, float, கட்டுமரம்.
தெப்பக்காரன், the man who pushes the raft.
தெப்பத்திருநாள், a Hindu festival

on which occasion the idol has an aquatic excursion.

தெப்பல், s. (*Tel.*), beating, flogging, அடி.

தெம்பாங்கு, *vulg.* தெம்மாங்கு, s. the tune of a popular ballad.

தெம்பு, s. (*Tel.*), vigour, strength, பெலன்; 2. courage, தைரியம்.

தெம்மாடி, s. a fool, அறிவீனன்.

தெய்தி, s. same as தேதி, date.

*தெய்வதம், s. Deity, தெய்வம்.

*தெய்வம், s. (*Sanscr. daiva*), Godhead, Deity, God, the Supreme Being, கடவுள்; 2. fate, destiny, விதி. The *adj.* form is தெய்வ (see also தேவ).

தெய்வகடாட்சம், divine favour.

தெய்வகற்பனை, divine order, oracle.

தெய்வகிரியை, divine work, providence of God.

தெய்வக்காவல், divine protection.

தெய்வசகாயம், divine assistance.

தெய்வசாட்சி, God as witness; 2. appeal to the Deity, oath.

தெய்வச்சாயல், divine likeness.

தெய்வச்செயல், divine providence.

தெய்வதூஷணம், blasphemy.

தெய்வத்துரோகம், sin immediately against God (as blasphemy, sacrilege etc.).

தெய்வபத்தி, தேவபத்தி, piety.

தெய்வயத்தினம், தெய்வேத்தினம், divine providence, destiny.

தெய்வாதீனம், divine right, divine providence.

தெய்வீகம், s. what is divine, திவ்வியம்; 2. divinity; 3. providence, தெய்வச்செயல்; 4. chance, தற்செயல்.

தெய்வீகமாய்த் தப்பிப் பிழைத்தேன், I escaped providentially.

தெய்வீக புருஷன், a holy man, divine person.

தெய்வீகமாய்ப் போக, தெய்வீகமடைய, to obtain eternal bliss, to die a happy death.

இராசிக தெய்வீகம், earthly or divine power.

இராசிக தெய்வீகம் ஆருடையது, who is to sustain the loss in case of any unforeseen accident (by royal or divine power)?

தெரி, II, *v. i.* be seen or perceived. தோன்று; 2. be known, be clear and plain, விளங்கு. *Note*: used only in the *neuter* with the *dative* of person; the thing known stands in the *nominative case* and the person known in the *accusative case* (as இந்த வழி உனக்குத் தெரியுமா, do you know this way? என்னை உனக்குத் தெரியுமா, do you know me?)

ஒரு கப்பல் தெரிகிறது, a ship appears.

எனக்குத் தெரியாது, it is not known to me, I know it not.

இந்த வேலையைச் செய்யத் தெரியுமோ, do you know how to do this work?

தெரிநிலை வினை, declarative verb containing a characteristic of tense (*opp. to* குறிப்பு வினை).

தெரிந்தவன், a man who knows.

தெரியச் சொல்ல, to say clearly.

தெரியப்படுத்த, to explain, to make known.

தெரியாத்தனம், simplicity, ignorance.

தெரியாமை, ignorance.

கண்தெரியாதவன், a blind man.

தெரி, II. *v. t.* choose, select, pick out, தெரிந்தெடு; 2. investigate, ஆராய்; 3. search, தேடு.

தெரிந்துகொள்ள, to perceive well, to understand, to choose a thing.

தெரிந்து சேர்க்க, to choose one for a companion.

தெரி, VI. *v. t.* make evident, declare, தெரிவி; 2. write, எழுது.

*தெரிசனம், s. see தரிசனம், vision.

*தெரிசி, VI. *v. t.* see தரிசி.

தெரிப்பு, *v. n.* a note of hand, சீட்டு தெரிப்பு; 2. *v. n.* of தெரி VI.

தெரியலர், s. the ignorant, அறிவில்லா 2. enemies, பகைஞர்.

தெரியல், s. a flower garland, பூமாலை.

தெரிவி, VI. *v. t.* explain, make know show, teach, அறிவி; 2. reveal, வெ ப்படுத்து.

தெரிவை, s. a woman of discreet ag பெண்.

தெரு, தெருவு, s. a highway, road, வ 2. a street, வீதி.

இதைத் தெருவிலே வையாதே, don't make this public.

தெருவிலே போக, to pass through the street; 2. (*fig.*), to be wasted.

தெருவிலே போட, to throw into the street; 2. (*fig.*), to waste.

தெருவிலே விட, to forsake one.

தெருவீதி, a street, a highway.

தேருட்டு, III. *v. t.* (தெருள்), convince, inform, தெளிவி; 2. confirm, assure, வற்புறுத்து.

தெருட்டு, *v. n.* puberty of a girl; 2. convincing, informing.

தேருமரு, II. *v. t.* (*past.* தெருமந்தேன்), whirl, be giddy, சுழல்; 2. fail in mind, be perplexed, கலங்கு.

தேருள், *s.* intelligence, clear knowledge, தெளிவு (*opp. to* மருள்).

தேருள், தெருளு, I. *v. i.* be enlightened, perceive, தெளி; 2. arrive at puberty, இருதுவாகு.

தெருண்டபெண், a girl grown marriageable.

தேலுங்கு, தெலிங்கம், *s.* Telugu language or country.

தெலுங்கன் (*fem.* தெலுங்கச்சி), a Telugu person, Gentoo.

தேல், தெல்லு, *s.* a kind of play, the thing used in the play.

தேவிட்டு, தெகிட்டு, III. *v. i.* loathe from excess, nauseate, be sick at stomach, உவட்டு; 2. be full, satiate, நிறை.

தெவிட்டல், தெவிட்டு, *v. n.* nausea, loathing food from satiety.

தேவிள், தெவிளு, I. *v. i.* grow full, நிறை.

தேவுட்டு, III. *v. i.* become full, நிறை; 2. abide, தங்கு; 3. *v. t.* gargle the mouth, கொப்பளி; 4. choke up, அடை.

தேவுள், தெவுளு, I. *v. i.* overflow, increase, பெருகு.

தேவ், *s.* enmity, hostility, பகை; 2. enemy, பகைவன்.

தெவ்வர், foes, enemies.

தேழி, VI. *v. t. & i.* shout, vociferate (as in driving cattle etc.), அதட்டு; 2. sound, din, roar, ஒலி; 3. tread out corn, துவை.

தேளி, II. *v. i.* clear up (as sky etc.), become limpid (as water), தெளிவாகு; 2. become evident, வெளிப்படு; 3. pass away (as sleep), ஒழி; 4. perceive, understand, அறி.

பயம் (மயக்கம், வெறி, கோபம், மூர்ச்சை, வியாதி, நித்திரை, பஞ்சம், கலாபனை) தெளிந்தது, fear (giddiness, drunkenness, passion, swooning sickness, sleep, famine, trouble) passed away.

தெளிஞன், தெளிந்தவன், a learned or wise man.

தெளிந்த தண்ணீர், தெளிநீர், pure clear water.

தெளிந்த புத்தி, clear mind.

தெளிமணி, a gem of good water.

தெளியப்பண்ண, தெளிவிக்க, to explain, to illustrate, to clarify.

தேளி, VI. *v. t.* clean, clear, polish, துப்புரவாக்கு; 2. sprinkle, besprinkle, தூவு; 3. strew, spread by scattering, sow, விதை.

பனிநீர் தெளிக்க, to sprinkle rose water on festive occasions.

தேளிவி, VI. *v. t.* (தெளி), make clear, serene, தெளிவாக்கு; 2. explain, விவரி; 3. dispel (as fear etc.), நீக்கு.

தேளிவு, *v. n.* clearness, brightness, perspicuity.

தெளிவு கொடுக்க, to make clear, to elucidate, to allow a lucid interval before death.

தெளிவாக்க, to clarify, to clear up, to explain.

தெளிவிலேயிறக்க, to decant liquor by pouring the clear part of it into another vessel.

தேள், தெள்ளு, தெள்ளுப்பூச்சி, *s.* flea.

தேள், *adj.* (தெண்மை), clear, தெளிவான.

தெண்டிரை, the clear sea.

தெண்ணீர், clear water.

தேள்கு, III. *v. i.* become clear, தெளி; 2. flirt up, be heaved up, கொழி.

தேள்ளிமை, *s.* clearness; 2. intelligence.

தேள்ளிய, *adj.* clear, தெள்.

தெள்ளியவான், a person of a penetrative wit.

தெள்ளியோர், the learned, the wise.

தேள்ளு, III. *v. t.* winnow, sift softly, புடை; 2. *v. i.* become clear or refined, தெளி.

தெள்ளுதமிழ், elegant Tamil.
தெள்ளல், *v. n.* sifting.
மாத்தெள்ள, to sift flour.

தெறி, *s.* button, clasp.
தெறிபூட்ட, to button.

தெறி, VI. *v. t.* snap off, dash, shoot with the fingers, உந்து; 2. *v. i.* splash up, சிதறு; 3. break, burst, முறி; 4. fly in pieces, shatter, shiver, தகரு.
பொறிதெறிக்கிறது, sparks fly out.
பரு தெறிக்கிறது, the boil throbs.
ஏழைகளுக்கொன்றும் தெறிக்காதே போக, to give nothing at all to the poor.
கழற்சிக்காய் தெறிக்க, to play with கழற்சி nuts.
சுடுதண்ணீர் கையிலே தெறித்தது, the boiling water splashed on my hand.
தெறிக்கப் பேச, to speak so as to offend or to break up friendship.
தெறித்தவன், a man of cruel conduct.
தெறித்துப்போக, தெறியுண்ண, to spring off (as a lock), to burst in pieces.
தெறிபட்டவள், a fallen woman.
தெறிபட்டுப் போக, to be forsaken; 2. to stray and wander (as cattle).
தெறிப்பு, *v. n.* rebound, recoil; 2. snapping off, shooting with the fingers.
தெறிவில்லு, a bow to shoot bullets with.

தெறு, *irreg.* (தெறுகிறேன், – த்தேன், – வேன்), *v. i.* tarry, தங்கு; 2. *v. t.* destroy, அழி.
தெறுநர், enemies, பகைவர்.

தெறு, VI. *v. t.* bruise, crush, நெரி.

தெறுக்கால், *s.* scorpion, தேள்.

தெற்கு, *s.* south, southward, தக்கணம்.
தெற்கத்தி, தெற்கித்தி, தெற்குத்தி, *adj.* southern.
தெற்கித்திக் காற்று, south wind.
தெற்கித்திப் பேச்சு, the dialect of people in the southern country.
தெற்கித்தியான், a person of the southern districts.
தெற்கு வட்டம், – மண்டலம், the southern region.
தெற்கு வெறித்தது, there is famine in the south.
தெற்கே, தெற்காக, தெற்காலே, தெற்கு முகமாய், southward, towards the south.

*தெற்பை, *s.* same as தர்ப்பை, sacrificial grass.

தெற்று (தெத்து), *s.* a hedge of bambu or thorns, lines of entrenchment; 2. certainty.
தெற்றுக்காவல், the watch at the hedge or lines.
தெற்றுப்போட, to make such a hedge or lines.
தெற்றென, clearly, forthwith.

தெற்று, III. *v. i.* (*com.* தெத்து), stammer in speaking, கொன்னு; 2. be entangled, supplanted, இடறு; 3. *v. t.* intertwine, plait, weave, பின்னு; 4. put in motion, அலை.
காலாலே தெற்ற, to push away with the foot.
தெற்றிப்பேச, நாக்காலே தெற்ற, to stammer.
தெற்றிவிழ, to stumble and fall.
தெற்றுப்பல், a snag tooth, a lapping tooth.
தெற்றுப் பல்லன் (*fem.* தெற்றுப் பல்லி), a person with teeth lapping over each other.
தெற்றுவாயன் (*fem.* தெற்றுவாய்ச்சி), a stammerer.

தெற்றுமாற்று, *s.* tricks, roguery, deception, தந்திரம்.

தென், *adj.* south, southern, தெற்கே யுள்ள.
தென்கடல், the southern sea.
தென்கலை, the southern literature, Tamil; 2. the religious mark of the southern branch of the Vaishnavas extending towards the nose (*opp. to* வடகலை).
தென்கிழக்கு, south-east.
தென்குமரி, Cape Comorin, the name of a river near the Cape.
தென்பக்கம், – புறம், – பாரிசம், the south side.
தென்முனை, the south pole.
தென்மேற்கு, south-west.
தென்றல், தென்கால், the south wind.
தென்றிசை, the southern region.
தென்றிசைக்கோன், Yama, the king of the southern region.

தென்னன், தென்னவன், the title of the Pandyan king.

தேன், தென்னை, தென்னமரம், தெங்கு, *s.* the cocoanut tree.

தென்னங் கயிறு, coir-rope.

தென்னங் கீற்று, தென்னோலைக் கீற்று, a leaf of a cocoanut tree split in two and braided.

தென்னங்குருத்து, tender cocoanut leaves.

தென்னங்குரும்பை, a very young cocoanut newly come forth.

தென்னஞ் சாலை, an alley of cocoanut trees.

தென்னந்தோப்பு, a grove of cocoanut trees.

தென்ன மட்டை, the cocoanut leaf; 2. the stalk of a cocoanut leaf.

தென்னம் பன்னுடை, the web on the foot of the cocoanut leaf.

தென்னம்பாளை, the blossom of the cocoanut tree; 2. the integument or spathe of the blossom.

தென்னம் பிள்ளை, a young cocoanut tree.

தென்னீர்க்கு, the rib of the cocoanut leaf.

தென்னோலை, தென்னையோலை, cocoanut ola.

தேன், *prefix expressing* that which is opposite, எதிர்.

தேன்படு, IV. *v. i.* (தென் + படு) meet, appear to one.

அது என் கண்ணிலே தென்பட்டது, it came in my sight.

அதிலே நன்றாய்த் தென்பட்டவன், he is well versed in it.

தேன்பு, *s.* see தெம்பு.

தேன்னல் ராமன், *s.* a gallant, one who lives upon others' earnings.

தே

***தேகம்**, *s.* body, உடம்பு.

தேகக்கூறு, the temperament of the body.

தேகவியோகம், death.

தேக்கம், *s.* fullness, repletion, நிறைவு; 2. water stopped in its course, stagnant water; 3. (தியக்கம்), perturbation.

தேக்கு, *s.* the teak tree; 2. fullness, repletion, தேக்கம்.

தேக்கெறிய, to be surfeited, to be satiated by eating.

தேக்கு, III. *v. i.* be full, copious, replete, நிறை; 2. be satiated or glutted, தெவிட்டு; 3. *v. t.* fill, நிரப்பு,

தேங்காய், *s.* (தெங்கு + காய்), a cocoanut, தெங்கங்காய்.

தேங்காயெண்ணெய், cocoanut oil.

தேங்காய்க் கண், the three holes or eyes in a cocoanut.

தேங்காய்க் கறி, a dish prepared with cocoanut milk.

தேங்காய்க் குடுக்கை, the round empty shell of a cocoanut.

தேங்காய்க் குடுமி, the tuft of fibres on the foremost part of the cocoanut.

தேங்காய்க் கொப்பரை, the dry kernel of the cocoanut for oil.

தேங்காய்த் தண்ணீர், the water of the ripe cocoanut (*opp. to* இளநீர், the water fo the young fruit).

தேங்காய்த் தலையன், one with a very small head.

தேங்காய்த் திருக, to scoop the kernel out.

தேங்காய்த் திருகி or துருவி, a cocoanut scraper.

தேங்காய் நார், the fibre around the cocoanut shell.

தேங்காய் நெற்று, a well ripened cocoanut.

தேங்காய்ப் பால், cocoanut milk.

தேங்காய்ப்பிண்ணாக்கு, cakes of cocoanut kernel after the oil has been pressed out.

தேங்காய் மட்டை, cocoanut husk and fibre.

தேங்காய் மூடி, half a cocoanut.

தேங்காய் வகிர், – க்கீற்று, – ப்பத்தை, a small piece of cocoanut kernel.

தேங்கு, III. *v. i.* fill, stand full, stagnate, நிறை; 2. exhibit signs of fear, தியங்கு.

தேங்கல், *v. n.* stagnation.
தேங்கிப் போக, to stagnate.

*தேசசு, *s.* see தேயசு, splendour, light.

*தேசம், *s.* place, location, இடம்; 2. country, land, region, நாடு.
தேசகாலம், time and place; 2. the passing of time.
தேசகாலத்துக் குதவ, to serve for the present time.
தேசகாலந் தப்பிப்போயிற்று, the opportunity is lost.
தேசகாலமாகிப் போயிற்று, the time is far advanced.
எத்தேசகாலமும், always
தேசசுவாத்தியம், climate.
தேசமுகி, the head of the Revenue Department.
தேசாசாரம், தேசவாடிக்கை, – வழக்கம், – வளமை, – பழமை, customs and usages of the country.
தேசாதேசம், various countries.
தேசாந்தரம், foreign country; 2. terrestrial longitude.
தேசாந்தரப்பாகை, degree of longitude.
தேசாந்தரரேகை, meridian line.
தேசாந்தரம் போக, to travel or wander from one's country.
தேசாந்தரி, a traveller to foreign countries, a foreigner, a wanderer.
தேசாந்தரியாய்த் திரிய, to wander about as a vagrant.

தேசி, *s.* (*Tel.*), a large horse, குதிரை; 2. lime tree, எலுமிச்சை; 3. a tune.
தேசிக்காய், a lime, lemon.

*தேசிகம், தேசியம், *s.* provincialism; 2. a kind of dance; 3. light, brightness, ஒளி; 4. gold, பொன்; 5. beauty, அழகு.

*தேசிகன், *s.* (*pl.* தேசிகர்), a spiritual teacher, குரு; 2. a schoolmaster, உபாத்தி; 3. traveller, wanderer. தேசாந்தரி.

*தேசு, *s.* lustre, brightness, ஒளி; 2. gold, பொன்; 3. beauty, அழகு.
தேசோமயம், தேசோன்மயம், splendour.

தேடு, III. *v. t.* seek, நாடு; 2. earn, acquire, சம்பாதி; 3. inquire about, உசாவு.
தேடக்கிடையாத் திரவியம், a rare and precious gift.
தேடாத் தேட்டம், acquisition by unparalleled labour.
தேடிக்கொடுக்க, to get for another.
தடித்திரிய, to go in search of.
தேடித் தின்கிறவள், – புண்ணி, a woman that lives by prostitution.
தேடிப்பார்க்க, to search for.
தேடிப்பிடிக்க, to seek and find.
தேடிவைக்க, to gather and reserve for future use, to lay up.

தேட்டம், தேட்டு, தேட்டை, *v. n.* seeking, search, ஆராய்வு; 2. longing, வாஞ்சை; 3. acquisition, சம்பாத்தியம்.
தேட்டாண்மை, தேட்டாமை, great industry, thriftiness.
தேட்டாளன், தேட்டாமையுள்ளவன், an industrious, thriving person.

தேட்டை, *s.* (*Tel.*), clearness, transparency, தெளிவு; 2. filtered water, தெளிந்த நீர்.

தேதி, தெய்தி, *s.* day of the month.

தேமல், *s.* spreading spots on the skin; 2. a ringworm, படர்தாமரை.
தேமல் படர, to spread (as spots on the skin).

தேமா, *s.* the sweet mango tree; 2. a metrical foot of two long syllables.

தேம், *s.* sweetness, இனிமை; 2. fragrance, மணம்.
தேம்பாவணி, a celebrated epic poem by Beschi.

தேம்பு, III. *v. i.* sob, cry, விம்மு; 2. fade, wither, வாடு; 3. be wearied, சோம்பு; 4. grow thin, மெலி.
தேம்பித் தேம்பி அழ, to sob and weep.

*தேயசு, தேசசு, *s.* lustre, splendour, ஒளி; 2. beauty, அழகு.

*தேயம், *s.* (தேசம்), place, country, land; 2. (தேகம்), body; 3. *a particle affixed to* நாமம் (as நாமதேயம், name).

தேயிலை, *s.* (*for.* தே + இலை), tea.

*தேயு (தேசு), *s.* fire, அக்கினி.

தேய், II. *v. i.* wear away, be rubbed away, உரை; 2. decrease, waste away, wane, குறை; 3. lapse, கழி.
தேய்கடை, *adj.* worn out, stunted in growth.

தேய்கடைப் பணம், a fanam worn by use.
தேய்கடைப் பிள்ளை, a stunted child.
தேய்ந்த பல்லன் (*fem.* தேய்ந்தபல்லி), a person whose teeth are worn out.
தேய்பிறை, the waning moon (*opp. to* வளர்பிறை).
தேய்வு, *v. n.* wearing away, diminution; 2. emaciation; 3. erasure.

தேய், VI. *v. t.* rub, உரை; 2. rub off, cleanse by rubbing, erase, துடை; 3. waste by rubbing, destroy, அழி; 4. rub between the hands or fingers, நிமிண்டு.

தேய்த்துக் குளிக்க, to rub one-self in bathing.
தேய்த்துக் கொள்ள, to rub oneself with oil etc.
தேய்ப்பு, *v. n.* rubbing away, polishing by rubbing.
தேய்ப்புணி, -ப்பூணி, a very sparing, saving person.
தேய்ப்பு மேய்ப்பு, rubbing and feeding applied to domestic animals.

தேய்மானம், *s.* waste produced by rubbing, தேய்வு; 2. frugality, சிக்கனம்.

தேய்வாங்கு, *com.* தேவாங்கு, *s.* the sloth.

தேவாங்குப் பிள்ளை, an ill-shaped child.

தேரகன், *s.* a charioteer, தேர்ப்பாகன்.

தேரலர், தேரார், *s.* see under தேர், *v.*

தேரிஜ, *s.* (*Hind.*), an account showing particulars and the result.

தேரை, *s.* a kind of lean frog, toad, தவளை.

ஆயிரம் பாம்புக்குள்ளே ஒரு தேரைபோல், as a frog among a thousand serpents.
தேரைக் காலும் தேரைக் கையும், a slender leg and arm.
தேரைக் குண்டி, flat buttocks.
தேரை விழுந்த பிள்ளை, an emaciated child.

தேர், *s.* a car, a chariot, இரதம்.

தேரடி, the place where the car is kept.
தேரிடக்கியம், a flag in a car.
தேருருளை, தேர்க்கால், தேர்ச் சக்கரம், தேர்ச்சில், wheel of a cart.
தேரோடும் வீதி, the broad street round a temple along which the car is drawn.
தேரோட்டம், தேரோட்டு, the running or drawing of a car.
தேர்க்காரன், -ப்பாகன், a charioteer, சாரதி.
தேர்க் கூம்பு, - மொட்டு, the pinnacle of a car.
தேர் முட்டி, a platform with stair case near which the car is placed.

தேர், தேரு, II. *v. t.* examine, investigate, ஆராய்; 2. discriminate, know, அறி; 3. consider, deliberate, யோசி; 4. *v. i.* be well versed or proficient in, பயில்.

தேரலர், தேரார், the ignorant; 2. enemies.
தேர்ச்சி, *v. n.* investigation; 2. learning, discernment; 3. progress, proficiency.

***தேவ**, *adj.* (*Sanscr. deva*), see under தேவன்.

***தேவதை** (*in comb.* தேவதா), *s.* a deity, தேவன்; 2. a goddess, தேவி.

தேவதாபக்தி, piety.
இஷ்டதேவதை, tutelary deity.
துஷ்டதேவதை, an evil spirit.

***தேவமணி**, *s.* Siva; 2. a fortunate curl of hair on a horse's breast.

***தேவன்**, *s.* a god, a deity, one of the celestials; 2. (*Chr. us.*), God, கடவுள்; 3. a title given to certain tribes.

தேவ; *adj.* celestial, divine. *Note:* as most Protestant Christians use தேவன் as the name of the one true God, they often use the *adj.* தேவ where Hindus would use தெய்வ, see தெய்வம்.

தேவகடாட்சம், favour of God.
தேவகுமாரன், - சுதன், (*Chr. us.*), the Son of God, Jesus Christ.
தேவகுரு, Jupiter, வியாழன்.
தேவசமுகம், -சன்னிதி, -சன்னிதானம், divine presence, a temple.
தேவசாயல் (*Chr. us.*), divine likeness or image.
தேவடியாள், தேவதாசி, a dancing girl of the temple, a prostitute.

தேவதத்துவம், divine power, god-head.
தேவதுந்துமி, the drums of the gods.
தேவதூஷணம், blasphemy.
தேவதூதன், a divine messenger; 2. (*Chr. us.*), an angel.
தேவதொண்டு, service to a deity.
தேவதொண்டன், –தாசன், a devotee.
தேவதாபனம், – ஸ்தாபனம், inspiring an image with the god represented.
தேவத்துவம், god-head, divinity.
தேவபாஷை, the Sanscrit language.
தேவப்பெண், a goddess.
தேவமாதா, the mother of gods (of God).
தேவராசன், தேவர்கோன், தேவேந்திரன், Indra.
தேவவசனம், –வாக்கு, the word of God.
தேவாமுர்தம், nectar.
தேவாலயம், a temple, church.
தேவர், தேவர்கள், தேவாதிகள், *pl.* the gods.
தேவரீர், *2nd pers. sing.* Your Lordship (used in speaking to God or to a very great personage).
தேவரீரவர்கள், Your Majesty, Your Excellency, Your Honour.
தேவருணவு, nectar, அமுதம்.
தேவலோகம், Swerga, the world of the gods.
தேவாதிதேவன், God of gods.
தேவி, a goddess; 2. a queen or lady of rank; 3. a wife.

தேவாங்கு, தேய்வாங்கு, *s.* the sloth.

தேவை, *s.* necessity, need, want, வேண்டுவது; 2. (*loc.*), domestic occurrence, நன்மை தீமை.

அது எனக்குத் தேவை, I need it, I want it.
தேவையில்லை, it is not necessary or needed.
தேவைக்காரன், one in whose house marriage etc. takes place, one who has a need.

தேளி, *s.* a kind of fish; 2. a red kind of cocoa-nut.

தேள், *s.* a scorpion, தெறுக்கால்.

தேள்கொடுக்கு, the sting of a scorpion.
தேள் கொடுக்குப் பூண்டு, a plant.
தேள் கொட்ட, to sting as a scorpion.
தேள் கொட்டிக் கடுக்கிறது, being stung by a scorpion it smarts exceedingly.
தேள்கொட்டி ஏறுகிறது, the smarting pain of the scorpion's sting goes higher up in the body.

தேறல், *s.* toddy, கள்; 2. honey, தேன்; 3. see தேறு, *v.*

தேறு (*vulg.* தேறை), *s.* a piece (as of ginger etc.), துண்டு; 2. the clarifying nut tree, தேற்று.

தேற்றுங்கொட்டை, the nut of the above tree.

தேறு, III. *v.i.* recover, strength, thrive, improve, செழி; 2. be comforted or consoled, ஆறு; 3. make proficiency, come to perfection; 4. pass or be successful in an examination.

ஒரு முழந்தேறும், there will be one cubit clear.
தேற (தீர) விசாரிக்க, to investigate thoroughly.
தேறின எழுத்து, a finished handwriting.
தேறினகட்டை (*cant*), an experienced person.
தேறின பயிர், thriving vegetation.
தேறின புத்தி, mature mind, good parts or talents.
தேறுதலை, courage, comfort.
மனந்தேற, to be comforted, to be sure.
தேறல், தேறுதல், *v. n.* certainty; 2. relief from sickness; 3. comfort.
தேறுதல் சொல்ல, to comfort, to console.
தேற்றம், *v. n.* certainty; 2. clearness; 3. comfort.
தேற்றமானவன், a courageous person; 2. one gaining strength after weakness.

தேற்றரவு, *s.* consolation, comfort, ஆறுதல்.

தேற்றரவு சொல்ல, to comfort, to cheer.
தேற்றரவாளன், comforter; 2. (*Chr. us.*), the Holy Spirit.

தேற்று, *prop.* தேறு, *s.* the water-clearing-nut tree.
  தேற்றுங் கொட்டை, the seed of the தேற்று tree.
  தேற்றுங்கொட்டை யுரைக்க, – தேய்க்க, to grate the தேற்று nut to clarify turbid water.
தேற்றார், *s.* the ignorant, அறிவீனர்; 2. foes, பகைவர்.
தேற்று, III. *v. t.* console, comfort, ஆற்று; 2. strengthen, invigorate, nourish, பெலப்படுத்து; 3. clarify, refine, சுத்திகரி; 4. clear up, decide, தீர்.
  தண்ணீரைத் தேற்ற, to clarify turbid water.
*தேனர், *s. pl.* thieves, திருடர்; 2. beetles.
தேன், *s.* honey.
  தேனிலே குழப்பி (அனுபானம பண்ணி)க் கொடுக்க, to give mixed with honey.
  தேனீ, தேன் பூச்சி, – வண்டு, – குளவி, a bee.
  தேன் எடுக்க, to gather honey.
  தேன்கதலி, a sweet kind of plantain.
  தேன் குழல், தேங்குழல், a kind of pastry, fritters.
  தேன் கூடு, – கூண்டு, – இறால், – இறாட்டு, – அடை, honey comb.
  தேன் கூண்டொழுகல், the droppings of a honey-comb.
  சிறுதேன், கொசுத் –, honey of a very small bee.
  பூத்தேன், the nectar or honey of flowers.
  பெருந்தேன், good honey produced by large bees.

தை

தை, *s.* January, தை மாதம்; 2. a sound in beating time, தாளக் குறிப்பு.
தை, II. *v. t.* adorn, beautify, அலங்கரி.
  தைதல், *v. n.* embellishment.
தை, VI. *v. t.* sew, stitch, தின்னு; 2. nail, fasten with nails, pin, சடாவு; 3. *v. i.* run in as a thorn, pierce as an arrow, குத்து; 4. strike, affect, pierce the mind, உறுத்து.
  என் காலிலே முள் தைத்தது, I have run a thorn into my foot.
  அம்பு தைத்தவன், a person wounded with an arrow.
  அந்தச் சொல் அவன் மனதிலே தைத்தது, that word made a deep impression on his mind.
  கண்ணுக்குத் தைத்தது, it was charming or attractive to the sight.
  கண்ணிலே தைத்தது, it was a painful sight to him.
  தைப்பு, தைத்தல், *v. n.* sewing, fastening, nailing; 2. piercing.
  தையல், *v. n.* sewing, stitch, suture.
  தையல் தைக்க, to sew.
  தையல் பிரிக்க, to rip or unravel needle-work.
  தையல் விட்டுப் போயிற்று, – பிரிந்து போயிற்று, the seam of the garment is ripped.
  தையல் வேலை, needle-work.
  தையற்காரன் (*fem.* தையற்காரி), a tailor, a knitter.
  ஒட்டுத் தையல், patching, mending.
  கட்டுத் தையல், wrapping round a knob.
  கெட்டித் தையல், a double seam.
  பீற்றல் தைக்க, to mend a rent in a garment, கந்தை பொத்த.
  பெரும்படித் தையல், coarse sewing.
  மடித்துத் தைக்க, to hem.
தையல், *s.* beauty, அழகு; 2. woman, பெண்; 3. *v. n.* of தை VI.
*தைரியம், தயிரியம், *s.* courage, boldness, துணிவு.
  தைரியசாலி, தைரியவான், a bold, brave, daring person.
  தைரியங் கொள்ள, to take courage, to cheer up.
  தைரியஞ் சொல்ல, to encourage by advice.
  மனத்தைரியம், courage, fortitude.
*தைலம், தயிலம், *s.* oil, எண்ணெய்; 2. medicinal or essential oil, balsam, unguent, ointment, மருந்தெண்ணெய்; 3. sap, சாரம்; 4. strength, சத்து.
  இந்த மரந் தைலஞ்செத்தது, this tree has lost its juice or strength.
  தைலக்காப்பு, தைலாபிஷேகம், anointing an idol with fragrant oil.

தைலம் இட, – பூச, to rub oil on the body.

தைலம் இறக்க, – எடுக்க, – வடிக்க, to distil oil, to make oil, ointments or balm; 2. to deprive one of his ability.

பரிமள தைலம், sweet ointment, perfume.

*தைவம், s. see தெய்வம்.

தைலி, s. (*Hind.*), a purse, பணப்பை.

*தைனியம், s. see தயினியம்.

தோ

தோகாநிலைத் தொடர், s. (தொகு), construction or combination of words without ellipsis.

தொகு, IV. v. i. assemble, collect, கூடு; 2. be summed up, தொகையாகு; 3. become united in one, சேரு; 4. be omitted, சுருங்கு.

தொக்க மனிதர், assembled men.

தொகு, VI. v. t. collect together, join, கூட்டு; 2. classify, assort, நிரை; 3. sum up, தொகை செய்; 4. omit a letter or particle, கழி.

தொகுதி, s. a series or class of persons or things, a society, a flock, கூட்டம்; 2. collection, quantity, chapter or section, திரட்டு.

மரப்பெயர்த் தொகுதி, a chapter in a vocabulary wherein all the trees are specified.

தொகை, s. (தொகு), a collection, கூட்டம்; 2. a sum, an amount, மொத்தம்; 3. a summary, an epitome, சுருக்கம்; 4. omission of a particle in the combination of words, ellipsis, தொகைநிலை.

தொகை பார்க்க, – கூட்ட, – ஏற்ற, to sum up, to cast up the account, to add up.

தொகை பிசகிப்போயிற்று, the calculation is erroneous.

தொகைப் பிசகு, – மோசம், an error in reckoning.

தொகை தைக்க, to make out the grand total of an account.

தொகை நிலை, elliptical construction, an elision of the sign of inflexion.

தொகை வகை, head and divisions of a subject.

தொக்க, *adj. part.* see தொகு.

தொக்கடம் (தொக்கிடம்), s. pressing, massage, பிடித்தல்; 2. treading down, மிதித்தல்.

தொக்கடம் போட, to squeeze the limbs in order to remove pain.

தொக்கடவு, s. a cross-way, குறுக்குவழி.

தொக்கடி, தொக்கட்டி, s. an ola basket for fruit, கூடை; 2. a small hut for watchers in a field, குடிசை.

தொக்கடை, s. poverty, want, வறுமை.

தொக்கடைப் பட, to be in want, to suffer want.

தொக்கம், s. (தொங்கு), anything eaten adhering to the bowels; 2. (*for.*), a law-suit, வழக்கு.

குழந்தை வயிற்றில் தொக்கம் நிற்கிறது, something sticks in the child's bowels.

தொக்கக்காரன், a litigious person.

தொக்கார், s. (*pl.*), people assembled, assembly, சபை; 2. friends, adherents, தோழர்.

தொக்கிடம், s. see தொக்கடம்.

தொக்கு, s. a small matter, அற்பம்.

அவள் உனக்குத் தொக்கு, you treat her with contempt.

தொக்குத் தொடிசு வையாமல் எடுத்துப் போடு, take it all away.

தொக்காய்ப் போக, to be slighted.

தொக்கு நிற்றல், v. n. ellipsis, elision, omission.

தொக்குத் தொக்கெனல், v. n. the creaking of shoes.

தொக்குத் தொக்கென்று நடக்க, to walk making a noise as with slippers.

தொங்கணி, s. (தொங்கு + அணி), a pendent ornament.

தொங்கன் (*fem.* தொங்கி), s. (*Tel.*), a thief, rogue, கள்ளன்.

*தொங்கிசம், துவங்கிசம், *prop.* துவம்சம், s. loss, damage, injury, கேடு.

தொங்கிசப் பட, to be straitened.

தொங்கு, III. *v. i.* hang, be suspended, be pendent, தூங்கு; 2. stick, adhere, ஒட்டு.

தொங்கல், *v. n.* anything that hangs down; 2. the border or end of a garment hanging down; 3. a jewel for the ears with a pendant.

தொங்கலுக்குத் தொங்கல், at every corner.

தொங்கியிருக்க, to hang, to be suspended.

தொங்கு காது, hanging ears.

தொடக்கம், *s.* beginning, origin, ஆரம்பம்.

தொடக்கஞ் செய்ய, to begin.

தொடக்கு, *s.* ceremonial impurity of child birth or catamenia, துடக்கு; 2. entanglement, சிக்கு; 3. connection, concern, பற்று; 4. a kind of ornament.

தொடக்கு, III. *v. t.* tie, கட்டு; 2. entangle, சிக்குப் படுத்து; 3. begin, ஆரம்பி.

தொடங்கு, *s.* stocks for confinement, விலங்கு; 2. a jewel for the foot.

தொடங்கு, III. *v. t. & i.* begin, originate, துவக்கு; 2. undertake, முயலு.

தொடரி, *s.* a thorny shrub.

தொடர், *s.* cotton thread, பஞ்சு நூல்; 2. chain, fetter, விலங்கு; 3, connection, following, series, தொடர்ச்சி; 4. phrase, combination of words; 5. train, வண்டித்தொடர்.

தொடர் எழுத்து, the elision of a letter in linking words together.

தொடர் சொல்,– மொழி, a compound expression, a phrase.

தொடர்பாடு, *v. n.* connection, சம்பந்தம்.

தொடர், தொடரு, II. *v. t.* succeed each other, follow, pursue a person or a thing, பின்செல்லு; 2. prosecute, pursue legally, வழக்காடு.

தொடராமுறி, a deed of renunciation or relinquishment, விடுதலைப் பத்திரம்.

தொடர்ச்சி, *v. n.* continuance, effect; 2. union, affinity; 3. pursuit, perseverance.

தொடர்ந்தார், relations, friends.

தொடர்ந்து கேட்க, to go on examining.

தொடர்ந்து பேச, to continue speaking.

தொடர்ந்து பிடிக்க, to overtake a person.

தொடர்ந்து வர, to follow.

தொடர்ந்தேற்றியாய், perseveringly, uninterruptedly.

தொடர்பு, தொடர்வு, *v. n.* continuance, succession; 2. series, train; 3. friendship, attachment, affinity.

தொடலை, *s.* a garland, மாலை; 2. play, விளையாட்டு.

தொடி, *s.* a bracelet, bangle, கைவளை.

பைந்தொடி, பொற்றொடி, a lady with golden bracelets.

தொடிசு, தொடுசு, *s.* connexion, concubinage, சம்பந்தம்.

தொடு, *s.* garden, தோட்டம்; 2. field, agricultural land, வயல்.

தொடு, IV. *v. t.* touch, பரிசி; 2. take hold of, பிடி; 3. discharge an arrow, எய்; 4. eat, உண்; 5. dig, excavate, தோண்டு; 6. put on (as shoes), அணி.

தொடப்போகாது, –ப்படாது, it is not to be touched, I cannot give you.

தொடுவழக்கு, a continuous quarrel or law-suit.

தொடுவான், the horizon, அடிவானம்.

தொட்டப்பன் (*fem.* தொட்டாய்ச்சி), foster-father; 2. (*R. C. us.*), godfather, தலைதொட்டபிதா.

தொட்டால் சிணுங்கி, the sensitive plant; 2. a cross child.

தொட்டாற் சுருங்கி, the sensitive plant.

தொட்டு, touching, concerning, with respect to, பற்றி, 2. from, since.

அதைத்தொட்டு, அதினிமித்தம், concerning that; ·˒. therefore.

அடிதொட்டு நுனிவரைக்கும், from bottom to top.

அந்நாள்தொட்டு, from that day.

தொன்றுதொட்டு, from time immemorial.

தொட்டுத் தெளிக்க, – தெறிக்க, to dip and sprinkle (water, oil etc.).

தொட்டுப் பார்க்க, to ascertain by feeling or touching.

தொடு, VI. *v. t.* join, link, சேர்; 2. bind, tie, கட்டு; 3. begin a work or business, தொடங்கு; 4. make a thing stick, cleave, adhere to, ஒட்டு; 5. put on as shoes, தரி; 6. put an arrow on the string; 7. fabricate, form a false story, கதை கட்டு.

என்மேல் பாணந்தொடுக்கிறான், he makes me a butt of his attack.

தொடுதோல், sandals, slippers.

தொடுத்து, from, since.

அன்றுதொடுத்து, since that day.

அவ்விடம் தொடுத்து, from that place.

தொடுத்துக்கொண்டு (தொடுப்பாய்த்) திரிய, to have illicit intercourse.

தொடுத்து வைக்க, to tie or fasten slightly.

தொடுப்பு, *v. n.* tie, bandage; 2. loose joining; 3. close intimacy; 4. illicit intercourse between the sexes; 5. ploughgear.

உன் தொடுப்பெங்கே, where is your paramour?

அவளோடே தொடுப்பாயிருந்தான், he had too close an intimacy with her.

தொடுப்புக் கத்தி, a sword with an iron guard to cover the arm unto the elbow.

தொடுவழக்கு, an unjust claim, unjust prosecution.

சண்டை தொடுக்க, to raise a quarrel.

பாதரட்சை தொடுக்க, to put the shoes on.

மாலை(பூத்)தொடுக்க, to string flowers.

வழக்குத் தொடுக்க, to institute a law-suit.

தொடுசு, *s.* see தொடிசு.

தொடை, *s.* the thigh குறங்கு; 2. flower garland, பூமாலை; 3. rhyme in poetry.

தொடை தட்டி வெள்ளாளர், barbers.

தொடைவாழை, an ulcer on the inner thigh.

தொடைவாழை புறப்பட்டுக் கிடக்க, to lie sick of the thigh tumor.

எதுகைத் தொடை, consonance or rhyming of the second letter in verses.

பின்னந் தொடை, a hind-quarter.

முன்னந் தொடை, a forequarter of a sheep etc.

மோனைத் தொடை, alliteration.

தொட்டி, *s* a trough, a manger, முன்னணை; 2. cistern; 3. a square building with an open space in the centre; 4. an enclosure, a yard, a pound, அடைப்பு; 5. default as in work, அபராதம்.

தொட்டிக் கட்டாய்க் கட்டின வீடு, a house whose yard is in the middle, all the four sides being built up.

தொட்டிக் கால், a bandy leg.

தொட்டிப்பணம், a fine for default of workmen.

தொட்டி வயிறு, a paunch belly.

மண் தொட்டி, an earthen trough.

மரத் தொட்டி, a wooden trough.

கற்றொட்டி, a stone-trough.

தொட்டியம், *s.* a treatise on magic or witchcraft; 2. the name of a tract of land in the Coimbatore District, கொங்குநாடு.

தொட்டியர், *pl.* (*mas.* தொட்டியன், *fem.* தொட்டியச்சி, தொட்டிச்சி), a class of people in கொங்குநாடு practising witchcraft or magic.

தொட்டில், *s.* a cradle, crib, swinging cot.

தொட்டிலிலே வளர்த்த, – கிடத்த, to —lay a child in the cradle.

தொட்டிலாட்ட, to rock a cradle.

தொட்டிற் சேலை, cradle-cloth.

தொட்டு, *adv. part.* see under தொடு.

தொண்டமான், *s.* the headman of a certain district; 2. the Rajah of the Tondiman country or Puducotta.

தொண்டன், *s.* (*pl.* தொண்டர்), a servant, slave; 2. a servant of a god or sage, a devotee, அடியான்.

தொண்டி, தொண்டிச்சி, a dancing girl.

தொண்டு, *s.* service, slavery, அடிமை; 2. devotedness, தேவ ஊழியம்; 3. antiquity, old times, பழமை; 4. slave, servant, தொண்டன்; 5. a block of wood suspended from the neck of an animal to prevent it from passing through hedges, தொண்டுக் கட்டை; 6. the name of a plant.

தொண்டு (தொண்டூழியம்) செய்ய, to serve, to wait on.

தொண்டை, s. the throat, மிடறு.

தொண்டை கம்மியிருக்க, to be hoarse.

தொண்டைக் கனைப்பு, hawking.

தொண்டைக் குழி, the pit of the throat.

தொண்டைப் புகைச்சல், itching or irritation of the throat.

தொண்டையில் விக்க, to be choked.

தொண்டையைப் பிடித்து நெரிக்க, to strangle one.

தொண்டை, s. the Tonda country of which Conjeveram is the capital.

தொண்டை நாடு, — மண்டலம், the Tonda country.

தொண்ணூறு, s. ninety.

தொதி, s. a huge tree, ஒதிய மரம்.

தொத்தல், s. an emaciated, lean person or animal.

தொத்தன், s. a slave, அடிமை.

தொத்து (தொற்று), s. contagion, infection; 2. dependence, சார்பு; 3. anything attached to another, ஒட்டு.

தொத்து (தொற்று), III. v. t. taint, infect; 2. cleave, adhere to, ஒட்டு; 3. v. i. spread (as a creeper), படரு.

தொத்திக்கொண்டு திரிய, to stick close to one.

தொத்தி ஏற, to climb a tree without a noose.

தொத்துவியாதி, தொத்தி, தொத்துவார் தொத்தி, an infectious disease.

*தொந்தம் (prop. துவந்தம்), s. a pair, சோடி; 2. union of sexes, சேர்க்கை; 3. adhering to (as hereditary disease), தொடர்பு; 4. friendship, sympathy, அநுதாபம்; 5. improper familiarity, தொடிசு; 6. implacable hatred, தொந்திப்பு.

தொந்தக்காரர், inveterate foes.

தொந்தமாய் (தொந்திப்பாய்) இருக்க, to be very familiar with one.

தொந்தரோகம், internal, complicated and dangerous disease.

தொந்தரவு, தொந்தரை, s trouble, vexation, difficulty, வருத்தம்.

தொந்தரையான வேலை, a difficult work.

தொந்தரவு பண்ண, to trouble one.

*தொந்தி, s. (Sansc. துந்தி), the belly or paunch, தொப்பை.

தொந்திக் கணபதி, Ganesa.

தொந்திவயிறு, a paunch belly.

தொந்திவிழ, to get a paunch belly.

*தொந்தி, VI. v. i. cleave or adhere to, be familiar with, பற்று; 2. be perpetuated, நிலைநில்; 3. be in conflict.

தொந்திப்பு, v. n. friendship, perpetuation of malice, தொந்தம்.

தொந்திப்பாய் நிற்க, to stand jointly together.

தொப்பாரம், s. (தோள்பாரம்), a large bundle over the shoulders; 2. (தொம் பாரம்), a large building.

தொப்பி, s. (Hind. டோபி), a hat, cap, bonnet.

தொப்பி போட்டுக்கொள்ள, to put on the hat.

தொப்பி கழற்ற, to take off the hat in reverence.

தொப்பிக்காரர், Europeans and Eurasians as wearing hats.

தொப்புத் தொப்பென்று (தொப்புத் தீப்பென்று) விழல், v. n. falling with a thumping noise.

தொப்புள் (கொப்பூழ்), s. the navel.

தொப்புளான், one whose navel is thick by an excrescency.

தொப்பை, தொப்பை வயிறு, s. a paunch, a big belly, தொந்தி.

தொப்பை மிளகாய், large plump chillies not very pungent.

தொம்பம், s. pole dancing, கம்பக்கூத்து.

தொம்பர், pl. (mas. தொம்பன், fem. தொம்பச்சி), pole dancers.

தொம்பரம், s. a mess prepared for many.

தொம்பரக் குடித்தனம், want of economy.

தொம்பறை, s. a granary, a barn, களஞ்சியம்,

தொம்பாரம், தொப்பாரம், s. a large building.

தொம்பை, தொம்பைக் கூடு, s. a high basket for grain.

தோமமனை, தொமமனை, *s.* that which is very bulky.

தோய், II. *v. i.* (தொய்க்துபோ), pine, languish, faint, fade away, be weary, சோர்; 2. be slack, தளரு; 3. bend through weakness, வளை.

தொய்ந்த மனம், a wearied or desponding mind.

தொய்யவிட, to slacken a rope, to put off a bargain, to be yielding.

தொய்வு, *v. n.* fatigue, weakness.

தோலி, *s.* skin, rind, பழத்தோல்; 2 husk, உமி.

தோலி, VI. *v. t.* husk, உமிபோக்கு; 2. strip off the rind etc., உரி.

தொலிபல், husked rice.

தோலை (துலை), *s.* great distance, தூரம்.

தொலை வெட்டு, – தூரம், far off, at a great distance.

தோலை (துலை), II. *v. i.* come to an end, be finished, முடி; 2. perish, die, be ruined, ஒழி; 3. leave, be freed, நீங்கு.

அனுபோகங்தொலைந்தால் அவுழ்தம் பலிக்கும், when former evil deeds are expiated by suffering (or when one's lewdness ceases) medicine will have effect.

என்னை விட்டுத் தொலைந்தான், be has left me.

தொலையாதது, that which is interminable, inexhaustible, inexpiable.

எண்ணத்தொலையாதது, that which is innumerable.

தோலை (துலை), VI. *v. t.* finish, exhaust, முடி; 2. destroy, kill, கொல்லு; 3. *v. i.* be distant.

பேசித்தொலைக்க, to settle the matter.

தொலைத்துப் போட, to give up, to get rid of.

தொலைத்தல், *v. n.* destroying, killing.

தோல், *adj.* (*in comb.*), old, ancient, பழ; see தொன்மை.

தொல்வினை, actions of former birth, பழவினை.

தோல்காப்பியம், *s.* a celebrated work on grammar.

தோல்லை, *s.* trouble, perplexity, vexation, care, தொந்தரை; 2. antiquity, oldness, தொன்று.

அந்தப்பணம் என் தொல்லையிலே விழுந்தது, my necessity forced me to use that money.

தொல்லைக்காரன், – யுள்ளவன், one who is involved in troubles and cares.

தொல்லைப்பட, to be vexed or troubled.

தொல்லைப்படுத்த, to trouble, to vex.

சமுசாரத்தொல்லை, domestic cares.

பலதொல்லையாயிருக்க, to have many works and cares to attend to.

தோழில், *s.* action, work, வேலை; 2. occupation, office, employ, workmanship, trade, business, உத்தியோகம்.

தொழிலாளி, தொழிலாளன், a workman, an artificer.

தொழில் செய்ய, – பண்ண, to work, to pursue a trade, to enter upon a work.

தொழில் துறை, trade, business.

தொழில்துறை பண்ண, to carry on trade or business.

தொழில்பாடு, labour.

தொழிற் பெயர், verbal noun.

நீசத்தொழில், a mean action.

தோழு, *s.* stocks for the punishment of culprits, தொழுமரம்; 2. a cowstall, கொட்டில்.

தொழுவடிக்க, தொழுவில் அடிக்க, –போட, to put one in the stocks.

தொழுவிலடைக்க, to stall cattle.

தோழு, I. *v. t.* adore, worship, கும்பிடு.

தொழல், தொழுதல், தொழுகை, *v. n.* worshipping.

தொழுகள்ளன், a hypocritical rogue.

தொழுதுகொள்ள, to worship frequently and for oneself.

தோழும்பு, *s.* slavery, service, அடிமைத் தொழில்.

தொழும்பன் (*fem.* தொழும்பி, *pl.* தொழும்பர்), a slave, a menial drudge.

தோழுவம், *s.* a stall for cattle, கொட்டில்.

தோழுவர், *s.* servants, பணிவிடைக்காரர்; 2. agriculturists, வேளாளர்.

தோளதோளத்தல், தொளதொளெனல், *v. n.* being lax, loose, sliding in.

தொளதொளப்பு, laxness, slackness.

தோளாயிரம், *s.* (*prop.* தொள்ளாயிரம்), nine hundred.

தோளி, *s.* mud, mire, சேறு.
தொளுக்கு, III. *v. t.* tie loosely, தளரக் கட்டு.
தொளுக்குக் கொண்டை, loosened lock of hair.
தொளை, *s. & v. t.* see துளை.
தொள்ளாயிரம், *s.* nine hundred.
தொள்ளு, III. *v. t.* perforate, bore a hole, துளை; 2. become weak, தளர்.
தொள்ளல், *v. n.* hole, weak state.
தொள்ளற் சரீரம், weak, flabby body.
தொள்ளை, துளை, *s.* hole, tube; 2. a navigable vessel, கப்பல்.
தொள்ளைக்காது, a perforated pendent ear-lobe.
தொறுவு, *s.* slavery, slave, அடிமை; 2. work, occupation, தொழில்.
தொற்று, *s.* see தொத்து.
*தொனி, *s.* a sound, tone, ஒலி.
*தொனி, VI. *v. i. & t.* sound, intonate, ஒலி.
தொனிப்பு, *v. n.* sounding.
தொனுப்பு, III. *v. i.* blab, chatter, prate, அலப்பு.
தொனுதொனுப்பு, *v. n.* babbling.
தொன்மரம், *s.* (தொல் + மரம்), the banyan tree, ஆல்.
தொன்மை, *s.* antiquity, oldness, தொல்லை.
தொல், *adj.* old; see separately.
தொன்மையோர், the ancients.
தொன்று, *s.* antiquity, தொன்மை.
தொன்றுதொட்டு, from olden times.
தொன்னீர், *s.* (தொல் + நீர்), the sea, கடல்.
தொன்னூல், தொன்னூல் விளக்கம், *s.* a grammatical work by Beschi.
தொன்னை, *s.* a cup made of leaves, கொன்னை; 2. a mean wretch, ஈனன்.

தோ

தோ, தோத்தோ, *interj.* a sound used for calling a dog etc.
தோகை, *s.* anything hanging down (as a flag or woman's hair), தொங்கல்; 2. feather, plumage, இறகு; 3. tail of a peacock; 4. a peacock, மயில்; 5. a woman, பெண்.
தோகையார், women.
தோக்கு, *s.* a hand gun, துவக்கு.
தோக்குவித்தை பழக்குவிக்க, to drill or exercise soldiers in musketry
*தோசி, *s.* see தோஷி.
தோசை, *s.* rice flour cakes.
தோசைக்கல், a frying pan.
தோசை சுட, to fry pan-cakes.
*தோஷி (*com.* தோசி), *s.* a wretch.
தோசிப்பயல், an ominous fellow.
*தோடம், தோஷம், *s.* fault, defect, blemish, குற்றம்; 2. offence, heinous crime, பாவம்; 3. disorders of the humours of the body often fatal, சன்னி.
தோஷம் பிறந்தது, the signs that forebode death have appeared.
தோஷகாய்ச்சல், a malignant fever.
தோஷ பரிகாரம், remedying a fault.
சலதோஷம், cold.
பக்ஷி தோஷம், an emaciating disease of children.
தோடா, *s.* armlet of gold, கைவளை.
தோடு, *s.* palm leaf, ஓலை; 2. an ola roll for the ears; 3. a jewel for the ears; 4. the shell of a fruit, ஓடு.
தோட்டுக் காது, an ear with a roll in it.
தோட்கோப்பு, *s.* (தோள்), boiled rice tied up for a journey, கட்டுச் சோறு.
தோட்சுமை, *s.* see under தோள்.
தோட்டம், *s.* back-yard, plantation, a garden, கொல்லை.
தோட்டம் போட, — வளைக்க, to make a garden, to lay the ground plot of a garden.
தோட்டக்கால், garden-land.
தோட்டக்காரன், a gardener.
தோட்டவேலை, gardening.
தோட்டந் துரவு, one's garden, land, well etc.
தோட்டா, *s.* (*Hind.*), cartridge.
தோட்டி, *s.* a village servant of the Pariah class, வெட்டியான்; 2. (*Tel.*), a scavenger, a person kept for cleaning privies etc.
தோட்டிச்சி, a woman of the தோட்டி class
தோட்டிமை, the business of a தோட்டி.

*தோட்டி, *s.* elephant's hook, அங்குசம்; 2. hook clasp, கொக்கி.

தோட்டுச் சக்கரம், *s.* a kind of rocket rising in a whirling manner.

தோட்டுச் சிரங்கு, *s.* a kind of itch.

*தோணி, *s.* a large boat, dhoney, மரக் கலம்.

தோணிக்காரன், a boatman.

தோணி தள்ள, to launch a boat.

தோணி தாங்க, to pole a boat.

தோணிவிட, to play a boat.

தோண்டான், *s.* a wolf, ஓநாய்.

தோண்டி, *s.* a small pot for drawing water.

தோண்டு, III. *v. t.* dig, excavate, அகழ்; 2. scoop out, குடை; 3. draw out of a well, மொள்ளு.

தோண்டியெடுக்க, to dig out.

தோதகத்தி, *s.* a block of wood, கட்டை; 2. see under தோதகம்.

*தோதகம், *s.* vexation, வருத்தம்; 2. fraud, deceit, வஞ்சகம்; 3. immodesty, lewdness, தூர்த்தம்.

தோதகம் பண்ண, to be immodest as a woman.

தோதகத்தி, தோதகி, an immodest, lewd woman.

*தோத்திரம், *s.* see ஸ்தோத்திரம், praise.

*தோத்திர, VI. *v. t.* see ஸ்தோத்திரி, praise.

தோப்பறை, *s.* (*Hind.*), a leather bag for feeding horses; 2. a leather bucket for drawing water.

தோப்பன், தோப்பனார், *s.* (*prop.* தகப்பன்), father.

தோப்பா, *s.* (*Ar.*), tribute from an inferior to a superior ruler, தோப்பாப் பணம்.

தோப்பாடி, தோய்ப்பாடி, *s.*(*mas.* & *fem.*), a base wicked person, துஷ்டன்.

தோப்பு, *s.* a grove, சோலை.

தோப்புண்டாக்க, to plant a grove.

தோப்பாண்டி, தோப்பான், a devotee who waters the groves round a temple.

தோப்புக் கண்டம், -க்கன்னம், *s.* taking hold of the ear-lobes transversely and then sitting down and rising several times, a kind of homage to Ganesa and a punishment in schools.

தோப்புக்கண்டம் போட, – இட, to undergo this punishment.

தோப்பை, *s.* anything flabby.

*தோமரம், *s.* a javelin, hand-lance, எறியாயுதம்; 2. dart, வேல்; 3. a large club, தண்டம்.

தோம், *s.* fault, blemish, குற்றம்; 2. vice, தீமை.

தோம்பு, *s.* redness, red-dye, சிவப்பு.

*தோயம், *s.* water, liquid, சலம்.

தோய், II. *v. i.* (துவை II.), bathe, குளி; 2. become wet or soaked, be dipped, நனை; 3. curdle, coagulate, freeze, உறை; 4. *v. t.* temper heated metal by dipping it in water.

தோய்ந்து கொடுக்க, to temper iron or steel.

தோயல், தோய்வு, *v. n.* bathing, dipping, curdling etc.

தோய், VI. *v. t.* (துவைVI.), dip in, beat clothes in washing, நனை; 2. curdle milk, உறை; 3. temper steel.

தோய்த்தல், தோய்ச்சல், *v. n.* dipping, washing clothes, curdling milk, tempering iron.

தோய்த்துப் பிழிய, to dip a cloth in water and wring out.

தோய்ப்பம், தோய்ப்பன், a kind of pancake.

இளந் தோய்ச்சல், insufficient tempering.

சாயந் தோய்க்க, to dye.

மகரந் தோய்க்க, to tinge cloth of a reddish dye.

தோய்ப்பாடி, *s.* see தோப்பாடி.

*தோரணம், *s.* festoons to decorate or adorn with, garlands of palm-leaves etc., மகரிகை; 2. principal entrance, an outer door, gateway, வாசல்; 3. the beam of a balance, தராசுக் கோல்.

தோரணக் கல், stone pillars in large tanks to show the height of the water.

தோரணக் கால், posts supporting garlands etc.

தோரணங் கட்ட, – போட, to adorn

the streets with lines ornamented with flowers etc.

தோரண வாயில், a porch, portico.

தோரணி, தோரணை, s. due order, arrangement of subjects, plan of a discourse, நல்லொழுங்கு.

தோரணி பண்ண, to arrange, to design.

தோரணையாய்ப் பேச, to speak in order with due method.

தோர், VI. v. i. be defeated, lose a battle or game, தோல்.

தோரா வழக்கு, a just lawsuit.

தோர்வை, v. n. defeat, தோல்வி.

தோலா, s. (Hind.), a Tola or a Rupee weight.

தோலி, s. a small fish; 2. gumlac, அரக்கு.

தோலிக் கருவாடு, தோலி fish dried.

தோலியாய்ப் போக, to be reduced to skin and bones.

கார்த்திகை வாளைத்தோலி, a species of the தோலி fish.

*தோலி, s. a litter, dhooly, டோலி.

தோலியில் வைத்துக்கொண்டு போக, to carry in a litter or dhooly.

தோலோதோல், adv. (followed by a neg. verb), after all, by any means, எவ்விதமும்.

தோல், s. skin, leather, hide, சருமம்; 2. rind, peel of fruits, coat of onions, arillus of seeds, உரி; 3. pod, husk of seeds, கோது; 4. leather bucket, bellows, துருத்தி.

தோல்போலே (தோலாய்ப்) போனான், he is nothing but skin and bones.

தோலுரிக்க, to skin, to flay, to peel.

தோலைச் சீவ, to scrape off the skin or the coat of a kernel.

தோல்தனம், imprudence.

தோல் நாய், a hunting dog.

தோல் பதனிட (பதமிட), to tan or dress leather.

தோற்பரம், a buckler, a leathern shield.

தோற்பறை, a leather bag, a leather bucket for drawing water.

தோற்புரை, pores of the skin, any membranous part of the body.

தோற்பை, a leathern bag.

தோற்பெட்டி, a leather trunk.

தோல்முட்டை, an egg laid before the shell is hard.

தோல் வினைஞர், cobblers, workers in leather.

தோல், V. v. i. (with the dative), fail in rivalry, contest, games etc.; 2. be defeated, அபஜெயப்படு; 3. yield, forbear revenging, பொறு; 4. be confuted; 5. v. t. (fig.), lose a beloved person in war or by death, இழ; 6. lose property in game etc.

அவனுக்குத் தோற்றுப்போனான், he yielded to him, he was defeated.

பணத்தைத் தோற்றுவிட்டான், he has squandered his money.

தோலாவழக்கன், one who will not be confuted.

தோலா வழக்கு, as தோரா வழக்கு.

தோல்வி, தோல்வு, தோற்பு, v. n. defeat, loss, discomfiture.

தோற்கடிக்க, to defeat, to overcome; 2. to squander.

தோற்றல், v. n. being defeated.

தோவத்தி, s. a man's cloth round the waist, சோமன்.

தோழமை, s. friendship, familiarity, நட்பு.

தோழன் (pl. தோழர், தோழமார், fem. தோழி), a fellow companion, friend.

தோழம், s. (contr. of தொழுவம்), fold or pen for cows, sheep etc., கிடை.

*தோளா, தோளி, தோலி, s. same as டோலி.

தோள், s. the shoulder, புயம்; 2. the arm down to the hand, கை.

தோள் காய்த்தவன், -காய்ப்பேறினவன், one whose shoulders are grown callous.

தோள் கொடுக்க, to help by giving the shoulder; 2. to help in an emergency.

தோள் (தோட்) சுமை, a burden for the shoulder.

தோள் தட்ட, -கொட்ட, to clap the shoulder as a challenge to another.

தோள் மூட்டு, shoulder-joint.

தோள் (தோட்) பட்டை, the shoulder-blade.

தோள்பொறுத்தவன், one who has strong shoulders for carrying burdens.

தோள்போட்டெடுக்க, to offer and submit the shoulder for carrying the burden.

தோள் மாற்ற, to change shoulders, to relieve another in bearing.

தோறும், *suffix* (தோறு + உம்), each, every.

தெருக்கள்தோறும், in every street.

நாள்தோறும், every day.

தோற்க. *inf. of* தோல்.

தோற்பி, VI. *v. t.* overcome in a game, surpass, மேற்கொள்.

தோற்றம், *s.* (தோன்று), appearance, spectacle, காட்சி; 2. rise, beginning, origin, துவக்கம்; 3. birth, பிறப்பு; 4. things created, visible objects; 5. idea, எண்ணம்.

தோற்றமாக, to appear.

நிலாத்தோற்றம், rising of the moon.

தோற்றல், *v. n.* of தோல் & தோற்று.

தோற்றங்கொள்ளி, *s.* one who has been defeated, a coward.

தோற்று, III. *v. i.* appear to the sight or imagination, தோன்று; 2. rise, originate, உற்பவி.

எனக்கவன் தோற்றப்படவில்லை, he is not come in my sight.

தோற்றுதல், தோற்றல், *v. n.* imagination, rise, birth, தோற்றம்.

மனசிலே தோற்றுகிற தோற்றுதல், an imagination.

தோற்றுவி, VI. *v. t.* cause to appear, தோன்றச்செய்; 2. produce, create, உண்டாக்கு.

தோன்றல், *s.* a son, மகன்; 2. a king, ruler, அரசன்; 3. elder brother, அண்ணன்; 4. great man, கனவான்; 5. *v. n.* of தோன்று.

தோன்று (*com.* தோணு), III. *v. i.* seem, appear, spring, come to existence, தோற்று; 2. be augmented by a letter in combination.

எனக்கப்படித்தோன்றும், it seems so to me.

அவனுக்கு ஒன்றும் தோன்றவில்லை, அவன் தோன்றாமலிருக்கிறான், he does not feel the burden, calamity etc.; he is stupefied; he knows not what to do

எனக்குத் தோன்றுகிறதைச் சொன்னேன், I have given my opinion.

எனக்குத் தோன்றாமற் போயிற்று, it did not occur to my mind.

எனக்குச் சத்துரு தோன்றினான், an enemy has risen against me.

தோன்றக் (தோணக்) கொடுக்க, to give sufficiently, to give so as to show something.

தோன்றல், தோன்றுதல், *v. n.* appearing, being visible; 2. production; 3. augmentation, தோன்றல் விகாரம்.

தோன்றா எழுவாய், the nominative understood.

தோன்றினப்போலேசெய்ய, to do after one's own fancy.

தௌ

*தௌத்தியம், *s.* praise, ஸ்துத்தியம்.

*தௌரிதம், *s.* speed, துரிதம்.

*தௌர், *prefix*, same as துர், bad.

தௌர்ப்பாக்கியம், misfortune.

தௌவு, III. *v. i.* see தவ்வு, leap, perish.

தௌவல், *v. n.* perishing.

தௌவை, *s.* elder sister, மூத்தாள்; 2. the goddess of misfortune, மூதேவி.

ந

நசுட்டு, III. *v. t.* pound, grind, நசுக்கு; 2. eat up, தின்; 3. (*caus. of* நகள்), cause to move or creep, நகர்த்து.

நகதி, *s.* (*Ar.*), a monied man.

நகது, நகதா, *s.* (*Ar.*), ready money, ரொக்கம்.

நகது ஜாமீன், security for money.

நகபத்து, நகபொத்து, *s.* a drum, நகரா.

*நகம், *s.* the nail of the fingers or toes, உகிர்; 2. a talon, claw.

நகமும் சதையுமாயிருக்கிறார்கள், they are very intimate friends.

நகக்கண், the root of the nail.
நகச்சுற்று, – சுற்றி, a whitlow.
நகம் வளர்க்க, to let the nails grow long.
நகம் வாங்கி, –வெட்டி, a barber's instrument for cutting the nails.
*நகரம், s. city, town, capital, metropolis, பட்டணம்.
நகரத்தார், – வாசிகள், citizens, townsmen.
நகரா, s. (*Hind.*), a kind of large drum.
*நகரி, நகரம், s. city, fortified town; 2. metropolis, capital.
நகரி சோதனை, espionage of the city by a king etc.
நகரிப் பழக்கம், city manners, urbanity.
நகரிவலம் வர, to make a procession through the city.
*நகர், s. city, நகரம்; 2. house, வீடு; 3. a temple, கோவில்.
நகர்படு திரவியம், productions or resources of the city.
நகர்ப்புறம், புறநகர், suburbs.
நகர்வளம், productions, luxuries and embellishments of a city.
நகர், நகரு, II. v. i. creep, crawl, தவழ்; 2. steal away.
நகர்ந்து திரிய, to move about by creeping.
நகர்த்து, III. v. t. (*caus. of* நகர்), push with difficulty, shove along, propel a little, தள்ளு; 2. pilfer, திமிண்டு.
சுவரைப்பிடித்து நகர்த்த, to pull down a wall and remove it a little farther.
நகர்த்த இலக்குப் பார்க்கிறான், he watches an opportunity what move he can make.
அவனை நகர்த்திப்போட்டார், you gave him a good drubbing.
நகல், s. (*Ar.*), copy, duplicate (*opp. to* அசல்); 2. v. n. of நகு.
நகள், நகளு, I. v. i. creep, crawl, நகர்.
நகாசு, s. (*Hind.*), fine work, ornamental fancy work on metal.
நகாசு தீர, to complete the work with நகாசு.
நகாசு வேலை, exquisite workmanship.
*நகிநகி, *interj.* no no! இல்லையில்லை.

நகு, IV. v. i. shine, glitter, துலங்கு; 2. laugh, நகை.
நகுதா, s. (*Hind.*), the master of a vessel, மாலுமி.
*நகுலம், s. the mungoose, கீரி.
*நகுலன், s. the fourth of the five Pandavas; 2. a clever rider.
நகை, s. a jewel, trinkets, ஆபரணம்; 2. laughter, contemptuous smile, ridicule, சிரிப்பு.
நகைசெய்ய, to make a jewel; 2. to laugh, ridicule.
நகைச்சொல், ridicule, derision, joking.
நகைநாணயம், property in jewels.
நகைவகை, jewels of various kinds.
புன்னகை, a smile.
நகை, VI. v. i. & t. laugh, smile, சிரி; 2. laugh at, ridicule, பரிகாசி; 3. taunt, நிந்தி.
என்னை நகைக்காதே, do not laugh at me.
நகைப்பு, v. n. smiling, derision.
நகைப்புக்கிடமான காரியம், a ridiculous thing.
எனக்கு நகைப்பு வந்தது, it made me laugh.
நக்கபாரம், நக்கவாரம், s. the Nicobar islands.
நக்கபாரி, a native of the Nicobars.
நக்கரி, VI. v. i. shift along in a sitting posture (as a lame or sick person); 2. creep, நகர்.
நக்கரிப்பு, v. n. shifting along, creeping.
*நக்கனம், நக்கனத்துவம், நக்கினம், s. nakedness, திருவாணம்.
நக்கன், s. (*Tel.*), a fox, நரி.
*நக்கன், s. a naked mendicant, திருவாணி; 2. Siva.
நக்கு, III. v. t. lick, lap.
நக்கல், நக்குதல், v. n. licking.
நக்கி, நக்குணி, a licker, mean skulker for food.
பலவீடு நக்கி, one who eats in any one's house.
நக்கிக்கொண்டு திரிய, sneaking about in quest of food, to sponge, to hang on.
நக்கிப்போட, to lick off.

நக்குணி, *s.* a little boy, சிறுபையன்; 2. a trifle, very small particle, அற்பம்; 3. see under, நக்கு.

நங்கணவாய்ச்சி, நங்கணுவான், *s.* the name of a bird.

நங்து, *s.* derision, mockery, பரிகாசம்.

நங்தூரம், நங்கூரம், *s.* (*for.*), an anchor, இலங்கர்.

நங்கூரம் கொத்திவிட, to cut or slip the cable.

நங்கூரம் தூக்க, – வலிக்க, to weigh anchor.

நங்கூரம் போட, to cast anchor.

நங்கூர வாடகை, anchorage.

நங்கை, *s.* a woman of rank, a lady, குலமகள்; 2. a plant.

நங்கை நாச்சி, a lady of distinction.

நசநசப்பு. *v. n.* being damp.

நசநசவென்று பேச, to chatter.

நசல் (நைதல்), *s.* sickness, a chronic disease, வியாதி.

நசல்பட, நசலாய்விழ, to fall sick.

நசலாய்க் கிடக்க, to lie sick.

நசலாளி, நசற்காரன், a valetudinarian, a sickly person.

நசி, II. *v. i.* be crushed, broken, நசுங்கு; 2. be destroyed or ruined, அழி.

நசிந்த புடவை, a worn cloth.

*நசி, VI. *v. i.* perish, be destroyed, சா; 2. be reduced, சுருங்கு.

நசிப்பு, *v. n.* perishing.

*நசி VI. *v. t.* crush, bruise, mash, அரை; 2. demolish, destroy, அழி.

நசிப்பு, நசிவு, *v. n.* crushing, bruising.

நசிவான புடவை, damaged cloth.

*நசியம், *s.* medicine taken by the nose.

நசியம் பிழிய, to press out the juice of some herb for a snuffing-dose.

நசிறுணி, நசிறுண்டி, *s.* a vexatious teasing person.

நசீனே, *s.* defect, பழுது.

நசுதுணி, *s.* a stunted person.

நசுக்கான், *s.* a small one, சிறியது.

நசுக்கான் பையன், a little boy.

நசுக்கு, III. *v. t.* squash, crush, bruise, destroy, நொறுக்கு.

நசுக்குத் தூர்ச்சனம் பண்ண, to be mettlesome or insolent.

நசுக்கிப்பிழிய, to bruise and squeeze out.

நசுக்குநசுக்கெனல், *v. n.* glueyness, stickiness, ஒட்டுந்தன்மை.

நசுங்கு, III. *v. i.* be squashed, bruised, நொறுங்கு; 2. be reduced in circumstances, சுருங்கு.

நசுநசு, நசுபிசு, VI. *v. i.* waver, தடுமாறு; 2. be damp or drizzling, தூறு.

நசுநசுத்த குணம், illiberal disposition.

நசுநசுப்பு, *v. n.* being damp, drizzling.

நசுபிசெனல், *v. n.* being damp.

நசுவல், *s.* a stingy person, a miser, உலோபி; 2. an emaciated person or beast.

நசை, நசைவு, *s.* desire, eagerness, lust, ஆசை; 2. love, affection, அன்பு; 3. fault, குற்றம்; 4. derision, பரிகாசம்; 5. dampness, moisture, ஈரம்.

நசை காட்ட, to allure; 2. to deride.

நசையுரை, amorous talk.

நசை, II. *v. t.* love, சிநேகி; 2. desire, ஆசி.

நச்சினி, *s.* a kind of millet, raggy, கேழ்வரகு.

நச்சு, *s.* desire, craving, ஆசை; 2. babble, அலப்பல்; 3. *adj.* little, small, சிறிய; 4. *adj.* (*from* நஞ்சு), poisonous.

நச்சம்பு, poisoned arrows.

நச்சுக்கண், evil eye.

நச்சுக்காற்று, malaria, unhealthy wind.

நச்சுக் குழல், a telescope, a peashooter.

நச்சுக்கொடி, நஞ்சு –, the after-birth.

நச்சுப்பல், the poisonous fang of a snake.

நச்சுப்பல்லன், one whose words are malignant.

நச்சுப்பல்லி, a kind of lizard; 2. *fem. of* நச்சுப் பல்லன்.

நச்சுப்பொடி, poisonous powder; 2. a very small fish.

நச்சுமரம், poisonous tree.

நச்செலி, a rat whose bite is poisonous.

நச்சு, III. *v. t.* desire, love, விரும்பு; 2. babble, prate, அலப்பு; 3. tease, vex, அலட்டு.

நச்சுவாய், a chattering, babbling mouth; 2. the mouth of one whose words are blighting.

நச்சுவாயன், a babbler.

நச்சுநச்சேனல், *v. n.* troubling or teasing by continual urging, வருத்தல்; 2. chirping (as the wall lizard).

நச்சுநச்சென்று தின்ன, to smack the lips while eating.

நச்சும் பிச்சும், *s.* trifles, nonsense, வீண் காரியங்கள்.

நச்சுவி, VI. *v. t.* excite desire, fascinate, enamour, ஆசைவருத்து.

நஞ்சம், நஞ்சு, *s.* poison, venom, bane, விஷம்; 2. (*fig.*), after - birth. *In comb. mostly* நச்சு, which see seperately.

நஞ்சறுப்பான், நஞ்சறப்பாய்ஞ்சான், a medicinal creeper, the root being a counter-poison.

நஞ்சன், a malignant person.

நஞ்சிட, to mix poison, to poison.

நஞ்சு கக்க, to eject or infuse poison (as a snake etc.).

நஞ்சு கலக்க, to mix or infuse poison into food etc.

நஞ்சுக்கொடி, நச்சுக்—, after birth, the secundines.

நஞ்சுங் கொடியும், the funicle and secundines.

நஞ்சுதின்று சாக, to die by poisoning oneself.

நஞ்சுமுறிக்க, நஞ்செடுக்க, to counteract poison.

நஞ்சூட்ட, to imbue with poison (as a weapon).

நஞ்சு, *corrup. of* நைந்து, *adv. part. of* நை.

நஞ்சை *prop.* நன்செய், *s.* paddy fields, wet cultivation, கழனி (*opp. to* புஞ்சை dry cultivation or dry grains).

நட, VII. *v. i.* walk, proceed, செல்; 2. behave; 3. come to pass, happen, occur, சம்பவி; 4. succeed, சித்தி; 5. be usual, வழங்கு.

எனக்கும் அவனுக்கும் சிநேகம் நடக்கிறது, we keep friendship together.

நடக்கிற (நடப்பான்) காலம், a time of prosperity, செல்காலம்.

நடத்தல், *v. n.* walking, behaving; 2. see under நடத்து.

நடந்த காரியம், an event, a fact.

நடந்த காரியத்தைச் சொல்லு, tell what happened.

நடந்த வார்த்தை, the talk that passed between us.

நடந்துகொள்ள, to behave.

நடந்துவர, to come walking, to occur at all times.

எங்கும் அப்படி நடந்துவருகிறது, so it is everywhere.

நடந்தேற, to be accomplished, to come to pass, to be perfected or completed.

நடபடி, நடபடிக்கை, act, conduct.

நடப்பு, *v. n.* frequent going, going and coming, a passage, path; 2. behaviour, conduct; 3. prosperity.

நடப்பான வழி, a frequented way.

நடப்பற்ற வழி, a way seldom used.

நடவாத காரியம், an unusual thing, an impossibility.

நடவாத நடத்தை, foolish or immoral conduct.

நடக்கை, *v. n.* behaviour, conduct; 2. course, career.

நல்நடக்கையாய் நடக்க, to lead a good life.

நடத்து, III. *v. t.* cause to walk, lead; 2. carry on, rule, direct, manage, நடப்பி; 3. drive (as a beast, a vehicle etc.), ஓட்டு.

நடத்தல், நடத்துதல், *v. n.* leading, directing.

காத்து நடத்த, to preserve.

குதிரையை நடத்த, to manage a horse, to break a horse.

வழிநடத்த, to guide or lead one.

நடத்தை, *s.* conduct, behaviour, நடக்கை; 2. course, career, நடை.

நடத்தைப் பிசகு, —பிழை, immoral conduct.

நடப்பி, VI. *v. t.* manage, transact, perform, direct, நடத்து; 2. behave towards a person.

பிழைப்பை நடப்பிக்க, to provide for one's livelihood.

பொல்லாப்பை நடப்பிக்க, to be the author of a mischief.

நடப்பிப்பு, *v. n.* management, direction.

நடமாடு, III. *v. i.* walk about, move about, frequent a place, ஊடாடு; 2. be energetic, rise from poverty, வர்த்தி; 3. prevail (as epidemics), பரம்பு.
நடமாட்டம், *v.n.* going about; 2. activity, energy; 3. care and diligence in an affair.

*நடம், *s.* dancing, கூத்து.
நடன், a dancer, a dramatist.
நடி, a dancing woman.
நடேசன், நடநாயகன், நடராசன், Siva.

நடலம், *s.* vanity, ostentation, ஒய்யாரம்; 2. derision, recklessness, irreverence, செருக்கு; 3. fastidiousness, வெறுப்பு.
நடலக்காரன், a reckless, vain person.
நடலம் பண்ண, – அடிக்க, to be proud, vain, reckless, to behave irreverently; 2 to act above one's rank.

நடலை, *s.* fraud, cunning, deceit, வஞ்சனை; 2. falsehood, பொய்; 3. affliction, துன்பம்.

நடல், நடவு, *v. n.* see நடு.

நடவை, *s.* path, road, வழி; 2. a transplanted tree etc.

*நடனம், *s.* dancing, acting on the stage, நடம்.
நடனம் பண்ண, – புரிய, – செய்ய, – இட, to dance; 2. to be vain, proud.
நடனர், dancers, stage-actors.

நடாத்து, III. *v. t.* (*poet. form of* நடத்து), conduct, transact.

நடாவு, III. *v. t.* cause to go, நடத்து.

*நடி, VI. *v. i.* dance, act on the stage, கூத்தாடு; 2. affect importance, நாகரீகம்பண்ணு.
நடிப்பு, *v. n.* dancing, affecting importance.

நடு, *s.* the middle, இடை; 2. the centre, மத்தி; 3. equity, impartiality, நீதி. (*In comb. before a vowel* நடு is commonly changed into நட்டு).
நடுக்கட்டு, a girdle, an apartment in the middle of a building.
நடுக் கேட்க, to hear a dispute.
நடுக்கொண்ட வீடு, the middle house.
நடுச்சாமம், நடுராத்திரி, midnight.
நடுச்சுவர், a partition wall.
நடுச் சொல்ல, to mediate, to decide a case.
நடுத்தீர்க்க, –த்தீர்வையிட, to decide a case, to pass judgment.
நடுத்தீர்ப்பு, judicial judgment, the final judgment.
நடுத்தீர்ப்பு நாள், the judgment day.
நடுநியாயம், equity, impartiality, even handed justice.
நடுநிலை, mediation, arbitration, strict justice.
நடு நிலைமை, middle station in life.
நடுப்பகல், mid-day.
நடுப்பெற (*vulg.* நடுப்புற), *adv.* (*inf.*), in the middle.
நடுவது பாதியிலே, in the midst, amidst.
நடுவயது, middle age.
நடுவறுக்க, to settle a dispute.
நடுவன், நடுக்காரன், a mediator, a judge.
நடுவாந்தரத்திலே, in the middle, intermediate.
நடுவாந்தரத்திலே வந்தவன், one that came or joined late.
நடுவிலவன், நடுவுளவன், the middle one of three brothers.
நடுவீடு, the middle or interior of the building.
நடுவீதியிலே, in the middle of the street.
நடுவெலும்பு, the back-bone, spine.
நடுவே, நடுவிலே, நடுப்புற, நடுமையத்திலே, in the middle, amidst.
அவர்கள் நடுவே, in their midst, between them.
நடுவே பேச, to interrupt one who speaks, to speak as a mediator.
நட்டாறு, mid-river.
நட்டாற்றிலே கைவிட்டான், he forsook me in a critical time, *lit.* he left me in the middle of the river.
நட்டுச்சி, exactly the meridian.

நடு, IV. *v. t.* plant, set plants, transplant; 2. stick or fix in the ground a pole or prop, erect, நாட்டு; 3. establish, ஸ்தாபி.
நடல், நடுகை, *v.n.* planting; 2. transplanted plants.
நடவு, *v. n.* planting, transplanting.
நடவுகாரிகள், female planters of grain.
நடவுகாலம், the time for planting paddy.

நடவுநட, to set plants, to transplant.
நடவுபயிர், transplanted crop.
நட்டுக்கொண்டு நிற்க, to stand erect.
நட்டுப்போட, -வைக்க, to plant, to transplant.

நடுக்கம், *v. n.* see under நடுங்கு.

நடுக்கு, III. *v. i.* shiver, tremble, நடுங்கு; 2. *v. t.* agitate, அசை.
எனக்குக் குளிர் நடுக்குகிறது, I shiver with cold.
நடுக்கல், நடுக்கு, *v. n.* trembling, shivering.
நடுக்கல் (நடுக்குக்) காய்ச்சல், ague.
நடுக்கெடுக்க, நடுக்கல் காண, to begin to shiver.

நடுங்கு, III, *v. i.* shake, quiver, quake, அசை; 2. tremble through fear, பதறு.
நடுக்கம், *v. n.* trembling, shivering, great fear, tremor.
நடுங்கல், *v.n.* trembling.
நடுநடுங்க (*intens.*), to tremble greatly through fear etc.

நடுவு, *s.* middle, intermediate place, இடை; 2. equity, uprightness, செம்மை; 3. justice, நீதி.
நடுவுநிலைமை, equity, justice, impartiality.

நடை, *s.* walk, நடப்பு; 2. pace, gait, mode of walking, ஒயில்; 3. turn, time (as ஒருநடை, once), முறை; 4. the entry of a house, passage, நடைகூடம்; 5. conduct, behaviour, ஒழுக்கம்; 6. style, idiom, usage, பாஷைநடை.
சுறுக்கான நடையாய் நடக்க, to go at a quick pace.
நடைநடையாய் நடந்தான், he repeatedly visited the place.
படகு மூன்று நடை வந்தது, the boat has made three trips.
நடைகிணறு, -வாவி, a well with steps down.
நடைக்காவணம், a shed for the idol to rest after the procession.
நடைபடி, same as நடபடி, act, conduct.
நடைபழக்க, to break a horse.
நடைப் படகு, a small boat kept for lading etc.
நடைபார்க்க, -விட்டுப் பார்க்க, to see how the horse goes.
நடைபாவாடை, cloth spread to walk on.
நடைமருந்து, physic which does not confine one within doors.
நடைமுதல், the current year.
நடையன், a walker, a riding horse, a ploughing ox etc.
நடைவண்டி, a go-cart.
நடைவீச்சு, velocity of one's walk.
ஆள்நடை, a man's walk.
கால்நடையாய் நடக்க, to go on foot.
தெருவுநடை, the entry from the street (*opp. to* கொல்லைநடை).

நட்க, *inf. of* நள்.

*நட்சத்திரம், நக்ஷத்திரம், *s.* a star, தாரகை; 2. asterism, lunar constellation, வான்மீன்.
நட்சத்திர சக்கரம், the lunar asterisms collectively; 2. diagram for astrological calculation.
நட்சத்திர மண்டலம், the starry sky.
நட்சத்திரமாலை, the galaxy or milky way, பால்வீதி மண்டலம்.
நட்சத்திரவாணம், a kind of rocket.
நட்சத்திரவீதி, the moon's path in the zodiac.

நட்டணை, *s.* stiffness, incivility, mockery, நடலம்.
நட்டணைக்காரன், an insolent overbearing person.
நட்டணையாயிருக்க, to be stiff, unbending, uncivil.

நட்டம், *s.* erectness, uprightness, நிறுதிட்டம்.
நட்டமே நிறுத்த, to set up perpendicularly.

*நட்டம், நஷ்டம், *s.* loss, damage, சேதம்; 2. ruin, கேடு.
நட்டப்படுத்த, to cause damage.
நட்டமாய்ப் போக, to be lost or damaged.
நட்டமிறுக்க, to make good the loss.
நஷ்டம்பொறுக்க, to bear loss.
நஷ்டம்வர, -காண, to meet with loss.
நஷ்டவாளி, a loser.

நட்டாமுட்டி, *s.* anything middling, common or vulgar, நடுத்தரம்.
நட்டாமுட்டி மருந்து, common medicine.

நட்டாமுட்டிகள், the common people.
நட்டார், s. see under கள்.
*நட்டி, கஷ்டி, s. loss, damage, நட்டம்.
நட்டு, s. a singing and dancing master; 2. dancer, நடன்; 3. dancing, நாடகம்; 4. baseness, கீழ்மை; 5. (*in comb.*), see நடு and நண்டு.
நட்டிலே கொடுக்க, to give the money to tinglers and dancers in a performance.
நட்டுச் சொல்ல, – விடைக்க, to speak scornfully.
நட்டுமுட்டு, music and dancing.
நட்டுமுட்டுக்காரர், dancers and tinglers.
நட்டுவம், the office of training dancing girls.
நட்டுவன், dancing and music master.
நட்டுவக்காலி, நட்டுவாய்க்காலி, s. see நண்டுவாய்க்காலி under நண்டு.
நட்பு, s. (நள்), friendship, affection, சிநேகம்; 2. present, gift, bribe, பரிதானம்.
நட்புத் தின்னுமல் நாவெழாது, he will not open his mouth to do justice unless one greases his palm.
நட்புக்காட்ட, to show kindness, to make presents to gain one's favour.
நட்பாளன், a trusty friend.
நணுகு, III. v. i. & t. approach, draw nigh, become attached to, நண்ணு.
நண்டலி, s. a macerated mass, rice bruised to a pap, பொங்கல்.
நண்டலி கிண்ட, to overboil rice.
நண்டு, ஞண்டு, s. a crab, lobster. *In comb.* sometimes நட்டு.
நண்டுக்கொடுக்கு, நண்டின்பெருங்கால், the forceps of a crab.
நண்டுச் சினை, நட்டுச் சினை, crab's spawn.
நண்டுவாய்க்காலி, நட்டுவாய்க்காலி, நண்டுத் தெறுக்கால், a crab-clawed scorpion of a large kind.
நண்டேருகால், small legs of a crab.
நண்டோடு, a crab shell.
வயல் நண்டு, பீ –, common crabs found in holes in the fields.
நண்ணு, III. v. t. approach, draw nigh, கிட்டு; 2. join to, adhere, பொருந்து; 3. v. i. reside at, இரு.
நண்ணலர், நண்ணார், foes.
நண்ணுநர், friends.
நண்பகல், s. mid-day, broad-day, நடுப்பகல்.
நண்பு, s. love, friendship, அன்பு.
நண்பன், friend, lover, சிநேகிதன்; 2. companion, தோழன்.
*நதி, s. a river, ஆறு.
நதிக்கரை, –தீரம், the bank of a river.
நதிபதி, the sea or ocean.
நதியாட, to bathe in a river.
நது, VI. v. t. extinguish, quench, அவி; 2. destroy, அழி.
நத்தம், s. chank, சங்கு; 2. snail, நத்தை; 3. a fertile village.
பாழ் நத்தம், a deserted village.
நத்தமாடி (*fem.* நத்தமாடிச்சி), a Vellala of an inferior class.
நத்து, s. chank; 2. a kind of nosejewel, மூக்கணி.
நத்து, III. v. t. desire, long for, நச்சு; 2. pursue with desire.
இதை நத்திவந்தேன், I came longing to obtain this.
ஒருவனை நத்திக்கொண்டிருக்க, to hanker after one.
நத்தாசை, wishfulness, longing for.
நத்தாசைப்பட்டிருக்க, to wish for.
நத்தை, s. a snail.
நத்தைக்கறி, a dish of snails.
நத்தைகுத்திநாரை, a kind of heron.
நத்தையோடு, the shell of a snail.
*நந்தகம், s. the sword of Krishna.
*நந்தர், நந்தகோபாலர், s. cowherds, a caste, இடையர்.
நந்தல், v. n. increase, prosperity; 2. perishing, decay, reproach.
*நந்தவனம், நந்தனவனம், s. a flower garden.
*நந்தன், s. Nanda, foster-father of Krishna; 2. one of the 63 Saiva devotees; 3. the name of a shoe-maker elevated to the throne for three hours.
நந்தன் தோற்காசு, the leather coin of நந்தன் who reigned for three hours.
நந்தன் தோற்காசு வழங்குகிறது, the leather coin of நந்தன் is current,

i. e. a bad custom or regulation prevails.

எல்லாம் நந்தன் தோற்காசாய்க் கிடக்கிறது or எல்லாம் நந்தன் படைவீடாய்ப் போகிறது, there is a great confusion now ruling.

*நந்தி, s. a bull (as the vehicle of Siva), இடபம்.

நந்திகேசன், — கேசுரன், same as நந்தி; 2. Siva.

*நந்தியாவட்டம், நந்தியாவட்டை, s. a flowering shrub.

*நந்தீச்சுரன், s. Siva.

நந்து, III. v. i. become dissolved, perish, கெடு; 2. increase, prosper, விர்த்தியாகு; 3. be insulted, நிந்திக்கப்படு.

நன்னான்கு, s. by fours, four together, நான்கு நான்காக.

நபர், s. (Hind.), an individual, a man, மனிதன்.

நபர்ப்பிணை, நபர்ஜாமீன், personal bail.

நபாபு, நபாப், s. (Hind.), the Nabob of the Mussalmans, துலுக்கஅரசன்.

நபி, s. (Ar., Moh. us.), a prophet.

*நபுஞ்சகம், s. an hermaphrodite, பேடு.

நபுஞ்சன், நபுஞ்சகன், an hermaphrodite; 2. a eunuch.

நபுஞ்சக லிங்கம், neuter gender.

நம, v. see நமர், v.

*நமஸ்கரி, VI. v. t. bow down in reverence, worship, adore, தொழு.

*நமஸ்காரம், s. adoration, worship, reverential bow, salutation, வணக்கம்.

நமஸ்காரம்பண்ண, to revere, adore, worship.

நமஸ்கார வந்தனம், homage by bowing.

நமது, நம்முடைய, நமக்கு, நம்மை etc. see நாம்.

நமர், s. (நாம்), our people, relations, friends.

நமன் (fem. நமள்), our friend.

நமர், நம, VI. v. i. become humid or damp as paper in the rainy season, ஈரித்துப்போ.

நமன், ஞமன், s. Yama, எமன்.

நமடு, s. a knit, ஈர்; 2. under-lip, கீழுதடு; 3. a crane, கொக்கு.

நமுடுகடிக்க, to bite the under-lip.

நமுட்டுச் சிரங்கு, a kind of eruption.

நமுது, s. (Pers.), proof, evidence, சாட்சி.

நமுனு, s. (Pers.), form, specimen, மாதிரி.

நமை, VI. v. i. itch, தினவுண்டாகு.

நமை, நமைச்சல், நமைப்பு, v. n. itching.

நமைச்சலெடுக்க, to itch.

நம், oblique of நாம், our.

நம்மவன், நம்முடையவன், நம்முள்ளவன், one of ours.

நம்பன், s. God, கடவுள்; 2. Siva.

நம்பி, s. a young man, a gentleman, குலமகன்; a title of some Vaishnava Gurus.

நம்பியான், a servant in a pagoda, a sexton.

நம்பிக்கை, s. (நம்பு), confidence, trust, hope, விசுவாசம்; 2. that which is confidential, உறுதிப்பாடு; 3. an oath, ஆணை.

எனக்கு நம்பிக்கையுண்டு, I have hope.

நம்பிக்கைகொள்ள, — வைக்க, to have confidence, to believe, to trust.

நம்பிக்கைசொல்ல, to promise firmly.

நம்பிக்கைத் துரோகம், breach of trust.

நம்பிக்கைபண்ண, to assure; 2. to make an oath.

நம்பிக்கையாயிருக்க, to be certain.

நம்பிக்கையுள்ளவன், a trustworthy man (opp. to நம்பிக்கையற்றவன்); 2. a man possessing confidence.

நம்பிக்கையோலை, a pass-port.

நம்பு, III. v. t. hope; 2. trust, confide in, rely on, பற்று; 3. believe; 4. expect, desire, விரும்பு.

அவனை நம்புகிறேன், I trust in him.

அதை நம்பினான், he believed it.

அது வருமென்று நம்புகிறேன், I hope it will come.

நம்பிக்கொள்ள, to trust, rely on.

நம்பிமோசம்போக, to be disappointed.

நம்பூரி, s, a class of Malayalam Brahmins.

நம்மாழ்வார், s. a Vaishnava poet of the Vellala caste.

நய, VI. v. i. be cheap, மலி; 2. be advantageous or profitable, பிரயோசனப்படு.

தானியம் நயத்தது, grain is cheap.

நயப்பு, v. n. cheapness, 2. see நய VII.

நயத்தபொன், good gold.

நய, VII. *v. t.* love, coax, பிரியப்படுத்து; 2. be kind or friendly to, உபசரி; 3. respect, esteem, மதி; 4. desire greatly, long for, ஆசி.

நயப்பு, *v. n.* love, desire, delight; 2. see நய VI.

நயந்துபிழைக்க, to get a living by securing one's favour.

நயந்த சொல், நயச் சொல், pleasing words.

நயந்துகேட்க, – சொல்ல, to solicit, or request earnestly.

நயப்பி, VI. *v. t.* induce desire, ஆசை மூட்டு; 2. persuade, சம்மதப்படுத்து; 3. render cheap, நயப்படுத்து.

நயம், *s.* cheapness, மலிவு; 2. advantageousness, benefit, லாபம்; 3. superiority, மேன்மை; 4. pleasure, இன்பம்; 5. civility, decorum, உபசாரம்.

அதற்கிது நயமாயிருக்கிறது, this is cheaper than that, this excels that.

நயங்காட்ட, to coax, to wheedle.

நயநஷ்டம், gain and loss.

நயப்பாடு, *v. n.* advantage, benefit; 2. superiority,

நயமாக, to become cheap.

நயமாய் வாங்க, to buy cheap.

நயமும் பயமுமாய், with alluring and threats.

நயம்பண்ணியிழுக்க, to entice by kindness.

நயம்பாட, to sing pleasingly, to flatter.

நயம்பேச, to speak pleasantly or courteously.

நயவசனம், – வசனிப்பு, – வார்த்தை, enticing words.

நயவஞ்சனை, fraud under guise of friendship.

நயவர், friends.

*நயனம், *s.* eye, கண்.

நயனகஸ்தூரி, a medicine for the eye.

நயனபாஷை, language of the eyes.

நயன பார்வை, amorous look; 2. eye-sight.

*நயிச்சியம், நைச்சியம், *s.* lowness, தாழ்வு.

நயினர் (நாயனர்), *s.* lord, master, ஆண்டவன்; 2. a titular god, ஐயனர்.

*நரகம், நரகு, *s.* hell.

நரகக்குழி, the pit of hell.

நரகபாதாளம், hell as an abyss.

நரகர், நரகவாசிகள், the inhabitants of the nether world.

நரகவேதனை, pains of hell.

நரகல், *s.* filth, excrement, மலம்.

கிண்டக்கிண்ட நரகல் நாறும், the more one stirs excrements the more offensive smell they give.

நரகலான இடம், a nasty place.

*நரகன், நரகாசுரன், *s.* the name of a giant.

*நரகு, *s.* hell, நரகம்.

நரங்கு, III. *v. i.* become stunted and lean, decay, தேய்கடையாகு.

நரங்கடிக்க, to destroy by neglect.

நரந்தம், *s.* fragrance, வாசனை.

நரம்பு, *s.* vein, artery, blood-vessel, இரத்த நரம்பு; 2. tendon, nerve, sinew, தசைநார்; 3. cat-gut, chord, a string of a musical instrument, தந்தி; 4. a tendril of a vine and other parasitical plants, fibre, filament of leaves, இலைநரம்பு. (In *poetry* the *adj.* is நரப்பு).

நரம்பன் (*fem.* நரம்பி), a meagre emaciated person whose veins stand out.

நரம்புக் (நரப்புக்) கருவி, a stringed instrument.

நரம்புச் சிலந்தி, a guinea-worm.

நரம்புச்சுளுக்கு, – முடக்கம், contraction of the muscle or nerves.

நரம்புப்பிடிப்பு, நரம்பிசிவு, spasm of the nerves.

நரம்புவாங்க, – எடுக்க, to take off the fibres from leaves; 2. to cut the tendons of the feet; 3. to oppress one; 4. to contract.

*நரர், *pl.* of நரன் which see.

நரல், *s.* dry rubbish, செத்தை; 2. (for நரர், *com.* நருள்), people, சனம்.

நரல், நரலு, I. *v. i.* sound, roar, ஒலி; 2. hum.

நரவலி, VI. *v. i.* wait long under great weariness, சோரு.

நரற்று, III. *v. i.* sound, ஒலி.

*நரன், *s.* (*pl.* நரர், நரர்கள், நராள், நராளர், நராட்கள்), a man, a human being, மனிதன்; 2. Arjuna.

நரசிங்கம், man-lion, the fourth incarnation of Vishnu.

நரசீவன், a human being.
நர (நரசீவ) தயாபரர், the benevolent God as gracious to men.
நரதயை, humanity, love towards men.
நரபதி, a king as lord of men.
நரபலி, a human sacrifice.
நரஸ்துதி, adulation of great men.
நரமாமிசம், human flesh.
நரமாமிச பட்சணம், cannibalism.
நரமாமிச பட்சணி, a cannibal.
நரேசன், நரேசுரன், a lord of men, a king.

நரா, s. hardness in fruits, கன்றிப்போதல்.
நராப்பற்ற, – பிடிக்க, to become hard as an injured part of a fruit.

நராங்கு, v. i. same as நரங்கு.

நரி, s. a jackal, fox, ஓரி.
நரிக்குழி, நரிவளை, a fox-hole.
நரிப்பயறு, a wild kind of peas or pulse.
நரியன், a cunning fox, சூதன்; 2. a dwarf, குள்ளன்.
குட்டிநரி, a young jackal.
குழிநரி, நுழை –, வளை –, a fox.
குள்ளநரி, a jackal.
பெருநரி, a tiger.

நரி, VI. v. i. be startled or confounded, பிரமி; 2. v. t deride, despise, நிந்தி
முகம் நரித்துப்போயிற்று, his face changed colour by surprise.
நரிப்பு, v. n. startling, derision.

நருக்காணி, s. the state of being small and stunted as a child, கழளை.

நருக்கு, III. v. t. mash, bruise, crush, grind or beat to pieces, நசுக்கு.
நருக்கல், v. n. mashing, bruising, anything bruised or broken to pieces.
நருக்கல் குத்து, pain in the vitals.
நருக்குண்டு போக, to be bruised.
நருக்கடி, v. n. oppression, hardship restraint.
நருக்கடியெனல், being sudden, abrupt.
நருக்குப் பிருக்கல், what is not entirely bruised.
நருக்கெனல், v. n. suddenness, abruptness.
நருக்கெனச் செய், make haste and do it at once.

நருங்கு, III. v. i. be bruised or crushed to pieces, நசுங்கு; 2. be stunted in growth, சடை.
நருங்கத் துவைக்க, to mash well.
நருங்கிப்போக, to be mashed, to be stunted in growth.

நருமு, நரும்பு, III. v. t. see நறுமு.

நருவாணி, s. stuntedness, நருக்காணி.

நருள், s. vulg. for நரல், நரர், people.
நருள் பெருத்த இடம், a thickly peopled place.

***நரேசன்**, s. see under நரன்.

நரை, s. whiteness, ash-colour, grayness, வெண்மை; 2. hoariness of age.
நரை காண, – எழும்ப, to grow hoary or gray.
நரைதிரை, hoariness and wrinkles.
நரைதிரை மூப்பில்லாமை, exemption from gray hairs, wrinkles and age.
நரை மயிர், gray hair.
பித்த நரை, குட்டி –, premature grayness.

நரை, VI. v. i. grow gray, become pale or whitish, மயிர்வெளு; 2. fade, வாடு.
நான் நரைத்துப்போனேன், எனக்கு நரைத்துப் போயிற்று, I am grown gray.
நரைத்த கிழவன், a gray old man.
நரைத்த பயிர், a faded crop.

நரையான், s. a heron, நாரை; 2. a little child (in contempt).

நல, VI. v. i. become better, take a favorable turn, நன்மையாகு.

நலக்கு, III. v. t. break stiffness, make soft (as cloth etc. by handling), rumple, கசக்கு; 2. sully, tarnish, அழுக்காக்கு.

நலங்கு, s. a marriage ceremony.
நலங்கிட, to perform the ceremony of anointing before marriage.

நலங்கு, III. v. i. lose stiffness, கசங்கு; 2. grow faint or feeble (as a child by the heat of the sun), சோரு.

நலம், s. a good, a benefit, நன்மை; 2. advantage, welfare, profit, பயன்; 3. testicle of a bull.
நலமாயிற்று, it is well done.
நலமாய்வாங்க, to buy cheap.
நலம்தட்ட, – அடிக்க, – எடுக்க, to geld, to castrate.

நலம் பொலம், நலம் இளப்பம், good and evil.

நலி, II. *v. i.* waste, pine away, மெலி; 2. suffer, வருந்து; 3. *v. t.* afflict, distress, வருத்து.

குடும்பம் நலிந்துபோயிற்று, the family is impoverished.

நலுக்கு, III. *v. t.* same as நலக்கு.

நலுக்குப் பிலுக்குப் பண்ண, to love to go finely dressed.

நலுங்கு, *s. & v.* same as நலங்கு.

நல், நல்ல, *adj.* (நன்மை), good, fair; 2. abundant, much, மிகுந்த; 3. auspicious. (In *combin.* ல் is changed into ற் before க, ச, த, ப, and may be changed into ன் before ம and ந, sometimes also before க and ச.)

நல்ல காயம், severe wound.

நல்ல சமயம், நற்சமயம், a good opportunity, a favorable time.

நல்ல சாமம், midnight, dead of night.

நல்ல தண்ணீர், fresh, potable water.

நல்ல தனம், friendly words.

நல்லதனம் பண்ண, to pacify, coax.

நல்லது (*pl.* நல்லவை), that which is good, well, very well.

நல்லது பண்ண, to reconcile, to make friends.

நல்லது தீயது, நல்லது பொல்லாதது, good and evil.

நல்லத்தை, father's sister.

நல்ல நாள், auspicious day.

நல்லநாள் பெருநாள், a great day, a holy day.

நல்லபாம்பு, the cobra.

நல்லபுத்தி, good sense, good admonition or advice.

நல்லப்பன், a paternal uncle.

நல்ல மத்தியானம், exactly noon.

நல்ல (நன்) மரணம், a happy death.

நல்லம்மாள், a maternal aunt.

நல்லம்மான், mother's brother.

நல்லம்மான் பச்சரிசி, the name of a plant.

நல்லவன், நல்லன், a good man.

நல்லவேளை, a good opportunity, proper time, an auspicious hour.

நல்லாங்கு, moral good as done to another.

நல்லாங்கு பொல்லாங்கு, good and evil.

நல்லார், நல்லோர், நல்லவர்கள், the good (*opp. to* பொல்லார்).

நல்லீரல், the liver.

நல்லெண்ணெய், sesamum oil.

நல்லொழுக்கம், moral conduct (*opp. to* தீயொழுக்கம்).

நல்வழி, a good way, virtuous conduct, good parentage or descent.

நல்வினை தீவினை, good and bad deeds, virtue and vice.

நற்கருணை (*Chr. us*), the Sacrament of the Lord's Supper.

நற்கருணை கொடுக்க, – பரிமாற, to administer the Lord's Supper.

நற்கருணை யெடுக்க, – வாங்க, to receive the Lord's Supper.

நற்கிரியைகள், good works.

நற்குணம், good nature.

நற்குலம், a good family.

நற்பிரியம், good will.

நற்றாய், one's own mother.

நன்காடு, a burning ground.

நன்கொடை, donation, present.

நன்செய், rice fields.

நன்மார்க்கம், virtuous life.

நன்னூல், a good book, moral system; 2. Pavananti's Tamil Grammar.

நன்னெறி, path of virtue, good conduct.

நல்கு, III. *v. t.* desire, long for, விரும்பு; 2. bestow, grant, ஈ; 3. favour, கடாட்சி.

நல்குரவு, *s.* poverty, வறுமை.

நல்கூர், நல்கூரு, II. *v. i.* be poor, destitute, வறுமைப்படு.

நல்கூர்ந்தார், the poor.

நவச்சாரம், நவாசாரம், *s.* chloride of ammonium; 2. a solder, a metallic cement.

*நவம், *s.* newness, novelty, புதுமை.

நவநீதம், newness; 2. fresh butter.

நவபாண்டம், a new pot.

நவமாய், newly, anew.

நவமான காரியம், an extraordinary occurrence.

நவமென்ன, what news?

*நவம், *adj.* nine, ninefold, ஒன்பது.

நவகோணம், a nonagon.

நவதானியம், the nine kinds of grain, all sorts of grain.

நவத்துவாரம், the nine apertures of the body.
நவமி, the ninth lunar day after the new or full moon.
நவாங்கமும், *adv.* throughout, everywhere.
நவரத்தினம், நவமணி, all kinds of precious stones, the nine gems, *viz.* பவளம், coral; முத்து, pearl; கோமேதகம், cat's eye; மரகதம், emerald; வச்சிரம், diamond; நீலம், saphire, புட்பராகம், topaz; மாணிக்கம், ruby; வயிடூரியம், lapis lazuli.
நவராத்திரி, nine nights of strict fasting chiefly to Durga.

*நவாச்சாரம், *s.* see நவச்சாரம்.

நவில், நவிலு, I. *v. t.* (நவலல்), say, tell, utter, சொல்; 2. learn, study, கல்.

நவிழ், VI. *v. t.* extinguish, அவி.

நவிற்று, III. *v. t.* (நவில்), say, speak, சொல்; 2. declare, உரை.

*நவீனம், *s.* newness, novelty, புதுமை.

நவை, *s.* blemish, defect, குற்றம்; 2. disgrace, இகழ்ச்சி.

நழுக்கு, III. *v. t.* pound paddy; 2. blunt, மழுக்கு; 3. make a shallow furrow.

நழுங்கு, III. *v. i.* become blunted, be dull, மழுங்கு; 2. be ploughed with shallow furrows.
நழுக்கம், *v. n.* shallowness, bluntness.

நழுவு, III. *v. i.* slip out of the hand, fall off, slip off (as a garment), வழுவு; 2. steal or skulk away, விலகு; 3. evade, தப்பித்துக்கொள்.
நழுவல், *v. n.* slipping, evading.
நழுவலான பேச்சு, shuffling talk.
நழுவிப்போகப் பார்க்க, to try to skulk away or escape.

*நளன், *s.* a famous king.
நளபாகம், an excellent dish.

நளிர், *s.* coldness, குளிர்; 2. ague, shivering fits, குளிர்காய்ச்சல்.

நளினம், *s.* wit, pleasantry, jesting, இங்கிதம்.
நளினக்காரன், a witty humorous person; 2. a jester.
நளினச்சொல், – வார்த்தை, wit, joking, ridicule.

*நளினம், *s.* the lotus, தாமரை.

நளுங்கு, *s.* the armadillo, அழுங்கு.
நளுங்கோடு, its shell.

நளுநளுத்தல், *v. n.* being soft and mashy, கொளகொளத்தல்.

நள், நள்ளு, *s.* the middle, நடு.
நள்ளிருள், midnight, thick darkness.

நள், V. *v. t.* love, சிநேகி.
நட்டார், நட்பர், நண்பர், friends.
நட்பு, *v. n.* see separately.
நள்ளுநர், friends.
நள்ளலர், நள்ளார், foes.

நறநறவெனல், *v. n.* sounding like the grinding of the teeth.

நறவம், *s.* fragrance, வாசனை; 2. honey, தேன்.

நறவு, நறா, *s.* fragrance, honey, நறவம்; 2. toddy, கள்.

நறியது, *s.* (நறுமை), anything pleasant or fragrant.

நறு, *adj.* fragrant, see under நறுமை.

நறுக்கு, *s.* a piece cut off, துண்டு; 2. a note of hand, சீட்டு.
தலைநறுக்கு, the head part of an ola cut off.
வால்நறுக்கு, the lower end of an ola cut off.
நறுக்குச் சீட்டு, an old bond.

நறுக்கு, III. *v. t.* clip, தறி; 2. cut in small pieces, mince, chop, துண்டி.

நறுதடி, *s.* a goldsmith's anvil, அடைகல்.

நறுமு, நறும்பு, நருமு, III. *v. t.* grind the teeth, gnash, பற்கடி; 2. bruise or crush between the teeth, பல்லால் நசி.
நறுமுறுக்க, நறுமுறெனு, to grumble, to mutter; 2. to growl (as cats etc.).

நறுமை, *s.* odour, perfume, fragrance, வாசனை (see அருமை, *Note*).
நறு, நறிய, *adj.* fragrant.
நறுந்தொடை, fragrant garland.
நறுமலர், a fragrant flower.
நறுமணம், fragrance.
நறும்பிசின், fragrant gum.

நறும்பு, III. *v. t.* see நறுமு.

நறுவிலி, நறுவுளி, *s.* the cordia tree.
நறுவுளிப் பழம், the fruit of the cordia.
அச்சி நறுவுளி, a foreign kind of that tree.

நறை, *s.* fragrance, வாசனை; 2. fault, defect, குற்றம்.

நனவு, *s.* real vision (*opp. to* கனவு, dream).

நனி, s. narrowness, நெருக்கம்; 2. *adj.* & *adv.* much, very greatly, intensely, அதிக.
நனிநொந்தான், it made him smart much.
நனிபேதை, a great dunce.
நனை, II. *v. i.* become wet, become soaked, ஈரி.
நனைவு, *v. n.* wet, moisture.
நனை, VI. *v. t.* wet, moisten, soak, ஈர மாக்கு.
நனைப்பு, *v. n.* wetting.
கைநனைக்க, see under கை.
நன், *in comb.* see நல்.
நன்கு, s. (நல்), good, goodness, நன்மை; 2. plentifulness, மிகுதி.
நன்குணர, to know thoroughly.
நன்குமதிக்க, to esteem highly.
நன்குமதிக்கப் பெற்றவன், a highly esteemed man.
நன்மை, s. (நல்), good, benefit, உபகாரம்; 2. welfare, prosperity, சுபம்; 3. goodness, good nature, நற்குணம்; 4. puberty of a girl, இருது; 5. (*Chr. us.*), Eucharist, நற்கருணை.
காரியம் நன்மையாகும், the undertaking will prosper.
நன்மை செய்ய, to do good.
நன்மை தீமை, good and evil, festive and funeral occasions.
நன்மை தீமைக்கு விலக்க, to excommunicate.
நன்மையாய்ப் போக, to fall out well.
நன்மையான or நன்மைப்பட்ட பெண், a girl grown marriageable.
நன்றி (*vul.* நண்ணி), s. (நல்), goodness, நன்மை; 2. a benefit, good, kindness, favour, பட்சம்; 3 gratitude.
நன்றி சொல்ல, to thank.
நன்றி மறவேல், forget, not a benefit.
நன்றியறிய, — நினைக்க, to be grateful.
நன்றியறியாதவன், — கெட்டவன், an ungrateful person.
நன்றியறியாமை, ingratitude.
நன்று, s. that which is good, நல்லது; 2. a benefit, நன்மை; 3. welfare, prosperity, வாழ்வு.
நன்றாய், *adv.* well, beautifully, liberally.
நன்றாயிருக்க, to be well, to prosper, to be right.
நன்னயம், s. (நல்+நயம்), courtesy, உபசாரம்.
நன்னலம், s. excellence, great goodness.
நன்னாலு, see under நாலு.
நன்னாரி, s. Indian sarsaparilla.
நன்னி, s. a very small person or thing, சிறியது.
நன்னிப் பையல், a small boy.
நன்னு, III. *v. t.* nibble (as rats), biteoff.

நா

நா, நாவு, நாக்கு, s. the tongue; 2. the tongue or clapper of a bell; 3. the bolt of a lock, தாழ்.
நாவெழவில்லை, நாவெழும்பவில்லை, my tongue did not move to retort.
அவன் நாவசைய நாடசையும், if he wag his tongue, the whole country is moved.
நாதாங்கி, *vulg.* நாராங்கி, staple of a door.
நாமகள், நாமடந்தை, Saraswati, goddess of the tongue *i. e.* learning.
நாவடக்கம், reservedness.
நாவலர், poets, orators, the eloquent.
நாவறட்சி, dryness of the tongue.
நாவறட்சிக் காய்ச்சல், a fever which parches the tongue.
நாகணவாய், நாகணவாய்ப்புள், s. a bird, the Mina.
*நாகம், s. a snake in general, especially the cobra capella, பாம்பு; 2. black-lead, காரீயம்; 3. monkey, குரங்கு; 4. sky, ஆகாயம்; 5. mountain, மலை; 6. elephant, யானை; 7. fine cloth, நற்சீலை.
நாகசுரம், *com.* நாகசரம், clarionet.
நாகசுரக்காரன், நாகசுரமூதுகிறவன், clarionet-player.
நாகதாளி, a medicinal plant used as an antidote to snake bites.
நாகநாதன், Indra.
நாகபடம், the spread and figured neck of the cobra, ear-rings worn

by females with the figure of a serpent.

நாகபாசம், a kind of snake-like rope used in warfare.

நாகப்பாம்பு, the cobra.

நாகப்பூச்சி, *vulg.* நாக்குப்பூச்சி, an earth-worm, பூநாகம்.

நாகமல்லிகை, a medicinal plant.

நாகரத்தினம், a gem supposed to be found in the head of the cobra.

நாகலோகம், Swerga; 2. the world of the Nagas.

பறவைநாகம், a flying dragon.

*நாகரம், s. (தேவநாகரம்), the Devanageri character or Alphabet of the Sanscrit language; 2. dry ginger, சுக்கு.

நாகரவண்டு, s. a sort of beetle, பொன் வண்டு.

*நாகரிகம், நாகரீகம், s. (நகரம்), town manners, சாதுரியம்; 2. urbanity, politeness of manners, refinement, civility, civilization, உபசாரம்; 3. affectation, foppishness, சலுக்கு.

நாகரீகன், நாகரீகக்காரன், a genteel accomplished person.

நாகரீகமான நடக்கை, genteel manners.

நாகரீகம்பண்ண, -காட்ட, to act politely or gracefully, to be foppish or precise.

நாகல், நாவல், s. the naval or jambo tree.

நாகு, s. youthfulness, tenderness, இளமை; 2. a female buffalo; 3. a female calf, heifer, பெண் கன்று.

நாகு கன்று, a heifer, the young of a buffalo

நாக்கப்பாட்பு, நாக்கப்பூச்சி, *vulg.* நாக்களாமபூச்சி, s. an earth worm, a belly-worm, நாகப்பூசசி.

நாக்கு, s. the tongue, நா; 2. blade of an oar, துடுப்பு.

நாக்கு இன்னம் திரும்பவில்லை, the child's tongue does not bend easily, he lisps, the person cannot yet speak well.

நாகுத்தட்ட, to stammer.

நாக்குத் தப்ப, to fail in a promise.

நாக்குத் தூக்கி (*colloq.*), a sweet-tooth, a junketing person.

நாக்குநீட்ட, to stretch out the tongue.

நாக்குப்புரண்டு பேச, to fail in one's word.

நாக்கு வழிக்க, to cleanse the tongue by scraping it.

நாக்குவிசுவாசம், the keeping of one's word.

சிறுநாக்கு, the epiglottis or uvula.

நாக்குமீன், s. sole-fish.

நாங்கள், *pron. pl.* (*gen.* எங்கள், எங்களுடைய, *dat.* எங்களுக்கு etc.), we, excluding the person addressed (cf. நாம்).

நாங்கு, III. *v. i.* shrink into oneself, become spiritless, தைரியங்குன்று.

நாங்குழு, நாங்கூழ், s. a belly-worm.

*நாசம், s. destruction, ruin, loss, அழிவு; 2. death, மரணம்.

நாசப்பட, நாசமாக, to be extirpated, destroyed.

நாசமோசம், மோசநாசம், peril, jeopardy.

நாசம்பண்ண, to destroy.

கர்ப்பநாசம், abortion.

*நாசனம், s. destruction, dissolution, நாசம்,

*நாசி, நாசிகை, s. the nose, மூக்கு; 2. the nostrils, நாசித் துவாரம்.

நாசிப்பொடி, snuff.

நாசியடைப்பு, stopping up of the nose.

நாசியைச் சிந்த, to blow the nose.

*நாசி, VI. *v. i.* perish, be reduced, நாசமாகு.

*நாசியம், s. the rope through the gristle of the bullock's nose to guide it, மூக்கணாங்கயிறு.

*நாசுவன், *prop* நாவிதன் s. (*fem.* நாசுவத்தி), a barber, அம்பட்டன.

நாச்சி, நாய்ச்சி, s. (*honor* நாச்சியார், *pl.* நாச்சிமார்), a lady, mistress of a slave, துரைசானி.

*நாடகம், s. a play, drama, கூத்து.

நாடகசாலை, a theatre, 2. a dancing girl.

நாடகத் தமிழ், dramatic Tamil.

நாடகத்துறை, dramatic science.

நாடகமடிக்க, to be very haughty or immodest.

நாடகமாட, to act or perform a play.

நாடகர், actors.

நாடன், *s.* an epithet of kings.
நாடா, *s.* a weaver's shuttle, நாழி; 2. ribbon, tape.
நாடான், *s.* a caste title of the Shanars and a class of Kallars.
*நாடி, *s.* an artery, vein, tendon, நரம்பு; 2. the pulse, தாது; 3. an Indian hour of 24 minutes, நாழிகை.
நாடிபார்க்க, to feel the pulse.
நாடிநிலை, state of the pulse.
நாடிப்பரிட்சை, acquaintance with the art of feeling the pulse.
நாடிமண்டலம், the celestial equator.
நாடியொடுக்கம், நாடிவிழுந்து போதல், the sinking of the pulse.
நாடியோட்டம், the beating of the pulse.
அசாத்திய நாடி, a pulse indicating death (*opp. to* சாத்தியநாடி, a pulse indicating recovery).
நாடு, *s.* country, state, realm, இராச்சியம்; 2. rural country (*opp. to* நகரம், city, town); 3. populated country (*opp. to* காடு, forest tracts), தேசம்.
நாடோடி, a vagrant, a vagabond, நாடோடியாய்த் திரிகிறவன்; 2. what is common to the country, நாடோடியாய் வழங்குவது.
நாடோடிச்சொல், –ப்பாஷை, –ப்பேச்சு, words common in the country, provincial dialect.
நாடோடிய வழக்கம், a general custom in the country.
நாட்டாண்மை, நாட்டாமை, chieftaincy of a country or village.
நாட்டாண்மைக்காரன், chief or headman of a village.
நாட்டாண்மைக்காரி, wife of a village headman; 2. a proud forward woman.
நாட்டாண்மை பண்ண, to manage the village as a headman.
நாட்டார், people of a country; 2. rustics; 3. chief persons among the Vellalah caste.
நாட்டாள், a labourer, a rustic.
நாட்டுக் குதிரை, –கழுதை etc., country or domesticated horse, ass etc. (*opp. to* காட்டுக் குதிரை etc., wild or imported horse etc.).
நாட்டுப்புறம், country parts.
நாட்டுப்புறத்தான், a rustic, an unpolished person.
நாட்டுப் பெண் (*prov.*), a daughter-in-law.
நாட்டுப்போக்கு, – வழக்கம், the style, fashion and manners of a country; 2. rusticity.
நாட்டுவளப்பம், fertility of the country; 2. good order of a country.
நாடு, III. *v. t.* aim at, seek, inquire, தேடு; 2. desire earnestly, விரும்பு; 3. scent (as dogs a hare), மணம்பிடி.
அவளை நாடிக்கொண்டு திரிகிறான், he goes after her.
இங்கே நாட ஒட்டவில்லை, he does not permit me to live here.
நாடி, *adv. part.* concerning, respecting, seeking.
மழையை நாடி, on account of the rain.
உம்மை நாடி வந்தேன், I came to beg a favour, I came on your account.
நாடோறும், see under நாள்.
நாட்டம், *s.* (நாடு), the aim of a thing, desire, intention, விருப்பம்; 2. suspicion, சந்தேகம்; 3. eye, கண்.
நாட்டமாயிருக்க, to long for.
*நாட்டியம், *s.* dancing, dramatic art, நாடகம்.
நாட்டியக்காரன் (*fem.* நாட்டியக்காரி), a dancer, a careless reckless person.
நாட்டியம்பண்ண, – ஆட, to dance.
நாட்டு, III. *v. t.* fix or plant in the ground, erect a column, a pillar etc., நடு; 2. establish rules, customs etc., ஸ்தாபி.
தண்ணீர் காலை நாட்ட ஒட்டவில்லை, the water permits not the foot to reach the ground here, because of the strong current.
நாட்டு, *v. n.* a thing set up, fixture (as in கைநாட்டு).
குடிநாட்ட, to plant a colony.
நாட்பட, *inf.* see under நாள்.
நாணம், *s.* bashfulness, shame, shyness, modesty, கூச்சம்.
நாணக்கேடு, impudence, immodesty.
நாணங் கெட்டவள், an impudent woman.

நாணமாயிருக்க, நாணப்பட, to be shamefaced, bashful, modest.

நாணயம், நாணையம், s. probity, honesty, நேர்மை; 2. truth, credit, உண்மை; 3. fineness, elegance, உசிதம்.

நாணயக்காரன், a person of refined feeling and manners.

நாணயஸ்தன், an upright dealer.

நாணயச் சரக்கு, superior articles.

நாணயஞ் செலுத்துதல், acquitting oneself honorably in business.

நாணய பங்கம், loss of credit; 2. disgrace.

நாணயப் புடவை, fine cloth.

நாணயம் பண்ண, to assume an air of refinement, to be too delicate.

*நாணயம், நாணகம், s. a coin, anything stamped with an impression.

நாணல், s. reed; 2. v. n. from நாணு.

நாணு, III. v. i. be shamefaced, modest or bashful, கூச்சப்படு.

ஒருவனுக்கு நாண, to be shamefaced in one's presence.

நாணல், v. n. being bashful, shamefaced.

நாணுகோள்ள, corrup. of நான்றுகொள்ள, see நால்.

நாணுவம், நாணுவத்தான், நாணுவான் பிள்ளை, s. a bird called *martinho* in Portuguese.

நாணையம், s. same as நாணயம்.

நாண், s. see ஞாண், string, bow-string.

நாணிறக்க, to slacken the bow.

நாண் எற்ற, — பூட்ட, to bend the bow.

நாண், s. modesty, bashfulness, நாணம்.

*நாதம், s. sound in general, சத்தம்; 2. musical sound, ஓசை; 3. semen muliebre, சோணிதம்.

அவன் பாடுகிறது நாதமாயிருக்கிறது, he sings well.

நாதகீதம் பாட, to sing with musical accompaniment.

சங்கநாதம் பண்ண, to blow a conch.

*நாதன், s. (*pl. & hon.* நாதர்), the Supreme Being, கடவுள்; 2. lord, master, இறைவன்; 3. an eminent holy person, saint, sage, முனிவன்; 4. a husband, கணவன்.

நாதாக்கள், s. saints, sages, ஞானிகள்.

*நாதி, s. same as ஞாதி, son or near relation.

நாதிக்காரன், நாதிதெட்சகன், a relation who is entitled to a part of the estate and performs the funeral rites.

நாதிப்பேர், relations.

நாதியற்றவன், a helpless person without friends and relations.

*நாதி, VI. v. i. (நாதம்), sound, emit a sound, play on a wind instrument, ஒலி.

நாத்தனூர், நாத்தி, s. the husband's sister, sister-in-law.

*நாத்தி, நாஸ்தி, s. non-existence, annihilation, destruction, இன்மை.

*நாத்திகம், நாஸ்திகம், s. non-existence, atheism, denial of the deity, தெய்வமின்மை.

நாஸ்திகன், an atheist, infidel.

*நாநா, *adj.* see நானு, many, various.

நாந்து, III. v. i. grow humid or damp, ஈரி.

நாந்தல், v. n. dampness.

நாந்தற் காலம், damp weather, rainy season.

*நாபி, s. the navel, தொப்புள்; 2. a powerful vegetable poison.

நாபிக் கமலம், the lotus-like navel.

நாபிக்கொடி, the umbilical cord.

வச்சநாபி, வசநாபி, பச்சநாபி, a strong poison from a plant.

நாப்பு, III. v. t. mock, ridicule, நகை.

நாப்பு, v. n. mockery, ridicule.

நாப்புக்காட்ட, to mock, to deceive.

*நாமம், s. a name, an appellation, பெயர்; 2. the tridental mark on the forehead of Vaishnavas, திருநாமம்; 3. white clay used for that mark; 4. fear, அச்சம்.

நாமகரணம், the ceremony of naming a child.

நாமகரணம் பண்ண, to name a child with certain ceremonies.

நாமக்கட்டி, lumps of white clay.

நாமக் குச்சிலி, a woman's cloth of divers colours.

நாமதாரிகள், நாமக்காரர், Vaishnavas.

நாமதேயம், a name given, appellation.

உம்முடைய நாமதேயமென்ன, what is your given name?
நாமம் இட, — சாத்த, — தரிக்க, to invest with a name; 2. to wear or put on the Vaishnava mark.
அவன் எனக்கு நாமஞ்சாத்திவிட்டான், he has deceived me.
நாம், *pron. pl.* (*genit.* நம், நம்முடைய, நமது, *dat.* நமக்கு, *acc.* நம்மை etc.), we, including the persons addressed (cf. நாங்கள்); 2. *honorif. of* நான், used by superiors to inferiors.
நம் அரண், our palace.
நாம்பு, III. *v. i.* grow meagre, thin or lean, இளை.
நாம்பல், being thin.
நாம்பலாயிருக்க, — போக, to be or grow lean, thin.
நாம்பு, *v. n.* anything lean.
*நாயகம், *s.* superiority, excellence, pre-eminence, தலைமை; 2. rule, government, ஆளுகை; 3. the chief gem in a neck-lace; 4. *an affix* to some medicinal plants.
நாயக சுரம், நாகசுரம், a kind of clarion.
நாயக மணி, நடுநாயகம், the central gem in a breast plate.
சன்னி நாயகம், an excellent remedy against fits.
*நாயகன் (*honor.* நாயகர், *fem.* நாயகி), a lord, master, leader, அதிபதி; 2. the Supreme Being, ஆண்டவர்; 3. a husband, கணவன்.
சர்வலோக நாயகர், the Lord of the universe.
நாயக்கன், *s.* a name of some tribes of Telungas; 2. a title in the native army, a corporal.
நாயர், *s.* (*Malay.*), a land-lord.
*நாயனர், *s.* a lord, master, எசமான்; 2. a devotee, முனிவன்.
*நாயன், நாயகன், *s.* a king; 2. a master; 3. the Supreme Being, கடவுள்.
நாயன்மார் (*pl.*), devotees, lords, masters.
நாயிறு, *s.* see ஞாயிறு, the sun, Sunday.
நாயிறுதிரும்பி, the sunflower, சூரிய காந்திப்பூ.
நாய், *s.* a dog, சுனகன்.
நாயீ, a dog-fly.
நாயுணி, a tick.
நாயும் புலியும், a kind of play with seeds, stones etc. in squares.
நாயுருவி, the name of a plant.
செந்நாயுருவி, a red kind of that plant.
கடல் நாய், the sea-dog, the seal.
நாய்க்குட்டி, a young dog, a puppy.
நாய்க்குணம், peevishness, cynicalness.
கோநாய், ஓநாய், the wolf.
செந்நாய், a reddish species of wild dog.
நீர்நாய், மீனாய், the beaver.
மரநாய், the pole-cat, palmyra dog.
வேட்டை நாய், a hound.
நாய்கர், *s.* the mercantile caste, செட்டிகள்.
நாய்ச்சி, நாய்ச்சியார், *s.* see நாச்சி, a lady.
*நாரணன், நாராயணன், *s.* Vishnu.
நாரத்தை, *s.* the orange tree.
நாரத்தம்பழம், an orange.
நாராங்கி, *s.* see நாதங்கி under நா.
*நாராசம், *s.* an iron pin, rod, wire, சலாகை; 2. an iron arrow, அம்பு; 3. an iron style, எழுத்தாணி.
நாராசமேற்ற, to pass an iron pin through an ola book; 2. to thrust an iron rod into the ear as a punishment.
நாராசமேற்றினாற்போலே காதிலே விழுந்தது, the hearing of it was very painful, as if an iron pin had been thurst into my ears.
*நாராயணன், *s.* Vishnu as preserver in the deluge.
நாராயணி, Lukshmi.
நார், *s.* fibrous covering about the bottom of a cocoanut leaf-stem, பன்னாடை; 2. bow-string, நாணி; 3. fragrance, வாசனை; 4. loins, இடை.
நாரியேற்றிட, to strain the string.
நாரிக்குத்து, — வலி, pain in the loin.
*நாரி, *s.* a woman, பெண்; 2. Parvati.
நாரை, *s.* the heron, stork.
நாரைப்பசு, a tall, meagre cow.
செங்கால் நாரை, a heron whose legs are red.
நத்தைகுத்தி நாரை, another kind of heron.

நார், *s.* fibre in fruit, vegetable fibre generally, தும்பு; 2. string, rope, கயிறு.

நார்க்கயிறு, a coir-rope.

நார்ப் பட்டு, – ச்சீலை, – மடி, cloth made of fibre of trees resembling silk.

நால், நாலு, *adj.* [illegible] ங்கு; 2. (*fig.*), many, universa[illegible] ல். *In combination* ல் is chang[illegible] ற் (before, க, ச, த, ப), ன் (before ஞ, [illegible] வ.

நன்னாலு, நன்னான்கு, by fours, four abreast.

நாலடி, நாலடியார், the title of a book having four lines to each verse.

நாலாம், நான்காம், the fourth.

நாலாயிரம், four thousand.

நாலாவது, fourthly.

நாலாவிதம் (நானாவிதம்), various, sundry kinds.

நாலாவிதமும் பாவஞ்செய்தேன், I have committed sins of all kinds.

நாலிணை, *vulg.* நாவணை, four pairs of oxen.

நாலுகாரியமும் அறிந்திருக்க, to have a knowledge of many things.

நாலு சாதியும், all the castes, various castes, several castes.

நாலு திக்கிலும், everywhere, on all sides.

நாலு நாள் போகவேணும், some days must pass.

நாலுபேர் (நாலுபேரும்) அறிய, *adv.* publicly, before all.

நால்வர், four persons.

நாற்காலி, a quadruped; 2. any four-legged seat, chair etc.

நாற்கால் (நாலு கால்) சீவன்கள், quadrupeds, four-footed beasts.

நாற்கோணம் (*pleonast.* நாற்சதுரம்), a square, a quadrangular figure.

நாற்சந்தி, the junction of four ways or streets.

நாற்பது, forty.

நாற்பாட்டன், the great grand father's father.

நாற்றிசை, the four cardinal points.

நானான்கு, four times four.

நானூறு, four hundred.

நான்முகன், Brahma the four-faced.

நால், நாலு, I. *v.i.* hang, be suspended, தொங்கு; 2. fall down, drop, விழு.

நான்ற வாய், நால் வாய், a hanging mouth or jaw.

நான்றுகொள்ள, *com.* நாணுகொள்ள, to hang oneself.

நாவணை, *s.* see நாலிணை under நால்.

நாவலர், *s.* poets, see நா.

நாவல், நாகல், *s.* the navel or jambo-tree.

நாவல்பழம், the jambo fruit.

சிறு நாவல், a smaller kind of this tree.

ஜம்புநாவல் செடி, rose-apple tree.

ஜம்புநாவல் பழம், rose-apple.

***நாவாய்**, *s.* a vessel, ship, கப்பல்.

நாவி, *s.* civet-cat, புழுகுப்பூனை.

***நாவி**, *s.* vegetable poison, நாபி; 2. the musk deer, கஸ்தூரி.

நாவிப்புழுகு, civet.

***நாவிதன்**, *s.* a barber, அம்பட்டன்.

நாவு, *s.* the tongue, see நா & நாக்கு.

நாவு, III. *v. t.* winnow and clean grain, சேம்பு; 2. mock by thrusting out the tongue.

நாவுரி, நாடுரி, *s.* (*a contr. of* நாழியுரி), one measure and a half.

நாழி, *s.* a corn measure, the eighth part of a குறுணி or marcal; 2. tubularity, உட்டுளை; 3. an Indian hour of 24 minutes, நாழிகை; 4. a weaver's shuttle, நாடாழி.

நாழிகை, *s.* (*Sansc.* நாடிகா), an Indian hour of 24 minutes.

ஒரு நாழிகை வழி, one Indian mile, a distance walked in 24 minutes.

நாளது, *adj.* (நாள்), current, passing, present, instant.

நாளது மாசம், the current month.

நாளது வருஷம், the present year.

நாளது முதல், from this day forward.

நாளதுவரையில், to the present time.

***நாளம்**, *s.* tubularity, உட்டுளை; 2. a pipe, tube, hollow stalk, காம்பு.

நாளை, *s.* to-morrow, மற்றைநாள்.

நாளைக்காலமே, to-morrow morning.

நாளைக்கு, நாளையத்தினம், to-morrow.

நாளையினன்றைக்கு, நாளை நின்றன்றைக்கு, on the day after to-morrow.

*நிமித்திகன், s. a soothsayer, a prognosticator, an augur, குறிசொல்வோன்.

*நிமித்தியம், s. see நிமித்தம்.

நிமிர், நிமிரு, II. v. i. rise, stand straight, become erect, உயரு; 2. grow, வளரு; 3. be close, thick or crowded, நெருங்கு; 4. be bold, decided, இறுமா.

வயிறு நிமிரப் பிடித்தான், he ate to the full.

நிமிர்ந்திருக்க, to raise or hold the head erect.

நிமிர்ந்து நடக்க, to walk erect.

நிமிர்ந்து நிற்க, to stand erect, to assert one's right with courage.

நிமிர்ந்து பார்க்க, to look with the head erect, to regard.

நிமிர், VI. v. t. to straighten, to set upright, நிமிர்த்து.

நிமிர்த்து III. v. t. straighten, unbend, set upright, நிமிரப்பண்ணு.

நிமிர்த்திப்பிடிக்க, to hold a person or thing erect.

நிமிர்த்தி வைக்க, to set erect.

நிமிளை, நிமளை, s. a mineral, bismuth, pyrites, அம்பர்.

காக நிமிளை, black coloured bismuth.

பொன்னிமிளை, bismuth of a gold colour.

வெள்ளி நிமிளை, silver coloured bismuth.

நிமு, நிமுத்து, *vulg. for* நிமிர், நிமிர்த்து.

நிமை, s. eye-lid, இமை.

நிமைப்பொழுது, ஒரு கண்ணிமை, a twinkling of the eye, a moment.

நிமை மூட, to close or shut the eye.

நிமை, VI. v. i. twinkle, இமை.

நிமைக்கிறதற்குள்ளே வருகிறேன், I shall come in a moment.

*நிம்பம், s. the Neem or Margosa tree, வேம்பு.

*நியதி, s. religious or moral duty, செய்கடன்; 2. custom, usage, வழக்கு; 3. destiny, fate, ஊழ்.

நியதிச்சொல், an appropriate word or term.

*நியதி, VI. v. t. appropriate, consecrate, நியமி.

*நியமம் (நேமம்), s. moral obligation, duty, கடமை; 2. religious observance, especially that which is imposed, நித்தியகருமம்; 3. appointment, assignment, அமைப்பு; 4. usage, practice, வழக்கு.

நியம நிஷ்டை, personal religious duties.

நியமம் பண்ண, – செய்ய, to vow; 2. to make an appointment or form a purpose; 3. to appoint one to an office.

*நியமனம், s. (நேமனம்), precept, rule, கட்டளை.

*நியமி (*com.* நேமி), VI. v. t. appoint, ordain, assign, establish, ஏற்படுத்து; 2. resolve, determine, தீர்மானி; 3. produce, make, உண்டாக்கு.

ஒருவனுக்கு நியமித்த பெண், a betrothed girl.

பதிலாக நியமிக்கப் பட்டவன், one's substitute.

நியமித்தகாலம், appointed time.

*நியாசம், s. consecration, நியதிக்கை; 2. relinquishment, abandonment, சந்நியாசம்.

*நியாயம், s. ground, principle, point, ஆதாரம்; 2. law, rule, precept, நீதி; 3. reason, justice, right, propriety, equity, நடு; 4. law-suit, வழக்கு.

நியாயக்கேடு பண்ண, to do injustice.

நியாயங்காட்ட, – ஞ்சொல்ல, to show reason, to adduce argument.

நியாயங்கேட்க, to hear causes.

நியாயசபை, a judicial assembly, a court.

நியாயசாஸ்திரம், jurisprudence, ethics.

நியாயஸ்தலம், tribunal, court of justice.

நியாயஸ்தன், same as நியாயவான்.

நியாயத்தீர்ப்பு, judgment.

நியாயத்தீர்ப்புநாள், judgment-day.

நியாயந்தப்பி, – க்கேடாய், unjustly.

நியாயந்தீர்க்க, to judge, to decide.

நியாயப்பிரமாணம், law divine or human; 2. statutes, code of laws.

நியாயமாய், நியாயப்படி, நியாயமானபடி, agreeably to justice and equity, reasonably, fairly.

நியாயம் பேச, to discuss a law-suit; 2. to act as arbitrator.

நியாயவாதி, a pleader.

நியாயவான், a moral, equitable, just man.

நியாயவிசாரணை, investigation, trial.

நியாயாசனம், judgment-seat.

நியாயாதிபதி, நியாயக்காரன், a judge.

நிர, VII. *v. i.* be crowded or full, நெருக்கு; 2. spread, expand, பரவு; 3. *v. t.* divide equally.

சாதத்தை நிரந்துகொண்டார்கள், they divided rice equally.

நிரக்கு, நெரக்கு, *s.* (*Pers.*), current price, tariff, fixed price of articles, விலை.

நிரக்குநாமா, a list of current prices.

நிரக்குப்போட, to take stock.

***நிரங்குசம்**, *s.* (நிர் *priv.*), uncontrolled self-will.

நிரங்குசன், the deity.

***நிரச்சரகுக்ஷி**, *s.* (நிர் *priv.*), a blockhead, one that does not know letters.

***நிரஞ்சனம்**, *s.* (நிர் *priv.*), being blotless, perfection, மாசின்மை.

***நிரதிகாரம்**, *s.* (நிர் *priv.*), being without authority.

***நிரந்தரம்**, *s.* perpetuity, always.

***நிரபேட்சம்**, *s.* (நிர் *priv.*), absence of desire.

நிரப்பு (*com.* ரப்பு), III. *v. t.* fill, complete, நிறை; 2. replenish, satisfy, பூர்த்திசெய்.

நிரம்பு (*com.* ரம்பு), III. *v. i.* grow full, become filled, நிறை; 2. abound, பொலி.

நிரம்ப (ரம்ப) ச்சாப்பிட்டேன், I ate to the full.

நிரம்ப (ரம்ப) வார், pour it full.

நிரம்பாமென்சொல், prattling, delicate speech.

நிரம்பியிருக்க, to be full.

***நிரயம்**, *s.* hell, நரகம்.

நிரல், *s.* row, order, arrangement, நிரை.

நிரவு, III. *v. i.* be filled up, become full, level, சமனுகு; 2. *v. t.* make even (the ground), level, சமனுக்கு; 3. equalize, proportionate, சரிப்படுத்து; 4. make up deficiency, குறைதீர்.

நிரவிச் சாப்பிட்டார்கள், many persons partook of food dressed for a few.

நிரவல், *v. n.* making up a deficiency, average.

நிரவிக்கொள்ள, to adjust affairs with one another.

***நிராகரி**, VI. *v. t.* refute, reject, மறு.

நிராகரிப்பு, refutation, confutation.

***நிராகாரம்**, *s.* refutation, rejection, removal, மறுப்பு.

***நிராகிருதம்**, *s.* that which is refuted or rejected, தள்ளுண்டது.

***நிராகுலம்**, *s.* (நிர் *priv.*), freedom from sorrow, சந்தோஷம்.

***நிராசை**, *s.* freedom from desire, ஆசையின்மை.

***நிரியாணம்**, *s.* death, மரணம்; 2. emancipation from birth, நிருவாணம்.

நிரியாணமாக, to die.

***நிரீசுவரம்**, நிரீச்சுரம், *s.* (நிர் *priv.*), atheism.

நிரீச்சுரவாதி, an atheist.

***நிரு**, see நிர்.

***நிருணயம்**, *s.* see நிர்ணயம், certainty etc.

***நிருணித்தல்**, நிர்ணயித்தல், *v. n.* being certain or assured.

***நிருநாசம்**, *s.* see நிர்நாசம்.

***நிருத்தம்**, *s.* dancing, கூத்து.

நிருத்தகீதவாத்தியம், dancing, singing and instrumental music.

நிருத்தமாது, a dancing girl.

***நிருபம்**, *s.* an epistle, a letter of authority, கட்டளை; 2. decree, தீர்மானம்; 3. note, letter, சீட்டு.

நிருபமருள, to honour one with a letter.

***நிருபன்**, *s.* a king, வேந்தன்.

***நிருபி**, VI. *v. t.* (நிரூபி), appoint, institute, நியமி; 2. destine, allot, decree, ஏற்படுத்து; 3. make, create, உண்டாக்கு.

***நிருமலம்**, *s.* see நிர்மலம்.

***நிருமாணம்**, நிர்மாணம், *s.* institution, allotment, ஏற்பாடு; 2. production, நிருமிப்பு.

***நிருமாணி**, நிருமி, நிர்மி, VI. *v. t.* construct, ordain, constitute, ஏற்படுத்து.

***நிருமிதம்**, *s.* construction, fabrication.

***நிருவகி**, நிருவாகி, VI. *v. t.* bear, endure, சகி; 2. manage, carry on, நடப்பி.

***நிருவாகம்**, நிர்வாகம், *s.* endurance, tolerance, சகிப்பு; 2. management, economy, பராமரிப்பு; 3. ability, capacity, adequacy, திராணி; 4. state, condition, நிலைமை.

அதற்கு எனக்கு நிருவாகம் இல்லை, I cannot afford for it.

என் சீரும் நிருவாகமும், my condition and means.

நிருவாகம்பண்ண, to manage; 2. to maintain, to support; 3. to fulfil one's word.

நிருவாகி, a good, able manager, an agent.

*நிருவாணம், நிர்வாணம், s. emancipation from birth, நிரியாணம்; 2. nakedness, அம்மணம்.

நிருவாணி, a naked person.

*நிருபணம், s. (நி intens.), inspection, investigating, ஆராய்கை; 2. proof, determination, resolution, தீர்மானம்.

*நிருபம், s. (நி priv.), shapelessness; 2. (நி ருபம்), epistle.

நிருபன், the Supreme Being.

*நிருபி, VI. v. t. investigate, ஆராய்; 2. prove, demonstrate, evince, உரூபி.

நிரை, s. row, line, train, ஒழுங்கு; 2. order, series, வரிசை; 3. military array, படை வகுப்பு; 4. a metrical syllable.

நிரையசை, a compound syllable.

நிரையாட, to play with little stones in lines drawn on the ground.

நிரை, II. v. i. be or form in a row, நிரையாகு; 2. become arranged, வரிசைப்படு; 3. swarm, திரளாகு; 4. v. t. hedge, fold, plait sticks, thorns or twigs together, வேலியடை; 5. put things in rows, ஒழுங்காக்கு; 6. crowd, fill up, நிரப்பு.

என்பேரிலே இல்லாதும்பொல்லாதும் நிரைந்தான், he has knit many lies together in his narrative concerning me.

நிரைந்து காட்ட, to explain in detail.

நிரை, VI. v. t. arrange in order, classify, set in rows, regulate, வரிசைப்படுத்து; 2. crowd, muster, நிரப்பு; 3. enumerate, say, விரித்துச்சொல்; 4. fulfil, accomplish, நிறைவேற்று.

நிரைசல், நிரைச்சல், s. screen, a hedge with stakes etc., மறைப்பு.

நிரைச்சல்பிடிக்க, — அடைக்க, to hedge or screen a ground.

*நிரையம், s. hell, நிரயம்.

*நிர் (நிரு, நிஷ், நிட், நிண், நின் or நிச்), prefix implying negation, privation, இன்மை; 2. intensity. See the compounds in their respective places.

*நிர்ணயம், நிருணயம், நிண்ணயம், s. decision, தீர்மானம்; 2. certainty, determination, purpose, நிச்சயம்.

நிர்ணயமானது, what is firmly resolved.

நிர்ணயக்காரன், one who is exact in keeping his word.

*நிர்ணயி, நிர்ணி, நிர்ணே, VI. v. t. be certain or assured, நிச்சயி; 2. resolve, determine, தீர்மானி.

*நிர்த்தாட்சணியம், s. an unfavorable look, a disregard of persons.

*நிர்த்தூளி, s. (நிர் intens.), utter demolition, total destruction, நிர்மூலம்.

நிர்த்தூளி பண்ண, to destroy utterly.

நிர்த்தூளியாக, to be destroyed, to be reduced to dust and ashes.

*நிர்நாசம், நிருநாசம், s. (நிர் priv.), indestructibleness, imperishableness, அழியாமை; 2. (நிர் intens.), utter destruction, சருவநாசம்.

*நிர்நிமித்தம், நிர்நிமித்தியம், s. without any cause.

*நிர்ப்பந்தம், s. affliction, calamity, misery.

நிர்ப்பந்தப்பட, to be severely afflicted.

*நிர்ப்பாக்கியம், s. unhappiness, misfortune.

நிர்ப்பாக்கியன், unhappy man.

*நிர்மலம், நிருமலம், நின்மலம், s. immaculateness, மாசின்மை.

*நிர்மாணம், s. see நிருமாணம்.

*நிர்மி, v. see நிருமி.

*நிர்மூடன், நிருமூடன், நின்மூடன், s. (நிர் intens.), a fool.

*நிர்மூலம், நிருமூலம், s. what has no root, extirpation, மூலமின்மை.

நிர்மூலமாக, நிர்மூலப்பட, to be utterly destroyed.

நிர்மூலம் பண்ண, — ஆக்க, to extirpate.

*நிர்வாகம், s. see நிருவாகம்.

*நிர்வாணம், s. see நிருவாணம், nakedness.

*நிர்விசாரம், s. recklessness, carelessness, tranquillity, கவலையின்மை.

நிலமை, s. see நிலைமை.

நிலம், s. ground, soil, land, தரை; 2. the earth, பூமி; 3. ground-floor, தளம்.

நிலக்கடலை, ground-nut.
நிலக்கரி, coal.
நிலந்தெளியவா, come at day-break.
நிலப்பனை, a kind of plant.
நிலப்போங்கு, நிலவாகு, quality of soil.
நிலமகள், the earth as a goddess, பூமிதேவி.
நிலமட்டம், ground or water level.
நிலவரி, land tax.
நிலவளம், fertility of soil.
நிலவறை, a cave, cavern, cellar.
நிலவாகை, *cassua senna*.
நிலவாடகை, rent of land.
நிலவாரம், the owner's share of the produce from land.
நிலவியல்பு, நிலத்தியல்பு, நிலச்சார், the nature of the soil.
உவர் நிலம், brackish soil.
செர்நிலம், field of battle.
பண்பட்ட நிலம், ground which is tilled.

*நிலயம், நிலையம், s. place, site, situation, இடம்; 2. a house, வீடு; 3. a temple, கோவில்; 4. the earth, பூமி; 5. vital part, நிலை.

நிலவு, நிலா, s. the moon, சந்திரன்; 2. moon-light, சந்திரிகை.
நிலவுதயம், rising of the moon.
நிலவுபடுதல், setting of the moon.
நில்விலே, in moon-shine.
நிலவுகாலம், time of moon-shine, moon-light-night.
நிலவெறிக்கிறது, நிலாக் காய்கிறது, the moon shines.
நிலாக் கொழுந்து, the new-moon.
நிலாப்பதிவு, the dark part of the moon's age, moonless night.
நிலா முகிப்பட்சி, சகோர பட்சி, a kind of partridge.
நிலா வெளிச்சம், moon-light.

நிலவு, நிலாவு, III. v. i. shine, பிரகாசி; 2. exist, be in use, வழங்கு; 3. spread, extend, pervade, பரவு.

நிலுவை, s. the remainder or balance, arrears, பாக்கி.
உன்மேல் நிலுவை எம்மாத்திரம், how much is the balance due by you?
நிலுவைக்காரர், debtors.
நிலுவைக்கு, on trust, on credit.
நிலுவை தீர்க்க, - ஒழிக்க, to clear off arrears.

நிலை, s. a place, a standing place, இடம்; 2. state, condition, position, ஸ்திதி; 3. temper, குணம்; 4. firmness, stability, perseverance, உறுதி; 5. the door-posts, door-frame; 6. a ford, shallow place in a river, தாண்டு துறை; 7. a story (of a building, car etc.), தட்டு; 8. posture, attitude, கோலம்; 9. profession, calling, situation, தொழில்.
ஏழுநிலைக் கோபுரம், a steeple seven stories high.
ஒரே நிலையாய் நிற்கிறான், he maintains his ground, he is most obstinate or persistent.
நிலைகலங்க, to be disturbed in situation.
நிலைக்கண்ணாடி, a fixed looking glass.
நிலைக்கால், the side-posts of a door, door-frame.
நிலைக்குடி, settled inhabitants, proprietors of the soil.
நிலைக் குத்த, to be fixed (as the eyes at the approach of death)
நிலைக்கு வர, to return to former position.
நிலைகொள்ளாமை, நிலையில்லாமை, unsteadiness.
நிலைநிறுத்த, to set up, to establish, to restore to a right state.
நிலைநிறுத்திக் கொடுக்க, to fulfil a promise.
நிலைநிற்க, நிலையாயிருக்க, to continue, to be firm, constant, steady, durable.
நிலைப்பட, நிலைகொள்ள, to become permanent or settled, to be fixed, firm or steady.
நிலைபெற, to gain a footing.
நிலைபேறு, a firm position, a firm footing.
நிலையங்கி, a robe, cloak.
நிலையற்ற வாழ்வு, uncertain prosperity.
நிலையில்லாதவன், an unsteady character.
நிலையூன்ற, to become firmly settled.
நிலைவரம், நிலைபரம், state, condition, நிலைமை; 2. certainty, assurance,

நாள், *s.* day of 24 hours or 60 Indian நாழிகை, தினம்; 2. time in general, காலம்.

அறுப்புவர இன்னம் வெகுநாள் இருக்கிறது (பிடிக்கும், செல்லும்), the harvest will be still a long time hence.

இது அதற்கு நாளல்ல, this is not the proper time for it.

பிள்ளை நாளொருவண்ணமும் பொழுதொரு மேனியுமாய் வளர்ந்தது, the child has been brought up very sumptuously.

நாட்கூலி, daily hire.

நாளாக, to pass away as time.

அவன் வந்து வெகுநாளாயிற்று, it is a long time since he came.

நாளாகமம், a chronicle, annals.

நாளுக்குநாள், from day to day, from time to time.

நாளைய, *adj.* now-a-days, modern.

இந்நாளைய மனிதர், the moderns.

நாளொன்றுக்கு, for each day.

நாளொன்றுக்கு ஒவ்வொரு பணம், a fanam a day.

நாள்கழிய as நாள்போக, 1.

நாள் (நாட்) செல்ல, to pass as time.

நாள் தள்ள, to pass one's days (overcoming all difficulties).

நாள்தோறும், நாடோறும், every day, always.

நாள் (நாட்) பட, to last, to endure, to continue, to become old.

நாள்பட இருக்க, to last long.

நாள்பட்ட வியாதி, a chronic, long-standing disease.

நாள் (நாட்) பார்க்க, to find an auspicious day.

நாள் போக, to pass away as time; 2. *adv.* for a long time.

நாள்வட்டத்தில், *com.* நாளாவட்டத்தில், in course of time.

அந்நாளிலே, in those days.

நெடுநாளிருக்கிற சீவன்கள், long lived creatures.

பலநாட்செய்தி, a history of many years.

மறுநாள், மற்றநாள், the next day.

நாறு, III. *v. i.* cast an odour (generally offensive), மண; 2. stink, துர்க்கந்தம் வீசு; 3. be fragrant, நற்கந்தம் வீசு; 4. spring forth, shoot up, முளை.

நாறிப்போக, to begin to stink, to rot.

நாறல், *v. n.* stinking; 2. a stinking thing.

நாறலாயிருக்க, to stink.

நாறல்சரீரம், the vile body.

நாறல்வாயன், a person with stinking breath; 2. miser, niggard; 3. one who uses obscene language.

நாறல் வாயன் தேடக் கர்ப்பூரவாயன் கைக்கொண்டான், what the stinking-mouthed miser has hoarded, the camphor-breathing liberal man has obtained and enjoys.

நாற்றம், *v. n.* smell; 2. an offensive smell, stench; 3. odour, scent, fragrance,

அவன் நாற்றமே ஆகாது, I abhor him with the utmost disdain.

நாற்றத் தண்ணீர், stinking water.

நாற்றமெடுக்க, – அடிக்க, – வீச, to stink, to cast a bad smell.

நாற்றம் பிடிக்க, to scent, to catch a smell (as a dog); 2. to get an offensive smell.

நாற்காலி, நாற்பது etc. see under நாலு.

நாற்று, *s.* (நாறு, *v.*), young plants thickly sown for transplanting.

நாலைந்து நாற்று ஒரு முதலாகிறது, four or five plants of paddy are planted together.

நாற்றுக்கட்டு, a number of bundles of young plants tied into one.

நாற்று நட, to set plants, to transplant.

நாற்றுப் பிடி, நாற்றுமுடி, a handful of plants tied together for transplanting.

நாற்றை முடியாய்க் கட்ட, to tie the plants in bundles.

நாற்றுப் பிடுங்க, to pluck up plants.

நாற்று விட, – ப்பாவ, to sow seed for producing plants.

நாற்று, III. *v. t.* (*caus.* of நால்), hang another, தூக்கு.

*நானு, நானா, *adj.* sundry, divers, various, பலவகை.

நானுகாரியம், – பொருள், sundry things.

நானுதேசங்கள், several countries.

நானுரூபம், various forms.

நானுவித பலன், a variety of produce.

நானுந்து, நானூறு etc., see under நாலு.

நான், *pron.* I (*genit.* என், என்னுடைய, எனது, *dat.* எனக்கு, *acc.* என்னை etc.; *pl.* நாம் and நாங்கள் see separately).
நானும், I myself, by myself, of my own accord.
நானென்கிற எண்ணம், presumption, egotism.

நான்கு, *s.* four; நாலு.
நானூன்கு, four times four.

நி

***நி**, *privative prefix* (see நிகர்வம்); 2. *intensive prefix* (see நிகற்பம்).

***நிகண்டு**, *s.* collection of words, a dictionary, a poetical vocabulary in Tamil; 2. certrinty, truth, நிச்சயம்.
தசவித நிகண்டுகள், ten kinds of dictionaries.
நிகண்டாயிருக்க, to be true, just, exact.
நிகண்டாய்ச் சொல்ல, to speak the truth.

நிகம், *s.* brightness, splendour, பிரகாசம்.

***நிகருவம்**, நிகர்வம், *s.* (நி *priv.*) freedom from pride, humility, அடக்கம்.
நிகர்வி, a humble person.

நிகர், *s.* comparison, likeness, resemblance, similarity, உவமை; 2. equality, சமானம்.
அவனுக்கு நிகரில்லை, none is equal to him.

நிகர், II. *v. i.* be similar, be like, ஒப்பாயிரு.
நிகர, *adv.* (*inf.*), like (as அவனை நிகர, like him).

நிகர், VI. *v. t.* assimilate, liken, உவமி.
நிகர்ப்பு, *v. n.* resemblance.

நிகழ், நிகழு, II. *v. i.* take place, go, go on, go on foot, நட; 2. be performed, exist, நிறைவேறு.
நிகழ்காலம், present time; 2. present tense.
நிகழ்ச்சி, நிகழ்வு, *v. n.* going, passing, occurrence; 2. the present moment.

நிகழ்த்து, III. *v. t.* effect, perform, நடப்பி; 2. speak, say, mention, சொல்.

நிகழ்வி, VI. *v. t.* (*caus.*), effect, perform, நிகழ்த்து.

நிகளம், *s. vulg.* for நீளம், length.

***நிகளம்**. *s.* chain, சங்கிலி.

***நிகற்பம்**, *s.* (நி *intens.*), a long period, one hundred கற்பம்.

நிகா, *s.* (*Hind.*), mark, aim, idea, குறிப்பு.

***நிகாதம்**, *s.* (நி *priv.* + காதம் bottom), deception, வஞ்சனை; see அகாதம்.

***நிக்கிரகம்**, *s.* destruction, நாசம்; 2. discipline, punishment, தண்டனை.
துஷ்ட நிக்கிரகம், destruction of the wicked.

***நிக்கிரகி**, VI. *v. t.* destroy, kill, கொல்.

***நிசம்**, *s.* certrinty, assurance, நிச்சயம்; 2. truth, veracity, உண்மை; 3. fidelity, நாணயம்.
நிசஸ்தன், நிசவான், a true man; a sincere, upright, honest man.
நிசஞ் சொல்ல, to speak the truth, to assure.
நிசதரிசனம், eye-witness.
நிசத்துக்கு நிசம், quite certain, quite true.
நிசப்பட, to become certain.
நிசமாய், truly, certainly, verily.

***நிசா**, *s.* night, இரவு.
நிசாகரன், நிசாபதி, the moon, சந்திரன்.

***நிசாதனம்**, *s.* (நி *int.*), truth, certainty, மெய்.

***நிசாரம்**, *s.* (நிச்), that which is sapless, insipid; 2. trouble, vexation.

நிசார், *s.* (*Hind.*), long drawers, pantaloons, காற்சட்டை.

***நிசி**, *s.* darkness, இருள்; 2. night, இரவு.

***நிசிதம்**, *s.* sharpness, கூர்மை; 2. meanness, vileness, இகழ்ச்சி.

***நிசுவாசம்**, *s.* (நிச்), air exhaled from the lungs, expiration (*opp. to* உசுவாசம்).

***நிச்**, நிஸ், *prefix*, see நிர்.

***நிச்சயம்**, *s.* certainty, assurance, உறுதி; 2. truth, மெய்.
நிச்சய தாம்பூலம் மாற்ற, to ratify a betrothal by the exchange of betel, nut etc.
நிச்சயப்பட, to be made certain.
நிச்சயம் பண்ண, to determine, to ascertain; 2. to make certain.

*நிச்சயி, VI. v. t. ascertain, உறுதிப்படுத்து; 2. resolve, தீர்மானி.
நிச்சயித்துக் கொள்ள, to assure oneself, to ascertain, to determine.
நிச்சயத்திருக்க, to be resolved.
நிச்சயிப்பு, v. n. ascertainment, decision.

*நிச்சலம், s. (நிச்), fixedness, அசைவின்மை; 2. fasting, பட்டினி.
நிச்சல புத்தி, fixedness of mind.

*நிச்சிந்தை, s. (நிச்), freedom from care, tranquillity.

*நிச்சுவாசம், s. (நிச்), same as நிசுவாசம், expiration.

*நிஸ்காரம், s. affront, abuse, slander, நிந்தை.
நிஸ்காரம் பண்ண, to affront.

*நிஸ்தாரம், s. salvation, மீட்பு.

*நிஷேதம், நிடேதம், s. prohibition, negation, விலக்கு; 2. discontinuance, ஒழிவு.

*நிஷேதி, VI. v. t. prohibit, discontinue, விலக்கு.

*நிஷ் (நிட்), prefix, see நிர்.

*நிஷ்கபடம், நிட்கபடம், s. guilelessness, sincerity, கபடில்லாமை.

*நிஷ்கருஷம், நிஷ்கருஷை, s. certainty, assurance, நிச்சயம்.

*நிஷ்களங்கம், s. immaculateness, purity, சுத்தம்.

*நிஷ்டூரம், நிட்டூரம், s. harshness, cruelty, கொடுமை; 2. calumny, இடையூறு.
நிஷ்டூரக்காரன், a cruel man.
நிஷ்டூரம் பண்ண, to treat cruelly.
நிஷ்டூரஞ் சொல்ல, to calumniate.

*நிஷ்டை, நிட்டை, s. religious practice, devotion, தியானம்; 2. fixedness of mind in devotion.
நிஷ்டை கூட, to succeed in penance, to obtain the desired gift.
நிஷ்டை பண்ண, to perform religious rite.
நிஷ்டையாயிருக்க, to be absorbed in devotional practice.
நியம நிஷ்டை, religious observance.

*நிஷ்பலம், நிட்பலம், s. fruitlessness, barrenness, அவம்; 2. unprofitableness, பயனின்மை.

நிண, VI. v. i. grow fat, கொழு.
நிணப்பு, v. n. fatness.

நிணம், s. fat, fatness, கொழுப்பு.
நிணச் செருக்கு, petulance, voluptuousness, wildness, pride.
நிணந் துன்னிப் போக, to grow fat, to grow proud.

நிணறு, s. (Tel.), affection, kindness, உருக்கம்.
நிணறுடையவன்; 2. a benevolent person.

நிண்டு, III. v. t. dig, கிண்டு; 2. nibble (as worms), கொறி; 3. pinch, tease, கிள்ளு.

*நிண்ணயம், நிருணயம், s. certainty.

*நிண்ணயி, VI. v. t. determine, நிருணயி.

*நிதம், நிதமும், adv. daily, constantly, நித்தம்.

*நிதரிசனம், s. (நி intens.), example, illustration, திருஷ்டாந்தம்.

*நிதார்த்தம் (prop. எதார்த்தம்), s. certainty, நிச்சயம்; 2. rectitude, uprightness, sincerity, உண்மை.
நிதார்த்தமானவன், a moral, upright person.

*நிதானம், s. exactness, preciseness, நிச்சயம்; 2. correctness, justness, செம்மை; 3. ascertainment, resolution, தீர்மானம்; 4. guess, conjecture, உத்தேசம்.
நிதானக்காரன், நிதானப்பட்டவன், an upright, honest, moral man.
நிதானத்திலே (நிதானமாய்ப்) போக, to walk in the right way.
நிதானந்தப்பிப்போக, to be unlawful, to take a wrong course.
நிதானமாய்ச் சொல்ல, to state precisely.

*நிதானி, VI. v. t. ascertain, நிச்சயி; 2. resolve, தீர்மானி; 3. judge, estimate, உத்தேசி; 4. infer, deduce, அனுமானி.
நிதானிப்பு, v. n. ascertainment, judgment.

*நிதி, s. a treasure, பொக்கிஷம்; 2. fulness, நிறைவு; 3. gold, பொன்; 4. gem, மணி.
நிதிக்கோன், நிதிபதி, Kubera as lord of riches.

*நிதியம், s. treasure, gem, gold, நிதி.

*நித்தம், adv. (contr. of நித்தியம்), always, daily, constantly, perpetually, அனவரதம்.

நித்தக் கட்டளை, daily allowance.
நித்த கருமம், daily rites; 2. daily occupation.
நித்தமும், daily.
நித்தம் வர, to come daily.
நித்தன், the eternal Being, God.
***நித்தியம்**, *s* eternity, சதாகாலம்; 2. *adv.* constantly, perpetually, daily, அனவரதம்.
நித்திய கருமம், daily rites or duties.
நித்திய காலம், eternal ages.
நித்திய சீவன், eternal life.
நித்தியத்துவம், eternal existence.
நித்திய நன்மை, an everlasting good.
நித்தியப்படி, daily allowance; 2. *adv.* daily, always.
நித்தியமும், daily, always.
நித்தியன், the eternal God.
நித்தியானந்தம், eternal joy.
***நித்திரை**, *s.* sleep, rest, repose, தூக்கம்.
நித்திரைகொள்ள, — செய்ய, to sleep.
நித்திரைகுலைக்க, to awaken one, to disturb one in sleep.
நித்திரை குலைய, to be disturbed in sleep.
நித்திரை தெளிய, to recover from drowsiness.
நித்திரைபோக, to fall asleep.
நித்திரை மயக்கம், —க்கலக்கம், sleepiness, drowsiness.
நித்திரை வர, to be sleepy, to be overpowered by sleep.
அயர்ந்த நித்திரை, deep sleep.
நித்திலம், *s.* a pearl, முத்து.
நிந்தம், *s.* one's own share, உரிமை.
நிந்தக்காணி, land of which one is sole proprietor.
***நிந்தனை**, *s.* contumely, நிந்தை.
நிந்தனை செய்ய, — பண்ண, to insult, abuse.
***நிந்தாஸ்துதி**, *s*, (நிந்தை), ironical praise, இகழ்தல்போல் புகழ்தல்.
***நிந்தாட்சணை**, *s.* contumely, slander, calumny, நிந்தை.
***நிந்தி**, VI. *v. t.* abuse, reproach, blaspheme, இகழ்.
நிந்திப்பு, *v. n.* abuse, reproach, blasphemy.
***நிந்தை**, *s.* affront, contumely, reproach, contempt, blasphemy, தூஷணம்.
நிந்தாஸ்துதி etc., see separately.
நிந்தைசெய்ய, — பண்ண, to treat with scorn.
நிபந்தி, *s.* (*Tel.*), certainty, truth, உண்மை.
நிபந்திக்காரன், a trustworthy man.
நிபந்தி பண்ண, to verify, to prove.
***நிபந்தனை**, *s.* (நி *inten.*), a covenant, agreement, condition, ஏற்பாடு; 2. canon, general rule, கட்டுப்பாடு.
***நிபம்**, *s.* calumny, slander, கோள்.
நிபச்சொல், slander, backbiting.
***நிபுணன்**, *s.* a skilful, expert person, சாமர்த்தியன்; 2. a learned man, கல்விமான்.
***நிமந்தம்**, *s.* servile labour in a temple.
நிமந்தக்காரன், *s.* a servile servant in a temple.
***நிமலம்**, *s. prop.* நிர்மலம், which see.
நிமலன், a pure or holy person; 2. the holy God.
நிமளை, *s.* see நிமிளை.
நிமாசு, *s.* (*Hind.*), a Mohammedan prayer repeated five times a day.
நிமாசு பண்ண, to offer prayer.
***நிமிடம்**, நிமிஷம், *s.* the twinkling of the eye, a moment, an instant.
ஒரு நிமிஷத்திலே, in a moment.
நிமிண்டு, III. *v. t.* pinch, rub with or between the fingers, கசக்கு; 2. pick (as a boil), நோண்டு.
தொடையைப் பிடித்து நிமிண்டினான், he pinched the thigh.
***நிமித்தம்**, நிமித்தியம், *s.* a sign, mark, அடையாளம்; 2. omen, augury, சகுனம்; 3. cause, motive, முகாந்தரம்; 4. efficient cause, காரணம்; 5. for the sake of, on account of, பொருட்டு.
இதினிமித்தம், for this reason, therefore.
அடித்ததினிமித்தம் or அடித்தநிமித்தம், as he had beaten.
நிமித்த காரணம், the efficient cause.
நிமித்தம் பார்க்க, to consult omens, to observe superstitious signs.
துர்நிமித்தம், a bad omen.
நன்னிமித்தம், a good omen.

நீர்ச்சோறு, நீச்சோறு, boiled rice kept over night in water.
நீர்த்தாரை, a water-spout, a passage for water; 2. (*modestly*), male organ.
நீர்ப்பாடு, violent diarrhœa; 2. diabetes; 3. drought.
நீர்ப்பாம்பு, a water snake.
நீர்மட்டம், water level.
நீர்முள்ளி, a medicinal herb.
நீர்மோர், butter-milk diluted with water.
நீர் வண்டு, a water-fly.
நீர்வற்றம், ebb, ebbing.
நீர்வாழுஞ் சாதி, aquatic creatures; 2. fishermen.
நீர் விட, – இட, to make water.
நீர்விட்டான் கிழங்கு, the root of a medicinal creeper.
இளநீர், cocoanut water; 2. tender cocoanut.
உமிழ் நீர், spittle.
குடிநீர், water to drink, a decoction.
குளிநீர், water to bathe.
குளுநீர், cold water.
சிறுநீர், urine.
சேற்றுநீர், muddy water.
தண்ணீர், cold water, see separately.
வெந்நீர், warm water.

நீர், VI. *v. i.* become watery, thin; be thin as water, நீராகு.
நீர்த்துப்போக, நீர் விட்டுப்போக, to become watery and thin by keeping too long.

நீர்மை, *s.* state, condition, நிலைமை; 2. nature, property, குணம்.

*__நீலம்__, *s.* blue; 2. indigo, அவுரி; 3. sapphire; 4. the blue lotus, கருங்குவளை.
நீலகண்டன், Siva (having blue coloured neck).
நீலகிரி, the Neilgherry mountains.
நீலக்கட்டி, a piece or cake of indigo.
நீலக்காரன், – வண்ணான், a dyer in blue.
நீலக்கல், நீலமணி, a sapphire.
நீலங்கட்டுப்படப் பேச, நீலம்பிடிபடச் சொல்ல, to lie grossly.
நீலம்பூச, to strike a blue colour over a thing.
நீலம்போட, – தீர, – தோய்க்க, to dye blue.

*__நீலன்__, *s.* (நீலம்), Saturn, சனி; 2. a cruel, barbarous man, கொடியன்; 3. one that lies impudently.
நீலி, indigo plant, அவுரி; 2. Kali, காளி; 3. a cruel, barbarous, wicked woman, கொடியள்.
நீலி ஆட்டமாட, நீலித்தனம் செய்ய, நீலிச் சாதனை சாதிக்க, to act impudently, to behave without a sense of shame.

நீவு, III. *v. t.* stroke, feel, தடவு; 2. smear, பூசு; 3. wipe off with the hand, sweep, துடை.

நீளக்க, see under நீள், *v.*

நீளம், *s.* length, extension, duration, நெடுமை; 2. delay, தாமதம்.
சட்டையை நீளமாய் வைக்க, to make the garment pretty long.
நீளத்திலே போக, to be protracted, to be put off.
நீளத்திலே விட, to put off, to delay.
நீளி, a tall person.

நீளி, VI. *v. i.* be prolonged, last long, நாட்படு; 2. be lengthened, extended, நீளு; 3. be protracted or delayed, தாமதப்படு.
நீளித்திருக்க, to live long.
நீளிப்பு, *v. n.* being long, long life.

நீள், *s.* length, extension, duration, நீளம்; 2. tallness, உயர்ச்சி.
நீணெறி, the way of lasting happiness.

நீள், நீளு, I. *v. i.* lengthen, grow long, be tall, நீளமாகு.
நீட்சி, *v. n.* length.
நீண்ட மூஞ்சி, a long face.
நீண்ட சாந்தம், longsuffering.
நீள, நீளக்க, *adv.* along, to a great length.
நீளவிட, to delay.
கைநீள, to give liberally.

நீறு, *s.* (*oblique* நீற்றின்), slaked lime, சுண்ணம்; 2. ashes, சாம்பல்; 3. powder, dust, புழுதி.
நீறுக்கிப் போட, to calcine, to burn to ashes.
நீறுபட, to be reduced to ashes.
நீறு பூக்க, to be slaked as lime.

நீறு பூச, to rub sacred ashes.

திருநீறு, sacred ashes made of cow-dung.

பூநீறு, earth impregnated with soda, fuller's earth.

நீறு, III. *v. i.* be reduced to ashes, சாம்பலாகு; 2. become slaked, குழை.

நீற்று, III. *v. t.* calcine, calcinate, பஸ்பமாக்கு; 2. slake lime, தாளி; 3. reduce to ashes or powder, நீறாக்கு.

நீற்றின சுண்ணாம்பு, slaked lime.

நீற்று மருந்து, calcined medicines.

ந

***நுகம்**, *s.* a yoke for an ox or a horse.

நுகக்கால், shaft of a plough.

நுகத்தடி, a yoke.

நுகத்தடியிலே பூட்ட, நுகத்தடிவைத்துப்பிணைக்க, to yoke a beast.

நுகத்தாணி, the peg or pin of a yoke.

நுகத்தொளை, the hole to receive the peg.

நுகர், நுகரு, II. *v. t.* eat, தின்; 2. swallow, விழுங்கு; 3. experience, enjoy or suffer, அனுபவி.

இலைநுகர் விலங்கு, herbivorous animals.

நுகர்ச்சி, நுகர்வு, *v. n.* eating, enjoyment.

நுகை, II. *v. i.* become loose or slack, தளரு; 2. be soft or mellow, இளகு; 3. fall off (as a garment), நழுவு.

நுகை, VI. *v. t.* relax, slacken, தளர்த்து.

நுக்கு, III. *v. t.* break in pieces, pulverize, பொடியாக்கு.

நுக்கு நுக்காக்க, to break in pieces, to destroy.

நுக்கு, *v. n.* a bit, piece, பொடி.

நுங்கு, *vulg.* நொங்கு, *s.* the unripe pulpy substance of a palmyra fruit.

நுங்குப்பாக்கு, green and tender areca-nuts.

நுங்கு, III. *v. t.* swallow, devour, விழுங்கு.

நுசுப்பு, *s.* the waist, இடை.

நுடக்கம், *s.* (நுடங்கு), smallness, fineness, நுட்பம்; 2. bend, flexure, முடக்கம்; 3. tottering, waving, தள்ளாட்டம்.

நுடங்கு, III. *v. i.* wave, totter, தள்ளாடு; 2. be bent, முடங்கு; 3. wither, fade, வாடு; 4. be fine or thin, நுணங்கு.

நுட்பம், *s.* (நுண்), minuteness, smallness, நுண்மை; 2. minute particles, சொற்பம்; 3. subtle idea, யூகம்; 4. accuracy, திட்டம்.

நுட்பவேலை, fine, delicate work.

நுட்பப் புத்தி, acute understanding.

நுட்பவுரை, critical commentary.

நுணங்கு, III. *v. i.* be thin or fine, மெலி; 2. become minute, refined, நுண்ணமாகு; 3. drop, fade, வாடு.

நுணலை, *s.* a frog, தவளை; 2. a kind of fish.

நுணா, *s.* a kind of tree.

அணி நுணா, bullock's heart, இராமச்சீத்தா.

நுணசு, III. *v. t.* rub, handle, கையாடு.

நுணவு, III. *v. t.* draw the fingers through the hair slightly rubbing and feeling, தடவு; 2. feel the gums.

தலை நுணவ, to rub the head slightly with the point of the fingers.

நுனி, *prop.* நுனி, *s.* point, tip, end, முனை.

நுணி, VI. *v. t.* make fine or minute, நுட்பமாக்கு; 2. reduce to powder, பொடியாக்கு; 3. examine carefully, உற்றுப்பார்.

நுணுகு, III. *v. i.* become small, fine and minute, be subtle, குறுகு; 2. be sharp, கூர்மையாகு.

நுணுகிய எழுத்து, very small writing.

நுணுக்கம், *s.* (நுணுங்கு), fineness, minuteness, நுட்பம்; 2. acuteness, subtleness, கூர்மை.

நுணுக்கமான புத்தி, acute intellect.

நுணுக்கமான வேலை, very nice, ingenious workmanship.

நுணுக்கு, III. *v. t.* make small, fine, minute; write in small characters, நுண்மையாக்கு; 2. pulverize, பொடியாக்கு.

நுணுக்கு, *v. n.* any small minute thing, very minute writing.

நுணுக்கெழுத்து, small writing.
நுணுங்கு, III. *v. i.* be small, fine, little, subtle, நுண்மையாகு.
நுண், *s.* a particle, அணு.
நுண், நுண்ணிய, *adj.* (நுண்மை), slender, fine.
நுண்ணறிவு, subtle, acute understanding.
நுண்ணிடை, slender waist.
நுண்ணிய புத்தி, acute intellect.
நுண்பொருள், abstruse meaning.
நுண்மணல், fine sand.
நுண்மை, *s.* fineness, smallness, minuteness, நுட்பம்; 2. abstruseness of a subject; 3. exquisiteness in workmanship, வேலைத்திறம்.
நுண்மையான வேலை, ingenious skilful workmanship.
நுதம்பு, III. *v. i.* become soft, இளகு; 2. become damp, ஈரி.
நுதல், *s.* forehead, நெற்றி; 2. eye-brow, புருவம்; 3. a word, சொல்.
நுதலணி, an ornament for the forehead of a woman.
நுதலு, III. *v. t.* aim at, intend, design, கருது; 2. mean, denote, குறி; 3. speak, utter, சொல்.
நுதலிய பொருள், the subject or contents of a book.
நுதி, *s.* tip, point, நுனி.
நுது, VI. *v. t.* put out, extinguish, quench, அவி; 2. destroy, அழி; 3. subdue, அடக்கு.
நுதுப்பு, *v. n.* quenching, subduing.
நுந்து, III. *v. t.* put up the wick of a burning lamp, தூண்டு; 2. propel, put forth, தள்ளு.
நுரை, *s.* scum, froth or foam, பேனம்; 2. bubbles, குமிழி.
அவனுக்கு நுரைநுரையாய் விழுகிறது, he foams.
நுரை கக்க, – தள்ள, to froth at the mouth, to foam.
நுரையீரல், the lungs.
நுரை, VI. *v. i.* froth, foam.
நுரைகடல், the foaming sea.
நுரைவாய், a foaming mouth.
நுவல், *s.* word, saying, சொல்.
நுவல், நுவலு, I. *v. t.* say, speak, utter, நவில்.
நுவலல், நுவற்சி, *v. n.* saying, utterance.
நுழுந்து, III. *v. t.* insert, stick in, tuck in, நுழை VI.
நுழை, *s.* a narrow gate, a wicket, சிறு வாசல்.
நுழை, II. *v. i.* creep in, crawl in, go in with difficulty, enter, penetrate, புகு.
நூல் நுழைய இல்லை, the thread goes not in.
நுழை நரி, a fox that burrows in the ground.
நுழைந்துகொடுக்க, to yield.
நுழைந்து போக, to creep in; 2. to force through a crowd, to crawl through.
நுழையப்பண்ண, to insert.
நுழை வாசல், a low or small gate.
நுழை, VI. *v. t.* cause to enter, thrust in, insert, உட்செலுத்து.
நுழைத்துவைக்க, – ப்போட, to fix in a hole.
நுளம்பு, *s.* a musquito, a gnat, கொசுகு.
நுளுப்பு, III. *v. i.* shrink from duty, act lazily, கழப்பு.
நுளை, *s.* inferiority, baseness, ஈனம்.
நுளையன் (*pl.* நுளையர்), a dweller on the sea-shore, a fisherman; 2. a dredger.
நுள்ளு, III. *v. t.* pinch, nip, கிள்ளு.
நுனி (*com.* நுணி), *s.* tip, point, sharp edge, முனை.
நுனிக்கை, the ends of the fingers.
நுனிக்கொழுந்து, the tender sprouts of a branch.
நுனித்தோல், the foreskin.
நுனி நா, tip of the tongue.
நுனி, VI. *v. t.* sharpen, point, கூராக்கு

நூ

நூக்கு, III. *v. t.* push, thrust aside, தள்ளு.
நூங்கு, III. *v. i.* be great, abundant, exceed, அதிகரி.
*நூதனம், *s.* novelty, anything new, புதுமை.
நூதனம்பண்ண, to make new or curious things.

நூதனன் (*fem.* நூதனி), a new comer, a stranger, an innovator.

நூர், II. *v. i.* go out, become extinct, அவி; 2. perish, begin to rot, grow too soft, பதனழி.

நூர், VI. *v. t.* extinguish, put out, அவி; 2. appease (hunger, fury etc.), ஆற்று.

நூல், *s.* thread, yarn, string, line, இழை; 2. science, a systematic doctrine, சாஸ்திரம்; 3. a scientific treatise, பிரபந்தம்.

நூலச்சு, a weaver's reed.

நூலாசிரியன், the author of a work.

நூலாதாரம், a primer or first book, the alphabet.

நூலாமாலே, craft, artifice.

நூலான் பூச்சி, the spider, சிலந்தி.

நூலிழந்தவள், a widow as having been diverted of her wedding badge.

நூலிழை, a single thread.

நூலிழைக்க, to reel yarn, to unwind yarn.

நூலுண்டை, உண்டைநூல், a weaver's woof; 2. a ball of thread, thread woven across the warp.

நூலெடுக்க, to buy thread as a weaver.

நூலேணி, a rope ladder.

நூலோட, to warp for the loom.

நூலோட்ட, to sew or stitch loosely.

நூலோர், நூற்புலவர், the learned, literate; 2. Brahmans as wearing the sacred thread.

நூல்கேட்க, to learn a science under a teacher.

நூல்திரிக்க, -நிமிண்ட, -முறுக்க, to twist broken threads together.

நூல் நூற்க, to spin.

நூல்போட, to mark with thread as a carpenter; 2. to put on the sacred thread.

நூற்கயிறு, string made of thread.

நூற்கழி, -சுருள், a skein of thread.

நூற்குஞ்சம், a skein of cotton thread, a tassel.

நூற்படுகு, a weaver's warp.

நூற்பா, a warp in weaving; 2. a kind of verse.

நூற்றூர், a weaver's bobbin.

நூனுழி (நூல்நாழி), a weaver's shuttle.

நூன்முகம், preface, introduction.

நன்னூல், a Tamil grammar by Pavanandi.

மூவகைநூல், three kinds of writings: முதல்நூல், original books (as Vedas); வழிநூல், secondary books (as Vedanta); சார்புநூல், collateral books (as Advaita).

வேதநூல், a system of religion.

நூல், V. *v. t.* spin.

நூற்றுக்கொடுக்க, to spin for somebody.

பருமனுய் நூற்க, to spin coarse yarn.

மெல்லிதாய் நூற்க, to spin fine yarn.

நூறு, *s.* one hundred, a century, சதம்.

நூற்றுக்குச் சேர்வைக்காரன், a centurion.

நூற்றுக்கும் பணிக்குச் சொல்ல, to censure a hundred things in a work.

நூற்றொன்று, one hundred and one.

நூன், *in combin.* see நூல்.

நெ

நெகிடி, *s.* fire lighted to warm one, or to drive off wild beasts, தீ.

நெகிடிபோட, to make a fire to keep off wild beasts.

நெகிழ், நெகிழு, II. *v. i.* become loose or wide, தளரு; 2. grow lean and weak, மெலிந்துபோ; 3. relent (as the heart in pity), இளகு; 4. fall or slip off, நழுவு; 5. be forsaken; 6. *v. t.* forsake, கைவிடு.

வஸ்திரம் நெகிழ்ந்தது, the garment has slipped down.

சரீரம் நெகிழ்ந்து போயிற்று, the body has grown weak.

நெகிழ விட, to loosen, to let a business stop.

நெகிழ்ச்சி, நெகிழ்வு, *v. n.* loosening, relaxing.

நெகிழ், VI. *v. t.* make loose, relax, தளர்த்து; 2. crush, bruise, நசுக்கு; 3. expand, spread, விரி.

நெகிழ்த்து, III. *v. t.* same as நெகிழ், VI

நெகு, II. *v. i.* become soft or relaxed

உண்மை; 3. firmness, steadiness, உறுதி.

நிலேவைக்க, -நாட்ட, to set up the posts for a door.

இடைநிலே and முதனிலே, see இடை and முதல்.

நிலே, VI. *v. i.* get or gain footing, become fixed or established, நில்; 2. be permanent, fixed or durable, persevere, நிலேநில்; 3. be fordable; 4. *v.t.* set up, erect, நிலேப்படுத்து.

தண்ணீர் ஆளுக்கு நிலேக்கும் (நிலேயாது), the water is fordable (not fordable).

நிலேத்துப் போக, to come to a stand, to be fixed.

நிலேப்பு, *v. n.* a ford in a river; 2. permanence, durability, perseverance.

நிலேயாமை, unsteadiness.

நிலேப்பி, V. *v. t.* make firm, sure, நிலேக்கச்செய்.

நிலேமை, நிலமை, *s.* state, condition, ஸ்திதி; 2. rank, degree, நிலேவரம்; 3. durableness, perseverance, உறுதி; 4. truth, probity, உண்மை; 5. landed property, பூஸ்திதி.

நிலேமைக்காரன், a man of landed property; 2. a man of probity.

நில், நில்லு, V. *v. i.* (நின்றேன், நிற்பேன்), stand; 2. stay, தங்கு; 3. be durable, last, நிலேநில்.

நின்றது நிற்க புறப்பட்டார், he set out abruptly.

தெய்வம் நின்று கொல்லும், God is slow in punishing men.

அது நிற்க, let it alone, leaving that aside.

நில்லா, நில்லாத, not durable.

நில்லாமல் (நிற்காமல்) போக, to go without delay; to come to an end.

நில்லாமை, inconstancy, mutableness.

நின்று, *adv. part.* standing; 2. *after the local ablative* (இல்) *it expresses* from, இருந்து (as ஆற்றில் நின்றேற, to come up from or out of the river).

நின்று நின்று நடக்க, to make frequent stops in walking.

நின்று போக, to cease, to stop (as pain, salary etc.).

நிவ, VII. *v. i.* rise, become high, உயரு.

நிவந்த மாடம், a high house.

நிவ, VI. *v.t.* raise, elevate, உயர்த்து.

நிவர், II. *v. i.* grow high, be elevated, உயரு.

*நிவர்த்தி, *s.* see நிவிர்த்தி.

*நிவாசம், *s.* abode, habitation (of God), இருப்பிடம்.

நிவாசிக்க, to inhabit.

*நிவாரணம், *s.* abolition, removal, நீங்குகை; 2. destruction, extinction, expiation, ஒழிப்பு.

நிவாரணமாக, to be removed, expiated.

நிவாரணம்பண்ண, to abolish, destroy; 2. to expiate.

*நிவிர்த்தி (*com.* நிவர்த்தி), நிவிர்த்தம், *s.* (நி *priv.*), renunciation, cessation of action, துறப்பு; 2. removal, termination, ஒழிப்பு; 3. abolition, expiation, cancelling, நிவாரணம்.

நிவிர்த்திபண்ண, -செய்ய, to remove, abolish, expiate, clear away.

பாவநிவிர்த்தி, expiation of sins.

வியாதி நிவிர்த்தி, cure of sickness.

*நிவிர்த்தி, நிவர்த்தி, VI. *v. t.* expiate, cast off, abolish, விலக்கு.

*நிவேசம், *s.* a house, palace, மாளிகை.

*நிவேதனம், *s* delivering over, dedicating, ஒப்புவிக்கை; 2. offering made to a deity or idol, காணிக்கை.

நிவேதனம்பண்ண, to deliver over, to dedicate.

*நிவேதி, VI. *v. t.* dedicate, deliver over, நியதி.

*நிவேத்தியம், *s.* oblation, நைவேத்தியம.

நிழல், *s.* shadow, shade; 2. image, reflection in mirror etc., சாயை; 3. type, முன்னடையாளம்; 4. phantom, தோற்றம்; 5. *fig.* protection, shelter, அடைக்கலம்.

நிழலாட, to be reflected as an image in a looking glass.

நிழலாட்டம், a typical or shadow representation, adumbration, phantom.

நிழலிட, to cast a shadow, to shade; 2. to reflect images.

நிழலிலே, in the shade, under protection.

நிழற்சரிவு, — சாய்வு, declining of a shadow.

நிழற் பாவை, puppets the shade of which are cast on a curtain.

குடை நிழல், shadow of an umbrella, the protection of a government.

நிழற்று, III. *v. i.* shadow, overshadow, நிழலிடு; 2. *v. t.* protect, defend (as a government), ஆதரி.

நிற, VI. *v. i.* have a bright colour, be tinged, நிறமாகு.

அது நிறக்கவில்லே, it does not shine, it attracts no notice.

நிறம், *s.* colour, tinge, tint, வர்ணம்; 2. complexion, மேனி; 3. dye, tincture, சாயம்; 4. quality, nature, குணம்.

நிறங் கொடுக்க, to tinge.

நிறப்பட, to be tinged, coloured.

நிறமாயிருக்க, to shine bright with fine colours.

மங்கின நிறம், கெட்டுப்போன நிறம், a faded colour, faint or dim colour.

நிறு, VI. *v. t.* weigh, balance anything, தூக்கு.

நிறுத்தமுறையானே, in order, according to rule.

நிறுத்தல், நிறுக்குதல், *v. n.* weighing, balancing any thing; 2. see under நிறுத்து.

நிறுத்துப்பார்க்க, to weigh, to examine the weight, to consider, to compare.

நிறுத்திட்டம், *s.* erectness, perpendicularity, செங்குத்து.

நிறுத்தம், *s.* pause in reading or speaking; 2. *adv.* perpendicularly, நிறுத் திட்டம்.

நிறுத்தக் குறிப்பு, stops.

நிறுத்து, III. *v. t.* raise, erect, நிற்கச்செய்; 2. detain, stop, discontinue, cause to stand still, தடு; 3. defer, put off, தாமதப்படுத்து,

நீ நிறுத்து, அவன் சொல்லட்டும், stop, let him speak.

நிறுத்தல், *v. n.* postponing; 2. see under நிறு.

நிறுத்திப்போட, — வைக்க, to stop, to delay, to adjourn.

நிறுத்தி வாசி, read slowly.

விளக்கை நிறுத்த, to put out light.

நிறை, *s.* weighing, நிறுத்தல்; 2. weight, பாரம்; 3. fulness, completeness, நிறைவு; 4. excellence, மாட்சிமை; 5. constant or steady adherence to rules; 6. equity, just principles, நீதி; 7. chastity, கற்பு.

நிறைகோல், a balance.

நிறைதப்ப, to be unjust or eccentric.

நிறையுரை, weight and touch of precious metals.

நிறையுள்ளவன், நிறைமான், a man of integrity.

நீதி நிறை, uprightness, justice.

நிறை, II. *v. i.* become full, நிரம்பு; 2. abound, be plenteous, மிகு.

நிறை கர்ப்பம், advanced pregnancy.

நிறைகுடம், a full water-pot.

நிறைந்த மனிதன், a man of noble mind.

நிறைந்திருக்க, to be full, to be still or silent.

நிறைமாதம், full term of months, full pregnancy.

நிறைவு, நிறைவாகரம், fulness.

நிறைவேற, to be accomplished, to be fulfilled; 2. to die.

நிறைவேறுதல், நிறைவேற்றம், fulfilment.

நிறைவேற்ற, to accomplish, to fulfil, to execute, to perform.

நிறை, VI. *v. t.* fill, நிறையச்செய்; 2. supply abundantly, satisfy, மிகுதியாக்கு.

நிறைவாகரம், *s.* see நிறைவு.

*நிற், *corrup.* of நிர், which see.

*நிற்பந்தம், *s.* same as நிர்ப்பந்தம்.

நினே, II. *v. i.* consider, reflect, கருது.

நினேவு, *v. n.* thought; 2. consideration; 3. purpose.

எனக்கு நினேவில்லே, I do not remember it.

நினேவில்லாதிருக்க, to be forgetful, to have no consideration

நினேவுகூர, to remember.

நினேவுதடுமாற்றம், confused state of mind, derangement.

நினே, VI. *v.t.* think, யோசி; 2. remember, have in memory, ஞாபகம்பண்ணு; 3. meditate, தியானி; 4. suppose, imagine, பாவி.

நினேத்துக் கொள்ள, to remember.

நினேத்துப் பார்க்க, to reflect, to deli-

berate, to try to recollect.
நினைப்பு, thought, recollection, remembrance; 2. design, intention.
நினைப்பாயிருக்க, to be mindful, cautious, attentive.
நினைப்பாளி, one with good memory.
நினைப்பூட்ட, to remind.
*நின், *prefix*, a change of நிர் before soft letters, see நிர்.
*நின்மலம் etc., see நிர்மலம் etc.

நீ

நீ, *pron.* thou, you (*gen.* உன், உனது, உன்னுடைய, *dat.* உனக்கு, *acc.* உன்னை etc.; *honor. & plural*, நீர், நீங்கள்).
நீ, VI. *v. t.* leave, forsake, abandon, விடு; 2. renounce the world, உலகத்தை மற; 3. reject, தள்ளு.
நீத்தார், நீத்தோர், ascetics, the holy.
நீகாமன், நீகான, *s.* a pilot, மீகாமன்.
நீக்கம், *s.* (நீங்கு), separation, liberation, நீங்குகை; 2. opening, gap, பிளப்பு; 3. length, extension, நீளம்.
நீக்கமாயிருக்க, to be full of clefts or chinks.
நீக்கு, *s.* separation, விலக்கு; 2. cleft, chink, பிளப்பு; 3. remainder, balance, மீதி.
நீக்குப்போக்கு, opening, gap, பிளப்பு; 2. means, pecuniary ability, வழிவகை; 3. management, contrivance, உபாயம்.
நீக்குப் போக்கில்லாதவன், one destitute of pecuniary means etc.
நீக்கு, III. *v. t.* remove, put away, forsake, அகற்று; 2. liberate, விடுதலையாக்கு; 3. deduct, கழி; 4. exclude, விலக்கு; 5. force open, பிரி.
ஒருவனை நீக்கி மற்றெல்லாருக்குங் கொடுத்தான், he gave to all except one.
நீக்கிக்கொண்டு போக, to break through.
நீக்கிப்பார்க்க, to draw aside a curtain and look through.
கடனை நீக்க, to discharge a debt.
பாவத்தை நீக்க, to blot out sin.
விரலை நீக்க, to distend the fingers.
நீங்கள், *pl.* of நீ, ye, you (*gen.* உங்கள், உங்களுடைய, *dat.* உங்களுக்கு, *acc.* உங்களை.)
நீங்கு, III. *v. i.* leave, depart, go off, wear off, பிரி; 2. come off, get out, be released from, விலகு; 3. be expiated, removed, கழி.
நீங்கல், *v. n.* removing, separating.
அது நீங்கலாக, with the exception of that.
நீங்கலாக, to be freed from.
தன்னீங்கலானவன், a free person.
*நீசம், *s.* lowness, meanness, இழிவு; 2. cruelty, savageness, கொடுமை.
நீசசாதி, a low caste.
நீசப்பட, to be low, degraded.
நீசவாகனம், an ass.
நீசன் (*fem.* நீசி, *pl.* நீசர்), a low, vile, contemptible person.
நீச்சல், நீச்சு, *v. n.* (நீஞ்சு), swimming, நீந்துகை; 2. water of swimming depth, ஆழம்.
நீச்சடிக்க, to swim.
நீச்சுக்காரன், நீச்சாள், a swimmer.
நீச்சுப்பழக்க, to teach to swim.
மீன் குஞ்சுக்கு நீச்சுப்பழக்குவாருண்டோ, does anybody teach young fishes to swim?
நீச்சுமேலே வர, to come swimming.
நீஞ்சு, III. *v. i.* (*vulg.* for நீந்து), swim, drink too much.
நீஞ்சிப்போக, to swim away.
நீடாழி, *s.* the extensive sea.
நீடி, VI. *v. i.* live long, last long, நீளி; 2. grow long by extension, நீளு.
நீடித்த வாழ்வு, a long continued prosperity.
நீடித்திருக்க, நீடித்துவாழ, to live long, to endure.
நீடிப்பு, *v. n.* longevity
நீடு, *adv.* (*in combin.*), for a long time.
நீடுவாழ்வார், they shall live long.
நீடு, III. *v. i.* grow long, extend, நீளி; 2. last long, endure, நிலை.
நீடிய ஆயுள், – வாழ்வு, long life.
நீடிய சாந்தம், long suffering, forbearance.
நீடூழி, நீடூழிகாலம், for ever.
நீட்சி, *v. n.* (நீள்), length.
நீட்டம், *s.* length, நீளம்.

நீட்டி, VI. *v. i.* be prolonged, be long, நீளமாகு; 2. delay, தாமதி; 3. *v. t.* lengthen (as a discourse).

நீட்டு, *s.* length of time or space, நீளம்.
 நீட்டுப்போக்கு, tallness and robustness, spaciousness, width and length; 2. ability, circumstances, திராணி.
 நீட்டு முடக்கு, lending and borrowing, கொடுக்கல் வாங்கல்.

நீட்டு, III. *v. t.* extend, stretch out, நீளமாக்கு; 2. beat out and lengthen; 3. give, கைநீட்டு; 4. delay, protract, தாமதப்படுத்து.
 நீட்டல், நீட்டு, *v. n.* act of extending, lengthening etc.
 நீட்டலளவை, long measure.
 நீட்டாள், an attending or waiting servant.
 நீட்டிக் கிடக்க, to lie stretched out.

***நீதம்**, *s.* good behaviour, நல்லொழுக்கம்; 2. justice, equity, நீதி.
 நீதவான், நீதக்காரன், a man of probity, equity and justice; 2. a judge.
 நீதக்கேடு, injustice, injury, wrong, அநீதம்.

***நீதி**, *s.* justice, நியாயம்; 2. ethics, morals, right conduct, சன்மார்க்கம்; 3. law, பிரமாணம்; 4. (*Chr. us.*), righteousness, தர்மம்.
 நீதிகேடு, injustice.
 நீதி கேட்க, — விசாரிக்க, to hear or try cases for judgment.
 நீதி சாஸ்திரம், a law-book, the law, jurisprudence.
 நீதி நியாயமாய், according to justice and reason.
 நீதிநெறி, rules of morality, morality.
 நீதிபரன், the righteous God.
 நீதிமான் (*Chr. us.*), a righteous man.
 நீதிமான் (நீதிமான்கள்) ஆக்க, to justify one (several).
 நீதியதிபதி, — யதிபன், நீதிக்காரன், a judge.
 நீதியர், the just.
 நீதி விளங்க, to be justified, to appear just; 2. same as நீதிகேட்க.

நீத்தம், *s.* flood, deluge, வெள்ளம்.

நீத்து, நீச்சு, *s.* water of swimming depth.

நீந்து (*vulg.* நீஞ்சு), III. *v. i.* swim.
 நீந்தும் பிராணிகள், aquatic or amphibious creatures.

நீர், *pron. honor. & pl.* of நீ, you, ye (*gen.* உமது, உம்முடைய, *dat.* உமக்கு, *acc.* உம்மை etc.).

நீர், *s.* water, சலம்; 2. fluid, liquid, juice, இரசம்; 3. urine, மூத்திரம்; 4. nature, property, தன்மை.
 நீரடைப்பு, நீர்க்கட்டு, stoppage or suppression of urine, strangury.
 நீரழிவு, நீரிழிவு, நீர்க்கழிவு, நீர்ப்பாடு, diabetes.
 நீராகாரம், water from cold rice for break-fast kept over night.
 நீராட, to bathe.
 நீராடுதல், bathing; 2. the water in precious stones.
 நீராட்ட, to bathe another.
 நீராம்பல், the water-lily, a kind of dropsy.
 நீராவி, steam.
 நீராழி, the sea.
 நீராழி மண்டபம், a building in the middle of a tank.
 நீருடும்பு, a water lizard.
 நீருள்ளி, onion, வெண்காயம்.
 நீரூற்று, spring, fountain.
 நீரேற்றம், flood, tide, flow; 2. cattarrh.
 நீரொட்டி, நீராரை, an edible water-plant.
 நீரோட்டம், a current, stream.
 நீர்கொள்ள, — கோக்க, to imbibe moisture, to catch cold.
 நீர்க்கடுப்பு, நீரெரிப்பு, strangury, a smart felt in making water.
 நீர்க்கால், a water-channel.
 நீர்க்குஷ்டம், a kind of leprosy.
 நீர்க்குமிளி, a water-bubble.
 நீர்க்கொள்ளுவான், chicken-pox.
 நீர்க்கோவை, dropsy.
 நீர்க்கோழி, a water bird.
 நீர்ச்சலவை, bleaching.
 நீர்ச்சாரை, a rat-snake.
 நீர்ச்சால், a large pot for storing water, a bucket.
 நீர்ச்சீலை, a piece of cloth for covering the privities.
 நீர்ச்சுழல், நீர்ச்சுழி, whirl-pool.

கரை; 2. be well ground, macerated, அரைக்கப்படு.

நேக்கு, III. *v.i.* be relaxed, loosen, நெகு.

நெக்கு, *v. n.* relaxing, dissolving, loosing tenacity.

நெக்காய்வெடித்தசுவர், நெக்குநெக்காய்ப் போனசுவர், a wall that has got clefts.

நெக்குவிடுதல், becoming loose or relaxed.

நேக்கு, III. *v. t.* raise a thing by engines or by a lever, கிளப்பு; 2. push forward, தள்ளு.

நெக்கித் தள்ள, to demolish.

நேசவு, *prop.* நெய்சவு, *s.* (நெய்), the act or art of weaving; 2. texture.

நெசவான புடவை, a well-woven cloth.

நெசவிலே பூட்ட, to put the warp in the loom.

நெசவுகாரன், a weaver.

நெசவு செய்ய, to weave.

நேஞ்சு, நெஞ்சம், *s.* the mind, the heart, மனம்; 2. breast, bosom, chest, மார்பு; 3. throat, தொண்டை; 4. conscience, மனச்சாட்சி.

என் நெஞ்சிலே இருக்கிறது, it is in my mind.

நெஞ்சைத் தட்டிப்பார், ask your own breast.

இத்தனை நெஞ்சுனக்கிருக்கிறதோ, are you so bold?

நெஞ்சடைத்துப் போக, – க்கொள்ள, to be choked or stifled in the throat.

நெஞ்சடைப்பு, obstruction in the chest.

நெஞ்சறிய, knowingly, consciously.

நெஞ்சாங்குலே, the viscera.

நெஞ்சாங்குழி, நெஞ்சுக் –, the pit of the stomach.

நெஞ்சுக் கரிப்பு, nausea in the throat.

நெஞ்சு தடுமாறிச் சொல்ல, to speak with perplexity.

நெஞ்சு (தோள்) தட்ட, to tap the breast in defiance.

நெஞ்சு புண்ணுக, to be grieved, to be wounded at heart.

நெஞ்செலும்பு, the sternum.

நெஞ்சைக் கல்லாக்க, to harden one's own or another's heart.

நெஞ்சைக் குமட்டல், nausea.

நெஞ்சைப் பிடிக்க, to take by the throat.

நெஞ்சைப் பிளக்க, to cause great grief.

கல்நெஞ்சன், a hard-hearted person.

நேடி, *s.* the pungent odour from chillies etc. when parched.

எனக்கு நெடி ஏறுகிறது, I am suffocated with pungent odour.

நேடிய, *adj.* see நெடு.

நேடிலி, *s.* a large kind of sea-bird.

நேடில், *s.* length, நீளம்; 2. a long vowel, நெட்டெழுத்து (*opp. to* குறில்).

நேடு (with euphonical ங் etc.), நெட்டு (before vowels), நெடிய, sometimes நெட்ட, *adj.* (நெடுமை), long extended, நீண்ட.

நெடிய வட்டம், a long shield.

நெடியவன், நெடியன், நெடியான், a tall man.

நெடுங்கடல், the extensive sea.

நெடுங் கணக்கு, the alphabet.

நெடுஞ்சாண், – சாண்கிடை, நெடுஞ்சாங்கிடை (நெடிதாங்கிடை), lying at full length.

நெடுநாள், a long time.

நெடுந்தாடி, a long beard.

நெடுந்தூரம், a long distance.

நெடுந்தெரு, the main street.

நெடுமூச்செறிய, to gasp.

நெடுவல், a tall person.

நெட்ட நெடியது, a thing very long.

நெட்டுயிர்ப்பு, sighing, deep breath.

நெட்டெழுத்து, a long vowel; 2. signature of the writer of a document.

நெட்டெழுத்துக்காரன், the writer of a document.

நேடு, III. *v. i.* extend, be lengthened or protracted, நீடி; 2. grow tall, high, long, உயர்.

நெடுக, *adv.* (*inf.*), straight on, straight along, directly; 2. lengthwise.

நெடுகப் போக, to go straight on.

நெடுக வளர, to grow high and straight.

நெடுக விட, to let out as a cord, to put off a thing.

நெடுக்கு, *s.* the length (as of a house, wall etc.), நீளம்.
நெடுக்குச் சுவர், நெடுஞ் சுவர், நெடுங் கோடிச்சுவர், the wall that goes in the length.

நெடுமை, *s.* length, extension, நீட்சி; 2. tallness, உயரம்; 3. female hair. For the adjectives from நெடுமை see நெடு.

நெட்ட, see நெடு.

நெட்டாயம், *s.* (நெடுமை), length, நீளம் (*opp. to* கட்டாயம்).

நெட்டி, *s.* a class of shrubs or plants; 2. pith, pithy substance; 3. cracking of the joints, நெட்டை.
நெட்டி முறிக்க, – எடுக்க, to crack the fingers, knuckles or toes.
நெட்டி முறிந்தது, my finger did crack.
நெட்டிவேலை, playthings, toys etc., made of pith.

நெட்டிலிங்கு, *s.* a medicinal tree, அசோகம்.

நெட்டு, III. *v. t.* thrust, push, தள்ளு; 2. strike, graze (as a stone thrown on water); 3. make ducks and drakes upon the water by little stones.
நெட்டிப் பாய, to skip (as little stones upon the surface of water).

நெட்டை, *s.* tallness, நெடுமை; 2. a tall person, நெட்டையன்; 3. a crack of the finger-joints, நெட்டி.
நெட்டையன், a tall man (*opp. to* குட்டையன்).

நெண்டு, III. *v. i.* rise (as food eaten to excess).

நெத்தலி, நெத்திலி, *s.* a small kind of sea-fish.
நெத்தலிப்பொடி, the fish fresh or dried.

நெத்து, *s.* see நெற்று, dried pulse.

நெம்பு, *s.* an iron-nail or wooden pin pointed at both ends for joining boards together; 2. the lever, உலுக்குமரம்; 3. ribs, விலாவெலும்பு.

நெம்பு, III. *v. t.* lift a thing from the ground by a lever, lift a door off its hinges by means of a lever, கிளப்பு.

நெய், *s.* ghee, clarified butter; ᶜ fat, grease, நிணம்.
நெய்யிலே கையிட, to put the hand in (hot) ghee to prove one's innocence.
நெய்ச்சட்டி, a chatty for frying.
நெய்ப்பற்று, –ப்பிடி, –ப்பிடிப்பு, greasiness, stickiness of ghee; 2. being fat (as a person).
நெய் மழுவாய்த் தீர்த்துக்கொள்ள, to get a case decided by putting the hand in hot oil.
நெய்வார்க்க, to pour ghee upon the boiled rice.
பன்றிநெய், lard.

நெய், I. *v. t.* weave cloth, plait mats.
நெய்கிறவன், நெசவுகாரன், a weaver.
நெய்யல், நெய்சவு, நெசவு, *v. n.* weaving, texture.

நெய், VI. *v. i.* become fleshy, fat, corpulent, கொழு; 2. become greasy, glutinous.
நெய்ப்பு, fatness, plumpness, oiliness.
நெய்த்த மீன், fat fish.

நெய்க்கோட்டான், *s.* soap-nut tree, பூவந்தி.

நெய்தல், *s.* a class of water-flowers; 2. maritime tract, நெய்தனிலம்.
நெய்தல் கிழங்கு, the bulb of the நெய்தல் plant.

நெய்த்தோர், *s.* blood, இரத்தம்.

நெய்ப்பு, *vulg.* நெப்பு, *s.* pus, matter, சீழ்; 2. *v. n.* of நெய்.
குருநெய்ப்புக் கொள்ள, to be filled with matter as pustules in small-pox.

நெய்யரி, *s.* the fibrous covering about the base of the palmyra or cocoa stalk (used as strainer), பன்னாடை.

நெரடு, III. *v. i.* be difficult, hard, வருத்தமாகு; 2. *v. t.* same as நெருடு.
நொடிப்பார்க்க, to try paddy etc. rubbing and grabbling it.
நொடு, *v. n.* what is difficult to be read.

நெரி, II. *v. i.* crack, break, தகரு; 2. be broken, உடை; 3. be mashed, bruised or crushed, நசுங்கு; 4. be pressed, squeezed, நெருங்கு.
நெரிவு, நெரிசல், *v. n.* a fracture, fissure, cracking, pressing.

நெரி, VI. *v. t.* break with a noise, crush, mash, நொறுக்கு; 2. bruise, beat in a mortar, கருக்கு; 3. rub or bruise in the hand ears of corn, நிமிண்டு; 4. crack the fingers, நெட்டி முறி.

நெரிஞ்சி, நெருஞ்சில், *s.* a thistle, நெருஞ்சி.

நெருக்கம், *s.* (நெருக்கு), narrowness, closeness, straitness, அடர்வு; 2. pressure, thronging, crowding, நெருக்குகை; 3. distress, trouble, துன்பம்.

நெருக்கத்திலே அகப்பட்டுச் சாக, to be pressed to death in a throng of people.

நெருக்கப்பட, to be reduced to straits, to be pressed hard; 2. to be afflicted.

நெருக்கப்படுத்த, to oppress, persecute, press, urge, prevail upon.

நெருக்கமான பந்துக்கள், nearest relations.

நெருக்கிடை, *s.* straits, affliction.

நெருக்க, III. *v. t.* press, urge, throng, ஒடுக்கு; 2. oppress, afflict, vex, இடுக்கப்படுத்து.

நெருக்கடி, *v.n.* oppression, hardship, force, compulsion.

நெருக்கியிருக்க, to sit close, to be thronged.

நெருக்கிவைக்க, to compact, to press compactly together.

நெருங்க, III. *v. i.* be close together, அடர்; 2. approach, சமீபி; 3. be pressed, urged, plagued, ஒடுக்கப்படு; 4. *v.t.* pursue, follow closely, பின்செல்.

நெருங்க (*com.* நொறுங்க)ப் பிசைய, to knead or squeeze in the hand.

நெருங்கின உறவு, close relationship.

நெருங்கினகாடு, a thick jungle.

நெருஞ்சி, நெருஞ்சில், a thorny plant, thistle.

நெருடு (*com.* நொரடு), III. *v. t.* rub between the fingers, நிமிண்டு; 2. feel, grope, தடவு; 3. twist broken threads together, முறுக்கு.

நெருடு (நொரடு), *v. n.* rubbing, feeling, twisting; 2. a cloth in which many joinings of broken thread appear.

நெருட்டுக்கருத்து, an abstruse idea, an abstruse construction of a passage.

நெருநல், *s.* yesterday, நேற்று; 2. *adv.* lately, recently, சற்றுமுன்.

நெருநெருத்தல், நெருநெரெனல், *v.n.* paining one (as the stomach), நெருக்கல்; 2. being sudden, abrupt, நெருக்கடியெனல்.

நெருநெருப்பு, internal pain.

நெருப்பு, *s.* fire, தீ; 2. (*fig.*), great grief, rage etc.

வெயில் நெருப்பாய் எரிக்கிறது, the sun shines fiery hot.

காய்ச்சல் நெருப்பாய் அடிக்கிறது, the fever rages like fire.

நெருப்பணைத்துவைக்க, to put out the fire, to keep the fire from going out.

நெருப்பணைந்துபோகிறது, the fire goes out.

நெருப்பன், நெருப்பாயிருக்கிறவன், an angry, hot-tempered, hasty man.

நெருப்பிட, to set on fire.

நெருப்புக் கட்டை, a large fire-brand.

நெருப்புக்காடு, conflagration.

நெருப்புக்கொள்ளி, a fire-brand.

நெருப்புத் தணல், live coals.

நெருப்புப்பற்ற – பிடிக்க, to catch fire.

நெருப்புப் பற்றவைக்க, – மூளவைக்க, – மூட்ட, – வளர்க்க, – க்கொளுத்த, to kindle a fire.

நெருப்பு மூள, to be kindled as fire, to rage as fire.

நெருமு, நெறுமு, III. *v. i.* gnash, grind the teeth, கருமு.

நெல், நெல்லு, *s.* paddy, unhusked rice, சாலி.

நெல்லரி, a sheaf of rice-corn.

நெல்லிடை, a weight equal to a grain of paddy.

நெல்லு கட்டிவைக்க, to store up paddy.

நெல்லுகுத்த, to beat paddy in a mortar.

நெல்லைக்குத்தி அறுவாக்க, to beat paddy and prepare the rice for the kitchen.

நெல்லுபிடிக்க, to lay up paddy in store; 2. to buy paddy wholesale.

நெல்லு வேவிக்க, to boil rice gently for husking.

நெல்லூறவைக்க, to soak or macerate paddy.

நெற்குழி, a pit under-ground to keep paddy in.

நெற்பயிர், growing rice.

நெற்பொரி, fried or parched paddy.

நென்மணி, rice grain.

நெல்லி, நெல்லிமரம், s. the Indian gooseberry tree, ஆமலகம்.

நெல்லிக்காய், its fruit.

நெல்லிக்காய்த் துவையல், a seasoning of the நெல்லி fruit.

நெல்லி முளி, fruit of the பெருநெல்லி dried and used in medicine.

நெளி, II. v. i. come forth crawling and wriggling (as worms), ஊர்; 2. writhe through pain, நெந்து; 3. be bent, crooked, வளை.

புழுநெளிகிறது, the worm crawls.

நெளி, நெளிமோதிரம், a ring that has a flexure.

நெளிந்து நடக்க, to go stooping or cringing along.

நெளிந்துபோக, to be bent.

நெளியல், நெளிசல், v. n. crookedness, deformity.

நெளிவு, v. n. crawling, flexure.

நெளிவுசுளுவு அறிந்தவன், one who knows the ways and means to attain his object.

நெளிவெடுக்க, to mend anything bent.

நெளி, VI. v. t. cause to bend, வளை; 2. bend, twist, distort the body; 3. v. i. make proud gestures, செருக்கு; 4. be insolent, கர்வங்காட்டு.

நெளித்துக்கொண்டு நடக்க, to walk struttingly or with affected motions, to walk with a distorted gait.

நெளிப்பு, v. n. distorted or affected motions.

நெளிதம், s. being easy and light, இலேசு.

நெறி, s. the temples; 2. swelling on the hip, under the arm etc. (caused by a boil or wound), சுளுக்கு; 3. way, the way of virtue, மார்க்கம்; 4. rule, system, ஒழுக்கு.

நெறியிலே பட்டது, he got a knock on the temple.

நெறிகட்ட, to swell as the glands of the neck etc.

நெறி கெட்டவன், –கேடன், –இல்லாதவன், an immoral man.

நெறிதப்ப, – தவற, to deviate from propriety.

நெறிப்படி, *adv*. according to method, rule.

நெறிமான், நெறியுள்ளவன், a man of probity, a just man.

நெறி, VI. v. i. stand erect, நிமிர்ந்திரு; 2. v. t. frown, turn up the nose in displeasure or contempt, சுளி; 3. stiffen, bristle, சிலுப்பு.

நெறிப்பு, v. n. standing erect, pride of countenance etc.

காதை நெறிக்க, to prick up the ears.

நெறுநெறு, VI. v. i. grind, gnash (as the teeth), craunch, நருமு; 2. rattle, rumble, உருமு.

நெறுநெறென்று பல்கடிக்க, to grind or gnash with the teeth.

நெற்றி, s. forehead, front, brow, நுதல்; 2. gable, வீட்டின்முகப்பு.

நெற்றிக்கண்ணன், Siva.

நெற்றிச்சுட்டி, a jewel worn by women on the forehead.

நெற்றி முட்டு, a short, direct way, short-cut; 2. sudden meeting at a corner.

நெற்றியைச் சுளிக்க, – நெறிக்க, to wrinkle the forehead in displeasure, to frown.

நெற்றிவரை, the lines or wrinkles on the forehead.

ஏறுநெற்றி, a high forehead (*opp. to* குறுநெற்றி, narrow forehead).

நெற்று, s. well-ripened peas, beans dried in their legumen or pod; dried cocoa-nuts.

நெற்றாக, நெற்றுப்பட, to grow ripe in the legumen or pod.

நெற்றுப்போலிருக்க, to be dry, thin and meagre.

தேங்காய் நெற்று, a ripe cocoa-nut.

நெற்று, III. v. t. strike a mark with balls, இலக்கில் தட்டு; 2. *vulg. for* நெட்டு which see.

நென்மணி, நென்மா, s. see நெல்.

நே

நே, II. *v. i.* (*inf.* நேக), toil, உழை; 2. become well pulverized, நெகு.

அவனுக்கு மெத்தநேர்ந்தேன், I have taken a great deal of pain for him.

நேர்ந்த தெல்லாம் அவத்தமாய்ப் போயிற்று, all the hard labour has been in vain.

நேக அரை, grind it well.

நேசம், நேயம், *s.* love, friendship, சிநேகம், அன்பு.

நேசங்காட்ட, to manifest love, to show kindness, to be friendly to.

நேசன், a friend.

நேசி, VI. *v. t.* love, சிநேகி.

நேத்தி, *s.* see நேர்த்தி.

*நேத்திரம், *s.* eye, கண்.

நேத்திர வாய்வு, inflammation of the eye, ophthalmia.

நேத்திர வைத்தியன், oculist.

நேந்து, *adv. part. of* நே; 2. *corr. of* நேர்ந்து.

*நேமகம், *s.* appointment, determination, ஏற்பாடு; 2. dedication to deity, காணிக்கை; 3. betrothing, விவாக நிச்சயம்.

*நேமம், *s.* (*for* நியமம்), appointment, ஏற்பாடு; 2. destiny, fate, விதி.

நேம நிஷ்டை, appointed or prescribed religious duties.

*நேமனம், *s.* (*com. for* நியமனம்), precept, rule.

*நேமி, *s.* the earth, பூமி; 2. a circle, வட்டம்; 3. a wheel of a chariot, உருளை.

*நேமி, VI. *v. t. prop.* நியமி, which see.

நேம்பு, III *v. t.* (*Tel.*), winnow (grain etc.), sift.

நேயம், *s.* same as நேசம், love.

நேரஸ்தன், *s.* see under நேரம், fault.

நேரம், *s.* time, காலம்; 2. leisure, opportunity, சமயம்.

நேரப்பட or நேரஞ்சென்று வந்தான், he came very late.

மெத்த நேரஞ்செல்லும், -பிடிக்கும், it will take much time.

நேரத்துக்கு, at the proper time, seasonably.

நேரத்துக்கு ஒரு பேச்சுப்பேச, to be fickle or wavering in speech.

நேரத்தோடே, early, at the proper time.

நேரந்தப்ப, to miss the time.

நேரமாகிப்போயிற்று, it is now late or too late.

நேரம்போக்க, -கடத்த, -கழிக்க, to idle away time.

நேரம்விடாதே, lose no time.

அந்நேரத்திலே, just then.

இந்நேர ராத்திரியிலே, at this hour of the night.

எந்நேரம், when ?

எந்நேரமும், always.

பின் நேரம், the afternoon.

முன் நேரம், the forenoon.

நேரம், *s.* (*Tel.*), a fault, guilt, crime, குற்றம்.

நேரஸ்தன், a guilty person, குற்றவாளி.

நேரஞ்சுமத்த, to charge one with a crime.

நேரிசம், *s.* a dart, javelin, வேல்.

நேரிடு, IV. *v. i.* (*with dat.*), go straight way towards or against, எதிராகு; 2. happen, occur, சம்பவி.

நேரியது *s.* (நேர்மை), what is straight, upright, exact, நேரானது.

நேர், *s.* & *adj.* (நேர்மை), straightness, செவ்வை; 2. justice, impartiality, ஒழுங்கு; 3. virtue, morality, சீர்; 4. row, series, வரிசை; 5. that which is opposite or over against, எதிர்.

நேராய், நேரே, *adv.* straightway, directly.

நேரான, நேர், *adj.* straight, direct, upright, honest.

நேரானமனம், an upright, sincere mind.

நேரானவன், an upright, honest person.

நேரானவிலை, a reasonable price.

நேரிளையவன், a brother next younger.

நேருக்கு நேராயிருக்க, to be exactly straight or direct.

நேருஞ் சீருமாயிருக்க, to be in good order.

நேரே, see நேராய்.

நேர்சீர், due order, amiableness.

நேர்தப்ப, to pass the bounds of propriety.

நேர்பண்ண, – ஆக்க, to make even, to adjust, to reconcile.

நேர்முகம், facing towards.

நேர்மேற்கே, due west.

நேர்வழியாய், straight way, straight on.

நேர், நேரு, II. *v. i.* meet, சந்தி; 2. happen, occur, சம்பவி; 3. agree, consent, சம்மதி; 4. grow thin, emaciated, மெலி; 5. *v. t.* resemble, ஒப்பாகு; 6. vow, offer, give, bestow, ஈ.

இதக்கு வெகு பணம் நேர்ந்தேன், I have expended much money towards it.

நேர்ந்த கடா, a ram vowed for sacrifice.

நேர்ந்தபடி, at random, at pleasure, rashly, thoughtlessly.

நேர்ந்துகொண்டது, anything devoted to the deity.

நேர்ந்துபோக, to grow lean.

நேர்ச்சி, *s.* (நேர், *v.*), direction, consent, vow.

நேர்த்தி, நேத்தி, நேற்றி, *s.* neatness, fineness, elegance; 2. நேர்ச்சி, a vow, பிரதிக்கினை.

நேர்த்திக்கடன், the obligation one is under by a vow.

நேர்த்திபண்ண, to vow, to make a vow.

நேர்படு, IV. *v. i.* meet, சந்தி; 2. be straight; 3. consent, agree, conform, சம்மதி; 4. occur, சம்பவி.

நேர்பாடு, *v. n.* occurrence; 2. consent, agreement; 3. length.

நேர்மை, *s.* (நேர்), straightness, evenness; 2. impartiality, justness; 3. honesty; 4. virtue, morality; 5. equality, uniformity.

நேர்வாளம், *s.* a shrub whose fruit is purgative.

நேற்றி, *s.* see நேர்த்தி.

நேற்று (*vulg.* நேத்து), *s.* yesterday 2. (*in combin.*), lately, recently.

நேற்றுப் பண்டிகையிலே, on the last holy day.

நேற்றிரவு, last night.

நேற்றுப்பிறந்த பிள்ளை, நேற்றைய பிள்ளை, a child of yesterday.

நேற்றைக்கு, yesterday.

நை

நை, II. *v. i.* become spoiled or too soft, be overripe, be frayed (as clothes), be reduced in circumstances, நொந்துபோ; 2. slacken, தளரு.

மனசிலே நையும், it causes pity.

நைச்சாந்து (நற்சாந்து), ground mortar, fine plaster.

நைதல், நைவு, *v. n.* over-ripeness, becoming spoiled etc.

நைந்த கயிறு (நஞ்ச கயிறு), a worn-out rope.

நைந்த பழம் (நஞ்ச பழம்), a fruit over-ripe.

நையத்தொய்ய வாங்க, to take little and little.

நையநருக்க, to bruise to small pieces.

நையப்பாட, to beg for a thing as a beggar.

நையப்பேச, to speak softly, or submissively; 2. to speak so as to wound one's feelings.

*நைசிகம் (நைசியம்), *s.* medicine taken by the nose, நசியம்; 2. a crow, காகம்.

*நைச்சியம், *s.* see நயிச்சியம்.

நைநை எனல், *v. n.* crying frequently (as an infant in sickness or in weaning).

நையல், *s.* emaciating disease, மெலிவு; 2. small-pox, வைசூரி.

நையற் பாட்டுப் பாட, to cringe.

நையாண்டி, *s.* scoff, ridicule, mockery, பரிகாசம்; 2. raillery, jest, இகழ்ச்சி.

நையாண்டிக்காரன், a scoffer, mocker.

*நைவேதனம் (நிவேதனம்), *s.* donation.

*நைவேத்தியம் (நிவேத்தியம்), *s.* a meat offering, an oblation.

நொ

நொ, *s.* pain, distress, துன்பம்; 2. disease, நோய்.

நொ, *v. i.* (*only the imperat. is used*), afflict, be afflicted.

நொங்கு (நுங்கு), *s.* young palmyra fruit.

நோசி, *s.* fineness, thinness, மெல்லியது.
நொசியிடை, a slender waist.
நோசி, II. *v. i.* be thin, small, நுண்மையாகு; 2. suffer, வருந்து.
நோச்சி, *s.* a medicinal tree.
நொடி, *s.* a crack or snap with the thumb and middle finger; 2. a small measure of time about four seconds; 3. a riddle, விடுகதை; 4. a hole in a road, பள்ளம்.
நொடிக்கிறுதுக்காரன், a bold and haughty fellow.
நொடிக்கிறுது பேச, நொடிக்கிறுதாயிருக்க, to speak contemptibly, to be haughty.
நொடிசொல்ல, to propose a riddle.
நொடிநொடிக்க, to snap.
நொடிப்பொழுது, a snap or second of time.
நொடியளவில், நொடிக்குள்ளே, in a moment.
நொடிவிட, – அவிழ்க்க, to solve a riddle.
நொடி, VI. *v. i.* snap the thumb and middle finger; 2. *v. t.* speak precipitately or inconsiderately, talk idly, அலப்பு; 3. destroy, அழி.
நொடித்தாற்போலே (நொடித்துப்) பேச, to speak hastily or superciliously.
நொடிப்பு, *v. n.* a fillip of the thumb and middle finger.
நொடுக்கு நொடுக்கென்று நடத்தல், *v. n.* making a noise in walking.
நொடு நொடு, VI. *v. i.* be fidgety, restless, துடி; 2. be rude, துடுக்காயிரு.
நொடு நொடுப்பு, *v. n.* rudeness.
நொண்டி, *s.* (நொண்டு), a lame person, முடவன்.
நொண்டித்தனம், lameness.
நொண்டி நாடகம், a comic poem.
நொண்டி நொண்டித்திரிய, to limp, to hobble about.
நொண்டிப் பிள்ளை, a limping child.
கால்நொண்டி, one lame in the leg.
கைநொண்டி, one lame in the arm.
நொண்டு, III. *v. i.* limp, halt, walk lame.
நொதி, *s.* mud, mire, சேறு.
நொதி, VI. *v. i.* be macerated, swell in water, ஊறு.
நொதித்துக் கிடக்க, to be festered.
நொது, VI. *v. t.* put out, quench, அவி.
நொதுநொது, VI. *v. i.* be mashy (as rice overboiled), be damp or soft, be putrid (as a sore), நொதி.
நொதுநொது என்று நுரைக்க, to ferment greatly.
நொதுமல், *s.* neighbourhood, vicinity, அயல்.
நொதுமலர், neighbours.
நொத்து, *s.* a preventive, நொப்பு.
நொத்துக்கட்ட, to prevent, to cross one's design.
நொந்தலை, நொந்தலைமை, *s.* decay, weakness, பலவீனம்; 2. reduction, impoverishment, வறுமை.
நொந்தலைப்பட, to be reduced in circumstances.
நொந்தலையானகுடி, நொந்தகுடி, a reduced, poor family.
நொந்து, *adv. part.* of நோ.
நொப்பு, *s.* preventing, தடை; 2. a cloth round the dugs of a goat to prevent the kids from sucking.
நொய், *s.* grits, broken rice, coarse meal; 2. softness, lightness, நொய்மை; 3. minuteness, நுட்பம்.
நொய்யாய்ப் போக, to turn into grits.
நொய்யரிசி, rice broken in pounding.
நொய்து (நொய்சு), *s.* softness, delicateness, brittleness, நொய்மை.
நொய்தாக, to become soft.
நொய்தான பாத்திரம், a brittle cup.
நொய்தான பூ, a delicate flower.
நொய்து பண்ண, to make contemptible.
நொய்து பேச, to speak basely.
நொய்ப்பம், *vulg. for* நுட்பம், *s.* delicateness, tenderness.
நொய்மை, *s.* softness, lightness, delicateness, subtility, fineness, levity, நுண்மை.
நொய்ய, *adj.* small, weak, delicate, mean.
நொய்யதாயிருக்க, to be low, vile or slender.
நொய்ய புத்தி, slender wit.
நொய்யவன், a poor person.

நொய்வு, *s.* thinness, fineness, நுண்மை; 2. meanness, அற்பம்.
நொறுகை, *s.* eatables, தின்பண்டம்.
நொருக்கு, III. *v. t.* same as நொறுக்கு.
நொருங்கு, III. *v. i.* same as நொறுங்கு.
நொருவல், *s.* any thing pounded.
நொவ்வு, III. *v. i.* ache, be in pain, நோ; 2. become slender or thin, மெலிந்துபோ.
நொளநொள (நொளுநொளு), VI. *v. i.* be soft or slippery (as a snake, ripe-fruit etc.), மிருதுவாகு; 2. be mashy, குழை.
 நொளுநொளுத்த பேச்சு, wavering speech.
நொள்ளை, *s.* blindness, sunken eyes, குருடு; 2. a kind of beetle.
 நொள்ளைக்கண்ணன், நொள்ளக்– (*fem.* நொள்ளைக்கண்ணி), a blind man, a person with hollow eyes.
நொறுக்கு, III. *v. t.* crush, bruise to pieces, destroy, நருக்கு.
 நொறுக்குச் சக்கந்தம் பண்ண, to ridicule, to joke, to jest.
நொறுங்கு, III. *v. i.* be crushed, bruised or smashed to pieces, பொடியாகு; 2. become contrite, துக்கப்படு.
 நொறுங்குண்டிருக்க, to be broken, to be contrite.
 நொறுங்குண்ட மனம், a contrite spirit, a wounded heart.
நொறுநொறு, VI. *v. i.* be brittle, fragile, crispy (as biscuit).
நொறுவை, நொறுவைப்பண்டம் (நொறுகை), *s.* dainties, delicacies, sweetmeat, சிற்றுண்டி.
 நொறுவைக்கள்ளன், a dainty rogue.
நொற்பம், *vulg. for* நுட்பம், *s.* fineness.
 நொற்பஸ்தலம், soft or fleshy parts of the body.
 நொற்ப வேலே, நொற்பமான–, superfine work, delicate work.

நோ

நோ, *s.* pain, வேதனை.
 நோக்காடு, pain; 2. sickness.
 நோவுண்டாக, – எழும்ப, – காண, – கொள்ள, to ache, to pain; 2. to come on as labour-pains.
நோ, *irreg. v. i.* (நோகிறது, நொந்தது, நோவும், *inf.* நோக or நோவ), ache, smart, feel pain, வேதனைப்படு; 2. be grieved, துக்கப்படு; 3. *v. t.* grumble at, complain of, நொந்துபேசு.
 எனக்கு நோகிறது, I am pained.
 காலே நோகிறது, my foot aches or suffers pain.
 ஒருவனை நொந்துகொள்ள, to complain of one.
 நொந்தழுகிப் போக, to rot.
 நொந்திருக்க, to be poor or reduced in circumstances, to be spoiled.
 நொந்துபோக, to grow too soft, to begin to rot as a fruit; 2. *fig.* to be reduced in circumstances.
 நொந்துபோன சோறு, rice overboiled or damaged.
 நோகப்பண்ண, to give pain, to afflict, to wound one's feelings.
 நோகாமல் (நோவாமல்) எடுக்க, to take up or lift up without hint or giving pain.
 நோதல், *v. n.* being sick.
நோக்கம், *s.* looking on, glance, view, பார்வை; 2. sight, appearance, தோற்றம்; 3. aim, intention, inclination of mind, எண்ணம்; 4. eye, eye-sight, கண்.
 எந்தநோக்கமாய் அதைச் சொல்லுகிறாய், what is your intention by saying this?
 நோக்கமாயிருக்க, to intend, to have in view.
நோக்கோர், *s.* pole-dancers.
நோக்காடு, *s.* see under நோ.
நோக்கு, III. *v. t.* look at, look on, look toward, பார்; 2. intend, கருது.
 என்னை நோக்கிப்பார், look at me.
 நோக்கு வித்தை, juggling, legerdemain.
 நோக்கு வித்தைக்காரன், a juggler.
நோசல், *s.* sickness, pain, see நசல்.
நோஞ்சல், *s.* emaciation, நோய்ஞ்சல்.
நோட்டம், *s.* scrutiny, examination of coins, gems etc. for valuation, பரிட்சை.

அதின் நோட்டம் அறியான், he does not know its value.

நோட்டக்காரன், one expert in inspecting coins, a shroff.

நோட்டம் பார்க்க, to examine coins, gems etc., to be rigid in dealings, to survey.

நொண்டு, III. *v. t.* scoop out, dig out, make a hole in the ground, தோண்டு; 2. stir, கிண்டு; 3. root, grub up, பிடுங்கு; 4. pick the ears etc., குடை.

நோண்டி எடுக்க, to root up, to grub up, to pick out.

நோண்டிநோண்டிக் கேட்க, to pump one.

நொம்பு, *s.* same as நோன்பு.

நொம்பு, III. *v. t.* same as நேம்பு, winnow.

நொய், *s.* sickness, disease, வியாதி; suffering, trouble, துன்பம்; 3. pain, smart, நோ.

நோயும் பாயுமாய்க் கிடக்க, to be bedridden.

நோயாளி, a sick person, a patient.

நோய்கொள்ள, — பிடிக்க, to fall sick, to become diseased.

நோய் விழ, to be affected as a patient etc.

நொய், VI. *v. i.* be or become sickly, வியாதிப்படு.

நொய்ஞ்சல், *vulg.* நோஞ்சல், *s.* a sickly emaciated person, beast etc.

நொல், V. *v. t.* do penance, தவஞ்செய்; 2. endure, சகி.

நோற்பு, நோற்றல், *v. n.* bearing, endurance, performing penance.

நொவு, *v. n.* (நோ), a smart, pain, வலி; 2. sickness, நோய்.

நோவு நின்றுபோயிற்று, the pain is over.

நோவாளி, நோவாளன், a sick person.

நோவு கொள்ள, to catch a sickness.

நொளை, *s.* a sickly-body.

நோளைச் சரீரம், a body not inured to hardship.

நோளைச்சரீரன், a sickly person.

நொன்பு, *s.* (நோல்), penance, தவம்; 2. fasting, உபவாசம்.

நோன்பி, one rigid in austerities.

நோன்பிருக்க, to fast.

நோன்புபிடிக்க, te keep a fast.

நோன்புவிட, to break a fast, to eat after a fast.

நோன்புநோற்க, to fast.

நொன்மை, *s.* (நோல்), penance, தவம்.

ப

பகடி, *s.* mockery, jest, sport, பரிகாசம்; 2 jester.

பகடி அடிக்க, —பண்ண, to mock, deride,

பகடை, *s.* an ace upcn a die.

பகடைதப்பிற்று, it narrowly escaped.

பகடைபோட, — உருட்ட, to throw aces in playing at dice.

பகட்டு, *s.* (*Tel.*), lustre, brightness, மினுக்கு; 2. attraction, allurement, மயக்கம்; 3. false show, வெளிவேஷம்.

பகட்டானவேலை, fine attractive work but not substantial.

பகட்டுக்காரி, a fascinating woman.

பகட்டு, III. *v. i.* make a false show, சளுக்குப்பண்ணு; 2. loathe, அரோசி; 3. be drowsy, மயங்கு; 4. *v. t.* charm, fascinate, மயக்கு; 5. deceive, delude one by ostentation or flattery, வஞ்சி.

தூக்கம் பகட்டுகிறது, drowsiness comes on.

பகட்டிப்பறிக்க, to wheedle away money as a juggler.

பகண்டை, *s.* a partridge, கவுதாரி.

***பகந்திரம்** (பவுத்திரம், பவுந்திரம்), *s.* a fistula in the anus.

பகபகெனல், *v. n.* having burning sensation of hunger or from mental anguish.

பகரிப்பு, *s.* ornament, decoration, அலங்காரம்.

பகர், பகரு, II. *v. t.* say, tell, சொல்; 2. announce, publish, கூறு; 3. sell, வில்.

பகர்தல், பகர்வு, *v. n.* saying, announcing.

பகர்ச்சி, *v. n.* word, speech.

பகல், *s.* the day in opposition to the

night, day-time; 2. mid-day, noon, மத்தியானம்; 3. the sun, சூரியன்.
பகலவன், பகலோன், the sun.
பகலிலே, in the day-time.
பகலுக்கு, பகலைக்கு, for the day.
பகலைக்குமேல், after mid-day, in the afternoon.
பகல்சாப்பாடு, – அசனம், the dinner.
பகல்மாறு, daily, in the day-time.
பகல்வத்தி, – வர்த்தி, blue lights prepared of brimstone, saltpetre etc. making light appear as day.
பகல்வெளிச்சம், day-light.
பகற் கள்ளன், பகற்றிருடன், a day-light thief, a highway robber; 2. one who extorts money.
பகற்காலம், the day-time; 2. the period of one's life.
இரவு பகல், day and night.
பட்டப் பகலில், பகல் வெளிச்சத்தில், in broad day-light, at mid-day.
பிற்பகல், afternoon.
முற்பகல், forenoon.

*பகவதி, s. the goddess of virtue, தரும தேவதை; 2. Parvati, பார்வதி; 3. Durga, துர்க்கை.

*பகவான், பகவன், s. the Supreme Being, God, கடவுள்.
பகவத் கீதை, see under கீதை.

பகவு, s. (பகு), division, cleft, பிளப்பு; 2. a slice, bit, துண்டு.

பகழி, s. an arrow, அம்பு.
பகழிமாரி, a shower of arrows.

பகாப்பதம், s. see under பகு.

பகிடி, s. jest, joke, விகடம்; 2. mockery, பரிகாசம்; 3. a buffoon, jester, பகிடிக்காரன்.
பகிடிபண்ண, to make a jest, to mock.

*பகிரங்கம், பயிரங்கம், s. publicity, வெளிப்படை.
பகிரங்கமாக, publicly.

பகிர், பகிரு, II. v. t. divide, distribute, parcel out, பங்கிடு.
பகிர்ந்து (பகுந்து) கொடுக்க, to distribute.
பகிர்ந்து வாங்க, to partake of a thing, to take share in it.

*பகீரதன், s. a mythical king said to have brought the Ganges from heaven.
பகீரத பிரயத்தினம், a Herculean attempt or task.
பகீரதி, the river Ganges.

பகீரிடுதல், பகீரெனல், v. n. being greatly terrified.
வயிறு பகீரென, to be moved in the bowels through sudden fear.
பகீரென்று பற்றி எரிகிறது, it catches fire, it gets inflamed.

பகு, II. v. i. part, divide, பிரி; 2. ramify, கிளை.
பகாப்பதம், a primitive, indivisible word.
பகுபதம், a compound word.

பகு, VI. v t. divide, distribute, பிரி; 2. cut off, தறி.
இன்னபடியென்று பகுத்துப்போட்டான், he has explained it very distinctly.
பகுத்தறிய, to discriminate, to distinguish.
பகுத்தறிவு, discrimination.
*பகுத்துப் பார்க்க, to survey every part, to consider well.
பகுப்பு, v. n. division, classification.

பகுதி, s. portion, part, பங்கு; 2. tribute, tax, திறை.
பகுதிகட்ட, –கொடுக்க, –இறுக்க, to pay a tax.
பகுதிக்காரன், a receiver of the tributes or taxes.
பகுதிவைக்க, to impose a tax.

*பகுதி, s. primitive nature, இயல்பு; 2. the radical form of a word without the affixes.

பகை, s. hatred, enmity; 2. a foe, enemy, பகைஞன்; 3. disagreement, contrariety, விரோதம்.
பகையாக்க, to raise hatred in one's mind.
பகையாளி, பகைஞன், பகைவன், a hater, enemy, foe, fiend.
பகைசாதிக்க, to gratify one's anger.
பகையின்பேரிலே, out of hatred or spite.
தண்ணீர்ப் பகை, the indisposition caused by using different kinds of water.

பகை, VI. v. t. hate, oppose, விரோதி.

பகைமை, s. hatred, enmity.

*பக்கணம், பக்ஷணம், s. same as பட்சணம், eating.

*பக்கம், பக்ஷம், பட்சம், s. side, புறம்; 2. vicinity, proximity, சமீபம்; 3. affection, friendship, நட்பு.
பக்கச்சொல், a word in one's favour, a friendly word.
பக்கச்சொல்லாளி, a spokesman, an advocate.
பக்கத்திலே போக, to walk along side of a person.
பக்கத்தெலும்பு, பக்கவெலும்பு, a rib.
பக்கவாதம், partial palsy.
பக்கவெட்டுப் போட, to tickle one in the side.
பக்கவேர், side root of a tree.
*பக்கல், s. side, பக்கம்; 2. one's people, இனம்.
உம்முடைய பக்கலிலே வந்து சேர்ந்தேன், I take refuge with you.
பக்கா, s. (*Hind.*), largeness, greatness, பெரியது; 2. (*in combin.*), notoriety.
பக்காச்சேர், a weight of 24 palams.
பக்காத்திருடன், a notorious thief.
பக்காளி, s. (*Hind.*), one that carries water in a leather sack on a bullock.
பக்காளி மாடு, the bullock of பக்காளி.
*பக்கி, s. see பட்சி.
பக்கிர், பக்கீரி, s. a fakeer.
பக்கு, s. outer bark of a tree, மரப்பட்டை; 2. scale of a sore, அசறு; 3. tartar on the teeth, பற்கறை; 4. dried mucus in the nose or eyes; 5. a crust formed over a prepared dish, பொருக்கு; 6. fractures, break, பிளப்பு.
பக்குப்பக்கெனல், v. n. throbbing rapidly, being in excess.
பக்குப்பக்கென்றடிக்க, to beat rapidly.
பக்குப்பக்கென்றுதிட்ட, to scold boldly.
பக்குப்பக்கெனச் சிரிக்க, to laugh aloud in excess.
*பக்குவம், s. fitness for use, தகுதி; 2. maturity, ripeness, கனிவு; 3. puberty of a girl, இருது.
பக்குவசாலி, காரியபக்குவம் அறிந்தவன், a competent person.
பக்குவஞ்சொல்ல, to give instructions how to handle a business, to apologize.
பக்குவமாக, பக்குவப்பட, to grow ripe or fit for use, to arrive at puberty.
பக்குவமாய், seasonably, in time.
பக்குவமான பெண், a girl that has arrived at her puberty.
பக்குவம்பண்ண, to make fit.
வியாதிக்காரனுக்குப் பக்குவம்பண்ண, to render suitable help to a sick person.
பக்குவம்பார்க்க, to watch a fit time.
*பக்தி, s. see பத்தி, faith, devotion.
*பங்கம், s. violation, ஈனம்; 2. loss, detriment, கேடு; 3. defeat, தோல்வி; 4. shame, disgrace, வெட்கம்.
பங்கக்கேடு, disgrace, ignominy.
பங்கங்கொள்ள, to deride one.
பங்கப்படுத்த, to treat disgracefully.
பங்கமழிக்க, பங்கக்கேடாய்ச் சொல்ல, to disgrace or insult a person.
பங்கம் அழிய, to be disgraced.
பங்கமழிந்து (பங்கப்பட்டுப்) போனான், he has been ignominiously treated.
அங்கபங்க மழிக்க, to vex or reproach any one.
சமயபங்கம், an unseasonable time.
*பங்கயம், பங்கசம், s. the lotus, தாமரை.
பங்கயன், Brama.
பங்களா, s. (*Hind.*), bungalow.
பங்கா, s. (*Hind.*), a punkah or large fan.
பங்காரு, s. (*Tel.*), gold, பொன்.
*பங்காளம், s. Bengal.
பங்காளி, a Bengali.
*பங்கி, s. a man's lock of hair; 2. the கஞ்சா plant, bang; 3. division, பிரிவு.
பங்கு, s. a share, part, portion, dividend, lot, பாகம்; 2. moiety, half, பாதி.
பங்காளன், பங்காளி, பங்குள்ளவன், a partner, shareholder; 2. co-heir.
பங்கிட, பங்கிட்டுக் கொடுக்க, to divide, distribute, allot.
பங்குபங்காய்ப் பிரிக்க, to divide into portions.
பங்குபாகம் பிரித்துக்கொள்ள, to divide an estate as heirs.
பங்குபிரிந்தவர்கள், those that have divided an estate as heirs.
பங்குவீதம், s. a share, allotment.
*பங்குனி, s. the name of a month, March - April.
பச, VI. v. i. become greenish, பசுமையாகு; 2. change in colour, நிறம்வேறுபடு.

பசப்பு, *v. n.* gold colour, greenness.

பசகள், பசங்கள், *s.* (*vulg. for* பயல்கள்), boys.

பசந்து, பசுந்து, *s.* (*Hind.*), elegance, beauty, நேர்த்தி.

பசபசத்தல், பசபசெனல், *v. n.* itching, தினவெடுத்தல்; 2. chattering, அலப்பல்.
 பசபசப்பு, itching.
 பசபசென்று தூற, to drizzle as rain.
 பசபசென்று ஊர, to itch, to crawl.

பசப்பு, III. *v. i.* deceive, allure, charm, மயக்கு; 2. chatter, அலப்பு.
 பசப்பு, *v. n.* deceitful words, allurement; 2. see பச.

பசலி, *s.* (*Ar.*), Fusly, official revenue year of the Mohammedans commencing on the 12th July.

பசளை, *s.* a class of pot-herb, பசளைக் கீரை.

பசறு, *s.* the expressed juice of green herbs.

*பசனை, பஜனை, *s.* worship, service with lyrics and preaching.

*பசாசு, *s.* see பிசாசம், devil.

பசாடு, *s.* film in the eye, சவ்வு.
 பசாடு பிடிக்க, to form as film in the eye.

பசாரி, பஜாரி, *s.* (*Hind.*), a whore, a harlot, a shrew, வேசி.
 பசாரியாட்டம், பசாரித்தனம், quarrelsomeness of a woman.

பசார் (பைசார்), *s.* native shoes, slippers; 2. (*Pers.*), Bazaar.

பசான், பசானம், *s.* a kind of paddy reaped in April or May.

பசி, *s.* hunger, appetite, பட்டினி.
 எனக்குப் பசியாயிருக்கிறது, — பசி எழும்புகிறது, — எடுக்கிறது, I am hungry.
 பசி கிடக்க, to starve.
 பசி கொள்ள, to be hungry.
 பசிக்கொடுமை, —வருத்தம், gnawing hunger.
 பசிதாகம், hunger and thirst.
 பசி தணிக்க, — ஆற்ற, — தீர்க்க, to appease hunger.
 பசித் தீபனம், appetite.
 பசி மந்தித்துப் போயிற்று, my appetite is lost.
 பசியாறிப் போயிற்று, the appetite is satisfied
 பசிவேளைக்கு உதவ, to serve in time of necessity.

பசி, VI. *v. i.* be hungry.
 எனக்குப் பசிக்கிறது, எனக்கு வயிற்றைப் பசிக்கிறது, I am hungry.

பசிய, *adj.* see பசிமை.

*பசியாத்தாபம், *s.* see பச்சாதாபம்.

பசிரி, பயிரி, *s.* a garden herb.

பசு (*with incremental* ம் *etc.*), *adj. from* பசுமை, which see.

*பசு, *s.* a cow; 2. the soul.
 பசுபோலிருக்க, to be as gentle as a cow.
 பசுபதி, Siva as lord of souls.
 பசுமந்தை, a herd of cows.
 பசுமாடு, a cow.
 பசுவின் கன்று, a calf.
 பசுவின்பால், cow-milk.

பசுந்து, *s.* same as பசந்து.

பசுமை, *s.* greenness, rawness, பச்சை; 2. coolness, குளிர்ச்சி; 3. truth, reality, honesty, உண்மை; 4. prosperity, செல்வம்; 5. Cashmere shawl. *Note:* The adjective forms are: பசு (with ம் etc.), பசிய, பச்சு, பச்சை, பாசு, பை (with ம் etc.). The last three see separately.
 பசுமைக்காரன், a man of truth and probity.
 பசுமையுள்ளவன், a man in good circumstances.
 பசியமரம், a green tree.
 பசுங் கதிர், young ears of corn, cool rays of the moon.
 பசுங்காய், a green unripe fruit.
 பசுங்கிளி, பைங்கிளி, a green parrot.
 பசுங்குடி, பசுமைக் குடி, a respectable family.
 பசுந்தரை, a grassy ground.
 பசும் பொன், fine gold, gold of a greenish yellow colour as distinguished from செம்பொன்.
 பச்சடி, a kind of seasoning.
 பச்சரிசி, raw rice freed from the husk.
 பச்சிலை, a green leaf.
 பச்சோலை, a green palm leaf.
 பச்சோந்தி, a chameleon.

பசேரென்றிருத்தல், பச்சைப் பசேரென்று காணல், *v. n.* being quite green, looking very green.

பசை, *s.* glue, paste, பிசின்; 2. desire, love, affection, அன்பு; 3. gain, advantage, property, இலாபம்.

பசையற்றவன், a poor man, an unmerciful person.

பசையாயிருக்க, to be glutinous; 2. to be advantageous, profitable; 3. to be compassionate, kind.

பசையிட, to glue.

இரத்தப்பசை, sanguinity, boldness.

பசை, II. *v. i.* be kind, affectionate, அன்புகொள்ளு; 2. become glutinous, இளகு; 3. *v. t.* temper clay, knead dough, பிசை; 4. fill cracks in iron by beating, ஒட்டு.

பச்சநாபி, *s.* see நாபி.

பச்சவடம், *s.* (*Tel.*), a pair of clothes of the same kind.

ஒருவனுக்குப் பச்சவடம் போர்த்த, to honour one with a suit of clothes.

*பச்சாத்தாபம், பசியாத்தாபம், *s.* after-sorrow, repentance, மனஸ்தாபம்; 2. compassion, pity, இரக்கம்.

பச்சு, *adj.* from பசுமை, which see.

பச்சை, *s.* greenness, rawness, unripeness, tenderness, பசுமை; 2. an emerald, மரகதம்.

பச்சை குத்த, to tattoo.

பச்சை, *adj.* green, tender, young, raw, பசுமையான.

பச்சை இறைச்சி, raw flesh.

பச்சைக்கல், an emerald; 2. an unburnt brick.

பச்சைக்காய், a green unripe fruit.

பச்சைத் தண்ணீர், cold, unboiled water.

பச்சைநிறம், green colour.

பச்சைப் பயறு, a kind of lentils.

பச்சைப் பாலகன், a new born child.

பச்சைப் பொய், a downright lie.

பச்சை மீன், a fresh fish.

பச்சையாய்ச் சாப்பிட, to eat raw.

*பஸ்பம், பஸ்மம், பற்பம், *s.* ashes, சாம்பல்; 2. metal reduced to medicinal powder.

*பக்ஷி, *s.* see பட்சி, bird.

*பஞ்ச, பஞ்சம், *adj.* five, ஐந்து.

பஞ்ச கர்த்தாக்கள், the five deities performing operations for the benefit of men, *viz.* பிரமா (creator), விஷ்ணு (preserver), உருத்திரன் (destroyer), மகேசுரன் (obscurer) and சதாசிவன் (enlightener).

பஞ்சதந்திரம், the Panchatantra, showing five means of accomplishing one's object.

பஞ்சதாரை, sugar.

பஞ்சநதி, the Panjaub.

பஞ்ச பூதம், – பூதியம், the five elements: earth, water, fire, air and ethereal matter.

பஞ்சமன், one of the fifth class, a low caste man.

பஞ்சமா பாதகன், a person guilty of the five heinous crimes.

பஞ்ச லோகம், five metals: gold, silver, copper, iron and lead.

பஞ்ச வர்ணம், the five colours: black, white, red, green and yellow.

பஞ்சவர்ணக் கிளி, a parrot of divers colours.

பஞ்சாங்கம், an Almanac (containing five things).

பஞ்சாயத்து, an assembly of five or more persons, a village jury.

பஞ்சாயுதம், all kinds of arms.

பஞ்சாளர், பஞ்ச கம்மாளர், the five classes of artizans, see under கம்.

பஞ்சேந்திரியம், the five senses.

பஞ்சடை, பஞ்சணை, *s.* see under பஞ்சு.

பஞ்சம், *s.* famine, scarcity, கருப்பு.

பஞ்சகாலம், a time of famine.

பஞ்சம் தெளிந்தது, the famine is over.

பஞ்சம் பசி, scarcity and hunger.

பஞ்சம் பிழைக்க, to subsist during famine by seeking relief.

*பஞ்சரம், *vulg.* பஞ்சாரம், *s.* a bird-cage, a basket to cover chickens with, கூடு.

பஞ்சரி, VI. *v. i.* speak courteously, உபசாரமாய்ப் பேசு; 2. solicit, கெஞ்சு.

பஞ்சரிப்பு, *v. n.* babble, prate, importunity.

பஞ்சலிப்பு, *s.* adverse circumstances, complaint of indigency, எளிமை கூறல்.

பஞ்சலோபி, *s.* a great niggard, பிசினித்தனக்காரன்.

பஞ்சலோபித்தனம், great niggardliness.

பஞ்சா, *s.* (*Hind.*), palm of the hand with distended fingers; 2. emblem carried in procession by Mussulmans.

பஞ்சாரம், *s.* the age of a horse or bullock; 2. worn away cloth; 3. a cage, பஞ்சரம்.

பஞ்சாரமாய்ப் போகிற புடவை, cloth that begins to frag or frit.

புதுப் பஞ்சாரம், the horse's first age after having been a colt.

நடுப் பஞ்சாரம், its middling age.

பழம் பஞ்சாரம், its old age.

பஞ்சான், *s.* a child of a family.

பஞ்சானும் குஞ்சுமாயிருக்க, to be crowded with a large family of little children.

பஞ்சு, *s.* cotton; 2. the cotton shrub, பருத்தி.

கண் பஞ்சடைந்தது, the eyes became dim (every thing appearing like cotton).

பஞ்சணை, a bed of cotton.

பஞ்சு கொட்ட, to beat cotton for separating the seed from it.

பஞ்சுக் கொட்டை, a wisp of cotton prepared for spinning.

பஞ்சு சூர, to touse cotton with the fingers.

பஞ்சு பன்ன, to pull cotton with the fingers.

இலவம் பஞ்சு, silk-cotton, bed-cotton growing on trees.

பருத்திப் பஞ்சு, the common cotton growing on shrubs.

பூளைப் பஞ்சு, silk-cotton growing on a certain shrub.

பஞ்சுருட்டான், பஞ்சுருத்தான், *s.* a little green bird.

பஞ்சை, *s.* poverty, தரித்திரம்; 2. a poor, indigent person, ஏழை; 3. a weak person, பலவீனன்.

பஞ்சைகள், பஞ்சையர், poor people, beggars.

பஞ்சைக் கோலம், mean attire, beggarly dress.

பஞ்சைத்தனம், low condition, baseness; 2. niggardliness.

பஞ்சைப் பொட்டிமகன், a vile wretch

படகு, படவு, *s.* a boat, தோணி.

படகுக்காரன், a boat owner.

படகு வலிக்க, to row a boat.

படங்கன், *s.* a kind of sea-fish.

படங்கு, *s.* a large banner, பெருங் கொடி; 2. a canopy, மேற்கட்டி; 3. a tent, கூடாரம்; 4. broad lath, பெரு வரிச்சல்; 5. dissimulation, மாயம்.

படபடத்தல், *v. n.* being precipitate.

படபடப்பு, *v. n.* precipitation.

படபடெனல், *v. n.* an imitative sound of rattling, rustling or falling; 2. being precipitate, hastening inconsiderately.

படப்டென்று பேச, to speak precipitantly.

படபடென்று விழ, to fall down shivering or tottering.

படப்பை, *s.* a cow-house, கொட்டில்.

படமரம், *s.* the fore-roll of a weaver's loom, a weaver's beam.

***படம்**, *s.* a cloth, சீலை; 2. picture, a piece of painting, சித்திரம்; 3. a curtain, veil, திரைச் சீலை; 4. the hood of the cobra; 5. the front part of the foot.

படமெழுத, to draw a picture.

படம்விரித்தாட, – எடுத்தாட, to spread the neck and dance as the cobra.

காற்படம், the instep down to the toes.

படர், படரு, II. *v. i.* spread (as trees or plants), பரவு; 2. grow larger (as ringworm); 3. widen, become diffused, பரம்பு.

படர்கொடிகள், running plants.

படர்க்கை (*in gram.*), the third person.

படர்தாமரை, a kind of ringworm.

***படலம்**, *s.* an expansion of clouds, fog etc.; 2. a flaw or stain in a precious stone, மாசு; 3. film or cataract over the eyes, சவ்வு; 4. a chapter or section in an epic poem, பிரிவு; 5. collection, multitude, கூட்டம்.

மேகபடலம், venereal sores; 2. accumulation of clouds.

படல், *s.* a little door or screen of matted leaves, thorns etc.

படவாள் (*for* படைவாள்), *s.* point of the plough.

படவு, *s.* see படகு, boat.

படாகி, *s.* (*Hind.*), pride, boast, பெருமை.

*படாகை, *s.* a flag, a banner, கொடி; 2. villages round about, சுற்றுப்படாகை.

படாந்தரம், *s.* a lie, falsehood, பொய்; 2. false story, கட்டுக்கதை.

படாந்தரம் அடிக்க, -போட, to speak downright lies.

படாந்தரக்காரன், a liar, an impostor.

படாபஞ்சனம், *s.* (*Tel.*), destruction, extirpation, நிர்மூலம்.

படாப்பழி, *s.* a false aspersion, calumny, பெரும்பழி.

*படாம், *s.* (poetical form of படம்), a cloth, சீலை; 2. curtain, veil, திரைச்சீலை; 3. a large flag, பெருங்கொடி.

படாம் வீடு, a tent.

படாரன், பிடாரன், *s.* a snake catcher.

படாரிடுதல், படாரெனல், படர்படாரெனல், *v. n.* cracking, bursting etc. with a noise.

படி, *s.* step, stair, ஆரோகணம்; 2. degree, grade, rank, நிலைமை; 3. a measure; 4. a weight; 5. extra daily allowance for a person's subsistence, batta; 6. way or manner, விதம்; 7. a door-sill; 8. படி or படிக்கு (*with the future or negative participle*), in order to, in order that, பொருட்டு; 9. படியால், படியினால், (*with a participle*), because.

ஒருபடி எண்ணெய், a measure of oil.

அரைப்படி, half a measure, half a bottle.

காரியம் நடக்கும்படி (நடக்காதபடி), that the thing may (may not) go on.

அவர் சொற்படி, அவர் சொன்னபடி, according to his word.

அவனதைச் செய்தபடியினாலே, as he has done it.

தூங்குகிறபடியாய்க் கிடந்தான், he lay as if he slept.

நான் அறியாதபடிக்கு, without my knowledge.

படி (படிப்பணம்) கொடுக்க, to give one batta.

படியளக்க, to dispense to each one his daily food etc. (as the deity).

படிக்கட்டி, counter[illegible], equipoise.

படிக்கட்டு, a flight of steps, a weight.

படிக்காரன், படிக்குச் செய்கிறவன், படியாள், one who works for his food.

படித்துறை, steps leading down to a tank.

வாசற்படி, steps before a door, the threshold.

படிப்படியாய் ஏற, to rise by degrees.

படியாணி, a nail or spike by which the steps of a ladder are fastened together.

படியேற, to step up.

படியிறங்க, to step down.

அப்படி, அந்தப்படி, in that manner, so, accordingly.

அப்படிக்கொத்த, இப்படிக்கொத்த, அப்படிப்பட்ட, such.

இப்படி, in this manner, thus.

எப்படி, how?

எப்படியும், எப்படியாகிலும், by all means.

மேற்படி, above-mentioned.

மேற்படி ஊர், the above-mentioned town.

படி, II. *v. i.* settle (as dust or sediment), இறங்கு; 2. gather (as cream); 3. become habitual by learning or exercising, பழகு; 4. submit, obey, கீழ்ப்படி; 5. be trained and disciplined, be made orderly, சீர்திருந்து; 6. sink in the water, அமிழ்.

அவனுக்கு எழுத்துப் படியவில்லை, his writing is not settled.

புத்தி படியவில்லை, he has no capacity.

எனக்கவன் படியவில்லை, he does not obey me.

பலகை படியவில்லை, the boards do not fit.

விலை படியவில்லை, the price cannot be settled agreeably.

காலைப் படிய வைத்து நடக்க, to place one's feet carefully in walking.

படிதல், *v. n.* mixing, joining; 2. bathing.

படிந்தகை, a trained or expert hand.

படிமானம், yielding, compliance.

படியப்பாய, to sink as a ship.

படிவு, *v. n.* submission, subsidience, discipline etc.

*படி, VI. *v. t.* read, recite, வாசி; 2. learn, கல்; 3. practise, பழகு.

படித்துக்கொள்ள, to learn a thing, to get a knowledge of it.

படித்தவன், படித்தெடுத்தவன், படிப்பா

வி (*neg.* படியாதவன்), a learned man.
படிப்பனை, படிப்பினை, instruction, doctrine, the moral of a lesson.
படிப்பு, *v. n.* learning, study.
*படிகம், *s.* crystal, glass, பளிங்கு.
படிக வில்லை, pebble lens.
படிக்கம், *s.* spitting pot, தம்பலப்படிக்கம்.
*படிக்காரம், *s.* alum, சீனக்காரம்.
*படிப்பி, VI. *v. t.* cause to read, teach, instruct, போதி.
அவனுக்கு (அவனை)ப் பாடம் படிப்பித்தேன், I taught him a lesson.
படிறு, *s.* lying, falsehood, பொய்; 2. deceit, fraud, வஞ்சனை.
படீரிடல், *v. n.* sounding with a crush.
படீரென்று விழ, to fall suddenly and with a great noise.
படீரென்றுடைந்தது, it broke with a crush.
*படு, *adj.* intense, excessive, heinous, மகா.
படுகளவு, gross fraud.
படுகாயம், a mortal wound.
படுகிழவன், a very old man.
படுபாவி, an atrociously wicked person.
படுமுடிச்சு, an inextricable knot.
படு, IV. *v. i.* suffer, சகி; 2. be killed violently (as in battle), சா; 3. wither away and die (as a tree), வாடு; 4. be caught in a net etc.; 5. hit, தட்டு; 6. set (as the sun or moon), அஸ்தமி. *Note:* படு is joined (*a*) to the *infinitive* (or the *root*) of *active verbs* to form the *passive*, (*b*) to *nouns* to form *compound verbs* (as கடன்படு, புண்படு etc.). The *participle* பட்ட is also joined to the *infinitive of intr. verbs* as a mere *expletive*.
சகலமும் பட்டேன், படாத பாடெல்லாம் பட்டேன், படுவது பட்டேன், I have suffered all sorts of affliction.
வரப்பட்ட துன்பம், suffering which ensued.
தோட்டத்தில் இருக்கப்பட்ட மரம், the trees standing in the garden.
வருவது சொன்னேன் படுவது படுவாய், I have told you what will come of it, if you do not take advice you will have to suffer for it.

கல் என் கன்னத்திலே பட்டது, the stone has hit my cheek.
குண்டு அவன் தோளிலே பட்டது, he is shot in the shoulder with a musket-ball.
விரலிலே நெருப்பு பட்டது, I have burnt my finger.
திரியிலே தண்ணீர் பட்டது, water has touched the wick.
காற்றுப்படாமலிருக்க, to keep out of the wind.
அடிபட்டான், he was beaten.
நாள்பட (நாள்பட்டு) வந்தாய், you are come after a long time.
நாள்பட்ட வியாதி, a chronic disease.
இடம்பட வீடுகட்ட, to build a roomy house.
படையிலே பட்டான், he was slain in a battle.
மீன் படவில்லை, no fish are caught.
படப் போட, to hit the mark.
படாது, it does not hit, it is not practicable, convenient, proper, lawful.
ஆறு கடக்கப்படாது, the river cannot be passed.
பேசப்படாத வார்த்தை, indecent words.
அவனுக்கும் எனக்கும் படாது, he and I do not agree.
படுகளம், battle-field.
படுகாடு, a burning-place.
படுகுழி, a pit-fall.
படுபொழுது, sun-set.
பட்டப்பகல், broad day-light, open-day.
பட்ட (பட்டுப் போன) மரம், a dead or withered tree.
பட்டனுபவிக்க, to suffer, expiate.
பட்டுத் தெளிய, to learn by experience.
பட்டுப் போக, to wither, to fade, to be slain.
பட்டுருவ, to go through as a musket-ball.
படு, VI. *v. i.* lie down for sleep, lie flat, கிட; 2. repose, இளைப்பாறு; 3. *v. t.* pave, தளவரிசைபோடு; 4. kill, கொல்.
செங்கல் படுத்த முற்றம், a yard paved with bricks.
படுக்கவைக்க, to lay anything down, to put to sleep (as a child).

படுக்கை, *v. n.* lying down; 2. couch, bed, a place to lie or rest upon.
படுக்கை போட, to prepare a bed, to put a litter for a horse etc.
படுக்கை யறை, -வீடு, a sleeping room, a bed-chamber.
படுத்திருக்க, to lie down, to lie on a bed.

படுகை, *s.* arable land near the bank of a river.

படுக்காளி, *s.* a liar, a cheat, பொய்யன்.
படுக்காளி விசேஷம், a fable, a story contrived for a purpose.

படுதா, *s.* (*Hind.*), a screen made of cloth, திரைச்சீலை.

படுத்து, III. *v. t.* make one lie down; 2. (*in com. with nouns*), cause, effect (as தமிழ்ப் படுத்த, to translate into Tamil, துன்பப்படுத்த, to cause trouble, கீழ்ப்படுத்த, to subjugate).

படுவன், *s.* a kind of ulcer.

படை, *s.* a layer in a mud wall, அடுக்கு; 2. army, சேனை; 3. battle, warfare, போர்; 4. weapon, arms of any kind, ஆயுதம்; 5. plough-share, கொழு.
படை கூட்ட, to gather troops.
படைக் கப்பல், a man of war.
படைக் கலம், a weapon, an instrument.
படைச்சால், a furrow in ploughing.
படைத் தலைவன், the captain or commander of the army, a military leader.
படைப் பவிஞ்சு, battle array.
படை முகம், the front or van of an army.
படை முஸ்திப்பு, -முஸ்தீது, accoutrements of war.
படை யிறங்குதல், encamping of an army.
படையெடுக்க, to prepare for war, to lead a warlike expedition.
படை யெழுச்சி, expedition of an army.
படை வகுப்புகள், the wings or divisions of an army.
படைவாத்தியம், band of music for an army, martial music.
படைவாள், plough-share, plough.
படைவீடு, an arsenal, armory.
படைவீரன், a warrior, a hero.
ஒளிபடை, பதி -, மேன் -, an ambuscade.
குத்துப்படை, lancers of an army.
தடுபடை, see தடு.
வெட்டுப்படை, sword-men.

படை, VI. *v. t.* make, create, சிருஷ்டி; 2. set in order, ஒழுங்குப் படுத்து; 3. keep and sustain (as a wife etc.), ஆதரி; 4. offer (boiled rice etc. to an idol).
பெண்சாதியைப் படைக்க, to keep and sustain a wife.
அவனை நன்றாய்ப் படைத்தான், he has served him up, he has given him a good flogging.
படைத்தோன், the creator.
படைப்பு, *v. n.* creating; 2. creature; 3. meat-offering.

படையாச்சி, *s.* one of the higher divisions of the பள்ளி caste.

*பட்சணம், பக்ஷணம், பட்சணை, பக்ஷணை, *s.* eating, consuming; 2. prey for wild beasts, இரை; 3. eatables, தின்பண்டம்.
பட்சணம் பண்ண, to eat up, devour, consume.
பட்சணி, a great eater, a glutton.

*பட்சணி, VI. *v. t.* same as பட்சி, devour.

*பட்சம், பக்ஷம், *s.* side, party, பக்கம்; 2. kindness, love, affection, நட்பு.
ஒருவன்மேல் பட்சம் வைக்க, to bear affection to one.
இரண்டாம் பட்சம், of the secondary class, an inferior kind; 2. something doubtful.
அப்படி நடக்கிற பட்சத்தில், if the thing goes that way.
பட்சங் காட்ட, to show kindness.
பட்சதாபம், பச்சாத்தாபம், intense fondness, attachment, பரிதாபம்.
பட்சபாதம், partiality.
பட்சபாதக் காரன், பட்சவாதி, a partial or interested person.
பட்சவாதம், பச்சவாதம், same as ௲க வாதம்.

*பட்சி, பக்ஷி, *s.* a bird, பறவை.
அவன் இறகில்லாப் பட்சி, he is a bird without feathers, *i. e.* destitute.
பட்சிக் கூடு, a bird's nest or cage.

பட்சி சாதிகள், different species of birds, feathered tribes.

*பட்சி, VI. v. t. eat-up, consume, devour, விழுங்கு.

பட்டகசாலை, s. the hall or public room in a house, கூடம்.

பட்டடை, s. an anvil, அடைகல்; 2. a corn-rick, enclosure of straw etc. for grain, உறை; 3. a workshop, a place for artificers; 4. a support or prop, தாபரம்.

பட்டடையார், the master of a workshop; 2. an overseer.

பலபட்டடை, com. புலபட்டறை, a residence of people of several tribes; 2. people of several classes.

*பட்டணம், s. city, town, நகரம்.

பட்டணக்கரை, the town and its vicinity taken collectively.

பட்டண சுவாமி, a devotee-poet of Kaveripatnam, பட்டணத்துப் பிள்ளை; 2. an arbitrator in a town.

பட்டணத்தான், an inhabitant of a town, a citizen.

பட்டணவாசம், residence in a town.

பட்டணவன், prop. பட்டினவன் (fem. பட்டணத்தி), a sea-fisherman.

பட்டணச் சாதி, the tribe of those that fish in the sea.

*பட்டம், s. a plate of gold worn on the forehead, நெற்றிப் பட்டம்; 2. high dignity, title; 3. paper-kite, காற்றாடி.

பட்டங் கட்ட, -கொடுக்க, -தரிக்க, -சூட்ட, to confer a title, to invest one with a high dignity.

பட்டங்கட்டி, a man invested with authority.

பட்டங்கட்டி விட, to make a paper-kite fly; 2. to slander a person.

பட்டச்சீலை, sand-paper.

பட்ட ஸ்திரி, -மகிஷி, the chief or legal queen.

பட்டத்தானை, the king's chief elephant.

பட்டத்துக்கு வர, to succeed to the late king or man in dignity.

பட்டத் (பட்டத்துத்) துரை, the heir to the throne or to some high dignity.

பட்டப் பேர், a title or name of dignity.

பட்டமாள, பட்டத்துக் கிருக்க, பட்டத்திலிருக்க, to reign.

பட்டாபிஷேகம், coronation.

பட்டாபிஷேகம் செய்ய, -பண்ண, to crown.

பட்ட வர்த்தனர், persons of royal birth; 2. nobles, those subordinate to a king.

*பட்டயம், பட்டையம், s. a sword, வாள்; 2. charter, royal grant, a deed of gift, a title deed on a copper-plate or paper, சாதனம்; 3. (*Govt. usage*), a deed of lease.

பட்டயத்தாலே வீச, to flourish a sword.

பட்டறை, s. same as பட்டடை.

*பட்டன், s. a learned man, பண்டிதன்; 2. one of a class of Brahmans; 3. a poet, bard, கவிஞன்.

பட்டா, பட்டாக் கத்தி, s. (*Hind.*), a sword, பட்டையம்.

*பட்டா, s. a deed of lease, பட்டயம்; 2. a flat iron bar for the tire of the fellies of a wheel, வண்டிப் பட்டா.

பட்டாதார், பட்டாதாரன், a lease-holder.

பட்டாமணியக்காரன், a village official for collecting taxes etc.

பட்டாங்கு, s. truth, உண்மை; 2. jests, farces, படங்கு.

பட்டாங்கு பேச, to tell lies for sport, to chatter vainly.

பட்டாங்குக் காரி (masc. -காரன்), a mischievous woman.

பட்டாசு, s. (*Hind.*), crackers in fire-work, சீன வெடி.

பட்டாடை, s. (பட்டு), silk-cloth.

பட்டாணி, s. a Patan, a Mogul soldier; 2. a pea, a kind of pulse.

பட்டாணி பாஷை, the Mogul language.

பட்டாவளி, s. see under பட்டு.

பட்டாளம், s. (*for.*), battalion, regiment, சேனை.

பட்டி, s. a cattle-fold, கிடை; 2. a list, அட்டவணை; 3. a small roll or packet of betel leaf for distribution, வெற்

நிலைச் சுருள்; 4. theft, damage by wild beasts, களவு; 5. looseness of conduct, நெகிழ்ச்சி; 6. a loose woman, வேசி.

பட்டித் தொழுவம், -தோழம், a pound for cattle.

பட்டி பார்க்க, to take a view of damage done by stray cattle.

பட்டி போகிறவள், பட்டியாய்த் திரிகிறவள், மகா பட்டி, a whore, prostitute.

பட்டி மாடு, a stray-bullock or cow that does mischief in cornfield.

பட்டி யெடுக்க, - வாங்க, to take a fine as poundage.

பட்டி வாயாட, பட்டி யாட்டமாயாட, to have a loose talk.

வாய்ப் பட்டி, a chattering woman.

*பட்டி, s. a small village, சிற்றூர்.

பட்டிக்காடு, a scattered hamlet.

பட்டிக் காட்டார், clowns, rustics.

பட்டிணி, s. *vulg.* for பட்டினி.

பட்டினம், s. a town on the sea-shore.

பட்டினவன், *com*. பட்டணவன் which see.

பட்டினி, பட்டிணி, s. fasting, உபவாசம்; 2. hunger, பசி.

பட்டினிபோட, to starve one.

பட்டினியாயிருக்க, பட்டினிகிடக்க, to be without food, to starve.

பட்டினி பொறுக்க, to suffer hunger.

பட்டு, s. silk; 2. (*as affix*), small town, பட்டி.

பட்டாடை, பட்டுப் புடவை, a silk cloth or garment.

பட்டுக் குஞ்சம், silk-fringes.

பட்டுச் சுருட்டு, - சுருள், a roll of silk.

பட்டு நூல், raw-silk, silk-thread.

பட்டுப் பட்டாவளி, silk-stuffs, splendid goods.

பட்டுப் பூச்சி, a silk-worm.

பட்டுப்போலே தூள், very fine powder.

கோணிப் பட்டு, sack-cloth of Indian hemp.

பட்டுவாடா, பட்வாடா, s. (*Hind.*), distribution, disbursement of salaries etc.

பட்டை, s. the rind or bark of a tree, மரத்தோல்; 2. a streak or stripe, கோடு; 3. a rhomb in gems; 4. a broad folded seam, பட்டைத் தையல்.

பட்டைச் சாராயம், arrack extracted from a bark.

பட்டை தீர, to cut and polish a gem.

பட்டை யுரிக்க, -சீவ, to peel the bark off a tree.

பட்டை விட்டிருக்கிறது, the bark is got loose from the tree.

சிரங்கு பட்டைவிட்டுப் போயிற்று, the itch has been healed.

சுண்ணாம்புப் பட்டை, a streak of chunam on the wall.

செம்மண் பட்டை, a red streak on the wall.

*பட்டையம், s. a sword, see பட்டயம்.

*பட்டோலை, s. a Magistrate's order, royal proclamation, edict, கட்டளை; 2. an ola with the rib removed, folded and prepared for writing; 3. invoice, inventory, அட்டவணை; 4. recipe, a doctor's prescription.

பட்வாடா, s. see பட்டுவாடா.

பணதி, s. see பணிதி, jewels.

*பணம், s. a fanam; 2. money in general, wealth, திரவியம்; 3. coin, நாணயம்.

பணக்காரன், a rich man.

பணச் செருக்கு, -ப்பெருமை, pride of wealth.

பணத்துக்குக் கொள்ள, to buy for ready money.

பணப்பித்து, greediness after money, avarice.

பணப் பித்துப் பிடித்தவன், one who is greedy after money.

பணப்பை, a purse.

பணமுடிப்பு, money tied in cloth or on the ends of a garment.

பணம் அடிக்க, -வெட்ட, to coin money.

பணம் சேர்க்க, to lay up money.

பணவிடை, a fanam's weight.

*பணயம், s. a pledge, pawn, அடகு; 2. money, பணம்; 3. pay to a prostitute.

பணர், s. thick branches etc. of twigs.

பணர் விட்டுக் கிளைக்க, to grow thick-branched.

பணைமரம், a thick-branched tree.

பணி, s. work, office, தொழில்; 2. service, ஊழியம்.
பணிமுட்டு, utensils, workmen's tools.
பணிப்பெண், a chamber-maid, a lady's maid.
பணிப்படுத்த, to manufacture.
முகப்பணி செய்ய, to shave one.
பணிசகன், the town-barber.
பணிசாரகன், a servant, workman.
பணிசெய்ய, to serve.
பணிசெய் மகன், a village servant who assists in funeral cermonies, a grave-digger.

பணி, II. v. i. be humble, submissive, பணி; 2. be low, short, inferior (persons and things), தாழு; 2. v. t. worship, revere, வணங்கு.
கர்த்தரைப் பணிந்துகொள்ள, to worship the Lord.
பணிந்தவன், one that is humble; 2. a shortish person.
பணிந்த வார்த்தை, submissive word.
பணிய, low down, below, less.
பணிய வைக்க, to put down, to place lower.
பணிவிடை, service, work, occupation.
பணிவிடை செய்ய, to serve.
பணிவிடைக் காரன், a servant.
பணிவு, v. n. humbleness, humility, lowness, reverence.

பணி, VI. v. t. say, speak, சொல்; 2. give, bestow, கொடு; 3. order, command, கட்டளையிடு; 4. lower, depress, தாழ்த்து; 5. reduce, humble, குறை.

பணிகாரம், s. cake, pastry, fritters.

பணிக்கு, s. accurate knowledge and performance, திருத்தம்; 2. good health, சௌக்கியம்.
பணிக்கன், a master, an instructor, a director.
பாம்புப் பணிக்கன், one who knows how to manage serpents.
கிணறு முழுகுகிற பணிக்கன், a well-digger.
பணிக்காய், well, prudently, properly.
பணிக்காய்ச் சமைக்க, to cook well.
பணிக்குச் சொல்ல, to direct one how to make a thing.
பணிக்குப்பண்ணி வைக்க, to fit things up in good order.

பணிசகன், s. பணிசாரகன், see under பணி.

பணிதி (பணதி), s. jewels, ornaments, ஆபரணம்; 2. adorning, அலங்கரிப்பு.
பொற்பணிதி, a trinket of gold.

பணியாரம், s. same as பணிகாரம்.

பணியார், s. (பணி), enemies.

பணிவிடை, s. see under பணி, v.

பணை, s. thickness, greatness, பருமை; 2. dignity, மேன்மை; 3. branch of a tree, கிளை; 4. bambu, மூங்கில்; 5. drum, பறை; 6. field, வயல்.

பணை, VI. v. i. grow thick (as a branch), பரு; 2. miss, err, தவறு; 3. thrive, flourish, செழி.

*பணையம், s. same as பணயம், pawn.

பண், s. fitness, expediency, தகுதி; 2. harmonious sound, music, இசை; 3. a lute, வீணை; 4. (in comb.), rope, (as in ஏர்ப்பண்); 5. (for பணி), service.
பண்செய்ய, to serve, to be of service, to make fit for a purpose, as fields for cultivation.
பண்ணைப் பாட, to sing well in a proper tune.
பண்தப்பிப்போக, to become unfit.
பண்படாத நிலம், soil not prepared for tillage, an uncultivated land.
பண்பட, to become fit.
பண்படுத்த, to fit, to adapt, to till land.
ஏர்ப்பண், the rope whereby the beam of the plough is fastened to the yoke.

*பண்டகசாலை, s. a store-house, a granary, பண்டசாலை.

*பண்டம், பண்டம்பாடி, s. various things, vessels and utensils in a house, தட்டுமுட்டு; 2. store, provision, grain, சரக்கு; 3. cakes, பணிகாரம்; 4. science, learning, கல்வி.
பண்டசாலை (பண்டக சாலை), granary, களஞ்சியம்.
பண்ட பதார்த்தம், goods, provisions, property.
பண்டம் மாற, to barter.
பண்டர், bards, low people who sing for their livelihood.

அர்ச்சியசிஷ்ட பண்டம் (*R. C. us.*), relics.

திண்பண்டம், eatables.

*பண்டாரம், *s.* stores, treasure, பொக்கிஷம்; 2. a devotee of the Saiva sect.

*பண்டாரி, *s.* one who has charge of goods or treasure, பொக்கிஷக்காரன்; 2. a ship-cook.

பண்டி, வண்டி, *s.* a cart, carriage, vehicle.

*பண்டி, *s.* belly, வயிறு.

பண்டிகை, *s.* a festival, a feast-day, உற்சவம்.

பண்டிகை கொண்டாட, to celebrate a festival.

*பண்டிதம் (பண்டம்), *s.* erudition, learning, கல்வி; 2. the art of healing or medicine, வைத்தியம்.

பண்டிதம்பண்ண, – பார்க்க, to practise medicine.

பண்டிதன், a Pandit, a learned man, a physician.

பண்டு, *s.* antiquity, oldness, பழமை.

பண்டை, *adj.* (*poetical form of* பண்டு), old, ancient, பழைய.

பண்டைக்காலம், former times.

பண்ணி, *s.* see பன்றி.

பண்ணிகாரம், *s.* stores; 2. as பணிகாரம், cake.

பண்ணு, III. *v. t.* make, effect, produce, செய்.

பண்ணிக் கொடுக்க, to make or do something for another.

பண்ணுவி, VI. *v. t.* (*caus.*), get made, done, effected etc., செய்வி.

பண்ணை, *s.* field, rice land, வயல்; 2. tillage, agriculture, husbandry, பயிர் வேலை; 3. a large farm-establishment of labourers etc., வாரக்குடி; 4. the name of a kitchen herb.

பண்ணைக்காரன், a headman of labourers in the field; 2. a headman among the Pariahs.

பண்ணைபார்க்க, to take care of a farm.

பண்ணையாள், a plough-man; 2. a labourer on a farm.

பண்ணை வைக்க, to form an establishment of labourers.

பண்பு, *s.* disposition, temper, nature, quality, குணம்.

பண்புப்பெயர், abstract noun.

*பதக்கம், மார்ப் –, *s.* a breast ornament set with precious stones, மார் பணி.

பதக்கு, *s.* a dry measure of two marcals.

பதங்கு, *s.* a hole in the ground, குழி; 2. tiles set in a row, ஓட்டு வரிசை; 3. the half of a split-palmyra tree.

பதடி, *s.* chaff, பதர்.

பதட்டம், பதஷ்டம், *s.* (*for* பதற்றம்), hastiness.

பதமை, *s.* softness, tenderness, மிருது; 2. gentleness, meekness, மெத்தனவு; 3. *improp. for* பதுமை.

பதமையான கடுதாசி, soft paper.

பதமையான குணம், mild, gentle disposition.

பதம், பதன், *s.* a proper temperament, consistency, fitness, பக்குவம்; 2. boiled-rice, சோறு; 3. a kind of ode, சிந்து.

பதக்கேடு, பதனழிவு, over-ripeness.

பதநீர் (*com.* பதனி, *vulg.* பதினி), palm tree juice drawn in a pot rubbed with chunam inside to prevent fermentation.

பதந் தப்ப, to miss the proper temperature, to spoil (as a dish by seasoning it too little or too much).

பதந்தப்பின கறி, a dish not well dressed.

பதந்தப்பின எஃகு, steel too much hardened.

பதமாய் வடிக்க, to strain the water from the boiled rice in proper time.

பதம் பாட, to compose or sing an ode.

பதம் பார்க்க, to try the taste and consistency of boiling rice etc.; 2. to test the degree of heat in metals.

இரும்பைப் பதம்பார்த்து அடி, strike the iron when it is in the right degree of heat.

பதனிட, பதமாக்க, பதப்படுத்த, to temper, to season, to mould, to tan.

தோல் பதனிடுகிறவன், a tanner.

***பதம்**, *s*. as பாதம், foot; 2. a line of a stanza, செய்யுளடி; 3. place, இடம்; 4. way, வழி; 5. word, மொழி.

பதத்திலேவைக்க, to bring into a good way.

பதப் புணர்ச்சி, combination of one word with another.

பதமுடிக்க, to analyze compound words.

பதவுரை, verbal rendering of a text.

பதர், *s*. chaff, empty corn ears, husk, பதடி.

பதலம், *s*. care, caution, பதனம்.

பதலை, *s*. a hill, a mountain, மலை; 2. a large mouthed vessel for churning, தாழி.

***பதவி**, *s*. path, way, வழி; 2. station, rank, நிலைமை; 3. eternal bliss, beatitude, முத்தி.

பதவியடைய, to attain to eternal bliss.

பதறு, III. *v. i*. be overhasty, be precipitate, be impatient, பதை; 2. be confused, கலங்கு.

பதறாத காரியம் சிதறாது, a thing done without precipitation will not be liable to miscarry.

பதறிச் செய்ய, to overhasten or precipitate a business.

பதறிப்போன காரியம், a business done overhastily.

பதற்றம் (*com*. பதட்டம், பதஷ்டம்), பதறுதல், *v. n*. precipitation, haste.

பதனம், *s*. care, circumspection, caution, safety, பத்திரம்.

பதனம்பண்ண, பதனப்படுத்த, to keep safely, to secure.

பதனி, *s*. *com. for* பதநீர், see under பதம்.

பதன், பதனிடு etc. see பதம்.

***பதாதி**, *s*. a footman, footsoldier, காலாள்; 2. infantry, army, சேனை; 3. one who lost all in battle and ran away.

***பதார்த்தம்**, *s*. (பதம் + அர்த்தம்), a thing, substance, பொருள்; 2. provisions, eatables, தின்பண்டம்; 3. property, திரவியம்; 4. the meaning of a word.

பதி, *s*. a place, இடம்; 2. home, residence, வீடு; 3. a town, ஊர்.

பதிக்குவர, to come home.

மோட்சபதியர், the inhabitants of paradise.

***பதி**, *s*. a master, owner, chief, தலைவன்; 2. a husband, கணவன்; 3. the Supreme Being, கடவுள்.

பதிஞானம், the knowledge of the Supreme Being.

பதிவிரதம், the faithfulness of a wife.

பதிவிரதி, –விரதை, –விரதாபத்தினி, a chaste and virtuous wife.

சேனாபதி, the commander of an army.

பதி, II. *v. i*. become imprinted or impressed, அழுந்து; 2. be fixed or fastened in, இழைக்கப்படு; 3. decline, sink, be humble, தாழு; 4. conceal, ஒளி; 5. *v. t*. register, record, எழுது.

நன்றாய்ப் பதிந்திருக்க, to be well printed or stamped.

மனசிலே பதிந்தது, it is impressed on the mind.

பதிய (பதிவு) வைக்க, same as பதியம் வைக்க.

பதி, VI. *v. t*. imprint, impress, அழுத்து; 2. imbed, inlay, இழை; 3. register, எழுது; 4. hide, bury, புதை.

பதிப்பு, *v. n*. an impression an edition.

பதித்தல், *v. n*. imprinting etc.

பதித்திழைக்க, to inchase or set precious stones in gold.

பதித்துவைக்க, to enter in a book to register.

பதிகம், *s*. preface, முகவுரை; 2. poem of praises to a deity in ten stanzas.

***பதிதம்**, *s*. a lapse from caste or religion.

பதிதன், an apostate, a heretic.

பதியம், *s*. a layer or branch laid in the ground.

பதியம்போட, – வைக்க, to set plants or saplings, insert layers.

பதில், வதில், *particle* (*Ar*.), in lieu of, instead of, ஈடு (*with dative*); 2. *s*. reply, விடை.

அதுக்கு (அவனுக்கு) ப்பதிலாக, instead of it (him).

பதிலாளி, பதிலாள், a substitute.
பதிலுக்குப் பதில், like for like, retaliation.
பதிலுக்குப்பதில் செய்ய, — பண்ணிப் போட, to recompense, to retaliate.
பதிலுத்தரம், answer, reply.
பதிலுபகாரம், recompense.
பதில்வைக்க, to substitute.
பதிற்செய்ய, to recompense, to retaliate.
பதிற்சீட்டு, a copy or duplicate of a note.

பதிவு, *v. n.* impression; 2. depression, தாழ்வு; 3. lurking, lying in ambush, பதுக்கம்; 4. submisson, தாழ்மை; 5. registration.
பதிவிடை, concealment; 2. an ambush, ambuscade.
பதிவிடையாய்ப் போய்விட, to go away in a mist, to steal away.
பதிவிடை வைக்க, — பண்ண, to lay snares or wait for one.
பதிவிருக்க, பதிவிடையாயிருக்க, to lie in wait or in ambush, to lurk as a beast ready to spring.
பதிவு செய்ய, to record, register.
பதிவுநிலம், low-land.

பதிற்றுப்பத்து, *s.* ten times ten.

பதினி, *s.* see பதநீர் under பதம்.

பதுக்கம், *s.* (பதுங்கு), lurking, ஒளிதல்; 2. clandestine conduct, கபடம்; 3. servility, cringing, ஒதுக்கம்.

பதுக்கு, பொதுக்கு, III. *v. t.* hide or secrete one, ஒளி.

பதுங்கு, III. *v. i.* hide, be concealed, sneak unseen into a place, ஒளி; 2. lie in ambush, lurk, crouch, பதிவிரு.
பதுங்கிப்பதுங்கி வர, to come sneakingly.
பதுங்கிவெட்ட, to assassinate.

*பதுமம், *s.* lotus, தாமரை.
பதுமராகம், a ruby.

*பதுமை, *s.* a puppet, பொம்மை; 2. Lukshmi.
பதுமையாட்டுகிறவன், a puppet player.

பதை, VI. *v. i.* pant, throb, beat (as the heart), துடி.
குலைபதைக்கிறது, my heart throbs.
பதைபதைக்க, to be in anguish.

*பத்ததி, *s.* series, row, line, வரிசை; 2. formula, rule, நூல்.
பத்ததிப்படி, according to rule, prescription etc.

*பத்தம், *s.* a bond, tie, கட்டு; 2. truth, உண்மை; 3. gratitude, நன்றியறிதல்.
பத்தங்கெட்டவன், a profligate, an ungrateful person.

பத்தல், *s.* a wooden trough for feeding animals or conveying water drawn from a pond or well.

பத்தன், *s.* (*pl.* பத்தர்), a caste title of goldsmiths.

*பத்தன், பக்தன், *s.* see பத்தி.

*பத்தா, பர்த்தா, *s.* a husband, கணவன்.

பத்தாசு, *s.* a boat, a kind of vessel.

பத்தாயம், *s.* (*Port.*), a receptacle for grain; 2. a very large box, பெட்டி.
நெல்லுப்பத்தாயம், a granary, a paddy-loft.
தண்ணீர்ப் பத்தாயம், a reservoir of water.

*பத்தி, *s.* series, row, வரிசை; 2. column in writing, நிரை.
பத்திபத்தியாய் எழுத, to make several columns in writing.

*பத்தி, பக்தி, *s.* devotedness, fidelity, பற்றுதல்; 2. piety, godliness, faith, விசுவாசம்; 3. service, worship, ஆராதனை.
பத்தன், பக்தன் (*pl.* பக்தர்), a devout person, devotee, தொண்டன்.
அவன் எனக்குப் பத்தன், he is my trusty friend, he trusts in me.
பத்திமான், a pious, godly man.
பத்திவிசுவாசம், piety and faith.
பத்திவைராக்கியம், religious enthusiasm, piety and zeal.
அவபத்தி, impiety.
தெய்வபத்தி, faith in God, godliness.
வீண்பத்தி, superstition.

*பத்தியம், *s.* diet prescribed to a sick person.
பத்தியத்தைக் கழிக்க, to stop or finish the prescribed diet.
பத்தியம் முறிந்தது, பத்தியப் பிழைவந்தது, the prescribed diet was violated.
பத்தியம் சாப்பிட, —பிடிக்க, —ஆயிருக்க, to keep oneself to a prescribed regimen.

மறுபத்தியம், the second course of diet to be observed after the strongest cure is over.

*பத்திரம், s. a leaf, இலை; 2. a leaf of a book, ஏடு; 3. letter, bond, deed, சீட்டு; 4. caution, care, security, சாக்கிரதை; 5. firmness, safety, உறுதி.

பத்திரம், take care, be careful, keep safe!

பத்திரப்படுத்த, பத்திரம்பண்ண, to secure, to keep in custody.

பத்திரமாய்ப்பார்க்க, to take good care.

பத்திராசனம், a throne, சிங்காசனம்.

அதிகாரப்பத்திரம், power of attorney.

*பத்திரிகை, s. a writing, a letter, a printed paper, a pamphlet, a newspaper.

*பத்தினி, s. a wife, a chaste wife, மனைவி.

பத்தினித்தனம், chastity, fidelity of a married woman.

பத்தினிப்பிள்ளை, -மகன், a legitimate child, son.

பத்து, s. ten (*in comb.* பதின் & பன்).

பதின்கலம் அரிசி, ten Kalams of rice.

பதின் மடங்கு, ten times.

பத்திலொரு பங்கு, the tenth part.

பத்திலொன்று கொடுக்க, to pay the tithes.

பத்துப் பத்து, பதிற்றுப் பத்து, ten times ten.

பத்தொன்பது, nineteen.

பப்பத்து (பவ்வத்து), by tens.

பன்னிரண்டு, twelve.

பத்தை, s. a slit or split, படல்.

பலகை உடைந்து பத்தையாய் விட்டுப்போயிற்று, the board is split in pieces.

பத்தை போட்டுக் கட்ட, to splint and bandage a broken limb.

கழுப்பத்தை, a piece of turf or green sod.

*பந்தம், s. tie, முடிப்பு; 2. bandage, ligature, bond, fetter, கட்டு; 3. affinity, relationship, முறைமை; 4. a torch, தீவர்த்தி.

எணிப் பந்தம், திணிப் –, இரும்புப் –, காளப் –, different kinds of torches.

பந்தம் பிடிக்க, to carry torches.

பந்தயம், பந்தையம். s. a wager, stake, prize, the premium in competition, ஒட்டம்.

பந்தயக் குதிரை, a race-horse.

பந்தயச் சேவல், a fighting cock.

பந்தயங் கட்ட, –ஒட்ட, to lay a wager.

பந்தயம் போட, to bet, to stake.

பந்தல், பந்தர், s. a booth, shed, காவணம்.

பந்தல் போட, to put up a shed.

பந்தற் கால், a pole supporting a booth.

பந்தற்கால் நாட்ட, to fix the pole of a booth on marriage or festive occasions.

பந்தற் பரப்பு, the covering of a shed.

*பந்தனம், பந்தனை. s. tie, bond, கட்டு; 2. resolution, நிர்ணயம்; see நிபந்தனை.

*பந்தி, s. row, line, order, course, range, ஒழுங்கு; 2. a row of guests; 3. a stable or stall for horses, இலாயம்.

பந்தி அமர, –இருக்க, to sit in a row, to eat in company.

பந்தி பரிமாற, to distribute food at the feast.

பந்தியை விட்டெழுந்திருக்க, to get up from a company of guests before all have done eating.

பந்தி விசாரணை, supplying the guests and superintending them.

பந்திவைக்க, –அமர்த்த, – இருத்த, to seat guests at a feast.

*பந்தி, VI. *v. t.* tie, fasten, confine, கட்டு.

பந்து, s. a play ball, roll of string or thread, செண்டு; 2. plot, conspiracy, சதியோசனை.

பந்தடிக்க, பந்து விளையாட, to play at ball.

பந்து, s. (*Pers.* see சேர்பந்து), tie, fastening, கட்டு.

*பந்து, s. relationship, உறவு; 2. relation, relative, சுற்றத்தார்.

பந்துக் கட்டு, a compact, league, plot, கட்டுப்பாடு; 2. affiance, relation by marriage.

பந்துக்கள், பந்து சனங்கள், kindred relations.

பந்துத் துரோகம், a trick served on the relations.

பந்துத்துவம், relationship.

பந்தையம், s. see பந்தயம்.

பந்தோபஸ்து, s. (*Pers.*), securing, management, காவந்து.

பந்தோபஸ்து பண்ண, to secure, to take care of.

பப்பத்து, see under பத்து.

பப்பளிச் சேலை, *s.* a white and red checkered cloth for a woman.

பப்பாளி (பப்பளி), பப்பாளி மரம், *s.* (*for.*), the papaw tree.

பம்பரம், *s.* a top.

பம்பரமாட்ட, to spin a top; 2. (*fig.*), to vex one.

பம்பரம்போல் வேலை செய்ய, to be sharp in work.

பம்பு, III. *v. i.* be close or thick, நெருங்கு; 2. spread, பரவு; 3. rise, ascend, எழும்பு.

பம்பை, *s.* uncombed, dishevelled hair, பறட்டை மயிர்.

பம்பைத் தலை, a head with thick uncombed hair.

*பம்பை, *s.* a kind of drum, பறை.

பம்மாத்து, பம்மத்து, *s.* false show, deceptive appearance, வேஷம்.

பம்மாத்துக்காரன், one who makes pretences.

பம்மு, III. *v. t.* stitch, baste, pin a seam to be sowed, நூலோட்டு.

பம்மல், பம்மல் தையல், *v. n.* basting, stitching.

பய, VII. *v. t.* yield, produce, பயன் தா; 2. beget, generate, பிறப்பி; 3. *v. i.* take place; 4. (*with dat.*), fear, (used thus only in the past as பயந்தேன், பயந்திரு etc.).

பயந்தவன், one who is afraid.

பயந்தாள் (*masc.* பயந்தான்), a mother, பெற்றவள்.

*பயங்கரம், *s.* fear, terror, பயம்; 2. alarm, நடுக்கம்.

*பயணம், *s.* journey, march, voyage, பிரயாணம்.

பயணக்காரன், a traveller, a voyager, a passenger.

பயணப்பட, to set out on a journey or voyage.

பயணமாய் அனுப்ப, பயணப்படுத்த, to send one on a journey or voyage.

பயணமாயிருக்க, to be ready to go on a voyage.

பயணம்போக, – பண்ண, to go on a journey, to travel, to be lost, to depart this life.

*பயம், *s.* fear, fright, alarm, அச்சம்; 2. reverence, awe, ஒடுக்கவணக்கம்.

பயங்காளி, a coward.

பயந் தெளிய, to get rid of fear.

பயபத்தி, reverential awe, devotion with godly fear.

பயப்பட, பயங்கொள்ள, பயமாயிருக்க, to fear, பயந்திருக்க.

பயப்படுத்த, to frighten, terrify.

பயமுறுத்த, பயங்காட்ட, to threaten, frighten.

சல பயம், the fear of being drowned.

மிருக பயம், the dread of wild beasts.

பயல், பையல், *s.* a boy, a fellow, a little servant; 2. (*in contempt*), servant, slave.

பயலாள், one adolescent.

பயறி, *s.* (பயறு), the chicken-pox resembling small grain.

பயறு, *s.* pulse, peas, lentils, beans.

பெரும் பயறு, சிறு –, எலிப் –, சடைப் –, நன்னிப் –, புனற் –, பச்சைப் –, நரிப் – etc. different kinds of it.

பயற்றங்காய், a kidney-bean.

பயற்றும்பருப்பு, split-kernels of pulse.

பயன், *s.* fruit, reward, produce, result, பலன்; 2. profit, advantage, பிரயோசனம்; 3. signification, meaning, அர்த்தம்.

பயனிலை, (*in gram.*), predicate.

பயன் கொள்ள, to profit, to reap benefit.

பயன் சொல்ல, to interpret verses.

பயன்பட, to be useful.

*பயித்தியம், பைத்தியம். *s.* madness, folly, foolishness. மதிகேடு.

அவனுக்குப் பயித்தியம் பிடித்திருக்கிறது, he is mad.

பயித்தியந் தெளிந்துபோயிற்று, the madness has left him.

பயித்தியக்காரன், a madman, a fool.

பயித்தியங் கொள்ள, to grow mad.

*பயிரங்கம், *s.* see பகிரங்கம்.

பயிர், *s.* corn while growing, a crop.

பயிராக, to grow, thrive (as corn); to become pregnant (as animals).

பயிராக்க, to cultivate corn, trees etc.

பயிரிட, to sow and plant, to cultivate.

பயிரேற, to thrive well as vegetation.
பயிரேற்ற, to make the agriculture go on well.
பயிர்க் (பயிரிடுங்) குடி, a farmer, peasant, ploughman.
பயிர்ச் செலவு, agricultural expenses.
பயிர்த் தொழில், – வேலை, agriculture, husbandry.
ஏறின பயிர், grown-up corn.
கதிர் பக்குவமான பயிர், corn which is about to put forth ears.
கதிர்ப் பயிர், corn just earing.
களைபறிப் பயிர், corn which requires to be weeded.
கீழ்ப் பயிர், roots, herbs, vegetables (*opp. to* மேற் பயிர், corn, large vegetables, trees).
நடவு பயிர், corn recently transplanted.
பச்சைகொண்ட பயிர், corn that begins to look green.
பால்கட்டுப் (பால் கட்டாயிருக்கிற) பயிர், corn, the ear of which is milky.
முதுப் பயிர், ripe grain.
பயிர், VI. *v. i.* sound indistinctly (as beasts, birds etc.), ஒலி.
பயில், *s.* practice, exercise, பழக்கம்; 2. beckoning, sign, whistling, சைகை; 3. cant language, கொச்சை.
பயில்காட்டி அழைக்க, to call one by whistling.
பயில் பேச, பயிலாகச் சொல்ல, to use a cant expression or secret language.
பயில்போட, to whistle.
பயில், பயிலு, I. *v. t.* practise, learn by practice, பழகு; 2. speak, utter, சொல்லு; 3. *v. i.* utter indistinct sounds, ஒலி.
பயிற்சி, *v. n.* practice, use, habit.
பயின்ற கல்வி, acquired learning.
பயிற்று, III. *v. t.* instruct, teach, train, படிப்பி; 2. accustom, பழக்கு.
பயியன், பையன், *s.* a boy.
*பர, *adj. prefix*, other, different, வேறு; 2. best, pre-eminent, excellent, உசித; 3. divine, heavenly, பரம; 4. distant, foreign, பிற; 5. hostile, adverse, விரோத.

பரகதி, பரமுத்தி, heavenly bliss.
பர சமயம், – மதம், another religion.
பர சமயிகள், – மதஸ்தர், professors of other religions, heretics.
பரஸ்பரம், mutuality.
பரஸ்பர ரகசியங்கள், mutual and confidential secrets.
பரதாரம், another man's wife.
பரதேசம், foreign land.
பரதேசம் போக, to go to a foreign country.
பரதேசி, a stranger, foreigner, pilgrim.
பரபட்சம், an opposite party, side, religion etc.
பரமண்டலம், பரலோகம், another region or world, heaven.
பரவசம், ecstasy, transport of joy.
பரவசமாக, to be enraptured, transported.
பரோபகாரம், kindness to others, benevolence.
பரோபகாரி, benefactor.
பர, VII. *v. i.* grow extensive, be extended, be flattened, பரம்பு.
பரந்தவர், beggars, wanderers.
பரந்த (படர்ந்த) முகம், a flat face.
*பரசு, *s.* an axe, கோடரி; 2. battle-axe, பரசாயுதம்.
*பரசு, III. *v. t.* praise, extol, தோத்திரி.
பரசை (*prop.* பரிசு), *s.* wicker-boat like a large basket covered with leather.
*பரணி, *s.* the second lunar asterism; 2. a little box, a jewel casket.
*பரண், *s.* a temporary scaffold in a field for watching, இதணம்; 2. a loft under the roof of a house, மேற்றட்டு.
பரண்டை, *s.* ankle, கணுக்கால்.
*பரதபி, VI. *v. t.* see பரிதபி, pity.
*பரதம், *s.* dancing, a comedy, நடனம்.
பரதசாத்திரம், – நூல், – வித்தை, the art of dancing or play-acting.
*பரதன், *s.* a younger brother of Rama; 2. Bharata after whom India is called.
பரதகண்டம், – வருஷம், India, the country of Bharata.
*பரதாபம், *s.* pity, symathy, இரக்கம்.

*பரதேசி, s. see under பர.
*பரத்திரி, பரஸ்திரி, பரத்தை, s. (*lit.* another man's wife), a harlot, a whore, வேசி; 2. a shrub, shoeflower.
சம்பரத்தை, the shoe-flower.
பரபத்தியம், s. dealings and accounts with others about money.
பரபரத்தல், பரபரப்பு, v. n. hurrying, hastening, தீவரித்தல்; 2. feeling, a sensation, தினவு.
பரபரப்பாய்த் திரிய, to run about, to walk hastily.
பரபரவென்று நடக்கிறான், he walks in great haste.
பரபரவென் றூருகிறது, some thing is crawling over the body.
*பரப்பிரமம், s. the deity.
பரப்பு s. expanse, surface, area, விரிவு; 2. a bed, couch, படுக்கை; 3. ceiling, மேற் பரப்பு; 4. a wooden support of the wall over a door or window, மண்டாங்கி.
பரப்பு, III. v. t. spread, extend, expand, lay-out; 2. divulge, proclaim, பரவச்செய்.
*பரமம், s. excellence, உச்சிதம்; 2. heaven, பரம்; 3. the supreme being, கடவுள்.
பரம, excellent, heavenly.
பரமகதி, heavenly bliss.
பரமகாரியம், spiritual matters.
பரம சண்டாளன், a great or desperate wretch.
பரம ரகசியம், a heavenly mystery.
பரமன், the supreme being.
பரமாத்துமா, the deity or universal soul, a saint.
பரமார்த்தம், any excellent or important aim or object.
பரமார்த்தன், a simpleton not experienced in worldly affairs.
பரமானந்தம், spiritual joy, heavenly delight.
பரமௌஷதம், an excellent medicine.
*பரம், s. the celestial world, the heaven, பரலோகம்.
பரஞ்சோதி, the heavenly light, the deity.
பரம்பரை, tradition, regular succession from age to age, பாரம் பரை.
பரம்பரையான விதி, rules laid down and regularly obseived from age to age.
பரன், பரம்பரன், the deity, God.
இகபரம், this world and the other world.
பரம்பு, s. a harrow, a roller.
பரம்படிக்க, to level ploughed land by a roller or a plank.
பரம்பு, III. v. i. spread far and wide, extend, expand, over-spread, பரவு.
*பரர், s. others, foreigners, பிறர்; 2. foes, enemies, பகைஞர்.
பருடைமை, property of others.
*பரவசம், s. see under பர.
பரவர், s. the Parava tribe along the coast.
பரவா, பர்வா, s. (*Hind.*), importance, moment.
பரவாயில்லை, never mind.
பரவு, III. v. i. spread or extend itself (as water, a rumour etc.), பரம்பு; 2. say, சொல்லு; 3. praise, புகழ்; 4. worship, வணங்கு.
பரவை, s. expanse, extent, பரபபு; 2. sea, ocean, கடல்.
*பரன், s. (பரம்), God, கடவுள்.
*பராக்கதம், s. valour, heroism, தைரியம்.
*பராக்கிரமம், s. prowess, bravery, valour, வீரம்.
பராக்கிரமசாலி, பராக்கிரமன், a hero.
*பராக்கிரமி, VI. v. i. display bravery.
*பராக்கு, s. inattentiveness, carelessness, neglect, அசட்டை.
பராக்காயிருக்க, பராமுகமாயிருக்க, to be inattentive.
பராக்குப் பார்த்துக்கொண்டிருக்க, to look about without minding the business, to have the attention diverted.
பராக்குக் காட்ட, to amuse a child.
பராக்கில்லாமல், carefully, attentively.
*பராசியம், s. publicity, disclosure (*opp. to* இராசியம்).
பராசியப்பேர், a well-known name.
பராசியப்பட, to be divulged or disclosed.

*பராபரம், *s.* (பரம் + அபரம் or பராத்பரம்), deity, Supreme Being.
பராபரவஸ்து, the Supreme Being.
பராபரன், God, Almighty, the Supreme Deity, கடவுள்.

பராமரி, VI. *v. t.* manage, attend to, நடத்து; 2. take care of, பத்திரப்படுத்து; 3. support, provide, maintain, ஆதரி; 4. examine, ஆராய்.
என்னை அவன் பராமரிக்கிறதில்லை, he takes no care of me.
பராமரிப்பு, பராமரிக்கை, *v. n.* support, preservation.

*பராமுகம், *s.* inattention, neglect, disregard, பராக்கு.
பராமுகஞ் செய்ய, - பண்ண, to neglect, disregard.

பராவு, III. *v. t.* (*poet. for* பரவு), say, சொல்; 2. praise, புகழ்; 3. worship, தொழு.

பரி, *s.* horse, குதிரை; 2. protection, support, பாதுகாப்பு.
பரிக்காரன், one who breaks in horses.

பரி, II. *v. i.* favour, patronise, கடாட்சி; 2. plead, intercede, மத்தியஸ்தம் பேசு.
பரிந்து பேச, to plead for, to intercede for, to mediate.

*பரி, VI. *v. t.* bear, சும; 2. preserve, கா.

*பரி, *prefix signifying* intenseness, the highest degree, surrounding. Compounds see separately.

*பரிகரி, VI. *v. t.* (பரி), blot out, abolish, do away, நீக்கு; 2. cure, குணமாக்கு; 3. atone, நிவிர்த்திசெய்.
பரிகரிப்பு, *v. n.* removing, blotting out.

*பரிகாசம், பரியாசம், *s.* (பரி), jeer, jest, joke, raillery, mockery, கேலி.
பரிகாசம் பண்ண, to sport, to jest, to scoff at one.
பரிகாசன், பரிகாசி, பரிகாசக்காரன், a jester, mocker.
பரிகாசவார்த்தைகள், quibbles, puns.

*பரிகாரம், *com.* பரியாரம், *s.* (பரி), entire destruction, abrogation, atonement, நீக்குகை; 2. the art of healing, வைத்தியம்.
பரிகாரச் செலவு, doctor's fee.
பரிகாரம் பண்ண, to remedy, to cure diseases, பரிகரிக்க.
பரிகாரம் பார்க்க, to attend on one as a physician.
பரிகாரி, a physician, surgeon; 2. barber.

*பரிக்கிரகம், *s.* (பரி), receiving, அங்கிகரிப்பு.
பரிக்கிரகம் பண்ண, பரிக்கிரகிக்க, to accept, to receive.

பரிசணி, VI. *v. i.* speak softly so as to appease one's anger, speak very politely, உபசரி.

*பரிசம், *s.* (ஸ்பரிசம்), touch, contact (one of the 5 senses); 2. (பரியம்), a gift or present by the bride-groom to the bride, பரிசப்பணம்.
பரிசம் பேச, to negotiate for the wedding present.
பரிசம் போட, to offer the wedding presents.
பரிசம் பொருந்த, to come to terms about the gifts to the bride.

*பரிசனம், *s.* (பரிசம்), touch; 2. (பரி + சனம்), affinity, relationship, உறவு; 3. attendants, followers, servants, சூழ்வோர்.

*பரிசாரகம், *s.* (பரி), service, attendance, ஊழியம்.
பரிசாரகன், servant in a temple etc.

*பரிசி, VI. *v. t.* touch, feel.

பரிசு, *s.* wicker-boat, பரசை; 2. honour, கனம்.
பரிசு கெட்டவன், one devoid of shame.

*பரிசு, *s.* a gift, donation, தத்தம்.

*பரிசுத்தம், *s.* (பரி), perfect purity, innocence, மாசின்மை; 2. holiness, தூய்மை.
பரிசுத்த ஆவி, the Holy Ghost (*Chr. us.*).
பரிசுத்தமாக்க, - பண்ண, to purify, to make holy, to sanctify.
பரிசுத்தன், பரிசுத்தவான், பரிசுத்த முள்ளவன், a pure, innocent, holy person, a saint.

பரிசை, *s.* a shield, buckler, கேடகம்.
பரிசைக்காரன், a shield-bearer.

*பரிசோதனை, *s.* (பரி), thorough search, strict examination, trial, பரிட்சை.

*பரிசோதி, VI. *v. t.* examine well, investigate, பரிட்சி.

*பரிச்சேதம், *s* (பரி), cutting off, total destruction, சங்காரம்; 2. positive ascertainment, absoluteness, முழுவதும்; 3. *with a negative* it indicates *an emphatic denial.*

பரிச்சேதம் மாட்டேனென்றான், he utterly refused to do it, he would by no means.

பரிச்சேதமாய் நான் அப்படிச் சொல்லவில்லை, most certainly I have not said so.

பரிச்சேதமாய்ப் போக, to become entirely destroyed.

பரிச்சேதம் பண்ண, – ஆக்கிப்போட, to destroy utterly, annihilate.

பரிஞ்சு, *s.* the hilt or handle of a sword, வாட்பிடி.

*பரிட்சி, பரீட்சி, VI. *v. t.* examine, test, put on trial, சோதி; 2. practise, அப்பியாசி.

*பரிட்சை, பரீட்சை, *s.* trial, test, examination, experiment, சோதனை; 2. practice, exercise, அப்பியாசம்.

பரிட்சைசொடுக்க, – பரிட்சையில் தேற, to pass in an examination.

பரிட்சை பார்க்க, – பண்ண, to try, to examine, to practise.

*பரிதபி (பரதபி), VI. *v. i.* (பரி), pity, sympathise with, regret, பரிதாபப்படு.

ஒருவனுக்காகப் (ஒருவன் நிமித்தம்) பரதபிக்க, to pity one.

*பரிதாபம், *s.* (பரி), pain, sorrow, துக்கம்; 2. (*improp. for* பரதாபம்), pity, sympathy, compassion, இரக்கம்; 3. anxious desire, ஆவல்.

பரிதாபப்பட, to pity, பரிதபிக்க.

*பரிதானம், *s.* (பரி), bribe, கைக்கூலி.

பரிதானம் வாங்குகிறவன், பரிதானக்காரன், one that takes bribes.

*பரிதி, *s.* a circle, வட்டம்; 2. a halo about the sun or moon, பரிவேஷம்; 3. the sun, சூரியன்.

*பரிநாமம், *s.* (பரி), a great name, கீர்த்தி; 2. prosperity, வாழ்வு.

தங்கள் பரிநாமத்தினாலே பிழைக்கிறேன், by your great name and help I live.

*பரிபக்குவம், *s.* (பரி), a very good opportunity, நற்சமயம்.

*பரிபவம், *s.* (பரி), contempt, disrespect, அவமானம்; 2. poverty, abject state, எளிமை.

*பரிபாஷை, *s.* (பரி), technicality, சங்கேதம்; 2. a conventional term, குழூஉக்குறி.

*பரிபாலகன், *s.* (பரி), a protector, saviour, இரட்சகன்.

*பரிபாலனம், *s.* (பரி), protection, fostering care, good government, பாதுகாப்பு.

பரிபாலனம் பண்ண, to protect, to govern safely.

சிஷ்டபரிபாலனம், the protecting and favouring of good people.

ராச்சியபரிபாலனம் பண்ண, to reign well.

*பரிபாலி, VI. *v. t.* conserve, protect, காப்பாற்று; 2. thrive, செழி.

*பரிபூரணம், *s.* (பரி), fullness, abundance, plenty, completion, சம்பூரணம்.

*பரிப்பு, *v. n.* burden, சுமை.

*பரிமளம், *s.* (பரி), odour, fragrance, an exquisite scent, மணம்.

பரிமள சுகந்தம், a very sweet scent.

பரிமளத் தயிலம், an odoriferous ointment.

பரிமள வர்க்கம், sweets, perfumes, fragrant herbs, flowers etc.

*பரிமளி, VI. *v. i.* smell sweetly, be fragrant, spread as a perfume, மணம் வீசு.

*பரிமாணம், *s.* (பரி), size, measure, அளவு.

பரிமாறு, *v. t.* (பரி), distribute, serve out food, பங்கிடு; 2. transact business, நடத்து.

பரிய, *adj.* see பருமை.

*பரியந்தம், *s.* (பரி), limit, term, boundary, எல்லை; 2. end, termination, முடிவு; 3. *adv.* till, until, வரைக்கும்.

மரணபரியந்தம், until death.

*பரியம், *s.* see பரிசம்.

*பரியாசம், *s.* see பரிகாசம்.

*பரியாயம், *s.* (பரி), synonym, பிரதிபதம்; 2. various manner, பலவிதம்.

*பரியாரம், *s.* see பரிகாரம்.

பரிவட்டம், *s.* a cloth or head-band; 2. weaver's yarn-reel.

*பரிவருத்தனை, பரிவர்த்தனம், s.(பரி), exchange, barter, பண்டமாற்று.
*பரிவாரம், s. (பரி), retinue, attendants; 2. body of troops, படை.
பரிவு, v. n. love, அன்பு; 2. delight, pleasure, இன்பம்.
*பரிவேஷம், பரிவேடம், s. (பரி), halo about the sun or moon, பரிதி.
*பரீட்சை, s. see பரிட்சை.
பரு, adj. great, gross; see under பருமை.
பரு, s. a boil, tumour, கட்டி; 2. pimple, ulcer, pustule, சிலந்தி.
பருபுறப்பட, — எழும்ப, — கிளம்ப, to break out into a boil.
பருபழுக்கிறது, —நசுங்குகிறது, the boil ripens or grows soft.
பரு உடைந்தது, the boil burst open.
பரு, III. v. i. grow thick or big, swell, bloat, பெரு; 2. grow up, increase, வளரு.
பருத்தவன், a corpulent man.
பருத்தவுதடு, thick lips.
பருகு, III. v. t. drink, குடி; 2. enjoy, அனுபவி.
பருகல், v. n. drinking, enjoying.
பருக்கை, s. a grain of boiled rice; 2. boiled rice, சோறு; 3. small pebbles, gravel, பருக்கைக்கல்; 4. v. n. largeness.
*பருதி, s. see பரிதி, the sun etc.
பருத்தி, s. cotton shrub; 2. cotton, பஞ்சு.
வெண் பருத்தி, செம் —, காட்டுப் —, பூப் —, தாளிப் — etc., different kinds of it.
பருத்திக்கொட்டை, cotton seed.
பருத்திச்செடி, the cotton shrub.
பருந்து, s. a hawk, kite.
கரும்பருந்து, செம் —, குடுமிப் —, பெரும் —, கரையன் —, different kinds of it.
பருப்பம், s. thickness, greatness, பருமை.
பருப்பு, s. kernel; 2. pulse, peas, பயறு; 3. v. n. increase.
பருப்புக்கஞ்சி, pulse-porridge.
பருமம், s. thickness, bulkiness, largeness, தடிப்பு.
பருமல், s. yard-arm in a vessel.
பருமன், s. (பருமை), a fat man.
பருமை, s. thickness, largeness, greatness, பெருமை; 2. fatness, corpulence, ஸ்தூலிப்பு.
பரிய, பரு, adj. great, gross, thick, large.
பருங்கல், a large stone.
பருங்காரியம், a great, important matter.
பருமுத்து, large pearls, thick grains.
பருமட்டம், பருமட்டு, roughness, crudeness (as in the first process of carving, writing etc.).
பரும்படி, that which is coarse or rough.
பரும்படியாய்ச் செய்தவேலை, coarse work.
பரும்பிடி, a large handful.
பரும்பழம், a large fruit.
*பருவதம், பர்வதம், பருப்பதம், s. a mountain, a hill.
பருவத வாசி, a mountaineer.
*பருவம், s. time, period, காலம்; 2. seasons of the year, இருது; 3. full moon, பௌரணமி; 4. new-moon, அமாவாசி; 5. suitable time, opportunity, சமயம்; 6. youthfulness, tenderness, இளமை; 7. age, period or stage of life, வயது; 8. puberty, பக்குவம்; 9. section, canto, பிரிவு.
ஆறு பருவம், the six seasons of the year are: 1. கார், August & Septr.; 2. கூதிர், Oct. & Nov.; 3. முன்பனி, Dec. & Jan.; 4. பின்பனி, Febr. & Mar.; 5. இளவேனில், Apr. & May; 6. முதிர்வேனில், June & July.
பருவத்திலே செய்ய, to do a thing in seasonable time.
பருவத்திலே பிள்ளை பெற, to bring forth a child at the proper time.
பருவ மழை, seasonable rain.
பருவமான பெண், a young woman grown marriageable.
பருவரு, II. v. i. suffer, be vexed, வருந்து; 2. v. t. abhor, அருவரு.
பருவல், s. (பருமை), a large or thick thing.
பருவலாய்ச் சீவ, to pare areca-nuts etc. in thick slices.
பருவு, s. boil, பரு.
பறை, s. a measure of five marcals.
*பரை, s. Sakti.
பரோபகாரம், s. see under பர.
*பர்த்தா, s. see பத்தா, husband.
பல, adj. (பன்மை), several, many, manifold (in combin. பல், பற், பன்).

பலகாலம், -காலும், -தரம், -முறை, often, frequently.
பல சம்பாரம், spices; 2. different spices.
பலசரக்கு, sundry commodities, grocery.
பலது (com.), several things.
பலநாட்செய்தி, chronicles of olden times, annals.
பலபல, பலப்பல, பல்பல, பற்பல, many distributively.
பலபல தினிசு, divers sorts.
பலவின்பால் (gram.), the neuter plural.
பலவும், and some others, et cetera.
பலநாள், many days.
பல்லவை, divers things.
பல்லூழிகாலம், a time of many ages, for ever.
பற்பல, see பலபல.
பன்மணி மாலை, a poem formed of various kinds of verse.

பல, VI. v. i. gather strength, grow strong, become prosperous, பலப்படு.
பலக்கப்பண்ண, to strengthen.
பலத்தடிக்க, to strike hard, to blow hard.
பலத்த கள்ளன், a notorious robber.
பலத்துப்பிடிக்க, to hold fast.

பலகணி, s. (பல + கண்), a window, சாளரம்.
பலகணி வாசல், a grated or latticed door.

பலகறை, s. a small shell, cowry, அரி.

பலகாரம், s. (contr. of பல + ஆகாரம்), sweet-meat, pastry.
பலகாரபக்ஷணம், eating cakes.
பலகாரம்பண்ண, to bake cakes; 2. to eat pastries.

*பலகை, s. a board, a plank.
பலகை அறுக்க, to saw a board.

*பலட்சயம், s. weakness, பலக்கேடு.

பலபலெனல், v. n. glowing (as rays of light); 2. rustling (as falling leaves).
பலபலென்று பொழுது விடிகிறது, it begins to dawn.
பலபலென்று விழ, to fall down in great plenty (as leaves of trees etc.).

*பலபாகம், பலவந்தம், etc. see பலம்.

பலப்பம், s. (Tel.), a kind of soft stone used to write on wooden slates.

பலப்பி, VI. v. t. cause to get strong, பலப்படுத்து.

*பலம், s. strength, force, might, வலி; 2. firmness (com. பெலம், பெலன்), உறுதி; 3. an Indian ounce whereof 12 make an English pound; 4. fruit, profit, பலன்.
பலக்கேடு, பலவீனம், பலட்சயம், weakness.
பலங்கொள்ள, to gather strength, to be strengthened.
பலசாலி, பலவான், பலேந்திரன், a strong, brave, valiant person.
பலஞ்செய்ய, to be strong, powerful.
பலஞ்செய்கிற மருந்து, a strong physic that works well.
பலபடி, strength, assistance.
பலப்பட, to grow strong, ஸ்திரப்பட; 2. to become profitable, நயப்பட.
பலப்படுத்த, to strengthen, corroborate.
பலவந்தம், பலபந்தம், violence, force.
பலவந்தமாய், பலவந்தத்தின் பேரிலே, violently.
பலவந்தம்பண்ண, to force.

பலர், s. (பல), many, divers persons. அநேகர்.

*பலன், s. produce, result, பயன்; 2. gain, advantage, லாபம்; 3. reward, பிரயோசனம்; 4. good or evil result, வினைப்பேறு.
பலச்சேதம், injuring of a crop.
பலபாகம், recompense; 2. ripeness, maturity; 3. time of producing fruits, first fruits.
பலனுனகாரியம், a profitable thing.
பலன்கொடுக்க, to yield profit; 2. to yield fruit etc.
பலன்பட, பலன்பட்டுவர, பலனுக்குவர, பலன்செய்ய, to be profitable.

பலா, s. jack tree.

*பலாத்காரம், s. force, violence, forcible detention, பலவந்தம்.

*பலாபலம், s. (பலம் + அபலம்), strong and weak; 2. the profit and loss, பலாபலன்.

*பலாயனம், s. flight, defeat, ஓட்டம்.

*பலி, s. a sacrifice, an oblation; 2. a sacrificial animal.

பலிகொடுக்க, — இட, — செலுத்த, to sacrifice, to offer sacrifice.
பலிபீடம், an altar.
*பலி, VI. *v. i.* (பலம்), take effect, succeed, வாய்; 2. produce good or evil, இலபி.
அவிழ்தம் பலியாதே போயிற்று, the medicine proved ineffectual.
ஒன்று ஆயிரமாய்ப் பலிக்கும், one will produce a thousand.
பலித்தல், பலிப்பு, *v. n.* advantage, result, profit, success.
*பலிதம் (பலித்தம்), *s.* fruit, effect, advantage, பலிப்பது.
பலிதமாக, same as பலிக்க.
பலுகு, பல்கு, III. *v. i.* multiply, be fruitful, be propogated, வர்த்தி.
பல், *adj.* (*in comb.*), see பல.
பல், பல்லு, *s.* tooth; 2. a tooth of a saw etc., கருக்கு. *Note*: The final ல் may become ற் before a hard consonant and ன் before a nasal.
கறைப்பற்றின பல்லு, unclean teeth.
பல்லும் பழுவுமாயிருக்கிற சுவர், a wall whereof some bricks stand out for joining to another wall.
பல்லரணை, பல்லரணை, a gum-boil.
பல்லன் (*fem.* பல்லி), one who has long or large teeth.
நீக்குப் பல்லன், one who has a snaggy tooth.
பல்லீறு, the gums.
பல்லுக் (பற்) குத்த, to pick the teeth, to ache in the teeth.
பல்லுக்குத்தி, a toothpicker.
பல்லை இளிக்க, to show the teeth in grinning.
பல்லைக் (பற்) காட்டிக்கொண்டு திரிய, to go idly up and down.
பல்லைப் பிடுங்க, to draw a tooth.
பல்லை விளக்க, — த்தீற்ற, — த்துலக்க, to clean the teeth.
பல் (லு) வலி, — நோவு, toothache.
பற்கடிக்க, to gnash the teeth.
பற்கொம்பு, — குச்சு, a stick to clean the teeth with.
பற்கொம்பிட, to clean the teeth with a stick.
பன்னீக்கம், பல்நீக்கம், unevenness of teeth.
அடிப்பல், a tooth in the lower jaw.
அரிசிப்பல், small white teeth.
கடைவாய்ப் பல், the jaw teeth, the grinders.
சொத்தைப் பல், rotten teeth.
மாட்டுப்பல், broad teeth.
பல்கணி, *s.* a window, பலகணி.
பல்லக்கு, பல்லாக்கு, *s.* (*Tel.*), a palankeen, litter, சிவிகை.
பல்லக்கேறிப் போக, பல்லக்கில் போக, to ride in a palankeen.
பல்லக்குக்காரன், a palankeen bearer.
கட்டுப் பல்லக்கு, a low-litter, a dooly.
பல்லாங்குழி, பல்லாங்குழி, *s.* a tablet with 14 holes for play.
பல்லவி, பல்லவம், *s.* chorus of a song or ode repeated after each stanza.
பல்லாக்கு, *s.* see பல்லக்கு.
பல்லாண்டு, *s.* a song or hymn of praise, துதிகவி; 2. benediction (as long life!), வாழ்த்துதல்; 3. (பல ஆண்டு), many years.
பல்லார், *s.* many persons, பலர்.
*பல்லி, *s.* a newt, wall lizard, கௌளி; 2. *affix* to names of places (as the Greek *polis*), village.
*பவரணை, *s. prop.* பௌரணை.
*பவளம் (*impr.* பவழம், *vul.* பகளம்), *s.* coral.
பவளம் ஒப்பமிட, to adjust coral-beads for a string.
பவளக்காலி, the name of a bird.
பவள மல்லிகை, a species of jasmine flowers.
*பவனம், *s.* air, wind, காற்று; 2. purity, holiness, பாவனம்.
பவனவாய், anus, fundament.
பவனி, *s.* procession, ஊர்கோலம்; 2. riding, excursion, சாரி.
பவனி போக, — வர, — புறப்பட, to go in procession.
பவிஞ்சு, *s.* see பவுஞ்சு.
*பவித்திரம், *s.* cleanliness, purity, சுத்தம்; 2. finger-ring of sacrificial grass or gold, பவித்திர மோதிரம்.
பவித்திர விரல், the ring-finger.
பவுசு, *s.* pride, பெருமை.
பவுஞ்சு, பவிஞ்சு, *s.* (*for.*), rank, file, படை வரிசை; 2. army, சேனை.
பவுஞ்சு வைக்க, to set array.

பவுஞ்சு நிற்க, to stand in ranks or files.

*பவுத்திரம் (பவுந்திரம், பகந்தரம்), s. fistula in the fundament.

*பவுத்திரர், பௌத்திரர், s. grand-sons, grand-children.

*பவுரணை, பவுர்ணிமி, s. same as பௌரணை, பௌர்ணிமி, the full-moon.

பழ, adj. old, ancient, see பழமை.

பழகு, III. v. i. practise, be used, be accustomed to, பயில்.

பழகாத பழக்கம், bad, improper or indecent habits.

பழகிக் கொள்ள, to become used to a thing.

பழகின மாடு, a trained ox.

பழகினவன், a familiar friend; 2. one accustomed to many things.

பழக்கம், s. custom, habit, practice, வழக்கம்; 2. training, use, அப்பியாசம்; 3. conversation, intercourse, acquaintance, அறிமுகம்.

பழக்கமாக, to become acquainted with.

பழக்கம் பண்ண, to accustom oneself to another.

பழக்கு, III. v. t. train, habituate, accustom, inure one, பயிற்று; 2. render common, வழக்கப்படுத்து.

பழக்கி வைக்க, to train for one's use.

பழசு, பழைசு, பழையது, s. that which is old or stale, பழையது.

பழசாய்ப் போக, to grow old, to be worn out (as a garment).

பழசாக்க, to put out of fashion.

பழமை, பழைமை, s. antiquity, oldness, பூர்வம்; 2. long, established usage or custom, மாமூல்.

பழமைகளைப் பேசிக்கொண்டிருக்க, to speak about things of the past.

பழ, பழைய, adj. old, ancient, worn out.

பழங் (பழைய) கோபம், old hatred.

பழஞ்சாதம், -சோறு, பழையது, boiled rice kept over night for breakfast.

பழஞ்சீலை, பழந்துணி, an old, worn out cloth or garment.

பழமொழி, an old saying, a proverb.

பழம் பொருள், an old thing, the Eternal.

பழ (பழைய) வீடு, an old house.

பழையது, what is old, பழசு; 2. boiled rice kept over night, பழஞ் சாதம்.

பழையபடி, as formerly, as before.

பழைய மனிதன், an old man; 2. (*Chr. us.*), the old or corrupt nature.

பழைய வழக்கம், an old habit.

பழையவன், an old man.

பழம், s. fruit, ripe fruit, கனி; 2. (*fig.*), success, good result, பலன்.

பழக்காய், a fruit nearly ripe.

பழத் தேங்காய், a ripe cocoa-nut.

பழரசம், juice of fruits.

பழனி, s. Palney, a town sacred to Skanda.

பழி, s. blame, censure, நிந்தை; 2. fault, sin, guilt, குற்றம்; 3. vengeance, revenge, சரிக்கட்டுதல்; 4. slander, aspersion, அவதூறு.

பழியாய் வந்தது, an evil has befallen one by God's vengeance.

பழி உன்மேலிருக்கிறது, you are to blame, you are culpable.

பழிகாரன், an avenger; 2 a great sinner.

பழிகூறல், aspersing, slandering.

பழி சுமக்க, to bear reproach, to suffer vengeance.

பழிசுமத்த, to blame one, to impute guilt.

பழி தீர்க்க, to take vengeance, to expiate guilt, to atone.

பழிபோட, to blame one, to charge one with guilt.

பழி மூட்ட, to kindle wrath.

பழி (பழிக்குப் பழி) வாங்க, பழிதீர்த்துக் கொள்ள, to take vengeance, to retaliate.

இரத்தப் பழி, blood-guiltiness.

பழி, VI. v. t. scold, blame, இகழ்; 2. revile, தூஷி; 3. injure, asperse, abuse, தூற்று.

பழிப்பு, v. n. abusive language, பழிச் சொல்.

பழு, s. a ladder-step, படி; 2. side, விலா; 3. ribs, விலாவெலும்பு.

பழு, VI. v. i. grow ripe, ripen, முற்று; 2. (*fig.*), grow old, முதிர்.

எனக்கு நரைத்துப் பழுத்தது, I am grown old.

பழுக்கச் சுட, to colour gold on the fire by various ingredients.

பழுக்கவைக்க, to put fruits to ripen.

பழுத்தபழம், a ripe fruit, a very old person.

பழுத்திருக்க, to be ripe.

பழுத்துப்போன பரு, a ripe boil.

பழுப்பு, *v. n.* ripeness, yellowness in fruits etc.

பழுக்கா, *s*, yellow, gold colour.

பழுது, *s.* fault, குற்றம்; 2. defect, blemish, ஈனம்; 3. damage, சேதம்; 4 lie, falsehood, பொய்.

பழுதற்ற, faultless.

பழுதாய்ப்போன தானியம், corn that is damaged.

பழுதுபார்க்க, to repair, mend, correct.

பழுதை, *s.* a rope (usually of twisted straw), புரி; 2. a snake, பாம்பு.

பழுதை திரிக்க, to twist a rope of straw.

பழுப்பு, *s.* yellow, orpiment, அரிதாரம்; 2. a leaf yellow by age; 3. *v. n.* of பழு.

பழுப்பானது, பழுப்புண்டானது, பழுப்படைந்தது, that which is withering or fading.

பழைது, *s.* see பழசு.

பழைமை, பழைய, பழையது, பழையவன் etc., see பழமை.

பளபளத்தல், பளபளவெனல், பளபளப்பு, *v. n.* glittering (as a polished surface), shining.

பளா, பளாபளா, *interj.* (*Hind.*), fine, bravo!

*பளிங்கு, *s.* crystal, glass, ஸ்படிகம்; 2. mirror, கண்ணடி

பளிங்குப் பாத்திரம், a crystal vessel.

பளிங்கு மாளிகை, crystal palace.

பளிச்சிடல், *v. n.* gleaming, flashing, பளபளவெனல்.

பளிச்சுப்பளிச்சென்று பேச, to speak rapidly, decidedly and energetically.

பளிச்சுப்பளிச்சென்று மின்னுகிறது, it is lightning vividly.

பளீரிடல், பளீரெனல், *v. n.* gleaming, flashing, sounding (as falling glass).

பளீரென்று விழ, to fall with a clanging noise.

பளீரென்றுபேச, to speak overhastily.

பளுவு, *s.* (*Tel.*), heaviness, பாரம்.

பளுவுசுளுவு, heavy and light.

பள்ளத்தாக்கு, *s.* a valley, see தாக்கு.

பள்ளம், *s.* lowness, தாழ்வு; 2. low land, a valley, தாழ்ந்த நிலம்; 3. a hollow pit, a hole in the road, குழி.

மேடுபள்ளம், hill and dale, rises and falls, ups and downs.

இங்குமங்கும் பள்ளம் விழுந்திருக்கிற செம்பு, a brass-pot dimple here and there.

பள்ளந் தூர்க்க, to fill up a hole.

பள்ளந் தோண்ட, to dig a ditch or hole.

பள்ளம் விழ, to be hollow.

பள்ளர், *s.* (*sing.* பள்ளன், *fem.* பள்ளி, பள்ளத்தி), a low peasant caste in the southern country.

பள்ளச்சேரி, a village of the பள்ளர் caste.

பள்ளாடு, *s.* see பள்ளையாடு.

பள்ளி, பள்ளிச்சாதி, *s.* (*fem.* பள்ளிச்சி), people of a certain low-Sudra tribe, படையாச்சி; 2. *fem. of* பள்ளன்.

*பள்ளி, *s.* a room, chamber, அறை; 2. temple, church, mosque, ஆலயம்; 3. a school; 4. sleep, நித்திரை; 5. a bed-chamber; 6. a small town or village, சிற்றூர்; 7. *affix* to the name of towns (as திரிச்சிராப்பள்ளி).

பள்ளிகொள்ள, to sleep.

பள்ளிக்கிராமம், a village belonging to a fane by endowment.

பள்ளிக்கு வைக்க, to send one to school for the first time.

பள்ளிக்கூடம், a school.

பள்ளிப்பாடம், a school lesson.

பள்ளியறை, a bed-chamber.

பள்ளிவாசல், a mosque.

பள்ளு, *s.* the பள்ளர் caste.

பள்ளு பறை, Pallars and Pariahs, low castes.

பள்ளை, பள்ளையாடு (*vulg.* பள்ளாடு), *s.* a goat of small size, வெள்ளாடு.

பள்ளையம், *s.* a dish for meat, உண்கலம்; 2. offering made to demons, பலி.

பற, VII. *v. i.* fly; 2. run nimbly, move swiftly, வேகமாய்ச் செல்லு; 3. be scattered, சிதறு.

பறக்கடிக்க, to drive violently away, to scatter.
பறக்கிற தூள், the flying dust.
பறந்தலேய, பறந்துதிரிய, to go about rapidly full of business.
பறந்துபோக, to fly away, to be dispersed.
பறந்து வர, to come with haste.
பறப்பன, birds, winged creatures, பறவை.
பறப்பு, *v. n.* haste, hurry, quickness; 2. concern, care.
வயிற்றுப் பறப்பில் திரிய, to seek one's livelihood with great labour and pains.

பறங்கி, பறங்கிக்காரன், *s.* (*for.*), a Frank, Feringhi, Portuguese, an East Indian; 2. syphilis.
பறங்கிக்காய், a gourd, pumpkin.
பறங்கிச் சாம்பிராணி, olibanum.
பறங்கிப் பட்டை, China root.
பறங்கிப் பாஷாணம், sublimate of mercury.
பறங்கிவியாதி, syphilis.

பறட்டை, *s.* tangled or matted locks, shaggy, bushy hair; 2. wild cole.
பறட்டைத் தலே, bristled head.

பறண்டு, பருண்டு, III. *v. t.* scratch (with nails, talons etc.), பிருண்டு.
பறண்டிக்கொடுக்க, to scratch another person's skin.

பறப்பன், *s.* a scorpion, தேள்.

பறம்பு, III. *v. t.* flog, beat, thrash, அடி.

பறவாதி, *s.* a greedy, anxious man, பேராசைக்காரன்.
பறவாதித்தனம், great anxiety.

பறவை, *s.* (பற), bird, a winged creature.

பறண்டு, III. *v. t.* see பறண்டு.

பறி, *s*, a basket for catching fish; 2. a basket for storing fish; 3. (*v. n.*), pillage, depredation, taking by force.
பறிகாரன், a spoiler, robber.
பறிகொடுக்க, — பட, to be spoiled or robbed.

பறி, II. *v. i.* be displaced, get loose, slip out, run away (as a horse), கழி; 2. overflow with water (as the eyes or a cup), escape (as breath), fly off.
கடன் பறியவில்லே, the debt is not collected.
பறிந்துபோகிற மேகங்கள், clouds that are dispersed.

பறி, VI. *v. t.* pluck off, pick off, கொய்; 2. take violently away, plunder, rob, கொள்ளேயாடு; 3. weed; 4, dig out, excavate, தோண்டு; 5. unload, discharge, இறக்கு.
அஸ்திவாரம் பறிக்க, to dig for a foundation.
சரக்குப் பறிக்க, to unload goods.
பறித்துக்கொண்ட மாடு, a bullock that broke loose from the yoke.
பறிபட்ட கோட்டை, a fort taken.
வெட்டிப் பறிக்க, to root up a tree, to undermine.

பறை, *s*, a drum; 2. a measure of five Marcals; 3. the Pariah caste; 4. (*v. n.*), word, சொல்.
சாண் பறைக்கு முழத்தடி, a stick of an arm's length for a span of a Pariah, i.e. the Pariah must be forced to work by flogging.
பறைக்குடி, a Pariah family.
பறைச்சேரி, a Pariah village.
பறைநாய், a dog of an inferior breed.
பறை (பறைமுறை) போட, — அறைய, — சாற்ற, to publish by beat of drum.
பறைப்பருந்து, a brownish kind of hawk or kite.
பறைப் பூச்சி, a spider.
பறை முறை, publishing by beat of drum.
பறை மேளம், the drum of the Pariahs.
பறையடிக்க, — தட்ட, to beat tom-tom.
பறையன், பறையடிக்கிறவன் (*fem.* பறைச்சி), one who beats the drum, one who publishes or proclaims an order, a Pariah.

பறை, II. *v. t.* speak, பேசு.

பற், *in comb.* see பல and பல்.

*பற்பம், பல்பம், *s.* same as பஸ்பம்.

பற்று, *s.* a grasp, seizure, பிடிக்கை; 2. receipt, எற்கை; 3. adherence, attachment, சார்பு; 4. anything adhering or sticking, ஒட்டு; 5. medical application, plaster, சேர்வை.
பற்றுக்கால், the supporter of a lever or swing.

பற்றுக் குறடு, a pair of tongs.
பற்றுக் கொண்டாட, - கூற, to be greatly attached to objects of sense.
பற்றுக் கொள்ள, to be attached to earthly things.
பற்றுக்கோல், a walking staff.
பற்றுச் சீட்டு, a receipt.
பற்றுப் பூச, - போட, to use outward applications to the body.
பற்றுவரவு, debit and credit.
பற்றுவாய், the pan or touch hole of a gun.
மனப்பற்று, attachment, love.

பற்று, III. *v. t.* lay hold, grasp, seize, பிடி; 2. receive, take, வாங்கு; 3. apprehend, கிரகி; 4. follow, accompany, adhere or cling to, அடு; 5. stick, ஒட்டு; 6. *v. i.* kindle (as fire, wrath etc.), மூளு; 7. be sufficient; 8. form (as rust, fruits etc.).
வீட்டிலே நெருப்புப் பற்றிக்கொண்டது, the house took fire.
அது பற்றவில்லே, it is insufficient, it does not adhere, stick, kindle etc.
பற்ருது, it is not enough.
பற்றும், it is sufficient.
கடன் பற்றினேன், I have taken up money.
கடன் பற்றிக்கொண்டேன், I have reïved the amount of debt.
வரப் பற்றிக்கொண்டேன், I received the money or goods sent, I took charge of them.
பற்றவைக்க, to kindle a fire; 2. to incite by a secret notice, to rouse one.
பற்றி (*adv. part.*), of, about, concerning.
அதைப்பற்றி எனக்குச் சொன்ஞன், he told me about it.
உன்னைப்பற்றி, for your sake, about you.
பற்றிக் கொள்ள, பற்றிப் பிடிக்க, to embrace, take hold of; 2. to receive.
பற்றிப் போக, to pursue.
பற்றியிழுக்க, to take hold and draw.
பற்றுதல், *v. n.* love, fondness; 2. confidence, fidelity; 3. devotion, பத்தி.
பற்றுதல் வைக்க, to be much attached.
பின்பற்ற, to follow one, to imitate.

பற்றை, *s.* bushes, low shrubbery, புதர்.
கழுப்பற்றை, புற்பற்றை, a clump of grass, turf.

பனம்பட்டை etc., see பனை.

பனுட்டு, *s.* (பனை + அட்டு), dried palmyra pulp or jelly.

பனி, *s.* dew, fog, mist; 2. coldness, குளிர்.
பனிக்கட்டி, hard frost, உறைந்தபனி; 2. snow, உறைந்த மழை; 3. ice, உறைந்த நீர்.
பனிக்காடு, thick fog.
பனிக்காலம், பனிப்பருவம், the dewy season.
பனிக்காற்று, wind in the dewy season.
பனிக் (பன்னீர்க்) குடம், uterus.
பனிநீர், see பன்னீர்.
பனிபெய்கிறது, it dews.
பனிமூட, to overspread as fog.
பனி மொழி, soothing words.
மூடுபனி, a mist, fog.

பனி, VI. *v. i.* drizzle incessantly, தூறு; 2. tremble, நடுங்கு; 3. suffer, வருந்து.

பனிச்சை, *s.* hair curls, plaited hair; 2. a swollen ulcer on the back of the head; 3. the wild mangosteen, காட்டத்தி.

பனுக்கு, III. *v. i.* sprinkle, தெளி.

பனை, பனைமரம், *s.* the palmyra tree. (*In combin.* it may change into பனம்).
பனங்கட்டி, a kind of molasse made from the palmyra juice.
பனங் கயிறு, ropes made of the fibres of the palmyra tree.
பனங் கருக்கு, a young palmyra tree; 2. the serrated leaf stalk of that tree.
பனங் கள்ளு, toddy of the palmyra tree.
பனங்காய், பனம் பழம், palmyra fruit.
பனங் கிழங்கு, young edible palmyra roots.
பனஞ் சக்கை, refuse of palmyra fruit.
பனஞ் சாறு, sap of the palmyra tree

prepared with lime, sweet toddy, பதனீர்.
பனங்காடு, பனந்தோப்பு, a grove of palmyra trees.
பனமட்டை, பனைமட்டை, a palmyra leaf-stalk.
பனம்பட்டை, palmyra rafters.
பனம் பாகு, palmyra molasses.
பனம் பாளை, spathe of the palmyra flower.
பனம்பூ, – பிடுக்கு, the flower of the male palmyra.
பனைநார், பனநார், palmyra fibres.
பனையிடுக்க, to press the palmyra flower-stem in order to draw toddy.
பனையோலை, palmyra-leaf.
பனைவட்டு, – வெல்லம், jaggery.
பனை (பனம்) வரிச்சல், a lath of palmyra wood.
அலகு பனை, ஆண்–, the male palmyra tree.
பருவப்பனை, பெண் –, the female palmyra tree.
நிலப்பனை, the name of a plant.

பன், *in combin.* ten (as பன்னிரண்டு); 2. see பல and பல்.

பன்மை, *s.* (பல), plurality (*opp. to* ஒருமை); 2. many, multiform.
பன்மைச்சொல், a word in the plural number.
பன்மைப்பால், the plural number.

பன்றி (*vulg.* பண்ணி), *s.* a hog, swine, வராகம்.
பன்றிக்கறி, – இறைச்சி, pork.
பன்றிக்குட்டி, a young pig, porkling.
பன்றிக்கொழுப்பு, – நெய், lard.
பன்றிமயிர், hog's bristles.
பன்றியாட்டம், hoggishness.
காட்டுப்பன்றி, a wild hog.
பெண் பன்றி, a sow.
முள்ளம் (முட்) பன்றி, a porcupine, hedge-hog.

*பன்னகம், *s.* a serpent, சர்ப்பம்; 2. a leaf, ஓலை.

*பன்னம் (பர்ணம்), *s.* a leaf, ஓலை; 2. braiding with olas or straw.
பன்னக்காரன், a braider.
பன்னசாலை, an ola or straw hut, a hermitage.
பன்னவேலை, braiding olas etc.

பன்னுங்கு, *s.* top of a palankeen or carriage; 2. a whole cocoa-nut leaf braided.

பன்னடை, *s.* the web about the bottom of a young palmyra or cocoanut leaf; 2. a cloth.

பன்னுந்த, பதினாலு, *s.* fourteen.

*பன்னி, பத்னி, *s.* a wife, மனைவி.

பன்னிரண்டு, *s.* twelve.

பன்னீர் (பனிநீர்), *s.* rose water; 2. water of the amnion, கருப்பை நீர்.
பன்னீர்க்குடம், பனிக்குடம், amnion.
பன்னீர்தெளித்து வெகுமானம்பண்ண, to honour one by sprinkling rose water.
பன்னீர் மரம், a tree bearing sweet-scenting white flowers.

பன்னு, III. *v. t.* speak, say, சொல்லு; 2. talk hesitatingly, கொன்னிக் கொன்னிப் பேசு; 3. recite, interpret word by word, விவரி; 4. card cotton with the fingers; 5. *v. i.* be close, thick or crowded, நெருங்கு.
பன்னுதல், பன்னல், *v. n.* carding cotton with the hand; 2. speaking; 3. being close.

பா

பா, *s.* web or warp of a weaver, நெசவுபா; 2. verse, stanza, கவி; 3. poem, பாட்டு; 4. five different kinds of verses (as வெண்பா etc.).
பாப்படுத்த, to versify.
பாப்பிணைக்க, to fasten the warp to the thrum.
பாமகள், பாமடந்தை, Sarasvati, the goddes of poetry.
பாமாலை, a poem in praise of some personage, encomium.
பாவலர், பாவாணர், poets, bards, the learned.
பாவார்க்க, – இழைக்க, to warp or wind yarn.
பாவாற்றி, a weaver's brush.
பாவிலே வார்க்க, to lay coloured yarn among white in the warp.

பாவோட, to run the weaver's warp, to make the warp.

*பாகம், s. a portion, share, பங்கு; 2. half, moiety, பாதி; 3. a fathom, நாலு முழம்; 4. side (right or left), புறம்.

வலபாகம், இட –, the right and left hand or side.

பாகம் அளக்க, to measure by fathoms.

பாகப் படுத்த, பாகம் பண்ண, – ஆக்க, to cook.

வைத்திய பாகம், the portion that is given the physician of the medicine made by his direction.

*பாகம், s. cooking, dressing சமையல்; 2. style of poetry, செய்யுள் நடை.

பாகசாலை, kitchen.

கன்னல் பாகம், a sweet very easy style (like sugar candy).

கதலிபாகம், an easy style (like plantain).

பனசபாகம், a somewhat difficult style (like jackfruit).

நாளிகேரபாகம், a hard difficult style (like cocoanut).

பாகல், s. the jack tree, பலாமரம்; 2. a garden plant.

பாகற்காய் (*vulg.* பாவக்காய்), its fruit.

*பாகவதம், s. the Bhagavat, the eighteenth Purana.

பாகவதர், an epithet of the Vaishnavas; 2. religious preachers.

பாகன், s. a groom, muleteer or elephant-driver; 2. charioteer or rider.

குதிரைப்பாகன், a horse-keeper, a groom.

*பாகியம் (வாகியம்), s. that which is external or strange, புறம்பானது.

வேத பாகியம், heresy.

வேத பாகியன், a heretic.

பாகு, s. any liquid food, syrup, குழம்பு; 2. coarse sugar, சருக்கரை; 3. portion, share, பாகம்; 4. turban, தலைப்பாகை.

பாகுபாடு, division, class.

கருப்பட்டிப் பாகு, the sugar of palmyra trees.

*பாகை, s. division, பங்கு; 2. degree of a circle; 3. turban, தலைப்பாகை.

பாக்கம், s. district; 2. *an affix* to names of towns or villages.

பாக்கி, s. arrears, what remains unpaid, நிலுவை.

*பாக்கியம், s. happiness, prosperity, fortune, செல்வம்.

பாக்கியன், பாக்கியவான், பாக்கியவந்தன், பாக்கியசாலி (*fem.* பாக்கியவதி), a happy, prosperous or wealthy person.

பாக்கு, s. areca-nut, துவர்க்காய்.

பாக்குச் சீவ, – வெட்ட, to cut areca-nut in slices.

பாக்குச் சீவல், areca-nut parings.

பாக்குப் போட, to take betel.

பாக்கு வெட்டி, areca-nut cutter.

பாக்கு வெற்றிலை, பாக்கிலை, areca-nut and betel-leaf, தாம்பூலம்.

பாக்கு (தாம்பூலம்) வைக்க, to invite to a wedding by sending areca-nuts and betel.

அலகு (களிப்) பாக்கு, arecanut cut in pieces and boiled tender.

பாங்கன், s. (*fem.* பாங்கி, *pl.* பாங்கிமார்), a friend, associate, கூட்டாளி; 2. a lover, காதலன்.

பாங்கு, s. side (right or left), பக்கம்; 2. favour, பட்சம்; 3. beauty, அழகு; 4. fitness, propriety, தகுதி.

வடுகப்பாங்காய், according to the fashion of the Vaduga people.

பாங்காய், well, properly, in a becoming manner.

பாங்காய்ச் சமைக்க, to cook well, to prepare a fine dish.

பாங்கான ஊர், a town well-situated and pleasant, having good fields and sufficient water.

பாங்கு பண்ண, to dress neatly.

பாசம், s. moss, duck-weed, பாசி.

*பாசம், s. cord, snare, கயிறு; 2. bond, fetter, tie, கட்டு; 3. love, affection, அன்பு.

பாசக்கட்டு, பாசசம்பந்தம், entanglement of the soul with matter.

பாசம் வீச, to cast the noose.

பாசாங்குசன், Ganesa as bearing cord and goad.

பாசறை, s. camp, encampment, பாளையம்; 2. affliction, distress, துன்பம்.

பாசாங்கு, s. dissimulation, hypocrisy, மாய்மாலம்.

பாசாங்கு பண்ண, – அடிக்க, – போட, to dissemble, to feign.
பாசாங்குக்காரன், hypocrite.
பாசி, s. moss; 2. sea-weed, கடற்பாசி; 3. green weeds in standing water, நீர்ப்பாசி; 4. green mouldiness in walls, பூஞ்சு; 5. variegated glass beads, மணி; 6. fish, மீன்.
பாசிக் குளம், a tank full of moss or duck-weed.
பாசிப் பயறு, பச்சைப் பயறு, green species of pulse.
பாசி பற்றின பல்லு, foul teeth.
பாசி பிடிக்க, – பற்ற, – பூக்க, to grow mouldy.
பாசி மணி, a string of small beads; 2. a necklace of green beads.
பாசி விலை, price of fish.
பாசிபந்து, s. (*Hind.*), an ornament for the arm.
பாசு, *adj.* from பசுமை, green.
பாசடை, பாசிலை, a green leaf.
பாக்சா, s. see பாட்சா.
பாச்சி, s. milk, பால், see சோச்சி.
பாச்சி, பாச்சிகை, பாச்சிக்கை, s. (*Tel.*), a dice.
சூது (சொக்கட்டான்) பாச்சிக்கை, a pair of dice at play.
பாச்சை, s. a cricket.
பாச்சையரிக்க, to be injured by crickets.
பாச்சோற்றி, s. a plant.
*பாஷாணம், பாடாணம், s. a stone, கல்; 2. arsenic.
பாஷாணக் கல்லு, an antidote; 2. a snake-stone.
எலிப் (வெள்ளைப்) பாஷாணம், ratsbane.
தொட்டிப் பாஷாணம், red arsenic, orpiment.
பறங்கிப் பாஷாணம், sublimate of mercury.
பிறவிப் பாஷாணம், different kinds of native arsenic.
வைப்புப் பாஷாணம், different kinds of prepared arsenic.
*பாஷை, s. language, speech, tongue; 2. conditional curse, சபதம்.
பாஷாந்தரம் (பாஷை + அந்தரம்), a foreign language.
பாஷை பேச, to speak a foreign language, to speak in an unknown tongue.
பாஷைப் படுத்த, பாஷாந்தரமாக்க, to translate.
பாஷைப்போங்கு, – நடை, the idiom of a language.
பாஷை யிட, – கூற, to swear, to pronounce an imprecation.
*பாடகம், s. an ankle ring worn by women.
*பாடகன், s. (பாடு), a panegyrist; 2. a singer.
பாடம், s. pressure, compression of a heap of tobacco, skins, fish etc. by weight placed on them, அழுத்தம்.
பாடம்பண்ண, to cure (fish, skin etc.).
பாடம் போட, பாடத்திலே வைக்க, to put a thing down with a weight on it to flatten it.
*பாடம், s. a lesson, study, படிப்பு; 2. a reading, variety in text.
பாடங்கொடுக்க, to teach.
பாடசாலை, a school.
பாடம் பண்ண, – ஆக்கிக்கொள்ள, to learn by heart.
பாடபேதம், different readings.
தளர் பாடம், தண்ணீர் குடித்த பாடம், a lesson well learned.
மனப்பாடம், lesson retained in the mind.
மேற்பாடம், the original from which a lesson is taken, a writing copy.
வாய்ப்பாடம், reciting without book.
*பாடாணம், s. see பாஷாணம்.
பாடாவிதி, s. troublesomeness, disaster.
காரியம் பாடாவிதியாய் முடிந்தது, the thing has proved troublesome.
பாடி, s. country. நாடு; 2. town, village, ஊர்; 3. *an affix* to names of towns or villages; 4. a songster, warbler, பாடுபவன்.
பாடிபரதேசி, a wandering ballad singer, a beggar.
வானம்பாடி, a sky-lark.
*பாடியம், பாஷ்யம், s. commentary, interpretation, உரை.
பாடு, s. (படு), suffering, pain, affliction, வருத்தம்; 2. hard work, labour, கஷ்டம்; 3. ruin, loss, damage, injury,

misfortune, அழிவு; 4. capture of fishes; 5. place, இடம்;. 6. side, பக்கம்; 7, the setting of a planet, அஸ்தமனம்; 8. an *affix* to other substantives (as உழுதிப்பாடு, ஆசைப்பாடு etc.).

தன் பாடாய், by his own exertions or labour.

தன்பாட்டில் போக, see under *தன்*.

பாடு கிடைக்கவில்லை, I can find no work for my subsistence.

பாடெம்மாத்திரம், how much is the waste of silver etc. by melting?

பாடாய்முடிய, to prove disastrous.

பாடுபட, to suffer pain, to work hard.

பாடுபட்டுப் பிழைக்க, to live by hard labour.

பாடுபடுத்த, to afflict, to keep one hard at work.

பாடுபடுத்திக் கேட்க, to question by torture.

பாட்டாளி, a laborious or industrious person.

பெரும்பாடு, great suffering, an immoderate flow of the menses.

மீன்பாடு, the capture of fishes in a net.

பாடு, III. *v. i. & t.* sing, chant, warble, இசைபாடு; 2. make verse, compose poetry, கவிபாடு; 3. (*vulg.*), abuse, திட்டு.

பாடல், *v. n.* singing, பாடுதல்; 2. a poem.

பாடுவன், பாடகன், பாடுவோன், a singer, poet.

பாடுவிச்சி, பாடுவோள், a songstress.

ஆடல் பாடல், dancing and singing.

குரலை நெருக்கிப்பாட, to chant with a compressed shrill tone.

குரலை விரித்துப் பாட, – விட்டுப் பாட, to sing in a full tone.

சத்தமேற்றிப்பாட, to sing aloud.

சத்தந் தாழ்த்திப் பாட, to sing softly.

பாடுவி, VI. *v. t.* cause or teach to sing and chant; 2. get one to make verses.

பாடை, *s.* a bier, ஆசந்தி.

*பாடை, *s.* as பாஷை, language.

பாட்சா, பாச்சா, *s.* (*Ar.*), a Mohammedan officer, Pashaw.

*பாட்டகம், *s.* chicken-pox, கொப்புளிப்பான்.

*பாட்டகன், *s.* a singer, பாடகன்.

பாட்டம், *s.* a shower of rain.

பாட்டம் பாட்டமாய்ப் பெய்கிறது, it rains by frequent intermitting showers.

பாட்டன், *s.* (*hon.* பாட்டனார்), a grandfather; 2. a grand-father's or grandmother's brother.

பாட்டன் பூட்டன்நாளிலே, in the time of the ancestors.

இரண்டாம் பாட்டன், பெரிய பாட்டன், great grand-father.

மூன்றும் பாட்டன், முப்பாட்டன், grand father's grand-father.

பாட்டி, *s.* (*hon.* பாட்டியார்), grand-mother; 2. grand-father's or grandmother's sister.

*பாட்டியமி, பாட்டியம், *s.* the first day after the full and new moon, பிரதமை.

பாட்டில், *s.* (*Mahr.*), a kind of flat bracelet worn by women or children, தட்டைக்காப்பு.

பாட்டு (பாடு), *s.* a song, hymn, poem; 2. singing.

பாட்டுப் பாட, to sing a hymn.

பாட்டை, *s.* (*Tel.*), a way, road, வழி.

பாட்டைசாரி, a way-faring man, traveller.

*பாட்பம், பாஷ்பம், *s.* tear, கண்ணீர்.

*பாணம், *s.* arrow, dart, அம்பு; 2. rocket, வாணம்.

*பாணர், *s.* the caste of lute-players, பாடுவோர்; 2. panegyrists, புகழ்வோர்.

பாணன், *s.* (*fem.* பாணச்சி), a tailor, தையற்காரன்; 2. singular of பாணர்.

பாணி, VI. *v. i.* delay, tarry, தாமதி; 2. *v. t.* consider, imagine, பாவி; 3. conjecture, suppose, estimate, நிதானி.

பாணிப்பு, *v. n.* consideration, conjecture.

*பாணி, *s.* hand, கை.

பாணிக்கிரகணம், marriage (taking the bride's hand).

*பாண்டம், *s.* an earthen vessel or utensil in general, கலம்; 2. the body, உடல்.

பாண்டல், *s.* staleness, rancidity, mouldiness, ஊசல்.

பாண்டலடிக்க, to have a musty or rancid smell.

பாண்டல் நாற்றம், an offensive smell.
பாண்டற்கருவாடு, stale and dried fish.
*பாண்டவர், s. see பாண்டு.
*பாண்டியம், பாண்டி மண்டலம், s. the ancient Madura kingdom.
பாண்டியன், பாண்டிராசன், a Pandyan king.
*பாண்டித்தியம், s. scholarship, கல்வித் திறம்.
*பாண்டு, s. whiteness, paleness, வெண்மை; 2. chronic jaundice, காமாலை; 3. an ancient king of Delhi.
பாண்டவர், the five Pandava princes, the sons of Pandu.
பாண்டை, பாண்டை நாற்றம், s. same as பாண்டல்.
*பாதகம், s. a crime, a grievous sin, துரோகம்.
பாதகஞ்செய்ய, to commit sin.
பாதகன் (*fem.* பாதகி), a criminal, a sinner.
*பாதம், s. foot, கால்; 2. the line of a stanza, அடி; 3. base of a mountain, அடிவாரம்; 4. the four degrees of religious rites in Sivaism: சரியை, கிரியை, யோகம், ஞானம்.
பாதமுதல் மத்தகபரியந்தம், பாதாதிகேசம், கேசாதிபாதம், from head to foot, from top to toe.
பாதகாணிக்கை, - தட்சணை, a present to a great personage laid at his feet.
பாதகுறடு, wooden sandals.
பாதசாரி, a foot-man, a foot-soldier.
பாதசுத்தி, cleaning or purifying the feet.
பாததாடனம், kicking with the feet.
பாத தீர்த்தம், water in which the feet of an idol or a guru have been washed.
பாதத்திலே விழ, பாதம் பணிய, to prostrate at one's feet.
பாதபரிசம், touching the feet of a great personage.
பாதமுத்தியிட, to kiss the feet of a great person.
பாதரட்சை, பாதகாப்பு, shoes, sandals.
*பாதரசம், பாதரதம், s. mercury, quicksilver.
*பாதலம், பாதாளம், s. abyss, bottomless pit, பிளவு; 2. the infernal regions, பிலம்; 3. hell, நரகம்.
பாதாள கிரகணம், - கிராணம், an eclipse partly visible and partly invisible.
பாதாளமாய்ப்பறிக்க, to dig very deep.
பாதாள மூலம், - மூலி, a kind of cyprus grass; 2. a kind of white ant.
பாதி, s. half, moiety, அரை; 2. a part, பங்கு.
பாதி வேலையாயிற்று, the work is half done.
பாதிக்காரன், an equal partner.
பாதிப் பேச்சு, broken speech, the midst of a dispute.
பாதியாய்ப் பிரிக்க, -பங்கிட, to halve, to divide into two equal parts.
பாதியிராத்திரி, பாதிச்சாமம், midnight.
பிற்பாதி, the latter half.
முற்பாதி, the first half.
பாதிரி, s. the trumpet-flower tree; 2. bamboo, மூங்கில்; 3. (*for., hon.* பாதிரியார், *pl.* பாதிரிமார்), foreign missionary.
பாது, s. preservation, protection, custody, காவல்.
பாதுகாக்க, to protect, defend, keep, take care of, காப்பாற்ற.
பாதுகாவல், protection, guard, the watch of a district.
பாதுகாவலன், - காவலாளி, protector, watch-man of a district.
பாதை, s. a beaten way, a road, வழி; 2. manner, method, முறை.
பாத்தி, s. a garden bed, salt pan, a small corn field.
பாத்தி பிடிக்க, - கட்ட, to make garden beds, salt pans etc.
*பாத்தியம், s. connexion, affinity, relationship, சம்பந்தம்; 2. bail, security, obligatory duty, பிணை; 3. share, part, பங்கு; 4. claim, right of possession, உரிமை.
பாத்தியஞ் சொல்ல, to become bail.
பாத்தியஸ்தன், பாத்தியன், an heir, a claimant; 2. bail, security.
பாத்தியப்பட, to be under obligation.
பாத்தியா, s. (*Ar. fatiha*), a Mohammedan ceremony with prayer.

*பாத்திரம், *s.* a vessel, a drinking cup, கலம்; 2. worthiness, fitness, merit, தகுதி; 3. a worthy, qualified person.

பாத்திரமறிந்து பிச்சையிட, to give alms to the deserving.

பாத்திரவான், பாத்திரவாளி, பாத்திரமானவன், a fit, worthy person.

பாத்திராபாத்திரம், worthiness and unworthiness.

*பாந்தம், *s.* order, regularity, ஒழுங்கு.

பாந்தமாய்ச் சொல்ல, to speak with submission to gain an object.

பாந்து, III. *v. i.* skulk, hide, conceal, பதுங்கு.

பாந்தல், *v. n.* skulking, stooping, hiding one's self.

பாபத்து, *s.* (*Ar.*), an article, item.

*பாபம், *s.* see பாவம்.

*பாபி, *s.* see பாவி.

*பாபிஷ்டன், *s.* (*fem.* பாபிஷ்டை), a wretch, wicked person.

*பாபிஷ்டி, *s.* a wretch (male or female).

பாப்பாச்சி, பாப்புசு, பாப்பூசு, *s.* (*Ar.*), Mussulman-slippers, shoes, small shoes for children.

பாப்பான், பார்ப்பான், *s.* (*fem.* பார்ப்பனத்தி, பார்ப்பனி, பார்ப்பாத்தி), a Brahman.

பாப்பு, *s.* (பார்ப்பு), the Brahman race; 2. the Pope.

பாப்புமார்க்கம், Romanism.

*பாமரம், *s.* ignorance, stupidity, அறிவின்மை.

பாமர சனங்கள், ignorant people.

பாமரன், an ignorant person, idiot.

பாம்பு, *s.* a snake, serpent, நாகம்.

பாம்பரணை, a kind of venomous lizard.

பாம்பாட்டி, snake-charmer.

பாம்பாட்ட, to make a snake dance.

பாம்புக் குட்டி, a young snake.

பாம்புச் சட்டை, a snake's slough.

பாம்புப் புற்று, a serpent's hole.

பாம்பு விரல், the middle finger.

*பாயசம், *s.* rice boiled in milk, பாற்சோறு.

பாயிரம், *s.* preface, prologue, முகவுரை.

பாய், *s.* a mat; 2. a sail, கப்பற்பாய்.

பாயிழுக்க, to hoist sail.

பாயிறக்க, to strike sail.

பாய்மரம், the mast of a vessel.

பாய் விரிக்க, to spread a mat, to spread sail.

பாய், II. *v. i.* spring, leap, குதி; 2. leap against, butt, முட்டு; 3. flow, issue, gush out, ஓடு; 4. fly, dart, உருவு.

தோட்டத்துக்குத் தண்ணீர் பாய்ந்தது, the garden is watered.

பாய்ந்து விழ, to fall upon, to attack.

பாய்ச்சி, பாய்ச்சிகை, பாய்ச்சிக்கை, *s.* same as பாச்சிகை.

பாய்ச்சு, III. *v. t.* cause to flow, irrigate, நீர் பாய்ச்சு; 2. put in, thrust in, குத்து.

கத்தியினாலே பாய்ச்ச, to run one through with a sword.

மரத்தைப் பாய்ச்சிப் போட, to pass the end of a beam through a wall.

பொய்க்குழி பாய்ச்ச, to set a pit-fall.

பாய்ச்சல், *v. n.* bounding, leaping; 2. jump, leap; 3. butting; 4. a stream; 5. watering, irrigation.

நீர்ப்பாய்ச்சலான ஊர், a well-watered village.

கடாக்களைப் பாய்ச்சலுக்கு விட, to make rams butt together.

பாய்ச்சை, *s.* a cricket, பாச்சை.

*பாரகன், பாரங்கதன், *s.* one well versed in science, கல்விமான்.

*பாரதம், *s.* the Bharatha, the great epic poem.

*பாரபட்சம், *s.* partiality, bias, பட்சபாதம்.

*பாரபத்தியம், *s.* an inspection or oversight of produce of fields, stewardship, மேல் விசாரணை.

பாரபத்தியக்காரன், an overseer, a controller.

பாரபத்தியம் பண்ண, to survey the produce of a field.

*பாரம், *s.* a weight of 500 pounds, a candy; 2. heaviness, weight, கனம்; 3. burden, load, சுமை; 4. charge, obligation, உத்தரவாதம்.

அது உன்மேல் விழுந்த பாரம், it rests on you, it is your duty.

பாரச்சுமை, a heavy load, great responsibility.

பாரதூரம், that which is important or momentous.

பாரதூரமறியாதவன், one who acts without fore-thought or due consideration.

பாரந் தீர்க்க, to discharge a heavy duty, to relieve one of a heavy responsibility.

பாரமிருத்த, – உறைக்க, to press upon as a heavy burden.

பாரமும் பழியும், responsibility and blame.

பாரமேற்ற, to load, to devolve responsibility upon one.

பாரவான், a great, excellent man.

*பாரம்பரியம், பாரம்பரை, s. tradition, ஐதிகம்; 2. continuous order or succession, பரம்பரை.

பாரம்பரை நியாயம், tradition, an ancient custom.

பாரம்பரையாய் ஆள, to reign by right of succession.

பாராசாரி, s. (*Ar.*), a large horse, குதிரை.

பாராட்டு, III. celebrate, shew forth, கொண்டாடு; 2. applaud, commend, புகழு.

பாராட்டு, v. n. celebration, applause, praise.

மேன்மைபாராட்ட, to boast, to glory.

*பாராயணம், s. a devoted study of the Veda, recitation.

*பாரி, பாரியை, பாரியாள், s. a lawful wife, மனைவி; 2. (*Hind.*), a heavy man or thing, பருத்தது; 3. a person of consequence, கனவான்; 4. night-watch, பாரிக்காவல்.

பாரிபோக, to patrol.

பாரி சமுசாரம், a large family.

பாரி, VI. v. i. be stout or bulky, பரு; 2. feel heavy.

சரீரம் பாரித்துக்கொண்டிருக்க, to feel oneself heavy or dull from sickness etc.

பாரித்த மரம், a large tree.

பாரிப்பு, v. n. heaviness, bulkiness.

*பாரிசம், s. side, பக்கம்; 2. party, பட்சம்.

அந்தப் பாரிசமாய்ப் போ, go by that side.

ஒருவன் பாரிசமாயிருக்க, to side with one.

பாரிச கிரகணம், partial eclipse.

பாரிச வாதம், – வாய்வு, palsy of one side.

பாரிசம் விழ, to become palsied.

*பாரிசாதம், s. the coral tree, பவள மல்லிகை.

*பாரியை, s. a wife, see பாரி.

பாறை, s. a crow-bar, கட்டப்பாறை; 2. a flat fish of several varieties.

பாறைக்கோல், an iron-bar.

பார், s. earth, world, பூமி; 2. ground; நிலம்; 3. stratum, layer, bed, அடுக்கு; 4. rock, பாறை; 5. bank, border, கரை; 6. floor of a carriage.

பாரிடிந்து விழுந்தது, the bank gave way.

பாரின்பம், earthly enjoyment.

பார், VI. v. t. see, view, regard, behold, look upon, காண்; 2. look at, notice, நோக்கு; 3. look after, take care of, விசாரி; 4. *joined with another verb it signifies* intend, design, endeavour.

பாராமல் போனேன், I did not observe it.

ஓடிப்போகப் பார்க்க, – வகைபார்க்க, to seek to escape.

அதை நீ செய்யாதே பார், see you do it not.

பார்க்க, பார்க்கிலும் expresses the comparative degree.

அதைப் பார்க்க (பார்க்கிலும்) இது நல்லது, this is better than that.

பார்த்துக்கொள்ள, to take care of.

பார்த்து நடக்க, to walk cautiously.

வரப்பார்த்துக்கொள்ள, to expect.

*பார்ப்பதி, பார்வதி, s. the goddess Parvati.

பார்ப்பான், s. com. பாப்பான், which see.

பார்வை, v. n. sight, eye-sight, திருஷ்டி; 2. vision, aspect, காட்சி; 3. an appearance, தோற்றம்.

இது நல்ல பார்வையல்ல, this has no good appearance.

இது பார்வைக்கு நேர்த்தி, this looks neat.

பார்வைபார்க்க, – இட, to see, to examine, to estimate, to value; 2. to practise witchcraft with the eyes.

*பாலகன், பாலன், s. (*fem.* பாலகி, *pl.* பாலர், பாலகர்), an infant, babe; 2. a

lad, one of tender age, பையன்; 3. a protector, காப்போன்.
பால லீலே, children's play.
திக்குப்பாலகர், the guardians of the eight points of the world.
*பாலம், s. a bridge, வாராவதி; 2. forehead, நெற்றி; 3. any metal bar, பாளம்.
*பாலனம், s. preservation, protection, பாதுகாப்பு.
*பாலர், s. see பாலகன்; 2. herdsmen, இடையர்.
*பாலி, s. the sacred language of the Buddhists.
*பாலி, VI. v. i. protect, maintain, keep, பரிபாலி; 2. give, கொடு.
நியாயம் பாலிக்க, to administer justice.
*பாலிகை, s. lip, உதடு; 2. a young damsel, பெண்.
*பாலியம், s. see வாலிபம், youth.
பாலே, s. the iron-wood tree; 2. a barren soil; 3. a plant.
பாலே நிலம், – வனம், a barren soil.
பால், s. milk; 2. milky juice in plant; 3. lymph, அம்மைப்பால்; 4. side, quarter, பக்கம்; 5. nature, quality, குணம்; 6. (*in gram.*), gender and number.
அது பெரும்பாலும் வழக்கு, it is generally the custom.
பாலடை, a milk-ladle, a hollow shell to give milk to a child.
பாலாடை, பாலேடு, cream of milk.
பாலூட்ட, to suckle a child.
பாலொளிக்க, to keep back milk (as a cow for its calf).
பால்கறக்க, to milk.
பால்காரி (பாற்காரி), a milk-woman (*masc.* பால்காரன்); 2. a wet nurse.
பால் குடிக்கிற குழந்தை, a child at the breast.
பால் தோய்க்க, to curdle milk.
பால் மடி, an udder teeming with milk.
பால் மணி, a string of white corals or chanks.
பால் மரம், any tree with milky juice.
பால் மறக்கப் பண்ண, – எடுக்க, to wean.
பால் மறுத்துப்போக (*com.* மறத்துப் போக), to cease to give milk.
பால் மறுத்துப்போன மாடு, a cow that ceased to give milk.
பால்மாற, to be lazy or reluctant.
பால் முறிந்து போயிற்று, the milk is curdled.
பால்வடி, milk-strainer.
பால் வெள்ளி, fine pure silver.
பாற் கட்டுப் பயிர், grain in the milk.
பாற் குழந்தை, a sucking child.
பாற் சோட்டை, desire after milk.
பாற் சோறு, boiled rice and milk.
அப்பால், இப்பால், see separately.
ஐம்பால், the genders in *sing. & pl.* *i. e.* ஆண்பால், masc. sing; 2. பெண் பால், fem. sing; 3. ஒன்றன்பால், neut. sing; 4. பலர் பால், masc. & fem. pl; 5. பலவின்பால், neut. pl.
பாவட்டா, s. (*Hind.*) a flag, கொடி.
பாவக்காய், s. see under பாகல்.
பாவட்டை, s. a flowering shrub.
பாவட்டைச் சக்களத்தி, a shrub like that tree.
*பாவம், s. nature, condition, entity, உள்ளது.
பாவாபாவம், existence and non-existence.
*பாவம், பாபம், s. sin, vice, தீமை.
ஐயோ பாவம், what a pity.
பாவங்கட்டிக்கொள்ள, to contract sin.
பாவ சங்கீர்த்தனம் (*Chr. us.*), confession of sin.
பாவ சங்கீர்த்தனம் பண்ண, to confess sin.
பாவஞ்சுமக்க, to contract sin; 2. to bear sin.
பாவஞ் செய்ய, to sin, to do evil.
பாவதோஷம், a crime.
பாவநாசர், expiator, saviour.
பாவ நிவாரணம், – நிவிர்த்தி, – விமோசனம், – நாசம், – விநாசம், the expiation of sin.
பாவந்தீர்க்க, to remove sin, to expiate sin.
பாவ மன்னிப்பு, forgiveness of sins.
பாவம் பழி, sin and guilt.
பாவாத்துமா, a sinful soul, a sinner.
*பாவனம், பவனம், s. purity, தூய்மை; 2. purification, சுத்திகரிப்பு.

*பாவனை, *s.* imagination, fancy, எண்ணம்; 2. mental perception, reminiscence; 3. likeness, ஒப்பு; 4. imitation, dissimulation, வேஷம்.

பிள்ளைப் பாவனையாக வளர்க்க, to bring up like one's own child.

மருண்டவன் பாவனையும் அவனில் காணோம், we do not find him timorous in the least.

பாவனை செய்ய, to imagine, imitate.

பாவாடை, *s.* petticoat; 2. cloth spread on the ground in honorary decoration, நடைசீலை.

*பாவி, *s.* (பாவம், sin), a sinner; 2. (பாவம், nature), a good tempered man.

*பாவி, VI. *v. t.* imagine, பாவனைசெய்; 2. suppose, fancy, எண்ணு; 3. imitate, represent, சாயல் காட்டு.

வான்கோழி தன்னை மயிலாகப் பாவித்துக் கொண்டது, the turkey imitated the pea-cock.

உம்மைப்போலே அவனைப் பாவித்துக் கொண்டிருக்கிறேன், I look upon him as if he were yourself.

பாவித்துப் பார்க்க, to imagine a likeness, to be between certain things or persons.

பாவு, *s.* see பா, yarn.

பாவு, III. *v. t.* spread, lay things regularly on the ground (as bricks, planks etc.), தளவரிசை செய்; 2. *v. i.* be diffused, pervade, spread, வியாபி; 3. rest, lean or stand upon the ground, wall etc., ஊன்றிநில்.

ஆற்றிலே கால்பாவ இல்லை, the river is too deep for the feet to reach the ground.

பாவிப்போட, to cause to stand or rest on something.

பாவு பலகை, wainscot or ceiling with board.

பாவை, *s.* statue, image, picture, சித்திரப்பாவை; 2. woman, damsel, பெண்; 3. puppet, பொம்மல்.

பாவைக் கூத்து, puppet-show.

பாழி, *s.* breadth, அகலம்; 2. cave, குகை.

பாழ், *s.* desolation, the state of a waste, desolate city, field or desert. (*In combin.* the following hard consonant is doubled or the corresponding nasal is inserted.)

பாழாக, to become desolate or waste.

பாழாக்க, to lay waste.

பாழிலே, பாழுக்கு, in vain, to no purpose.

பாழ்ங் கிணறு, a decayed well.

பாழ்ஞ் சேரி, a deserted village.

பாழ்நிலம், a barren ground.

பாழ்ந் துரவு, a decayed well.

பாழ்ம் புறம், a desolated region.

பாழ் வாயன் (*fem.* பாழ் வாய்ச்சி), a person very much inclined to complain.

பாழ் வாய் கூற, to be unthankfully complaining, to murmur.

காய்ச்சற் பாழ், land waste by drought.

நட்டுப் பாழ், land on which the crops have withered away.

வெள்ளப் பாழ், land devastated by inundation.

பாழ், VI. *v. i.* go to ruin, become decayed, பாழாகு.

பாழ்க்கடிக்க, to desolate, to devastate.

பாழ்த்தகுடி, பாழ்ங்குடி, a distressed family.

பாழ்த்துப் போக, to turn to nothing.

*பாளம், *s.* ingot, pig, mass of unwrought metal, உலோகக் கட்டி; 2. a long strip of cloth.

பாளை, *s.* the spatha enclosing the flower.

பாளை சீவ, to pare the fruit-stem of a palm tree for toddy.

பாளையம், *s.* a camp, a suburb (principally where soldiers are lodged), சுற்றூர்; 2. a poligar's seat.

பாளையக்காரன், a poligar.

பாளையம் இறங்க, to encamp.

பாளையம் எழும்பி (வாங்கி) ப்போயிற்று, the army has decamped.

பாளையம் போட, to pitch a camp.

பாறு, *s.* hawk, kite, பருந்து; 2. dhoney, small vessel, மரக்கலம்.

பாறு, III. *v. i.* run, flee, ஓடு; 2. fight, போரிடு; 3. give way at the bottom, பெயர்.

பாறை, *s.* a hillock, bank, குன்று; 2. a large stone, rock, கற்பாறை.
பாறையுப்பு, rock salt.
வட்டப் பாறை, a large round stone.
*பானகம், பானக்கம், *s.* a sweet drink, lemonade.
*பானம், *s.* drinking, குடிக்கை; 2. a drink, beverage.
பான பலி, a drink-offering.
பானம் பண்ண, to drink.
மதுபானம், sweet liquor, toddy.
மதுபானி, a drunkard.
*பானி, VI. *v. t.* drink, குடி.
*பானு, *s.* the sun, சூரியன்.
பானை, *s.* a pot, vessel.
சட்டிப் பானை, pots and pans.
பான்மை, *s.* nature, quality, குணம்; 2. division, portion.
சிறு பான்மை, some, the minority.
பெரும் பான்மை, most, the majority.

பி

பிகி, II. *v. t.* (*Tel.*), tighten, இறுக்கு.
பிகு, பிகுவு, *s.* (*Tel.*), tightness, force, பெலன்; 2. austerity, arrogance, கர்வம்; 3. a high pitch.
பிகுவேற்ற, to straiten what is slack, to bend a bow.
பிக்கு, *s.* intricacy, perplexity, சிக்கு; 2. failure, பிசகு; 3. embarrassment, குழப்பம்.
பிக்குத் தீர்ந்தது, the hinderance is removed.
பிக்காயிருக்க, to be intricate.
பிக்குப் பண்ண, to cause difficulties, to molest.
பிக்குப் பிசகு, molestation, difficulties.
பிசகு (பிசக்கு), *s.* a failing, failure, mistake, error, deviation, தவறு; 2. discord, ஒவ்வாமை.
அதுக்குப் பிசகென்ன, what mistake is there in that?
பிசகு பண்ண, to err, to molest, to cause difficulties.
கைப் பிசகு, a slip of the hand.
பிசகு, III. *v. i.* fail, miss, தவறு; 2. err, blunder, தப்பிப்போ; 3. deviate from the straight path, decline, வழிதப்பு; 4. get out of joint; 5. slip, miss (as the foot etc.), சறுக்கு.
அடி பிசகுகிறது, the foot slips.
பிசகாதது, what is certain, not failing.
பிசகாத பார்வையாய், with a steadfast look.
பிசகாமல் பிடிக்க, to hold even or equal.
வழிபிசகாமல், without missing the way.
பிசக்கு, III. *v. t.* dirty, soil, அழுக்காக்கு.
பிசங்கு, III. *v. i.* become dirty, soiled, அழுக்காகு.
பிசல், *s.* (புசல்), storm; 2. (பியல்), nape or hump of an ox, திமில்.
பிசறு, III. *v. t.* mingle, mix with the hand, கலக்கு.
*பிசாசம், பிசாசு, பசாசு, *s.* devil, an evil spirit, பேய்.
பிசாசு பிடித்தவன், a demoniac.
பிசாசு பிடித்திருக்க, to be possessed with an evil spirit.
பிசாசைத் துரத்த, to cast out a devil.
பிசானம், *s.* a kind of paddy.
பிசிர், *s.* drizzling rain, துளிமழை.
பிசினி, *s.* tenaciousness, niggardliness, close-fistedness, உலோபம்; 2. a niggard.
பிசினித்தனம் (பிசினியாட்டம்) பண்ண, to be tenacious or niggardly.
பிசினித்தனக்காரன், a niggard, miser.
பிசின், *s.* gum, resin; 2. stinginess, adhesiveness, ஒட்டுகை.
பிசினேறி, பிசினுறி, a base and covetous person.
பிசின்போலிருக்க, to be gummy.
பிசுகு, III. *v. t.* ask a gratuitous addition, beg after a purchase.
பிசுகுனி, a covetous one.
பிசுக்கு, *s.* an addition to the commodity sold, கொசறு.
பிசுக்குப் போட, to give an addition.
பிசுபிசு, VI. *v. i.* be moist and sticky.
*பிசுனம், *s.* niggardliness, உலோபம்.
பிசுனன், பிசுனி, a niggard, miser.
பிசை, II. *v. t.* knead, mingle meal or flour with the hand; 2. rub the eye,

rub a corn-ear in the hand, கசக்கு.

பிசைந்த மா, dough, kneaded flour.

பிசைவு, v. n. kneading, rubbing.

பிச்சாணு, s. (*Hind.*), a bed, படுக்கை.

*பிச்சு, பித்து, s. bile.

பிச்செடுத்தது, பிச்சுக் கலங்கிபோயிற்று, the gall is overflown.

*பிச்சை, s. alms, தருமம்.

பிச்சாபாத்திரம், a mendicant's vessel.

பிச்சை எடுக்க, to receive alms.

பிச்சைக்காரன், a beggar.

பிச்சை கேட்க, to beg alms.

பிச்சை கொடுக்க, – போட, – இட, to give alms.

பிச்சைத்தனம், poverty; 2. meanness.

பிஸ்மில்லா, *prop.* பிஸ்மில்லாகி (*Ar.*), in the name of God; a prayer recited by butchers.

பிஞ்சு, s. a fruit newly come forth from the blossom; 2. a young, tender, immature fruit, இளங்காய்.

பிடங்கு, s. the butt-end of a tool; 2. the back of a blade or weapon; 3. a gun-stock.

உலக்கைப் பிடங்கு, the butt-end of the pestle or pounder.

துப்பாக்கிப் பிடங்கு, the butt-end of a musket.

நாழிப் பிடங்கு, the bottom of a corn-measure.

பிடரி, பிடர், s. the nape of the neck, the hind-part of the neck, புறங் கழுத்து.

பிடரியைப் பிடித்துத் தள்ள, to seize by the nape and push.

பிடரியை மடக்கி விட, to break one's neck.

பிடாரன் (படாரன்), s. (*fem.* பிடாரிச்சி), a snake-catcher.

பிடாரி, s. a village goddess; 2. a form of the goddess Kali.

பிடி, s. a handful, catch, grasp, பற்று; 2. a handle; 3. a female elephant, பெண் யானை.

பிடிக் கட்டு, a little bundle especially of palm-leaves tied up.

பிடிமானம், attachment, fondness, perseverance.

பிடியரிசி, a handful of rice taken from the daily allowance for charity.

பிடியை விட, to let go one's hold.

பிடிவாதம், stubbornness, pertinacity.

பிடிவாதக்காரன், an obstinate, self-willed person.

கைப்பிடியாய்ப் பிடிக்க, to seize one by laying hands on him.

பிடி, VI. v. t. catch, grasp, seize, பற்று; 2. deduct from wages; 3. hold, contain, கொள்ளு: 4. take, take up, absorb, cost, செல்லு; 5. understand, கிரகி; 6. v. i. stick to, lean upon, ஒட்டிக்கொள்; 7. be agreeable, be pleasing, எல்.

இது எனக்குப் பிடிக்காது, this is not agreeable to me, I do not like this.

கையிலே தடியைப் பிடித்து வந்தான், he came with a stick in his hand.

எனக்குச் சளி பிடித்துக்கொண்டது, I caught a cold, I have a catarrh.

என் சம்பளத்தில் பிடித்துக்கொண்டான், he deducted from my wages.

இந்தப் பானை இரண்டு படி தண்ணீர் பிடிக்கும், this pot will hold two measures of water.

கட்டடம் முடியப் பத்துநாள் பிடிக்கும், it will take ten days to finish the building.

பிடி கடா, a gelded goat.

பிடித்திருக்க, பிடித்துக்கொண்டிருக்க, to hold.

பிடித்திராவி (பிடிச்சிராவி), a vise.

பிடிபட, to be caught, to suit, to be suitable, to be convenient, to be understood.

பிடிப்பு, v. n. a hold, catching, tie, adhesion, bond of union, attachment, support; 2. contraction of a nerve or muscle, cramp, spasm.

இவனுக்கு அவன்மேல் பிடிப்பு மெத்த, he has a great affection for him.

ஒருவனுக்குப் பிடிப்பாய்ப் பேச, to speak in one's favour.

பிடிப்பாயிருக்க, to be close and adhering; 2. to have spasms or convulsions.

கை கால் பிடிப்பு, contraction in the limbs.

மீன் பிடிக்க, to fish.

பிடித்தம், s. (பிடி), deductions from the wages, கழிவு; 2. liking, பிரியம்.

எனக்கு அவன்மேல் பிடித்தமில்லே, I do not like him.

பிடிப்பி, VI. *v. t.* cause to catch, பிடிக்கச் செய்; 2. geld, விரையடி.

பிடிப்பித்த மாடு, a gelded bullock.

பிடிமானம், பிடிவாதம், see under பிடி.

பிடுக்கு, s. testicle, விரை.

பிடுங்கு, III. *v. t.* pull out, pluck out, களை; 2. snatch away, extort, பறி; 3. depose, turn one out of office, தள்ளு.

வேரோடே பிடுங்க, to pluck up by the root.

பிடுங்குண்ணி, one who lives by extortion.

பிடை, s. a crucible, a melting pot.

பிடையன், s. a kind of snake.

பிட்கிறேன், பிட்க etc., see பிள், *v.*

***பிட்டம்**, பிஷ்டம், s. buttocks, fundament, குதம்.

***பிட்டு**, s. a kind of pastry cooked by steam; 2. *adv. part.* of பிள் v.

பிட்டவியல், cooking by steam; 2. a meal-cake.

***பிட்டை**, s. a lump of beasts' dung, விட்டை; 2. a kind of rupture, hernia, அண்டவாதம்.

பிட்டை இறங்கினவன், one suffering from hernia.

குதிரைப் பிட்டை, a clot of horse dung.

பிணக்கம், பிணக்கு, s. (பிணங்கு), love-quarrel, disagreement, discord, ஊடல்; 2. entanglement, நெருக்கம்.

பிணக்கு, III. *v. t.* tie, fasten, entangle, பின்னு.

பிணக்கன், a quarrelsome person.

பிணங்கு, III. *v. i.* be pressed, entangled, பின்னிக்கொள்ளு; 2. quarrel slightly (as lovers), ஊடற்படு; 3. shew ill-will, be displeased, மனக்குறையாகு.

தகப்பனோடே பிணங்கித் திரிகிறான், he is at variance with his father.

பிணம், s. a corpse, dead body, carcass, சவம்; 2. devil, பிசாசு.

பிணக்காடு, cemetry, place of cremation, சுடுகாடு; 2. field covered with corpses, பிணம் வீழ்களம்.

பிணஞ் சுட to burn a corpse.

பிணம் எடுக்க, to take up a corpse for burning or burying.

பிணி, s. sickness, disease, நோய்; 2. a tie, bond, கட்டு; 3. affliction, துன்பம்.

பிணியன், பிணியாளன், பிணியாளி, a sickly person.

பிணி, VI. *v. t.* tie, bind, கட்டு.

பிணிப்பு, *v. n.* binding, bandage.

பிணை, s. a bail, security, surety, சாமீன்; 2. desire, விருப்பம்; 3. consent, agreement, உடன்பாடு; 4. *v. n.* same as பிணையல்.

மாடுகள் பிணைவருகிறது, the oxen go round about a-threshing.

பிணைகாரன், – யாளி, one who stands bail or is surety for another.

பிணை கொடுக்க, – வைக்க, to give security.

பிணை சொல்ல, to become bail for one by promise.

பிணை நிற்க, – ப்பட, – போக, to stand security for one.

பிணை வாங்க, to take security.

நபர் பிணை, personal security or bail.

ரொக்கப் பிணை, money-security.

பிணை, II. *v. i.* entwine, இணை; 2. copulate, புணர்.

பிணைவு, *v. n.* closeness, connexion, copulation.

பிணை, VI. *v. t.* tie together, unite, இணை; 2. bind, yoke, கட்டு.

அறுந்த இழையைப் பிணைக்க, to tie broken threads together.

ஒருவன்பேரில் இல்லாதும் பொல்லாதும் பிணைக்க, to calumniate one.

பிணையல் (*vulg.* பிணைசல்), *v. n.* brace, couple, pair, a row of cattle; 2. the hinge of a gate or chest; 3. fastening of a yoke.

பிணையலடிக்க, பிணையடிக்க, பிணை கட்ட, to tie the oxen in a row together for threshing.

பிணையல் மாடு, பிணை மாடு, an ox yoked or tied to another.

***பிண்டம்**, s. a globular lump or mass, a ball, globe, உண்டை; 2. an embryo, foetus, கரு; 3. the body, உடல்; 4. a mouthful of food; 5. boiled rice, food, கவளம்.

பிண்டமுந் துண்டமுங் கொடுக்க, to provide food and raiment, the necessary requisites of the body.

பிண்டக் கரு, the foetus.

பிண்டம் விழுதல், miscarriage or abortion.

பிண்டாரி, s. a Pindaree, a marauding soldier, கொள்ளைக்காரன்.

பிண்டி, s. flour, meal, மா; 2. collection, quantity, கூட்டம்.

*பிண்டி, VI. v. t. collect, heap, குவி; 2. sum up, தொகு.

*பிண்ணாக்கு (*com.* புண்ணாக்கு), s. cake of beaten seeds etc., oil-cake.

பிதற்று (*vulg.* பினற்று, பினத்து, பிணத்து), III. v. t. chatter, talk without ceasing, speak foolishly, உளறு.

பிதற்று, v. n. foolish talk, babble.

*பிதா, s. (*pl.* பிதாக்கள்), father, தந்தை.

பிதாப் பிதாக்கள், fore-fathers.

பிதா மாதா, father and mother.

பிதா வழி, the paternal line.

*பிதிர், பிதிர்கள், s. fore-fathers, paternal ancestors, பிதாப்பிதாக்கள்; 2. manes.

பிதிர் உலகம், the world of the manes.

பிதிர் வழி, genealogy of ancestors chiefly paternal.

பிதிரார்ச்சினை, பிதிரார்ச்சிதம், patrimony.

பிதிர் நாள், the new moon sacred to the obsequies for the manes; 2. the anniversary of the death of deceased ancestors.

பிதிர், II. v. i. separate into small particles, fall to powder, உதிரு.

பிதிர், VI. v. t. scatter, spread, உதிர்.

பிதுக்கம், s. (பிதுங்கு), protrusion, projection, hump, பிதுங்குகை.

பிதுக்கமான வேலை, embossment, raised work.

பிதுக்கு, III. v. t. squeeze out, press out, express, பிழி; 2. blow a bladder, puff out the cheeks, கன்னமுப்பச் செய்.

உதட்டைப் பிதுக்க, to thrust out the underlip in scorn.

உதடுபிதுக்கி, a blobber-lipped fellow.

பிதுங்கு, III. v. i. protrude, bulge out, வெளிப்படு; 2. be squeezed, பிதுக்கப்படு; 3. sound by being blown. தொனி.

*பித்தம், s. bile, gall; 2. confusion of mind, bewilderment, மயக்கம்.

பித்த உபரி, -ரோகம், a bilious distemper.

பித்த குணம், slight derangement.

பித்தக் காய்ச்சல், -சுரம், bilious fever.

பித்தக் கிறுகிறுப்பு, -மயக்கம், giddiness in the head from bilious affections.

பித்தன், பித்தம் பிடித்தவன், a mad person, a delirious person.

பித்தாதிக்கமாயிருக்க, to have too much bile in the system.

*பித்தலாட்டம், s. trick, fraud, தாதுவாதம்; see பித்தளை.

பித்தலாட்டக் காரன், a man of tricks.

*பித்தளை, s. brass.

பித்தளையாடகம், பித்தலாடகம், பித்தலாட்டம், trick, fraud (as passing brass for gold).

*பித்து, பித்தம், s. bile, பிச்சு; 2. choler, delirium, பைத்தியம்.

அதுதான் அவனுக்குப் பித்தாய்ப்பிடித்திருக்கிறது, he is passionately fond of it.

பித்துக் கொள்ள, -ப்பிடிக்க, to grow mad.

*பிந்து, s. a cypher, a dot over a letter, புள்ளி; 2. a drop, துளி.

பிந்து, III. v. i. (பின்), be behind, happen afterwards, be inferior, go down in a class, be slow, back-ward, tardy (*opp. to* முந்து).

காரியம் பிந்திப்போயிற்று, the business is retarded.

பிந்திவருகிற காரியத்தை நினை, consider what will happen hereafter.

பிந்தினவன், the hindmost person.

*பிபீலிகை, s. an ant, emmet, எறும்பு.

*பிப்பலி, பிப்பிலி, s. (திப்பிலி), long pepper.

பியூன், s. (*Ar.*), peon, சேவகன்.

பிய், II. v. i. be torn off, be rent, கிழி.

பிய், VI. v. t. rip, tear, rend, கிழி; 2. cord or pick cotton, பன்னு; 3. break in pieces, pinch off, கிள்ளியெறி.

பிய்க்காதே, don't tear this.
பிய்ப்பு, *v. n.* tearing or pinching off.

*பிர, *pref. expressing* forth, forward (as in பிரயோகம்); 2. very much (as in பிரகோபம்); 3. appearing, becoming public (as in பிரசித்தம்). Compounds see in their places.

*பிரகஸ்பதி, *s.* the planet Jupiter, வியாழம்.

*பிரகாசம், *s.* (பிர), splendour, brightness, lustre, light, ஒளி.

*பிரகாசி, VI. *v. i.* shine, radiate, ஒளி வீசு.
பிரகாசிப்பிக்க, to illuminate, to enlighten.
பிரகாசி (*masc. & fem.*), one who shines.

*பிரகாரம், *s.* (பிர), way, manner, kind, sort, விதம்; 2. (பிராகாரம்), court or inclosed precincts of a temple.
இன்னபிரகாரம், in such a manner.

*பிரகிருதி, *s.* (பிர), nature, natural quality, இயல்பு; 2. matter, material nature, சடம்.

*பிரகோபம், *s.* (பிர), vehement wrath, கடுங்கோபம்.

*பிரக்கியாதி, *s.* (பிர), publicity, பகிரங்கம்; 2. celebrity, fame, கீர்த்தி.

*பிரக்கினை, பிரக்கியானம், *s.* (பிர), a full or sound understanding, consciousness, உணர்வு.
பிரக்கினை தப்பிக்கிடக்க, to lose one's senses, to be unconscious.

*பிரசங்கம், *s.* (பிர), sermon, harangue, discourse, speech; 2. proclamation, விளம்பரம்.
பிரசங்கம்பண்ண, to preach, to speak to the public.
பிரசங்க மேடை, -பீடம், -த் தொட்டி, pulpit.
பிரசங்கி, a preacher, an orator.

*பிரசங்கி, VI. *v. t.* publish, proclaim, விளம்பரப்படுத்து; 2. preach.

*பிரசண்டம், *s.* (பிர), strength, power, violence, கடுமை.
பிரசண்டமாருதம், a dreadful tempest.
பிரசண்டன், பிரசண்டக்காரன், a powerful, violent person.

*பிரசவம், *s.* (பிர), child-birth, parturition.
பிரசவகாலம், time of parturition.
பிரசவமாக, same as பிரசவிக்க.
பிரசவ வேதனை, pains of child-birth.

*பிரசவி, VI. *v. i.* bring forth a child, travail, be in labour, பிரசவமாகு.

*பிரசன்னம், *s.* (பிர), gracious appearance, காட்சி; 2. brightness, தெளிவு.
பிரசன்னமாக, பிரசன்னமாய் வர, to appear with benignity.
பிரசன்னமுகம், a gracious or benign look.

*பிரசாதம், *s.* (பிர), favour, kindness, gift, grace, அருள்; 2. boiled rice or any other thing offered to an idol and given by hierophants to the people.

*பிரசித்தம், *s.* (பிர), publicity, notoriety, பிரக்கியாதி.
பிரசித்தப் பத்திரிகை, notice, advertisement.
பிரசித்தப்பட, to become public, to be published.
பிரசித்தம்பண்ண, பிரசித்தப்படுத்த, to publish, announce.

*பிரசுரம், *s.* (பிர), publication, notification, அறிவிப்பு.

*பிரசுரி, VI. *v. t.* publish, பிரசுரம்பண்ணு.

*பிரசூதம், பிரசூதி, *s.* (பிர), bringing forth a child, parturition, பிரசவம்.
பிரசூதிகாலம், the time of parturition.
பிரசூதிவேதை, pains of child-birth.
பிரசூதியாக, to be delivered of a child.

*பிரசை, *s.* (பிர), a subject, an inhabitant, குடி.

*பிரஸ்தாவம், பிரஸ்தாபம், *s.* (பிர), an introduction or making known; 2. opportunity, சமயம்.
பிரஸ்தாவம்பண்ண, பிரஸ்தாபிக்க, to introduce; 2. to make known.

*பிரஷ்டம், பிரட்டம், *s.* low out-caste state of anything, தள்ளுபடி.
பிரஷ்டன், one fallen, one vicious or depraved.

பிரடை, *s.* (*Tel.*), a stop, plug, முறுக்காணி.

பிரண்டை, *s.* a medicinal shrub.

*பிரதக்கணம், பிரதட்சிணம், *s.* (பிர), circumambulation, passing round a temple or great person, keeping the same on the right.

பிரதட்சிணமாய்ப் (பிரதட்சிணம்) போக, -வர, to go round a temple etc.

அங்கபிரதட்சிணம், rolling round a temple in performance of a vow.

*பிரதமம், s. a first or principal thing, beginning, ஆரம்பம்.

பிரதமை, the first day after the new and full moon; 2. what is first.

பிரதாபம், s. (பிர), greatness, honour, பெருமை; 2. fame, கீர்த்தி.

*பிரதாபி, VI. v. i. become glorious, exalted, மகிமைப்படு.

*பிரதானம், s. (பிர), the prime, chief, principal or most eminent thing, excellency, முக்கியம்.

பிரதான காரியம், the chief or most essential point.

பிரதானன், a chief man.

பிரதானி, s. the prime minister, a chief.

*பிரதி, pref. & s. instead of, in lieu of; 2. a substitute, deputy, பதிலாள்; 3. contrariety, opposition, எதிர்; 4. copy, transcript, சவாது.

அதுக்குப் பிரதியாய், instead of it.

பிரதிகூலம், ill-success, disadvantage (*opp. to* அனுகூலம்).

பிரதிகொடுக்க, to give an equivalent.

பிரதிதினம், day by day.

பிரதிதொனி, - சத்தம், echo.

பிரதிபட்சன், an opponent.

பிரதிபதம், a synonym, பரியாயச்சொல்.

பிரதியுத்தரம், - வசனம் see பிரத்தியுத்தாரம், an answer.

பிரதியுபகாரம், - தானம், recompense.

பிரதியெழுத, to take a copy.

பிரதிவாதம், defence.

பிரதிவாதி, defendant, respondent.

பிரதிவிம்பம், reflection, shadow.

பிரதிவிம்பிக்க, to be reflected.

*பிரதிக்கினை, s. a promise, solemn declaration, pledge, firm resolution, வாக்குத்தத்தம்.

பிரதிக்கினைபண்ண, - செய்ய, to promise, to purpose firmly, to resolve.

*பிரதிஷ்டை, பிரதிட்டை, s. consecration, dedication.

பிரதிஷ்டைபண்ண, to consecrate, to dedicate.

*பிரதிமை (பதுமை), s. likeness, portrait, puppet, பாவை.

*பிரதேசம், s. (பிர), place, location, இடம்; 2. foreign country, பிறதேசம்.

*பிரதோஷம், s. (பிர), evening, சாயங்காலம்.

*பிரத்தி, *pref.* & s. same as பிரதி, instead of, substitute etc.

பிரத்தியட்சம், பிரத்தியக்ஷம், an appearance to the senses, காட்சி.

பிரத்தியட்சமாய், evidently, clearly.

பிரத்தியுதவி, mutual help.

பிரத்தியுத்தரம், பிரத்தியுத்தாரம், answer, மறுமொழி.

பிரத்தியுபகாரம், see பிரதியுபகாரம்.

பிரத்தியேகம், பிரத்தேகம், distinctness, separateness.

பிரத்தியேகமாயிருக்க, to be apart, separate.

பிரத்தியேகமாய் வைக்க, to lay apart.

*பிரபஞ்சம், பிரவஞ்சம், பிரபஞ்சியம், s. (பிர), the world-expanse, the material universe, உலகம்.

பிரபஞ்ச காரியம், secular affairs (*opp. to* spiritual things).

*பிரபந்தம். s. (பிர), a connected discussion, discourse, narrative, composition.

பிரபந்தக்காரன், an essayist.

*பிரபலம், பிரபலியம், பிரபல்லியம், s. (பிர), strength, power, வல்லமை; 2. fame, renown, celebrity, பிரசித்தம்.

பிரபலன், பிரபலியக்காரன், பிரபலமானவன், a famous or renowned person.

பிரபலம்பண்ண, - ஆக்க, to make publicly known.

*பிரபு, s. (பிர), master, a prince, அதிகாரி; 2. a lord, nobleman, உயர் குலத்தான்.

பிரபுத்தனம், nobility, arrogance, presumption.

பிரபுக்கள், noblemen, princes.

பிரபுதத்துவம், பிரபுத்துவம், rank or state of a nobleman; 2. power, dominion.

*பிரபை, s. (பிர), light, splendour, brightness, ஒளி; 2. serenity, தெளிவு.

பிரபைகாட்ட, – *வீச*, to shine, to yield lustre.

***பிரமம்**, *s*. Brahm, the Supreme Being, the great, first cause, the unknown God.

பிரமகத்தி, see under *அத்தி*.

பிரம குலம், the Brahman caste.

பிரமசாரி, a student under a Brahman preceptor, a bachelor.

பிரமன், *பிரமா*, Brahma of the Indian Triad.

பிரமாண்டம், the system of worlds as created by Brahma; 2. (*fig*.), that which is large, huge, *பென்னம்பெரிது*.

***பிரமம்**, *பிரமை*, *s*. giddiness, perplexity, *கலக்கம்*.

***பிரமாணம்**, *s*. (*பிர*), a measure, limit, *அளவு*; 2. a rule, law, canon, *விதி*; 3. an oath, *ஆணை*.

பிரமாணமுள்ளவன், a man of truth and accuracy.

பிரமாணம் பண்ண, to swear.

நியாயப் பிரமாணம், law.

***பிரமாணி**, VI. *v. t.* judge, infer, *நிதானி*; 2. lay down a rule, *விதி*.

***பிரமாணிக்கம்**, *s*. (*பிர*), truth, veracity, *உண்மை*; 2. an oath, *ஆணை*.

பிரமாணிக்கன், *பிரமாணிக்கக்காரன்*, a man of truth.

***பிரமாண்டம்**, *s*. see under *பிரமம்*.

***பிரமாதம்**, *s*. (*பிர*), inadvertence; error, failure, *மோசம்*; 2. dullness, *மயக்கம்*; 3. seriousness.

***பிரமி**, VI. *v. i*. (*பிரமம்*), be astonished, surprised, wonder, *அதிசயப்படு*; 2. be confused, bewildered, *மயங்கு*.

பிரமிப்பு, *v.n.* surprise, amazement, perplexity.

***பிரமியம்**, *prop*. *பிரமேகம்*, *s*. (*பிர*), gonorrhoea, gleets.

பிரமியக்காரன், one that is affected with venereal disease.

பிரழு, III. *v. i*. be flatulent, swollen and bloated, *பொருமு*.

வயிறு பிரமிக்கழிய, to have flatulent evacuations by stool.

***பிரமை**, *s*. see *பிரமம்*.

பிரம்பு, *s*. a rattan-reed, a cane.

பிரப்பங்கூடை, a rattan-basket.

பிரம்படி, beating with a cane.

பிரம்பால் அடிக்க, to cane, to beat with a cane.

பிரம்புக்காரர், people that do rattan work.

பிரம்புப் பிடி, the knop of a cane.

***பிரயத்தினம்**, *பிரயத்தனம்*, *s*. (*பிர*), attempt, effort, exertion, *முயற்சி*.

பிரயத்தினம் செய்ய, – *பண்ண*, to endeavour, to attempt.

***பிரயாசம்**, *பிரயாசை*. *s*. (*பிர*), endeavour. exertion, effort, *முயற்சி*; 2. labour pains, hardship, *உழைப்பு*.

பிரயாசப் பட, to endeavour, to try, to take pains.

பிரயாசி, a laborious man.

***பிரயாணம்**, *s*. (*பிர*), journey, travelling, *பயணம்*.

பிரயாணம் பண்ண, to go on a journey.

***பிரயோகம்**, *s*. (*பிர*), discharge of weapons etc., *செலுத்துகை*; 2. use, application to purpose, use of a means, *உபயோகம்*; 3. contrivance, *உபாயம்*; 4. preparation, readiness, *எத்தனம்*; 5. main object, *நோக்கம்*.

பிரயோகம் பண்ண, – *செய்ய*, same as *பிரயோகிக்க*.

பிரயோகி, a competent capable man.

யுத்த பிரயோகம், preparation for war.

***பிரயோகி**, VI. *v. t*. use, apply, *வழங்கு*; 2. form a scheme for a work, *முயலு*.

***பிரயோசனம்**, *s*. (*பிர*), profit, advantage, utility, *ஆதாயம்*; 2. result, reward, *பலன்*.

பிரயோசனப்பட, to prove useful or profitable.

பிரயோசனம் பண்ண, to do one a benefit.

பிரயோசனன், *பிரயோசிகன்*, a useful person.

***பிரலாபம்**, *s*. (*பிர*), sorrow, grief, lamentation, *புலம்புகை*.

***பிரலாபி**, VI. *v. i*. lament, *புலம்பு*.

***பிரவாகம்**, *s*. (*பிர*), inundation, flood, *வெள்ளம்*.

***பிரவாகி**, VI. *v. i*. inundate, overflow.

*பிரவிருத்தி, s. (பிர), increase, வளர்ச்சி; 2. circumstances, affairs, வர்த்தமானம்.

*பிரவிருத்தி, VI. v. t. cause to increase, augment, அதிகப்படுத்து; 2. v. i. increase, வளரு.

*பிரவேசம், s. (பிர), entrance of a great person, உட்படுகை; 2. commencement, ஆரம்பம்.

பிரவேசம் பண்ண, to make an entrance, to enter.

*பிரவேசி, VI. v. i. go in, enter, உட்படு; 2. enter upon, தொடங்கு.

*பிரவேசிப்பி, VI. v. t. cause to enter.

*பிரளயம், பிரளையம், s. (பிர), destruction, over-flowing, inundation, deluge, வெள்ளம்.

தண்டு பிரளயமாய் வருகிறது, the army comes in a very large number.

சலப்பிரளயம், a deluge, inundation.

அக்கினிப் பிரளயம், destruction by fire.

மனுஷப் பிரளயம், an immense crowd of people.

பிரளி, பிரளு, see புரளி, புரளு.

*பிராகாரம், பிரகாரம், s. court.

*பிராகிருதம், s. the colloquial dialect of the Sanscrit.

*பிராசீனம், s. antiquity, பழமை.

*பிராச்சித்தம், s. see பிராயசித்தம்.

பிராட்டி, s. (masc. பிரான்), a lady, mistress, பெருமாட்டி.

*பிராணம், பிராணன், s. air, சுவாசம்; 2. life, vitality, சீவன்; 3. strength, power, வலிமை; 4. one of the ten vital airs lodging in the heart, வாயு.

பிராணனுக்கு வந்தது, there was danger of life.

பிராணசிநேகிதன், an intimate friend.

பிராணசேதம், loss of life.

பிராணத்தியாகம், voluntary sacrifice of life.

பிராண நாசம், destruction of life.

பிராண நாதன், -நாயகன், a dearly beloved husband; 2. God, Lord.

பிராணலயம், பிராணாபாயம், peril of life, extinction of life.

பிராணவாயு, vital air, oxygen.

பிராணவியோகம், death.

பிராணவீனன், அப்பிராணி, a life-less person.

*பிராணி, சீவப்-, உயிர்ப்-, s. (பிராணம்), a living creature.

பிராத, s. morning, dawn, விடியல். (Used only in comb.)

பிராத காலம், the sun-rise, day-break.

பிராது, பிரியாது, s. (Hind.), a complaint, suit, வியாச்சியம்.

பிராதுபண்ண, to complain, to file a suit, to accuse.

*பிராத்தனை, s. see பிரார்த்தனை.

*பிராத்தி, s. & v. see பிராப்தி and பிரார்த்தி.

*பிராந்தி, s. unsteadiness, சுழற்சி; 2. bewilderment, மயக்கம்; 3. looseness of bowel, பேதி; 4. (Engl.), brandy.

பிராந்திகொள்ள, -பிடிக்க, to be perplexed with cares.

வாந்தி பிராந்தி, vomiting and looseness, spasmodic cholera.

*பிராப்தி, பிராத்தி, s. luck or good fortune, fate, சித்தி.

*பிராமணன், s. a Brahman, பார்ப்பான்.

பிராமண குலம், -சாதி, the Brahman caste.

*பிராயசித்தம் (பிராச்சித்தம்), s. expiation, penance, தவம்; 2. punishment for a crime committed, தண்டனை.

*பிராயம், s. age, state of life, youth, பருவம்.

உனக்கெத்தனை பிராயம், how old are you?

எனக்கிருபது பிராயமுண்டு, I am twenty years old.

பிராயந் தப்பிப்போயிற்று, the proper age is past.

பிராயப்பட, பிராயம் அறிய, -ஆக, to attain the age of puberty.

முதிர்ந்த பிராயம், old or mature age.

வாலப்பிராயம், the prime of life.

விளையாட்டுப் பிராயம், சிறு -, childhood.

*பிரார்த்தனை, பிரார்த்தனம், s. prayer, supplication, வேண்டுதல்; 2. a vow, பொருத்தனை; 3. a hymn, song of praise, துதி.

பிரார்த்தனைபண்ண, same as பிரார்த்திக்க.

*பிராரத்தம், பிராரத்துவம், s. good or evil resulting from the actions of former birth, கருமம்.

*பிரார்த்தி, VI. v. i. pray, வேண்டிக்கொள்; 2. vow, நேர்; 3. praise, துதி.

பிரான், s. lord, chief, எசமானன்; 2. the Supreme Being, கடவுள்.

பிரி, s. (*impr. for* புரி), twist, strand.

பிரி, II. v. i. separate, part, become disunited, be dissolved, நீங்கு; 2. separate from another, விட்டுவிலகு; 3. disagree, வேறுபடு.

பிரிந்துபோனபால், turned milk.

பிரிவினை, a disunion, separation.

பிரிவு, v. n. a separation, a section in a book, disunion, division.

பிரிவுகாலம், the time of parting.

பிரி, VI. v. t. separate, disjoin, dissolve, disunite, put asunder, sever, divide, நீக்கு.

பிரித்தல், v. n. putting away, dividing, removal.

பிரித்துக்கொள்ள, to separate oneself.

பிரித்துப்போட, to divide into portions; 2. to break up a roof etc.

பிரித்தெடுக்க, to choose and select.

பிரிசம், பிரிசல், s. scarceness, dearness, குறைவு.

தானியப் பிரிசல், scarcity of grain.

பிரிசாலம், s. an urgent demand, புரிசாலம்.

பிரிசாலம்பிடிக்க, to urge vehemently.

*பிரியம், பிரிதி, பிரீதி, s. fondness, that which is loved, agreeable or pleasant, amicableness, பட்சம்; 2. scarceness, dearness, விலையுயர்த்தி.

பிரியங்காட்ட, to shew kindness.

பிரியதத்தம், grace (*R. C. us.*).

பிரியதத்த மந்திரம், ave Maria.

பிரியநாயகி, a beloved wife.

பிரியப்பட, பிரியங்கொள்ள, to be pleased with, to choose; 2. to be acceptable.

பிரியமாய், with pleasure, out of affection.

பிரியம் வைக்க, to entertain love or fondness for a person or thing.

பிரியன் (*fem.* பிரியை), a beloved husband, கணவன்.

போசனப்பிரியன், a glutton.

பிரியாது, s. see பிராது.

*பிரீதி, s. see பிரியம்.

*பிருடை, s. a tuning key for the cords of a lute, பிரடை.

*பிருதிவி, s. the earth, பூமி; 2. matter (as one of the five elements).

*பிருமாண்டம், பிர்மாண்டம், s. *impr. for* பிரமாண்டம்.

*பிரேதம், s. a corpse, dead body, சவம்; 2. ghost, goblin, பிசாசு.

பிரேத கருமம், ceremonies for dead bodies.

பிரேதக்குழி, a grave for the funeral.

பிரேதாலங்காரம் பண்ண, to adorn a corpse.

*பிரேரகம், s. agitation.

*பிரேரி, VI. v. t. move, animate, rouse to action, உற்சாகப்படுத்து; 2. v. i. be moved, excited.

*பிரேரணை, பிரேரேபணை, s. a proposition, motion.

பிரை, s. fermented substance for curdling milk.

பிரைமோர், butter-milk kept for coagulating milk.

*பிலம், s. a room under-ground, a cave, a mountain cavern, குகை; 2. a hole under-ground, வளை; 3. the nether region, பாதலம்.

பிலத்துவாரம் (*com.* பெலத்துவாரம்), a passage to the nether regions of the earth, a mine.

பிலத்துவாரத்தில் போக, to mine, to work in mines.

*பிலவம், s. a frog, தவளை.

பிலா, s. *vulg. for* பலா, jack-tree.

பிலாக்கு, s. a nose ornament.

பிலாச்சை, s. a sea-frog, a kind of fish, பொத்தை.

பிலிம்பி, s. (*for.*), the bilimby-tree.

பிலிற்று, III. v. t. gargle, கொப்பளி; 2. drizzle, gush out, சொரி.

பிலுக்கு, s. (*Tel.*), foppishness, foppery, சளுக்கு.

பிலுக்கன் (*fem.* பிலுக்கி), a fop, coxcomb.

பிலுக்கு, III. v. t. dress and act foppishly, strut, ஆடம்பரஞ்செய்.

பில்லங்குழல், பில்லாங்குழல், *s.* flute, pipe, புல்லாங்குழல்.

பில்லி, *s.* sorcery contrived to do mischief, சூனியம்; 2. demon in witchcraft.

பில்லிக்காரன், சூனியக்–, a sorcerer.

பில்லிசூனியம், witchcraft.

பில்லி (பில்லிசூனியம்) எடுக்க, to discover and remove the magical articles.

பில்லி வைக்க, to place magical materials, to bewitch one.

பில்லை, வில்லை, *s.* a small round plate of metal; 2. a patch.

பிழி. *s.* toddy, fermented liquor, கள்.

பிழியர், toddy-sellers.

பிழி, II. *v. t.* wring or squeeze out, பிதுக்கு.

பிழிதல், பிழிவு, *v. n.* squeezing.

இரத்தம் பிழிய, to oppress, *lit.* to wring one's blood.

பிழுக்கை, *s.* dung of goats, rats etc. in small round clots.

பிழை, *s.* fault, failure, omission, blunder, error, oversight, பிசகு.

பிழைதிருத்தம், errata.

பிழை திருத்த, to correct errors.

பிழை பார்க்க, to revise in order to correct.

பிழை பிடிக்க, to find fault.

எழுத்துப் பிழை, error in writing or printing.

பிழை, VI. *v. i.* fail, err, பிசகு; 2. *v. t* wrong, குற்றஞ் செய்.

அவனைப் பிழைத்தேன், I wronged him.

பிழைக்கை, mistake, fault.

பிழையாமை, being free from fault.

பிழை, VI. *v. i.* live, subsist; 2. get a livelihood, சீவனம்பண்ணு; 3. recover from sickness, சொஸ்தமாகு.

பிழைத்தேன், now I am safe, I have survived the danger.

பிழைக்க மாட்டான், he won't live, he will not recover.

கணவனைப் பிழைத்தவள், a woman that has survived her husband.

பிழைகாயம், a wound not mortal.

பிழைத்திருக்க, to be alive, to live well.

நான் பிழைத்திருந்தால், if I live, if God spare my life.

பிழைப்பு, *v. n.* livelihood, subsistence, recovery.

எனக்குப் பிழைப்பில்லை, I have no support.

பிழைப்புக் காட்ட, to provide means of subsistence (as employment).

பிழைப்புத் தேட, – பார்க்க, பிழைக்கப் பார்க்க, to seek one's living.

பிழைப்பூட்ட, to support, to sustain, to restore life.

பிழைப்பி, VI. *v. t.* rescue from danger, keep alive.

பிள, VII. *v. i.* be split, crack, வெடி; 2. be pierced, துளைபடு; 3. *v. t.* split, slit, cleave, rend, கிழி; 4. pierce, துளை.

பிளந்து போக, to split, to crack.

பிளப்பு, *v. n.* splitting; 2. a cleft, clink, crack, gulf; 3. piece, part.

பிளவு (பிளகு), *v. n.* a cleft, crevice, gap; 2. split (as of a pen); 3. a slice, bit.

இருபிளவான குளம்பு, a cloven hoof.

பாக்குப் பிளவு, a piece or slice of areca-nut.

பிளவை, *s.* an inveterate ulcer, cancer, carbuncle.

ராசபிளவை, a large ulcer on the back or spine.

பிளாச்சு, *s.* roof-lath, வரிச்சல்; 2. split pieces of wood, சிராய்.

கமுகம் பிளாச்சு, laths of areca-nut tree.

பிளாச்சடிக்க, to lath a roof.

பிளிர், VI. *v. i.* gargle the throat, பிலிற்று.

பிளிறு, *s.* noise, sound, இரைச்சல்.

பிளிறு, III. *v. i.* sound, roar, ஒலி; 2. trumpet (as an elephant).

பிள், பிள்ளு, I. *v. i.* burst (as a fruit), open, break, crack, fall off, வெடி.

குடம் கையோடே பிண்டுபோயிற்று, the pot broke where I took it with the hand.

பிண்டு விழுதல், sloughing off, caving in.

பிள்ளுதல், *v. n.* bursting.

பிள், V. *v. t.* break off with the fingers, break a piece of bread etc., துண்டி.

பிட்குதல், பிட்டல், *v. n.* breaking.

பிட்டுக் காட்ட, to lay open, explain, disclose.
பிட்டுக் கொடுக்க, to break and give.

பிள்ளை, *s.* a child male or female, குழந்தை; 2. a son, மகன்; 3. a title appended to the names of Vellala caste men; 4. a word joined to the name of certain animals, birds and trees (as கீரிப்பிள்ளை, கிளிப்பிள்ளை, தென்னம் பிள்ளை).
என் பிள்ளாய், well child!
அவனுக்குப் பிள்ளை எத்தனை பெண் எத்தனை, how many sons and daughters has he?
பெண்ணும் பிள்ளையும், bride and bridegroom.
பிள்ளை உண்டாயிருக்க, to be pregnant.
பிள்ளை கரைக்க, to procure abortion.
பிள்ளைக் கோட்டை, a small fort.
பிள்ளைத் தாய்ச்சி, a pregnant woman.
பிள்ளைத் தேங்காய், the best kind of cocoa-nut reserved for planting.
பிள்ளைப் பூச்சி, the gryllus, an insect.
பிள்ளை பெற, to be delivered of a child.
பிள்ளைபெறாத மலடி, a barren woman.
பிள்ளைப் பேறு, child-birth.
பிள்ளையாண்டான், a lad, boy.
பிள்ளையார், the god Ganesa.
பிள்ளை விழ, to miscarry.
ஆண் பிள்ளை, a male child; 2. a man.
ஊத்தாம் பிள்ளை, a bladder.
பெண் பிள்ளை, a female child; 2. a woman.

*பிற, *adj.* outer, foreign, other, மற்ற.
பிறதாரம், another's wife.
பிறதேசம், a foreign country.
பிறமுகம், a strange face.
பிறமுகம் பார்த்தவள், an adulteress.
பிறவினை, causative verb (*opp. to* தன்வினை).
பிறபாஷை, foreign language.

பிறகு, *adv.* after, afterwards, பின்பு; 2. behind, பின்புறமாய்.
அதின் (அதுக்குப்) பிறகு, thereafter.
ஒருவர் பிறகாலே ஒருவராய், one after another.
பிறகு வா, come after a little while.
பிறகே, பிறகாலே (*with gen. or dat.*), behind, back.
என் (எனக்குப்) பிறகே, behind me.

பிற, VII. *v. i.* be born, spring, proceed from, arise, சன்மி; 2. be produced (as heat by friction), உண்டாகு.
உடன் பிறந்தான், கூடப்பிறந்தவன், a full brother.
செய்தி பிறக்கிறது, a rumour or news spreads.
வானத்திலிருந்து பிறந்த சத்தம், a voice from heaven.
பிறந்த ஊர், birth-place.
பிறந்தகம், one's parental home, native place.
பிறந்த கோலம், stark - nakedness.
பிறந்த மேனியாய், – மேனிக்கு, uncorrupted.
பிறந்த நாள், birth-day.
பிறப்பு, *v. n.* nativity, birth; 2. order of being, class of existences including animals and vegetables; 3. beginning (as வருஷப்பிறப்பு).
பிறப்பிறப்பு, birth and death.
பிறப்பிறப்பில்லாதவர், the eternal God.
பிறப்பு வழி, lineal descent, family-line.
பெற்றார் பிறந்தார், parents, brothers and sisters.
மறு பிறப்பு, another birth, transmigration; 2. (*Chr. us.*), new birth, regeneration.

பிறக்கணி, VI. *v. t.* despise, disdain, அவமதி.

பிறங்கு, III. *v. i.* shine, glitter, துலங்கு; 2. be lofty, elevated, உயரு.

பிறத்தி, பிறத்தியான், *s.* see under புறம்.

பிறப்பி, VI. *v. t.* generate, propagate, சனிப்பி; 2. originate, produce, உண்டாக்கு.

பிறவி, *s.* birth, nativity, பிறப்பு.
பிறவிக் குணம், natural disposition.
பிறவிக் குருடன், one born blind.
பிறவித்துவந்தம், – த்தொந்தம், hereditary failings.

பிறழ், பிறழு, II. *v. i.* change, மாறு; 2. be disarranged, ஒழுங்கின்மையாகு.
பிறழ்ச்சி, பிறழ்வு, *v. n.* change, alteration; disarrangement, irregularity.

பிறன், *s.* (*pl.* பிறர்), another person,

மற்றையன்; 2. a neighbour, அயலான்; 3. a stranger, அன்னியன்.

பிறண்டு, III. v. t. scratch, பறண்டு.

பிறிது, s. another thing, the other thing, மற்றது.

பிறை, s. the crescent moon, இளஞ் சந்திரன்; 2. a head ornament in the form of a crescent moon.

பிறை காணுகிறது, the crescent gets visible (after the new moon).

வளர் பிறை, the crescent moon.

தேய் பிறை, the decrescent moon.

முதற் (இரண்டாம்) பிறை, the first (second) day after the new moon, பிரதமை.

பிற், in comb. (as பிற்பாடு), see பின்.

பிற்றை, s. the morrow, the next day, அடுத்தநாள்; 2. afterward, after, பிறகு.

பிற்றை நாள், – த்தினம், the next day.

பினத்து, பினற்று, பிைைத்து, s. see பிதற்று.

பின், adv. & prep. (opp. to முன்), after, afterward, பிறகு; 2. behind, பிற காலே.

அதுக்குப்பின், afterwards, after it.

அவன் போனபின், after he was gone.

பிற்காரியம், that which is to come, the consequence.

பிற்காலம், after-times, succeeding times.

பிற்பகல், afternoon.

பிற்பட, to be behind.

பிற்பாடு, afterwards, after.

பின்கட்டு, the hands pinioned behind, பின்கட்டாய்க் கட்டுதல்; 2. the second or back apartment of a house.

பின்சந்ததி, posterity.

பின்செல்ல, to follow another, to entreat.

பின்தட்டு, பின்றட்டு, பின்தலே, the hind part of a ship, the stern.

பின்தொடர, to pursue, to follow.

பின்பக்கம், பிற்பக்கம், பிற்புறம், the back side.

பின்பற்ற, to follow, to imitate.

பின்பனி, பின்பனிக்காலம், the latter dewy season, Feb. & March.

பின்புத்தி, after-thought, indiscretion.

பின்புறணி, slander, back-biting.

பின்மழை, பின்மாரி, latter part of the rainy season.

பின் (பின்னுக்கு) வருகிறது, to come after or late.

பின்வாங்க, to draw back, to recede, to backslide, to relapse from a promise, purpose, bargain etc.

பின்வைக்க, to leave behind (as orphans), to postpone.

பின்னங்கால், the hind leg; 2. the hinder part of the foot.

பின்னடி, latter part, future.

பின்னடியார், posterity, descendants.

பின்னந்தலே, the back part of the head, occiput.

பின்னந்தொடை, the hind part of the thigh, hind quarter of mutton.

பின்னர், adv. after, afterwards, subsequently.

பின்னுக, பின்னே, பின்னுலே, afterwards, behind (in time or place).

பின்னுலே ஆகட்டும், let it be done afterwards.

பின்னிட, to go back, to retreat, to yield, to be reluctant, to be too late; 2. (loc.), to pass (time).

பின்னிருட்டு, பின்னிருட்டுக் காலம், dark only in the latter part of the night.

பின்னிலவு, the moon in its decrease.

பின்னும், moreover.

பின்பு, adv. (with gen. or dat.), after, afterwards, subsequently, பிறகு.

பின்று (com. பிந்து), III. v. i. be behind (in time or place), பின்னிடு; 2. be below in rank, தாழு.

*பின்னம், s. anything split or broken; 2. rupture, difference, disunion, variance, break, பேதம்; 3. fraction.

கர்ப்பம் பின்னமாய்ப் போயிற்று, she has miscarried.

பின்னப்பட, to be distorted, to be frustrated.

பின்ன பேதம், – பேதகம், failure in performance of a promise; 2. disagreement.

பின்னம் (பின்ன பேதகம்) பண்ண, to make a difference.

பின்னு, III. *v. t.* plait, braid, twist, wreath flowers, hair etc.

பின்னல், *v. n.* web, texture, twist, entanglement, entangled or plaited locks of hair.

சன்னல் பின்னலான வழக்கு, a complicate case.

பின்னல் வேலே, net-work, braiding.

பின்னே, *prop.* *புன்னே*, *s.* a flower tree, *பின்னே மரம்*; 2. a younger sister, *தங்கை*; 3. *adv.* further, besides, hereafter, *பிறகு*.

பின்னே என்ன, what more?

பின்னேயும், again, moreover, besides.

பீ

பீ, *s.* (*low us.*), excrement, fœces, *மலம்*.

பீநாறி மரம், a tree smelling like ordure.

மூக்குப்பீ, the mucus of the nose.

பீக்கலாட்டம், *s.* (*Tel.*), impediment, hinderance, trouble, *தொந்தரவு*.

பீங்கான், *s.* (*for.*), porcelain, china-ware, a plate.

***பீசம்**, *s.* seed, *விதை*; 2. testicle, *அண்டம்*; 3. cause, origin, *மூலம்*.

பீச கணிதம், *prop.* *வீச கணிதம்*, algebra.

பீச்சாக்(பீச்சாங்) கத்தி, *s.* a hand-knife, a jack knife, *சிறிய கத்தி*.

பீச்சாங் (பீர்ச்சாங்) குழல், *s.* a syringe.

பீச்சாங்கொள்ளி, *s.* a timid person.

பீச்சு, III. *v. t.* (*prop* *பீர்ச்சு*), eject watery stools, *கழி*; 2. squirt, syringe.

மருந்தைப் பவனவாயாலே பீச்ச, to give one an injection.

காக்காய் உயர இருந்து பீசசுகிறது, a crow squirts its excrements from on high.

பீச்சைக்கால், *s.* (*vulg.*), left leg, *இடது கால்*.

பீச்சைக்கை, (*vulg.*), *பீச்சக்கை*, *s.* left hand, *இடதுகை*.

***பீடம்**, *s.* a seat, stool, chair, *ஆசனம்*; 2. throne, *சிங்காசனம்*; 3. an altar; 4. a small table, *மேசை*.

பீடப் பலகை, a chair or throne.

பலிபீடம், an altar for sacrifice.

***பீடி**, VI. *v. t.* afflict, vex, torment, *வாதி*.

பீடித்தல், *v. n.* afflicting.

***பீடிகை**, *s.* see *பீட்டிகை*.

பீடு, *s.* honour, greatness, *கனம்*; 2. strength, valour, *வலி*.

***பீடை**, *s.* pain, affliction, suffering, misery, *துன்பம்*.

பீடை பிடிக்க, to be seized with sorrow etc.

பீடைமாதம், the unlucky month *மார்கழி*.

தேக பீடை, bodily suffering.

மனப்பீடை, mental sorrow.

பீட்டகம், *s.* an office, *தொழில்*.

பீட்டக்கம், *s.* vain swaggering.

பீட்டக்ககாரன், a bully, braggart, swaggerer.

பீட்டக்க வேலே, a work that appears good on the outside but is false within.

பீட்டன், *s.* see *பூட்டன்*, great grandfather.

பீட்டி, *s.* *fem.* of *பீட்டன்*; 2. (*Hind.*), the double-breast part of a garment.

உள் பீட்டி, the part within.

மேல் பீட்டி, the part without.

***பீட்டிகை**, *பீடிகை*, *s.* (*Tel.*), preface, preamble, *முகவுரை*.

பீட்டை, *பூட்டை*, *s.* a tender corn-ear after the first harvest.

***பீதம்**, *s.* gold colour, *பொன்னிறம்*; 2. gold, *பொன்*.

பீதவ்வண்ணம், gold colour.

பீதாம்பரம், cloth interwoven with gold.

***பீதி**, *s.* fear, *அச்சம்*.

பீத்தல், *s.* a rent, *பீற்றல்*.

பீத்து, *s.* boast, swaggering, *வீம்பு*.

பீத்து, III. *v. i.* swagger, boast, hector, *வீம்பு பேசு*.

பீப்பா, *s.* (*for.*), a cask.

பீரங்கி, *s.* (*for.*), a gun, cannon.

பீரங்கிக்காரன், a gunner, artillery man.

பீரங்கிச் சத்தம், – *வேட்டு*, the report of a gun.

பீரங்கி சுட, to fire a cannon.
பீரங்கித் தடி, a rammer.
பீரங்கி வாசல், an embrasure.
பீரங்கி வாய், the muzzle of a gun.
சட்டிப் (குந்தாணிப்) பீரங்கி, a mortar piece.

பீராய், II. v. t. sift, feel and pick out with the fingers, பொறுக்கு; 2. make a thorough search and pick up even little things, ஆராய்.

*பீர், s. fear, timidity, அச்சம்; 2. milk (as streaming or oozing from the breast).
பீரிட, பீரோட, பீரிட்டுப்பாய, to stream out, to gush out (as milk, blood etc.).

பீர்க்கு, s. a kind of gourd.
பீர்க்கங்காய், its fruit.

பீர்ச்சாங் (பீச்சாங்) குழல், s. a syringe.

பீர்ச்சு, III. v. t. squirt, syringe, eject watery stools, see பீச்சு.

பீலி, s. a peacock's tail, மயில்தோகை; 2. a peacock, மயில்; 3. dice for casting lots; 4. a ring worn by women on their toes.
பீலிக்குடை, an umbrella of peacock's feathers.
பீலிபோட, to cast lots.

*பீழை, s. (பீடை), distress, affliction, pain, துன்பம்.

பீளை, s. rheum, gum or secretion from the eyes, கண்மலம்.
பீளை சாறிக்கொண்டிருக்க, to form as rheum about the eyes.

பீள், s. embryo, foetus, சினை; 2. young ears of corn, முற்றாக்கதிர்.

பீறு, III. v. t. rend or tear கிழி; 2. v. i. be torn, கிழிந்துபோ.
பீறுண்ண, to be torn, to be ripped open.
பீறிப்போட, to lacerate or tear in pieces.
பீறுண்டு சாக, to die lacerated or rent to pieces by wild beasts.
பீறல், tearing, rending; 2. a rent, பீற்றல்.
பீறல் துணி, a rag.

பீற்றல், s. a rent, rip, slit, கிழியல்; 2. rag. tatter, கந்தை.
பீற்றல் (பீறல்) துணி, பீற்றற் சீலே, a ragged cloth, rag.
பீற்றல்பொத்துதல், mending a rent.

*பீனசம், பீனிசம், s. an ulceration in the head running off through the nostrils, cold affecting the nose.

பு

புகட்டு, III. v. t. (vulg. போட்டு), pour into the mouth of an animal or child, ஊட்டு; 2. impress on the mind, மனதிலப்பதி.
பால்புகட்ட, to pour milk into a child's mouth.

புகல், புகலு, I. v. t. say, declare, சொல்லு.
புகலல், v. n. speaking, saying.

புகல், s. refuge, அடைக்கலம்; 2. receptacle for paddy, குதிர்; 3. means, expedient, உபாயம்; 4. word, சொல்.
புகலிடம், refuge, asylum.

புகழ், s. praise, eulogy, fame, glory, புகழ்ச்சி.

புகழ், புகழு, II. v. t. praise, laud, eulogize, துதி.
புகழ்தல், v. n. praising.
புகழ்ந்துகொள்ள, to praise one's self.
புகழ்ச்சி, புகழ்வு, v. n. (opp. to இகழ்ச்சி), praise, fame, புகழ்.
தற்புகழ்ச்சி, வீண் –, see தற் & வீண்.

புகார், s. mist, fog, பனிப்படலம்; 2. duskiness, மங்கல்; 3. a rainy cloud, மேகம்; 4. an over-cast sky, மந்தாரம்; 5. (Hind.), an evil report, a talk.

புகு, II. & IV. v. i. (see புகுது), enter, get in, நுழை; 2. enter upon, commence, தொடங்கு.
இலங்கை புக்கான், he has gone to Lanka.
புகுந்து (பூந்து) பார்க்க, to look down into a hole or into a narrow place.
அடைக்கலம்புக, to enter into a place of refuge.
கட்டிப் புகுந்தவள், a widow that married again.

புகுதி, *s.* a small wicket gate or other entrance.

புகுது, பூது, பூரு, *past.* பூந்தேன், *fut.* பூதுவேன், *irreg. v. i. com. used for* புகு which see.

பொழுதுபூந்து போகிறது, the sun sets.

பொழுதுபூத, at sun set.

புகுத்து, III. *v.t.* cause to enter, insert, செலுத்து.

புகை, *s.* smoke, fume, தூமம்; 2. vapour, steam, நீராவி.

புகைகாட்ட, to fumigate.

புகைகுடிக்க, to smoke tobacco.

புகைக்கப்பல், a steam vessel.

புகைக்காடு, a great or thick smoke.

புகைக்கூண்டு, a balloon.

புகைபோக்கி, an aperture in the roof to let out the smoke.

புகையிட, to force the ripening of fruits by fumigation.

புகைச் (புகையிலைச்) சுருட்டு, a cigar.

புகையடிக்க, — பட, to have a smoky taste or smell.

புகையிலை, tobacco.

புகையிலைப் பொடி, snuff.

புகையிலை போட, to chew tobacco.

புகை, II. *v. i.* smoke, emit smoke or vapour, reek; 2. burn (as the heart), fume with anger, மனமெரி; 3. be smoked; 4. be dried in smoke.

புகைதல், *v. n.* smoking, steaming, being enraged.

புகை, VI. *v. t.* smoke something, fumigate, புகைகாட்டு; 2. dry in smoke. perfume, புகையூது.

புகைப்பு, fumigation.

புகைச்சல், *s.* smoking, fumigation, exhalation, vapour, புகை; 2. dimness of sight; 3. irritation of the throat inducing coughing.

புகைச்சல்போட, to make a smoke.

கண் புகைச்சல், dimness of the eye.

புகைப்பி, VI. *v.t.* cause to smoke.

புக்கை, புற்கை, *s.* rice-pap.

புங்கம், *s.* an arrow, அம்பு.

புங்கானு புங்கம், volleys of arrows in succession.

புங்கு, புங்கமரம், *s.* the name of a tree.

*புசங்கம், *s.* a snake, புயங்கம்.

*புசம், *s.* see புயம், arm, shoulder.

புசல், *s.* a storm, புயல்; 2. a plastering brush, குச்சுமட்டை.

*புசி, VI. *v. t.* (*vulg.* பொசி), eat, feed, take food, உண்; 2. experience, அனுபவி.

புசித்தல், *v. n.* eating.

புசித்துப்போட, to consume.

புசிப்பு, *v. n.* eating; 2. meat, food.

புசிப்பாளி, a lucky person, one who has happiness by virtue of former deeds.

*புசிப்பி, VI. *v. t.* supply with food.

*புச்சம், *s.* tail, வால்; 2. anus, குதம்.

*புஸ்தகம், புத்தகம், பொஸ்தகம், *s.* a book.

*புஷ்டி, புட்டி, *s.* stoutness.

*புஷ்பம், புட்பம், *s.* a flower, பூ.

புஷ்பங் கொய்ய, to pluck flowers.

புஷ்ப தடாகம், a tank with flowers.

புஷ்ப மஞ்சரி, a cluster of flowers.

புஷ்ப மழை, — மாரி, — வருஷம், a shower of flowers.

புஷ்பவதி, a marriageable girl.

சல புஷ்பம், fish (a polite term used before persons who do not eat fish or flesh).

*புஷ்பராகம், புஷ்பியராகம், *s.* a topaz.

*புஞ்சம், *s.* a heap, quantity, collection, திரட்சி.

*புடம், *s.* refining metal or sublimating medicines by fire or sometimes by placing them in the sun or among grain.

புடம் வைக்க, — போட, — இட, to refine metals, to put to the test, to prepare a medicine by melting or calcinating.

புடல், *s.* a creeping plant.

புடலங்காய், the serpent cucumber.

*புடவை, *s.* cloth, சீலை; 2. clothing, dress, வஸ்திரம்.

புடை, *s.* side, adjacent spot, பக்கம்; 2. place, room, இடம்.

அடுப்புப் புடை, a fire-place.

புடை சூழ, to surround, to accompany a great person.

புடை, VI. *v. t.* fan, winnow, தூற்று; 2. beat, strike, அடி; 3. swell, வீங்கு.

புடைப்பு, *v. n.* swelling, protuberance, sifting.

புடையன், புடையன் பாம்பு, s. the beaver-snake.

*புட்கரிணி, புஷ்கரிணி, s. a tank with lotus flowers, a large tank near a temple.

*புட்களம், புஷ்களம், புட்கலம், s. fullness, நிறைவு.

*புட்டம், s. crow, காக்கை; 2. fulness, நிறைவு; 3. cloth, சீலை; 4. the breech, back-side.

*புட்டி, புஷ்டி, s. stoutness; 2. fatness, பருமை.

புஷ்டியான சரீரம், a stout, plump body.

புட்டில், புட்டி, s. a basket, கூடை; 2. a basket for irrigation, இறை கூடை; 3. (*for.*), a bottle, சீசா.

புட்டி வெல்லம், jaggery in moulds of palmyra leaves.

புட்டு, s. *prop.* பிட்டு, which see.

புட்டுக் கூடை, a kind of basket.

*புட்பம், s. same as புஷ்பம்.

*புட்பி, புஷ்பி, VI. *v. i.* flower, flourish, bloom, மலரு.

புணர், புணரு, II. *v. i.* join, unite, இசை; 2. copulate, lie by, cohabit, கூடு.

புணர்ச்சி, *v. n.* combination, junction; 2. copulation, coition.

புணர், VI. *v. t.* and புணர்த்து, III. *v. t.* combine, join, unite, இசை.

புணல், புனல், s. (*for.*), funnel.

புணை, s. a float, raft, தெப்பம்; 2. boat, vessel, மரக்கலம்; 3. (புனை), fetters, கால் விலங்கு.

புணை, பிணை, VI. *v. t.* unite, tie, கட்டு.

புண், s. wound, ulcer, காயம்; 2. proud flesh, ஊன்.

புண்ணாக, புண்ணாய்ப் போக, to become sore.

புண்ணாற, to heal.

புண்ணாக்க, to cauterize.

புண்ணீர், blood, serum.

அழி புண், a foul ulcer.

*புண்டரம், s. a mark on the fore-head, நெற்றிக் குறி.

*புண்டரீகம், s. the lotus, தாமரை; 2. a white umbrella.

*புண்ணாக்கு, s. see பிண்ணாக்கு, oil cake.

*புண்ணியம், s. virtue, moral or religious merit, அறம்; 2. purity, holiness, தூய்மை; 3. a good or charitable work, நல்வினை.

புண்ணிய கருமம், a meritorious deed.

புண்ணிய சாந்து, cow-dung.

புண்ணிய சுரூபி, – சொரூபி, one remarkable for virtue (the image of virtue).

புண்ணியசாலி, –வான், –வாளன், –ன், –புருஷன் (*fem.* –வதி, –வாட்டி), a charitable or virtuous person.

புண்ணியாத்துமா, a virtuous and charitable soul (*male or female*).

புதர், s. bushes, thicket, தூறு.

புதருக்குள்ளே புகுந்துகொள்ள, to hide oneself in a thicket.

புதல்வன், s. (*pl.* புதல்வர், *fem.* புதல்வி), son, மகன்.

*புதன், s. mercury the planet; 2. a learned or wise man, புலவன்.

புதன்கிழமை, புதவாரம், Wednesday.

புதிது, புதிசு, புதுசு, s. (புதுமை), any thing new, நவமானது.

புதிதாக்க, to renew, புதுப்பிக்க.

புதிய, *adj.* (புதுமை), new, புது.

புதியது, that which is new.

புதிய மனிதன், a novice, stranger.

புதியவர், new comers; 2. guests, visitors.

புதிர், s. first fruits, புதிய கதிர்.

புதினம், s. newness, novelty, a strange thing, அதிசயம்.

புதீனா, s. (*for.*), a herb, mint, ஒடுதலாம்.

புது (புத்து *before a vowel*), *adj.* (புதுமை), new, strange, wonderful.

புதுத் தண்ணீர், freshet in rivers.

புது நாணயம், an innovation.

புதுப் பணம், new coin.

புதுப் பழக்கம், a new usage, habit, fashion.

புதுப் பெண், a woman newly married.

புத்தரிசி, new rice.

புத்துருக்கு நெய், newly melted butter.

புதுக்கு, III. *v. t.* make new, renew, நவமாக்கு.

புதுக்க, *adv.* (*inf.*), anew, newly.

புதுப்புதுக்க, *intensive of* புதுக்க, anew.

புதுப்பி, VI. *v. t.* (also புதுக்குவி), repair, renew, பழுதுபார்; 2. modernise, make new, புதிதாக்கு.

புதுமை, *s.* newness, novelty, நூதனம்; 2. strangeness, extraordinariness, அபூர்வம்; 3. a new or strange thing, a miracle, அதிசயம். The adjectives புதிய and புது (புத்து) see separately.

புதுமை செய்ய, – பண்ண, to work miracles.

புதுவை, *s. contr. of* புதுச்சேரி, Pondicherry.

புதை, II. *v. i.* be buried or interred, சேமிக்கப்படு; 2. be hidden (as a treasure), மறை; 3. be latent or obscure (as a meaning), ஆழு.

புதை பொருள், a hidden treasure, obscure speech or writing.

புதையல், *v. n.* being hidden, that which is hidden in the ground, a hidden treasure.

புதையல் எடுக்க, to discover or take up a hidden treasure.

புதை, VI. *v. t.* inter, bury சேமி; 2. hide treasure in the earth, மறை; 3. use obscure expressions, speak or write in an obscure style.

புதைத்துக் கிடக்க, to lie interred.

புதைத்து வைக்க, to bury for safety.

புதைப்பு, *v. n.* burying, hiding, obscuring.

***புத்தகம்**, புஸ்தகம், *com.* பொஸ்தகம், *s.* a book.

புத்தம், *s.* (*in combin.*), newness.

புத்தம் புதியது, what is quite new.

***புத்தன்**, *s.* Buddha; 2. the ninth incarnation of Vishnu.

புத்தரிசி சோறு, *s.* see under புற்று.

***புத்தி**, *s.* understanding, intellect, wit, judgment, reason, அறிவு; 2. admonition, counsel, exhortation, போதனை.

புத்தி கற்பிக்க, to instruct, admonish.

புத்தி கெட்டவன், a stupid person.

புத்தி கேட்க, to listen to advice, to ask counsel.

புத்திக் கூர்மை, acuteness of intellect.

புத்திக் கெட்டாதது, that which is incomprehensible.

புத்திசாலி, –மான், –புள்ளவன், a prudent, sagacious, skilful man.

புத்தி சொல்ல, to admonish, exhort.

புத்தி தாழ்ச்சி, imprudence, stupidity.

புத்தி தெளிய, to become enlightened.

புத்திமதி, admonition, advice, doctrine.

புத்தி மயக்கம், bewilderment, silliness.

புத்தியறிய, to have discretion or prudence; to arrive at puberty.

புத்தியீனம், புத்தியில்லாமை, folly, stupidity, indiscretion.

***புத்திரன்**, *s.* a son, மகன்.

புத்திர சந்தானம், – சம்பத்து, – பாக்கியம், issue, offspring, progeny.

புத்திர சுவிகாரம், – சுவீகாரம், adoption, affiliation.

புத்திர பௌத்திரர், sons and grandsons, male descendants.

புத்திரவதி, a woman blessed with children.

புத்திராதிகள், children etc.

புத்திரி, புத்திரிகை, a daughter.

புத்து, see புது and புற்று.

***புநர்**, *adj.* again, see புனர்

***புநிதம்**, *s.* see புனிதம்.

***புயகம்**, புயங்கம், புசங்கம், *s.* a snake, பாம்பு.

***புயம்**, புஜம், *s.* arm, shoulder.

புயபலம், புயவலி, strength of arm.

புயபராக்கிரமம், personal strength and valour.

புயல், *s.* gale, storm, tempest, புசல்.

புய், VI. *v. i. & t.* produce, yield, பய; 2. snatch, பறி.

புர, VII. *v. t.* keep, preserve, protect, கா; 2. grant, give, ஈ; 3. establish, நிலைநிறுத்து.

புரசு, *s.* the name of a tree, பலாசு.

புரசை, *s.* a cord round the neck of the elephant.

***புரஸ்காரம்**, *com.* புனஸ்காரம், *s.* adoration, worshipping, வணக்கம்.

புரட்சி, *v. n.* (புரள்), revolving, turning.

***புரட்டாசி**, புரட்டாதி, *s.* a Tamil month, September-October.

புரட்டு, III. *v. t.* (*vul.* பிரட்டு), turn upside down (as the ground is turned by ploughing), திருப்பு; 2. overthrow, கவிழ்; 3. wrest or distort words, pervert the true sense of a saying, மாறுபடுத்து; 4. nauseate, retch, குமட்டு.

புரட்டியடிக்க, to prevaricate, to deny a fact.

புரட்டு, *v. n.* overturn, overthrow; 2. fraud, trick; 3. nausea.

புரட்டுக்காரன், புரட்டன், a man full of tricks.

புரட்டுருட்டுப் பண்ண, to play tricks, to defraud.

*புரம், *s.* a town, village, ஊர்; 2. capital, metropolis, இராசதானி.

புரவலன், *s.* protector, defender, காவலன்; 2. a liberal man, தருமவான்.

புரவி, *s.* a horse, குதிரை.

புரளி, *s.* (புரள்), lying, falsehood, பொய்; 2. roguish tricks, knavery, கரவடம்.

புரளிக்காரன், liar, knave, prevaricator.

புரள், புரளு, I. *v. i.* roll over, wallow, welter in, உருளு; 2. be over-turned; 3. fail in one's word, தவறு; 4. overflow, அலைமறி.

நீ பேச்சுப் புரண்டாய், you shuffled in your talk.

புரண்டுபேச, to talk otherwise than before.

புரண்டுபோக, - ஓட, to overflow.

*புராணம், *s.* antiquity, பழமை; 2. a Purana containing Hindu cosmogony, history and legendary mythology.

*புராதனம், *s.* antiquity, பழமை.

புரி, *s.* a cord, string, கயிறு; 2. (பிரி), a strand of a cord, particularly a twisted rope of straw.

புரிதிரிக்க, - முறுக்க, to twist strands for rope-making.

புரிமணே, a twisted rope of straw upon which earthen vessels etc. are placed.

ஒற்றைப்புரிக் கயிறு, a rope that is a single string.

இரட்டைப்புரிக் கயிறு, a double cord.

முப்புரிக் கயிறு, -நூல், a three fold cord.

*புரி, *s.* town, city, ஊர்.

புரி, II. *v. t.* make, do, exercise, (as grace or mercy), அருளு; 2. desire, விரும்பு; 3. *v. i.* (*prop.* பிரி), be understood, விளங்கு.

அது எனக்குப் புரியவில்லை, I do not understand it.

தயை (அருள்) புரிய, to bestow a favour, to be gracious.

சினம் புரிய, to be angry.

*புரிசம், *s.* same as புருஷம்.

புரிசாலம், *s.* solicitation, importunity, பிரிசாலம்.

புரிசாலம்பிடிக்க, to beg earnestly.

புருக்கா, *s.* (*Hind.*), cloth-cover for vehicles; a curtain.

*புருஷம், *vulg.* புரிசம், *s.* a man's height.

இந்தக் கிணறு மூன்றுள் புருஷம், the depth of this well is three men's height.

*புருஷன், *s.* a man, மனிதன்; 2. a husband, கணவன்; 3. soul, life, சீவன்.

புருஷத்துவம், manhood, valour.

புருஷாயுசு, a man's age, limit of human existence.

புருஷோத்தமன், an excellent man.

சற்புருஷன், a good man.

*புருவம், *s.* the eye-brow.

புருவம் ஒதுக்க, to narrow or trim the eye-brows by shaving.

புருவத்தை நெறிக்க, to frown, to grow angry.

புருவை, *s.* a sheep, a goat, ஆடு; 2. youth, juvenility, இளமை.

புருவையாடு, a young sheep.

புரை, *s.* the hollow of a pipe, tube etc., உட்டொளே; 2. separation or divisions in a bag, மடிப்பு; 3. a deep ulcer, fistula, குழிப்புண்; 4. a small hole in a wall for a lamp, மாடக்குழி; 5. a little house or room, அறை; 6. defect, fault, பிழை.

புரையேற, புரைக்கேற, to choke one as anything passing into the wind-pipe.

புரை ஓட, to form as a hollow in a tumor.

புரை, II. *v. t.* sew coarsely, தை; 2. compare, ஒப்பிடு.

புரைசல், *s.* a hollow, பொத்தல்; 2. a secret, இரகசியம்.

*புரோகிதன், *s.* a family priest who conducts the ceremonies of the household, குலகுரு; 2. prognosticator.

புரோகிதம், புரோகிதத்துவம், the office of a family priest, prognostication.

புரோகிதஞ் சொல்ல, to prognosticate.

*புரோட்சணம், புரோக்ஷணை, *s.* sprinkling for ceremonial purification.

*புரோட்சி, VI. *v. t.* sprinkle for purification, நீர்தெளி.

புல, VII. *v. i.* be bashful towards the husband, feign, dislike, பிணங்கு.

புலப்படு, IV. *v. i.* (புலம்), be perceived, தெரி.

புலப்பம், *s.* (புலம்பு), raving (as one in fits or delirium), அலப்புதல்.

புலமை, *s.* wisdom, knowledge, கல்வி; 2. poetic ability.

புலம், *s.* rice-field, வயல்; 2. knowledge, information; 3. sharpness of mind, நுண்மை; 4. any of the five senses, புலன்.

புலம்பு, III. *v. i.* sound, roar, ஒலி; 2. lament, weep, அழு; 3. blab, utter nonsense, அலப்பு.

புலம்பல், lamentation.

புலர், புலரு, II. *v. i.* fade, grow dry, வாடு; 2. dawn, விடி.

பொழுது புலர்ந்தது, it is day-break.

புலர்த்து, III. *v. t.* deprive of moisture, உலர்த்து; 2. cause to fade or wither, வாட்டு.

புலவர், *s.* (*sing.* புலவன்), poets, learned men, philosophers, அறிஞர்.

புலன், *s.* any of the five senses, ஐம்புலன்; 2. sensation, perception, உணர்வு.

புலன் ஒடுக்க, — அடக்க, to mortify the senses.

புலாக்கு, *s.* (*Tel.*), a nose-jewel, பிலாக்கு.

புலால், புலே, *s.* flesh, fish, meat, ஊன்; 2. stench of raw-meat or fish, நாற்றம்.

புலி, *s.* a tiger, panther.

கொடிப்புலி, கழுதைப் —, சிறுத்தைப் —, வேங்கைப் —, see separately.

புலிக்குட்டி, a young tiger.

புலித் தோல், a tiger's skin.

புலி நகம், tiger-claws.

புலிபாய, to fly at one like a tiger.

புலிங்கம், *s.* a sparrow, ஊர்க்குருவி; 2. a fire-spark, நெருப்புப் பொறி.

புலே, *s.* same as புலால்; 2. baseness, wickedness, evil, தீமை.

புலேயன் (*fem.* புலேச்சி, *pl.* புலேயர்), a man of a certain low mountain tribe; 2. a base or low caste person.

புலேத்தனம், barbarity, vileness.

புல், *s. & adj.* (புன்மை), meanness, lowness, இழிவு; 2. smallness, அற்பம்; 3. same as புலி.

புல்லறிவு, ignorance, little knowledge.

புல்லறிவாண்மை, stupidity, viciousness.

புல்லன், புல்லறிவாளன், an ignorant, base man.

புல், புல்லு, *s.* grass.

புல் செதுக்க, — வெட்ட, to scrape grass for clearing the ground.

புல்லரி, a handful of grass.

புல்லறுக்க, —வெட்ட, to cut grass.

புல்லாங் (பில்லாங்) குழல், a reed-pipe.

புல்லுக்கட்டு, a bundle of grass.

புல்லு மேய, to graze as cattle, to thatch.

புல்லுக்காரி, a woman who supplies grass.

புல்லுரு, a scare-crow made of straw.

புல்லுருவி, புல்லூரி, a parasitic plant.

நல்லமரத்திலே புல்லுருவி பாய்ந்தது, he is a degenerate son of honest parents.

புல்வாய், a kind of deer.

புல்விரியன், a grass-adder.

புல்வீடு, a thatched house.

புற்குருவி, a kind of quail.

புற்கை, a pap of grass-seed meal.

புற்பாய், a mat of rushes.

புல்கு, III. *v. i.* copulate, புணர்; 2. embrace, அணே; 3. be attached (as friends), ஒட்டிக்கொள்.

புல்லு, *s.* see புல், grass.

புல்லு, III. *v. i.* agree, இணங்கு; 2. join, unite, combine, ஒட்டு; 3. copulate, புணர்.

*புவனம், *s.* world, உலகம்; 2. the earth, பூமி; 3. water, நீர்.

புவன சாஸ்திரம், Geography.

*புவி, *s.* the earth, பூமி.

புழக்கடை, *s.* (*vulg. for* புறங்கடை), a back-yard, a yard behind the house.

புழக்கடை வாசல், the back-door.

புழக்கம், *s*. (புழங்கு), familiarity, acquaintance; 2. practice, usage, custom, habit, பழக்கம்.

புழங்கு, III. *v. i.* be used, frequented, பழகு; 2. be conversant with persons or things, associate, கூடு.

புழல், *s.* a tube, any thing hollow, குழல்; 2. aqueduct, சலதாரை.

புழு, *s.* a worm, mite, maggot, கிருமி.

புழுக்கடி, புழுவெட்டு, a disease that makes the hair fall off; 2. any thing worm-eaten.

புழுக்கொத்தி, a kind of bird.

புழுப்புழுக்க, to breed as worms, to be eaten up by worms.

புழுப்புழுத்துச் செத்தான், he died being eaten by worms.

பச்சைப்புழு, a caterpillar.

புழு, VI. *v. i.* breed as worms or maggots, புழுச்செனி; 2. be eaten by worms, புழுத்துப்போ; 3. (*vulg.*), abuse, தூஷி.

புழுத்தல், புழுக்கை, *v. n.* the generating of worms (as in sores etc.).

புழுத்து நெளிய, to be full of worms, to crawl with worms.

புழுகு, *s.* musk, civet.

புழுகுசட்டம், the ventricle in the civet-cat where the perfume is generated.

புழுகு சம்பா, a kind of paddy.

புழுகுசாத்த, to anoint with civet.

புழுகுப் பிள்ளை, — பூனை, civet cat.

புழுக்கம், *s.* (புழுங்கு), sultriness, closeness, heat, உஷ்ணம்; 2. chagrin, grief, மனவருத்தம்.

புழுக்கு, III. *v. t.* cook, boil gently, seethe, அவி.

புழுக்கை, *s.* slave, அடிமை; 2. dung of goats, sheep, rats etc., பிழுக்கை.

புழுங்கு, III. *v. i.* be slightly boiled or stewed, be parboiled with little water, simmer, அவி; 2. boil gently; 3. be sultry; 4. be angry, indignant.

புழுங்கல், being parboiled, paddy parboiled for husking.

புழுங்கலரிசி, புழுங்கரிசி, rice husked off from புழுங்கல்.

புழுதி, *s.* the pollen of the anther in a flower; 2. dust, தூள்; 3. the earth turned up by the plough, dust of the ground.

கால் புழுதியடைந்தது, the feet are grown dusty.

புழுதிக் காடு, a ploughed field.

புழுதி மாயம், deceit, imposture (as by throwing dust in the eyes).

புழை, *s.* hollowness, tubularity, துவாரம்; 2. tube, pipe, hole, குழாய்; 3. wicket in a gate.

புழைக்கடை, a back-door.

புழைக்கை, an elephant's trunk, தும்பிக்கை.

கற்புழை, a hole in a stone.

*புளகம், *s.* erection of the hairs of the body from pleasure, சிலிர்ப்பு; 2. joy, delight, மகிழ்ச்சி.

புளகாங்கிதம், rising of the hairs as an indication of pleasure.

*புளகி, VI. *v. i.* rise spontaneously (as the hairs of the body from pleasure), சிலிர்; 2. experience great delight, மகிழ்.

*புளகிதம், *s.* same as புளகம்.

புளவை, *s.* same as பிளவை.

புளி *s.* acidity, sourness; 2. any thing acid; 3. the tamarind fruit or tree. *In combin.* the following hard consonant is doubled or the corresponding nasal is inserted.

புளிகுடிக்க (*vulg. for* குளிகுளிக்க), to be delivered of a child.

புளிகரைக்க, to dissolve tamarind fruit in water.

புளிக்கறி, புளிங்கறி, a sour dish.

புளிச் சோறு, புளிஞ்—, boiled rice acidified.

புளித் தயிர், புளிந்—, sour curds.

புளிமா, bilimby tree or fruits.

புளி மீன், புளிவாரிட்ட மீன், tamarind fish, fish soured with tamarind.

புளியங்காய்; unripe tamarind-fruit.

புளியங்கொட்டை, tamarind seeds or stones.

புளிய மரம், the tamarind tree.

புளியேப்பம், sour wind from the stomach.

புளியேப்பங் காண, to eructate or belch from acidity of the stomach.

புளி, VI. *v. i.* be sour, ferment; 2. be unpleasant, நோ.

காது புளித்துப்போயிற்று, the ears are pained by reiterated abuse.

புளிக்க வைக்க, – விட, to set in the sun etc. to ferment.

புளித்தமா, leaven.

புளித்த (*vulg.* புளிச்ச) காடி, vinegar.

புளிப்பு, *v. n.* sourness, acidity, fermenting.

புளிப்பேற, to grow acid or sour.

புளிச்சல், *s.* anything sour or leavened.

*புளிஞர், புளிந்தர், புளினர், *s.* barbarians.

*புளுகு, *s.* a lie, falsehood, பொய்; 2. boasting, வீம்பு.

புளுகன், a liar, a lying boaster.

யானைப் புளுகன், a great or monstrous liar.

புளுகு, III. *v. i.* lie impudently, tell barefaced lies, பொய்சொல்; 2. boast, swagger, வீம்புபேசு.

புள், புள்ளு, *s.* a bird in general, பறவை; 2. a class of water birds, நீர்வாழ் பறவை; 3. a trap-stick used by children in play.

புள்ளடி, the mark of birds, feet or claws, a mark or caret indicating omission in writing.

சிறு புள்ளடி, the name of a creeping plant.

புள்ளி, *s.* a spot, point, tittle, பொறி; 2. estimation, மதிப்பு.

புள்ளிபட்டது, புள்ளிபுள்ளியாயிருக்கிறது, what is spotted or speckled.

புள்ளி பார்க்க, to conjecture how much the sum may be, to estimate.

புள்ளி போட, to make a point or tittle, to note down the several articles.

புள்ளி மான், a spotted deer or antelope.

புறக்கணி (புறம் + கணி), VI. *v. t.* disregard, disdain, அசட்டை செய்.

புறக்கணிப்பு, *v. n.* disregard.

புறணி, *s.* slander, aspersion, கோள்; 2. the outside of the bark of a tree, மேற் பட்டை.

பின் புறணிக்காரன், a back-biter, calumniator, slanderer.

புறத்தி, புறத்தியான், see under புறம்.

புறப்படு, IV. *v. i.* (புறம்), set out, depart, start, go or come forth, வெளிப்படு; 2. ooze out, exude, பொசி; 3. break out (as boils), தோன்று.

புறப்பட்டுப் போக, to set out on a journey, to go away.

புறம், *s.* the side of a thing, பக்கம்; 2. the outside, வெளி; 3. the back, முதுகு; 4. back-biting, புறணி; 5. a tract or part of a country, இடம்; 6. side, party, பட்சம்.

முன்புறம், பின்–, சுற்றுப்–, நாட்டுப்–, ஒதுக்குப்–, see under முன், பின் etc.

புறத்துக்கு ஐந்து, on every side five.

புறக்குடி, a temporary tenant.

புறங்கடை, புறக்கடை (*vulg.* புழக்கடை), outside, outer court.

புறங்காட்ட, – கொடுக்க, to turn the back in contempt or when defeated.

புறங்கால், the upper part of the foot.

புறங்கை, the back of the hand.

புறங் கூற, to slander, to backbite; 2. to expose secrets.

புறத்தி (பிறத்தி), that which is outside, external, foreign.

புறத்தியான், பிறத்தியான், புறத்தி மனிதன், another, a neighbour, a stranger.

புறத்தே, அப்புறத்திலே, புறத்தியிலே, without, outwards.

புறப்பகை, avowed hatred.

புறம்போக்கு, புறம்போக்குத் தரிசு, waste land.

சர்க்கார் புறம்போக்கு, Government waste land available for cultivation.

புறவடை, field given to other people to till.

புறவயிரம், hard timber in the external part of a tree.

புறவீதி, outer court of a temple.

புறவெட்டு, the outside slab in sawing timber; 2. opposition, contradiction.

அப்புறம், இப்–, see separately.

இடப் (வலப்) புறமாக, to the left (right) side.

உட்புறம், the inside.

வெளிப்புறம், the outside.

புறம்பு, *s.* exterior, outside, abroad, புறம்; 2. exclusion, நீக்கம்.

புறம்பாக்க, to exclude, to excommunicate.
புறம்பாய், புறம்பே, outwardly.
புறம்புக்கு, for outward appearance.
புறன், s. (*poet. for* புறம்), outside, exterior; 2. the back.
புறனடை, explanatory remarks, appendix.
புறா, s. a dove, pigeon.
புறாக் குஞ்சு, a young pigeon.
காட்டுப் புறா, a wild dove.
பச்சைப் புறா, a greenish pigeon.
மாடப் புறா, a house dove.
களியம்புறா, தவிட்டுப்–; மணிப்–, பெரும்– other kinds of doves.
புறண்டு, III. *v. t.* scratch, பிறாண்டு.
புற்கை, s. see புக்கை.
புற்று (*vulg.* புத்து), s. a white ant hill; 2. any thing scurvy, scrofulous; 3. hole of snakes, ants, rats etc., வளை.
புற்றாஞ்சோறு (*vulg.* புத்தாஞ்சோறு), the honey - comb work of white-ants.
புற்றுப்புற்றாய்ப் புறப்பட்டிருக்க, to be covered with scrofulous eruptions, to be full of scabs.
புற்றுமண், earth from a white ant hill.
*புனஸ்காரம், s. see புரஸ்காரம்.
*புனர், புநர், *adv.* again, மறுபடியும்; 2. *in comb.* other, மறு.
புனர் செனனம், regeneration, second birth.
புனர்விவாகம், remarriage of a widow.
புனல், s. water, நீர்; 2. a river, ஆறு.
*புனிதம் (புநிதம்), s. purity, தூய்மை; 2. holiness, பரிசுத்தம்; 3. moral merit.
புனுகு, s. civet, புழுகு.
புனை, II. *v. t.* dress, தரி; 2. adorn, சோடி; 3. embellish with figurative language, அலங்கரித்துரை.
புனைசுருட்டு, s. plot, underhand contrivance.
புன், *in comb.* see புல் and புன்மை.
புன்மை, s. (புல்), meanness, vileness, ஈனம்; 2. smallness, அற்பம்; 3. poverty, வறுமை.
புன்சிரிப்பு, புன்னகை, a smile, smiling.
புன்சிரிப்புக்கொள்ள, புன்சிரிப்பாய்ச் சிரிக்க, to smile or simper.
புன்செய் (புஞ்செய்), dry grains; 2. fields for dry grains (*opp. to* நன்செய், fields for wet cultivation).
புன்செய்கை, cultivation of dry grains; mean acts.
புன்னெறி, a base or wicked course of conduct.
*புன்னாகவராளி, s. a plaintive melody by which snakes are said to be charmed.
புன்னை, s. a flowering tree, Alexandrian laurel.

பூ

*பூ, s. the earth, பூமி.
பூகம்பம், பூக்கம்பம், earth-quake.
பூகோளம், the terrestrial globe.
பூகோள சாஸ்திரம், geography.
பூச்சக்கரம், பூதலம், பூமண்டலம், பூலோகம், the earth, the world.
பூதலத்தோர், inhabitants of the earth (*opp. to* வானோர்).
பூநாகம், an earth-worm; 2. a snake or worm in a flower.
பூநீறு, washerman's or fuller's earth.
பூநீற்றிலெடுக்கிற உப்பு, salt from the earth impregnated with soda.
பூபதி, பூச்சக்கரன், a king.
பூமகள், பூமாதேவி, the goddess earth, பூமிதேவி.
பூ, s. a flower, புஷ்பம்; 2. film or cataract on the eye; 3. beauty, fairness, அழகு.
பூக்குஞ்சு, an unfledged young chicken, pigeon etc.
பூங்கதிர், beautiful brightness.
பூங்காவனம், பூங்கா, பூந்தோட்டம், a flower garden.
பூசாத்த, to put flowers upon an idol.
பூச்சட்டி, a flower-pot.
பூச்சட்டை, a garment of fine-flowered muslin.
பூஞ்சிறகு, down of young birds.
பூச்செண்டு, பூஞ்செண்டு, a nosegay of flowers.
பூநாகம், see under பூ, earth.

பூநொய், fine grits.
பூத்தொடுக்க, to string flowers.
பூந்தட்டு, a flower-salver.
பூப்படர, to spread as a cataract in the eye.
பூப்பிஞ்சு, பூம்பிஞ்சு, the young germ of a fruit.
பூமாலை, a garland of flowers.
பூம்பனை, the male palmyra.
பூவரசு, the portia or tulip tree.
பூவாணம், a rocket that throws out sparks like flowers.
பூவிழ, to form as speck or cataract in the eye.

பூ, VI. *v. i.* bloom, blossom, மலரு; 2. become mouldy, gather mould, பூசணம்பூ; 3. fail (as the eyes); 4. menstruate.

மரம் பூப்பூக்குது, the tree is in blossom.
அது பூத்துப்போயிற்று, it is past blossoming.
என் கண் பூத்துப்போகிறது, my eyes fail.
நெருப்புப்பூத்துப் போயிற்று, the fire is nearly extinguished or is covered with ashes.
பூத்தவள், a woman in her course.
பூப்பு, *v. n.* catamenia.

பூசணம், பூர்ணம், *s.* mould, mouldiness (upon meat etc.), பூஞ்சு.
பூசணம் பூத்துப்போக, to mould, to grow mouldy or hoary.

பூசணி, பூசுணி, *s.* a gourd, pumpkin-plant.
பூசணிக்காய், a pumpkin.

பூசல், *s.* battle, போர்; 2. a boisterous noise, roar, பேரொலி.

*பூசனம், பூசனை, *s.* same as பூசை, worship, devotion, ஆராதனை.

*பூசாரி (பூசாசாரி), *s.* a Sudra priest in small temples, an exorcist.

*பூசி, VI. *v. t.* worship, pay homage, reverence, perform a ritual ceremony, பூசைசெய்.

*பூசிதம், *v. n.* worship, adoration, வணக்கம்.
பூசிதன், a person much venerated.

பூசு, III. *v. t.* smear, besmear, daub, paint, anoint, தடவு; 2. adorn, decorate, சோடி; 3. wash, கழுவு.
கைபூசிவந்தான், he washed his hands and came.
பூச்சு, *v. n.* smearing, plastering; 2. coating; 3. weaver's starch.
பூச்சு பூச, to smear, to rub over.
பொற்பூச்சு, gilding, gilt.
மேற்பூச்சு, the outward coat or surface of a thing; 2. false appearance, simulation.

*பூசை, *s.* (பூசி), worship, ceremonial homage or offering, ஆராதனை; 2. a good flogging, அடி.
பூசாசாரி, see பூசாரி.
பூசாபலன், the merit of பூசை.
பூசை காண, to attend on the performance of Puja.
பூசை கொடுக்க, - போட, to offer a sacrifice; 2. to beat one.
பூசை செய்ய, – பண்ண, to perform ritual homage.

*பூச்சக்கரம், *s.* see under பூ, the earth.

பூச்சாண்டி, *s.* see பூச்சியாண்டி.

பூச்சி, *s.* an insect, a reptile.
பூச்சி காட்ட (*with dat.*), to scare or frighten one.
பூச்சிக் கூடு, a cage for insects; 2. a kind of jewel.
பூச்சி பிடிக்க, to breed worms.
பூச்சியரி, to gnaw as worms.
பூச்சியாண்டி, பூச்சாண்டி, a bugbear to frighten children.
பூச்சியாண்டி காட்ட, to frighten children.

*பூச்சியம், *s.* rareness, uncommonness, அருமை; 2. emptiness, what is blank or void, a cypher, சூனியம்.
சாப்பாட்டுக்குப் பூச்சியமாயிருக்க, to have nothing to live upon.
வேலை பூச்சியம், want of work.

பூச்சு, *v. n.* see under பூசு.

*பூஷணம், பூடணம், *s.* ornaments, jewels, ஆபரணம்.

*பூஷிதம், *s.* ornamenting, adorning, அலங்கரிப்பு.

பூஞ்சல், *s.* brownness; 2. dimness of sight, மங்கல்.
பூஞ்சற் கண், bleared eyes, dim eyes, small sunken eyes.

பூஞ்சு, *s.* mouldiness, பூசணம்; 2. cobweb-dust, ஒட்டடை.

பூஞ்சு பிடிக்க, – பற்ற, to get mouldy or dusty.

பூஞ்சை, s. dimness of sight, மங்கல்.

பூஞ்சை நிலம், a barren ground, பாழ் நிலம்.

பூடு, s. a plant or herb in general, பூண்டு; 2. (*in comb.*), a whole onion, garlic etc. (as உள்ளிப்பூடு).

பூட்கை, s. an elephant, யானை.

பூட்டகம், s. (*Tel.*), a flimsy work, anything unsubstantial.

பூட்டன் (பீட்டன்), s. great-grand-father, பாட்டன் தகப்பன்.

பூட்டு, s. a lock; 2. clasp, hook, கொக்கி; 3. a string, bowstring, வின்னாண்; 4. joint, சந்து; 5. fetters, விலங்கு.

பூட்டாங் கயிறு, the rope by which oxen are tied to the yoke.

பூட்டுத் தைக்க, to fasten a lock.

பூட்டுப் போட, to lock up.

பூட்டு வாய், a key-hole.

பூட்டு, III. *v. t.* lock, shut, shut up, fasten, அடை; 2. tie a bullock etc. to a yoke, பிணை; 3. fetter, manacle, விலங்கு மாட்டு; 4. adorn one with jewel, அணி.

குதிரைகளை ரதத்திலே பூட்டு, put the horses to the coach.

பூட்டிப் போட, – வைக்க, to lock up, to fasten for a time.

பூட்டியிருக்க,–கிடக்க, to be locked up.

பூட்டு, *v. n.* fastening etc.

அம்பு பூட்ட, to fix an arrow.

பூட்டை, s. a machine for drawing water, ஏற்றமரம்; 2. basket for baling out water, இறை கூடை; 3. ears of maize or millet, கதிர்.

பூட்டை வாங்குதல், – பறிதல், shooting out ears of corn.

பூண், s. a ring, ferrule, cap; 2. an ornamental knob; 3. ornament, jewel, ஆபரணம்.

பூண், பூணு, III. & V. *v. t.* (*fut.* பூணுவேன் and பூண்பேன், *adv. part.* பூண்டு, also பூணி), put on clothe with ornaments, தரி; 2. undertake, enter upon, துணி.

காரியத்தைப் பூணமல் (பூணிக்கொள்ளாமல்) போனான், he did not engage in the business.

பூணாரம், a jewel for the neck.

பூணுநூல், பூணூல், the string which Bramans and others wear over their shoulder.

பூணுநூல் கலியாணம், the ceremony of investing with the sacred string.

பூண்டி, s. a village, town, ஊர்.

பூண்டு, s. as பூடு, a plant or herb in general.

*பூதம், s. past time, இறந்தகாலம்; 2. life, living being, சீவசெந்து; 3. Bhuta, ghost, spectre, a malignant spirit, goblin; 4. any of the five elements, பூதியம்.

பூதகணம், பூதசேனை, a host of goblins.

பூதகலம், பூதக்கலம், *vulg. for* பூதாக் கலம், see under பூது.

பூதகவிக்கம், eye-salve.

பூதகாலம், past tense.

பூதகி, பூதனை, a female goblin.

பூதக்கால், an elephant-leg, a leg much swollen by disease.

பூததயை, benevolence to creatures.

பூதபிசாசு, the devil.

*பூதலம், பூதலத்தோர், see பூ, earth.

*பூதியம், s. an element, பூதம்; 2. the earth, பூமி; 3. body, உடல்.

பஞ்ச பூதியம், the five elements: earth, water, fire, air, ethereal matter.

பூது, *irreg. v. i.* (பூந்தேன்), see புகுது

பூதாக்கலம் (*vulg.* பூதக்கலம்), the vessel in which the bride serves food to the bridegroom for the first time.

பூதாக்கலம் பரிமாற, to serve the food thus.

*பூஸ்திதி, s. estate or landed property, நிலச் சம்பத்து.

பூத்துப் பூத்தெனல், *v. n.* puffing and panting from running.

பூத்துப் பூத்தென்று இரைய, to breathe with difficulty, (as a sick person or as one out of breath), to pant, to puff and blow.

பூந்தி, s. see பூவந்தி.

பூப்பு, *v. n.* see under பூ, *v.*

*பூமான், *s.* man, husband, புருஷன்.
பூமானும் பூவையும், the bride and bridegroom.
*பூமி, *s.* the earth, the world, பூலோகம்; 2. land, ground, soil, நிலம்; 3. a piece of land, மனை.
பூமி சாஸ்திரம், Geography.
பூமிதேவி, பூமாதேவி, the goddess earth.
பூமியதிர்ச்சி, earthquake, பூகம்பம்.
பூரசு, பூவரசு, *s.* see பூ.
*பூரணமி, பௌர்ணமி, *s.* full moon.
*பூரணம், *s.* fulness, abundance, plenty, நிறைவு; 2. all, the whole, முழுமை.
பூரண சந்திரன், full moon.
பூரண சந்தோஷம், great joy.
பூரண சற்குணம், perfect goodness.
பூரண பலன், full reward.
பூரணப் பட, to be satisfied.
பூரண வயசு, full age.
*பூரணை, *s.* same as பூரணமி, full moon.
*பூரம், *s.* fulness, completion, நிறைவு.
பூரா, *adj.* (*Hind.*), full, முழு.
பூராவாய், *adv.* fully.
பூராயம், *s.* curiousness, attentiveness, கவனம்; 2. scrutiny, close investigation, ஆராய்வு.
பூராயக்காரன், a very attentive and prudent person.
பூராயமாய் விசாரிக்க, பூராயமிட, to inquire closely and considerately.
பூரான், *s.* a centipede.
செம்பூரான், a red centipede.
கரும் பூரான், a black one.
சலங்கைப் (சதங்கைப்) பூரான், a centipede of the largest species.
*பூரி, *s.* abundance, மிகுதி; 2. gold, பொன்; 3. mixed paddy, கலப்புநெல்.
பூரிதானம், பூரி கொடுத்தல், giving presents to Brahmans at wedding etc.
பூரியர், wicked or base people.
*பூரி, VI. *v. i.* be full or plump, பரு; 2. rejoice, be cheerful or lively, களி; 3. thrive, செழி.
பூரிப்பு, *v. n* plumpness, great joy, cheerfulness, plenty.
*பூரிகை, *s.* a trumpet, எக்காளம்.
பூரிகை ஊத, to sound or blow a trumpet.

பூரு, *irreg. v. i.* (பூர்ந்தேன், பூருவேன்), *impr.* for புகு, enter.
*பூருவம், பூர்வம், *s.* the beginning, first, ஆதி; 2. the east, கிழக்கு; 3. old times, antiquity, old tradition, பழமை.
பூருவ (பூர்வ) காலம், ancient time.
பூருவ சரித்திரம், ancient history.
பூருவஸ்திதி, former state.
பூருவதிக்கு, பூர்வதிசை, east.
பூருவத்தார், the ancients.
பூருவத்திலே, in old times.
பூருவத்து மனுஷன், an old man who knows things of former days.
பூருவ பக்கம், – பக்ஷம், the first half of a lunar month.
பூருவோத்திரம், all the circumstances from ancient times.
மனப்பூர்வம், willingness, readiness.
மனப்பூருவமாய், willingly, readily, gladly.
பூரை, *s.* a mere nothing.
பூர்ணம், *s.* mouldiness, பூசணம்.
*பூர்த்தி, *s.* fulness, satisfaction, நிறைவு.
பூர்த்தியாக, to be satisfied or filled.
*பூர்வம், *s.* see பூருவம்.
*பூர்வீகம், *s.* antiquity, old times, பூருவம்; 2. origin of a thing, மூலம்.
பூர்வீகசரித்திரம், ancient history.
பூர்வீகர், those of old times, ancients.
பூர்வீகன், the founder of a thing.
பூலா, பூல், *s.* a tall shrub the bark of which is used as a red dye.
வரப் பூலா, நீர்ப் –, பகழப் –, etc., different kinds of it.
பூவந்தி, பூந்தி, *s.* notch-leaved soap-nut tree; 2. a sweetmeat, மிட்டாய்.
*பூலோகம், *s.* see under பூ.
பூவை, *s.* the Maina bird, நாகணவாய்; 2. a lady, woman, பெண்; 3. a tree.
பூழி, *s.* powder, dust, தூள்; 2. clay mixed with water, loam, குழைசேறு.
பூழியன், *s.* Sera, any prince of the Sera dynasty.
பூளை, *s.* a medicinal shrub; 2. rheum in the eyes, பீளை; 3. silk-cotton, இலவம்பஞ்சு.
பூளைப்பூ, – பஞ்சு, silk-cotton used for stuffing pillows.
பூனை, *s.* a cat.

பூனை அழுகிறது, the cat mews.
பூனை உறுமுகிறது, the cat growls.
பூனை சீறுகிறது, the cat hisses.
பூனைக் கண்ணன், one with cat-like eyes.
பூனைக் குட்டி, a kitten.
பூனைமயிர், soft and short grey hair in men (like that of the cat); 2. a plant.
கடுவன் பூனை, the male cat, a boar-cat.
காட்டுப் பூனை, a wild cat.

பே

பேடை, *s.* a female bird, hen, பெட்டை.
*பேட்டகம், *s.* a chest, box in which presents are carried to a bride.
பெட்டகங் கொட்ட, to clap the hands for joy, when presents are carried to a bride.
*பேட்டி, *s.* a chest, trunk, box, case, பேழை; 2. a basket, கூடை.
ஊத்தாம்பெட்டி, a bladder.
பேட்டு, *s.* lie, falsehood, பொய்.
பேட்டை, *s.* female of birds, hen; 2. the female of some quadrupeds (as of elephants, horses, lions, deer etc.); 3. (*vulg.*), a woman, girl, பெண்.
பெட்டைக் கோழி, a hen.
பெட்டை நாய், a bitch.
பெட்டைப் புறு, a dove, hen-pigeon.
பெட்டைப் பூனை, a she-cat
பெட்டையன், a hermaphrodite, a eunuch, அலி; 2. an effeminate man, ஆண்மையற்றவன்.
பேட்பு, *s.* desire, lust, ஆசை.
பேண், *s.* a female in general, ஸ்திரி; 2. a maid, virgin, girl, woman, பெண்டு; 3. a bride, wife, விவாகப் பெண்.
பெண்ணைப் பிறந்தவள் வீட்டில் இருக்க வேண்டும், a woman should keep at home.
பெண்குறி, *pudendum muliebre.*
பெண்கேட்க, to solicit a girl of her friends in marriage.
பெண்கொடுக்க, to give a girl in marriage.
பெண்கொள்ள, -எடுக்க, to marry, to take a wife.
பெண்சாதி, பெண்டாட்டி, a married woman, a wife.
பெண்டகன், பெண்டன், a hermaphrodite, eunuch, பெட்டையன்.
பெண்ணரசி, a queen, an excellent woman.
பெண்ணரசுநாடு, a country governed by a woman.
பெண்ணன், an effiminate cowardly man.
பெண்ணீலி, a woman given to lies and quarrels; 2. a female demon.
பெண்பால், the feminine gender.
பெண்பிள்ளை, a female infant, a girl; 2. a woman.
பெண்புத்தி, female indiscretion, woman's wits.
பெண்பெண்சாதி, பெண்பெண்டாட்டி, (*vulg.* பொம்மண்சாதி, பொம்மணாட்டி), a woman, a wife.
பெண்மரம், the female tree.
பெண்வழி, family descent in the female line.
அறியாப்பெண், a young girl.
பேண்டு, *s.* (*pl.* பெண்டீர், பெண்டுகள்), a woman, பெண்; 2. wife, married woman, மனைவி.
பெண்டாட்டி, a wife, a woman.
பெண்டாள, to take liberties with a woman.
பெண்டு கட்ட, to reproach either sex with criminal intercourse.
பெண்டுகள் சட்டி, one who is under his wife's management.
பேண்ணை, *s.* the name of two rivers, வடபெண்ணை near Nellore and தென்பெண்ணை near Cuddalore.
பேத்தரிக்கம், *s.* haughtiness, pride, petulance, அகந்தை.
*பேந்தம், *s.* see பந்தம், bond.
*பேந்து, *s.* see பந்து, relationship.
பேம்மான் (*contr. of* பெருமான்), *s.* a great person.
பேயர் (பேர்), *s.* name, நாமம்; 2. person, ஆள்; 3. renown, கீர்த்தி; 4. a noun, பெயர்ச்சொல்.

அவன் தன் பெயரைக் கெடுத்துக்கொண்டான், he has lost his reputation.
பெயராகராதி, vocabulary.
பெயரன் (*com.* பேரன்), grand son; 2. grand-father.
பெயர் இட, – வைக்க, to name, to give a name.
பெயருக்கு (பேருக்கு), to each, separately.
பெயருக்குச் சிநேகிதன், a nominal friend.
பெயரெச்சம், an adjective participle.
பெயருரிச்சொல், an adjective.
பெயர்க்கணக்கு, division (*in Arithm.*).
பெயர்கொள்ள, to bear a name, be called.
முத்து என்று பெயர்கொண்ட ஒருவன், one called Muttu.
பெயர்ச்சொல், a noun or pronoun.
பெயர்ட்டாப்பு, list of names, roll.
பெயர்தரிக்க, to take or bear a name or title.
பெயர்த்தி, பேர்த்தி, *com.* பேத்தி, grand-daughter; 2. grand-mother.
பெயர்பாதியாக, at two equal shares.
பெயர் பிரஸ்தாபம், - எடுப்பு, the celebrity of one's name.
பெயர்பெயராய், singly, one by one,
பெயர் பெற, to become famous.
பெயர்போக, – விளங்க, – எடுக்க, to be renowned, famous.
பெயர்போனவன், – பெற்றவன், a famous, notorious person.
பெயர்வழி, names in order, list of names, party, as காத்தான் பெயர்வழிகள், Kathan and his party.
பெயர்வேற்றுமை, the nominative.
நாலுபெயர் அறிய, publicly.
நிந்தைப் பெயர், a bad name, a nickname.

பெயர், பெயரு (பேர்), II. *v. i.* move, stir, அசை; 2. leave, depart, போ; 3. be removed, displaced or rooted out, இடமாறு; 4. vary, change, shift, வேறுபடு; 5. grow loose (as a nail), come off, நெகிழ்.
அது பெயராது, it would not go off.
காற்றுப் பெயர்ந்து போயிற்று, the wind has shifted.
தண்டு பெயர்ந்து போயிற்று, the army has decamped.
பெயர்ந்திரு, make way, give way, stand aside.
பெயர்தல், பெயர்ச்சி, *v. n.* moving, shifting.

பேயர், VI. *v. t.* remove, displace, unseat, பிரி; 2. turn over, subvert, புரட்டு; 3. change, alter, மாற்று; 4. pull, force or root out, பிடுங்கு; 5. redeem, save, மீள் V.
வெள்ளம் வீட்டைப் பெயர்த்தடித்தது, the inundation has ruined the house.
பெயர்த்துவைக்க, –நட, to pull out and set in another place, to transplant.
பெயர்த்தெழுத, to copy, to transcribe.
பெயர்ப்பு, பெயர்த்தல், பெயர்த்தி, *v. n.* removal etc.
மொழிபெயர்த்தல், – பெயர்ப்பு, translating, translation.

பெய் (*vulg.* பேய்), I. *v. t.* strew, scatter, தூவு; 2. discharge (as urine), சிறு நீர் விடு; 3. put, place, lay, போடு; 4 *v. i.* rain, fall (as dew or hail), பொழி.
சிறு நீர் பெய்ய, to pass urine.
பனிபெய்கிறது, the dew falls.
மழை பெய்கிறது, it rains.

பெரிசு, பெரிது (*contr. of* பெரியது), *s.* that which is great.

பெரிய, பெரு, *adj.* great, see under பெருமை.

பெரு, VI. *v. i.* grow thick, stout, numerous etc., see பரு.

பெருகு, III. *v. i.* increase, grow great, be multiplied, அதிகரி; 2. enlarge, branch out, கிளை; 3. rise, swell, overflow; 4. thrive, prosper, விருத்தியாகு; 5. rise (in dignity, rank etc.), சிற.
பெருக, abundantly.
பெருகிப் போக, to increase, flourish.

பெருக்கம், *s.* increase, plenty, great quantity, மிகுதி; 2. wealth, செல்வம்.
சனப் பெருக்கம், thick population.

பெருக்கு, III. *v. t.* increase, augment, பெருகச்செய்; 2. cause to multiply; 3. sweep, கூட்டு.
மூன்றுருகப் பெருக்கப் பதினெட்டாகும், three times six is eighteen.
தலையும் கடையும் பெருக்கி நடுவுக்கிய, to reckon by the rule of three.

பெருக்கல், sweeping with a broom; 2. multiplication.

பெருக்கல் கணக்கு, பெருக்குக் கணக்கு, multiplication.

பெருக்கல் வாய்பாடு, multiplication table.

பெருக்கிப் போட, to sweep, to multiply.

பெருக்கு, *v. n.* (பெருகு, *v.*), over-flowing, flooding, வெள்ளம்; 2. rise of the tide; 3. (பெருக்கு, *v.*) multiplication, பெருக்குக் கணக்கு.

ஆற்றுப் பெருக்கு, river in flood.

பெருச்சாளி, *s.* a large kind of rat, a bandycoote.

பெருப்பம், *s.* see பருப்பம், thickness.

பெருப்பி, VI. *v. t.* magnify, enlarge, exaggerate.

பெருமை, *s.* greatness, largeness, பருமை; 2. highness, dignity, excellence, nobleness, மாட்சிமை; 3. renown, கீர்த்தி; 4. pride, vanity, அகந்தை. *Note:* The *adj.* forms are பெரிய, பெரு (with the incremental letters ங், ஞ், ந், ம்) and பேர் (before vowels).

அது உனக்குப் பெருமையல்ல, that is no honour to you.

பெரிய குணம், — மனம், a noble liberal mind, magnanimity.

பெரிய தகப்பன், பெரியப்பன், the father's elder brother or the mother's elder sister's husband.

பெரியது, பெரிது, பெரிசு, what is great or large.

பெரிதுபண்ண, to take any thing seriously.

பெரியதனம், dignity, honour; 2. pride, haughtiness.

பெரியதனம் பண்ண, to govern, to hold the office of a magistrate; 2. to behave arrogantly or haughtily.

பெரியதனக்காரன், a headman, an impertinent person.

பெரியதாய், பெரியாத்தாள், பெரியாயி, the mother's elder sister or the wife of the father's elder brother.

பெரிய துரை, a governor, chief.

பெரியத்தை (பெரிய + அத்தை), the elder one of the father's sisters.

பெரிய பாட்டன், grand father's elder brother.

பெரிய பாட்டி, grand mother's elder sister.

பெரிய மனிதன், a great man; 2. an aged man.

பெரிய மாமன், பெரியம்மான், the mother's elder brother.

பெரியம்மை, small-pox.

பெரியவர், பெரியர் (*hon. & pl.*), a great man; 2. adult persons, persons of mature age.

பெரியவன் (*fem.* பெரியவள்), an adult person, a person of age, a man of wealth or authority.

பெரியாணங்கை, the name of a medicinal plant.

பெரியார், பெரியோர், பெரியோர்கள், superiors, elders, ancestors.

பெருங்காயம், a large wound; 2. assafœtida.

பெருங்கால், the elephantiasis.

பெருநாள், பெரியநாள், a festival, holiday.

பெரு நெருப்பு, a great fire, conflagration.

பெருந்தகை, a noble king; 2. a noble-minded man.

பெருந்தன்மை, greatness, high character, pride.

பெருமழை, heavy rain.

பெருமாந்தம், a disease in children.

பெருமாள், பெருமான், a prince, a nobleman, Vishnu.

பெருமிதம், joy, plenty, great measure.

பெருமூச்சு, hard breathing, sighing, panting.

பெருமூச்சு விட, — கொள்ள, to sigh.

பெருமை காட்ட, to show pride, to manifest haughtiness.

பெருமைக் காரன், a proud man.

பெருமை பாராட்ட, — யாய்ப்பேச, to boast, to vaunt, to talk big.

பெரும்படி, coarseness, thickness.

பெரும்பாடு, an immoderate flow of the menses.

பெரும்பாலும், for the most part, commonly.

பெரும்பான்மை, பெரும்பாலார், most, the majority.

பெருவாரிக் காய்ச்சல், plague, epidemic, pestilence.
பெருவிரல், the thumb.
பெருவெள்ளம், great inundation.

பேல, VI. *v. i.* become strong, see பல.

*பேலத்துவாரம், *s.* see பிலத்துவாரம்.

*பேலம், பெலன், *s.* see பலம், strength.

*பேலி, *s.* see பலி, sacrifice.

பேள், V. *v. t. & i.* wish, desire, விரும்பு; 2. long for, ஆசி.

பேறு, IV. *v. t.* get, obtain, gain, அடை; 2. beget, generate, செனிப்பி; 3. bring forth, bear, பிரசவி; 4. *v. i.* be worth, விலைபெறு. Following an infinitive பெறு is almost synonymous to படு, as அடையப்பெறும், it may be had, நன்குமதிக்கப் பெற்றவன், one who is highly esteemed, காணப்பெற்றேன், I obtained sight of.

ஆண் பிள்ளையைப் பெற்றாள், she has brought forth a son.

அவள் பெற்றபிள்ளை, her own child.

என்ன (எத்தனை) பெறும், how much is it worth?

ஒருகாசு பெறாத வேலை, a work that is not worth a cash.

இவன் காசு பெறாத மனுஷன், he is a worthless fellow.

பெறாத, *neg. adj. part.* insufficient, ineffectual (as பெறாத ஈடு, insufficient security).
பெருமதி, worth, value, reward.
பெறுமானம், worth.
பெற்ற தகப்பன் (தாய்), one's own father (mother).
பெற்றவன் (*fem.* பெற்றவள்), the father.
பெற்றார், the parents.
பெற்றார் பிறந்தார், parents, brothers and sisters.
பெற்று வளர்க்க, to bring forth and bring up a child.
வரம் பெற்றவன், a gifted man.
விலையேறப் பெற்ற, precious, costly, of great value.

பேற்றம், *s.* bull, எருது; 2. a cow, பசு; 3. wind, air, காற்று.

பேற்றி, *s.* nature, quality, குணம்; 2. kind, character, தன்மை.

பேன்னம் பேரியது, *s.* what is very large (*opp. to* சின்னஞ் சிறியது).

பே

பேசு, III. *v. t.* speak, talk, converse, சம்பாஷி; 2. tell, say, communicate. சொல்லு; 3. abuse, ஏசு.
பேசத் தெரியாதவன், one who is not a good speaker or negotiator.
பேசாதே, be silent, hold your peace.
பேசாமல் போக, to go silently away.
பேசிக் கொள்ள, – க்கொண்டிருக்க, to be conversing socially, to talk together.

பேச்சு, *v. n.* speaking, பேசுதல்; 2. speech, language, பாஷை; 3. talk, conversation, சம்பாஷணை; 4. rumour, வதந்தி; 5. discourse, பிரசங்கம்.
பேச்சாடித் துணை, பேச்சாட்டுத் –, பேச்சோடு –, one to talk with.
பேச்சுக்காரன், - வாயன், a talkative person, a good speaker.
பேச்சுக்கிடம், liberty of speech, occasion for slander.
பேச்சுக்குற்றம், flaw in the speech.
பேச்சுத்திராணி, eloquence.
பேச்சு நடக்க, to go on (as a report, a speech etc.), to spread (as a rumour).
பேச்சுப்பிடுங்க, to fish secrets out of a person.
பேச்சுப்பிறக்கிறது, a rumour is spread.
பேச்சு மூச்சில்லாமல் இருக்க, to be without speech and breath or near death, to faint, to swoon.
பேச்சுவல்லபம், ability in speaking, eloquence.
பேச்சுவார்த்தை, speech, speaking terms.

அவர்களுக்குள்ளே பேச்சுவார்த்தை இல்லை, they are not in speaking terms.

பேஷ், *adj.* (*Pers.*), good, proper, நல்ல.

பேஷ்கார், *s.* (*Pers.*), a revenue officer under a Tahsildar.

பேடன், பேடி, *s.* (*pl.* பேடர், பேடியர்), a hermaphrodite, அலி.

பேடு, *s*. hermaphrodite, அலி; 2. the female of birds, hen, பெட்டை.
பேடு மூஞ்சி, a womanish face.

பேடை, *s*. female of birds, hen, பெட்டை.

பேட்டி, *s*. (*Hind.*), access to or waiting on a great person.
துரையைப்பேட்டி கண்டேன், துரைபேட்டியாயிற்று, I have had access to the governor or gentleman.
பேட்டி கொடுக்க, to give audience.
பேட்டிபண்ணிக்கொள்ள, to have an interview with a great person.
பேட்டிபண்ணுவிக்க, -பண்ணிவைக்க, to procure one the access to a great person.

பேட்டை, *s*. suburb, பட்டி; 2. village near a market town, புறநகர்.

பேணு, III. *v. t.* honour, respect, நன்குமதி; 2. take care of, கவனி; 3. nurture, cherish, ஓம்பு.
தந்தைதாய்ப் பேண், honour father and mother.
பேணி வளர்க்க, to educate with great love and care.

*__பேதகம்__, பேதம், *s*. difference, வேற்றுமை; 2. disagreement, discord, பிரிவினை; 3. division, வகுப்பு.
பேதகம் (பேதம்) பண்ண, to make difference or division.
பேதக்காரர், schismatics, heretics.
பேதாபேதகம், diversity, similarity and dissimilarity; 2. the union of separable things as soul and body.

பேதமை, பேதைமை, *s*. simplicity, ignorance, அறியாமை.

*__பேதம்__, *s*. see பேதகம்.

பேதலி, VI. *v. i.* vary, alter, be estranged, வேற்றுமைப்படு; 2. grow dismayed or discouraged, மனங்குழம்பு; 3. hesitate, சந்தேகப்படு.
பேதலிக்கப்பண்ண, to discourage one, to estrange a person.
பேதலிப்பு, *v. n.* variation, disaffection.

*__பேதி__, *s*. that which divides or separates, பிரிப்பது; 2. stools, looseness, cholera, கழிச்சல்; 3. a purgative.
பேதிக்குக் கொடுக்க, to give a purgative medicine.
பேதிக்குவாங்க, to take a purgative.
பேதியாக, to purge; 2. to be attacked by cholera.
விஷபேதி, cholera.

*__பேதி__, VI. *v. t.* sow discord, பேதகம் பண்ணு; 2. alienate, பிரியப்பண்ணு; 3. turn the mind from the right course, வேறுபடுத்து; 4. excite disgust, மனமலையச்செய்; 5. *v. i.* be altered or changed, வேறுபடு; 6. purge, பேதியாகு.
காரியம் பேதித்துப் போயிற்று, the thing is altered.
ஒருவனைப் பேதித்துக் கேட்க, to pump one.

பேதை, *s*. a simpleton, an ignorant man, அறிவீனன்; 2. a poor man, எளியவன்.
பேதைகள், பேதையர், low ignorant people, poor people.
பேதைமை (*com.* பேதமை), simplicity, ignorance.

பேத்தி, *prop.* பேர்த்தி or பெயர்த்தி (*pl.* பேத்திமார்), *s*. grand-daughter; 2. *v. n.* of பெயர் VI.

பேபந்து, *s*. (*Hind.*), want of order or security.

பேய், *s*. a devil, demon, goblin, பிசாசு; 2. (*in comb.*), wild, bad (as plants, trees etc.), கெட்ட.
பேயன் (*fem.* பேய்ச்சி, பேச்சி), a demoniac; 2. mad man.
பேயாடி, a wizard, fortune-teller.
பேயாட, to whirl the head through possession.
பேயோட்ட, - துரத்த, to exorcise.
பேய்க் கரும்பு, wild sugar-reed.
பேய்க் குதிரை, an intractable horse.
பேய்க் கூத்து, பேயாட்டம், a devil dance.
பேய்க் கோலம், a hideous, monstrous look or appearance.
பேய்ச்சுரை, wild gourd.
பேய்த்தனம், fiendishness, ferociousness.
பேய்நாய், a mad dog.
பேய் பிடித்திருக்க, to be possessed by an evil spirit.
பேய் பிடித்தவன், a demoniac.
பேய் மருட்டி, a medicinal herb used when children have convulsion.
பேய்மாலம், simplicity, craziness.

பேய்முகம், a hideous face or features.

பேயுள்ளி, wild onions.

பேயுரைந்த வீடு, a house haunted by devils.

பேரன், s. see பெயரன், grand-son.

*பேரி, பேரிகை, s. a large drum, முரசு.

பேர், adj. from பெருமை, great, excellent (used before vowels).

பேரறிவு, great or mature knowledge.

பேராசை, avarice, ambition.

பேரின்பம், பேரானந்தம், heavenly joy.

பேரீச்சு, பேரீஞ்சு, பேரீந்து, the date tree.

பேரீச்சம் பழம், dates.

பேர், s. a name, a person, a word (*a change of* பெயர், which see also for the compounds).

பேரில், பேரிலே, upon, about, concerning, மேலே.

அவன்பேரிலே சந்தோஷப்படுகிறேன், I am pleased with him.

ஒருவன் பேரில் பிரியப்பட, to like one.

ஒருவன் பேரிலே குற்றஞ்சாட்ட, to put fault upon one.

ஒருவன் பேரில் சந்தேகம் வைக்க, to have suspicion against one.

எதின்பேரிலே சண்டைபண்ணுகிறார்கள், what are they quarrelling about?

பேர், II. & VI. see பெயர், II. & VI.

பேர்த்தி, பேத்தி, s. see under பெயர்.

பேல், பேலு, I. v. i. ease one's self.

*பேழை, s. a round basket, a chest, box, பெட்டி; 2. an ark.

பேறு, s. a thing obtained, gain, benefit, ஆதாயம்; 2. gift, prize, வெகுமதி; 3. profit, result, பலன்; 4. birth, delivery, child-bearing, பிரசவம்; 5. offspring, child, சந்தானம்.

பேறுகாலம், a woman's time of delivery.

பேறு பெற, to obtain a dignity, to obtain bliss.

பேற்று, III. v. i. vulg. for பிதற்று, babble.

*பேனம், s. froth, foam, நுரை.

பேன், s. a louse.

பேன் பார்க்க, to hunt lice.

பை

பை, s. bag, purse, sack, சாக்கு; 2. hood of a cobra, படம்.

பை (*with* ம் etc.), adj. from பசுமை, green.

பைங்கிளி, a green parrot.

பைங்கூழ், growing corn or other crops.

பைந்தார், a green garland.

பைந்தொடி, bracelet; 2. a lady wearing bracelets.

பைம்பொன், see பசும்பொன், fine gold.

பை, com. பைய, adv. slowly, softly.

பையப்போ, go softly.

பையப்பையப் பேசு, speak slowly.

பைகோ, பைகோவு, s. Pegu, the country.

பைகோ மட்டம், Pegu pony.

பை, VI. v. i. become green, பச்சையாகு; 2. become angry, கோபி.

பைசல், s. (*Hind.*), judgment, decision, தீர்ப்பு.

பைசா, பைஸ், s. a pie, one twelfth of an anna; 2. a pice, a quarter anna.

*பைசாசம், s. demon, devil, பிசாசம்.

பைசார், s. (*Hind.*), slippers, பசார்.

*பைத்தியம், s. see பயித்தியம், madness.

பைத்து, பைமை, s. greenness, பசுமை.

பைத்துப் பத்து, s. (*vulg. for* பதிற்றுப் பத்து), ten times ten.

பைத்தொன்பது, ten times nine.

பைய, adv. see பை.

பையட்டை, s. that part of a woman's cloth that covers the breast and the shoulders.

பையல், s. same as பயல், a boy.

பையன், s. same as பய்யன், a boy.

*பைரவம், s. formidableness, பயங்கரம்; 2. the religion of Bhairava, one of the forms of Siva as ferocious deity.

பைரவன், a Bhairava, a manifestation or form of Siva.

*பைராகி, s. an ascetic, வைராகி.

போ

போ, VI. *v. t.* perforate, make a hole, துளை.

பொக்கசம், *s.* same as பொக்கிஷம்.

பொக்கணம், *s.* a beggar's bag, wallet, கஞ்சுளி.

பொக்கல்வாய், *s.* a toothless mouth, பொக்கைவாய்.

பொக்கிஷம், *s.* treasure, stores, திரவியம்.
 பொக்கிஷக்காரன், -தாரி, treasurer.
 பொக்கிஷ சாலை, treasury.

பொக்கு, *s.* defect, fault, blemish, குற்றம்; 2. flake-scale, பொருக்கு.

பொக்குளி, VI. *v. i.* rise in blisters, கொப்புளி.

பொக்குளிப்பான், *prop.* கொப்புளிப்பான், *s.* measles.

பொக்குள் (கொப்பூழ்), *s.* navel.

பொக்கை, *s.* (*Tel.*), a little damage, மூளி.
 பொக்கைவாய் (பொக்குவாய்), a toothless mouth.
 பொக்கை வாயன் (*fem.* பொக்கை வாய்ச்சி), a man without teeth.

பொங்கம், *s.* (பொங்கு), increase, abundance, மிகுதி; 2. joy, களிப்பு.
 பொங்கமாகப் பேச, to speak joyfully.

பொங்காரம், *s.* (பொங்கு+ஆரம்), sadness which brings tears from the eyes; 2. grief, bitter sorrow, துக்கம்.

பொங்கு, III. *v. i.* boil over, bubble up, கொதி; 2. foam and rage (as the sea), கொந்தளி; 3. ferment, புளி; 4. be agitated (by joy, anger etc.), மனம் பொங்கு; 5. *v. t.* boil rice, சோறாக்கு.
 பொங்கலாண்டி, பொங்கலாள், a cook.
 பொங்கலிட, to boil rice without straining off the water in which it has been boiled.
 பொங்கி வழிய, to boil over.
 பொங்கல், boiling, bubbling up; 2. a great festival in honour of the sun on its entering the sign of Capricorn about the 11th January; 3. boiled rice.
 சர்க்கரைப் பொங்கல், rice boiled with sugar.

பொசி, II. *v. i.* ooze out, run little by little, soak through, கசி; 2. flow gently, வடி.
 தண்ணீர்க்குடம் பொசிகிறது, water oozes from the earthen vessel.

*பொசி, VI. *v. t.* see புசி, eat.

பொசுக்கு, III. *v. t.* singe, toast, scorch, கருக்கு; 2. scorch (as the sun), வெதுப்பு; 3. burn (hair, paper etc.), தீ; 4. break wind.

பொசுங்கு, III. *v. i.* be singed, toasted, கருகு; 2. burn, consume, be scorched slightly, தீ; 3. be reduced in circumstances, நொந்துபோ.
 பொசுக்கல், *v. n.* any thing singed or scorched; 2. one who speaks or acts with hesitation.

பொச்சம், *s.* fault, defect, moral evil, குற்றம்.

பொச்சா, VII. *v. t.* forget, மற.
 பொச்சாப்பு, *v. n.* forgetfulness.

பொச்சாலி நெல்லு, *s.* a kind of paddy.

பொச்சு, பொச்சம், *s.* flow, defect.

*பொச்சு (புச்சம்), *s.* anus; 2. a quantity of hair.

பொச்சை, *s.* forest, jungle, காடு; 2. hill, hillock, மலை; 3. harbour or nest of insects, புழுக்கூடு; 4. (*Tel.*), paunch-belly, பொச்சை வயிறு.
 பொச்சையிலே கையிடாதே, don't put your hand into a nest of insects.
 அவனுக்குப் பொச்சையிட்டது, he is grown paunch-bellied.

*பொஸ்தகம், *s.* see புஸ்தகம், book.

பொடி, *s.* powder, தூள்; 2. dust, புழுதி; 3. pollen of flowers, பூந்தாது; 4. small, minute particle, அணு; 5. snuff, மூக்குத்தூள்; 6. solder, metallic cement; 7. sacred ashes, திருநீறு.
 பொடிக்கல், small stones, pebbles, brick-pieces.
 பொடிசு, any thing small, particle.
 பொடி தூவ, to sprinkle with flour, bruised spices etc.
 பொடி பொட்டு, what is small.
 பொடி போட, to take snuff.
 பொடி போட்டுசேர்க்க, to solder, to unite with any metallic cement.
 பொடிப்பயல், பொடியன் (*fem.* பொடிச்சி), a little boy.
 பொடிப்பொடியாய்ப் போக, to be reduced to small pieces.

பொடிமீன், small fish.

பொடியாக்க, to pulverize, to reduce to powder.

பொடியெழுத்து, small letters, small writing.

பொடி வெட்டி, goldsmith's shears or scissors.

பொடி, II. *v. i.* be pulverized, தூளாகு; 2. be destroyed, perish, கெடு.

பொடி, VI. *v. t.* pulverize, reduce to powder, தூளாக்கு; 2. destroy, அழி; 3. *v. i.* rise up (as pimples), rise (as the hair), சிலிர்.

பொடுகு (சொடுகு), *s.* scurf, scall on the head; 2. smallness, சிறிது.

பொடுதலை, *s.* the name of a creeper.

பொடு பொடு, VI. *v. i.* burst in pieces, வெடி; 2. spatter (as rain), துளி; 3. speak fast; 4. grumble (as the bowels), இரை.

***பொட்டணம்**, பொட்டலம், *s.* a bundle of cloth, சீலைமூட்டை; 2. a bundle of drugs or leaves for a fomentation.

பொட்டணம் ஒத்த, -ஒத்திட, to apply a fomentation.

பொட்டல், *s.* an arid tract, கரம்புவெளி.

பொட்டி மகன், *s.* a clever fellow.

பொட்டில், *s.* a machine with pistolets fired in processions.

பொட்டிலுப்பு, saltpetre, வெடியுப்பு.

பொட்டிலுப்புத் திராவகம், nitrous acid.

பொட்டு, *s.* a spot of sandal paste or other stuff put on the forehead, திலகம்; 2. a round plate of gold, the matrimonial token worn by Telugu women, தாலிப்பொட்டு; 3. a moth, caterpillar; 4. spider, சிலந்தி; 5. an empty or blighted ear of corn; 6. the temples, கன்னப்பொறி.

அங்கே பூச்சிபொட்டாயிருக்கும், there will be troublesome insects or reptiles in that place.

பொட்டரித்த வஸ்திரம், a moth eaten garment.

பொட்டிட, to paint a spot on the forehead.

பொட்டுக்கட்ட, to tie on the marriage badge or that of a dancing girl.

பொட்டுப் பூச்சி, a kind of venomous spider.

பொட்டும் பொடியுமான மீன், very small fish.

பொட்டெனல், *v. n.* being quick, nimble, sudden.

பொட்டென வா, come quick.

பொட்டை, *s.* blindness, குருடு; 2, weak sightedness, கூசியகண்.

பொட்டைக் கண்ணன், பொட்டையன், (*fem.* பொட்டைச்சி), a blind man.

பொதி, *s.* full sacks or packs carried by bullocks; 2. a flower-bud, மலர் அரும்பு; 3. the பொதியம் mountain.

பொதிகாரர், persons attending pack-bullocks.

பொதிமாடு, – எருது, a pack-bullock.

பொதியவிழ்க்க, to untie packs carried by bullocks.

பொதி, II. *v. t.* roll up (as a cloth), சுருட்டு; 2. bury, insert, அடை; 3. hide, conceal, ஒளி; 4. tie up, கட்டு.

பொதிசோறு, கட்டுச்சோறு, boiled rice tied up for a journey.

பொதிகை, பொதியம், பொதியமலை, *s.* the பொதியம் mountain the abode of Agastyan and other sages situated near Cape Comorin.

பொது, *s.* what is public, common, usual or universal, சாதாரணம்.

சாகிறதெல்லாருக்கும் பொது, death is the lot of all.

எல்லாநோய்க்கும் பொது மருந்து, a universal remedy, *panacea*.

பொதுக்கட்ட,–கட்டிவைக்க, to sequestrate; 2. to deposit by mutual consent with an arbitrator.

பொதுக்காரியம், a public affair.

பொது ஸ்திரி, – மகள், a public woman, a prostitute.

பொது நன்மை, public good.

பொது நிலம், common land.

பொதுப்பட, generally, commonly.

பொது மனுஷன், பொதுவன், a mediator.

பொதுவிலே எடுத்துச் செலவழிக்க, to expend out of the common stock.

பொதுவிலே சொல்ல, பொதுப்படப் பேச, to say or reproach without naming any body.

பொது, VI. *v. t.* perforate, bore, துளை.
பொதுக்கு, (*com.* பதுக்கு), III. *v. t.* conceal, மறை; 2. embezzle, அபகரி.
பொதுமை, *s.* commonness, generality, பொதுத்தன்மை.
பொதும்பு. *s.* a hole, cave, பொந்து.
பொதுள், பொதுளு, I. *v. i.* thrive, தழை; 2. be narrow, close, அடர்.
*பொத்தகம், *s.* same as புத்தகம், book.
பொத்தம்பொது, *s.* generality, பொதுமை.
பொத்தல், *s.* (பொ, *v.*), a hole, a rent, துவாரம்; 2. *v. n.* perforation, துளைத்தல்; 3. stitching, தைத்தல்.
 பொத்தலடைக்க, to mend, to patch up, to pay off debts.
 பொத்தலாக்க, to pick a hole.
பொத்தாறு, பொத்தாறுக் கட்டை, *s.* the part of the plough to which the plough-tail is fastened.
பொத்தி, *s.* a garment of fibres worn in making offerings நார்ச்சீலை; 2. an ear of corn in the sheath; 3. scrotum.
 பொத்திநார், silk-like fibres used for garments.
பொத்து, *s.* fault, defect, evil, தவறு; 2. covering, stopping up, closing a hole, அடைப்பு; 3. hole, பொந்து; 4. lie, falsehood, பொய்.
 பொத்துக்கட்ட, to hide.
 எத்தனை நாளைக்குப் பொத்துக்கட்டி வைத்துக்கொண்டிருப்பாய், how long will you hide the thing?
பொத்து, III. *v. t.* cover with the hand or finger, மூடு; 2. mend, patch up, ஒட்டுப்போடு; 3. hide, conceal, மறை; 4. flog, beat, அடி.
 கந்தலைப் பொத்திக்கொண்டிருக்கிறான், he is mending the rags.
 அவனை நன்றாய்ப் பொத்திவிட்டார்கள், they have beaten him well.
 வாய்பொத்த, to cover the mouth with the hand out of respect.
பொத்துபொத்தெனல், *v. n.* making repeated sounds (as in the falling of heavy fruits from a tree).
 பொத்துபொத்தென்று விழ, to fall with such a noise.
பொத்தை, *s.* anything large, thick or bulky, பருமை; 2. the sea-frog, பிலாச்சை.
 பொத்தைக்கால், elephantiasis.
 பொத்தையன் (*fem.* பொத்தைச்சி), a fat bulky man.
பொந்தர், *s.* the name of a sea-bird, a gull.
பொந்தி, *s.* the body, உடல்; 2. a wooden sword, மரவாள்.
பொந்து, *s.* (*Tel.*), a cave, hole, பொதும்பு.
 மரப்பொந்து, a hole or hollow in a tree.
பொந்தை, *s.* a hole in a cloth, பொத்தல்.
பொந்தைக்கோல், பொந்தையக்கோல், *s.* a kind of staff.
பொம்மல், *s.* thickness, bulkiness, பருமை; 2. abundance, மிகுதி; 3. boiled rice, சோறு; 4. (பொம்மை), a puppet, பாவை.
 பொம்மலாட்டு, a puppet show; 2. deceptive appearance.
பொம்மன் திம்மன், *s.* such and such a one, a certain person, a rustic, one that is masked.
பொம்மை, *s.* a puppet, பிரதிமை; 2. a breast-work, parapet, சிறுசுவர்.
பொய், *s.* a lie, falsehood, untruth, அசத்தியம்.
 இருப்பதுபொய் இறப்பதுமெய், life is deceptive, but death is certain.
 பொய்க்கால், a stilt, a wooden leg.
 பொய்க் குழி, pit-fall, படுகுழி.
 பொய் சாதிக்க, to stand to a lie.
 பொய்சொல்ல, -- பேச, to tell lies.
 பொய்ச் சாட்சி, a false witness.
 பொய்த் தலை, a mask or false-head used by thieves in house-breaking.
 பொய்ப் பத்திரம், a forged letter or document.
 பொய்யன், a liar.
 பொய்யாணை, பொய்ச்சத்தியம், a false oath.
 பொய்யாய்ப் போக, to prove false.
 பொய்வாழ்வு, the vain delight of the world.
 பொய்விசேஷம், a false story.
பொய், VI. *v. t. & i.* lie, utter falsehood, பொய் பேசு; 2. prove false, fail, தவறு.
 என் வார்த்தை பொய்யாது, -- பொய்த்துப் போகாது, my word will not prove false.

பொய்யாதே, don't lie.
பொய்யாமொழி, reality, veracity; 2. the name of a poet.

பொய்கை, *s*. tank, pond, தடாகம்; 2. an owl, ஆந்தை.

பொய்மை, *s*. falsehood, falsity, பொய்; 2. illusion, மாயம்.

பொரி, *s*. what is parched, fried.
பொரிபொரிக்க, to parch grain.
பொரி பொரிக்கிறுப்போலே பேச, to speak precipitantly.
பொரிமா, flour of parched rice.
பொரிவிளங்காய், a ball of baked meal.
நெற்பொரி, parched rice-corn.

பொரி, II. *v. i.* be parched, fried, baked, or roasted (as grain), வறுபடு; 2, crack, pop, ஒலி; 3. blab, அலப்பு.
பொரிகிறுன், he chats, or babbles.
பொரிப் பூண்டு,-ப்பொரிச்சான், a kind of plant.
பொரியல், *v. n.* any thing fried, a fry.
பொரியல்கரியல், different kinds of fry.
பொரி வாணம், a rocket which casts sparks.

பொரி, VI. *v. t.* fry, parch, வறு; 2. brood over and hatch (as birds or snakes), குஞ்சுபொரி.
பொரிக்கறி, a fried curry.
பொரித்த மீன், fried fish.

பொரு, I. *v. i.* fight, போர்செய்; 2. compete; 3. come in collision with, தாக்கு; 4. quarrel, வாதாடு; 5. resemble, ஒப்பாகு.
பொருகளம், போர்க்களம், the field of battle.

பொருக்கு, *s*. thin layer which peels off, a flake, skin, செதிள்; 2. what is almost loose from the rest, உதிரி; 3. a term denoting speed.
பொருக்கற்றுப் போக, to be quite extinguished.
பொருக்காங்கட்டி, a clot.
பொருக்கென வர, to come swiftly, hastily.
சோற்றுப் பொருக்கு, small remains of rice.

பொருட்டு, *s. & particle*, (பொருள்), cause, காரணம்; 2. a thing of importance; 3. on account of, for the sake of, நிமித்தம்; 4. in order to, படிக்கு.
அவன் பொருட்டு, for his sake.
அது ஒரு பொருட்டல்ல, it is a matter of no consequence.
ஒரு பொருட்டாய்ப் பார்க்க (எண்ண), to esteem a thing worth caring for.
அவனை ரட்சிக்கும் பொருட்டாக, in order to save him.

பொருது, III. *v. i.* be joined, combined, ஒன்று; 2. fight, பொரு.
எலும்பு பொருதிப் போயிற்று, the bone is put into joint.
பொருதவைக்க, to engraft, to solder.

பொருத்தம், *s*. (பொருந்து), joining, fitting, suitableness, fitness, தகுதி; 2. agreement, covenant, சம்மதம்; 3. concord, harmony, இணக்கம்.
பொருத்தம் பண்ண, to bargain, to stipulate.
பொருத்தம் பார்க்க, to scrutinize by Astrology whether persons intending to marry are adapted to each other.

பொருத்தனை, பொருத்தினை, *s*. vow, solemn promise, நேர்த்திக் கடன்.

பொருத்து, III. *v. t.* make things agree with one another, join with one another, unite, பொருந்தச் செய்.
இருளோடொளியைப் பொருத்துவாரில்லே, none can make darkness and light agree.
போர் பொருத்த, to engage in battle.
பொருத்து, *v. n.* joining, junction; 2. agreement; 3. joint of the body.
பொருத்து விட, to be dislocated.

பொருந்து, III. *v. i.* be agreeable or pleasing, be suitable, be conformable to, எல்; 2. be united, ஒன்று; 3. agree, சம்மதி; 4. join (as two boards or planks), சேரு; 5. contract with, settle wages, கூலி பொருந்து.
அது எனக்குப் பொருந்தாது, it does not suit or please me.
பொருந்த வைக்க, to join things separated; 2. to engraft; 3. to reconcile.
பொருந்தாமல் போக, to disagree.
பொருந்தாமை, disunion, abhorrence, dislike.

பொருந்திக் கொள்ள, to agree, to bargain.
பொருந்தி வாங்க, to take a thing after having agreed about the price.

பொருப்பு, *s.* a mountain, மலை.

பொருமு, III. *v. i.* sob, cry, sigh; 2. swell, bloat (as the body with wind or indigestion).
பொருமி அழ, to weep and sigh.
பொருமல், *v. n.* weeping; 2. flatulency, wind in the stomach.

பொருவு, III. *v. i.* be like, resemble, ஒ.

பொருள், *s.* meaning, sense, signification, அர்த்தம்; 2. property, wealth, திரவியம்; 3. matter, substance, being, வஸ்து; 4. utensils, various things, household furniture, பல பண்டம்; 5. truth, reality, the thing itself (*opp. to* நிழல் the shadow or sign of a thing), வாஸ்தவம்; 6. gold, பொன்; 7. a child, பிள்ளை.
புதை பொருள், மறை –, a hidden, occult or secret meaning.
பொருட் சம்பந்தம், connection in regard to ideas and subjects.
பொருட் செலவு, expenditure.
பொருட் பட, to be comprehended (as the meaning of a sentence), to make sense (as language).
பொருளாசை, avarice, desire of riches.
பொருளாசைக்காரன், a covetous man.
பொருளுதவி, pecuniary aid.
கைப்பொருள், property in one's possession.

பொலம், *s.* gold, பொன்; 2. beauty, அழகு; 3. evil, badness, பொல்லாங்கு.
நலம் பொலம், good and evil.

பொலி, *s.* unwinnowed corn in the heap; 2. winnowed rice, புடைத்த நெல்.
பொலிக்கந்து, a threshing floor.

பொலி, II. *v. i.* enlarge, extend, பெருகு; 2. increase, மிகு; 3. flourish, prosper, bloom, செழி; 4. cover (as a bull or ram).
பொலிகடா, a ram or he-goat kept for covering.
பொலியெருது, a bull kept for covering.
பொலிவு, பொலிதல், *v. n.* abundance, prosperity, covering (as animals).

பொலுது (பலுகு), III. *v. i.* increase, enlarge, spread (as a sore), அதிகப்படு.

பொல்லா, பொல்லாத, *adj.* bad, evil, wicked, கெட்ட.
பொல்லாத திருடன், a notorious thief.
பொல்லாத நடக்கை, a bad life.
பொல்லாதவன், a wicked man.
பொல்லாத விஷம், a rank poison.
பொல்லாத வேளை, an unlucky time.
பொல்லாது, பொல்லாதது, that which is bad, evil etc.
பொல்லாமை, evil, badness, wickedness, தீமை.
பொல்லார் நல்லார், good and bad people.

பொல்லாங்கு, பொல்லாப்பு, *s.* an evil; 2. ruin, injury, தீங்கு.
பொல்லாப்புப் பண்ண, to do evil.

பொழி, II. *v. t. & i.* stream down, pour forth, சொரி; 2. come in profusely (as wealth), அதிகரி; 3. flow (as language); 4. give liberally, ஈ.
மழை பொழிகிறது, it is raining, it showers.
பொழிகிறான், he is very charitable; 2. he is pouring out a torrent of eloquence.
பொழிவு, *v. n.* flowing, affluence; 2. interest, profit, advantage, ஆதாயம்.
தற்பொழிவு, சுய –, self - interest.
சுயபொழிவைப் பார்க்கிறான், he is selfish or self-interested.

பொழிப்பு, *s.* epitome, outline, summary, clue, short meaning, சுருக்கம்.
பொழிப்புரை, the substance of a passage.

பொழில், *s.* park, grove, சோலை; 2. flower-garden, பூந்தோட்டம்.

பொழுது, போது, *s.* time, காலம்; 2. portions of time, வேளை; 3. the sun, சூரியன்.
ஒரு (இரண்டு) பொழுது சாப்பிட, to eat once (twice) a day.
பொழுது கட்டுகிறது, it seems we shall have rain to day, the sun being overcast with clouds.
பொழுது சாய்கிறது, – சாய்ந்து போகி

றது, – இறங்குகிறது, – பூதுகிறது, -பூந்துபோகிறது, the sun sets, the day declines.

பொழுது சாய, in the evening.

பொழுது பூத, at sunset.

பொழுது போகிறது, time goes, the day departs.

பொழுது போக்க, to pass or idle away time, to lounge.

வீண்பொழுது போக்க, to trifle away time.

பொழுது போக்காயிருக்க, to make a merry day, to delay from day to day.

பொழுது வணங்கி, the sun - flower, சூரியகாந்திப்பூ.

பொழுது விடிகிறது, the day breaks, the sun rises.

அப்பொழுது, இப்பொழுது, எப்பொழுது, see separately.

இறங்கு பொழுது, the afternoon.

ஏறு பொழுது, the forenoon.

சிறு (அறு) பொழுது, the six divisions of the day (from sunset to sunset) of ten நாழிகை or four hours each. They are: மாலை, யாமம், வைகறை, விடியல் (காலை), நண்பகல், எற்பாடு (*opp. to* பெரும்பொழுது, the six seasons of the year, which see under பருவம்).

போளி, II. *v. t.* chip, cut stone with a chisel, pick a mill-stone, engrave a stone, கொத்து.

பொளிவு, *v. n.* picking a mill-stone, engraving, hewing.

பொள்ளல், *s.* hole, rent, பொத்தல்; 2. hollow in a tree, பொந்து; 3. marks of small-pox.

பொள்ளு, III. *v. t.* bore, make a hole, துளை; 2. hew, chisel, பொளி; 3. *v. i.* be torn or rent, கிழி.

பொள்ளெனல், *v. n.* being sudden.

பொறாமை, *s.* (*neg.* of பொறுமை), envy, வன்கண்; 2. impatience, பொறுதியின்மை.

ஒருவன் வாழ்வைப்பார்த்துப் பொறாமைப் பட, to envy one's happiness.

பொறாமை கொள்ள, – ப்பட, to envy.

பொறாமைக்காரன், an envious person.

பொறி, *s.* a sign, mark, அடையாளம்; 2. an organ of sense, ஐம்பொறி; 3. a spark of fire, தீப்பொறி; 4. machine, trap; 5. the temples, கன்னப்பொறி.

பொறியிலே பட்டது, it hit him on the temple.

பொறி பறக்கிறது, – சிதறுகிறது, sparks fly.

பொறி மின்னுகிறது, it glimmers.

பொறி வைக்க, to set a trap.

எலிப்பொறி (எலிப்பறி), a rat-trap.

ஐம்பொறி, the five senses.

பொறி, II. *v. i.* snap (as a trap or gun-lock), பறி.

பொறி, VI. *v. t.* snap (a trap or a gun), பறி; 2. frustrate a matter, கலை; 3. write, எழுது.

பொறு, VI. *v. t.* bear, sustain, சகி; 2. bear with, have patience; 3. suffer, tolerate, endure, தாங்கிக்கொள்; 4. over-look, forgive, மன்னி; 5. *v. i.* wait, stay, stop, நில்; 6. run aground, தட்டிப்போ; 7. come upon or devolve (as duty), சுமரு.

சற்றுப்பொறு, wait a little.

இது அவனைப் பொறுத்த காரியம், this devolved on him.

எனக்குப் பொறுக்காது, I cannot put up with it.

முடிபொறுத்த ராசா, a crowned king.

பொறாதவன், one that cannot bear an injury or an affliction, one who is not worth anything.

தலை பொறாதவன், one that cannot carry a burden upon his head.

பொறுத்துக் கொள்ள, to forgive, to bear patiently.

பொறுப்பு, *v. n.* patience, toleration, sufferance; 2. heaviness, weight, charge, responsibility; 3. prop, support.

பொறுப்பற்ற தனம், indifference to a trust; 2. envy.

பொறுப்பற்றவன், an impatient man.

பொறுப்பாளி, a responsible person.

பொறுப்புக் கட்ட, – வைக்க, to put responsiblity on one, to hold one responsible.

பொறுக்கு, III. *v. t.* pick or pick up from the ground grain, small stones etc.

ஒரு நிலத்தில் கல் பொறுக்க, to clear a ground from stones.

பொறுக்கி, பொறுக்கித்தின்னி, one who

gets his food here and there, a mendicant.

பொறுமை, பொறுதி, s. (பொறு), patience, சகிப்பு; 2. endurance, tolerance, தாங்குகை; 3. pardon, forgiveness, மன்னிப்பு.

பொறுமைக்காரன், பொறுமைசாலி, a patient man.

பொறை, s. (பொறு), burden, load, சுமை; 2. weight, பாரம்; 3. mountain, மலை; 4. earth, பூமி; 5. patience, பொறுமை.

பொற், *in comb.* see under பொன்.

பொற்பு, s. beauty, elegance, அழகு.

பொற்புறுத்த, to adorn.

பொன், s. gold, சுவர்ணம்; 2. Lukshmi, இலக்குமி; 3. beauty, அழகு; 4. metal in general (as in கரும்பொன், iron etc.); 5. a small gold coin. (In combination ன் is changed into ற் before க, ச, த, ப.)

பொற்கட்டி, an ingot or lump of gold.

பொற்கம்பி, – சரடு, gold-wire.

பொற்சரிகை, gold fringe.

பொற்பணிதி, பொன்னகை, பொன்னுபரணம், gold jewels.

பொற்பூச்சுப் பூச, to gild, to gild over.

பொற்றகடு, gold plate.

பொற்றட்டான், பொன்செய்கொல்லன், a goldsmith.

பொன்மயம், golden lustre.

பொன்முளை, a stamp on gold coin.

பொன்மை, the colour of gold.

பொன்னகர், Swerga, the golden city.

பொன்னரிதாரம், sulphuret of arsenic.

பொன்னுங்கண்ணி, the name of a kitchen-herb.

பொன்னுசை, love of gold.

பொன்னுணயம், பொற்காசு, gold-coin.

பொன்னுந்தட்டான், the name of a bird.

பொன்னிறம், a golden colour.

பொன்னுரை, touch of gold.

கரும்பொன், iron.

வெண்பொன், silver.

பொன்று, III. *v. i.* perish, அழி; 2. die, மரி.

போ

போ, *irreg. v. i.* (போகிறேன், *vulg.* போறேன், போனேன், போவேன், *fut. adj. part. &* 3. *pers. neut.* போம், *adv. part.* போய்) & போது, III. *v. i.* (*neg.* போகேன்), go, go away, leave, pass away, செல்லு; 2. vanish, disappear, ஒழி; 3. be proper, expedient, தகு; 4. (*with the social ablative*), co-habit. *Note : After an infin. it expresses* intention, being about; *after an adv. part.* a continued act; *and as an auxiliary verb* the completion of an act (see phrases below).

இறந்துபோனான், he is dead.

அதைச் செய்யப்போகிறான், he is about to do it.

வரப்போகிறான், he will presently come.

வரப்போகிறகாலம், the coming time, the future.

கொண்டுபோக, to carry away.

செய்துகொண்டுபோகிறான், he is (continually) doing.

ஞானியாய்ப் போகிறான், he turns a philosopher.

ஒரு வேசியோடே போனான், he lay with a whore.

நேரம்போய் வந்தான், he came late.

போகேன், I won't go.

போயிற்று, it is gone, it is lost, it is past.

போய் வருகிறேன், good - bye, I take my leave of you (*lit.* I go and return).

போய்வாரும், போய்விட்டு வாரும், you may depart and return (*a polite dismissal*).

போனது போகட்டும், let by-gones be by-gones.

போக, *adv.* (*inf.*), *in Arithm.* minus (as ஆறிலே இரண்டு போக, six minus two).

போகடிக்க, *com.* போக்கடிக்க, (போக + அடி), to lose a thing, to waste.

போகப்படாது, it is not proper to go there.

போகல், போதல், போகுதல், *v.n.* going.

போகாது, it does not go; 2. it will not do, it is not proper.

இப்படி செய்யப்போகாது, .it is not proper to do so.
போகிற வருகிற பேர்கள், the people that pass.
போகை, v. n. going.
போகையிலே, in going.
போடா, போடி (போ + அடா or அடி), see under அடா.
போம் வழி, the way to go.
போனகாலம், past time or tense; 2. time of adversity, resulting from former deeds.
போனவருஷம், last year.

*போகம், s. enjoyment, pleasure, இன்பம்; 2. sensual delight, sexual enjoyment; 3. prosperity, wealth, செல்வம்; 4. produce of corn in a field, fruitfulness, விளைவு; 5. experience, அனுபோகம்.

ஒரு (இரண்டு) போகம், one crop (two crops) in a year.
ஸ்திரி போகம், sexual enjoyment

*போகி, s. Indra, இந்திரன்; 2. a happy man, a wealthy man.

*போகி, VI. v. t. enjoy sensual pleasure, அனுபவி; 2. copulate, புணர்.

போது, III. v. i. see போ.

போக்கடிக்க, see under போ.

போக்கணம், s. (vulg.), food for a journey, கட்டுச்சோறு; 2. shame, இலச்சை.

போக்கணங் கெட்டவன், one without a sense of shame.

போக்கன், s. (போக்கு), a traveller, வழிப்போக்கன்; 2. a worthless fellow.

காக்கன் போக்கன், an unknown person.

போக்கிரி, போக்கிலி, s. a black - guard, vagabond, profligate fellow.

போக்கு, s. (போ), going, departure, செல்லுகை; 2. a way out, an exit, escape, thoroughfare, வழி; 3. practice, manner, habit, பழக்கம்; 4. style, direction, நடை; 5. excuse, evasion, subterfuge, சாக்கு; 6. place, region, இடம்; 7. (v. n. of போக்கு), causing to go.

போக்கிடம், a way of escape.
போக்குச் சாக்கு, சாக்குப் போக்கு, vain excuses.
போக்குச் சொல்ல, to make excuse.
போக்கு நீக்கு, see நீக்குப்போக்கு.
போக்கும் வரத்தும், going and coming, passing to and fro.
போக்குவிட, to make a drain.
ஆற்றுப்போக்கு, a place near a river.
பொழுது போக்கு, pastime, diversion.
மலைப்போக்கு, a hilly country.
வயிற்றுப்போக்கு, looseness of bowels.

போக்கு, III. v. t. put away, cause to go out or away, போகச்செய்; 2. abolish, remove, destroy, kill, அழி.

போக்கிவிட, to destroy, kill.
காலம்போக்க, to pass away time.
பாவம்போக்க, to expiate sin.
மோசம்போக்க, to deceive one.

போங்கு, போக்கு, s. style, diction, idiom, நடை.

*போசனம், s. food, ஆகாரம்; 2. eating, உண்கை.

போசனகஸ்தூரி, a kind of citron, நார்த்தங்காய்.
போசனப்பிரியன், a glutton.
போசனம்பண்ண, to eat, to take food.

போஸ்தக்காய், s. (Hind.), dried poppy-heads.

*போஷகன், s. one who cherishes, a preserver, காப்பவன்.

*போஷணை, போஷணம், s. nourishment, preservation, ஆதரிப்பு.

போஷணை பண்ண, to nourish, to foster.

*போஷி, VI. v. t. foster, nourish, feed, பேணு.

போஷிப்பு, v. n. nourishment.

*போடகம், ஸ்போடகம், a boil, கொப்புளம்; 2. smallpox, chicken - pox (a general term), வைசூரி.

போடு, IV. v. t. throw, cast forcibly, எறி; 2. lay, put, place, வை; 3. put on (as clothes), தரி; 4. v. i. become, form, உண்டாகு. *Note:* போடு, added to a transitive verb, has an intensive force.

குதிரைக்குப் புல்போடு, throw the horse grass.
நாய் குட்டி போட்டது, the bitch has whelped.

அவனுக்கொரு அடி (அறை) போடு, give him a stroke (slap).

போடல், போடுதல், *v.n.* putting, laying, throwing.

போட்டுக்கொள்ள, to put on a garment.

பாகையைப் போட்டுக்கொள்ள, to put on the turban.

போட்டுவிட, to loose, to drop; 2. to cast, to throw.

அழித்துப்போட, to destroy.

ஆற்றிலேபோட, to cast into the river.

கல்லைப் போட, to throw or fling a stone.

கைபோட்டுக்கொடுக்க, to make an oath by clapping one hand over the other.

சீட்டுப் (பீலி) போட, to cast lots.

நங்கூரம்போட, to cast anchor.

போட்டி, *s.* (*Tel.*), outbidding, an endeavour to outdo one, competition, rivalry, போரித்தனம்.

என்பேரிலே போட்டியாயிருக்கிறன், he is in competition with me.

போட்டிக்காரன், competitor, rival, one who endeavours to outbid or surpass another.

போட்டிபண்ண, –போட, to rival, to stand in competition with another.

என்னோடே போட்டி பண்ணுதே (போடாதே), do not act as a rival to me.

போட்டியாய் வாங்க, to purchase in competition.

போட்டியின்பேரிலே கொடுக்க, to sell to the highest bidder.

போட்டிவழக்கு, mutual rivalry.

போணி, *s.* (*Tel.*), a metal cup; 2. (*loc.*), ready cash received for the first sale of the morning, முதல்விக்கிரயம்.

போணிபண்ண, to make the first sale.

***போதகம்**, *s.* (போதம்), doctrine, instruction, spiritual advice, உபதேசம்.

போதகம்பண்ண, to instruct, to teach.

போதகன், an instructor in divine things, a teacher.

***போதம்**, *s.* knowledge, அறிவு; 2. wisdom, ஞானம்; 3. intellect, விவேகம்.

போதரவு (போற்றரவு), *s.* civility, உபசாரம்; 2. flattery, coaxing, இச்சகம்.

போதரவான சொல், civil, respectful word.

முகப்போதரவாய்ப் பேச, to flatter.

போதலிப்பு, *s.* civility, regard, உபசாரம்; 2. carefulness, பேணுகை.

***போதனை**, *s.* knowledge, wisdom, போதம்; 2. instruction, persuasion, exhortation, போதிப்பு; 3. crafty instruction, instigation, தூண்டுகை.

துர்ப்போதனை, evil counsel.

***போதி**, VI. *v. t.* (*with dat.* or *acc. of pers.*), instruct, teach, உபதேசி; 2. persuade, கற்பி; 3. instigate, தூண்டிவிடு.

போதிப்பு, *v. n.* teaching, instigating.

போதிகை, போதிகைக்கட்டை, *s.* a short piece of timber supporting a beam; 2. capital of a pillar.

போதிகையுள்ள தூண், a pillar bearing a capital.

போது, *s.* (*contr. of* போழ்து), time, பொழுது; 2. (*with a participle*), when, while; 3. a flower-bud.

அவன் வருகிறபோது, when he comes.

ஒருபோதும் வரமாட்டான், he will never come.

முன்னொருபோது, at a former time.

அப்போது (அப்போ), இப்போது, எப்போதும், see அப்பொழுது etc.

போது, *irreg. v. i.* (போந்தது or போர்ந்தது, போதும்), go, pass, செல்லு; 2. be enough, be sufficient, adequate, பற்று.

போத, *adv.* (*inf.*), sufficiently.

போதக் கொடுக்க, to give as much as is sufficient.

போதாத நாள், unlucky day.

போதாது, it is not enough.

இருவருக்கும் போதாது, it is not enough for both; 2. both are on bad terms.

போதாமல், without sufficing.

போதாமை, insufficiency, displeasure between persons.

போதுஞ் (போதுமான) சாட்சி, a competent witness.

போதும், it is sufficient, it will do.

போதுமென்றிருக்க, to be content.

போதும் போதாது, it is scarcely enough.

போந்த (போர்ந்த), fit, suitable, competent.

போந்த காலம், proper time.

போந்த திரவியம், sufficient money.

போந்தபடி, போதுமானபடி, sufficiently.
போந்த மனுஷன், a competent man.

போத்து, s. a bull, எருது; 2. male tiger, ஆண்புலி; 3. male of amphibious animals; 4. a sapling, branch of a tree, மரக்கிளை.
போத்துவெடிக்க, to shoot forth as saplings or branches of trees.

போரி, s. (போர்), an equal, a rival, competitor, போட்டிக்காரன்.
போரித்தனம், rivalry, competition.

போர், s. fight, struggle, சண்டை; 2. battle, war, யுத்தம்; 3. rivalry, competition, போட்டி; 4. a heap of unthreshed corn, corn-stack.
போரடிக்க, to thresh.
போராட, போரிட, to fight, to combat, to struggle.
போராட்டம், a combat, struggle.
போர்கலக்க, to join battle or combat.
போர்க்களம், the field of battle.
போர்ச்சேவகன், — வீரன், a soldier.
போர்ச் சேவல், a game-cock, a fighting cock.
போர்படுக்க, to put the corn that is reaped on a threshing floor.
போர் புரிக்கட்ட, to tie the heap round about.
போர் போட, to make a heap of sheaves of straw.
போர் மூட்ட, to instigate a fight.
போர் மூள, to break out into war.
கதிர்ப் போர், a heap of unthreshed corn.
வைக்கோல் போர், a heap of straw.

போர், போரு, II. v. i. *improper for* போது, be sufficient.
போர்ந்த, போரும், போராது, see போந்த, போதும், போதாது.

போர், VI. v. t. put on, wear, cloak, அணி; 2. cover entirely, envelope, மூடு.
வஸ்திரத்தைப் போர்த்துக் கொள்ள, to wrap one's self in a cloth, to put on a cloak.

போர்வை, v. n. an upper garment, cloak, mantle, துப்பட்டி; 2. covering, போர்ப்பு; 3. the skin, தோல்.
போர்வை போர்த்துக் கொள்ள, to put on a cloak or mantle.

போலி, s. resemblance, likeness, சாயல்; 2. anything deceptive, a counterfeit, கள்ளத்தன்மை; 3. substitution of one letter for another (as அய் for ஐ in ஐயா, அய்யா).
போலி காட்ட, to shew bad goods instead of good ones.
போலிச் சரக்கு, a counterfeit, base or bad merchandise.
போலிநியாயம், a fallacy, ஆபாசம்.

போல், போலு, I. v. t. resemble, be like, be similar, ஒ.
அத்தன்மைபோன்ற காரியம், a thing like that.
அந்த மிருகம் பன்றியைப் போலும், that animal is like a hog.
அது நடக்கும் போலும், it seems that it will come to pass.
போல, *adv.* (*inf.*), see போல், *particle.*
போன்றவர், equals.

போல், போலே, போல, *particle of comparison*, as, so as, like.
எனக்குத் தகப்பனைப்போலிருக்கிறான், he is as a father to me.
நீர் செய்கிறதுப்போலே, நீர் செய்யுமாப்போலே, as you do.
அப்பாலே போகிறவர்போல் காண்பித்தார், he made as though he would have gone further.
அவன் அதைச் சொன்னதுபோலே, as soon as he had said it.

போழ்து, s. same as பொழுது, time.

***போளம்**, s. the myrrh, aloes.
கரியபோளம், கிஷ்ண—, aloes.
வெள்ளைப் போளம், myrrh.

***போளி**, s. a kind of bread or pastry.

போறை, s. the hole of a tree, பொந்து; 2. a hole, புரை.
போறைமரம், a tree which has a hole.

போற்றி, s. praise, applause, ஸ்துதி.
போற்றிசெய்ய, — பண்ண, — சொல்ல, to praise, to adore.

போற்று, III. v. t. praise, applaud, துதி; 2. adore, venerate, வணங்கு; 3. nourish, keep with great care, பேணு; 4. maintain opinions, சாதி.
போற்றிக்கொள்ள, to praise, to extol.
போற்றுதல், போற்றல், v. n. preserving, praising, veneration.

போனகம், s. boiled rice, food, சோறு.
போனகத்தி, போனகக்காரி, a female cook, a nurse.

போன், s. a trap

பௌ

பௌஞ்சு, s. (*Hind.*), same as பவுஞ்சு.
*பௌதிகம், பவுதிகம், s. anything relating to elements, பூத சம்பந்தம்.
*பௌத்தம், புத்தம், s. the Buddhist religion, புத்தமதம்.
பௌத்தன், a Buddhist.
*பௌத்திரன் (*fem.* பௌத்திரி), s. same as பவுத்திரன் (பவுத்திரி), grandson.
*பௌரணை, பவுரணை, s. the full moon.
*பௌர்ணிமி, பௌரணமி, பவுர்ணிமி, s. the full moon, பூரணச்சந்திரன்.

ம

மக, s. (*pl.* மக்கள்), a child, an infant, குழந்தை; 2. a son, மகன்; 3. *adj.* see மகா.
மகவாட்டி, a woman with a little child.
மகவு, infant; the young of monkeys and other animals living on trees.
மகடி, மகிடி, மகுடி, s. a pipe, a kind of hautboy used by snake - charmers and by jugglers.
மகடூஉ, s. woman, female; see ஆடூஉ.
*மகத்து, s. that which is large, great, பெரியது; 2. greatness; 3. an illustrious person, மகாத்துமா.
மகத்தான வெற்றி, a great victory.
மகத்துவம், greatness, majesty, excellency.
மகமது, மகம்மது, s. (*Ar.*), Mahommed.
மகமதுமார்க்கம், Mahommedanism.
மகமை, s. the revenue of a temple; 2. a donation by merchants or cultivators to a temple, தருமக் கொடை.
*மகரந்தம், s. nectar or honey of flowers, பூந்தேன்; 2. the anther with the pollen of a flower, பூந்தாது; 3. fresh sap of a palm-tree, கள்.
*மகரம், s. a sea-monster, the fish which piloted the bark of Satyavrata at the time of the deluge; 2. a shark, சுறா; 3. a crocodile, alligator, முதலை; 4. pink colour, சாய நிறம்.
மகரகுண்டலம், fish-shaped earrings.
மகரராசி, the sign Capricorn.
மகவாட்டி, s. see under மக.
மகள், s. a daughter, புத்திரி.
மகளிர், *pl.* women, மாதர்.
மகன், s. a son, புத்திரன்.
*மகா (*contr.* மக, மா), *adj.* great, grand, mighty, பெரிய; 2. noble, excellent, மேன்மையான; 3. intense, மிகுந்த.
மகா இக்கட்டு, great distress.
மகா தோஷம், very great sin.
மகாத்துமா, an excellent man.
மகாபுத்திமான், a very wise man.
மகாராசன், மகாராசா, மகராசன், a great king, a monarch.
நீ மகாராசனாய் (மகாராசியாய்) இரு, may you prosper (a customary blessing).
மகேசுரன், Siva as obscurer, one of the பஞ்சகர்த்தாக்கள்.
மகோற்சவம், a great festival.
*மகிஷி, s. a queen, பட்டஸ்திரீ.
மகிடி, VI. *v. i.* be sprained, dislocated மக்களி.
*மகிமை, s. magnitude, greatness, glory, majesty, பெருமை; 2. honour, dignity, கனம்.
மகிமைசெய்ய, -பண்ண, -ப்படுத்த, to honour, glorify, extol, praise.
மகிமைத்தனம், making a false show.
மகிமைப்பட, to become illustrious.
மகிமைப்பிரதாபம், great glory.
*மகிழ், மகிழ மரம், s. the name of a flower-tree.
மகிழம்பூ, its flowers.
மகிழ், மகிழு, II. *v. i.* rejoice, exult, களி.
மகிழ்ச்சி, மகிழ்வு, *v. n.* joy, mirth, gladness.
மகிழ்தல், *v. n.* rejoicing.
மகிளி, VI. . *i.* vsame as மக்களி.
*மகுடம், s. a crown, முடி; 2. obscurity, மறைவு.
கண் மகுடமாயிருக்கிறது, the eye is dim.
மகுடமெடுத்தாடுகிற சர்ப்பம், a cobra capella that raises the hood.

மகுடவர்த்தனர், crowned heads, independent kings.
மகுடாபிஷேகம், coronation.
மகுடி, s. see மகடி.
*மகோதரம், s. dropsy, see உதரம்.
மக்கடி, VI. v. t. (மக்க + அடி), deform, transfigure, அழி.
மக்கம், s. (*Ar.*), Mecca.
மக்களி, VI. v. i. return (as disease), திரும்பு; 2. be dislocated, சுளுக்கு; 3. slide, slip, சறுக்கு; 4. fail in one's word, புரளு; 5. v.t. revoke, retract, மாற்று.
அவன் சொல்லில் மக்களித்துப் போனான், சொன்ன சொல்லில் (சொல்லை) மக்களித்துக் கொண்டான், he retracted his promise.
போனநோய் மக்களித்துக் கொண்டது, the sickness has relapsed.
மக்களிப்பு, v. n. failure, defect, distortion.
மக்கள், s. (*pl. of* மக), children, sons and daughters, பிள்ளைகள்; 2. men, human beings, மனிதர்.
மேன்மக்கள் சொற்கேள், hear what great men say.
மக்கு, s. putty (used by carpenters, glaciers etc.).
மக்குப்போட, – வைக்க, to point with putty, to cement.
மக்கு, *prop.* மட்கு, III. v. i. die, perish, கெடு; 2. decay (as fruits), அழி; 3. moulder, அழுக்கேறு.
மக்கல், v. n. any thing decayed.
*மங்கலம் (மங்களம்), s. luckiness, auspiciousness, சுபம்; 2. prosperity, good success, பொலிவு; 3. marriage, கலியாணம்; 4. praise, panegyric, வாழ்த்து.
மங்கலம் புரிய, to be united in marriage.
மங்கல நாண், the cord attaching the marriage-badge.
மங்கல வழக்கு, auspicious terms or usages.
*மங்கலன், s. Mars, the planet, செவ்வாய்; 2. a barber, அம்பட்டன்.
மங்கலவாரம், Tuesday, செவ்வாய்.
*மங்கலி, s. a married woman; 2. barber, மங்கலன்.
அமங்கலி, அமங்கிலி, a widow.
*மங்கலியம், திருமங்கலியம், the marriage badge, தாலி.
மங்கலியக்காரி, –வதி, a woman wearing the marriage badge.
*மங்களம், s. auspiciousness, praise, blessing, see மங்கலம்.
மங்களம் பாட, to sing to the praise of God or others.
மங்களம்சொல்ல, to congratulate, to praise or bless.
மங்கள வார்த்தைகள், congratulatory words.
மங்கு, III. v. i. grow dim (as light), be obscured, மழுங்கு; 2. fade (as colour), wither, become pale, grow wan, வாடு; 3. decline, be overpowered or eclipsed, மறை; 4. decay, கெடு.
விளக்கு மங்கி எரிகிறது, the lamp burns dimly.
காலம் மங்கிப்போயிற்று, good times are gone.
மங்கல், v. n. fading, withering, dimness, gloominess, growing dim or obscure.
மங்காத வாழ்வு, unfading prosperity.
மங்காமை, v. n. unfadingness.
மங்கின நிறம், a faded colour.
மங்கினவேளை, evening twilight.
மங்குலம், மங்குளம், s. dimness, மழுக்கம்; 2. cloudiness, மந்தாரம்; 3. confusion, கலக்கம்.
மங்கை, s. a woman, பெண்; 2. a young girl of 12 or 13 years.
*மசகம், மசம், s. a gnat, mosquito, கொசுகு.
மசகு, III. v. i. linger, loiter, மயக்கு; 2. hesitate, சந்தேகி.
மசக்கு, III. v. t. charm, enchant, மயக்கு; 2. confuse, perplex, bewilder, கலக்கு; 3. rub a cloth, get out the stiffening, கசக்கு.
அவன் மசக்கி, she is an enchantress.
மசக்கை, s. longings, aversions etc. of a pregnant woman.
மசக்கைக்காரி, a pregnant woman.
மசங்கு, III. v. i. become confused, மயங்கு; 2. be crumpled, grow soft by use, கசங்கு.
கசங்கி மசங்கிப்போக, to become confused or crumpled.
மாலை மசங்கின நேரம், the evening twilight.

மசண்டை, *s.* dusk, twilight, dimness of twilight, அந்திநேரம்.
மசண்டைக்காலம், -ப்பொழுது, time of twilight.

மசமசத்தல் (பசபசத்தல்), *v. n.* itching.

*மசம், *s.* see மசகம்.

மசாலை, *s.* (*Hind.*), condiments, spices, curry stuffs, சம்பாரம்; 2. horse medicine.
மசாலை அரைக்க, to grind curry stuffs.
மசாலைமேய்க்க, -போட, to give horse medicine.

மசால், *s.* (*Ar.*), a torch, தீவர்த்தி.
மசால்ச்சி, மஷால்ஜி, a torch-bearer, a person in charge of lamps.

*மசானம், மயானம், *s.* a burial or burning place, சுடலை.
மசான பூமி, a place for burning or burying corpses.

*மசி, மஷி, *s.* ink, மை.

மசி, II. *v. i.* be mashed, crushed, bruised or squashed, நசுங்கு.
மசிந்த கீரை, potherbs mashed and mixed together.
அரிசி மசிந்தது, the rice was mashed.

மசி, VI. *v. t.* mash food, crush, நசுக்கு.

மசிர், *s.* tender grass, அறுகு; 2. *vulg. for* மயிர்.

மசீது, மசூதி, *s.* (*Ar.*), a mosque, musjeed.

*மசூரி, மசூரிகம் (*com.* வசூரி), *s.* small pox; 2. a tomb.

மச்சம், *s.* a little piece of gold cut off as a sort of tally; 2. a black speck or spot on the skin, a mole, மறு.
மச்சப்பொன், a little piece of gold kept as a sample to compare it with what was given to the goldsmith to work up.
மச்சம்வெட்டி வைக்க, to cut off such a piece for that purpose.

*மச்சம், *s.* fish, மீன்.

*மச்சினன், மச்சுனன், *vulg.* மச்சான், *s.* a brother-in-law, a cousin who is the mother's brother's son or the father's sister's son, மைத்துனன்.
மச்சின முறை, relationship of மச்சினன்.

*மச்சினி, மச்சினச்சி, மச்சினிச்சி, *s.* a sister-in-law, the wife's younger sister or the younger brother's wife, a cousin who is the mother's brother's daughter or the father's sister's daughter, மைத்துனி.

மச்சு, *s.* boarded ceiling in the gable of a room etc., மஞ்சு; 2. a wainscot-ceiling, பாவுபலகை.
மச்சிட, to wainscot.
மச்சுப்பாவ, -போட, to lay rafters or beams, to make a wooden ceiling.
மச்சு வீடு, a house with a wainscot-ceiling or with boarded gable-ends; a house with a tiled roof (*opp.* குச்சுவீடு, thatched house).

*மச்சை, *s.* a wart, protuberance on the skin, மறு.

*மஸ்தகம், *s.* the head, see மத்தகம்.

மஸ்து, மத்து, *s.* (*Hind.*), lustiness, stoutness, மதம்.

மஸ்னத், *s.* (*Ar.*), throne, musnud, சிங்காதனம்.

மஷ்டு, *s.* (*Tel.*), dregs, dross, வண்டல்.

*மஞ்சட்டி, மஞ்சிட்டி, *s.* Bengal-madder, a dye.

*மஞ்சம், *s.* a bed-stead, couch, cot, கட்டில்; 2. a small car for carrying an idol, சப்பரம்.
தூங்கு மஞ்சம், a hanging cot.

*மஞ்சரி, *s.* a bunch of flowers, பூங்கொத்து; 2. a flower garland, பூமாலை.
கதா மஞ்சரி, a series of stories.

மஞ்சள், *s.* Indian saffron, turmeric, அரிசனம்.
மஞ்சட்கரு, the yolk of an egg.
மஞ்சட் கொத்து, a bunch of turmeric, root and leaves.
மஞ்சட்காமாலை, a kind of jaundice.
மஞ்சணீர், turmeric water used for sprinkling at weddings etc.
மஞ்சணீர் குடிக்க, to adopt a child by drinking turmeric water.
மஞ்சணீர்ச் சீட்டு, a written agreement of adoption.
மஞ்சணீர்ப்பிள்ளை, an adopted child.
மஞ்சள் குளிக்க, to wash oneself over with saffron water.
மஞ்சள்நிறம், மஞ்சணிறம், yellow colour.

*மஞ்சனம், மச்சனம், *s.* bathing another or an idol, ஸ்நானம்.

மஞ்சன சாலை, a bathing room.
மஞ்சனமாகுதல், bathing.
மஞ்சன் (*vulg.*), *s.* a son, மைந்தன்.
மஞ்சாடி, *s.* a kind of tree; 2. a weight equal to four grains (*applied to diamonds only*).
மஞ்சி, *s.* a kind of small boat, படகு; 2. a raised ridge between gardenbeds, சிறுவரம்பு; 3. a pimp, சங்கம்வாங்கி.
*மஞ்சிகம், மஞ்சிகை, *s.* box, trunk, பெட்டி.
மஞ்சிகன், *s.* a barber, நாவிதன்.
*மஞ்சிட்டி, *s.* same as மஞ்சட்டி.
மஞ்சு, *s.* cloud, மேகம்; 2. dew, பனி; 3. the ridge of a roof, முகடு; 4. a board-partition or gable-end carried above the wall, மச்சு.
*மஞ்சு, *s.* beauty, அழகு.
மஞ்சூர், *s.* (*Ar.*), acceptance, admittance, ஒப்புக்கொள்ளுகை.
மஞ்சூரான சாட்சி, a true witness.
மஞ்ஞை, *s.* a pea-cock, மயில்.
மடக்கம், *s.* (மடங்கு), flexure, வளைவு; 2. restraint, அடக்கம்.
மடக்கு, III. *v. t.* bend, fold, fold up, draw in the legs, மடி; 2. turn, turn about, திருப்பு; 3. subdue, check, reduce, அடக்கு.
காலை மடக்க, to draw in the legs, to bend the knees.
மடக்கடி, *v. n.* crookedness; 2. overbearing, sophistry, stratagem.
மடக்கடியான பேச்சு, overbearing language.
மடக்கிப்போட, -விட, to subdue.
மடக்கு, *v. n.* inflection, flexure, corner, elbow, fold, turn.
மடக்குக் கத்தி, a folding or clasp-knife.
மடக்கு மேசை, a table with folding legs.
மடக்குவரி வைக்க, to impose another tax for second crop.
மடங்கு, *s.* fold, turn, முறை; 2. a weight, a maund, மணங்கு.
மும்மடங்கு, three fold, three times.
மடங்கு, III. *v. i.* grow bent or folded, be bowed down, முடங்கு; 2. yield, submit, கீழ்ப்படு; 3. return, turn about, மீளு.
மடங்கடிக்க, to subdue, to chase, to put to the rout.
மடங்கப்பண்ண, to cast down.
மடங்கல், *v. n.* being bent; 2. crook, corner; 3. returning.
மடந்தை, *s.* a woman, lady, பெண்; 2. girl from 14 to 19 years.
மடமடக்கல், மடமடெனல், *v. n.* gurgling (as water), rattling, rumbling.
முகத்தை மடமடென்றுவைத்துக்கொள்ள, to look angry.
மடமடென்று விழ, to fall with a rattling noise.
மடமடென்று இடிக்க, to thunder with rumbling noise.
*மடமை, *s.* ignorance, simplicity, பேதைமை; 2. stupidity, புத்தியீனம்.
*மடம், *s.* a college or school for religious instruction; 2. a monastry, முனிவர் வாசம்; 3. choultry, அறச்சாலை; 4. caravansary for pilgrims etc., சத்திரம்; 5. same as மடமை.
மடத்தனம், stupidity, simplicity.
மடப்பற்று, possessions belonging to a மடம்.
மடவாள் (*pl.* மடவார்), a woman (as sincere and simple).
மடன், an ignorant man.
மடாதிபதி, the chief of a monastery.
மடலி, VI. *v. i.* bend, turn, be curved, மடங்கு; 2. prick up the ears, செறி.
மடலித்த காது, erect ears.
மடல், *s.* anything that is flat and long as the leaves of the cocoa, palmyra, plantain etc; 2. eyelid, நிமை; 3. a flower-petal, பூவிதழ்; 4. the shoulder-blade and upper arm, தோள் மடல்.
மடலோடு மடல் சேர்த்துக்கட்ட, to pinion a person.
வாழை மடல், the bark of a plantain tree.
காது மடல், the ear-lap.
ஏற்ற மடல், a picotta, the pole of a well-sweep.
மடவை, *s.* a kind of fish, a mullet; 2. an oar, a paddle, துடுப்பு.
மடவைக் கெண்டை, a small kind of mullet.
*மடன், மடவாள், see under மடம்.

மடி, *s.* the lap, the bosom; 2. garment, சீலை; 3. a fold in the cloth wrapped round the waist, மடிந்தது; 4. the udder of an animal; 5. loss, damage, கேடு; 6. falsehood, lie, பொய்; 7. laziness, indolence, சோம்பல்; 8. a kind of net.

இரண்டு சோமன் ஒருமடி, two cloths put together.

பிள்ளையை மடியிலே வைத்திருக்க, to hold a child in the lap.

பணத்தை மடியிலே வைக்க, to put the money in the girdle or pocket.

மடி சுரக்க, to form as milk in the udder.

மடி பிடிக்க, to seize one by the waist cloth in order to get redress.

மடிமாங்காய் போட, to charge one falsely; 2. to give bribes.

மடியிலே கட்ட, to fasten up in the waist cloth.

மடியின்மை, activity.

மடி, II. *v. i.* be bent, folded, மடங்கு; 2. perish, be slain or killed, கெடு; 3. die, சா; 4. wither away (as standing corn).

மடிந்து போக, to be destroyed, to die.

மடிந்து (*vulg.* மடித்துப்) போன மரம், rotten wood.

மடிமை, *v. n.* laziness, slowness.

மடிவு, மடிதல், *v. n.* perishing, dying; 2. ruin, loss, destruction; 3. inactivity.

மனமடிவு, *v. n.* despondency, mortification; 2. indifference, apathy.

மடி, VI. *v. t.* fold up, bend, double, complicate, மடக்கு; 2. confound by artifice, மயக்கு; 3. kill, destroy, கொல்லு.

மடித்து மடித்துச் சொல்லாதே, do not repeat the same over and over.

பேச்சை மடிக்க, to pervert an argument.

மடித்துத் தைக்க, to hem.

மடிப்பாய்ப் பேச, to speak fraudulently.

மடிப்பு, *v. n.* a plait, fold, hem; 2. a fraud, deceit.

மடிப்புக் கத்தி, a folding knife, clasp-knife.

மடிப்புப் பண்ண, to deal fraudulently.

மடிப்பு விசேஷம், fraudulent words.

மடிவி, VI. *v. t.* kill, destroy, கொல்லு; 2. turn the edge of an instrument.

மடு, *s.* a pool, tank, pond, குளம்; 2. a deep place in a river.

மடுவெங்கரை, the side or brink of a pool or tank.

மடு, VI. *v. t.* receive, hold, imbibe, absorb what is fluid, suck up, eat, take in by any of the senses, உட்கொள்ளு.

மடை, *s.* boiled rice, சோறு; 2. watering channel, வாய்க்கால்; 3. sluice, flood-gate, மதகு; 4. stupidity, மடம்.

மடையர் (*sing.* மடையன்), cooks; 2. blockheads, fools.

மடைத்தனம், -ப்புத்தி, மடையப்புத்தி, stupidity, rudeness, rusticity, clownishness.

மடைப்பள்ளி, a kitchen.

மடையான், *s.* a waterbird.

மட்கலம், *s.* see under மண்.

மட்கு, III. *v. i.* (*from* மண்), *com.* மக்கு, which see.

மட்டம், *s.* a measure, அளவு; 2. regularity, equality, level, evenness, சமம்; 3. rule, line, அளவுகோல்; 4. limit, bound, மட்டு; 5. a pony; 6. smallness, குறைவு; 7. shield, கேடயம்; 8. a sapling of plantains etc.

மட்டந்தட்ட, to level, to remove inequalities; 2. to bring down pride.

மட்டப்பலகை, -க்கோல், a rule, flat ruler, a bricklayer's level.

மட்டப்பொன், inferior gold.

மட்டமாய், straightly; 2. entirely, without exception; 3. moderately.

மட்டம்பார்க்க, to examine the levelness, to level.

மட்டம்பிடிக்க, -கட்ட, to make exactly by line and level.

மட்டவேலை, plain work, rough work.

அச்சி மட்டம், an Acheen pony.

நாட்டு மட்டம், a country pony.

நீர்மட்டம், a water-level; 2. an instrument to make a waterlevel.

மட்டி, *s.* an oyster, a cockle, a muscle, இப்பி; 2. blockhead, மதிகேடன்;

3. clumsiness, rudeness, பரும்படி; 4. weapon, ஆயுதம்.
மட்டித்தனம், stupidity.
மட்டிப் பயல், a stupid fellow.
மட்டிப் பேச்சு, a rude expression.
மட்டிவேலை, rough work.

மட்டிகை, *s.* seal impressed on cow dung on a heap of corn etc.

மட்டு, *s.* measure, quantity, அளவு; 2. limit, extent, boundary, எல்லை; 3. moderateness, மிதம்.
அம்மட்டு, இம்மட்டு, so far, so much, that much.
அம்மட்டில், so far.
மட்டாய், மட்டோடே, மட்டுக்கு மட்டாய், temperately, sparingly.
மட்டாய்ச் செலவழிக்க, to be frugal.
மட்டிட, மட்டுக்குறிக்க, to fix a limit.
மட்டில்லாத, immense, infinite.
மட்டில்லாமல், மட்டுத்தப்பி, immoderately.
மட்டுக்கட்ட, -ப்படுத்த, -ப்பண்ண, to stint, limit, moderate; 2. to hinder, check; 3. to make an estimate.
மட்டுக்கும், *adv.* so much, so far.
மட்டுக்கோல், a measuring rod.
மட்டுத்தப்ப, to exceed the propriety, to live extravagantly.
மட்டுப்பட, மட்டாய்ப் போக, to decrease, to be measured or limited.
மட்டுப்படாதவன், a stiff-necked person.
மழைமட்டுப்பட்டிறது, the rain abates.
மட்டு மரியாதை, - மதிப்பு, due regard, politeness; good, moral behaviour.
மட்டு (மட்டுக்கு) மிஞ்சிப்பேச, to speak too much.
மட்டும், until, so far.
அந்த ஊர்மட்டும், as far as that town.
அம்மட்டும், இம்-, இம்மட்டுக்கும், only so much, just so far, hitherto.
இந்நாள் மட்டும், till this day.
இம்மட்டுந்தான், that is all, nothing more.
எந்தமட்டும், how long, how far?
நான் வருமட்டும், till I come.
மட்டோடேயிருக்க, to be moderate.

மட்டை, *s.* stem of the palmyra, cocoanut and other palm leaves and also of the plantain, மடல்; 2. a stupid fellow, முட்டாள்; 3. a headless body, trunk.
தேங்காய் மட்டை, the coir that covers a cocoanut.

மண, VII. *v. t.* smell, மோர்; 2. join, unite, கூட்டு; 3. marry; 4. *v. i.* yield a pleasing smell, கமழ்.
மணத்தல், மணப்பு, *v. n.* scent, odour; 2. giving a fragrant smell; 3. marrying.
புகழ் மணக்க, to be renowned or celebrated.

மணங்கு, மடங்கு, *s.* a weight of 25 pounds or 8 viss, a Maund.

மணம், *s.* fragrance, வாசனை; 2. marriage, wedding, கலியாணம்.
மணக்கோலம் வர, to make a wedding procession.
மணமும் பிணமும் போகிற வீதி, a common street where weddings and funerals pass.
மணம் பிடிக்க, to scent as dogs, to be attracted by smell.
மணம் புரிய, to marry.
மணம் வீச, to diffuse odour.
மணவறை, the chamber where the bridegroom and the bride sit on their wedding day; 2. the bride-chamber.
மணவாளன், மணாளன், மணமகன், a bridegroom, a husband.
மணவாளி, மணவாட்டி, மணமகள், the bride, a wife.

மணலி, மணலிக் கீரை, *s.* a bitter kitchen herb.

மணலை மீன், *s.* the name of a fish, a mullet.

மணல், *s.* sand, gravel.
மணற்றரை, sandy soil.
கருமணல், black sand.
நுண்மணல், fine or small sand.
பருமணல், coarse sand.

மணவாளன், மணாளன், *s.* see under மணம்.

*மணி, *s.* gem, jewel, இரத்தினம்; 2. pearl, முத்து; 3. a bell or gong; 4. the hour of the day, மணிநேரம்; 5. a bead, உருத்திராட்சம்; 6. the apple of the eye, கண்மணி; 7. a grain of corn, தானியம்; 8. joints, knuckles, wrist, மணிக்கட்டு; 9. the wattles on the throats of sheep, அதர்.

மணி என்ன, what o'clock is it?

மணி கோக்க, to string beads.

மணி பிடிக்க, – கட்ட, to form as grains of corn.

மணிப்புறா, the ring-necked turtle-dove.

மணிவலை, a kind of fishing net.

மணிகிலுக்க, – ஆட்ட, to tinckle a little bell.

மணிக்கட்டு, the joint of the hand, the wrist.

மணி துருவிட, to perforate or drill beads.

மணிநேரம், – வேளை, a European hour.

மணியடிக்க, to strike or wring the bell.

பத்துமணியடிக்கிறது, it strikes ten o'-clock.

மணிவடம், a string of pearls or gems.

கண்மணி, திஷ்டி –, the apple of the eye, the eye-ball.

கலமணி, a hand bell.

நவமணி, the nine precious stones.

மணியம், s. surveyorship or superintendence of revenue lands, temples etc.; 2. a subordinate revenue office; 3. business, occupation, வேலை.

விளையாடுகிறதே (விளையாடின) மணியமாய் இருக்கிறான், he does nothing but play.

மணியம் செலுத்த, – பண்ண, – விசாரிக்க, மணியக் காறுபாறுபண்ண, to perform the office of a monegar.

மணியக்காரன், an overseer, manager, superintendent; 2. the chief officer of a village, a monegar.

மணியாசம், com. மணியாசு, s. a polishing board; 2. polish, துலக்கம்.

மணியாசம் பண்ண, – இட, to give the plaster a polish.

மணை, s. a low-stool or seat, பாதபடி; 2. an instrument to clean cotton.

மண், s. the earth, the world, பூமி; 2. soil, ground, land, நிலம்; 3. dust, earth, தூள்.

மட்கலம், மண்கலம், மண்பாத்திரம், an earthen vessel.

மட்குகை, மண்குகை, a cave in the earth, a crucible.

மடகொத்தளம், a bulwark of earth, a rampart.

மட்சுவர், மண்சுவர், a mud-wall.

மண்டலம், மண்ணிலம், மண்ணுலகு, the earth.

மண்டலத்திலே வழங்காத வழக்கம், a thing quite unusual.

மண்டாங்கி, மண்தாங்கி, a board which supports a mud-wall over a door or window.

மண்ணாங்கட்டி, a clod, a thing of no importance.

மண்ணாசை, desire of earthly things.

மண்ணாய்ப் போக, to turn into dust.

மண் இட, – பூச, to plaster with clay.

மண்ணீரல், the milt, spleen.

மண்ணுடையான், மண்ணரிவான், a potter.

மண்ணுணிப் பாம்பு, a snake which is said to eat earth.

மண்மழை, – மாரி, a shower of sand.

மண்வாரி, a great wind drifting the dust.

மண்வெட்டி, a hoe, mattock.

மண்ணு, மண்ணு, III. v. t. decorate, அலங்கரி; 2. wash, கழுவு.

மண்ணீர், water to wash with.

மண்டக்கம், மண்டக்கு, s. a rope for drawing divers at the pearl fishery.

மண்டக்கன், மண்டக்காள், one that draws up the divers.

*மண்டபம் (மண்டகம்), s. an open court or shed near a temple; 2. a public resting-place, a choultry, a public hall, சத்திரம்.

*மண்டலம், s. a circle, an orbit, வட்டம்; 2. region, country, province, தேசம்; 3. a course of regimen for 40 days; 4. see under மண்.

மண்டலம் போட, – இட, to form into coils as a snake; 2. to pass round one another.

சூரியமண்டலம், the region of the sun.

சோதி மண்டலம், the region of the stars.

பரமண்டலம், the heaven.

பூமண்டலம், the earth, the terrestrial globe.

*மண்டலி, s. a venomous serpent of two kinds, சீதமண்டலி and இரத்த மண்டலி.

*மண்டலி, VI. v. t. & i. (மண்டலம்), form circles; 2. coil (as snakes).

மண்டி, s. dregs or sediment at the bottom of a vessel, வண்டல்; 2. a warehouse, களஞ்சியம்; 3. a bending or squatting posture of the body; 4. a large market place.

மண்டித் தண்ணீர், muddy water.

மண்டிபோட்டுளுக்கார்ந்திருக்க, to sit in a kneeling posture.

மண்டு, III. v. i. be close, or crowded, நெருங்கு; 2. be excessive, மிகு; 3. v. t. press upon, attack, தாக்கு; 4. eat and drink greedily; 5. snatch a thing, steal, திருடு.

மண்டல், மண்டு, v. n. throwing, abounding.

மண்டி விட, to eat greedily, to come crowding.

மண்டுகோல், a prop to a tree.

*மண்டூகம், s. a frog, தவளை.

*மண்டை, s. the skull, brain-pan, தலையோடு; 2. a beggar's pot, porringer.

மண்டைக் குடைச்சல், -க்குத்து, headache.

மண்டைக் கரப்பான், a cutaneous eruption on the head of little children.

*மத, VI. v. i. rejoice, களி; 2. be luxuriant, grow fat, கொழு; 3. be in a hot passion, மயங்கு; 4. be intoxicated, வெறி.

அவன் மதத்துப்போய்த் திரிகிறான், he is infuriated by lust.

மதத்தவள், an immodest woman.

மதத்துப் போக, to grow fat and luxurious.

மதத்துப்போன மரம், a tree that has got many branches and twigs.

மதகு, மதவு, s. a covered gutter or channel, a sluice.

மதக்கம், s. stupor caused by over-eating or drinking or by opium, மயக்கம்.

*மதஸ்தன், s. see under மதம்.

மதமதக்கத்தாழி (*vulg. for* முதுமக்கட்டாழி), s. a large earthen jar wherein very old persons in ancient times were placed and interred.

மதமதேனல், v. n. being wanton or infatuated, மதமுறல்; 2. being paralysed (as the limbs), ஸ்மரணை குன்றல்; 3. making a noise in drinking.

மதமதப்பு, v. n. being without feeling; 2. wantonness.

*மதம், s. high exhileration, joy, களிப்பு; 2. inebriety, intoxication, fanaticism, மயக்கம்; 3. venereal heat or fury, passion, காமவிகாரம்; 4. animal or vegetable gluten, juice, சாரம்; 5. pride, arrogance, செருக்கு; 6. strength, வலி; 7. richness of land, கொழுமை; 8. opinion, கருத்து; 9. religion, religious sect, சமயம்.

மதங்கொண்ட யானை, மதப்பட்ட –, மத –, a rutting elephant.

மதஸ்தன், மதத்தன், a follower of a religious system.

மதநீர், juice from the male elephant's temples when in rut.

மதம் எடுக்க, – கொள்ள, to become intoxicated, to grow savage.

மதவெறி, religious frenzy.

மதாசாரம், religious practice.

மதாமத்து, மதாமஸ்து, intoxication, fury, great madness.

மதாமத்தன், a robust, stout, corpulent man.

மதோன்மத்தன், an insane person; 2. a fanatic.

பொய்மதம், a false religion.

சிவமதம், the Saiva system.

மதர், s. abundance, மிகுதி; 2. pride, arrogance, செருக்கு; 3. joy, களிப்பு.

மதர், VI. v. i. flourish, be fertile, செழி; 2. be arrogant, செருக்கு; 3. rejoice, களி.

மதர்ப்பு, v. n. flourishing; 2. pride, arrogance.

மதலை, மதளை, s. prattle of children மழலை; 2. a child, an infant, குழந்தை.

மதலையாய்ப் பேச, to babble as a little child.

மதவு, s. same as மதகு, a sluice.

*மதனம், s. love, the passion, காமம், 2. silence, patience, மௌனம் 3. slowness, தாமதம்.

மதனம் மலையைச் சாதிக்கிறது, patience will overcome any difficulty.

*மதனி, மதினி, மதுனி, s. sister-in-law, மைத்துனி.

*மதன், s. Kama, காமன்.

மதாளி, VI. v. i. thrive, flourish, grow rich, செழி.

மதாளிக்கிற நாற்று, plants growing luxuriant.

*மதி, s. moon, சந்திரன்; 2. month, மாதம்; 3. knowledge, understanding, intellect, prudence, அறிவு; 4. reverence, honour, estimation, வணக்கம்.

மதிகெட்ட காரியம், an unwise affair.

மதிகெட்டவன், a fool.

மதிகேடு, மதியீனம், folly, stupidity.

மதிமயக்கம், foolishness, dulness, bewilderment.

மதிமயங்க, to be foolish, mad, out of one's wits.

புத்திமதி, instruction, admonition, counsel.

அவமதி, dulness, disrespect.

*மதி, VI. v. t. estimate, compute, நிதானி; 2. esteem, regard, respect, கணி; 3. consider, எண்ணு; 4. v. i. become fat, கொழு.

மதிப்பு, மதித்தல், v. n. estimation, valuation; 2. considering.

புலமதி, the valuing of the corn growing in the field.

களமதி, the valuing of the corn in the barn-floor.

*மதியம், s. noon, மதி; 2. mid-day, மத்தியானம்; 3. centre, மத்தியம்.

மதியம் திரும்பி வா, come in the afternoon.

மதியத்துக்கு வா, come at noon.

மதில், மதிள், s. wall, a wall round a fort, அலங்கம்.

மதிலெடுக்க, to put up a wall.

*மது, s. sweetness, இனிமை; 2. any sweet and intoxicating liquor, spirits, wine, toddy, கள்; 3. honey, தேன்; 4. spring, வசந்தகாலம்.

மதுகம், sweetness, liquorice.

மதுகரம், a bee; 2. honey of flowers.

மதுபானம், any sweet and intoxicating drink.

மதுமாமிசம் தின்ன, to live luxuriously on toddy and flesh.

மதுரசம், sweet juice.

*மதுரம், s. sweetness, இனிமை; 2. any thing sweet, தித்திப்பானது.

மதுரமாய்ப் பேச, to speak sweetly, charmingly.

மதுரவசனம், sweet, alluring speech.

அதிமதுரம், liquorice.

*மதுரி, VI. v. i. be sweet, delicious, தித்தி; 2. v. t. make sweet, ருசியாக்கு.

*மதுரை, s. the city of Madura; 2. sweet liquor, any thing sweet, மதுரம்.

*மத்தகம், மஸ்தகம், s. the head-top, தலை; 2. the fore-head, நெற்றி.

*மத்தம், s. pleasure, களிப்பு; 2 passion, furiousness, மதம்; 3. intoxication, வெறி; 4. churning stick, மத்து; 5. thorn-apple, ஊமத்தை.

மத்தப்பிரமத்தன், an insane person, மதோன்மத்தன்.

*மத்தளம், s. a tabour, drum beaten by the hand, பறை.

மத்தளக் கட்டை, the wooden frame of a drum.

மத்தளம் தட்ட, - கொட்ட, - வாசிக்க, to beat the drum.

மத்தாப்பு, s. blue light.

*மத்தி, s. midway, middle, நடு.

மத்தியிலே, in the midst of.

*மத்தி, VI. v. t. churn, கடை; 2. mix, மர்த்தி.

மத்தித்துக்கொடுக்க, to mix medicines for one.

*மத்திமம், மத்திபம், s. mediocrity, what is middling or ordinary, நடு; 2. the waist, இடை; 3. mean, மத்தியமம்.

எனக்குக் கண் மத்திமமாயிருக்கிறது, my sight is indifferent.

மத்திம கண்டம், the central region.

*மத்தியஸ்தம், s. see under மத்தியம்.

*மத்தியமம், மத்தியம், s. the middle, centre, நடு; 2. the waist, இடுப்பு; 3. (*in astron.*), mean.

*மத்தியம், s. same as மத்திமயம்; 2. liquor, மது.

மத்தியகாலம், middle of an eclipse.

மத்தியஸ்தம், mediation, arbitration.

மத்தியஸ்தன், a mediator, arbitrator, umpire.

மத்தியபானம், மதுபானம், drinking intoxicating liquor.

*மத்தியானம், midday, noon, நடுப்பகல்.

மத்தியானத்துக்குமேல், in the afternoon.

*மத்து, s. churn-staff, கடைமத்து; 2. see மஸ்து.

மத்தடிக்க, மத்துக் கடைய, churn.

*மத்தை, s. the ஊமத்தை plant.

*மந்தம், s. slowness, tardiness, தாமதம்; 2. dulness, மழுங்கல்; 3. stupidity, மூடத்தனம்; 4. indigestion, dyspepsia, அசீரணம்; 5. idleness, laziness, சோம்பல்; 6. drunkenness, வெறி.

அது மந்தங்கொடுக்கும், that will cause indigestion.

மந்தகதி, slow pace.

மந்தகுணம், dulness, apathy.

மந்தக் காய்ச்சல், fever from indigestion.

மந்தபுத்தி, stupidity.

மந்தமாருதம், southerly wind (as being gentle).

மந்தன், a block-head, a dull person.

*மந்தரம், s. mount Mandra, மந்தரகிரி.

*மந்தாரம், s. gloominess, cloudiness, மப்பு.

மந்தார காசம், a kind of asthma.

மந்தாரமாயிருக்க, –போட, to become cloudy or be over-cast.

*மந்தாரி, VI. v. i. be cloudy, be overcast.

மந்தாரை, s. a shrub, a tree.

கிளியிறகு மந்தாரை, கொக்கிறகு–, சிகப்பு–, பெரு–, மஞ்சள் –, different kinds of it.

மந்தி, s. the female baboon or monkey; 2. monkey in general, குரங்கு.

*மந்தி, VI. v. i. be undigested, அசீரணப்படு; 2. become dull, stupid, மந்தப்படு.

*மந்திரம், s. a mystical verse or form of exorcising; 2. a section of the Vedas, a form of prayers, Hymns; 3. formula sacred to some deity; 4. private deliberation, secret consultation, ஆலோசனை.

மந்திரஞ் சொல்ல, –செபிக்க, to recite prayers or mantras.

மந்திரதந்திரம், witchcraft, incantation.

மந்திரத்தால் கட்ட, to bind with spells.

மந்திரம் உருவேற்ற, –உச்சரிக்க, to repeat often the mantra.

மந்திரம் படிக்க, to learn prayers.

மந்திரவாதம், –வித்தை, incantation, conjuration.

மந்திரவாதி, –வாளி, –க்காரன், a conjurer.

மந்திராலோசனை, consultation with the ministers; cabinet council.

தலையணை மந்திரம், curtain-lectures.

*மந்திரி, s. (pl. மந்திரிகள், மந்திரிமார்), king's minister or counsellor.

மந்திரித்தனம், – தத்துவம், office or duty of a minister or counsellor.

*மந்திரி, VI. v. t. recite forms of incantation, enchant; 2. give bad advice.

மந்திரித்த தண்ணீர், water enchanted, holy water.

மந்தை, s. a herd, flock.

மந்தை மந்தையாய், in flocks or herds.

மந்தை மறிக்க, to pen, to shut up a herd.

மந்தைவெளி, a pen for cattle.

மப்பு, s. (Tel.), cloudiness, மந்தாரம்; 2. indigestion, மந்தம்.

மப்பாயிருக்கிறது, மப்புப்போட்டிருக்கிறது, it is cloudy, the sky is overcast.

எனக்கு மப்பாயிருக்கிறது, I am bewildered, I have indigestion.

*மமகாரம், s. ideas of self-importance, அகந்தை.

*மமதை, s. self-conceit, vanity, அகந்தை.

மம்மர், s. vexation, துன்பம்; 2. lust, மோகம்.

மயக்கம், மயக்கு, s. (மயங்கு), confusion or destruction of mind, dulness, mental delusion, perplexity, fainting, swoon, உன்மத்தம்; 2. lethargy, sleepiness, sensual bewilderment, சோம்பு.

மயக்கம் எடுக்க, – ஆயிருக்க, to be confused or intoxicated, to faint, to swoon.

மயக்கு, III. v. t. charm, fascinate, allure, coax, கலக்கு.

மயங்கு, III. v. i. be confused or perplexed, be charmed, be touched or smitten with the love of a thing or person, கலங்கு.

மயங்கித் திரிய, to be mad after a thing or person.

*மயம், s. *affix expressing* nature, quality, possession, manner or likeness.

தேசம் அவன் மயமாய் இருக்கிறது, the country lies under his control.

பொன் மயம், any thing golden.

மயல், s. lust, sensual infatuation, உன்மத்தம்.

*மயானம், *com.* மசானம், s. burning or burial ground, சுடுகாடு.

மயான வைராக்கியம், vows at a cremation.

*மயிடம், s. a buffalo, எருமை.

மயிடரோசனை, bezoar of a buffalo.

மயிர், s. the hair, உரோமம்; 2. wool, the fleece of sheep; 3. down of birds, தூவி.

மயிருதிர்கிறது, the hair falls or sheds.

மயிரைச் சிலிர்த்துக்கொள்ள, to cause the hair or feathers to rise up.

மயிரொதுக்க, to adjust the hair.

மயிர்க்கடை, மயிர்க்கிடை, a hair's breadth.

மயிர்க்கால், the pores, the root of the hair.

மயிர்க்குட்டம், a distemper which makes the hair fall off.

மயிர்க் குட்டி, caterpillar, கம்பளிப் பூச்சி.

மயிர்க் கூச்செறிகிறது, — காம்பெறிகிறது, the hair stands on end.

மயிர்ப் பிளவை, a scurf in the hair.

மயிர் முடி, hair-tuft, hair knot, குடுமி.

மயிர் முடிக்க, to tie the hair.

மயிர் வளர்க்க, to let the hair grow.

மயிர் வார, to comb the hair.

மயிர் வாரி, a comb.

அல்லிகை மயிர், பின்னல் —, a weft of hair.

தலைமயிர், the hair of the head.

மயிலாப்பூர், மயிலாபுரி, s. St. Thome, a town, மயிலை.

மயிலை, s. ash-colour, சாம்பல் நிறம்; 2. the town of Mailapur.

மயில், s. a peacock, pea-hen.

மயில் ஆடுகிறது, the peacock struts, spreads its tail.

மயிலிறகு, மயிற் பீலி, peacock's feathers.

மயிலெண்ணெய், medicinal oil from peacock's fat.

மயில் விசிறி, a fan of peacock's feathers.

மயினா, மைனா, s. (*Hind.*), the Maina-bird.

*மயூரம், s. a peacock, மயில்.

மய்யம், மையம், s. middle.

*மரகதம், s. an emerald, பச்சைமணி.

மரக்கால், s. a corn measure, a Marcal.

*மரணம், s. death, mortality, சாவு.

மரண ஏதுக்கள், forebodings of death.

மரண காலம், the time of death.

மரண சாசனம், — சாதனம், the last will, the testament of a deceased person.

மரண பயங்கரம், dread of death.

மரணப்போர், struggling with death.

மரணமடைய, to die, to depart this life.

மரணாவஸ்தை, மரண வேதனை, the agony of death.

மரபு, s. nature, property, குணம்; 2. established usage, தொன்முறை; 3. antiquity, பழமை.

மரபினோர், the worthy, சான்றோர்; 2. relations, சுற்றத்தார்.

மரம், s. a tree, a shrub, விருட்சம்; 2. timber, wood.

மரக்கலம், a vessel, ship.

மரக்கன்று, a young tree.

மரக்கொம்பு, a branch of a tree.

மரக்கோல், a boat man's pole.

மரங்கொத்தி, a bird, a woodpecker.

மரத்துப் போக, to become numb, insensible, hard; to be amazed.

மரநாய், the pole-cat or fitchet.

மரப்பட்டை, மரத்தோல், the bark of a tree.

மரப் பெட்டி, a wooden chest or box.

மரவட்டை, s. a wood leech, a milleped.

மரவண்டு, a kind of boring beetle in trees.

மரவயிரம், the core of a tree.

மரவாணி, a plug, wooden pin.

மரவுப்பு, potash.

மரவெண்ணெய், Malacca oil, varnish.

மரவை, a wooden tray.

ஆண்மரம், a tree not yielding fruit; 2. a strong or hard tree.

பெண்மரம், a fruit- bearing tree; 2. a soft, spongy tree.

*மராடம், மராட்டியம், *s.* the Mahratta country.

மராட்டியர், the Mahrattas.

மராமத்து, *s. (Ar.)*, repair.

*மரி, VI. *v. i.* die, சா.

மரியாமை, *v.n.* immortality, சாகாமை.

*மரியாதை, மரியாதி, *s.* boundary, limit, வரம்பு; 2. a fixed certainty, a prescriptive general rule; 3. propriety of conduct, modesty, discretion, ஒழுக்கம்; 4. civility, decency, reverence, வணக்கம்.

மரியாதை செய்ய, - பண்ண, to treat with respect.

மரியாதைப்பங்கம், -ப்பிழை, incivility, disrespect.

*மரு, *s.* fragrance, வாசனை; 2. a fragrant plant; 3. a marriage ceremony.

மருக்கொழுந்து, a fragrant kind of shrub.

மருவுண்ண, to dine and receive presents (as a bridegroom in the house of the bride's parents).

மருகன், *s. (fem.* மருகி), a son-in-law, மருமகன்; 2. a nephew.

மருங்கு, மருங்குல், *s.* the waist, the female waist, இடை; 2. the side, பக்கம்; 3. order, propriety, ஒழுங்கு.

மருட்சி, *s.* confusion, மயக்கம்; 2. ignorance, அறிவின்மை.

மருட்டு, III. *v. t.* threaten, menace, மிரட்டு; 2. allure, fascinate, மயக்கு.

மருதம், *s.* a species of tree, *Terminalia alata*; 2. cultivated ground, மருத நிலம்; 3. rice-field, வயல்.

மருது, *s.* the name of a tree, மருதமரம்.

மருத்துப்பை, *s.* see under மருந்து.

மருத்துவம், *s.* (மருந்து), midwifery; 2. the practice of medicine, வைத்தியம்.

மருத்துவம் பார்க்கிறவள், மருத்துவச்சி, மருத்துவிச்சி, a midwife.

மருத்துவன், physician.

மருந்து, *s. (in comb.* மருத்து), medicine, ஔஷதம்; 2. gun-powder; 3. philter, love-potion, வசிய மருந்து; 4. nectar, ambrosia அமுதம்.

மருத்தீடு, a love philter; effects supposed to result from a philter.

மருத்துப்பை, மருந்துப்பை, a bag for medicines; 2. a leather case for gun-powder.

மருந்தெண்ணெய், medicinal oil.

மருந்து கூட்ட, to prepare a medicine.

மருந்துக் (மருந்திடு) கள்ளி, an intriguing woman who uses philters.

மருப்பு, *s.* a horn of a beast, கொம்பு; 2. ginger, இஞ்சி.

மருமகன், *s.* a son-in-law, மருகன்; 2. nephew.

மருமகள், a daughter-in-law, a niece.

மருமக்கள்மார், sons- (and daughters-) in-law.

*மருமம், மர்மம், *s.* a secret meaning or purpose, இரகசியம்.

மருமா, *s.* a mode of tying a female's hair.

மருமாப் போட, to dress the hair in this way.

மருமான், *s.* a son-in-law, மருமகன்; 2. a male descendant.

*மருவாதி (*vulg. for* மரியாதை), *s.* politeness.

மருவு, III. *v. i. & t.* come near, approach, கிட்டு; 2. embrace, அணை; 3. join, unite, copulate, கல.

மருவலர், மருவார், enemies, foes.

மருள், *s.* delusion, bewilderment, மயக்கம்; 2. a devil, பிசாசம்; 3. bewilderment of evil spirit, பேயாட்டம்; 4. a scare-crow; 5. a plant.

மருள் பிடித்தவன், மருளன், a fanatic.

மருள், மருளு, I. *v. i.* be confused, bewildered, மயங்கு; 2. fear, be timid, பயப்படு.

மருள விழ, to fall away, to relapse, to apostatize.

மரூஉ, மரூஉச்சொல், மரூஉமொழி, *s.* a contracted word authorized by learned men (as மலாடு for மலையமா நாடு).

*மரை, *s.* an elk; 2. a lotus, தாமரை; 3. a frog, தவளை.

மரைக்காயர், மரைக்கார், *s.* a class of Mohammedans who use the Tamil language, சோனகர்.

*மர்க்கடம், மக்கடம், s. monkey, குரங்கு.
மர்ஜி, s. (*Hind.*), polite manners, civility, மரியாதை.
*மர்த்தனம், s. rubbing, grinding, pounding, இடிக்கை; 2. churning, கடைதல்.
*மர்த்தி, *com.* மத்தி, VI. *v. t.* mix, கல; 2. beat, grind, அரை; 3. churn, கடை.
*மர்மம், s. same as மருமம்.
மலக்கடி, மலக்கம், s. perturbation, confusion of mind, bewilderment, மலங்கல்.
மலக்கடி பட, to be vexed on every side.
மலங்கு, s. an eel, விலாங்கு.
மலங்கு, III. *v. i.* be confused or perturbed, மயங்கு; 2. shake, move, அசை; 3. be troubled, மனம் கலங்கு.
மலடு, s. (*in comb.* மலட்டு), barrenness; 2. barren beast.
மலடி, a barren woman.
மலடன், an impotent man.
மலட்டு மாடு, a barren cow.
*மலம், s. excretion of the body in general, especially the fœces or excrement; 2. dirt, filth, அழுக்கு; 3. dregs, sediment, வண்டல்; 4. subtle matter inherent in the soul (*Sidh.*); 5. sin, பாவம்.
மலக்கட்டு, –ப்பற்று, –பந்தம், costiveness, constipation of the bowels.
மலசலாதி, excrements and urine.
மலசலாதிக்கிருக்க, to go to stool, to ease oneself.
மலசுத்தி, evacuation by stool.
மலத்துவாரம், the fundament, anus.
மலப்பாண்டம், the unclean vessel of our human body.
மலவாதை, மலோபாதை, urgency to stool.
மலப்புழு, –க்கிருமி, insects in the excrements.
மலம் இளகியிருக்க, to be lax in the bowels.
மலம் இருக, to be costive.
மலாசயம், மலப்பை, the rectum.
மலர், s. a flower, blossom, புஷ்பம்.
மலரடி, the divine feet.
மலரவன், மலரோன், Brahma.
மலர்க்கா, a flower garden.
மலர், மலரு, II. *v. i.* open as a flower, bloom, பூ; 2. look joyful and open-hearted, மகிழ்.
அவன் உள்ளம் மலர்ந்தது, his heart rejoiced.
திருவாய்மலர, to declare as God or some great personage.
மலர்ச்சி, *v. n.* blossoming, blooming; 2. cheerfulness.
அகமலர்ச்சி, cheerful heart.
முகமலர்ச்சி, cheerful countenance.
மலர்ந்த பூ, a full-blown flower.
மலாக்கா, மலாய், s. Malacca.
மலாக்காக்கட்டை, Sandal-wood from Malacca.
மலாயன், மலாய்க்காரன், a Malay.
மலாடு, s. (*poet. for* மலைநாடு), mountainous country; 2. Malayalum.
மலாம், s. see முலாம்.
மலார், மலாறு, *com.* மிலாறு, s. a small twig, rod, switch.
மலி, II *v. i.* be cheap, நயமாயிரு; 2. abound, be plentiful, நிறை; 3. increase, be over-stocked, பெருகு.
மலிவாய் வாங்க, to buy cheap.
மலிவு, *v. n.* abundance, cheapness.
*மலினம், s. dirtiness, filthiness, அழுக்கு; 2. vice, viciousness, depravity, பாவம்; 3. blackness, கருமை.
மலினப்பட, to be defiled.
*மலீமசம், s. dirt, foulness, uncleanness, அழுக்கு.
மலை, s. hill, mountain, பருவதம்; 2. rock, பாறை; 3. a word of comparison, உவமை.
எள்ளத்தனையானதை மலையத்தனையாக்க, to exaggerate a trifle.
மலங்காடு (*corrup. of* மலையங்காடு), a mountainous region.
மலைச்சாரல், the declivity or slope of a mountain; 2. cold wind or rain from the hills.
மலைச் சார்பு, –ச்சார், mountainous tract.
மலைநாடு, மலையமா நாடு, same as மலையாளம்.
மலைபடுதிரவியம், mountainous productions.
மலைப் பச்சை, a shrub.
மலைமாருதம், westerly wind.

மலேயடி, மலேயடிவாரம், the foot of a hill.
மலேயடிப்பட்டி, a little village at the foot of a hill.
மலேயமான், any king of the Sera race.
மலேயமான் கூட்டம், a tribe from the Sera country.
மலேயாளம், the Malayalum country.
மலேயாளி, a native of Malayalum.
மலேயான், a mountaineer.

மலே, II. *v. t.* wear, put on, அணி; 2. oppose, fight with, எதிர்; 3. contradict, மறு.

மலே, VI. *v. i.* stagger, be perplexed, தமொறு; 2. *v. t.* fight, போர்செய்.
மலேத்தவன், one that is perplexed.
மலேப்பாய்ப் பார்க்க, to look with astonishment.
மலேப்பு, *v. n.* confusion of mind; 2. fighting.

மல், மல்லு, மல்லம், *s.* wrestling, boxing, fighting, மற்போர்; 2. strength, robustness, வலிமை; 3. a kind of dance; 4. (*Hind.*), a thin kind of longcloth, mull.
மல்கட்ட, மல்லக் –, மல்லுக் –, மல்லுப் பிடிக்க, மல்லுக்கு நிற்க, மல்லுயுத்தம் பண்ண, மல்லுமல்லென்று சண்டை தொடுக்க, to wrestle, to box; 2. to quarrel.
மல்லகசாலே, gymnasium for boxing.
மல்லக (மல்ல, மல்லு) செட்டி, a wrestler, pugilist.
மல்ல யுத்தம், wrestling.
மல்லன், a wrestler; 2. a strong man.

மல்கு, III. *v. i.* be full, abound, நிறை; 2. increase, be multiplied, பெருகு.

*மல்லம், *s.* a cup or porringer, மல்லே; 2. see மல்.

மல்லரி, *s.* a kind of drum, பம்பை மேளம்.

மல்லல், *s.* (மல்), abundance, மிகுதி; 2. strength, வலி; 3. greatness, வளமை.

மல்லா (மல்கா), VII. *v. i.* fall on the back.
மல்லாக்கத் தள்ள, –ப்போட, to thrust one down back-ward.
மல்லாந்து படுத்துக்கொள்ள, to lie upon the back.

மல்லாத்து, III. *v. t.* turn upside down.

மல்லாரி, *s.* a quarrelsome woman, சண்டைக்காரி; 2. same as மல்லரி.

மல்லார், மல்லாரு, II. *v. i.* lie upon the back.

*மல்லி, *s.* Jasmine, மல்லிகை; 2. coriander, கொத்துமல்லி.

*மல்லிகை, *s.* Arabian Jasmine.

மல்லு, *s.* see மல்.

*மல்லே, *s.* an earthen bowl, a mendicant's begging vessel, கப்பரை; 2. a circle, வட்டம்.
மல்லே கழுவி, a lower servant.

*மவுனம், மௌனம் (also மோனம்), *s.* silence, taciturnity, பேசாமை; 2. silent meditation, யோகம்.
மவுனம் மலேயைச் சாதிக்கும், a quiet man will overcome difficulties.
மவுனமாயிருக்க, to be silent, to hold one's peace.
மவுனமாயிருக்கச் சொல்ல, to command silence.

மழலே, *s.* childhood, tender age, இளமை; 2. prattling of children, மதலே.
மழலேப் பிள்ளே, a lisping child.

மழவு, *s.* juvenility, இளமை; 2. infant, குழந்தை.
மழவன், a young man.

மழி, VI. *v. t.* shave off the hair, மொட்டையாக்கு.

மழு, *adj.* intense, excessive.
மழுமட்டை, downright stupidity.
மழுமொட்டை, a very blunt thing; 2. a head bald all over.

மழு, *s.* a red-hot iron for the trial of one's innocence; 2. the battle axe, பரசாயுதம்.
நெய்மழுவாய்த் தீர்த்துக்கொள்ள, to clear one's self by putting the hand into boiling ghee.
தண்ணீர் மழுப்போலே காய்ந்தது, the water is boiling hot.
மழுமாறுகிறுன், he denies it so pertinaciously as if he underwent the trial of a red-hot iron.
மழுவெடுக்க, to undergo this trial.

மழுக்கம், *s.* (மழுங்கு), bluntness, கூரின்மை; 2. dimness, dulness, மங்கல்.

மழுக்கு, III. *v. t.* blunt, கூர்கெடு; 2. obscure, மங்கச்செய்; 3. beat, pound, அடி; 4. hull paddy by pounding, உமிபோக்கு.
நெல்லை மழுக்க, to hull the paddy.
மழுச்கிப் போட, to blunt a knife etc.
மழுங்கு, III. *v. i.* become blunt; 2. grow dull or dim, lose lustre, மங்கு.
மழுங்கலாக்க, to blunt or dull a thing.
மழுங்கியிருக்க, to be blunt.
புத்தி மழுங்கல், being dull or stupid.
மழுப்பு, III. *v. t.* put off, protract, delay, தாமதப்படுத்து.
மழுப்பன், a delayer, protractor.
மழை, *s.* rain, மாரி; 2. cloud, மேகம்; 3. water, நீர்; 4. coolness, குளிர்ச்சி; 5. abundance, மிகுதி.
மழைபிடிக்கும், – பெய்யும் – வரும், we shall have rain.
மழைவிட்டிருக்கிறது, – நின்றிருக்கிறது, it has ceased to rain.
மழை அடிக்க, to rain vehemently.
மழைகாலம், மாரிகாலம், the rainy season, monsoon.
மழைக்கோலம், –ச்சாடை, –த்தோற்றம், rainy aspect.
மழைசொரிய, – பொழிய, to rain in torrents.
மழைதூற, – தூமிக்க, to drizzle.
மழைத்தாரை, rain in torrents.
மழைநீர், rain water.
மழைபெய்ய, to rain.
மழைப்பாட்டம், a shower of rain.
மழைப்புகார், threatening rain.
மழையடை, அடைமழை, continual rain.
அந்திமழை, evening rain.
பெருமழை, a heavy shower.
கன்மழை, hail.
மளமளத்தல், மளமளெனல், மளமளப்பு, *v. n.* rattling, rumbling, breaking with a crashing noise.
மளிகை, மளிகைக் கடை, *s.* a grocery shop, retail shop.
மளிகைக்காரன், a grocer,
மளுக்கெனல், *v. n.* crashing, cracking.
மளுக்கென்று உடைய, to break with a cracking noise.
*மள்ளம், *s.* strength, power, robustness, வலி.
மள்ளர், strong, powerful persons; 2. agricultural labourers of the Palla-tribe.
மற, VII. *v. t.* forget, அயர்; 2. neglect, disregard, அசட்டைபண்ணு; 3. (with முலை), be weaned.
அது மறந்துபோயிருக்கிறது, that is forgotten.
மறதி, மறப்பு, *v. n.* forgetfulness.
அது எனக்கு மறதியாய்ப்போயிற்று, I forgot it.
மறதிக்காரன், மறதியுள்ளவன், a forgetful person.
மறந்து தூங்க, to sleep soundly; 2. to be unoccupied.
மறவாத பத்தி, constant affection.
மறவாமல் கேட்க, to hear with attention.
மறலி, மறல், *s.* Yama, இயமன்; 2. confusion of mind, மயக்கம்.
மறவர், *s.* a caste, Maravars.
மறவன், *s.* (*fem.* மறத்தி), a Marava man.
*மறஷ்டியர், மராட்டியர், *s.* the Mahrattas.
மறி, *s.* a foal; 2. the young of the sheep, deer etc.; 3. a deer, பெண்மான்.
மறி, II. *v. i.* be stopped, checked, தடைபடு; 2. recede, திரும்பு; 3. roll (as waves), மடங்கு.
மறியல், மறிப்பு, *v. n.* arrest, attachment; 2 prison.
மறியலில் (மறிப்பு) வைக்க, to arrest.
மறி, VI. *v. t.* stop, detain, arrest, தடு; 2. turn about, திருப்பு; 3. watch, காவல்பண்ணு; 4. turn upside down.
மாடுகளை மறிக்க, to watch a herd of cattle in order to prevent them from going astray.
மறித்துவைக்க, to keep in fold.
மறிபட, to be stopped on the way, to be hindered.
மறிப்பு, *v. n.* see மறியல்.
மறு, *s.* a spot, a wart, a mole, மச்சம்; 2. spot, blemish, மாசு; 3. fault, குற்றம்.
நடுக்கடலிலே போனாலும் மறுப்படாமல் வரக்கடவாய், though you should go in the midst of the sea, I wish you may return unhurt.
மறுப்பட்டிருக்க, to be spotted, to be injured.

மறுப்பட்ட நெய், mixed ghee.
மாசுமறுவில்லாத, pure, spotless.

மறு, *adj*. another, other, மற்ற.
மறுகாய்ச்சல், relapse of fever; 2. second drying of par-boiled paddy; 3. second heating of iron.
மறுகால், – தடவை, – தரம், another time, again.
மறு கையிலே இல்லை, it is not to be got anywhere else.
மறுசுற்று, a spiral screw, a male screw.
மறுசென்மம், –சென்னம், –பிறப்பு, another birth, regeneration, transmigration.
மறுதாய், மாற்றான் –, step-mother.
மறுதாரம், the second wife.
மறுநாள், the next day.
மறுபடி, – படியும், again.
மறுபத்தியம், the second course of diet.
மறுபேச்சு, another word; 2. answer, மறுமொழி.
மறுமுகம், another face, another direction; 2. stranger.
மறுமுகம் பார்க்க, to commit adultery.
மறுமை, the future state, the other world, eternity.
மறுமொழி, – வுத்தாரம், an answer.
மறுரூபம், another form or shape.
மறுரூபமாகுதல், transfiguration.
மறுவோலை, – காகிதம், – செய்தி, an answer or reply.

மறு, VI. *v. t.* refuse, deny, அல்லத்தட்டு; 2. contradict, தடுத்துப்பேசு; 3. confute, refute, ஆட்சேபி.
மறுத்தல், மறுப்பு, *v.n.* refusal, confutation; 2. denying through shame.
மறுத்துப்போகுதல் (மறத்துப்போகுதல்) ceasing to give milk (as a cow).
மாரி மறுத்தகாலம், dry weather, want of rain.

மறுகல், *v. n.* relapse, return of sickness.
அவனுக்கு மறுகலெடுத்தது, he has got a relapse.

மறுகு, III. *v. i.* whirl, revolve, சுழல்; 2. be perplexed, மயங்கு.
என் மறுகிமறுகி நிற்கிறாய், why are you lingering?

மறுதலி, VI. *v. t.* deny, disown, மறு; 2. return (as a disease), மக்களி.
மறுதலை, மறுதலிப்பு, *v. n.* denial, refusal.

மறுதலை, *s.* an enemy; 2. *v. n.* of மறுதலி.

மறுமை, *s.* see under மறு.

மறை, *s.* spot, blemish, கறை; 2. secrecy, a secret, இரகசியம்; 3. refuge, shelter, அடைக்கலம்; 4. the sacred writing, the Vedas, வேதம்; 5. word, சொல்; 6. spiral winding of a screw.
மறைபுகல், *v. n.* taking refuge.
மறை மறையாயிருக்க, மறை விழுந்திருக்க, to be coloured black and white.
மறைமொழி, incantation, the Vedas.
மறையாணி, a screw.
எதிர்மறை, negative.

மறை, II. *v. i.* be hidden, ஒளி; 2. vanish, disappear, தோன்றாமல்போ.
மறைந்திருக்க, to be vanished, to lie hid.
மறைபொருள், a secret or hidden meaning, a mystery.
மறைவிடம், a lurking place.
மறைவு, *v. n.* a secret, a screen, shelter, covering.
மறைவுகட்ட, to fence in a place by screens.

மறை, VI. *v. t.* hide, conceal, secrete, ஒளி; 2. cover, shroud, மூடு.
மறைப்பு, *v. n.* concealment, screen, மறைவு.

**மற்கடம்*, *s.* a monkey, குரங்கு.

மற்று, *an expletive particle*, அசைநிலை, (as அது மற்றவலங் கொள்ளாது, that admits no grief); 2. *a disjunctive particle* (as கொடுப்பதும் மற்றெடுப்பதும் மழை, rain is as well destructive as restorative); 3. *adv.* otherwise, else.
மற்ற, *adj.* another, the other, மற்றை.
மற்றது, மற்றச்காரியம், the rest, the other, that which is remaining.
மற்றப்படி, மற்றைப்படி, otherwise, else.
மற்றவர், மற்றவர்கள், மற்றோர், other persons.
மற்றவன் (*fem.* மற்றவள்), the other man.

மற்றும், and so on.
மற்றுள்ள, மற்றுமுண்டான, the other (not this).
மற்றை, *adj*. the next, following, other, மற்ற.
மற்றைநாள், the next day, the morrow.
மற்றையது, another.
மற்றையோர், others.
மற்றொன்று, another thing.
மற்றொன்றும், anything besides.
*மனசு, மனது, *s*. the mind, the heart, the will, உள்ளம்; 2. purpose, intention, எண்ணம்; 3. desire, inclination of the mind, விருப்பம்; 4. conscience, மனச்சாட்சி.

உம்முடைய மனசுக்குச் சரிப்போனப்போலே, according to your pleasure.

உம்முடைய மனசு, I leave it to your pleasure.

உன் மனசுக்குத் தெரியும், you know it very well.

உன்மனசு உனக்குச் சாட்சி, your conscience tells you.

ஒருவனுடைய மனசை சோகப்பண்ண, to grieve one's mind.

அதின்மேல் எனக்கு மனசில்லே, I don't like it.

போக மனசு வராது, I cannot resolve to go.

மனசு ஒருவிதமாயிருக்கிறது, my mind is wavering.

ஒருவன் மனசுக்கேற்க, agreeably to one's mind.

அவன் மனசு அதின்மேலோடுகிறது, his mind is bent upon it.

மனசறிய, மனதறிய, knowingly, wilfully.
மனசறியாமல் செய்ய, to do a thing unknowingly or not out of malice.
மனசாயிருக்க, to be willing.
மனசார, of one's own accord, spontaneously.
மனசிலே வைக்க, to take a thing to heart, to keep in mind.
மனசு திரும்பிற்று, the mind is changed.
மனசு பேதலிக்க, to grow averse.
மனதிரங்க, to pity.
மனதிரங்கிக் கொடுக்க, to give out of compassion.
மனது பொருந்திக் கொடுக்க, to give with a good will.
சம்மனசுக்கள் (*Chr. us*.), good angels (*opp. to* துன்மனசுக்கள், fallen angels).
*மனம், *s*. the mind, will, intention, desire, மனசு.
மனக்கடினம், hardness of heart, obduration.
மனக்கலக்கம், perturbation of mind.
மனக்கவலே, anxiety of mind, care.
மனக்களிப்பு, – ப்பூரிப்பு, – மகிழ்ச்சி, – மலர்ச்சி, cheerfulness, hilarity, joy.
மனக்கிலேசம், –ச்சஞ்சலம், –ச்சலிப்பு, –த்துக்கம், –த்துயரம், –நோய், – வியாகுலம், grief, pain of mind.
மனக்குறை, dissatisfaction.
மனங்கசக்க, to have a bitter feeling, to feel remorse.
மனங் கரைய, to relent, be sorry for.
மனங் குத்துதல், remorse, sting of conscience.
மனங் கொதிக்க, to grieve, to rage with anger.
மனங் கொள்ள, to be willing.
மனங் கோண, to be offended, to be cross.
மனச்சாட்சி, மனோசாட்சி, conscience.
மனஸ்தாபம், மனத்தாபம், grief of heart, heart-burning; 2. vexation, enmity; 3. displeasure.

என்மேல் மனஸ்தாபமாயிருக்கிறான், he is angry with me.

மனத்தாழ்மை, humility.
மனத்திடம், மனவுறுதி, firmness of mind.
மனத்தியானம், meditation.
மன நேர்மை, sincerety.
மனநோக, to regret, to feel remorse.
மனந் தளம்ப, to be unstable in mind, to be distressed with cares.
மனந் தளர, to grow dispirited.
மனந்திரும்புதல், turning of mind; 2. (*Chr. us*.), conversion.
மனப்பாடம், a lesson learnt by heart.
மனப்பூரணம், contentment, willingness.
மனப்பூர்வம், willingness.
மனப்பூர்வமாய், மனப் பூரணமாய், most heartily.

மனமடிவு, pain of mind, mortification.
மனமுறியப் பேச, to speak so as to wound one's feelings.
மனமுறிவு, aversion.
மனம் பிடிக்க, to be pleasing to the mind.
மனம் பொருந்த, to consent, to like.
மனம் பொறுக்க, to have patience.
மனரம்மியம், மனோரம்மியம், contentment.
மனராசி, மனோராசி, consent of will, agreement.
மனலோடாயம், faint-heartedness, dejection.
மனவூக்கம், – வலி, mental energy.
மனோகரம், any thing lovely, pleasing to the mind or beautiful.
மனோகரி, a lovely or beautiful woman.
மனோ நிச்சயம், resolution.
மனோபிஷ்டம், மனோபீஷ்டம், pleasure.
மனோமயம், a thought.
மனோரஞ்சிதம், that which delights the mind.
மனோரதம், desire.
மனோராச்சியம் பண்ண, to build castles in the air.
மனோவாக்குக் கெட்டாதது, what is incomprehensible and unspeakable.
மனோவேகமாய், as fast as the thoughts run.

மனவி, s. prop. மனைவி which see.

*மனனம், s. minding, considering, சிந்தித்தல்; 2. memory, ஞாபகம்.
மனனம் பண்ண, to get by heart, to meditate.

*மனிதன், s. (pl. மனிதர்), same as மனுஷன், man.

மனு, s. a petition, request, விண்ணப்பம்; 2. a Maund, மணங்கு.
ஒருமனு இருக்கிறது, I have to beg a favour of you.
என் மனுவாய் அவனுக்கப்படிச் செய்யும், please to help him for my sake.
இந்த மனு தர வேணும், please to comply with this request.
மனுக்கேட்க, –ச்செய்துகொள்ள, –ப்பண்ணிக் கொள்ள, to beg a favour, to petition.
மனுப்பெற, to obtain what one begged for.
மனுவுக்கு வர, to come to beg something.

*மனு, s. Menu, the great Hindu legislator; 2. man in general.
மனு அவதாரம், the incarnation of the deity in human form.
மனுக் குலம், mankind.
மனு நீதி, the institutes of Menu.
மனுப் புத்திரர், – மக்கள், men, human beings.
மனுப் பெருத்த ராச்சியம், a country thickly populated.
மனுவாக, to grow up, develop.

*மனுஷன், மனுடன், மனிஷன், s. (fem. மனுஷி), man, மனிதன்.
மனுஷ சங்காத்தம், intercourse with men.
மனுஷத்தனம், noble qualities, gentlemanliness.
மனுஷனாக, to attain the age of a man, to become illustrious.
மனுஷாவதாரம், same as மனு அவதாரம்.
மனுஷீகம், மனுஷ சுபாவம், human nature.

மனை, s. a piece of ground containing 2400 sq. ft; 2. a house, வீடு; 3. wife, மனைவி.
மனைகொண்டு கட்ட, to buy a piece of ground and build on it.
மனைக்கட்டு, the site of a house.
மனைச்சீட்டு, a title deed of ground.
மனைவி, மனையாள், மனையாட்டி, a wife, housewife.
மனைவரி, quit-rent.
மனைவாழ்க்கை, conjugal life.
மன விர்த்தி (மனோவிர்த்தி) செலவு, the daily expenses in a household.

*மனோகரம், மனோமயம், மனோவாக்கு, see under மனம்.

*மனோசிலை, s. red arsenic.

*மன்மதன், s. Kama the god of love, the Hindu Cupid, காமன்.

மன்றல், s. marriage, கலியாணம்.

மன்றாடு, III. v. t. pray, entreat, beg, supplicate, வேண்டு.
மன்றாட்டு, v. n. a petition, supplication.

மன்றாட்டுக் கேட்க, to beg a favour.
மன்று, மன்றம், மன்றகம், *s.* a court, an assembly room, சபை; 2. an open field, வெளி.
மன்னவன், மன்னன், *s.* a king, an emperor, அரசன்.
மன்னர் மன்னவன், king of kings.
மன்னி, VI. *v. t.* (*with dat. of pers.*), forgive, pardon, பொறு; 2. (*with acc. of pers.*), excuse.
எங்கள் பாவங்களை எங்களுக்கு மன்னித்து விடும், forgive us our sins.
மன்னிப்பு, *v. n.* forgiveness, pardon.
மன்னிப்புக் கேட்க, to beg pardon.
மன்னு, III. *v. i.* be fixed, lasting, settled, நிலைபெறு; 2. be close or thick, பொருந்து; 3. *v. t.* gather up the skirts of a garment, திரை.
மன்னிக்கொண்டு வர, to quarrel again and again.
மன்னை (மென்னை), *s.* the throat, தொண்டை; 2. anger, கோபம்; 3. bloated cheeks, கதுப்பு.
மன்னையைப் பிடிக்க, to take one by the throat, to choke.

மா

மா, *s.* meal, flour, dough, pulverized powders, மாவு; 2. the mango tree or fruit, மாமரம்; 3. a fraction, one-twentieth; 4. a square measure, one twentieth of a வேலி; 5. a beast, an animal, மிருகம்; 6. a humming insect, வண்டு.
மாகாணி, one-sixteenth, வீசம்.
மாங்கன்று, mango-plant.
மாங்காய், unripe mango; 2. the kidney of quadrupeds and gizzard of fowls.
மாங்காய் வற்றல், மாவற்றல், dried unripe mango-fruit.
மாந்தோப்பு, a mango grove.
மாப் பிசைய, to knead.
மாமரம், mango-tree.
மாம்பழம், a ripe mango.
மாவடு, a very young unripe mango-fruit.
மாவரைக்க, to grind corn.
மாவிடை மரவிடை, all kinds of beasts and trees.
மாவிடை மரவிடை சலம் நிதி பாஷாண முட்பட விற்றேன், I have sold the beasts, trees, water, hidden treasures and stones contained in the ground.
மாவிலிங்கு, மாவிலிங்க மரம், a tree, the garlic- pear.
இடித்த மா, corn pounded in a mortar.
கட்டு (ஒட்டு) மாமரம், an engrafted mango tree.
கட்டு (ஒட்டு) மாம்பழம், the fruit of it.
நாலுமா, one-fifth.
பிசைந்த மா, dough.
புளித்தமா, leaven.
புளி மாங்காய், sour mango.
வெளிமா, காட்டுமா, a wild mango tree.
***மா**, *s.* Lakshmi.
***மா**, *adj.* great, பெரிய, see மகா.
மாசாலம், whining, சிணுங்குகை; 2. playing tricks.
மாசாலக் கள்ளி, a dissimulating woman.
மாதவம், great austerities.
மா பாவி, a very wicked person.
மா பிரயத்தனம், a great effort.
மாப்பிளை, மாப்பிள்ளை, a bride-groom; 2. husband; 3. son-in-law; 4. the Moplahs in the Malayalim country.
மாமணி, a gem, மாணிக்கம்.
மாமாலம், great deceitfulness, மாய் மாலம்.
மாவீரன், a great hero.
மாகாணம், *s.* (*Hind.*), a province, district, நாடு; 2. a sub-division of a Tahsildar's district, தாலூக்கா.
மாகாணி, *s.* see under மா.
மாக்கள் (*com.* மக்கள்), *s.* men, people, mankind, மனிதர்; 2. children of any age, பிள்ளைகள்.
***மாங்கல்யம்**, மாங்கல்லியம, *s.* a marriage badge, see மங்கலியம்.
மாங்காய், *s.* see மா.

*மாங்கிசம், மாங்கிஷம், s. flesh, animal flesh, மாமிசம்.

மாசகதாசகம், s. (*colloq.*), securing one's favour by cunning.

மாசக்காய், s. the gall-nut.

*மாசம், மாதம், s. (*abbrev.* ௴), month.

மாச கந்தாயம், tax paid monthly.

மாசப் (மாதப்) பிறப்பு, the beginning of a month.

மாசமாசம், every month.

மாசவிடாய், -சூதகம், மாசாந்தரம், the menses.

மாசாந்தம் (அந்தம்), the end of a month.

மாசாந்தரம், மாதந்தோறும், monthly, every month.

நாளது மாசம், the current month.

போன மாசம், last month, ultimo.

வருகிறமாதம், அடுத்த மாசம், the next month, proximo.

*மாசி, s. the Tamil month Febr.—March; 2. (மாசு), mist, cloud, மேகம்.

கண்மாசி, a little phlegm over the eye.

மேல்மாசி, a drizzling cloud.

மாசு, s. a spot, stain, flaw, அழுக்கு; 2. fault, குற்றம்; 3. cloud, மேகம்; 4. blackness, கருமை.

மாசற்றது, that which is spotless or without blemish.

மாசு தீர்ப்பான், a barber, நாவிதன்.

மாசுணம், s. a large mountain-snake, மலைப்பாம்பு.

மாசூல், s. (*Hind.*), produce of a field.

மாச்சக்காய், மாசக்காய், s. gall-nut.

மாச்சக்காய் தின்றவனைப்போலே பேச, to speak as if one were intoxicated.

*மாச்சரியம் (மாற்சரியம்), s. envy, malice, பொறாமை.

மாச்சல் (மாய்ச்சல்), s. dying, mortality, மரணம்.

மாச்சி, மாச்சு, s. fetters, விலங்கு.

ஒருவனுக்கு மாச்சுப்போட, to fetter or shackle one.

மாஜி, *adj.* (*Ar.*), late, recently deceased.

மாடம், s. a house, வீடு; 2. hall, மண்டபம்; 3. a little hole or niche in a wall, மாடக்குழி.

மாடப்புறா, the domestic pigeon.

விளக்கு மாடம், a niche for a lamp.

*மாடன், s. an ignorant or stupid man, மடையன்; 2. the name of a devil.

சாம்பிராணி மாடன், a blockhead; 2. an imp.

*மாடி, s. a palace, அரண்மனை; 2. upper storey, மெத்தை.

மறுமாடி, a ridge; 2. the sloping roof over the breadth of the house.

மாடு, s. an ox, a bullock, cow, buffalo, the genus bos; 2. a place, இடம்; 3. side, பக்கம்.

என் வீட்டுமாடே வா, come to my house-side.

மாடு மேய்க்க, to feed cattle.

மாட்டிறைச்சி, beef.

மாட்டுக்காரப் பயல், a neat-herd (also in contempt).

மாட்டுக் கொட்டில், a cow-house.

கறக்கிற (கறவை, கறவல்) மாடு, a milk cow.

கால் மாடு, foot of a bed.

தலைமாடு, head of a bed.

பசுமாடு, a cow.

பொதிமாடு, a pack bullock.

*மாடு, s. gold, பொன்; 2. felicity, prosperity, செல்வம்.

மாடை, s. being spread and bent forwards.

மாடைக் கொம்பன், a bullock with horns bent backwards.

மாடைப் பணம், a half pagoda, a half moidore.

*மாடை, s. gold, மாடு; 2. a gold coin.

மாட்சி, மாட்சிமை, s. (மாண்), glory, greatness, splendour, மகிமை; 2. beauty, அழகு.

மாட்டு, III. v. t. button, tackle, பூட்டு; 2. hook in, shut, கொக்கி மாட்டு; 3. beat, அடி.

மாட்டிக்கொள்ள, to entangle one's self, to get entangled.

மாட்டுவிக்க, மாட்டிவிட, -க்கொடுக்க, to put into the stocks, to betray one.

கடிவாளம் மாட்ட, to bridle.

மாட்டு, v. *defect. used only in the future and negat.*; மாட்டுவேன் (மாட்டுவாய்

etc.), I can, I shall be able to do it; மாட்டேன் (மாட்டாய் etc.), I cannot, I will not, I refuse.

ஆதைச்செய்ய மாட்டேனென்றான், he refused to do it.

போகமாட்டாயா, will you not go?

மாடு உள்ளே போகமாட்டேனென்கிறது, the cow will not go in.

மாடெழுந்திருக்கமாட்டாது, the bullock can't get up.

மாட்டாமல்போக, to give a refusal.

மாணம், *s.* greatness, excellency, மாண்பு.

*__மாணுக்கன்__, *s.* (*pl.* மாணுச்கர்), a scholar, pupil, disciple.

மாணி, *s.* penis.

மாணிக்கத்தாள், *s.* a prostitute, வேசி.

*__மாணிக்கம்__, *s.* a ruby, a carbuncle; 2. a precious stone in general.

மாண், மாணம், *s.* greatness, glory, excellence, மாட்சிமை.

மாண், மாணு, v. *v. i.* become excellent, சிற.

மாண்டார், the illustrious; 2. see மாள்.

மாண்பு, மாட்சி, *v. n.* honour, dignity, excellence.

*__மாதம்__ & its compounds see மாசம்.

மாதர், *pl.* of மாது.

*__மாதர்__, *s.* beauty, அழகு.

*__மாதளை__, *s.* the pomegranate tree; 2. the citron tree.

மாதளஞ் செடி, the common citron.

மாதளம் பழம், pomegranate-fruit.

கொடி மாதளை, கொம்மட்டி மாதளை, different kinds of citron trees.

பூமாதளை, தாதுமாதளை, the male (fruitless) pomegranate tree.

வெள்ளைமாதளை, a pomegranate tree, the fruits of which have white kernels.

*__மாதா__, *s.* a mother, தாய்; 2. a matron; 3. Parvati.

மாதிரி, *s.* (*Tel.*), sample, pattern, model, சாயல்; 2. manner, way, விதம்; 3. example, முன்மாதிரி.

மாதிரி வைக்க, to set an example, to place a pattern.

மாதிரிகாட்ட, to exhibit models, patterns.

ஒருமாதிரி, see under ஒரு.

மாது, *s.* (*pl.* மாதர்), woman, பெண்.

*__மாத்திரம்__, *s.* quantity, measure, அளவு; 2. *adv.* only, solely.

அவன் வந்த மாத்திரத்திலே, as soon as he had come.

நான் அறிந்த மாத்திரம், as much as I know.

அதுமாத்திரம், that only.

அம்மாத்திரம் (அம்மாத்திரமாய்), so much, so much only.

இம்மாத்திரம், this much.

எம்மாத்திரம், how much?

*__மாத்திரை__, *s.* a measure, quantity, அளவு; 2. a moment of time, சணம்; 3. a medicinal pill, குளிகை.

பேதி (விரோசன) மாத்திரை, a drastic pill.

மாத்து, *s.* *improp. for* மாற்று, change.

*__மாந்தம்__, *s.* a disease in children, disorder of the bowels.

மாந்தசன்னி, convulsion of infants from indigestion.

அஷ்ட மாந்தம், eight kinds of மாந்தம்.

*__மாந்தன்__, *s.* (*pl.* மாந்தர்), a male child, ஆண்மகன்; 2. a man, மனிதன்.

மாந்து, III. *v. t.* eat, feed, உண்ணு; 2. drink, குடி.

மாந்தல், *v. n.* eating; 2. drinking.

மாப்பிள்ளை, *s.* bridegroom, see under மா.

மாப்பு, *s.* forgiveness, மன்னிப்பு; 2. abundance, மிகுதி.

மாப்புப்பண்ண, -ச்செய்ய, to forgive.

சென்ஞக்கூனி மாப்பு, a shoal of shrimps.

மாமரம், *s.* see மா.

*__மாமன்__, *s.* (*vulg.* மாமா, *honor.* மாமனார்), a mother's brother, maternal uncle, தாய்மாமன்; 2. the paternal aunt's husband, அத்தை கொழுநன்; 3. father-in-law.

மாமன்முறையோன், the brother of the father-in-law.

*__மாமி__, *s.* (*hon.* மாமியார்), the father's sister, அத்தை; 2. the maternal uncle's wife, அம்மான் மனைவி; 3. a mother-in-law.

*__மாமிசம்__, மாம்சம், மாங்கிஷம், *s.* flesh, meat, சதை, இறைச்சி.

மாமிசக்கடை, the meat or fish market.

மாமிசதாரி, -பட்சிணி, an eater of flesh.

துஷ்டமாமிசம், virulent swelling, proud flesh.

மாமூல், s. (Ar.), *Mamul*, established custom or usage, வழக்கம்.

மாமூல்படி, — பிரகாரம், in the usual manner.

*மாயம், s. vanity, emptiness, unreality, illusion, மாயை; 2. hypocrisy, simulation, மாய்மாலம்; 3. fraud, trick, வஞ்சனை; 4. wickedness, evil act, தீமை; 5. incantation, magic, தந்திரம்.

மாயக்காரன், a hypocrite, a juggler.

மாயக்கள்ளி, a deceiving and bewitching woman.

மாயமாய்ப்போக, to vanish away mysteriously.

மாயம்பண்ண, — செய்ய, — அடிக்க, to dissemble.

மாயரூபம், a spectre, apparition, phantom.

மாயவித்தை, மாயாவிநோதம், magical tricks, sleight of hand.

*மாயா, s. *in comb.* see மாயை.

மாயிலி, s. a kind of boat, படவு.

*மாயூரம், s. (மயூரம்), the town of Mayaveram.

*மாயை, s. falsehood, vanity, ideality of the world, பொய்; 2. deceit, fraud, வஞ்சனை; 3. juggler's tricks, தந்திரம்; 4. power or energy, மாயாசத்தி; 5. the Satti or consort of Brahm; 6. the personified Maya, the passive cause of creation or matter.

மாயாசித்து, dissimulation, legerdemain, imposture.

மாயாதேகம், a transitory body.

மாய், II. v. i. die, perish, சா; 2. vanish, be annihilated, மறை.

மாய், VI. v. t. kill, கொல்; 2. destroy, reduce to nothing, அழி; 3. hide, மறை.

சீவனை மாய்த்துக்கொள்ள, to kill one's self.

மாய்த்தல், மாய்ப்பு, v. n. destroying, killing; 2. hiding.

*மாய்கை, மாயை, s. vanity.

மாய்கையாய்ப் போக, to vanish away, to be reduced to nothing.

மாய்மாலம், மாமாலம், s. hypocrisy, dissimulation, மாரீசம்.

*மாராட்டம், s. the Mahratta country.

மாராப்பு, s. a mode of dressing by native females, consisting in passing a wide scarf over one shoulder, drawn down on the opposite waist.

மாராப்புப் போட்டுக்கொள்ள, to put on a scarf as above; 2. to take a pack on the back fastened by a band brought forward.

மாராப்புச் சீலை, the scarf so used.

மாராயம், s. joyfulness, auspicious news, நற்செய்தி; 2. congratulation, வந்தனம்.

மாராயங் கூற, — சொல்ல, to give information of a girl's arriving at puberty.

*மாரி, s. death, சாவு; 2. contagious disease, தொற்றுநோய்; 3. small-pox, அம்மை; 4. the evil goddess of small-pox; 5. rain, a shower, மழை; 6. cloud, மேகம்; 7. water, ஜலம்.

மாரிகாலம், the rainy season or the monsoon.

மாரிமறத்தல், cessation of rain.

அம்புமாரி, a shower of arrows.

மாரியம்மன், மாரியாத்தாள், the goddess of small-pox.

மாரிபத்து, மாரீபத்து, s. (Ar.), care, charge.

மாரிபத்தில், to the care of, in the charge of, by means of.

இதை அவன் மாரிபத்திலே வாங்கினேன், I bought this through him.

*மாரீசம், s. hypocrisy, dissimulation, பாசாங்கு.

மாரீசம்பண்ண, to dissemble.

*மாருதம், s. air, wind, காற்று; 2. vital air, வாயு.

சண்டமாருதம், a violent wind.

மார், s. breast, மார்பு; 2. a plural termination of nouns as தகப்பன்மார்.

மாரடிக்க, to bewail the dead by beating the breast.

மாரடைப்பு, obstruction of the breast (as in asthma).

மார்க்கண்டம், the breast of man or of beast.

*மார்கழி, s. the Tamil month of December—January.

*மார்க்கம், s. a way, road, path, வழி; 2. manner, mode of conduct, religion, ஒழுக்கம்.

மார்பு 577 மாருடு

மார்க்கக்காரன், an honest man.
மார்க்கப்படுத்த, மார்க்கம் பண்ண, – செய்ய, to set in order, to seek means.
மார்க்கமாய், orderly, in the right way.
அமார்க்கம், heresy, irreligion.
கிறிஸ்து மார்க்கம், Christianity, the Christian religion.
சமுசார மார்க்கம், conjugal life.
சன்மார்க்கம், probity, integrity, morality.
துன்மார்க்கம், a wicked way of life.
விபசார மார்க்கம், an adulterous life.

மார்பு, மார், s. bosom, breast, chest; 2. breadth, அகலம்.
மார்பாணி, a venereal eruption on the breast.
மார்பூசி, breast-pin, a broach.

மாலம், s. the குங்குமம் tree; 2. the devil, பேய்.
மாலமாயம், மாமாலம், deceit or allurement of a devil.

*மாலயம், மாளையம் (மாளயம்), s. annual ceremony for deceased parents.

*மாலிகை, s. a garland, மாலை.

மாலு, மால், III. v. i. be confused, மயங்கு; 2. v. t. form mouldings on a pillar or wall, மாலிழு.

மாலுமி, s. ship-master, pilot, மீகாமன்.
மாலுமி சாஸ்திரம், the art of navigation.

*மாலை, s. a garland, a wreath of flowers or gold, a string of beads; 2. a poem of several verses; 3. a line, row, ஒழுங்கு; 4. evening, அந்திப் பொழுது; 5. a woman, பெண்.
மாலைகட்ட, – சோக்க, to string flowers.
மாலைக் கண்ணன், one that can't see at night, a purblind person.
மாலை சூட, to put a garland round one's neck.
மாலை போட, – இட, to put a garland on one's neck; 2. to choose a husband by so doing.
மாலைமசங்குகிற (மயங்குகிற) நேரம், the dusk of evening.
செபமாலை, rosary.

மால், s. greatness, பெருமை; 2. illusion, stupor, மயக்கம்; 3. lust, concupiscence, காமம்; 4. a wooden mould for shaping cornices; 5. form, plan, மாதிரி; 6. cloud, மேகம்.
மால் கொண்டிருக்க, மாலாய்த் திரிய, to have lascivious love.
மால் போட, to draw a plan.

*மால், s. Vishnu; 2. a large building, வீடு.

மாவடு, மாவிடை etc. see under மா.

மாவு, மா, s. flour.

மாவுத்தன், s. (*Hind.*), mahout, an elephant-driver, a horseman.

மாழா, VII. v. i. be charmed or fascinated, மயங்கு.

மாழ், II. v. i. be lazy, சோம்பு; 2. be bewildered, மயங்கு.

மாழ்கு, III. v. i. die, சா; 2. be allured, bewildered, மாழ்; 3. mingle, மருவு.

*மாளயம், s. see மாலயம்.

*மாளிகை, s. a palace, a strong edifice, அரண்மனை; 2. house, வீடு.

*மாளையம், s. see மாலயம்.

மாள், மாளு, I. v. i. die, perish, சா; 2. be exhausted, ஒழி; 3. be able, இயல்.
அது உன்னால் மாளாது, you cannot effect it.
வீட்டிலே மெத்தமாளுகிறது, a great deal is spent in the house.
வேலை மாளவில்லை, the work is not yet finished.
மாளாத் திரவியம், imperishable riches.
மாண்டார், மாண்டோர், the dead; 2. see மாண், v.

மாருடு, III. v. t. (மாறு + ஆடு), derange, distort, புரட்டு; 2. v. i. waver in mind, மயங்கு.
மாருடி, a rogue, cheat, swindler.
ஆனை மாருடி, one that will steal an elephant.
மாருடிக் கொள்ள, to use tricks, to steal, to rob.
மாருட்டக்காரன், a double-dealer.
மாருட்டம், distortion, tricks; 2. craziness.
மாருட்டம் பண்ண, to use deceit, double-dealing.
ஆள்மாருட்டம் பண்ண, to personate another falsely.

மாறு, *s.* a broom, விளக்குமாறு; 2. mutation, change, வேறு; 3. recompense, exchange, பிரதி; 4. enmity, பகை; 5. *a particle denoting* continuity, regularity, time etc.

மாறுத்தரம், மறுவுத்தரம், answer.

மாறுபட, to differ, disagree, be opposed.

மாறுபாஷை, மறுபாஷை, another language.

மாறுபாடு, perverseness, double dealing.

மாறுபாட்டுக்காரன், a double dealer.

மாற்றாந் தகப்பன், step-father.

மாற்றாந் தாய், step-mother.

காலைமாறு, every morning.

ராமாறு பகல்மாறு, during day and night.

மாறு, III. *v. i.* become changed or altered, turn, change, வேறுபடு; 2. *v. t.* change, மாற்று; 3. exchange goods, barter, பொருள்மாறு; 4. whip with a rod, அடி.

மாங்காய்த்து மாறிப்போயிற்று, the tree has ceased to bear fruit.

அவனுக்கு உத்தியோகம் மாறிற்று, he is put out of his employ.

மாறல், மாறுதல், *v. n.* changing.

மாறிப் போட. to change, மாற்ற.

மாறாதது, that which is unchangeable or invariable.

மாறாமை, immutability.

தண்ணீர் மாற, to direct the water into the different gardenbeds.

முடிச்சுமாறி, a pick-pocket.

வேஷம் மாற, to disguise one's self.

***மாற்சரியம்**, *s.* envy, see மாச்சரியம்.

மாற்றம், *s.* a word, சொல்; 2. reply, மறுமொழி.

மாற்றான், *s.* (மாறு), an adversary, enemy, பகைவன்.

மாற்று (*vul.* மாத்து), *s.* remedy, antidote, உபசாந்தம்; 2. barter, exchange, மாறுதல்; 3. change of cloths supplied by a washerman; 4. fineness of gold or silver by the touch-stone.

வண்ணான் மாற்றுக்கொடுத்தான், the washerman has supplied another person's cloth.

மாற்று எத்தனை, what is the degree of fineness?

மாற்றுக் கட்டை, inferior in quality (as gold etc.).

மாற்று மருந்து, an antidote.

மாற்றுயர்ந்த பொன், fine gold.

மாற்று வஸ்திரம், a change of garment, spare-cloth.

மாற்று, III. *v. t.* change, alter, வேறுபடுத்து; 2. transfer; 3. rectify, convert, செம்மைப் படுத்து; 4. barter, traffic, வில்; 5. change money.

மாற்றிவைக்க, to transpose.

தோள்மாற்றிக் கொள்ள, to change the carrying shoulder.

***மானசம்**, மானதம், *s.* the mind, மனசு; 2. a lake on Hymalaya Mountains.

***மானம்**, *s.* honour, favour, அபிமானம்; 2. arrogance, pride, அகங்காரம்; 3. shame, bashfulness, வெட்கம்; 4. urbanity, மரியாதை; 5. measure, அளவு; 6. form, rule, பிரமாணம்; 7. comparison, உவமை; 8. (*improp. for* வானம்), heaven; 9. *affix*, as தீர்மானம், உடமொனம் etc.

மானக்குறை, -க்கேடு, -பங்கம், -த்தாழ்ச்சி, disgrace, ignominy.

மானங் காத்துக்கொள்ள, to preserve one's self-respect, dignity, chastity etc.

மானங் குலைய, - கெட, to be deflowered, disgraced.

மானஸ்தன், a respectable, person.

மானபாவன், a great man.

மானமில்லாதவன், a shameless fellow.

மானி, மானவன், a chaste or modest person.

தினமானம் daily.

***மானி**, VI. *v. t.* respect, honour, treat with politeness, சங்கி.

மானிடம், மானுடம், மானுஷம், *s.* humanity, manliness, மனுஷீகம்.

மானிடசாதி, mankind.

மானிடசென்மம், human birth.

மானிடர், மானுடர், men.

***மானியம்**, *s.* honour, respect, சங்கை; 2. lands held on free tenure.

மானியக்காரன், one who holds a Manium.

அர்த்தமானியம், a field for which half the tax is paid.

காணிமானியம், herditary fields of the inhabitants subject to nc tax.
குடிமக்கள் மானியம், land in free tenure given to washermen, barbers etc.
கோவில் மானியம், free lands belonging to a pagoda.
சருவமானியம், a field exempt from all tax.

மானு, III. *v. i.* be like, resemble, ஒத்திரு; 2. be doubtful, ஐயப்படு; 3. be confused, மயங்கு.

*மானுஷம், மானுஷியம், *s.* see மானிடம்.

*மானுபாவன் (மகானுபாவன்), *s.* an illustrious person.

மான், *s.* a deer, hart; 2. shape, உருவம்.
மான்குட்டி, a young deer.
கலைமான், a male deer with spiral horns, a stag.

*மான், *affix implying* possession (as கல்விமான், a learned man).

*மான்மியம், *s.* glory, மகிமை.

மி

மிகு, II. (& IV. *poet.*), *v. i.* exceed, surpass, increase, be abundant, அதிகரி; 2. remain, be superfluous.
மிக, மிகவும், very much, abundantly.
மிகல், மிகுதல், *v. n.* increasing, becoming great.
மிகு, *adj.* great.
மிகுந்த, *adj. part.* much, great.
மிகுந்திருக்க (*contr.* மீந்திருக்க), to be too much or in excess, to remain.
மிக்க, *adj. part.* overmuch, superior.
மிக்கு, *v.n.* greatness, superiority.
மிக்கோர், men of knowledge, superior men.

மிகு, VI. *v. t.* augment, make large, அதிகப்படுத்து; 2. excel, surpass, முந்து; 3. leave a remainder, spare, save; 4. *v. i.* be increased, பெருகு.
மிகுத்துப்போக, to increase.
மிகுத்துவைக்க (*contr.* மீத்துவைக்க), to save, to lay by.

மிகுதி, *s.* (மிகு), much, plenty, abundance, அதிகம்; 2. excess, மீதி; 3. a crowd, multitude, திரட்சி; 4. fulness, satiety, பூரிப்பு.
மிகுதியாயிருக்க, to be abundant.
மிகுதியான, abundant.
மிகுதியும், greatly, exceedingly.

மிகை, *s.* (மிகு), abundance, மிகுதி; 2. sorrow, trouble, துன்பம்; 3. fault, defect, குற்றம்.
மிகைபட, to be blamed.
மிகைபடச்சொல்லேல், don't speak too much or injuriously.
மிகைசுமத்த, -சொல்ல, -போட, to accuse one falsely.
மிகைபண்ண, மிகையாய்ப் பேச, to blame one.

மிக்க, மிக்கு etc. see under மிகு, *v. i.*

மிசுக்கன், *s.* a vile, worthless person, ஈனன்.
மிசுக்கை, a vile or worthless thing.

மிசை, *s.* eminence, elevation, உயர்ச்சி; 2. a hill, மேடு, 3. poverty, தரித்திரம்; 4. food, உணவு; 5. *particle,* on, upon, above, மேல்.

மிசை, II. *v. t.* eat, உண்.

மிச்சம், *s.* (மிஞ்சு), excess, surplus, remainder, மீதி.
குடிகளில் மிச்சமானவர்கள், the majority of the inhabitants.
மிச்சம் சொச்சம், anything left.
மிச்சத்தை எடுக்க, to take off the excess.
மிச்சமாய்ப்போக, to become excessively multiplied.

மிச்சில், *s.* what is left or remaining after a meal, எச்சில்; 2. any remainder, மீதி.

மிஞ்சி, *s.* a ring tor the second toe of the right foot.

மிஞ்சு, III. *v. i.* exceed, abound, surpass, increase too much, மிகு; 2. become proud, be elated, பெருமை கொள்; 3. remain, மீதியாகு.
ராணுவம் மிஞ்சிவரும், the army is exceedingly great.
மிஞ்ச, *adv.* (*inf.*), excessively.
மிஞ்சிப்பேச, to speak too much, to speak haughtily.
மிஞ்சினது, any thing left as surplus, the remainder.

மிஞ்சினவன், a froward, unmanageable man.

மிடறு, *s.* throat, தொண்டை; 2. the lower jaw, கீழ்வாய்; 3. draught, மிணறு.

மிடறு தண்ணீர், a draught of water.

மிடா, *s.* a large water vessel, பானை; 2. a corn measure used in Mysore.

மிடாத்தலைக்கதிர், a very full corn-ear.

மிடி, மிடிமை, *s.* poverty, want, வறுமை.

மிடி (மிடிமைப்) பட, to grow very poor.

மிடி, VI. *v. i.* be poor, be in want, வறுமைப்படு

மிடுக்கு (முடுக்கு), *s.* strength, stiffness, வலி; 2. pride, மேட்டிமை.

மிட்டா, *s.* (*Hind.*), an estate, ஸ்திதிமதி; 2. a Mittah, a small sub-division of a Taluq.

மிட்டாதார், the proprietor of a Mittah.

மிட்டாயி, *s.* (*Hind.*), sweetmeats, confectionery, பலகாரம்.

மிட்டாயிக்காரன், a confectioner.

மிணறு, *s.* draught of water, மிடறு.

மிணுமிணுத்தல், முணுமுணுத்தல், மிணுமிணெனல், *v. n.* mumbling, speaking or praying with a low, inaudible sound.

மிண்டி, *s.* a lever, செம்புதடி.

மிண்டு, *s.* a crime, பாதகம்; 2. a prop, support, முட்டு.

மிண்டன், a robust person.

மிண்டு, III. *v. i.* be thronged, நெருங்கு; 2. *v. t.* lift, give a push, தள்ளு.

மித, VII. *v. i.* float, swim on the surface of water (as cork, wood etc.).

மிதந்த புத்தி, a superficial mind or intellect.

மிதப்பு, *v. n.* a float, that which floats.

*மிதம், *s.* temperance, moderation, மட்டு.

மிதமிஞ்சிப் பேசாதே, be not assuming when you talk.

மிதமாயிருக்க, to be moderate in all things.

மிதவை, *s.* (மித), a raft of boards, float of timber, தெப்பம்.

மிதி, VI. *v. t.* tread on, trample; 2. *v.i.* jump, குதி.

மிதி, *v. n.* treading, a tread.

மிதிகல், a step-stone by a well.

மிதித்துப் போக, to march boldly.

மிதித்துப் போட, to tread or trample upon a thing.

மிதிபாகல், a creeping plant with bitter fruit.

மிதிமரம், a step-board near a tank or well, the treadle of a loom.

மிதியடி, wooden slippers.

மிதியிட, to make a track or impression by the feet, to tread under foot.

கோவுக்கு மிதியிட, to mollify contracted or diseased limbs by rubbing them with oil.

*மிதுனம், *s.* a couple, pair, இரட்டை; 2. union, copulation, புணர்ச்சி; 3. *Gemini* in the Zodiac, மிதுனவிராசி.

*மித்தியம், *s.* lie, falsehood, பொய்.

*மித்திரம், *s.* friendship, affection, நட்பு; 2. lie, மித்தியம்.

மித்திரன், மித்துரு (*fem.* மித்திரை), a friend, ally.

மித்துரு துரோகி, one who betrays his friends.

மித்திரபேதம், sowing discord among friends.

மித்துரு சத்துரு, friend and foe.

மிரட்டு, III. *v. t.* frighten, பயமுறுத்து; 2. infatuate, மயக்கு.

மிரளு, I. *v. i.* fear, be confused, திகை.

மிரண்டிருக்க, to be afraid.

மிராசி, மிராசு, *s.* (*Ar.*), landlordship, heritage.

மிராசுதாரன், மிராசுதார், landlord, Mirasdar.

*மிருகம், *s.* an animal, beast, brute, விலங்கு; 2. a pig, hog, பன்றி.

மிருகக்குணம், -த்தனம், brutish disposition, brutality.

மிருகசாதி, the animal kind, brute creation.

மிருகராசன், the lion, king of beasts.

*மிருதங்கம், *s.* a tambour, small drum, முழவு.

*மிருது, மிருதுவு (*com.* மெதுவு), *s.* softness, மென்மை; 2. gentleness, mildness, சாந்தம்.

மிருதுவாய், softly, kindly.

மிருதுச் செடி, *s. (for.)* myrtle.
*மிருத்து, *மிருத்தியு, s.* death, *மரணம்.*
மிலாந்து, III. *v. i.* gaze, stare, *உற்றுப்பார்.*
மிலாறு (*மலாறு*), *s.* a rod, switch, *விளார்.*
மிலாற்றாலே மழுக்க, – வீச, to give lashes with a switch.
*மிலேச்சம், *மிலேச்ச தேசம், s.* a country in North India; 2. any foreign country.
மிலேச்சன், s. (fem. மிலேச்சி, மிலேச்ச ஸ்திரி), a barbarian, a foreigner; 2. a simpleton, a dunce, *பேதையன்;* 3. a clown, *மடையன்.*
மிலேச்சத்தனம் பண்ண, to act barbarously.
மிலை, II. *v. t.* put on (dress), *அணி;* 2. put on (flowers), *சூடு.*
மிலைச்சு, III. *v. t.* put on, *மிலை.*
மிழலை, *s.* prattling, *மழலை.*
மிழற்று, III. *v. t.* speak softly, prattle, *கொஞ்சு.*
மிழி, *முழி, s.* the eye-ball, see *விழி.*
மிழுங்கு (*vul. for* விழுங்கு), III. *v. t.* swallow, devour.
மிளகாய் (*vul. முளகாய்*), *s.* red pepper, chillies.
மிளகு (*முளகு*), *s.* pepper.
மிளகுசாறு, – தண்ணீர், – நீர், – ரசம், pepper water.
மிளகு தூள், powdered pepper.
வால் மிளகு, cubeb, long pepper.
மிளிர், *s.* greatness, *பெருமை;* 2. splendour, *ஒளி.*
மிளிர், II. *v. i.* be great, *பெருமைப்படு;* 2. shine, *பிரகாசி.*
மிறை, *s.* fear, *அச்சம்;* 2. trouble, affliction, *துன்பம்.*
மிறை, VI. *v. i.* suffer, be afflicted, *துன்பப்படு;* 2. *v. t.* inflict suffering, *துன்பப்படுத்து.*
மினக்கெடு (*prop. வினக்கெடு*), IV. *v. i.* be interrupted from work, suffer loss by being detained, *தடைபடு.*
வேலை மினக்கெட்டுப்போம், the working time will be vainly lost.
மினக்கேடு, v. n. the time lost by interruption of a work.
மினவு, III. *v. t.* (*வினவு*), salute, greet, congratulate, *உபசரி.*
ஒருவரை மினவப்போக, to go to pay one a visit.
மினவுதல், மினவுகை, v. n. salutation, greeting.
மினுக்கு, *மினுக்கம், v. n.* polish, splendour, lustre, *ஒளி;* 2. vainness, worthlessness, *பகட்டு.*
மினுக்கு, III. *v. t.* polish, adorn, brighten, *துலக்கு.*
மினுக்கிக் கொள்ள, to trim one's self up.
மினுக்கி வைக்க, to polish, brighten, burnish.
மினுக்கு மினுக்கெனல், *v. n.* same as *மினுமினுத்தல்.*
மினுங்கு, III. *v. i.* be polished, glitter, *துலங்கு.*
மினுமினு, VI. *v. i.* glimmer, glitter, *இலங்கு.*
மினுமினுப்பு, மினுமினுத்தல், v. n. glittering, sparkling, twinkling.
மின், *s.* coruscation, lightning, *மின்னல்;* 2. flash, brightness, *ஒளி;* 3. a young woman, *பெண்;* 4. *vulg. for முன்,* before.
மின்சாரம், electricity.
மின்தபால், telegraph.
மின்மினி, மின்மினிப் பூச்சி, மின்னும் பூச்சி, a fire-fly, glow-worm.
மின்னார் (sing. மின்னாள்), women.
மின்னு, III. *v. i.* lighten, flash, sparkle, glitter, *பிரகாசி.*
மின்னல், lightning.
மின்னல்கொடி, a flash of lightning.
மின்னிமின்னி யிடிக்க, to thunder with incessant lightning.
மின்னி, *மின்னிப்பயறு, s.* a leguminous plant.

மீ

மீ, *s.* the top, surface, *மேற்புறம்;* 2. loftiness, glory, renown, *மகிமை;* 3. the sky, *வானம்;* 4. *prefix,* above, over.
மீகண், above the eye.
மீக்கூற, to celebrate, to praise, to extol.

மீச்செலவு, forward behaviour, presumption.
மீகாமன், மீகான், s. a pilot, the captain of a vessel, மாலுமி.
மீசு, s. plenty, மிகுதி.
மீசுரம், மீசரம், s. (*Tel.*), that which is superior or preferable, மேலானது; 2. plenty, மீசு; 3. speed, விரைவு.
மீசை (வீசை), s. mustaches.
மீசை முறுக்க, to twist the mustaches in anger or defiance.
மீட்கிறேன், மீட்பர் etc., see மீள்.
மீட்டு, III. v. i. fillip, snap a finger, thrum, சுண்டு.
வாத்தியத்தை மீட்ட, to tune a musical instrument.
மீதி, s. (*contr. of* மிகுதி), the remainder, rest, residue, overplus, that which is left, மிச்சம்.
மீதியைக் கொண்டுவா, bring what remains.
மீது, s. the top, the surface, மேல்புறம்; 2. *prep.* (மீதே, மீதில்), upon, over, மேல்; 3. above, அதிகம்.
என் மீதிரங்கும், have mercy on me.
தலையின்மீதில், upon the head.
மீத்துவைக்க (*corrup. of* மிகுத்துவைக்க), to save, to lay by.
மீந்திருக்க, see மீரு.
*மீமாஞ்சை, s. a philosophical system.
மீரு, II. v. i. (மீருகிறேன், மீந்தேன், மீருவேன் also மீர்ந்தேன்), *corrup. of* மிகு, v. i. *but used only in the sense*: remain.
நான்மாத்திரம் மீந்திருக்கிறேன், I only am left.
தின்றுமீந்தது, what is left after eating.
மீந்திருக்க, to remain, to be left, to be superfluous.
மீள், மீளு, I. v. i. turn, take a turn, திரும்பு; 2. be cured, redeemed, இரட்சிக்கப்படு.
மீட்சி, மீளல், v. n. a turn.
மீண்டு வர, to return safely.
மீண்டு கொள்ள, to rescue, recover.
மீண்டு ரட்சிக்க, to save.
மீண்டு விட, to free one's self.
மீண்டவன், a redeemer.
மீள, மீளவும், மீண்டும், again, moreover.
மீளாதவியாதி, an incurable disease.
மீள், V. v. t. bring back, திருப்பு; 2. redeem, rescue, save, இரட்சி.
நகை மீட்டுக்கொண்டேன், I have redeemed the mortgaged jewels.
மீட்குதல், மீட்சி, மீட்பு, v. n. redemption, escape.
மீட்டு விட, to make or set one free, liberate.
மீட்பர், redeemer, saviour.
மீறு, III. v. t. transgress, violate, infringe, விரோதம்செய்; 2. go beyond, exeed, வரம்புகட; 3. v. i. be over and above, remain, மீந்திரு.
மீறிப் போக, to transgress, to grow haughty.
மீறித் திரிய, – நடக்க, to act disorderly, to walk contrary to rule.
*மீனம், s. a fish, மீன்; 2. *Pisces*, one of the twelve signs in the Zodiac, மீனராசி.
மீனாட்சி, the fish-eyed, the name of the tutelary goddess at Madura.
மீன், s. a star, நட்சத்திரம்; 2. fish, மச்சம்.
மீன் முளைத்திருக்கிறது, – பூத்திருக்கிறது, stars appear in the sky.
மீனெண்ணெய், fish-oil.
மீன்கறி, a dish of fish.
மீன் குஞ்சு, very young fish.
மீன்குத்தி, – கொத்தி, king-fisher.
மீன்சிதள், –செதிள், –செகிள், –பிலால், – பிரால், fish-scales.
மீன் சிறகு, fish-fins.
மீன் சினை, fish-spawn.
மீன் படவில்லை, no fishes have been caught.
மீன்பாடு, fishes being caught.
மீன்பிடிக்க, to catch fish, to fish.
மீன் முள்ளு, fish-bone.
மீன் வேட்டை, fishing.
பொடிமீன், little fishes.

மு

மு, *numeral adj. used in comb.* (from மூன்று or மூ), three, திரி.
முக்கண்ணன், the three-eyed Siva.
முக்காணி, a fraction, $\frac{3}{80}$.
முக்காலி, a three-footed stool, a tripod.

முக்காலும், three times, thrice.
முக்கால், three-fourths ($\frac{3}{4}$).
முக்கோணம், a triangle.
முச்சந்தி, s. three periods of the day; 2. the meeting of three roads.
முச்சுழி, the three-curled ண.
முத்தமிழ், the three different kinds of Tamil: இயல், இசை, நாடகம்.
முந்நூறு, three-hundred.
முப்பது, thirty.
முப்பழம், the three chief kinds of fruit: வாழை, பலா, மா.
முப்பழமுஞ் சோறும் போட, to serve up rice and the best fruits.
முப்பாட்டன் (*fem.* முப்பாட்டி), grand-father's grand-father.
முப்புரிநூல், a three fold cord.
மும்மதி, three months.
மும்மாரி, raining three times.
மும்மூர்த்தி, the Hindu Triad.
மும்மூன்று, three times three, three by three, by threes.

முக, VII. *v. t.* draw water, மொள்ளு; 2. smell, மோ; 3. measure grains or liquids, அள.
முகத்தல், *v. n.* drawing water etc.

முகடு, *s.* the top of a hill or mountain, சிகரம்; 2. ridge of a house, வீட்டின் உச்சி; 3. a long cross-beam of a house, உத்திரம்; 4. the zenith, உச்சி.
முகட்டுப்பூச்சி, a bug, மூட்டைப் பூச்சி.
முகட்டுவளை (மோட்டுவளை), a cross-beam to keep the rafters at a proper distance.
முகட்டோடு, a ridge-tile.

முகதா, முகதாவு, முகத்தாவு, *s.* (*Ar.*), presence, சமுகம்.
முகதாவிலே, in the presence of, in person, before one's face.
முகதாவிலே பேசிக்கொள், speak in person.

முகப்பு, *s.* (முகம்), the front, the fore-part.
முகப்பிலே, in the front.

முகமன், *s.* (முகம்), civility, உபசாரம்; 2. flattery, முகஸ்துதி.

***முகம்**, *s.* the face, countenance, வதனம்; 2. look, appearance, தோற்றம்; 3. entrance to a house or harbour, வாயில்.
என் முகத்தைப் பார்த்து, for my sake.
மனுஷருடைய முகம் பார்க்க, to have respect of persons.
காரியம் நல்ல முகத்தைக் கொள்ளுகிறது, the business has a good appearance.
ஓலை முகத்திலே காரியத்தை நடப்பிக்க, to transact business by letter.
ஒருவனுடைய முகத்தை முறிக்க, ஒருவனை முகமுறியப்பேச, to speak rashly to one.
அவன் முகத்திலே ஈயாடவில்லை, his face is distorted with disappointment, anger etc. (that a fly will not touch it).
முகத்திலே இரத்தந் தெரிக்கப் பேச, to speak as one enraged.
முகத்திலேவிட்டெறிந்துபோட, to throw in the face, to cast a reflection.
முகக் கிளர்ச்சி, -க்களை, - மலர்ச்சி, cheerfulness of countenance.
முகங்குப்புற விழ, to fall upon one's face.
முகங்கொடுக்க, to give a fair hearing.
முகத்தைக் காட்ட, to pout, to be angry.
முகங்கோணிப்போக, to be downcast.
முகச்சாயல், one's features, likeness.
ஒருவருடைய முகச்சாயலாயிருக்க, to be like one.
முகஞ் சுண்டியிருக்க, to look sullen.
முகதலை, the first end of a cloth where the weaver begins weaving (*opp. to* சமதலை the last end of it); 2. confrontation.
முகதாட்சணியம், - தாட்சிணை, respect of persons, complaisance.
முகத்தாலே அடிக்க, to look with wrath or scorn upon one.
முகத்துதி, முகஸ்துதி, flattery.
முகநாடி, appearance of the face, a symptom expressed by the countenance.
முகபாடமாய், வாய்ப் -, by heart, without book.
முகப்பரு, a pimple on the face.
முகப்பிரியம், - மாட்டம், -வாசை, respect of persons, partiality.
முகமறிய, to be acquainted with a person.
முகமறியாத ஊர், a town where one has no acquaintance.
முகமறியாதவன், a stranger.
முகமாட்டம், partiality, respect of persons, முகப்பிரியம்.

முகமுகமாய், முகாமுகமாய், face to face, personally.
முகவசீகரம், bloom or beauty of the face.
முகவாட்டம், a sad countenance.
முகவாசல், the front gate, தலைவாசல்.
முகவிச்சகம், முகவிச்சை, flattery.
முகவுரை, introduction, preface.
அதோமுகம், a down-cast look.
அறிமுகம், acquaintance.
ஒரு முகமாய், together, all on one side.
கிழக்கு முகமாய், towards the east.
குளிர்ந்த முகம், a friendly or pleasant look.
சிரீ (ஸ்ரீ) முகம், திருமுகம், a letter from a Guru.
செத்த முகமாய், with a blushing face, with shame or confusion.
துவாரமுகம், door-way.
துறைமுகம், haven.
நதிமுகம், the mouth of a river.
படைமுகம், the front of a battle array.

முகரியோலை, முரியோலை, *s.* an uneven palm-leaf for writing.

முகரு, முகர், II. *v. t.* smell a thing, examine by the smell, மோ.

*முகரை, *s.* face (*in contempt*).

முகல், *s.* (*Ar.*), a Moghul.

முகவுரை, *s.* preface, see முகம்.

*முகனை, *com.* மோனை, *s.* beginning, the fore-part, front-corner, முதல்.
முகனைக்காரன், manager, superintendent, headman.
எகனை முகனை, cause and result.

*முகாந்தரம், *s.* reason, cause, sake, account, ஏது.
அவன் முகாந்தரமாக, for his sake, by means of him.

முகாமை (முகாண்மை), *s.* headship, pre-eminence, தலைமை.
முகாமைப்பட்டவன், —க்காரன், a head man.
முகாமைபண்ண, to superintend.
முகாமையாய் நிற்க, to stand in front, to be the head.

முகாம், முகான், *s.* (*Ar.*), a halt, camp, தங்கல்.
முகாம்போட, to halt.

*முகாரி, *s.* a melody, ஓர் இராகம்; 2. (*prov.*), a headman, தலைவன்.

முகாவளி, *s.* confrontation, முகதலை.

முகாவளி, VI. *v. t.* confront, எதிரிடு.

முகி, II. *v. i.* end, terminate, be finished, முடி.
முகிவு, *v. n.* the end.
முகிவுகாலம், the last time.
முகிவில்லாத, infinite, endless.

முகி, VI. *v. t.* finish, conclude, accomplish, முடி.

முகில், *s.* a cloud, மேகம்; 2. blue sky.

*முகிழம், முகிழ், முகுளம், *s.* a flower-bud ready to bloom.

*முகிழ், முகிழ், VI. *v. i.* fold or close up (as a flower its petals).

*முகூர்த்தம், முகூர்த்தம், *s.* a propitious hour, or fixed time for solemnizing a wedding etc., சுபவேளை.
முகூர்த்தம் வைக்க, to fix an auspicious hour for marriage.
முகூர்த்த விசேஷம், the good effect of a propitious time.

முகை, *s.* a flower-bud, முகிழ்.

முகை, VI. *v. i.* bud and part as a flower ready to blossom, அரும்பு.

முக்கம், முற்கம், *s.* a sound with the tongue.

முக்காடு, *s.* a veil, or part of a cloth, worn as a hood by native females.
முக்காடு போட, — இட, to veil, or cover the head by pulling up a part of the cloth.
முக்காடுவாங்க, to uncover the head.

முக்காரம், *s.* a bolt, bar, தாழ்ப்பாள்; 2. the bellowing or roar of bulls etc.; 3. stubbornness, முஷ்கரம்.
முக்காரம்போட, to bellow as fighting bulls.

*முக்கியம், *s.* that which is chief, primary or principal, பிரதானம்; 2. eminence, superiority, மேன்மை.
முக்கியமாய், especially, chiefly.

முக்கு, III. *v.i.* use the utmost strength, make violent efforts as a woman in child-birth, strain at stools.
முக்கியெடுக்க, to strain oneself in lifting.

முக்குவர், *s.* a certain tribe of fishermen.

முக்குளி, VI. *v. i.* dive for, *மூழ்கு;* 2. bubble up, மொக்கிளி.
முக்குளித்தெடுக்க, to fetch up by diving.
முக்தி, முக்தியார், *s.* (*Ar.*), agent, the head, தலைவன்.
முக்தியார் நாமா, a written authority, a power of attorney.
*முசலம், *s.* a wooden pestle for beating rice, *உலக்கை;* 2. an iron pestle used as a weapon in war.
முசல், *முயல்*, *s.* a hare.
முசலடி, the track or print of a hare.
முசலை எழுப்ப, to start a hare.
முசல்குட்டி, a young hare, a leveet.
கடுவன் முசல், a male hare, buckhare.
முசாபரி, *முசாபர்*, *s.* (*Ar.*), travelling, பயணம்.
முசாபரி பங்களா, *முசாபர் கானு*, travellers' bungalow.
முசி, II. & VI. *v. i.* faint, become dejected, இளை; 2. grow thin, become weak, மெலி.
முசிப்பு, *v. n.* weariness, languor.
முசிப்பாற, to be quickened, refreshed, to take comfort, to revive.
முசிப்பாற்ற, to comfort, to console, to refresh.
முசிப்பாறுதி, refreshment, comfort.
முசிறு (*vulg.* *முசிடு*, *முசுடு*, *முசுறு*), *s.* a large red ant; 2. one easily enraged, *முன்கோபி;* 2. same as *முசு*.
முசிற்றுமுட்டை, eggs laid by red ants.
முசிற்று முட்டைத் தயிலம், medicinal oil from red ants' eggs.
முசு, *s.* a large and black kind of ape, குரங்கு.
முசுக்கட்டை, *– ச்செடி*, *s.* the Indian mulberry.
முசுக்கட்டைப் பழம், mulberries.
முசுக்கட்டைப் பூச்சி, a hairy caterpillar.
முசுடு, *முசுறு*, *s.* see *முசிறு*, red ants.
முசுடன், one who is peevish or almost apt to bite; a rude, mischievous man.
முசுட்டுக் குணம், peevish temper.
முசுட்டை, *s.* a medicinal shrub.
முசுப்பு, *s.* the hump on an ox's back, எருத்துத்திமில்

முசுமுசுக்கை, *s.* a plant.
முசுறு, *s.* see *முசிறு*.
முச்சி, *s.* a little winnow for fema children, a toy, *முச்சில்;* 2. statione Muchi in a public office.
முச்சியர், *s.* painters, cabinet - maker stationers; 2. carpenters.
முச்சிலிக்கா, *s.* (*Hind.*), a bond give to arbitrators, *உறுதியுடன்படிக்கை.*
முச்சில், *s.* a small fan, see *முச்சி*.
முச்சூடும், *adv.* entirely, altogether, மு ழுவதும்.
முஸ்திப்பு, *முஸ்தீது*, *s.* (*Hind.*), preparation, furniture, ஆயத்தம்.
எல்லாம் முஸ்திப்பாயிற்று, every thing is ready.
*முஷ்கரம், *s.* stubbornness, obstinacy, *முரட்டாட்டம்.*
முஷ்கரன், an obstinate, self-willed person.
*முஷ்டி, *முட்டி*, *s.* the fist or closed hand; 2. a handful of rice given away as alms, கைப்பிடி.
முட்டிவாங்கிப் பார்ப்பான், a Brahman who takes alms.
முடக்கம், *s.* (*முடங்கு*), restraint, hindrance, *தடை;* 2. lameness, contraction by paralysis, *முடங்கல்.*
முடக்கு, *s.* a curve, bend, *மடக்கு;* 2. a winding, crooked street, *முடுக்கு;* 3. a finger ornament, விரலணி.
முடக்கடி, hindrance, objection.
முடக்குச் சரக்கு, damaged and long lying goods.
முடக்கு, III. *v. t.* bend the knees, the arm etc., *மடக்கு;* 2. make lame, *முடங்கச்செய்;* 3 prevent, hinder, தடு.
முடங்கு, III. *v. i.* bend, contract, *மடங்கு;* 2. become lame or maimed; 3. be hindered or frustrated, தடைபடு.
முடங்கல், *முடங்கு*, *முடக்கம்*, *v.n.* contraction from paralysis.
முடம், *s.* lameness in a limb, *முடக்கம்.*
முடவன் (*fem.* *முடத்தி*), one who is lame.
முடி, *s.* a crown, *கிரீடம்;* 2. a tuft of hair left upon the crown of the head, *குடுமி;* 3. the head, *தலை;* 4. a bundle of rice plants for transplanting, *நாற்றுமுடி;* 5. the half of the kernel

of a cocoanut; 6. a knot of a string or in a tree, முடிச்சு; 7. end, முடிவு.

முடிசூட, – அணிய, – தரிக்க, to be crowned, to wear a crown.

முடி சூட்ட, to crown another.

முடிபொறுத்தவன், a king as wearing a crown, a crowned head.

முடிபோட, to tie into a knot.

அடிமுடி, head and foot.

முடி, II. *v. t.* tie or make a knot, கட்டு; 2. *v. i.* end, come to an end, be finished, முடி; 3. die, சா; 4. be possible, capable.

அது என்னால் முடியாது, I cannot accomplish it.

அது செய்துமுடியாத காரியம், that can't be brought about.

சொல்லி முடியாதது, that which is unspeakable or inexpressible.

ஆராய்ந்து முடியாத காரியம், an unfathomable mystery.

முடிச்சு, *v. n.* a knot, a tie, something tied in a bundle, முடிப்பு.

முடிச்சுமாறி, முடிச்சவிழ்க்கி, a pickpocket.

முடிச்சு முடிச்சாயிருக்க, to be full of knots.

முடிந்தது முற்றும், *finis*, end of a book.

முடிந்துபோக, to end.

முடிந்துபோட, to tie up.

முடிய, *adv.* unto the end, finally.

முடியாமை, *neg. v. n.* endlessness; 2. impossibility.

முடிவு, *v. n.* the end, conclusion.

முடிவுரை, the conclusion of a book, epilogue (*opp. to* முகவுரை).

கொடுமுடிச்சு, படுமுடிச்சு, a hard intricate knot.

முடி, VI. *v. t.* put on the head, invest, சூட்டு; 2. tie (as முடி, II. *v. t.*); 3. finish, bring to an end, தீர்; 4. destroy, அழி.

வேலையைச் செய்து முடித்தான், he has finished the work.

முடித்துப்போட, – வைக்க, to finish a work; 2. to wrap up or tie up in a cloth, முடிந்துபோட.

முடிப்பு, *v. n.* a tie, money wrapt up in a cloth, முடிச்சு.

முடிப்பிடி, *prop.* முடிப்புரி, the receiver of rents or taxes.

முடிப்புக் கட்ட, to tie into a knot.

முடிப்புச் செலுத்த, to pay the rent or tribute.

முடுகு, III. *v. i.* be in haste, hasten, தீவிரி; 2. throng, நெருங்கு; 3. *v. t.* oppose, எதிர்.

முடுகச் சேர்ந்தான், he is come near.

முடுகி (கடுகி) நடக்க, to go quickly.

முடுகிவர, to come speedily back.

முடுக்கு, *s.* a corner, a narrow street, முடக்கு; 2. strength, power, வலி; 3. urging, pressing hard, அவசரப்படுத்தல்.

முடுக்காயிருக்க, to be strong or urgent.

முடுக்கிலே நிற்க, to stand in a corner.

முடுக்கு, III. *v. t.* urge or force together, insist upon a thing, press for it, அவசரப்படுத்து.

கடனுக்கு மெத்த முடுக்குகிறான், he urgently demands payment of the debt.

மாடுகளை முடுக்கி ஓட்டு, urge on the bullocks.

முடை, *s.* smell of putrefaction, stench, bad smell, நாற்றம்; 2. flesh, புலால்; 3. umbrella of palm leaves; 4. straits, emergency, முட்டு.

எனக்கு முடையாயிருக்கிறது, I am in want.

முடை நாற்றம், the stench of a carcass.

முடை, II. *v. t.* braid, plait, பின்னு; 2. wattle rods, twigs etc. together; 3. *v. i.* be lean, மெலி.

கூடை (கூண்டு) முடைய, to make baskets.

பாய் முடைய, to plait mats.

முட்ட, –வும், –முடிய, –முடிப்பாக, *adv* (*prop* முற்ற), wholly, altogether.

வழிமுட்டக் கூடவந்தான், he came along the whole way.

முட்டமுடிப்பாகத் தற்காக்க, to sustain one all his life long.

முட்டத்தனம் (முட்டுத்தனம்), முட்டன், முட்டாள், see under முட்டு.

முட்டாக்கு, *s.* a veil, முக்காடு.

முட்டாக்குக்காரன், one who wears a veil.

முட்டி, *s.* a plant; 2. a small earthen pot, கலயம்.

*முட்டி, *s.* the fist, முஷ்டி; 2. alms, தருமம்; 3. brinjal, கத்திரிக்காய்.

முட்டிக்கத்தரி, a brinjal.
முட்டிக்கால் (*appel.* முட்டிக் காலன்), knock-knees.
முட்டிக்கால் தட்ட, to strike the knees together.
முட்டிச் சண்டை, boxing, pugilism.
வீரமுட்டி, a Vira-Saiva.

*முட்டிகை, *s.* goldsmith's pincers, தட்டார் குறடு.

முட்டு, *s.* want, difficulty, straits, இடுக்கண்; 2. a blockade, அடைப்பு; 3. butting against, a dash of the forehead against something; 4. a prop, support, stay, உதைகால்; 5. vessel, utensil, தட்டுமுட்டு; 6. the knee, முழங்கால்; 7. rising ground, hillock, மேடு; 8. menses.

எனக்கு வெகுமுட்டாயிருக்கிறது, I am in great want.
முட்டு வாங்கிப்போயிற்று, the blockade has ceased.
முட்டற்றது, a thing that has no support.
முட்டற்றவன், a person of no account.
முட்டாட்டம், *v. n.* stupidity, pertinacity arising from ignorance.
முட்டாள், முட்டன், a stupid person, a dunce.
முட்டாள்வேலை, the work of a stupid fellow.
முட்டிட, முட்டுக்குத்த, to fall upon the knees.
முட்டுத்தனம், *com.* முட்டத்தனம், ignorance, stupidity, obstinacy.
முட்டுக்கட்டியாட, to go on stilts.
முட்டுக்கட்ட, to place a prop; 2. to blockade, to shut up a place or entrance, to form ridges in a field, to form a pile of earth for plants.
முட்டுக்கால், a prop or support.
முட்டுக்குநிற்க, to be ready to butt as beasts.
முட்டுண்ண, to be gored with horns.
முட்டுச்சீலை, a menstruous cloth.
முட்டுப்பாடு, dilemma, want, exigency.
முட்டுமுட்டாயிருக்க, to be full of hillocks.
ஆராதனை முட்டு, holy vessels.
பணி முட்டு, a tool or instrument of a workman.

முட்டு, III. *v. t.* butt, dash against, தாக்கு; 2. assault, attack, எதிர்; 3. hinder, oppose, தடு; 4. *v. i.* be in want, need, குறைவுறு.

அன்னமுட்டினால் எல்லாம் முட்டும், if rice is deficient everything is wanting.
முட்டிற்று, முட்டிப்போயிற்று, all the necessaries are wanting.
முட்டிக்கொள்ள, to hit the head against something.
முட்டுதல், *v. n.* butting, want.
முட்டுதலாயிருக்க, to be in great want.

முட்டை, *s.* egg, அண்டம்; 2. bran, தவிடு; 3. dried cow-dung, வறட்டி.

முட்டைச் சாம்பல், ashes of burnt cow-dung.
முட்டையிட, to lay eggs.
முட்டையோடு, the shell of an egg.
எருமுட்டை, dried cow-dung.

முட்பன்றி, *s.* (முள்), porcupine.

முணங்கு, III. *v. i.* be subject to, அடங்கு; 2. speak in a suppressed tone.

முணமுணத்தல், முணுமுணுத்தல், முணமுணப்பு, முணுமுணுப்பு, *v. n.* whispering, muttering, murmuring.

*முண்டகம், *s.* lotus, தாமரை; 2. honey of flowers, பூந்தேன்; 3. thorny plant; 4. forehead, நெற்றி; 5. ocean, கடல்.

*முண்டம், *s.* the head, தலை; 2. a shaved head; 3. a headless trunk; 4. a naked body, நிர்வாண சரீரம்.

முண்டமாய் நிற்கிறான், he stands naked.

*முண்டனம், *s.* baldness, shaving, மொட்டை.

*முண்டன், *s.* a bald - headed person, மொட்டையன்; 2. barber, நாவிதன்.

முண்டாசு, *s.* a turban, தலைப்பாகை.

*முண்டி, *s.* barber, நாவிதன்.

*முண்டி, VI. *v. t.* shave the head, சிரை.

*முண்டிதம், *s.* baldness after shaving the head, மொட்டை.

முண்டு, *s.* an under girdle-cloth of four cubits; 2. obstinacy, முரண்டு.

முண்டுக்காரன், a refractory fellow.
முண்டுத்தனம், obstinacy, unruliness.

முண்டு, III. *v. i.* be unruly or refractory, act saucily, முரண்டு.

*முண்டை, s. a widow as having the head shorn, விதவை; 2. the eye-ball, கருவிழி.

முண்டைக்கண், a goggle-eye, a large protuberant eye.

முதலி, s. the first, முதல்வன்; 2. (*hon.* முதலியார்), a title of முதலி caste or of rank.

முதலிச் சாதி, the name of a high caste.

முதலை (*vulg.* முதளை), s. crocodile, alligator.

முதலைப்பூண்டு, a plant.

முதல், s. the first, the beginning, ஆதி; 2. stock in trade, the principal, capital, பணமுதல்; 3. the main stock of a plant; 4. the first, the Supreme Being; 5. *et cetera*, and so on, and the rest, முதலிய; 6. *prep.* from.

வட்டியும் முதலும், principal and interest.

இது முதல், இது முதலாய், இதுமுதற் கொண்டு, from henceforth.

முதல் அங்கே போ, go first there.

முதலவன், முதல்வன், he who is the first.

முதலற்றுப்போக, to lose the principal or capital, to be totally extinguished as a family.

முதலாய், even, so much.

தண்ணீர் முதலாய் இங்கே கிடையாது, there is not even water to be got here.

முதலாம் அதிகாரம், the first chapter.

முதலாவது, that which is first, first and foremost.

முதலான, முதலிய, and other.

புலிகள் ஓனாய்கள் முதலான துஷ்ட மிருகங்கள், tigers, wolves and other wild beasts.

முதலாளி, proprietor, president, chief, principal.

முதலியோர், the remaining persons, and others.

முதலே, first, before.

முதல் போட, to form or lay out a capital.

முதல் முதல், in the very first, at the very outset or beginning, for the first time.

முதல்முதல் வாங்க, to take first before the rest.

முதற்காரன், கைமுதற்காரன், a rich man, a capitalist.

முதற்பலம், - பலன், the first produce.

முதற் பேறு, the first born.

முதற்றரம், the first or best sort; 2. the first time.

முதன்மை, priority, superiority, supremacy.

முதனிலை (*in gram.*), the root of a word, பகுதி.

முதனிலைத்தொழிற்பெயர், verbal roots used as verbal nouns.

முதன்மையோர், the chief, the eminent.

பறிமுதல், confiscation.

முதல், முதலு, III. *v. i.* be first, முதலாகு; 2. begin, துவக்கு.

முதளை, s. see முதலை, crocodile.

முதாரு, s. see under முது.

முதிர், முதிரு, II. *v. i.* grow old, grow hard, be full grown (as the leaves of a tree), முற்று; 2. become mature, ripen, பழு.

தைலங்காய்ச்சி முதிர்ந்தது, the oil is boiled too much.

முதிர்ச்சி, முதிர்வு, முதிர்மை, *v. n.* maturity, ripeness.

முதிர்ந்த கல்வி, profound or mature knowledge.

முதிர்ந்த பகை, inveterate hatred.

முதிர்ந்த புத்தி, mature sense or understanding.

முதிர்ந்த பேச்சு, - சொல், language above one's age, habits or knowledge.

முதிர்ந்த மரம், an old tree.

முதிர்ந்த (முதிர்) வயசு, old age.

முதிர்ந்த வியாதி, chronic disease.

முதிர், VI. *v. t.* mature, முதிரச்செய்.

முது, முதிய, *adj.* (முதுமை), old, ancient, original.

முதாரி, முதாரு, முதாரு கன்று, a calf almost weaned.

முதாரு பால், milk of a cow almost dry.

முதியோர் (*sing.* முதியன்), elders, old persons, superiors.

முது கன்று, a weaned calf.

முது பயிர், ripe grain.

முது மொழி, ancient saying.

முதுகு, s. the back, பின்புறம்; 2. grossness, coarseness, உரப்பு.
முதுகிலெடுக்க, to carry upon the back.
முதுகு காட்ட, – கொடுக்க, to show the back, to fly, to be routed in battle.
முதுகு நூல், coarse yarn.
முதுகெலும்பு, back-bone, the spine.
முதுமை, s. antiquity, பழமை; 2. old age, முதுவயது; 3. an old saying, முதுமொழி.
முது, முதிய, மூது, *adj.* see separately.
முத்தக்காசு, s. root of a grass (*Cyperus juncifolius*), கோரைக் கிழங்கு.
முத்தம், s. *improp. for* முற்றம்.
*முத்தம், s. agreeableness, பிரியம்; 2. a kiss, முத்தி; 3. pearl, முத்து.
முத்தமிட, – கொஞ்ச, to kiss.
முத்தாட, to be continually kissing
முத்தாரம், a string of pearls.
*முத்தி, s. a kiss, முத்தம்; 2. final beatitude, salvation, eternal bliss, மோட்சம்.
முத்தி (முத்தம்) இட, – கொடுக்க, to kiss.
முத்திபெற, – அடைய, to obtain salvation.
முத்திப் பேறு, attainment of bliss.
முத்தி மார்க்கம், – நெறி, way to heaven.
முத்தியிட்டுக் கொள்ள, to kiss one another.
*முத்திரிகை, s. an engraved signet or seal ring.
*முத்திரி, VI. v. t. seal, முத்திரை போடு.
*முத்திரை, s. seal, signet, seal-ring, இலாஞ்சனை; 2. stamp, impress, private mark, அடையாளம்; 3. badge of a soldier or peon.
முத்திரைக்கோல், – அச்சு, a stamp, a sealing stick.
முத்திரைதானம் பெற, to be branded on the shoulders with the mark of a Chank and wheel in honour of Vishnu.
முத்திரைப் பலகை, a wooden stamp for sealing a heap of corn.
முத்திரை போட, – குத்த, to seal.
முத்திரை முடிச்சு, – முடிப்பு, a sealed packet.
முத்திரை மோதிரம், a seal-ring.
கன்னி முத்திரை, the hymen.
*முத்து, s. pearl, முத்தம்; 2. small-pox-pustule, வைசூரி; 3. a kernel, a nut.
முத்துக் கடுக்கன், a pearl ear-ring.
முத்துக் குளிக்க, to fish for pearls.
முத்துக்கொட்டை, ஆமணக்கு முத்து, caster seed, kernel or nut.
முத்துச் சலாபம், pearl-fishery.
முத்துச் சிப்பி, pearl oysters, mother-of-pearl.
முத்துச் சோளம், the maize.
முத்துப் பல்லு, clean teeth.
முத்துமாலை, – வடம், a neck-lace or string of pearls.
ஆணி முத்து, superior pearls, round and hard.
சிப்பி முத்து, a low kind of pearls.
வேப்ப முத்து, the nut of the Margosa tree.
*முத்தை, s. a very ignorant woman; 2. (*Tel.*), a handful of boiled rice, கவளம்; 3. a lump, a large, unshapen mass, திரட்சி.
களிமுத்தை, boiled balls of meal from millet or other grain.
வெண்ணெய்முத்தை, a lump of butter.
முந்தானை, முந்தி, முன்றானை, முந்தாணி, s. the border of a man's or woman's cloth.
முந்தானையிலே (முந்தியிலே) முடிந்து கொள், tie it up in the border of your cloth.
அடிமுந்தானை, the border of a woman's cloth worn inside (*opp. to* மேல் முந்தானை which is worn outside).
முந்திரி, முந்திரிகை, s. a fraction, $\frac{1}{320}$; 2. grape-vine, திராட்சம்; 3. the cajoo or cashew.
முந்திரிக் கொட்டை, the nut of the cashew.
முந்திரிப் பருப்பு, the kernel of the cashew-nut.
முந்திரிப் பழம், cashew fruit; 2. the grape.
முந்திரிப் (திராட்சப்) பழரசம், wine.
கொடிமுந்திரிப் பழம், the grape.

முந்து, III. *v. i.* be or go before the rest, precede, come in front, முன் போ.
உன் கை முந்தவேண்டாம், don't be the first in beating.
முந்த, முந்தி, previously, formerly, first.
முந்தின, previous, former.
முந்த முந்த, முந்தி முந்தி, first of all, first and foremost.
முந்திக் கொள்ள, to go ahead, to be forward.
முந்திப்போ, go before.
முந்தை (*முந்த, முந்தா*) நாள், *முந்து* நேற்று, the day before yesterday.

முந்தை, *s.* (*Tel.*), a small earthen vessel, கலயம்.

*****மும்முரம்**, *s.* raging, fierceness, vehemence, severity, உக்கிரம்.
மும்முரமாயிருக்க, மும்முரம் பண்ண, to be vehement or severe.

*****மும்முரி**, *மும்மரி*, VI. *v. i.* rage, storm, be violent or vehement, உக்கிரங் கொள்.

முயங்கு, III. *v. t.* embrace, clasp, cohabit, தழுவு.
முயக்கம், முயக்கு, முயங்கல், *v. n.* embracing.

முயல், *s.* a hare, முசல்.

முயல், *முயலு*, I. *v. i.* make continued exertion, பிரயத்தனஞ்செய்; 2. apply, accustom or inure one's self to a thing, become used to, be usual, பழகு.
கேள்வி முயல், learn to hear well.
புண்ணியத்திலே முயலுகிறான், he is persevering in works of charity.
முயற்சி, முயலல், *v. n.* activity, effort, application, exercise; 2. perseverance, industry.
முயற்சி பண்ண, — யாயிருக்க, to make effort, to undertake.
தெய்வ முயற்சி, divine operation.
மனுஷ முயற்சி, human endeavour.

*****முரசம்**, *முரசு*, *s.* a drum, tabour, பேரி.
முரசிட, முரசறைய, to proclaim, to publish.

முரடு, *s.* a joint of the body, கரடு; 2. a knot, knob, கணு.
முரடன், a rude, obstinate man.
முரட்டாட்டம், rudeness, incivility.
முரடாயிருக்க, to be knobby, knotty, uneven or rugged.
முரட்டுக் கழுத்து, stiff-neck.

முரணு, *முரண்*, III. *v. i.* be at variance, dislike, hate, மாறுபடு; 2. quarrel, சண்டைபோடு.

முரண், *s.* roughness, stubbornness, அமையாமை; 2. fierceness, கொடுமை; 3. strength, வலி; 4. a fight, battle, போர்.

முரண்டு, *s.* perversity, obstinacy, stubbornness, மாறுபாடு.
முரண்டன், முரண்டுக்காரன், an obstinate fellow.
முரண்டு பண்ண, to oppose, to dissent.

முரண்டு, III. *v. i.* be obstinate, resist, எதிர்.

முரல், *முரலு*, I. *v. i.* sound, ஒலி.

முரற்று, III. *v. i.* sound, முரலு.

முரி, *முறி*, II. *v. i.* break off, snap off, ஒடி; 2. perish, be ruined, கெடு.
முரிவு, *v. n.* a breach.

முரி, *முறி*, VI. *v. t.* break off, snap off, ஒடி.

முருகு, *s.* a little ear-ring for the upper part of the ear; 2. tenderness, tender age, இளமை.
முருகுக்காது குத்த, to bore the ear in order to put in an ear-ring.
முருகன், a younger person.
முருகேசன், Subramanya.

முருக்கு, *s.* a tree of rapid growth used for hedges; 2. the lemon tree, citrus, எலுமிச்சை.
முருக்கங்காய், its cods.
முருக்கம் பூ, its flower.

முருக்கு, III. *v. t.* destroy, ruin, அழி; 2. kill, கொல்லு.

முருங்கு, III. *v. i.* perish, be destroyed, அழி.

முருங்கை, *s.* the Murunga tree, horseradish tree.
முருங்கைக்காய், the unripe, edible legume of the Murunga.
முருங்கைவேர், its pungent root, the bark of which is used as substitute for horse-radish.

முலமுலெனல், *v. n.* humming, buzzing (as flies), making a querulous noise.

முலாம், மலாம், மொலாம், s. (*Hind.*), plating of gold or silver, gilding, பொன் பூச்சு.

முலாம் பூச, to plate or overlay with gold or silver, to gild.

பொன்முலாந் தகடு, gold-leaf, foil.

முலை, s. breast, the breast of a woman, கொங்கை; 2. udder of an animal, மடி.

முலைகொடுக்க, to give breast, to suckle a child.

முலைக்கண், the orifice of the teats.

முலைக்காம்பு, the nipple of the breast.

முலைப்பால், mother's milk.

முலைமறக்கப் பண்ண, to wean a child.

முலைமறந்த பிள்ளை, a weaned child.

முலையுண்ண, – குடிக்க, to suck as a child.

முல்லை, s. jasmine; 2. a sylvan tract or country, a field full of pasture-grass and shrubs, முல்லை நிலம்.

முழக்கம், s. (முழங்கு), a great noise, a roaring, குமுறுகை; 2. thunder bolts.

இடி முழக்கம், the sound of thunder, a clap of thunder.

முழக்கு, III. *v. t.* sound, beat a sounding instrument, முழங்கச்செய்.

முழங்கு, III. *v. i.* sound, roar, ஒலி.

சங்கீதம் முழங்குகிறது, sacred chants with musical instruments are resounding.

மேக முழங்க, to thunder.

முழம், s. a cubit, a measure of 2 spans.

முழங்கால், முழந்தாள், the knee.

முழங்கால் சில்லு, – சிப்பி, the whirl-bone of the knee, the knee-pan.

முழங்கால் படியிட, to kneel down.

முழங்காலிலே இருக்க, to kneel.

முழங்கை, the elbow.

முழம்போட, to measure by the fore-arm.

முழவு, முழா, s. a drum, பறை.

முழவு மேளம், a kettle-drum.

முழாளன், முழாள், s. see under முழு.

முழி, s. the eye-ball, see விழி; 2. the round gristle or cartilage of a bone, குழைச்சு.

முழி பிசகிப்போனவன், one who has wrenched a limb or shoulder.

முழி, VI. *v i.* awake, see விழி.

முழு, *adj.* (முழுமை), whole, entire, complete.

முழாள், முழாளன், a stout and robust person, a complete hand, a good workman.

முழுதும், முழுவதும், all, the whole.

முழுமனசாய், with all my heart.

முழுப் புரட்டுப் பண்ண, to act most deceitfully.

முழுக்க, entirely, completely.

முழுக்காய், entire fruit nearly ripe.

முழுக் கிரகணம், a total eclipse.

முழுவாசி, முழுவாசியும், the whole.

முழுவெலும்பு, a skeleton.

முழுகு, III. *v. i.* bathe the entire body by dipping or pouring, குளி.

அடகுவைத்த நகை முழுகிப்போயிற்று, the mortgaged jewel is lost by accumulation of interest.

முழுக்கு, *v. n.* a bath.

முழுக்காட, to bathe.

முழுக்காட்ட, to bathe another.

முழுக்காளி, a diver in the pearl-fishery.

துரவு முழுக, to sink a well.

முழுங்கு, III. *v. t.* swallow, see விழுங்கு.

முழுத்து, III. *v. t.* plunge or dip one, drown another, அமிழ்த்து.

முழுமை, s. entireness, completeness, எல்லாம்.

முழு, *adj.* see separately.

முழுமையும், the whole, முழுதும்.

முளகரணை, s. medicinal plant.

முளரி, s the lotus, தாமரை; 2. a thorn-bush, முட்செடி.

முளி, s. a joint of the body, முரடு; 2. a knot in the stem of a plant, கணு.

முளி பிசக, to slip out of joint.

முளி, VI. *v. i.* grow dry, காய்; 2. *v. t.* dry, scorch, வறு.

முளை, s. a germ, a young shoot of a tree or plant, துளிர்; 2. a wedge, ஆப்பு; 3. peg, stake fixed in the ground. தறி; 4. hook of a hinge; 5 the core of a boil; 6. a stamp to coin money with; 7. a wooden pin on which yarn is wound.

முளை வருகிறது, – கிளம்புகிறது, the seed shoots, grows up.

முளைகட்ட, to put moistened seeds into a basket to germinate.

முளைக்கீரை, a kind of tender greens.

முளை, VI. *v. i.* grow up, shoot, germinate, துளிர்விடு; 2. come to light, come out, appear, வெளிப்படு.

நீயும் முளைத்தாயோ, didst thou also appear?

முள்ளங்கி, s. radish.

முள், முள்ளு, s. thorn, prickle; 2. an iron pin, a spur; 3. a fish-bone.

காலிலே முள்ளு தைத்தது, I have run a thorn in the foot.

முள்ளிட்டு முள்ளாராய, to search out a thorn with a thorn.

முள்ளு போட்டடைக்க, to hedge with thorns.

முட்காடு, a place full of thorns.

முட்செடி, a thorn-bush.

முண்முடி, a crown of thorns.

முள்ளம் பன்றி, a porcupine,

முள்ளி, a thorny shrub.

முள்ளுவாங்கி, an instrument to pull out thorns.

முள்ளெடுக்க, to pull a thorn out.

முள்ளெலி, a hedge-rat.

முறண்டு, s. & v. see முரண்டு.

முறம், s. a winnowing fan, சுளகு.

முறத்தாலே புடைக்க, to winnow with a fan, to strike with a fan.

முறத்தாலே தூற்ற, to winnow grain in the wind.

முறி, s. a written bond, the indenture of an apprentice, a bond given with the sale of a slave, பத்திரம்; 2. a superior kind of brass, வெண்கலம்; 3. a kind of fine and thick cloth; 4. a slave, அடிமை.

முறிகொடுக்க, to give a promise or a penal agreement.

முறிச்சாதனம், -ச்சிட்டு, -ப்பட்டயம், a promise in writing, a bill of sale of a slave.

காதற்றமுறி, a torn bond.

முறியன் (*fem.* முறிச்சி), a slave.

முறி, II. v i. break (as wood, a tree, a branch etc.), be broken, ஒடி; 2. perish, கெடு; 3. curdle, உறை.

பால் முறிந்துபோயிற்று, the milk is curdled.

சேனை முறிந்துபோயிற்று, the army is broken *i e.* defeated.

பத்தியம் முறிந்துபோயிற்று, the prescribed diet has not been observed.

பத்தியந் தப்பினால் மருந்து முறிந்துபோம், when diet is not kept, the medicine becomes ineffectual.

முறிச்சல், *v. n.* breaking; 2. indigence, want.

முறிந்தோடிப் போக, to be beaten or routed by the enemy.

முறியடிக்க, முறியவெட்ட, to rout the enemy.

முறியப் (மனமுறியப்) பேச, to give a rough answer, to insult.

முறிவு, *v. n.* break, rapture.

சிநேகமுறிவு, a breach of friendship.

முறி, VI. *v. t.* break, crush, ஒடி; 2. twist, writhe, முறுக்கு.

ரசத்தைமுறிக்க, to purge the mercury out.

கறையை முறிக்க, to remove a spot from cloth.

முகத்தை முறிக்க, முகமுறிக்க, to affront one, to wound one's feelings.

முறிப்பு, *v. n.* disunion, breach of friendship.

முறுகு, III. *v. i* be in haste, விரை; 2 be twisted, திருகு; 3. scorch in boiling or frying, காந்து; 4. ripen, grow dry, முதிரு.

முறுக்கு, s. a kind of cake, தேன்குழல்; 2. *v. n.* twisting; 3. disagreement, discord, பிணக்கு.

முறுக்காணி, screw for a violin, lute, etc.

முறுக்காற்ற, to loosen or slacken what is twisted too light.

முறுக்குப் பண்ண, to be saucy, haughty.

முறுக்கு வாங்க, -உடைக்க, to untwist, to untwine.

முறுக்கேற்ற, to twist.

கொடிமுறுக்கு, over-twisted rope or twine.

முறுக்கு, III. *v. t.* twine, twist, wrest, wreath, distort, திரி; 2. *v. i.* be angry, chafe, be irritable, பிணங்கு.

ஒருவனுடைய கைகாலை முறுக்கிப்பிடிக்க, to chafe the hands, legs etc. of another in order to promote the circulation of blood.

முறுமுறு, VI. *v. i.* murmur, grumble, குறைசொல்.

முறுமுறுப்பு, *v. n.* murmuring, grumbling.

முறுவல், *s.* a tooth, teeth, பல்; 2. a laugh, smile, நகை.

முறுவலி, VI. *v. i.* smile, laugh as to show the teeth, நகை.

முறை, *s.* manners, morals, legality, ஒழுக்கம்; 2. order, regularity, கிரமம்; 3. good disposition, குணம்; 4. relationship by blood or marriage, உறவு; 5. repetition, number of times repeated, தரம்; 6. turns by which duty or work is done, வரிசை; 7. complaint, முறைப்பாடு.

இப்போது எனக்கு (என்) முறை, now it is my turn.

நாலுமுறை, four times.

உனக்கும் அவனுக்கும் முறை என்ன, how is he related to you?

அந்தப் பெண்ணைக் கொள்ளுகிறதற்கு முறையல்ல (முறை வரிசையல்ல), it is unlawful to marry that young woman.

முறையிலே அவன் எனக்குப் பாட்டனாக வேண்டும், in relationship he is my grand-father.

முறைகாக்க, - யிருக்க, to be upon duty or guard in one's turn, to be a guard in the fort.

முறைகேடு, - மசக்கு, incest, indecency, unbecoming act.

முறைக் காய்ச்சல், intermittent fever, ague.

மூன்றும் முறைக்காய்ச்சல், a tertian ague, returning every third day.

முறைப்பட, - இட, to complain.

என் மேல் முறையிட்டான், - வைத்தான், he has complained against me.

முறைப்பாடு, a complaint.

முறை, VI. *v. i.* (*prop.* விறை), become stiff, hard, மரத்துப்போ; 2. be haughty, இறுமா; 3. *v. t.* prick up the ears (as an animal), செறி.

முறைத்துப் பார்க்க, to look impudently, to stare.

முறைப்பு, *v. n.* stiffness, haughtiness.

முறைமை, *s.* (முறை), rule, custom, order, ஒழுக்கம்; 2. right, propriety, உரிமை; 3. regularity, manner, method, கிரமம்.

முற், *in comb.* see முன்.

முற்கம், *s.* see முக்கம், a sound with the tongue.

முற்றம் (முத்தம்), *s.* the court-yard in the house, முன்றில்.

முற்றிக்கை, முற்றுகை, *s.* (முற்று), straits, distress, want; 2. blockade, siege.

சாப்பாட்டுக்கெனக்கு மெத்த முற்றிக்கையாயிருக்கிறது, I am in great straits for want of food.

முற்றிக்கை போட, to besiege.

முற்றிக்கையாய்க் கிடக்க, to be besieged.

முற்றிக்கைவாங்கிப் போயிற்று, the siege is raised.

முற்று, *s.* entireness, முழுமை; 2. end, termination, முடிவு; 3. a finite verb, வினைமுற்று.

முற்றுப்பெற, to be finished.

முற்றும், முற்றிலும், *adv.* all, entirely, utterly.

முடிந்தது முற்றும், *finis*, the end of a book.

முற்று, III. *v. i.* become mature, ripen, loose tenderness (as vegetables), grow hard (as trees), முதிர்; 2. end, be finished, முடி; 3. *v. t.* blockade, வளை.

முற்ற, *adv.* (*inf.*), entirely, fully.

முற்றமுடிய, to the close, utterly, wholly, to the uttermost.

முற்றவும், wholly.

முற்றல், that which is become old, also the heart of a tree; 2. old age; 3. blockade, முற்றுகை.

முற்றலாயிருக்க, முற்றுதலாயிருக்க, முற்றிப்போயிருக்க, to be grown over-ripe or too old and woody.

காரியம் முற்றிப்போயிற்று, the matter has become aggravated.

முற்றிற்று, it is ripe; 2. it is finished.

முற்றின (முற்றிப்போன) வியாதி, an incurable disease.

முற்றின பகை, a deep rooted hatred.

முற்றுகை, *v. n.* see முற்றிக்கை.

*முனி, *s.* (*pl.* முனிவர்), an ascetic, a devotee, a hermit, வனவாசி; 2. a sage, ஞானி; 3. Buddha, புத்தன்; 4. a devil, a ghost.

முனிபிடித்த மரம், a haunted tree.

முனி, II. *v. i.* be angry, கோபி; 2. *v. t.* dislike, வெறு.

முனிவு, anger, wrath, dislike.

முனிஷி, மூன்ஷி, *s.* (*Pers.*), a teacher of language, a Munshi.

முனிசீப், முன்சீப், s. (*Ar.*), a village officer, கிராமமுன்சீப்; 2. a district munsiff, a subordinate native judge.

*முனிவர், pl. (*sing.* முனி, முனிவன்), ascetics.

முனை, s. point, sharpened end, edge, நுனி; 2. a cape or promontory; 3. battle, fight, போர்; 4. courage, boldness, துணிவு.

முனைகெட்டவன், a coward.

முனைகேடு, disgrace, insult, depression after defeat.

முனைகுலைய, – அற்றுப்போக, to be dispirited.

முனை (படை) முகம், the front in battle.

முனையுள்ளவன், a stout or heroic man.

முனை, II. v. i. be bold or courageous, துணி; 2. advance in the van, engage in battle, போர்கல; 3. be angry, சின; 4. v. t. abhor, hate, வெறு.

முன், *adj. & adv.* before, formerly, antecedent, previous, முந்தின; 2. first in importance, முதன்மையான; 3. next, future, இனிமேலான; 4. *prep.* (*with gen. or dat.*), in front of, before; 5. *s.* antiquity, பழமை. Before hard consonants ன் may change into ற்.

வீட்டுக்குமுன், before the house.

வீட்டின்முன் மூன்றுகதவுகள் உண்டு, there are three doors in the front of the house.

அவன் வருகிறதற்கு (வரும், also வாராததற்கு) முன், before he came.

முற்காலத்திலே, முன்னாளிலே, in former days.

முற்குறிப்பு, prefiguration.

முற்கோபம், a sudden anger from a slight cause.

முற்கோபி, a hot tempered, hasty man.

முற்பகல், forenoon.

முன்றானை, the skirt of a person's cloth, see முந்தானை.

முன்றூதன், a fore-runner.

முன்பக்கம், முன்புறம், the front-side, fore-part.

முன்பனி, the season of evening dew (December and January).

முன் பாத்தியம், first right.

•முன்பின், *com.* முன்னே பின்னே, before and behind, as usual; 2. about, ஏறக்குறைய.

முன்பின் வாடிக்கையானபடி செய், do as usual.

முன்பின் விசாரிக்க, to deliberate with oneself about a thing.

முன்பு, before; 2. antiquity.

முன் (முன்னுக்குப்) போக, to go, before, to advance.

முன்போல, as formerly.

முன்மாதிரி, example.

முன்வருங் காரியம், an event or thing which shall come hereafter.

முன்வாய்ப்பல், fore-teeth, cutters, incisors.

முன்னங்கால், the skin or forepart of the leg; 2. the fore-feet of a quadruped.

முன்னங்கை, the forearm from the fingers to the elbow.

முன்னடையாளம், prognostic, typical prefiguration.

முன்னணி, the van of the army.

முன்னணை, manger, crib.

முன்னதாக, as முன்னே.

முன்னந்தம், the front view.

முன்னந்தலை, the forehead.

முன்னந்தொடை, a fore-shoulder or fore-quarter of mutton etc., the front of the thigh.

முன்னம், முன்னமே, முன்னர், before.

முன்னற, முன்னுற, beforehand, previously.

முன்னாக, first, beforehand.

முன்னாடி (*colloq.*), as முன்னற.

முன்னாலே, formerly, before.

முன்னிட (*v. i. & t.*), to go foremost; 2. to be successful; 3. to let another go first; 4. to invoke through one's intercession.

சுவாமியை முன்னிட்டுப்போ, go in the name of the Lord.

ஒருவரை முன்னிட்டுப் போக, to go to one in the name of another, to follow behind one who goes in front.

முன்னிருப்பு, that which was before, goods acquired before.

முன்னிலும், முன்னையிலும், முன்னையைப் பார்க்க, more than before.

முன்னிலை, one's presence; 2. the second person (*in gram.*).

முன்னிற்க, to stand before to protect.
முன் (முன்னிலையாய்) நிற்கிறவன், a bail, one that speaks or acts for another, a protector.
முன்னுக்கு வர, to get on, prosper.
முன்னுக்குக் கொண்டுவர, to help one to get on.
முன்னும் பின்னும், before and behind.
முன்னே, before, afore-time.
முன்னொற்றி, a first mortgage.
முன்னோர்கள், முன்னடியார், ancestors.

முன்னு, III. *v. i.* precede, come near, முந்து; 2. think, நினை.

முன்னை, *vul.* மின்னை, *s.* a tree, the leaves of which are used as pot-herbs.

மூ

மூ, *adj.* old, ancient, antique, முது; 2. three, third, மு.
மூதாதை (*fem.* மூதாய்), grand-father.
மூதேவி, the goddess of ill-luck, the elder sister of Luckshmi.
மூவைந்து, மூவாறு etc., three times five, six etc.
மூவரசர், மூவேந்தர், the three famous kings: Sera, Shola, and Pandia.
மூவர், three persons.
மூவிணை, three yoke of oxen.

மூ, VI. *v. i.* become old, be senior, முதுமையுறு; 2. end, முடி.
மூத்த பிள்ளை, the first-born.
மூத்தது, that which is older than the rest.
மூத்தார், elders, elder brothers.
மூத்தோர், old men, elders.
மூப்பு, seniority; 2. superiority, தலைமை.
மூப்பர் *pl.* (*hon.* மூப்பன்மார், *sing.* மூப்பன், மூப்பனார்), elders in age or dignity, deacons.

*மூகம், *s.* dumbness, மௌனம்; 2. a dumb person, ஊமையன்.
மூகை, dumb person.
மூகையெழுத்து, a mute letter.

மூக்கரட்டை, மூக்கிரட்டை, *s.* a creeping medicinal plant.

மூக்கு, *s.* the nose, நாசி; 2. the bill or beak of a bird, சொண்டு; 3. the mouth of a trumpet etc.; 4. the nozzle or the out-standing lip of a lamp or any other vessel.
மூக்கடைப்பு, hindrance of breath through the nose.
மூக்கந் (மூக்காந்) தண்டு, bridge of the nose.
மூக்கறையன், மூக்கறுபட்டவன் (*fem.* மூக்கறைச்சி), a person with an amputated nose.
மூக்கன், a man with a large nose.
மூக்காங்கயிறு (மூக்கணாங்கயிறு) குத்த, to perforate a bullock's nose for the string.
மூக்காங் கொழுந்து, end of the nose.
மூக்குக் கண்ணாடி, a pair of spectacles.
மூக்குச்சளி, mucus of the nose.
மூக்குச் சிந்த, – சிந்திப் போட, to blow the nose.
மூக்குத்தி, மூக்குத்தளுக்கு, a nose-jewel.
மூக்குத்தூள், – ப்பொடி, snuff.
மூக்கை நெறிக்க, to turn up the nose, see நெறி.
சில்வி (இல்லி) மூக்கு, a bleeding nose.

மூங்கர், மூங்கையர், *s.* dumb persons, ஊமையர்.

மூங்கில் (மூங்கி), *s.* a bamboo, a high growing thorny reed so called.
மூங்கிலரிசி, its seed freed from the husk.
மூங்கிலுப்பு, a medicinal salt found in certain bamboos.
மூங்கிற்குத்து, a cluster of bamboos.
மூங்கிற் குழாய், bamboo tube.
மூங்கிற் புதர், a thicket of bamboos.
விஷமூங்கில், வேலி–, see under விஷம் etc.

மூங்கை, *s.* dumbness, ஊமை.
மூங்கையான், a dumb man.

மூசாப்பு, *s.* a cloudy and rainy sky, மந்தாரம்; 2. difficult breathing.
மூசாப்பாயிருக்க, to be very cloudy.

மூசு, III. *v. i.* swarm, throng, மொய்; 2. be spoiled or destroyed, கெடு.
மூசுண்டை, spoiled cake.

கறி மூசிப் (ஊசிப்) போயிற்று, the curry is spoiled.

மூசு மூசெனல், *v. n.* huming (as bees etc.).

மூச்சு, *s.* breath or respiration, சுவாசம்; 2. life, உயிர்ப்பு; 3. strength, பலம்.

அவன் மூச்சொடுங்கி வருகிறது, he breathes his last.

அவனுக்கு மூச்சொடுங்கிப் போயிற்று, he has expired.

மூச்சுக் காட்டாமற்போ, go without making the least noise.

மூச்சுத் தாங்கல், மூச்சடைப்பு, shortness of breath, asthma.

மூச்சுப் பேச்சில்லாமை, பேச்சு மூச்சில்லாமை, absolute silence.

மூச்சு வாங்க, — எடுக்க, to draw or fetch breath, to inhale.

மூச்சுவிட, to breathe, to respire.

பெருமூச்சு, see பெரு.

மூஞ்சி, *s.* the face of a beast and (*in contempt*) of a man.

மூஞ்சியிலே காறியுமிழ்ந்தான், he hawked and spit in his face

மூஞ்சியைக்காட்ட, to pout.

கோணல் (கோரை) மூஞ்சி, grimace.

மூஞ்சு, III. *v. i.* press, throng, swarm, மொய்.

மூஞ்சூறு, மூஞ்சூறு, *s.* a musk-rat, or blind-mouse.

*மூடம் (மோடம்), *s.* foolishness, stupidity, அறிவின்மை; 2. obscure or dark sky, மந்தாரம்.

மூடத்தனம், stupidity.

மூடன், மூடாத்துமா, a stupid person, a dolt, fool.

மூடாந்தகாரம், excessive mental darkness.

கிர்மூடன், a great fool.

மூடி, *s.* (மூடு), a cover, lid, top; 2. half a cocoanut.

மூடு, III. *v. t.* shut, enclose, அடை; 2. cover, hide, screen, veil, மறை; 3. *v. i.* be covered or concealed.

வாயை மூட, to hold the tongue.

கண்ணை மூட, to close one's eyes; 2. to close another's eyes.

மூடல், *v. n.* covering over.

மூடிக்கொள்ள, to cover oneself, to wrap oneself up.

மூடியிருக்க, to be covered.

மூடிவைக்க, to cover some thing, to conceal anything, to shut up.

மூடுசன்னி, catalepsy.

மூடுபனி, a mist, thick fog.

மூட்டம், *s.* (மூடு), that which is covered; 2. fire covered so as to yield much smoke, மூடுதழல்; 3. a heap of corn covered with straw and mud, மூடுகை; 4. a bonfire.

வானமூட்டமாயிருக்கிறது, the heaven is over-cast.

மூட்டங்கலைக்க, — பிரிக்க, to break up a covering.

கொசுமூட்டம், a fire to smoke away musquitoes.

மூட்டு, *s.* excitement, provocation; 2. a joint, knuckle; 3. the bridle or bit of a horse.

மூட்டு, III. *v. t.* (*caus. of* மூள்), kindle, கொளுத்து; 2. cause to increase as a flame, அதிகப்படுத்து; 3. raise a quarrel, stir up anger, சண்டைமூட்டு; 4. join, link, sew together, இசை.

நெருப்பைமூட்ட, to kindle the fire.

மூட்டல், *v. n.* conjoining, sewing together; 2. increasing, cherishing.

மூட்டிவிட, to kindle, to stir up to anger.

மூட்டு (மூட்டை, முகடு, முகட்டு) ப்பூச்சி, a bug.

மூட்டை, *s.* a load carried in a sack, சுமை; 2. a bug, see under மூட்டு, *v.*

மூட்டைக்காரன், a porter, carrier.

மூணு, *vulg. for* மூன்று, three.

மூதரி, மூதலி, VI. *v. t.* confront.

அவனை எனக்கு மூதலித்து விடும், let him speak to me in person.

மூது, *adj.* (முதுமை), old, mature, முது.

மூதறிவு, மூதுணர்வு, mature understanding, long experience.

மூதாக்கள், fore-fathers, ancestors.

மூதூர், an old town.

மூத்தவன், மூத்தோர், *s.* see under மூ *v.*

*மூத்திரம், *s.* urine, சிறுநீர்.

எனக்கு மூத்திரம் வருகிறது, I feel urgency to urine.

மூத்திரக்கிருச்சம், strangury.

மூத்திரப்பை, மூத்திராசயம், the bladder.

மூத்திரம்பெய்ய, to make water.

மூப்பு, மூப்பர் etc., see மூ, *v.*
மூய், II. *v. t.* cover, மூடு.
மூரல், *s.* teeth, முறுவல்; 2. laughing, smiling, சிரிப்பு; 3. boiled rice, சோறு.
மூரி, *s.* laziness, indolence, சோம்பல்; 2. ox, bullock, எருது; 3. antiquity, பழமை; 4. (முகரி), unevenness of a palm leaf.
மூரியோலை, மூறியோலை, முகரியோலை, an uneven palm leaf.
*மூர்க்கம், *s.* foolishness, ignorance, stupidity, மூடத்தனம்; 2. fury, wrath, rage, உக்கிரம்; 3. obstinacy, opposition, சலஞ்சாதித்தல்.
மூர்க்கவெறி, fury, ungovernable passion.
மூர்க்கன் (*fem.* மூர்க்கை), a low ignorant, obstinate person; 2. a kind of snake.
சதைமூர்க்கம், lustiness.
*மூர்ச்சனம், மூர்ச்சனை, *s.* see மூர்ச்சை.
*மூர்ச்சி, VI. *v. i.* swoon away, fall into a swoon, சோர்.
மூர்ச்சிப்பு, *v. n.* a swoon.
*மூர்ச்சை, மூச்சை, மூர்ச்சனம், *s.* a swoon, swooning, loss of thought, மயக்கம்.
மூர்ச்சைதெளிய, to recover out of a swoon.
மூர்ச்சைபோக, -பட்டுப்போக, -யாய் விழ, same as மூர்ச்சிக்க.
மூர்ச்சையாய்க் கிடக்க, to lie in a swoon.
*மூர்த்தம், *s.* a division of time, 48 minutes; 2. a propitious time, முகூர்த்தம்; 3. that which has form, figure, shape or body, உருவுடையது.
*மூர்த்தி, *s.* the body, figure, shape, உருவம்; 2. a form of deity, தேவன்; 3. Siva.
மும்மூர்த்திகள், the Hindu triad.
*மூலம், *s.* root, bulb, கிழங்கு; 2. origin, commencement, ஆதி; 3. cause, source, means, காரணம்; 4. text of a book; 5. the piles, hemorrhoids, மூலவியாதி; 6. the first region of the human body.
அவன் மூலமாய், by his means or by his intercession.
இவன் அதுக்காதிமூலம், he is the cause of it.
மூலக்காரன், one who has the piles, a hot-tempered man.
மூலஸ்தானம், the principal seat or interior place of a temple; 2. a king's residence.
மூலத்திரவியம், a capital or stock, முதல்.
மூலபலாதிகள், roots, fruits etc., eaten by ascetics in forests.
மூலபாஷை, the original language.
மூலபாடம், original text without commentary.
மூலவிக்கிரகம், stationary idol, not used in processions (*opp. to* உற்சவ விக்கிரகம்).
மூலப்பொருள், God the prime cause of the universe.
மூலவியாதி, -கிராணி, -நோய், the piles, hemorrhoides.
மூலவேர், the principal root of a tree.
மூலாக்கினி, the warmth of the stomach.
மூலாக்கினி கிளம்பினால் தெரியும், if I am exasperated, it will appear.
மூலாதாரம், the posteriors including the hip.
இரத்த மூலம், bleeding piles.
உள் மூலம், tenesmus.
சீ மூலம், piles attended with discharge of matter.
புற மூலம், external hemorrhoids.
வறள் மூலம், costiveness.
*மூலி, *s.* any plant; 2. a medicinal root, மூலிகை.
*மூலிகம், மூலிகை, மூலிக்கை, *s.* roots of trees and shrubs for medicine; 2. a medicinal plant.
வனமூலிக்கைகள், roots of the open fields.
*மூலியம், *s.* price, விலை; 2. means, cause, மூலம்.
அவன் மூலியமாய், through him, by his means.
மூலை, *s.* corner, angle, கோணம்; 2. one of the intermediate points of the compass, மூலைத்திசை.
மூலைக்காற்று, wind blowing from a corner region.
மூலைக்கு முட்டாயிருக்க, to be fit for nothing, to be cast aside.

மூலைமுடக்கு, a crooked way, a nook.

மூலையிலே ஒதுங்க, to creep into a corner.

தென் கிழக்கு மூலை, south-east.

தென் மேற்கு மூலை, south-west.

வடகிழக்கு மூலை, north-east.

வடமேற்கு மூலை, north-west.

மூவாறு, three times six, see மூ.

மூவைந்து, three times five.

மூவு, III. v. i. end, முடி.

மூழி, மூழை, s. a ladle made from the half-shell of a cocoanut, அகப்பை; 2. a churning stick, மத்து.

மூழ்கு, III. v. i. (முழுகு), bathe, submerge; 2. sink as a ship, அமிழ்ந்து; 3. be ruined, கெடு.

மூழ்த்து, III. v. t. (முழுத்து), press, heap upon, cause to sink, அமிழ்த்து.

மூளி, s. any thing split or broken; 2. a person defective in any part or member; 3. one who wears no jewels in the ear.

மூளிக்காது, naked ears without jewels.

மூளியுதடு, a hare-lip.

மூளியோடு, a chipped tile.

மூளை, s. the brain, the marrow in the bones, medullary substance.

மூளைவறண்டவன், an eccentric man.

மூள், மூளு, I. v. i. catch fire, kindle, தீப்பற்று.

அவன் கோபம் உன்மேல் மூண்டது, அவனுக்கு உன்மேல் கோபமூண்டது, his wrath is kindled against you.

மூளல், மூளுதல், v. n. kindling as fire, anger etc.

மூன்ஷி, s. see முனிஷி.

மூன்று, adj. & s. three.

மூன்றத்தொரு பங்கு, a third part.

மூன்றாம், the third.

மூன்றாய் மடிக்க, to fold three times.

மூன்றாவது, thirdly, that which is third.

மும்மூன்று, three and three, three times three.

மே

மேச்சு, III. v. t. praise, laud, extol, flatter, புகழ்; 2. esteem, மதி.

மெச்சல், v. n. commendation.

மெச்சாதவர்கள், welcome guests, friends, சினேகிதர்.

மேஞ்ஞானம், s. see under மெய்.

மெட்டு, s. rise or fall in music; 2. the bridge of a violin; 3. a place where toll or custom is paid, ஆயத்துறை.

பெரிய மெட்டு, the chief place where custom is paid.

*மேது, மெதுவு, s. (com. for மிருது), softness, slowness, gentleness.

மெதுபண்ண, மெதுவாக்க, to soften.

மெதுவாய், softly, modestly, humbly, slowly.

மேதுமேதுவேனல், v. n. being soft or yielding (as a fruit).

மெதுமெதுப்பு, softness.

மேத்து, s. softness, மென்மை.

மெத்தென, softly, gently.

மெத்தெனவு, மெத்தனவு, meekness, mildness.

மெத்தெனவன், a meek person.

மெத்தெனவாய், meekly, softly.

மெத்தெனவு பண்ண, to act meekly.

மெத்தெனவு வெட்டெனவை வெல்லும், meekness overcomes fury.

மேத்து, III. v. i. be abundant, become great, மிகு.

மெத்த, மெத்தவும், adv. (inf.), very, very much, greatly.

மெத்தவுங் கோபிக்க, to be very angry.

மேத்தை, s. a bed, bolster, quilt, mattress, cushion, அமளி; 2. upper story of a house, மேல்வீடு; 3. a terrace, a pavement.

மெத்தைவீடு, terraced house, upper story, upstair house.

மேய், s. truth, sincerity, சத்தியம்; 2. the body, உடம்பு; 3. a consonant, மெய்யெழுத்து.

மெய்காப்பாளர், body-guard.

மெய்கொள்ள, to assume a body, to grow corpulent; 2. to believe, to take for a truth, மெய்யென்றிருக்க.

மெய்க்கோள், earnest money.

மெய்க்கோளாய் வாங்க, to receive money in advance.
மெய்சொல்ல, -பேச, to speak the truth.
மெய்ஞானம், மெஞ்ஞானம், true wisdom.
மெய்ப்படுத்த, மெய்ப்பிக்க, to prove, verify, substantiate.
மெய்மறக்க, to forget the body, *i. e.* to lose oneself, to faint, to swoon, to be intoxicated, to be in a passion.
மெய்மை, truth, veracity, fact.
மெய்யன், a trustworthy, upright man.
மெய்யுரைத்தல், *v. n.* speaking the truth, explaining the text, a commentary.
மெய்யாக, மெய்யாகவே, truly, verily.
மெய்யாயிற்று, it proved true.
மெய்விவாகம், true matrimony, marriage according to law.

மேய், VI. *v. i.* be faithful or true, hold the truth.
மெய்ப்பு, *v. n.* verification; 2. praise, commendation.
மெய்ப்புக்காகிதம், a letter of recommendation.
மெய்ப்புப் பண்ண, to praise.

மேய்ச்சு, III. *v. t.* same as மெச்சு.

மேய்ப்பி, VI. *v. t.* prove, substantiate, verify, மெய்ப்படுத்து.

மேருகு, *s.* smoothness, glitter, lustre, துலக்கம்; 2. the name of a bulbous root.
மெருகு போட, -இட, -தேய்க்க, to plane, smooth, polish.
மெருகெண்ணெய், varnish oil for giving lustre to cabinet work.

மேலி, II. *v. i.* grow thin, lean, meagre, waste away, இளை.
சரீரம் மெலிந்தது, the body is wasting away.
மெலிந்த ஓசை, a soft sound.
மெலி, மெலிவு, *v. n.* thinness, softness, weakness; 2. a soft consonant, மெல்லெழுத்து.
மெலிவடைய, to become reduced in body or circumstances.

மேலி, VI *v. t.* make lean or soft, மெல்லிதாக்கு; 2. soften a consonant.
மெலித்தல், *v. n.* making soft, softening a consonant (*opp. to* வலித்தல்).

மேல், மெல்லிய, *adj.* (மென்மை), soft.
மெல்ல (*com.* மெள்ள), *adv.* gently, lightly, softly.
மெல்லமெல்ல, very softly.
மெல்லணை, a soft pillow.
மெல்லென, *adv.* softly, gently.
மெல்லிது, மெல்லியது, மெல்லிசு, that which is soft, fine, thin.
மெல்லிய புடவை, fine cloth.
மெல்லிய நூல், fine yarn.
மெல்லியாள், a woman.
மெல்லினம், மெல்லெழுத்து, soft or liquid consonants.
மென்சொல், a soft or kind word.

மேல், மெல்லு, I. *v. t.* chew softly, masticate, கவட்டு; 2. taunt, reproach, தூஷணி.
பாக்குமென்றடக்க, to keep a cud of betel-leaf in one cheek.
மென்று துப்ப, to chew and spit.

மேழுகு, *s.* (*vul.* மெழுக்கு), bee's wax.
மெழுகிட, -போட, to wax, to smear with wax.
மெழுக் கெழுத, to paint figures with wax in colouring chintz.
மெழுகுபதம், a thick consistency as of melted wax.
மெழுகுதிரி, -வர்த்தி, a wax candle.
மெழுகுதிரி வார்க்க, to make wax candles.

மேழுகு, III. *v. t.* daub a place with cow-dung, sandal paste etc., smear, பூசு.
மெழுக்கு, *v. n.* smearing a floor with cow-dung etc.

மேள்ள, *adv.* (*com. for* மெல்ல), gently, softly.
மெள்ளப் பேசு, speak slowly.
மெள்ள வார், pour gently.
மெள்ள நடக்க, to walk slowly.
மெள்ளமெள்ள, very slowly or softly.

மேன்மேலும் (மேலுமேலும்), *adv.* more and more.

மேன்மை, *s.* fineness, softness, thinness, மிருது. For the adjectives மெல், மெல்லிய see separately.

மேன்னி, மென்னை, *s.* the throat, see மன்னை.

மே

*மேகம், *s.* a cloud, முகில்; 2. urinary disease, venereal disease.

மேகஸ்தம்பம், a pillar of clouds.

மேகநீர், venereal humours.

மேகபடலம், accumulation of clouds; 2. a spreading venereal sore.

மேகம் பரவியிருக்க, – மூடியிருக்க, to be cloudy, overcast.

மேக முழக்கம், thunder.

மேகவண்ணம், – வர்ணம், colour of clouds.

மேக வாய்வு, flatulency in the body said to be caused by venereal heat.

மேக வியாதி, venereal disease.

மேக வெட்டை, the whites.

மேகாந்தகாரம், cloudy darkness.

*மேகலை, *s.* a woman's girdle, இடைக் கட்டு; 2. a garment worn by women, சீலை.

மேக்கு, *s.* height, உயர்ச்சி; 2. the west, மேற்கு; 3. (*Hind.*), a wedge, wooden pin, முளை.

மேக்கடிக்க, to drive in a wedge or stake, a species of torture.

மேசை, மேஜை, *s.* (*Pers.*), a table.

மேசைத் துப்பட்டி, table-cloth.

மேஸ்திரி, *s.* (*for.*), a head workman.

*மேடம், மேஷம், *s.* ram, ஆடு; 2. *Aries* of the zodiac.

மேடு (மோடு), *s.* height, உயர்ச்சி; 2. a hillock, a rising ground, திடல்; 3. (*affix*), town, ஊர்.

மேடுபள்ளமான வழி, an uneven road.

மேட்டுப் பாய்ச்சல், the watering of high ground.

மேடை, *s.* an artificial mound, செய் குன்று; 2. a square place in the open air artificially raised from the ground, வேதிகை.

சவுக்கை மேடை, a platform for the spectators.

மேட்டி, *s.* (*Engl. mate*), an assistant, servant.

மேட்டிமை, *s.* loftiness, haughtiness, அகந்தை; 2. excellence, மேன்மை.

மேட்டிமைக்காரன், a proud man.

*மேதம், *s.* a sacrifice, யாகம்.

அசுவமேதம், sacrifice of a horse.

*மேதினி, *s.* the earth, பூமி.

*மேதை, *s.* understanding, knowledge, அறிவு; 2. flesh, இறைச்சி; 3. toddy, intoxicating drink, கள்; 4. the skin, தோல்; 5. nerve, fibre, நரம்பு; 6. fatness, நிணம்; 7. excellency, மேன்மை.

மேதையர், learned men, poets.

*மேத்தியம், *s.* purification, purity, சுத்தம் (*neg.* அமேத்தியம்).

மேம்படு, IV. *v. i.* (மேல்), rise high, be elevated in rank, உயரு.

மேம்பாடு, மேன்பாடு, *v. n.* nobleness, greatness.

மேய், II. *v. t.* feed, graze, eat grass or grain (as beasts, birds etc.), prey, gnaw (as white ants etc.); 2. (*for* வேய்) thatch, cover a house with straw, leaves etc., மூடு.

மேய்ச்சல், *v. n.* pasture, pasturage.

மேய்ச்சற்றலம், grazing ground.

மேய், VI. *v. t.* feed cattle, fowls, pasture or graze cattle, மேயச்செய்.

மேய்ப்பர், herdsmen, shepherds; 2. (*Chr. us.*), pastors.

மேய்ப்பு, *v. n.* pasture, pasturage, மேய்ச்சல்.

ஆடு மேய்க்கிறவன், a shepherd.

மாடு மேய்க்கிறவன், a cow-herd.

*மேரு, *s.* a fabulous mountain in the centre of the earth, மகாமேரு; 2. mount, mountain, மலை.

மேரை, *s.* manner, way of doing, வகை; 2. modesty, decorum, moderation, மரியாதை; 3. a quantity of corn given at the threshing floor to the washerman and other servants.

சாஸ்திர மேரையாகப் பேசுகிறான், he speaks like a learned man.

மேரை தப்பாதவன், a temperate man.

மேரை மரியாதை, moderation and modesty.

மேலை, *adj.* see மேல்.

மேல், *s.* the sky, ஆகாயம்; 2. surface, மேற்புறம்; 3. *adj.* (also மேலை), west; 4. upper, superior; 5. *prep.* (*with gen. or dat.*) over, above, upon, மீது; 6. *adv.* more, more than, அதிகம்;

7. before, previous, former, முன்;
8. hereafter, இனி.

தலைக்குமேல், over the head.

என் தலை (தலையின்)மேல், upon my head.

இதுக்கு மேல், இனிமேல், இனிமேலைக்கு, hence forth, for the future.

இதுக்கு மேல் ஒன்றுமில்லை, nothing can exceed this.

பத்துமணிக்கு மேல், after ten o'clock.

மேலங்கி, a scarf or mantle.

மேலது கீழதாக்க, see கீழ்.

மேலான, *adj.* high, superior.

மேலான காரியம், a superior thing.

மேலானவர், a superior, one higher in rank.

மேலிட, to prevail.

மேலுதடு, the upper lip.

மேலும், moreover, further, besides.

மேலுமேலும், மென்மேலும், more and more.

மேலெழ வார, to take off from the top of the heap.

மேலெழுச்சி, indifference, superficialness.

மேலெழுச்சியாய், மேலெழுந்தவாரியாய், superficially, carelessly.

மேலை, மேலைக்கு, இனிமேலைக்கு, afterwards, in future.

மேலைக்கரை, the west coast (*opp. to* கீழக்கரை, east coast).

மேல்வட்டமாயிருக்க, to be superior, to prevail.

மேல்வயிறு, the upper part of the belly.

மேல்வாய், the palate, the roof of the mouth.

மேல்வாரம், the government's or the landlord's share of the produce.

மேல்விசாரணை, superintendence.

மேல்விலாசம், – விளாசம், a superscription, direction of a letter.

மேல்வீடு, an upper room.

மேல் வெள்ளம், fresh rushing current on the swelling of a river.

மேற்கட்டி, a cloth spread beneath the roof of a room to prevent the dust falling, a tarpauling, a canopy.

மேற்கட்டு, an upper story; 2. an upper garment.

மேற்காவல், மேற்காறுபாறு, superintendence, supervision.

மேற் (மேல்) காற்று, the west wind.

மேற்கூரை, the roof, thatched roof.

மேற்கொம்பு, the upper branch.

மேற்கொள்ள, to overcome, to increase, to grow strong.

மேற் (மேல்) பக்கம், மேற்புறம், the upper side; 2. the west side.

மேற்படி, ditto, above-mentioned.

மேற்படி ஊரிலே, in the town above mentioned.

மேற்படியான், the man mentioned above.

மேற்பட, மேலாக, to be above, to excel, to become superior.

மேற்பரப்பு, மேற்புறம், surface.

மேற்பாடம், a writing copy.

மேற்போட்டுக்கொள்ள, to undertake; 2. (*with dat.*), to be surety for.

மேற்போட்டுக்கொண்டு பேச, to speak in one's defence.

மேற்றரமான சரக்கு, goods of the best sort.

மேற்றலம், மேல்தளம், an upper floor, the auxiliary troops.

மேன்பாடு, excellency, nobleness.

மேன்மக்கள், great men.

மேவு, III. *v. t.* fill up, நிரவு; 2. desire, love, விரும்பு; 3. make the ground even, level, சமனுக்கு; 4. eat, உண்; 5. join, combine, approach, சேரு.

மேவலர், மேவார், enemies, foes.

*மேழகம், *s.* a coat of armour, கவசம்; 2. a ram, செம்மறிக்கடா; 3. a ram bred for fighting.

மேழி, *s.* the plough-tail; 2. a plough, கலப்பை.

மேழியர், farmers, வேளாளர்.

*மேளம், *s.* a drum, பறை; 2. a collection of musical instruments.

மேளக்காரன், one that beats the drum or plays on other musical instruments.

மேள முழக்கம், the sound of a drum.

மேளம் அடிக்க, – சேவிக்க. – கொட்ட, to beat the drum.

மேளவாத்தியங்கள், drum and other musical instruments.

மேற்கு, *s.* (மேல்), the west, மேற்றிசை.

மேற்கத்திப்பேச்சு, the western dialect.

மேற்கத்தியார், men of the western country.

மேற்கே, in the west, towards the west.

மேற்றிராணி, *s*. (மேல்), a superior power; 2. a prelate, கண்காணி.

மேற்றிராணிப் பட்டம், the prelatical office.

மேனி, *s*. bodily shape, form, body, உருவம்; 2. beauty, வடிவு.

மேனி குலைந்தது, the beauty is gon.

மேனியிலே பட்டது, it touched thee body, the body received a wound.

மேனியாயிருக்க, to be fair.

மேன்மை, *s*. (மேல்), greatness, excellence, dignity, மாட்சிமை; 2. nobleness, கனம்.

மேன்மை பாராட்ட, to glory, vaunt.

மை

மை, *s*. a magical paint, a black for the eyes, அஞ்சனம்; 2. black, blackness, கறுப்பு; 3. ink; 4. fault, குற்றம்; 5. a barren woman, மலடி.

மை கூட்ட, to make ink or paint.

மைக்கூடு, an ink-stand.

மைபூச, – இட, to colour with ink or pigment especially the eyebrows as women do.

மை பரவுங் கடுதாசி, blotting or sinking paper.

மை, II. *v. i.* be slightly pounded, be separated from the husk by beating, மசி.

மைசூர், *s*. the kingdom or town of Mysore.

*மைச்சான் (மச்சான்), மைச்சுனன், *s*. see மைத்துனன்.

மைதானம், *s*. (*Hind.*), an open field or plain, சமபூமி.

மைதானவெளி, a barren and extensive plain.

*மைதுனம், *s*. copulation, union, புணர்ச்சி.

*மைத்துனன், மைச்சுனன், *s*. (*fem*. மைத்துனி), sister's husband, wife's brother, sister's son, paternal aunt's son, maternal uncle's son, cousin, மச்சான்.

மைந்தன், *s*. (*pl*. மைந்தர்), a son, புத்திரன்; 2. a man, மனிதன்.

மையம், மய்யம், *s*. the centre, the middle.

மையமாயிருக்க, to be ambiguous.

நடுமையம், the middle.

மையல், *s*. confusion of mind, மயக்கம்; 2. lust, மோகம்; 3. a plant, datura, ஊமத்தை.

மையலஞ் சந்தை, the second day of a fair or market; 2. the daily morning fair at Trichinopoly.

மையா, VI. *v. i.* be confused in mind, மயங்கு.

மைனு, மயினு, *s*. the Maina bird.

மோ

மோகர், *s*. (*Pers.*), a seal, முத்திரை; 2. same as மோரா.

மோகவை (முகவை), *s*. a kind of ladle, அகப்பை.

மோக்கணி, *s*. a grain bag tied to a horse's mouth, தோற்பை; 2. a kind of bridle for asses and oxen.

மோக்களி, VI. *v. t.* detain, stop on a journey.

மோக்கா, *s*. Mocha, a town in Arabia.

மோக்கு, *s*. (*Tel.*), flower-buds, பூமொட்டு; 2. large knots, excrescences on trees, கணு; 3. the bowl of a candle stick.

மொக்கன், மொங்கன், a strong or an athletic man, தடித்த ஆள்.

மோக்கு, III. *v. t.* eat voraciously, gluttonize.

மொக்கித் தின்ன, to eat greedily.

மோக்குளி, VI. *v. i.* bubble up, முக்குளி.

மோக்குள், *s*. bubble, நீர்க்குமிழி; 2. the navel, தொப்புள்; 3. the bud of a flower, மொக்கு.

மோக்கை, *s*. ignominy, shame, disgrace, வெட்கம்; 2. bulkiness, பருமை; 3. a notch in a knife; 4. bluntness of an iron style.

மொக்கையான (–யாய்ப்போன) கத்தி, a blunt knife.

மொக்கை குலேய, to be disgraced, to suffer reproach.

மொக்கை குலேக்க, to disgrace a person.

மொக்கை பண்ண, to disgrace one, to handle a knife notching its edges or breaking the point.

மொக்கை போனன், he was disgraced or deceived.

மோங்கான், *s.* a ramming block for roads.

மொங்கான் பூனே, a boar-cat, கடுவன் பூனே.

மோசுமோசுத்தல், *v. n.* itching, feeling a sensation like the crawling of insects.

மோச்சு, மொச்சு (மொச்சை) நாற்றம், *s.* a strong smell from sheep, ஆட்டு மணம்.

மொச்சடிக்கிறது, there is a strong smell of sheep.

மோச்சை, *s.* a leguminous creeper.

மொச்சைக் கொட்டை, – ப்பயறு, its pea or vetch.

மோடமோடேனல், *v. n.* an imitative sound, the rustling sound of leather, cloth etc.

மோடுக்து மோடுக்கென்று குடித்தல், *v. n.* drinking with a gurgling noise in the throat.

மோட்டு, *s.* the tender bud of a flower, இளம் பூவரும்பு; 2. glans penis.

மொட்டம்பு, a blunt-pointed arrow.

மோட்டை, *s.* a bald head, முண்டிதம்; 2. bluntness of an instrument, மழுங்கல்; 3. an unmarried young man.

மொட்டைத் தலே, a bald head.

மொட்டைக் கத்தி, a blunt knife.

மொட்டை மாடு, a cow without horns.

மொட்டையடிக்க, to shave the head entirely.

மொட்டையன் (*fem.* மொட்டைச்சி), a man with a bald head.

மொட்டைக் குல்லா, a flat cap.

மோண்டு, *s.* refractoriness, unruliness, முரண்டு.

மொண்டு பண்ண, to vex, to be unruly.

மொண்டன், மொண்டுக்காரன், a refractory person.

மோத்தம், *s.* the whole, universal, common, பொது; 2. aggregate, total, தொகை; 3. bulk, hugeness, பருப்பம்.

மொத்தமாய், altogether, by the bulk, in general.

மொத்தத்தொகை, the grand total.

மோத்தி, *s.* protuberance, a lump, புடைப்பு.

மோத்து, III. *v. t.* strike, beat, அடி.

*மோத்தை, *s.* same as முத்தை.

மொத்தை அடிக்க, – யாய்ப் பிடிக்க, to make into a lump.

வெண்ணெய் மொத்தை, a lump of butter.

மோந்தன், – வாழை, *s.* a plantain-tree yielding large fruit.

மோந்தை, *s.* a vessel, a small earthen pot; 2. a drum open at one end, பறை.

மொந்தை எடுத்தான், he has found a hidden treasure (in a vessel).

மோப்பஸில், *s.* (*Pers.*) the country (*opp. to* town), Mofussil.

மோப்பு, *s.* a putrid smell of sour milk, flesh etc., வெடிநாற்றம்.

மோய், *s.* a company, crowd, கூட்டம்; 2. money - presents given (as to a newly married couple), மொய்ப்பணம்.

மொய்யெழுத, to write down a small subscription on various occasions.

மோய், VI. *v. i.* swarm, crowd, throng (as flies, bees, ants etc.), நெருங்கு.

ஈ மொய்க்கிறது, flies swarm.

மொய்த்துக்கொண்டு வர, to come with great many folks.

மோலாம், *s.* see முலாம்.

மோலுமோலேனல், *v. n.* making an unceasing and troublesome talk.

மொலுமொலென்று வர, to come with a noise as advancing to fight.

மோழி, *s.* a word, a saying, சொல்; 2. speech, expression, வாக்கியம்.

மொழிபெயர்ப்பு, translation.

பழமொழி, a proverb.

மறுமொழி, an answer.

மோழி, II. *v. t.* say, speak, சொல்லு.

மொழிதல் *v. n.* speaking.

மோழக்கன், மழுக்கன், *s.* a plain-jewel.

மொழுக்கலோலை, a plain ear-ring.

மொழுப்பு (மழுப்பு), III. *v. i.* protract a business, put off a law suit.

மோன்னு, I. *v. t.* draw water.

மோறுமோறு, VI. *v. i.* murmur, முறு முறு.

மோ

மோ, VII. *v. t.* smell a thing, முகரு; 2. draw water, முக.

குடமோக்கவில்லை, the pitcher does not take water.

மோப்ப, *poet. for* மோக்க, *inf.* to smell.

மோப்பு, *v. n.* the sense of smell, மோப்பம்.

*மோகம், *s.* lust, lasciviousness, sensuality, காமம்; 2. desire, affection, ஆசை.

மோக இச்சை, - கவனம், - விகாரம், libidinous desire.

மோகக்காரன், - விகாரி, - வியாபாரி, a lascivious person.

மோகங்கொள்ள, to grow lustful.

மோகந்தீர, -தீர்த்துக்கொள்ள, to gratify one's lust.

*மோகரம், *s.* confusion of mind, lasciviousness, மோகனம்.

*மோகரி, VI. *v. i.* be confused in mind, மயங்கு; 2. be inflamed with anger, கோபி.

*மோகனம், *s.* libidinous fascination by magic, மோகனவித்தை; 2. confusion of mind, மயக்கம்; 3. a tune.

மோகனக்கல், a large slab stone put as the upper transverse beam over the entrance of Hindu temples.

மோகனமாலை, the name of a hanging neck ornament.

மோகனி, மோகனங்கி, மோகனங்கினி, same as மோகினி.

*மோகி, VI. *v. i.* be fascinated, lust, live lasciviously, மோகங்கொள்.

மோகிப்பிக்க, மோகிக்கப்பண்ண, to excite to voluptuous desires.

*மோகினி, *s.* a fascinating woman; 2. a female incarnation of Vishnu.

மோகினிப்பணம், money given at an idol procession when the god appears as a female.

மோகூப், *s.* (*Ar.*), suspending, தள்ளுகை.

மோகோரம், மொகொரம் பண்டிகை, *s.* (*Ar.*), a Mohammedan festival.

*மோக்கம், *s.* liberation, heaven, see மோட்சம்.

மோக்களா, *s.* joviality, conviviality, ஆரவாரம்.

மோசம், *s.* deceat, treachery, வஞ்சனை; 2. danger, detrement, அபாயம்.

மோசக்காரன், deceiver, seducer.

மோசடி, cheating.

மோசநாசம், நாசமோசம், treachery, damage, villany.

மோசம்போக, to be deceived.

மோசம்போக்க, - பண்ண, to deceive, to seduce.

கனமோசம், a great danger.

*மோசனம், *s.* liberation, deliverance, தீர்தல்; 2. expiation, abolition, விடுகை.

பாவ மோசனம், - விமோசனம், expiation of sin.

மோடம், *s.* (*Tel.*), cloudiness, மப்புமந்தாரம்; 2. stupidity, மூடம்.

மோடன், மோடாத்துமா, மூடன், an idiot, a stupid fellow.

மோடத்தனம், stupidity.

மோடனம், *s.* (*Tel.*), stupidity, மூடம்; 2. same as மோடி.

மோடனம் பண்ண, to befool.

மோடாமோடி, *s.* haughtiness, ostentation, பெருமோடி.

மோடி, *s.* show; 2. haughtiness, pride, மேட்டிமை; 3. a kind of enchantment. மகடி; 4. a love-quarrel, பிணக்கு.

மோடிக்காரன், an unfriendly, frowning man.

மோடித்தனம், haughtiness, arrogance.

மோடிபண்ண, - போட, மோடியாய்த் திரிய, to be high minded, haughty and proud.

மோடிப் புடவை, cloth all white without any variety of colours.

மோடியாய்க் கொள்ள, ஒரு மோடியாய்ப் பிடிக்க, to buy by whole sale.

இராசமோடி, royal grandeur.

இராணுவ மோடி, the array of an army.

மோடு, *s.* height, உயர்ச்சி; 2. a hillock, eminence, mound, மேடு; 3. the top of a house etc., முகடு; 4. greatness, பெருமை; 5. belly, stomach, வயிறு; 6. stupidity, ignorance, மூடம்.

மோட்டுத்தனம், stupidity, perversity.

*மோட்சம், மோக்ஷம், மோக்கம், *s.* liberation from the body and from transmigration, விடுகை; 2. heaven, salvation, eternal bliss, பரமகதி.

மோட்சகாலம், time when an eclipse ends.

மோட்சமடைய, – சேர, to go to heaven.

மோட்சலோகம், the heavens.

மோட்சவான்கள், –வாசிகள், the blessed in heaven, the happy souls in heaven.

மோட்சானந்தம், heavenly felicity.

*மோதகம், *s.* a kind of cake; 2. delight, agreeableness, சந்தோஷம்.

மோதகப்பிரியன், Ganesa, the belly-god.

மோதகமரம் (*com.* குதிரைப் பிடுக்கன்), a tree.

*மோதம், *s.* smell, scent, வாசனை; 2. joy, delight, களிப்பு.

மோதிரம், *s.* a ring for the finger, விரலணி.

மோதிர விரல், the ring-finger.

கணையாழி மோதிரம், a seal-ring.

மோது, III. *v. i. & t.* hit, beat, dash against, அடி.

அலை மோதிக்கொண் டிருக்கிறது, the waves beat againt the shore.

காற்றுமோதிமோதி அடிக்கிறது, the wind blows violently.

சுவருக்கு மண்மோத, to put earth to a mud-wall in making repairs.

மோதல், மோதுதல், *v. n.* beating, dashing against.

மோத்தை, *s.* a ram, buck-goat, கடா.

மோப்பம் (மோப்பு), *s.* smelling, மணத்தல்.

மோப்பம் பிடிக்க, to detect a smell as hounds on a track.

மோரா, மோரு, *s.* (*Hind.*), a gold coin; 2. a gold mohur of 15 Rs.; 3. a stool for the feet.

மோர், *s.* butter-milk; 2. (மொகர்), a seal.

நீர்மோர், thin watery butter-milk.

மோர், மோரு, II. *v. t. com.* for மோ.

மோவாய், *s.* the beard, தாடி; 2. the chin, மோவாய்க் கட்டை.

மோவாய்க்கட்டை யெலும்பு, the jaw-bone.

மோழை, *s.* a stump, a block, கட்டை; 2. stupidity, மடமை; 3. a beast without horns; 4. rice gruel, கஞ்சி.

மோழை (மொட்டை) மாடு, a bullock without horns.

மோழையாக்க, to stupify.

கற்றறிமோழை, one who acts foolishly though learned, a learned fool.

மோறு, *s.* a gold coin, see மோரா.

மோறை, *s.* (*Tel.*), the chin, மோவாய்க் கட்டை.

உன் மோறையைப் பேர்ப்பேன், I will break your chin.

*மோனம், *s.* silence, see மவுனம்.

மோனை, *s.* the beginning, ஆதி; 2. (மோனைத்தொடை), the rhyming of the initial letter of the feet in a verse or line, alliteration.

மௌ

*மௌஞ்சி, *s.* the girdle or waist-cord of a Brahman, made of munja-grass.

*மௌட்டியம், *s.* ignorance, folly, fanaticism, மூடத்தனம்.

*மௌலி, *s.* the head, தலை; 2. a crown, a diadem, முடி; 3. a lock of hair on the head, குடுமி; 4. toddy, கள்.

மௌல்வி, *s.* (*Ar.*), a Mohammedan teacher, Moulvi.

*மௌனம், *s.* silence, see மவுனம்.

*மௌனியர், *s.* silent devotees.

ய

N. B.—Sanscrit words beginning with ய generally have இ prefixed or change ய into எ.

*யக்கர், இயக்கர், s. (pl.), a class of demigods.

*யக்கியம், எக்கியம், s. sacrifice, *யாகம்.*

*யசமானன், *எசமானன்*, s. offerer of a sacrifice; 2. a master.

*யசுரு, இயசுரு, *யசுர்*, s. Yajur, the second Veda.

*யட்சிணி, எட்சிணி, s. a demoness.

*யதா, எதா, *prefix* (*adj. & adv.*), as, according to, proper, fit.

யதாஸ்தானம், the proper place, head-quarters.

யதார்த்தம், எதார்த்தம், truth, correctness.

யதார்த்தவாதி, – வாளி, a truthful man.

யதார்த்தவாதி வெகுசன விரோதி, one who speaks the truth will make many enemies.

*யதேச்சை (*யதா* + இச்சை), யதேஷ்டம் (*யதா* + இஷ்டம்), s. one's own wish, choice, *சுவேச்சை*; 2. as much as one wishes, satisfaction, *திருத்தி*; 3. profuseness, *மிகுதி*.

அது யதேஷ்டம், it is plentiful.

யதேச்சையாக, according to one's own wish.

*யத்தனம், யத்தினம், எத்தனம், s. effort, preparation, means.

*யந்திரம், s. see *எந்திரம்*, machine.

*யமன், இயமன், எமன், s. Yama, the god of death.

*யவட்சாரம், *வெட்சாரம்*, s. nitrate of potash, saltpetre.

யா

யா, VI. v. t. bind, *கட்டு*.

யாத்தல், v. n. binding.

*யாகம், s. a sacrifice, an oblation, *வேள்வி*.

யாகசாலை, a sacrificial hall.

யாக்கை (ஆக்கை), s. (*யா*, v.), any thing bound or fit to tie with, band, tie, string, *கட்டு*; 2. body (as consisting of fibres and ligaments); *உடல்*.

*யாசகம், s. begging, mendicancy, *இரப்பு*.

யாசகம் பண்ண, to beg alms, to practise begging.

யாசகன், *யாசகக்காரன்*, a beggar, mendicant.

*யாசி, VI. v. t. beg, ask alms, *இர*.

யாண்டு, s. time, year, ஆண்டு; 2. where, *எங்கு*; 3. when, *எப்பொழுது*.

யாண்டும், always, every where.

யாதவன், s. a cowherd, *இடையன்*; 2. Krishna.

*யாதனை (*வாதனை*), s, pain, anguish, agony, *துன்பம்*; 2. punishment, *ஆக்கினை*; 3. the never ceasing pains of hell, *நரகாக்கினை*.

யாதாஸ்து, s. (*Ar.*), a written memorandum.

யாதி, s. (*Hind.*), memory *ஞாபகம்*; 2. meditation, deep thought, *யூகம்*.

எனக்கியாதியில்லை, I do not remember.

யாது, s. what, which, *எது*; 2. memory, *யாதி*.

யாதொருவர், *யாதாமொருவர்*, any body, one or the other.

யாதொன்று, *யாதாகிலுமொன்று*, *யாதொரு பொருள்*, any thing.

*யாத்திரை, s. pilgrimage, journey; 2. sea-voyage.

கப்பல் யாத்திரை, voyage.

காசியாத்திரை, pilgrimage to Benares.

யாத்திராகமம், Exodus.

யாத்திரிகன், pilgrim.

யாத்திரை பண்ண, –*போக*, to go on a pilgrimage; 2. to travel, to make a voyage.

*யாபாரம், s. same as *வியாபாரம்*, trade.

யாப்பு, s. a bandage, tie, *கட்டு*; 2. poetry, *செய்யுள்*; 3. prosody.

யாப்பதிகாரம், *யாப்பிலக்கணம்*, prosody.

*யாமம், s. a watch of three hours, *சாமம்*; 2. midnight, night time.

யாமத்திலே வந்தான், he came at midnight.

யாம், *pers. pron.* (எம், எம்மை etc.), we, நாம்.

யார், *inter. pron.* who, which, ஆர்.

யாவன், *inter. pron.* (*pl.* யாவர்), who or which man, எவன்.

யாவரும், all people.

யாவும், *s.* all, the whole, எல்லாம்.

அதுயாவும், all of it.

யாவை, *inter. pron.* what, or which things, எவை.

யாவையும், all things, எவையும்.

யாழ், *s.* the lute, வீணை.

யாழ் வாசிக்க, to play upon the lute.

யாழ்ப்பாணம், *s.* Jaffnapatam.

யாளி, *s.* the lion, சிங்கம்; 2. a fabulous animal like a lion.

யானை, *s.* an elephant, see ஆனை.

யு

யுகம், உகம், *s.* the earth, பூமி.

*யுகம், *s.* same as உகம், an age, a period of time; 2. any of the four yugams *i. e.* கிருதயுகம், திரேதாயுகம், துவாபரயுகம், and கலியுகம்.

யுகாதி பண்டிகை, a feast at the beginning of a year.

யுகாந்தம், the end of the world.

*யுக்தம், *s.* same as யுத்தம், 1-3.

*யுத்தம், *s.* fitness, உசிதம்; 2. combination, closeness, union, கூடல்; 3. rectitude, equity, justice, நியாயம்; 4. war, battle, fight, போர்.

அவருடைய யுத்தப்படி செய், follow his advice.

யுத்தகளம், battle-field.

யுத்தம் பண்ண, — செய்ய, to fight, to make war.

*யுத்தி, யுக்தி, *s.* an expedient, propriety, உபாயம்; 2. deliberation. ஆலோசனை; 3. attention, கருத்து; 4. inference, reason, argument, யூகம்.

யுத்திக்காரன், a quick-witted person.

யுத்தி சொல்ல, to give counsel.

யுத்தி நியாயம், argumentation.

யுபம், *s.* means, practice, skill, art, சாமர்த்தியம்.

யுபமாய்ச் செய்ய, to do a thing skilfully.

*யுவராசன், *s.* a young prince, the heir-apparent, இளவரசு.

யூ

*யூகம், *s.* reasoning, logic, தருக்கம்; 2. deep thought, knowledge of secret arts, உட்பொருளறிதல்; 3. battle array, படை; 4. a black monkey, முசு.

யூகி, a prudent or judicious man.

யூகி (மதி) மந்திரி, a counsellor or minister.

*யூகி, VI. *v. t.* meditate, consider attentively, யோசி.

*யூதம், *s.* a herd of elephants, a multitude of animals, கூட்டம்.

யூதபதி, the chief elephant.

யூதர், *s.* (*Hebr.*), the Jews.

யோ

*யோகம், *s.* union, கூடல்; 2. luck, fortune, அதிஷ்டம்; 3. speculation, meditation, contemplation, நிஷ்டை.

யோகத்திலே இருக்க, to remain in profound meditation.

யோகம் அவனுக்கடிக்கிறது, he has good luck.

யோகக்காரன், யோகமுள்ளவன், a fortunate man.

யோகக்ஷேமம், welfare.

ஒருவருடைய யோக க்ஷேமங்களைக் கேட்க, to inquire after one's welfare.

யோக சாஸ்திரம், the science of abstract devotion, including the posture of the body.

யோகாசனம், a Yogi's posture in meditation.

யோகாதிசயம், condition, news, health.

யோகார்த்தமான வார்த்தை, a word of

various meanings and significations.

யோகி, a contemplative sage, an ascetic.

பிறந்த யோகம், one's horoscope, one's destiny.

*யோகி, VI. v. t. meditate, contemplate, தியானி.

யோகித்துப் பார்க்க, – க்கொள்ள, to reflect, to consider.

யோகிப்பு, v. n. meditation.

*யோக்கியதை, s. honesty, integrity, யோக்கியம்.

யோக்கியதா பத்திரிகை, a certificate of good character.

*யோக்கியம், s. fitness, worthiness, தகுதி; 2. worthy conduct, integrity, purity, நேர்மை; 3. goodness, நன்கு; 4. hazard, danger, மோசம்.

அதுக்கு அவன் யோக்கியன் அல்ல, he is not worthy of it.

இதைச் செய்வது உனக்கு யோக்கியமல்ல, it does not become you to do this.

உழவுக்கு யோக்கியமான மாடு, an ox fit for ploughing.

யோக்கியத்துக்குக் கொடுக்க, to advance money to an honest man upon his character.

யோக்கிய பாத்திரம், a decent vessel; 2. a respectable person.

யோக்கியன், யோக்கியவான், – முள்ளவன், யோக்கியஸ்தன், a worthy honest man.

யோக்கியாசனம், யோக்கியமான இடம், a seat or place suitable to one's dignity.

யோக்கியா யோக்கியம், worthiness and unworthiness.

பிராணயோக்கியம், risk of life.

பிராமணயோக்கியம், what is suitable to a Brahmin.

*யோசனை, s. a measure of distance, about 9 or 13 miles; 2. thought opinion, sentiment, counsel, deliberation, prudence, ஆலோசனை.

உம்முடைய யோசனை என்ன, what is your opinion?

யோசனைக்காரன், – யுள்ளவன், – சாலி, a prudent man.

யோசனைசொல்ல, to give advice.

யோசனை தப்பிச்செய்த வேலை, an imprudent act.

யோசனைபண்ண, to deliberate.

*யோசி, VI. v. t. deliberate, consider, ponder, ஆராய்.

*யோசியம், s. astrology, divination, சோசியம்.

யோசியன், a fortune-teller, astrologer.

யோதைகள், s. learned men, sages, அறிஞர்.

*யோனி, s. vulva; 2. cause, origin, காரணம்; 3. birth, பிறப்பு.

யௌ

*யௌதகம், s. a nuptial gift, சீதனம்.

*யௌவனம், எவ்வனம், s. youth, manhood, இளமை; 2. beauty, அழகு; 3. joy, களிப்பு.

யௌவனப்பருவம், youth.

யௌவனம் வர, to grow marriageable.

ர, ரா—ரௌ

N. B.—In words beginning with ர, ரா, ரி, ரீ, ரெ, ரே, mostly இ is prefixed, as இராமன்; sometimes அ may precede ர, as அரங்கம். In words beginning with ரு, ரூ, ரொ, ரோ, the prefix is உ; exceptionally இ occurs in இருணம், இருது. For words not given here see under இ & உ.

*ரகசியம், s. a secret, see இரகசியம்.

*ரங்கம், s. a public place, see அரங்கம்.

ரங்கு, s. (*Tel.*), colour, dye.

*ரசபுத்திரர், s. the Rajputs, people of Rajputana.

ரசா, s. (*Hind.*), leave, உத்தரவு.

ரஸ்தா, s. (*Pers.*), a road, பாட்டை.

ரஸ்தாளி, see இரசதாளி, a plantain tree.

ரத்து, s. (*Ar.*), rejection, தள்ளுபடி.

ரம்ஜான், s. (*Ar.*), a Mohammedan month of fasting.

ரயத்து, ரயித்து, s. (*Ar.*), a cultivator of the soil, a ryot.

ரவாணு, s. (*Pers.*), a despatch, a permit to pass goods free of duty, a receipt issued for payment of duty.

ரா, *ராவு*, *ராத்திரி*, see இரவு, night.

ராஜி, இராசி, s. (*Ar.*), a compromise, agreement.

ராஜிநாமா, s. a deed of consent; 2. resignation.

ராத்தல், இராத்தல், இருத்தல், s. a pound.

*ராமன், s. see இராமன்.

ராமனுதபுரம், Ramnad.

ராமேசுரம், a famous place and pagoda in the Marava country.

ரால், இரால், s. a shrimp.

*ரிஷபம், s. a bull, இடபம்.

ரிவாஜ், s. (*Ar.*), practice, custom, usage, வழக்கம்.

ருசு, s. (*Hind.*) see உருசு, proof.

*ருணம், s. see இருணம், debt.

ருபாய், s. (*Hind.*), a rupee.

ருபுருபு, s. (*Pers.*), presence, face to face.

ரெட்டு, இரெட்டு, s. sack-cloth, see இரட்டு.

ரெட்டி, இரட்டி, s. (*Tel.*), a caste.

ரெட்டை, s. see இரட்டை.

ரெப்பு, III. v. t. *vulg. for* நிரப்பு, fill, ரெப்பிவை.

ரெம்பு, ரொம்பு, III. v. i. (*vulg. for* நிரம்பு), become full, grow full.

ரெம்பியிருக்க, to be full.

ரெம்ப, ரொம்ப, much, abundantly.

பணம் ரொம்ப அவனுக்கிருக்கிறது, he has much money.

ரேகம், திரேகம், s. (*prop.* தேகம்), the body.

ரொம்பு, v. i. see ரெம்பு.

ரோஜ், s. (*Pers.*), a day, நாள்.

ரோஜ்நாமா, daily account.

ரௌக்கை, ரவுக்கை, s. see இரவிக்கை.

ல, லா—லௌ.

N. B.—In words beginning with ல, லா, லி, லீ, லெ, லே, *generally* இ *is prefixed, and in words beginning with* லு, லூ, லொ, லோ, *the prefix is* உ *See remark under* ர.

லகோடா, s. (*Ar.*), an envelope.

லங்கர்கானு, s. (*Pers.*), an alms-house.

*லங்கை, s. Lunka, Ceylon.

லங்கையேறிப்பிடிக்க, to take by storm, as Hanuman did Lunka.

லஞ்சகம், s. priming powder.

லத்தாடு, s. vexation, agitation.

லப்பம், s. (*for.*), putty, மக்கு.

லப்பை, லெப்பை, s. (*Ar.*) see இலெப்பை.

லம்பு, III. v. t. pick and steal, திருடு.

லம்புத்தாட்டன், a thief within doors.

லவாடி, s. a prostitute, வேசி.

*லாகு, s. facility, இலகு.

கைலாகு, see under கை.

லாக்கு, s. see அலாக்கு, wrong.

லாஸ்கார், s. (*for.*), a lascar, peon.

லாடம், s. (*Tel.*), see இலாடம்.

லாயக்கு, s. (*Ar.*), fitness, suitableness, தகுதி.

*லாவணி, s. a Mahratta song.

லாவு, III. v. i. see உலாவு.

லாவு, III. v. t. pounce or dart upon, இருஞ்சு.

*லிபி, இலிபி, s. character, letter, எழுத்து; 2. fate, destiny, விதி.

லுச்சா, s. a vile wretch, போக்கிரி.

லூட்டி, லூஷ்டி, s. (*Tel.*), petulancy, mettle, insolence.

லூட்டிபண்ண, -செய்ய, to commit insolence.

*லெட்சம், s. see இலட்சம்.

லேஞ்சி, லேஞ்சு, s. (*Port.*), a handkerchief, உறுமால்.

லொட்டை, s. a kind of cake; 2. a crack in a vessel, ஓட்டை.

லொடலொட்டை, worthlessness.

லோடாயம், s. vexation, faint-heartedness.

லோட்டா, s. (*Mahr.*), a drinking vessel.

லோட்டு, s. trouble, வருத்தம்.

*லௌகீகம், s. see இலௌகீகம்.

வ

வ, *s.* a numeral indicating the fourth part (¼) in Arithmetic or account, கால்.

***வகி**, VI. *v. t.* (நிர்வகி), bear, carry, endure, சகி.

வகிர், வகிரு, பகிர், II. *v. t.* divide, slice, cut in longitudinal little pieces, அற; 2. distribute, பங்குவை; 3. disentangle and part the hair, கோது.

தலைமயிரை வகிர, to disentangle the hair.

வகிர், *v. n.* a slice, பிளவு; 2. the mark or line of hair parted from the crown to the forehead; 3. a scratch on the body.

வகிர்வகிராய்ச் சிரைக்க, to shave off parts of the beard and hair of the head as a punishment.

தேங்காய் வகிர், a slice of a cocoanut.

வகு, பகு, VI. *v. t.* classify, divide, separate, வகைப்படுத்து.

வகுத்தல், *v. n.* division, apportioning.

வகுத்துக்கொடுக்க, to divide, to give by shares, to apportion.

வகுப்பு, *s.* beauty, அழகு; 2. a section, paragraph, division, class.

வகுப்பாய் (வகுப்பிலே) வாங்க, to take commodities wholesale.

வகை, *s.* kind, sort, இனம்; 2. manner, way, விதம்; 3. means, உபாயம்; 4. part, portion, division, வகுப்பு; 5. property, means, வழிவகை.

எந்தவகையாய், how, in what manner?

எனக்கு ஒருவகையாயிருக்கிறது, I am in a sort of way, *i. e.* I am unwell.

அவனுக்கு வகையுண்டு, he has property.

பலவகையான சரக்கு, வகைவகையான —, a variety of goods.

வகைபார்க்க, — தேட, to seek for an occasion or opportunity.

நீங்கிப்போக வகை பார்க்க, to endeavour to come off.

வகைப் படுத்த, to divide, to classify, to assort.

வகைமோசம், unforeseen danger or treachery.

வகையறுக்க, to discern, to distinguish, to discriminate.

வகையாய்க் கொள்ள, to buy cheap.

வகையாய்ப் பேச, to speak in a proper manner.

வகையரா, வகைரா, *adv.* (*Ar.*), and others, and so forth.

வக்கணை, வக்கணம், *s.* the address, the title with which one is honoured in a letter; 2. politeness, மரியாதை; 3. taunt, accusation, நிந்தை.

வக்கணையாய், politely.

வக்கா, *s.* a kind of stork.

வக்காமணி, *s.* beads of a kind of cockle-shell.

வக்காலத்து, வகாலத்து, *s.* (*Ar.*), agency, proxy.

வக்காலத்து நாமா, a power of attorney, அதிகாரப் பத்திரம்.

***வக்கிரம்**, *s.* curve, bend, வளைவு; 2. retrograde motion (as of a planet); 3. fraud, dishonesty, வஞ்சனை; 4. lie, பொய்; 5. impatience, envy, பொறுமை; 6. violence, cruelty கொடுமை; 7. confusion, disorder, கலக்கம்.

வக்கிர தந்தம், curved teeth.

வக்கிரன், a man of perverse temper; 2. the planet Mars.

***வக்கிரி**, VI. *v. i.* be crooked, retrograde (as planets), வளை.

வக்கில், வக்கீல், *s.* (*Ar.*), a pleader in a Court of justice.

வக்கு, *s.* (*indecl.*), an imitative sound; 2. means, resources, influence, வழி.

அவனுக்குச் சோற்றுக்கு வக்கில்லை, he has no means of getting food.

வக்குவக்கென்றிரும, to make a coughing noise.

வக்குவக்கென்று போக, to make a noise while running.

வங்கணம், *s.* friendship, familiarity, சிநேகம்; 2. the name of a country.

வங்கண தூஷணம், blaspheming a friend, a treacherous act.

வங்கணன், வங்கணக்காரன், a familiar friend, a clandestine lover.

***வங்கம்**, *s.* lead, ஈயம்; 2. tin, தகரம்; 3. Bengal, வங்காளம்; 4. the egg-plant, கத்தரி; 5. ship, கப்பல்.

வங்கா, *s.* a kind of trumpet, காளம்.

*வங்காரம், s. an in-got, mass of metal, உலோகக் கட்டி; 2. gold, பொன்.

வங்காரவச்சி, s. a pot-herb found near the sea shore, *sesuvium.*

*வங்காளம், பங்காளம், s. Bengal; 2. a kind of tune.

வங்காளப் பச்சை, verdigris.

வங்கி, s. a crooked instrument; 2. an arm-ring.

வங்கி வளையல், a kind of bracelet.

*வங்கிசம், வங்கிஷம், s. race, family, lineage, descent, வமிசம்.

வங்கிஷத்தான், a kinsman.

வங்கிஷ வழி, a line of descendants.

வங்கு, s. an orifice, a hole in a stone or in the earth, a cave, hollow, புழை; 2. black spots in the face; 3. bent planks for making a boat.

வங்கு படருகிறது, black spots spread on the body.

வங்கு வளைவு, the bend of planks.

வங்கு வைக்க, to hew and fit the bent planks.

வங்கை, s. hatred, grudge, பகை.

வசக்கு, III. v. t. break in, tame, subdue, வசப்படுத்து.

*வசதி, s. a house, dwelling, abode, residence, வீடு; 2. commodiousness, நல்லிடம்.

வசதியான இடம், a commodious and agreeable place.

*வசந்தம், s. the season of spring; 2. the south wind, தென்றல்; 3. odour, scent, வாசனை.

வசந்த காலம், the spring time, the months of April and May.

வசந்தத் திருவிழா, a spring festival.

வசந்தன், Kama; 2. the south-wind.

*வசம், s. power, துரைத்தனம்; 2. subjection, dependence, கீழ்ப்படிதல்; 3. possession, கைவசம்; 4. proper state, condition, நிலைவரம்; 5. good order, ஒழுங்கு; 6. occupancy, practice, ஆட்சி.

என் வசமாய், என்வசத்திலே, with me, in my hands, under my protection.

சரீரம் வசமில்லாமலிருக்க, to be indisposed or out of order.

அவன் அங்கே வசமறியாமல் போனான், he went there not knowing the state of things.

அவன் வசமறியாமல் சாப்பிட்டான், he ate immoderately.

வசமாகாமல் (வசத்துக்கு வாராமல்) போயிற்று, it has not succeeded or been brought about.

அதை என்வசம் பண்ணினான்; என்வசமாய் (என்வசத்திலே) வைத்தான், he has deposited it with me, he has put it in my possession.

என் கைவசமாயிற்று, it is come into my possession.

வசக்கட்டு, possession.

என் வசக்கட்டாயிருக்கிறது, it belongs to me, it is in my possession.

வசங் கெட்டவன், one whose health is impaired, an impotent man; 2. a man in reduced circumstances.

வசந்தப்பி, irregularly, on the wrong side.

வசப்பட, வசமாக, வசத்துக்கு வர, to submit, to obey, to secure.

வசப்படுத்த, - வசம்பண்ண, - செய்ய, - ஆக்க, to make one obedient, to assume possession, to give in possession.

வசமாய், rightly, in good order, regularly.

சுவசம், good health, proper condition.

புறவசம், another's matter or possession.

*வசம்பு, s. sweet-flag, a medicine.

வசவி, s. a woman of bad life, துஷ்டை.

வசவு, s. abuse, bad language, வசை.

*வசனம், s. a word, speech, சொல்; 2. a verse, phrase, sentence, வாக்கியம்; 3. prose (*in distinction from* poetry), வாசகம்; 4. a rule, aphorism, பழமொழி; 5. (*in Sansc. gram.*), number, as ஏக வசனம், singular, ஒருமை, and வெகுவசனம், plural, பன்மை.

*வசனாவி, வசநாவி, s. same as வச்சநாபி.

*வசனி, VI. v. t. speak, discourse, say, சொல்லு.

வசனிப்பு, v. n. saying, speech.

வசா, வஜா, s. (*Ar.*), deduction, கழிவு.

வசி, s. a point, edge, கூர்மை; 2. pointed stake, pale, கழுமுள்; 3. trident, சூலம்,

வசிகட, to set or plant pointed stakes, to make a palisade.
*வசி, s. actual possession, வசியம்; 2. a dwelling place, இருப்பிடம்.
*வசி, VI. v. i. dwell, live, reside, lodge, தங்கு; 2. gain one's affections, charm, வசியஞ்செய்; 3. speak, utter, வசனி.
*வசிகரம், s. magical subjection, possession, வசம்; 2. beauty.
முகவசிகரம், bloom or beauty of the face.
*வசிகரி, வசிகரி, VI. v. t. use magical charms for obtaining an object, வசியஞ்செய்.
*வசியம், s. actual possession, கைவசம்; 2. exercise of a charm or magical influence.
வசியப்படுத்த, to bring into possession.
*வசீகரி, v. see வசிகரி.
*வசு, s. (pl. வசுக்கள்), a class of gods, Vasus.
*வசூரி, s. (corrupt. of சூரி), smallpox, see வைசூரி.
வசூல், வசூலத்து, s. (Ar.), collection, government's demand upon land.
வசூல்செய்ய, to collect revenue.
வசூல்பாக்கி, arrears.
வசை, s. a fault, குற்றம்; 2. calumny, accusation, stigma, இழிவுரை.
வசைக்கவி, satire.
வசைபேச, –சொல்ல, to scold, to abuse, to calumniate.
வசை, II. v. i. bend, yield, lean, வளை; 2. be enclosed.
வசை, VI. v. t. bend, incline, வளை; 2. surround, encircle, சூழு.
*வச்சநாபி, s. a strong poison.
*வச்சிரம், s. the thunderbolt of Indra, குலிசம்; 2. diamond, வயிரம்; 3. what is very hard; 4. a strong glue made of thoroughly boiled hides of oxen.
வச்சிரக்கேணி, a diamond mine.
வச்சிரப்பசை, joiner's glue.
வச்சிரமணி, diamond.
வச்சிராயுதம், the diamond weapon, thunder bolt.
*வஸ்திரம், வத்திரம், s. a garment, vestment, ஆடை; 2. clothes, dress, உடை.
வஸ்திரகாயம் பண்ண, to sift through a thin cloth.
வஸ்திராபரணம், clothes and jewels.
அங்கவஸ்திரம், an upper garment to cover the body.
*வஸ்து, s. (pl. வஸ்துகள், வஸ்துக்கள்), a thing, substance, a creature, பொருள்; 2. the Being, God.
உப்பு நல்ல வஸ்து, salt is a good thing.
பராபரவஸ்து, God, the Supreme Being.
*வஞ்சகம், s. fraud, deceit, சூது,
வஞ்சகம்பண்ண, to deceive, cheat, வஞ்சிக்க.
வஞ்சகன், an impostor, a cheat.
*வஞ்சம், s. cruelty, violence, கொடுமை; 2. a lie, பொய்; 3. fraud, வஞ்சனை.
வஞ்சம்வைக்க, to foster malicious thought and watch for revenge.
*வஞ்சனம், வஞ்சனை, s. fraud, deceit, வஞ்சகம்; 2. a lie, falsehood, பொய்; 3. hypocrisy, மாயம்; 4. (as வஞ்சினம்), an oath, a vow, ஆணை; 5. see வஞ்சிரம்.
வஞ்சனைபண்ண, to cheat, to deceive.
வஞ்சி, s. a creeping plant, சீந்தில்; 2. a female, பெண்; 3. a kind of stanza, வஞ்சிப்பா.
*வஞ்சி, VI. v. t. (வஞ்சம், வஞ்சகம்), deceive, defraud, embezzle, வஞ்சகம் பண்ணு.
வஞ்சிரம், வன்சிரம், வஞ்சனம், s. the name of a large sea-fish.
*வஞ்சினம், s. an oath, ஆணை, see வஞ்சனம்.
வட, adj. see under வடக்கு and வடம்.
*வடகம், s. a seasoning consisting of onions, cumin etc. dried together, வற்றல்; 2. an upper-garment, மேலங்கி.
வடகம்போட, – இட, to prepare such seasoning.
வடகமாய்க் காய்ந்தவன், one who has pined away by inward heat.
வடக்கு, s. north.
வட, adj. northern.
வடகலை, the religious mark of the northern branch of the Vaishnavas (opp. to தென்கலை); 2. Sanscrit literature.
வடகாற்று, வடந்தை, the north wind, வாடை.
வடகிழக்கு, வடகீழ்த்திசை, north east.

வடகோடு, the northern horn of the crescent moon.

வடக்கத்தியான், an inhabitant of the northern country.

வடக்கே, வடக்காக, வடபுறமாக, northward.

வடமலை, the mountain Tirupati; 2. Mount Meru.

வடமலைவாணன், – வாண்டன், a kind of paddy; 2. Vishnu as residing in this mountain.

வடமொழி, the Sanscrit language or a Sanskrit word.

*வடம், s. a cable, rope for drawing a car, வடக் கயிறு; 2. a string; 3. a string of jewels; 4. Banyan tree, ஆலமரம்.

வடமரம், a Banyan tree.

வடம்பிடிக்க, to pull the cable with which a car is drawn.

வடி, s. palm tree sap, கள்; 2. a rope, கயிறு; 3. emery powder.

வடிகயிறு, a halter for the horse.

வடி, II. v. i. flow downwards, drip down, trickle (as tears from the eyes) distil, fall by drops, ஒழுகு; 2. decrease, be diminished (as water in a river), ebb, flow back to the sea, வற்று; 3. lengthen, நீளு.

ஆறொருமுழம் வடிந்தது, the river is fallen a cubit.

வடிகாது, வடிந்த காது, ears with the perforation much enlarged.

வடிகால், வடிவாய்க்கால். a surplus channel (*opp. to* பாய்ச்சல்கால், irrigation channel).

வடிகை, வடிதல், வடிசல், வடியல், *v. n.* ebbing, decreasing, dropping.

வடிவு, *v. n.* the ebb.

வடி, VI. *v. t.* make to flow, வடியச்செய்; 2. strain, filter, வடிகட்டு; 3. distil, இறக்கு; 4. point a thing, make a sharp point, கூராக்கு.

வடியெண்ணெய், oil extracted from a composition of drugs.

காறுவடிக்க, to sharpen the point of a plough-share.

சோறுவடிக்க, to strain the conjee-water from boiled rice.

வடிகட்டு, III *v. t.* strain, filter, வடி.

வடிப்பம், *s.* beauty, elegance, அழகு; 2. method, eloquence in speech, செப்பம்.

வடிம்பு, *s.* the border or edge of a roof, கூரைச் சாய்வு; 2. edge of a garment.

வடிம்புக் கழி, transverse timbers in a roof.

வடிவம், *s.* form, shape, beauty, வடிவு.

வடிவு, *s.* form, shape, உருவம்; 2. beauty, elegance, அழகு; 3. *mons veneris;* 4. *v. n.* of வடி.

ஒலிவடிவு, articulate sound.

முக்கோணவடிவு, a triangular figure.

வரிவடிவு, a letter, a writing.

வடு, *s.* (*pl.* வடுக்கள்), unripe fruit, very tender mangoes, பிஞ்சு; 2. a scar, mark of a stripe or burn, தழும்பு; 3. taunt, reproach, குற்றம்; 4. a wart, mole, மச்சம்.

வடுப்பட்டிருக்க, to be injured, to be indented, to be stigmatized.

வடுவில்லா மனுஷர், people without blemish.

வடுவும் புள்ளியுமாயிருக்க, to be full of warts and spots.

வடுப்பிஞ்சு, unripe, very tender fruit.

வடுகு, *s.* the Telugu country or language, தெலுங்கு.

வடுகக்காது, large ear-laps artificially made.

வடுகன் (*fem.* வடுகச்சி), a man of Telingana, a Gentu.

*வடை, *s.* a kind of cake.

வட்கு, III. *v. i.* be destroyed, கெடு; 2. be ashamed, வெட்கு.

*வட்டகை, *s.* place or region round about, வட்டாரம்; 2. an enclosed field.

*வட்டணி, VI. *v. t.* make round or circular, வட்டமாக்கு; 2. *v. i.* become circular.

வட்டணிக்க அறுக்க, to cut circularly.

*வட்டம், *s.* circle, சக்கரம்; 2. things of a circular form; 3. cloth, சீலை; 4. revolution of a planet; 5. premium in exchange, discount in money-transactions; 6. place, வட்டகை.

வட்டக்கோல், the periphery or circumference of a circle.

வட்டங் கட்ட, to pay a premium.

வட்டங்கொடுத்து மாற்ற, to exchange money by paying a premium or discount.
வட்டத்துக்குக் கொடுக்க, to lend money at a premium.
வட்டப்பாறை, a round and flat stone or rock, a rocky, barren surface.
வட்டமிட, to pass round, gyrate, hover about as a hawk.
கருடன் வட்டமிடுகிறது, the kite sails round about.
வட்டம் பிரிய, to gain in exchange.
வட்டவடிவு, a circular form.

வட்டா, *s.* (*Hind.*), a bowl, plate, porringer, மல்லே.

வட்டாரம், *s.* a circuit, a surrounding region, வட்டகை; 2. the court-yard of a house, சுற்றுப்புறம்; 3. a house, வீடு; 4. a place in the house where grain is kept, களஞ்சியம்.
வட்டாரங்களிலே விசாரிக்க, to inquire round about.

*வட்டி, *s.* interest on money; 2. cowries, small coin, பலகறை; 3. (வட்டில்), platter.
வட்டிக்குக் கொடுக்க, to lend upon interest.
வட்டிக்கு வட்டி, வட்டிமேல் வட்டி, compound interest.
வட்டிக்கு வாங்க, to borrow upon interest.
வட்டிக்கு வாசிக்கு வாங்க, to borrow with interest or make a discount.
அநியாய வட்டி, கடும் வட்டி, usury.
தர்ம வட்டி, lawful interest.

*வட்டி, VI. *v. i.* be round, வட்டமாகு; 2. swear, ஆணையிடு; 3. *v. t.* distribute or serve out food, பரிமாறு; 4. reprove, கடிந்துகொள்.
அவன் என்னை வட்டித்தான், he reproved me.

*வட்டிகை, *s.* a basket, கூடை; 2. a hand-bell, கைமணி.

வட்டில், *s.* a brass tray, platter, கிண்ணி; 2. a basket, கூடை.

வட்டு, *s.* anything round; 2. a kind of play.
வட்டுக் கருப்புக் கட்டி, *com.* வட்டுக் கருப்பட்டி, a ball of jaggery.
வட்டாட, to play at draughts.

வட்டுவம், வல்லுவம், *s.* a sort of purse to hold betel-leaf, areca-nut and lime.
வட்டுவப்பை, a separate pocket in a purse; 2. a purse of triangular form with several pockets.

*வட்டை, *s.* a way, வழி; 2. a cartwheel without a tyre; 3. the stripes on a tiger's body, வரி.

வணக்கம், *s.* (வணங்கு), adoration, worship, தொழுகை; 2. reverence, respect, சங்கை; 3. submission, பணிவு.
வணக்கமுள்ளவன், a respectful, civil or humble person.
வணக்க வொடுக்கம், ஒடுக்க வணக்கம், good manners.

வணக்கு, III. *v. t.* make submissive, கீழ்ப்படுத்து; 2. bend, வளை.

வணங்கு, III. *v. t.* worship, adore, தொழு; 2. salute respectfully, reverence, சங்கி; 3. *v. i.* submit oneself, பணி; 4. bend, yield (as a plant to the flood), வளை.
வணங்காக் கழுத்து, a stiff-neck.
வணங்கிச் செய்ய, to take much pains in doing a thing.

*வணிகம் (வாணிகம்), *s.* trade, வியாபாரம்.
வணிகன், a merchant, tradesman.

*வணிதம், *s.* goodness, handsomeness, elegance, வடிப்பம்.

வண்டல், *s.* dregs, sediment, mud or mire in tanks, the sediment in water-pots.

வண்டன், *s.* valiant man; 2. a mean wicked fellow, a vagabond, a blackguard, துஷ்டன்; 3. வண்டர், bards.
வண்டத்தனம், a wicked action or lewd course.
வண்டத்தனத்துக்குக் கொடி கட்ட, to boast of wicked actions.
வண்டப் பேச்சு, abusive language.

வண்டி, வண்டில், பண்டி, *s.* a cart, carriage, bandy.
வண்டிக்காரன், a cartman, a driver.
வண்டிக்கால், carriage wheel; a spoke of a wheel.
வண்டிக்குடங் கவிழ்ந்தது, the bandy was upset.
வண்டிச் சத்தம், — வாடகை cart-hire.

வண்டியிலேற, to step into a carriage.
வண்டியின்மேல் போக, to go in a carriage.
சக்கடா (*prop.* சகட) வண்டி, a common cart.
பெட்டி வண்டி, a coach.
வில்வண்டி, a carriage with springs.

வண்டு, *s.* a wasp, chafer or beetle of any kind, சுரும்பர்.
வண்டு கடி, the sting of a wasp; 2. cicatrix of a sting or bite.
வண்டு கொல்லி, the name of a tree whose leaves are used to cure cutaneous eruptions.
சிள் வண்டு, a kind of cricket.
விளக்கு வெட்டி வண்டு, a candle fly.

வண்டை, வெண்டை, *s.* an esculent plant.

*வண்ணம், *s.* colour, வருணம்; 2. way, manner, method, விதம்; 3. a poetical verse, melody, metre, இராகம்; 4. beauty, அழகு.
அவ்வண்ணமாய், அவ்வண்ணமே, so, in that manner, in the same manner.
எவ்வண்ணம், how?
வண்ண மகள், a lady's maid.

வண்ணான், *s.* (*fem.* வண்ணாத்தி), a washerman.
வண்ணாத்திப் பூச்சி, a butter-fly.
வண்ணார் துறை, water side where washermen wash.
வண்ணான் மாற்று, cloths given by washermen in exchange.

வண்மை, *s.* bounty, liberality, ஈகை; 2. quality, property, குணம்; 3. beauty, அழகு; 4. fruitfulness, வளம்; 5. the way, manner, விதம்.

வதக்கம், *s.* (வதங்கு), fading, fatigue, lassitude, wearing away.

வதக்கு, III. *v. t.* make dry, scorch, parch, வாட்டு.
வதக்கிக் கட்ட, to apply scorched leaves to wounds etc.

வதங்கு, III. *v. i.* fade away, wither, grow dry, வாடு.
வதங்கல், that which is withered.

*வதந்தி, *s.* talk, report, rumour, பேச்சு.
லோக வதந்தி, a wide-spread rumour.

*வதம், வதை, *s.* murder, கொலை.

வதவல், *s.* that which is partially dried or parched.
வதவலரிசி, rice not well dried.

வதறு, III. *v. i.* prattle, chatter, மழலை பேச்சு; 2. abuse, திட்டு.

*வதனம், *s.* the mouth, face, countenance, முகம்.

வதி, *s.* சேறு, mire; 2. way, passage, வழி.

*வதி, II. *v. i.* dwell, abide, stay, தங்கு.
வதிதல், *v. n.* tarrying.

வதில், *particle & s.* see பதில்.

வதுக்கு, *s.* (*Tel.* பதுக்கு), good circumstances.
அவனுக்கு வதுக்கு வந்தது, he is now in good circumstances.
வதுக்காயிருக்க, வதுக்குப் பெற்றிருக்க, to be bettered in one's circumstances.

வதுவை, *s.* a recent marriage, புது மணம்; 2. smell, வாசனை.

*வதை, *s.* murder, வதம்; 2. affliction, torment, வாதனை; 3. a honey comb.
வதைபட்டவன், one that is severely vexed.
வதை பண்ண, -செய்ய, to murder, to torment.

*வதை, II. *v. i.* bear affliction or pain, துன்பப்படு.
சாப்பாடில்லாமல் வதைய, to be starving.

*வதை, VI. *v. t.* vex, torment, வாதி; 2. kill, murder, கொல்லு.
ஒருவனை உயிரோடே வதைக்க, to put one to great pain.

*வத்தகம், *s.* see வர்த்தகம், traffic.

*வத்தமானம், *s.* see வர்த்தமானம், news.

வத்தல், *s.* a little boat; 2. *vulg. for* வற்றல், dried vegetable fruit.

வத்தாவி, *s.* Batavia.

*வத்தி, *s.* a wick, வர்த்தி; 2. slander, கோள்.
மெழுகுவத்தி, wax-candle.

*வத்தி, VI. *v. i.* see வர்த்தி.

*வத்திரம், *s.* same as வஸ்திரம், cloth.

*வந்தனம், வந்தனை, *s.* reverence, obeisance, worship, வணக்கம்.
வந்தனம் ஐயா, my respect, Sir.

*வந்தனி, VI. *v. t.* reverence, வந்தனம் பண்ணு.

*வந்தி, வந்தை, வந்தியை, s. a barren woman, மலடி.

*வந்தி, VI. v. t. do homage, salute reverentially, வந்தனி.

வந்து, வந்தேன் etc. see வா.

*வந்தை, s. greatness, பெருமை; 2. see வந்தி.

*வமனம், s. vomiting, சத்திபண்ணல்.

*வமிசம், வம்சம், s. race, lineage, family, வங்கிஷம்.

வம்ச பாரம்பரை, genealogy.

வம்பு, s. ribaldry, obscenity, indecent speech, தீச்சொல், 2. insolence, violence, தீச் செயல்; 3. boasting, bombast, வீம்பு; 4. a quarrel, சண்டை; 5. a kind of cross-tree to which criminals are tied when whipped; 6. a bastard.

வம்படிக்க, to treat one with insolence.

வம்புக்காய், fruit growing out of season.

வம்பு தும்பு, ribaldry and taunting.

வம்புபட்டுப் (வம்பாய்ப்) போக, to get an evil name.

வம்புபண்ண, – செய்ய, to speak or act insolently, to quarrel.

வம்புப் பேச்சு, foul or obscene words.

வம்பன் (*fem.* வம்பி), a nasty, impudent fellow.

வம்மரம் (வன்மரம்), s. a tree, Satinwood.

வயக்கு, III. v. t. train, break in, வசக்கு.

வயங்கு, III. v. i. shine, பிரகாசி; 2. v. t. conduct, manage, நடத்து.

*வயசு, வயது, s. age, time of life, ஆயுள்; 2. the year of one's age; 3. youth, juvenility, வாலிபம்.

பத்து வயதாயிருக்கிறான், he is ten years old.

பத்தாம் வயதிலே, in the tenth year of age.

உனக்கு எத்தனை வயது, how old are you?

வயசுக்காரி, a young woman.

வயசு காலம் *signifies sometimes* youth, *sometimes* old age.

வயது சென்றவன், an old man.

வயது பிள்ளையாண்டான், a youth.

வயணம், s. manner, way, வகை; 2. neatness, நேர்த்தி; 3. circumstance, விவரம்.

சாப்பாடு வயணமாயிருந்தது, the food was nice.

வயணமாய், at large, minutely, neatly.

வயணமாய்ச் சாப்பிட, to eat sumptuously.

வயணமாய்ச் சொல்ல, to speak particularly.

*வயது, s. see வயசு.

*வயம், வசம், s. power, might, வலி; 2. victory, conquest, வெற்றி; 3. state of subjection.

வயத்தன், one in subjection.

வயப்புலி, வயப்போத்து, a lion, சிங்கம்.

வயவன், a hero.

வயல், s. ground fit for the cultivation of rice-corn, a rice field, கழனி; 2. an open field, வெளி.

வயல் காவல், a guard in agricultural fields.

வயனம், s. see வயணம்.

வயா, வயாவு, s. faintness, சோர்வு; 2. pains of child-birth, கருப்பவேதனை; 3. the womb, கருப்பம்; 4. desire, ஆசை.

*வயிடூரியம், வைடூரியம், s. a gem, *lapis lazuli*.

வயிதா, s. (*Hind.*), instalment, வாயிதா.

*வயித்தியம், s. see வைத்தியம், doctoring.

*வயிரம் (வைரம்), s. the heart of a tree; 2. hardness, solidity; 3. a diamond; 4. obstinacy.

வயிரச் சன்னம், – ப்பொடி, diamond dust.

வயிரஞ் சாதிக்க, to bear a grudge and give vent to malice.

வயிரம்போல் இருக்க, to be hard as a diamond.

வயிர மரம், hard or compact wood.

*வயிராகம், வயிராக்கியம், s. see வைராக்கியம்.

*வயிரி, VI. v. i. become hardened, obstinate, கடினப்படு.

வயிறு, s. the belly abdomen, stomach, உதரம்.

எனக்கு வயிற்றை எரிகிறது, I feel a burning sensation in my stomach; 2. I feel excessive grief; I am envious, sorrowful or hungry.

வயிறு கழிய, வயிற்றாலே போக, to have looseness or diarrhœa, to purge.

வயிறு காய, to hunger, to be hungry.

வயிறுதாரி, a glutton.

வயிறு வளர்க்க, to maintain oneself.

வயிற்றுக் கனப்பு, constipation.

வயிற்றுக் காய்ச்சல், hunger.

வயிற்றுப் பிழைப்பு, livelihood.

வயிற்றுப் போக்கு, looseness of the bowels.

வயிற்று வலி, – நோய், belly-ache, stomach-ache.

வயிற்றெரிச்சல், same as எரிச்சல்.

அடி வயிறு, the lower part of the abdomen.

மேல் வயிறு, the upper part or region of the stomach.

*வயோதிகம், s. old age, gray hairs, வார்த்திகம்.

வயோதிகர், old persons, கிழவர்.

வரகு, s. a kind of millet.

கேழ்வரகு, புல்–, பொடி–, different kinds of it.

வரகரிசி, its grain freed from the husk.

வரகஞ் சோறு, boiled வரகு.

வரகு (வரகம்) வைக்கோல், its straw.

வரத்து, s. (வா), income, resources, வருமானம்; 2. revenue, அரசிறை; 3. advent, வருகை; 4. the place where the water flows into a tank; 5. the conflux of the water itself.

இந்தக் குளத்துக்கு வரத்தெங்கே, where is the entry of the water in this pond?

வரத்தாறு, a tributary stream.

வரத்துப்போக்கு, coming and going, frequenting.

போக்கும் வரத்துமாயிருக்கிறது, there is a frequent intercourse.

வரப்பு, s. a ridge to retain water in corn fields, வரம்பு; 2. a limit, border, எல்லை.

வரப்புப் போட, to make ridges.

வரப்போரம், the sloping bank of a field.

*வரம், s. a boon, gift, talent, ஈகை; 2. favour, help, அநுக்கிரகம்.

வரக் கவி, a born poet, a poetic genius.

வரங்கொடுக்க, to grant a boon or a special gift.

வரப்பிரசாதம், divine grace or a spiritual gift.

வரம் பெற்றவன், one with a particular gift or talent.

வரம்பு, s. a low ridge in a tilled piece of ground, அணை; 2. a boundary, limit, extent, எல்லை; 3. a way, வழி; 4. brim, விளிம்பு.

வரம்பில்லா ஞானம், infinite wisdom.

வரம்பு கடக்க, to exceed limit.

வரம்பு கட்ட, to make ridges in a rice field, to embank, to make a dam.

வரலாறு (வரல் + ஆறு, way), வருமாறு, s. source, beginning, origin, மூலம்; 2. circumstances, detail; 3. example in grammar or science, உதாரணம்; 4. a table of contents, அட்டவணை.

வரவு, v. n. (வா), coming, வருகை; 2. income, receipt, வருமானம்.

வரவுக்கும் செலவுக்கும் சரி, the income and the expenditure tally.

வரவிலே எழுத, வரவு வைத்துக்கொள்ள, to enter in the receipt.

*வரன், s. a husband, கணவன்.

வரன்று, III. v. i. sweep along or over the ground, கொழி.

*வராகம், s. a swine, a hog, a boar, பன்றி; 2. an incarnation of Vishnu.

*வராகன், விராகன், s. gold-coin with the figure of a boar, a pagoda worth 3½ Rupees.

வராகனிடை, a gold weight.

வராட்டி, prop. வறட்டி, s. a dried cake of cow-dung for fuel.

வராத்தம், பராத்தம், s. (Ar.), an assignment, an order, கட்டளை; 2. collecting the rents or tribute, வரி வாங்குதல்.

வராத்தக்காரன், a bearer of an order.

வரால் (impr. விரால், விரால் மீன்), s. the name of a fish.

வரி, s. a line, கோடு; 2. tribute, tax, duty, குடியிறை; 3. a spot in the face etc., தேமல்.

வரி பிளந்தெழுத, to interline.

வரிப்புலி, a striped tiger.

வரிவரியாயிருக்க, to be striated.

வரி வாங்க, – தண்ட, to collect or gather tax.
வரி வைக்க, – போட, to impose a tax, to subscribe to a collection.
இரட்டை வரி, a double line.
ஒற்றை வரி, a single line.
சனவரி, தலைவரி, a poll-tax.
முகட்டு வரி, வீட்டு–, a house-tax.

வரி, II. *v. t.* write, draw a line, எழுது; 2. bind in a regular order sticks for covering a hut, வரிச்சல் வரி; 3. tie together the openings of two bags intended to be laid on a bullock, சாக்கு வரி.
வரி கயிறு, a rope to tie the loading of a cart.
வரி குதிரை, a horse that is not saddled.
வரிவடிவெழுத்து, written letters (*in distinction from* spoken letters, ஒலி வடிவு).

வரி, VI. *v. t.* bind, join, கட்டு; 2. smear, paint, பூசு.

வரிசை, *s.* order, regularity, row, rule, ஒழுங்கு; 2. usage, turns or reliefs by which duties or works are done, முறைமை; 3. a present, donation, வெகுமானம்; 4. good circumstances, நற்சீர்.
இன்று என்னுடைய வரிசை, to-day is my turn.
அவ்வாறுபோராக வரிசைப்படுத்த, to rank soldiers in files of six deep.
வரிசை கொடுக்க, to give presents or dowry to a married daughter.
வரிசைக்காரன், an orderly, well-behaved man, an honest man, one whose turn has come for duty.
வரிசைக் கிரமம், order, regularity.
வரிசை தப்பி, irregularly, without order.
வரிசையாய், regularly.

வரிச்சு, வரிச்சல் (வலிச்சல்), *s.* transverse laths or rods tied across a roof.
வரிச்சாணி, வரிச்சலாணி, nails for reapers.
பனை வரிச்சல், palmyra laths or reapers.
புல் வரிச்சல், sticks tied on thatch.

வரியாத்து, *s.* rhubarb.

வருகிறேன், வர, etc. see வா.

*வருக்கம், வர்க்கம், *s.* a class, kind, species, வகுப்பு; 2. a multitude, கூட்டம்; 3. fine order, ஒழுங்கு.
பட்டு வருக்கம், different sorts of silk.
சர்வாயுத வருக்கம், தூப–, கந்த–, see under சர்வம் etc.

*வருச்சி, VI. *v. t.* see வர்ச்சி.

*வருச்சியம் (வர்ச்சம்), *s.* what is to be shunned or abandoned, தள்ளப்படுவது.

*வருஷம், வருடம், *s.* rain, மழை; 2. a year, ஆண்டு.
வருஷந்தோறும், வருஷாந்திரம், வருஷாந்தம், வருஷவாரி, annually, every year.
வருஷப் பிறப்பு, New-year's Day, beginning of a year.
புஷ்ப வருஷம், a shower of flowers.

*வருஷி, வருடி, VI. *v. i.* rain; 2. *v. t.* shower down (flowers, arrows etc.), சொரி.

வருடு, III. *v. t.* stroke, shampoo; 2. beat a musical instrument, தடவு.
வருடல், *v. n.* stroking, chafing.

வருட்டு, III. *v. t.* fortify, encourage, வற்புறுத்து.

*வருணம், *s.* water, நீர்; 2. (வர்ணம், வண்ணம்), colour, நிறம்; 3. a tribe, caste, சாதி.
வருணமிழைக்க, to mix colours for drawing.
வருணம் பூச, – வைக்க, to paint, to colour.
வருணப்பாய், a variegated, coloured mat.
வருணன், Varuna, the god of the waters.
நாலு வர்ணம், the four principal castes.

*வருணனை, *s.* elegant description, சிறப்பித்தல்; 2. praise, panegyric, தோத்திரம்.

*வருணி, வர்ணி, வன்னி, VI. *v. t.* colour a statement, exaggerate, bespeak elegantly, extol, praise, சிறப்பி.

வருகை, *s.* (வா), attendance.
வருதி சொல்ல, to invite through a messenger.

*வருத்தகம், *s.* see வர்த்தகம்.

வருத்தம், *s.* (வருந்து), trouble, affliction, difficulty, all kinds of sickness and pain, துன்பம்.

அதெனக்கு வருத்தமாயிருக்கிறது, it is very hard for me, or painful to me.

வருத்தப் பட, to be troubled, to suffer pain.

வருத்தப் படுத்த, to trouble, vex.

வருத்து, *s.* coming; 2. income, see வரத்து.

வருத்து, III. *v. t.* afflict, vex, துன்பப் படுத்து; 2. cause one to come, வருவி.

வருந்து, III. *v. i.* suffer, be distressed, துன்பமுறு; 2. take pains, முயலு; 3. *v. t.* beg earnestly, urge, press, solicit, கெஞ்சு.

வருந்திக்கேட்க, to solicit.

வருந்திச் செய்ய, to take pains.

வருந்தல், வருந்துதல், *v. n.* being troubled, taking pains, soliciting.

*வருமம், *s.* same as வர்மம், malice.

வருமானம், *s.* (வா), income, source of income.

வருவாய், *s.* (வா), source of income.

வருவி, VI. *v. t.* cause to come, வரச்செய்; 2. (*in gram.*), supply an omission.

எனக்குத் துக்கம் வருவித்தாய், you have caused grief to me.

வரை, *s.* measure, limit, a continuance of time, அளவு; 2. a hill or mountain, மலை; 3. a shore, bank, கரை; 4. lines in the fingers, விரலிறை; 5. a wrinkle in the face, வரி; 6. marriage, விவாகம்.

நாளதுவரைக்கும், இந்நாள் வரைக்கும், up to this day.

ஒரு மாசவரையிலே, within or during a month.

அதுவரையில் போ, go as far as that.

வரையற, without remainder, abundantly.

வரையறை, a boundary

வரையாடு, a mountain sheep.

வரை, II. *v. t.* write, எழுது; 2. paint, draw; 3. exchange, மாற்று; 4. marry, விவாகஞ்செய்.

*வர்க்கம், *s.* see வருக்கம், kind, sort.

*வர்ச்சி, வருச்சி, VI. *v. t.* quit, abandon, avoid, reject, separate, தள்ளு.

புகையிலையை வர்ச்சித்தவன், one who uses no tobacco.

வர்ச்சியகாலம், an inauspicious time.

*வர்ச்சியம், *s.* see வருச்சியம்.

*வர்ணம், வர்ணி, see வருணம், வருணி.

*வர்த்தகம், வருத்தகம், வத்தகம், *s.* trade, traffic, commerce, வியாபாரம்.

வர்த்தகம்பண்ண, to trade.

வர்த்தகன், a merchant, trader.

வர்த்தமானம், வருத்தமானம், வத்தமானம், *s.* matter, business, சங்கதி; 2. news, செய்தி; 3. (*in gram.*), the present tense.

வர்த்தமானகாலம், the present time.

வர்த்தமானி, giver of news, a newspaper.

*வர்த்தனம், வருத்தனம், *s.* increase, பெருகுகை.

*வர்த்தனை, வருத்தனை, *s.* wages, fees, சம்பளம்.

*வர்த்தி, வத்தி, *s.* the wick of a lamp, a candle.

மெழுகுவர்த்தி, a wax-candle.

*வர்த்தி, வருத்தி, வத்தி, VI. *v. i.* increase, grow abundantly, be multiplied, அதிகரி.

வர்த்திப்பு, increase, augmentation.

*வர்மம், வருமம், வன்மம், *s.* malevolence, spite, வைராக்கியம்.

*வர்மி, VI. *v. t.* hate, bear hatred, act from malice, பகை.

வல, VI. *v. i.* become fruitful, strong, பல; 2. *v. t.* bend, வளை; 3. speak, சொல்லு.

வலக்காரம், *s.* lie, பொய்; see under வலம்.

வலங்கமத்தார், *s.* see under வலம்.

*வலங்கம், *s.* a large family, many relations, பாரிசமுசாரம்.

வலங்கை, *s.* see வலம்.

வலசல், *s.* a change of abode by a family.

வலசை, *s.* flying or removing from home for fear of a hostile army.

வலசைவாங்கிப் போக, to fly from home for fear of an enemy.

வலப்பம், பலப்பம், *s.* (*Tel.*), a slate-stone used for writing.

வலம், *s.* the right side; 2. *adj.* right, வல; 3. *vulg. for* மலம்.

வலக்கை, வலதுகை, the right hand.

வலங்குலத்தார், வலங்கையுற்முர், *com.* வலங்கமத்தார், an honorable appellation for Pariahs.

வலங்கை, the right hand, the right hand class.
வலங்கையார், those of the right hand class.
வலசாரி, turning or wheeling to the right.
வலஞ்சுழி, a curl to the right, a curl of hair on the right side of the horse's forehead.
வலது, that which is on the right; 2. see வலம் (*Sansc.*).
வலதுபக்கம், the right side.
வலத்தே, வலபுறமாய், to the right side.
வலம்புரிச் சங்கு, a chank turning to the right.
வலம்புரியாய்ச் சுற்ற, to go round a place upon the right hand.
வலம்போகாதே, do not go too far to the right.

*வலம், பலம், *s.* power.
வலக்காரம், power, might.
வலக்காரம் பேச, to speak ostentatiously.
வலது, what is strong.
வலதாய்ப் பேச, to speak ostentatiously, to boast.
வலவந்தம், வலவந்தரம், வலற்காரம், compulsion, பலவந்தம்.
வலவந்தம்பண்ண, to force.
வலாஷ்டிகன், a powerful person.

*வலயம், *s.* a bracelet, கைக்கடகம்; 2. a circle, வட்டம்.

*வலற்காரம், *s.* see வலவந்தம்.

வலி, *s.* strength, power, வல்லமை; 2. pain, contraction of a limb, convulsions, நோய்.
காக்காய் வலி, -வலிப்பு, the falling sickness, epilepsy.
சிறுவலி, premature pains of a pregnant woman.
தலைவலி, head-ache.

வலி, II *v. i.* be excited, stimulated, முயலு; 2. venture, துணி; 3. stay, தங்கு; 4. *v. t.* force, பலவந்தஞ்செய்.
வலிய, *adv.* (*inf.*), of one's own accord, voluntarily, freely, gratuitously, தானாய்.
வலியச் சண்டைக்குட்பட, to interfere in a quarrel without necessity.
வலியத் தலை தந்தான், he has given his head willingly, *i. e.* he has freely entered into the business.

வலி, VI. *v. i.* (*impers.*), smart, ache, have pain, நோ; 2. (*pers.*), droop, languish, ஏங்கு; 3. agree, உடன்படு; 4. grow stout, திண; 5. *v. t.* pull, draw, attract, இழு; 6. row about, தண்டு வலி; 7. hoist up sails, பாய்வலி; 8. (*in gram.*), substitute a hard for a soft consonant.
எனக்குத் தலையை வலிக்கிறது, my head-aches.
படவைவலிக்க, to row the boat.
காந்தக்கல் இரும்பைவலிக்கிறது, the load-stone attracts iron.
வலித்துக்கொண்டு போக, to go a-rowing.
வலிப்பு, *v. n.* pain, convulsion, rowing.
வலிமாந்தம், convulsion.
வலிமுகம், a monkey.
உள்வலிப்பு, an inward convulsion.
முசல் வலிப்பு, a trembling convulsion.

வலிச்சல், *s.* see வரிச்சல், roof-lath.

வலிமை, வலுமை, *s.* (see also வன்மை & வல்லமை), strength, power, வலம்; 2. hardness, கடினம்; 3. force, வலவந்தம்.
வலிமை (வலுமை) செய்ய, -பண்ண, to force, to act with violence.
வலிய, வலு, *adj.* strong, powerful, valiant; 2. heavy.
வலிய, *adv.* (*inf.*), see under வலி, *v.i.*
வலியது, வலிது, that which is strong.
வலியவன், வலியன், வலுமையான், a powerful person.
வலியார் எளியார், the strong (rich) and the poor.
வலுகட்டாயம், much force.
வலுகிழம், a very old person, animal or thing.
வலுசர்ப்பம், வலியசர்ப்பம், a dragon.
வலுமோசம், a great danger.
வலுவந்தம், வலவந்தம், compulsion, force.

வலு, *s.* strength, வலம்.
வலுவாய்க் கூப்பிட, to cry vehemently.

வலு, *adj.* & வலுமை, *s.* see வலிமை.

வலு, VI. *v. i.* be or grow strong, பல.

வலுக்க, *adv.* (*inf.*), strongly, vehemently.
வலுக்கப்பேசு, speak loud.
வலுத்தது, that which is strong, வலியது.
வலை, *s.* a net.
வலைகாரர், fisher-men.
வலைக் குணுக்கு, metal weights on the lower edge of a net.
வலைபின்ன, to knit nets.
வலை போட, – வீச, – எறிய, to cast a net.
வலைப் பட, to be taken in a net, to become captive.
வலைப் பூச்சி, the spider.
வலையன் (*fem.* வலைச்சி), a fisherman; 2. one of the tribe of people who use nets in the chase, when hunting beasts.
வலையை மடிக்க, to gather the net, to fold it in.
கரை வலை, a draw-net.
வீச்சுவலை, வீசுவலை, a casting net.
*வலோத்காரம், *s.* violence, வலவந்தம்.
வல், *s.* strength, power, பலம்.
வல், வல்ல, *adj.* (வன்மை, வல்லமை), mighty, powerful, hard, வலிய, வலு. *Note:* In வல் the ல் is doubled before a vowel and changed into ன் before some consonants.
வல்லடி, violence, oppression of a king or a powerful man.
வல்லடி அடிக்க, – பண்ண, to use violence.
வல்லடிக்காரன், one that uses violence.
வல்லடியிலே போக, to die suddenly or prematurely.
வல்லடி வழக்கு, an unjust law-suit.
வல்லவன், வல்லான், வல்லாளன் (*fem.* வல்லவி), a mighty person வல்ல பக்காரன்.
வல்லாளர் கண்டன், வல்லாள கண்டன், one powerful among the powerful; 2. a dexterous person.
வல்லினம், the class of hard consonants.
வல்லெழுத்து, a hard consonant.
வல்வாயன், a good speaker, an orator.
வல்விலங்கு, an elephant.
வன்கணம், the hard consonants.
வன்கண், an evil or envious eye.
வன்கண்ணன், an envious man.
வன்கொடியன், a wicked and cruel person.
வன் பிழை, a heinous crime.
வன்மீன், a crocodile.
வன்மொழி, – சொல், a rude or harsh word.
வன்னெஞ்சு, a cruel heart.
வன்னெஞ்சன் (*fem.* வன்னெஞ்சி), a hard hearted person.
சர்வத்திற்கும் வல்ல, almighty.
வல்லபம், *s.* power, might, வல்லமை.
வல்லமை, *s.* power, strength, வன்மை.
வல்ல, *adj.* see வல்.
வல்லவாட்டு, *s.* (*Tel.*), a scarf worn by men.
வல்லவாட்டுப் பிச்சை வாங்க, to wear a scarf and go a-begging.
வல்லவாட்டுப் போட, to put on a scarf.
வல்லாரை, *s.* a medicinal plant.
வல்லார், *s.* neighbours, other people, foreigners, அயலார்.
*வல்லி, *s.* a creeper, படர்கொடி; 2. a measure, அளவு.
வல்லு, III. *v. i.* be able, possible.
வல்லுவம், வல்லுவப்பை, *com.* வட்டுவம், *s.* a large betel-pouch with several partitions.
வல்லூறு, *s.* a hawk, a falcon, இராசாளி.
வல்லை, *s.* a kind of disease; 2. *contraction of* வரவில்லை.
வல்லையம், *s.* a javelin, a lance.
வவ்வரி கோட்டல், *v. n.* striking the lips, shivering from fever.
வவ்வால், வௌவால், *s.* a bat.
வவ்வால் மீன், a kind of flat fish.
வவ்வு, III. *v. t.* snatch, see வௌவு.
வழக்கம், *s.* (வழங்கு), custom, habit, usage, மாமூல்; 2. liberality, ஈகை.
இடதுகை வழக்கமானவன், a left-handed man.
வழக்கச்சொல், a proverb, a word in common usage.
வழக்கு, *s.* custom, usage, manners, வழக்கம்; 2. a quarrel, law-suit, litigation, strife, contention.
வழக்கறுக்க, வழக்குறுத்த, to decide a case.

வழக்காட, to be at law with one another.
வழக்காயிருக்க, to be under dispute.
வழக்காளி, வழக்கன், the parties in a law-suit, the complainant, plaintiff.
வழக்குக்குப் போக, to go to law.
வழக்குக் கேட்க, to hear or try a case.
வழக்குச் சொல்ல, to make a complaint, to state a case in court.
வழக்குத் தீர்க்க, to settle a dispute or law-suit.
வழக்குத் தொடுக்க, to commence a law suit.
அறா வழக்கு, an endless dispute.
எதிர் வழக்கன், the defendant.
ஒருதலை வழக்கு, an *ex-parte* statement.
கணக்கு வழக்கு, dealings, accounts, affairs not yet settled.

வழங்கு, III. *v. i.* pass current (as money or words), be in use; 2. *v. t.* distribute, give, ஈ; 3. use, கையாடு.
சர்க்கரை வழங்க, to distribute sugar as a token of great joy.
அவனுக்குக் கை கால் வழங்காது, he is unable to use his hand or foot.
வழங்காத சொல், a word not in use, an obsolete word.
வழங்காதவன், a miser, a wretched, worthless man.
வழங்கி, a pimp.

வழட்டு, வழற்று, III. *v. t.* scratch the skin from the body.

வழலு, *com.* வழளு, I. *v. i.* be scratched, peal off (as thin skin).

வழவழ, வழுவழு, VI. *v. i.* be slippery, வழுக்கு; 2. babble, speak without meaning, அலப்பு.

வழற்று, *v.* see வழட்டு.

வழி, *s.* a way, a road, நடப்பு; 2. a path, பாதை; 3. a course of conduct, நடை; 4. manner, method, mode, வயணம்.
அவன் வழி போகாதே, do not meddle with him.
வழிகட்டிப் பறிக்கிறவன், a high-way man.
வழிகாட்டி, -த்துணை, a guide, a leader.
வழிகாட்டி மரம், a guide post.
வழி காட்ட, to shew the way, to guide morally.
வழிச்சாரி, நடையான வழி, a trodden path, a beaten way or road.
வழிச் செலவு, money for way expenses; 2. a journey.
வழிதப்ப, -தப்பிப் போக, to go astray, to miss the way.
வழிநடை நடக்க, to walk in the way.
வழிபட, to turn into the good way, to obey; 2. to pay homage, to worship, வணங்கு.
வழிபாடு, adoration, worship; 2. obedience; 3. a way, system, a religious profession, கோட்பாடு; 4. use, custom, habit.
ஸ்திரிகளுக்குரிய வழிபாடு, the custom of women, menses.
வழி பார்க்க, to watch an opportunity; 2. to expect, to look forward to.
வழிப்பயணம், a journey.
வழிப்பயணம் பண்ண, to travel.
வழிப்பறி, robbery on the highway.
வழிப் பிரிவு, a place where two or more ways meet.
வழிப் போக்கன், a way-faring man, traveller.
வழியனுப்ப, as வழிவிட, 1.
வழியாக, *as a prep.* by or through.
உன் வழியாக, by your means, through you.
அந்த வீதி வழியாக, through that street.
வழிவிட, to take leave of any one on a journey after proceeding some distance from respect or attachment; 2. to make a way for water to flow; 3. to contrive a way to relieve from difficulty; 4. to leave the right way.

வழி, II. *v. i.* flow down, trickle down, drip through, ஒழுகு.
வழிந்தோட, to overflow, to diffuse itself.

வழி, VI. *v. t.* rub in with the hand as an ointment, தேய்; 2. scrape, rub off; 3. scour, cleanse, துடை.

வழு, வழுவு, *s.* an error, a mistake, a fault, தப்பு; 2. damage, loss, கேடு;

3. solecism or impropriety of language.
வழுக்கட்டை, stupidity.
வழுக்கட்டைப் பயல், a stupid little boy.
வழுகு, III. *v. i.* see வழுவு.
வழுக்கு, *s.* error, fault, deviation, தவறு; 2. forgetfulness, மறதி; 3. fat, நிணம்.
வழுக்கு, III. *v. i.* be slippery, slide, slip, err, deviate, சறுக்கு.
வழுக்கு நிலம், slippery ground.
வழுக்கை, *s.* the tender pulp of a young cocoanut; 2. baldness, மொட்டை.
வழுக்கைத் தலை, bald head.
வழுதலை, வழுதுணை, *s.* brinjal plant, கத்தரிச்செடி; 2. an impaling stake placed in corn-fields as a warning to thieves.
வழுத்து, III. *v.t.* praise, துதி.
வழுந்து, III. *v. i.* chafe, wear off the skin, காய்ப்பேறு.
வழும்பு, *s.* the shiny mucus on the young of a cow when calved; 2. filth, impurity, அழுக்கு.
வழுவழு, VI. *v. i.* see வழுவழ.
வழுவு, *s.* an error, failure, see வழு.
வழுவு (also வழுகு), III. *v. i.* slip, err, deviate from the right way, தவறு; 2. slide down, slip out of the hand, நழுவு.
வழுவவிட, to allow, to escape, to let slip.
வழுவாமல் பேச, to speak distinctly without being entangled in words.
வழுவாமை, integrity.
வழுவுதல், erring, sliding down.
வழுவுதலான மனுஷன், a person with many short-comings and failures.
காரியத்திற்கு வழுவுதல் வாராமல் பார், see that the thing do not fail of success.
வளப்பம், *s.* richness of soil, fruitfulness, செழிப்பு; 2. greatness, excellence, மாட்சிமை; 3. goodness, நன்மை.
சாதிவளப்பம், the peculiarities of a caste.
வளமை, *s.* fertility, prosperous state, fatness, வளப்பம்; 2. greatness, மாட்சிமை; 3. benefit, kindness, உபகாரம்.
வளம், *s.* abundance, fulness, productiveness, fertility, செழிப்பு; 2. beauty, excellency, மாட்சிமை.
வளமாய்ச் சாப்பிட, to eat of many nice dishes.
வளமான இடம், commodious place.
வளம்பெற்றிருக்க, to be in good circumstances.
*வளயம், *s.* see வளையம்.
வளர், வளரு, II. *v. i.* grow, grow up, increase, grow tall, wax, விர்த்தியாகு.
வளர் பிறை, the crescent moon.
வளர்ந்த ஆள், a full-grown tall person.
வளர்ச்சி, *v. n.* growth, increase.
வளர்த்தி, *v. n.* growth, stature, tallness.
கண்வளர்தல், sleeping.
வளர், VI. *v. t.* bring up, train up, foster, educate, பயிற்று.
வளர் கடா, a ram reared in the house.
வளர்த்த தகப்பன், a foster-father.
வளர்த்த பிள்ளை, a foster-child.
வளர்த்தாள், a wet-nurse, a foster-mother.
வளர்ப்பு, bringing up.
சண்டை வளர்க்க or வளர்த்த, to nurse or pick a quarrel.
தீ வளர்க்க or வளர்த்த, to keep a fire burning.
வீட்டு வளர்ப்பு, a strange child brought up in the house, a foster-child.
வளர்த்து, III. *v. t.* (*caus. of* வளர்), augment, make larger, increase, அதிகரிக்கச்செய்; 2. lay down, கிடத்து.
குழந்தையைத் தொட்டிலில் வளர்த்த, to put a child to sleep in a cradle.
தீ (சண்டை) வளர்த்த, see வளர் VI.
வளவள, VI. *v. i.* same as வழவழ.
வளவு, *s.* a house, வீடு.
வளவுக்குப் போக, to go home.
வளாகம், *s.* a place, இடம்; 2. a circuit, சூழ்ந்திருக்கை.
வளார், *s.* a small branch or twig, a switch, மிலாறு.
வளாவு, III. *v. t.* mix hot and cold together, கல.
நீர் வளாவ, to mix water, to wave water round an offering to an idol.

வளி, *s.* a whirlwind, சுழல் காற்று; 2. a chronic rupture, hernia, ஓதம்.
வளியன், வளிப் பிடிக்கன், வளியிறங்கினவன், one afflicted with rupture.
வளை, *s.* a hole, a rat-hole; 2. a bracelet, கங்கணம்; 3. a chank or shell, சங்கு; 4. a small beam, உத்திரம்.
வளை, II. *v. i.* bend, bow, become crooked, கோணு; 2. be twisted; 3. *v. t.* besiege, surround, environ, சூழ்.
உடம்பு வளையாதவன், a lazy fellow.
உடம்பு வளைந்து வேலை செய்ய, to work hard (bending one's body).
கோட்டையை வளைந்து கொண்டார்கள், they besieged the fort.
வளைதடி, a short curved cudgel.
வளைதல், *v. n.* bending, being crooked.
வளையுளி, வளைந்த உளி, a gonge.
வளைவு, *v. n.* crookedness; 2. a circle; 3. an arch.
வளைவு வளைக்கிறவன், one who makes an arched roof.
வளைவெடுக்க, to straighten what is crooked.
வளை, VI. *v. t.* bend, make crooked; 2. bind, build, கட்டு; 3. hinder, தடு; 4. carry off, steal, வாரு; 5. environ, surround, besiege, சூழ்.
வளைத்து வளைத்துக் கட்டுகிறான், he makes additions to his house round about.
வளைத்துக் கொள்ள, சுற்றி வளைக்க, to surround, to environ.
வளைப்பு, *v. n.* a bend, fold.
வளைப்புக்கு இலக்குப் பார்க்க, to make a plan for a vault.
*வளையம் (வலயம், வளயம்), *s.* a bracelet, an armlet, கைவளை; 2. a boundary, circuit, enclosure, எல்லை; 3. a hoop, a circle, a ring, வட்டம்.
வளையல், வளையில், *vulg.* வளைவி, *s.* glass, கண்ணாடிக்கரு; 2. glass-armlets, bangles, கைவளையல்.
வளையலிட, to put glass bangles.
வளையல் (காய்ச்சுகிற) மண், mineral sand of which glass-bangles are made.
வளையல் செட்டி, வளையற்காரன், a vendor of glass-bangles.
வளையல் தூக்கு, a bundle of glass-bangles.
வள்ளம், *s.* a corn measure of 4 Marcals; 2. a brazen eating dish, வட்டில்; 3. a canoe, a small boat made of the trunk of a tree, தோணி.
வள்ளம் விட, to boat, to go in a boat.
வள்ளல், *s.* one of unbounded liberality, கொடையாளி; 2. one's private affairs in contempt; 3. a kitchen-herb.
உன் வள்ளல் தெரியாதோ, is not your character known?
வள்ளன்மை, *s.* liberality, munificence.
*வள்ளி, *s.* a winding plant; 2. a consort of Subramanya, வள்ளியம்மை.
வள்ளிக்கிழங்கு, சக்கரை வள்ளிக்கிழங்கு, sweet potato.
வள்ளிசு, *s.* beauty, neatness, நேர்த்தி.
வேலை வள்ளிசாயிருக்கிறது, the work is neatly done.
*வள்ளியம், *s.* wax, மெழுகு; 2. pepper, மிளகு.
வள்ளுவன், *s.* one of a respectable class of the Pariah tribe acting as a family priest.
வள்ளுவ சாஸ்திரம், the art of foretelling among the Pariahs.
வறு, VII. *v. i.* grow dry by the sun or by the fire, காய்; 2. grow lean, shrink. சுருங்கு.
வறத்தல், *v. n.* drying, a drought.
வற ஒட்டி, the name of a plant.
வறடு, *s.* (*obliq.* வறட்டின்), dryness, meagerness, வறண்டது; 2. barrenness, sterility, மலடு.
வறடன், one who is very lean, an impotent man.
வறடி, a barren woman.
வறட்டு மாடு, a barren cow.
வறட்சி, *v. n.* (வறள்), drought, dryness, heat of the body.
வறட்சி எடுத்தது, the body is covered with eruption.
நாவு வறட்சி, நாவறட்சி, dryness of the tongue.
வறட்டு, III. *v. i.* dry up, evaporate, காய்; 2. *v. t.* scorch, parch, வறு.
வறட்டிக்கொண்டுபோன நாவு, a tongue grown quite dry.

வறட்டி, வராட்டி, dried cow dung for fuel.
வறட்டிதட்ட, to make cow dung into flat cakes.

வறண்டு, III. *v. t.* scratch with the finger nails or with the talons of a cat etc., பறண்டு; 2. draw away with a rake.
வறண்டி, a rake, harrow, a kind of spatula.

வறள், வறளு, I. *v. i.* grow quite dry, grow very lean, வற.
வறட் காய்ச்சல், burning fever.
வறட் (வறப்) பூலா, a shrub.
வறண்ட நிலம், a dry field.
வறள் (வற) முள்ளிச் செடி, a medicinal thorn bush.

வறிஞர், வறிஞோர், வறியோர், *s.* (வறுமை), the poor, poor people.

வறு, *adj.* see under வறுமை.

வறு, II. *v. i.* be grilled, fried or parched, வறுபடு.
வறல், *v. n.* fried fruit.

வறு, VI. *v. t.* grill, fry, parch, toast, வறட்டு.
அது வறுத்தது பற்றாது, it needs more parching.
வறுபட, to become parched, grilled or roasted.
வறுவோடு, வறையோடு, a potsherd used for parching; 2. a good-for-nothing fellow.

வறுது, III. *v. i.* cling to, paw, பிறாண்டு.

வறுமை, *s.* poverty, தரித்திரம்; 2. emptiness, வெறுமை.
வறிது, that which is insignificant.
வறிய, வறு, *adj.* empty, small, mean.
வறியவன், a destitute man.
வறுங்காலம், time of scarcity, famine.
வறுநிலம், waste ground.

வறை, *s.* (வறு, *v.*), fried meat etc., வறுத் தகறி.
வறைக் காய்ச்சல், fever with great dryness and thirst.

வற்சநாபி, வசநாபி, *s.* a poisonous drug.

வற்ணம், *s.* see வர்ணம்.

வற்பம், *s.* dearness of corn, famine, பஞ்சம்.
வற்பகாலம், time of scarcity.
வற்பத்திலே வைத்துத் தாங்க, to maintain one during famine.

வற்பு, *s.* firmness, strength, உறுதி.
வற்புறுத்த, to insist on, to declare forcibly.

*வற்மம், *s.* same as வர்மம், வர்மி.

வற்றம், *s.* the ebb, வற்று; 2. dryness, வறட்சி.
வற்றவேளையாகிறது, the ebb begins to subside.
ஏற்றவற்றம், the ebb and flow of the tide.

வற்று, III. *v. i.* grow dry, dry up, evaporate, வறட்டு; 2. subside, வடி; 3. become lean, மெலி; 4. wither, உலரு.
குளத்தை வற்றடிக்க, to drain or draw a pond.
முலேயை வற்றடிக்க, to dry up the milk in the breast.
வற்றல், *v. n.* dried fruit or fish.
வற்றல் போட, — இட, to dry fruits.
வற்றாச் சமுத்திரம், an undiminishing sea.
வற்றிப்போன கை, an arm that is shrunk or withered.
வற்று, *v. n.* the ebb.

வனப்பு, *s.* beauty, fairness, grace, elegance, அழகு; 2. ornament in style, அலங்காரம்.

*வனம், *s.* wilderness, an uncultivated open country, காடு; 2. a forest, a grove surrounding a town, சோலே.
வன சஞ்சாரம், — சஞ்சரிப்பு, dwelling or roaming in a forest or wilderness.
வனசரர், வனவேடர், hunters, foresters.
வனசார்பு, a sylvan tract.
வனபூமி, a woodland country.
வனபோசனம், picnic in the woods; 2. a sacred feast held in groves.
வனவாசம், a dwelling or abiding place of a hermit.
வனவாசம்பண்ண, to live in the woods as a hermit.
வனவாசி, a hermit.
வனாந்தரம், a desert, an uninhabited place.

*வனிதை, *s.* a damsel, lady, பெண்; 2. mistress, wife, மனைவி.

வனை, II. *v. t.* form, shape; 2. adorn, அலங்கரி.

வன், *adj*. for this and the compounds see வல்.
வன்பு, *s*. (வல்), strength, வற்பு; 2. thought, கருத்து.
*வன்மம், வர்மம், *s*. malice, grudge, rancour, pique, spleen.
வன்மமாயிருக்க, to be malevolent.
வன்மம் வைக்க, to bear a grudge against one.
வன்மி, a person that bears a grudge.
*வன்மி, VI. *v. i*. be hardened in mind.
வன்மை, *s*. strength, வல்லமை; 2. violence, வலோத்காரம்; 3. hardness, கடினம்; 4. emphasis, force, சொல்லழுத்தம்; 5. thought, attention, கருத்து.
வல், *adj*. see separately.
*வன்னம், *s*. see வண்ணம், வர்னம், colour.
*வன்னி, *s*. fire, தீ; 2. the Suma tree, வன்னிமரம்.
*வன்னி, VI. *v. t*. see வருணி.
வன்னியச்சாதி, *s*. a certain tribe in the district of Madura and Trichinopoly; 2. the பள்ளி caste.
வன்னியன், a man of that caste.

வா

வா (*hon*. வாரும்), *imper. of the irreg. intr. verb*. வருகிறேன் (*com*. வாறேன்), வந்தேன், வருவேன், வர, come; 2. happen, occur, சம்பவி; 3. come to mind, தோன்று; 4. *as an auxiliary verb it expresses* continuation or reiteration.
உபகாரங்களைச் செய்து வர, to bestow favour all along or from time to time.
அப்படிச் செய்வோம் வாருங்கள், come let us do so.
எனக்கு நினைவு வந்தது, I just remembered.
ஒருவனை வரச் சொல்ல, to bid one to come.
ஒருவனை வரப்பார்த்துக் கொண்டிருக்க, to expect one, to wait for one.
நீ வந்தகாரியம் என்ன, what is the object of your coming?
அனுப்பப்பட்டதை வரப்பற்றிக் கொள்ள, to receive what has been sent.
இது அதினாலே வந்தது, this is come of it.
அவனுக்கு இங்கிலிஷ் பேச்சு வருமோ, can he speak English?
அவனுக்கு வலது கை வராது, he has no use of his right arm.
அப்படி வரும், so it will happen, that will be the event.
உன்பேரிலே எனக்குப் பணம் வரவேண்டும், you owe money to me.
பணம் வந்தது, the money is come in.
வரப்போகிறவைகள், future events.
வரவர, by degrees, gradually, at length.
வரவு, வரத்து, வரலாறு, see separately.
வராத நாள், days of absence.
வருகிற (வாற) வெள்ளிக்கிழமை, next Friday.
வருகை, வரல், *v. n*. coming, advent.
வருகை நாள், the time for arriving.
வருங் காரியம், coming event.
வருங்காலம், future time, future tense, the expected time of one's coming.
வருதி, *v. n*. attendance.
வருதிசொல்ல, to invite through a messenger.
வருதிக் கணக்கு, list of attendance.
வருமாறு, வரலாறு, way, manner.
அவை வருமாறு, they are as follows.
*வாகடம், *s*. a medical book, medical science, வைத்திய நூல்.
வாகட சாஸ்திரம், medical science.
*வாகனம், *s*. a wagon, vehicle, conveyance of any kind (as a horse, carriage etc.); 2. cloth tied in bundles, சீலைக்கட்டு.
வாகு, *s*. beauty, அழகு; 2. good order, ஒழுங்கு.
எனக்கு வாகுவழி தெரியாது, I do not know how to do the work or to get on.
வாகன் (*fem*. வாகி), a fine looking man, a well-behaved person.
வாகாயிருக்க, to be nice and fair.
வாகெடுக்க, to part the hair in a line from the crown of the head towards the nose.
*வாகு, *s*. shoulder, தோள்.
வாகுவலயம், a kind of epaulet.
வாகை, *s*. a tree whose leaves are medicinal, the mimosa tree; 2. a garland of mimosa flowers, one of the eight kinds of வெற்றி மாலை.

*வாக்கியம், s. a sentence, வசனம்; 2. an aphorism, a wise saying, பழமொழி.

அபவாக்கியம், an inauspicious or ominous expression.

சுபவாக்கியம், an oracular indication of good.

மூலவாக்கியம், original text.

தேவவாக்கியம், an inspired speech, passage or text.

வாக்கு, s. manner, way, விதம்; 2. side, direction, பக்கம்.

உடம்பு ஒருவாக்காயிருக்கிறது, my body is a little out of order.

கிடந்தவாக்கிலே கிடக்கட்டும், let him (it) remain so.

வாக்குக் கண், squint eyes.

*வாக்கு, s. word, வார்த்தை; 2. the mouth, வாய்.

வாக்குப் புறப்பட்டது, the word is spoken or come out of the mouth.

அவன் வாக்கிலே கேட்டேன், I heard it from his mouth.

வாக்குக் குற்றம், a fault in speech.

வாக்குக்கெட்டாதது, that which is unspeakable.

வாக்குக் கொடுக்க, – இட, – ச்சொல்ல, –ப்பண்ண, to promise, to declare.

வாக்குச் சகாயம் பண்ண, to speak in one's behalf, to recommend.

வாக்குத் தத்தம், a promise.

வாக்குத்தத்தம் பண்ண, to promise.

வாக்குத்தப்ப, –ப்புரள, – மாற, to fail in a promise.

வாக்கு மூலம், a deposition made before a justice or before arbitrators.

வாக்கு வல்லபம், eloquence.

வாக்குவாதம், a disputation, quarrel.

வாங்கு, s. a kind of dagger, சுரிகை; 2. (*for.*), a bench, a seat, வாங்கு பலகை.

வாங்கு, III. v. t. receive, take a thing given or delivered, பெறு; 2. buy, கொள்; 3. bend, வளை; 4. draw back, retract, பின்வாங்கு.

விலைக்கு வாங்க, to buy.

ஒருவனைக் கையை வாங்க, to cut one's hand off.

உன் கையை வாங்கு, take away your hand.

அவனுக்கு வாங்குவாங்கென்று வாங்குகிறது, he purges incessantly.

அவனை வாங்கு வாங்கென்று வாங்கினான், he gave him a good thrashing.

சுவர் சற்று வாங்கிற்று, the wall has given way a little.

வாங்கல், v. n. receiving; 2. buying; 3. bending; 4. untoward feeling, misunderstanding.

இருவருக்கும் வாங்கலாயிற்று, they have fallen out with one another.

வாங்கலிலே நிறுத்த, to withhold intercourse through misunderstanding.

வாங்காமல், incessantly, without intermission.

வாங்கிப் போக, to go off or cease.

தண்டுவாங்கிப் போயிற்று, the army has decamped.

நோவு வாங்கிப் போயிற்று, the pain has ceased.

வாங்கிப் போட, – விட, to take off, to remove.

ஒருவனுக்கு உத்தியோகத்தை வாங்கிப் போட, to dismiss one from office.

தலையை வாங்கிவிட, to behead a person.

வாங்கி, a pimp.

கொடுக்கல் வாங்கல், dealing, selling and buying; 2. intermarriage.

*வாசகம், s. sentence, composition, a word, diction, வசனம்; 2. prose, வசன நடை; 3. a letter, epistle, கடிதம்.

அது வாசகமோ கவியோ, is it prose or verse?

வாசகங் கட்ட, to compose sentences.

வாசகஞ் சொல்ல, to repeat sentences in prose.

வாசகப்பா, a dramatic play.

வாசகப் புஸ்தகம், a reading book for learners.

வாசகன், a speaker.

சத்திய வாசகன், ஒருசொல் வாசகன், a man of veracity, a one-word-man.

மேல் வாசகம், the superscription of a letter, மேல்விளாசம்; 2. a copy book.

*வாசம், s. house, dwelling place, habitation, வாசஸ்தலம்; 2. smell, perfume, வாசனை.

வாசம் செய்ய, — பண்ண, — வசிக்க, to dwell, to inhabit, to live.
வாசர், *pl.* sojourners; 2. hermits.
வாசி (*in comb. as* வனவாசி), a dweller, an inhabitant.
சகவாசம், familiarity, cohabitation.
வனவாசிகள், the inhabitants of a wilderness.

வாசல், *s.* a doorway, the entrance into a house, the gateway, வாயில்; 2. the inner house-yard.
வாசற் கதவு, the door that closes the entrance.
வாசற் காப்பான், a porter, door-keeper.
வாசற் கூடு, — கால், the door-frame.
வாசற் படி, the door-sill, the doorway.
வாசற் பிரதானி, the chief minister of a king.
கோட்டை வாசல், the fort-gate.
சாளர வாசல், a window.
தலை வாசல், the front door.
திருவாசல், a choultry, a public hall.
தெருவாசல், the street door.

*வாசனை, *s.* a smell, flavour, fragrance, மணம்; 2. abode, இருப்பிடம்; 3. knowledge, அறிவு; 4. reading, வாசிப்பு.
வாசனை கட்ட, to perfume.
வாசனைத் திரவியம், — ப்பண்டம், spices, aromatics.
வாசனையடிக்க, to smell, to give an odour.
வாசனையற்றுப் போயிற்று, the smell is gone.
வாசனையானது, that which is well scented.
வாசனை விட, to yield a fragrant smell.
இயற்கை வாசனை செயற்கை வாசனை, natural and acquired habits.
எழுத்து வாசனை, reading and writing.

*வாசா, *s.* speech, வாய் விசேஷம்.
வாசாமகோசரம் (அகோசரம்), that which is beyond the power of language.

வாசாப்பு, *s.* a comedy, a play (*prop.* வாசகப்பா which see).
வாசாப்புக் கட்ட, to write a comedy.
வாசாப்புக்கட்டி ஆட, to perform a play on the stage.

*வாசாலம், வாசாலகம், *s.* talkativeness.
வாசாலன், வாசாலகன், a talkative man, an eloquent man.

வாசி, *s.* quality, nature, தன்மை; 2. what is preferable or excellent, உத்தமம்; 3. health, convalescence, சுகம்; 4. quantity, portion, வீதம்; 5. discount; 6. reason, cause, நிமித்தம்; 7. ee under வாசம்.
வியாதிக்காரன் வாசியாயிருக்கிறான், the patient is better.
வியாதி வாசியாய்ப்போயிற்று, the disease is cured.
இதிலும் அது வாசி, that is better than this.
நீ வாராதவாசி காரியங் கெட்டது, the business failed because you did not come.
அளவு வாசி கண்டது, by measure there has been an excess.
வாசியாக்க, to cure.
அரைவாசி, half part.
ஆனவாசி, for that reason.
கால்வாசி, a fourth part.
நடைவாசி, additional wages for carrying earth beyond a certain distance.
நிலவாசி, nature of the soil.
முழுவாசி, the whole.

*வாசி, *s.* a horse, குதிரை.

*வாசி, VI. *v. t.* read, படி; 2. learn, கல்; 3. play on a musical instrument.
வாசிக்க அறிந்தவன், — த்தெரிந்தவன், one who knows how to read.
வாசிப்பு, *v. n.* reading, வாசனை.

*வாசிகம், *s.* news, message, செய்தி.

*வாசிகை, *s.* a garland, மாலை.

வாசீப், *s.* (*Hind.*), propriety of conduct, ஒழுக்கம்.

*வாச்சி, வாய்ச்சி, *s.* carpenter's adze.

*வாச்சியம், *s.* musical instruments, வாத்தியம்.

*வாஸ்தவம், வாஸ்துவம், *s.* reality, யதார்த்தம்.
இதுதான் நடந்த வாஸ்தவம், just so it has happened.
வாஸ்தவமான காரியம், a true fact.

*வாஞ்சனை, *s.* see வாஞ்சை.

*வாஞ்சி, VI. *v. t.* desire, wish, long for, hanker after, ஆசி.

*வாஞ்சை, வாஞ்சனை, a passionate longing, great desire, eager wish, ஆசை.

*வாடகை, வாடை, *s.* rent, hire, anchorage, குடிக்கூலி.

வாடா (வா + அடா, *fem.* வாடி), come sirrah (*used in calling a slave or serving person*).

வாடாப் பணியாரம், *s.* a kind of oil cake.

*வாடி, *s.* an enclosure, a fenced place, அடைப்பு; 2. see வாடா.

உப்புவாடி, salt godown.

தச்சவாடி, carpenter's workshop.

வாடிக்கை, *s.* (*Tel.*), custom, usage, habit, வழக்கம்.

வாடு, III. *v. i.* wither, fade, die away (as a plant), சோம்பு; 2. shrink, grow dry, வதங்கு; 3. be emaciated, grow weak, மெலி; 4. be sad, pine away, சோர்.

வாடல், *v. n.* withering, fading.

வாடல் வெற்றிலை, dried betel-leaf.

வாடாமல்லிகை, an amaranth.

வாடாமல் வைக்க, to preserve from drying up.

வாடை, *s.* the north wind, வடகாற்று; 2. fume, effluvia, scent, வாசனை; 3. street, தெரு; 4. the side of a street, தெருவின் பக்கம்.

வாடையடிக்கிறது, the north wind blows.

நேர் (நெடு) வாடையாய் அடிக்கிறது, due northerly wind blows.

வாடையிலே ஓட, to sail with the north wind.

கிழண்டை வாடை, the east side of the street.

வாட்டம், *s.* slope of a ground, roof etc. which allows the water to flow off, சாய்வு; 2. (வாடு), dryness, வாடுகை; 3. leanness, மெலிவு

முகவாட்டம், a sad countenance.

வாட்டி, *s.* (*colloq.*), a time, turn, தடவை.

மூன்று வாட்டி, three times.

வாட்டு, *s.* that which is handsome, reasonable; 2. what is just, right, lucky.

குருவியை வாட்டாய்ப் பிடித்தேன், I caught the bird luckily.

இந்தத் தொழில் எனக்கு வாட்டாயிருக்க வில்லை, this business does not suit me.

வாட்டாய் வாங்க, to buy cheap.

வாட்டு. III. *v. t.* cause to wither or fade, உலர்த்து; 2. vex, afflict, வாதி; 3. make lean, மெலி.

நெருப்பிலே வாட்டு, dry it by the fire.

உடம்பை வாட்ட, to mortify the body excessively.

ஒருவனுடைய சிவனை வாட்ட, to vex one excessively.

*வாணம், பாணம், *s.* an arrow, அம்பு; 2. a rocket, fire work.

வாணங்கட்ட, to make rockets.

வாணக்காரன், one that makes rockets.

வாணம்விட, -கொளுத்தியெறிய, to throw rockets.

ஆகாச வாணம், sky-rocket.

சக்கர வாணம், wheel-rocket.

தேர்வாணம், rockets tied in the form of a car.

படைவாணம், war-rocket.

பூ வாணம், a rocket emitting sparks like flowers.

வாணன், *s.* a prosperous man.

கவிவாணன், a distinguished poet.

வாணள், *s.* (வாழ் + நாள்), life-time.

வாணாளை வாட்ட, to vex one cruelly.

*வாணி, பாணி, *s.* word, language, சொல்; 2. Sarasvati.

ஆகாச வாணி, a voice from heaven, a divine oracle.

*வாணிகம், வாணிபம், வாணியம், *s.* trade, traffic, commerce, வியாபாரம்.

வாணிபர், வாணிகர், merchants.

வாணியன் (*fem.* வாணிச்சி), a man of the oil-monger caste.

வாணுதல், *s.* (வாள் + நுதல்), a shining forehead.

*வாதம், *s.* wind, air, வாயு; 2. one of the humours of the body, flatulency inducing melancholy, hypochondriasis; 3. rheumatism, gout, வாயு நோ; 4. alchemy, இரசவாதம்; 5. disputation, discussion, தருக்கம்.

வாதக் காய்ச்சல், a fever occasioned by humidity.

வாதக் காலன், கையன், one who is paralytic in his legs or arms.

வாத சரீரம், a bloated body.
வாத சூலை, arthrites or gout from cold humours.
வாத நீர், rheumatic humours, flatulency.
வாதபித்த சிலேட்டுமம், flatulency, bile and phlegm, the three humours of the body as causing melancholy, bilious distemper and phlegmatic temper.
வாதயுத்தம், contention in argument, disputation.
வாதரோகம், — நோய், வாதாதி ரோகம், acute rheumatism or gout.
கறட்டு (நரித்தலை) வாதம், a wen.
திமிர் வாதம், இளம்பிள்ளை —, குதி —, வாக்கு —, see in their places.

*வாதனை, s. pain, வேதனை; 2. impediment, தடை.

*வாதி, s. (வாதம்), a disputant, தருக்கி; 2. a complainant, plaintiff in a law-suit.
பிரதிவாதி, defendant.
வாதிபட்சம், plaintiff's side or part.

*வாதி, III. v. t. torment, vex, trouble, afflict, plague, வருத்தப்படுத்து; 2. argue, dispute, தர்க்கி; 3. discourse, discuss, பேசு; 4. conduct a law-suit, வழக்காடு.

*வாது, s. (வாதம்), disputation, discus sion, தர்க்கம்; 2. a dispute, quarrel, சண்டை.
வாதாட, to dispute, to wrangle.
வாதுக்காரன், a disputant, quarreller.

வாதுமை, s. almond-tree.
வாதுமைக் கொட்டை, almonds.

*வாதை, s. affliction, torment, plague, உபாதை; 2. sickness, pain, நோய்.
வாதைதப்பட, to suffer pain, to be afflicted.

*வாத்தி, உவாத்தி, உபாத்தி, s. (*hon.* வாத்தியார், *pl.* வாத்திமார், *fem.* வாத்திச்சி), a school master, see உபாத்தி.
வாத்திமைத் தொழில் பண்ண, to keep a school.

*வாத்தியம் (*poet.* வாச்சியம்), s. any musical instrument.
வாத்தியம் வாசிக்க, to play upon a musical instrument.

வாத்து, s. (*for.*), a goose, பெருந்தாரா; 2. a duck, தாரா.
குள்ளவாத்து, a duck.

*வாந்தி, s. vomiting, ejecting from the mouth, ஒக்காளம்.
எனக்கு வாந்தியாயிற்று, I have vomited.
வாந்திக்கு வாங்க, to take an emetic.
வாந்திபண்ண, — எடுக்க, to vomit.
வாந்தி பேதி, cholera.

*வாந்தி, VI. v. i. vomit, ஒக்களி.

வாபஸ், வாப்ஸ், s. (*Pers.*), returning, refunding.
வாபஸ்செய்துபோடு, return it.

வாயல், s. side, பக்கம்; 2. same as வாயில்.

வாயில், *com.* வாசல், s. a door-way, a gate-way, entrance; 2. the organs of sense, பொறி; 3. the mouth and other avenues to the body, நவத்துவாரம்.
வாயிலாளர், வாயில் காப்போர், doorkeepers.

*வாயு, வாயுவு, *com.* வாய்வு, s. wind, air, காற்று; 2. wind in the system, flatulency, windiness.
என் பக்கத்திலே ஒரு வாய்வு பிடித்திருக்கிறது, there sticks a wind in my side.
வாயுகொள்ள, to have flatulency in the bowels.
வாயு பகவான், god of the wind.
வாயு பூதம், atmosphere.
வாயு மண்டலம், the region of the wind.
வாயு மூலை, north-west.
வாயுவைப் பிடிக்கிற மருந்து, a medicine that dissipates flatulency.

வாய், s. the mouth, வாக்கு; 2. a mouthful; 3. the opening or mouth of a bag, pot, cave, wound etc.; 4. place, இடம்.
வாயை மூடு, hold your tongue.
கன்றுக்குவாய்ப்பூட்டுப் போட, to muzzle a calf.
உனக்கு வாயெழவில்லையே, you cannot say a word, your mouth is stopped.
ஒரு வாய் சாதம், a mouthful of rice.
வாயடிக்க, to chatter, to deny the fact or the debt.
வாயாடி, வாயாடுகிறவன், a pratler; 2. an impertinent, quarrelsome fellow.

வாயாவி, the breath of the mouth.
வாயாவிபோக்க, to yawn, to speak vainly.
வாயில் (வாயால்) எடுக்க, to vomit.
வாயிலே போட்டுக்கொள்ள, to injure one by embezzling his property.
வாயில்லாச் சீவன், dumb animals.
வாயுபசாரம், flattery, empty compliments.
வாயெடுக்க, to begin to speak.
வாய்கட்ட, to silence one; 2. to charm a snake or beast so as to prevent its biting; 2. to abstain from improper food when dieting.
வாய்க்காடி வார்த்துக் கொண்டிருக்க, to be very mournful or sorrowful.
வாய் கொடாமலிருக்க, to be unwilling to exchange words.
வாய்க் கணக்கு, mental arithmetic.
வாய்க்குள்ளே பேச, to mumble, to mutter.
வாய்க் கொழுப்பு, arrogance, insolence.
வாய்க் கொழுப்பாய்ப் பேச, to boast, to talk insolently.
வாய்ச் சாலகன், an eloquent speaker, an orator.
வாய் நீர், *vulg.* வாணி, saliva, spittle.
வாய் (வாய் நீர்) ஊற, to slaver.
வாய் நீர் வடிய, – ஒழுக, to drivel, to drop saliva from the mouth.
வாய் பொத்த, – புதைக்க, to shut the mouth with the palm of the hand.
வாய்ப் பட்டி, a chattering woman, a shrew.
வாய்ப்பாடம், lesson learnt by heart.
வாய்ப்பிறப்பு, a saying, a declaration.
வாய் மட்டம், level to the brim.
வாய் விசேஷமாய், verbally, by word of mouth.
வாய் விட, – விட்டுச் சொல்ல, to speak freely; 2. to divulge secrets.
வாய்விட்டழ, to roar or wail like a child.
வாய் வெட்ட, – வெட்டு வெட்ட, to overcome in argument.
சந்துவாய், the joint or place of joining boards etc.
தூற்றுவாய், the windward side in winnowing.

வாய், VI. *v. i.* succeed, prosper, சித்தி; 2. obtain, realize, கிடை; 3. join, unite, பொருந்து.

காரியம் நன்றாய் வாய்த்தது, the thing has succeeded well.

இத்தோடே அந்தப் பலகை வாய்க்க இல்லை, that plank does not fit well with this.

வாய்த்த, *adj. part.* excellent.
வாய்ப்பு, *v. n.* success, realization, fitness.

வாய்ப்பாய் வந்து நேரிட, to come in time.

வாய்க்கால், கால்வாய், *s.* a channel; 2. water-course.

வாய்க்காலுக்குப் போக, to go to ease nature.

வாய்தா, வாயிதா, *s.* (*Ar.*), a fixed time for paying tax, or quit-rent, தவணை; 2. land revenue for the term, வாயிதாப் பணம்.

வாயிதா தப்பிப்போயிற்று, the term has expired.

வாய்தா கட்ட, – செலுத்த, to pay tax.

வாய்மை, *s.* truth, உண்மை; 2. word, சொல்; 3. strength, வலி.
வாய்விளங்கம், வாயு விளங்கம், *s.* a medicinal seed.
*வாய்வு, *s.* see வாயு.
வாரக்கம், *s.* advance of money to cultivators; 2. money to a soldier on enlisting.
வாரடை, *s.* (வாரு), a shred of palm leaf taken off length-wise.
*வாரணம், வாரணை, *s.* impediment, தடை; 2. a coat of armour, கவசம்; 3. a shield, கேடகம்; 4. a jacket, சட்டை; 5. an elephant, யானை; 6. a domestic fowl, கோழி; 7. sea, கடல்; 8. chank, சங்கு; 9. a hog, பன்றி.
*வாரணசி, *s.* Benares, காசி.
*வாரம், *s.* a week or a day of the week, கிழமை; 2. part, portion, பங்கு; 3 rent of land, நிலவாரம். The seven days of the week are: ஆதித்தவாரம், ஆதி–, Sunday, சோம–, Monday, மங்கல–, Tuesday, சௌமிய–, புத–, Wednesday, குரு–, Thursday, சுக்கிர–, Friday, சனி–, Saturday.

வாரக்குடி, a cultivator of the soil; 2. one who cultivates for rent.

வாரத்திட்டம், the regulated shares of the produce of a field between the parties.
வாரத்துக்கு வளர்க்க, to rear fowls etc. on shares.
வாரத்துக்கு விட, to let out a land for a share of the produce.
வாரம் பிரிக்க, to divide the shares of the produce.
வாரம் வாரம், weekly.
உடைவாரம், the whole of the produce.
குடிவாரம், the part of the produce that belongs to the cultivator.
மேல்வாரம், the part of the produce that belongs to the landlord.

வாராவதி, *s.* (*Tel.* வாரதி), a bridge, பாலம்.

வாரி, *s.* a comb, சீப்பு; 2. a rake, குப்பை வாரி; 3. a plank across a dhoney.

***வாரி**, *s.* water, நீர்; 2. a reservoir, sea, கடல்; 3. a flood, torrent, வெள்ளம்; 4. abundance, மிகுதி.
பெருவாரி விளைந்தது, a great crop is grown.
பெருவாரி, பெருவாரிக் காய்ச்சல், an epidemic, a pest, a plague.
மேலெழுந்தவாரி, superficialness, indifference.

வாரு, III. *v. t.* take up by the handful, அள்ளு; 2. sweep off, remove people in great numbers out of the world, திரளாய்க் கொண்டுபோ; 3. carry off, steal, கவரு; 4. gather, சேர்த்துக்கொள்; 5. shave a palmyra leaf for writing; 6. comb the hair, சீவு.
பேதி அநேகரை வாரிக்கொண்டு போயிற்று, cholera has taken away many.
வாரிப் போட, to throw sand, earth etc.; 3. to take away.
வாரியடிக்கிற காற்று, வாரிக்-, a high wind that blows things away, a storm.
வாரி யிறைக்க, to scatter abroad; 2. to give liberally.
வாரியேறிட, to sweep off from the ground.
வாருகோல், a broom.

வாரை, *s.* a beam, உத்திரம்; 2. a pole for carrying burdens, காவுதடி.
வாரை விட்டம், - வட்டம், a beam for supporting the roof.

வார், *s.* a girdle, கச்சு; 2. length, நீளம்; 3. a thong of leather, shoe-tie, தோல்வாரி.
வாரிட, to cut in slips or slices.
வார்க்கச்சை, a girdle of leather.
வார்க் கயிறு, a braided leather-thong.
கல்லணைவார், stirrup-leather.

***வார்**, *s.* water, நீர்.

வார், II. *v. i.* flow down, drop, ஒழுகு; 2. rise high, உயரு; 3. lengthen, நீளு; 4. *v. t.* remove from a surface; 5. comb the hair, சீவு; 6. shave a palmyra leaf for writing, வாரு.
வார்காது, ears with the perforation enlarged.

வார், VI. *v. t.* pour, infuse, ஊற்று; 2. cast metal in a mould.
ஒருவனுக்குக் கஞ்சி வார்க்க, to feed and support one.
வார்ப்பது வார்க்க, to pour out for a guest.
வார்ப்பு, - வேலை, வார்ப்படம், casting metals.

வார்ஸ், *s.* (*Ar.*), claim, heirship, பாத்தியம்.
வார்ஸ், வார்ஸ்தார், a claimant, an heir.
வார்ஸ்நாமா, a deed of transfer of one's right.

***வார்த்தகம்**, வார்த்திகம், *s.* old age, infirmity of old age, விருத்தாப்பியம்.

***வார்த்தை**, *s.* news, a word, வசனம்.
வார்த்தை கொடுக்க, to speak, to talk, to promise.
வார்த்தை பிசக, to fail in one's word.
வார்த்தைப்பாடு, a promise, an engagement by word.
வார்த்தைப்பாடு கொடுக்க, to give a promise.
வார்த்தைப்பாடு செலுத்த, to fulfil a promise.
வார்த்தையைப் புரட்ட, to pervert the meaning of a word.

வார்ப்படம், *s.* same as வார்ப்பு, casting.

வார்ப்பி, VI. *v. t.* cause to cast metals.
வார்ப்பித்த சுரூபம், a molten image.

வார்மை, *s.* (*in comb.*), decorum.

வார்மை சீர்மையறியாதவன், a man unacquainted with polite manners.
வார்நாமா, வார்னுமச் சீட்டு, s. (*Ar.*), a bill of lading, ஏற்றுமதி ரவாணு.
வார்நாமச் சரக்குகள், goods sent by sea for freight.
*வால, *adj*. juvenile, young, பால.
வாலசிங்கம், a young lion.
வால சிநேகம், வாலிய –, attachment or friendship formed in early life.
வால சூரியன், the rising sun.
வால வயசு, youth, tender age, juvenility.
வாலன், வால வயசுள்ளவன், a youth, a lad.
வாலறிவன், s. (வால்), one of pure intelligence, an epithet of the deity, கடவுள்.
வாலாமை, s. (வால்), impurity.
வாலாயம், s. cat's eye, வைரீயம்; 2. (*Tel.*), too much familiarity.
*வாலிபம், வாலியம், s. youth, juvenility, பாலியம்.
வாலிப காலம், youthful years of a person.
வாலிபன் வாலியன், a youth, lad, young man.
வாலே, s. a still, திராவகம் வடிக்கும்பாத்திரம்.
வாலேயிறக்க, to distil.
*வாலே, s. a young girl.
*வால், s. tail, trail, train, தோகை; 2. purity, clearness, சுத்தம்; 3. whiteness, வெண்மை.
குதிரை வாலே வீசுகிறது, the horse wags the tail.
வாலறுத்த குதிரை, a crop-tailed horse.
வாலாட்ட, to wag the tail, to do mischief, to assume authoritative airs.
வால் நட்சத்திரம், – மீன், comet.
வால் மிளகு, long pepper.
வாற்கோதுமை, barley.
வாவல், s. a bat, வெளவால்; 2. v. n. of வாவு, jumping over.
*வாவி, s. a tank, reservoir, தடாகம்.
வாவு, s. vacation, school-holiday.
வாவுவிட, to give a holiday.
வாவு, III. v. t. jump over, gallop, தாண்டு.

வாழை, s. plantain tree; 2. its fruit. *Its different varieties are:* இரசதாளி வாழை, *com.* இரஸ்தாளி –, a plantain of sweet flavour; பூவன் –, another kind of flavorous plantain; கரு –, a kind of black plantain; கொட்டை –, a plantain having seeds; செவ் –, a kind of red plantain; பேயன் –, an inferior but medicinal kind of plantain; மொந்தன் –, a large variety etc.
வாழைக் கச்சல், unripe plantains that are very tender.
வாழைக் கன்று, – கண்ணு, a young plant of the tree.
வாழைக்காய், unripe plantains.
வாழைக் குலே, – த்தாறு, an entire cluster of plantains.
வாழைச் சீப்பு, a comb of plantains.
வாழைத் தண்டு, spadix of the plantain.
வாழை நார், fibres in the stem of the tree.
வாழைப் பழம், ripe plantains.
வாழ், வாழு, II. v. i. live, sustain life, சீவி; 2. flourish, prosper, live happily, செழி; 2. live together (as husband and wife).
வாழாவெட்டி, a married woman not living with her husband.
வாழுகிற பெண், a married girl that is living with her husband.
வாழ்நாள் (வாணுள்), the days of one's life.
வாழ்வு, வாழ்கை, v. n. prosperity; 2. happiness, life; 3. custom, usage.
வாழ்வு தாழ்வு, prosperity and adversity.
வாழ்வுப் பெருக்கம், பெரு வாழ்வு, great prosperity and great wealth.
நீர்வாழுஞ் செந்துக்கள், aquatic creatures.
வாழ்க்கை, s. riches, felicity, செல்வம்; 2. living prosperously, வாழ்வு; 3. a wife, மனைவி.
வாழ்க்கைத் துணை, a wife.
வாழ்க்கைப்பட, to get married.
வாழ்க்கைப்பட்ட பெண், a married girl.
இல்வாழ்க்கை, domestic life.

வாழ்த்து, III. *v. t.* praise, applaud, துதி; 2. congratulate, மங்களங் கூறு.
வாழ்த்து, *v. n.* congratulation.
சோபன வாழ்த்து, congratulation on marriage.
வாழ்வி, VI. *v. t.* cause one to prosper, வாழச்செய்; 2. make a woman live happily with her husband.
வாளாமை, *s.* silence, மௌனம்.
*வாளி, *s.* an ear jewel, a sort of ear-ring; 2. a circular course; 3. an arrow, அம்பு; 4. a bucket.
*வாளை, வாளைமீன், *s.* the name of a fish.
வாளைகடியன், a poisonous snake near the mouth of rivers.
வாள், *s.* a sword, கத்தி; 2. a saw, முள் வாள்; 3. lustre, light, ஒளி.
வாட்காரன், வாளறுக்கிறவன், a sawyer.
வாளாண்மை, skill with the sword.
வாளாயுதம், a sword.
அரிவாள், a sickle.
*வானப்பிரஸ்தன், -பிரத்தன், *s.* a religious hermit of the third order.
வானம், *s.* the heaven, the firmament, atmosphere, ஆகாயம்; 2. rain, மழை.
வானசாஸ்திரம், astronomy.
வான சோதிகள், heavenly bodies.
வானம் பாடி, a lark.
வானவர், வானோர், gods, celestials.
வான வில், the rain-bow.
*வானரம், *s.* a monkey, an ape, குரங்கு.
வான், *s.* air, ether, sky, ஆகாயம்; 2. rain, மழை; 3. cloud, மேகம்; 4. *adj.* great, excellent, பெருமையான.
வானுலகம், the upper world, தேவ லோகம்.
வான் கோழி, a turkey, *lit.* a large fowl.
வான் மீன், a star, a group of stars, a constellation.

வி

*வி, *privative prefix* (as விபலம், unprofitableness); *sometimes it implies certainty or totality* (as விநாசம், destruction).
*விகடம், *s.* obstruction, hinderance, diversity, வேறுபாடு; 2. that which is great, பெரியது.
விகடகவி, a sportive verse, a conundrum; 2. one who writes sportive verses; 3. a buffoon.
விகடக்காரன், a wit, humorist, buffoon.
விகடம்பண்ண, to intrigue, to make sport.
அகட விகடம், chicanery.
*விகண்டி, VI. *v. t.* refute, ஆட்சேபி.
*விகண்டை, *s.* refutation, ஆட்சேபம்; 2. hostility, hatred, விரோதம்.
விகண்டைக்காரன், an adversary.
விகண்டைக்குச் செய்ய, to do a thing out of hatred.
*விகமனம், *s.* (வி), a bad course of life, துர்நடக்கை.
*விகலை, *s.* (வி), a moment, a second, காலநுட்பம்; 2. an Indian hour, நாழிகை.
*விகற்பம், *s.* diversity, difference, வேற்றுமை; 2. doubt, சந்தேகம்; 3. error, mistake, பிழை.
விகற்பம்பண்ண, to make a difference.
*விகற்பி, VI. *v.t.* make a difference or change, வேறுபடுத்து.
*விகாதம், *s.* an impediment, தடை; 2. a contest, opposition, விரோதம்.
விகாதம்பண்ண, to contradict.
*விகாதி, VI. *v. t.* hinder, impede, தடு.
*விகாரம், *s.* a change, modification, வேற்றுமை; 2. sickness, நோய்; 3. delirium of a sick person, சித்தபேதலிப்பு.
விகாரம் பிறந்தது, the patient is delirious.
விகாரி, *masc. & fem.*, a lascivious person.
காம (மோக) விகாரம், lasciviousness.
*விகாரி, VI. *v. i* change, பேதி; 2. be sensual, மோகி.
*விகிதம், *s.* prescribed rule, விதிமுறை; 2. proportion, ratio, வீதம்; 3. propriety, தகுதி; 4. intimacy, harmony, friendship, சிநேகம்.

*விகிர்தம், *s.* a lie, பொய்; 2. diversity, வேறுபாடு.

விகு, *s.* tightness, பிகு.

*விகுணம், *s.* (வி), bad nature, துர்க்குணம்.

*விகுதி, *s.* change, விகாரம்; 2. (*in gram.*), the termination of a word.

விக்கல் (விக்குள்), *s.* the hiccup.

விக்கலெடுத்திருக்க, விக்கலாயிருக்க, விக்கல் விக்க, to hiccup.

விக்கல் மாறிப்போயிற்று, the hiccup has ceased.

*விக்கியாதன், *s.* (வி), a famous man.

*விக்கியாபனம், விக்ஞாபனம், விஞ்ஞாபனம், *s.* communication; 2. memorial.

*விக்கியானம், விக்ஞானம், விஞ்ஞானம், *s.* (வி), science, secular knowledge, கல்வி

*விக்கிரகம், *s.* separation, destruction, சங்காரம்; 2. an idol, image, சுரூபம்.

விக்கிரகாராதனை, idolatry.

*விக்கிரயம், *s.* (வி), sale, vending, விற்கை.

விக்கிரயப் பத்திரம், –ச்சீட்டு, bill of sale.

விக்கிரயம் பண்ண, to sell.

*விக்கினம், *s.* impediment, obstacle, difficulty, இடையூறு; 2. that which is noxious, injurious, தீமை.

விக்கினக்காரன், one that causes trouble.

விக்கு, III. *v. i.* hiccup, விக்கலெடு; 2. be choked, அடைத்துக்கொள்.

*விங்களம், *s.* diversity, tergiversation, difference, திரிவு; 2. deception, கபடம்; 3. alloy, களிம்பு; 4. want of cordiality, பேதம்.

*விங்களி, VI. *v. t.* separate, பிரி; 2. *v. i.* be treacherous or insincere, சூதுசெய்.

விங்களித்துப் பேச, விங்களம்பண்ண, விங்களிப்புப் பண்ண, to treat a friend as a stranger.

விங்களிப்பாயிருக்க, to be diversified, to disagree.

*விசதம், விசிதம், *s.* whiteness, வெண்மை; 2. any thing clear or pure, நிருமலம்; 3. that which is evident or apparent, வெளிப்படை.

*விசயம், *s.* conquest, victory, வெற்றி.

விசர், *s.* madness, பைத்தியம்.

விசர் நாய், a mad dog.

*விசர்க்கம், *s.* setting free, விடுகை; 2. evacuation, கழிச்சல்.

*விசர்ச்சனம், *s.* despatching, relinquishment, விடுதல்; 2. gift, ஈகை.

*விசனம், *s.* sorrow, see விதனம்.

*விசாரணை, *s.* investigation, superintendence, ஆராய்ச்சி.

விசாரணைக்காரன், a superintendent.

விசாரணை பண்ண, to investigate, examine.

வீட்டு விசாரிப்புக்காரன், steward.

*விசாரம், *s.* care, sorrow, solicitude, anxiety, கவலை; 2. consultation, ஆலோசனை; 3. thought, எண்ணம்.

விசாரப் பட, –மாயிருக்க, to be sorrowful.

நிர்விசாரம், carelessness, indifference.

*விசாரி, VI. *v. t.* think, consider, எண்ணு; 2. take care of, பரிபாலி; 3. provide, procure, பராமரி; 4. examine, enquire, ஆராய்.

குதிரையை விசாரி, take care of the horse.

குதிரைக்குப் புல்லு விசாரி, procure grass for the horse.

என்னசெய்தி என்று விசாரி, inquire what is the matter.

குற்றவாளியை விசாரிக்க, to examine a culprit.

விசாரிப்பு, *v. n.* care, management, administration, oversight of land.

விசாரிப்புக்காரன், an administrator, curator, steward; 2. a village peon.

*விசாலம், *s.* extension, that which is large, broad and wide, விஸ்தாரம்.

விசாலப் படுத்த, to extend, widen.

*விசாலி, VI. *v. i.* extend, spread out, become wide, விரி.

விசானம், வியானம், *s.* a place of cremation, மசானம்.

விசி, விசிப்பலகை, *s.* a bench; 2. a band, கட்டு.

விசி, VI. *v. t.* bind, fasten, கட்டு.

*விசிட்டம், *s.* superiority, eminence, மேன்மை.

விசிட்டஞானம், excellent wisdom.

*விசித்திரம், விச்சித்திரம், *s.* (வி), any

thing variegated, handsome or wonderful, அதிசயம்; 2. show, pomp, வேடிக்கை.

விசித்திரமான வேலே, very curious workmanship.

விசித்திரம் பண்ண, to decorate, to do nice fancy-work.

*விசிராமம், s. rest, repose, இளைப்பாற்றி.

விசிறி, s. a fan; 2. a shrub with leaves like a fan.

விசிறு, III. v. t. fan, வீசு; 2. brandish, hurl, சுழற்று; 3. v. i. splash, blow, மோது.

விசுக்கிடல், விசுக்கிட்டுக் கொள்ளல், v. n. becoming displeased, விசனப்படல்.

விசும்பு, s. the visible heavens, sky, ஆகாயம்; 2. the heaven of the inferior gods; 3. a cloud, மேகம்.

விசும்பு, III. v. t. throw away in contempt, cast away, எறி.

*விசுவம், விச்சுவம், s. the world, the universe, உலகம்.

விசுவ கருமன், the son of Brahma and architect of the gods.

*விசுவாசம், s. confidence, trust, நம்பிக்கை; 2. attachment, பற்று; 3. faithfulness, probity, veracity, உண்மை; 4. piety, பத்தி; 5. (*Chr. us.*), faith, belief.

விசுவாசத்தின்பேரில்கொடுக்க, to give upon trust.

விசுவாச பத்தி, devotedness, fidelity.

விசுவாச பாதகம், breach of trust.

விசுவாச பாதகன், – காதகன், a treacherous person.

விசுவாசமில்லாமை, விசுவாச ஈனம், அவிசுவாசம், incredulity, unbelief.

விசுவாசமுள்ளவன், a faithful person as விசுவாசி.

விசுவாசம் கெட்டவன், an ingrateful person.

விசுவாசி, one confiding, a believer.

ராச விசுவாசம், loyalty.

வாக்கு விசுவாசம், faithfulness to one's word.

*விசுவாசி, VI. v. t. believe, trust, credit, confide in, நம்பு.

*விசேஷகம், s. relation, annunciation, அறிவிப்பு.

விசேஷகன், one who brings tidings, as சுவிசேஷகன்.

*விசேஷணம், விசேடனம், s. an epithet, attribute, adjective.

*விசேஷம், விசேடம், s. peculiarity, particular thing or matter, லட்சணம்; 2. excellence, சிறப்பு; 3. news, செய்தி.

விசேஷமானது, விசேஷித்தது, that which is notable, excellent, eminent or conspicuous.

விசேஷ தினம், a festival day.

விசேஷமாய், especially, particularly.

விசேஷமென்ன, what is the news?

எழுத்து விசேஷமாய், by letter.

சுவிசேஷம், good news; 2. (*Chr. us.*), the gospel.

வாய் விசேஷம், a rumour.

வாய் விசேஷமாய், by word of mouth.

*விசேஷி, விசேடி, VI. v. t. distinguish, make special, make prominent, சிறப்பி; 2. v. i. excel, surpass, மேற்படு.

அதிலும் இது விசேஷித்தது, this is preferable or superior to that.

விசேஷித்த காரியம், the chief thing.

விசை, s. spring, elasticity, force; 2. swiftness, haste, speed, துரிதம்; 3. spring-trap, பொறி; 4. any mechanical instrument as lever, மிண்டி; 5. change, turn, தரம்.

விசை வைத்துத் தூக்க, to lift up with a lever.

என்பேரில் விசை வைத்துக்கொண்டிருக்கிறான், he has laid a trap for me.

விசைவைத்துத் தட்டிஞற்போலே காரியத்தைத் தட்டிப்போட்டான், he has overset the project.

விசையைத் தட்ட, to spring a trap, to fall into difficulty.

விசை தப்பிப்போயிற்று, the contrivance has miscarried.

வில்லே விசையேற்ற, to strain a bow.

விசையாய், fast, vehemently.

விசையாய்ப் போனுன், he went away in haste.

விசையாய் அடிக்க, to strike rapidly.

இந்த விசை, this time.

எத்தனைவிசை, how often?

ஒருவிசை, once.

இன்னம் ஒரு விசை, once more.

விசை, VI. v. i. make haste, தீவரி; 2. become angry, கோபி.

விசைப்பு, v. n. anger.

*விசையம், s. victory, see விசயம்.

*விச்சாதி, விசாதி, s. (வி), difference of caste, வேற்றுச்சாதி.

*விச்சுவம், s. see விசுவம்.

விச்சுளி, s. a swift little bird, alcedo: 2. an ingenious, quick or clever person, விவேகி.

விச்சுளியாயிருக்க, to be very agile, nimble or expeditious.

விச்சோடு, s. (வி+சோடு), an odd one of a pair, inequality.

*விஷமம், s. mischief, injury, தொந்தரவு.

விஷமச் சுரம், a malignant fever.

விஷமன், விஷமி, a wicked man.

*விஷம், விடம், s. poison, நஞ்சு; 2. any thing hurtful or destructive.

விஷக்கடி, a poisonous bite.

விஷ நீர், malignant humours.

விஷ நீரேற்றம், the dropsy.

விஷந்திரும்பிற்று, the poison is dispelled.

விஷந் தீண்ட, to be bitten by a venomous serpent.

விஷபாகம், a sudden swelling of the body.

விஷபேதி, virulent diarrhœa, cholera-morbus.

விஷமிறக்க, to dispel poison.

விஷமூங்கில், a medicinal plant, a kind of lily.

விஷமேறிற்று, the poison has diffused through the body.

காலகூட விஷம், a deadly poison.

*விஷமி, VI. v. i. turn into poison, விஷமாகு; 2. be mischievous.

விஷமித்தவன், a patient whose regimen and medicine disagree.

*விஷயம், விடயம், s. any object of sense, any thing perceivable by any one of the senses, காணப்படுவது.

விஷய ஞானம், knowledge of sensible things.

விஷய வாஞ்சை, sensuality.

*விஷ்ணு, s. Vishnu, see விட்டுணு.

*விஸ்தரி, வித்தரி, VI. v. t. expand, enlarge, விரி; 2. explain, விரித்துச்சொல்.

விஸ்தரிப்பு, v. n. exposition.

*விஸ்தாரம், வித்தாரம், s. extension, diffusion, amplitude, largeness, great extent, விசாலம்.

விஸ்தாரக்காரன், வித்தாரக்காரன், one who makes long speeches, a boaster.

விஸ்தாரமாய்ப் பேச, to speak at large.

விஸ்தாரமான பட்டணம், a large town.

*விஸ்தீரணம், s. extensiveness, prolixity, largeness, விஸ்தாரம்.

*விஞ்சை, s. knowledge, கல்வி; 2. magic, வித்தை.

*விஞ்ஞானம், s. see விக்கியானம், knowledge, science.

விடக்கு, s. flesh, meat, ஊன்.

*விடதாரி, விஷதாரி, s. a doctor, physician, வைத்தியன்.

விடத்தேர், s. a medicinal shrub.

*விடபம், s. a bull, bullock, எருது.

*விடம், s. gallantry, தூர்த்தம்; 2. see விஷம்.

விடன், விட புருஷன், a gallant.

*விடலை, s. a male child, ஆண் மகன்; 2. a valiant man, திண்ணியன்.

விடவிடெனல், v. n. trembling.

விடவிடென்று நடுக்க, –உதற, –ஆட்ட, to shiver with cold etc.

விடவு, s. a gap, crack, பிளப்பு.

விடவுவிட்ட சுவர், a wall that has chinks or fissure.

விடாய், s. thirst, தாகம்; 2. longing, craving, ஆசை; 3. weariness, faintness, lassitude, சோர்வு.

விடாய்க்காலம், a very hot time.

விடாய் தீர்ந்தது, the weariness is over.

மாதவிடாய், women's menses.

விடாய், VI. v. t. grow thirsty, தாகங் கொள்; 2. grow faint and weary, இளைப்பாறு.

எனக்கு விடாய்க்கிறது, I feel thirsty.

விடாய்த்து விழ, to fall down from weariness.

விடாய்ப்பு, v. n. thirsting.

விடி, II. v. i. break or dawn (as the day), rise (as the sun), உதயமாகு; 2. be full after privation, திருப்தியாகு.

அவனுக்கு என்னவந்தாலும் விடியாது, whatever he may obtain, it will not be enough.

விடிந்து போயிற்று, it has dawned.

பலபலென்று விடிந்து வருகிறது, it begins to dawn.

விடி நிலா, morning moon.

விடியல், the break of day.

விடியா மூஞ்சி, an unlucky person with whom nothing prospers.

விடியுங்காட்டிலும், விடியாமுன்னே, before day-break.

விடியுங் (விடியற்) காலத்திலே, விடியற் றாத்திலே, விடிகிறநேரத்திலே, early in the morning, at day-break.

விடிவெள்ளி, morning star.

விடு, IV. *v. t.* set at liberty, release, அனுப்பு; 2. let, permit, விடைகொடு; 3. leave, quit, abandon, relinquish, துற.

இவ்விடத்தை விட்டுப் போனான், he has left the place.

கயிறு விட்டுப்போயிற்று, the rope has grown loose or slack.

உத்திரம் விட்டுப்போயிற்று, the beam is broken.

சுவாமி பெருவாரிக் காய்ச்சலை வர விட்டார், the Lord has sent the pestilence.

வருத்தத்தை என்மேல் வாவிடாதே, do not bring trouble upon me.

இல்லாவிட்டால், if not.

அவன் வாாவிட்டால், if he does not come.

போய் விட்டான், he is gone.

கதவைத் திறந்துவிட்டான், he left the door open.

அதை வைத்துவிட்டான், he left it lying.

விட, *inf.* used to express the comparative.

அதைவிட இது நல்லது, this is better than that.

விடாமல் பிடிக்க, to hold fast.

விடாமழை, incessant rain.

விடுகதிர், gleanings left for the poor.

விடுகதை, riddle, enigma.

விடுதல், விடுகை, *v. n.* leaving, releasing, setting at liberty.

விடுமுறை, vacation, holidays.

விட்டு விட, to forego, to resign, to relinquish.

ஆகாத குணத்தை விட்டுவிட்டான், he has abandoned the vice.

விட்டு வைக்க, to let alone.

அனுப்பி விட, to send away, to dismiss.

கைவிட, தளரவிட, to forsake.

போக விட, to let go.

வழி விட, –விட்டனுப்ப, to accompany one a little way and take leave.

விடு, VI. *v. t.* send away, dismiss, அனுப்பு; 2. reject, தள்ளு; 3. cause to go, நடத்து; 4. *v. i.* remain, தங்கு.

விடுதலை, *s.* release, liberty, நீங்குகை.

விடுதலையாக்க, to set at liberty, to release.

விடுதி, *s.* lodging, harbour, shelter, separate apartment, lodge, தங்கும் இடம்; 2. leave, permission, உத்தரவு.

விடுதியாள், any one to be spared; 2. a single man.

விடுதி விட, – கொடுக்க, to give one a lodging.

விடுதி வீடு, a guest-chamber, a spare room.

விடுவி, VI. *v. t.* liberate, set free, விடுதலையாக்கு; 2. explain, interpret, solve a riddle.

கதையை விடுவி, solve the riddle, விரித்துரை.

விடை, *s.* answer, reply, மறுமொழி; 2. leave, permission, விடுகை.

விடை கொடுக்க, to give leave to go, to give an answer.

விடைக்கோழி, chicken so far grown as to be left by the hen, a pullet.

விடை பெற, to get leave to go.

விடை வாங்க, to take leave to go.

விடை, II. *v. i.* be angry, சின; 2. become disjointed, split, பிரி.

விடை, VI. *v. t.* frown, reprove, கோபி; 2. blab out a secret, வெளியிடு.

விடைப்பு, *v. n.* manifesting, calumniating.

விடைப்பாய்ச் சொல்ல, to calumniate, asperse.

*விட்டம், *s.* a cross-beam, உத்திரம்; 2. anything put across the way; 3. diameter, குறுக்களவு.

விட்டக்கோல், the diameter.

விட்டம் போட, – வைக்க, to put a cross-beam.

*விட்டி, விஷ்டி, VI. *v. i.* evacuate the stomach, மலங்கழி.

விட்டில், *s.* locust, வெட்டுக்கிளி; 2. a small winged insect, a grass-hopper.

*விட்டுணு, விஷ்ணு, s. Vishnu.
*விட்டை, விஷ்டை, பிட்டை, s. the dung of animals, லத்தி.
விண், s. air, atmosphere, sky, ஆகாயம்; 2. heaven, வானம்; 3. cloud, மேகம்.
  விண்ணோர், the celestials.
  விண்மண், heaven and earth.
  விண்வீழுங் கொள்ளி, a meteor.
*விண்டு, s. wind, காற்று; 2. cloud, மேகம்; 3. a plant.
*விண்ணப்பம், s. a humble address, petition, supplication, மன்றாட்டு.
  விண்ணப்பக்காரன், petitioner.
  விண்ணப்பம்பண்ண, – செய்ய, to supplicate, to petition.
விண்ணாணம், s. pretended speech, assumed qualities of high character, நாகரீகம்.
  விண்ணாணக்காரன், an ostentatious person.
விண் விண் எனல், v. n. sounding tinklingly, paining acutely (as a boil).
வித, VII. v. t. indicate, enhance, particularize, மிகுத்துரை.
*விதண்டை (விகண்டை), s. disputation, controversy, தர்க்கம்; 2. hostility, பகை.
  விதண்டைக்காரன், an adversary.
விதப்பு, s. haste, சீக்கிரம்; 2. v. n. abundance, மிகுதி.
*விதம், s. form, method, manner, மாதிரி; 2. way, rule, சூத்திரம்; 3. kind, sort, இனம்.
  விதவிதமாயிருக்க, to be of various sorts.
*விதரணம், விதரணை, s. a gift, donation, ஈகை; 2. capacity, eloquence, cleverness, விவேகம்.
  விதரணமாய்ப் பேச, to speak eloquently.
  விதரணன், விதரணி, an eloquent person, a generous person.
*விதர்க்கம், s. (வி), discussion, reasoning.
விதவதெனல், v. n. see வெதவெதெனல்.
*விதவை, s. a widow, கைம்பெண்.
*விதனம், விசனம், s. chagrin, grief, sorrow, distress, துயரம்; 2. repentance, மனஸ்தாபம்.
  விதனக்கரை, a cemetery.
  விதனப்பட, to feel sorrow and contrition.
  விதனப்பட்டழ, to cry out of grief.
*விதானம், s. manner, way, விதம்; 2. means, expedient, உபாயம்; 3. a canopy, மேற்கட்டி.
*விதானி, VI. v. t. canopy, spread cloth beneath the roof, adorn the marriage-saloon with the covering.
*விதி, s. determination, நியமனம்; 2. rule, principle, பிரமாணம்; 3. fate, destiny, ஊழ்.
  விதிப்படி, according to prescribed rule.
*விதி, VI. v. t. command, order, கற்பி; 2. destine, doom, நியமி.
  ஒருவனுக்கு மரணத்தீர்வை விதிக்க, to condemn one to death.
விதிர், VI. v. i. fear, அஞ்சு; 2. tremble, நடுங்கு.
விதுக்கு, III. v. t. use obscene words, தூர்ப்பாஷை பேசு; 2. be in haste, அவசரப்படு; 3. be lascivious, காமி.
விதும்பு, III. v. i. desire, long for, ஆசைப்படு.
*விதேயன், s. one who is compliant, obedient, governable.
விதை, s. seed of plants, வித்து; 2. greatness, பெருமை.
  விதைவகைகள், விதைவித்துகள், different kinds of seeds.
  விதையெடுக்க, to gather the seeds of plants.
  விதைக்கு விட, to let a plant (or fruit) run to seed.
  விதைவழி, the propagation by seed.
  விதைபோட, – விதைக்க, to sow seed.
  விதைப்பாடு, the quantity of corn to sow a field.
விதை, VI. v. t. sow seed, see விரை.
  விதைப்பு, v. n. sowing.
*வித்தகம், s. knowledge, wisdom, ஞானம்.
  வித்தகன், a wise man.
*வித்தாரம், s. a kind of verse; 2. see விஸ்தாரம்.
*வித்தியாசம், s. difference, contrariety, வேறுபாடு.
  வித்தியாசமான வார்த்தைகள், unbecoming language.
*வித்தியாசாலை etc., see under வித்தை.

வித்து, *s.* seed, விதை; 2. semen virile, விந்து; 3. race, posterity, lineage, வமிசவழி.
வித்துத்தெளிக்க, -இட, to sow seed.
வித்து, III. *v. t.* same as விதை.
*வித்துவான், *s.* see under வித்தை.
*வித்தை, *s.* (*Sansc.* வித்யா), science, learning, a branch of learning, கல்வி; 2. skill, dexterity, arts displaying skill, சாமர்த்தியம்; 3. jugglery, magic.
வித்தியாசாலை, a college.
வித்தியாதானம், teaching, charitable instruction of the ignorant.
வித்தியாபாரகன், one that has studied the arts and sciences.
வித்தியாப்பியாசம், practice in science, experimental science.
வித்தியார்த்தி, a scholar, a student.
வித்துவான், வித்துவாமிசன், a learned man, a poet; 2. a sage.
வித்தைக்காரன், a juggler.
வித்தை கற்றுக்கொள்ள, to learn an art or a profession.
வித்தையாட, to juggle, to play leger-de-main tricks.
*விநயம், *s.* modesty, unassuming behaviour, மரியாதை; 2. reverential decorum, வணக்கம்.
பக்திவிநயம், reverential piety.
*விநாசம், *s.* (வி), entire destruction, murder, கொலை.
*விநாடி, *s.* (வி), a second, $\frac{1}{60}$ of a நாழிகை, கால நுட்பம்.
*விநாயகன், *s.* Ganesa, விக்கினேசுரன்.
*விநோதம், *s.* play, pastime, diversion, பொழுதுபோக்கு; 2. beauty, handsomeness, curiosity, அழகு.
விநோதம்பண்ண, to make a great show, to act pompously.
விநோத வித்தை, a magical art.
*விந்து, *s.* a drop, துளி; 2. the sperm, *semen virile*, சுக்கிலம்.
விந்து வழி, by birth.
*விந்தை, *s.* admiration, astonishment, curiosity, ஆச்சரியம்; 2. pomp, show, வேடிக்கை.
விந்தை காட்ட, to show curious things.
விந்தைக்காரன், an artist.
விந்தையடிக்க, to do wonderful things.
*விபகரி, VI. *v. t.* litigate, carry on a law-suit, வழக்குப்பேசு.
விபகாரம், a law-suit, விவகாரம்.
*விபக்கம், விபட்சம், *s.* (வி), the opposite side or party (*opp. to* சுபக்கம்).
விபட்சன், an adversary, opponent.
*விபசாரம் (*contr. of* வியபிசாரம்), *s.* adultery, fornication, unchastity, வேசித்தனம்.
விபசாரம்பண்ண, to commit adultery.
விபசாரன், விபசாரக்கள்ளன் (*fem.* விபசாரி), an adulterer.
*விபத்து, *s.* affliction, calamity, misfortune, ஆபத்து.
விபத்துக்காலம், time of distress, a crisis.
விபரம், *s.* see விவரம், amplification.
*விபரி, VI. *v. t.* see விவரி.
*விபரீதம், *s.* that which is contrary or adverse, perversity, வேறுபாடு; 2. strangeness, excessiveness, அதிசயம்.
விபரீத அர்த்தம், a strange meaning.
விபரீத காலம், an adverse time.
விபரீத பஞ்சம், great famine.
விபரீதம் பிறந்தது, an adverse novelty has arisen.
*விபலம், *s.* (வி), unprofitableness.
*விபவம், *s.* prosperity, வாழ்வு; 2. riches, wealth, செல்வம்.
*விபுணன், *s.* one that excels, நிபுணன.
*விபூதி, *s.* ashes of cow-dung smeared by Saivas, திருநீறு.
விபூதி பூச, - இட, to rub oneself with sacred ashes.
*விப்புருதி, விப்புருதிக் கட்டி, *s.* an eating or spreading sore, a cancer, an abscess, பிளவை.
*விமரிசம், விமரிசை, *s.* inquiry, investigation, ஆராய்வு; 2. genius, cleverness, யூகம்.
*விமலம், *s.* (வி), purity, holiness, freeness from மலம்.
விமலன், the holy Being, God.
*விமார்க்கம், *s.* (வி), a bad course, immorality.
*விமானம், *s.* a self-moving chariot or car of the gods, தேர்; 2. a shrine, கோவில்.

*விமோசனம், s. (வி), relinquishment, expiation.
*விம்பம், s. the disc of the sun and moon; 2. shadow, reflection, சாயை; 3. form, figure, image, உருவம்.
பிரதி விம்பம், the representation of any thing, reflection.
*விம்பி (பிம்பி), VI. v. i. be reflected (as an image), சாயை தோன்று.
விம்மு, III. v. i. be stout, swell, enlarge, expand, பொலி; 2. cry, weep, sob in crying, தேம்பு.
விம்மிவிம்மி அழ, to sob in crying.
விம்மிப் போக, to grow hard.
விம்மின மலர், an opening flower.
விய, VII. v. i. admire, wonder, அதிசயப்படு; 2. v. t. praise, துதி; 3. esteem, நன்குமதி.

வியப்பு, amazement, அதிசயம்.
வியங்கோள், s. the optative mood.
*வியத்தம், வியக்தம், s. that which is manifest, வெளிப்படை.
*வியத்தியாசம், s. see வித்தியாசம.
*வியபிசாரம், s. same as விபசாரம்.
வியம், s. the imperative, ஏவல்.
*வியம், s. greatness, பெருமை.
வியர், VI. v. i. sweat, perspire, வேர்; 2. be angry, கோபி.
வியர்வு, வியர்வை, com. வேர்வை, v. n. sweat, perspiration.
*வியர்த்தம், s. vanity, fruitlessness, uselessness, வீண்.
*வியவகாரம், s. same as விவகாரம்.
*வியன், s. vastness, greatness, பெருமை.
வியனுலகம், the extensive earth.
*வியாகரணம், s. grammar, philology.
*வியாகுலம், s. (வி), anxiety, sorrow, துக்கம்; 2. perplexity, கலக்கம்.
வியாகுலப் பட, to be sorely afflicted.
*வியாகுலி, VI. v. i. be sorry or grieved, துக்கப்படு.
*வியாக்கியானம், s. commentary, exposition, annotation, உரை; 2. contradiction, எதிர்ப் பேச்சு.
நான் சொன்னதுக்கு வியாக்கியானம் சொல்லாதே, contradict me not.
வியாக்கியானக் காரன், வியாக்கியானி, commentator, expositor.
வியாக்கியானம் பண்ண, to explain, to expound.

*வியாசம், s. extension, diffusion, விரிவு.
*வியாச்சியம், s. difference, dispute, quarrel, a law-suit, வழக்கு.
வியாச்சியமிட, - தொடுக்க, to prosecute, to go to law.
வியாச்சியக்காரன், a client.
*வியாதம், s. change, alteration, வேறுபாடு.
*வியாதி, s. sickness, disease, நோய்.
யாதி முற்றினால் வியாதி, too much thought brings disease.
வியாதிக்காரன், வியாதிஸ்தன், வியாதியஸ்தன், a sick person.
வியாதியாய் விழ, to fall sick.
*வியாபகம், s. diffusion, universality, ubiquity, எங்கும் இருப்பது.
சர்வ வியாபகம், omnipresence.
*வியாபாரம், s. business, occupation, practice, அப்பியாசம்; 2. trade, traffic, merchandise, commerce, வர்த்தகம்.
வியாபாரம் பண்ண, to trade.
வியாபாரி, a merchant.
*வியாபி, சருவ வியாபி, s. the omnipresent deity.
*வியாபி, VI. v. i. be omnipresent, pervade, எங்கும் நிறைந்திரு.
*வியார்த்தி, s. meaning, exposition, விஸ்தரிப்பு.
வியார்த்தி பண்ண, to expound.
வியாழம், வியாழன், s. the planet Jupiter; 2. Thursday, வியாழக்கிழமை.
ஒரு வியாழவட்டம், the revolution of Jupiter round the sun; 2. every Thursday.
*வியோகம், s. (வி), separation, பிரிவு; 2. release from births, வீடு.
தேக வியோகம், death.
*விரகம், s. separation, பிரிவு; 2. lust, lasciviousness, sensuality, காமம்.
விரகங் கொண்டவன், விரகி, a lascivious person.
விரகதாபம், - வேதனை, the torment of lewd desire.
விரகம் மீறினவன், one with burning lust.
விரகு, s. discretion, prudence, உணர்வு; 2. dexterity, சமர்த்து; 3. means, expedient, உபாயம்.

விரகறிந்தவன், an adult, one that has reached the age of discretion.

விரகறியாதவன், a youth that has not yet attained to the age of discretion.

விரட்டு, III. *v. t.* drive away, frighten, மிரட்டு.

*விரதம், *s.* vow, an oath, ஆணை; 2. fasting or other voluntary religious observance, penance, தவம்.

விரதங் காக்க, to keep a vow.

விரதம் பிடிக்க, to fast.

விரதம் விட, to break a fast.

சத்திய விரதம், veracity.

*விரத்தம், *s.* renunciation of worldly objects, continency, celibacy, துறவு.

விரத்தன் (*fem.* விரத்தி), a friar, one devoted to celibacy.

விரல், *s.* a finger, கைவிரல்; 2. a toe, கால் விரல். *The names of the five fingers are:* பெருவிரல், thumb; ஆட்காட்டி –, சுட்டு –, the fore-finger; நடு –, பாம்பு –, the middle-finger; அணி –, மோதிர –, ஆழி –, the ring-finger; சிறு –, சுண்டு –, the little finger.

விரலாலே காட்ட, to point to a thing.

விரல் முழி, a knuckle.

விரற்கடை, a finger's breadth.

விரற் சந்திலே இடுக்கிக் கொள்ள, to keep betwixt the fingers.

விரற் சுற்று, – சுற்றி, a whitlow.

விரவு, *s.* mixture, கலப்பு; 2. discretion, விரகு.

விரவு, III. *v. t.* mix, unite, mingle, கல; 2. approach, draw near, அணுகு.

விரளு, I. *v. i.* be frightened, வெருளு.

*விராகன், *s.* a pagoda, see வராகன்.

விராத்தம், *s.* the collection of rent, தண்டல்.

விராத்தக்காரன், a collector of rent.

விராய், *s.* fuel, firewood, விறகு; 2. materials for a work, தளவாடம்.

விராலி, *s.* the name of a shrub with white flowers.

விரால், *s.* a river fish.

விரி, *s.* a pack-saddle; 2. expansion, explanation of a subject, விரிவு.

விரிக்கட்டு, a pannel for bullocks.

விரிக் கட்ட, to lay a pannel on a bullock.

விரி, II. *v. i.* expand, பரவு; 2. open, unfold, அலர்; 3. burst asunder (as a ripe fruit).

விரி கதிர், a spreading ray of light.

விரிகுளம்பு, விரிசற் குளம்பு, cloven foot.

விரிவாய்ப் போட, to lay things in long rows.

விரிவு, *v. n.* extension, width.

விரி, VI. *v. t.* spread, lay open, பரப்பு; 2. extend, develop, விரிவாக்கு.

விரித்தல், spreading, amplification.

விரித்துச் சொல்ல, – உரைக்க, to explain, amplify.

விரித்துப் பார்க்க, to lay open and inspect a thing.

விரித்துரை, an extended commentary.

விரிசல், *s.* (விரி), a split, a crack, a rent; 2. wave, திரை.

சலங்கு விரிசலிலே அகப்பட்டது, the boat was caught by the wave.

அலை விரிசல், a curling wave.

விரியன், *s.* a viper, adder.

விரியன் குட்டி, a young viper.

*விருக்கம், *s.* see விருட்சம்.

*விருச்சிகம், *s.* a scorpion, தேள்; 2. one of the signs of the zodiac.

*விருஷ்டி, *s.* rain, மழை.

அதிவிருஷ்டி, excessive rain.

அநாவிருஷ்டி, drought, want of rain.

*விருட்சம், விருக்ஷம், *s.* a tree in general, மரம்.

*விருதா, *s.* uselessness, fruitlessness, வீண்.

விருதாக் காரியம், a useless thing, a fruitless attempt.

விருதாவிலே செலவழிக்க, to spend in vain.

விருதாவிலே பொல்லாப்புப்பட, to hurt one's feelings for nothing.

விருது, *s.* (*Tel.*), a banner of certain tribes, கொடி; 2. a trophy, வெற்றிக் கொடி; 3. a badge worn by fencing masters, jugglers etc., அடையாளம்; 4. a vow, an obligation, விரதம்.

விருது கட்ட, to tie and wear a distinguishing mark.

விருதுகாளம், a trumpet.

விருதுக்கொடி, a distinguishing banner of tribes etc.

*விருத்தம், *s.* anything circular, a circle, வட்டம்; 2. a kind of verse; 3. contrariety, வேறுபாடு; 4. old age, மூப்பு.

விருத்தன், விருத்தக் கிழவன் (*pl.* விருத்தர், *fem.* விருத்தை), an aged man.

விருத்தாப்பியம், old age, advanced stage in life.

*விருத்தாந்தம், *s.* news, tidings, intelligence, வர்த்தமானம்.

*விருத்தி, விர்த்தி, *s.* increase, augmentation, growth, வளர்ச்சி; 2. prosperity, felicity, wealth, செல்வம்; 3. an employment, தொழில்; 4. a kind of explanation.

விருத்தியாக, to increase, to thrive.

ஆயுசுவிருத்தி, longevity.

புத்திர விருத்தி, சந்தான–, procreation of children.

விருந்து, *s.* banquet, feasting, entertainment; 2. a guest, அதிதி; 3. a novelty, புதுமை.

எங்கள் வீட்டிலே இரண்டு விருந்து வந்திருக்கிறது, two guests are come to our house.

விருந்தாடி, விருந்தாளி, a guest.

விருந்தாட, – உண்ண, to feast.

விருந்து இட, to give an entertainment.

விருந்துக்குச் சொல்ல, அழைக்க, to invite to a feasting.

விருந்தோம்பல், hospitality.

திரு விருந்து (*Chr. us.*), the Holy Communion.

விருப்பம், விருப்பு, *s.* (விரும்பு), desire, wish, ஆசை; 2. liking, delight, பிரியம்.

விருப்பமானது, what is desirable or agreeable.

விருப்பம் வைக்க, to desire, to long for.

விருப்பு வெறுப்பு, desire and aversion.

விரும்பு, III. *v. t.* desire, long for, like, ஆசைப்படு; 2. think intensely, கருது.

விரும்பிக்கேட்க, to hear with desire, 2. to solicit.

விருவிருத்தல், விருவிரெனல், விருவிருப்பு, *v. n.* tingling after numbness, tingling from the poison of a venomous reptile.

*விருபம், *s.* (வி), deformity, difference, வேற்றுமை.

*விரேசனம், (விரோசனம்), *s.* purging, evacuation by stools, பேதி; 2. purgative, பேதி மருந்து.

விரேசனத்துக்கு வாங்க, –க்குடிக்க, to take a purgative.

விரேசனமாக, to have stools.

*விரேசி, VI. *v. i.* purge, கழி.

விரை, *s.* seed of plant, விதை; 2. testicle, பிடுக்கு; 3. semen virile, விந்து; 4. fragrance, வாசனே. For compounds see also விதை.

விரைதட்ட, – அடிக்க, to geld bulls, rams etc. by compression.

விரை வித்துகள், different kinds of seeds.

விரையெடுக்க, – வாங்க, to geld.

விரை, II. *v. i.* hasten, pass rapidly, தீவிரி.

விரைதல், *v. n.* making haste.

விரைந்து வர, to come in haste.

விரைவு, *v. n.* swiftness, despatch.

விரை, விதை, VI. *v. t.* sow, வித்திடு; 2. disseminate, தெளி.

விரைப்பு, *v. n.* sowing.

*விரோசனம், *s.* see விரேசனம்.

*விரோதம், *s.* hatred, enmity, பகை; 2. diversity, contradiction, வேற்றுமை.

ஒருவருக்கு விரோதமாக, against one.

விரோதக்காரன், விரோதி, an adversary, enemy.

விரோதம்பண்ண, to oppose, to create enmity.

விரோதம் பேச, to speak with envy.

*விரோதி, VI. *v. t.* hate, பகை; 2. oppose, withstand, resist, எதிர்த்துநில்.

*விர்த்தி, VI. *v. i. prop.* வர்த்தி which see.

விலகு, III. *v. i.* recede, turn or go from anything, நீங்கு; 2. deviate from, தவிர்.

விலகிப்போக, to go away.

விலக்கம், *s.* prohibition, மறிப்பு; 2. separation, பிரிப்பு.

ஒருவரை மோசத்துக்கு விலக்கமாகக்காக்க, to protect a person from danger.

வீடு விலக்கமாயிருக்கிறவள், a menstruous woman.

விலக்கமானகாரியம், forbidden thing.

விலக்கு, III. *v. t.* prohibit, forbid, மறி; 2. remove, separate quarrelling people from one another, தவிர்; 3. divert, avert, அகலச்செய்.

விலக்கு, *v. n.* prohibition, separation, விலக்கம்.

விலங்கு, *s.* fetters, தளை; 2. animal, beast, மிருகம்.
விலங்கரசன், a lion, the king of beasts.
விலங்கு சாதி, beasts.
விலங்குபோட, -தைக்க, -மாட்ட, to fetter, chain.

விலங்கு, III. *v. i.* spread, stand apart, பிரி; 2. get away, stand off, விலகு; 3. twinkle, துலங்கு.
வலையை விலங்க வைக்க, to spread the net clear on the ground.
விலங்கி நிற்க, விலகி நிற்க, to stand afar off.

விலா, *s.* the sides, பழு.
விலாப்புறம், -ப்பக்கம், -ப்பாரிசம், the rib-side of the body.
விலாவெலும்பு, a rib-bone.

விலாங்கு, *s.* an eel.

*விலாசம், *s.* dalliance of men and women, விளையாட்டு; 2. affected aversion or bashfulness of a woman, நாணம்; 3. beauty, அழகு; 4. spaciousness, width, extension, விசாலம்; 5. a large hall in a palace; 6. (விளாசம்), superscription of a letter, மேல்விளாசம்.
விலாசமான வீடு, an airy and spacious house.

*விலாமிச்சை, விலாம்பிச்சை, *s.* the cuscus, a sweet-scented grass-root.

விலை, *s.* price, value, கிரயம்; 2. selling, sale, விற்கை.
கேட்கிற விலை, the price asked or offered.
விலை கேட்க, to ask or offer a price.
விலை குறிக்க, -இட, -கட்ட, to set a price.
விலைக் கிரயம், the price.
விலைக்கிராக்கி, dear price.
விலைக்குக் கொடுக்க, to sell.
விலைக்கு (விலைக்கிரயமாய்) வாங்க, to buy.
விலைசரசமாய், -நயமாய், cheaply.
விலைதீர்க்க, to settle the price.
விலைபேச, to bargain for a commodity.
விலைபொருந்த, -மேவ, -இணங்க, to agree about the price.
விலைமகள், a prostitute.
விலைமதிக்க, to estimate the price of an article.
விலைமலிவு, cheapness.
விலையாக, -போக, -ப்பட்டுப்போக, to go off by sale, to be sold.
விலையேறப் பெற்றது, that which is precious.

வில், *s.* a bow, தனுசு; 2. a spring of a clock etc.
வில்லார், வில்லியர், hunters.
வில்லாளன், வில்லாளி, விற்காரன், an archer.
வில்லெய்ய, வில்போட, to shoot with a bow.
வில்வாங்க, -எறிட, to bend a bow.
வில்வித்தை, archery.
வின்ஞாண், a bow-string.

வில், V. *v. t.* sell, விலைக்குக் கொடு; 2. *v. i.* be sold, விலையாகு.
அந்தச் சரக்கு விற்காது, that commodity will not sell.
அதுஎன்னவிலைக்கு விற்கும், at what price will it sell.
விற்கிரயம், price, proceeds of sale.
வீட்டை விற்கிரயம் பண்ண, to sell a house.
விற்பனை, *v. n.* sale, bargain.
விற்பனை செய்ய, to sell, to bargain.
விற்றல், *v. n.* selling.

வில்லங்கம், *s.* bar, impediment, difficulty, தடை; 2. a contest, dispute, வியாச்சியம்.
வில்லங்கக்காரன், one that raises a contest.
வில்லங்கந் தீர்த்துக் கொள்ள, to get a dispute settled.
வில்லங்கப் பட, to be troubled.
வில்லங்கமாயிருக்க, to be in dispute.
வில்லங்கமிட, to raise a dispute.

வில்லடை, *s.* adversity, இடையூறு; 2. impediment, வில்லங்கம்.

வில்லி, *s.* an archer, விற்காரன்; 2. the Hindu Cupid, மன்மதன்.

வில்லூதி, வில்லூதிப்பட்டு, *s.* (*for.*) velvet.

வில்லை, பில்லை, *s.* what is circular, a round plate of metal, glass etc., வட்டமானது; 2. a small round cake, அடை; 3. a patch, ஒட்டு.
வில்லைபோட்டுத் தைக்க, to patch.

வில்லை முருகு, a kind of ear-ornament.

*வில்வம், வில்லுவம், s. a sacred tree, *Cratæva religiosa.*

*விவகரி, VI. v. t. debate, dispute, தர்க்கி.

*விவகாரம், s. judicial procedure, a suit at law, வழக்கு; 2. rule of law, முறைமை.

விவகாரி, a prosecutor or his advocate.

*விவசம், s. (வி), ecstacy, பரவசம்.

*விவசாயம், s. agriculture, cultivation, வேளாண்மை.

*விவத்து, s. calamity, see விபத்து.

*விவரணம், s. explanation, விவரம்.

*விவரம், விபரம், s. details, detailed narration, amplification, particulars or contents of a speech or letter, விவரிப்பு.

விவரத்தோடே கேள், hear the whole of what passed.

விவரமாய், at large, with all the circumstances, in detail.

*விவரி, VI. v. t. relate, explain at large, விஸ்தரி.

விவரிப்பு, v. n. explanation, exposition.

*விவாகம், s. matrimony, marriage, கலியாணம்.

விவாகஸ்திரி, a married woman.

விவாக சம்பந்தம், marriage alliance.

விவாகம் பண்ண, – செய்ய, to marry.

*விவாதம், s. (வி), verbal dispute, contest, contention, வாக்குவாதம்; 2. lawsuit, வழக்கு.

*விவிதம், s. (வி), various kinds, பலவிதம்.

விவிதமாய், variously, by sundry ways.

*விவேகம், விவேசனம், s. discrimination, good judgment, புத்தி; 2. the faculty of distinguishing things by their properties, பகுத்தறிவு.

விவேகி, விவேசன், விவேகஸ்தன், a sharp, clever man.

*விவேகி, VI. v. i. discriminate, பகுத்தறி.

விழம்பு, s. boiled rice, சோறு.

விழம்பு தட்டுதல், want of victuals.

விழலர், s. the ignorant, அறிவிலார்.

விழல், s. strong reed-grass fit for thatching roofs; 2. v. n. of விழு.

விழற்கட்டு வீடு, a house thatched with reed grass.

விழா, விழவு, s. a festival, திருவிழா.

விழி (முழி, மிழி), s. the eye.

விழியன், பெரு விழியன், one who has protuberant eyes.

கண்விழி, கரு–, the eye-ball, கண்மணி.

கறுப்பு விழி, the black of the eye.

சிறு விழியன், one who has small pink eyes.

வெள்ளை விழி, the white of the eye.

விழி, VI. v. i. (*vul.* முழி), open the eyes, awake from sleep, கண்விழி; 2. watch, கவனி; 3. remain astonished or perplexed, திகை.

ஒருவன் முகத்தில் விழிக்க, to face one.

விழித்துக்கொள்ள, விழிப்பாயிருக்க, கண்ணை விழிக்க, to wake, to be watchful.

விழித்துப் பார்க்க, to stare steadily.

விழிப்பு, v. n. waking up.

விழிப்பாட்டம், embarrassment in difficulty, fear for what has been done.

விழு, II. v. i. fall, வீழ்; 2. diminish, grow less, குறை; 3. die, சா.

இன்னம் சரக்குவந்து விழவேண்டும், more goods must still come in.

பாவத்திலே விழ, to fall into a sin.

ஒருவன்மேல் விழ, to assault or attack a person.

ஒரு தண்டு தேசத்தின்மேல் விழுந்தது, an army has invaded the country.

அவன் நினைவு இதிலே விழுந்தது, his mind is fixed upon this.

நாடி விழுந்தது, the pulse ceased.

விலை விழுந்தது, the price is low.

விழத்தள்ள, – தட்ட, to dash a thing out of another's hand, to thrust one that he may fall.

விழல், விழுகை, v. n. falling.

விழுக்காடு, s. the usual rate or price of a thing, at the rate of; 2. average price, சகடு; 3. share, proportion, வீதம்.

பணத்துக்கெத்தனை விழுக்காடு, how many for a fanam?

அது எந்த விழுக்காட்டிலே (விழுக்காடாய்) விற்கிறது, at what rate does that sell?

வீட்டுக்கொத்த விழுக்காடு குடிக்கூலி கொடுப்பேன், I shall pay a rent proportionate to the house.

அவனுக்குக் கொடுத்த விழுக்காடு எனக்குச் சம்பளம் கொடும், give me as much wages as you give him.

நூற்றுக்குப் பத்து விழுக்காடு, at ten per cent.

விழுங்கு, III. *v. t.* (*vulg.* முழுங்கு), swallow up, devour, eat up, நூங்கு; 2. consume with violence, பட்சி.

விழுதி, *s.* a medicinal plant.

விழுது, *s.* roots that grow down-wards from the branches of certain trees; 2. weaver's harness, விழுதுநூல்; 3. the lead of mariners for sounding; 4. fat, நிணம்; 5. butter, வெண்ணெய்.

விழுது விழுகிறது, there comes a root down.

விழுதூன்ற, to send down roots (as the banyan-tree).

விழுத்து, III. *v. t.* cause to fall, விழப்பண்ணு.

விழுப்பம், *s.* desire, wish, விருப்பம்; 2. good, benefit, நன்மை; 3. excellence, மேன்மை.

விழுமம், *s.* excellence, சிறப்பு; 2. goodness, நன்மை; 3. poverty, இடும்பை.

விழுமியது, that which is excellent

விழுமியோர், excellent persons.

விழை, II. *v. t.* desire greatly, covet, ஆசி.

விளக்கம், *s.* a clear representation, an elucidation, illustration, தெளிவு.

விளக்கு, *s.* a lamp, தீபம்.

விளக்கவிந்து போகிறது, the lamp goes out.

விளக்கிட, to light lamps, to place a lighted lamp.

விளக்குக் கூடு, a lantern; 2. a niche in a wall to put a lamp in.

விளக்குத் தண்டு, a candle-stick, a lamp-stand.

விளக்குப்போட, to prepare lamps for lighting.

விளக்கு வைக்க, -ஏற்ற, -க்கொளுத்த, to light a lamp.

விளக்கெண்ணெய், lamp-oil, castor oil.

விளக்கை நிறுத்திப்போட, - அவிக்க, அணைத்துப் போட, -க்குளிரவைக்க, to extinguish a lamp.

விளக்கு, III. *v. t.* polish, brighten, துலக்கு; 2. illustrate, explain, விளங்கச்செய்; 3. sweep, பெருக்கு.

விளக்குமாறு, a broom or besom.

விளங்கு, III. *v. i.* shine, பிரகாசி; 2. be clear, plain, open or evident, தெளி; 3. be polished or brightened, துலங்கு; 4. become renowned or illustrious, சிற; 5. *v. t.* examine witness, சாட்சி விளங்குகிறது.

அது எனக்கு விளங்கவில்லை, I don't understand it.

அது மெய்யென்று விளங்குகிறது, that is evidently true.

அந்தக் குடி விளங்காது, that family will not prosper.

நியாயம் விளங்குகிற காரியம், a thing evidently just.

*விளம்பம், *s.* delay, slowness, தாமதம்; 2. the slowest movement in singing.

காலவிளம்பம் பண்ண, to delay, to protract.

விளம்பரம், *s.* advertisement, notice, அறிக்கை.

விளம்பரம் பண்ண, to announce.

விளம்பு, III. *v. t.* say publicly, speak openly, சொல்; 2. inquire, விசாரி.

சொல்விளம்பி, toddy as causing to talk.

விளா, *s.* the wood-apple tree.

விளாம்பழம், the wood-apple.

விளாம் பிசின், gum-arabic.

குட்டி விளா, a young wood-apple tree.

நில விளா, the name of a shrub.

விளாசம், *s.* the mark on goods or packets.

மேல்விளாசம், see under மேல்.

விளாவு, III. *v. t.* make a thick fluid thinner by mixture, cool hot water by adding cold.

விளாவல், *v. n.* mixing cold water with hot.

விளி, *s.* a call, அழைப்பு; 2. vocative case, எட்டாம் வேற்றுமை.

விளி, II. *v. i*, perish, die, சா; 2. suffer, வருத்தப்படு; 3. be angry, கோபி.

விளி, VI. *v. t.* call, invite, summon, அழை.

போருக்கு விளிக்க, to send a person a challenge.

விளிம்பு, s. border, edge, ஓரம்; 2. margin, brink, கரை; 3. eye-lid, கண்ணிமை.

விளிவி, VI. v. t. send one to call another.

விளை (முளை), II. v. i. grow, grow ripe (as corn in the field), செழி; 2. be made, be bred, be formed or produced (as metals, salt etc.), உண்டாகு; 3. originate, rise, கிளம்பு.

உப்புவிளைகிற அளம், a salt pan.

பொன் விளைகிற மலை, a hill containing veins of gold.

இதிலிருந்து பாவம் (பொல்லாப்பு etc.) விளைகிறது, from this originates sin, evil etc.

இது பீடைவிளையுங் காலம், this is a time when misfortunes break out.

விளைச்சல், ripe grain in the field; growing, ripening grain.

விளைநிலம், a fertile plot of ground or field.

விளைந்த பயிர், corn ripe in the field.

விளைய வைக்க, to expose the Indigo plant to ferment; 2. to kindle a fire for burning a corpse.

விளைவு, produce of the field, outturn.

விளை, VI. v. t. cultivate the ground, விளைவி.

விளையாடு, III. v. i. play, sport.

விளையாட்டு, a joke, a play.

விளையாட்டுக்குச் சொல்ல, to say simply for fun.

விளையாட்டுப் பிள்ளை, a young playful child.

விளைவி, VI. v. t. cause to grow, set, plant, cultivate, propogate.

விள், விள்ளு, I. v. i. open, unfold, மலரு; 2. crack, break, உடை; 3. split, separate, பிரி; 4. be at variance, வேறுபடு; 5. v. t. speak, reveal, வெளிப்படுத்து.

எனக்குக் காரியம் விள்ளவில்லை, it is not understood by me.

விள்ளுவேறு வெக்குவேறாய்ப் பிரிந்ததுகள், things widely different from one another.

விண்டு சொல்ல, to speak freely without restraint.

விண்டு போனார்கள், they disagreed and separated.

விள்ளாதபேச்சு, confused discourse, unseemly language.

விற, VII. v. i. fear, அஞ்சு; 2. increase, பெருகு; 3. be narrow or straitened, நெருங்கு; 4. fight, போரிடு.

விறகு, s. firewood, fuel.

விறகுக்கட்டை, a stick of wood.

விறகு தலையன், a wood-seller; 2. a dolt.

விறகு வெட்டி, a wood-cutter.

விறலி, s. a young girl, சிறுமி.

விறல், s. strength, வலி.

விறட்டி, வருட்டி, வறட்டி, s. cakes of dried cow dung.

விறண்டு, III. v. t. scratch, tear with the claws or nails, see பிராண்டு and வராண்டு.

விறிசு (புருசு), s. a rocket, விறிசுவாணம்.

நிலவிறிசு, a machine fixed in the ground with crackers.

விறிசாய் நடக்க, to run swiftly.

விறுமி, s. see பிரமி.

விறை, VI. v. i. become stiff with cold, become numb, மரத்துப்போ.

விறைப்பு, v. n. stiffness, numbness caused by cold stupor.

விற்க, *inf. of* வில்.

*விற்பத்தி, s. acumen, skill, learning, கல்வி.

*விற்பனம், விற்பன்னம், s. learning, profound knowledge, கல்வி.

விற்பன்னர் (*sing*. விற்பன்னன்), learned men, poets.

விற்பனை, v. n. see வில், v.

*விற்புருதி, s. same as விப்புருதி.

*வினயம், s. see விநயம்.

வினவு, III. v.t. question, inquire, கேட்டாராய்; 2. salute, வாழ்த்து.

வினு, s. question, கேள்வி; 2. attention, remembrance, ஞாபகம்; 3. sagacity, prudence, புத்தி.

அது எனக்கு வினுவாயிருக்கவில்லை, I cannot remember it.

வினுக்கொள்ள, — ப்பற்ற, — ப்பாய, — வாக, to remember.

வினுச்சொல்ல, to remind one of a thing.

வினுப் பெயர், interrogative pronoun.

வினுவாய்க் கேட்க, to hear attentively.

வினவிடை, questions and answers, catechism.
வினவுள்ளவன், a judicious person.

வினவு, III. *v. t.* question, inquire, ask questions, கேள்வி கேள்.

*__வினியோகம்__, *s.* giving in expectation of a return; 2. distribution of cakes etc. among Brahmans at a shrine; 3. expenditure, disbursement.
வினியோகக்காரன், a liberal man.
துர்வினியோகம், misappropriation.

வினை, *s.* act, action, deed, work, தொழில்; 2. thought, temper (good or bad), கருத்து; 3. malignity, evil, misfortune, malice, தீவினை; 4. a verb, வினைச்சொல்.
தன்வினை தன்னைச் சுடும், his own knavery will betray him.
வினை முதல் (*in gram.*), subject.
வினை முற்று, a finite verb.
வினையற்றவன், a sincere man.
வினையனுபவிக்க, to suffer for the sins of former birth.
வினையன், வினையுள்ளவன், a malicious, deceitful man.
வினையாலணையும் பெயர், an appellative noun.
வினையிலே வெந்துபோக, to perish by one's own fraud or malice.
வினையெச்சம், see எச்சம்.
வினைவழி, according to fate.
சாவினை, unfortunate death.
செயப்படுபொருள் குன்றா வினை, transitive verb.
செயப்படுபொருள் குன்றிய வினை, intransitive verb.
தன் வினை, பிற வினை, see under தன் and பிற.
நல் வினை, a good temper, good deed.
தீவினை, an evil deed.

*__வினையம்__, *s.* subtlety, deceit, வஞ்சகம்.
வினையம் பேச, to speak deceitfully.
வினையக்காரன், a contriver of tricks.
வினையந் தொடுக்க, to device a trick.

*__வினோதம்__, *s.* see விநோதம்.

*__வின்னம்__, *s.* an impediment, தடை; 2. that which is cut off, split or broken, பங்கம்; 3. variance, distortion of a limb etc; 4. cavity, a flaw in gems, பழுது.
வின்னம்பண்ணிப் போட, to hinder the success of a thing.
வின்னமாய் நடக்க, to behave offensively.

வின்னாண், *s.* see under வில்.

வீ

வீ, *s.* death, சாவு; 2. separation, removal, நீக்கம்.

வீ, II. *v. i.* die, சா; 2. be ruined, கெடு.

வீக்கம், *s.* (வீங்கு), a swelling, enlargement, வீக்குகை.
வீக்கமானது, that which is swollen.
வீக்கங் காண, - கொள்ள, to swell, to puff up.
வீக்கம் வாடிப்போயிற்று, - இறங்கிப் போயிற்று, the swelling has sunk.

வீங்கு, III. *v. i.* swell, increase, பெரு; 2. be abundant, மிகு; 3. (*with dat.*), have a vehement desire for a thing, ஆசி; 3. sleep, தூங்கு.
சோற்றுக்கு வீங்கிப்போனான், he is famished or longs for food.
வீங்கல், வீங்குகை, *v. n.* a swelling, longing after a thing, sleeping.

*__வீசகணிதம்__ (**பீசகணிதம்**), *s.* Algebra.

வீசம், *s.* the sixteenth part of a whole, மாகாணி.
வீசமிடை, the smallest weight.

வீசு, III. *v. i.* blow (as the wind); 2. spread (as heat, odour etc.), பரவு; 3. *v. t.* emit a smell or rays, பரப்பு; 4. cast or let down a net, fling, throw a stone, எறி; 5. brandish, flourish a sword, அசை; 6. give liberally, ஈ; 7. flog, அடி.
காற்று வீசுகிறது, the wind blows.
கத்தியை வீச, to brandish or flourish a sword.
அனல் வீசுகிறது, the heat radiates.
கை வீசி நடக்க, to swing arms in walking.
தூவானம் வீசுகிறது, the wind drives in drops of rain.
சூரியன் கதிர் வீசுகிறது, the sun darts its beam.

வலையை வீச, to cast the net.
வீசல், v. n. throwing, giving liberally etc.
வீச்சு, v. n. a throw, a stroke.
ஒரேவீச்சாய், – வீச்சிலே, at one blow or stroke.
வீச்சு வீச்சென்று நடக்க, to walk quickly.

வீசை, s. a viss, a weight equal to forty polams; 2. the moustaches, மீசை.

வீச்சு, III. v. t. blow, flog, வீசு.

வீஞ்சு, III. v. i. ask too much for a commodity, be avaricious, பேராசை கொள்.

வீடு, s. a house, இருப்பிடம்; 2. emancipation from births, heavenly felicity, மோட்சம்; 3. constellation or a house of a planet; 4. leaving, விடல்.
வீடு கட்ட, to build a house.
வீடு(முத்திப்) பேறு, obtaining heaven.
வீட்டார், வீட்டு மனுஷர், domestics, people living in the house, members of the family.
வீட்டாள், a servant in the house.
வீட்டிறப்பு, the eaves of a house.
வீட்டுக்காரி (masc. வீட்டுக்காரன்), the female owner of a house; 2. the wife.
வீட்டுக்குடையவன், வீட்டெசமான், the owner of the house, the head of the family.
வீட்டுக்குத் தூரம், – விலக்கம், removal outside of the house (as of a menstruous woman).
வீட்டுப்பெண், a daughter-in-law.
வீட்டு வாடகை, rent of a house.
வீடுவீடாய், வீட்டுக்குவீடு, from house to house, to each house.
வீட்டே (வீட்டுக்குப்) போ, go home.
கிரகங்களின் வீடு, the region of the planets.

வீடு, III. v. i. die, சா; 2. v. t. leave, விடு.

வீட்டு, III. v. t. kill, கொல்.

*வீணை, s. the Vina or Indian lute usually of seven strings.
வீணை வாசிக்க, to play the Vina.
உருத்திர வீணை, the lute of Siva.
நாரத வீணை, the lute of Narada.

வீண், adj. & s. vain, useless, unprofitable, பயனின்மை.
வீணலப்ப, to talk to no purpose.
வீணன், an idle useless fellow.
வீணாட்டம், fiddle-faddle, trifles, vain chattering.
வீணாய், வீணுக்கு, வீணே, in vain.
வீண்காலம், time spent in vain.
வீண் செலவு, useless expenditure.
வீண் சொல், idle talk.
வீண் (அவ) பத்தி, superstition.
வீண் பிரயாசம், vain labour.
வீண் புகழ்ச்சி, vain glory, boasting.
வீண் பொழுது போக்க, to trifle away the time.
வீண் போக்கு, a vain excuse.
வீண் வார்த்தைகள், vain words.

வீதம் (விகிதம்), s. rate, ratio, a portion, பங்கு; 2. rule, முறை.

*வீதி, s. a row, order, ஒழுங்கு; 2. a street, தெரு; 3. a market street, கடைத்தெரு; 4. a place for breaking in horses; 5. breadth, விசாலம்.
வீதிவண்ணச் சேலை, a woman's cloth with coloured stripes.

வீதி, VI. v. t. (வீதித்துக்கொள்), share, allot, divide, பங்கிடு.

வீத்து, III. v. t. flog, வீச்சு.

வீம்பு, s. boasting, swaggering, vaunting, வீண் பெருமை.
வீம்புக்காரன், a boaster.
வீம்பு சொல்ல, – பேச, to boast, to challenge.
வீம்பாட்டம், bragging.

*வீரம், s. a medicine; 2. bravery, heroism, fortitude, வீரியம்; 3. strength, வலி.
வீரகுடியான், one employed to sound the chank or trumpet on joyful or mournful occasions.
வீர சைவம், the high Saiva or Linga system.
வீரஞ்செலுத்த, to act bravely.
வீரதத்துவம், வீரத்துவம், bravery, a heroic spirit.
வீரப்பாடு, victory, conquest.
வீரமார்த்தாண்டன், a very illustrious hero.
வீரம் பேச, to boast, to challenge.
வீரவாளிப்பட்டு, a kind of silk-cloth printed with curious devices.
வீரன், வீரசூரன், வீரகம்பீரன், வீரவான், a hero, a valiant man.

வீராதி வீரன், a hero of heroes, a distinguished hero.
வீரி, a heroine.
வீராணம், s. a kind of drum, பறை; 2. a town.
வீராணிக்கிழங்கு, s. the name of a root.
வீரிடு, IV. v. i. bellow, cry aloud, scream.
வீரிட்டழ, வீர்வீரென்று கத்த, to cry aloud.
*வீரியம், s. heroism, valour, வீரம்; 2. fortitude, firmness, தைரியம்; 3. strength, vigour, வலி; 4. semen virile.
வீரியம் பேச, to speak with vigour, to boast.
வீரியவான், a brave or valiant man.
வீரை, -ச்செடி, s. the name of a plant.
வீர் வீரெனல், v. n. screaming, crying as loud as a child.
வீழ், வீழு, II. v. i. (*poet. form of* விழு), fall; 2. v. t. desire, long for, ஆசி.
வீழ், VI. & வீழ்த்து, III. v. t. cause to fall, விழப்பண்ணு.
வீறு, வீறுப்பு, s. greatness, arrogance, pomp, பெருமை.
வீறு (வீறுப்பு) காட்ட, to display pride.
வீறு, III. v. i. be great, பெருமையுறு; 2. be evident, விளங்கு; 3. be disgustful, வெறுப்பாகு; 4. draw, delineate, கீறு.
வீற்று, v. n. delineation of arches etc.
வீற்றிரு, VII. v. i. sit majestically or in state.
சிங்காசனத்தில் வீற்றிருக்கிறார், he is seated on the throne.

வெ

வெ, *adj.* (வெம்மை), hot, warm, severe, cruel. *Used in combination only with euphonical* ங், ஞ், ந், ம்; *before vowels* வ் *is inserted* (as வெவ்வுரை). It is also the radical of several words (as வெக்கை, வெட்டை, வெப்பம், வெயில் etc.). Compare வே.
வெங்கோல், வெந்நீர் etc., see in the respective places.
*வெகு, s. much, many, பல.
வெகு குறைச்சல், a great want.
வெகுத்தம் (மிகுத்தம்), much, abundance.
வெகுத்துவம், plurality, magnificence.
வெகு நாள், - காலம், a long time.
வெகுநாள் மரம், a very old tree.
வெகுமதி, present, reward, இனாம்.
வெகுமனுஷர், - பேர், many people.
வெகுமானம், regard, respect; 2. hospitality; 3. a present from a superior.
வெகுமானிக்க, வெகுமானம் பண்ண, to honour a person with a present, to respect.
வெகுமானங் கொடுக்க, to give a present.
வெகுவாய், very much, greatly.
வெகுவாய்ச் சொல்ல, to inculcate at length.
வெகுளி, s. anger, wrath, கோபம்; 2. a simpleton, an open-hearted person.
வெகுளிக்காரன், - மனுஷன், a simpleton.
வெகுள், வெகுளு, I. v. i. be angry, be enraged, கோபி.
வெகுளாமை, the absence of anger.
வெஃகு, III. v. t. desire ardently, wish, ஆசைப்படு.
வெக்காளம், s. a fair weather without rain.
வெக்காளி, VI. v. i. to clear up (as the weather), வானந் தெளி.
வெக்காளிப்பு, v. n. fine weather.
வெக்கை, s. the heat of a close place, காங்கை; 2. heat rising from the ground, நிலக் கொதிப்பு; 3. looseness with which cattle are affected.
மாட்டுக்கு வெக்கை தாக்குகிறது, the ox or cow has looseness.
வெங்கடுப்பு, s. sore eyes without inflammation.
வெங்கண், s. jealousy, spite, பொறாமை; 2. a fish with protuberant eyes.
வெங்கன், s. one reduced to poor circumstances.
வெங்காயம், s. see வெண்காயம், onion.
வெங்காரம், வெண்காரம், s. borax.
வெங்கோல், s. a cruel scepter, a tyrannical government (*opp. to* செங்கோல், good government).

வேச்சு வேச்சேனல், *v. n.* growing warm.

வேஞ்சம், *s.* indignation, anger, கோபம்; 2. vengeance, பழி.

வெஞ்சம் வைக்க, to bear a grudge.

வேடி (வெடில்), *s.* the report of a gun; 2. a shock, crack, thunder, இடி; 3. good smell, நறுமணம்.

வெடிக்கயிறு, a quick-match or lunt.

வெடி சுட, – தீர, – போட, to fire a gun.

வெடி நாற்றம், a bad smell.

வெடிப் பட்டை, a fire work.

வெடி மருந்து, gun-powder.

வெடியுப்பு, வெடிலுப்பு, salt-petre.

வெடியெழும்பிற்று, the report of the gun sounded.

வேடி, VI. *v. i.* explode, burst, படாரிடு; 2. split, chink, crack, பிள.

வெடிப்பு, *v. n.* a split, slit, cleft, crevice; 2. explosion; 3. bad smell.

வெடிப்பாயிருக்க, வெடிப்படிக்க, to be qualmish from a bad smell.

வேடில், *s.* same as வெடி.

வேடுக்து, *s.* churlishness, வெடுவெடுப்பு.

வெடுக்கென, with piercing pain.

வேடுவேடுத்தல், வெடுவெடெனல், *v. n.* speaking angrily, indicating disgust or displeasure.

வேட்கம், *s.* shame, bashfulness, modesty, நாணம்.

வெட்கக் கேடு, shamelessness.

வெட்கங் கெட்டவன், a shameless fellow, one that is past shame.

வெட்கங் கெடுக்க, to disgrace one.

வெட்கப் பட, to be ashamed.

வெட்கப் படுத்த, to put one to shame.

வெட்கறை, shame - facedness, modesty.

வேட்கு, III. *v. i.* (*with dat. of pers.*), be ashamed, நாணு.

வேட்சி, *s.* a flower shrub; 2. flower-garland.

வேட்ட, *adj.* (*in comb.*), clear, plain, public.

வெட்ட வழி, a frequented way or road.

வெட்ட வெளி, an open plain.

வெட்ட வெளியானது, what is publicly known.

வெட்ட வெளிச்சம், broad day-light; 2. being evident.

வேட்டனவு, வெட்டெனவு, *s.* harshness.

வேட்டாந்தரை, *s.* dry ground or soil.

வேட்டி, *s.* a way, a path, வழி; 2. vainness, வீண்; 3. see under வெட்டு, *v.*

வெட்டிப் பயல், a worthless fellow.

வேட்டிமை, *s.* the office of a town servant.

வெட்டியான், the lowest town servant, one who burns corpses or digs graves; 2. an insect that cuts off the leaves of grain.

வேட்டிவேர், *s.* the sweet-scenting cuscus root.

வேட்டு, *s.* a cut, stroke.

வெட்டுக்கிலக்குப் பார்க்க, to watch an opportunity to steal or to wound another.

வெட்டுக் கிளி, a locust.

வெட்டுக் குருத்து, shoots or saplings of a lopped tree.

வெட்டுணி, a villain, a disobedient child.

வெட்டுண்ண, வெட்டுண்டுபோக, வெட்டுப் பட, to be cut off.

வெட்டு முளை, money lately coined.

வெட்டுரை, – ப்பணம், bad coin.

வேட்டு, III. *v. t.* cut with a sword or axe, cut off, hew down, fell a tree; 2. engrave; 3. dig a well, foundation etc., தோண்டு.

மரம் வெட்ட, to fell or cut down a tree.

மண் வெட்ட, to dig out earth.

முத்திரை வெட்ட, to engrave seals.

வெட்டரிவாள், a big curved knife, a scythe.

வெட்டல், *v. n.* cutting, killing, digging.

வெட்டி, that which cuts.

வெட்டிக்கொண்டு போக, to break through, cutting down the enemy in battle.

வெட்டிப் போட, to cut off.

வெட்டிரும்பு, a chisel to cut iron with.

வெட்டின பாக்கு, areca-nut cut in pieces.

மண்வெட்டி, a very large sized hoe used as a spade.

வெட்டு வெட்டெனல், *v. n.* indicating anger or dryness.
வெட்டு வெட்டென்று காய, to be very hot.
வெட்டெனல், *v. n.* being harsh, furious.
வெட்டெனப் பேச, to speak very harshly, to fret and frown.
வெட்டெனவு, harshness.
வெட்டை, *s.* a great heat in the body, உஷ்ணம்; 2. the whites, gonorrhœa; 3. heat of the ground, நிலக்கொதி; 4. excessive hardness of metals, கடினம்.
வெட்டை நாள், very hot weather.
மேக வெட்டை, the whites, venereal sickness.
வெட்பாலை, *s.* (வெள்), a species of பாலை.
வெண், *adj.* (வெண்மை), white, pure, bright.
வெண்கண், வெங்கண், a fish.
வெண்கலம், bell-metal.
வெண்கல், white stone, alabaster.
வெண்குஷ்டம், white leprosy.
வெண்சாமரம், – சாய்மரை, a fan made of white hair, the white chowry.
வெண்டாமரை, white lotus.
வெண்டேர், mirage, கானல்.
வெண்ணிறம், white colour.
வெண்காயம் (வெங்காயம்), *s.* onions.
வெண்காயத்தாள், the stalks of onions.
வெள்ளை வெண்காயம், garlic.
நரி வெண்காயம், wild onions.
வெண்காரம் (வெங்காரம்), *s.* borax.
வெண்டு, *s.* hollowness of a thing, குடைவு.
வெண்டு, III. *v. i.* grow dry by the sun, காய்; 2. become lean or emaciated.
பிள்ளை வெண்டிப்போயிற்று, the child has grown lean and exhausted.
வெண்டைக்காய், வெண்டிக்காய், *s.* the unripe fruit of a garden-plant used for curry.
வெண்டையம், *s.* a women's trinket; 2. hollow ring with pebbles, tied to the feet of animals etc.
வெண்ணந்தை, *s.* a mountain snake, வெள்ளாந்தை.
வெண்ணங்கு, *s.* the name of a tree.

வெண்ணரி, *s.* a plant.
வெண்ணிலை, – க்கடன், *s.* (வெண்), a debt without security.
வெண்ணிலைப் பத்திரம், note of hand.
வெண்ணிலையாய் வாங்க, to borrow money by a note of hand.
வெண்ணெய், *s.* (white ghee), butter.
வெண்ணெய் எடுக்க, to make butter.
வெண்பா, *s.* a kind of verse.
வெண்மை, *s.* whiteness, paleness, வெள்ளை; 2. simplicity, tender age, இளமை; 3. ignorance, அறிவின்மை.
வெண்மையறிவு, ignorance.
வெதிர், VI. *v. i.* fear, அஞ்சு; 2. tremble, நடுக்கு.
வெதுப்பு, வெதுப்பம், *s.* (வெதும்பு), warmth, gentle heat, வெப்பம்; 2. frothy diarrhœa.
வெதுப்புக்கொள்ள, – உண்ண, to grow a little warm, be heated gently.
வெதுப்படக்கி, a medicinal plant.
வெதுப்பு, III. *v. t.* warm, heat gently, heat a medicinal leaf, வாட்டு.
வெதும்பு, III. *v. i.* grow warm or gently heated, வெம்பு; 2. fade, வாடு; 3. be enraged, சின.
வெதுவெது, VI. *v. i.* be parboiled, be half-cooked, be partially withered.
வெதுவெதுப்பு, a lukewarm state.
வெதுவெதுப்பான குணம், luke-warmness, indecision, indifference.
வெந்தயம், வெந்தியம், *s.* the fenugreek plant or its seeds.
வெந்து, *adv. part. of* வே, which see.
வெந்நீர். *s.* hot water, சுடுநீர்.
வெந்நீர் வைக்க, to prepare hot water.
வெப்பம், *s.* heat, வெம்மை; 2. desire, ஆசை.
வெப்பு, *s.* heat; 2. same as வெதுப்பு.
வெப்புநாற்றம், an offensive or putrid smell.
வெப்புப் பாவை, a swelling in the bowels after chronic fever.
வெப்பு வெப்பென்று பேச, to speak with warmth.
வெம், *adj.* (வெ + ம்), hot, severe, pungent.
வெம்பளிக்கை, வெம்பிளிக்கை, *s.* haughtiness, pride, இறுமாப்பு.
வெம்பளிக்கையாயிருக்க, to be haughty.

வெம்பு, III. *v. i.* become prematurely ripe; 2. fade, வாடு.

வெம்பல், premature fruit; 2. fading.

வெம்மை, *s.* heat, glow, வெப்பம்; 2. severity, harshness, கடுமை. The adjective வெ see separately.

வெயில், வெய்யில், *s.* sun-shine, ஒளி; 2. heat of the sun, கானல்; 3. the sun, சூரியன்.

வெயில் காய, – அடிக்க, – எறிக்க, to shine or to emit rays as the sun.

வெயில்தாழ வா, come when the heat has subsided.

வெயிலிலே, in the heat of the sun.

வெயிலிலே காயப்போட, to dry in the sun.

வெயிற் குளிக்க, to go into the sun for warmth.

வெய்து, *s.* that which is hot, சூடுள்ளது.

வெய்ய, *adj.* hot, fierce, கொடிய.

வெய்யவன், வெய்யோன், the sun; 2. a cruel man.

வெருகு, *s.* a tom-cat, ஆண் பூனை; 2. a shrub.

வெருட்டு, III. *v. t.* (*caus. of* வெருளு), scare, frighten and drive away, அச்சுறுத்து.

வெருவு, III. *v. i.* fear, அஞ்சு.

வெருள், *s.* fear, பயம்.

வெருள், வெருளு, I. *v. i.* be frightened or scared, மருளு.

வெருட்சி, *v. n.* fear.

வெலவெல, VI. *v. i.* be cramped, faint by fatigue, களை; 2. be convulsed in the hands and feet, கைகாலுதறு.

வெலவெலவென்றுதைத்துக் கொள்ள, to struggle in the agonies of death.

வெலி, *s.* (*Tel.* மெலி), banishment, excommunication, புறம்பாக்குதல்.

சாதிக்கு வெலியாக்க, to excommunicate.

வெலித்தி, *s.* (*Tel.*), thin cloth not closely woven.

வெல், வெல்லு, I. *v. t.* overcome conquer, subdue, carry the day, செயி.

வெல்லல், வெல்லுதல், *v.n.* conquering.

வென்றவன், வென்றோன், the victor.

வெல்லம், *s.* coarse sugar from the cane-molasses, கருப்புக் கட்டி.

வெவ்வுரை, *s.* (வெ), severe language, கடுஞ்சொல்.

வெவ்வுழவு, *s.* superficial ploughing.

வெவ்வேறு, வெவ்வேறே, *adj.* (வேறு + வேறு), different, separate, various.

வெவ்வேறாயிருக்க, to be different.

வெவ்வேறே வைக்க, to lay things separately.

வெளி, *s.* outside, exterior, புறம்; 2. open field, a space free from obstruction, மைதானம்; 3. ether, ஆகாயம்; 4. publicity, notcriety, பகிரங்கம்.

வெளிக்குப் போக, to go to the privy.

வெளிச் சாடை, outside show.

வெளிதிறந்து சொல்ல, to speak fairly in an open-hearted manner.

வெளிப்பட, – ஆக, வெளிக்கு வர, to appear, to come forth, to become manifest.

வெளிப்படுத்த, – ஆக்க, – இட, – விட, to make known, to lay open, to reveal to divulge secrets.

வெளிப்படை, that which is clear or obvious.

வெளிப் பொருளாக, clearly, plainly, openly.

வெளிமான், a roe, a grey deer.

வெளியரங்கம், openness, that which is clear or evident.

வெளியரங்கமாக, to become publicly known.

வெளியாக்கிக் கொடுக்க, to trace out, to bring to light.

வெளியின் சீவன்கள், the beasts of the field.

வெளியே போக, to go out, to go abroad; 2. as வெளிக்குப் போக.

வெளியே போட, to throw something out.

வெளியேற, to get out.

மந்தை வெளி, place for cattle, outside the village.

மேய்ச்சல் வெளி, a pasture ground.

வயல் வெளி, the corn field.

வெளி, VI. *v. i.* dawn, வெளு; 2. become clear, தெளி.

வெளிச்சம், *s.* light, luminous matter, பிரபை; 2. a lamp, a light, விளக்கு; 3. publicity, வெளியரங்கம்.

இது வெளிச்சமாயிற்று, this has been made public.

வெளிச்சங் கொடுக்க, – காட்ட, to give or to show light, to shine.

வெளிச்சமான, bright, clear, evident.

வெளிது, s. (வெள்), that which is white.

வெளிறு, III. v. i. grow white, வெண்மையாகு

வெளு, VI. v. i. dawn, விடி; 2. grow white and clean by washing, வெண்மையாகு; 3. v. t. wash clothes, bleach, வெள்ளையாக்கு.

கிழக்கு வெளுக்கிறது, the day breaks, it dawns.

வெளுக்கிட, to polish a metal.

வெளுத்த சீலை, a clean cloth, a cloth that is washed.

வெளுத்துப்போக, to grow clean by washing, to grow pale by sickness.

வெளுப்பு, v. n. paleness; 2. dawn of day; 3. bleaching.

வெளுவெளு, VI. v. i. grow white or pale, வெளுத்துப்போ.

வெளேரென்றிருத்தல், v. n. appearing very white at a distance.

வெள், adj. (வெண்மை, வெள்ளை), white.

வெட்பாலை, a plant.

வெள் (வெள்ளை) வெங்காயம், garlic.

வெள்வேல், a species of வேல் tree.

வெள்ளறிவு, superficial knowledge, simplicity.

வெள்ளாடு, a goat.

வெள்ளாட்டுக்கடா, a he-goat.

வெள்ளாட்டுக் குட்டி, a kid.

வெள்ளிலை, வெற்றிலை, the betel-leaf.

வெள்ளிறகு, a medicinal herb.

வெள்ளீயம், pewter.

வெள்ளீரல், the lungs.

வெள்ளுப்பு, white salt.

வெள்ளுள்ளி, garlic.

வெள்ளெழுத்து, pur-blindness.

அவனுக்கு வெள்ளெழுத்தாயிருக்கிறது, his eyes have become dim.

வெள்ளெழுத்துக்காரன், one whose eyes are pur-blind.

வெள்கு, III. v. i. same as வெட்கு.

வெள்ளம், s. a flood or inundation, a swelling of a river, the rising of water, the tide, the current, freshes, நீர்ப்பெருக்கம்; 2. sea, கடல்; 3. abundance, மிகுதி; 4. truth, uprightness, மெய்.

இது கள்ளமா வெள்ளமா, is this false or true?

வெள்ளக்காடு, a total inundation of a place or field.

வெள்ளன், an honest man (*opp.* to கள்ளன், a thief).

வெள்ளரி, வெள்ளரிக்காய், s. musk melon, cucumbers.

வெள்ளாட்டி, s. a slave girl, a female slave, அடிமைப் பெண்; 2. a maid-servant, வேலைக்காரி.

வெள்ளாண்மை (வெள்ளாமை), s. cultivation, agriculture, husbandry; 2. corn nearly ripe in the field.

வெள்ளாவி, s. (வெள்), steam used for cleansing or bleaching linen.

வெள்ளாவி கட்ட, – போட, to put clothes in or over a pot for steaming or boiling.

வெள்ளாளன், வெள்ளாழன், வெள்ளான், வேளாளன், s. (*fem.* வெள்ளாழச்சி), one of agricultural tribe, a Vellala.

வெள்ளாழச் சாதி, the caste of husbandmen or farmers.

வெள்ளான் குடி, a village of farmers.

வெள்ளாளச் செட்டி, வெள்ளான் –, a trading Vellala.

வெள்ளி, s. silver; 2. the planet Venus; 3. Friday; 4. whiteness, வெள்ளை.

வெள்ளிக்காசு, – நாணயம், silver coin.

வெள்ளிக் கிழமை, Friday.

வெள்ளிபூச, to plate with silver.

வெள்ளிபூத்தல், rising of the stars.

வெள்ளிப்பாளம், silver in mass.

வெள்ளி மடந்தான், a very small river fish.

வெள்ளி மலை, Kylasa.

கல் வெள்ளி, white copper.

வெள்ளென, adv. early in the morning, quickly, in haste.

வெள்ளை, s. whiteness, வெண்மை; 2. a sickness, the whites, வெட்டை; 3. chunam, சுண்ணம்பு; 4. clothes washed by a dhoby; 5. plain-heartedness, தெளிவு.

வெள்ளைகட்டு, – பூணு, to put on white garments.

வெள்ளைக் கரு, the white of an egg.

வெள்ளைக்காரன், –மனுஷன், a white man.

வெள்ளைக்குப் போட, to give clothes to be washed by the dhoby.

வெள்ளைச் சொல், a common word.

வெள்ளைச் சோளம், white maize.
வெள்ளைத் தமிழ், plain Tamil.
வெள்ளைப் பாஷாணம், sublimate of mercury.
வெள்ளைப் பூண்டு, வெள்ளுள்ளி, garlic.
வெள்ளைப்போளம், myrrh.
வெள்ளையடிக்க, to whitewash.
வெள்ளைவெளேர், perfectly white.
வெள்ளை வைக்க, – பூச, to polish with slaked lime.

வெள்ளோக்காளம், *s.* see under ஒக்களி.

வெறி, *s.* drunkenness, fury from liquor, மயக்கம்; 2. anger, கோபம்; 3. confusion, giddiness, கலக்கம்.
அவனுக்கு வெறியெடுத்தது, - தாக்கிற்று, he grew drunk.
அவனுக்கு வெறி மீறியிருக்கிறது, வெறி மெத்த, he is dead-drunk.
வெறிகொள்ள, to get drunk.
வெறிக்குணமுள்ளவன், a peevish man.
வெறியன், வெறிகாரன், a drunkard.
வெறியாட, to be drunk, to act like a drunken person.
மூர்க்க வெறி, fury, intoxication to madness.

வெறி, II. *v. i.* be pressed, be urged, நெருங்கு.

வெறி, VI. *v. i.* be drunk or intoxicated, வெறிகொள்; 2. pant after, ஆவலடை; 3. stare, திகை.
அவனுக்கு வெறித்தது, he is drunk.
வெறிக்கப் பார்க்க, to stare at one as terrified.
வெறித்த (வெறிப்புக்) காலம, time of famine.
வெறித்த (வெறி) நாய், a mad dog.
வெறித்திருக்க, to be drunk.
வெறித்துப் பார்க்க, to stare, to look with an angry face.
வெறிப்பு, drunkenness, famine.
வெறிப்பெடுக்க, to be madly fond of a thing.

வெறிது, *s.* and வெறு *adj.* see வெறுமை.

வெறு. VI. *v.t.* dislike, renounce, be disgusted with, அருவரு; 2. hate, detest, பகை; 3. deny, மறு.
லோகத்தை வெறுக்க, to renounce the world.
எனக்கு வெறுக்கிறது, it turns my stomach.
வெறுக்கச் சாப்பிட, to eat to satiety.
வெறுத்துப்போட, to abhor, to detest.
வெறுப்பு, வேண்டாவெறுப்பு, disgust, dislike, aversion.
என்பேரிலே வெறுப்பும் சலிப்புமாயிருக்கிறான், he has a dislike and aversion towards me.

வெறுமை, *s.* emptiness, nothingness, சூனியம்.
வெறிது, that which is empty.
வெறு, *adj.* (*with euphon.* ங் *etc.*), empty, void.
வெறுங்கால், bare foot.
வெறுங் கையோடே, with an empty hand.
வெறுஞ் சோறு, boiled rice without curry.
வெறுந் தண்ணீர், mere water.
வெறும் பிழை, nothing but errors.
வெறுந் தப்பறை, a downright falsehood.
வெறுமனே, *adv.* in vain, without advantage.
வெறுமனே (வெறுமை) யிரு, be quiet.
வெறுமைப்பட்டவன், a poor man.
வெறும்பானை, an empty vessel.
வெறும் பானையிலே புகுந்த ஈப் போலே, like a fly in an empty pot.

வெற்பு, *s.* a hill, mountain, மலை.

வெற்றி, வெற்றம், *s.* (வெல்), victory, conquest, success, செயம்.
வெற்றிகொள்ள, to get the victory, to conquer.
வெற்றிக் கொடி, the flag of victory.
வெற்றி சிறக்க, to triumph.
வெற்றி சூட, to wear the conqueror's wreath; 2. to conquer.
வெற்றி மாலை, a chaplet of victory.
வெற்றியாய், victoriously.
வெற்றி வேந்தர், a vanquisher, conqueror.
வெற்றிவேல், a conquering lance.

வெற்று, *adj.* (a change of வெறு), empty, vain.
வெற்றுள், வெற்று மனுஷன், one who is without work or who is not employed.
வெற்றுளாய் வர, to come without having any business.
வெற்றிலை, betel-leaf.
வெற்றுக் காலன், one who is barefooted.

வெற்ருேலே, a blank palm-leaf.
வேன்றி, s. (*poet. form of* வெற்றி), victory.
வேன்றேன், s. a conqueror, see வெல்.

வே

வே, s. same as வேவு, spying, espionage.
வே, வேகு, *irreg. v. t.* (வேகிறேன், வெந்தேன், வேகுவேன் or வேவேன், *inf.* வேக or வேவ), burn, எரி; 2. seeth, be boiling hot, அவி; 3. be sultry, புழுங்கு; 4. be inflamed, உக்கிரங்கொள்.
 வேகிறது, வெந்துபோகிறது, it is very sultry.
 வெந்துபோன வீடு, a house consumed by fire.
 வேக வைக்க, to set on the fire to boil.
 வேகாதகல்லு, வேகாவரிக்கல்லு, bricks not well burnt.
*வேகம், s. velocity, swiftness, nimbleness, தீவிரம்; 2. anger, wrath, சினம்; 3. impetuosity, heat, ardour, உக்கிரம்.
 வேகக் குதிரை, a swift horse.
 வேகி, வேகமுள்ளவன், one who is agile, quick or nimble.
 மனேவேகம், swiftness of thoughts.
 வாயு வேகமாய், as swift as the wind.
வேகாளம், s. swiftness, விரைவு; 2. anger, கோபம்.
வேக்காடு, s. burning, boiling, வேகுதல்; 2. a burn, a scald, சூடு; 3. burning heat, காங்கை.
 வேக்காடுள்ளகல்லு, bricks well burnt.
வேக்காளம், s. heat, sultriness, காங்கை.
*வேங்கடம், s. Tripati, திருப்பதி.
வேங்கை, s. a large streaked tiger, வரிப்புலி; 2. a tree.
வேசடை, வேசாடை, s. (*Tel.*), weariness, sorrow, grief, துக்கம்.
*வேசரி, s. a mule, கோவேறு கழுதை; 2. an ass, கழுதை.
வேசாறு, III. v. i. be dispirited, dejected, be weary, be sorry, மனமுடை.
*வேசி, வேசை, s. a whore, harlot, விலைமகள்.
 வேசிக் கள்ளன், a whoremonger.
 வேசித்தனம், whoredom, fornication.
*வேஷம், வேடம், s. ornament, decoration, dress, garb, உடை; 2. outward appearance, disguise, பொய்க்கோலம்.
 வேஷங் காட்டு, to dissemble.
 வேஷதாரி, வேஷக்காரன், an actor.
 வேஷமாற, to disguise oneself.
 வேஷம் போட, – பூண, to put on an assumed shape or disguise.
 சன்னியாசி வேஷம், the dress of Sannyasi.
வேடன், s. (*pl.* வேடர், *fem.* வேடச்சி), a hunter, forester, fowler, வேடுவன்.
வேடிக்கை, s. (*Tel.*), a show, spectacle, pomp, ஆடம்பரம்.
 வேடிக்கையாயிருக்க, to be pompous or a grand sight.
 வேடிக்கை பார்க்க, to view a show, to behold a play or spectacle.
 வேடிக்கை காட்ட, to make an exhibition, to act so as to make a spectacle.
வேடிதம், *vulg.* வேடுதம், s. an unpleasant smell arising from boiling medicinal plants, மருந்து நாற்றம்.
வேடு, s. cloth for straining, வடிசீலே; 2. cover to the mouth of a vessel, மூடுசீலே; 3. hunting, the chase, வேட்டை; 4. a tribe of wild people.
 வேடன், வேடுவன், வேட்டுவன், a hunter.
வேடை, s. heat, வெப்பம்; 2. desire, வேட்கை.
வேட்கை, s. (வேள்), desire, appetite, fondness, amorousness, ஆசை.
 வேட்கை நீர், water for thirst.
 நீர்வேட்கை, thirst.
வேட்டகம், s. the house of the bride and bridegroom respectively, மாமியார் வீடு.
வேட்டல், வேட்டார் etc., see வேள்.
*வேட்டி, வேஷ்டி, s. a cloth, vestments of a man, சோமன்.
 உள்வேஷ்டி, an inner garment.
 கம்பி வேட்டி, a vesture with a stripe on its border.
 சிரவேஷ்டி, a headkerchief.

வேட்டு, *s*. the report of a gun, வெடி.
வேட்டை, *s*. hunting, fishing etc., the chase, வேடு.
வேட்டைக்காரன், a hunter.
வேட்டைக்குப் போக, to go ahunting.
வேட்டை நாய், a hunting dog.
வேட்டையாட, to chase or hunt.
மீன் வேட்டை, fishing.
வேட்பு, *s*. (வேள்), desire, வேட்கை.
*வேணு, *s*. a bambu, மூங்கில்; 2. a herdsman's reed-pipe, குழல்; 3. hollowness, உட்டுளை.
வேணுநாதம் பண்ண, to flute a reed-pipe.
வேணும், *contraction of* வேண்டும்.
வேண்டு, III. *v. t.* wish, desire, விரும்பு; 2. beg, pray, மன்றாடு; 3. *impers. & defect. v.* be necessary, be wanted. In the last sense, only a few forms are in use: *the finite verb* (வேண்டும் or வேணும், *neg.* வேண்டாம் or வேணாம், common to all persons and genders), *the adj. part.* (வேண்டிய, வேண்டின, *neg.* வேண்டாத, வேண்டா), and *the adv. part.* (வேண்டி, *neg.* வேண்டாது, வேண்டாமல்).
அவன் (இது) எனக்கு வேண்டும், he (this) is necessary to me, I want him (this).
நீர் அப்படிச் செய்யவேண்டும், ஐயா, please to do so, Sir.
நீ சீக்கிரமாய் வரவேண்டும், you must make haste to come.
அவன் உனக்கென்ன வேண்டும், what relation does he bear to you?
உமக்குத் தண்ணீர் வேண்டுமோ (வேணுமோ), would you have water? வேண்டும், yes, I want, வேண்டாம், no, I don't want.
வேண்டுமென்று (வேணுமென்று) செய்தான், he did it intentionally.
நான் அதை வேண்ட இல்லை, அது எனக்கு வேண்டியதாயிருக்க வில்லை, I do not want it.
மருந்து எனக்கு வேண்டாம், I do not want medicine.
நீ அப்படிச் செய்ய வேண்டாம், you must not do so.
அது தனக்கு வேண்டாமென்றான், he refused it.
வேண்டாதிருக்க, to be not wanted.
வேண்டாமை, aversion, dislike.
வேண்டா வெறுப்பாய், unwillingly, with disgust, with reluctance.
வேண்டி, *adv. part.* being wanted; 2. *as a prep.* for the sake of, for.
அவனை (அவனுக்காக) வேண்டி, for his sake.
என்னத்தை வேண்டி, with what object?
வேண்டிக் கொள்ள, to solicit, to pray.
வேண்டிய சகாயம், all the assistance that is desired or necessary.
வேண்டுங்காரியந் தருவேன், I will give whatever is necessary.
வேண்டுதல், *v. n.* prayer, petition.
வேண்டும், வேணும், it is required or necessary.
வேண்டுமென்ற பாக்கியம், all prosperity that can be desired.
வேண்டுமென்றிருக்க, to desire.
*வேதகம், *s*. same as பேதகம், difference.
*வேதம், *s*. the books or writings deemed sacred by the Hindus and said to have been revealed by Brahma and compiled by Vysia; 2. (*Chr. us.*), the holy Scriptures; 3. a system of religious doctrine, a religion.
வேதகலாபம், religious persecution.
வேதசாஸ்திரம், the four Vedas and six Shastras collectively; 2. (*Chr. us.*), theology.
வேத சாஸ்திரி, one learned in the Vedas; 2. (*Chr. us.*), a divine or theologian.
வேதசாட்சி (*R. C. us.*), a martyr.
வேத நூல், a religious system.
வேதபாரகர், persons well versed in the Vedas, Brahmans; 2. (*Chr. us.*), the scribes.
வேத புஸ்தகம், வேதாகமம், the book wherein the system of religion is revealed; 2. (*Chr. us.*), the holy Bible.
வேதப்புரட்டு, perversion of the Vedas; 2. (*Chr. us.*), heresy.
வேதாந்தம், the end or substance of the Vedas; 2. a system of philosophy.
வேதாந்தி, a follower of the Vedanta philosophy.
*வேதனம், *s*. knowledge, அறிவு; 2. wages, salary, சம்பளம்: 3. boring, துளைத்தல்.
கர்ணவேதனம், ear-boring ceremony.

*வேதனை (வாதனை), *s.* pain, நோய்; 2. affliction, trouble, வருத்தம்; 3. vexation, அலைசடி.
வேதனைப்பட, to be tormented.
வேதனை வருத்துவிக்க, to cause pain.
*வேதாளம், *s.* an imp, a demon, பிசாசம்.
*வேதி (பேதி), VI. *v.t.* transmute metals, change, வேறுக்கு; 2. practise alchemy, வாதஞ்சுடு; 3. divide, split, பிள.
*வேதிகை, *s.* a raised altar, மேடை; 2. a shield, கேடகம்.
*வேதியர், *s.* (*sing.* வேதியன்), Brahmans who read the Vedas.
வேது, *s.* a sudorific medicine, that which is warm, வெய்து.
வேதுபிடிக்க, to use a sudorific, to take a steam-bath.
*வேதை, *s.* affliction, வாதை.
வேந்தன், வேந்து, *s.* a king, இராசா.
வேந்தவை, வேத்தவை, the king's court.
வேம்பு, வேப்பமரம், *s.* the margosa or neem tree. *In comb.* வேப்பு.
வேப்பங்காய், its unripe fruit
வேப்பமிலாறு, a margosa-switch.
வேப்பம் பட்டை, margosa-bark used as tonic.
வேப்பம்பூ, margosa-blossom.
வேப்பிலை, margosa-leaves.
வேப்பெண்ணெய், margosa-oil.
கருவேம்பு, கருவேப்பிலை மரம், a tree whose aromatic leaves are used in dressing victuals.
சேவகஞர் (சிவஞர்) வேம்பு, the name of a poisonous shrub.
நிலவேம்பு, Colombo root.
வேய், *s.* anything hollow, a tube, குழாய்; 2. a bambu, மூங்கில்; 3. overhearing, ஒற்று.
வேய், II. *v. t.* cover, thatch, மூடு.
வேய்தல், *v. n.* thatching.
வேர், *s.* the root of a tree or plant, மூலம்; 2. foundation, cause, காரணம்; 3. sweat, வேர்வை.
வேரிலே பிடிக்க, to lay hold of the original cause of a thing.
வேரோடு பிடுங்க, to take out with the root.
வேர் களைந்தது, it was rooted out.
வேர்க்குரு, prickly heat, desudation.
வேர்க்கொம்பு, green ginger, இஞ்சி; 2. dry ginger, சுக்கு.
வேர்கொள்ள, -பற்ற, -ஊன்ற, -ஊன்றிப்போக, to take root.
உச்சிவேர், ஆணிவேர், the tap-root.
சல்லிவேர், small roots.
பக்கவேர், the side-root.
மருந்துவேர், a medicinal root.
வேர், VI. *v. i.* sweat, perspire, வியர்; 2. be angry, கோபி.
எனக்கு வேர்க்கிறது, I perspire.
வேர்வை, வேர்ப்பு, *v. n.* sweat, perspiration.
குறு வேர்வை, a slight perspiration.
வேலி, *s.* a hedge, fence, wall, மதில்; 2. custody, watch, காவல்; 3. land measure of five காணி or about six acres; 4. *an affix* to some proper names of villages, ஊர்.
வேலிக்குமுள்ளிட, to set thorns in a hedge.
வேலி மூங்கில், a plant used for hedges.
வேலியடைக்க, -போட, to hedge in, to fence in.
வேலை, *s.* work, labour, business, service or employ, தொழில்; 2. workmanship, செய்பொருள்; 3. sea, கடல்.
ஒருவனிடத்தில் வேலைகொள்ள, -வாங்க, to inspect one's work, to look after a workman.
ஒருவனை வேலைகொள்ள, to engage or employ a person for a work.
எனக்கு வேலைபோயிற்று, I lost my situation.
வேலைக்காரன், வேலையாள், a servant, workman.
வேலைக்குப்போக, to go to one's work.
வேலைக்கு வைக்க, to employ.
வேலைசெய்ய, to work, to serve.
வேலைப்பாடு, workmanship.
வேலை மினக்கெட்டவன், a loiterer.
வேல், *s.* lance, javelin, spear, ஈட்டி; 2. all kinds of armour, ஆயுதம்; 3. a thorny tree.
வேலம்பட்டை, the astringent bark of the வேல் tree used in making arrack and in tanning.
வேலாயுதம், a lance.
கருவேல், acacia with black bark.
குடை வேல், acacia with very large thorns.

வெள்வேல், white acacia.
கைவேல், a javelin.
வேவி, VI. v. t. (*caus. of* வே), seeth, boil, வேகச்செய்.
வேவு, s. spy, ஒற்று; 2. (v. n.), burning, வேதல்.
வேவாள், வேவுகாரன், a spy.
வேவு (உளவு) பார்க்க, to spy out.
வேழம், s. an elephant, யானை.
வேளா, s. a large fish.
வேளாண்மை, s. cultivation of the soil, agriculture, கிருஷி; 2. gift, bounty, liberality, ஈகை.
வேளாளர், s. agriculturists; 2. liberal persons.
வேளான், s. a potter, குயவன்.
*வேளை, s. time, காலம்; 2. season, opportunity, சமயம்.
ஒருவேளை, once, perhaps, sometimes.
வேள், V. v.t. sacrifice, பலியிடு; 2. long for, ஆசி; 3. marry, விவாகஞ்செய்.
வேட்டல், v. n. offering sacrifices.
வேட்டார், வேட்டோர், friends; 2. married persons.
வேட்டாள், a married woman.
வேள்வி, v. n. a sacrifice, யாகம்; 2. adoration, worship, ஆராதனை.
வேறு, s. that which is different, வேற்றுமையுடையது; 2. a symbolic verb; 3. *adj.* other, different, மற்ற.
வெவ்வேறு, see separately.
வேறு (வேறே) காரியம், another thing.
வேறுபட, -பட்டுப்போக, to change, to become altered or alienated.
வேறுபடச்சொல்ல, to alter the words.
வேறுபாடு, வேறுபடல், v. n. diversity, difference, disagreement.
வேறாய்ப்போக, to change, turn or alter, to take another turn.
வேறே, *adj. & adv.* different, separately.
வேறேயிருக்க, to live separately.
வேறேவைக்க, to lay apart or aside.
வேறொருவன், another person.
வேற்றுமை, s. diversity, difference, வித்தியாசம்; 2. declension or cases of a noun.
வேற்றாள், வேற்று மனுஷன், a stranger.
வேற்று, *adj.* strange, other, different, வேறு.
வேற்றுக்கால், different footstep.
வேற்றுக் குரல், a strange voice.
வேற்றுத் தேவன், a strange god.
வேற்றுமை காட்ட, to present a different appearance, to point out differences.
வேற்றுமை பண்ண, to change; 2. to cause quarrel.
வேற்றுமையாயிருக்க, to be at variance.
வேனல், வேனில், s. heat, கானல்; 2. the hot season, வேனிற் காலம்.
*வேன், s. (*prop.* வியன்), excess, அதிகம்.

வை

வை, s. straw, வைக்கோல்; 2. sharpness, கூர்மை; 3. the earth, பூமி.
வை, I. v. i. scold, revile, abuse, திட்டு.
வைதல், v. n. reviling, abusive language, வசவு.
வையச் சொல்ல, to instigate one to scold.
வை, VI. v. t. put, lay, place, set aside, போடு.
வைச்குந் தானம், வைக்குமிடம், a proper place to set a thing in.
வைத்துக் கொள்ள, to keep for oneself; 2. to suppose, to take for granted.
அப்படியென்று வைத்துக்கொள், suppose it is thus, let it be so.
வைத்துப் போட, to leave unsettled, to forsake.
என்னை வைத்துப்போட்டுப்போனான், he has left me in the lurch.
வைத்துவைக்க, to keep, lay up, reserve.
கிருபை வைக்க, to show favour.
நிறுத்தி வைக்க, to delay, defer.
வைகல், s. dawn of day, விடியல்; 2. a day, நாள்.
வைகறை, வைகுறு, s. day-break, விடியல்; 2. the morning watch from two till day-break.
வைகறைத் துயிலெழு, rise early in the morning.
*வைகாசி, வையாசி, s. the name of a Tamil month, May—June.
வைகு, III. v. i. stay in a journey, இராத்தங்கு.
*வைகுண்டம், வைகுந்தம், s. the heaven of Vishnu.

*வைதல்லியம், வைகூலியம், s. contrariety, hatred, எதிரிடை.
வைகூலியம் பண்ண, to be contrary, to repel admonition.
வைகை, வையை, s. the Vaigai river of Madura.
வைக்கோல், வைக்கல், s. straw.
வைக்கோல் கட்டு, a bundle of straw.
வைக்கோல் கூளம், chaff of straw.
வைக்கோல் புரி, straw ropes.
வைக்கோல் போர், a heap of straw.
வைக்கோல் வலிக்க, — வாங்க, to separate the straw from the grain when threshed.
மசிந்துபோன வைக்கோல், straw crushed to pieces by threshing.
வைங்கியாரம், s. hatred, grudge, பகை.
*வைசியன், s. a member of the Vysia caste.
*வைசூரி, வசூரி, மசூரி, s. the small-pox.
*வைஷ்ணவம், வைணவம், s. the Vaishnava system.
*வைடூரியம், வயிடூரியம், s. a precious stone, cat's eye.
*வைதிகம், வைதீகம், s. conformity to the Vedas, religion, வேதமார்க்கம் (opp. to லௌகீகம்).
வைதீகர், those who walk according to the Vedas.
*வைத்தியம், வயித்தியம், s. the art of medicine, doctoring, therapeutics.
வைத்திய சாஸ்திரம், medical science.
வைத்தியம் பண்ண, — பார்க்க, to practise medicine, to treat patients, to cure diseases, to doctor.
வைத்தியம் பண்ணிக்கொள்ள, — பார்த்துக்கொள்ள, to be under the treatment of a doctor.
வைத்தியன், a physician.
*வைபவம், s. wealth, prosperity, விபவம்; 2. a history, narrative, வரலாறு.
நடந்த வைபவம் என்ன, what are the particulars of the case?
*வைபோகம், s. delight, pleasure, சந்தோஷம்; 2. manner, fashion, வயணம்.
வைபோகி, a voluptuary.

வைப்பாட்டி, s. (வைப்பு), a concubine.
வைப்பாட்டி வைக்க, to keep a concubine.
வைப்பு, s. greatness, பெருமை; 2. (v. n. of வை), placing; 3. a treasure laid up, சேமத்திரவியம்; 4. concubinage; 5. preparation of medicines.
வைப்புச் செப்பு, a pot wherein treasure is kept.
வைப்புச் சரக்கு, prepared medicines.
வையகம், வையம், s. the world, the earth, பூமி.
*வையாசி, s. see வைகாசி.
*வையாகரணன், s. a grammarian (வியாகரணம், grammar).
வையாளி, s. a full gallop.
வையாளி வீதி, a riding place, a hippodrome.
வையாளி விட, to exercise a horse, to gallop a horse.
*வைரம், s. enmity, hatred, விரோதம்; 2. bravery, வீரம்; 3. see வயிரம்.
வைரஞ்சாதிக்க, to cherish hatred.
வைரன் (fem. வைரி), one that bears an obstinate hatred.
*வைராகி, பைராகி, s. an ascetic, a devotee, one of a particular class of devotees, a Byraghee.
*வைராக்கியம், s. absence of secular passion or desire, இச்சையின்மை; 2. zeal, fanaticism, enthusiasm, மனவெறி; 3. obstinacy, பிடிவாதம்.
வைராக்கியன், a zealot.
*வைரி, வயிரி, s. an enemy; 2. a hawk.

வௌ

வௌவால், வவ்வால், s. a bat, the dormouse.
வௌவால் மீன், a kind of flat fish.
வௌவு, III. v. t. (வவ்வு), seize, grasp, பிடி; 2. take by force or stealth, கொள்ளையிடு; 3. steal, snatch, திருடு; 4. gather up, வாரு.
வௌவல், v. n. seizing.

Printed at the Evangelical Lutheran Mission Press, Tranquebar.